# तंतू

**लेखक**
डॉ. एस्. एल्. भैरप्पा

**मराठी अनुवाद**
उमा कुलकर्णी

मेहता पब्लिशिंग हाऊस

Please contact us at **Mehta Publishing House,** Pune.
Email : production@mehtapublishinghouse.com
Website : www.mehtapublishinghouse.com

- *या पुस्तकातील लेखकाची मते, घटना, वर्णने ही त्या लेखकाची असून त्याच्याशी प्रकाशक सहमत असतीलच असे नाही.*

**TANTU** by Dr. S. L. BHYRAPPA

**तंतू** / अनुवादित कादंबरी

© S. L. Bhyrappa


Translated into Marathi Language by Uma Kulkarni

अनुवाद : उमा वि. कुलकर्णी
Email : author@mehtapublishinghouse.com

मराठी अनुवादाचे व प्रकाशनाचे हक्क मेहता पब्लिशिंग हाऊस, पुणे.

प्रकाशक : सुनील अनिल मेहता, मेहता पब्लिशिंग हाऊस,
१९४१ सदाशिव पेठ, माडीवाले कॉलनी, पुणे - ४११ ०३०

मुखपृष्ठ : चंद्रमोहन कुलकर्णी

प्रकाशनकाल : फेब्रुवारी, १९९७ / नोव्हेंबर, २०१५ / मार्च, २०१६ /
पुनर्मुद्रण : एप्रिल, २०१७

P Book ISBN 9788171616671
E Book ISBN 9788184988987
E Books available on : play.google.com/store/books
www.amazon.in/b?node=15513892031

# प्रस्तावना

४७ साली तेरा वर्षांच्या छोट्या भैरप्पानं स्वातंत्र्यपूर्व काळात मोठ्या उत्साहानं प्रभातफेऱ्यांमध्ये भाग घेणं, किरकोळ भाषणं ठोकणं, ट्रकमध्ये चढून दारूच्या पिंपांना भोकं पाडणं वगैरे उपद्व्याप करून पोलिसांचा मार सुद्धा खाल्ला होता. गांधीजी-नेहरू-बोस-चेंगलराय रेड्डी यांचा घसा खरवडून जयजयकार केला होता आणि स्वतंत्र भारताविषयी स्वप्नंही पाहिली होती.

पण स्वतंत्र भारताची ४७ सालानंतरची वाटचाल पाहताना भैरप्पांचं मत दिवसेंदिवस विषण्ण होत असे.

त्यातून साकारलेली ही कादंबरी – स्वतंत्र भारतातल्या स्वतंत्र नागरिकांची व्यथा सांगणारी –

विस्तीर्ण भारतातल्या गुंतागुंतीचं चित्रण एका कादंबरीत – तेही कलात्मकदृष्ट्या – कितपत शक्य आहे? या प्रश्नाचं उत्तर या कादंबरीत मिळायला हरकत नाही.

राजकारणाबरोबरच – किंबुहना त्याहीपेक्षा संगीत, शिक्षण, पत्रकारिता, व्यापार-व्यवसाय वगैरे कितीतरी क्षेत्रं कवेत घेऊन त्यांतील पात्रांना अनुभवाचं बळ देणारी आणि बेंगळूर-बसवनपूर-जोगीबेट्टा-म्हैसूर-दिल्ली-बनारस-पाटणा इथं कथानक घडत असताना समकालीन कथावस्तूला कलात्मक पातळीवर घेऊन जाणारी ही कादंबरी मराठी वाचकाला वेगळा अनुभव देईल, असं वाटतं.

१९९४ साली पणजी येथे संपन्न झालेल्या अखिल भारतीय मराठी साहित्य संमेलनाचे उद्घाटक म्हणून आलेल्या डॉ. भैरप्पांनी 'महाराष्ट्र टाइम्स'ला दिलेल्या मुलाखतीत या कादंबरीचा उल्लेख केला असल्यामुळं मराठी वाचकांनी वेळोवेळी या कादंबरीविषयी उत्सुकता दाखवली. या अनुवादामुळं त्यांचं समाधान होईल, ही अपेक्षा.

वस्तुत: ही कादंबरी कन्नडबरोबरच मराठी आणि हिंदीमध्ये प्रकाशित व्हावी, अशी तयारी 'मेहता पब्लिशिंग हाऊस' आणि हिंदी प्रकाशकांनी दर्शवली होती. पण एवढ्या मोठ्या कादंबरीचा अनुवाद-छपाई वगैरेसाठी लागणारा कालावधी लक्षात घेता ते जमलं नाही. अन्यथा तो एक आगळा उपक्रम झाला असता! एवढा मोठा कादंबरी-प्रकल्प मराठी वाचकांना उपलब्ध करून दिल्याबद्दल मी 'मेहता पब्लिशिंग हाऊस'च्या श्री. सुनील मेहतांची आभारी आहे.

श्री. अनिल किणीकरांची नजर या हस्तलिखितावरूनही फिरली आहे.

या आधीच्या माझ्या सर्व अनुवादांप्रमाणेच या वेळीही श्री. विरूपाक्ष कुलकर्णी यांची मदत झाली आहे.

**उमा वि. कुलकर्णी**

# १

फ्लॅप-डोअरचा आवाज कानांवर आला, तरी रवींद्रनं पालखीवालांच्या 'केंद्र सरकार आणि राज्य सरकार : परस्परसंबंध आणि लोकशाहीची अवनती' या लेखात खुपसलेलं डोकं वर केलं नाही. समोर टेबलापाशी न्यूज-एडिटर कुट्टी येऊन उभा राहिल्याचं डोळ्यांच्या कोपऱ्यांतून दिसणाऱ्या जुन्या बुश-शर्टवरून लक्षात आलं होतं. लेखात गढून गेला असता न जाणवणारा टेली-प्रिंटरचा आवाज, आपल्याशिवाय वृत्तपत्राचं, ऑफिसचं अस्तित्वच नाही, अशा प्रकारे वातावरणात भरून राहिल्याचं त्याच्या लक्षात आलं. कुट्टीला हाकलल्याशिवाय पुढचा लेख वाचणं अशक्य आहे, असं जाणवून रवींद्रनं मान वर केली.

टाईप केलेल्या बातमीचा कागद रवींद्रपुढं ठेवत कुट्टी म्हणाला,

"सर, होयसळकालीन देवालयं असलेलं, चन्नरायपट्टण तालुक्यातलं बसवनपूर तुमचंच गाव ना? मागं कधी तरी तुम्ही सांगितल्याचं आठवलं. म्हणून हे दाखवायला आणलंय्..."

कुट्टी खुर्चीवर बसला. रवींद्रनं ते कागद उचलले आणि चश्म्याचा कोन साधून तो वाचू लागला. त्याच्या वृत्तपत्राच्या हासनच्या वार्ताहरानं प्रत्यक्ष भेट देऊन फोटोंसह पाठवलेली ती बातमी होती. बसवनपूरच्या देवळाचा गुणगौरव करताना त्यानं लिहिलं होतं :

'राजाची धनसंपत्ती आणि मनुष्यबळ वापरून हळेयबिडु आणि बेलूर येथील देवळे उभारल्यावर जकणाचार्यांनी आपल्या खास शिष्यांच्या मदतीने स्वतःच्या समाधानासाठी हे देऊळ उभारले आहे. आर्थिक बळाअभावी हे देऊळ आकाराने लहान असले, तरी कलात्मकदृष्ट्या येथील मूर्तिकला श्रेष्ठ दर्जाची आहे, असे तज्ज्ञांचे मत आहे. गर्भगृहातील चन्नकेशव आणि लक्ष्मी आणि देवालयाच्या बाह्य-भिंतींवरील सरस्वती, भैरव, नरसिंह, विश्वामित्र-मेनका, शिवधनुष्य भंग करणारा राम, कंसवध करणारा कृष्ण या मूर्तींमध्ये मूर्तिकला अत्युच्च पातळीवर पोहोचलेली दिसते.

येथील अप्रतिम मूर्तींपैकी सरस्वतीच्या मूर्तीची नुकतीच चोरी झाल्याचे गावकऱ्यांच्या

लक्षात आले! हासनच्या वार्ताहराने प्रत्यक्ष भेट दिली, तेव्हा या बातमीत तथ्य असल्याचे दिसून आले आहे.

देवळाच्या पुजाऱ्यांकडे चावी असल्याचे समजताच प्रस्तुत वार्ताहराने त्यांची भेट घेतली. या पुजाऱ्यांनी सुमारे दहा वर्षांपूर्वीच दाराला वाळवी लागल्यामुळे तो नष्ट होऊन गेल्याचे पत्र लिहून सरकारच्या निदर्शनास आणून दिले होते. पण गेल्या दहा वर्षांत त्यावर काहीही कारवाई झाली नाही. अशा परिस्थितीत गुरे-कुत्री आणि इतर प्राण्यांचे वसतिस्थान होऊन राहिलेल्या देवळाची जबाबदारी केवळ आपल्यावरच कशी राहते, असा पुजाऱ्यांचा प्रश्न आहे.'

वाचता-वाचता रवींद्रचं मन भूतकाळात बुडालं होतं. शिक्षणासाठी आजोबांच्या घरी राहत असताना दररोज संध्याकाळी देवळात जात असल्याची आठवण... देवळाचा दरवाजा उघडला, की धावत आत जाऊन ती सरस्वतीची मूर्ती एकटक पाहत बसणं... किती कौतुक होतं आजीला त्याचं! सारखी म्हणायची,

"किती जीव आहे सरस्वतीवर लेकराचा! तीच प्रसन्न होईल त्याच्यावर!"

आजीच्या आणि सरस्वतीच्या चेहऱ्यांमध्ये खूप साम्य होतं काय? सौम्य भाव, शांत-तृप्त डोळे, हळद-कुंकू, कानांत कुड्या–फरक एवढाच होता–सरस्वतीच्या चेहऱ्यावर आजीएवढं वय दिसत नव्हतं.

रवींद्रचं लक्ष समोरच्या कुट्टीकडं गेलं. बातमीचा कागद त्याच्या हाती देऊन तो म्हणाला,

"फ्रंट पेज न्यूज करा. 'अमूल्य मूर्तीची चोरी... सरकार झोपा काढतंय् काय?...' हेड-लाईन द्या. यात आणखी एक पॅरा ॲड करा–पाच फूट उंच आणि तीन फूट रुंदीची आणि किमान तीन टन वजनाची मूर्ती एखाद्या वाहनाशिवाय तिथून हलवणं शक्य नाही. यात निश्चितपणं आंतरराष्ट्रीय चोरांचा हात असला पाहिजे. गावकऱ्यांचाही हात असला पाहिजे, असं जाणकारांचं मत आहे. वगैरे वगैरे."

कुट्टीनं रवींद्रचं म्हणणं नोंदवून घेतलं.

रवींद्रनं पुढं सांगितलं,

"हीच न्यूज मुंबई-अहमदाबाद-दिल्ली-भोपाळ इथल्याही एडिशन्समध्ये येऊ द्या."

कुट्टी निघून गेला. तरी रवींद्राच्या मनातली सरस्वतीची मूर्ती कणभरही हलायला तयार नव्हती. मधूनच सरस्वती आणि आजीचे चेहरे एकमेकांत मिसळत होते. हळूहळू आजीचाच चेहरा स्पष्ट दिसू लागला. हळदीमुळं सतेज दिसणारे गाल–आपल्या खोडकरपणावर दटावतानाही शांत असणारे डोळे, धुणं-भांडी-दळण-कांडण आणि गरम पातेल्यांचे काठ धरून एकीकडे राठ झालेले आणि दुसरीकडं फुलवाती वळून, जुई-मोगऱ्याचे गजरे गुंफून, कोवळ्या बाळांचे गाल

गोंजारून, गाईंची आचळं दोहून मृदू-नरम झालेले तळवे. त्या हातात आपला हात देऊन देवळाकडं जात असल्याचं मनःपटलावर तरळून गेलं. केवळ गालच नव्हे, हळद चोळल्यामुळं एकही केस किंवा सुरकुती नसलेल्या आजीच्या सोनेरी पोटऱ्या आणि पावलं...

दृष्टी लगाम खेचून पालखीवालांच्या लेखावरून दौडली, तरी मन मात्र गावाकडून माघारी फिरायला तयार नव्हतं. गाव–आपलं गाव–आजोबांचं गाव! आपण बी. के. रवींद्र नाव लावतो, त्यातलं बी याच बसवनपूरचं ना!

'छेः! यात काही अर्थ नाही!' त्यानं स्वतःला बजावलं. 'मूड आणि लहरीचं कौतुक करायला मी काही साहित्यिक नाही–पत्रकार आहे!'

दुसऱ्या दिवशी लीनाला दोन तासांचं डिक्टेशन दिल्यानंतर त्यानं त्या दिवशीचं वृत्तपत्र सविस्तरपणे वाचायला सुरुवात केली. लेखामध्ये राष्ट्राच्या संस्कृतिनाशाबरोबरच कुट्टीनं आपल्या मनातलेही दोन-तीन प्रश्न उपस्थित केले होते. कुट्टीचं कौतुक वाटत असतानाच मनात आलं : आपण या संदर्भात पोलीस आय्.जीं.ना का फोन करू नये? होय. शिवाय सांस्कृतिक खात्याच्या मंत्र्यांशीही बोलायला पाहिजे. माझ्या गावासाठी–गावातल्या देवळासाठी हे केलंच पाहिजे!

डिक्टेशनमुळं मेंदू शिणल्याचं जाणवून त्याला कॉफीची तीव्र तल्लफ आली. आपण किती तरी वेळात सिगारेट ओढली नसल्याचंही त्याला जाणवलं. बेल वाजवून त्यानं कॉफी मागवली. मात्र रक्तात कॅफीन आणि निकोटीन भिनवल्यावर त्याला वाटलं : कुठल्याही संदर्भात या सरकारच्या फार जवळ जाणं बरं नाही. आपण पत्रकार आहोत. बातमी प्रसिद्ध करणं एवढंच आपलं काम आहे.

त्यानं घड्याळात पाहिलं. त्या दिवसाच्या संपादकीय चर्चेसाठी इतर उप-संपादक यायची वेळ झाली होती.

◆

संध्याकाळचं अखिल भारतीय संपादक-संघाच्या अध्यक्षांचं भाषण आणि त्यानंतरचं जेवण उरकून तो घरी परतला, तेव्हा रात्रीचे साडे अकरा वाजले होते.

या वेळी कांती जागी होऊन गॅरेज उघडेल, ही अपेक्षा करणं अवास्तव आहे, हे रवींद्रला ठाऊक होतं. दिवसभर नोकरीनिमित्त घराबाहेर श्रमून येणाऱ्या बायकांची गोष्टच वेगळी... पण घरात दोन-चार नोकर असलेल्या आणि दिवसभर घरातच वेळ काढणाऱ्या उच्चभ्रू स्त्रियांची हीच कथा! केवळ सुशिक्षितच नव्हे, सुशिक्षित नवऱ्यांच्या अर्ध-शिक्षित स्त्रियांचीही!

कारमधून उतरून गेट आणि गॅरेजचा दरवाजा उघडताना त्याच्या मनात येत

होतं–ही तर रात्रीची वेळ आहे, दुपारच्या दोन ते चारपर्यंतच्या झोपेत खंड पडला, तरी या गृहलक्ष्मींची तोंडं खेड्यातल्या मारम्मांसारखी होतात. मग त्यांची डोकेदुखी... ॲस्पिरिन...

त्यानं गॅरेज बंद करून कुलूप लावलं. गेट लावून दारावरची बेल दाबल्यावर नेहमीप्रमाणं किती तरी वेळ कांतीनं दरवाजा उघडला नाही. तीन-चार वेळा बेल दाबायला लावते ही! आता काही ही झोपली नव्हती. नेहमीप्रमाणं टी.व्ही.वरचा सिनेमा पाहत लोळत पडली होती, हे तिच्या अवतारावरून आणि चेहऱ्यावरून स्पष्ट दिसत होतं. आत टी.व्ही.चा आवाजही ऐकू येत होता. मी लवकर आलो असतो, तरी टी.व्ही.वरचा सिनेमा संपेपर्यंत ती जागीच राहणार होती, यात शंका नाही.

'एडिटर्स असोसिएशनचे अध्यक्ष येणार आहेत, म्हणून सकाळी सांगितलं होतं ना? जेवणही बाहेरच आहे, म्हणून-'

जाऊ दे! मी तरी आपण होऊन कशाला नाकदुऱ्या काढू? मनातला विचार बदलून तो आपल्या बेडरूममध्ये जाऊन कपडे बदलू लागला. बेडरूमलगतच्या बाथरूममध्ये जाऊन तो परतला, तेव्हा त्याला अनावर जांभयांनी घेरलं होतं. टी.व्ही.चा आवाज ऐकू येऊ नये, म्हणून त्यानं बेडरूमचा दरवाजा लोटून घेतला. मच्छरदाणी सोडून, अंथरुणावर अंग टाकून. पाय पसरताना त्यानं मनोमन निश्चय केला–उद्या सातच्या आधी मुळीच उठायचं नाही. लगेच झोपी जायचं म्हटलं, तरी संध्याकाळी आपल्या भाषणात 'वृत्तपत्रांच्या स्वातंत्र्यावर येत असलेला घाला' याविषयी सांगितलेले मुद्दे पुन्हा पुन्हा डोकं वर काढू लागले. जेवणाआधी आज आपण काहीही घेतलं नाही. मग आता डोक्यात झिणझिण्या येताहेत, त्या वृत्तपत्रीय स्वातंत्र्याचा नाश होतोय्, म्हणून? कार चालवत असताना डोळ्यांवर आलेली झापड आता पूर्णपणे दूर झाली होती.

त्यानं कूस बदलली.

त्याच वेळी हॉलमधला टी.व्ही. खट्‌कन बंद झाला आणि सभोवताली पसरलेली निःशब्दता तक्रार करू लागली. बेडरूमचं दार लोटून आत आलेल्या कांतीनं विचारलं,

"नींद आ गयी? बिजली जला दूँ?"

आपल्याला झोप लागली, की नाही, हे हिला बरं समजतं!

तो झोपेत बोलल्याप्रमाणे कन्नडमध्ये म्हणाला,

"दिवा लावू नको..."

तशी कांतीही मूळची कन्नड घरातलीच. पण ती जन्मली, तेव्हा आर्. एस्. मूर्ती दुर्गापूरमध्ये इंजिनीअर होते. नंतर भोपाळ, कानपूर, बडोदा, कलकत्ता,

दिल्ली–अशा वेगवेगळ्या प्रांतांमध्ये नोकरी करत फिरत राहिल्यामुळं हिंदी हीच तिची व्यवहाराची भाषा बनून गेली होती. घरात तिचे आईवडील एकमेकांशी कन्नडमध्ये बोलत होते. तिच्याशीही ते कन्नडमध्ये बोलत. पण ती मात्र त्यावर हिंदीमध्ये उत्तर देऊ लागली. पाठोपाठ त्याला आठवलं–आपलेही आई-वडील नोकरीच्या निमित्तानं दिल्लीत राहिले, तरी आपण लहानपणापासून आजी-आजोबांसह बसवनपूरमध्ये राहून तिथल्या शाळेत गेल्यामुळं घरात आई-वडिलांशीही कन्नड बोलण्याचीच सवय राहिली. लहानपणी बसवनपूरच्या शाळेत शिकलेल्या किती तरी गोष्टी आजही तशाच्या तशा आठवतात.

चार वर्षांपूर्वी बेंगळूरला आल्यावर त्यानं कांतीला सांगितलं होतं,

"आता आपण कर्नाटकात आलो आहोत. आता तरी घरात तू कन्नड बोल. म्हणजे मुलाला तरी सवय होईल त्याची."

यावर ती हिंदीतूनच म्हणाली होती,

'का? बेंगळूर काय हिंदुस्थानाबाहेर आहे? शिवाय तू इंग्लिश वृत्तपत्राचा संपादक आहेस! आपल्या मुलाला हे बेंगळूर सरकार नोकरी देणार आहे काय? देशात फक्त एकच भाषा असली पाहिजे. नाही तर देशप्रेम कसं निर्माण होणार? खरं तर, तू यावर एक लांबलचक संपादकीय लिहायला पाहिजेस!"

किती तरी बाबतींत तिच्याशी वाद घालत बसण्यापेक्षा तो विषयच सोडून देणं चांगलं, असा नेहमीचाच अनुभव असल्यामुळं तो गप्प बसला होता. नंतर त्यानं पुन्हा तो विषयही काढला नव्हता. पण मित्र घरी आले, तरी त्यांना आपल्याला कन्नड येत नाही, म्हणून सांगून ती हिंदी किंवा इंग्लिश बोलू लागली किंवा कन्नडमध्ये जाणून-बुजून हिंदी शब्द जास्त प्रमाणात वापरून आपल्याला कन्नड कशी येत नाही, याचं नाटक करू लागली, की तो जाम वैतागून जात असे.

तिचा मित्र-परिवारही असाच होता–भारतभर नोकरीच्या निमित्तानं फिरत, केवळ हिंदी-इंग्लिशच बोलणारा किंवा बेंगळूरमध्येच राहून कन्नडशी फटकून वागणारा.

पलिकडच्या बाजूनं मच्छरदाणीत शिरल्यावर ती हिंदीमध्ये म्हणाली,

"तुमच्या मुलाला आवरणं मला तरी अशक्य आहे! आज त्याच्या शाळेतून फोन आला होता. जाऊन चौकशी केली, तर काय प्रताप केलाय्, ठाऊक आहे? काय केलं असेल त्यानं?"

"हं..."

चौदा वर्षांचा अनुप. शाळेत नीटशी उपस्थिती नाही, शिक्षकांशी वाद-भांडणं, आपल्यासारख्या चार-सहा मुलांची टोळी करून शाळेचे नियम धाब्यावर बसवणं– एकंदरीत ती एक डोकेदुखीच होऊन बसली होती. त्यातच आणखी एका घटनेची भर!

दिवसभराच्या दमणुकीनंतर मध्यरात्री या प्रकरणात लक्ष घालायला त्याच्या बुद्धीनं असंमती दर्शवली.

"उद्या बोलू या...आता साडेबारा होऊन गेलेत..." तिच्याकडे पाठ करत तो म्हणाला.

"उद्या सकाळी तुम्हांला पाठवायचं मी हेडमास्तरांपाशी कबूल करून आलेय्. तुम्ही त्यांना भेटून आलात, तरच ते ऐकतील, असं वाटतं. नाही तर डिस्मिस् करतील. 'ट्रान्स्फर सर्टिफिकेट देतो... आणखी कुठल्या तरी शाळेत पाठवा त्याला' म्हणत होते ते! आणखी तीन मुलांबरोबर यानं शाळेमधल्या तांत्रिक विभागातली किती तरी उपकरणं चोरली आहेत! ब्रिगेड रस्त्यावरच्या एका दुकानात ती विकली आहेत, म्हणे! त्या दुकानदाराला पोलिसांनी पकडलं, तेव्हा त्यानं आपण हा माल मुलांकडून विकत घेतल्याचं सांगितलं. प्रत्येक वर्गातून त्याला फिरवलं, तेव्हा त्यानं या चौघांना ओळखलं."

तो तिचं बोलणं लक्ष देऊन ऐकत होता.

"चौघांनाही वेगवेगळं ठेवून अधिक चौकशी केली, तेव्हा त्यांनी चोरी केल्याचं कबूल केलं. आता समजलं, गेली तीन वर्षं हे चौघंही लायब्ररीतली जाड-जूड पुस्तकं चोरून नेऊन पुस्तकांच्या दुकानात विकत होते, म्हणे. आता तो पुस्तकांचा दुकानदारही पुढं झालाय्! सगळ्या भानगडीत आपला राजकुमारच लीडर आहे, म्हणे!"

सारं ऐकताना त्याचं पितृहृदय घायाळ होऊन गेलं होतं. चौदा वर्षांचा अनुप अधूनमधून घरातले पैसे उचलतो, हे गेल्या तीन वर्षांपासून त्यालाही ठाऊक होतं. सुरुवातीला त्याच्या किरकोळ चोऱ्या त्याच्या किंवा कांतीच्या लक्षातही येत नव्हत्या. तिच्या पर्समधले किंवा त्याच्या पँटच्या खिशामधले सुटे पैसे न मोजता ठेवलेले असत. पण एकदा त्याच्या खिशातली पन्नास रुपयांची नोट बेपत्ता झाली, तेव्हा पहिल्यांदा शंका आली. तिच्या पर्समधल्या पैशांमधे वीस रुपयांची खोट आली, तेव्हाही तसंच झालं. पहिला संशय आला, तो कामाच्या बाईवरच. कांतीनं जाब विचारताच तिनं भांडून कामाला यायचंच सोडलं. त्या प्रकारात कांतीचीच बदनामी झाली आणि किती तरी दिवस तिला दुसरी कामाची बाई पण मिळाली नाही. त्यामुळं चाललेली कांतीची धडपड अनुपही पाहत होता. पण एखाद्या मुरलेल्या चोराप्रमाणे तो काहीही न दाखवता घरात वावरत होता.

त्यानंतर एक दिवस कांती स्वयंपाकघरात काम करत होती. त्या वेळी बेडरूमधल्या कपाटाचा आवाज आला, म्हणून तिथं धावलेल्या कांतीला निरागस चेहऱ्याचा अनुप दिसला. खिशात हात घालून पाहिलं, तर दोनशे रुपये सापडले. अजून कपाटाची चावीही लावली नव्हती. यावर जाब विचारताच चेहऱ्यावर

कुठल्याही प्रकारची अपराधीपणाची भावना न आणता त्यानं उत्तर दिलं होतं,

"ब्रिगेड रोडवर चिकन खायला जाणार आहे, म्हणून सांगितलं असतं, तर तू दिले असतेस पैसे?"

स्वतःला कितीही आधुनिक म्हणवत असली, तरी कांती, मांसाहार तर लांब राहिला, पण अंड्यालाही स्पर्श करत नव्हती. उत्तरेकडची माणसं करतात, तसे 'व्रत' नावाखाली तिचे अनेक उपवास असत. बाहेरच्या अगदी स्पेशल पार्टीव्यतिरिक्त तोही कधी दारू घेत नव्हता. मांस-मच्छीला तर आयुष्यात कधीही स्पर्श केला नव्हता. घरचं वातावरण असं असताना अकरा-बारा वर्षांचा अनुप चिकन खायला कुठं शिकला असेल?

त्या वेळी अनुपला जवळ घेऊन त्यानं अहिंसा, प्राणिदया, बुद्ध-महावीर वगैरेंविषयी समजावून सांगितलं, तरी त्याच्या चेहऱ्यावर त्यातलं काहीही पटत नसल्याचं सूक्ष्म हसूच होतं! त्याचबरोबर नाकारल्याचा तिरस्कारही! अधिक चौकशी केल्यावर समजलं–त्याचे मित्र जगदीश अरोडा, विपुल झवेरी आणि ओमप्रकाश सभरवाल यांच्याबरोबर हाही हॉटेलमध्ये जात होता. ती तिघंही व्यापाऱ्यांची मुलं. तिघांच्याही हातांत हवा तेवढा पैसा खेळत होता. त्यांच्या घरीही चिकन-मटन-बिर्याणी विकत आणून खायची प्रथा होती.

छेः! वेगवेगळ्या राज्यांमधून बदलून आलेल्या आपल्या अधिकाऱ्यांच्या मुलांसाठी म्हणून निर्माण केलेल्या केंद्रीय शाळेत आपण त्याला पाठवलं, हीच मोठी चूक झाली आपली! या गावी आल्यावर तरी आपली संस्कृती, आपले संस्कार करणाऱ्या शाळेत त्याला पाठवावं, हा माझा विचार कांतीनं समूळ खोडून काढला. 'दहा ठिकाणांहून प्रसिद्ध होणाऱ्या वृत्तपत्रात नोकरी करायची, म्हणजे देशभरात कुठल्याही कोना-कोपऱ्यात किंवा महानगरात जायची तयारी ठेवायला पाहिजे. तूही कदाचित ही नोकरी सोडून दुसरी एखादी चांगली नोकरी धरशील. त्यात याच्या शिक्षणाचा उगाच का प्रॉब्लेम करून ठेवायचा?' कांतीचा हा वाद त्या वेळी मीही मानलाच होता. ते काही नाही! आताच्या आता शेजारच्या खोलीत झोपलेल्या अनुपवर आवश्यक ती कारवाई करायलाच पाहिजे...

तो ताडकन उठला. कॉटजवळच्या रबरी सपाता पायांत चढवून तो हॉलमध्ये आला. अंधारात स्विच दाबून, तिथला दिवा लावून तो अनुपच्या खोलीकडे निघाला. आत जाऊन त्यानं तिथलाही दिवा लावला.

चौदाव्या वर्षीच वडलांएवढ्या वाढलेल्या मुग्ध चेहऱ्याच्या अनुपच्या झोपेवर त्या उजेडाचा काहीही परिणाम झाला नाही.

पाठोपाठ आलेल्या कांतीनं त्याला आवरत म्हटलं,

"आता या वेळी त्याला उठवून काय करणार आहेस?"

"मग तू तरी हे सगळं या वेळी मला का सांगितलंस माझी झोप उडवून?" त्यानं तिच्याकडे वळून विचारलं.

"मग मला कशी झोप आली असती? हे प्रॉब्लेम्स आई-वडिलांनी दोघांनीही पाहिले पाहिजेत. एवढ्या लहान मुलाला गुन्हेगारासारखी शिक्षा केली, तर तो सुधारणार आहे काय?"

नवऱ्याबरोबर बोलताना कांती नेहमीच 'तुम' म्हणून संबोधत असे. लग्नानंतर लगेचच या संबोधनाद्वारे 'आपण दोघंही समान पातळीवर आहोत', हे तिनं स्पष्टपणं दर्शवलं होतं. त्यानंही ते कधी नाकारलं नव्हतं.

आता त्यानं तिला बजावलं,

"तू आता तोंड बंद कर, बघू!"...

नंतर तो अनुपच्या कॉटपाशी गेला. अनुपचा दंड धरून त्याला हलवत तो ओरडला,

"ए! ऊठ...ऊठ, म्हणतो ना! लोळतोय् सुखात रास्कल! निर्लज्ज! उद्या हेडमास्तरांना सांगून तुला पोलिसांच्या हातात देतो! चोरी करतोस!"

ठरवल्यापेक्षाही आपला आवाज नकळत जास्तच चढला आहे, याची जाणीव होऊन त्यालाच शरमल्यासारखं झालं. आजूबाजूचे गाढ झोपेत असलेले लोक आरडा-ओरडा ऐकून काय म्हणतील? बाप-लेकांचा संवाद बहुतेक इंग्लिशमध्येच होत असे. निदान मुलाबरोबर तरी कन्नडमध्ये संवाद व्हावा, ही त्याची अपेक्षाही विफल झाली होती. आपण मुलाशीही हिंदी बोलू लागलो, तर ती आपली संपूर्ण हार होईल, असं वाटून तो इंग्लिशला शरण गेला. शिवाय आपण इंग्लिश पत्रकार आहोत–तीही विज्ञानाची आणि ज्ञानाची आंतरराष्ट्रीय भाषा आहे, बाह्य जगत दर्शवणारी ती खिडकी आहे, असं समर्थनही मनात होतंच.

झोपेतून जागा होऊन तो आपलं बोलणं ऐकत आहे, हे अनुपच्या चेहऱ्यावरून समजत होतं.

"काय? ऐकू नाही आलं? चोरी करून घरादाराची अब्रू घालवतोस? लाज-लज्जा आहे, की नाही?'

तोही उत्तर मिळाल्याशिवाय सोडणार नाही, अशा हट्टानं तिथंच उभा राहिला.

अनुपचा चेहरा कसनुसा झाला, तरी त्याच्यातला आत्मविश्वासाचा ताठा जाणवत होता.

"बोल! बोलतोस, की नाही...?" त्यानं मुलावर हात उगारला.

अनुपनं धिक्काराच्या स्वरात सांगितलं,

"तुम्ही दिलेले पॉकेट-मनीचे पैसे मला पुरत नाहीत."

"बस–चार्ज, दररोजचा डबा दिल्यानंतर रोज दोन रुपयांहून जास्त पॉकेटमनी

आणखी कोण देईल?''

''ब्रिगेड रोडपर्यंत पोहोचायला फक्त बसचार्जच दोन रुपये होतो! चिकनचे पैसे कोण देईल?'' अनुपचं इंग्लिश तीव्र झालं होतं.

''पण चिकन कशाला हवं?''

''मला आवडतं!''

''किती वेळा तुला सांगितलं, प्राणिहत्या म्हणजे पाप आहे–त्यालाही आपल्यासारखा जीव असतो. आपल्या आहारासाठी जीवहत्या करणं अनीती आहे. बुद्ध-महात्मा गांधी–सगळ्यांनी अहिंसेविषयी एवढं सांगितलंय्.''

या आधी असंख्य वेळा सांगितलेलं पुन्हा सांगताना त्याला स्वतःलाच कंटाळा आला. तरीही तिथून न हलता अनुपच्या उत्तराची तो वाट पाहत होता.

काही वेळ शांततेत गेल्यावर अनुप पुन्हा एकदा 'मला आवडतं चिकन...' एवढं सांगून अंथरुणावर पडला आणि डोक्यावरून पांघरूण घेऊन पलीकडे वळला.

हाही धिक्कारण्याचाच प्रकार आहे, हे लक्षात आलं, तरी रवींद्र म्हणाला,

''केवळ आवडतं, म्हणून माणसानं कसंही वागू नये. ते योग्य आहे, की अयोग्य, याचाही विचार करायला पाहिजे. केवळ, आपल्याला हवं, ते खाण्यासाठी चोरी करायची?''

यावर अनुप काही बोलला नाही. तरीही तो तिथंच उभा राहिला. काही वेळानं पुन्हा तो म्हणाला,

''बोल, म्हटलं ना? केवळ, हवं, ते खायला मिळावं, म्हणून चोरी करायची?''

त्यानं झोपलेल्या अनुपचा दंड धरून त्याला बळेच आपल्याकडे वळवलं. डोळे न उघडता अनुप उत्तरला,

''तर मग तुम्हीच पैसे देत जा.''

त्याच्या आवाजात ताठा होता.

एक मुस्कटात ठेवून द्यायची जबरदस्त इच्छा झाली, तरी स्वतःला आवरत तो म्हणाला,

''उद्या मीच येईन तुझ्या शाळेत.''

तो ताडताड आपल्या खोलीत निघून आला. अनुपची खोली आणि हॉलमधला दिवा बंद करून मच्छरदाणीत शिरलेली कांती म्हणाली,

''शाळेत येतो, म्हणून सांगितलं, तरी तो अजिबात घाबरत नाही. या आधी किती तरी वेळा मी त्याला तसं सांगितलंय् ना! किती तरी वेळा त्याच्या शाळेत जाऊन मी त्याच्या शिक्षकांशी वादही घातलाय्. आज त्याच्या हेडमास्तरांनाही भेटले मी. तुझ्या हेडमास्तरांना मी भेटते, म्हणून सांगितलं, तर हा काय म्हणतो,

ठाऊक आहे? 'सांग-नाही तरी मला या शाळेचा कंटाळा आलाय्! त्या हेडमास्तरांना बघितलं, की मला उलटी येते! काय करणार तो? मुलांना मारणं कायद्यातच नाही. मग काय? समोर उभं करून नीति-पाठाची लेक्चर्स देईल, एवढंच! पपांसारखं! टी.सी. देऊन पाठवतील,' म्हणाला. उद्या सकाळी दहा वाजता तुम्हांला हेडमास्तरांनी भेटायला बोलावलंय्. तुम्हांला काय करायचं, ते करा! माझं तर डोकं उठलंय्.''

एवढं बोलून तिचा आवाज बंद झाला. थोड्या वेळातच पलीकडे कुशीवर वळून ती दीर्घ श्वासोच्छ्वास करत गाढ झोपी गेली.

त्याचं मन एक प्रकारच्या असहाय स्थितीत बुडून गेलं होतं.

काय करावं या मुलाला? कसं आणायचं मार्गावर? त्याची बुद्धी बधिर झाली होती. 'मला आवडतं, मी खाणार.' 'मला आवडतं' या पलीकडं या मुलाच्या मनात योग्य-अयोग्य म्हणून काही निकषच नाहीत. शिवाय कशाचाही धाक म्हणून राहिला नाही. 'मला चिकन आवडत...ते खायला तुम्ही पैसे दिले नाहीत, तर मी चोरणारच!' हे त्याचं स्पष्ट उत्तर!

त्याला दिल्लीमध्ये असताना हलक्या कुजबुजीच्या स्वरूपात कानांवर आलेली एक गोष्ट आठवली. राष्ट्राच्या पंतप्रधान इंदिरा गांधींचा मुलगा संजयही असाच आहे, म्हणे! स्वतः म्हणेल, ती पूर्व दिशा–त्यानं आईच्याच थोबाडीत भडकावून दिली, म्हणे! पक्ष आणि राष्ट्र चालवणारी ती आई आतल्या आत असहाय होऊन गेली आहे, म्हणे. हट्टीपणा हा कदाचित त्या माय-लेकांचा समान गुण असेलही. कुठल्याही मार्गानं सत्ता आपल्या मुठीत ठेवायच्या बाबतीतही दोघे सारखे असतील. त्यामुळं काही वेळा आईला मुलाचा अभिमानही वाटत असेल.

पण माझ्या संवेदना, माझ्या नीती-निष्ठा वेगळ्या आहेत. त्यांना नाकारत अगदी टोकाच्या स्वभावाच्या मुलाची विरुद्ध दिशेनं चाललेली वाटचाल कशी सहन करायची?

त्यानंतर तो सुमारे तास-दीड तास जागाच होता.

◆

सकाळी दहा वाजता तो हेडमास्तरांना भेटायला गेला. तिथल्या सेक्रेटरीनं त्याला एका प्रतीक्षालयात बसवलं आणि सांगितलं,

''सर! त्यांची एक अचानक मीटिंग ठरली, म्हणून जावं लागलं. साडे दहा वाजता येतील. आपण प्लीज बसा.'' आणि तो निघून गेला.

त्याच ठिकाणी सोफ्यावर आणखी दोन माणसं सिगारेट ओढत बसली होती. चेहरा, बांधा, वेष, चेहऱ्याची आणि हनुवटीची ठेवण, केस–एकंदरीत ते दोघंही उत्तर भारतातून येऊन इथं व्यापार करत असावेत, असा त्यानं अंदाज केला.

अनुपच्या इतर तिन्ही मित्रांच्या घरीही असेच निरोप गेल्यामुळं त्यांपैकी दोघांचे हे वडील असावेत, असंही त्याला वाटलं. तो तिथं येण्यापूर्वी त्यांच्या परस्परांशी गप्पा चालल्या असाव्यात आणि त्याच्या येण्यानं त्यात खंड पडला असावा, हे त्या दोघांच्या चरबीयुक्त चेहऱ्यांवरून स्पष्टच दिसत होतं.

रवींद्राच्या अंदाजाप्रमाणंच त्यांच्या गप्पा पुन्हा पुढं सुरू झाल्या. गप्पांची भाषा पंजाबी होती. दिल्लीमध्ये वाढलेल्या रवींद्रला ती समजत होती. पण ते न दर्शवता तो समोरच्या पांढऱ्या भिंतीवर नजर खिळवून बसला होता.

जाड पोटावर ताणून बसलेला बाटीक शर्ट घातलेल्यानं घड्याळात पाहिलं आणि म्हणाला,

"अर्धा तास लेट! पण साडे दहा वाजता तरी हा नक्की येईल काय? दुकान उघडायची वेळ ही! आमचं होणारं नुकसान या हेडमास्तरचा बाप भरून देणार आहे काय?"

पायजमा आणि गळ्याभोवती कलाकुसर केलेला झब्बा घातलेला दुसरा म्हणाला,

"मुलं अशी वागली, की त्यांच्या आई-वडिलांना कळवणं ही त्यांची ड्यूटी आहे. त्यांचं ऑफिस म्हटल्यावर, ते म्हणतील, त्या वेळेला आपल्याला येणं भाग आहे. मीटिंग अर्जंट आहे, म्हटल्यावर त्यांना जाणंही भाग आहे. यू कॅन नॉट आर्ग्यू ऑन दॅट पॉईंट!" विरुद्ध पक्षानं हे मुद्दे मांडले, तर तुझं काय उत्तर आहे, या थाटात तो म्हणाला.

"आणि मी म्हणतो, यात एवढं महत्त्व देण्यासारखी ही काय एवढी मोठी कंप्लेंट आहे? मुलांनी चार स्क्रू-ड्रायव्हर आणि चार कटिंग इन्स्ट्रूमेंटस् चोरली, म्हणे! मी तर माझ्या मुलाला कधीही पैसा कमी पडू देत नाही. आपण एवढे का राबतो? मुलं सुखानं मोठी व्हावीत, म्हणूनच ना? चिकन-मुर्गी–काय हवं ते खा-हवा तेवढा खर्च कर, म्हणून त्याला सांगितलंय् मी. लहान वयात काम करायला लागू नये, म्हणून त्याला समजायला लागेपर्यंत त्याच्यावर थोडं दडपण ठेवलंय्–एवढंच. हातात एवढे पैसे असताना यानं चार फालतू वस्तू चोरल्या, यावर कुणीही विश्वास ठेवणार नाही. आणि चोरलं असेल, तर उगाच गंमत म्हणून चोरलं असेल, एवढंच. त्याला काय चोरी म्हणता येईल? येऊ दे हेडमास्तरला. चार उलटसुलट प्रश्न विचारून त्याचा घाम काढेन. तुमच्या शाळेच्या टेक्नॉलॉजी सेक्शनच्या प्रमुखाची कर्तव्यं काय आहेत? त्याच्या न कळत या वस्तू सेक्शनबाहेर गेल्या, म्हणजे त्यानं आपलं कर्तव्य केलं नाही! त्याच्यावर तुम्ही काय ॲक्शन घेतली? त्याला पुरावा काय? माझ्या मुलानं चोरी केली असली, तरी तो तुझ्या शाळेचाच विद्यार्थी आहे ना? चार वर्षं तुझ्या शाळेत शिकणारा मुलगा चोरी करतो, म्हणजे

याला जबाबदार कोण? चार वर्षांत तू माझ्या मुलावर काय संस्कार केलेस? आम्ही तुला एवढी फी कशासाठी द्यायची? काय सांगेल यावर हेडमास्तर!'' स्वतःच्या प्रश्नांमुळं हेडमास्तर नामोहरम होणार, या विश्वासानं बाटीक शर्टवाला खदखदून हसला.

''शाळेमधलं आमचं कर्तव्य आम्ही केलंय्. आमच्या एवढ्या संस्कारांनंतरही तुमचा मुलगा चोरी करतो, याचा अर्थ त्याच्या रक्तातच चोरी भिनलीय् असं ते म्हणाले, तर काय कराल?'' झब्बा-पायजमावाल्यानं पुन्हा प्रश्न उपस्थित केला.

''म्हणजे मी चोर आहे? त्याच्या तोंडून एवढं येऊ दे तर खरं. आठवड्याभरात त्याची नोकरी नाही गेली, तर मी अरोडा नाही. माझे काका सेंट्रलमध्ये डेप्युटी मिनिस्टर आहेत. माझे पणजोबा आणि त्याचे आजोबा यांचा ज्ञातिसंबंध आहे. एज्युकेशन मिनिस्ट्रीला सांगून याची नोकरी---अगदी आठ दिवसांत फार तर होणार नाही म्हणा, पण सस्पेंड होईल, हे मात्र नक्की! मी स्वतः विमानानं जाऊन इलेक्शन फंडासाठी काकांना एक अॅटॅची देऊन आलोय्. तू मस्करी करतोयस्! एवढं धैर्य त्याच्याकडं कुठून असणार? पण हा कुठल्या स्टेटचा आहे? कसला तरी पिल्लै म्हणून सही होती पत्रावर. म्हणजे केरळचा. आता समजलं सगळं. मास्तर, क्लार्क, नर्स वगैरे पुरवणारे लोक. शिक्षण, शिस्त म्हणजेच सगळं म्हणून समजतात ते! अरे! एक स्क्रू ड्रायव्हर आणि एक स्पॅनर नेला, तर त्याचं एवढं मोठं प्रकरण करून आम्हांला इथं बोलावून घेतलंय्! असं केलं, तर उद्या आमची मुलं मोठी होऊन साहसी कशी होतील? बिझनेसमध्ये कशी उतरतील? मग बिझनेस एंपायर उभारणं लांब राहिलं! आपल्या कायद्यामध्ये चोरी या शब्दाची व्याख्याच बदलायला पाहिजे. नाही तर देश पुढं येणं शक्य नाही! खरं, की नाही?''

''ईस्ट इंडिया कंपनीद्वारा परकीयांनी आमच्या देशावरच दरोडा घातला. त्यांना कुणीही चोर म्हटलं नाही. अमेरिका वाईट औषधं आणि युद्धाची विमानं विकून सगळ्या जगाचा पैसा लुटते. त्यांना कुणी चोर म्हणत नाही. इलेक्ट्रॉनिक्स सामान आणि मोटार गाड्या मार्केटमध्ये आणून जपान संपूर्ण जगातला पैसा...'' तो पुढं बोलत असताना झब्बा-पायजमावाल्यानं त्याला थोपवलं.

''शक्ती इलेक्ट्रिकल्सद्वारे मुकेश अरोडा कर्नाटक राज्याचा सगळा पैसा. . .''

दोघंही यावर खदखदून हसले. अरोडानं हातानं त्याच्या उजव्या हातावर टाळी देत,

''अरे यार!'' म्हणत आपली खुशी दर्शवली.

यातलं काहीही न समजल्याच्या आविर्भावात बसलेल्या रवींद्रला काल लिहिलेल्या केंद्र आणि राज्याच्या संबंधांतला आणखी एक पैलू सुचला. त्या वेळापुरता बिघडू पाहणाऱ्या मुलाचा प्रश्न मागं हटला.

हेडमास्तरांच्या सेक्रेटरींनी आणखी एकाला आत आणलं. सोफ्यावर जागा नसल्यामुळं आलेले गृहस्थ समोरच्या वेताच्या खुर्च्यांपैकी एका खुर्चीवर बसले. त्यांना पाहताच एवढा वेळ तावातावानं बोलणारा अरोडा उठून उभा राहिला,

''ओ हो! झवेरीसाब! आपण मागं एकदा भेटलो होतो. पण आपल्याला म्या पामराची ओळख कुठून असणार? मी शक्ती इलेक्ट्रिकल्सचा सोल डिस्ट्रिब्यूटर अरोडा. प्रॉडक्शन प्लँट फरिदाबादमध्ये आहे. हे श्रीयुत सभरवाल...डेव्हलपर्स अँड बिल्डर्स...'' एवढं सांगून तो सभरवालकडं वळून म्हणाला, ''झवेरीसाबना कोण ओळखत नाही? केवळ बेंगळूर नव्हे, संपूर्ण कर्नाटकाचा टेक्स्टाईल बिझनेस त्यांच्या हातांत आहे. बेंगळूरमध्ये त्यांच्या आठ मल्टी-स्टोरीड इमारती आहेत. मुंबईमध्ये टेक्स्टाईल मिल्स! आता जपानच्या नकामूर कंपनीबरोबर कोलॅबोरेशन करून स्कूटरची फॅक्टरी सुरू करताहेत. यलहंक गावापाशी.''

एवढी बकबक करणाऱ्या या पंजाब्याशी बिझनेसच्या संदर्भात काही बोलणं आपल्या स्थानाला धरून होणार नाही, असं वाटल्यामुळं झवेरींनी खिशातून शुभ्र रुमाल काढून त्यानं डोळ्यांवरील सोन्याच्या फ्रेमचा चश्मा पुसला आणि तो पुन्हा डोळ्यांवर चढवून ते डोक्यावर फिरणाऱ्या पंख्याकडं पाहू लागले.

सुमारे पन्नाशीचं वय. दुधासारखं शुभ्र धोतर. खादीचं. वर त्याच रंगाचा खादीचा नेहरू शर्ट. चेन-अंगठ्यांसारखं श्रीमंतीचं कुठलंही लक्षण अंगावर नव्हतं. हातात एक कातडी बॅग. अरोडा आणि सभरवाल यांच्या हातांत गाडीच्या चाव्या होत्या; पण यांच्याकडं तेही नव्हतं. त्याची काय गरज, म्हणा! बाहेर गाडीत ड्रायव्हर होता ना!

त्यानंतर तीन-चार मिनिटांतच हेडमास्तर आले. आल्याआल्या त्यांनी चौघांपुढं हात जोडून उशीर झाल्याबद्दल क्षमा मागितली. नंतर सगळेच आत गेले.

पन्नाशीच्या घरातल्या पिल्लेंचा चेहरा आणि अंगकाठी केरळची वैशिष्ट्यं दाखवत होती. कुरळे केस, चमकदार डोळे, धुरकट रंगाचा सूट, गळ्यात टाय. आपल्या जागेवर बसून त्यांनी या चौघांनाही समोरच्या लोखंडी खुर्च्यांवर बसायची विनंती केली. नंतर ते बोलू लागले.

''सॉरी! पण तुम्हांला बोलावून सांगणं योग्य वाटलं, म्हणून तुम्हां सगळ्यांना त्रास दिला. चारही मुलांनी एकत्रितपणे हे काम केल्यामुळं मला वाटलं, तुम्हां चौघांनाही एका वेळी बोलावलं, तर काही तरी मार्ग निघू शकेल. मी शिक्षण-क्षेत्रात बरीच वर्षं काढली आहेत. माझ्या दृष्टीनं यात नवं काहीच नाही. जे काही करायचं, ते तुमच्या सहकार्यानं करायला हवं. बरं...तुम्हां चौघांची परस्परांशी ओळख झाली असेल ना?''

झवेरींनी रवींद्रकडं हात करून सांगितलं,

"या महाशयांची ओळख मात्र झाली नाही."

"हे मिस्टर बी. के. रवींद्र. 'इंडियन ट्रिब्यून'चे बेंगळूर एडिशनचे रेसिडेंट एडिटर."

झवेरी उठून उभं राहून शेकहँड करत म्हणाले,

"व्वा! आनंद झाला आपल्याला भेटून! या समस्येचा एक चांगला फायदा झाला, म्हणजे आपली ओळख झाली!"

"अरेच्चा! आम्हांला आधी ठाऊक झालं नाही! तुमच्या पेपरचे मालक रंका जसवंत...आमच्या जवळचे ते! गेल्याच महिन्यात दिल्लीत एका पार्टीत भेट झाली होती त्यांची! काय कपॅसिटी! आठ पेग घातले, तरी आऊट झाला नाही!"

रवींद्र काहीच बोलला नाही. झवेरींनीही असल्या गप्पांशी आपला संबंध नाही, असं दाखवत हेडमास्तरांकडं वळून म्हटलं,

"आपण का निरोप पाठवलात, त्यामागचं कारण सगळ्यांना ठाऊक आहे. आपली संमती असेल, तर या संदर्भात मी जो विचार केलाय्, तो सांगतो. पण या क्षेत्रातला आपला अनुभव उदंड असल्यामुळं अखेरचा शब्द आपलाच असेल, हे आधी सांगून ठेवतो."

"प्लीज! अवश्य सांगा..." हेडमास्तरांनी सगळ्यांना बसायची विनंती करून म्हटलं.

"एका गोष्टीचा आधीच खुलासा करतो. मी माझ्या मुलाला फारसे पैसे देत नाही. जबाबदारीची जाणीव नसलेल्यांच्या हाती पैसा किंवा सत्ता असू नये, यावर माझा विश्वास आहे. लहान मुलांच्या हातात अनावश्यक पैसा खेळू लागला, तर वाईट मार्गाला लागणं सहज शक्य होतं. दिलेल्या पैशांचाही कसा विनियोग केला, याची नोंद ठेवून, स्वतःला का होईना, त्याचा जाब द्यायला हवा. आई-वडिलांनाही, स्थूलमानानं का होईना, खर्चाचा तपशील मुलानं द्यायला हवा. मला वाटतं, आपल्या मुलांना चिकन खायची सवय लागली आहे. त्यासाठी ते चोरी करताहेत. घरातही कदाचित केली असेल. पण ते आमच्या लक्षात आलं नाही. शाळेत चोरी केल्याचं देवाच्या दयेनं समजलं आहे. कुणाच्याही मुलांना मी दोष देत नाही. पण आम्ही शुद्ध शाकाहारी. नातेवाईक आणि मित्रमंडळींतही असल्या विषयांवर कुणी गप्पाही मारत नाही. अशा या पार्श्वभूमीवर याला चिकनची चटक लागली कशी? केव्हा लागली? एकंदरीत हे चौघंही चिकन खाण्यासाठी चोरी करताहेत, ही गोष्ट सिद्ध झाली आहे. आता माझ्या मुलानं या ग्रूपमधून बाहेर पडणं आवश्यक आहे. इथं शाळेतच हे करणं शक्य असेल, तर तुम्ही करा. नाही तर त्याचं टी.सी. द्या. मी वेगळी शाळा शोधेन त्याच्यासाठी. आता चोरी झालेल्या वस्तूंची काय किंमत होते? लायब्ररीतल्या चोरीला गेलेल्या पुस्तकांचीही रक्कम सांगा. त्यात माझ्या

मुलाच्या वाट्याला किती येताहेत वगैरे मी विचारत बसणार नाही. एकूण किती रक्कम–लाखभर असेल, तरी हरकत नाही. आपण सांगा. जे काही घडलं, त्याबद्दलही मी आपली क्षमा मागतो. यानंतर आम्ही घरीही त्याच्याकडं अधिक लक्ष देऊ.''

हेडमास्तर गंभीरपणं ऐकत बसले होते. झवेरींचं बोलणं संपल्यावरही ते लगेच काही बोलले नाहीत. त्यांची दृष्टी रवींद्रकडं वळली. एवढ्यात अरोडा आणि सभरवाल यांनी पाकिटातली सिगारेट काढून तोंडात धरली. सभरवालच्या काडीनं दोघांनीही सिगारेट शिलगावली. त्यांनी धूर सोडताच झवेरी उठून उभे राहिले आणि म्हणाले,

''हे विद्येचं मंदिर आहे. या परिसरात शिस्त राखण्यासाठी तुमचं सांगणं सगळ्यांनी ऐकलं पाहिजे. तुम्ही जे काही ठरवाल, ते फोनवरून मला सांगितलं, तरी चालेल. नमस्कार-नमस्कार, रवींद्रभाई, भेटू पुन्हा.'' –आणि उठून निघून गेले.

या दोघांच्या सिगारेट ओढण्यावर हेडमास्तरांनी आक्षेप न घेतल्यामुळं ते निघून गेल्याचं रवींद्रच्या लक्षात आलं. रवींद्रलाही सिगारेटची सवय होती. पण डिक्टेशन देण्याची वेळ वगळता 'त्या शिवाय चालत नाही,' एवढी त्याची तीव्रता नव्हती. शिवाय सिगारेट कुठं ओढायची आणि कुठं नाही, याचं तारतम्यही आपल्याला आहे, हे त्याला जाणवलं.

''आता काय करायचं मग?'' म्हणत हेडमास्तरांनी इतर तिघांकडं मंद हसत पाहिलं.

झवेरी का निघून गेले, याचा उलगडा न झाल्यामुळं विचारात पडलेला अरोडा म्हणाला,

''मुलांच्या हातून घडू नये, ते घडलंय्. काय करणार? जाऊ द्या! तुमच्या मुलांच्या हातून हे घडलं असतं, तर काय केलं असतं? आम्ही काही लाख रुपये देऊ, म्हणून मिजास मारत नाही. आमच्या दुकानात हवे तेवढे स्पॅनर्स, कटिंग अप्लायन्सेस् आहेत. अर्धा-अर्धा डझन पाठवून देऊ मुलांकडून. मग तर झालं?''

''करेक्ट!'' सभरवालनं त्याला अनुमोदन दिलं.

''आमच्या शाळेचा अमेरिकन संस्थेशी संबंध आहे. त्यांनी दिलेली उपकरणंच चोरीला गेली आहेत. आपल्या देशात पाहायलाही मिळणार नाहीत तसली. म्हणून तर त्या दुकानदारानं विकत घेतलीत ती! नाही तर कुणी घेतली असती?''

''असं असेल, तर त्यांची काय किंमत होईल, याचा अंदाज काढा आणि चारही मुलांच्या पालकांकडून त्याचा एकेक भाग वसूल करा...'' सभरवालनं सुचवलं.

''करेक्ट!'' अरोडा म्हणाला.

"ते होईलच. तुम्हां दोघांच्या मुलांना वेगवेगळ्या शाळांमध्ये का पाठवू नये? कारण ही एका राज्यातून दुसऱ्या राज्यामध्ये बदली होऊन जाणाऱ्या सरकारी नोकरांच्या मुलांसाठी आहे. तुम्ही व्यापार करत याच गावात स्थायिक आहात. प्रवेशपत्रिकांची तपासणी करावी, म्हणून वरून ऑर्डर्स आल्यात.''

डोळे मिचकावत ओठ चावत अरोडा म्हणाला,

"हेडमास्तरसाहेब, तुम्हांला काय म्हणायचं, ते लक्षात आलं. आम्ही याच गावात स्थायिक झालेले व्यापारी. आमचे बंगले याच गावात आहेत, हे खरंच! पण मग तुम्ही आठ मल्टीस्टोरीड इमारतींच्या मालकाच्या–झवेरींच्या मुलाला कशी ॲडमिशन दिली आहे तुमच्या शाळेत? माझ्या काकांचं नाव तुम्ही ऐकलं असेल– लक्ष्मीकांत अरोडा. केंद्रात ते डेप्युटी मिनिस्टर आहेत. पुढच्या खेपेला री- शफलिंगमध्ये कॅबिनेट मिनिस्टर होणार आहेत, यात शंका नाही. आमच्या मुलांनी याच शाळेत राहावं, की दुसऱ्या शाळेत जावं, हे त्यांनाच मी विचारेन! एज्युकेशन मिनिस्टरांशी त्यांची खास दोस्ती आहे. चालेल?''

हेडमास्तरांचा चेहरा भीतीनं पांढरा फटक पडला. ते दोघेही उठून उभे राहिले आणि

"अच्छा, साब! तुम्ही निरोप पाठवलात, म्हणून आम्हांला समजलं. आणि हे पाहा. झवेरींनी सांगितलं, तसं शेवटचा शब्द तुमचाच! बरंय्...'' म्हणत जळती सिगारेट हातात धरून निघून गेले.

एव्हाना रवींद्रही एका निर्णयापर्यंत येऊन पोहोचला होता. झवेरींनी सांगितलं, ते आपल्या मुलाच्या बाबतीतही लागू पडतं, हे त्याला जाणवलं होतं.

काही क्षण शांततेत गेले.

त्यानंतर हेडमास्तर म्हणाले,

"हे पाहा, सर! तुम्हीही एवढ्या मोठ्या वृत्तपत्रात मोठ्या अधिकारावर आहात! आपापला विषय शिकवून मोकळं होणं सोपं आहे. पण हेडमास्तर होणं महाकठीण! आता मी एवढंच करेन. चारही मुलांना वेगवेगळ्या विभागांत टाकेन. त्यामुळं त्यांना परस्परांशी भेटायला कमी संधी मिळेल. इतर शिक्षकांनाही त्यांच्यावर नजर ठेवायला सांगतो. बघू या.''

तूर्त प्रश्न मिटल्याचं पाहून रवींद्रनं विचारलं,

"आम्हीही घरामध्ये शुद्ध शाकाहारी आहोत. माझ्या मुलाला मी किती तरी वेळा अहिंसा आणि इतर गोष्टींविषयी समजावून सांगायचा प्रयत्न केला आहे. पण त्याच्यावर काहीही परिणामच होत नाही. काय करावं, तेच समजत नाही.''

"सर, मी सांगू? नीती-अनीती शाकाहार आणि मांसाहारावर अवलंबून नाही!''

हा पिल्ले जन्मजात मांसाहारी असल्याचं जाणवून रवींद्रनं विषय आवरता

घेतला आणि पुढील भेटीत त्यांच्याबरोबर इतर शिक्षकांशीही अनुपविषयी चर्चा करायची इच्छा दर्शवून तो उठून उभा राहिला.

हेडमास्तर गाडीपर्यंत त्याला पोहोचवायला आले. आपल्या प्रतिष्ठित व्यवसायामुळं आपल्याला हा विशेष सन्मान मिळत असल्याची रवींद्रनं नोंद घेतली.

◆

रवींद्रनं मांसाहाराविषयी बराच उलटसुलट विचार केला होता. प्राण्यांमध्ये शाकाहारी संख्या मर्यादित आहे, हे त्याला ठाऊक होतं. त्याचबरोबर इथल्या फार कमी धर्मांनी मांसाहार निषिद्ध मानला आहे. वैदिक धर्मही मूलतः मांसाहारीच होता. बुद्धांनी विनाकारण प्राण्यांची हत्या करणं निषिद्ध मानलं, तरी मांसाहार थांबवला नाही. बुद्धाचा मृत्यूही दूषित मांस खाण्यामुळंच झाला.

जैन धर्मानं मात्र काटेकोरपणं अहिंसेचं पालन केलं. त्याचा परिणाम म्हणून ब्राह्मण समाजानंही मांसाहार टाकला. तसेच यज्ञयागामध्ये पशूंचा बळी देणंही बंद केलं. पण त्याऐवजी देव असलेल्या पिठांच्या पशूंच्या बळीचीही जैनांनी 'अप्रत्यक्ष हत्या' म्हणून टीकाच केली.

रवींद्रनं यासारखं बरंच वाचलं होतं. नियमित मांसाहार करणारेही विशिष्ट दिवसांत मांसभक्षण  करत नाहीत, हेही त्यानं पाहिलं होतं. त्याच्या आजोळी त्याच्या मित्राच्या घरी मरियप्पा गौडाच्या घरीही बाहेरच्या पडवीलगत मांस शिजवलं जाई आणि बाकी स्वयंपाक स्वयंपाकघरात शिजवला जाई. म्हणजे मांसाहार करणाऱ्यांच्या मनांतही त्याविषयी वेगळी भावना होती. हाच धागा पकडून महात्मा गांधींनीही अहिंसेला आचारसंहितेत स्थान दिलं होतं.

पण स्वातंत्र्य मिळाल्यावर लगोलग गांधींचा तर खूनच झाला, म्हणा. देशामधल्या आहार–पद्धतीतही फरक झाला. आता शाकाहारी-मांसाहारी हॉटेलांची संख्या एवढी आहे, की केवळ शाकाहारी हॉटेल मिळणंच कठीण! आणि सर्वच जातींची मुलं आपण मागासलेले ठरू नये, म्हणून या हॉटेलांमध्ये एकच गर्दी करतात. लग्न ठरवतानाही ही एक महत्त्वाची अट असते. गेल्या वर्षी त्यानं गुजरातच्या प्रवासातही पाहिलं होतं. शेकडा ऐंशी टक्के शाकाहारी समाज असलेल्या या प्रदेशातही नजर जाईल, तिथं मांसाहारी हॉटेल्सच दिसत होती.

मध्येच त्याला वाटलं, अनुपच्या मांसाहाराकडं मीच अत्यंत टोकाची भूमिका घेऊन तर पाहत नाही? टोकाची भूमिका कसं म्हणता येईल? हॉटेलमध्ये जेवताना मीही मित्रांच्या मांसाहारी थाळीला माझी शाकाहारी थाळी लावून जेवतोच ना? की मित्राची गोष्ट वेगळी आणि प्रत्यक्ष मुलाची गोष्ट वेगळी?

याच संदर्भात त्याला तो दिल्लीमध्ये शिकताना घडलेली एक घटना आठवली.

फूटबॉलमध्ये नाव मिळवण्याची जबरदस्त इच्छा मनात असली, तरी स्टॅमिना पुरेसा नव्हता. क्रीडाशिक्षकांनी विचारलं,

"तुझी जात कुठली?"

"ब्राह्मण."

"काश्मिरी, की यू.पी.चे?"

"कर्नाटकी ब्राह्मण."

"म्हणजे? तुम्ही मांस खाता?"

"छेः! थूः!"

"थूः काय करतोस? आमचा तो खाद्यपदार्थ आहे. दररोज एक प्लेट बिर्याणी खाल्ल्याशिवाय तुला फूटबॉल जमणं अशक्य आहे! नाही तर पोरींसारखा बॅडमिंटन खेळ, जा."

त्या वयाला त्याच्या बोलण्याचा किती संताप आला होता! लगोलग दररोज बिर्याणी खाऊन उत्तम फूटबॉल खेळाडू व्हायचा निश्चयही केला होता.

त्याप्रमाणे घरापासून दूर, अजमेर रोडवरच्या एका हॉटेलात बसून बिर्याणी मागवलीही! समोर बिर्याणी आली आणि मन भाताची शितं आणि मांसाचे तुकडे वेगळे करू लागलं. आजीच्या घरातल्या गाईची–सीतम्माची आठवण येऊ लागली. तिचे प्रेमळ डोळे, जवळ जाताच तिचं ते वात्सल्यानं हुंगणं, तिच्या ओलसर नाकाचा तो स्पर्श, तिची शिंगं तर निव्वळ शोभेचीच! तिनं कधी कुणाला मारलं नाही, कुणाला लाथ मारली नाही.

गौरीच्या सणाची त्याला तीव्रपणे आठवण आली. हिरवंगार रेशमी लुगडं नेसलेली, गालांना हळद आणि कपाळावर भलंमोठं कुंकू लावलेली, कानांत लखलखत्या हिऱ्यांच्या कुड्या, दोन्ही नाकपुड्यांवर लखलखती चमकी आणि मुगवट, गळ्यात सोन्याचा सर, लहानशा अंबाड्यावर भलीमोठी शेवंतीची वेणी! सणाचा दिवस म्हणून सीतम्माच्याही गालाला हळद आणि कपाळावर कुंकू लावलं जायचं. गळ्यात शेवंतीची माळ, शिंगांवर गजरे, आजी आणि सीतम्मा–सीतम्मा आणि आजी.

सीतम्माला–अंह–आजीला मारून तर ही बिर्याणी केली नसेल?

समोर बिर्याणीची प्लेट ठेवून रडत बसलेल्या रवींद्राकडे तिथल्या हॉटेल-मालकाचं लक्ष गेलं. त्यानं जवळ जाऊन चौकशी केली. अपिरिचित माणसाला काय सांगायचं? पण त्यानं पुन्हा पुन्हा पाठीवरून हात फिरवून विचारलं, तेव्हा रवींद्रनं मन मोकळं केलं.

हॉटेल-मालकानं विचारलं,

"त्या मास्तराचं नाव काय?"

"अस्लम..."

"ओ हो! ब्राह्मणाच्या पोराला बाटवायला बघतोय् काय! अरे, माझा भाऊ पहेलवान आहे! सगळा पंजाब गाजवून आलाय्! तो काही अंडी, मांस खात नाही. दूध-बदामाची खीर, पिस्ते खाऊन त्यानं ताकत कमावलीय्! तूही तेवढं कर. फूटबॉल क्या चीज है! अरे, खाणाऱ्या जातीत खाल्लं नाही, तर पुण्यकर्म; आणि न खाणाऱ्या जातीत खाल्लं, तर महापाप!"

पाप-पुण्याच्या कल्पना...अंहं, संवेदना कोवळ्या वयातच रुजतात. त्यानंतर वाढतो, तो फक्त ज्ञानाचा आणि अनुभवाचा तपशील. मला आजीच्या घरी मिळाले, ते संस्कार वेगळेच होते आणि अनुप ज्या प्रभावाखाली वाढला, तो प्रभावच वेगळा! आई, तिचं माहेर, टी.व्ही., सिनेमा, अरोडा –सभरवालसारखे मित्र...

त्याच्या मनातला अनुपवरचा संताप कमी झाला. त्याला आपणही संयमानं... समजावून घ्यायला हवं.

◆

मूर्ती चोरीला गेल्याची बातमी वृत्तपत्रात प्रसिद्ध झाली, तरी सरकारकडून काहीच कारवाई झाली नसली, तरी सर्व सामान्य वाचकांकडून मात्र चांगला प्रतिसाद मिळाला. त्यांतल्या काही निवडक पत्रांना प्रसिद्धीही देण्यात आली.

रवींद्राच्या मनात मात्र आलं, देवळाचा लाकडी दरवाजा नष्ट झाल्यामुळं ही चोरी घडली आहे. आपण तो दरवाजा नीट करून दिला, तर चोरीही होणार नाही आणि देवळाचा ढोरवाडाही होणार नाही. एकदा गावी जावं, गावातल्या प्रतिष्ठितांची एक सभा घ्यावी, देवळाचं सांस्कृतिक मूल्य काय आहे, हेही समजावून सांगावं, म्हणजे नंतर तेच सारे देवळाचं रक्षण करतील.

आठवड्याभरात विचार एवढा प्रबल झाला, की तो तीन दिवसांची रजा टाकून जायला निघालाच. कार न्यायला हरकत नव्हती, पण उतरायची जागा अजून निश्चित नव्हती.

बसवनपूरला जायचे दोन मार्ग होते. कुणिगल-हिरेसावेय मार्गानंही जाता येत होतं. पण आधी चन्नरायपट्टण-तिपटूर बस मिळाल्यानं तो त्या बसमध्ये बसला.

बेंगळूर-यशवंतपूर-नेलमंगल उजवीकडं शिवगंगेचा डोंगर, डावीकडं पसरलेली शेतं, रस्त्याच्या दोन्ही बाजूंना वडाची झाडं.

गावात उतरल्यावर डाक बंगल्यात उतरायचं, की एखाद्या हॉटेलमध्ये? माझं गाव म्हणून धावत निघालो! पण उतरायला एकही घर नाही! आजी गेली. पुढं सहा महिन्यांत आजोबा गेले. त्यांचं जीवन पाहिलेल्यांना यात आश्चर्यही वाटत नव्हतं.

आजोबांनी गावासाठी आपल्या जमिनीवर हॉस्पिटल बांधून दिलं, त्या वेळी पुढारी आणि इतर अधिकारी, पंचक्रोशीतले इतर मान्यवर–सगळ्यांनाच त्या दिवशी आमच्या घरी मोठी मेजवानी दिली होती. या खास समारंभासाठी आई-वडिलांबरोबर आल्याचं अगदी स्पष्टपणं आठवतं. अप्पा दिल्लीमध्ये मोठे अधिकारी आहेत, याचंही जमलेल्या सगळ्यांना फार मोठं कौतुक वाटत होतं. सगळं गावच त्या कौतुकानं मोहरून गेलं होतं.

अशा गावी आज उतरायचं कुठं, हा प्रश्न पडावा? नाही म्हटलं, तरी या विचारानं तो खिन्न झाला. पाठोपाठ आठवलं...आजोबा वारल्यानंतर आपण तरी या गावी कुठं गेलो? मध्ये दोन वेळा अप्पाच गेले आणि घर आणि शेतीची काही तरी व्यवस्था लावून आले. भलंमोठं जुनं घर. दोन मास्तरांना त्या घरी राहायला सांगितलं आणि भाडं-बिडं देण्याऐवजी त्या घराची डागडुजी करून वर्षाकाठी एकदा चुना लावून सारवून ठेवलं, तरी पुरे, असंही ठरवलं. याशिवाय आणखी काही करणं शक्यही नव्हतं. जमिनीपैकी काही भाग शेतात-घरात राबणाऱ्या केंप्या-करियाला देऊन वर्षाकाठी सहा मण भात, पाच मण नाचणी आणि दहा हजार नारळांच्या किमतीएवढे पैसे द्यायचे, असा करार केला होता. एवढं, म्हणजे संपूर्ण उत्पन्नातल्या दोन आण्यांएवढंही नव्हतं.

खरं तर, अप्पांनी येईल त्या किमतीला सारं विकून टाकलं असतं, तरी चाललं असतं. पण आई-वडील गेल्यावर लगेच सारं विकून मोकळं होणं त्यांना बरं वाटलं नाही. शिवाय त्यातून येणाऱ्या पैशांची त्यांना तशी गरजही नव्हती. कदाचित तिथं थांबून एवढा विचार करण्याएवढा त्यांना वेळही नसेल. त्यामुळं, रजा संपली, म्हणून ते घाईत बेंगळूरला येऊन विमानानं दिल्लीला परतले होते.

इकडं भाडं न देणाऱ्या दोन मास्तरांपैकी कुणी घराला रंग-रंगोटी केली नाही, की जमीन सारवली नाही. त्यामुळं घुशींनी जमीन उकरून भुसभुशीत केली. घराची शाकारणी न केल्यामुळं पावसाळ्यात छतातून गळणारं पाणी भिंतींमध्ये मुरून गेलं. नाही तरी आपण या वर्षअखेरीस हे गाव सोडूनच जाणार, असा विचार करून, त्या मास्तरांनीच घराला वापरलेलं लाकूड काढून जळण म्हणून वापरायला सुरुवात केली. केवळ स्वयंपाक करायलाच नव्हे–अंघोळीचं पाणी तापवायलाही! जेव्हा त्यांची बदली आली, तेव्हा त्यांनी आम्हांला चार ओळींचं कार्डही टाकलं नाही. पुढच्या पावसाळ्यात पावसानं भिजून गेलेल्या भिंती आधाराशिवाय पडून भुईला मिळाल्या! त्यानंतर जे थोडे फार तुळया आणि खांबांचे ओंडके राहिले होते, ते गावकऱ्यांनी एकमेकांची नजर चुकवत रातोरात पळवले.

कसायला दिलेल्या जमिनींची वेगळीच कथा झाली. त्यांनी एकदाही ठरल्याप्रमाणे पैसे दिले नाहीत. दोन-तीन वर्षांनी अप्पा कधी गावाकडं गेले, तरी 'काय सांगू?

पाऊस नाही... पाणी नाही, घातलेल्या पेरणीचा खर्चही अंगलट आलाय्! काय सांगावं... धनी, आता एवढेच घ्या, उरलेले नंतर देतो.' म्हणून सांगत शंभर रुपये पायांपाशी ठेवून दंडवत घालत, म्हणे! नंतर देवराज अरसांनी 'कसेल, त्याची जमीन' म्हणून कायदा आणला. त्या वेळी या लोकांनी आपण इथले रयत आहोत, म्हणून घोषणा केली. दिल्लीदरबारी मोठ्या हुद्द्यावर असणाऱ्या अप्पांना जमीन वाचवणं अशक्य नव्हतं. एकदा तर मीही त्यांना हेच विचारलं होतं. तेव्हा ते म्हणाले होते,

"कष्ट करणाराच मालक, हे मीही मनोमन मान्य करतो!"

आमचे केंपण्णा आणि कपियप्पा आधीच काहीही द्यायला टाळाटाळ करायचे. त्यात कायदाच आल्यानंतर मग काय! रयतांच्यामधले सत्य आणि न्याय पूर्णपणे नष्ट केव्हापासून झाले? स्वातंत्र्य मिळाल्यावर? की आधीपासून हे असेच होते? रयतांच्या घामाचं शोषण झालंय्, हे खरं. पण सगळे शोषित सत्यवादी आहेत, असं भावुक बालिशतेनं बडबडणारे दिसले, की मस्तकात तिडीक उठते!

पण मग तक्रार का केली नाही? एकंदर सगळ्यांचीच त्यांना किळस आली. अप्पांच्या स्वभावाचं हे एक वैशिष्ट्य. त्यांनी स्वतः संपूर्ण आयुष्यात एक नव्या पैशाचीही लाच घेतली नाही. अत्यंत प्रामाणिकपणं त्यांनी आपली नोकरी केली. इंग्रजांच्या कारकीर्दीत त्यांनी नोकरीला सुरुवात केली असली, तरी महात्मा गांधींविषयी त्यांना पराकोटीचा आदर होता. 'स्वराज्य म्हणजे आपण स्वतःवर राज्य करणं. त्यामुळं आधी स्वतःच स्वतःला शिस्त लावली पाहिजे. चारित्र्य हवं. ते नसेल, तर या लोकांना कसलं आलंय् स्वराज्य?' म्हणायचे ते. 'आशा-प्रलोभनं, लाच-लुचपत, आपला-परका या स्वार्थासह लडबडणाऱ्यांना काय करायचंय् स्वातंत्र्य? हे भारतीय स्वातंत्र्याला अजिबात लायक नाहीत. यांना वरून कुणी तरी लाथा घालायला हव्यात. इंदिरा गांधींसारख्या! नाही तर नैतिक बळानं वर्चस्व गाजवायला पाहिजे महात्मा गांधींसारखं! एकूण काय? हे अनुयायी व्हायलाच लायक आहेत! महात्मा गांधींचा प्रभाव नसेल, तर नैतिकतेनं वागायची यांची कुवत नाही आणि इंदिरा गांधी नसेल, तर राष्ट्राचा गौरव करायची यांची ताकद नाही! असल्या लोकांना कधी स्वातंत्र्य मिळणं शक्य तरी आहे काय?' किती त्वेषानं वाद घालायचे ते!

सहा वर्षं झाली अप्पांना जाऊन. एक प्रकारे अलिप्त होऊन राहिले होते ते शेवटी शेवटी. अलिप्तपणा, की पराकोटीचा तिरस्कार व्यक्त करायची ती एक पद्धत? किंवा तो एक अहंमन्यतेचा प्रकार असेल काय? तसा त्यांचा स्वभाव पहिल्यापासून ताठच!

त्यानं खिडकीबाहेर नजर टाकली.

आता तिथं उंच शिवगंगेचा डोंगर दिसत नव्हता.

साठीचं वय. पांढरे केस. हृषीकेशहून नरेंद्रनगरला जायच्या वाटेवर एक लहानशी खोली बांधून एकटेच राहत होते. एक माणूस दररोज तिथं जाऊन झाडणं-सारवणं करून स्वयंपाक करून ठेवून येत होता. वेताच्या खुर्चीवर बसून आपल्याला वाटेल, ते वाचायचं, आठवड्यातून एकदा खाली गावात येऊन एखाद्या संन्याशाकडून काही अडलं असेल, त्याविषयी विचारून शंका-निरसन करून घ्यायचं, दिल्लीहून भौतिक ज्ञानाविषयीची पुस्तकं विकत घेऊन न्यायची. हृषीकेशमधल्या स्टेट बँकेत प्रत्येक पहिल्या तारखेला पेन्शन जमा होत होती. दररोज न चुकता वर्तमानपत्र वाचायचे.

अप्पांना एकटं राहायचा कधीच कंटाळा नव्हता. अम्मा तीन-तीन महिने माहेरी गेली, तरी त्यांनी कधीही तक्रार केली नाही.

एकदा त्यांना भेटायला गेलो होतो, तेव्हा तर मी विचारलं होतं,

"तुम्ही भगवी कफनी का घालत नाही?"

"मी काही साधू, संन्यासी नाही. फार तर पूर्वीच्या काळी वानप्रस्थाश्रम असायचा, तसं म्हणता येईल. बायको गेल्यावर आणखी काय राहिलंय्, म्हणा!" त्यांनी उत्तर दिलं होतं.

"सरकारची पेन्शन का घेता मग?"

"इतर कुणावर तरी आपलं ओझं का म्हणून व्हायचं? माझ्या शक्ती-बुद्धीप्रमाणं आयुष्यभर मी सरकारची नोकरी केलीय्. म्हातारपणी ते माझ्या पोटा-पाण्याचं बघतंय्, एवढंच!"

म्हातारपणी एकुलत्या एका मुलाकडं राहावं, सुनेच्या हातचा गरम स्वयंपाक खावा, नातवाची वाढ बघताना आपलं बालपण आठवत राहावं, अशा प्रकारचा कुठलाही मोह त्यांना नव्हता.

माझ्या दारात न येता, मला निरोपही न पाठवता एक दिवस ते मरून गेले. त्यांना मी नीट समजावूनही घेऊ शकलो नाही.

रवींद्रचं मन जडशीळ होऊन गेलं. असे माझे अप्पा अधिकाराचा वापर करून आपल्या गावाकडच्या जमिनी हातांतून जाऊ न देणं कसं शक्य होतं?

कुणिगल मागं पडलं. पुन्हा मनात तोच प्रश्न डोकावू लागला. चन्नरायपट्टणला मुक्काम करायचा, की सरळ गावात जायचं? पाठोपाठ वाटलं, हा काही एवढा गहन प्रश्नच नाही. आधी सरळ चन्नरायपट्टणमध्ये खोली घेऊन राहायची व्यवस्था करायची. गावात कुणी फारच आग्रहानं बोलावलं, तर नंतर चन्नरायपट्टणमधली अटॅची घेऊन जाता येईल. त्यात एवढा गंभीर विचार करण्यासारखं काय आहे? नंतर त्यालाच जाणवलं, आपल्या गावी आपण एवढ्या दिवसांनी जात असताना तिथं आपलं बऱ्यापैकी स्वागत करणारंही कुणी नाही. या मुद्द्यावर आपण गंभीर

झालो होतो. क्षणभर मनातही आलं, आपण उगाच एवढ्या उत्साहानं जायला निघालो! चन्नरायपट्टणला उतरून पुन्हा तसेच बेंगळूरला परतलो, तर बरं होईल. किती तरी गावांतल्या कोरीव मूर्ती, खांब, कमानी चोरीला जात असतात. उगाच मीच या घटनेला अनावश्यक महत्त्व देऊन... काही का असेना, माझ्या आजीचं गाव–आजोबांचं गाव आहे ते! जमिनी गेल्या असतील, घर पडून गेलं असेल, पण लहानपणी जिथं मनमुराद खेळलो, ती गावच्या देवळाची ओसरी तर आहे ना? लहानपणी आजीनं सांगितलेल्या गोष्टी तर आठवणीत आहेत ना? आजोबांच्या पाठीवर फिरणाऱ्या हाताचा स्पर्श स्पष्टपणे आठवतोय्. शिवाय तिथं शिकत असताना असलेले सवंगडी.

अरे, हो! एवढ्या सवंगड्यांपैकी कुणीही गावात नसेल काय? कुणाच्या तरी घरी जाऊन चौकशी करायची. मग पुढं काय होईल, ते पाहता येईल. कुणीच घरी बोलावलं नाही, तर संध्याकाळी बस पकडून माघारी फिरायचा विचार करता येईल. त्या वेळचे मित्र–मरियप्पा गौडा, अनंत, चन्नवीरय्या, उद्दूरप्पा, शिवण्णा, पंचाक्षरी... अरे, व्वा! आठवायला बसलं, तर किती तरी जण आठवतात! व्हॉलीबॉल कोर्टावरचे मित्र. कुणीही नसेल... शाळेचा शिपाई–चिन्नण्णा–आता म्हातारा झाला असेल–पण निश्चित जिवंत असेल! काय तल्लख खेळाडू कृष्णगौडा! अगदी ठरवून–समोर हिरिसावे बोरेगौडा असला, तरी–बॉलला हात न लावता फक्त डोक्यानं बॉल मारायचा. एवढ्या सगळ्यांपैकी कुणी तरी एकटा का होईना, निश्चित भेटेल. शेवटी ज्या शाळेत मी शिकलो, त्या शाळेच्या ओसरीवर झोपलो, तरी काम झालं.

या विचारासरशी प्रश्न मिटल्यासारखा झाला.

चन्नरायपट्टणच्या स्टँडवर उतरून बसवनपूरच्या बसची वाट पाहत असताना समोर उभी असलेली एक व्यक्ती काही वेळ आपल्याकडं एकटक पाहत असल्याचं जाणवलं. नंतर ते गृहस्थ त्याच्याजवळ येऊन म्हणाले,

"नमस्कार! आपण बी.के.रवींद्र ना? 'इंडियन ट्रिब्यून'चे एडिटर?"

"होय." तो त्या व्यक्तीकडं पाहत उत्तरला.

"मला ओळखलंत? तर मग माझं नाव सांगा."

त्यानं मेंदूला बराच ताण दिला, तरी ओळख पटली नाही. पण कुठं तरी पाहिल्याचं... खूप खूप पूर्वी पाहिल्याचं पुसट आठवलं.

"मिडल स्कूलमध्ये असताना राजशेखर नावाचा एक मित्र होता. आठवतं?"

"अरे. तीस वर्षं झाली ना, रे, भेटून!" त्याचा हात आपुलकीनं हातात घेऊन रवींद्र मनापासून म्हणाला.

राजशेखर लगेच इंग्लिशमध्ये म्हणाला,

''तू कुठं आहेस, काय करतोस, हे मला ठाऊक आहे. या वर्षी बेंगळूर ब्रँच एडिटोरियल गिल्डला तू प्रेसिडेंट म्हणून निवडून आला आहेस ना? मी दररोज तुझाच पेपर वाचतो. आणखीही एक गोष्ट सांगतो, ऐक. इंग्लिश पेपरव्यतिरिक्त कन्नड पेपरला मी हातही लावत नाही. कारण मी हायस्कूलमध्ये इंग्लिश शिकवतो. कन्नड वर्तमानपत्रांना स्टँडर्ड म्हणून काही नसतंच, रे! एकदा मी तुझ्या पेपरमध्ये एक पत्र दिलं होतं. आलंय् छापून. कटिंग जपून ठेवलंय् मी. दाखवेन तुला. या बस-स्टॉपला उभा आहेस, त्या अर्थी आपल्या गावाकडं निघालास, वाटतं! चल, आमच्याच घरी राहा. स्वतंत्र खोली आहे. कॉट-मॉस्किटो नेटही आहे. अलीकडेच घर बांधलं मी. माझे मेहुणे पी.डब्ल्यू.डी.मध्ये इंजिनीअर आहेत. त्यांनीच प्लॅन काढून दिला.''

रवींद्रचा प्रश्न तर मिटलाच. त्याचबरोबर एक बालपणीचा मित्रही भेटला. त्याच्याकडून आणखी काही मित्रांचीही माहिती कळेल. त्यानंतर त्यांच्यापैकी काहीजण तर भेटतीलच. यालाच पकडून आणखी चार-सहा गावकऱ्यांसह देवळासाठीही एखादी स्थानिक समिती बनवता येईल.

रवींद्राच्या मनात विचारांची चक्रं फिरू लागली.

◆

पुढचा सोळा मैलांचा प्रवास मित्राशेजारी बसून करत असताना रवींद्रनं त्याला 'अमका हल्ली कुठं असतो... तमका काय करतो... हा आता कसा आहे... त्याचा अमका प्रॉब्लेम मिटला, की नाही?' वगैरे असंख्य प्रश्न विचारले.

बसवनपूरच्या बस-स्टँडवर बस उभी राहिली, तेव्हा रवींद्र आश्चर्यचकित होऊन गेला.

बस-स्टँडहून दोन फर्लांग अंतरावर पूर्व दिशेला गाव होतं. मधल्या रस्त्याच्या दोन्ही बाजूंना वड-पिंपळांचे मोठमोठाले वृक्ष होते. मध्येच डावीकडे आपण ज्या शाळेत शिकलो, ते मिडल स्कूल. त्या मागं भलंथोरलं खेळाचं मैदान. उजवीकडच्या बाजूला आधी मोकळी जागा होती. नंतर त्याच ठिकाणी आजोबांनी एक एकर जागा देऊन त्यावर एक लक्ष रुपये खर्च करून उभारलेली हॉस्पिटलची इमारत होती. रस्त्यालगतच बाजार भरण्याची जागा होती. तिथं भरपूर झाडं होती. त्यात चविष्ट जांभळाचीही काही झाडं होती. सोमवारी तिथला बाजार भरायचा. तिथल्या झाडांची सावली एवढी घनदाट, अशी शांत असायची, की गावाकडून येऊन त्या सावलीत बसलं, की निर्जन अरण्यात असल्यासारखं वाटायचं.

आता रवींद्रनं पाहिलं, तिथल्या झाडांपैकी बहुतेक सगळी झाडं कापण्यात आली होती. तिथली सगळी झाडं भुईसपाट करून तिथं इलेक्ट्रिकल कॉलनी

उभारली होती. बस-स्टँडच्या दोन्ही बाजूंना पत्र्याच्या साहाय्यानं उभारलेली दहा-पंधरा-वीस-तीस हॉटेल्स, केस कापायची दुकानं. रस्त्याच्या दोन्ही बाजूंना असलेले मोठाले वृक्षही समूळ नष्ट करण्यात आले होते.

मित्रानं खुलासा केला,

'घरालगत एवढी मोठी झाडं असली, तर त्यांची मुळं घराच्या पायाला लागून घर उखडून टाकतात ना! त्यामुळं झाडं तोडणं आवश्यक होतं. काही झाडांना तर मुळांपाशी ॲसिड टाकून जाळून टाकावं लागलं.'

राजशेखरचा खुलासा ऐकत चालत असताना तिथल्या प्रत्येक घरातून जोरात सिनेमाची गाणी ऐकू येत होती. हॉटेल्स आणि केस कापायच्या दुकानांतून लावलेल्या कर्ण्यांतूनही तीच गाणी कानांवर येऊन आदळत होती. त्याच्याविरुद्ध दिशेच्या दुकानांमधून 'शरण अय्यप्पा-अय्यप्पा अय्यप्पा-' म्हणून धार्मिक उन्मादाची गाणी येऊन आदळत होती.

उजवीकडच्या बाजूला आजोबांनी उभारलेली ती इमारत पाहताच भारावल्या अवस्थेत त्याची पावलं जागीच थबकली.

संपूर्ण एक एकर जागेच्या मधोमध हॉस्पिटलची इमारत आणि भोवताली सावली देणारे मोठाले वृक्ष वाढवले जावेत, अशी त्या वेळची कल्पना होती. आता त्या कंपाऊंडमध्ये दोन इमारती उभ्या होत्या. त्यांतली एक ग्रामीण बँकेची इमारत होती आणि दुसरं रेव्हेन्यू इन्स्पेक्टर ऑफिस. हॉस्पिटलमध्ये येणाऱ्या रुग्णांना आणि त्यांच्या सोबत आलेल्या नातेवाइकांना निवांतपणा मिळायची परिस्थितीच इथं नाही! इतर इलाख्यातल्या लोकांना इथं इमारती बांधायला कुणी परवानगी दिली? आरोग्य-विभागानं तरी याला का संमती दिली? मूळ दान देणाऱ्याची इच्छा उल्लंघून बँक आणि रेव्हेन्यू खात्यासाठी जागा देण्याचा कायदेशीर किंवा नैतिक अधिकार कुणाला आहे?

रवींद्रनं मनातली तळमळ शेजारी उभ्या असलेल्या राजशेखरपुढं मांडली, तेव्हा सारं ऐकून तो उद्गारला,

"होय? ही जमीन तुमच्या आजोबांनी दान दिली आहे?"

"फक्त जमीन नव्हे–ती समोरची इमारत आहे ना? एक लाख रुपये खर्च करून, ती इमारतही त्यांनी बांधून दिली होती हॉस्पिटलसाठी... "

"अस्सं? पण याला पुरावा?"

"तू उगाच थट्टा करतोयस, की तुला खरोखरच हे ठाऊक नाही?" रवींद्रनं चकरावून विचारलं, "अरे, त्या वेळी भूमिपूजनासाठी मंत्री आले होते. स्वातंत्र्य मिळाल्यावर गांधी टोपी घातलेला मंत्री पहिल्यांदा त्या वेळी गावात आला होता... खूप थाटामाटानं तो कार्यक्रम केला होता...खरंच नाही आठवत तुला? हं... तिकडं

पुढच्या बाजूला बघ... काळ्या संगमरवरावर सोनेरी अक्षरांमध्ये माझ्या आजोबांनी त्यांच्या आईवडलांच्या स्मरणार्थ कौसल्यम्मा आणि सुब्बरामय्या यांच्या स्मरणार्थ बसवनपूरचे श्रीमान व्यंकटसुब्बय्या आणि त्यांचे कुटुंब शांतम्मा यांनी ही जमीन आणि तीवर एक लाख रुपये खर्च करून उभारलेली ही इमारत लोकल फंड हॉस्पिटलसाठी दिल्याचं लिहिलं आहे. त्यावर तारीखही कोरली आहे... ''

''अस्सं होय? चल, मग बघू या... '' म्हणत राजशेखरनं त्या दिशेला आपली पावलं वळवली.

हा याच गावात वाढलेला, शिकलेला शिक्षकी पेशात असलेला आपला मित्र! याला गावाच्या संदर्भातली एवढी महत्त्वाची घटना ठाऊक नाही? त्या वेळी आपल्या भाषणात मंत्र्यांनीही सांगितलं होतं... पुढच्या काळात हे वेंकटसुब्बय्या हॉस्पिटल म्हणूनच या पंचक्रोशीत ओळखलं जावं. का, कोण जाणे, रवींद्रालाही वाटलं होतं... हे हॉस्पिटल आता सुब्बय्यांचा दवाखाना म्हणूनच ओळखला जात असेल. आणि इथं पाहिलं, तर सर्वसामान्य लोक लांबच राहिले, राजशेखरसारख्या गावच्या जाणकारालाच ही गोष्ट ठाऊक नाही. याचा अर्थ काय?

रवींद्र राजशेखरपाठोपाठ त्या इमारतीपाशी गेला. पायऱ्या चढून गेल्यावर होय–समोरच त्याच जागेवर काळ्या फरशीवर एक शिलालेख सोनेरी अक्षरात होता. आपले आजी-आजोबा आणि पणजी-पणजोबा यांची नावं आता दिसतील, या अपेक्षेनं त्याची धडधडही वाढली.

मोठ्या अपेक्षेनं त्यानं त्यावरील अक्षरं वाचली. 'कर्नाटक राज्याचे आरोग्य मंत्री श्री. रामेगौडा, जिल्ह्याचे लोकसभा सदस्य श्री. जे. पी. नरसिंह गौडा आणि तालुक्याचे एम्. एल्. ए. श्री. हुलिकेरे शांतेगौडा यांनी बसवनपूरला भेट दिल्याच्या स्मरणार्थ ही लोकल फंड हॉस्पिटलची इमारत जनतेला समर्पित करण्यात येत आहे' खाली तारीखही होती.

रवींद्रचं मस्तक किती तरी वेळ रिकामं होऊन गेलं. पोटात डचमळून सारं काही उलटून पडेल, की काय, असं वाटलं. राजशेखरच्या नजरेला नजर द्यायची शरम वाटून त्याचा चेहरा लालबुंद झाल्याचं त्याचं त्यालाही जाणवलं. घोडा खिंकाळावा, तसा राजशेखर मोठ्यानं हसला.

''हे सगळं कधी झालं, राजशेखर?'' काय बोलावं, ते न सुचल्यामुळं रवींद्रनं विचारलं.

''तिथं तारीखही आहे ना लिहिलेली... तूच वाच ना!''

''कुणी केलं हे? या गावकऱ्यांना कृतज्ञता नावाचं काही आहे, की नाही?'' दुखावलेल्या रवींद्रनं विचारलं.

''आधी घरी जाऊ या. लोटाभर कॉफी घेऊ या. मग सगळं सांगतो. कधी तरी

आलास, तर तुला एवढा त्रास होतोय्. याच गावात राहणाऱ्या आमच्यासारख्यांना काय होत असेल, याची कल्पना कर! चल घरी.''

आपल्या घराच्या मागच्या गल्लीतच राजशेखरचं घर असल्याचं रवींद्रलाही आठवत होतं. गावाच्या आत मात्र फारसा फरक झालेला दिसला नाही. घराच्या छतांमध्येच काही फरक झाला. साध्या कौलांच्या जागी मंगळूरी कौलं दिसताहेत. काही घरांवर सिमेंटची छतं आणि टेरेस दिसताहेत.

राजशेखरचं घर सिमेंटचं होतं. त्याची बायको तिपटूरची. दूरच्या नात्यामधलीच. त्याची आईही अजून जिवंत आहे, म्हणून त्यानं सांगितलं. याच गावात आहे, म्हणे. वडील मल्लिकार्जुन मात्र वारले, त्याला पंधरा वर्षं होऊन गेली, म्हणूनही त्यानं सांगितलं.

माडीवरच्या स्वतंत्र खोलीत रवींद्रला उतरवून राजशेखरनं तिथंच बसून कॉफी-उप्पीट घेत सांगितलं,

''संपूर्ण तालुक्यातच नव्हे, सगळ्या जिल्ह्यात सारं काही त्यांचंच व्हायला पाहिजे, असा त्यांचा हट्ट असतो. जे काही होईल, ते आपल्या नावेच व्हायला पाहिजे, असा त्यांचा अहंकार आहे!''

पोटात कॉफी-उप्पीट गेल्यावर रवींद्रला थोडं बरं वाटलं. राजशेखर कुणाविषयी सांगतोय्, हे त्याच्या लक्षात आलं नाही. त्यानं विचारलं,

''कोण?''

''तेही स्पष्ट सांगायला पाहिजे? दारू पिऊन मांस खाणाऱ्या जातीतले! तू काहीही म्हण–मांस खाणाऱ्याच्या अंगात जेवढी मस्ती असते, तेवढी शाकाहारी लोकांमध्ये नसते. तामसपणा असतो ना त्यात! तामस जातीमधली ही माणसं!''

आता कुठं रवींद्रला थोडा फार उलगडा झाला. मांसाहारामुळं तामसीपणा वाढतो, हे कुणाही शास्त्रज्ञानं सिद्ध केलं नाही, हे त्याला ठाऊक होतं. पण आता राजशेखर त्याच्या चेहऱ्याकडेच पाहत होता. तोच पुढं म्हणाला,

''तुझ्या आजोबांनी दिलेल्या दानातून हॉस्पिटल उभं राहिलंय्, हे आख्ख्या गावालाच काय–सगळ्या पंचक्रोशीला ठाऊक आहे. तुला काय वाटतं? या लोकांना ते ठाऊक नाही? पण त्या जातीचे लोक काय म्हणतात, ठाऊक आहे? गोर-गरिबांचं शोषण करून हे दान दिलंय्... यात काय विशेष? मग त्यांचं नाव तरी कशाला ठेवायचं? जनसेवा करणारे आमच्या जातीचे एम्.एल्.ए., आमच्या जातीचे एम्.पी. यांची नावं का घालू नयेत? म्हणून आधी बसवलेला नावाचा दगड उचकटून काढला आणि दुसरी–आता तू पाहिलीस ना? ती फरशी मोठ्या समारंभात वाजत गाजत त्या जागी बसवली. आम्ही सगळे–म्हणजे ब्राह्मण आणि लिंगायत किती तरी दिवस हळहळत राहिलो, एवढा अन्याय घडला, म्हणून! पण काय

करणार? त्यांचेच दिवस आहेत आता!"

"कुणी याला विरोध केला नाही?"

"त्यांना विरोध करून गावात राहणं अशक्य आहे! आमच्या मळ्यांमध्ये एक केळ शिल्लक राहू देत नाहीत हे! अशा वेळी आजूबाजूच्या गावची त्यांच्या जातीची माणसंही जमतात! सुगीच्या दिवसांत आमच्या शेतांमध्ये आपली गुरं सोडतात. आणखी विरोध केला, तर खून-रक्तपात–कशालाही मागं हटत नाहीत! सांगितलं ना? जिवंत प्राण्याला मारून त्यांचं मांस खाणाऱ्या लोकांना माणसाला मारणं म्हणजे काय विशेष वाटणार?"

"पण सरकार-पोलीस नावाचं काहीच नाही का?"

"पोलीस? एम्.एल्.ए. ज्या जातीचा असतो, त्याच्या जातवाल्यांना पोलीस मदत करतात! अरे, एवढ्या मोठ्या वर्तमानपत्राचा एडिटर तू! तुला एवढंही ठाऊक नाही?"

अशा प्रकारची प्रकरणं बिहार-उत्तर प्रदेश या भागांत घडतात, हे त्यालाही ठाऊक होतं. पाटणा-लखनौ या भागात वार्ताहर म्हणून काम करत असताना त्यालाही काही प्रश्न पडायचेच. कुठलीही बातमी देताना तिच्यामागील जातीय कारणमीमांसा अधिक तपशिलानं देणं आवश्यक असे. तिथं आधी काम करणाऱ्या वार्ताहरानं व्यवसायाचा पहिला धडा म्हणून ही माहिती दिली होती. त्याला आठवलं, तिथून निघताना पुढच्या वार्ताहराला आपणही तेवढ्याच आस्थेनं ही सूचना दिली होती. आता आपल्या गावातही तीच परिस्थिती पाहून तो विषण्ण झाला होता. राजशेखर स्वतःही त्या परिस्थितीचाच एक भाग आहे; आणि आता मात्र आपण निरपराध असल्याचं तो दाखवू पाहत आहे, हेही रवींद्रच्या लक्षात आलं होतं.

संध्याकाळी सहा वाजताच राजशेखरच्या घरी ट्यूशनसाठी विद्यार्थ्यांचा एक घोळका दाखल झाला. त्यामुळं राजशेखरला त्याच्याशी गप्पा मारायला सवड नव्हती. पण या पंगतीनंतर सात ते आठ विद्यार्थ्यांची पुढची पंगत–एवढ्या अवधीत आपण गावात फिरून येतो, असं सांगून रवींद्र बाहेर जायला निघाला. पायांत चपला चढवून बाहेर निघताना त्यानं झर्रकन एक नजर फिरवून विद्यार्थ्यांचा अंदाज घेतला. पंचवीसेक होती. पुढच्या पंगतीलाही अशीच पंचवीस मुलं असतील. शिवाय ही माणसं सकाळीही दोन पंगती वाढतातच, याविषयी त्याची खात्री होती.

आता कुठल्या दिशेला जावं, हे त्याच्या लक्षात येईना. देवळाकडं जावं, म्हटलं, तर अंधार होतोय्. काही का असेना, एकदा जाऊन तर येऊ या–असं मनाशी म्हणत तो देवळाकडं निघाला.

त्याच्या वर्तमानपत्राच्या हासनच्या वार्ताहरानं बातमी दिल्याप्रमाणंच तिकडचं वातावरण होतं. भोवतालचं दगडी आवार असलं, तरी त्यांतले किती तरी मोठाले दगड बेपत्ता झाले होते. शिवाय देवळाचा बाहेरचा दरवाजाही नाहीसा झाला होता. आतला दरवाजाही नव्हता. देवळाच्या ओसरीत तीन गाढवं कालातीत मुद्रेनं उभी होती. ओसरीतल्या जमिनीवर बसवलेले दगड चोरीला गेले होते. तिथं रानटी रोपं उगवली होती. पण बेवारशी जनावरांच्या तावडीत सापडल्यामुळं त्यांतल्या कुठल्याही रोपांना पानं राहिली नव्हती. त्यामुळं त्यांची अवस्था ओल्या काड्यांच्या खराट्यासारखी झाली होती. या देवळात पूजा वगैरे काही चालतं, की नाही? त्याच्या मनात संशय निर्माण झाला.

त्यानं आत डोकावून पाहिलं. आतल्या पाकोळ्यांच्या पंखांची फडफड त्याच्या कानांवर आली. मागोमाग त्यांनी केलेल्या घाणीची कुबट दुर्गंधी नाकाला झोंबली. आत अंधार पसरला होता. गावात लाईट असले, तरी देवळापर्यंत ते पोचले नव्हते. लक्षणं पाहता सकाळी कुणी दिवा-बत्ती करत असलं, तरी संध्याकाळी काहीही होत नसावं, हे निश्चितपणं त्याला जाणवलं.

तो काही वेळ तसाच उभा राहिला. एक पाकोळी फट-फट पंख हलवत आली आणि त्याच्या डोक्यावरून धडपडत बाहेर उडाली. अशा वेळी डोळ्यांना इजा व्हायची भीती असते, असं वाटून तो तिथून बाहेर निघाला. त्या दुर्गंधयुक्त वातावरणात काही वेळ राहिल्यावर दुसऱ्या दिवशी सकाळच्या उजेडात यायचं, असं ठरवून तो तिथून बाहेर निघाला. सूर्याची पहिली किरणं देवाच्या पायांशी लोटांगण घालतील, अशा प्रकारे देवळाची रचना असल्याचं त्यानं लहानपणी अनेकदा ऐकलं होतं. त्या वेळी त्यानं या देवळाच्या वास्तु-रचनाकाराचं कौतुकही ऐकलं होतं. आजी-आजोबांच्या बरोबरीनं पहाटे देवळात जाऊन त्यानं ते कौतुक स्वतःही पाहिलं होतं. त्या वेळी हे कौतुक बघायला केवळ पंचक्रोशीतलीच नव्हे, म्हैसूर-बेंगळूर-श्रीरंगमहून भक्तमंडळी मोठ्या संख्येनं यायची. हा जुलै महिना आषाढ, की श्रावण? काही का असेना. सकाळच्या वेळी सूर्याची किरणं–निदान उजेड तरी जायला हरकत नाही. त्या उजेडामुळं पाकोळ्याही बाहेर निघून जातील. असल्या, तरी त्या वेळी अचानक येऊन डोळ्यांवर हल्ला करायचंही भय नाही.

एवढं सगळं ठरवल्यावरही तो पुन्हा एकदा धैर्य एकवटून आत गेला आणि चोरीला गेलेल्या सरस्वती मूर्तीच्या जागेकडं पाहिलं. अंधारातही ती जागा रिकामी असल्याचं जाणवलं. छेः! आपलं चुकलंच. येताना टॉर्च आणायला हवा होता. पण इथली परिस्थिती अशी असेल, हे डोक्यातच आलं नाही–मग टॉर्च आणायचं कुठून सुचणार?

तिथून बाहेर पडल्यावर पुन्हा मनात प्रश्न राहिला–आता कुठं जायचं? रात्री

आठ वाजेपर्यंत राजशेखर ट्यूशनमध्ये गुंतलेला असणार.

काही क्षण तो तसाच उभा राहिला. पुन्हा जुन्या आठवणी चाळल्या आणि त्यानं गौड वस्तीतल्या बी. के. कृष्णेगौडाच्या घरी जायचं ठरवलं.

कृष्णेगौडा म्हैसूरच्या कॉलेजमध्ये कन्नडचा लेक्चरर आहे, हे राजशेखरला समजलं होतं. त्यानं जमीनजुमला बराच वाढवला आहे, म्हणूनही त्यानं सांगितलं होतं. केवळ मोठ्या सुट्यांमध्येच नव्हे, एरवीही दर शनिवारी-रविवारी येऊन, सोमवारी सकाळी पुन्हा म्हैसूरला जातो, म्हणे. त्यासाठी त्यानं मोटारसायकल ठेवली आहे. त्याचा खरा पत्ता बसवनपूरचाच! तात्पुरता पत्ताच म्हैसूरचा! गावातले आणि जवळपासच्या खेड्यांमधले नारळ विकत घेऊन, नंतर ट्रकनं मोठ्या शहरात नेऊन विकायचाही त्याचा धंदा आहे, म्हणून राजशेखरनं सांगितलं होतं.

कृष्णेगौडाच्या घरचा रस्ताही नीट आठवत होता. एकत्र व्हॉलीबॉल खेळताना धमाल यायची. त्याच वेळी त्याच्या किंवा आपल्या बागेत जाऊन शहाळी पाडून त्यांतलं पाणी प्यायचं. त्यातच चढाओढ लागायची. चार-चार, पाच-पाच शहाळी एकेका वेळी फस्त व्हायची! आमच्या बागेतली कितीही शहाळी संपली, तरी काही प्रश्न नसायचा. घरी येऊन 'आम्ही अशी शहाळी संपवली' म्हणून सांगितलं, तर उलट आजोबा-आजी म्हणायचे, 'घरी का पाच-सहा आणली नाहीत?' पण कृष्णेगौडाच्या बागेत मात्र चोरून शहाळी काढावी लागत. घरी समजलं, तर त्याचे वडील हाडं मोडून जातील, असं बदडून काढायचे. 'पाणी पिऊन शहाळी संपवणारा शहाणा म्हणायचा काय?' हा त्यांचा प्रश्न असे.

आता इथं आपली काही शहाळ्यांची बाग नाही. कृष्णेगौडाच्या बागा आहेत, म्हणे. त्याच्या बागेत जाऊन, स्वतः झाडावर चढून शहाळं पाडायची तीव्र इच्छा त्याच्या मनात निर्माण झाली. त्याच उत्साहात तो मागच्या वाटेनं गौडांची वस्ती असलेल्या दिशेला निघाला.

आता कृष्णेगौडाच्या घरावर मंगळूरी कौलं दिसत होती. घराभोवताली उंच कंपाऊंड होतं. कंपाऊंडमध्ये एक ट्रक उभा होता. नोकरमाणसं त्यात नारळ भरत होती. कंपाऊंडच्या भिंतीपाशी भली मोठी एन्फील्ड मोटारसायकल उभी होती. म्हणजे कृष्णेगौडा घरात आहे, तर! ट्रकसाठी उघडलेल्या गेटातून आत जाऊन नारळ भरणाऱ्या नोकरांपैकी एकाकडं त्यानं चौकशी केली,

"गौडा आहेत?"

त्यानं दाखवताच रवींद्र घराच्या ओसरीपाशी निघाला. ओसरीवर एक व्यक्ती हातात भलंमोठं नोटांचं बंडल घेऊन त्यांतल्या काही नोटा मोजून दुसऱ्या माणसाला देत होती. नंतर ती व्यक्ती म्हणाली,

"आता दहा हजार घे. उरलेले पुढच्या आठवड्यात..." असं सांगून रवींद्रकडं

वळून पाहू लागली. ओळख न पटल्याचं चेहऱ्यावरून स्पष्ट दिसत होतं.

रवींद्र म्हणाला,

"मी कोण, ते ओळख. म्हणजे आणखी एक ट्रकभर व्यापार मिळवून देईन!"

एवढ्या सलगीनं बोलणारा हा कुणी तरी बालपणीचा मित्र असणार, अशी खात्री होऊन कृष्णेगौडाचा चेहरा चांगलाच फुलला. पण ओळख पटली नाही. रवींद्रनं आपलं नाव सांगताच त्याचा चेहरा सागवानाच्या पानाएवढा रुंद झाला.

"आता सगळं समजलं. तूच राजशेखरप्पाच्या घरी आलास नव्हं काय!"

"तुला कसं समजलं, रे?"

"एक लक्षात ठेव—या बी.के. कृष्णेगौडाच्या न कळत एक माशीही या गावात प्रवेश करू शकत नाही! गावाबाहेर पाय टाकू शकत नाही. पण तुझ्याशी आपला कॉन्टॅक्ट आहे, याचं त्यानं मला एवढंही समजू दिलं नाही. गुह्य पूजा! गुह्य-बुद्धी!!" म्हणत तो हसला.

"नाही, रे! या गावी यायला म्हणून मी चन्नरायपट्टणाच्या बस-स्टँडवर उभा होतो. त्यानंच मला ओळखलं. दोघं मिळून गावात आलो. तो, राहायला आपल्या घरी चल, म्हणाला. गेलो. एवढंच."

"असू दे, असू दे! आता तू कुठं असतोस? काय करतोस?"

"बेंगळूरला असतो. 'इंडियन ट्रिब्यून'चा संपादक आहे."

"मग बरोबरच आहे. तो इंग्लिशचा मास्तर, तू इंग्लिश पेपरचा एडिटर! म्हणूनच दोघांची एवढी सलगी आहे, म्हणायची. मी या मातीचा मुलगा आहे कन्नड. कन्नड शिकवितो. कन्नडव्यतिरिक्त आणखी काही वाचत नाही. तू वर्तमानपत्रात आहेस, तर. चल, आत चल." म्हणत त्यानं रवींद्रला आतल्या बाजूला असलेल्या सुसज्ज दिवाणखान्यात नेलं.

"कॉफी घेणार?"

"नको. नुकतीच झालीय्. पुन्हा घेतली, तर रात्री झोप येणार नाही."

"काही का असेना! आठवणीनं आम्हां सगळ्यांना भेटायला आलास! फार आनंद झाला. आणखी अर्ध्या तासात गाडी भरेल. ट्रकबरोबर मी चन्नरायपट्टणपर्यंत जाऊन लगेच परतेन. बाईकवरून जाऊन लगेच येईन. पण मला एक सांग. एवढ्या वर्षांनंतर आता एकाएकी आमची कशी काय आठवण आली, रे?"

याच्याशी जे काही बोलायचं, ते आताच बोललं पाहिजे, उद्या सकाळी निघून गेला, तर पुन्हा हाताला लागणार नाही, हे लक्षात येऊन रवींद्रनं विषय काढला.

"गावच्या देवळातल्या सरस्वतीच्या मूर्तीची चोरी झालीय् ना? त्या संदर्भात गावातल्या तुमच्यासारख्या चारचौघांशी भेटून, बोलून, काही तरी ठरवायचं, म्हणून मी आलो होतो. किती केलं, तरी जन्मगाव. आम्ही लहान असताना त्या देवळात

पूजाअर्चाही व्हायची.''

''मूर्ती चोरीला गेली? कुणी सांगितलं तुला?''

''आमच्या वर्तमानपत्रात फ्रंट पेजवर बातमी आली होती!''

''तुझ्या वर्तमानपत्रात पहिल्या पानावर बातमी आली, तर ती कोण वाचणार? मला तर ही बातमी ठाऊक नाही. या गावात कुणालाही ठाऊक नाही. ठाऊक असती, तर माझ्या कानांवर आल्याशिवाय राहिली नसती.''

''बरं! आता मी सांगतोय् ना! आताच मी जाऊन आलो देवळाकडं. मूर्तीची जागा रिकामी आहे. तू कन्नड साहित्य वाचलंय्स! आपली संस्कृती अशी चोरापोरी नष्ट व्हायला लागली, तर तुझ्यासारख्या सुशिक्षिताला दुःख झाल्याशिवाय कसं राहील? मी तर बाहेरच्या गावात राहणार.''

''ओ हो! आपल्या संस्कृतीचं रक्षण! एम्. ए.मध्ये असताना मीही कर्नाटक संस्कृतीच्या इतिहासाचा पेपर दिलाय्. त्यात आपली देवळं, शिलालेख, मास्तीकल्ल, वीरगळ सगळ्यांची माहिती दिली होती.''

''त्यासाठीच मी आलो तुला भेटायला. गावकऱ्यांची एक समिती करू या. कितीही कष्ट पडले, तरी चोरीला गेलेली मूर्ती शोधून काढायला पाहिजे. गावात याविषयी एक चळवळ उभी राहायला पाहिजे. मग तालुक्याच्या-जिल्ह्याच्या पातळीवरही ती नेता येईल. मग पोलिसांनाही याकडं दुर्लक्ष करता यायचं नाही. कन्नड आणि इतर वृत्तपत्रांमध्येही याविषयी छापून येईल, त्याकडं मी स्वतः लक्ष ठेवेन! ही झाली एक बाजू. दुसरं म्हणजे, देवळाच्या पडलेल्या आवाराच्या भिंती आणि दरवाजे यांची दुरुस्ती करून, दाराला कुलूप लावायला हवं. त्यासाठी आवश्यक तो पैसा गावकऱ्यांकडून उभा करायला हवा. मीही याच गावचा आहे. त्यामुळं मीही मला जास्तीत जास्त जेवढं शक्य आहे, तेवढं देईन.''

''जास्तीत जास्त... म्हणजे किती?'' कृष्णेगौडानं तत्परतेनं विचारलं.

''म्हणजे पाचेक हजार देईन, असं समज.''

''बरं. कमिटीत कोण कोण पाहिजे?''

''आपल्या गावातलीच चार सुशिक्षित माणसं घ्यायची. मी, तू, राजशेखर. आणखी काही नावंही ठरवू या.''

''राजशेखर? बरं, बरं!'' रवींद्रच्या मनात किल्मिष निर्माण होईल, अशा प्रकारे हसत कृष्णेगौडा म्हणाला, ''खरंय्! राजशेखर का नको? इंग्लिशचा शिक्षक. तुला आपल्या घरी नेऊन भरपूर आदरातिथ्य करतोय्! आठशे वर्षांपूर्वी जातीविरुद्ध चळवळ करणाऱ्या गुरूच्या जातीतला!''

रवींद्र गोंधळून गेला. आठशे वर्षांपूर्वी होऊन गेलेल्या बसवेश्वराचा संदर्भ काढून आज राजशेखरवर हा का आक्षेप घेतोय्, हे त्याला समजेना. आपण

राजशेखरचं नाव घेतलं, हे चुकलं, असं एकीकडं त्याला वाटलं. तरी पाठोपाठ वाटलं, झालं, ते बरंच झालं. गावातली नेमकी परिस्थिती न जाणून घेता आपण समिती स्थापन करून बेंगळूरला निघून गेलो असतो, तर समितीचाही बोऱ्याच वाजला असता. तो म्हणाला,

"मला काय समजतं गावातलं राजकारण? तू नीट समजावून सांग मला."

"एवढ्या मोठ्या वर्तमानपत्राच्या संपादकाला हे समजत नाही? इंग्लिश वर्तमानपत्र म्हटल्यावर फक्त दिल्ली-लंडन-न्यूयॉर्क इकडच्याच बातम्या देता काय, रे? आपली माती–आपली मुळं यांविषयी त्यांना काहीच समजत नाही काय?" रवींद्रच्या व्यवसाय-सामर्थ्यावरच शंका घेत कृष्णेगौडा म्हणाला.

रवींद्रच्या डोक्यातली ट्यूब काही प्रमाणात पेटली, तरी स्वच्छ प्रकाश पडला नाही. तो म्हणाला,

"हे बघ, मला तर हे गाव सोडून वीस वर्षं झाली. त्या आधीही मिडल स्कूलमध्ये शिकत असताना मी इथं होतो. तेव्हा तू आणि तो–दोघंही माझ्याबरोबरीचीच मुलं होता. मला त्यातलं आता काय समजणार? तू जरा समजावून सांग."

"सांगतो थांब. अरे, ए सिद्दा... मला एक लोटा कॉफी आण आणि एक शहाळं. लाल चांगलं शहाळं घे. चांदीच्या पेल्यात पाणी काढ आणि त्यात लिंबू-साखर घालून आण जा."

"नको. आणि पेल्यातही घालायला नको. साखर, लिंबू घातलं, की त्याची खरी चव नष्ट होऊन जाते..." रवींद्रनं मध्येच सांगितलं.

कृष्णेगौडाच्या चेहऱ्यावर प्रसन्नता उमटली. त्यानं सिद्दाला 'तसंच आण, रे' म्हणून ओरडून सांगितलं. नंतर तो रवींद्रकडं वळून म्हणाला,

"खरोखरच तू अजूनही या गावचाच आहेस हं. आता सिद्ध झालं ते. लहानपणी आपण नारळीवर चढायचो... आठवतंय्? चार-चार, पाच-पाच शहाळी फस्त करायचो." कृष्णेगौडाच्या मनात बालपणीची मैत्री उचंबळून आली, "हे बघ, रवि–उद्या दुपारी तू आमच्याकडं जेवायला यायला पाहिजेस. तेवढ्याच गप्पाही होतील."

"येतो की!" रवींद्र पटकन म्हणाला.

"बाकी सगळं खातोस, की नाही?"

"नाही."

"इंग्लिश पेपरचा एडिटर आणि नॉनव्हेज खात नाहीस? मग काय सैपाक करायचा, हेच आमच्या बायकांना समजत नाही! नॉनव्हेज खाल्ल्याशिवाय तुम्ही लोक पुढं येणं शक्य नाही." बत्तीसही दात दाखवत कृष्णेगौडा हसला. रवींद्र यावर काहीही बोलला नाही.

“उगाच गंमत केली, रे. माझ्या बायकोसारखा शिरा तुमचा कुठलाही सैपाकी करणार नाही. घरात कढवलेलं साजूक तूप... उद्या तू स्वतःच पाहशील म्हणा! हं. काय सांगत होतो मी?”

“राजशेखरविषयी.”

“हे बघ. तू गैरसमज करून घेऊ नकोस. आधीच सांगतो. तो आणि मी लहानपणापासूनचे मित्रच आहोत. यात शंका नाही. मी चहाडी करतोय्, असंही समजू नकोस. खरं काय आहे, ते सांगतो. त्याची जात कुठली? शंकराशिवाय इतर कुणाचीही पूजा करणाऱ्यांना ‘भवी’ म्हणणारी माणसं ती. तू सांगतोय्स, ते सगळं चन्नकेशव देवळाविषयी. आधीच नष्ट होत असलेल्या देवळाच्या गर्भगृहातली विष्णुमूर्ती उचलून तिथं शिवलिंग नाही का ठेवणार?”

“आजही तसं कुणी करतं काय? या विसाव्या शतकाच्या उत्तरार्धात?” रवींद्रनं अविश्वासाच्या स्वरात विचारलं.

“तू आपला इतिहास वाच. म्हणजे समजेल. इथल्या संस्कृतीचा, कलेचा, शिलालेखांचा अभ्यास करून मी सांगतोय्, ते ऐक. या गावाचं मूळ नाव काय, सांग बघू?”

“नाव... बसवनपूर... ” रवींद्र अडखळला.

“शिलालेखात मी दाखवून देईन तुला. या गावचं मूळ नाव चन्नापूर होतं. म्हणजे चन्नकेशवपूर. तेच इथलं ग्रामदैवत. गावच्या मधोमध देऊळ आहे ते. विष्णूचं देऊळ नेहमी गावामध्ये असतं. शंकराचं देऊळ गावाबाहेर असतं. मसणापाशी! म्हणजे जकणाचार्यांच्या काळी गावातले सगळे विष्णुभक्त होते. खरं, की नाही? सांग.”

“हं. तसं दिसतंय् खरं.”

“दिसतंय् काय? असंच होतं! चन्नापूरचं बसवनपूर कसं झालं? या लिंगायतांची चळवळ म्हणजे धर्मांतर करायला लावणारी चळवळ. गावातल्या बऱ्याच लोकांचा त्यांनी धर्म बदलला. याचा परिणाम काय झाला? परधर्मीयांमध्ये चन्नकेशवच राहतोय, की जातोय्, कोण जाणे? अशा वेळी सरस्वतीची मूर्ती चोरीला गेली, ही काही फार महत्त्वाची घटना आहे, असं मला वाटत नाही!”

“म्हणजे या देवाची पूजा करणाऱ्यांचं बहुमत असतं, तर या देवळाची ही गत झाली नसती, असं तुला वाटतं?”

“हे बघ. तू उलटतपासणी करायला लागलास, तर मी उत्तर देणार नाही. खरं तेच सांगतोय् मी. नेमक्या कुठल्या वर्षी चन्नापूरचं बसवनपूर झालं, याचं रेकॉर्ड आहे. आणखीही एक सांगतो, ऐक. हे गाव तिपटूर आणि चन्नरायपट्टण तालुक्यांच्या मधोमध आहे, हे तुलाही ठाऊक आहे. आता या लोकांची काय धडपड चाललेय्, ठाऊक आहे? गाव काही तरी करून चन्नरायपट्टणहून तिपटूर तालुक्यात समाविष्ट

व्हायला पाहिजे! या तालुक्यात असेपर्यंत त्यांच्या जातीचे एम्.एल्.ए. आणि एम्.पी. होऊ शकत नाही ना! त्या तालुक्यात गेलं, की त्यांचेच प्रतिनिधी– त्यांच्याच निवडणुका! त्यासाठी ते काय काय कारस्थानं आणि उचापती करताहेत, हे तुला ठाऊक नाही. त्या सगळ्यांचा गाईड हाच इंग्लिश मास्तर! या राजशेखरप्पाच्या घरीच सगळी खलबतं चालतात. त्याच्या जातीचाच डी.पी.आय्. असल्यामुळं या गावात बदली करून घेऊन वर्षाला पंधरा हजार ट्यूशनवरच मिळवतोय् तो!''

कॉफी आणि शहाळं आलं. ट्रक भरायचं काम पूर्ण झाल्याचीही कुणी तरी वर्दी केली. 'मग उद्या ठीक साडे बारा वाजता इथं हजर राहा,' असं आणखी एकदा सांगून कृष्णेगौडा उठला आणि एकाच किक्मध्ये त्यानं मोटारसायकल स्टार्ट केली.

◆

सकाळी नाष्टा करताना रवींद्रनं आपण दुपारच्या जेवणाला घरी येणार नसल्याचं राजशेखरच्या कानांवर घातलं. राजशेखरनं, पुढं काही विचारायच्या आधी 'कृष्णेगौडानं बोलावलंय्' म्हणून सांगितलं, तेव्हा राजशेखर म्हणाला,

''आपला जुना दोस्त! जाऊन ये.''

थोडा वेळ गेला. राजशेखरनं सावधगिरीची सूचना दिली,

''तो जबरदस्तीनं मांस खाऊ घालेल. जपून राहा. तो काय करतो, ठाऊक आहे? चवीला छान आहे, शक्ती येते, वगैरे वगैरे सांगून, भरपूर आग्रह कर-करून नको म्हटलं, तरी खाऊ घालतो. नंतर सगळ्यांना सांगत फिरतो...या वरच्या जातीच्या लोकांनी मांस खायला सुरुवात केल्यामुळं दर फार वाढले. आज रवींद्र आमच्या घरी जेवायला आला होता. ओरपून ओरपून जेवला.''

राजशेखर आपल्याला सावध करतोय्, की कृष्णेगौडाची चहाडी करतोय्, हे रवींद्रला स्पष्टपणं समजलं नाही.

पावणे सात वाजता ट्यूशनची मुलं जमली. सात ते आठ, आठ ते नऊ, यानंतर राजशेखर घाईतच असणार, हे जाणवून रवींद्र हातात एक कॅमेरा घेऊन देवळाकडं निघाला. आजोबा-आजी राहत असलेलं घर आता भुईसपाट झालं असलं, तरी जाऊन पाहायची इच्छा दुर्दम्य असली, तरी सकाळच्या सूर्याच्या उजेडात देवळाचा आतला भाग बघायची इच्छा त्याहूनही अधिक तीव्र होती.

एकंदरीत गावातली परिस्थिती पाहता देवळाच्या देखभालीसाठी एखादी समिती निर्माण करणं याविषयी किंवा अशी एखादी समिती आपलं काम निष्ठेनं करेल, हा विश्वास एव्हाना भुईसपाट होऊन गेला होता. त्यापेक्षा बेंगळूरमधल्या एखाद्या संबंधित अधिकाऱ्याशी संपर्क साधून हे काम करण्याची शक्यता जास्त आहे, हे

त्याच्या लक्षात आलं.

सव्वा सातच्या सुमारास तो देवळाच्या दारापाशी आला, तेव्हा देवळात सूर्याचा प्रकाश जाणं अशक्य आहे, हे त्याच्या लक्षात आलं. देवळाच्या दारातून आत जाणारा सूर्यप्रकाश पूर्णपणं अडला जाईल, अशा प्रकारे एक तीनमजली सिमेंटची इमारत समोरच आडवी उभी होती. त्या इमारतीचा बहुतेक सर्व भाग देवळाच्या जागेवरच उभा राहिला होता.

सकाळचे अकरा वाजेपर्यंत देवळाच्या दारावर उजेड येणं शक्य नाही. त्यानंतर दुपारचं उन्ह सुरू झालं, की देवळात उजेड जाऊनही पोहोचणार नाही.

कुणाचं असावं हे घर? तो लहान असताना खेळायला या देवळात यायचा, त्या वेळी इथंच कुठं तरी नंजप्पशेट्टींचं घर होतं. पण त्यानं देवळाची जागा व्यापली नव्हती. तसंच देवळापेक्षा उंच इमारत बांधायचा उद्धट स्वभावही त्यांचा नव्हता. आता त्यांचा मुलगा उद्दूर शेट्टी–रवींद्रनं त्या इमारतीपुढं जाऊन मान वर करून पाहिलं. 'मारवाड डिपार्टमेंटल स्टोअर' नावाची इंग्लिश पाटी वर दिसत होती. आणखी एक ठिकाणी इंग्लिशमध्ये झंवरलाल हरचंदमल हे नाव लिहिलं होतं.

इमारतीची रुंदी कमी आणि उंची जास्त होती. चिंचोळ्या जागेचा जास्तीत जास्त फायदा करून घेतला होता. इमारतीचा एक दरवाजा दुकानासारखा रुंद आणि शटरचा होता. तर दुसरीकडचा दरवाजा घराच्या दरवाज्यासारखा तुलनेनं अरुंद दिसत होता. ही मारवाडी लोकांची घरं बांधायची पद्धत त्यालाही ठाऊक होती. सुमारे चाळीस फूट उंचीची ती इमारत होती.

त्याचं हे निरीक्षण सुरू असताना एका नोकरानं येऊन खालच्या दुकानाच्या दरवाजा उघडला. ते किराणा, स्टेशनरी वगैरे दैनंदिन गरजेच्या वस्तूंचं दुकान होतं. बेंगळूरमधल्या अशा दुकानात दिसतील, त्या सगळ्या वस्तू याही दुकानात दिसत होत्या. नोकर दुकानाचा केर काढून फडक्यानं धूळ झटकू लागला. त्याच वेळी एक मुलगाही दुकानात आला. चेहऱ्यावरून तो मारवाडी असल्याचं समजत होतं. रवींद्रला त्यानं विचारलं,

"काय पाहिजे?"

"काहीही नको. डिपार्टमेंटल स्टोअरमध्ये काय-काय मिळतंय्, ते बघत होतो..." तो उत्तरला.

"कुठल्या गावचे?" त्या मुलानं विचारलं.

'गाव?' वस्तुस्थिती सांगितली, की हा कुठल्या घरचे–कोण वगैरे प्रश्न विचारून फाटे फोडेल, असा विचार करून रवींद्र म्हणाला,

"पाहुण्यांच्या घरी आलो होतो... इथं कोणकोणते विभाग आहेत?"

"ग्राउंड फ्लोअरला किराणा, पहिल्या मजल्यावर कापड, दुसरा मजला प्लॅस्टिक,

स्टील, पितळ, तांबं वगैरे भांडी...'' तो उत्तरला.
''आणि तिसरा मजला?''
''गहाणवट आणि देवाणघेवाण.''
''तिसऱ्या मजल्याचा दरवाजा केव्हा उघडेल?''
''आता एवढ्यात साईडचा दरवाजा उघडेल. काही बिझनेस करायचा आहे काय? की उगाच चौकशी करताय्?''
त्याच्या शेवटच्या प्रश्नानं रवींद्रच्या उत्साहाला आळा बसला. त्याच वेळी देवळाच्या ओसरीवर कुणी तरी गप्पा मारत असल्याचा आवाज ऐकू आला. रवींद्र आत गेला. देवळाच्या ओसरीत फरशीवर बसून दोन पंचविशीचे तरुण कसली तरी जोरदार चर्चा करत होते. पँट, टी शर्ट, मनगटावर रिस्टवॉच.
रवींद्रला पाहताच त्यांनी बोलणं थांबवलं.
त्यानं त्या दोघांना विचारलं,
''इथं गावात पाहुण्यांच्या घरी आलो होतो. राजशेखरप्पांच्या घरी. समोरच्या मारवाड्याच्या दुकानात स्वस्त पडेल, की तिपटूर–चन्नरायपट्टणला स्वस्त मिळेल?''
''तिपटूरपेक्षा हा स्वस्त देतोय्. असलं सामान तिपटूरला मिळतही नाही.'' त्यांपैकी एकजण म्हणाला.
''तुम्हांला काय पाहिजे? स्मगल्ड सामान पायजे? घड्याळ पायजे? जपानी पँटपीस पायजे? याच्याकडं आहे, बगा! तिपटुरात काय हाय?''
''एवढ्या लहान गावात एवढं मोठं दुकान चालतंय् व्यवस्थित?''
''सामान असलं, की व्यापार होणारच की, पाव्हणं! या भागातली कुठली बी मोठी खरेदी असली, लग्न-बिग्न असलं, की सगळे हितंच येतात. तिपटूर-चन्नरायपट्टणला कुणी जात नाही आता! तिकडचा दुकानदार कॅश टाका, म्हणतोय्. या मारवाड्याला कॅश नकोच असते! खोबरं, नारळच घेतोय् कॅशऐवजी! तेही नसेल, तर कागद लिहून सामान देतो. नंतर सीझनमध्ये खोबरं, नारळ वसूल करतो. रेट म्हणाल, तर तिपटूरचाच असतो. इथं चारमजली दुकान आहे, खोबरं, नारळ ठेवायला किल्ल्यापाशी मोठं गोडाऊनही घेतलंय्!''
या मारवाड्यानं पंचक्रोशीतल्या पाच-पन्नास खेड्यांच्या आर्थिक नाड्या मुठीत ठेवल्याचं रवींद्रच्या लक्षात आलं.
''किती वर्षं झाली याला इथं येऊन?''
''किती म्हणजे?'' त्यानं मित्राकडं वळून विचारलं, ''दहा-पंधरा वर्षं झाली असतील, नाही?''
''नक्की सांगायचं, म्हणजे अकरा-बारा वर्षं झाली. ही इमारत बांधून सात वर्षं झाली.''

“असं असेल, तर इथंच व्यापार करायला पाहिजे!” रवींद्र म्हणाला, “देवळाच्या जागेवर मारवाडी घर बांधून राहतोय्... खरं आहे?”

“असेल कदाचित! कुणास ठाऊक? गावाचं देऊळ. कोण विचारणार?”

“आत कुठला देव आहे? जाऊन बघितलं, तर चालतंय् काय?”

“बामणाचं देऊळ. बामणांचाच कुठला तरी देव असेल! कुठला, रे?” त्यानं मित्राला विचारलं.

“कोण जाणे! केशव देव, नाही तर असेल रंगनाथ.”

“बघून येतो...” म्हणून रवींद्र देवळात शिरला.

आतल्या अंधारात साप-विंचू असतील, या विचारानं त्यानं सावकाश, जपूनच पाऊल आत ठेवलं. आतलं वातावरण अंधारंच होतं. त्यानं आरडाओरडा करून टाळ्या वाजवल्या, तेव्हा पाकोळ्यांच्या पंखांची फडफड ऐकू आली. त्यांतल्या काही बाहेर उडून गेल्या.

काही वेळात त्याची नजर आतल्या अंधाराला सरावली. चुकलंच. टॉर्च आणायला हवा होता. पण इथं मारवाड्याच्या दुकानानं देवळाचा सूर्यप्रकाश अडवल्याचं मला तरी कुठं ठाऊक होतं? आतल्या अंधूक उजेडात तो डोळे ताणून एकेका मूर्तीचं निरीक्षण करू लागला.

नवरंगाच्या भिंतीवरच्या कोनाड्यांमध्ये वेगवेगळ्या मूर्ती–छताला लोंबत्या सोडल्याप्रमाणे दिसणाऱ्या–अंहं दिसत नाहीत. उजेड कमी असला, तरी त्या जागी काही तरी दिसायलं हवं होतं. त्या जागी बेलूरमधल्या चन्नकेशवाच्या देवळात असलेल्या शिला-बालिकांप्रमाणे असलेल्या मूर्ती पाहिल्याचं त्याला स्पष्टपणं आठवत होतं. किती? नक्की आठवत नाही? सात-आठ तरी निश्चित असतील. आता त्यांतली एकही दिसत नाही. सुमारे अडीच फूट उंचीच्या, भिंतीपाशी असलेल्या वेगवेगळ्या देवतांच्या मूर्ती मात्र तशाच आहेत. सरस्वती, भैरव, नरसिंह, विश्वामित्र-मेनका, शिवधनुष्य तोडू पाहणारा राम, कंसारी कृष्ण–याही मूर्ती लहानपणी नीट मोजून ठेवलेल्या नसल्या, तरी मूर्ती उचकटल्याची रिकामी जागा तर दिसत नाही.

आता त्याची नजर आणखी सरावल्यासारखी झाली. त्यानं कॅमेऱ्यात रोल भरला आणि यानंतर काही घडलं, तर पुरावा असू दे, या विचारानं त्यातल्या प्रत्येक मूर्तीचे दोन-दोन फोटो काढले. त्यानंतर खांबांचे फोटो काढले. आतल्या चन्नकेशवाच्या मूर्तीचेही फोटो काढून झाले. बाहेर येऊन भरलेला रोल डबीत नीट काढून ठेवून, दुसरा रोल भरला. देवळाच्या बाहेरच्या भिंतींवरच्या मूर्तींचे वेगवेगळ्या कोनांमध्ये फोटो काढले.

एवढ्या अवधीत उन्हं वर चढली होती आणि मारवाड्याच्या इमारतीची सावली देवळाच्या शिखरावर पडली होती. दुकानापुढं तीन बैलगाड्या सोडून

ठेवल्या होत्या. परगावच्या व्यापाऱ्यांच्या त्या गाड्या असल्याचं स्पष्ट दिसत होतं. देवळाच्या ओसरीवर सिगारेट ओढत बसलेले दोन्ही तरुण निघून गेले होते. तो त्या जागी जाऊन बसला. ताज्या सिगारेटच्या राखेबरोबर जुनीही किती तरी थोटकं तिथं पडली होती. जळक्या काड्याही बऱ्याच पडल्या होत्या. मेंढ्या-शेळ्यांच्या लेंड्या चौफेर विखुरल्या होत्या. आदल्या दिवशीच त्याचं तिकडं लक्ष गेलं होतं. एक-दोन जागी माणसांचीही विष्ठा दिसली.

खिन्न मनानं रवींद्र त्या जागी काही क्षण बसून राहिला. एक सिगारेट ओढायची जोरदार तल्लफ मनात डोकावून गेली. खिशात सिगारेट नव्हती. असती, तरी आपण ती देवळात शिलगावली नसती, हे त्याला तीव्रतेनं जाणवलं. काही क्षणांतच तल्लफ विरून गेली. आपण एवढ्या लांब राहत असताना इथं काही करणं खरोखरीच शक्य आहे काय? तो चिंतेत बुडून गेला.

आणखी एक बैलगाडी त्याच वेळी देवळाच्या दारापाशी उभी राहिली. बैल सोडताच गाडीवानानं ते देवळाच्या आवारात आणले आणि त्यांचा कासरा गरुड-खांबाला बांधला. गाडीची ओढ थांबल्यामुळं देह शिथिल झालेले दोन्ही बैल घागरभर मुतले आणि भोवताली सडा पडेल, अशा प्रकारे त्यांनी पातळ शेणही टाकलं. गाडीवान कासरा बांधून निघून गेला. रवींद्रनं तिकडं पाहिलं. नंतर तो देवळाच्या दारापाशी आला. मारवाड्याच्या दुकानातला व्यापार चढत्या क्रमानं सुरू झाला असेल.

एखादी या भागातलीच प्रभावी व्यक्ती उभी राहिल्याशिवाय या देवळाची अवस्था बदलणं अशक्य असल्याचं त्याला तीव्रपणं जाणवलं. पण अशी व्यक्ती कोण? देवळाला झाकोळून उभी असलेली ही मारवाड्याची इमारत–देवळाच्या जागेवर उभी असलेली इमारत भुईसपाट करून देवळाच्या मालकीची जमीन मुक्त करणं शक्य नाही काय? न्यायालयात जाऊन कागदपत्रांसह दावा दाखल केला, तर? पाठोपाठ तीव्रपणं जाणवलं–यात काही अर्थ नाही. तालुक्याच्या कोर्टापासून दिल्ली दरबारापर्यंत, निदान पन्नास वर्षं तरी हा मारवाडी त्यासाठी झगडत राहील, हे नक्की! एवढी वर्षं कोण लढा देईल? कोण जगून राहील? पुराणवस्तु संशोधन-केंद्रानं यात लक्ष घातलं, तर?

त्यानं पुन्हा कॅमेऱ्यात रोल भरला आणि भोवताली पडलेले दगड, चोरीला गेलेल्या मूर्तींच्या जागा, जमिनीवर पडलेली बिडी-सिगारेटची थोटकं, जळक्या काड्या, प्राण्यांची विष्ठा, गरुड-खांबाला बांधलेले बैल, त्यांनी नुकतीच केलेली घाण, देवळाच्या दारात उभ्या असलेल्या व्यापाऱ्यांच्या बैलगाड्या, समोर उभी असलेली मारवाड्याची तीन मजली इमारत, असे फोटो काढले. ह्या सगळ्या फोटोंच्या आधारानं आपल्या वर्तमानपत्रात एक दीर्घ लेख लिहायचा आणि इतर

नऊ शहरांमधून प्रसिद्ध होणाऱ्या आपल्या वृत्तपत्रांमधून प्रसिद्ध होईल, असं पाहायचं–

आता रवींद्रच्या विचारांना एक दिशा सापडली. या गावातल्या गावकऱ्यांना जागृत करून काही घडवून आणणं अशक्य आहे, याबद्दल त्याची खात्री झाली. त्याच्या मनःपटलावर दीर्घ लेखनाचं शीर्षकच नव्हे, लेखाचं पहिलं वाक्यही साकार होऊ लागलं.

◆

थोडा वेळ तसाच गेला. त्यानंतर खांद्यावर एक लहान जुनी तांब्याची कळशी आणि उजव्या हातात एक वेताची टोपली घेऊन सुमारे पंच्याहत्तरीच्या घरातले एक वृद्ध गृहस्थ देवळाच्या दाराशी उभी असलेली बैलगाडी मोठ्या कष्टानं ओलांडून आत आले. गुडघ्यापर्यंत आलेला जुना पंचा, खांद्यावर ओघळलेलं जुनं उत्तरीय, कमरेला करकचून बांधलेला पंचा–कळशी वाहून आणताना कमरेला आधार मिळावा, म्हणून बांधला असावा. कपाळावरचं लाल गंध पाहिल्यावर हे या देवळाचे पुजारी, हे रवींद्रच्या लक्षात आलं. कमरेचा पंचा केवळ कमरेला आधार म्हणून बांधला नसावा–देवाची पूजा-अर्जा करताना नम्रता व्यक्त करण्यासाठी बांधायची ती पद्धत असल्याचं त्याला आठवलं.

गरुड-खांबाला बांधलेले बैल, त्यांचं शेणमूत दिसलं, तरी किंचितही विचलित न होता, आपला त्याच्याशी काडीचाही संबंध नसल्याप्रमाणे ते देवळात शिरले. उन्हात रापल्यामुळं काळी झालेली त्यांची पाठ ओली झाल्याचं रवींद्रच्या लक्षात आलं. खांद्यावरच्या कळशी वाहून आणताना पडलेल्या पाण्यामुळं ती ओली झाली, की घामामुळं? कपाळावरून उतरलेल्या घामाच्या धारा पाहताच पाठीवरचं पाणी नसून घामच असला पाहिजे, अशी त्याची खात्री झाली. तो एकाएकी चमकला!

अरेच्चा! हे तर रामभट्ट!

मी लहान असताना हेच देवाची पूजा करत होते. डाव्या हातातली घंटा तालबद्ध वाजवत उजव्या हातात मंगळारतीचं ताम्हन शांतपणे दीर्घ-गोलाकार आकारात देवाच्या मूर्तीपुढं ओवाळत मोठ्यानं मंत्र म्हणत. मी त्या वेळी न चुकता संध्याकाळी आजीबरोबर आरतीच्या वेळी इथं देवळात येत असे.

तो काहीसा उत्तेजित होऊन उठून उभा राहिला. पाठोपाठ वाटलं त्यांची बाकी पूजा संपू द्यावी... नंतर आरतीच्या वेळी आत जावं आणि त्यांची चौकशी करावी.

अरेच्चा! देवळाचा एक पुजारी असतो–त्याला भेटायला पाहिजे–या समितीमध्ये त्यालाही घेतलं पाहिजे, हे मला कसं अजिबात सुचलं नाही?

आता त्याला रामभट्टांच्या घरची स्पष्ट आठवण झाली. रामभट्ट, त्यांच्या पत्नी शेषम्मा, त्याच्याबरोबरीचा त्यांचा मुलगा अच्युत, अच्युतची थोरली बहीण लक्ष्मी,

त्याची धाकटी बहीण श्रीदेवी–सगळ्यांचीच आठवण वर आली.

त्या वेळी शेषम्मा अठरा हात लांबीचं पारंपारिक पद्धतीचं लुगडं नेसून निवांत वेळी त्याच्या आजीबरोबर सोंगट्या खेळायला यायच्या. खेळ हे केवळ एक निमित्त होतं. प्रत्यक्षात त्या यायच्या सुख-दुःखाच्या गप्पा मारायला. दान काय पडायचं, तिकडं त्या दोघींचंही फारसं लक्ष नसे. किती सोंगट्या मरत होत्या किंवा पिकत होत्या, तिकडंही त्यांचं लक्ष नसे. काही वेळा तर गप्पांना इतका रंग चढे, की खेळ तिथंच राहून जात असे. किती तरी दिवसांत एक डावही पूर्ण होत नसे. आपण घरात असलो, तर बायकांना परस्परांशी मोकळ्या मनानं बोलता येणार नाही, हे जाणवून आजोबा अशा वेळी लवकरच शेताकडे निघून जात. त्या वेळी मला मात्र आजीच्या सोंगट्या चालवून शेषम्मांना हरवायची फार इच्छा असे. त्यामुळं मध्येच खेळ थांबला, की चडफडून म्हणत असे,

"आजी... आजी... हे काय ग? ही सोंगटी चालव, म्हणजे ती सोंगटी मरेल–"

मी आजीची मान बळेच वळवून खेळाकडे लक्ष वेधलं, तरी आजी म्हणत असे,

"घटकाभर मन मोकळं करू या, म्हटलं, तर हा बघ कसा मधे-मधे येतोय्! बायकांच्या इथं गप्पा चालल्या आहेत... इथं तुझं काय रे, काम? आजोबांबरोबर तू का गेला नाहीस शेतावर?... "

आता अच्युत कुठं आहे, कोण जाणे! शेषम्मांना मात्र भेटायलाच हवं. सत्तरीच्या घरातल्या तर त्या निश्चितच असतील. हयात आहेत की–देवा, रे, हयात असू दे त्यांना –मनोमन रवींद्रनं प्रार्थना केली. आजीच्या तुलनेनं त्या लहान असल्या, तरी आजीच्या आठवणींपाशी थेट नेणाऱ्या त्या एकट्याच आहेत, हेही आठवलं.

देवळाच्या आतल्या बाजूला केर काढत असल्याचा आवाज ऐकू येत होता. आतल्या बाजूला पडलेली घाण, पक्ष्यांची विष्ठा, त्यांच्या घरट्यांमधून खाली पडलेलं गवत–एवढा सगळा केर झाडून काढणं या वयात त्यांना जमतं काय? कमरेची काय गत होईल! त्यांनी कमरेला करकचून पंचा बांधलाय्, त्याचाच या वृद्ध गृहस्थांना काहीसा आधार मिळत असेल. पूर्वीही त्यांना असाच पंचा बांधायची सवय होती.

काही क्षण तसेच गेले.

देवळाच्या गर्भगृहातून घंटेचा आवाज ऐकू आला. कान देऊन ऐकलं, तर त्या आवाजामधून 'आगमनार्थं देवानाम् गमनार्थं तु–' वगैरे मंत्र ऐकू येत होते.

पहिल्यापासूनच रामभट्टांचा आवाज चढा होता. सप्तलोकाला ऐकू येतील,

अशा उंच आवाजात मंत्र म्हणायची त्यांची सवय होती. त्यांच्या आवाजाचा तोच गुणधर्म होऊन गेला होता. घाई-घाईनं मंत्र म्हणून मोकळे झाले–काही मंत्र मध्येच वगळलेले–असं त्यांनी कधीही केलं नव्हतं. पूजेच्या वेळी त्यांची दृष्टी, श्वास, वाचा, मन, स्पर्श केवळ पूजेमध्येच तल्लीन होऊन जात असल्याचा त्यानं अनुभव घेतला होता. त्यांचे मंत्र ऐकण्याची इच्छा होऊन तो देवळात निघाला आणि, अस्फुट का होईना, देवाची मूर्ती दिसेल, अशा ठिकाणी गर्भगृहाच्या दारासमोर जाऊन नवरंगापाशी जमिनीवर बसला.

रामभट्टांची पूजा पहिल्यासारखीच विस्तारानं चालली होती. देवाच्या सगळ्या रूपांची आणि अवतारांची नावे उच्चारून ते एकेक फूल वाहत होते. देवाच्या एकेक गुण-लक्षणाचा उल्लेख करून, हातात फूल नसतानाही फूल अर्पण केल्याप्रमाणे हाताची हालचाल करत होते. त्यांनी आणलेली फुलं अत्यंत मोजकी असल्याचं तिथल्या अंधूक प्रकाशातही लक्षात येत होतं.

पूजा झाल्यावर ते ताम्हनात मंगळारती पेटवून घेतील, हे त्याच्या लक्षात आलं. रामभट्ट उभे राहिले.

त्यांनी डाव्या हातात घंटा घेतली. तोही उठून उभा राहिला. सावकाश, लयबद्ध घंटा वाजवत उजव्या हातात स्थिरपणे आरतीचं ताम्हन घेऊन ते शांतपणे आरती करू लागले. तोंडावाटे उमटणाऱ्या मंत्रांची, डाव्या हातातल्या घंटेची लय आणि उजव्या हातातल्या आरती असलेल्या ताम्हनाची गती या तिन्ही गोष्टी पूर्णपणे स्वतंत्र असल्या, तरी त्यातूनही एकसंध लय अनुभवास येत होती.

आतल्या मुख्य देवाची आरती होताच घंटा वाजवत रामभट्ट, तो बसला होता, तिथं आले. नवरंगात असलेल्या देवतांच्या इतर मूर्तींना आरती ओवाळून झाल्यावर त्यांनी त्याला विचारलं,

'मंगळारती घ्यायची आहे?'

त्या प्रश्नामध्ये घ्यायची असेल, तरी हरकत नाही; आणि घ्यायची नसेल, तरीही आपला काही आक्षेप नाही, अशा प्रकारचा भाव स्पष्ट दिसत होता.

"हे काय विचारता? पूजेच्या वेळी देवळात येणारे मंगळारती घेतल्याशिवाय कसे राहतील?..."

"चर्चा नको! तुम्हांला पाहिजे, तर घ्या...मला अजून पूजा पूर्ण करायची आहे.

रवींद्रनं पटकन खिशात हात घालून हाताला आलेलं रुपयाचं नाणं ताम्हनात टाकून, तीन वेळा त्या आरतीवरून हात फिरवून देवाला हात जोडले.

रामभट्ट आत निघून गेले. पुन्हा मंत्रांचा आवाज गर्भगृहात घुमत राहिला, बाहेर येऊन त्यांनी त्याच्या हातावर एक कण्हेरीचं फूल ठेवलं. तीर्थही दिलं. एक तुळशीदल आणि एक केळीचा तुकडा प्रसाद म्हणून त्यांनी त्याच्या हातावर आणून

ठेवला. नंतर पुन्हा आत जाऊन देवाला प्रदक्षिणा घालत 'मंत्रहीनं क्रियाहीनं भक्तिहीनं जनार्दन–' अशी क्षमायाचना करून हात जोडले आणि आठवणीनं आपण आणलेली घंटा, ताम्हन, फुलपात्र वगैरे वेताच्या टोपलीत ठेवलं. निरांजनातली वात, ज्योत शांत होणार नाही, अशा प्रकारे तिथल्या दगडी समईवर ठेवली– उरलेलं तेलही त्यावर ओतलं आणि निरांजनही वेताच्या टोपलीत ठेवून डाव्या हातात कळशी घेऊन रामभट्ट गर्भगृहाबाहेर आले.

"पूजा करून झाल्यावर लगेच पळून जाऊ नये... देवाच्या पायांशी थोडा वेळ तरी बसावं... " म्हणत रामभट्ट एका खांबाला टेकून बसत रवींद्रला म्हणाले, "बसा तुम्हीही. काही तरी प्रश्न विचारत होता ना?"

"पूजेच्या वेळी देवळात येणारे मंगळारती घेतल्याशिवाय कसे राहतील, म्हणून विचारलं मी."

"तो काळ मागं पडला. आता देवळात येणारे मूर्तीचं रूप-सौंदर्य बघायला येतात, शिलालेख वाचायला येतात, नाही तर आपल्याला देवळात येऊ देतात, की नाही, याची परीक्षा बघायला येतात! पुजाऱ्याचे मंत्र ऐकायला गंमत वाटते– त्याची गंमत बघू या, म्हणून येतात. देवळात पूजेच्या वेळी आले आहेत, म्हणून त्यांच्या पुढ्यात मंगळारती धरली, की 'आमचं तोंड जाळायला येता काय?-' म्हणतात, 'आमचा यावर विश्वास नाही-' म्हणून सांगतात. तीर्थ द्यायला गेलं, की 'पाणी शुद्ध आहे, की नाही?... आजारपण येणार नाही ना?' म्हणून विचारतात. नंतर कशाला नस्ती कटकट, म्हणून मी आधीच विचारतो-"

एवढं सांगून ते गप्प बसले,

काही क्षण तसेच शांततेत गेले.

नंतर त्यानं विचारलं,

"मला ओळखलंत काय?"

"ओळख?-" ते बसल्या जागेवरून थोडं पुढं सरकले आणि त्याच्याकडे थोडा वेळ बघून म्हणाले, "आता माझंही वय झालं. स्मरणशक्तीही क्षीण झालीय्! तुम्हीच सांगा...कोण तुम्ही?"

"मी वेंकटसुब्बय्यांचा नातू... "

"कोण वेंकटसुब्बय्या? आमच्या गावचे?... " ते आणखी जवळ येऊन उद्गारले. "रवींद्र? आधी का सांगितलं नाहीस, रे? कुठं असतोस हल्ली? किती दिवसांनी गावाकडं आलास!" त्यांचा चेहरा कौतुकानं भरला होता.

"कालच संध्याकाळी आलो... "

"उतरलास कुणाकडं?"

"बी. एम्. राजशेखरप्पाच्या घरी."

"राजशेखर म्हणजे लिंगायत... मल्लिकार्जुन शेट्टींचा मुलगा नव्हे?"

"होय."

ते गप्प बसले. आपण वेगळ्या जातीच्या लोकांकडे उतरल्याचं त्यांना आवडलं नाही, हे रवींद्रच्या लक्षात आलं. पण थोड्या वेळानं ते म्हणाले,

"त्यात काही चुकलं नाही, म्हणा! आज-काल लहान-सहान मुलं सगळ्या जातींच्या घरांमध्ये जेवण-खाण करतात. मोठ्या शहरांमध्ये लग्नही करतात, म्हणे! आणि उतरायचं म्हटलं, तरी गावात आपल्यापैकी कुणीही राहिलं नाही. शाळेतले दोन मास्तर आहेत आणि दवाखान्यातले तीन कंपाऊंडर आहेत, तेवढेच! सगळे वेगवेगळ्या गावी डेरे टाकून निघून गेले. मीच तेवढा राहिलोय्, बघ! चौकशी करत थेट माझ्या घरी का आला नाहीस?"

"येईन की! त्याला काय झालं? शेषम्मा बऱ्या आहेत ना?"

"नारायणाच्या पायांशी जे जातात, ते उत्तमच असतात..."

"... अरे, रे!" रवींद्र उद्गारला. आपल्या आजीचं प्रतिनिधित्व करणाऱ्या शेषम्मा वारल्याचं ऐकून त्याचं मन खट्टू झालं. त्याला काय बोलावं, ते सुचेना.

रामभट्टच सांगू लागले,

"पंधरा वर्षं व्हायला आली. कधी आजार म्हणाली नाही, की विव्हळत पडली नाही. असाच देवळात येऊन घरी गेलो. स्वयंपाक तयार होता. 'जिवाला बरं वाटत नाही... अस्वस्थ वाटतंय्... झोपावंसं वाटतंय्... तीर्थ द्या...' म्हणून रोजच्यासारखी तिनं तीर्थासाठी तळहाताची वाटी पुढं केली. तीन पळ्या तीर्थ घातलं. ते घेऊन हात डोक्यावर ठेवून ती तशीच चटईवर आडवी झाली. मी घाबऱ्या-घाबऱ्या पोफळीच्या पानानं वारा घातला. पण प्राण निघून गेला होता... "

"अच्युत कुठं आहे?"

"हासनला. बस-कंडक्टर आहे. रामनाथपूरची बायको त्याची. दोन मुलं आहेत... चांगलं चाललंय् त्याचं... "

"तो का गेला गाव सोडून?"

"कोण जाणे! पण गेलोय्, तेही बरंच आहे, म्हणायचं! आता जमिनी तर राहिल्याच नाहीत. हा देवपूजेचा व्यवसाय तरी आजच्या मुलांना कुठून आवडायला? सारे मंत्र शिकवले मी त्याला. पण तो म्हणाला, माझ्याबरोबरचे सगळे मास्तर - सुपरवायझर-इन्स्पेक्टर होताहेत! घंटा बडवत पोट भरण्यापेक्षा मानानं चार पैसे मिळवेन! राग येऊन मी त्याच्याशी वर्षभर बोलणंच सोडून दिलं होतं! त्या वेळी मला वाटलं होतं, कुठल्या तरी राजानं पूजा करण्यासाठी म्हणून दिलेल्या इनाम-जमिनीचं अन्न खात आमच्या एवढ्या पिढ्या वाढल्या... मग अच्युतनंही तेच नको का करायला? पोट भरण्यासाठी अच्युतला वेगळी नोकरीही मिळेल! पण तेवढ्याच

निष्ठेनं पूजा करणारा पुजारी मिळायला नको काय?''

''तर मग इथल्या जमिनी कोण बघतं?''

''कुठल्या जमिनी?''

''इनामाच्या जमिनी!''

''तू वर्तमानपत्र वाचतोस, की नाही, बाळ? त्या वेळी सगळ्या पेपरांमध्ये आलं होतं. मग पिढ्यान् पिढ्या शेतात राबणाऱ्यांनी जमिनी स्वतःच्या नावे करून घेतल्या.''

''अरे, हो!'' रवींद्र गंभीरपणे उद्गारला, ''तुम्हीही त्यांत राबत असता, तर तुमच्या जमिनी गेल्या नसल्या!''

''रागावू नकोस; पण इंग्लिश शिकलास, म्हणून सगळं समजतंच, असं नाही!'' त्यांच्या स्वरातून संताप डोकावत होता. तो आवरत ते म्हणाले, ''तूच विचार कर, देऊळ बांधल्यावर त्या राजानं पूजा करण्यासाठी आमच्या पूर्वजांना जमिनी दिल्या, कुणाला केर काढण्यासाठी दिल्या, कुणाला ताशे वाजवण्यासाठी दिल्या. त्यानंतर किती तरी राजे बदलले–मुसलमान राजेही आले–गेले. जोपर्यंत आम्ही देवाची पूजा करू, तोपर्यंत त्या शेताचं अन्न खायचा आम्हांला अधिकार आहे.ती जमीन विकायचा अधिकार आम्हांला कधीच नव्हतं! समजलं?... ''

''होय... ''

''अरे! आम्हांला इनाम दिलं, ते पूजा करण्यासाठी! आगम-शास्त्राप्रमाणे पूजेचं शास्त्र पाळायचं, म्हणजे केवढं काम असतं ठाऊक आहे? मी स्वतः पहाटे उठून तुळशी खुडत असे. नंतर देवळात जाऊन संपूर्ण देऊळ झाडून घेऊन, सडा-संमार्जन, त्यानंतर पुन्हा अंघोळ करून पूजेसाठी देवळात जाणं, विष्णुसहस्रनामाच्या उच्चारासरशी एकेक फूल वाहून पूजा... नंतर त्या दिवसाचे असतील, ते विधी-महाआरती संपवून घरी यायला दुपारचे दोन वाजत! घरी येऊन जेवण-वामकुक्षी आटोपून संध्याकाळी पुन्हा देवळात जायचं. या शिवाय पूजेसाठी वस्त्र, वाती, फुलवाती, काडवाती तयार करायचं काम वेगळंच! हे सारं निवांतपणे करावं, म्हणूनच दात्यानं या जमिनी आम्हांला दिल्या ना? मग आम्ही शेती करायची केव्हा?''

ते बोलायचे थांबले.

देवळाच्या अंतर्भागात निःशब्दता भरली होती.

रवींद्रनं विचारलं,

''तुम्ही सरकारला वस्तुस्थिती कळवली का नाही?''

''कळवली ना! असिस्टंट कमिशनर, एम्. एल्. ए. सगळीकडे एकेक प्रत दिली. मंत्र्यांकडेही गेलो होतो; पण शिपायानं आत सोडलं नाही. त्याच्या हातात

एक प्रत देऊन आलो. पण जमिनी राहिल्या नाहीत. अच्युतला सारं सांगितल्यावर तो काय म्हणाला, ठाऊक आहे? म्हणाला, तुमचं ऐकून मी इथंच घंटा बडवत राहिलो असतो, तर आता माझी काय गत झाली असती! तुम्हांला काहीही वाटलं, तरी आम्हांलाही काळाची पावलं समजत असतात, अप्पा!... ''

रवींद्रचं मन खिन्न झालं. क्रांतीच्या प्रवाहात किती तरी उपयुक्त मूल्यं अपरिहार्यपणे वाहून जातात, हे खरं असलं, तरी सामाजिक क्रांतीच्या वेळी थोडी सावधगिरी आणि तपशिलात लक्ष देऊन हे साधता येणार नाही का?

''जमीन हिरावून घेतल्यावर सरकारनं काही तरी पगार ठरवला असेल ना?''
''तर! महिन्याला साडेसतरा रुपये! तालुक्याला जायचा बस-खर्च, तिथल्या कारकुनांना एकेक रुपयाची लाच दिल्यावर दिवसभर ताटकळून साडेबारा रुपये हातात येतात. त्यात देवापुढं फोडायला तीन नारळही येत नाहीत! याशिवाय धूप-उदबत्तीसाठी दरमहा सहा रुपये! दोन-तीन वर्षांनी याच पद्धतीनं धडपड केली, तर दोनशे सोळा रुपये. प्रत्यक्ष पैसे हाती येईपर्यंत लाचेपोटी सहासष्ट रुपये जातात! मी तरी आजपर्यंत सरकारकडून एक रुपयाही घेतला नाही. मोठमोठ्या देवळातले पुजारी सरकारकडे तक्रार करतात–आम्हांला निदान सरकारी ऑफिसातल्या केर काढणाऱ्यांना आणि संडास साफ करणाऱ्यांना देता, तेवढा पगार तरी द्या! नाही तर संप करू, म्हणतात! म्हणजेच श्रद्धेनं करायच्या पूजेची काय गत म्हणायची ही!''

''तर मग आता तुमचं कशावर चाललंय्?''

''अच्युत दरमहा पन्नास रुपये पाठवतो. त्यात एकवेळचं भागतं. शिवाय घर आहे. दारात चार फुलझाडं आणि तुळशीची रोपं आहेत. तोंडानं सहस्र-पुष्पार्चनेचे मंत्र म्हणतो! फुलांचा मात्र पत्ता नसतो!'' ते म्हणाले.

पुन्हा तेच म्हणाले,

''इथंच बोलत बसलोय्! चल, घरी जाऊ या... भांडंभर कॉफी तरी पिऊन जा... ''

ते कळशी आणि वेताची टोपली घेऊन निघाले. तोही दारापाशी ठेवलेल्या चपला पायांत चढवून निघाला. ते मात्र अनवाणीच आले होते. उन्हाचा चटका सहन न होऊन गरुड-खांबाला बांधलेले दोन्ही बैल खांबाभोवती फिरत होते. त्यामुळं त्यांच्या पायांशी पडलेलं पातळ शेण आणि मूत तुडवलं जाऊन त्याची दुर्गंधी पसरली होती. ती दुर्गंधी नाकापर्यंत पोहोचलीच नाही, अशा आविर्भावात रामभट्ट दारात उभी असलेली बैलगाडी ओलांडून पुढं निघाले.

स्वतःच्या मालकीचं घर असल्यामुळं शिल्लक राहिलं होतं. शेषम्मा हयात असताना पाट किंवा चटईशिवाय ज्या जमिनीवर बसता-झोपता यायचं, त्या गुळगुळीत जमिनीचे किती तरी ठिकाणी पोपडे निघाले होते. भिंतींचे कोपरे आणि

छताच्या तुळईपाशी कोळीष्टकं लोंबत होती.

त्याला बसायला सांगून स्वयंपाकघरात कॉफी करण्यासाठी निघालेले रामभट्ट म्हणाले,

"तू इथंच जेवायला थांबला असतास, तरी चाललं असतं. अजून भात व्हायचाय्. फक्त डाळ शिजलीय्. पूजा होईपर्यंत मीही काही खात नाही. थांब तू... लगेच भात टाकतो... "

"नको. कृष्णेगौडा वाट पाहील... " म्हणत त्यानं घड्याळ पाहिलं.

साडे अकरा वाजले होते. उशीर झाला, तरी हरकत नाही, असा विचार करून छताला लोंबत ठेवलेल्या वेताच्या टोपलीत ठेवलेले जुने ग्रंथ तो पाहू लागला. जुनी पंचांगं, व्रतकथांची पुस्तकं आणि विविध पूजाविधींचा तपशील सांगणारी पुस्तकं.

दोन्ही हातांत कॉफीचे पेले घेऊन रामभट्ट बाहेर आले. त्याच्यासमोर एक पेला ठेवला आणि आपला पेला समोर ठेवून एका खांबाला टेकून ते बसले.

त्यानं विचारलं,

"एवढ्या कष्टांत इथं राहण्यापेक्षा तुम्ही हासनला अच्युतकडेच का राहत नाही?"

"मीही त्याचा विचार केला... " त्यांनी पेल्यातल्या कॉफीचा घोट डोळे मिटून औषधासारखा घशात ओतला आणि पुढं म्हणाले, "तसा महिनाभर तिथं राहूनही आलो. सूनही चांगली आहे, हाताला चव आहे–वाढतेही मनापासून! पण जेवायला बसलं, की मनात येई, मी इथं जेवतोय् आणि देवळातल्या स्वामीला पूजा नाही! कसं अन्न गिळवेल मला? एवढ्या पिढ्या पूजा करून जगल्या. आता इनाम नाही, म्हणून मी पूजा सोडून निघून आलो! या विचारानं मन भ्रमिष्टासारखं होऊन पुढच्या अन्नात विष्ठेतले पांढरे किडे वळवळताना दिसू लागले–रात्री अंथरुणाला पाठ टेकली, की देव जाब विचारायचा : हीच तुझी भक्ती? शेवटी मनात आलं... माझ्या पूर्वजांपेक्षा मी नशीबवान आहे, म्हणून मला इनामाशिवाय देवाची पूजा करायची संधी मिळतेय्!हेच अच्युतला सांगितलं आणि निघून आलो."

ते पुन्हा पेला न उष्टावता कॉफी पिऊ लागले. रवींद्रला आठवलं , आजोबांच्या : घरीही याच आकाराचे पेले होते.पण तेव्हा त्यांतून ताक प्यायचं–कॉफी नव्हे. आता त्या तापलेल्या पेल्यातून कॉफी पिणं रवींद्रला कष्टाचं वाटत होतं.

घोटभर कॉफी घेऊन तो म्हणाला,

"देवळातली सरस्वतीची मूर्ती चोरीला गेल्याचं तुम्हांला ठाऊक आहे?"

"तर! त्या दिवशी आरती करायला गेलो, तर सरस्वती माता अदृश्य! छातीत धस्स झालं! म्हटलं, माते, गावावर रागावून निघून जाऊ नकोस! देऊळ दगडी असलं, तरी दरवाजा लाकडीच असतो ना! खिळखिळा झाला होता... कुणी तरी

एक दिवस उचलून नेला.त्या वेळी मी गावातल्या सगळ्या मोठ्या माणसांना भेटून नवा दरवाजा करायला विनवलं. सगळ्यांनी मला धुडकावून लावलं. म्हणाले, देवाच्या नावाखाली पोट भरतोस ना? आता तूच कर, काय करायचं, ते! दार-कुलूप नाही... मग कुणी चोरी करणार नाही तर काय? पण मला कळत नाही... ही माणसं दगडाच्या मूर्ती का चोरतात? कारण अशा नेलेल्या मूर्तींची प्रतिष्ठापना केली, तरी त्यात तेजस उद्भवत नाही... ''

''पूजेसाठी नाही–पैशासाठी! अमेरिकेतली माणसं एकेका मूर्तीचे लाखो रुपये देतात!''

''पैशांसाठी? मूर्ती गेल्यावर मी लगेच पोलीस-पाटलांना सांगितलं. त्यांनी तर ती मूर्ती कधी पाहिलीच नव्हती. रिकामी जागा बघून ते म्हणाले, चोरी करनारा जगनार न्हाय, घ्या! द्येव घील बघून! एक कोंबडं चोरीला गेलं, की हेच चिकनंजप्पा गाव डोक्यावर घेतात! पण देवी गेल्याचं त्यांनाही काही वाटलं नाही!''

रवींद्रनं घड्याळात नजर टाकली-सव्वा बारा. कृष्णेगौडा वाट बघत असेल, हे आठवून तो उठलाच.

''जेवून गेला असतास, तर बरं झालं असतं...'' तेही म्हणाले.

◆

पायांत चपला चढवून रवींद्र निघाला. पलिकडची गल्ली ओलांडून, गौड-वस्ती मागं टाकून तो कृष्णेगौडाच्या भल्या मोठ्या कंपाऊंडपाशी आला. दोन-तीन नोकर माणसं टोकदार पाचरीनं दोन-तीन हजार नारळांच्या ढिगापुढं बसून नारळ सोलत होते. तिथं मोटारसायकल किंवा ट्रकचा पत्ता नव्हता.

त्याच्याकडे लक्ष जाताच त्यांच्यापैकी एक म्हणाला,

''गौड गावात नाहीत.''

''कुठं गेलेत? केव्हा गेलेत?''

''काल रात्री गेले, ते आले नाहीत.''

''मला त्यांनी यायला सांगितलं होतं साडे बारा वाजता.''

''तर मग बसा की आतमंदी... ''

तो आतल्या सोफ्यावर जाऊन बसला. कुठलाही क्षणी मोटरसायकलचा आवाज येईल, या अपेक्षेनं वाट पाहू लागला. काल रात्री गेला तो आलाच नाही, म्हणे. असं आयत्या वेळी काय काम निघालं, कोण जाणे! दिवसभर देवळात, ओसरीत, रामभट्टांच्या घरी–बसायला मिळालं, तरी सकाळपासून कुठंही पाठ टेकायला मिळाली नाही, हे आठवलं. त्यानं न कळत सोफ्यावर अंग रेललं. पोटात कॉफी गेली होती, त्यामुळं डोळ्यांवर झापड आल्यासारखं वाटलं. सोफ्यावर रेलून

त्यानं पाय पसरून डोळे मिटले. बाहेर नारळ सोलल्याचे चर्रर-चर्रर आवाज ऐकू येत होते. तसाच त्याचा डोळा लागला–

अर्धा-एक तास झोप झाली असावी. जाग आली, तेव्हाही बाहेरचा चर्रर-चर्रर आवाज ऐकू येतच होता. त्यानं घड्याळात पाहिलं-सव्वा वाजला होता. अजूनही कृष्णेगौडाचा पत्ता नव्हता. हा परस्पर कुठल्या कामासाठी गेला असेल, कोण जाणे! मला जेवायला बोलावल्याचं तरी त्याच्या लक्षात आहे, की नाही, कोण जाणे! घरात तरी सांगून गेलाय् , की नाही? त्याची फॅमिली तरी इथं असते, की नाही, कोण जाणे! बायको शिरा उत्तम करते, म्हणून सांगत होता, त्या अर्थी बायको इथंच असावी.

आणखी थोडा वेळ वाट पाहायची, म्हणून तो सावरून बसला. बाहेरचा नारळ सोलण्याचा आवाज थांबला. ज्यानं आत बसायला सांगितलं होतं, तो नोकर आत आला आणि म्हणाला,

"आता ते येणार नाहीत, वाटतं. परभारे म्हैसूरला गेले असावेत. तुम्ही इथं वाट बघत बसून काही फायदा नाही. आम्ही बी जेवायला जातो घराकडं."

आम्हांला 'इथं कुलूप लावून जायचं आहे–आता तुम्ही निघा' म्हणून त्यांना सांगायचंय्, हे त्याच्या लक्षात आलं.

"गौडांच्या पत्नी घरात नाहीत?"

"त्या हिकडं कुटं असत्यात? म्हैसूरला असत्यात, न्हवं का!"

रवींद्र विचारात पडला. नंतर त्यानं विचारलं,

"इथं गौड येतात, तेव्हा त्यांना कोण सैपाक करून वाढतं?"

"एक बाई हाय लिंगम्मा नावाची. गौड आले, की तीच येऊन कॉफी-उप्पीट-गव्हाची रोटी-करून देते."

आता रवींद्रला आणखीही आठवलं. काल तो आपल्याला जेवायला सांगून त्याच पावली मोटारसायकलवरून निघून गेला. इथं त्याची बायको असली, तरी तिलाही आज जेवायला कुणी येणार असल्याची बातमी ठाऊक असायची शक्यता नव्हती.

आपल्याला अत्यंत तुच्छ लेखून तिरस्कारानं भिरकाटून दिलंय्, असं रवींद्रला वाटलं. कदाचित हा कृष्णेगौडाचा स्वभावही असेल, की खरोखरच काही घटना घडल्यामुळं अपरिहार्यपणे तो काही करू शकला नसेल?

नोकरानं विचारलं,

"काय? लई अर्जंट काम व्हतं काय?"

"हं. काल रात्री मी आलो होतो. बारा-साडेबारा वाजता या, म्हणून दोन-तीनदा सांगितलं. इथंच जेवायला या, म्हणून बोलावलं होतं." त्यानं नोकराच्या प्रतिक्रियेचं

निरीक्षण करत विचारलं."

"-मग झालं, घ्या! त्यांच्यावर विसंबला तर जेवल्यासारखंच म्हणा की! आमाला बी सांगत्यात... सांजपोतर दोन हजार नारळ सोलून ठेवा... झकास मटणाचं जेवण देतो. सांजच्याला काय विचारता! नारळ सोलून ट्रकमध्ये भरून गावाला जातात... हिकडं जेवण लांब ऱ्हायलं... आमची मजुरी बी दिल्याबिगर निघून जात्यात बगा... आठ दिवसांनी देत्यात आन् सांगत्यात... अरं, माजा मित्र गेला... त्याच्या मयतीला गेलो होतो!... अशी किती दोस्तं मरत्यात, शिवाला ठावं! तसंच तुमाला बी सांगितलं असंल, घ्या!–"

कृष्णेगौडाचा स्वभाव आणखी स्पष्टपणे समजला, असं रवींद्रला वाटलं. हा पहिल्यापासूनच असा आहे, की अलीकडे असा झालाय्? हा त्याचा प्रश्न मनात अनुत्तरितच राहिला. लहानपणी काय समजतंय्? व्हॉलीबॉल खेळायचं, शहाळ्यातलं पाणी प्यायचं, एवढाच संबंध येतो तेव्हा. हा कॉलेजमध्ये शिकवतो, म्हणे. पण या व्यवसायात असल्यावर ज्या स्वभाव-विशेषांची अपेक्षा असते, तो काही दिसत नाहीत. पण... पण...

अलिकडच्या सुशिक्षितांविषयी माझी जाणच अपुरी आहे, की काय, कोण जाणे! त्यानं बाहेर येऊन चपला पायांत चढवल्या.

एव्हाना पोटात बऱ्यापैकी भूक जाणवत होती. राजशेखरच्या घरी अन्न असेलच. आणखी काही नाही, तरी ताक-भाक तरी निश्चित असेल. असा विचार करून तो तिकडं जायला निघाला. वीस-पंचवीस पावलं चालून गेल्यावर त्याची पावलं थबकली. सगळी हकीकत समजली, की तो एवढ्यावर गप्प बसणार नाही. या प्रसंगाला अवास्तव महत्त्व देऊन त्याच्या संपूर्ण जातीचं मूल्यमापन करायला बसेल तो! त्यामुळं आता तिकडं जाणं योग्य नव्हे.

पुढच्या कोपऱ्यावरच्या एका किरकोळ दुकानात मिळालेला एक बिस्किटचा पुडा आणि दोन केळी त्यानं विकत घेतली. ती खाल्ल्यावर थोडा जिवात जीव आला. यावर दोन शहाळी मिळाली, तर–

मळ्याच्या दिशेनं जायचं. ज्या मळ्यात किंवा बागेत माणसं दिसतील. त्यांना सरळ सांगायचं, मला दोन शहाळी हवी आहेत. काय असेल, तो दर सांगा.

गाव ओलांडून, मधल्या वस्त्या ओलांडून पुढं जात असताना त्याच्या न कळत त्याची पावलं त्यांच्या मळ्यापुढं येऊन थबकली. पुढचं फाटक लोटलं असलं, तरी त्याला कुलूप घातलं नव्हतं. आत गाई-बैल-वासरं चरत होती. गेट उघडून तो आत शिरला.

व्वा! या नारळी-वीस वर्षांपूर्वी पाहिल्या होत्या मी. किती तरी उंच झालेत हे माड! लहानपणी एवढी-एवढी असलेली रोपं आता केवढाली झालेत! खरोखरच

फार छान ठेवलंय् सगळं!

सभोवताली बघत तो पुढं चालला होता. तोच एका कुठल्याशा कोपऱ्यातून आवाज आला,

"कुठल्या गावचे पाव्हणं? हितं कशाला आला?" कुठूनशा आलेल्या चौदा-पंधरा वर्षांच्या मुलानं विचारलं."

"आमचंही हेच गाव आहे. या मळ्याचे मूळ मालक आम्ही... मळा कसा आहे, ते बघावं, म्हणून आलोय्. दोन शहाळी हवी होती. तुझे अप्पा कुठं आहेत?"

"मूळ मालक म्हणजे कोण?" त्या पोरानं आक्षेप घेतल्याप्रमाणे विचारलं.

"वेंकटसुब्बय्या नावाचे या मळ्याचे मालक होते. त्यांचा मी नातू..."

तो मुलगा संशयानं रवींद्रकडे पाहत होता. नंतर काही तरी विचार करून तो वेगानं तिथून पळत सुटला.

गुरं चरत होती. तो मुलगा आपल्या वडलांना बोलावून आणायला गेलाय्, हे स्पष्ट होतं.

रवींद्रनं मळ्यात एक फेरफटका मारला. कलमी आंब्यांपैकी एक गेलाय्. बदामी आंबा मात्र टिकलाय्. अरे, हा चंद्र-फणस नाही का! फणस खायचा असेल, तर चंद्र-फणसच खायला पाहिजे. बाकी कुठल्या जातीच्या फणसाला हातही लावू नये. तलावालगतची दोन्हीही चाफ्याची झाडं छान वाढली आहेत! झाडांची वयं झाली, की फुलं यायचं प्रमाणही कमी होतं. त्यातला एक नागचाफा आणि दुसरा सोनचाफा! चाफा म्हटला, की आजीचा जीव की प्राण! देवाला ती चाफाच वाहायची. डोक्यावरचे केस विरळ झाले असले, तरी आठ-दहा चाफ्याची फुलं गुंफून ती अंबाड्यावर माळत होती. किती तरी वेळा मी या झाडांची फुलं खुडून तिला नेऊन देत होतो. बऱ्याच वेळा फुलं गुंफूनही मीच देत असे. चाफा पाहिला, की तिचा चेहरा आनंदानं फुलून जाई.

रवींद्र तलावासमोर उभा राहिला.

यांनी तलावाच्या पायऱ्या नीट राखलेल्या नाहीत. आजोबा दरवर्षी तलावातलं सगळं पाणी काढून, गाळ काढून, पायऱ्यांच्या भेगा नीट लिंपून, सगळा तलाव लखलखीत करत होते. तलावात एखादं नाणं टाकलं, की तळाशी पडलेल्या नाण्याचा वरचा भाग छाप आहे, की काटा आहे, हेही सांगता येत असे. याच तलावात, होय, याच तलावात आजीनं ऋषिपंचमीच्या व्रताची सांगता करताना अनेक वेळा अंघोळ केली होती.

होय. त्याला सारं काही स्पष्टपणे आठवत होतं. दिल्लीहून अप्पा-अम्माही त्यासाठी आले होते. मी इथंच होतो तेव्हा. आईचे भाऊ-भावजया, इतरही किती तरी नातेवाईक इथं जमले होते. गणेशचतुर्थीचा दुसरा दिवस–किती वर्षांपूर्वीची ही

घटना? सुमारे दहा वर्षांचा मी–म्हणजे सुमारे तेहत्तीस वर्षांपूर्वीची ही हकीकत.

सुमारे बावन्न-त्रेपन्न वर्षांची आजी. पाळी पूर्णपणे थांबल्यानंतर–पुन्हा विटाळ दिसणार नाही, याची खात्री झाल्यानंतरचं हे व्रत. आजीच्या चेहऱ्यावर किती धन्यतेची भावना दिसत होती! कायमची कटकट संपल्याची भावना! विटाळा-चांडाळापासून कायमचं मुक्त झाल्याची भावना! व्रताचाच एक भाग म्हणून तिला असंख्य वेळा पाण्यात–याच पाण्यात डुबक्या घ्यायला लागल्या होत्या. तिला अशक्य होई, तेव्हा तिच्या ऐवजी आणखी कुणी तरी–त्या वेळी नव्यानं पोहायला शिकलेला मी–तिचा हात धरून आणि दुसऱ्या हातानं नाक बंद करून पाण्यात बुड्या मारल्याची आठवण... एक-दोन-तीन-चार मोजत पंचवीस-तीस डुबक्यांनंतर एकदा पुन्हा नीट श्वास घेऊन पुन्हा डुबक्या मारणं–असं प्रत्येक वेळी–एकशे आठवेळा.

-आता सगळं आठवतानाही मनात उत्साह भरून राहिला होता. त्या वेळी माझ्या दृष्टीनं या सगळ्याचा अर्थ–यानंतर दर महिन्याला आजी बाजूला बसणार आणि आजोबा स्वयंपाक करणार, ही कटकट संपली, एवढंच वाटलं होतं. परवा-परवा कुठल्याशा संदर्भात 'व्रतचूडामणि' वाचताना किती तरी तपशिलांचा अर्थ उकलत गेला. 'मम देहे रजसंपर्क जनन-दोष परिहारार्थं–' असा संकल्प केल्यावर पंचगव्यानं शुद्धी करून यमुना नदीची पूजा करणं, त्यानंतर कश्यप-भारद्वाज-विश्वामित्र-गौतम-जमदग्नी-वसिष्ठ-अगस्त्य आणि अरुंधती यांना एकेक करून, आवाहन करून, प्रार्थना करायची–कारण हे सप्तर्षी आणि अरुंधती स्वतंत्र, चित्त स्वाधीन असणारे, स्व-रूप-सुखी, प्रवृत्ति धर्मपालक, निवृत्तिधर्म दर्शक आहेत–त्यांचे हे सर्व गुण आपल्याला प्राप्त व्हावेत, म्हणून ही प्रार्थना!

त्यानंतर ऋषिपंचमीची कथा सांगितली होती. पूर्वाश्रमी लोककंटक असलेल्या व्रतासुराचा संहार केल्यामुळे देवेन्द्राला ब्रह्महत्येचा दोष प्राप्त झाला. त्यातून बाहेर पडण्यासाठी देवेंद्रानं ब्रह्मदेवाची प्रार्थना केली. त्या वेळी दयाळू ब्रह्मदेवानं इंद्राच्या माथी आलेला ब्रह्महत्येचा दोष काढून अग्नीच्या प्रथम-ज्वाळेत एक भाग, नदी-प्रवाहात एक भाग, झाडं-झुडुप, डोंगर-दऱ्यांमध्ये एक भाग ठेवून स्त्रियांमध्ये चौथा भाग ठेवला. त्यामुळे रजस्वला होणाऱ्या स्त्रियांवर दोषाचा डाग बसतो. विशिष्ट वय टळल्यावर त्यांची यातून मुक्तता होते... .त्याचं मन ऋषिपंचमीच्या पूजेमध्ये मग्न होऊन गेलं होतं. विटाळशी होणं म्हणजे जनन-क्रियेच्या चक्रामध्ये कायमचं गुरफटून जाणं–निसर्गाच्या अंतःप्रवाहात सापडणं. त्यातून सुटका झाल्यानंतर ऋषीसमान होणं–स्वतंत्र होणं-स्व-रूप-सुखी होणं–खरोखरच स्त्रीच्या दृष्टीनं केवढी सुटकेची भावना ही! मातृत्व ह्या निसर्गाच्या कटातून मोकळं झाल्याची ही अवस्था!

ऋषिपंचमी व्रत घेतलेली स्त्री नवऱ्याचा संपर्क पूर्णपणे वर्ज्य मानायची, म्हणे. पती-पत्नीमध्ये निसर्ग-सुलभ संबंधाचा अंत होऊन केवळ आध्यात्मिक आणि आत्मिक संबंध राहायला हवेत, म्हणे. त्यामुळे पतीच्या अनुमतीशिवाय कुणीही पत्नी हे व्रत घेऊ शकत नाही, म्हणे.

आजीच्या ऋषिपंचमी-व्रताच्या वेळी आजोबा किती उत्साहानं घरभर वावरत होते! थंड पाण्यात डुबक्या घेताना ओल्या कपड्यांनिशी कंबरभर पाण्यात ती उभी राहिली, तेव्हा ते स्वतः सुकलेला पंचा तिच्याकडे देऊन 'लवकर केस पुसून घे, बघू-' म्हणून दटावत होते. ऋषिपंचमीव्रताआधी आणि नंतरही आजोबांचा आजीवर किती जीव होता! जीवनात एका विशिष्ट पातळीवर हे व्रत 'ब्राह्मण-क्षत्रियो वैश्य शूद्रा वादी–' सगळ्यांनी आचरावे, असं त्या वेळी पुरोहितानं सांगितल्याचं आता तेहत्तीस वर्षांनंतर रवींद्रला आठवलं. त्या वेळी आजीनंही स्वतःचे केस पुसण्याऐवजी 'लेकरानं एकशे आठवेळा बुड्या मारल्यात-' म्हणत माझंच डोकं पुसायला सुरुवात केली होती. आजही रवींद्रला तिचा केसांमधून फिरणारा आणि पाठ गोंजारणारा स्पर्श आठवला.

या तलावात बुडी मारायची अदम्य इच्छा रवींद्रच्या मनात जन्मली. त्या वेळी आजीसाठी मारल्या होत्या, तशा एकशे आठ नव्हे, दोन-तीन बुड्या!

त्यानं अंगातला शर्ट-बनियन-पँट काढली. कपड्यांमध्ये कॅमेरा गुंडाळून ठेवून तो पाण्यात एकेक पायरी उतरू लागला. पावलं-पोटऱ्या-गुडघे-मांड्या-कंबर-नाही. पाणी त्या वेळी असायचं, तेवढं स्वच्छ नाही. सर्वांगाला खाज जाणवू लागली, तरी पुढं जात त्यानं बुडी मारली. एक-दोन-तीन... हात, दंड, खांदे, छाती चोळत त्यानं पुन्हा बुडी मारली.

तोच त्याला कुणी तरी हाक मारल्याचं ऐकू आलं,

"कोन हाय, बे? कुनाला इचारून आलास? तंगडं मोडू काय?"

रवींद्रनं पाहिलं–एक चाळिशीतला खाकी निकरवर दुमडलेली लुंगी गुंडाळलेला धुरकट शर्टाचा माणूस त्यालाच जाब विचारत होता. त्याच्या एका हातात दंडुका आणि दुसऱ्या हातात कुऱ्हाड होती. तलावाच्या भोवताली आणखीही दहा-पंधरा माणसं युद्धाच्या आविर्भावात उभी होती. त्यांच्यापैकी तिघा-चौघांनीही त्याच्या आवाजात आवाज मिसळला.

आपलं एवढं काय चुकलं, हे रवींद्रला कळेना. पण आपला संयम ढळला, तर आपली धडगत नाही, हेही त्याच्या लक्षात आलं. तो दृढपणे पावलं टाकत आपल्या कपड्यांपाशी आला आणि त्यानं त्या चाळिशीतल्या माणसालाच विचारलं,

"का, रे? एवढं किंचाळायला काय झालं?"

या प्रतिक्रियेमुळं तो माणूस चांगलाच गडबडला. त्याच्यापलिकडचा हातात

घड्याळ बांधलेला माणूस म्हणाला,

"जुन्या धन्यांचा नातू हाय, म्हणं! या मळ्याचं आता ह्ये मालक हायेत! कुटल्या बी कोर्टात गेलास, तरी उपयोग न्हाय... "

"मला दोन शहाळी हवी होती. विकत! दोन-दोन रुपये पडले, तरी चालती."

हातवारे करत तो म्हणाला,

"दोन रुपयांना शहाळं द्यायला माझे माड वाटेवर पडलेत काय!"

"तर मग तीन रुपयांना दे... " म्हणत त्यानं आपला शर्ट उचलला आणि त्याच्या खिशातून दहाची नोट काढून त्याच्या समोर धरली.

आता त्या माणसाच्या चेहऱ्यावरचे सगळे उग्र भाव जाऊन तो गोंधळल्यासारखा झाला. आपण फार किंमत सांगितली... आपण अनावश्यक उद्धटपणानं वागलो, म्हणून तो थोडा शरमल्यासारखाही झाला होता.

रवींद्रनं सभोवताली नजर फिरवली. बाराजणं हातांत काठ्या घेऊन सभोवताली उभे होते. त्याच वेळी पहिल्यांदा ज्यानं धावत जाऊन सगळ्यांना बातमी दिली होती, तो मुलगाही धावत येऊन त्यांत दाखल झाला.

रवींद्रनं दहा रुपयांची नोट खिशात ठेवली आणि शंभर रुपयांची नोट त्याच्या पुढ्यात धरून तो म्हणाला,

"हे घे--- शंभर रुपये आहेत. माझ्या-तुझ्या-सकट इथं आपण चौदाजण आहोत. सगळ्यांना दोन दोन शहाळी काढून दे. अठ्ठावीस शहाळी–एकेका शहाळ्याला तीन-तीन रुपये ना? म्हणजे एकून चौऱ्याऐंशी रुपये झाले. तुझ्याकडे सुटे असतील, तर उरलेले चौदा रुपये दे–नसतील तर राहू देत तुझ्याकडे. चल... उतरव अठ्ठावीस शहाळी... !"

कुणीही अवाक्षर बोललं नाही. त्यानं मान वर करून सगळ्यांवरून नजर फिरवली. आश्चर्याबरोबर सगळ्यांच्या चेहऱ्यांवर अधाशीपणा दिसत होता.

त्यानं पुन्हा सांगितलं,

"घे. खिशात ठेव. मला तहान लागलीय्... " म्हणत त्यानं शंभराची नोट त्याच्या खिशात कोंबली.

खिशात नोट असलेला आता गप्प राहिला. त्याच्या शेजारचा म्हणाला,

"सोमण्णा... आमाला नकोत शहाळी... आमांस्नी आमचे सहा-सहा रुपयेच दे!"

"तुम्हाला काय करायचंय् ते करा--- मला तरी तहान लागलीय्... मला शहाळी काढून द्या."

आता तो माणूस मुलाला म्हणाला,

"अरे, वसंता! बगतोय्स काय! पळ... ह्या कोपऱ्यातल्या झाडाची दोन

शहाळी घेऊन ये. आन् दे तासून... ''

बातमी सांगायला धावत गेलेला मुलगा पुन्हा धावला. रवींद्रनंही अंगावर कपडे चढवले. खिशातल्या कंगव्यानं ओले केस विंचरत असतानाच तो मुलगा दोन शहाळी घेऊन आला. सोमण्णानं 'दे त्यांना-' म्हणून सांगितल्यावर त्यानं सोलून वरचा भाग फोडून शहाळं रवींद्रच्या हातांत दिलं. शहाळी रिकामी झाल्यावर त्यानं सांगितलं,

''सगळे एकीकडे उभे राहा... एक फोटो काढतो... ''

फोटोसाठी उभं राहावं, की राहू नये, या विचारात पडलेल्यांना सोमण्णानं 'चला, रे-' म्हणून एकत्र बोलवलं. सगळे हातांतल्या काठ्या-कोयत्यांसह फोटोसाठी येऊन उभे राहिले.

फोटो काढून झाल्यावर ओली अंडरवेअर घट्ट पिळून घेत रवींद्र तिथून निघाला. त्याच्या सर्वांगाला खाज सुटली होती. त्या पाण्यात अंघोळ केल्यामुळं अंग खाजतंय्, हे त्यालाही ठाऊक होतं.

मळ्यातून बाहेर पडून बांधावरून गावाकडे परतत असताना त्याचं मन घडलेल्या घटनेविषयी विचार करत होतं. एक विसंगत प्रसंग–त्याच्या मनानं त्या प्रसंगाचं विश्लेषण केलं. मळ्याचा आजचा मालक सोमण्णा आणि त्याच्या बरोबरची माणसं नैतिक दृष्ट्या किती तुच्छ आहेत, हे मी दाखवून दिलं–मी जिंकलो! पाठोपाठ वाटलं, असं मी म्हणतोय्! ती माणसं म्हणत असतील, या बामनाला आपली चूक उमगली... आन् कसं घाबरून पैसे देऊन पळून गेलं!

आमची जमीन तुम्ही फसवून घेतली, तरी त्या भूमीवर तुम्ही शहाळी प्या... त्याचे पैसे मी देईन, असं दाखवून त्यांना कुत्र्यासारखी लाळ घोटायला लावली मी... याहून त्यांचं आणखी काय अधःपतन होणार?

आजच्या बसवनपूरच्या रीती-नीती एका गृहीतामध्ये पकडणं शक्य नाही, हे त्याला मनोमन जाणवलं. राजशेखरच्या घरी जाऊन साबण लावून अंघोळ केल्याशिवाय सर्वांगाची खाज थांबणार नाही, असा विचार करून तो झपाझप चालू लागला.

◆

रवींद्र घरी पोहोचला, तेव्हा राजशेखर शाळेत होता. अंघोळ करून तो डोकं पुसत बाहेर आला, तेव्हा राजशेखरच्या आईनं-रुद्रम्मांनी विचारलं,

''गार पाण्यानं का अंघोळ केलीत? सांगितलं असतं, तर पाणी तापवून दिलं असतं की!... ''

''काही नाही... पाणी कोमट होतं.''

''चला जेवायला... ''

''जेवण झालं ना... ''

"लाजू नका. राजण्णानं सांगितलं. कृष्णेगौडा तुम्हांला जेवायला यायला सांगून निघून गेलाय्, तो आलाच नाही, म्हणे! ते लाजून काही सांगणार नाहीत. तू त्यांना आल्यावर जेवायला वाढ... "

रवींद्रला आश्चर्य वाटलं. राजशेखरला हे सगळं कसं समजलं असेल? अगदी किरकोळ घटनांचा वेध घेत बातम्यांच्या मुळाशी जाणं पत्रकार असलेल्या रवींद्रच्या दृष्टीनं काही फारसं अगम्य नव्हतं. कृष्णेगौडाच्या प्रत्येक हालचालीवर राजशेखरनं आपली सर्व ज्ञानेंद्रियं रोखून ठेवली असतील काय?

तो विचारात गढला असता रुद्रम्मांनी त्याला पुन्हा हाक मारली,

"चला... जेवायला चला... "

यावर आता अधिक चर्चा नको, म्हणून तो मुकाट्यानं लाकडी पाटावर जाऊन बसला. तो जेवत असताना रुद्रम्मा म्हणाल्या,

"ती माणसंच तसली आहेत. अय्यो! आम्ही या गावात कसे सापडलोय्, म्हणून सांगू! काही सांगायची सोय नाही!"

"काय करतात ते?"

"आमची पिकं हाता-तोंडाशी आली, की त्यांत गुरं सोडायची... भाताचं पीक असेल, तर रातोरात आमच्या पाळीचं पाणी आमच्या शेतात जाऊ नये, असं करायचं! या गावात तुमच्या जातीची सहा घरं होती. ते सगळे एकेक करून आपली शेती-वाडी, घर-जुमला सगळं विकून कुठल्या ना कुठल्या शहरात जाऊन राहिले आहेत. ते सगळे का गेले, असं वाटतंय् तुम्हांला? आता सगळे बामण हाकलून झाले... आता आम्हांला हाकलून आमच्या जमिनीही बळकावायचा त्यांचा कट आहे!"

"पण या गावात तुमच्या जातीचेच जास्त लोक आहेत ना? एवढ्या जास्त संख्येनं असलेल्या लोकांविरुद्ध काय करता येईल?"

"या गावात आहेत; पण भोवतालच्या गावांमध्ये तेच लोक जास्तीचे आहेत ना! कोयते-विळे घेऊन येतात! काही तरी करून आम्ही आमची माणसं असलेल्या गावात शिरायला पाहिजे. तिपटूरला जाऊन पडावं, म्हणतोय्, झालं! जमीन विकून जायचं, म्हटलं, तर ते सगळे एक होतात आणि अगदी कमी किमतीत मागतात!"

यावर रवींद्रनं कुठलीही प्रतिक्रिया व्यक्त केली नाही; पण या विधानाची सत्यासत्यता पारखून पाहायचं त्यानं मनोमन ठरवलं. जेवण झाल्यावर बाहेर पडत त्यानं आपण राजशेखर शाळेतून यायच्या वेळी माघारी येईन, म्हणून सांगितलं आणि रामभट्टांच्या घरची वाट धरली.

तो त्यांच्या घरी पोहोचला, तेव्हा रामभट्ट वामकुक्षी आटोपून नुकतेच उठून बसले होते. त्याला पुन्हा आलेला पाहून त्यांनी त्याचं स्वागत केलं,

"ये, ये..."

समोरच्या भिंतीला टेकून बसल्यावर त्यानं विचारलं,

"एक गोष्ट विचारायची होती, म्हणून आलो. या गावात एकूण सहा ब्राह्मण घरं होती ना? त्यांतले एकेक करून का घर-शेत विकून निघून गेले? त्यांच्या जमिनी कुणाला गेल्या?"

"प्रत्येकाची कथा वेगवेगळी आहे. विहिरीपाशी हिरणय्या राहायचे, ते 'ब्राह्मणो भोजनप्रियः-' या म्हणीसाठी मुद्दाम बनवलेली व्यक्ती! प्रत्येक सणा-सुदीला ठरावीक खाद्य-पदार्थ करायचे, म्हणजे करायचेच! कर्ज झालं... व्याज वाढलं... थोरल्या मुलीच्या लग्नासाठी थोरलं शेत गहाण ठेवलं... तिच्या फलशोभनासाठी मळा गहाण ठेवला... त्याचं व्याज वाढलं... दुसऱ्या मुलीच्या लग्नाच्या वेळी दुसऱ्या शेतावर पैसे काढले. त्यांच्यावरचं व्याज वाढायला लागलं... होसहळ्ळीच्या मरेनिंगेगौडानं व्याज भरपूर वाढेपर्यंत दम खाल्ला आणि हिरणय्याच्या तिसऱ्या मुलीच्या लग्नाच्या वेळी अगदी कमी किमतीत सगळं खरेदी करून ते प्रकरणच संपवलं."

"हिरणय्यांचा धाकटा भाऊ नरसप्पा?"

"तो खूप राबत होता. पण भोवतालच्या लोकांच्या कटकटी त्याला सहन होईनात. इतकी कटकट झाली, की हे गाव नको आणि जमीनही नको, असं त्याला होऊन गेलं."

"कुणी केलं असं?"

"लिंगायतांपैकी गुरुशांतय्यानं–त्याच्या शेताच्या पलीकडे असलेल्या जमिनीचा मालक चन्नमल्लय्यानं. नरसप्पा जमीन विकायला तयार झाला, तेव्हा एक गिऱ्हाईक जास्त रक्कम देऊन जमीन घ्यायला तयार झालं होतं; पण या दोघांनी 'कोण हिकडं पाय टाकतोय्, बघतो-' म्हणून दमदाटी केली. त्यामुळं गिऱ्हाइकाचाही नाइलाज झाला. मग अगदी किंमत पाडून जमिनीची खरेदी केली आणि त्याला गावाबाहेर निघून जावं लागलं. तसंच कोपऱ्यातल्या नारायणप्पांना नोणब लिंगायतांच्या मल्लिकार्जुनय्या, रेवण्णा आणि शिवरुद्रप्पा या तिघांनी नोकर-माणसं मिळणार नाहीत, असं पाहिलं. कुणी नोकर तिकडं जायला लागला, की 'बामणाच्या शेतावर राबताना दिसलास, तर तंगडंच मोडतो बग-' म्हणून दमदाटी करत. परिणामी त्यांनाही जमीन विकावीच लागली. तुमच्या घराचं तर तुला ठाऊक आहेच. अग्रहारामधल्या अण्णय्याची जमीन–तू दुपारी जेवायला गेला होतास ना? त्या कृष्णेगौडाचे वडील–हाळेगौडा यांनी असाच गडबड-गोंधळ करून मारली. त्यामध्ये वयात आलेल्या कृष्णेगौडाचाही सहभाग आहे. आपल्या बरोबरीच्या सगळ्यांची अवस्था बघून व्यंकटरामय्यांनी हाय खाल्ली आणि यानंतर आपणही या गावात

राहणं शक्य नाही, सगळं विकून कुठल्या तरी मोठ्या गावात जाऊन राहणं शहाणपणाचं आहे, असं ठरवलं. हासनकडचा कुणी तरी एक-डावा हातवाला, की उजवा हातवाला कोण जाणे... पण अलीकडे हरिजन म्हणतात ना? त्यांच्यापैकी एक पैसेवाला होता–तो जमीन विकत घ्यायला आला. सगळा व्यवहार नीट ठरला. पण या गावातले लिंगायत आणि दुसऱ्या जातीचे या दोघांना 'आमच्यामध्ये हरिजन नको-' म्हणत त्या माणसाला प्रत्यक्ष-अप्रत्यक्ष एवढी दमदाटी केली, की दिलेले ॲडव्हान्सचे हजार रुपयेही न मागता तो निघून गेला, तो आलाच नाही.''

"आता तुम्ही जमिनी गमावलेल्यांच्या हकीकती सांगितल्यात–ते सगळे मातीत प्रत्यक्ष राबत होते? की मजुरांवरच अवलंबून होते?"

"मजुरांवर... खरंय् तू म्हणतोस, ते... '' त्याचा प्रश्नाचा रोख ओळखून ते म्हणाले, "पण याच गावातील लिंगायत आणि इतर वरच्या जातींतले तरी स्वतः कुठं मातीत राबत होते? आता तरी कुठं राबतात? तेही आपल्या जातीतल्या मजुरांना सांगतात... दुसऱ्या जातीच्या लोकांच्या जमिनीत का राबता? फक्त आपापल्या जातीतल्या लोकांच्या शेतातच राबा! एकंदरीत नोकर मिळणार नाहीत, अशी त्यांनी परिस्थिती करून ठेवली. तसं पाहिलं, तर इतर कुणीही नोकर माणसांना ब्राह्मणांइतकं चांगलं वागवत नाहीत. पण जातीच्या नावाखाली त्यांची डोकी बिथरवून ठेवली, तर कोण काय करेल? शिवाय भांडण-तंडण म्हटलं, की ब्राह्मण नेहमीच मागं सरतात, हे त्यांना ठाऊक आहेच. त्यामुळं त्यांनी जमीन हिसकावून ब्राह्मणांना गावाबाहेर हाकललं.''

"ही लिंगायत माणसं या बाबतीत कशी आहेत?"

"लिंगायत?... '' छताकडे पाहत काही वेळ विचार करत ते म्हणाले, 'ब्राह्मणांच्या तुलनेत बघितलं, तर ते अधिक धैर्यवान. त्यांनी ब्राह्मणांना गावाबाहेर काढलं. पण मांस वगैरे खाणारी बाकीची माणसं आली, की यांची शेपूट आत जाते! काही झालं, तरी मांस खाल्ल्यामुळं रक्तपाताची किळस वाटेनाशी होते.''

म्हणजे रामभट्ट मांसाहाराला अनुमोदन देताहेत, की काय? त्याच्या मनात संदेह निर्माण झाला; पण संदर्भ आठवताच, तिथं तसा आशय नाही, हे त्याला स्पष्टपणे जाणवलं. एकाएकी त्याला आपल्या मुलाची–अनुपची–आठवण झाली. आताच 'माझी मर्जी... मी चिकन खाणार' असं केवळ इच्छेमुळं सांगणाऱ्या मुलाचा स्वभाव नंतर कसा होईल?

पण या प्रश्नाचं असं सर्वसाधारणी-करण करणंही शक्य नाही. भारताबाहेरच्या एवढ्या मोठ्या जगात, (काही तुरळक अपवाद वगळता) सगळी माणसं मांसाहारीच आहेत. त्यांच्यामध्येही सात्त्विक-राजस-तामसी माणसं आहेतच ना?

रामभट्ट पुढं म्हणाले,

"हे सगळं बघितलं, म्हणजे वाटतं... या जीवनातही श्वान-न्यायच चालतो. समज, एक कुत्रं आपल्यापुरतं राहतंय्. शेजारचं कुत्रं गप्प राहत नाही–ते गुर्रर करतं. त्या वेळी या कुत्र्यानंही गुरकावून "मीही काही कमी नाही... तुझ्याहून जोरात गुरकावतो... भुंकतो, तुझ्याहून क्रूरपणे चावतो... " म्हणून दाखवून दिलं, तर ते कुत्रं गप्प राहतं. या कुत्र्याशी ते मैत्रीही करतं. ब्राह्मणांचं काय आहे सांगू? यांना गुरगुरायची लाज वाटते, चढाई करायची भीती वाटते! मग मागच्या पायांमध्ये शेपूट घालून पळून जाण्याशिवाय काय करणार? आजही तसेच पळून जाताहेत."

रामभट्टांनी केलेली तुलना रवींद्रलाही पटली. ही केवळ खेड्यातल्या वातावरणाशीच लावून पाहायची गरज नाही–राजकीय पक्ष, कारागिरी उद्योगातही हेच वातावरण दिसतं–मोठे कारखाने लहान कारखान्यांनाही याच प्रकारे गिळंकृत करतात, हे तोही दररोज बघतच होता. लहान राष्ट्रांना मोठाली राष्ट्रंही असंच.

रामभट उठत म्हणाले,

"कॉफी आणतो थांब... "

सकाळचा कॉफीचा लोटा आठवत रवींद्र उत्तरला,

"मला नको. दुपारनंतर मी घेत नाही. मी नंतर पुन्हा येतो... " म्हणत तो उठलाच.

◆

रवींद्र घरी पोहोचला, तेव्हा राजशेखर घरी आला होता. त्याला पाहताच राजशेखरच्या चेहऱ्यावर हसू उमटलं. या गावात कोण काय लायकीचं आहे, ते मी जाणून आहे, असा भाव त्याच्या चेहऱ्यावर उमटला होता. पण त्यानं तो विषय तोंडानं उच्चारला नाही. त्याऐवजी त्यानं सांगितलं,

"संध्याकाळी आमचे हेडमास्तर तुला भेटायला येणार आहेत. उद्या तुला आमच्या शाळेत येऊन व्याख्यान द्यायला हवं!... "

"नको, रे! मी आलोय् ते कामच वेगळं..."

"तुझं जन्मगाव हे! एवढ्या मोठ्या जागेवर जाऊन पोहोचलास! तुझे अनुभव आमच्या विद्यार्थ्यांना सांगून त्यांच्या मनात स्फूर्ती निर्माण करायला नको काय?"

एकंदरीत हेडमास्तर आले, तेव्हा त्याला त्यांचं निमंत्रण मान्य करावंच लागलं.

कार्यक्रम दुपारनंतर असल्यामुळं रवींद्र सकाळी उठल्यावर खाणं आटोपून गावात फिरायला बाहेर पडला. घरी येऊन, जेवून, त्यानं एक निवांत झोप काढली आणि नंतर बोलावून न्यायला आलेल्या राजशेखरबरोबर शाळेत गेला.

त्याला आठवत होतं... आपण इथं शिकत असताना इथं हायस्कूल नव्हतं.

असतं, तर आजोबा-आजीपाशी राहून इथंच शिकता आलं असतं. बस-स्टँडच्या दिशेनं जाताना वाटेत आजोबांनी बांधलेल्या हॉस्पिटलच्या इमारतीजवळच काही अंतरावर हायस्कूलची इमारत होती. कार्यक्रम छोटा आणि शाळेपुरता असला, तरी आजूबाजूच्या गावांमधले सात-आठ जण तिथं आलेले दिसले. मुलं आपसांत कुजबुजत बसली होती. या वैतागापेक्षा खेळायला सोडलं असतं, तर किती बरं झालं असतं, अशी भावना त्यांच्या चेहऱ्यांवर स्पष्ट दिसत होती.

हेडमास्तर समारंभाचे अध्यक्ष होते. त्यांच्या उजव्या हाताला रवींद्र बसला. डावीकडे राजशेखर बसला. पाहुण्यांचा परिचय आणि स्वागत करणं ही कामं राजशेखरची होती. तो उभा राहताच विद्यार्थ्यांची कुजबूज थांबली.

राजशेखरनं इंग्लिशमध्ये बोलायला सुरुवात केली. इंग्लिश वृत्तपत्राचे संपादक आले आहेत, म्हणून, की आपण इंग्लिशचा शिक्षक असल्यामुळं, कोण जाणे! त्याच्या संपूर्ण भाषणामध्ये इंग्लिशमध्ये बोलल्यामुळंच माणसाचं थोरपण सिद्ध होतं, ही त्याची धारणा पदोपदी स्पष्ट दिसत होती. आपलं भाषण लिहून काढून त्यानं पाठ केलं असावं, असं ऐकणाऱ्यांना जाणवत होतं. मध्येच पुढचं आठवेनासं झालं, तेव्हा तो क्षणभर घामेजून गेला. त्यानं पटकन खिशातली चिठी काढली आणि घडा-घडा आपलं भाषण वाचू लागला. शाळेत आपण मुलांना शिकवलेले उपसर्ग मुद्दाम जोर देऊन उच्चारत, काही ठिकाणी 'नॉट ओन्ली बट् ऑल्सो' वगैरेचा वापर करत सो फार आय् नो–वगैरे सांगत 'इंग्लिश वृत्तपत्राच्या संपादक स्थानावर पोहोचलेल्या' रवींद्रचा मोठेपणा, स्वतःचा मोठेपणा दाखवत त्यानं मुलांवर ठसवायचा प्रयत्न केला. 'एवढी महान व्यक्ती' कशी आपली दोस्त आहे आणि आपण कसे त्याच्याशी व्हॉलीबॉल खेळत होतो, हे सांगून झाल्यावर त्यानं रवींद्रच्या आजोबांनी जमीन आणि पैसे देऊन कशी हॉस्पिटलची इमारत गावाला दिली, हे सांगितलं. नंतर कन्नडमध्ये असलेली 'गाव उपकार जाणत नाही–प्रेत शृंगार जाणत नाही' या अर्थाची म्हण कन्नडमध्येच सांगितली आणि पाठोपाठ आज तिथली नावाची फरशी कशी एका समाजाच्या लोकांनी बदलली आहे, हे विशेष आस्थेनं सांगितलं.

राजशेखर इंग्लिशमध्ये धडपडत डुंबत असताना रवींद्र समोरच्या मुलांच्या चेहऱ्यांकडे लक्ष देऊन बघत होता. आपण इंग्लिश-शिक्षक असल्यामुळं कन्नडमध्ये भाषण करायचं नाही, अशी यानं शपथ वगैरे घेतलीय्, की काय! की या शाळेतले सगळेच कार्यक्रम इंग्लिशमध्ये करतात, म्हणायचं? आता आपण कुठल्या भाषेत बोलायचं? हायस्कूलला गेल्यापासून त्याला कन्नड लिहा-बोलायची सवय नव्हती. पण आपण इंग्लिशमध्ये बोललो, तर या मुलांना काहीच कळणार नाही. साध्या रोज बोलायच्या भाषेत काही सांगितलं, तर मुलांना काही प्रमाणात तरी पोहोचेल,

असा विचार करून त्यानं आपली वेळ येताच साध्या कन्नडमध्ये बोलायला सुरुवात केली.

कन्नडमध्ये तो बोलू लागताच मुलांचे चेहरे आनंदानं फुलले. सुरुवातीला त्यानं आठ-दहा वाक्यांत आपल्या विद्यार्थि-दशेतल्या काही आठवणी सांगितल्या. नंतर त्यानं आता आपण या गावी का आलोय्, यामागचं कारण सांगितलं. त्या निमित्तानं त्यानं गावच्या देवळाचा इतिहास, गावाचा इतिहास, आज त्या देवळाची असलेली दुरवस्था, इथली सरस्वतीची मूर्ती चोरीला गेल्याचं सांगून अशा वास्तू कशा देशाच्या सांस्कृतिक संपत्तीचा ठेवा आहेत, हे सविस्तरपणे सांगितलं. त्यानंतर आस्वान धरण उभारल्यामुळं बुडलं जाणारं पुरातन इजिप्त देवालय अबुसिंबल इथं हलवून ठेवण्यात आल्याचं उदाहरणही विस्तारानं सांगितलं. शेवटी या गावाचे भावी प्रजाजन म्हणजे विद्यार्थी आणि इतर नागरिकांनी हे देऊळही वाचवावं, अशी त्यानं विनंती केली. मात्र आपल्या आजोबांनी बांधलेल्या हॉस्पिटलविषयी त्यानं काहीही सांगितलं नाही.

रवींद्रानं इंग्लिशमध्ये भाषण न केल्यामुळं राजशेखर अस्वस्थ झाला. त्यानं विचारलंही,

"तुझं इंग्लिश ऐकून आमच्या मुलाचं इंग्लिश इंप्रूव्ह् होईल, म्हणून तुला आम्ही शाळेत बोलावलं होतं. तू का असा वागलास?"

"मुलांची बुद्धी वाढणं आवश्यक आहे–भाषाज्ञान नव्हे! आपल्या नसलेल्या भाषेच्या स्वाधीन स्वतःला करून कुठलाही देश स्वतःचा विकास करून घेऊ शकणार नाही."

राजशेखरच्या दृष्टीनं ती ज्ञान-विज्ञानाची खिडकी, संपूर्ण जगाची संपर्क भाषा वगैरे होती. त्याचं बोलणं ऐकत असताना रवींद्रच्या मनात आलं, व्वा! आमचं वृत्तपत्र दररोज जो राग आळवतं, तोच आज हा मला ऐकवतोय्!

वादविवाद वाढवून मनात कटुता का निर्माण करा, म्हणून रवींद्र काहीही न बोलता मंद हसला.

रात्री अंथरुणावर पडून विचार करताना त्याला जाणवलं, आता या गावामध्ये आपल्याला काहीही काम राहिलं नाही. दुसऱ्या दिवशी सकाळी बेंगळूरला परत जायला हरकत नाही. देवळाच्या देखभालीसाठी एखादी समिती स्थापन करणं अशक्य आहे, असं त्याचं अंतर्मन त्याला सांगत होतं. शाळेतलं भाषण संपल्यानंतरही तिथं जमलेल्या सात-आठ लोकांपैकी कुणीही तो विषय काढला नव्हता, हेडमास्तरांनीही माझं कौतुक करून आभार मानले–हार घातला–संपलं.

परस्परांशी भांडण्यासाठी प्रत्येक जातीत काही प्रमुख व्यक्ती असल्या, तरी

त्या सगळ्या एकत्र येऊन देवळाचं रक्षण करतील, हे खोटं आहे–या निर्णयापर्यंत तो येऊन पोहोचला होता. त्यापेक्षा बेंगळूरला जाऊन पुरातत्त्व विभाग किंवा संस्कृती-मंत्रालयाशी संपर्क साधून देवळाच्या दाराची आणि कडी-कुलपाची व्यवस्था करणं आपल्याला शक्य आहे. रामभट्टही आणखी आठ-दहा वर्षं जगून देवाची पूजा-अर्चा पाहतील. त्यानंतर? या विचारानं त्याचं मन खिन्न झालं. या विचारामुळं तो किती तरी वेळ जागाच होता.

सकाळी सहा वाजता क्लासची मुलं आली, आठ वाजता दुसरी पंगत–रवींद्र अंघोळ आटोपून मुकाट्यानं ओसरीवर बसून राहिला होता. आठ वाजता राजशेखरबरोबर नाश्ता करायचं ठरलं होतं. रस्त्यावरची रहदारी आणि समोर दिसणारी घरांची रांग यांवर त्याची नजर खिळली होती. आत राजशेखर मुलांना ग्रामरची कसरत शिकवत होता. रेन अँड मार्टिनमधली ॲक्टिव्ह आणि पॅसिव्हची कसरत त्याच्या कानांवर आदळत होती. वाढणाऱ्या मुलांची बुद्धी यात गुरफटून जावी ना–या विचारानं एकीकडे त्याचं मन विषण्ण होत होतं.

ब्रिटिशांनी देश सोडला, त्यानंतर आपण त्यांच्या भाषेचे खरे गुलाम झालो आहोत. संपूर्ण राष्ट्र म्हणून स्वतंत्र राहायची आम्हांला अजूनही भीती वाटते! त्याचबरोबर 'न हि न हि रक्षति ढुक्रुंकरणे–' हा श्लोकाचा तुकडाही आठवला. त्याला हसू आलं.

त्याच वेळी रस्त्यावरून तिघं जण आले आणि राजशेखरच्या घरासमोर उभे राहिले. त्यांच्यापैकी एक त्याच्याशीच बोलू लागला,

"नमस्कार, सर! काल स्कूलमध्ये मी तुमचं भाषण ऐकलं. त्याच संदर्भात तुमच्याशी थोडं बोलावं, म्हणून आम्ही आलो आहोत. हे माझे मित्र... "

"या... या!" त्यानं त्यांना समोर बसायला सांगितलं.

तिघंही सुमारे पंचविशीच्या घरातले होते. एकजण पँट-बुशशर्टमध्ये होता. दुसऱ्यानं सोशालिस्ट पार्टीवाल्याप्रमाणे मळलेला पायजमा–धुरकट रंगाचा शर्ट घातला होता. दाढी वाढलेली–खांद्यावर लोंबणारी एक कापडी शबनम. तिसऱ्यानं मल्याळी लुंगी आणि शर्ट असा वेश केला होता. आपण कुणाचीच फिकीर करत नाही, असं दाखवण्यासाठी तो बोटांच्या बेचक्यात असलेल्या सिगारेटचे दीर्घ झुरके घेत होता.

तिघंही स्थानापन्न झाल्यावर रवींद्रनं विचारलं,

"आपला तिघांचाही परिचय?"

अगदी पहिल्यांदा बोलला होता, तोच पुढं बोलू लागला,

"माझं नाव मादय्या. ह्याचं नाव देवप्पा–ते चिक्कराज. मी याच गावचा.

हरिजन कॉलनीत राहतो. हे दोघं म्हैसूरहून आले आहेत.''

''म्हणजे तुम्ही दलित संघटनेचे कार्यकर्ते... ''

''तुम्ही वृत्तपत्राचे संपादक... अगदी बरोबर आहे तुमचं. काल मी तुमचं भाषण ऐकायला आलो होतो. माझ्या या मित्रांनाही त्याविषयी मी सांगितलं. ते म्हणाले, आपण त्यांच्याशी बोलू या. म्हणून त्यांना इथं घेऊन आलो.''

रवींद्रनं त्या दोघांकडे पाहिलं.

सोशॅलिस्ट वेशातला देवप्पा म्हणाला,

''आपली परंपरा, गावचं देऊळ, म्हणून तुम्ही व्याख्यान दिलं, म्हणून हा सांगत होता. चोरलेली मूर्ती कुठं नेली असेल, असं तुम्हांला वाटतं?''

''मला वाटतं–अमेरिकेत. तिथली संग्रहालये, खाजगी संग्राहक असा वस्तूंना कितीही रक्कम पडलीयं तर विकत घेऊन ठेवतात.''

''त्यामुळं त्यांचा काय फायदा?''

''मी अमुक इतकं जमवलंय्, म्हणून फॅन्सी! शिवाय काही दिवसांनंतर त्यांच्या किमतीही भरमसाट होतात. त्या देशात अधून-मधून अशा वस्तूंचा लिलाव होत असतो.''

''या सरस्वतीच्या मूर्तीची आज इथं काय किंमत होईल, असं आपल्याला वाटतं?''

''मला पण निश्चित सांगता येणार नाही. पण पाच लक्ष रुपये होईल–कदाचित दहा लाखही होईल.''

काही क्षण तसेच गेले.

रवींद्र त्यांच्याकडे पाहत होता.

त्यांच्यापैकी एकजण म्हणाला,

''मी एक सांगतो. तुम्हांला त्यात काही नवं वाटणार नाही. कारण आमचं सगळं वरच्या जातवाल्यांना ठाऊक असतचं! हे देऊळ तुम्ही फक्त तुमच्या जातीच्या लोकांसाठीच बांधलंय् ना? तुमची जात म्हणजे डोकं–सरकार चालवणारे, म्हणजे हात–व्यापारी लोकं म्हणजे मांड्या–शेतकरी म्हणजे पाय–आणि आम्ही? आम्ही काहीही नाही! तुम्ही कुठली तरी मूर्ती चोरीला गेलीय् म्हणताहात? आमच्या जातीच्या माणसांना ती मूर्ती कधी नजरेला पडू दिली होती काय? मादय्यानं तुमच्या भाषणाचं सगळं सांगितल्यावर आम्ही तिघं आज सकाळी गेलो होतो देवळापाशी. कुजायला लागलंय् तुमचं देऊळ. फार खुशी झाली बघून! आत जाऊन बघितलं नाही. वाईट वास मारत होता आत---! तुम्ही पेपर-एडिटर! मी सांगतो, तसा एक लेख लिहून तुमच्या पेपरात छापाल काय?''

''सांगा.''

"गेली हजारो वर्षं तुमच्या धर्मानं आमची पिळवणूक केलीय्, हे तुम्हांला बी ठाऊक आहेच. त्या अन्यायाचंच एक रूप म्हणून असली देवळं देशाच्या प्रत्येक कोपऱ्यात उभी केली. आता तुमच्या लोकांचाच त्यातला इंटरेस्ट कमी झालाय्! आता उगाच गळा काढून रडत बसायच्याऐवजी सगळ्या देवळांचाच लिलाव पुकारून अमेरिकेला विकून मोकळे व्हा! त्यांच्याकडं पैसा आहे–विकत घ्यायची इच्छा आहे–सगळं देऊळ घेऊन जाण्यासाठी मोठं जहाजही बांधतील ते! त्यातून येईल तो पैसा हरिजन-कल्याण-निधीमध्ये ठेवा. तुम्हांलाही पाप धुतल्याचं समाधान मिळेल. चोरट्यांच्या हाती जाण्यापेक्षा काय हरकत आहे असं केलं, तर?"

दलितांपैकी उग्रपंथीय अशा प्रकारे विचार करतात, हे त्यालाही ठाऊक होतं. पण एकीकडे आपलं गाव, आजी-आजोबांच्या आठवणी यांमुळं आपण काही तरी घडावं, म्हणून पुढाकार घेत असताना हा सल्ला ऐकून त्याचा जीव कालवल्यासारखा झाला.

यांचं काय चुकलं? त्या वेळी यांना कधीही देवळाच्या जवळपास फिरकू दिलं नाही! आता त्यांना तो हक्क मिळालाय्... पण आता कुणालाच देवळं नको आहेत! हा यांनाही अंतर्भूत करण्याचा मनोभाव आहे काय?

देवप्पानं विचारलं,

"सरस्वतीची मूर्ती चोरीला गेल्यानंतर तुमच्या वर्तमानपत्रात आलेला मोठा लेख मीही वाचलाय्. तुम्ही स्वतः इथं आल्याचं समजलं, तेव्हा आपल्याला वाटतं, ते बोलून दाखवू या, म्हणून मी आलो."

"तुम्ही हे सगळं लिहून द्या... मी प्रसिद्ध होईल, असं बघतो."

"खरं म्हणता?"

"आमच्या व्यवसायाचा तो धर्मच आहे."

"इंग्लिशमध्ये लिहिणं कठीण आहे; पण... "

"तुम्ही कन्नडमध्येच लिहून द्या... मी त्याचा इंग्लिश अनुवाद करून घेईन. पण विचार स्पष्टपणे आणि संयमानं मांडायला पाहिजेत."

त्याचं मन अंतर्मुख झालं होतं. याच्या बोलण्यात संताप आहे, हे खरं. पण आमच्या लोकांनी तरी एवढा मोठा समाज बाहेर ठेवून एवढी मोठाली देवळं का उभारली? संपूर्ण समाज एक आहे, ही भावना त्यांना जाणवली नसेलच काय? देशाला स्वातंत्र्य मिळालं, प्रत्येकाला मताचा समान अधिकार मिळाला, तेव्हा हेही आपल्यासारखेच आहेत, याची अस्फुट भावना जन्मून त्यातून आपण सगळे एकाच समाजाचे, ही भावना निर्माण झाली असेल? ही देवळं आणि देव सामाजिक भेद-भावाच्या अभिव्यक्ती आहेत–त्यांना दुसरा कुठला अर्थच नाही, असं म्हणणं तरी शक्य आहे काय? या सगळ्यांना आत घेतलं, तरी त्याची अर्थ-श्रीमंती टिकवणं

शक्य आहे काय?

पैशासाठी आपल्या परंपरेची साकार रूपं विकणाऱ्यांबरोबरच, पैशाच्या साहाय्यानं सारं गिळंकृत करणाऱ्या अमेरिकेविषयी त्याच्या मनात संताप उफाळून आला.

खेड्यामध्ये हरिजनांना वीतभरही जमीन मिळाली नाही–कसेल, त्याची जमीन हा कायदा आल्यावरही मिळाली नाही. कारण केवळ राबणं सोडलं, तर ते कधीही शेताचे वाटेकरी नव्हतेच. या विषयावरही ते तिघं बराच वेळ बोलत होते. शेवटी 'बेंगळूरमध्ये आम्ही तुम्हांला भेटू... ' म्हणून सांगून ते तिघंही निरोप घेऊन निघून गेले.

ते गेल्यावर रुद्रम्मा एका बादलीत पाणी घेऊन आल्या आणि तांब्यात घेऊन ओसरीवर ते तिघं बसलेल्या जागी शिंपडू लागल्या. तीन वेळा पाणी टाकल्यामुळं साचलेलं पाण्याचं थारोळं खराट्यानं लोटल्यावर त्यांनी आणखी एकदा पाणी शिंपडलं. त्यांच्या हालचालींमधून तिरस्कार स्पष्ट दिसत होता. त्यांच्याकडे वळून पाहत त्या म्हणाल्या,

"तुम्ही काहीही म्हणा... मला हे अगदी सहन होत नाही. गावाबाहेर ज्यांना ठेवायचं, ती माणसं अशी आरामात ओसरीत पाय पसरून बसतात. काळ बदललाय्... असू द्या, म्हणून यांना कॉफी दिली, तर सरळ भांडं उष्टं करून पितात आणि उष्टं भांडं तसंच ठेवून निघून जातात! आम्ही नीट वागवलं, तरी त्यांना नीट वागायला यायला नको?" म्हणत बादली, तांब्या आणि खराटा घेऊन आत निघून गेल्या.

ओठ भांड्याला न लावता गरम कॉफी कशी पिता येईल? या प्रश्नापाठोपाठ त्याला गरम-गरम कॉफी लखलखीत चांदीच्या पेल्यातून जिभेचा कॉफीशी संपर्क येऊ न देता घशात ओतणाऱ्या अय्यंगारांची आठवण झाली!

तेवढ्यात क्लासची मुलं घोळक्यानं बाहेर पडली. राजशेखरनं त्याला आत खाण्यासाठी बोलावलं. मिरची घातलेल्या नारळाच्या चटणीबरोबर तांदळाची शुभ्र भाकरी खाताना राजशेखर म्हणाला,

"तुझ्याशी वाद घालायला ते तिघं आले होतं ना? त्यांना लांब ठेवणंच चांगलं. काहीही करून सगळा आडमुठ्यासारखाच वाद घालत बसतात. तुला काय विचारत होते ते?"

रवींद्रनं घडलेलं सगळं थोडक्यात सांगितलं.

"यांना कितीही द्या! तृप्ती कशी ती नाहीच! यांना फुकट हॉस्टेल, फुकट बुक्स्, फुकट काम, फुकट प्रमोशन, फुकट घरं–! आता तुमची देवळं विका आणि आम्हांलाच द्या म्हणताहेत! मतांसाठी लाड केलेत–आता चरबी चढलेय्!"

रवींद्रच्या दृष्टीनं हेही काही नवं नव्हतं. ज्यांना नोकरी मिळत नाही... शाळा-कॉलेजात प्रवेश मिळत नाही, ते रोज उजाडताच हा राग आळवतात.

खाणं झाल्यावर राजशेखर शाळेला गेला. रवींद्रचंही काही काम नव्हतं. अॅटॅची घेऊन बस-स्टँडवर जावं आणि आधी चन्नरायपट्टण किंवा तिपटूर–जी बस येईल, ती पकडायची– तिथून बेंगळूरची बस धरायची, असं त्यानं ठरवलं.

"मी रामभट्टांच्या घरी जाऊन येतो. आल्यावर लगेच गावाला जाईन. जाता-जाता शाळेत राजशेखरला भेटून पुढं जाईन... " एवढं सांगून तो घराबाहेर पडला.

रामभट्ट अंघोळीच्या तयारीत होते. याला पाहताच ते म्हणाले,

"ये, ये! तू भेटलास, तर तुला एक गोष्ट सांगायची होती. तूच आलास–शंभर वर्षं आयुष्य आहे तुला!"

तो भिंतीपाशी पाटावर बसला. त्याच्या पुढं खांबापाशी टेकून बसत ते म्हणाले,

"काही नाही... या गावात दोन ब्राह्मण मास्तर आहेत. तुला ठाऊक असेल. भाषण करायला गेला होतास, तेव्हा ते तुला भेटलेही असतील. नागराज आणि व्यासराव. तू राजशेखरच्या घरी उतरलास... मित्रानं बोलावलं... तू गेलास. त्यात काही चूक नाही. पण तो या दोघांना काय म्हणतो, ठाऊक आहे? गावात एक ब्राह्मण आला, तर त्याला दोन घास जेवू घालायची तुमची लायकी नाही–इतर जातीच्या लोकांना त्यांच्या आतिथ्याची कटकट! ब्राह्मणांमध्ये एवढीही उदारता नाही–म्हणून त्यानं त्यांना हिणवलं, म्हणे. तो दोघंही म्हणत होते–ते आमच्या घरी आले असते, तर आम्ही त्यांचं आदरातिथ्य होईल तसं केलं नसतं काय? हेच एकीकडे सभेत ते आपले मित्र म्हणून मोठेपणा मिरवतात! काल तू त्या कृष्णेगौडाच्या घरी गेला होतास ना? तोही काही कमीचा आहे, म्हणून समजू नकोस. तुम्ही शहरात राहता–तुम्हांला इथं खेड्यात काय चालतं, ते ठाऊक नसतं. आमचा अच्युत हासनमध्ये कुणीही घरी बोलवलं, तरी जातो–कॉफी घेतो–खाणं खातो. इथं मात्र तो कुणाच्याही घरी घोटभर पाणीही घेत नाही. त्याला इथली परिस्थिती ठाऊक आहे. तू यानंतर केव्हाही गावात आलास, तरी सरळ इथंच ये. तू आधी कळवलंस, तर हासनहून स्वयंपाक करायला सुनेला बोलावून घेईन."

वेगळ्या जातीच्या माणसांच्या घरी जेवू नये, याविषयी खेड्यात काही दंडक असतात, हे रवींद्रलाही ठाऊक होतं. पण आता काळ किती बदललाय्! आपण दिल्लीत शिक्षण घेतलं... नोकरीच्या निमित्तानं किती तरी गावी फिरलोय्. त्यामुळं आपल्याला यात काही वाटायचा प्रश्नच नाही. पण मित्र म्हणवणाऱ्या राजशेखरनं असं म्हणावं?

रामभट्ट सांगताहेत, ते खरं. त्यांना मनाला लागेल, असं हे बोलतात–समोर स्वागत करतात–माघारी नावं ठेवतात! याचं हे दुटप्पी वागणं कधी जाईल?

काही क्षण याच विचारात गेले. नंतर त्याला आपण ज्या कामासाठी आलोय,

त्याची आठवण झाली. तो म्हणाला,

"निराधार वृद्धांना सरकार काही पैसे दरमहा देत असतं. हे तुम्हांलाही ठाऊक असेल. ज्या सरकारनं 'कसेल, त्याची जमीन' म्हणून कायदा आणला—त्याच सरकारनं हाही कार्यक्रम आणलाय्. पूजेसाठी सरकारी पगार नको, म्हणून तुम्ही सोडून दिलाय्. या देशाचे वृद्ध नागरिक म्हणून हे पेन्शन घ्यायचा तुम्हांला अधिकार आहे. तुम्हांला या संदर्भात मी हवी ती मदत करेन. महिना साठ रुपये देतात, वाटतं. मग, तुम्हांला अच्युतवरही अवलंबून राहावं लागणार नाही."

"ते होय! आमच्या गावात किती तरी जण घेतात ते. मुलं-बाळं—घरं-दारं असणारेही घेतात."

"तुम्ही अर्ज दिला नाही?"

"अच्युतला थोडे कष्ट होतात, हे खरं! पण म्हाताऱ्या आई-वडिलांना सांभाळणं हा त्याचा धर्मच नाही का? मी अनाथ आहे, असं सांगून मीही सरकारी खजिन्यावर हात मारला, तर माझ्या मुलाचं कल्याण होणार नाही. म्हणून अर्ज दिला नाही."

त्यानं त्यांच्या चेहऱ्याकडे पाहिलं. अभिमान किंवा नैतिक बडेजाव यांची जाणीवही तिथं नव्हती.

"देवळाला नवा लाकडी दरवाजा करून द्यावा, असं माझ्या मनात आलंय्. पाचेक हजारांत काम होईल, अशी माझी कल्पना आहे. मी तुम्हांला एक चेक देऊन ठेवतो. तुम्ही हे काम करवून घ्या. पैसे अपुरे पडले, तर मला लिहा. मी पाठवून देईन. देवळात पाकोळ्या, कुत्री, डुकरं जाऊ नयेत, एवढीच माझी इच्छा आहे. कुणी विचारलं, तर माझं नाव सांगू नका. माझ्या आजोबा-आजीचं नाव सांगा..."

त्यानं चेकबुक काढून लिहून दिलं.

रामभट्टांचा चेहरा खुलला. ते उद्गारले,

"बाळा! तू वेंकटसुब्बय्या आणि शांतम्माचा नातू म्हणवून घ्यायला अगदी शोभतोस, बघ!"

त्यानंतर पाच मिनिटं बसून तो उठत म्हणाला,

"तुम्हांला पूजेसाठी उशीर होईल. मीही आता गावाला जायला निघतो..."

"असाच अधून-मधून येत जा. नव्या दरवाज्याच्या स्थापनेच्या वेळी तुला पत्र पाठवतो. त्या वेळी बायकोमुलांबरोबर येऊन तूच त्याची स्थापना करायला पाहिजे."

रामभट्टांकडून घरी आल्यावर त्याच्या मनात आलं—आपण आपल्या घराची जागा जाऊन पाहिलीच नाही. का आठवलं नाही हे? आजोबा-आजी नसलेल्या त्या घरी जायला आपलं मन आतल्या आत नाकारत आहे काय? सगळ्या भिंती आणि छत जाऊन त्या जागी आता फक्त रिकामी जागा राहिली असेल. तिथं काय बघायचं? तरीही गावी आलोय्, म्हटल्यावर एकदा तिकडं जाऊन आलं पाहिजे,

असं वाटून तो निघाला.

पण जेव्हा तो तिथं जाऊन पोहोचला, तेव्हा त्यानं पाहिलं–तिथं केवळ रिकामी जागा राहिली नव्हती. त्या जागी रंगरंगोटी नसलेले दोन कच्च्या बांधकामाचे दोन गोठे होते. समोरच रस्त्यावर भोवरे खेळत असलेल्या मुलांपैकी एकाला त्यानं विचारलं,

"हे कुणाचे गोठे, रे?

"तिकडचा शिंग्रेगौडांचा आन् हिकडचा शिवरुद्र शेट्टींचा... " तो मुलगा उत्तरला.

तीस वर्षांमध्ये जागेची विचारपूस केली नाही... ती जबाबदारी आणखी कुणावर सोपवली नाही, तर आणखी काय होणार, म्हणा! एकदा स्वतःची चूक मनोमन मान्य केल्यावर हे कोण शिंग्रेगौडा आणि शिवरुद्रशेट्टी याचीही चौकशी करायची त्याला आवश्यकता भासली नाही. चौकशी करून तरी काय करायचं, म्हणा! आक्रमणानं आपली जमीन बळकावणाऱ्याच्या गुन्ह्यापेक्षा आपण एवढी वर्षं दुर्लक्ष केलं, हाच गुन्हा जास्त मोठा होईल, हे तो जाणत होता. तरीही एकदा त्या गोठ्यांभोवती फेरी मारून येऊन यानंतर बेंगळूरला जायचं तेवढंच काम राहिलं, म्हणत तो राजशेखरच्या घराकडे वळला.

बेंगळूरहून निघताना त्याचं किती उत्साहानं भरलं होतं. आता मात्र त्याचा संपूर्णपणे भ्रमनिरास झाला होता. आपण इथं येऊन काय साधलं? आलो नसतो, तरी काहीही बिघडलं नसतं. यानंतर राजशेखरच्या घरी जेवणं दूर राहिलं, भांडंभर पाणीही पिता कामा नये, असं त्याला वाटलं. खोलीत जाऊन कॅमेरा, टॉवेल आणि खोलीत विखुरलेलं इतर सामान आपल्या अॅटॅचीत भरायचं आणि राजशेखरच्या आईचा निरोप घेऊन निघायचं ठरवलं. आपण बाहेर पडल्यावरही त्या पाणी शिंपडून घर शुद्ध करून घेतील? त्या काही का करेनात–आपण शिष्टाचार न सोडता नीट बोलून त्यांचा निरोप घ्यायचा–शाळेत जाऊन राजशेखरचा निरोप घ्यायचा आणि मग बेंगळूरला निघून जायचं.

तो राजशेखरच्या घरी पोहोचला, तेव्हा बाहेरच्या व्हरांड्यात एकजण बसले होते. त्याला पाहताच ते उठून उभे राहिले, त्यावरून ते आपलीच वाट पाहत असल्याचं त्याच्या लक्षात आलं.

सावळा वर्ण, जाडसर ओठ, जाड भुवया, मध्यम उंची–पन्नाशीच्या घरातलं वय–आपल्यापेक्षा पाच-सहा वर्षांनी मोठे असावेत. संन्याशाप्रमाणे डोक्याचं पूर्ण मुंडन केलं असलं, तरी अंगावर खादीचे कपडे होते. लुंगी आणि नेहरूशर्ट–रस्त्याच्या कडेला लावलेली जुनी सायकल.

त्या व्यक्तीनं रवींद्रला विचारलं,

"मला ओळखलंस?"

त्या व्यक्तीनं बोलणं-बघणं–एकंदरीत सारं काही हे अत्यंत शांत स्वभावाचे आहेत, हे दाखवत होतं. त्यांना पाहता-पाहता तो आठवणींची कवाडं उघडून पाहू लागला. त्याला आठवणं सोपं जावं, अशा प्रकारे ते मंद हसले. त्यांनी सुचवलं,

"आपण याच गावात भेटलोय्... तू शिकत असताना!"

आठवलं नाही.

"आजोबांच्या घरी आपली अनेक वेळा भेट झालीय्... "

अजूनही आठवलं नाही.

"तुझ्याबरोबर शिकत होतो, म्हणून तू आठवायला जाऊ नकोस. मी तुझ्यापेक्षा पाच वर्षं पुढं होतो. म्हैसूरमध्ये शिकत होतो. तू लोअर सेकंडरीमध्ये होतास, तेव्हा मी तुमच्या घरीच राहून मी तुला संपूर्ण इंग्लिश व्याकरण शिकवलं होतं... आठवलं?"

हळूहळू त्याचा चेहरा प्रसन्न होऊन एवढाला झाला. तो उद्गारला,

"... हं... हं... थांबा-थांबा मला बाकी सगळं आठवलं... पण तुमचं नाव... नाव आठवत नाही... आपण त्यानंतर कधीही भेटलो नाही... आता आठवलं... आजी तुम्हांला अण्णय्या म्हणून हाक मारायची ना?"

"बरोबर!... " त्यांनाही अत्यंत आनंद झाला. त्याचे दोन्ही दंड घट्ट धरून त्यांनी त्याच्या खांद्यांवर हात फिरवले आणि उराउरी मिठी मारली.

त्यांनी मिठी मारताच त्याला आणखीही आठवू लागलं,

"तुम्ही तेव्हा नुकतेच इंटर पास होऊन बी.एस्सी. करत होता ना? मला ग्रामर शिकवण्यासाठी म्हणूनच आजोबांनी तुम्हांला मुद्दाम पत्र लिहून बोलावून घेतलं होतं! होय ना? कॉमनवेल्थ इंग्लिश रीडर नावाचं पुस्तक होतं. त्यातील प्रत्येक धड्याखाली असलेल्या स्वाध्याय तुम्ही माझ्याकडून करून–चांगला घोटून घेतला होता. चार दिवस रात्रं-दिवस तुम्ही त्याचा अर्क मला पाजला!"

"मी अर्क पाजला, म्हणून तू इंग्लिश वर्तमानपत्राचा संपादक झालास ना?–" ते मनापासून खदखदून हसले आणि पुढं म्हणाले, "तू बेंगळूरमध्ये आहेस, हे मला समजलं होतं. बऱ्याच दिवसांपासून तुला भेटायचंही ठरवत होतो; पण काही ना काही कारणानं ते मागं पडत होतं. परवा तुझ्या वर्तमानपत्रात सरस्वती-मूर्तींच्या चोरीविषयी मोठा लेख आला होता. पहिल्या पानावर मोठी बातमी पाहिली, तेव्हाच मनात आलं–याच्या मनात गावाविषयी थोडी-फार तरी ओढ निश्चित आहे! काल इथल्या शाळेत तुझं भाषण झालं, ही बातमी रात्री नऊ वाजता मला समजली. आज सकाळी सायकल घेतली आणि निघालोच."

"हल्ली कुठं असता? काय करता?"

"मी राहतो," तिथं चल तुला घेऊन जायलाच आलोय् मी. इतरांनाही सांगून आलोय्, मी तुला निश्चित घेऊन येईन, म्हणून!"

"कुठं?"

"इथून तिपटूरला जायच्या वाटेवर बिदरळ्ळी म्हणून एक फाटा लागतो. तिथं उतरून डावीकडे पाहिलं, तर उंच जोगीबेट्ट नावाचा डोंगर दिसतो. त्याच्या सभोवताली कुठंही नजर टाकली, तरी निळंच वातावरण दिसतं. त्याच्या शेजारीच उतारावर हालुकेरे नावाचं गाव आहे. तिथं आम्ही एक शाळा चालवतो. शाळा म्हणजे–राहणं-खाणं वगैरे तिथंच. या शाळेबरोबर मुलांना व्यावसायिक शिक्षणही दिलं जाईल, याकडे आम्ही लक्ष देतो. तिथं पी.यू.सी. पर्यंत शिक्षण दिलं जातं. विवेकानंद विद्याशाळा असं नाव आहे. किती तरी एम्. ए., बी. एस्सी, बी. ई., एम्. बी. बी. एस्. पर्यंत शिकलेले तरुण इथं सेवाभावानं विद्यार्थ्यांना शिकवतात. त्यांतले काही माझ्यासारखे संन्यासी आहेत, तर काही संसारीही आहेत."

रवींद्र लक्ष देऊन त्याचं बोलणं ऐकत होता. तो म्हणाला,

"चला... येतो मी... !" नाही म्हटलं, तरी आयत्या वेळी कार्यक्रम बदलावा लागल्यामुळं तो गोंधळला होता.

"इथली सगळी कामं झाली? केव्हा निघणार आहेस?"

"आत्ताच. तुम्ही आता भेटला नसता, तर मी थेट बसस्टँडवर जाऊन मिळेल ती बस पकडून पुढं बेंगळूरला जाणार होतो."

"तर मग तू असं कर... आत्ता साडे अकरा वाजता एक बस आहे. ती धरून तू बिदरळ्ळी फाट्यावर उतर. त्या वेळेपर्यंत मीही सायकलवरून तिथं येऊन पोहोचेन. मला थोडा-फार उशीर झाला, तरी तू तिथंच थांब. तिथून पुढं चार मैल चालावं लागेल. चालशील? नाही तर बिदरळ्ळीहून एक गाडी करता येईल."

"चार मैलच ना? सहज चालेन."

"तर मग ये. बिदरळ्ळी फाटा इथून चार मैलांवर आहे" म्हणत ते सायकलवर चढले.

रवींद्र माडीवर गेला. आपलं सगळं सामान आणि कपडे ॲटॅचीत भरून तो खाली आला आणि रुद्रम्मांचा निरोप घेऊन निघाला, तेव्हा त्या म्हणाल्या,

"थांबा तुम्ही. दीड वाजता राजण्णा येईल."

"नको... मी शाळेत जाऊन त्याला भेटून पुढं जातो."

"पण जेवून तरी जा... "

"नको. जेवायला हालुकेरेलाच जातो. इथं वाट बघत होते ना? त्यांच्याबरोबर निघालोय् मी. निघू? बसची वेळ टळेल. तुम्हांला खूप त्रास दिला मी... उपकार झाले तुमचे... " म्हणत तो तिथून निघालाच.

शाळेत राजशेखर म्हणाला,

"आणखी दोन-चार दिवस राहायचंस तू!..."

"पुन्हा येईन की! तूही बेंगळूरला येशील, तेव्हा भेटल्याशिवाय जाऊ नको. घरी ये... नाही तर ऑफिसमध्ये ये. हे माझं कार्ड ठेव..." म्हणत त्यानं आपलं कार्ड दिलं. त्याला रस्त्यापर्यंत पोहोचवायला आलेल्या राजशेखरनं सांगितलं,

"आता लगेच गेलास, तर तुला चन्नरायपट्टणची बस मिळेल. तिथं दहा मिनिटांत तुला सकलेशपूर बेंगलूर एक्सप्रेस बस मिळेल."

"आता मी हालूकेरेला जातोय्. तिथले अण्णय्या नावाचे एकजण आले होते..."

"ओह! अण्णेगौडा? हालुमताचे धुरीण? हालुकेरे म्हणजे त्याच जातीच्या लोकांचं गाव. तुझ्या  लक्षात आलं ना? हालुमतवाले म्हणजे धनगर-गौड!... "

एखाद्या व्यक्तीची ओळख सांगताना त्याच्या जातीचा उल्लेख करणं आजही भारतात अपरिहार्य ठरावं? त्यात या राजशेखरला तर कधीच जमणार नाही हे! यावर काही बोलायची रवींद्रला इच्छाच झाली नाही.

साडे अकरा वाजून दहा मिनिटांनी बस आली.

◆

रवींद्र तिथं पोहोचला, तेव्हा अण्णय्या त्याचीच वाट पाहत होते. शेजारच्या झाडाखाली त्यांची सायकल उभी होती. तिथं लगतच्या असलेल्या एका दुकानात शहाळी दिसत होती. त्यांनी सांगताच दुकानदारानं शहाळी सोलून वरचा भाग तासून दिली. शहाळी बघताच रवींद्रला आनंद झाला होता. एकापाठोपाठ एक अशा दोन शहाळ्यांमधलं पाणी पोटात रिचवल्यावर पोट टम्म झालं. यानंतर तिसरं शहाळं घेणं अशक्य आहे, म्हणून सांगताच उरलेली दोन त्यांनी घेतली. नंतर त्यांनी सायकलला लावलेल्या पिशवीतून काही केळी बाहेर काढून देत सांगितलं,

"घे... खाऊन घे. चार मैल चालयचंय् आपल्याला... ! तुला उन्हात चालायची सवय नसेल. आपण गावातून एक छत्री मागून घेऊ या."

त्यांनी त्यांची अॅटॅची सायकलच्या कॅरियरला लावली होती. एक लहान पंचा त्यांनी उन्हापासून रक्षण करण्यासाठी डोक्याला बांधला होता. जीपसारखं वाहन फिरू शकेल, असा तो रस्ता होता. ते सायकलचं हॅंडल धरून चालू लागले. तोही त्यांच्या शेजारी छत्री घेऊन चालू लागला.

पुढं दोन मैलांनंतर चढ होता. सभोवताली अगदी अरण्य नसलं, तरी झाडां-झुडुपांमुळं हिरवागार दिसणारा भूभाग. मैलभर चढ चढल्यावर शिखरासारखा चढ असलेला जोगीगुड्ड डोंगर. त्याच्या सर्वांगावर वड-पिंपळ-गोणी-बोर आणि इतर

किती तरी प्रकारची झाडं असल्याचं लांबूनही लक्षात येत होतं. आकाशाच्या पार्श्वभूमीवर त्याचा निळसर रंग निगूढता वाढवत होता.

"तो समोरचा डोंगर–जोगीबेट्ट. आता आपण त्याच्या समोर उभे आहोत. डोंगराच्या डावीकडे... म्हणजे आपल्या उजवीकडे वळलं, की तिथं हालुकेरे आहे. म्हणजे आपण डोंगर चढत नाही. हा चढ चढून पलीकडे उतरतो. आता आपण मैलभर आलोही. तीन मैल राहिले–" त्यांनी सांगितलं.

"कितीही लांब असलं, तरी मी चालेन!-" तो उसळत्या उत्साहानं म्हणाला.

कब्बन पार्क, लालबाग किंवा जयनगरमधल्या रस्त्यावरून जाताना त्याला ते खरं फिरणं आहे, असं कधीच वाटायचं नाही. भोवतालची हिरवळही खरी हिरवळ वाटत नव्हती. मानवी योजनेच्या स्पर्शानं तिथली निखळ नैसर्गिकता विटाळली आहे, या भावनेपासून तो कधीही स्वतःला सोडवून घेऊ शकला नव्हता. ही खरी जमीन–हे खरं वातावरण–असं त्याला जाणवलं. भोवताली आणखीही मोठमोठाले वृक्ष लावायला पाहिजेत! सरकारनं यात लक्ष घातलं, तर यातून किती तरी करता येण्यासारखं आहे...

चालता-चालता तो भानावर आला. मी स्वतःशीच काही तरी विचार करत चालतोय्–अण्णय्यांशी काहीच बोलत नाही, हे जाणवलं. त्यानं विचारलं,

"तुमचं शिक्षण कुठं झालंय्? अशी शाळा काढायला पाहिजे, हे तुम्हांला कसं सुचलं?"

"म्हैसूरमध्ये बी. एस्सी. केलं. तिथंच बी.एड्. करून तिथल्या सरकारी शाळेत नोकरी धरली. नोकरी करताना रजा काढून एम्. ए. केलं. त्या वेळी सारखं मनात यायचं ! आपल्या देशात विद्यार्थ्यांना अशा प्रकारचं शिक्षण योग्य नाही. मग कसं असावं? खूप विचार केला, तेव्हा मला तरुणपणापासूनच विवेकानंदांविषयी पराकोटीचा आदर होता. त्यांचं साहित्य मी त्या वेळी वरचेवर वाचत असे. एम्. ए. झाल्यावर मी गांधीजींचंही साहित्य वाचू लागलो. एम्. एड्. झाल्यावर मला 'हेडमास्तर करण्यात आलं. मंड्य चिंतामणि, तुमकूर गावांमध्ये हेडमास्तर म्हणून मी कामही पाहिलं. या अनुभवांमुळे माझ्या मनात शिक्षणाविषयी ज्या शंका निर्माण झाल्या होत्या, त्यांविषयी खात्री होऊ लागली. मुलं शिक्षण घेतात... नंतर नोकरीची भीक मागत फिरतात! मुलांनी आपल्या पायांवर उभं राहावं, अशा प्रकारचं शिक्षण त्यांना दिलं पाहिजे. वाढत्या वयात त्यांच्या मनात आदर्श निर्माण करतील, असे मास्तर हवेत. शाळेच्या ओसरीत स्वतः शिक्षकच सिगारेट ओढत राहिले, तर मुलांना सिगारेट ओढू नका, म्हणून सांगून काय होणार? आदर्श, निष्ठा आणि उत्साहानं परिपूर्ण शिक्षकच नसतील, तर कोण शिकवणार मुलांना? शिक्षक म्हणजे शाळा–शिक्षकांमुळंच शाळा! मग भले शाळेला इमारत नसली, तरी

झाडाखाली मुलांना शिकवता येईल—असं तीव्रपणे वाटलं. आधी गुण-अवगुणांचा परिचय करून घेऊन नंतरच शिक्षक नेमायला हवेत ना? प्रत्येकाच्या अंगी शिक्षण व्हायचे गुण असतीलच, असं नसतं. इतर कुठंही नोकरी न मिळाल्यामुळं या पेशात शिरणारीच मंडळी अधिक! अशा शिक्षकांना घेऊन शाळा चालवणं कुठल्या हेडमास्तराला शक्य आहे? मी कितीही जीव तोडून सांगितलं, तरी हा तीन वर्षं राहील आणि नंतर निघूनच जाईल. या विचारानं शिक्षक वर-वर ऐकल्यासारखं दाखवत. पण कुठलीही गोष्ट गंभीरपणे घेत नसत. तेव्हा आपण स्वतंत्र शाळा उभी केली नाही, तर आपल्या मनातले आदर्श पूर्ण होणं शक्य नाही, या निर्णयापर्यंत मी पोहोचलो. मी शिक्षकांच्या विविध संमेलनांमधून माझे विचार मांडत राहिलो. छापूनही वाटत राहिलो. अशी तीन वर्षं गेली. चार-पाच शिक्षक आपण होऊन माझ्याकडं आले. सगळी तरुण मुलं. मनात आदर्श भरभरून वाहत असलेले तरुण! जन्माला आलोय्, म्हटल्यावर आयुष्यात काही ना काही केल्याशिवाय जीवनाचं सार्थक होणार नाहीय्, म्हणून सगळेच तळमळत होते. त्यांतल्या काही जणांनी लग्न करून संसारात गुरफटून जायचंही नाकारलं होतं...''

त्यानं मध्येच विचारलं,

''तुमचं लग्न झालंय्?''

''नाही. गृहस्थ-जीवनाचं मला कधीही आकर्षण वाटलं नाही. आधीपासूनच विवेकानंदांची चरित्रं आणि इतर पुस्तकं वाचताना आपणही त्यांच्यासारखं राहावं, असं वाटलं होतं.''

''लग्न केलं असतं, तर अशा प्रकारे काम करणं शक्य झालं नसतं...''

''असेच विचार असणारी बायको मिळायला हवी. शिवाय बायको-मुलं म्हटली, की त्यांचं पोट-पाणी भरायची जबाबदारी आली! त्यातच माणसाची सगळी शक्ती संपून जाते. याचाही मी विचार केला होता.''

''ही शाळा कशी सुरू केलीत?''

''एकंदरीत समान विचाराचे आम्ही एकत्र आलो आणि एखाद्या लहान गावात एक शाळा सुरू करायची, असं ठरवलं. शाळेत शक्यतो खेड्यातली माणसं घ्यायची, त्यांच्या सर्वांगीण शिक्षणाबरोबरच व्यापारी कुशलता, कार्यकौशल्य, चारित्र्य या गोष्टींबरोबर आपली मुलं गुणवत्ता यादीतही झळकली पाहिजेत वगैरे विचारही ठरत होते. एव्हाना मी माझ्या पगारातले चाळीस हजार जमवण्यात यशस्वी झालो होतो. तेच भांडवल होतं. आता आम्हांला मोठ्या जागेची गरज होती. पण ती कशी मिळणार? कुठं म्हणून ती शोधायची? राजकारणातील चार-पाच लोकांशी या विषयावर मी बोलून पाहिलं. माझं सगळं ऐकून झाल्यावर ते म्हणाले, 'सरकार लोकांचंच आहे, सरकारनं असल्या गोष्टी केल्याच पाहिजेत,

सरकारचं मिंधेपण नको म्हटलं, तर पैसा कोण देईल? ब्रिटिशांच्या काळात गांधीजींनी सरकारचं मिंधेपण नको म्हणून सांगितलं होतं, ते खरं! आता सरकार आपलं आहे, म्हटल्यावर तुमचा हा जुना द्वेष कशासाठी? किती तरी लोक खाजगी शाळा सुरू करताहेत ना? तुम्हीही तशी सुरू करा... तुम्हांला ग्रँट्स् मिळतील, याकडे आम्ही लक्ष देऊ. आमचाही सरकारवर काही राग नाही. पण सरकारी हस्तक्षेप अत्यंत कमी असावा, असं गांधीजींनीच सांगितलं ना? मी हे त्यांना सांगितलं, तरी ते समजलंच नाही. त्याच वेळी या गावात... म्हणजे हालुकेरेमध्ये माझं एक काम निघालं. आमच्या नात्यातल्या एका लग्नाच्या निमित्तानं मी या गावी आलो. तेव्हा मी तुमकूरमध्ये हेडमास्तर होतो. नोकरी सोडली नव्हती. या गावी आलो. इथं एक जुन्या काळचे वृद्ध गृहस्थ राहत होते. धनगर-गौड. कुरूब-गौड किंवा धनगर-गौड म्हणजे समजलं? कमरेला एक धोतर, खांद्यावर एक कांबळं आणि हातात एक काठी. कितीही अनुकूल परिस्थितीतला माणूस असला, तरी हाच वेष. त्यांचं नाव सौद्रेगौडा. लिहायवाचायला येत नव्हतं. पण कुमारव्यास आणि जेमिनी महाभारत सुरात गाऊन त्याचा अर्थ सांगता येत होता, एवढी बुद्धिमत्ता होती त्यांच्याकडे. त्यांच्याशी ओळख झाली. त्यांनी मला घरी बोलावलं. सत्तर-पंचाहत्तरीचं वय. रात्री मुक्कामालाच त्यांनी आपल्याकडे बोलवलं. कोंबडीचं तोंडीलावणं करायला लावतो–दुपारी इथंच जेवा, म्हणून त्यांनी आग्रह केला. मी मांस खात नसल्याचं सांगितलं. त्यांनी विचारलं–तुम्ही आमच्यापैकी नव्हे? मग नाही कसं म्हणता? मी सांगितलं–मी महात्माजींचा अनुयायी आहे–प्राणिहत्या म्हणजे महापाप–इतरांना दटावलं, तरी हिंसा होते–अशा वेळी दुसऱ्या प्राण्यालाच मारून खाल्लं, तर किती क्रूरपणा! असाच वाद वाढला. त्यानंतर समजलं–तेही गांधींचे अनुयायीच होते. गांधीजींचं नाव सांगून ते जेलमध्येही जाऊन आले होते.''

रवींद्र उत्सुकतेनं त्यांचं बोलणं ऐकत होता. ते पुढं सांगू लागले,

''ते खूप मोठे गौड होते, म्हणून सांगितलं ना? भरपूर जमीन-जुमला, मळे-बागा. दोन हजार मेंढरं होती त्यांची. दोन्ही हातांतली चांदीची कडी सोडली, तर दुसरं कुठलंही अवडंबर त्यांनी केलं नव्हतं. गौडांच्या पत्नी... त्यांच्या अंगावर फक्त मोजके चांदीचे दागिने होते. हातांत कडी, दंडांत वाक्या, कंबरपट्टाही साधा चांदीचा. सोन्याचा एकही तुकडा त्यांच्या अंगावर नव्हता. त्यांना पैसे उधळायचे-मिरवायचे याची सवयच नव्हती.

''त्यांच्या मालकीचं एकशे वीस एकर शिंदीचं वन होतं. एखाद्या कॉंट्रॅक्टरकडे ते सोपवलं, की दर वर्षी हजारो रुपये–त्या काळचे हजारो हं! मिळायचे, म्हणे. तेही घरबसल्या. स्वातंत्र्य–चळवळ खेडोपाडी पसरली. तिचा त्यांच्यावरही प्रभाव पडला. त्यांनी नोकरांकरवी त्या एकशेवीस एकर जमिनीवरील झाडं काढायला लावली.

नंतर त्यांनी भोवतालच्या गावातल्या लोकांना ती झाडं नेऊन घरं उभारायची परवानगी दिली. त्यांची अट एकच होती–विकायचं नाही. एकशे वीस एकर म्हणजे किती हजार झाडं असतील–तूच हिशेब कर!''

''मग?''

''ही बातमी तेव्हाच्या रामस्वामी मुदलियार सरकारला समजली. अंमलदार-पोलीस आले. शिंदीची झाडं तोडायला परवानगी नाही–तुम्हांला अटक करावी लागेल, म्हणाले. पण सौद्रेगौडांनी त्यांना ठणकावून सांगितलं, ही माझी जमीन आहे–माझी झाडं मी तोडली आहेत–मी कुठलाही अपराध केलेला नाही. पण त्यांनी वाद घातला–जमीन तुमची असली, तर सरकारला कराच्या रूपानं धन देणारी ही झाडं! ती तोडायचा तुम्हांला अधिकार नाही. तुम्ही अपराधी आहात, हा अंमलदाराचा वाद. लोकांचं आयुष्य नष्ट करणाऱ्या दारूपासून कर मिळवणं हा सरकारचाच अपराध आहे–महात्मा गांधीजींनीच हे सांगितलंय्–असं गौड म्हणाले. गांधीजींचं नाव त्यांच्या तोंडून निघताच ते सरकार-विरोधी असल्याची अंमलदार आणि पोलिसांची खात्री झाली. गौडांना अटक झाली. ते वर्षभर जेलमध्ये होते, म्हणे. जेलमध्ये असताना ते पूर्णपणे गांधीजींचे शिष्य झाले. नंतर देश स्वतंत्र झाला. गौडांचीही सुटका झाली. ते घरी आले. त्या वेळेपर्यंत त्याच्यामध्ये बदल झाला होता. कोणता, ठाऊक आहे?'' एवढं म्हणत ते थांबले.

''पक्के राष्ट्रवादी होऊन गेले?''

''त्या वेळेपर्यंत ते सुती धोतर आणि साधं विणलेलं कांबळं एवढंच वापरत. सुती धोतर कुणी तरी घरी येऊन नाचणीच्या बदल्यात देत असत. कुणी मशीनवरचं धोतर तसं दिलं, तरी ते फारसा विचार न करता वापरायचे. आता मात्र त्यांनी निश्चय केला–केवळ मागावर विणलेलं धोतरच वापरायचं. मांसाहार सोडून दिलाय्–गांधीतत्त्वाच्या तो विरुद्ध आहे. असं मी सांगितलं, तेव्हा त्यांचा चेहरा एवढा उजळला! डोळेही चमकू लागले! त्यानंतर ते मला किती तरी प्रश्न विचारू लागले. महात्म्यानं यावर काय सांगितलं होतं–त्यासंदर्भात तो काय म्हणायचा–तो फक्त कापसाचं सूत काढून का कपडे वापरायचा–आमच्यासारखं कांबळं का वापरायचा नाही–फोटोत बघितलंय्–तोही आमच्यासारखाच हातात काठी घेऊन फिरायचा–तोही कुरुब–गौडापैकी काय? असे एक ना दोन किती तरी प्रश्न विचारू लागले. त्याच संदर्भात बोलता-बोलता मी गांधीजींचे शिक्षणाविषयीचे विचार आणि शिक्षण कसं असावं, याविषयीही त्यांच्याशी भरपूर बोललो. आज शाळांची परिस्थिती, तिथलं शिक्षण कसं आहे–याविषयीही बोललो. शेवटी आमचे विचारही सांगितले. म्हणालो–तुम्ही तुमच्या गावात आम्हांला जागा देणार असाल, तर आम्ही तुमच्या गावात अशी शाळा स्थापन करू.''

रवींद्र उत्सुकतेनं ऐकत होता.

"ते लगेच काहीही बोलले नाहीत. मीही त्यांना पुन्हा विचारून त्याच्यावर दडपण आणलं नाही. त्यांना स्वतंत्रपणे विचार करायची संधी न देता त्यांच्याकडून काही घेणं म्हणजे दान नव्हे–फसवणूक, असं मला वाटलं. त्यामुळं तो विषय मी तिथंच सोडला. दुसऱ्या दिवशी सकाळी त्यांनी माझ्यासाठी खास तांदळाची खीर करवली. पुढं त्यानंतर..."

ते सायकल थांबवून थोडा वेळ दम खाऊ लागले. अर्धा मैलाचा चढ संपला होता, त्यामुळं दम लागणं स्वाभाविक होतं. त्यात ते हातात सायकल घेऊन एकीकडे बोलत चालले होते. बोलण्याच्या भरात हे दोघांच्याही लक्षात आलं नव्हतं. त्यानंही थोडा दम खाल्ला.

पुन्हा चढत ते सांगू लागले,

"ही घटना होऊन महिना झाला असेल. एक दिवस एक माणूस तुमकूरला मला भेटायला आला. त्यानं शाळेत येऊन मला निरोप सांगितला–हालुकेरेच्या सौद्रेगौडांनी तुम्हांला बोलावलंय्. मी इथं आलो–मला त्यांनी सांगितलं–ती शिंदीची झाडं काढलेली एकशे वीस एकर जागा गावाजवळ आहे–ती जागा देतो–माझ्या खर्चानं ती जागा स्वच्छ करून देतो–जागा तुमच्या नावानं लिहून देतो–वर पंचवीस हजार रुपये देईन–तू इथं आमच्या गावातच तुझी शाळा सुरू कर. मी माझ्या सगळ्या सहकाऱ्यांना इकडं बोलावून घेतलं. आमची एक रजिस्टर्ड संस्था तयार केली आणि गौडांचं रीतसर दानपत्रही तयार केलं. माझेही चाळीस हजार रुपये होते. तेही संस्थेत घातले आणि संस्था सुरू केली. मग मीही तुमकूरला गेलो आणि राजीनामा देऊन आलो."

आता चढ फारच होता. रस्ता रुंद असला, तरी चढताना धाप लागत होती. रस्त्याच्या दोन्हींकडे छातीएवढ्या उंचीची घनदाट झाडी होती. चढ चढताना त्यांना धाप लागल्यामुळं बोलणं अशक्य झालं होतं. त्यालाही हं म्हणणंही कष्टाचं वाटत होतं. मध्येच काही रानटी प्राण्यांची चाहूल लागली. दोन ससे धावत गेले–एक कोल्हा असल्याचं त्यानंही ओळखलं. एक प्राणी धडाधडा आवाज करत धावला. मोठाल्या सरड्यासारखा आकार होता. तो प्राणी इतक्या जवळून पळाला, की केवळ रवींद्रच नव्हे, अण्णय्याही चांगलेच दचकले. नंतर सावरून ते म्हणाले,

"अरे, घोरपड ही! आलं लक्षात? पूर्वीच्या काळी शत्रूच्या किल्ल्यात शिरताना हिचा वापर करायचे. हिच्या कमरेला दोरखंड बांधून हिला भिंतीवर टाकलं, की भिंत इतकी घट्ट पकडायची, म्हणे–सगळे सैनिक एकेक करून चढून जायचे! झाड-पाला वगैरे औषध-पाणी देणारे हिची चरबी औषधी म्हणून विकतात. काही जखमांवर हे औषध फार चांगलं असतं, म्हणे. तू ऐकलं नव्हतंस?"

अर्धा तास चढल्यानंतर डोंगराचं शिखर जवळ दिसू लागलं. त्या उंचीवर वाऱ्यामुळं झाडांच्या फांद्या आणि पानं वेगानं हेलकावत होती. त्यांना डोंगराच्या शिखराकडे जायची आवश्यकता नव्हती. उजवीकडे वळून खाली उतरायचं होतं. एवढा चढ चढल्यामुळं दोघंही घामेघूम झाले होते. पण तिथल्या वाऱ्यामुळं दोन-तीन मिनिटांतच सगळा घाम सुकून गेला. त्या वाऱ्यात छत्री टिकणं कठीण असल्यामुळं आणि वाऱ्यात उन्हाचा ताप जाणवत नसल्यामुळं त्यानं छत्रीही मिटली. त्यानंतर अर्धा तास चालल्यानंतर पलिकडचा भूप्रदेश स्पष्टपणे दिसू लागला.

"ते पाहा–तिकडं! तिथं दिसतंय् ना? शेत–तलाव–वस्ती–तेच हालुकेरे. तिथंच दुसरा पाण्याचा तलाव दिसतोय् ना? पाणी दिसतंय् पाहा त्यात–त्याच्या पलीकडेच आमची शाळा! तिकडं ती खापरी देशी कौलांची इमारत आहे ना? तीच–" त्यांनी दाखवलं.

यानंतरचा रस्ता उताराचा होता. अधून-मधून ब्रेक लावला नाही, तर सायकल तशीच पुढं जात होती. समोर दिसणारं गाव, शेतं, शेजारचं उंच शिखर, त्याच्या अंगावर समृद्धपणे वाढलेलं आणि वाऱ्यामुळे लहरींवर लहरी उठवणारं जंगल–सगळीकडे पाहत उत्सुकतेनं तो उतरत होता.

◆

पोहोचल्या-पोहोचल्या हात-पाय धुऊन एका जागी बसून विश्रांती घेण्याऐवजी रवींद्र विवेकानंद विद्याशाला बघायला निघाला. त्याला सारं दाखवायचा उत्साह अण्णय्यांच्या अंगातही तेवढाच होता.

एकशे वीस एकर जमिनीच्या वरच्या बाजूला एक बांध घालून लहान तलाव तयार केला होता. गावाचं नाव हालुकेरे. गावाजवळच्या तलावाचंही तेच नाव. अण्णय्यांनी मात्र डोंगराकडून येणाऱ्या एका ओढ्याचं पाणी अडवून हा तलाव केला होता. आधीच्या शिंदीच्या वनातून हा ओढा वाहायचा. आता तलावात पाणी साठल्यामुळं खालच्या जमिनीलाही वर्षातले आठ महिने ओल राहत होती. तलावात पाणी नसताना तिथं साठलेली माती आणि गाळ तिथल्या नारळींच्या झाडांना आणि शेताला घालण्यात येत असे. तिथल्या पंचवीस एकर जमिनीत हजार नारळाची रोपं लावण्यात आली होती. आता त्या आठ वर्षांच्या रोपांना फळं यायला सुरुवातही झाली होती. बाकीच्या ठिकाणी आंबा, फणस, चिक्कू वगैरे फळांचे वृक्ष लावले होते. बांधालगतचीच पंधरा एकर जमीन भाताच्या लागवडीसाठी वापरण्यात आली होती. भाताचं पीक आल्यानंतर त्याच जमिनीत मूग, हरभरा, उडीद वगैरे डाळी पिकवल्या जात होत्या. तिथं पलिकडच्या बाजूला असलेल्या दहा एकरांत नाचणी,

ज्वारी, हुलगे, मिरची वगैरे पीक येई. एका कोपऱ्यात गो-शाला होती. शेतीच्या कामासाठी आवश्यक असलेले बैल आणि त्याचबरोबर भरपूर दूध देणाऱ्या देशी गाईही होत्या. एकीकडे लाकूड, काम शिकवायला जागा केली होती. तिथून जवळच विहिरीतून पाणी खेचणारा पंप–लेथ मशीन्स होती. आणखी एका ठिकाणी शिलाईचा विभाग होता. डोंगराच्या पायथ्याशी मोठं खेळाचं मैदान. मधोमध शाळेचे वर्ग भरायची इमारत. जवळच लायब्ररी होती. एका कोपऱ्यात विद्यार्थ्यांचं हॉस्टेल आणि शेजारीच शिक्षकांची वसति-स्थानं. सगळ्या इमारती मातीच्या आणि देशी कौलांनी शाकारलेल्या.

दुपारची वेळ होती. वर्गांमध्ये शिकवणं सुरू होतं. त्यामुळे सगळे शिक्षक आणि विद्यार्थी वर्गांवर होते. अण्णय्या रवींद्रला शाळेच्या प्रत्येक विभागाची माहिती देत आणि त्या विभाग-प्रमुखाची शैक्षणिक पात्रता याविषयी सांगत पुढं चालले होते. इथं मुक्काम करून दोन-तीन दिवसांमध्ये इथल्या सर्व विभागांची तपशीलवार माहिती करून घ्यायचं त्याच्या मनात येत होतं.

त्यानं अण्णय्यांना विचारलं,

"शांतिनिकेतनचा आदर्श समोर ठेवून तुम्ही ही शाळा काढली?"

"शांतिनिकेतन आणि श्रीनिकेतनाशी इथं, वरवर पाहिलं, तर साम्य दिसेल. पण या शाळेची सगळी कल्पना गांधीजींच्या विचारांमधून घेतली आहे. त्यांची दोन तत्त्वं साधायचा आमचा इथं प्रयत्न आहे. शिक्षणसंस्था नेहमी स्वतंत्र असली पाहिजे. सरकार किंवा कुणा व्यक्तीपुढं धनसाहाय्यासाठी हात पसरावे लागत असतील, तर ती संस्था कसं आपलं स्वातंत्र्य राखणार? म्हणूनच इथल्या नारळी, शेतं, गाई यांची व्यवस्था केली आहे. विद्यार्थी आणि शिक्षकांच्या पोटाला आधार, म्हणून. पण एवढंच पुरेसं नाही. मग आम्ही सुगीच्या दिवसांत आजूबाजूच्या खेड्यांमध्ये, आमच्या विद्यार्थ्यांच्या गावी जाऊन किराणा सामान आणि धान्य गाड्यांमध्ये भरून आणतो. एकूण काय? सरकारकडून एक पैसाही घेत नाही. दुसरं म्हणजे, इथली कामं जास्तीत जास्त वेळा आम्ही विद्यार्थ्यांकडूनच करून घेतो. प्रत्येक विद्यार्थ्यानं चार महिने शेतात कामं करायची, चार महिने नारळांची कामं बघायची, त्यानंतर गोशाळेत गाय-वासरांची देखरेख करायची, तिथल्या दुधाची नीट व्यवस्था लावायची, यंत्रं चालवायची, यंत्रं सोडवून त्यांच्या वेगवेगळ्या भागांचा अभ्यास करायचा, विद्युच्छक्तीची कामं, शिलाई, हॉस्टेलमध्ये स्वयंपाक करणं, जमीन स्वच्छ ठेवणं–अशी प्रत्येकानं सगळी कामं आपापल्या पाळीनुसार करायची. केवळ कामं करायची नाहीत, त्यातील मूलतत्त्व काय आहे, ते जाणून घ्यायचं. गाय-वासरांवर देखरेख करताना त्यांची शरीररचना, गर्भधारणा, दुधाच्या उत्पादनाची पद्धत, जनावरांना होणारे आजार यांविषयी सांगून त्या संदर्भातली

पुस्तकंही वाचायला देतो. शेतात काम करताना अशीच पिकांची माहिती देतो. स्वयंपाक करताना व्हिटॅमिन्स, समतोल आहार यांविषयी शिकवलं जातं. एकंदरीत, इथं शिकणारा हायस्कूलचा किंवा पी.यू.सी. चा विद्यार्थी बाहेर पडला, तर काही ना काही स्वतंत्र व्यवसाय करून आपापल्या खेड्यांमध्ये स्वतःच्या पायांवर उभा राहील, हे आम्ही बघतो. पुढं तो कॉलेजमध्ये गेला, तरी इतर विद्यार्थ्यांपेक्षा तो अधिक आत्मविश्वासानं वावरला पाहिजे, हा आमचा आग्रह असतो–ध्येयं असतं, म्हण, हवं तर! विद्यार्थिजीवनातच स्वावलंबनाची एकदा गोडी लागली, की तो पुढच्या आयुष्यातही इतरांचं शोषण न करता स्वतःचं जीवन जगेल, असा आमचा विश्वास आहे.''

त्यांचं बोलणं ऐकत असताना रवींद्रला आनंद होत होता. त्यानं गांधीजींचे शिक्षणावरचे विचार वाचले होते. वर्धा, शांतिनिकेतन, श्रीनिकेतन पाहिलं होतं. पण सरकारचं मिंधेपणच नको, म्हणून विद्यार्थ्यांवरच एवढ्या मोठ्या प्रमाणात जबाबदारी टाकणारी शिक्षणसंस्था इतक्या जवळून तो प्रथमच पाहत होता.

अण्णय्या पुढं म्हणाले,

''यावरून आम्ही इथं आमच्या विद्यार्थ्यांना केवळ श्रमजीवी बनवत आहोत, म्हणून समजू नकोस! परीक्षा दोन महिन्यांवर आली, की इतर सगळी कामं थांबवतो आणि मुलांना अभ्यासामध्ये गुंतवतो. त्याच सरकारी परीक्षांनाही मुलंही बसतात. आमच्या इथं नापास होणाऱ्यांची संख्या अगदी कमी आहे. दरवर्षी दहा-पंधरा मुलं पहिल्या वर्गात येतात! ही सगळी खेड्यातली मुलं आहेत, हे लक्षात ठेव!''

प्रत्येक विभाग अधिक तपशिलानं दाखवायच्या आधी अण्णय्या त्याची राहायची व्यवस्था करायच्या दृष्टीनं आपल्या खोलीकडे घेऊन गेले. अतिथींसाठी स्वतंत्र दोन खोल्या असल्या, तरी रवींद्रशी मनात येईल, तेव्हा मोकळेपणानं गप्पा मारता याव्यात, म्हणून त्यांनी त्याची उतरायची व्यवस्था आपल्या खोलीतच केली होती. खोलीत जाताच त्याची ॲटॅची टेबलावर ठेवून त्यांनी त्याला हात-पाय धुवायला सांगितलं. त्याच्यासाठी एक जाडसर चटई आणि त्यावर आणखी जाडसर अंथरूण तयार केलं होतं.

हात-पाय धुऊन येऊन केस विंचरत असताना त्याची नजर समोरच्या भिंतीवरील फोटोंकडे गेलं. विवेकानंद-गांधींचे मोठे फोटो होते. त्यांच्या शेजारी काही लहान फोटो. कमरेला धोतर, खांद्यावर कांबळं, पांढरे केस, भरपूर मिशा, हातात चांदीची कडी, हातात लांबचक काठी! त्यांच्या शेजारी चांदीचे दागिने घातलेली त्यांची पत्नी हे सौद्रेगौडा आणि त्यांची पत्नी असल्याचं त्या खाली लिहिलेलं वाचण्याआधीच त्यानं ओळखलं. त्याच्या शेजारी–

तो आश्चर्यचकित झाला. सौद्रेगौडा दांपत्याच्या शेजारी त्याच्या आजी-

आजोबांचे फोटो होते! हा फोटो कधी काढला, म्हणायचा? त्यानं आणखी लक्ष देऊन पाहिलं. त्याला आठवलं, गावातल्या दवाखान्याच्या उद्घाटन-प्रसंगी असा एक फोटो काढून तिथल्या डॉक्टर बसायच्या जागेत मंत्र्यांनी मोठ्या कौतुकानं लावला होता. त्या फोटोची प्रत काढून त्यांनी इथं लावली असावी.

पण या शाळेला आजी-आजोबांनी काय दान दिलं असेल, हे मात्र त्याच्या लक्षात येईना. ही शाळा सुरू होऊन दहा वर्षंही झाली नाहीत, हे स्पष्टच होतं. मग सोद्रेगौडांच्या शेजारी स्थान मिळण्याइतकं दान आजोबांनी कधी केलं, म्हणायचं?

जेवतानाही त्याचं मन हाच विचार करत होतं. पण याविषयी आपण होऊन विचारणं त्याला योग्य वाटलं नाही. त्याऐवजी ते आपणहोऊन केव्हातरी सांगतीलच, तिकडं लक्ष द्यायचं त्यानं ठरवलं.

आण्णय्या जेवताना सांगत होते,

''संसारी शिक्षक आपापल्या घरी जेवतात. जे पगार घेत नाहीत आणि ज्यांचा संसारही नाही, ते माझ्यासारखे शिक्षक विद्यार्थ्यांबरोबर इथंच जेवतात. मुलांसाठी जे शिजवलेलं असतं, तेच तेही जेवतात–त्यात भेद-भाव नाही.''

स्वयंपाक रुचकर होता. फणसांच्या बिया घातलेली डाळीची आमटी, भात, दाट ताक. अण्णय्यांना नाचणीची उकड नसेल, तर जेवल्यासारखंच होत नसल्यामुळं त्यांनी गार उकड आमटीबरोबर खाल्ली.

त्यांचं जेवण व्हायच्या वेळी शाळा सुटली. सगळी मुलं वर्गांबाहेर आली. त्यानंतर त्या आठवड्यातली आपापल्या वाट्याची कामं करण्यासाठी ती वेगवेगळ्या भागांत निघून गेली. रात्री वर्गातल्या आपापल्या जागेवर बसून त्यांचा अभ्यास चालत असे. त्यामुळं त्या जागेवरची पुस्तकं हलवायची तिथली पद्धत नव्हती.

अण्णय्यांनी सगळ्या शिक्षकांशी रवींद्रची ओळख करून दिली. तिथले फक्त सहाजण व्यवसायानं शिक्षक होते. त्यांना दरमहा विशिष्ट तेवढा पगार दिला जात होता. तेही शिकवायचं काम झालं, की कुठल्या ना कुठल्या विभागात मदत करत होते. अण्णय्यांप्रमाणे आणखी पाचजणांनी या शाळेसाठी आपलं आयुष्य समर्पित केलं होतं. तेही सगळे अण्णय्यांसारखे–म्हणजे डोक्याचं मुंडन आणि अंगावर खादीचं धोतर किंवा लुंगी आणि वर खादीचा नेहरूशर्ट. सगळे शाळेत मुलांना शिकवत आणि उरलेल्या वेळात पशु-संवर्धन, शेती किंवा यंत्र, दुधाचं संस्करण–अशा एकेका विषयात पारंगत होऊन मुलांनाही मार्गदर्शन करत होते. चार भिंतीआडचं शिक्षण देण्यापेक्षा विद्यार्थ्यांना स्वावलंबी करणाऱ्या या शिक्षणाकडे त्यांचं लक्ष अधिक होतं.

या शिक्षकांविषयी रवींद्रच्या मनात विशेष आसक्ती निर्माण झाली होती. त्यानं त्यांची अधिक माहिती मिळवली.

बत्तीस वर्षांचे शंकरमूर्ती तंत्र-विज्ञानामध्ये बी.ई.झाले होते. नोकरी-लग्न यांमध्ये काहीही अर्थ न वाटल्यामुळं ब्रह्मचारी राहायचा निश्चय करून ते इथं आले होते. वर्गात गणित आणि भौतिकशास्त्र शिकवत असतानाच ते सगळ्यांना लेथ, पाणी काढायचं यंत्र आणि इतर यंत्रांची ओळख करून देऊन त्याच्या कार्य-पद्धतीच्या निमित्तानं यंत्राच्या रचनेशी ओळख करून देत होते.

चाळीशीच्या घरातले चंद्रशेखर एम्.बी.बी.एस् झाले होते. सकाळी सात ते अकरा वाजेपर्यंत हालुकेरे गावात एक दवाखाना चालवत होते. शाळेतली मुलं आणि अध्यापकांच्या प्रकृतीची काळजी घेणं ही त्यांचीच जबाबदारी होती. सांयकाळी सगळ्या मुलांना शरीर-रचना, आरोग्य, स्वच्छता, रोग पसरण्याची पद्धत, त्यासाठी घ्यायची काळजी अशा प्राथमिक विषयांवर माहिती सांगत. तिथल्या प्रत्येक विद्यार्थ्याला काही काळासाठी हालुकेरेच्या दराखान्यात या डॉक्टरांना मदत करावी लागे. त्यातून रोग आणि चिकित्सा यांतील प्राथमिक ज्ञानही त्या मुलांना येत असे.

तावरेकेरेचे पशुवैद्य रामराय आठवड्यातून एकदा येऊन तिथल्या गुरा-ढोरांची तपासणी करून जात होते. त्यांच्यामुळं विद्यार्थ्यांना या विषयाचंही ज्ञान मिळत होतं, इतर वेळी चंद्रशेखरच तिकंडही पाहत.

तिशीचे शरभण्णा वनस्पति-शास्त्राचे एम्.एस्सी. होते. त्यांना थेट कृषि-विज्ञान अभ्यासलं नसलं, तरी त्याची माहिती करून घेऊन त्याविषयी विद्यार्थ्यांना माहिती देत देखरेख करत. शाळेच्या मालकीच्या पिकांबरोबरच जवळपास कुणाच्या पिकाला काही त्रास असेल, तर तिकडंही ते लक्ष देत.

बत्तीस वर्षांचे सोमशेखराचार्य बी.एस्सी., एम्.एस्सी., बी.एड्. झाले होते. त्याचबरोबर त्यांनी त्यांचा पिढीजात व्यवसाय–सुतारकाम–अगदी लहानपणापासून वडिलांकडून आत्मसात केला होता. इथं विज्ञान शिकवत असतानाच ते मुलांना लाकूडकाम शिकवत होते.

तिथं एक अठ्ठावीस वर्षांचा रामचंद्र नावाचा तरुण होता. बी.ए.पर्यंत त्यांचं शिक्षण झालं होतं. संपूर्ण केस कापले असले, तरी त्यांनी अजून आपला मार्ग निश्चितपणे ठरवला नव्हता. त्यांचा आता तरी अध्यात्माकडे अधिक ओढा होता. वर्गावर शिकवण्याचं काम झालं, की ते इतर वेळी आपल्या खोलीत दरवाजा बंद करून असायचे.

तेहत्तीस वर्षांच्या नारायणप्पांनी गणित घेऊन एम्. ए. केलं होतं.

सगळ्यांची ओळख झाल्यावर रवींद्र त्यांच्याशी मनमोकळ्या गप्पा मारू लागला. त्या सगळ्यांचीच या मार्गानं जाताना जीवनाची तृप्ती मिळेल, अशी अपेक्षा होती. सगळ्यांच्याच चेहऱ्यांवर निष्ठा स्पष्टपणे दिसत होती.

नंतर शंकरमूर्ती म्हणाले,

"इथं आणखीही एकजण आहेत–होन्नत्ती. मूळचे ते धारवाड जिल्ह्यातले, म्हणे. त्यांचे वडील रिझर्व्ह बँकेत वरच्या हुद्द्यावर होते. त्यामुळं तिरुअनंतपूर, गौहत्ती, पाटणा, मुंबई- अशा वेगवेगळ्या प्रांतांमधल्या गावांमध्ये बदली होत असल्यामुळं त्यांना कन्नड अगदी मोजकंच यायचं. इथं आल्यानंतर चांगलं बोलायला तर शिकलेच–त्याचबरोबर कन्नड वाचायला शिकले. आता त्यांना कन्नड कवितांचा रसास्वादही घेता येतो. पवईमध्ये एम्. टेक, अहमदाबादमध्ये एम्.बी.ए... रेक्सॉल कंपनीचे बेंगळूरचे रेसिडेन्शिअल मॅनेजर म्हणून काम पाहत होते. त्यांना पहिल्यापासूनच शास्त्रीय संगीतात विशेष रस होता. सतार शिकायचे, म्हणे. शिक्षण संपलं, मोठी नोकरी मिळाली–कंपनीकडून गाडी, बंगला, फोन सगळं मिळालं–दोन वर्षं झाली–आता लग्न करायला का उशीर करायचा, म्हणून आई-वडील आग्रह करू लागले. यांना मात्र त्या वेळी त्यांच्या मनात आपलं शिक्षण–आपली आर्थिक परिस्थिती–आपलं सामाजिक स्थान याचा अर्थ काय, हा प्रश्न उपस्थित झाला. वर्षभर काही ना काही सबबी सांगून लग्न पुढं ढकलण्यात यश आलं. नंतर त्यांनी नोकरी संपूर्णपणे सोडून सतार शिकायचा निर्धार केला. त्या वेळी दिल्लीत असणाऱ्या त्यांच्या आई-वडिलांना हा मोठाच धक्का बसला. त्यांचं काही एक न ऐकता यांनी नोकरीचा राजीनामा दिला. आपल्यापाशी जमलेले पैसे त्यांनी एका बँकेत ठेवले. आणि दरमहा अमुक इतके पैसे मिळतील, याची व्यवस्था केली. नंतर आपल्या संगीताच्या गुरूकडे मुंबईला ते निघून गेले. गुरूबरोबर तीन वर्षं राहिले. पण त्यानंतर तिथं राहणंही त्यांना जमेना. परवडलं पाहिजे ना! आपल्यापुरतं एकटं राहून साधना करायच्या दृष्टीनं ते एखादी निवांत जागा शोधत असताना कर्नाटकात त्यांना कुणी तरी या जोगीगुड्डाची माहिती दिली. त्यांना या आमच्या शाळेविषयीही माहिती होती. दोन वर्षांपूर्वी त्यांनी इथं येऊन अण्णय्यांकडे चौकशी केली. आता ते काय करतात, सांगू? एकदा इथं आले, की तीन महिने वर डोंगरावर राहतात. दररोज दहा-बारा तास सतारीचा रियाझ करतात. आठवड्यातून एकदा खाली येतात आणि इथल्या विद्यार्थ्यांना समूहगान शिकवतात. ज्याला इच्छा आहे, त्याला सारेगमही शिकवतात. त्यांनी आपला एक हार्मोनियम इथं शाळेत ठेवला आहे. दररोज दुपारी हालुकेरेहून वडेरय्या डोंगरावरच्या देवाची पूजा करायला जातात ना? जाताना इथं येऊन एक डबा भरून घेऊन जातात. होन्नत्ती तोच डबा दुपारी आणि रात्री खातात. असे तीन महिने गेले, की पुन्हा ते मुंबईला जातात आणि गुरूकडून पुढचं शिक्षण घेतात. पुन्हा उथं येऊन डोंगरावर बसून ते राग आत्मसात करतात. तुम्ही त्यांचीही भेट घ्यायला पाहिजे... "

रवींद्रनं तर ते केव्हाच निश्चित केलं होतं. त्यानं विचारलं,

"नाव काय म्हणालात? होन्नत्ती?"

"हं. एच्. एस्. होन्नत्ती... हेमन्त होन्नत्ती..."

दिल्लीच्या वास्तव्यात हे आडनाव कानांवरून गेल्याचं त्याला आठवलं. व्यावसायामुळं येणारं आडनाव नव्हे–गावावरून येणारं आडनाव. त्यामुळं या आडनावाची फारशी माणसं नसणार. मी ज्या होन्नत्तीला भेटलो होतो, तो ह्यांचा नातेवाईकही निघेल कदाचित.

◆

रात्री मुलं आणि शिक्षक एकत्र जेवण्याआधी सगळ्यांनी प्रार्थना केली. ज्यांची पाळी होती, त्या दहा विद्यार्थ्यांनी सगळ्यांना वाढलं. सकाळची शिल्लक राहिलेली आमटी सगळ्यांना एकेक डाव वाढल्यानंतर, गरम ताजा स्वयंपाक वाढण्यात आला. ताकाची कढी, उसळ, भात-ताक. जेवण झाल्यावर थोडा वेळ ब्रह्मचारी अध्यापकांशी गप्पा मारून रवींद्र आपल्या खोलीत झोपायला आला. अण्णय्यांच्या खोलीत एका भिंतीपाशी शिंदीची चटई अंथरून त्यावर मऊ गादी आणि त्यावर शुभ्र कांबळं अंथरण्यात आलं होतं. त्यावर एक मऊ चौघडी अंथरण्यात आली होती. पांघरायला एक कांबळं आणि आत आणखी एक चौघडी होती. नवं कांबळं असल्यामुळं त्याचा सुकलेला चिंचेच्या कोळाचा आंबूस वास त्याच्या नाकात शिरला आणि किती तरी जुन्या आठवणींना जाग आणून गेला! आता तर खेड्यांतली कांबळीही नाहीत. का पण? आजीचं घर सोडून दिल्लीला गेल्यापासून फक्त कारखान्यातली ब्लँकेट्सच् घरात आहेत. हिवाळ्यात रजई. असलं कांबळं पांघरणं लांब राहिलं–दृष्टीनं बघूनही किती तरी वर्षं झाली. आजोबा-आजी–मीही गावात असताना असलीच कांबळी पांघरायचो. गादी असली, तरीही आजी त्यावर एक कांबळं अंथरायची. त्यावर आपल्या जुन्या साडीची स्वच्छ चौघडी पसरून ती त्यावर झोपायची. नाही तर हिवाळ्यात तिची पाठदुखी सुरू व्हायची, हातपायही आखडल्यासारखे व्हायचे. मी तिच्या शेजारच्याच अंथरुणावर झोपत असे. झोपेत तिला लाथाही खूप मारत असे मी! त्या लाथांकडे दुर्लक्ष करून माझ्या पांघरुणाबाहेर आलेल्या पायांवर ती पुन्हा कांबळं पांघरत होती.

आपल्या विचारांमधून बाहेर येऊन रवींद्रनं पाहिलं. दुसऱ्या भिंतीपाशी उशाशी पाट आणि चटई एवढीच आपल्या झोपण्याची तयारी करून अण्णय्या त्याचीच वाट पाहत होते. त्यांनी विचारलं,

"दिवा बंद करू?"

"तुम्हांला कांबळं?" रवींद्रनं विचारलं.

"मला एवढी चटई पुरेशी आहे. पांघरायला एक कांबळं ठेवलेलं असतं" म्हणत त्यांनी दिवा बंद केला आणि तीन वेळा 'श्रीराम' म्हणून चटईवर आडवे झाले.

काही वेळ गेल्यावर त्यांनी विचारलं,

"उन्हात बरंच चालणं झालंय्. दमणूक झाली असेल. झोप आली?"

"दररोज माझं झोपणं खूप उशिरा असतं. पेपरवाल्यांना शेवटच्या बातमीची वाट बघून नंतरच झोपावं लागतं. त्यामुळं मी सकाळीही उशिराच उठतो.

पुन्हा काही क्षण निःशब्दतेत बुडून गेले. आपापल्या वर्गात मुलं अभ्यास करत होती. गप्पा-टप्पांमध्ये त्यांचा वेळ जाऊ नये, म्हणून त्यांचे वर्गशिक्षकही तिथंच बसून स्वतःचं वाचन करत होते. मुलांच्या अभ्यासातल्या अडचणीही सोडवत होते. मुलं साडेदहा वाजता विद्यार्थी-निलयात झोपायला जात. सगळ्यांची अंथरुणं एकसारखी होती–शिंदीच्या चटईवर एक कांबळं आणि पांघरायला एक कांबळं.

थोड्या वेळानं रवींद्र म्हणाला,

"भिंतीवरचा आजी-आजोबांचा फोटो पाहिला."

"ते माझेही आजी-आजोबाच होते. त्यांनी मला मदत केली नसती, तर मला शिक्षण घेणं अशक्य होतं."

रवींद्रलाही आठवलं, आपल्याला इंग्लिशचं व्याकरण शिकवायला ते गावी आले होते, तेव्हाही ते 'आजी-आजोबा'च म्हणायचे. पण त्या वेळी वाटलं होतं, ही वयस्कर माणसांना हाक मारायची खेड्यातली पद्धत असते.

अण्णय्या सांगू लागले,

"मी मूळचा मूडलगि सीगेहळ्ळीचा. बसवनपूरहून तीन मैलांवर आहे. गावाहून बसवनपूरला पायी येऊन मिडल-स्कूलपर्यंतचं शिक्षण कसंबसं घेतलं. पण पुढं मात्र अनंत अडचणी होत्या. घरची दीड एकर जमीन. जवळपासचं आणखी कुणी नातेवाईकही नव्हतं. फक्त आई होती. मला कधी वडलांची अपेक्षा वाटली नाही– पण आजी-आजोबांचं भारी आकर्षण होतं. सुट्टीत त्यांच्या गावी जायचं–भरपूर खीर खायची–मेंढ्यांच्या उबेमध्ये बसून आजोबांकडून गोष्टी ऐकायच्या!"

रवींद्रला गंमत वाटली. आजोळची जबरदस्त ओढ!

"–बसवनपूरमध्ये लोअर सेकंडरी पास झाल्यावर चन्नरायपट्टणमध्ये हायस्कूलला जाऊ लागलो, तेव्हाच आईनं असमर्थता बोलून दाखवली. पण मी तिकडं लक्ष दिलं नाही. तीही कर्ज काढून शिकवत राहिली. कॉलेजला निघालो, तेव्हा मात्र तिनं हात टेकले. म्हटलं, शेत विकून शिक्षण घेतलं, तर मोठी नोकरी मिळेल! त्या वर्षीही तिनं थोडं कर्ज काढलं. त्याच वर्षी ती वारली. कशी ठाऊक आहे? क्षयानं! होतं नव्हतं ते माझ्यावर उधळलं तिनं स्वतः उपाशी राहून! मला समजल्यावर मी म्हैसूरला नेलं तिला–पण उशीर झाला होता. ती गेली आणि मी शिक्षण सोडून घरी आलो..."

"स्कॉलरशिप किंवा आणखी काही मिळालं नाही?"

"त्या वेळी मागासलेल्या जातींसाठी एवढ्या सोयी नव्हत्या. शिवाय मीही मेरिटमधला विद्यार्थी नव्हतो. गावी येऊन पाहिलं, तर आईच्या अज्ञानाचा फायदा घेऊन किती तरी कागदांवर आंगठे घेतले होते. शेत विकून सारी देणी संपवायचं म्हटलं, तर गावकऱ्यांनी किती किंमत पाडून मागावी? दीडशे रुपये!"

"अण्णय्या, आपली रयत धर्मात्मा–ते कुणावर अन्याय करत नाहीत वगैरे म्हटलं जातं–तुम्हांला काय वाटतं?"

"माझा अनुभव सांगतो–" म्हणत त्यांनी उठून स्विच दाबला आणि पुन्हा जागी बसत म्हणाले, "भुकेल्याला अन्नाचा गोळा द्यायच्या बाबतीत शेतकरी नेहमीच उदार असतो. पण पैशाचा संदर्भ आला, की ते अत्यंत क्षुद्रपणे वागतात. कारण त्यांची झेपच तेवढी असते... "

त्यालाही हे पटलं. बोलायला सोयीचं व्हावं, म्हणून तोही उठून भिंतीपाशी बसला.

ते पुढं सांगू लागले,

"मग मात्र मला गावकऱ्यांचा राग आला. थोडं डोकं चालवून प्रत्येकाला स्वतंत्र भेटून म्हटलं बरी किंमत आली, तरच जमीन विकणार! आईनं कर्ज काढलं असेल, त्याला मी काय करू? सज्ञान मुलगा असताना म्हातारीनं दिलेल्या अंगठ्याची काय किंमत! गावातलं कुणीही जमीन घेणार नाही, म्हणूनही त्यांनी दम दिला. तेव्हा म्हटलं–नका घेऊ! हालीहळ्ळीचे सावकार घेणार आहेत! मग मात्र दोन दिवसांत अडीच हजाराला खरेदी-पत्रही तयार झालं. पैसे हातात आल्यावर आईनं घेतलेली सगळी देणी देऊन रिकाम्या हाती घरी परतलो."

"मग?"

"घरात तर शिजवायला भांडंभर नाचणीचं पीठही नव्हतं. आता केवळ घरच विकण्यासारखं होतं. आले असते दोन-तीनशे रुपये. आणि खिशात फक्त दीड रुपया. दोन दिवस चुरमुऱ्यांवर काढले. मनात सारखं येत होतं, शिक्षणाचा हट्ट न धरता नोकरी धरली असती, तर आणखी चार दिवस आई जगली असती! शिक्षणाचा पराकोटीचा तिरस्कार मनात भरला. आपणही उपाशी राहायचं-आईसारखं मरून जायचं, एवढंच मनात होतं. शिवाय दुसरा उपायही नव्हता, म्हणा! हट्टानं दहा दिवस उपाशी राहिलो–अकराव्या दिवशी मात्र मनात आलं, माझ्या शिक्षणासाठी आईनं एवढे कष्ट काढले! आणि मी हे काय चालवलंय्?–"

रवींद्र लक्ष देऊन त्यांचं बोलणं ऐकत होता.

"–पण शिक्षण कसं घेणार? मस्तक विचार करून शिणलं. तेव्हा तुझ्या आजोबांचं नाव आठवलं. घरच्या नोकराच्या मुलीच्या प्रकृतीसाठी त्यांनी हजार रुपये खर्च केल्याचं माझ्याही कानांवर होतंच. तसाच उठलो आणि भर उन्हात तीन मैल

चालत तुमच्या घरी पोहोचलो. डोकं गरगरत होतं–अंग घामेजलं होतं–तोल जात होता-''

''मग?''

''मी पोहोचलो, तेव्हा दरवाजा बंद होता. माझी हाक एवढ्या मोठ्या वाड्यात आत ऐकू कुठून जाणार? अखेर आजोबांनी दरवाजा उघडला. त्यांनी चौकशी करून आत बोलावलं. मी खांबापाशी उभा राहून सांगत होतो–ते झोपाळ्यावर बसून ऐकत होते. काय बोललो, ते आठवत नाहीत. डोळ्यांपुढं अंधारी येऊन जमिनीवर आदळलो. शुद्ध आली, तेव्हा आजोबा पाणी शिंपडत होते आणि आजी पोफळीच्या पानानं वारा घालत होती. मग आजीनं शहाळ्याच्या पाण्यात लिंबू-साखर घालून आणून दिलं.''

आता अण्णय्या आजी-आजोबांच्या आठवणींत पूर्णपणे बुडून गेले होते.

''नंतर आजोबांनी नाडी पाहिली आणि आजीला लगेच जेवायला वाढायला सांगितलं. आजीनं पोफळीच्या पानावर आमटी-भात वाढला. समोर बसून आजी मायेनं वाढू लागली, तरी उपासामुळं चार-पाच घासांनंतरचा घास तोंडातच घोळू लागला. ते पाहून आजीच म्हणाली–'नको, तर राहू दे. जिऱ्याचा काढा करून देते. थोड्या वेळानं ताकभात खा.' ''

काही क्षण शांततेत गेले.

''आजोबा शेतावर निघून गेले. आजीनं जिरे-हळद-गूळ-दूध घातलेला काढा दिला. काढा पोटात गेल्यावर थोडं बरं वाटलं. आजीनं शेजारी बसून आईची चौकशी केली. तेव्हा मी आई गेल्यावर पहिल्यांदा रडलो!–''

त्या आठवणीनं अण्णय्यांच्या डोळ्यांत पाणी तरारलं. त्यातून परावर्तित किरण डोळ्यांत शिरताच रवींद्रचे डोळेही पाणावले. पाणी टिपत अण्णय्या पुढं सांगू लागले,

''आजीनंच पाठीवरून हात फिरवत सांत्वन केलं आणि म्हणाली–सगळे दिवस काही सारखे नसतात, बाळ! देव सगळ्यांचं भलं करेल. चल, ताक-भात खाऊन घे–! नंतर मात्र छान जेवण गेलं. जेवल्यावर भिंतीपाशी चटई-कांबळं घेऊन झोपलो. किती तरी दिवसांनी गाढ झोप लागली.''

रवींद्रनं अवघडलेल्या पायाची हालचाल केली.

''मला जाग आली, तेव्हा आजोबा मला हाक मारत होते–'अरे ऊठ- दिवेलागणीला झोपू नये, म्हणून उठवलं. नाव काय तुझं? नंतर आजीनं दिवे लावले. मी हात-पाय धुऊन आलो. तोपर्यंत आजोबाही संध्या उरकून आले. गुरांकडे गवत-पाणी बघून ते आले आणि त्यांनी माझी चौकशी करायला सुरुवात केली–

'' 'काय शिकायचंय् तुला?'

'बी.एस्‌सी.'

" 'दरमहा किती पैशांची तुझी गरज आहे?'

" 'फ्री-शिप आहे. दहा रुपये खोलीचं भाडं, जेवण-खाण-कागद-पेन्सिल सारं धरून दरमहा तीस रुपये मिळाले, तरी पुरे.'

" 'आता किती दिवसांचा अभ्यास चुकलाय्'?

'एक महिन्याचा.'

" 'ठीक आहे. यानंतर साडेतीन वर्षं मी तुला दरमहा चाळीस रुपये पाठवेन. पण अभ्यासात हयगय चालणार नाही. बिडी-सिगारेट खपणार नाही. दर परीक्षेचे मार्कस् मला समजले पाहिजेत.'

" 'मला तीस रुपये पुरेत–'

" 'तू तीसच खर्च कर. अडी-नडीला बाकीचे ठेवून दे. या महिन्याला जास्तीचे दहा रुपयेही ठेव.'

"न राहवून मी त्यांना नमस्कार केला, तर म्हणाले–'त्या देवाला कर'–"

अण्णय्यांच्या चेहऱ्यावर तीस वर्षांपूर्वीच्या घटनेविषयीची कृतज्ञता पसरली होती.

"त्यानंतर माझं शिक्षण संपेपर्यंत सरकारी अधिकाऱ्याप्रमाणे महिन्याच्या पहिल्या तारखेला माझी मनीऑर्डर येत होती. आजोबांना भेटायला गावी गेलो, तरी बरोबर नाचणी, तांदूळ, वाल, तिखट–सारं काही आजीनं बांधून दिलं. त्यानंतर प्रत्येक वेळी ती बांधून द्यायची."

काही तरी आठवून अण्णय्या पुढं म्हणाले,

"आजोबांच्या वागण्यात एक प्रकारचा औपचारिकपणा होता. नव्यानं ओळख झाली, की ते अलिप्तच वागायचे. नंतर मात्र त्यांच्या वागण्यात नैसर्गिकपणे मोकळेपणा येत असे."

"बी.एस्सी. झाल्यावर त्यांनाच विचारून मी बी.एड्.ही केलं. पहिला पगार हाती येताच अत्यानंदानं मी गावाकडे धाव घेतली. त्या वेळी ते काय म्हणाले, ठाऊक आहे? 'अण्णय्या' मी तुला कर्ज म्हणून पैसे दिले नव्हते–धर्म म्हणून दिले. ते परत करायचं तुझ्या मनात आलं, याचा मला आनंद आहे. पण धर्माचा पैसा मी पुन्हा कुणाला तरी देणारच. हल्ली दानासाठी 'सत्पात्र' मिळणं कठीण आहे! तू शिक्षण-क्षेत्रातच आहेस. तुला कुणी तसा गरजू गुणी मुलगा भेटला, तर दान कर. तेच तुझ्या जीवनाचं व्रत झालं, तर मला आनंद आहे!, दुसऱ्या दिवशी मला पोहोचवायला बस-स्टँडवर आलेल्या वेळी ते म्हणाले–, 'माझं काल चुकलंच. तू दानी झालं पाहिजे, अशी अपेक्षेनं दिलेलं दान खरं नाही! काल बोललो, ते तू विसरून जा. तू काय करावंस, हे ठरवायला तू स्वतंत्र आहेस.' "

त्यानंतर अण्णय्या काहीच बोलले नाहीत. काही वेळ दोघंही काहीही न बोलता बसून राहिले आणि मग 'श्रीराम' 'श्रीराम' म्हणत अण्णय्या आडवे झाले.

दोघेही जागेच असले, तरी मनातलं आजोबांचं चित्र पुसायची दोघांचीही तयारी नव्हती.

◆

सकाळपासून अण्णय्या कामांत गढून गेले होते. इतर ब्रह्मचारीही खूप राबत होते. पण सर्व बाबतींत अण्णय्याच निर्णय घेत असल्यामुळं सगळीकडे त्यांनाच जावं लागे. कागदपत्रं पाहणं, हिशेब पाहणं, स्वयंपाकघरावर लक्ष ठेवणं. वगैरे त्यांची कामं चालली असता रवींद्रही त्यांच्या पाठोपाठ फिरून सगळीकडच्या कार्यपद्धती पाहत होता. काटकसर आणि अत्यंत छोट्या गोष्टीचाही हिशेब ठेवणं तिथलं महत्त्वाचं वैशिष्ट्य दिसत होतं. विद्यार्थ्यांना वृत्तपत्रं कसं काम करतात, याविषयी माहिती द्यावी, म्हणून इतर अध्यापकांनी त्याला विनंती केली. त्यानं आणखी तीन दिवसांची रजा काढली–त्या मजकुराची तारही तत्परतेनं पाठवली गेली.

त्याच संध्याकाळी त्याचं व्याख्यान झालं. मुलांनी उत्सुकतेनं किती तरी प्रश्नही विचारले. त्याची उत्तरं देताना रवींद्रला मनापासून आनंद झाला होता. त्यानंतर तो त्या मुलांशी मिसळून त्यांच्या गावांविषयी चौकशी करू लागला. त्यातूनही त्याला किती तरी माहिती समजली.

तिथं कुठल्याही विद्यार्थ्यांकडून फी घेतली जात नसली, तरी ज्यांची बरी परिस्थिती आहे, त्यांच्याकडून सुगीच्या दिवसांत नाचणी, भात, चिंच, मिरची वगैरे गोळा केलं जात होतं.

अण्णय्या म्हणाले,

"फक्त आपल्या मुलांच्या पोटासाठी म्हणून देता कामा नये. आपली मुलं शिकून इथून बाहेर पडली, म्हणून देता कामा नये. आपली मुलं शिकून इथून बाहेर पडली, तरीही प्रत्येक सुगीला यथाशक्ति धान्य देण्याची वृत्ती रयतांमध्ये वाढली पाहिजे. अशा वेळी ही खरी सरकारचं काहीही अनुदान न घेता चालणारी स्वतंत्र संस्था होईल. इथं जवळपासच्या रयतांच्या मनांत ही भावना निर्माण करणं हे माझं पहिलं काम."

आणखीही एक गोष्ट रवींद्रच्या लक्षात आली होती–तिथं सगळ्या जातींची मुलं आहेत–प्रत्येकाला आपापल्या जाती ठाऊक आहेत–पण इथं वावरताना त्या कुठंही डोकं वर काढत नाहीत. विद्यार्थी आपला अभ्यास आणि आपल्या वाट्याला आलेलं काम यांत रंगून गेलेले असतात!

प्रत्येक मुलगा दोन आठवड्यांसाठी स्वयंपाकघरात वावरत असतो, तेव्हा तिथल्या इतर मुलांशी त्याची छान दोस्ती होते–नंतर दोन आठवडे सुतारकाम शिकताना तिथल्या मुलांशीही दोस्ती होते! आता आपल्या हातांनी एक स्टूल तयार करणं हीच त्याची आकांक्षा असते. त्यानंतर तो शिलाई-विभागात जातो. शिक्षकांचंही असंच होतं. त्यांच्यामध्येही सगळ्या जातींची माणसं होती. या शाळेच्या मूळ हेतूविषयी ज्यांचं मतैक्य आहे, केवळ त्यांनाच या शालेत प्रवेश होता. पगार-वाढ, आपलं करीयर वगैरे विचार असणाऱ्या शिक्षकाला इथं प्रवेशच नव्हता.

त्या रात्री अंथरुणावर पडून गप्पा मारताना त्यानं अण्णय्यांना विचारलं,

"पण आजी-आजोबांचा हा फोटो मिळाला कुठं तुम्हांला?"

"तुला ठाऊक नाही? बसवनपूरच्या हॉस्पिटलमध्ये हा लावला होता. त्या प्रसंगी मला यायला जमलं नव्हतं. तेव्हा तू आणि तुझे वडील आला होता ना? मी तुझ्या वडलांना कधीच पाहिलं नाही. हॉस्पिटलचं उद्‌घाटन होतं, तेव्हा मी चिंतामणीमध्ये होतो. मला कुणी त्याविषयी कळवलंच नव्हतं. कार्यक्रम होऊन गेल्यावर कुणी तरी पत्र लिहिलं होतं. नंतर मी मुद्दाम आजी-आजोबांना भेटायला आलो. तेव्हा समजलं–हा फोटो तिथं नको, म्हणून आजोबांनी आग्रह धरला होता, म्हणे. त्या वेळच्या जिल्ह्याच्या वैद्याधिकाऱ्यांनीच ऐकलं नाही. ते म्हणाले, त्यामुळं पुढं इतरांना दान करायची प्रेरणा होईल! ते आधी इथल्या महाराजांचे अधिकारी होते ना! तेव्हा सरकारी नीती अशीच होती. आर्थिक दृष्ट्या चांगली माणसं पकडून तुमच्या गावांमध्ये हॉस्पिटल बांधा–शाळा–पूल बांधा! महाराजांना संतोष होईल. ते तुम्हांला बिरुद देतील, अशी आम्ही शिफारस करू–असं सांगून त्यांच्याकडून कामं करवून घ्यायची! त्या वेळी स्वातंत्र्य आलं असलं, तरी अधिकाऱ्यांमध्ये कामाची जुनीच पद्धत होती. तुझ्या आजोबांनाही हेच अधिकारी आधी जाऊन भेटले होते आणि त्यांनीच हॉस्पिटल बांधून द्या, म्हणून आग्रह धरला होता, म्हणे. आजोबांचा स्वभाव तुला ठाऊकच आहे. पण ते काही फार धनाढ्य नव्हते. बसवनपूरमध्ये आजोबांपेक्षा श्रीमंत असे आठ-दहाजण होते. पण देणाऱ्यालाच कुणी झालं तरी धरणार ना? अधिकाऱ्यांनी सांगितलं–तुमच्या आई-वडलांच्या नावानं हॉस्पिटल बांधून दिलं, तर सगळ्या पंचक्रोशीतल्या लोकांना त्याचा फायदा होईल. जेव्हा तिथं नावाची फरशी बसवली, तेव्हा आजोबांनी वाद घातला, म्हणे– इथं आमच्या आई-वडलांची नावं पुरेशी आहेत–आमची नावं घातली, म्हणून! मीही त्यांना विचारलं,–एवढा मोठा सभारंभ होता–मला का कळवलं नाही? मीही आलो असतो. यावर ते म्हणाले–सरकारनं काही तरी ठरवलं होतं–त्यासाठी तू तुझी हातांतली कामं सोडून यायची काही गरज नव्हती!"

रवींद्रलाही आठवलं–आपल्यालाही आजोबांनी पत्र लिहिलं नव्हतं. इथल्या

जिल्हाधिकारी हिरण्णय्या यांनी केंद्र सरकारात उच्चपदस्थ असलेल्या आपल्या वडलांना आवर्जून पत्र लिहून निमंत्रण दिलं होतं. आजोबांना आपण केलेल्या दानधर्माचंही फारसं कौतुक नव्हतं!

त्याच्या मनातलं आजोबांचं चित्र आणखी भव्य होऊन राहिलं. त्यानं अण्णय्यांना मुद्दाम विचारलं,

"आता ती नावाची फरशी तिथंच आहे?"

"ती नावाची फरशीही नाही आणि आतल्या खोलीत लावलेला तो फोटोही नाही!–"

"फरशी मीही बदललेली पाहिली. पण आत काही मी गेलो नाही."

"त्याचीही एक कथाच आहे! ऐक सांगतो तीही! बसवनपूरमध्ये तुमच्या शेताच्या बाजूनं चालत राहिलं, तर दीड मैलावर नेरळीकेरे नावाचं लहानसं गाव आहे, हे तुला ठाऊक आहे?"

"ऐकलंय्."

"त्या नेरळीकेरेचा जयप्पा आताचा एम्.एल्.ए. आहे. इकडच्या भागातला शिंदीचा कॉट्रॅक्टर श्रीकंठय्या या जयप्पाचा नातेवाईक आहे–महाभानगडखोर माणूस! त्या वेळी जयप्पा राजकीयदृष्ट्या पुढं यावा, म्हणून बराच खटाटोप करत होता. श्रीकंठगौडाचीही खूप आरती करायचा. तेव्हाचा एम्.एल्.ए. नरसिंहेगौडा हासनच्या आणि रामेगौडा हा आरोग्यमंत्री मंडल्चा होता. या दोघांशी जयप्पानं मैत्री केली. त्यांची मर्जी संपादन करण्यासाठी तो बरीच खटपट करत होता. त्याचाच एक भाग म्हणून हा प्लॅन ठरला. आरोग्य मंत्री, एम्.पी., एम्.एल्.ए–सगळ्यांनी आपल्या गावी यावं, ही त्याची महत्त्वाकांक्षा होती! पण त्याचं खेडं अगदी छोटं. त्यामानानं बसवनपूर मोठं. ते आल्याच्या निमित्तानं देशाला काही तरी समर्पित करायला पाहिजे. या काँग्रेसवाल्यांनी काहीही केलं, तरी ते देशाला सर्मपित नाही का! त्यानंच जुनी फरशी काढून त्या जागी नवी फरशी बसवली. आतला तो फोटोही काढून टाकला आणि त्या जागी या तीन महात्म्यांचा फोटो तिथं लावण्यात आला."

"पण कुणी तरी बांधलेलं हॉस्पिटल या तीन महानुभावांनी पुन्हा जनतेला अर्पण करण्यात काय साधलं" रवींद्रनं मध्येच विचारलं.

आपण काही तरी असंबद्ध प्रश्न विचारला आहे, अशा मुद्रेनं अण्णय्या त्याच्याकडे बघू लागले. नंतर ते म्हणाले,

"अरे, एवढ्या मोठ्या वृत्तपत्राचा संपादक तू! एका वेळी देशातल्या दहा गावांमध्ये प्रसिद्ध होणारं इंग्रजी वृत्तपत्र तुझं! तूच आता मला समजावून सांग! आजोबांनी स्वतःसाठी उभारलेलं आनंदभवन त्याच वेळी काँग्रेसचं ऑफिस म्हणून देशाला समर्पित करण्यात आलं होतं, की नाही? तेच आनंदभवन पुन्हा राष्ट्राला

आपल्या पंतप्रधानांनी अर्पण केलंच ना? त्याचा काय अर्थ मग? संपादक महाशयांनीच आम्हांला कृपा करून समजावून सांगावं!''

एम्.एल्.ए. होऊ इच्छिणाऱ्या जयप्पानं त्याच्या पक्षाच्या धुरीणांकडून स्फूर्ती घेतल्याचं स्पष्ट झालं. तरीही त्यानं विचारलं,

''एकदा दान दिलेली वस्तू पुन्हा दान देणं निषिद्ध आहे, हे अगदी मान्य आहे. पण इंदिरा गांधींनी आपल्या आजोबांचीच संपत्ती पुन्हा दान केली. पण जयप्पाचं वागणं कसं समर्थनीय ठरेल? कुणी तरी उभारलेलं हॉस्पिटल! गावातल्या एकाही माणसानं याला विरोध केला नाही?''

''हॉस्पिटलमधल्या डॉक्टर-नर्स-शिपाई-वगैरे कर्मचाऱ्यांनीच यासाठी विरोध केला. पण जयप्पानं काय केलं, सांगू? आपल्या गावची माणसं झेंडे घेऊन इथं आणली आणि त्यांच्या जयजयकारात भाषण ठोकलं-महाराजांचा काळ संपला-हे लोकांचं राज्य आहे-गरीब जनतेचं शोषण करून जमवलेल्या पैशांचं हॉस्पिटल बांधून तिथं आपल्या आई-वडलांचं नाव कोरणाऱ्यांचा आम्ही निषेध करतो-बोला-जनतेचा विजय असो-महाराजांचा विजय असो-महाजनता प्रतिनिधींचा विजय असो-महाजनता प्रतिनिधी रामगौडांचा विजय असो!-कुणी याला विरोध केला, तर आम्ही त्यांना नामशेष करू-महाराजांच्या काळात जे नोकरीत शिरले, त्यांचा नायनाट करू-हॉस्पिटलमधले सगळे कर्मचारी घाबरले. कारण ते सगळे महाराजांच्या काळात नोकरीवर हजर झाले होते. मग काय! आणखी एक जोरदार कार्यक्रम आला!'' असं म्हणत अण्णय्यांनी त्याच्याकडे पाहिलं.

मनात कुठल्याही प्रकारचं आश्चर्य न वाटून घेता असल्या घटनांकडे पाहिलं पाहिजे, हे राजकीय बातम्या मिळवणं-लिहून काढणं-छापणं या व्यवसायात बुडून गेलेल्या रवींद्रच्या बुद्धीनं बजावलं, पण हा आपल्या मनाला भावुकपणे स्पर्श करणारा विषय आहे, याचाही तो अनुभव घेत होता. त्याच्या आजोबांना आपण केलेल्या दानाविषयी भावुक ममता वाटली नव्हती. पण आपलं तसं नाही-याच कारणामुळं ह्या घटनेकडे आपण भावुकतेशिवाय पाहू शकत नाही, हेही त्याला जाणवत होतं.

त्याच्या चेहऱ्याकडे पाहत असलेल्या अण्णय्यांनी पुढं सांगितलं,

''मलाही ही बातमी वृत्तपत्रांतून समजली. जेव्हा मी ही बातमी वाचली, तेव्हा मला वाटलं-अरेच्या! आता बसवनपूरला दोन-दोन सार्वजनिक हॉस्पिटलं झाली, म्हणायची! त्याच उत्साहात सुट्टी मिळताच मी बस पकडून बसवनपूरला गेलो-तर ही बातमी! त्याच वेळी मी गावातल्या काही प्रमुखांशी बोललो. जे काही घडलं होतं, त्याचं गावात कुणीही समर्थन केलं नाही. त्याचबरोबर कुणी विरोधही केला नाही! हेच जर त्यांच्या जातीतल्या कुणाच्या बाबतीत घडलं असतं, तर त्या जातीचे

लोक एकत्र आले असते आणि त्यांनी विरोध केला असता. त्यात आता आजोबा हयातही नव्हते.–त्यांच्या जातीमधले सगळे गाव सोडून निघून गेले होते! जे काही होते, ते अल्पसंख्याक! त्यामुळं गावात कुणालाही हा अन्याय घडलाय्, असं वाटलंच नव्हतं. पण मला मात्र सहन झालं नाही. या अन्यायाला काही तरी करून वाचा फोडल्याशिवाय राहणार नाही–असं ठरवून मी थेट नेरळेकेरेला गेलो. जयप्पागौडाला भेटलो–बोललो. दोन दिवस बसवनपूरमध्ये काढले. पण नंतर त्यांनी काय उठवलं, ठाऊक आहे?''

''काय?''

''हा कुरूब गौडा–धनगर–गावात याची वीतभर जमीन नाही–आमची जात पुढं येतेय्, ते याला बघवत नाही–म्हणून घरी-घरी फिरून सगळ्यांना सांगतोय्–म्हणाले सगळे! कृष्णगौडा नावाचा एक कन्नडचा लेक्चरर आहे–खोबऱ्याचा व्यापारही करतो तो. मी हॉस्पिटलपुढं बसून अन्नसत्याग्रह करणार म्हटल्यावर हा कृष्णेगौडा म्हणाला–अबे, जा! आमच्या गावात धनगर निवडून आला नाही, म्हणून हा सत्याग्रह करतोय्. एम.एल.ए. होण्याच्या आशेपायी–म्हणून गावभर बोंबाबोब करतो! आमच्या तालुक्यात या जन्मी काही तू निवडून येत नाहीस!–''

''मग?''

''मी विचारातच पडलो. मनात आलं–नाही तरी आजोबांना मोठेपणाची कणभरही हाव नव्हती. अशा वेळी मी त्यांच्या नावाच्या हव्यासापोटी चिखलात का पडायचं? अशी शाळा निर्माण करायचा विचारही याच सुमारास प्रबल होत चालला होता. माझी जी काही कार्य-शक्ती आहे–ती याच कामासाठी वापरायची, असं मी निश्चित ठरवलं आणि पुन्हा तुमकूरची बस धरली.''

आपल्या मनात छळणाऱ्या भावनेशी सक्रियपणे सहभागी असलेल्या अण्णय्यांविषयी रवींद्राच्या मनात आणखी जवळ गेल्याची भावना निर्माण झाली. संपूर्ण बसवनपूर–संपूर्ण कर्नाटक–संपूर्ण भारताविषयीच त्याला एक प्रकारचा तिरस्कार वाटला. इतिहास-प्रज्ञा आणि उपकार-भावना ही दोन्ही एकाच भावनेची दोन रूपं आहेत, असं त्याला वाटलं. या लोकांमध्ये उपकार-स्मरणाची भावना नाही, म्हणा किंवा यांना इतिहास-प्रज्ञा नाही, म्हणा! त्याला आठवलं, त्यानं पाहिलेल्या पाश्चिमात्य देशांतल्या छोट्या-छोट्या गावांमध्येही म्यूझिअम्स असतात. त्या गावाची ज्यानं स्थापना केली, त्या व्यक्तीपासून या गावाच्या उन्नतीसाठी ज्यांचे हातभार लागले, त्या सगळ्यांचं किती कृतज्ञतेनं स्मरण केलेलं असतं तिथं! त्यांच्या मनात इतिहास-प्रज्ञा आहे–त्यामुळं ते इतिहास निर्माण करतात. उपकाराचं स्मरणही न करणारी ही कोट्यवधी लोकांची झुंड–त्यानं विचारलं,

''अण्णय्या, आमच्या गावची माणसं मूलतः सज्जन–राजकारणी त्यांना बिघडवतात,

असं काहीजण म्हणतात. यावर तुला काय वाटतं?''

"मूलतः सज्जन किंवा दुर्जन असा शिक्का मारणं योग्य नव्हे. ही माणसं खतासारखी आहेत. नारळाच्या झाडाला घातलं, तर नारळी वाढते—कॅक्ट्सला घातलं, तर कॅक्ट्स वाढतो. या माणसांना माणूस करणं हा खरा प्रश्न आहे. आम्ही आमची शाळा याचसाठी उभी केलेली आहे. देशातल्या प्रत्येक माणसाला खतःच्या परिस्थितीहून माणूस या स्थितीला आणणं हे आमचं काम. मग चांगलं आणि वाईट याचं तारतम्य त्यांच्याच मनांत निर्माण होईल. उपकार-अपकाराची जाणीवही होईल त्यांना. सरकारी शाळांमधून हे घडणं अशक्य आहे. कारण जातीय राजकारण करून पुढं आलेलेच तिथं शिकत असतात.''

अण्णय्याचं बोलणं ऐकत असताना रवींद्रचं मन भारताच्या इतिहासाचा विचार करत होतं. राजा आपल्या मंत्र्यांबरोबर आपल्या राज्यातील परिस्थितीविषयी विचारविनिमय करायचा. प्रत्येक कुळ-प्रमुख आपापल्या कुळाच्या सोयीच्या दृष्टीनं आपापला अभिप्राय देत होता. कुठल्याही कुळाचं हित डावललं जाणार नाही, अशा प्रकारे मंत्री इतर कारभार पाहत होता. राजा त्याला संमती द्यायचा. आताही तसंच चालतं. प्रत्येकजण आपण आपल्या जातीचा प्रतिनिधी व्हावा, म्हणून धडपडत असतो. त्यामुळं प्रत्येकाच्या मनात आपल्या जातींच्या हिताचं चिंतन चाललेलं असतं— समस्त राष्ट्राचं हित त्याला दिसतही नाही आणि समजतही नाही. मंत्रिमंडळात असलेले सगळे कुलप्रमुखच असतात- जनप्रतिनिधी कुणीच नसतं.

हा विचार त्याला स्वतःलाही नवा वाटला. तो पुढं विचार करू लागला—

एवढंच नव्हे, सरकारी ऑफिसं, विद्यापीठं, शाळा-कॉलेजं सगळ्या ठिकाणीच हे कुलप्रमुख असतात.

◆

# २

ठरल्याप्रमाणे हेडमास्तरांनी चौघांनाही वेगवेगळ्या तुकड्यांमध्ये घातलं आणि ते भेटणार नाहीत, याची व्यवस्था केली. तरीही झवेरीनं आपल्या मुलाला या शाळेतून काढलं आणि बेंगळूरहून बारा मैल अंतरावर असलेल्या भारतीय अध्यात्म प्रतिष्ठानाच्या वतीनं चालवण्यात येणाऱ्या शाळेत पाठवलं. त्यामुळं आता या शाळेत ते तिघंच राहिले. त्यामुळं ते परस्परांना भेटतात, की नाही, यावर लक्ष ठेवणं त्या तिघांच्या वर्ग-शिक्षकांच्या दृष्टीनंही सोयीचं झालं. दोन आठवडे गेल्यावर सगळ्याचा विसर पडून हेडमास्तर आणि वर्ग-शिक्षक आपापल्या इतर कामांमध्ये बुडून गेले.

तीनही मित्र याचीच वाट पाहत होते. हे असंच घडणार, याविषयी त्यांची खात्री होती! त्यानंतर त्यांनी बाहेर परस्परांना भेटायला सुरुवात केली. बेबी स्वतःला फार हुशार समजतो ना का!–मल्याळी भाषेमध्ये बाळाला पिल्ले म्हणतात, हे या मुलांनी भाषेमध्ये आपल्या वर्गातल्या सुकुमारन् नायरकडून जाणून घेतलं होतं.–आणि हेडमास्तरांना त्यांनी बेबी हे नाव ठेवलं होतं. हे केवळ त्या चौघांचंच गुपित होतं. आता तिघांचं! आणखी कुणालाही हे ठाऊक नाही–ठाऊक असणं शक्य नाही–! कधी-कधी ते मुद्दाम भर वर्गात वर्ग-शिक्षकांच्या समोर 'बेबी कैसा है?' म्हणून विचारू लागले. शिक्षक मल्याळी असले, तरी त्यांना यातलं काही समजलं नाही. आपल्या एखाद्या मित्राला ठेवलेलं ते नाव असावं, असं समजून ते तिकडं लक्ष देत नसत. शिवाय असल्या किरकोळ गोष्टींकडे लक्ष देण्यात काही अर्थ नाही, हेही त्यांना समजत होतं.

तांत्रिक विभागातून एक सुईही बाहेर जाणार नाही, अशा प्रकारे बंदोबस्त करण्यात आला होता. ग्रंथालयाच्या खिडक्यांना जाळ्या मारण्यात आल्यामुळं तिथून एक कागदाचा तुकडाही बाहेर जाणं अशक्य होतं. तिथं काहीही करणं अशक्य आहे, हे दिसताच अनुपनं पुन्हा आईवर प्रभाव दाखवायला सुरुवात केली.

"मॉम! तुझा मुलगा स्ट्राँग व्हायला पाहिजे की वीक? तूच सांग–" या शाळेत जायला लागल्यापासून तो आईशी जास्तकरून इंग्लिशमध्येच बोलत होता–हिंदी

नाही. या दोहोंपैकी कुठल्याही भाषेत तो बोलला, तरी मॉमला समाधान वाटत होतं. तिच्या चलाख दृष्टीनं पाहिलं असता–हिंदीशिवाय आपल्याला कुणी स्वीकारणार नाही आणि इंग्लिशशिवाय आपलं वर्चस्व प्रस्थापित करता येणार नाही. हिंदीचा पाया तर उत्तम आहे–आतापर्यंत तो शिकला, त्या शाळांमधल्या बहुतेक मुलांची मातृभाषा तीच होती. आता इंग्लिशचा सराव होणं अत्यावश्यक आहे. मुलगा इंग्लिशमध्ये बोलू लागला, की ती त्याला अधिकच प्रोत्साहन देत होती.

आताही ती उत्साहानं म्हणाली,

"माझा अनुप पतौडी व्हायला पाहिजे! बेस्ट बॅट्‌समन! अस्सा–" तिनं पतौडीची स्टाईल मारत सांगितलं.

"मॉम! माझी अच्छी मॉम! माझी लाडकी मॉम! मॉम–अनुपही तुझा लाडका आहे ना?" आईच्या दंडावर हात ठेवत त्यानं विचारलं.

याचा काही तरी डाव आहे, हे तिच्या लक्षात आलं होतंच. त्यासाठी तो दाखवत असलेली हुशारी बघून तिला मनोमन अभिमानही वाटत होता.

ती उत्तरली,

"माझा अनुप किती लाडका आहे, सांगू! कुण्णी मम्मी करणार नाही, तेवढं प्रेम आहे माझ्या अनुपवर माझं!"

"पण मी पतौडीसारखा व्हायचा असेन, तर आठवड्यातून दोन वेळा तरी चिकन खायला नको? तो तर दररोज खातो! चिकन न खाता क्रिकेटमध्ये कोण पुढं आलंय्, तूच सांग!"

मुलाचं शहाणपण बघून तिला मनोमन आनंद होत होता. पण तो दाखवून न देता ती म्हणाली,

"मांस-मच्छी खाऊ नये! आपण ब्राह्मण आहोत ना!–"

"ब्रॅह्मीन? म्हणजे काय?"

"म्हणजे पंडितजी–"

"मॉम! म्हणजे आपण पंडित जवाहरलाल नेहरूंची माणसं ना?"

"हाँ, बेटा!" ती अभिमानानं फुलून जाऊन म्हणाली. त्यामुळं तिच्या तोंडून न कळत हिंदी उद्गार बाहेर पडला.

"पंडित नेहरू चिकन खायचे, म्हणे, मॉम! त्यांची मुलगी आणि नातवंडं दररोज खातात, म्हणे! म्हणूनच ते प्राईम-मिनिस्टर झाले!"

यावर काय वाद घालावा, हे तिला सुचलं नाही. मुलगा म्हणतोय्, त्याप्रमाणे पतौडी–प्राईममिनिस्टर होणं दूरच राहिलं;पण मांसाहार केल्याशिवाय त्या प्रभावळीपर्यंत पोहोचणं तरी कसं शक्य आहे? दिल्लीमधलं सामाजिक वलय, तिथं प्रभाव पाडणाऱ्या गोष्टी वगैरेंची तिला बरीच कल्पना होती.

अनुपनं विचारलं,

"मॉम... मांस खाणं पाप आहे, म्हणून डॅडी सांगतात! रबिश! तुला पटतं हे?"

यावर तिनं स्पष्टपणे उत्तर द्यायचं टाळलं. खरं तर, आतापर्यंत तिनंही अभक्ष्य भक्षण केलं नव्हतं. तसा प्रयत्न केला, तर आपल्याला उलटी होईल, हे तिला ठाऊक होतं. पण वडलांबरोबर बाहेर गेले असता सरकारी किंवा सरकारकडून उपकृत झालेल्यांच्या खर्चानं मोठमोठ्या हॉटेलमध्ये जेवताना वडील मांसाहार करत असल्याचं तिनं स्वतः पाहिलं होतं. अशा प्रसंगी ती आणि तिची आई जेवणाआधी फळांचा रस-फँटा-कोक घेऊन, शाकाहारी जेवण झाल्यावर आईस्क्रीम खात. तिचे वडील इतर पुरुषांप्रमाणे व्हिस्की-मांसाहार घेत. त्यामुळं पुरुषानं घेतलं, तर काय बिघडलं–अशी तिची भावना झाली होती. काही वेळा 'न घेणारा पुरुष कसला' म्हणण्यापर्यंतही तिचं मत असे. अलीकडे पार्टीमध्ये वाईन घ्यायलाही तिनं सुरुवात केली होती. वाईन हे बायकांचं पेय–त्याहून जास्त घेणाऱ्या बायकांकडे पाहून ती नाकही मुरडत असे. आपला नवरा कधीही मांसभक्षण करत नाही–पिणंही अगदी क्वचित–पत्रकार-व्यवसायाशी संबंधित असूनही! आता नवऱ्याचा विचार करताना त्याचं चित्र कुठल्या रंगात रंगवावं, हे तिला समजेना. हा कसला पुरुष–असं एकीकडे वाटत असलं, तरी मांसाहार करून चूळ न भरता तो जवळ आला, तर? तिचं सर्वांग थरकापलं.

पण गेल्या दोन-तीन वर्षांमध्ये नवऱ्याच्या आवडी-निवडी आणि स्वभाव यांविषयी तिच्या मनात अनासक्ती निर्माण झाली होती. या बेंगळूरला आल्यापासून दोघांमधली दरी अधिक रुंदावत होती. कन्नड भाषा! ही जमीन! इथली माती! भारताचाच भाग असला, तरी इथलीच वैशिष्ट्यपूर्ण संस्कृती! काही तरीच! असले जुनाट विचार असतील, तर इथल्याच एखाद्या जुन्या-पुराण्या भटजीच्या बुरसटलेल्या पोरीशी लग्न करायला हवं होतं! केंद्र सरकारी नोकरी करणाऱ्या मोठ्या इंजिनीयरची बायको हवी, म्हणे! देशातल्या सगळ्या मोठ्या गावांत राहून शिक्षण घेतलेली तरतरीत मुलगी बायको म्हणून हवी याला! त्याचबरोबर कर्नाटकी जुनाट गुणही तिच्यात हवेत! व्वा!–

पण यांतलं काहीही तिनं मुलाला दाखवून दिलं नाही.

"ममी... मला आठवड्यातून दोन वेळा चिकन हवं... तू तेवढे पैसे मला दे. पण डॅडीना सांगू नको हं! माझी मम्मी! मी तुझा लाडका अनुप! आय् लव्ह् यू ममी..." तो लाडात येऊन म्हणाला...

"! अरे... माझी हेअरस्टाईल खराब नको करू... म्हणजे आठवड्याला चाळीस रुपये? एवढे पैसे मी कुठून देणार, रे?"

"हे काय, मॉम! महिन्याला घरासाठी किती तरी पैसे खर्च करतेस ना? डॅडी तुला त्याचा हिशेबही विचारत नाहीत. त्यात आठवड्याला चाळीस रुपये काढून देणं काही कठीण नाही तुला! किती वर्षं तेही? तुझा अनुप इंजिनीअर होईपर्यंत! मग काय? मॉम, तेव्हा मात्र मी तुला चारशे रुपये आठवड्याला पॉकेट मनी देईन!... प्रॉमिस!..."

"छे, रे! नाही जमणार... " ती म्हणाली. पण ती निश्चित देईल, याची अनुपला तिच्या दृष्टीवरून खात्री पटली.

◆

आपण काढलेले फोटो केंद्रस्थानी ठेवून त्या काळची आणि आजची देवळाची परिस्थिती या विषयाचा आधार घ्यायचा आणि बसवनपूरमधल्या सद्यः परिस्थितीवर प्रकाश टाकणारे तीन-चार लेख लिहून आपल्या वृत्तपत्रात प्रसिद्ध करायचं रवींद्रनं ठरवलं होतं. त्यात हरिजन तरुणांनी संपूर्ण देऊळच अमेरिकेला का विकू नये, असा प्रश्न उपस्थित केला होता–त्याला उचित स्थान देऊन त्यावर चर्चाही घडवायचा त्याचा विचार होता. दोन-तीन दिवस गेले, नंतर त्याला वाटू लागलं–देवळाचा विषय मध्यवर्ती न ठेवता 'बसवनपूरला पुनर्भेट–' अशा प्रकारच्या एखाद्या शीर्षकाखाली सहा-सात दीर्घ लेख लिहावे. याच वेळी दिल्लीच्या प्रमुख संपादकांचा–तलवारांचा निरोप आला. त्यांनी 'भारतातील पोलीस प्रजासत्ताक राजवटीला रुळले आहेत किंवा कसे?" या विषयावर एक सुदीर्घ लेख तयार करायला सांगितला होता. भारतातील सगळ्या राज्यांमधल्या प्रमुख गावांतल्या प्रतिनिधींना प्रश्नावली पाठवून उत्तरं गोळा करणं आवश्यक होतं. आता आधी प्रश्नावली तयार करायला हवी होती. त्यानंतर या विषयावर उपलब्ध असलेली माहितीही नजरेखालून घालणं अत्यावश्यक होतं. हे सगळं करून वीस दिवसांच्या आत लेख तयार करायला हवा होता. कारण तो पोलीस-दिनाच्या निमित्तानं प्रसिद्ध करायचा होता. विशेष पुरवणीमध्ये. पत्रकाराची कामं ही असीच. प्रत्येक काम तातडीचं आणि प्रत्येक काम डेड-लाईन घेऊनच समोर ठाकतं! त्यामुळं रवींद्रचं लक्ष त्या लेखानं वेधून घेतलं होतं. शिवाय इथल्या वृत्तपत्राच्या संपादनाची जी जबाबदारी होती, ती होतीच. कर्नाटक आणि भारतात आज घडणाऱ्या घटनांचा आढावा घेत राहायला पाहिजे... अधून-मधून तसाच विषय असेल, तर संपादकीय लिहायला पाहिजे... दररोज सकाळी भरणाऱ्या संपादकीय सभेमध्ये आपले विचार मांडायला हवेत... चर्चा करायला हवी...

पोलीस खात्यावरील लेखासाठी त्यानं पाठवलेल्या प्रश्नांना फारसा प्रतिसाद मिळाला नाही. अखेर जेवढी माहिती मिळाली, त्यावरूनच समग्रपणाचा भास होईल, असा एक लेख त्यानं तयार केला. आता उद्यापासून दोन दिवस सकाळी

लवकर बसून डिक्टेशन द्यायला हवं, म्हणजे लेख पूर्ण होईल.

टेलिफोनची घंटा वाजली. सेक्रेटरी लोबोनं सांगितलं,

"सर... तुमच्या गावचे एम्.एल्.ए. आलेत. मिस्टर जयप्पा..."

आता आपण कुणालाही भेटायच्या मूडमध्ये नाही, हे रवींद्रला तीव्रपणे जाणवलं. कोण हा जयप्पा? एम्.एल्.ए.? त्यानं सांगितलं,

"सी! आय् ॲम टू बिझी नाऊ!..."

"सर... आता त्यांना फक्त अपॉईंटमेंट हवी आहे! पण आता फक्त दोन सेकंद येऊन भेटायचं, म्हणतात."

तिचं बोलणं संपण्याआधीच रवींद्रला एम्.एल्.ए. जयप्पा म्हणजे कोण, याचा उलगडा झाला. 'बसवनपूरची पुर्नभेट' मधलं कदाचित हे महत्त्वाचं पात्र ठरेल! उत्तम मटीरियल! त्यानं जयप्पाला आत पाठवायला सांगितलं आणि तो पोलीस-लेखाच्या टिपणांवरून नजर फरवू लागला.

आत आलेला माणूस कॉंग्रेसमधला चौथ्या दर्जाचा असल्याचं रवींद्रनं पहिल्या दृष्टिक्षेपातच जाणलं. पहिला दर्जा–जाडंभरडं खादीचं धोतर–झब्बा वापरत होते. दुसरा दर्जा–थोडं तलम खादीचं कापड–पायजमा आणि नेहरू शर्ट–छातीवर एक खिसा. तिसरा दर्जा–राखट रंगाची खादीची पँट आणि क्लोज-कॉलरचा कोट. आत आलेल्या व्यक्तीनं खादीचा सफारी सूट घातला होता. एकीकडे तो राजकारणी भासत होता, तर दुसरीकडे उद्योगपती असल्याचा भास निर्माण करत होता. सफारीच्या कापडामध्ये पन्नास टक्क्यांएवढं पॉलिस्टर दिसत होतं. चाळीशीचं वय. लहानवयात व्हॉलीबॉल खेळलेल्या देहावर आता चरबी चढत होती. त्यानं आत प्रवेश करताच सर्वत्र 'सुगंधराज'चा वास पसरला होता.

डाव्या हातातली कातडी ब्रीफकेस खाली ठेवत उजव्या हातातल्या वेताच्या टोपलीतला एक हार बाहेर काढून जयप्पानं टेबलावर वाकून पलीकडे खुर्चीवर बसलेल्या रवींद्रच्या गळ्यात घातला आणि चेहऱ्यावर सलगीचं हास्य दर्शवत तो म्हणाला,

"हार घालून जावं, म्हणून आलो होतो. आता वेळ नसेल, तर तुम्हांला जेव्हा सवड असेल, तेव्हा येईन मी! आमच्या एम्.एल्.ए. हॉस्टेलला एक फोन करायला सांगा फक्त! बहुतेक मी इथंच असतो... त्यात आता सेशन चाललंय्."

त्यानं पुढं केलेला हात हातात घेऊन हलवत बसल्या जागेवरूनच रवींद्रनं विचारलं,

"आता हे सगळं का आणलंत तुम्ही?"

तेवढीच संधी पकडून समोरच्या खुर्चीवर बसत जयप्पा म्हणाला,

"आमचं फारच चुकलं, सर! आपण गावी येऊन गेलात, म्हणे, मध्यंतरी!

आमच्या शाळेत भाषणही झालं, म्हणे! त्या वेळी मी गावात नव्हतो. आधी ठाऊक असतं तर चार मोठी माणसं जमवली असती–गावात एक मोठी सार्वजनिक सभा भरवली असती–मानपत्र दिलं असतं. यानंतर एक दिवस सभा ठरवेन. त्या वेळी मात्र तुम्हांला नक्की आलंच पाहिजे! एवढंच सांगायला आलो होतो. आता आपण बिझी असताल, तर जातो मी... '' उठल्यासारखं करत तो म्हणाला,

"बसा. सभा-सभारंभ-मानपत्र कशासाठी?'' रवींद्रनं विचारलं.

"एवढ्या मोठ्या वृत्तपत्राचे संपादक झालात... राष्ट्रीय पातळीवर लेख लिहिता... केवळ आमच्या तालुक्यालाच नव्हे... संपूर्ण जिल्ह्यालाच अभिमान वाटावा, असं आहे हे! आपल्यासारख्यांनी एवढ्या वर्षांनंतर आपल्या जन्मगावी भेट देणं ही एक हिस्टॉरिकल इव्हेंटच आहे! ऐतिहासिक घटना!... खरं, की नाही?''

पत्रकार म्हणून वावरताना रवींद्रनं किती तरी मुख्यमंत्र्यांच्या मुलाखती घेतल्या होत्या. त्यांनी ज्या गोष्टी दडवायचा प्रयत्न केला होता, त्याच मुलाखतीतून बाहेर काढण्यात तो यशस्वीही झाला होता. किती तरी केंद्रीय मंत्र्यांच्या मुलाखतींचा अनुभव त्याच्या पाठीशी होता. या व्यवसायात पडण्याच्या वेळी त्यानं किती तरी ग्रंथ केवळ मुलाखत या एकाच विषयावरचे वाचले–अभ्यासले होते. तीन वेळा प्रधानमंत्र्यांच्या परदेश वारीच्या वेळीही तो जाऊन आला होता. पत्रकाराचं पहिलं वैशिष्ट्य म्हणजे, क्षणार्धात समोरच्या व्यक्तीला जाणून घेणं–तिचा उद्देश जाणून घेणं, व्यक्तीच्या बाह्य बोलण्यापेक्षा उद्देशाचा वेध घेणं हेच पत्रकाराचं उद्दिष्ट असलं पाहिजे, यावर रवींद्रचा विश्वास होता.

तो म्हणाला,

"ते जाऊ द्या. तुम्ही इतिहास निर्माण करणार... आम्ही तो लिहून काढणार! ही असेंब्लीची मेंबरशिप कितव्यांदा मिळाली?''

"दुसऱ्यांदा.''

"का? खूप उशिरा राजकारणात प्रवेश केलाय् काय?''

"नाही. लहानपणापासूनच राजकारणाची मला आवड आहे. विद्यार्थी असल्यापासून पार्टीचं काम करत होतो. आपली माणसं कशी आहेत... तुम्हांलाही ठाऊक आहेच, सर! एखादा काम करतो म्हटलं, की त्याचं रक्त शोषून घेऊन आपला दरबार चालवायचा!श्रीकंठेगौडा म्हणून एम्.एल्.ए. होते. त्यांच्यासाठी मी वर्षानुवर्ष काम केलं... त्यांना उत्सवमूर्ती करून खांद्यावर घेऊन किती तरी वर्षं मिरवत राहिलो. प्रत्येक निवडणुकीच्या वेळी ते म्हणायचे... जयण्णा, या खेपेला एकदाच मी उभा राहतो–म्हणजे सीनियर एम्.एल्.ए. होईन... मंत्री करणार नाही म्हणणं मुख्यमंत्र्यालाही कठीण होईल... तू या वर्षी माझं काम करायला पाहिजे! असं एका निवडणुकीच्या वेळी झालं. पुढच्या खेपेलाही म्हणाले, जयण्णा, एवढ्या वेळेला मला निवडून

आण... नंतर सगळं तुझंच!... तू लहान मुलगा! पुढच्या सात-आठ टर्न्स तुला नक्की मिळतील. तेही केलं. तेवढ्यावर तरी इच्छा संपायला पाहिजे, की नाही? मग मी तरी किती दिवस गप्प बसणार? तिथंच सुरू केलं... तरुणांनी पुढं यायला पायजे... नवीन रक्त पायजे, म्हणून! सिंडिकेट धुऊन काढायला आमच्या लीडरनं घोषणा दिलीच होती! तेव्हा मी सरळ जाऊन लीडरला भेटून सांगितलं... मला तिकीट द्या... जिंकतो, की नाही, ते बघा!... आता त्या थेरड्या श्रीकंठेगौडाला तिकीट दिलं, तर पक्ष मागं जाईल... असं पटवून एकदाच तिकीट मिळवलं.किती दिवस लोक तरी तेच ते जुने चेहरे बघणार?''

''एवढी वर्षं तुम्ही काम केल्याचं लोकांनी पाहिलं होतं... म्हणून तुम्हांला त्यांनी निवडून दिलं...''

''–व्वा! काय बोललात, सर! अगदी खरं आहे ते! काम तर केलं, यात शंकाच नाही... त्याचबरोबर करू नयेत, अशीही एक-दोन कामं करावी लागली, बघा, तेव्हा! ही जुनी सिंडिकेटची माणसं... म्हणजे निजलिंगप्पा, संजीव रेड्डी, मोरारजी देसाई, कामराज... दुसऱ्या स्टेटचं घेऊन तरी काय करायचं म्हणा आपल्याला? आपले निजलिंगप्पा–कर्नाटक–राजकारणातले धुरीण! एकीकरणासाठी झगडाही दिला यांनी. ते सगळं खरंय्. पण एकीकरणासाठी का हे भांडले? यांना सपोर्ट कुणी दिला? तुम्हांलाही ते सगळं ठाऊक आहे, म्हणा! ही सगळी माणसं भारी कम्युनल! अगदी किळस येते, बघा! आता ते किती तरी कमी होतंय्!''

हा काय सांगू पाहत आहे, याची रवींद्रला थोडी-फार कल्पना आली. तो मुद्दामच म्हणाला,

''एक-दोन करू नये, त्या गोष्टीही केल्या, म्हणालात! असं केलंत तरी काय?''

''तुमच्यापुढं काय लपवायचं? तेही सांगतोच. अहो, तो जुनाट श्रीकंठेगौडा नाही काय? तो माझ्यामागं एकसारखा लागला होता... तालुक्यात माझं नाव अजरामर व्हावं, म्हणून कुठं तरी कोरलं जाईल, असं कर, म्हणून! मी त्यांना स्पष्ट सांगितलं, असं वाटत असेल, तर तालुक्यासाठी एखादं अजरामर काम करा! एखादं हॉस्पिटल, शाळा-कॉलेज-तलाव-पूल काही तरी तुम्ही करा. तुम्हांला सांगतो... यांच्या हातून काय होतंय्?... नुस्ता हात वर करायचं एवढंच याचं काम! मग त्यांनी सुरू केलं... सी. एम्. ऐकायला पायजे... बजेटमधे अलॉटमेंट व्हायला पायजे... प्लॅनमध्ये इन्क्ल्यूड व्हायला पायजे... ते भेदरलेल्या कुत्र्याच्या पिल्लागत केकाटायला लागले, बघा! मग विचारलं, काय करू या, म्हणता? तर तो काय म्हणाला, ठाऊकाय? म्हणाला, तुमच्या बसवनपुरात एक बांधलेलंच हॉस्पिटल आहे... ज्यानं बांधलं, तो बामण कधीच गोता खाऊन गेलाय्!... दंगा करायला

गावात त्यांच्या जातीचंबी कुणी न्हाय!... त्यालाच मी काय तरी केहलं, म्हणून दुसरा दगड बसव! मंत्र्यांना बोलवून दांडगं फंक्शन करू या!... तुम्हांला सांगतो... मला एवढा राग आला!... मी त्यांना स्पष्टच म्हटलं... हे काय, श्रीकंठेगौडा! सासूचं घेतलं आन् जावयाला दिलं... तसला प्रकार झाला हा! मग घाबरला बघा तो! पण तुम्हीच सांगा... माझं तो कसं ऐकेल? मग त्यानं हेच मंत्र्याला... एम्.पी. ला सांगितलं. शेवटी बसवनपूरच्या वेंकटसुब्बय्यांसारख्या धर्मराजानं दिलेलं दान आपल्या नावावर करून मोकळा झाला हा! मला पण तेव्हा विरोध करायला जमलं नाही. तोंड मिटून बसावं लागलं. काय करणार?''

का गप्प बसावं लागलं? हा सांगतोय्, ते धडधडीत असत्य आहे, हे रवींद्रचं व्यावसायिक शहाणपण खात्रीनं सांगत होतं. जरी हा सांगतोय्, ते सत्य असलं, तरी तो आपल्या राजकीय स्वार्थासाठी गप्प बसला, हे स्पष्ट होतं. तरीही त्यानं जयप्पाला पेचात पकडण्यासाठी काहीही प्रश्न विचारला नाही. आपल्या आजोबांनी निष्काम वृत्तीनं दिलेल्या दानाचा आपल्या क्षुद्र स्वार्थापायी वापर करणाऱ्या निर्लज्ज माणसाकडे रवींद्र नुसताच बघत बसला.

काहीही न बोलता हा आपल्याकडे एकटक पाहत आहे, हे जाणवून जयप्पा कासावीस झाला. त्यावर सारवासारव करण्याच्या दृष्टीनं तो म्हणाला,

''तेव्हा माझं चुकलं, हे मान्य आहे मला! म्हणजे समोर चुकीचं काही घडत असताना विरोध केला नाही, हीही चूकच नाही काय? आता मी ती चूक दुरुस्त करायच्या परिस्थितीत आहे. तुमचे आजोबा... नाही. तुमचे आजोबा म्हणणं चुकीचं आहे. ते संपूर्ण गावाचेच नव्हे... संपूर्ण तालुक्याचे आजोबा!... संपूर्ण जिल्ह्याचेच आजोबा! आमच्या गावाच्या आजोबांनी दिलेल्या दानशिलेवर आपलं... स्वतःचं नाव कोरण्याची हीन भावना असलेल्या या लोकांना चव्हाट्यावर ओढून आणायला पाहिजे! मी एक समारंभ ठरवतो... सी. एम्. ना बोलवतो... जमलं, तर पी.एम्.नाच बोलवू या. मोठा समारंभ एक लाख लोक जमतील, असा समारंभ! निदान लाखभर माणसं जमवली नाहीत, तर पी. एम्. ना बोलवणं शक्यच नाही. आपण बोलावलं, तरी त्या देणार नाहीत. यांची किती माणसं जमवायची ताकत आहे, ते सी. आय्. डी. कडून जाणून घेतल्याशिवाय त्या यायचं कबूल करत नाहीत. बसवनपूरच्या हॉस्पिटलपुढचं पटांगण भरून बस-स्टँडपर्यंत माणसं उभी राहतील, एवढी माणसं जमवू या आणि त्यांनी बसवलेली आपल्या नावाची फरशी काढून, त्या जागी आपल्या आजोबांच्या नावाचीच संगमरवरी फरशी बसवू या. त्या समारंभात आजोबांचे प्रतिनिधी म्हणून सगळ्या ग्रामस्थांच्या वतीनं... महाजनतेच्या वतीनं राष्ट्रनायिकेच्या हस्ते शाल देऊन... हार घालून मानपत्र द्यायचा समारंभ करायची मी व्यवस्था करेन! अन्याय नष्ट करायलाच पाहिजे... असत्य चिरडायलाच पाहिजे! त्याची सुरुवात

म्हणून आज हा हार कुणीही नसताना घातलाय्. दुसरा हार मात्र लाख लोकांच्या समोर!''

तरीही रवींद्र काही बोलला नाही. त्याचं मन जयप्पानं सुरुवातीला सांगितलेल्या काँग्रेसच्या फुटीविषयी विचार करत होतं. हवेत उकाडा होता. घामानं बनियन अंगाला चिकटावा, असा उकाडा... हो, दिल्लीचा उकाडा वेगळाच. घामानं सर्वांग थबथबून जातंय्, अशा उन्हात दररोज सात-आठ हजारांचा घोळका–कधी रिक्षाचालक संघ म्हणून, कधी पौर कार्मिक संघ, कधी फूटपाथ व्यापारी संघ, हरियानाच्या शेतकऱ्यांचा संघ–दररोज कुठल्या ना कुठल्या संघाच्या नावाखाली सात-आठ हजारांचा समूह रामलीला मैदानावरून निघून कॅनॉट प्लेसवरून घोषणा देत पंतप्रधानांच्या निवासस्थानापर्यंत जात असे. रस्ताभर घसा खरवडून निघेल, अशा घोषणा! तिथं पोहोचल्यावरही 'देश की नेता–', 'हमारी माता–'' वगैरे घोषणा दिल्या जात. मग आपला पाठिंबा असल्याचं दाखवून देणारी भाषणं–त्यात दुर्गा-महाकाली-माता वगैरेशी तोंड फाटेपर्यंत तुलना–अखेर पी.एम्. बाहेर येणार आणि तिथं तयार करून ठेवलेल्या लाकडी व्यासपीठावरून भाषण करणार! तिथं दररोज गरिबांसाठी नव्या धोरणांची घोषणा करणार. तिथं जमलेले पत्रकार मग त्यांचे भवसागर तारणहार रूपातली चित्रं आपापल्या नियकालिकांत प्रसिद्ध करणार! दुर्गा-शांता-लक्ष्मी अशा त्रिमूर्ती अवस्थेतली चित्रं! मग मोठ-मोठे लेख–'या थेरड्यांना हटवायला पाहिजे–नवं रक्त आलं पाहिजे–वगैरे वगैरे–

मी तरी कुठं वेगळा होतो त्या वेळी याहून? त्या वेळी न्यूज एडिटर होतो मी. या घटनांना पराकोटीचं महत्त्व देणं–रकाने भरभरून त्याविषयीचा तपशील देणं–त्यात बॉक्स न्यूजची रेलचेल!

केवळ दिल्लीमधल्या इंडिकेट–सिंडिकेटच्या बातम्यांसाठी म्हणूनच नेमलेल्या रुहेलानं एक दिवस संध्याकाळी एक टाईप केलेली बातमी माझ्या पुढ्यात टेबलावर ठेवत म्हटलं,

''इथं बोअर होतोय् मी... मला आणखी कुठं तरी टाका!''

''अरे, इतिहास निर्माण होत असताना कव्हर करायची संधी मिळणं हे सुदैवच! याचा फायदा करून घेत एकीकडे बातम्या देताना दुसरीकडे तुमची तुम्ही टिपणं काढत राहिलात, तर नंतर चक्षुर्वैसत्यं अशा स्वरूपाचा एक ग्रंथच लिहाल तुम्ही! भविष्यकाळातल्या इतिहासकारांना तुमचा हा ग्रंथ म्हणजे फार मोठं साधन होईल! आणि तुम्ही बोअर म्हणता?''

यावर तो उत्तरला होता,

''तुमचं टेबलवर्क असतं. तिथं प्रत्यक्ष काय चालतंय्, याची तुम्हांला कल्पना नाही. तिथं येणाऱ्या मिरवणुकी कुठलाही फलक घेऊन येऊ द्या–त्यांत तीच ती

माणसं असतात. ही सात-आठ हजार माणसं भाड्यानं आणली जातात. हे सगळ्यांनाच ठाऊक आहे. पण कुणीही त्याचा रिपोर्ट करत नाही. सर्वत्र इंदिरा-लाट पसरत आहे–सिंडिकेटवाले म्हणजे दुष्ट राक्षस–त्यांच्या संहारासाठी ही शंकराची शक्ती देह धारण करून आली आहे. अशा वेळी विरोधी बातम्या देऊ नयेत, असं वृत्तपत्रांनीही ठरवल्यासारखं दिसतंय्. मोठमोठे उद्योगपती तिच्याच बाजूचे आहेत. बँकांचं सरकारीकरण केलं, तसं आपले उद्योगही तिनं चिमटीत उचलून घशात टाकले, तर काय करायचं, या भीतीपोटी! वृत्तपत्रांच्या मालकांचंही हेच भय आहे. आणि यातून खरं लिहिलं, तरी ते छापणार कोण?''

त्या वेळी हा प्रश्न म्हणजे मला माझ्या व्यवसायालाच पडलेला महत्त्वाचा प्रश्न वाटला होता. तरीही त्या वेळी त्याला 'तू सत्य लिही–मी छापेन' म्हणायचं धैर्य मी दाखवू शकलो नाही. काही ठिकाणी वार्ताहराचं काम करत संपादक या स्थानापर्यंत येऊन पोहोचताना मालक-व्यवसाय आणि वृत्तपत्र यांचा परस्परांशी असलेला संबंध समजल्याशिवाय कसा राहील? तरीही त्या वेळी मनात आलं–आपण स्वतः याची परीक्षा घ्यायला पाहिजे.

दुसऱ्या दिवशी उठल्यावर दाढी न करताच, केस न विंचरता तो घराबाहेर पडला होता. अंगावर कपडेही कांतीनं काढून ठेवलेल्या जुन्या गाठोड्यातले चढवले. त्या चुरगळलेल्या कपड्यांनिशी रामलीला मैदानाकडे निघाला. अकरा वाजत आले असतील. त्या दिवशी दिल्ली हॉटेल-चालक संघाची मिरवणूक होती. तो स्वतः पत्रकार असूनही अशा प्रकारचा एखादा संघ अस्तित्वात आहे, याची त्याला कल्पनाच नव्हती. तो तिथं पोहोचला, तेव्हा त्या प्रचंड मिरवणुकीला प्रारंभ झाला होता. मिरवणूक कॅनॉट प्लेसकडे वळली. शंभर लोकांवर एक मेस्त्री होता. मेस्त्री ज्या घोषणा देई, तशा बाकीचेही देत. घोषणा देण्यात कुणी कुचराई केली, की हा मेस्त्री त्यांना दमदाटी करत होता. सगळेच उन्हामुळं कोळपून गेले होते. त्याच्यापेक्षाही तिथल्या लोकांचे कपडे अधिक दारिद्र्य दर्शविणारे होते. त्या मैलभर लांबीच्या मिरवणुकीत रवींद्रनं शिरकाव करून घेतला. तोही बेंबीच्या देठापासून 'देशकी नेता–इंदिरा माता–' म्हणून घोषणा देऊ लागला. भोवताली 'सिंडिकेट को तोडेंगे–भारत को बचाऐंगे' वगैरे घोषणाही ऐकू येत होत्या. घोषणा देऊन देऊन सगळ्यांचे घसे बसले होते.

शंभरेक पावलं पुढं गेल्यावर त्यानं शेजारच्या माणसाला हळूच विचारलं,

''भाई... तुमको क्या पैसा मिला?''

''तुमको?'' त्यानं विचारलं, तेव्हा रवींद्र दचकलाच. असा उलट-प्रश्न येईल. याची त्याला अपेक्षाच नव्हती. पण त्यानं क्षणार्धात सावरून उत्तर दिलं, ''पाच रुपया...''

"अरे सुव्वर!–" त्याच्या चेहऱ्यावर आपण फसले गेल्याच्या भावनेबरोबर संताप उमटला, "पाच? आणि मला फक्त तीन? उद्या बघून घेतो..."

"अबे ए!... गप्प का, ओरडा... देशकी नेता... " मेस्त्रीनं हटकलं.

पुन्हा घोषणा सुरू झाल्या. ती संधी बघून हळूच फूटपाथकडे सरकला. मिरवणूक पुढं चाललीच होती. त्याच वेळी एका मेस्त्र्यानं येऊन त्याची गचांडी धरली.

"काय?" रवींद्रनं स्वतःला सोडवण्याच्या प्रयत्न करत म्हटलं.

"इतक्या लवकर जाता येणार नाही... पैसे घेऊन पळून जातोस? ते चालणार नाही! पी. एम्. हाऊसपर्यंत जाऊन तिथलं भाषण संपेपर्यंत राहायला पाहिजे. नाय तर पैसे दे... " उधारीच्या गिऱ्हाइकाची भाड्याच्या गुंडानं गचांडी पकडावी, तसं पकडून त्यानं विचारलं.

रवींद्र सुटकेचा प्रयत्न करत धडपडला,

"मी पैसे घेतले नाहीत!... "

"तर मग इथं काय करतोस पैसे न घेता?... "

"हे घे तुझे पैसे... माझं डोकं गरगरतंय उन्हानं... " म्हणत रवींद्रनं खिशातली पाच रुपयांची नोट त्याच्या पुढ्यात धरली. ती घेऊन तो निघून गेला. नंतर दोन-तीन मिनिटांनी रवींद्र पुन्हा मिरवणुकीत शिरला. पुन्हा घोषणा सुरू झाल्या–'देश की नेता–इंदिरा माता!' पन्नास पावलं गेल्यावर त्यानं शेजाऱ्याला तोच प्रश्न विचारला. त्यानंही 'तुला किती मिळाले?' म्हणून विचारलं. 'पाच रुपये' म्हटल्यावर तो माणूस भडकलाच!

"बेवकूफ! तुझ्यासारख्या मूर्खांच्या पायात रेट कमी होतोय्!... "

"माफ करना, बडे भाय! गलती हो गई! आता तू सांग–उद्या मी तसंच वागेन... "

त्या माणसानं दोन्ही हातांची सगळी बोटं दाखवत म्हटलं,

"यापेक्षा कमी पैशामध्ये तयार झालास, तर याद राख!"

रवींद्रनं त्या दिवशी अशा प्रकारे चार-पाच वेळा त्या मोर्च्यात प्रवेश केला. तेव्हा त्यालाही किती तरी समजलं. तिथल्या प्रत्येकावर वेगवेगळी जबाबदारी ठेवण्यात आली होती. प्रत्येकाची मजुरी सारखी नव्हती. तीन रुपये–पाच रुपये–पंधरा रुपये–सहा रुपये–पी. एम्. हाऊस जवळ येऊ लागलं, तसे सगळे मेस्त्री इतर वेगवेगळ्या कामांमध्ये गढले. एवढ्या लांब आलेली माणसं खरोखरच देशकी नेता–इंदिरामाताचं दर्शन घेतल्याशिवाय जाणार नाहीत, अशी त्यांना खात्री वाटली असावी. त्यात फारसं खोटंही नसावं, ह्याचा रवींद्रलाही अनुभव आला. असे पाच-दहा रुपये तरी आणखी कुठल्या नेत्यानं दिलेत, म्हणा!–असा विचार त्या लोकांपैकी

बऱ्याच जणांच्या मनांत होता.

रवींद्रनं मुद्दामच दोघा-तिघांना म्हटलं,

"पण रोज बघता ना? मग पुन्हा आज काय बघायचं?"

"तीच तर जादू आहे! ती खरोखरच राजकुमारी आहे! तिचा रंग–तिचं रूप विलायती राणीलाही नाही! नाही तरी दुसरं काय काम आहे आम्हांला तरी?... " त्याला उत्तर मिळालं होतं–

"का? गप्प बसलात? काही तरी विचार चाललेला दिसतो!" जयप्पानं विचारलं.

"पण मला अशा बातमी मिळाली आहे, की तुम्हीच तुमच्या वस्तीतल्या लोकांसह... बामणानं गरिबांचे पैसे लुटून हॉस्पिटल बांधलंय्... त्यावर त्याचं नाव कशाला?... म्हणून दंगा केला होता!" रवींद्रनं स्पष्टच विचारलं.

क्षणभर जयप्पाचा चेहरा काळाठिक्कर पडला. पण क्षणार्धात स्वतःला सावरून आत्मविश्वासानं तो म्हणाला,

"आईची शपथ घेऊन सांगतो... तुम्हांला हे कुणी सांगितलं, ते मला ठाऊक आहे. तुम्ही मोठ्या वर्तमानपत्राचे संपादक! सांगणाऱ्यानं हे का सांगितलं... त्याचा त्यामागं काय हेतू आहे, हे तुम्ही जाणून घ्यायला पायजे! मी सांगायला पायजे ते? ही माणसं म्हणजे..."

जयप्पानं काही तरी हातवारे केले.

"तुम्हांला सांगतो मी! आमच्यावर कितीही शाई ओतली, तरी त्यांना पुरेसं नाही."

"कोण ही माणसं?... " रवींद्रनं मुद्दामच विचारलं.

"माझ्या तोंडून वदवून घेणार काय? तुमचा तो क्लासमेट! मला आधीच समजलं असतं, तर बसवनपूरमध्ये नवं भाड्याचं घर रिकामं करून तुम्हांला राहायला दिलं असतं... सैपाकासाठी एक उडपी ब्राह्मण आणला असता. शिवाय दोन नोकर दिले असते वरकामासाठी! तुम्ही पुन्हा बसवनपूरला याल, तेव्हा मला अवश्य सांगा! तुमच्यासारख्या मोठ्या माणसानं उगाच कशाला कुणाच्या घरात राहायचं?

"हे पाहा, जयप्पागौडा! तुम्ही म्हणताय्, त्या व्यक्तीनं मला काहीही सांगितलं नाही. तुमच्या वस्तीमध्येच मी चौकशी केली होती, तेव्हा समजलं. मी पत्रकार आहे! बातमीचं मूळ सापडल्याशिवाय मी बोलत नाही! जाऊ द्या! आपण दान केलं, म्हटल्यावर नाव तरी कशाला पाहिजे, असा आमच्या आजोबांचा हट्ट होता, म्हणे. इतरांना दान करायची प्रेरणा व्हावी, म्हणून मुद्दाम इतरांनी त्यांच्या नावाची फरशी

लावली होती. ती फरशी तिथून गेली, म्हणून आमच्या आजोबांच्या आत्म्याला काही त्रास होणार नाही! भेटू पुन्हा! थँक्स... ''

रवींद्रनं विषय संपवला.

''पुन्हा भेटू या. आजोबांचा स्वभाव मला ठाऊक नाही, की काय? पण चिरंतन एक्झांपल राहायला पायजे ना? शिवाय आपली चूकही सुधारायला पायजे! नाही तर आमची संस्कृती... '' म्हणत तो उठून उभा राहिला.

आता हा असलेली नावाची फरशी काढून त्या जागी आजोबांच्या नावाची फरशी लावल्याशिवाय राहणार नाही, हे रवींद्रच्या लक्षात आलं होतं. सी.एम्.ना नक्की बोलवेल. गावोगावी जाऊन भाषण करायची असली संधी सी.एम्.ही सोडणार नाहीत. पी. एम्.? हे बोलावतील... पण ती इतक्या छोट्या समारंभासाठी येणार नाही.

मूळ दानी व्यक्तीच्या पुनःस्थापनेसाठी हा कार्यक्रम नाही... इथल्या सिंडिकेटमधल्या खोडांची... फरशीवर नाव असलेले रामेगौडा नरसिंह गौडा आणि याच्या मार्गात धोंड होऊन बसलेल्या श्रीकंठेगौडा यांची 'कृतघ्न माणसं' म्हणून बदनामी करण्यासाठी हा कार्यक्रम तो करणार आहे, हे रवींद्रला स्पष्टपणे ठाऊक होतं. त्यांना सार्वजनिकरीत्या दरोडेखोर ठरवून त्यांच्यामागील उरली-सुरली राजकीय शक्ती हिरावून घ्यायचा हा जयप्पाचा प्लॅन होता. त्याचबरोबर आजोबांचा प्रतिनिधी म्हणून आपल्याला बोलावून विशेष सत्कार करण्यामागंही वृत्तपत्रांतून प्रसिद्धी... सी.एम्.शी भेट यांसारख्या काही गोष्टींची अपेक्षा आहे, हेही तो जाणून होता.

पोलिसांवरील लेखांची टिपणं टेबलावर पसलली होती. नजर त्यांवरून फिरत असली, तरी मन अजूनही जयप्पागौडाच्या बोलण्यातून बाहेर आलं नव्हतं. आज याची तयारी करून उद्या सकाळी डिक्टेशन द्यायचं ठरवून, रवींद्रनं लीनाला तसा निरोप देऊन, पाठवून दिलं आणि तो स्वतः एका जुन्या कागदावर टिपणं काढू लागला. आज कितीही वाजले, तरी हे एवढं काम करूनच घरी जायचं त्यानं निश्चित केलं होतं. त्यानं लोबोला फोन करून आपल्याला डिस्टर्ब न करण्याविषयीही सांगितलं. त्यानं घड्याळात पाहिलं. साडेसहा वाजले होते. त्यानं स्वतःला कामात पूर्णपणे बुडवून टाकलं.

◆

साडेसात वाजले, तसं त्यानं काम आवरलं. नंतर त्यानं डाक-एडिशन मागवून तीवरून नजर फिरवली. शेवटचं पान बघून घरी जायची तयारी करत असताना फोनची रिंग वाजली. लोबो होती. ती म्हणाली,

''सर, सॉरी टु डिस्टर्ब यू! सिटी असिस्टंट पोलिस कमिशनर लाईनवर आहेत.

त्यांना आता लगेच तुमच्याशी बोलायचं आहे.''

त्यानं फोन उचलला. ए.पी.सी. म्हणाले,

''मिस्टर रवींद्र? मी ए.पी.सी. बोलतोय्. थोडा वेळ कँटोनमेंट पोलीस-स्टेशनमध्ये येणं शक्य आहे? एक छोटं काम होतं... ''

''मी येऊ? आमचे सिटी रिपोर्टर आहेत काय, ते बघतो. नाही तर कुणाला तरी पाठवून देतो. एक मिनिट प्रेस न्यूज एव्हाना गेलीय्.''

''तुमच्या मुलासंबंधी बोलायचं होतं. विशेष काही नाही... ब्रिगेडियर रोडवरच्या एक कॅबेरे क्लबवर साडे-तीन वाजता आम्ही छापा घातला. तिथं तीन कॅबेरे डान्सर्स, क्लबचा मालक, चारजण वाद्यवृंदापैकी... अशा काही जणांना अटक केलीय्. इन्सिडेंटली प्रेक्षकांमध्ये तीन अल्पवयीन मुलंही सापडली आहेत. तेरा-चौदा वर्षांची... ''

क्षणार्धात रवींद्रच्या लक्षात आलं... त्यांतला एक मुलगा म्हणजे आपला अनुप!

त्यांनीही पुढं तेच सांगितलं,

''... त्यांतला एक तुमचा मुलगा आहे... अनुप ना त्याचं नाव? आम्ही क्लबमालकावर अल्पवयीन मुलांना प्रवेश दिल्याबद्दल जाब विचारला आहेच. तुम्ही या आणि आपापल्या मुलांना घेऊन जा. त्यानं चौकशी करताच तुमचं नाव सांगितलं, म्हणे.''

मी येणार नाही... कायद्यानं जी शिक्षा व्हायची, ती होऊ द्या... किंवा तुम्हीच पायातल्या बुटानं त्याला फोडून सरळ करा... असं सांगून मोकळं व्हावं, असं कितीही वाटलं, तरी तोंडावाटे शब्द बाहेर पडले नाहीत. ए.पी.सी.ही घाईत असल्यामुळं त्यांनी चटकन रिसीव्हर 'ठीकाय्–गुड इव्हनिंग' म्हणून ठेवून दिला.

रवींद्रच्या मनात संतापाचा डोंब उसळला होता. पोलिसांच्या बुटाच्या पायांनी लाथा घालण्याशिवाय दुसरा कुठलाही उपाय त्याला सुचला नाही. त्यानं ठरवलं... पोलीस-स्टेशनवर जायचं नाही. आपल्यापुरतं घरी निघून... नाही. घरी गेलं, की तिला सांगावं लागेल. अर्ध्या-पाऊण तासानं घरी फोन येईल. कब्बन पार्कमध्ये जाऊन तिथल्या एखाद्या दगडी बाकावर मुकाट्यानं बसून राहावंसं वाटलं. ऑफिसमध्येच बसून राहिलं, तर? थोड्या वेळानं पुन्हा इथं फोन येईल.

हातात ब्रीफकेस घेऊन तो ऑफिसमधून बाहेर पडला. लिफ्ट-बॉयनं भयभक्तीनं त्याला खाली पोहोचवलं. कब्बन पार्कच्या रस्त्यावर कार उभी केल्यावर उतरून आत जायची इच्छाही निघून गेली. तो तसाच स्टीअरिंग धरून बसून राहिला.

आपल्या मुलाची समस्या संपून गेली आहे, असंच इतके दिवस वाटत होतं. सगळ्या मित्रांना दूर केल्यानंतर सगळं ठीक होईल, असं त्यालाही वाटलं होतं. हा

आता कुठं फक्त चौदा वर्षांचा आहे! आणि कॅबेरे बघायला जातो! याचाच अर्थ हे प्रकरण केवळ मांसाहार-चोरी एवढंच नाही... त्याच्याही पुढं गेलंय्. पोलीस दोन-चार बुटाच्या लाथा हाणतील... पण तेवढ्यानं हा सुधारणं शक्य नाही. पण मग काय करावं?...

बागेत लोकांची संख्या मोजकीच होती. बहुतेक दगडी बाकं रिकामी होती. रस्त्यावर पसरलेला विद्युत्-प्रकाश बागेत पसरलेला अंधकार दाखवत होता. त्यानं घड्याळात पाहिलं. सव्वा आठ वाजले होते. पोलीस स्टेशनवर गेलंच पाहिजे... त्यांना तरी किती वेळ ताटकळत ठेवायचं? त्यानं गाडी सुरू केली.

पोलीस स्टेशनमध्ये बाहेरच्या खोलीत असलेल्या दोन बाकांवर बरीच माणसं बसली होती. शिवाय भिंतीपाशी काही माणसं उभीही राहिली होती. सगळी मिळून पंधरा-वीस माणसं तिथं होती. कॅबेरे प्रकरणाशी ती संबंधित असावीत. अर्थात या वेळी पोलीस स्टेशनमध्ये इतरही अनेक कामांची माणसं जमणंही स्वाभाविक आहे, म्हणा! पाटणा-जयपूर या गावांमध्येही पोलीस स्टेशनांमध्ये संध्याकाळच्या वेळीच भेटायला येणाऱ्यांची गर्दी असे. कर्नाटकात त्यानं या आधी कधी प्रत्यक्ष पाहायचा प्रश्नच आला नव्हता.

भिंतीपाशी बोलत असलेल्या दोघांकडे त्याचं लक्ष गेलं. चरबीचे थर साचलेले चेहरे... गळा... सफारी सूट... 'शक्ती इलेक्ट्रिकल्स'चा अरोडा. दुसरा त्या दिवशी यानं पायजमा आणि झब्बा घातला होता. आज त्यानं शर्ट-पँट घातली होती. 'डेव्हलपर्स अँड बिल्डर्स सभरवाल.' दोघंही दररोजचाच एखादा व्यवहार असावा, अशा प्रकारे शांत चेहऱ्यानं प्रसन्नपणे परस्परांशी गप्पा मारत होते. त्यालाही आता आठवलं... एकाच वयाची तीन मुलं सापडली आहेत. म्हणून ए.पी.सीं.नी सांगितलं होतं... अनुपबरोबरच या दोघांची मुलं... जगदीश अरोडा आणि ओमप्रकाश सभरवालही कॅबेरेला गेले असणार! झवेरीनं मात्र आपल्या मुलाला या शाळेतून काढून भारतीय आध्यात्मिक केंद्र चालवणाऱ्या शाळेत पाठवलं, नाही का! वेगवेगळ्या विभागांमध्ये या मुलांना घातलं, तरी त्यांच्या बाहेर भेटण्याला काय करणार? मला बोलावून घेतलंय्, तसंच या दोघांनाही बोलावून घेतलंय्, हे स्पष्ट होतं. त्यांच्याशी बोलण्यासाठी त्यानं एक पाऊल त्या दिशेला टाकलंही. पण काही तरी विचार करून तो जागीच थबकला. नंतर तो हलकेच त्यांच्या शेजारी सरकला.

दोघंही परस्परांशी पंजाबीमध्ये बोलत होते. हिंदीमध्ये बोललं, तर या गावातही बऱ्याच जणांना समजेल, असं वाटल्यामुळं कदाचित! भाषा पंजाबी असल्यामुळं ते आवाज न चोरता सहजपणे गप्पा मारत होते.

"या पोलिसांच्या काम करायच्या पद्धतीमध्ये एक फार मोठी चूक आहे! त्यांनी स्पष्टपणे अमुक इतके म्हणून सांगून मोकळं व्हायला पाहिजे. इथं बोलावून

घ्यायचं... वाट बघायला लावायची... दात विचकायला लावायचं... शेवटी फार मोठे उपकार केल्यासारखं तयार व्हायचं... मग एवढ्यावर होणार नाही... तेवढे द्यावे लागतील वगैरे... सगळा वेळकाढू प्रकार! आमचा खरा धंदा संध्याकाळीच होतो. धंदा सोडून आम्ही इथं येऊन उभे राहिलो, तर कोण आमचं नुकसान भरून देणार?'' अरोडा विचारत होता.

''पण आता आम्ही का द्यायचे? लहान मुलांनी जायला नको होतं, हे खरं! पण ते गेले, म्हणजे ज्यांनी सोडलं, त्यांना शिक्षा व्हायला पाहिजे! मुलांना काहीही करता येणार नाही. त्यांनी फक्त पाहिलंय्? काहीही केलेलं नाही!–'' सभरवाल पोट हलवत हसत म्हणाला, ''काय करणार, म्हणा? त्या दृष्टीनं वय लहान आहे...''

''लहान वय कसलं? आमच्या राजस्थानात चौदाव्या वर्षी मुलाचं लग्न करतात!'' अरोडा म्हणाला.

''लग्न केलं, म्हणून काय झालं? सुहागरातही करतात?''

''तेही खरंच, म्हणा! पण ते जाऊ दे... तू पहिला अनुभव घेतलास, तेव्हा काय वयाचा होतास?''

''अरे, माझं जाऊ दे, रे! तुझं सांग... तू तर सगळ्याच बाबतींत फास्ट आहेस! बिझनेस-एक्स्पान्शनमध्ये तर सुपर-फास्ट!''

''सांगू? चौदा वर्षांचा होतो मी तेव्हा. ती असेल तीसेक वर्षांची. त्या लहान वयात बाईचं खरं वय कसं कळणार, म्हणा! अंदाजानं सांगितलं मी. पॉकेट-मनी जमवले होते... तेच घेऊन गेलो. काय घाबरलो होतो मी! त्यात काहीही ठाऊक नव्हतं! तीच अनुभवी होती त्यामुळं कुठं काही अडलं नाही. आणि तू?''

''तुझ्याहून एक वर्ष उशिरा.''

''कुठल्या गावात?''

''मुरादाबादमध्ये. हायस्कूलमध्ये जात होतो तेव्हा. तो काळही स्वस्ताईचा होता, रे! पाच रुपये दिल्याचं आठवलं. अठरा-एकोणीस किंवा वीस-बावीस वर्षांची असेल... एवढं कुणाच्या लक्षात राहतं, म्हणा!... '' बोलता बोलता त्यानं स्वतःला सावरून म्हटलं, ''आपलं काही का असेना! मुलांना असं सैल सोडणं चांगलं नाही. पोलिसांच्या समोर चार ठेवून द्यायला पाहिजेत यांना!'' म्हणत त्यानं अरोडासमोर सिगारेट धरली.

त्यांनी रवींद्रकडे वळून पाहिलंही नाही... आणि पाहिलं असतं, तरी त्यांना ओळख पटली असती, की नाही, कोण जाणे! ते आपापल्या जुन्या आठवणींमध्ये गढून गेले होते. त्यांनी ओळख दिली असती, तरी त्यांच्याबरोबर आपल्या मुलाच्या प्रॉब्लेमविषयी चर्चा करणं त्याला हीनपणाचं वाटलं.

इथं असं उभं राहण्यापेक्षा आत जाऊन तिथल्या एखाद्या अधिकाऱ्याबरोबर

बोलायला पाहिजे, असा विचार करून त्यानं आजूबाजूला नजर टाकली. एका खोलीवर सब-इन्स्पेक्टरचा बोर्ड दिसला.

तो आत गेला, तेव्हा सब-इन्स्पेक्टर फोनवरून कुणाशी तरी बोलत होते. ते संपेपर्यंत तो समोरच्या खुर्चीवर बसून राहिला. त्यानंतर तो म्हणाला,

"माझं नाव रवींद्र. माझा चौदा वर्षांचा मुलगा इथं आहे. म्हणून ए.पी.सीं.-चा फोन आला होता."

"एडिटर साहेब ना?..." म्हणत सब-इन्स्पेक्टर उठून उभा राहिला आणि सॅल्यूट करत म्हणाला, "ए. पी. सी. साहेब इथूनच तुमच्याशी बोलले. आजची रेड मीच प्लॅन केली होती. ही लोफर माणसं समाजाबरोबरच लहान मुलांनाही बिघडवताहेत!..."

तो म्हणाला,

"त्यांना तुम्ही जी शिक्षा करणार आहात, ती अवश्य करा. पण सगळी चूक त्यांचीच... माझा मुलगा पूर्णपणे निरपराध आहे, हे मी मान्य करणार नाही. मागं शाळेच्या प्रयोगशाळेतही काही उपकरणंही यानं चोरून विकली होती... आणखी तीन मुलांबरोबर!... "

"त्याची नोंद आमच्या रेकॉर्डलाही आहे, सर! मला ठाऊक आहे ते. ब्रिगेड रोड माझाच विभाग आहे. तुमच्या मुलाला तशी संगत लागली आहे. हे बाहेरचे इथं येऊन व्यापारात लाखाची लूट करताहेत ना? ते आपल्या करमणुकीवरही तसाच खर्च करतात. मुलांनी मागितले, तरी पैसे देत राहतात हवे तेवढे! अशा मुलांची संगत असेपर्यंत तुमच्या-आमच्या मुलांना सरळ मार्गावर आणणं शक्य नाही... मी हे अनुभवावरून सांगतोय्."

"पण याच्याकडे एवढे पैसे आले कुठून? त्यानं कुठं चोरी वगैरे केलेय्, की काय, याची तुम्ही चौकशी केलीत?"

"मीच चौकशी केली. पक्का आहे तुमचा मुलगा! मार खाऊन तोंड उघडणाऱ्यांपैकी नाही. तुझे पाय वर टांगून ठेवेन, म्हटलं, तर म्हणतो, तसं करायला कायदा नाही... आमची चूक असेल, तर पाहिजे तर आमच्या आई-वडलांना बोलावून घ्या! इंग्लिश तर माझ्यापेक्षा छान बोलतोय्! त्यामानानं कन्नडच अडखळत बोलतो."

"त्याला पैसा कुठं मिळाला? उत्तर सापडलं?"

"त्याला दमदाटी केली... तेव्हा तो सांगायला कबूल झाला. त्याचा आणि मम्मीचा गुप्त करार झालाय्, म्हणे. डॅडींच्या न कळत त्या याला दर आठवड्याला चिकन खाण्यासाठी तीस रुपये देतात. काही वेळा या पैशांमधून चिकन न खाता कॅबेरे बघतो, म्हणे. त्याचे मित्र त्याला घेतल्याशिवाय बघायला जात नाहीत... ते चांगले मित्र असले, तरी हा कधीही त्याच्या पैशांमधून चिकन किंवा कॅबेरेचा शौक

करत नाही, म्हणून सांगत होता. कॅबेरे बघायची ही यांची चौथी वेळ, म्हणूनही सांगत होता. त्यानं सांगितलं, ते सगळं खरं आहे, की यानंच कल्पनेनं सांगितलं, हे आपण तपासून पाहिलं पाहिजे. ही मुलं... तुम्हांला सांगतो... या मुलांची खोटं सांगायची शक्ती प्रचंड असते. शिवाय त्यांना त्याची जाणीवही असते. त्यामुळंच ही मुलं एवढ्या आत्मविश्वासानं अशा कामांमध्ये गुंतली जातात. त्यामुळंच पोलीस स्टेशनातही त्यांना भीती वाटत नाही. ही मुलं रडणं-भेकणंही करत नाहीत. सर्वसाधारण माणसं... पोलीस स्टेशन म्हटल्यावर त्यांच्या फक्त डोळ्यांमधूनच नव्हे, कपाळ–मान–डोकं–कानशिलं–सगळीकडूनच पाणी वाहू लागतं! लगेच गयावया करायला सुरू करतात!''

एव्हाना हा चांगलाच निर्ढावलाय्, म्हणायचा! संगत हा एक भाग झाला. पण याच्या अंगात अपराधीपणाचा काही तरी अंश असेलच, की नाही? केवळ संगतीमुळं एवढ्या लहान वयात कुणीही एवढं निगरगट्ट होणार नाही. कुणासारखा झालाय् हा? आमच्या घराण्यात मला जेवढं ठाऊक आहे, त्यावरून वाटतं–तिथं कुणीही या स्वभावाचं नव्हतं. ते सगळे स्वभावानं सात्त्विक होते. त्याच्या आईचे वडील इंजिनीअर म्हणून काम करताना लाच-लुचपत घ्यायचे. आजही थोडं-फार खोटं बोलतात. पण गुन्हेगारी प्रवृत्ती तिथंही दिसत नाही. त्यांचे आई-वडील–आजोबा-आजी–मला त्यातलं काहीही ठाऊक नाही...

मनात भरकटणारे विचार बाजूला सारून त्यानं सब-इन्स्पेक्टरांना सांगितलं,

''तुम्ही त्याला बुटाच्या चार लाथा हाणा! म्हणजे तो सरळ मार्गावर येईल. तुम्ही कुठलीही शिक्षा केली, तरी मी आक्षेप घेणार नाही... ''

''सर, आम्ही इथं पोलीस-स्टेशनमध्ये लाथा हाणत नाही... थर्ड डिग्री लावत नाही, असं मला मुळीच म्हणायचं नाही. तरीही मी माझा अनुभव सांगू? या मेथडस् अपराध्याला बोलतं करायला उपयोगी ठरत असतील. पण त्याला सुधारण्यासाठी याचा काही उपयोग नाही. हे मी केवळ तुमच्या मुलाच्या संदर्भात सांगत नाही. त्याला बोलतं करायचं काम झालं आहे. यानंतर त्याला मारहाण केली, तर तो आणखी निगरगट्ट होईल... सुधारणार नाही. मी तुम्हांलाही तेच सांगतो... घरी गेल्यावरही मारहाण करण्यात काही अर्थ नाही.''

त्याचं सांगणं योग्य आहे, याविषयी त्याच्या मनात शंका नव्हती. तरी आतली निराशा, हताश भावना आणि वेदना कमी झाली नाही.

एवढ्यात एका शिपायानं आत येऊन त्यांच्यापुढं एक चिठ्ठी ठेवली. ती पाहताच ते रवींद्रला म्हणाले,

''मला अर्ध्या तासासाठी बाहेर जाऊन यायचंय्, सर. तुम्हांला वस्तुस्थिती कशी आहे, ते सांगतो. त्यांनी अज्ञान मुलांना कॅबेरे बघायला आत घेतलं, हाही मुद्दा

आपण आरोप-पत्रात घातला, तर कोर्टात या मुलांनाही न्यावं लागेल. मुलांना शिक्षा होणार नाही, हे खरं, बाहेर इतर दोन मुलांचे वडीलही वाट पाहताहेत. आमचे सर्कल-इन्स्पेक्टर आले, की त्यांच्याशी बोलून, वरच्यांशी विचार-विनिमय करून या संदर्भातला निर्णय घेतला पाहिजे. तोपर्यंत तुमचा मुलगा आमच्या ताब्यात राहील. तुम्ही आता घरी जायला हरकत नाही. नऊ-दहाच्या सुमारास आम्ही तुम्हांला फोन करू. नंतर येऊन मुलाला घेऊन जा. इथं आम्ही तिन्ही मुलांना वेगवेगळं ठेवलंय्. तिघंही जी जबानी देताहेत, ती सारखी आहे, की त्यात फरक आहे, याची आम्ही चौकशी करतोय्. त्यांतल्या प्रत्येकालाही याचसाठी एकेका तासानं पुन्हा तेच प्रश्न विचारत आहेत. आज त्याला घेऊन जा. नंतर उद्या किंवा परवा आपण पुन्हा एकदा भेटून यावर आणखी बोलू या.'' नंतर ते उठले आणि नमस्कार करून बाहेर पडले.

रवींद्रही त्यांच्याबरोबरच त्या खोलीबाहेर पडला.

◆

तो घरी जाऊन पोहोचला. तेव्हा कांती घाबरली होती. त्याला पाहताच ती म्हणाली,

''मी ऑफिसमध्ये फोन केला होता. तुम्ही पावणेआठलाच गेलात, म्हणून समजलं.''

तो काही बोलला नाही.

तीच पुढं म्हणाली,

''अजून अनुप घरी आला नाही... ''

तिची नजर घड्याळावर फिरली. घड्याळात साडेनऊ वाजले होते.

''तर मग जा आणि शोधून आण त्याला!'' तो शांतपणे उत्तरला.

''काय हे बोलणं!'' ती संतापून म्हणाली, ''अनुप घरी आला नाही, म्हणून संध्याकाळी सातपासून मी तळमळतेय्! आणि तुम्ही सरळ मलाच शोधायला जा, म्हणून सांगता? कुठं म्हणून शोधू या वेळी त्याला?''

''ब्रिगेड रोडवरचं ते कुठलं चिकन रेस्टोराँ तुला ठाऊक असेलच! तिथं जाऊन चौकशी कर!''

''म्हणजे काय? मी तिथं चिकन खायला जाते? की त्याला घेऊन जाऊन भरवते? असली कुजकी बोलणी मी सहन करणार नाही... सांगून ठेवते!'' तिच्या डोळ्यांत संताप आणि चेहऱ्यावर निश्चय होता.

त्यानं वळून तिच्याकडे पाहिलं आणि म्हणाला,

''का? आठवड्याला त्याला चिकन खायला बापाच्या न कळत पैसे देणं पुरेसं

नाही? प्रत्यक्षच घेऊन जायला कशाला पाहिजे? तुला खायचं असेल, तेव्हा तो घेऊन जाईलच तुला!''

तिनं त्याची नजर चुकवली. तिथं थांबणंही शक्य न झाल्यामुळं पायांतल्या सपाता फट-फट वाजवत ती स्वयंपाकघराच्या दिशेनं निघून गेली. तोही आपल्या स्टडीत गेला. ब्रीफ-केस टेबलावर टाकून बूट आणि कपडे न काढता आणखी अर्ध्या तासानं पोलीस स्टेशनकडून येणाऱ्या फोनची वाट बघत बसून राहिला.

दहा मिनिटं गेली असतील... कांतीच त्या खोलीत आली. ही तिची नेहमीचीच पद्धत. आपली चूक असेल, तर तरा-तरा तिथून बाहेर निघून जायचं... दहा मिनिटांनी आपण होऊन यायचं. अशा वेळी त्यानं तिची चूक विसरली पाहिजे! जर त्यानं त्याची आठवण काढली, की 'अनुदार', 'अनग्रेसफुल', 'अन्-जनरस,' 'रिव्हेंजफुल' वगैरे आरोपांचा भडिमार करून आपल्या मनातच चूक केल्याची भावना तयार करण्यात ही पटाईत आहे! हेच तिचं तंत्र!

आता आत येऊन काहीही न घडल्यासारखं दाखवत ती म्हणाली,

''पोलिसांना फोन करायला पाहिजे... मुलगा घरी आला नाही, म्हणून... ''

''मग करायचा होतास!''

''मी फोन करण्यात आणि 'इंडियन ट्रिब्यून'च्या संपादकांनी फोन करण्यात खूप फरक आहे!'' हे म्हणताना त्याचा अहंकार गोंजारून आपल्यावरील रागाचा त्याला विसर पाडण्याचा तिचा हेतू असल्याचं रवींद्रच्या लक्षात आलं.

''खरंय्! पण त्यांनी विचारलं... तुमचा मुलगा साधारणतः कुठं-कुठं जातो? तर काय सांगायचं? ब्रिगेड रोडला चिकन रेस्टोरॉंमध्ये जातो, म्हणून सांगू? एवढ्या लहान मुलाला पैसे कोण देतं, म्हणून विचारलं, तर त्याची आईच देते नवऱ्याची नजर चुकवून... म्हणून सांगू?''

तिनं आपली नजर त्याच्यावर रोखली. तिच्या हिरड्या संतापानं आवळल्या होत्या. असल्या टोमण्यांना भीक घालत नाही, ही भावना तिच्या नजरेत स्पष्ट दिसत होती. नंतर ती शांतपणे म्हणाली,

''वडलांनी कंजूषपणा दाखवला, तर आईला दाखवता येईल काय? दोघांपैकी कुणी तरी प्रेम दाखवायला नको? नाही तर मुलांना घराचं प्रेम कसं वाटणार? प्रेमच नसेल, तर त्याला मार्गावर कसं आणणार?''

मुख्य प्रश्नाला बगल देऊन विषय दुसरीकडे नेणं हा केवळ आजच्या राजकारणाचं वैशिष्ट्य नव्हे! ही का सरळ सरळ राजकारणात उतरत नाही? अशा प्रसंगी नेहमीच त्याच्या मनात हे विचार येऊन जात. तो म्हणाला,

''आता विषय बदलू नको. मांसाहारासारख्या वाईट सवयीसाठी तू आणखी एका वाईट पद्धतीनं पैसे पुरवून प्रोत्साहन देत आहेस!''

"बसवनपूरसारख्या खेड्यात वाढलेल्यांना जी वाईट सवय वाटते, ती जगातल्या सगळ्यांनाच वाईट वाटायची आवश्यकता नाही! हे नीट समजावून घेतलं असतं, तर आई म्हणवणारीला चोरून मदत करायची आवश्यकता पडली नसती!... " ती म्हणाली.

यावर तो काही क्षण निरुत्तर झाला. हिच्याशी वाद घालण्यात अर्थ नाही. ती हरणार नाही... त्यासाठी ती कुठल्याही पातळीवर उतरेल... हे आठवून तो प्रचंड संतापला. संध्याकाळपासून अनुपविषयी मनात खदखदत असलेला संताप आता कांतीवर उसळून आला. त्याच्या न कळत त्याच्या हिरड्या आवळल्या गेल्या. तिला दोन ठेवून द्यायची प्रबळ इच्छा त्याच्या मनात आली. दोन लगावायची इच्छा किती तरी वेळा मनात येऊन गेली असली, तरी त्यानं कधीही प्रत्यक्ष हात उगारला नव्हता. त्यामुळंच ही माजली आहे! त्या ऊर्मीनं तो उठला.

पण त्याच्या मनानं त्याला सावध केलं. आज जर हिच्यावर हात उगारला, तर आजच्या संपूर्ण प्रसंगातली तीच घटना सर्वांत महत्त्वाची ठरेल. तिनं केलेल्या चुकीवर पडदा पडून जाईल! त्यानं कॅबेरे पाहिला... हीही गोष्ट चिल्लर होऊन जाईल. सगळंच प्रकरण आपल्या देशात जसे सगळे प्रश्न पोलिसांच्या गोळीबाराआड दडून जातात, तसं! त्यानं मनाला बजावलं, तरी संताप... त्यातही सात्त्विक संतापाला आवर घालणं आपल्या स्वभावाविरुद्ध आहे...

त्याच वेळी फोनची घंटा वाजली. पोलीस स्टेशनचा फोन, यात शंकाच नव्हती.

"सर, त्या दोघांचे वडील आमच्या साहेबांना भेटले आणि मुलांना कोर्टात बोलावू नका, म्हणून त्यांनी विनंती केली. आम्ही त्या मुलींवर प्रमाणापेक्षा जास्त शरीर-प्रदर्शन केल्याच्या आरोपावरून खटला घालणार आहोत. तुम्हीही मुलाला घेऊन जायला हरकत नाही... "

रिसीव्हर ठेवून रवींद्र बसून राहिला. आता हिला काहीही न सांगता निघून जावं आणि त्याला घेऊन यावं, असं त्याच्या मनात आलं. पण असं केलं, तर नंतर ही त्याची चूक मान्य करणारच नाही.

तिच्याकडे वळून तो म्हणाला,

"पोलीस-स्टेशनचाच फोन होता. तू चिकन खायला म्हणून जे पैसे त्याला दिलेस, ते घेऊन तो ब्रिगेड रोडवरचा कॅबेरे–शो बघायला गेला होता. तिथं मुली प्रमाणापेक्षा जास्त अंग-प्रदर्शन करतात, म्हणून कळल्यावरून पोलिसांनी रेड घातली. तेव्हा तुझा मुलगा आपल्या मित्रांबरोबर तिथं सापडला! पोलिसांनी त्यालाही नेलंय् पोलीस स्टेशनवर. तिथूनच आलो मी... "

"असं?... " तिला बसलेला धक्का सामान्य नव्हता.

तिच्यातला हा बदल त्यालाही जाणवल्याशिवाय राहिला नाही. स्वतःला सावरून ती म्हणाली,

"ही असमंजस मुलं! पैसे मिळतात, म्हणून क्लबमध्ये येऊ देतात... या क्लबवाल्यांना पकडून जेलमध्ये पाठवायला पाहिजे! सोडता कामा नये! तुम्हीही पोलिसांना सांगा. वरच्या अधिकाऱ्यांनाच सांगा तुम्ही..."

"यात तुझ्या मुलाची काहीही चूक नाही, असं तुला म्हणायचंय्?"

"तसं कोण म्हणतंय्? घरी आणल्यावर तुम्हीही दोन ठेवून द्या ना! मी मध्ये पडले, तर सांगा! वडील आहात तुम्ही! पण क्लबवाल्याच्या गुन्ह्याशी त्याची तुलना होणार नाही. किती झालं, तरी अर्धवट वय!... "

तो निघाला, तीही त्याच्याबरोबर निघाली. ती म्हणाली,

"तिथं काय-काय केलं असेल, कोण जाणे, माझ्या बाळाला! लेकरू घाबरून गेलं असेल!"

"तू चिकन खाण्यासाठी दिलेल्या पैशांमधूनच तो नागड्या मुली बघायला गेला होता, हे मला पोलिसांनीच सांगितलंय्! चल तू... त्या पोलिसांनाही आदर्श माता बघू दे..."

त्याच्या या तीव्र बोलण्यावर मात्र ती तिथंच थबकली. त्याच्या बोलण्याचा तिला संताप आल्याचं तिच्या चेहऱ्यावरूनच दिसत होतं.

रस्त्यात त्याच्या मनात येत होतं... मुलाच्या दोषांवर पांघरूण घालून इतरांवर दोषारोप करणं हिच्या स्वभावाचं वैशिष्ट्य, की या बाबतीत सगळ्या बायका सारख्याच असतात? फक्त बायकाच कशाला, म्हणायचं? असे पुरुषही असतात. पण बायकांमध्ये हा स्वभावविशेष नजरेत भरण्यासारखा आहे. पाठोपाठ त्याला दिल्लीमधल्या काश्मिरी पंडित मित्राची आठवण झाली. तो नेहमी सांगायचा... एखाद्याचं मन जिंकायचं असेल, तर त्याचं कौतुक करू नकोस... त्यांच्या मुलांचं कौतुक कर. त्यातही लहान मुलं असतील, तर त्यांच्या सुद्गुणांचं वर्णन कर. तुझं काम निश्चित होईल.

एकदा त्यानं आपला मुद्दा सिद्धही करून दाखवला होता.

एकदा ते दोघं दिल्लीहून झाशीला काही कामासाठी निघाले होते. तिसऱ्या वर्गाचा डबा. गर्दी एवढी, की बसायला सूतभरही जागा नाही. त्यानं सांगितलं,

"आधी मी जागा करून घेतो, नंतर तुला बोलावतो."

तो सरळ दोन मुलं असलेल्या एका जोडप्यापाशी जाऊन उभा राहिला. थोडा वेळ असा–तसा काढल्यानंतर तो त्या मुलांशी गप्पा मारू लागला. शाळेचं नाव काय...–आकडे कितीपर्यंत येतात... ताजमहाल कुणी बांधला वगैरे सोपे प्रश्न

त्यानं मुलाला विचारले. मुलांनी उत्तर दिल्यावर त्यांची डोकी कुरवाळली... कौतुक केलं... गाल कुरवाळले. नंतर मुलांच्या आई-वडलांना तो म्हणाला,

"काय गोड मुलं आहेत! फक्त दिसायलाच गोड नाहीत... बुद्धीही तल्लख आहे! डोळ्यांतलं तेजच सांगतंय् म्हणा! खरंच! तुम्ही नशीबवान आहात!... " आणि तो पुन्हा दुसऱ्या मुलाचं कौतुक करण्यात गढून गेला होता.

एव्हाना मुलांचे आई-वडील पूर्णपणे विरघळून गेले होते. त्या माणसानं म्हटलं,

"हे काय, साब! उभेच का? बसा की!... इथं बसून घ्या. कुठल्या गावी जाणार? बसा. इथं काही आयुष्य थोडंस काढायचंय्?" आणि बाजूला सरकून जागा करून दिली.

"राहू द्या, हो! बहेनजींना कशाला तकलीफ?" म्हटलं, तरी न ऐकता त्याला बळेच बसवलं बसायला जागा मिळाल्यावर त्यानं एका मुलाला प्रेमानं उचलून मांडीवर घेतलं. नंतर तो मलाही ह्याच प्रकारे जागा मिळव, म्हणून दृष्टीनं सुचवू लागला. पण मला ते जमणं शक्य नव्हतं. ती मुलंही काही फार गोजिरवाणी नव्हती. माझ्या मर्यादा त्याच्या लक्षात आल्या. तोच माझ्याकडे वळून म्हणाला,

"अरेच्चा! मी एकटाच बसलो! या... आपण त्यातच अर्धी-अर्धी जागा घेऊ या!... "

मीही अर्ध्या सीटवर बूड टेकलं. नंतर आपोआप जागा झाली. तो मुलांचं आणखी कौतुक करत राहिला. परिणामी त्या दोघांनीही मुलं आपापल्या मांडीवर घेतली. मुलं तरी किती वेळ या अपरिचितांकडे राहतील?

एवढा वेळ अरोडा आणि सभरवाल पोलीस स्टेशनातच असतील. कदाचित मुलांना घेऊन घरी गेलेही असतील, म्हणा! प्रत्येकानं एकेक हजार दिले असतील? कोण जाणे! त्यांना आपल्या मुलांवर केस नको होती. त्यांनी या वयात तेव्हा जे केलं, तेच आता ही मुलं करताहेत ना! म्हणूनच 'यात एवढं काही विशेष नाही–' अशा शांतपणे दोघंही उभे होते तिथं! फक्त मीच तेवढा शरम आणि संतापानं अस्वस्थ झालो. ज्याला शुद्ध जीवन जगायचं आहे, त्याच्यामध्ये क्षमाशीलता–भावुकपणा कमी असतो. बुद्धी नेहमीच कठीण नियमांनुसार चालायला आग्रह धरते. म्हणजे मीच काही तरी विचित्र मानव आहे, की काय? प्रेम–मार्दवतेचा मीही खूप अनुभव घेतला आहे. आजीचं मार्दव... आणखी काय आहे त्याहून मृदू या जगामध्ये? आजोबांनाही कठोरहृदयी म्हणणं शक्य नाही. अप्पांकडे मात्र मार्दवताही कमी होती आणि भावनाही कमी होती. पण तरीही कठोर नव्हते. क्रूर नव्हते. उपेक्षा फार तर म्हणता येईल. माझ्या लहानपणी हे रस्ता चुकणं-बिघडणं हे प्रकारच ठाऊक नव्हते.

"जगन्नाथ, तू सांग, या देशात प्रजासत्ताक राज्यव्यवस्थेनं व्यवस्थित मुळं रोवली नाहीत. मुळं रोवण्याची महान जबाबदारी आपल्या नेत्यांवर आहे. ती इंग्लंड-अमेरिकेच्या संस्कृतीवर पोसली आहे. ती काही सामान्य नाही! असं असताना ती आपल्या मुलाला राज्यावर आणण्याची धडपड का करतेय्? लोकसत्ताक विचारसरणीच का खोलवर रुजवत नाही?... " रवींद्रनं एका एडिटोरियल मीटिंगच्या वेळी मधल्या रिकाम्या वेळात जी. एन्. पंडितला विचारलं होतं. झाशीला जाऊन आल्यानंतरच्या आठवड्यातली ही घटना.

त्यावेळी पंडितनं सांगितलं होतं,

"मातृत्वाहून वेगळी पाशवी प्रवृत्ती शोधूनही सापडणार नाही, हे लक्षात घ्या! नीती अनीती, न्याय-अन्याय, तर्क– कुठलीही शक्ती यावर मात करू शकत नाही! ही महत्त्वाची गोष्ट जाणून न घेता तू फक्त ग्रंथ वाचून सेंट्रल-पेज आर्टिकल लिहू नकोस!" पंडितनं किती गांभीर्यानं सांगितलं होतं हे!

एकाएकी रवींद्रनं गाडी थांबवली. विचाराच्या तंद्रीत रस्ता चुकून तो भलतीकडे आला होता. हे बरोबर नाही... त्यानं स्वतःला बजावलं. गाडी चालवत असताना मन थाऱ्यावर असणं अत्यावश्यक आहे. त्यानं एकदा आजूबाजूला नजर टाकली आणि पोलीस स्टेशनचा जवळचा रस्ता आठवून तिकडं जायला निघाला.

◆

रवींद्र तिथं पोहोचला, त्याआधी पाऊण तास ते आपापल्या मुलांना घेऊन तिथून निघून गेले होते. त्यामुळं अनुप थोडा अस्वस्थ झाल्यासारखा दिसत होता. पण जेव्हा सब इन्स्पेक्टरनं 'आता वडलांबरोबर जा... पण यानंतर नीट जपून राहा–' वगैरे सांगितलं, तेव्हा पुन्हा तो प्रसन्न झाला. गाडी सुरू होईपर्यंत तो एकदम पूर्ववत झाला होता. त्याच्याशी कसं संभाषण सुरू करायचं, या विचारात रवींद्रच धडपडत होता. यांनी काहीही प्रश्न विचारला, तरी उत्तर देऊ शकेन, असा फाजील आत्मविश्वास दर्शवत मुलगा बसला होता.

अर्धा मैल आल्यावर रवींद्रनं रस्त्याच्या कडेला गाडी उभी केली आणि अनुपचा चेहरा दिसण्यासाठी आतला दिवा लावून त्यानं विचारलं,

"अशा जागी जाऊन पाहायला तुला शरम वाटली नाही?"

अनुप काहीही न बोलता समोरच्या रस्त्याकडे पाहत राहिला.

न रागावता बापानं पुन्हा तोच प्रश्न विचारला.

अनुप काही तरी आठवून जोरजोरात हसू लागला.

रवींद्र संतापला. पण स्वतःवरचा संयम ढळू न देता तो अनुपकडे पाहत राहिला.

अनुपचं हसणं कमी होण्याएवजी वाढलं. रवींद्रनं विचारलं,

"काय, रे?"

"इन्स्पेक्टर काय मूर्ख होता! कोलदांडा लावतो... एरोप्लेनप्रमाणे उचलतो, म्हणताना तो आपला चेहरा विदूषकासारखा करत होता! डोळे अस्से फिरवत होता! नॅचरल सीरियसनेस् दाखवायलाच येत नाही या नालायकांना! सब-इन्स्पेक्टर त्या मानानं ठीक होता."

"म्हणून त्यांना सगळं सांगितलंस काय?"

"सांगितलं, तरी ते काय करणार आहेत? सांगितलं नाही, तर उगाच फोडून काढतील. म्हणून सांगितलं. नाही तर सांगितलं नसतं. मी आधी काहीही बोललो नव्हतोच. जगदीश आणि ओमप्रकाशकडून त्यांनी सगळं विचारून घेतलं. नंतर मला दमदाटी करायला लागले. म्हटलं, नाही तरी काय करणार आहेत? म्हणून सांगितलं."

"तुला मी विचारलं... अशा जागी जायची तुला लाज कशी वाटली नाही?"

"ती वाईट जागा असती, तर लायसेन्स का दिलंय् त्यांना? मोठ्यांना बघायची परवानगी असेल, तर मुलांनी का बघायचं नाही? असं असेल, तर पोलीस हॉटेल–सिनेमालाही मुलांनी जाऊ नये, म्हणून कायदा करणार काय?"

हा स्वतःला कधीही लहान समजतच नाही! लहान-मोठा हे अंतर तो मान्य करत नाही. विचारलेल्या प्रश्नांना नीट सरळ उत्तर देत नाही. आपल्या प्रश्नाचा विसर पडेल, असा दुसराच एखादा प्रश्न तो उपस्थित करतो.

याला कसं मार्गावर आणता येईल? सब-इन्स्पेक्टरनं सांगितलं, ते खरं आहे. हाण-मार केली, तर निगरगट्टपणाच वाढीला लागेल.

त्यानं दिवा बंद करून गाडी सुरू केली.

घरी परतल्यावर या संदर्भात त्यानं अवाक्षरही उच्चारलं नाही. त्याची आईच थोडावेळ 'तू बिघडलायस्! घराण्याला तुझ्या वागण्यानं काळोखी फासलीस–' वगैरे बोलून रागावली. सुरुवात इंग्लिशमध्ये केली, तरी मोकळेपणा यावा, म्हणून हिंदीमध्ये बराच वेळ बोलत राहिली. पाठीवर दोन धपाटे मारले, तरी त्यामुळं अनुपवर काहीही परिणाम झाला नाही. रोजच्यासारखंच जेवण करून, आपल्या खोलीत जाऊन त्यानं धाडकन दरवाजा लावून घेतला. घरात सर्वत्र त्याचा आवाज घुमला. पुन्हा मला त्रास द्यायचा नाही, असं त्यानं न बोलता बजावल्याचं त्या दोघांच्याही लक्षात आलं.

सकाळी लवकर ऑफिसमध्ये जाऊन डिक्टेशन देणं आवश्यक असल्यामुळं रवींद्र लवकरच उठला. तो दाढी करत असतानाच कांती हातात पेपर घेऊन तिथं

आली आणि तिसऱ्या पानावरची कोपऱ्यातली बातमी दाखवत म्हणाली,

"बघा! इथं बातमी दिलीय्! तुमच्या पेपरमध्ये! नावही दिलंय् अनुप रवींद्र म्हणून! ही बातमी देऊ नका, म्हणून सांगितलं असतं, तर तुमच्या नियमाचा भंग झाला असता काय?"

रवींद्रनं तिच्याकडून वृत्तपत्र घेऊन बातमी पाहिली.

'मर्यादेपलीकडे शरीर-प्रदर्शन करणाऱ्या कॅबेरे क्लबवर पोलिसांनी छापा घातला. या संदर्भात पोलिसांनी तीन मुली, चार वाद्यवृंदवाले आणि क्लब-मालकांना अटक केली आहे. त्याचबरोबर या प्रसंगी केंद्रीय शाळेतील चौदा वर्षे वयाच्या तीन विद्यार्थ्यांनाही प्रवेश देण्यात आला होता, असे समजले. त्या मुलांची नाव जगदीश अरोडा, ओमप्रकाश सभरवाल आणि अनुप रवींद्र अशी आहेत. शरीर-प्रदर्शन करणाऱ्या नृत्यस्थळालगतच ही मुले बसली असल्यामुळे त्यांना पकडणे सुलभ झाले, असे समजते. अधिक चौकशी करता ह्या मुलांची कॅबेरे पाहायची ही पाचवी वेळ असल्याचे समजले–'

क्षणभर रवींद्रही विचारात पडला. नंतर म्हणाला,

"काल मी डाक एडिशन पाहिली होती. त्यानंतर ही बातमी आली असणार. आमच्या न्यूज एडिटरला किंवा बाकीच्या सब-एडिटर्सना हा माझा मुलगा म्हणून कसं ठाऊक असणार?"

तरीही तिची तणतण कमी झाली नाही. मुलावर राग काढण्यासाठी ती त्याच्या खोलीच्या बंद दारापर्यंतही दोन-तीनदा जाऊन आली. पण अनुपनं दार उघडलं नाही. रवींद्रही अंघोळीला निघून गेला.

थोड्या वेळानं गावातली इतर वर्तमानपत्रंही आली. सगळ्या वृत्तपत्रांमध्ये ही बातमी होतीच. एवढंच अपुरं वाटून दोन कन्नड वृत्तपत्रांनी या तिन्ही मुलांचे फोटोही कुठून तरी मिळवून छापले होते. ते पाहून ती आणखी खवळली,

"कुठून मिळाले यांना फोटो? पोलिसांनी फोटो छापायला परवानगी कशी दिली? या पेपरवर आणि पोलिसांवर अब्रूनुकसानीचे खटले घालायला पाहिजेत!–" तिनं अंघोळ करून आलेल्या रवींद्रला फोटो दाखवत म्हटलं.

सगळ्या वृत्तपत्रांमध्ये बातमी आल्याचं त्याला आश्चर्य वाटलं नाही. या दोन कन्नड वृत्तपत्रांनी फोटो छापून थोडं-फार धैर्य दाखवलं, एवढंच! एरवी या सगळ्या बातम्या मिळायचा मार्ग एकच असतो. व्यावसायिक दृष्ट्या त्यांनी चलाखी दाखवली आहे!

त्यानं तिला सांगितलं,

"कुणावरही खटला घालणं शक्य नाही. जर त्यात वास्तवता नसेल, तरच असा खटला घालणं शक्य आहे."

"पण कालच रात्री सगळ्यांना फोन करून आधीच का नाही सांगून ठेवलं? तुमची सगळी अक्कल मला टोचून बोलण्यासाठीच वापरली, वाटतं!"

आता वाद घालत बसण्याइतकी त्याला सवड नव्हती. पोलिसांवरचा लेख दुसऱ्या दिवशी संध्याकाळपर्यंत रवाना करायचा होता.

"लवकर चहा दे... " म्हणत तो कपडे बदलायला गेला

◆

रवींद्र त्यानंतर अनुपविषयी बायकोबरोबर चर्चा करत बसला नाही. अनुपशीही तो काही बोलला नाही. पोलीस खात्याशी संबंधित लेख पूर्ण करत असताना मागं कधी तरी अस्फुटपणे मनात तरळून गेलेले विचार तरंगून वर आले.

आपले पोलीस आपल्या समाजाचाच एक भाग आहेत. जे गुण सर्वसामान्य लोकांमध्ये नाहीत, त्यांची पोलिसांकडून अपेक्षा करण्यात काही अर्थ नाही. आपल्यात आढळणारे अवगुण त्यांच्यामध्ये नसावेत, असं म्हणणं वस्तुस्थितीला धरून नाही.

लेख रवाना झाल्यानंतर तो पुन्हा अनुपविषयी विचार करू लागला. तो जन्मल्यानंतर दिल्ली-पाटणा-मुंबई–पुन्हा दिल्ली–आता बेंगळूर या गावांमध्ये वाढला. त्यात आम्ही राहतो–जगतो, ते वातावरण कुठल्याही ठिकाणी समूळ रुजलेलं नसतं. कुठल्याही भूमीत न रुजलेली केंद्रीय शाळा, इथल्या कुठल्याही भूमीत न रुजलेली इंग्लिश भाषा, इतर भाषांच्या मुळांना स्पर्श न करणारी हिंदी–कुठंही वापरात नसलेला कोकाकोला–आईस्क्रीम–चिकन–कॅबेरे–यांतून कुठली उत्तम जीवनपद्धती रुजून वाढीला लागणं शक्य आहे?

दोन दिवस तो याच विचारात गढला होता. नंतर त्याच्या मनात आलं–ह्या अरोडा–सभरवाल यांच्यासारख्या पैसा कुजून जात असलेल्या लोकांच्या मुलांची संगत असेपर्यंत त्याला दुसरा कुठला आदर्श दिसणार? आपली मुलं म्हणून गोंजारू नये, हे खरं असलं, तरी त्यांच्यावर कसलाही प्रभाव होणार नाही, म्हणून डोळे मिटूनही बसण्यात अर्थ नाही.

◆

दोन आठवडे अशाच विचारात गेले. त्यानंतर एक दिवस त्याला भल्या पहाटेच जाग आली. त्या वेळी त्याच्या मनात आलं. याला अण्णय्याच्या हालुकेरेच्या विवेकानंद विद्याशालेत का पाठवू नये? हा प्रश्न सुचताच त्याला अनुपच्या जन्मापासून छळणाऱ्या किती तरी प्रश्नांना समर्पक उत्तर मिळाल्यासारखं वाटलं. त्याग, शौर्य, आत्मावलोकन, तू सिंह आहेस, कोल्हा नव्हेस, तू नरसिंह आहेस–असुर नव्हे–हा विवेकानंदांनी सांगितलेला आदर्श अण्णय्या आणि त्याचे मित्र

आत्मसात करून इतरांनाही तसं मार्गदर्शन करतात! गांधीजींनी आपल्या जीवनात जे साध्य करून दाखवलं, त्याची मूळ रूपं या ठिकाणी अनुष्ठानासाठी ठेवली आहेत–तीच इथं मूलभूत मानली जातात. या शाळेला भक्कम पाया आहे. इथल्या भूमीवर ती मुळं रोवून उभी आहे. या भूमीत अनुप वाढला पाहिजे! अण्णय्याच याचा गुरू. त्याचा केवळ प्रभाव सुद्धा याला मार्गावर आणायला पुरेसा आहे! हळूहळू अनुपचा स्वभावही बदलेल, असा त्याला विश्वास वाटू लागला. त्याच्या मनातले हे विचार दोन आठवड्यांत चांगलेच दृढ झाले.

एक दिवस तो अनुपच्या शाळेत जाऊन पिल्ले सरांना भेटला. त्यांना मनातला विचार सविस्तरपणे सांगितल्यावर तेही म्हणाले,

"फार उत्तम विचार आहे. तुम्ही अवश्य तसं करा. तुम्हांला मी स्वतःच सांगतो... आम्ही सगळे पगार, पगार-वाढ, भत्ते, नवं स्केल यांत गुंतलो आहोत. आपापल्या विषयांची आम्ही मुलांपुढं व्याख्यानं देतो... पण त्यांचं वागणं, चारित्र्य, पुढचं आयुष्य याच्याशी आपला काहीही संबंध नसल्यासारखे आम्ही वागतो. खरी शाळा तीच! इथं दिवसातले सहा ते आठ तास मुलं असतात. त्यानंतर त्यांच्यावर बाहेरच्या जगाचाच परिणाम होणार ना? त्यावर आमचा कुठल्याही प्रकारचा कंट्रोल नसतो. तुम्ही त्याला अवश्य घेऊन जा."

रवींद्रनं निश्चय पक्का केला. कांती विरोध करेल. अनुप हट्ट करेल. तरीही आपण मागं सरायचं नाही. हे त्यानं पक्कं ठरवलं. घडलंही तसंच. कांतीनं वाद घातला,

"तिथं पलंग नाहीत–चटईवर कांबळी अंथरून त्यावर झोपतात, म्हणून तूच सांगत होतास. अशा ठिकाणी का त्याला ठेवायचं? गुरं राखायची... जमीन खणायची... सुतारकाम करायचं, जग इलेक्ट्रॉनिक युगाच्या पलीकडे चाललं! आणि आपण मुलाला इसवीसनपूर्व काळात पाठवायचं?"

"तिथं इलेक्ट्रॉनिक्सही शिकवतात. तुला काही समजत नाही... गप्प बैस, बघू!"

ती म्हणाली,

"मीही बघायला येते ती शाळा... "

"त्याची काहीही गरज नाही."

हेडमास्तरांनी, अनुपला बोलावून, वडील करताहेत, तेच उत्तम आहे, म्हणून सांगितलं, तेव्हा अनुपलाही एकीकडे हायसं वाटलं. शाळेत सगळ्या मुलांना त्याचं पेपरमध्ये नाव आल्याचं समजलं होतं. काही मुलांनी ती बातमी नोटीस बोर्डवर लावल्यामुळं त्यावर मुलांमध्ये चर्चाही बरीच झाली होती. मुलं मुद्दाम त्याला बघून "कॅबेरे... " म्हणून ओरडत होती. त्यांना जाब विचारायला गेलं, की वाद घालत होती,

"कॅबरे म्हटलं, की तू का चिडतोस?"

आधी त्यानं दमदाटी करून त्यांची तोंडं बंद करायचा प्रयत्न केला. पण त्यांची संख्या वाढत होती. तरीही न हटता हट्टानं तो राहिला होता. जेव्हा हेडमास्तरांनी बोलावून सांगितलं, तेव्हा त्याचं उसनं अवसान खचलं. त्याला इथल्या परिस्थितीतून सुटकेचा एक मार्ग दिसल्यासारखं वाटलं आणि फारशी खळखळ न करता तो वडलांच्या सांगण्याप्रमाणे वागायला तयार झाला.

रवींद्रच्या पत्राला अण्णय्यांचं त्वरित उत्तर आलं. त्या शाळेचं शिक्षण पूर्णपणे कन्नड माध्यमातून दिलं जात होतं. अनुपला कन्नड वाचायलाही येत नव्हतं. घरातही ती भाषा नको, असा त्याच्या आईचाच हट्ट होता. त्यामुळं त्याचं कन्नडचं ज्ञान कँटोन्मेंट विभागात वाढणाऱ्या परप्रांतातल्या मुलांना जेवढं असतं, तेवढंच होतं. एखादं वर्ष वाया गेलं, तरी हरकत नाही, असा निश्चय करून रवींद्रनं शाळेतून टी.सी. मागून आणलं. रवींद्रला, खरं तर, रजा नव्हती. गाडीनं जाऊन लगेच माघारी निघून येणं सोयीचं झालं असतं. पण तसं केल्यामुळं तिथल्या बाकीच्या मुलांच्या मनात हा कुणी तरी विशेष मुलगा आहे, असं येईल... याच्याही मनात तीच भावना राहील, असा विचार करून तो बसनंच निघाला. फाट्यापाशी सामान न्यायला कुणी तरी हमाल मिळेलच.

◆

अपेक्षेएवढं विवेकानंद विद्याशालेचं वातावरण अनुपला कठीण गेलं नाही.

बेंगळूरमध्ये आपल्या मित्रांसह झालेला सार्वजनिक अपमान मनात बोचत असतानाच या शाळेचे काही फायदे त्याला जाणवत होते. इथले सगळेच शिक्षक विद्यार्थ्यांबरोबर मोकळेपणानं वागत होते. खेळताना–शिकवताना–वेगवेगळ्या विभागांत काम करताना ते बरोबर असत. त्यांच्यावर सर्वच बाबतींत इंप्रेशन मारून शाबासकी मिळवायची अपेक्षा त्याच्या मनात निर्माण झाली होती.

इथल्या बऱ्याच मुलांपेक्षा आपण शहाणे आहोत, आपण या गोष्टी अगदी कमी कालावधीत आत्मसात करू शकू, असा गाढ विश्वास त्याच्या मनात होता. एक दिवस त्याला तीव्रपणे जाणवलं... अरेच्चा! इथं येऊन पंधरा दिवस झाले नाहीत... आणि मी कन्नड बोलायला लागलो का! न अडखळता! त्याला स्वतःचा अभिमान वाटला! एक गोष्ट मात्र त्याला कळत नव्हती... इथले कुणीही शिक्षक मारत नसतानाही ही मुलं का एवढं घाबरतात? त्यानं एकदा एका विद्यार्थ्याला उग्रप्पाला हा प्रश्न विचारला, तेव्हा तो म्हणाला,

"आम्ही काही घाबरत नाही! गुरू म्हटल्यावर आदरानं वागायला नको?"

आदर म्हणजे रिस्पेक्ट–मग त्यासाठी घाबरायचं कशाला? अनुपच्या मनातलं

आश्चर्य तसंच राहिलं.

आणखी एका गोष्टीचा त्याला मनापासून आनंद होत होता. इथं युनिफॉर्मची कटकट नव्हती! काम करताना तर फक्त निकर आणि बनियन! अंगाला हवी तेवढी धूळ-माती लागायची; पण त्याचीही काळजी नसायची. खळाखळा वाहणाऱ्या कालव्यात एक बुडी मारली, की अंग आपोआप स्वच्छ व्हायचं! वर्गात जाताना एक लुंगी गुंडाळली आणि अर्ध्या हाताचा शर्ट चढवला, की काम झालं! सारं सुटसुटीत वाटत होतं इथं!

काहीही फारसं न करता त्याला विद्यार्थ्यांमध्ये महत्त्वाचं स्थान मिळू लागलं होतं. एवढ्या कमी अवधीत एवढं महत्त्व त्याला बेंगळूर–दिल्लीमध्ये मिळणं शक्यच नव्हतं. हा आधी बेंगळूरमध्ये शिकत होता–त्या आधी दिल्लीला होता, हे ऐकूनच बाकीच्या मुलांच्या मनांत त्याच्याविषयी विशेष भावना निर्माण झाली होती.

पण एकदा हासनहून इथल्या शाळेत आलेल्या हर्षकुमारनं विचारलं,

"बेंगळूरहून इथं आणून टाकलं तुला? तिकडं काय भानगडी करत होतास?"

अनुपनं त्याच्याकडे रोखून पाहिलं. दोन अपरिचित कुत्र्यांची नजरानजर होऊन गुरगुर व्हावी, तसं चाललं होतं. त्यातूनच परस्परांशी त्यांना ओळख पटल्यासारखी झाली.

अनुपनं विचारलं,

"तू काय केलंस?"

"अभ्यास करत नाही, नेहमी सिनेमा बघतो, दुकानातून पैसे चोरतो, म्हणून..."

"अस्सं!" अनुपनं त्याचा अंदाज घेतला. आपण सिनेमापेक्षा जास्तीचं पाहिलंय्, हे आठवून त्यानं पुढं विचारलं, "कसलं दुकान आहे तुमचं?"

"जनरल स्टोअर्स."

"किती उडवत होतास?"

"कधी दोन... कधी तीन रुपये. संध्याकाळी दुकानात गर्दी असताना एका कोपऱ्यात राहून कॉफी बांधून देत होतो आणि तिथंच पैसे उचलत होतो. अप्पा दुसऱ्या गिऱ्हाइकाबरोबर हिशेबात गुंतलेत, याची खात्री मात्र करून घेत होतो आधी... "

अनुपला हा सगळा थिल्लरपणा वाटला. त्यानं पुढं काही विचारलं नाही. थोड्या वेळानं हर्षकुमारनं विचारलं,

"तू काय करत होतास?"

"मी?... " स्वतःला उन्नत करत तो म्हणाला, "त्या गावातलं शिक्षण मला आवडलं नाही. स्वामी विवेकानंद सांगायचे, तसलं शिक्षण मला हवं होतं. तू सिंह आहेस–क्षुद्र कोल्हा नाहीस–हे शिकवणारं शिक्षण हवं, म्हणून मी शोध घेत इथं

आलो. संपूर्ण देशात आणखी कुठंही अशी शाळा नाही! त्यामुळं मी सरळ सांगितलं–मला तिकडं नेऊन ठेवा–मी बेंगळूरला राहणार नाही, म्हणून!''

हर्षकुमार निराश झाला. इथं शाळेत सांगतात, तेच हाही सांगतोय्! सिंह, म्हणे! म्हणजे इथल्या शिक्षकांसारखं डोक चकचकीत करायचं–खादीची लुंगी नेसायची–खादीचा शर्ट–हाही तसाच होईल? काही का असेना–हर्षकुमारच्या मनात अनुपविषयी भय निर्माण झालं.

अनुपविषयी भय आणि संशय वाटायला आणखीही एक कारण होतं. हा अण्णय्यांपैकी कुणी तरी असल्याची बातमी संपूर्ण शाळेत पसरली होतीच. हा त्यांचा पुतण्या असल्याचंही कुणी तरी सांगत होतं. तीन-चार महिन्यांपूर्वी याचे वडील इथं आले होते–राहिले होते–त्यांनी वृत्तपत्रांवर दोन भाषणं दिली होती–त्या इंग्लिश वृत्तपत्रांच्या संपादकांचा हा मुलगा असल्याचंही सगळ्यांना ठाऊक होतं. अण्णय्या याचे दोड्डप्पा म्हणजे थोरले काका असतील, तर त्यांनी त्याला आपल्या खोलीत का ठेवून घेतलं नाही? त्याला का इथं सगळ्यांच्या बरोबर ठेवलंय्?

त्यानं एकदा अनुपलाच विचारलं,

''अण्णय्या तुझे थोरले काका आहेत, हे खरं?''

''तुला कुणी सांगितलं?''

''सेकंड इयरच्या मर्डीहळ्ळी रामूनं सांगितलं.''

''कोण दोड्डप्पा आहेत, हे माझ्या दृष्टीनं महत्त्वाचं नाही! माझ्यामधला सिंह जागा झाला, की मीच दोड्डप्पा होईन!'' शाळेच्या बोधवाक्याचा अर्क प्यायल्यासारखा अनुप उद्गारला!

हर्षकुमारची मात्र आता खात्रीच झाली. कारण अधून-मधून अण्णय्या त्याला आपल्या खोलीवर बोलावून घेत, हे तोही पाहत होताच. गेल्या वर्षी तो या शाळेत नवा होता, तेव्हा त्यालाही ते अधून-मधून खोलीवर बोलावून घेत, ते तो पूर्णपणे विसरला होता.

हर्षकुमारच्या प्रश्नामुळं अनुपच्या मनातलं कुतूहल चाळवलं होतं. खरोखरचं अण्णय्या आपले दोड्डप्पा आहेत काय? दोड्डप्पा म्हणजे वडलांचा थोरला भाऊ किंवा थोरल्या मावशीचा–म्हणजे दोड्डम्माचा नवरा. आपल्याला एक दोड्डम्मा-अं–म्हणजे मम्मीची बडी बहन असल्याचं त्याला ठाऊक होतं. तिचा नवरा नॉर्दर्न रेल्वेमध्ये इंजिनीयर आहे. आता ते मोगलसराईत असतात. त्याशिवाय आणखी कुणीही दोड्डम्मा नाही. शिवाय अण्णय्या ब्रह्मचारी आहेत, म्हणे. म्हणजे त्यांनी तशी भगवानपर कसम खाल्ली आहे, म्हणे! म्हणजे हे डॅडकडचेच दोड्डप्पा असतील. सख्खे भाऊ–किंवा कझीन असावेत. या शाळेत पाहुण्यांसाठी म्हणून दोन खोल्या ठेवल्या आहेत. मुलांचे कुणी पालक आले, की ते त्या खोल्यांमध्ये

उतरतात. पण जेव्हा डॅडी आपल्याला इथं सोडायला आले होते, तेव्हा ते मात्र अण्णय्याच्या खोलीवर उतरले होते.

एखाद्या मुलानं काही चूक केली, तर अण्णय्या त्याला आपल्या खोलीवर बोलावून घेतात, असंही मुलं सांगत होती. मग शिक्षाही होते, म्हणे! अण्णय्यांचा हात फार कठीण आहे, म्हणे! सुकलेल्या वेतासारखा त्यांचा हात चालतो, म्हणतात. नंतर अर्धा तास तिथंच बसवून घेऊन समजूत घालून, केस कुरवाळून 'पुन्हा असं करू नको–' म्हणून बजावतात, म्हणे, ते! तिथून बाहेर पडताना त्यांच्याकडून एक पेपरमिंटही मिळतं. केवळ यासाठी म्हणून त्यांच्या खोलीत एक पेपरमिंटची बरणी भरून ठेवलेली असते. मुलं परस्परांना जेव्हा 'काय? मिळालं पेपरमिट?' म्हणून विचारतात, तेव्हा त्याचा अर्थ 'मार मिळाला, की नाही?' असाच असतो! अण्णय्यांव्यतिरिक्त आणखी कुणीही मारत नाही, म्हणे! काहीही तक्रार असली, तरी इतर मास्तर अण्णय्यांना सांगतात आणि अण्णय्याच प्रकरणाची नीट चौकशी करून जी शिक्षा करायची, ती करतात, तेही त्यांच्या त्या खोलीतच! आजवर त्यांनी मला एकदाही मारलं नाही. ते माझे दोड्डप्पा आहेत, म्हणून मारलं नसेल काय? या विचारात अर्धा दिवस गेला. नंतर आठवलं–मार खावा, अशी चूक इथं आल्यानंतर आपण केलीच नाही! इथं मोठ्या चुकाच–खोटेपणा किंवा चोरी–अण्णय्यांपर्यंत पोहोचवल्या जातात. तशी इतर मुलांना मारहाण करणं–शिवीगाळी करणं हेही इथले दखलपात्र गुन्हेच आहेत. पण हे गुन्हे पहिल्यांदा केले असतील, तर मास्तर लगेच अण्णय्यांकडे नेत नाहीत.

एक दिवस संध्याकाळी तो इतर वीस मुलांबरोबर शेताला बांध घालत होता. त्या वेळी तिथं अण्णय्याही आले. मुलं कसं काम करताहेत, याचं त्यांनी पाच मिनिटं निरीक्षण केलं. नंतर त्यांनी लुंगी आणि शर्ट काढून कोरड्या जमिनीवर ठेवला. इतर मुलांप्रमाणे निकर, बनियन या वेषात तेही मातीत उतरून बांधाचं काम करू लागले. त्यांनी आधी, कसा घाव घातला, तर कमी मेहनतीत जास्त काम होईल, ते दाखवून दिलं. त्याच बरोबर फावडं कसं धरलं, तर सोयीचं होऊन कमी श्रम पडतील, तेही दाखवून दिलं. ते सुमारे दीड तास तिथं सगळ्यांबरोबर काम करत होते. असल्या कामाची अजिबात सवय नसलेल्या अनुपला त्यांनी यातला बारीक-सारीक तपशील सुद्धा विस्तारानं समजावून सांगितला. त्याचं कौतुकही केलं आणि ते नारळीच्या बागेत काम करणाऱ्या मुलांकडे गेले.

त्या दिवशी अनुपनं मनोमन निश्चय केला–अण्णय्यांशी सविस्तर बोलायचंच. काम झाल्यावर हातपायांचा चिखल धुऊन काढल्यावर सगळे खेळायला गेले. अनुप मात्र अण्णय्यांच्या खोलीकडे निघाला. त्या वेळी तेही नुकतेच नारळीच्या बागेतून आले होते. त्याला पाहताच ते उद्गारले,

"ये... ये! काम लवकरच शिकून घेतलंस हं तू! ताकदही आहे तुझ्या अंगात!... "

खोलीत गेल्यावर तो त्यांच्या चेहऱ्याकडे पाहत राहिला. डॅडी आणि यांच्या चेहऱ्यांत काही साम्य दिसतं का, याचं निरीक्षण करत!

"काय काम होतं, बाळ? ये-बैस-" ते म्हणाले, "मीच तुला बोलावून घेणार होतो. शाळा चांगली वाटते, की नाही?"

"हो... आवडली... "

"तूही हुशार आहेस, म्हणून बाकीचे मास्तर सांगत असतात. कन्नड वाचायला काही त्रास नाही ना होत?"

"दररोज अर्धा तास चन्नवीरय्या मास्तर मला एकट्यालाच कन्नड शिकवतात."

"शाबास! असाच अभ्यास कर. हुशार आहेस तू-" म्हणत ते त्याच्याजवळ गेले. त्याच्या केसांतून हात फिरवत ते म्हणाले, "बैस... "

अनुप त्यांच्या चटईवर बसला.

तेही चटईवरच भिंतीला टेकून बसले.

त्यानं विचारलं,

"मला एक प्रश्न विचारायचाय्. विचारू?"

हा धीट मुलगा आहे. इथल्या खेड्यांतून आलेल्या इतर मुलांप्रमाणं हा उगाच मागं सरत नाही, हे अण्णय्यांना ठाऊक होतं. त्यांना या गुणाचं विशेष कौतुकही होतं. त्यांनी विचारलं,

"तुम्ही माझे दोड्डप्पा आहात, म्हणे. खरं ते?"

"कणी सांगितलं हे?"

"माझ्या बरोबरीची मुलं तसं समजतात."

"असं!"

अण्णय्यांचं मन या मुद्द्याकडं वळलं. त्यांना आठवलं... भिंतीवरच्या फोटोमधले आजोबा-आजी कसे आपले खरे आजोबा-आजी झाले, त्याची कथा त्यांनी अधूनमधून आपल्या सहोद्योग्यांना सांगितली होती. कधी त्यांच्या आठवणीनं मन भरून आलं, की त्या विषयावर ते इतरांशी बोलत आणि मन हलकं करत. त्यामुळं इथल्या सगळ्या सहकाऱ्यांना त्याविषयी ठाऊक होतं. अप्रत्यक्षरीत्या ही शाळा उभारण्यास हे आजोबा-आजीच कारणीभूत आहेत, हेही त्यांना ठाऊक होतं. गेल्या खेपेला रवींद्र इथं आला असता त्याच्याशीही याविषयी सविस्तर बोलणं झालं. होतं. त्याच संदर्भात आपल्या शिक्षक किंवा ब्रह्मचारी मास्तरांनी मुलांना काही तरी सांगितलं असावं आणि मुलांमध्येही ती बातमी पसरली असावी, हे त्यांच्या लक्षात आलं. तसं पाहता अण्णय्यांचा इथल्या शिक्षकांशीही गाढ स्नेह वाढला होता. मुलांमध्येही

तीच भावना वाढावी, ही त्यांची अपेक्षा होती. एकंदरीत आपण रवींद्रचा थोरला भाऊ म्हटल्यावर याचा दोड्डप्पा म्हणणं साहजिकच नाही का?

"खरंय् ते?" अनुपनं विचारलं.

अनुपलाही सगळी वस्तुस्थिती सांगावी, असं त्यांना वाटलं. पण याला इथं सोडून जाताना रवींद्रनं दिलेली सावधिगिरीची सूचना त्यांना आठवली. त्यानं सांगितलं होतं.

"कुठल्याही संधीचा स्वतःच्या फायद्यासाठी वापर करून घेण्याचं अद्भुत सामर्थ्य अनुपमध्ये आहे, तू त्याला किंचित सलगी दिलीस किंवा जवळीक दाखवलीस, की तो त्याचा दुरुपयोग करून घेतल्याशिवाय राहणार नाही, हे तू विसरू नकोस!"

याच कारणासाठी अण्णय्यांनीही त्याला जाणीवपूर्वक विशिष्ट अंतरावर ठेवलं होतं.

इतर शिक्षक आता त्याच्या प्रगतीविषयी समाधान दर्शवत होते. स्वतः अण्णय्याही ते पाहतच होते. मग तरीही त्याच्याशी तशीच वागणूक ठेवायची काय? हे बरोबर नाही-मनातली भावना दडपून ठेवणं योग्य नव्हे, असं अण्णय्यांना वाटलं. चारित्र्याचा बळकट पाया घालण्यासाठी त्याचा वापर करायला हवा. होय--- याचे पणजोबा आणि पणजी कसे होते, हे याला सांगायला पाहिजे. कुठलंही नातं नसताना त्यांनी कसे भाव-संबंध वाढवले, याची अनुपलाही माहिती व्हायला पाहिजे. ते कसं जगले आणि त्यातून त्यांनी कसा आदर्श निर्माण केला, हे याला समजलं पाहिजे! एवढंच नव्हे, त्यांनी गावकऱ्यांसाठी हॉस्पिटल बांधून दिल्याचंही सांगायला पाहिजे-नव्हे, दाखवायला पाहिजे त्याला! 'तू काही सामान्य मुलगा नाहीस-अशा पणजा-पणजीचा पणतू आहेस तू! तुझ्या शरीरात त्यांचं रक्त वाहत आहे!' म्हणून सांगायला पाहिजे. विवेकानंदांनी तरी काय सांगितलं? 'तुझ्यातला मानव जागृत कर-' हेच ना? एक राजघराण्यातलं बाळ अरण्यात हरवलं. रानातल्या लोकांनी त्याला मोठं केलं. सांभाळलं. राजकुमारही स्वतःला रानटी माणूसच समजत होता. शेवटी एक मार्गदर्शक त्याला भेटला आणि त्यानं समजावलं, 'तू राजकुमार आहेस! अशा परिस्थितीत तू का राहतोस? अशी मानसिक स्थिती तरी आणखी कुणाला आहे?' सौद्रेगौडांच्या नातवंडांकडून आणि वेंकटसुब्बय्यांच्या पणतवाकडून ही नैतिक प्रेरणा का लपवून ठेवायची?

अण्णय्यांनी पुढं वाकून त्याचं डोकं कुरवाळलं आणि 'मी तुझा दोड्डप्पा कसा, ते सांगू?' म्हणत त्याच्या पणजा-पणजीचं चित्र ते मनःपूर्वक त्याच्यापुढं रेखाटू लागले. त्यांनी आपल्याला कशी मदत केली–तेही काही नातं नसताना, याचं सविस्तर वर्णन केलं. सौद्रेगौडांचं जीवनचरित्र सांगावं, असं वाटलं, तरी तो विचार

त्यांनी पुढं ढकलला. आणखी एखाद्या दिवशी त्यांची कथा सविस्तरपणं सांगायचं ठरवून त्या वेळी मग त्यांनी केवळ वेंकटसुब्बय्या आणि त्यांच्या पत्नीचंच जीवनचरित्र सांगितलं. सारी हकीकत सांगून संपली, तेव्हा रात्रीच्या जेवणाची घंटा झाली.

◆

या घटनेनंतर आठवड्यानं शाळेत वक्तृत्व-स्पर्धा होत्या. त्यात भाग घेतलेल्या आठ विद्यार्थ्यांनी वेगवेगळे विषय निवडून आपापली भाषणं तयार केली होती. अनुपला चन्नवीरय्या मास्तरांनी कन्नडमधले वाक्प्रचार, म्हणी वगैरे सांगून त्याच्याकडूनही भाषण तयार करून घेतलं होतं. त्यानं विवेकानंद हाच विषय भाषणासाठी घेतला होता. बेंगळूरला येण्याआधी तो कलकत्त्याला गेला होता आणि त्यानं तिथं दक्षिणेश्वर देऊळ, बेलूरमठ वगैरे जागा पाहिल्या होत्या. त्यानं आपल्या भाषणात आपण पाहिलेल्या या विवेकानंदांच्या जीवनचरित्राशी संबंधित जागांविषयी आत्मविश्वासानं सांगितलं. ते ऐकताना तिथले शिक्षकही चकित होऊन गेले! केवळ अण्णय्या आणि त्या कार्यक्रमाच्या अध्यक्षपदाची जबाबदारी घेण्यासाठी डोंगरावरून खाली उतरून आलेल्या होन्नत्ती यांच्याशिवाय तिथं प्रत्यक्ष कलकत्ता पाहणारं आणखी कुणीही नव्हतं. मधेमधे कन्नड शब्द न आठवल्यामुळं त्यांऐवजी हिंदी-इंग्लिश शब्द वापरले, तरी विषय-विपुलता, बोलण्याची पद्धत आणि आत्मविश्वास या गुणांमुळं अनुपचं भाषणच सगळ्यांत प्रभावी झालं! त्यालाच पहिलं बक्षीस मिळणार, याविषयी श्रोत्यांची खात्री झाली होती. आणि अखेरीस तशी घोषणाही करण्यात आली. कन्नडवरची आस्था वाढण्याच्या दृष्टीनं अनुपला हे एक चांगलं निमित्त झालं.

या घटनेनंतर लवकरच हासनच्या रोटरी क्लबनं जिल्हा पातळीवरची एक वक्तृत्व-स्पर्धा आयोजित केल्याचं पत्रक शाळेत आलं. आपल्या देशात इंग्लिश भाषेची गरज कितपत आहे? त्या भाषेतलं वक्तृत्व काय करायचं? हे अमेरिकन संस्कृतीचं फॅड आहे... त्यामुळं आपल्या शाळेनं या स्पर्धेत भाग घ्यायची काहीही गरज नाही, असं स्पष्ट मत अण्णय्यांनी दिलं. पण इंग्लिश शिकवणाऱ्या बी.टी.श्रीनिवासय्या यांचा विचार वेगळा होता. ते म्हणाले,

'शहरातल्या इंग्लिश माध्यमात शिकणाऱ्या मुलांच्या स्पर्धेत आपल्या मुलांना बक्षीस मिळणं ही साधी गोष्ट नाही. शिवाय आता अनुप आहे! त्याला थोडं मार्गदर्शन देऊन तयार केलं, तर पहिला नंबर मारून घेऊन येईल! आपल्या शाळेचं नावही मोठं होईल!'

'तिथं शहरात आपल्या शाळेचं नाव मोठं होऊन काय फायदा? आपण इथं मुख्यत्वेकरून खेड्यांतली मुलंच घेत असतो. कन्नड वक्तृत्व स्पर्धा असतील, तर आपण बेंगळूरलाही पाठवू या' हा अण्णय्यांचा मुद्दा.

पण ह्या स्पर्धेत भाग घेऊन, शील्ड जिंकून आणलं पाहिजे, अशी जबरदस्त इच्छा शिक्षकांमध्येच होती. त्यामुळं तसं ठरवण्यात आलं, श्रीनिवासय्यांनीच अनुप आणि रामण्णा या दोन विद्यार्थ्यांना तयार करून घेऊन जायचं, असं ठरलं.

अखेर शिक्षकांच्या अपेक्षेप्रमाणे शाळेला शील्ड आणि अनुपला पहिलं बक्षीस मिळालं. आपलंच कर्तृत्व असल्याच्या थाटात दोन्ही पुरस्कार घेऊन माघारी आलेले श्रीनिवासय्या अण्णय्या आणि इतर शिक्षकांना प्रभावित होऊन सांगत होते,

"चोवीस तास आधी स्पर्धेचा विषय सांगण्यात आला. त्यात कुणी कुठल्या बाजूनं बोलायचं, याचीही यादी देण्यात येते. विषयाच्या विरोधी बोलण्याच्या यादीत अनुपचा आठवा क्रमांक होता. मी खूप विचार करून या दोघांनाही मुद्दे दिले होते. पण जसे मी मुद्दे दिले होते, तसे इतर शिक्षकांनीही दिले होते. दोघा-तिघांची भाषणं होईपर्यंत सगळे मुद्दे संपून गेले होते. अनुपचा नंबर येईपर्यंत त्यात काय राहणार? एव्हाना साधारणतः नंबरही ठरून गेलेले असतात. पण अनुपनं सगळा रंगच पालटून टाकला! आपल्या आधी बोललेल्यांचे मुद्दे त्यानं किती हुशारीनं खोडून काढले, म्हणून सांगू! शिवाय याची इंग्लिश भाषा चुणचुणीत आहे. नवं काही सुचलं, तरी इंग्लिशमध्ये तो व्यक्त करू शकतो. शिवाय वाद-विवाद करायची याची शक्ती एवढी जबरदस्त आहे! पुढं यानं वकीलच व्हावं, हे उत्तम!"

पहिल्यापासूनच अनुपला वागण्या-बोलण्याचा आत्मविश्वास होताच. सांगायची पद्धतच अशी होती, की या संदर्भात याव्यतिरिक्त दुसरं सत्य असणं शक्यच नाही, अशी ऐकणाऱ्याची भावना व्हावी! आता तर आत्मविश्वासानं चांगलंच मूळ धरलं होतं. शाळेमध्ये कुठलाही कार्यक्रम असला किंवा भेट द्यायला कुणी बाहेरचे पाहुणे आले, तरी आभार मानायचं काम त्याचंच. पाहुण्यांच्या भाषणाचा सारांश सांगून नंतर आभार मानायची त्याची पद्धत होती. त्याच्या वक्तृत्वावर शाळेचे शिक्षकही खूश होऊन जात! आलेल्या पाहुण्यांपुढं 'आपल्या शाळेतही असा विद्यार्थी आहे,' हे अभिमानानं दाखवण्याची प्रवृत्ती शिक्षकांमध्ये वाढीस लागली.

◆

एके दिवशी दुपारी होन्नत्तींसाठी भरून ठेवलेला जेवणाचा डबा पुजाऱ्यांनी डोंगरावर नेला नाही. साधारणतः साडेअकराच्या सुमारास वडेरय्या पुजारी गावातून निघत. शाळेमधून डबा घेत. त्या वेळी हॉस्टेलमध्ये जेवणाचा टिफीन कॅरीअर नेमका भरून ठेवलेला असे. कल्हई केलेल्या चार पुडाच्या पितळी टिफीन कॅरीअरमध्ये दुपारी आणि रात्री पुरेल, एवढं जेवण भरून ठेवलेलं असे. डाव्या हातात पांढऱ्या शुभ्र कपड्यात बांधलेला डबा आणि उजव्या हातात पूजेचं तबक घेऊन वडेरय्या डोंगरावर जाऊन होन्नतींना जेवण देत असे.

त्या दिवशी नेहमीच्या वेळेवर तास उलटून गेला, तरी वडेरय्या आले नाहीत, तेव्हा स्वयंपाकी वीरय्या अस्वस्थ झाले. त्यांनी ही बातमी चन्नवीरय्यांच्या कानांवर घातली. चन्नवीरय्यानं चिक्कण्णाला सायकलवरून गावात पिटाळलं. त्यानं बातमी आणली, वडेरय्यांचे कुणी काका क्यातनहळीत वारले होते–सुतक असल्यामुळं यानंतर दहा दिवस वडेरय्या देवाची पूजा करणार नव्हते.

आता मात्र चन्नवीरय्या विचारात पडले. डोंगरावर बिचारे होन्नत्ती उपाशी असतील. आता आयत्या वेळी कुणाला पाठवावं?

ते या विचारात असतानाच त्यांना अनुप दिसला. त्याला हाक मारून त्यांनी विचारलं,

"आज डोंगरावर होन्नत्तींना डबा देऊन येशील? उद्यापासून वेगळी व्यवस्था करेन."

"हो, निघतोच आता..."

"रस्ता ठाऊक आहे?"

"आहे. परवा रविवारी बिब्ब्याच्या बिया शोधायला गेलो होतो मित्रांबरोबर. तेव्हा तिथं होन्नत्ती नव्हते."

चन्नवीरय्यांनी त्याच्या शिक्षकांना सांगायची जबाबदारी घेतल्यावर तो एकटाच डबा घेऊन निघाला.

विद्याशालेचं कंपाऊंड ओलांडून दोन किलोमीटर पुढं गेल्यावर चढ सुरू झाला. बैलगाडी जाऊ शकेल, अशा अरुंद रस्त्यानं दोन्ही बाजूंच्या दाट झाडीमधून तो निघाला. कानशिलांपर्यंत दाट झाडी–त्याला आपण कसलं तरी साहस करायला निघाल्यासारखं वाटू लागलं. आफ्रिकेचं घनदाट जंगल–ॲमेझोनचं किचकट खोरं... महिनामहिना भटकणं... वाटेत येणाऱ्या वाघ-सिंहांना केवळ चाकूनं ठार करणं–खांद्यावर त्यांचं कातडं टाकून रुबाबात फिरणं–माझा अनुप कुठं गेला, म्हणून अश्रू ढाळणारी ममी... माझी काळजी करणारे अण्णय्या... अंहं, दोड्डप्पा! डॅडी? त्यांना कुठं माझी काळजी आहे? माझ्यावर त्यांचं प्रेमच नाही म्हटल्यावर ते रडणारही नाहीत. असू दे! मीही काही कायम एवढाच राहणार नाही. सगळे 'अनुप-अनुप' म्हणून व्याकूळ होतील, तेव्हा मी ॲमेझोन खोऱ्यातून बाहेर येईन शंभर वाघ-सिंहांची कातडी सोलून! मग सगळे पेपरवाले माझ्याच मागं येतील! जगातल्या सगळ्या वर्तमानपत्रांमध्ये माझे फोटो ॲटोमेटिकली प्रिंट होतील! डॅडींच्या पेपरातही! आणि फोटोखाली माझं नाव 'अनुप!' मग डॅडींची खरी गंमत!

एवढ्या अवधीत अनुपला दम लागला होता. त्याच्या डोक्यावर माश्या-चिलटं घोंघावत होती. माझ्याबरोबर पुढं येता-येता या गोल-गोलही फिरताहेत! फुलांऐवजी माझ्या डोक्यावर फिरताहेत! अनुपचं डोकं आहे, तो वक्तृत्व स्पर्धेतली

किती तरी बक्षिसं मिळून आणतो, म्हणून? त्याला स्वतःचा अभिमान वाटला.

रस्ता वळणं घेत वर चढत होता. मध्येच थांबून त्यानं सभोवताली पाहिलं. त्याला काही क्षण भीती वाटली. सभोवतालच्या झाडीत विद्याशाला कुठं आहे आणि डोंगर कुठं आहे, हेच समजत नव्हतं. डोक्यावर फिरणाऱ्या माश्या तशाच फिरत होत्या. या आपल्या डोक्यावरच चिकटून बसल्या, तर? तो शाळेला परतण्यासाठी वळलाही. मग वाटलं, तिथं जाऊन चन्नवीरय्या मास्तरांना काय सांगायचं? वाघ समोरून आला, म्हणून सांगता येईल. भुवनेश्वरच्या नंदनकाननमध्ये पाहिलेल्या वाघाचं वर्णनही करून सांगता येईल. पण पळून जाऊन सांगण्यापेक्षा डबा देऊन आल्यावर ही कथा सांगितली, तर सगळ्यांना कौतुक वाटेल...

त्याला विविध प्राणिसंग्रहालयांत पाहिलेले वाघ आठवू लागले... छे:! चुकलंच... आपण एकटं यायलाच नको होतं. ह्या शाळेचं बाकी सगळं बरं आहे; पण दडपशाहीच फार आहे. हे चालू देता कामा नये! सगळ्या मुलांना एकत्र जमवून हरताळ करायला पाहिजे. मुलांच्या पुढं राहून जोरजोरात घोषणा द्यायला पाहिजेत...

मग सगळ्या पेपरांत नाव-फोटो...

कुणी तरी बोलत येत असल्याचा आवाज ऐकू आला. पाठोपाठ बिडीचा वासही आला. त्यानं लक्ष देऊन पाहिलं... होय, वरून दोघंजण डोक्यांवर पोती घेऊन उतरून येताहेत. ते जवळ आले, अनुपच्या जिवात जीव आला. त्यानं विचारलं,

"इथून डोंगराचा पायथा किती लांब आहे?"

"वीसेक पावलं पुढं जा... आलाच पायथा..." म्हणत बोलता बोलता न थांबता ते पुढं निघून गेले. त्यांना विचारायला हवं होतं... इथं वाघ-चित्ते नाहीत ना, म्हणून! अर्थात असते, तर यांना त्यांनी खाल्ल्याशिवाय सोडलं असतं काय?

त्याच्या मनातली भीती वितळून गेली. तो पुन्हा घाईनं चालू लागला. माश्यांनी पुन्हा त्याच्या डोक्याभोवती फेर धरला. वीसेक पावलं–कसली वीस? तीस-चाळीस–साठ-शंभर पावलं चाललं, तरी डोंगर दिसेना. खोटारडे! ही खेड्यातली सगळी माणसं एकजात खोटं बोलतात! आता माघारी जाण्यातही अर्थ नाही. एवढं अंतर पुढं आलोय्–माघारीही एकट्यानंच जायचं! तो डोक्यावर फिरणाऱ्या माश्यांना मागं टाकण्याच्या दृष्टीनं भराभरा पुढं चालू लागला.

सगळीकडं दुर्लक्ष करून फक्त पावलांवर सारं लक्ष केंद्रित करून एक-दोन-तीस-पन्नास अशी पावलं मोजत तो थोडा वेळ चालत राहिला आणि एकाएकी भोवतालची झाडं नाहीशी झाली आणि थंडगार वारं सर्वांगाला स्पर्श करून गेलं. अरेच्चा! इथं भीती वाटायचा प्रश्नच नाही! या मोकळ्या मैदानावर वाघ-सिंह-चित्ते असणं शक्यच नाही. उजवा हात अवघडल्यासारखा झाला होता. त्यानं डबा डाव्या हातात घेऊन चालायला सुरुवात केली.

आता समोरच्या डोंगराच्या पायथ्याशी तो येऊन पोहोचला होता. होय. तीच समोरची मंडपाजवळची पायवाट वरच्या देवळापाशी जाऊन पोहोचते. सगळीकडं काळे कुळकुळीत दगड पडले होते. यांमध्ये लोखंड आहे, म्हणे! त्या दिवशी शिवलिंगानं सांगितलं होतं. लहान दगड उचलला, तरी भरपूर जड असतो, म्हणे... होय. त्यानं एक दगड उचलून पाहिला. शिवलिंगानं त्या दिवशी दगडावर दगड आपटून 'खण्ण' आवाज करून दाखवला होता. डाव्या हातातला डबा पेलत अनुपनं एक दगड उचलून दुसऱ्या मोठ्या दगडावर टाकला. 'खण्ण' आवाज आला. होय... खरोखरच हे लोखंड आहे.

तो मंडप ओलांडून डोंगरावरच्या देवळाकडं निघाला. पायवाट म्हणजे दगडांच्याच पायऱ्या मुद्दाम घडवलेल्या नव्हेत, आपोआप बनलेल्या पायऱ्या होत्या. तिथल्या वाऱ्यामुळं बृहदाकार झाडांची पानं जागीच घुसळत होती. अरेच्चा! एवढं वारं सुटलंय्, तरीही ही झाडाची पानं गळून कशी जात नाहीत? हजार-लाख कोटी पानं हलताच कसा आवाज येतो, तो ऐकत तो काही वेळ उभा राहिला. त्यानं डोक्यावर हात हलवला–एकाही माशीचा पत्ता नव्हता! या केव्हा निघून गेल्या? वाऱ्यामुळं उडून गेल्या काय? छेः, बघायला पाहिजे होतं.

आता मात्र त्याला भीती अजिबात स्पर्श करत नव्हती. वाघ-चित्त्यांची आठवणही होत नव्हती. मनात तो विचार डोकावून गेला. पण पाठोपाठ उमटलेल्या 'तसं काही असतं, तर होन्नत्ती मास्तर कसे एकटे राहिले असते?' या प्रश्नानं तो विचार नाहीसा झाला.

पानांचा आवाज ऐकून त्यालाही त्यात आपला आवाज मिसळावा, असं वाटलं. त्यानं आरोळी ठोकली. शाळेत प्रार्थनेच्या वेळी म्हणत असलेलं 'शिवोऽहं-शिवोऽहं' तार स्वरात म्हणायला सुरुवात करताना त्याला जाणवलं... अशा वाऱ्याचा स्वर असेल, तर सामूहिक गीत किती छान वाटेल! त्याचा उत्साह आणि एक प्रकारचा उन्नत भाव त्याच्या मनाला व्यापून राहिला होता. त्यानं मोठमोठ्यानं गायला सुरुवात केली. पण लवकरच त्याचा आवाज बसल्यासारखा झाला. इथल्या वाऱ्यामुळं आपला आवाज ऐकू येत नाही काय? नाही. आवाजच थकलाय्. त्यानं गाणं थांबवलं. तोही थांबून सगळीकडं पाहू लागला. मागं वळून बघताना आपण चढून आलो, तो रस्ता-डोंगराचा पायथा... तिथून पुढं गेल्यावर झाडी-हं-तिकडं आपली शाळा राहिली-तो शाळेसाठी बांधलेला छोटा तलाव–पुढं हालुकेरेचा मोठा तलाव–दोड्डप्पांचं डोकंही तल्लख हं! इथून दिसते शाळा. म्हणजे शाळेच्या इमारती दिसत नाहीत. त्या झाडीमध्ये दडल्या आहेत.

हातातल्या डब्याचा जडपणा पुन्हा जाणवू लागला. देवळात होन्नत्ती मास्तर उपाशी असतील. या विचारानं तो पुन्हा भराभरा चालू लागला. काही अंतर चढून

गेल्यावर वाऱ्याचा जोर कमी झाला. असं कसं झालं? तिथं असलेल्या विरळ वृक्षांच्या पानांचा आवाजही अगदी कमी प्रमाणात ऐकू येत होता. आता पायांखालचे दगड अधिकच वेडेवाकडे होते. दुरून कुठून तरी–होय. सतारीचा आवाज ऐकू येत होता. होन्नत्ती मास्तर दिवस-रात्र एकटेच सतार वाजवत बसतात, म्हणे. त्यांना जेवण-खाण सुद्धा लागत नाही. वाघ-चित्त्याची भीतीही वाटत नाही, म्हणून मुलं सांगायची.

एकदा दोड्डप्पांनीही म्हटलं होतं :

“अशी पाहिजे साधना! नाही तर कुठलीही कला वश कशी होईल?”

अनुप काही क्षण त्या जागीच स्तब्धपणे उभा राहिला. लांबून ऐकू येणारी सतार ऐकत आणखीही थोडा वेळ उभं राहावंसं वाटलं. पण उजव्या हातातला जेवणाचा डबा धरून हात दुखू लागला, तेव्हा तो भानावर येऊन घाईघाईनं पुढं झाला.

वरची जागा सपाट होती. एक मोठं घर बांधता येईल, अशी सखल जागा. त्यावर छोटंसं देऊळ बांधलं होतं. सभोवताली देवळाची पोवळी. देऊळ जेमतेम पाच-सहा खणांचं होतं. पूर्वेकडं देवळाचा दरवाजा होता. आत वाऱ्याचा किंचितही स्पर्श नव्हता. आतलं वातावरण निःशब्द होतं. त्यात वाजणाऱ्या सतारीचा आवाज तिथलं वातावरण भरून बाहेर ऐकू येत होता.

अनुप देवळाच्या दारापाशी जाऊन उभा राहिला.

आत होन्नत्ती मास्तर सतार वाजवण्यात निमग्न होऊन गेले होते.

अनुप आत गेला. खिडकी नसल्यामुळं दारातून येणाऱ्या उजेडात आडकाठी आल्यामुळं त्यांनी सतार वाजवतच मान वर करून त्याच्याकडं पाहिलं. त्याच्या हातातला जेवणाचा डबा पाहिल्यावर आणखी कुठल्याही खुलाशाची गरज नसल्यामुळं त्यांनी त्याला खुणेनंच बसायला सांगितलं आणि वाजवणं न थांबवता त्यांनी पुन्हा आपली दृष्टी संगीतातल्या देशातीत स्थानावर रोखली.

खांबापाशी जेवणाचा डबा ठेवून, दम खात अनुपनं सभोवताली नजर फिरवली. आत उजव्या हातातला एका फरशीवर त्यांनी चार-पाच डबे ठेवले होते. एका मातीच्या मडक्यात पाणी भरून ठेवलं होतं. अनुपच्या हॉस्टेलमधल्यासारखीच एक अल्युमिनियमची ताटली होती. भिंतीवर बांधलेल्या आडव्या तारेवर चार-पाच कपडे वाळत टाकले होते. होन्नत्ती एका वेताच्या खाटेवर बसले होते. त्यावर हालुकेरेमधली दोन कांबळी घडी घालून ठेवली होती. एक उशी आणि जवळच एक कंदील ठेवला होता. एक लहान रॉकेलचा डबाही तिथंच होता.

◆

अनुप त्यांच्यापासून काही अंतरावर बसून राहिला. होन्नती मास्तर आपल्याच

नादात वाजवत होते.

शास्त्रीय संगीत हा प्रकार त्याच्या कानाला सर्वस्वी अपरिचित होता, असं मुळीच नाही. टीव्ही आणि रेडिओवर त्यानं ऐकलं होतं. खूप लहान असताना वडलांचं ऐकायच्या वयात ते त्याला काही संगीत-सभांना सोबत घेऊन जायचे. त्याला हिंदुस्थानी संगीत कुठलं आणि कर्नाटकी संगीत कुठलं, हे ओळखता येत होतं. केवळ आवाजावरून कुठलं वाद्य आहे, हेही तो ओळखत होता. असलं संगीत ऐकत असताना त्याच्याही न कळत आपण कुठं तरी एकटं राहावं, अशी भावना त्याच्या मनात निर्माण होत असे. किती तरी वेळा रेडिओवरचं असलं गाणं ऐकताना खिडकीबाहेर बघता बघता त्यालाच हरवल्यासारखं होई. आता या देवळाच्या आत बसून होन्नत्ती मास्तरांची सतार ऐकत असताना त्याला मघाशी बाहेर उभं राहून पाहिलेलं डोंगर-दऱ्या-झाडं-शेतं-तलाव-शाळेचा परिसर–सगळं दृश्य एखाद्या सुरेख चित्रासारखं डोळ्यांपुढं तरळू लागलं. समोर नसलेलं दाखवण्याच्या संगीत-शक्तीमध्ये तो पूर्णपणे मग्न होऊन राहिला.

होन्नत्ती आपल्या तंद्रीत वाजवतच होते. त्याचं त्यांच्या बोटांकडं लक्ष गेलं. त्यांच्या प्रत्येक बोटाला तारेचा स्पर्श कुठं झाला, तर कुठला स्वर निघेल, हे ठाऊक आहे! त्यामुळंच ते त्या तारांकडं पाहत नाहीत! किती तरी वेळ ते डोळे मिटूनच असतात! डोळे उघडले, तरी दृष्टी तारांवर नसते–इतर कुणालाही न दिसणाऱ्या आणि केवळ त्यांनाच दिसणाऱ्या जागेवर ती खिळलेली असते! त्यांच्या बोटांच्या जलद हालचाली पाहताना त्याच्या मनात आलं–आपणही यांच्यासारखी सतार का वाजवू नये?

काही वेळानं सतार थांबली, तरी अजून त्यांच्या मांडीवरच होती. संपूर्ण देवळात सतारीचे मृदु झंकार भरून राहिल्यासारखं भासत होतं. अजूनही त्यांची दृष्टी केवळ त्यांनाच दिसणाऱ्या अज्ञात स्थळी खिळली होती. तो त्यांच्याकडंच एकटक पाहत होता.

संगीतातून पूर्णपणे बाहेर आल्यानंतर ते त्याच्याकडं वळून म्हणाले,

"अनुप, थँक्स! मेनी मेनी थँक्स! माझ्या पोटात भुकेचा डोंब उसळलाय्, बघ! तू जेवण आणलं नसतंस, तर मलाच खाली यावं लागलं असतं!"

अनुप तत्परतेनं म्हणाला,

"वडेरय्या पुजाऱ्यांचे काका वारले, म्हणून ते क्यातनहळ्ळीला निघून गेले. मला दुपारी एक वाजता ही बातमी समजली. तुम्ही उपाशी असाल, हे लक्षात आलं आणि मी चन्नवीरय्यामास्तरांना सांगितलं, होन्नत्ती मास्तर उपाशी असतील... मला डबा द्या... मी त्यांना नेऊन देतो. त्यांनी विचारलं, एकटाच जाणार? मी सांगितलं, मला नाही भीती वाटत! डबा घेऊन घाईघाईनं इथं आलो. तुम्ही उपाशी असाल ना? म्हणून!"

होन्नत्ती मास्तरांनी त्याच्याकडं कृतज्ञतेनं पाहिलं. अनुपला दृष्टीतली ती भावना अत्यंत आवडली. तिचा मनःपूर्वक आस्वाद घेत त्यानं त्यांच्याकडं पाहिलं.

पुन्हा एकदा 'थँक्यू, अनुप!' म्हणत कृतज्ञता व्यक्त करत होन्नत्तींनी सतार मांडीवरून खाली ठेवली. अल्युमिनियमच्या तांब्यात गाडग्यातलं पाणी घेऊन ते देवळाबाहेर गेले. तिथं हात-पाय धुऊन चूळ भरून ते आत आले. फरशीवरच्या दोन ताटल्या घेऊन त्यांनी त्यालाही म्हटलं,

"ये, तूही खाऊन घे घासभर."

"नको. माझं जेवणं झालंय्. जेवण झाल्याझाल्याच निघालो मी."

आणखी आग्रह न करता त्यांनी आपल्या ताटलीत कालवण आणि नाचणीच्या उकडीचा उंडा वाढून घेतला. ताटातच अलीकडं थोडा भात आणि भाजी वाढून घेऊन ते त्याच्या शेजारी येऊन भिंतीला टेकून बसले आणि उंडा मोडून, तो आमटीत घोळून, तोंडात घालून, ते चावू लागले.

अनुप लक्ष देऊन त्यांची प्रत्येक हालचाल बघत होता. लांब वाढलेले केस–दररोज क्षौर न केल्यामुळं वाढलेली दाढी–हे एम्.टेक्., एम्.बी.ए. झालेत, म्हणे! उत्तर भारतातच आयुष्य गेलंय् यांचं! मुलांनी त्याला त्यांच्याविषयीची बरीच माहिती पुरवली होती. यांना उकड खायची सवय नाही. त्यामुळंच चावून चावून ते थकून जाताहेत, हे त्याच्या लक्षात आलं. या विद्याशाळेत प्रवेश घेतल्यावर सुरुवातीला त्यालाही हीच समस्या सामोरी आली होती. शेजारी जेवायला बसणारी या भागातली मुलं त्यावरून त्याची चेष्टाही करत होती. त्यांचं अनुकरण करत त्यानंही उकड गिळायची कला आत्मसात केली होती. चन्नवीरय्या मास्तर, सोमशेखराचार्य, दोड्डप्पा सगळेच म्हणत–एखादा मुलगा उकडीचा उंडा कसा मोडतो आणि कसा खातो, त्यावरून तो कुठल्या भागाचा आहे, हे ओळखता येतं! पण अनुपनं ते सगळं प्रकरण इतक्या शिताफीनं आत्मसात केलं होतं, की दोड्डप्पांनी एकदा सगळ्यांच्या पुढ्यात सर्टिफिकेट दिलं होतं–आता कसा आमचा अनुप खरोखरीचा बसवनपूरचा मुलगा झाला!

काही तरी बोलायचं, म्हणून त्यानं विचारलं,

"तुम्हांला उकड खायची सवय नाही?"

"आधी नव्हती. आता झालीय्."

"आवडते? याच्यापेक्षा चपाती छान लागते, की नाही?"

"हे चांगलं... ते वाईट, असं म्हणण्यात अर्थ नाही. ज्या हवेत जे धान्य चांगलं वाढतं, ते तिथल्या लोकांच्याही दृष्टीनं हिताचं असतं, असा माझा आपला सिद्धांत आहे. इंपोर्ट होणारं अन्न खाऊ नये. मलाही उकड गिळता येते. तो प्रश्न नाही. पण प्रत्येक खाद्यपदार्थ नीट चावून,लाळरसात पूर्णपणं भिजवून खावा, असं

मला वाटतं. या विषयावर मी अण्णय्यांशी खूप चर्चाही केली. मी मुद्दाम जाणीवपूर्वकच असं चावून खातो.''

अनुपला त्यांचं बोलणं लगेच पटलं. ह्याच मुद्द्यावर आपणही अण्णय्यांशी चर्चा करायला पाहिजे. त्यांनाही हे तत्त्व मान्य करायला लावायला पाहिजे. आपण जेवढी जास्त चर्चा करतो, तेवढा दोड्डप्पांना आनंद होतो, याचा त्यानंही अनुभव घेतला होता. ते सांगायचे,

'फक्त स्पर्धेत जिंकण्यासाठी वाद घालू नये. पण चर्चा केल्याशिवाय-स्वतःशी नीट चर्चा केल्याशिवाय–काहीही मान्य करू नये. धैर्यानं चर्चा करायला पाहिजे!'

सगळ्या मुलांना ते हेच सांगत असतात! पण कुणीही तोंड उघडतच नाही. फक्त मीच तेवढा वाद-विवाद करत असतो. त्यामुळंच त्यांची माझ्यावर विशेष मर्जी आहे!

''शास्त्रीय संगीत ऐकायची सवय आहे?'' जेवता जेवता मध्येच होन्नत्तींनी विचारलं.

''रविशंकरांची सतार ऐकलेय् मी!'' तो त्वरित उत्तरला.

''रिअली?'' दोघांमधलं सगळं अंतर गळून पडल्याच्या उत्साहानं त्यांनी विचारलं, ''कुठं? केव्हा?''

''दिल्लीच्या प्रेस क्लबमध्ये रविशंकरांची बेनिफिट-संगीतसभा ठेवली होती. फार मोठा मांडव घातला होता! त्या वेळी त्यांनी बागेश्री राग काय अप्रतिम वाजवला होता! तसा बागेश्री त्यांनीही त्यापूर्वी कधी वाजवला नव्हता, म्हणे!''

त्यांचं हे बोलणं ऐकून होन्नत्तींना तो अगदी जवळचा वाटू लागला. ताटली तिथंच ठेवून ते उठले आणि उजवा हात खरकटा असल्यामुळं डाव्या हातानं त्याचे केस कुरवाळत ते म्हणाले,

''अरे, व्वा! म्हणजे तूही तेवढा पुण्यवान आहेस, तर! तर मग तू का गाणं शिकला नाहीस? सतार शिकावी, असं तुला वाटलं नाही तेव्हा? एकदा तरी त्या तारांवरून बोटं फिरवावी, असं वेड मनात निर्माण झालं नाही? तू तुझ्या वडलांपाशी तशी इच्छा व्यक्त केली असतीस, तर त्यांनी तुला निश्चित सतार आणून देऊन एखाद्या चांगल्या गुरूच्या पायांशी शिकायला पाठवलं असतं. मला ठाऊक आहे त्यांचा स्वभाव!''

अनुपला या संदर्भात काय बोलावं, हे समजलं नाही. आपण संगीत शिकावं, असं कधीही आपल्याला वाटलंच नाही, हे त्याला आठवलं. त्यानं होन्नत्तींना विचारलं,

''तुम्ही एवढे शिकलात, एवढ्या मोठ्या हुद्द्यावर काम करत होता! सगळं

सोडून असे कसे संगीत शिकायला निघून आलात?''

''कसा आलो, ते सांगतो. ऐक...'' ते म्हणाले. एव्हाना उकडीचा उंडा खाऊन संपला होता. भातावर उरलेलं कालवण ओतून भात कालवत ते सांगू लागले, ''तू म्हणालास ना? दिल्लीच्या प्रेस बेनिफिट संगीत सभेत रविशंकरांनी बागेश्री वाजवला ना? ती संगीत सभा आणि तो रागच माझ्या जीवनाला निश्चित मार्गदर्शक ठरले. त्या वेळी मी मुंबईत पवईमध्ये आय्‌आयटीत एम्‌.टेक्‌. शिकत होतो. सतारीची आवड असल्यामुळं किरकोळ सतारही वाजवत होतो. काही विशेष कार्यक्रम, इन्स्टिट्यूट डे, गॅदरिंग–अशा दिवशी माझी सतार ठेवली जाई. सगळे खुशीनं टाळ्यांचा कडकडाट करीत. मुलीही मला मोठा कलाकार समजून कॉंप्लिमेंटस्‌ द्यायच्या! विद्यार्थि-जीवनात याहून जास्तीचं काय हवं? खरं, की नाही? त्या वेळी माझे आई-वडील नोकरीच्या निमित्तानं दिल्लीला होते. सुट्टी लागताच मीही दिल्लीला गेलो. त्याच वेळी रविशंकरांची सतारवादनाची सभा प्रेस क्लबनं आयोजित केली होती. मी त्या सभेला हजर होतो. तो मांडव कुठं होता–कुठल्या दिशेनं आत प्रवेश करायची सोय होती–व्यासपीठ कुठं होतं–त्यावर रविशंकर कसे बसले होते–आजही मला यांतला प्रत्येक तपशील आठवतो! तू बागेश्री सांगत होतास ना? तो ऐकता ऐकता एखाद्या छोटं डबकं पाहिलेल्यासमोर अथांग सागर अचानक यावा, तसं माझं झालं. केवळ सारेगमच्या आधारानं संगीताचा एवढा प्रचंड सागर निर्माण करता येतो, याचंच मला आश्चर्य वाटलं होतं. ते ऐकल्यावर मला काय वाटलं, सांगू?''

''काय?''

''वाटलं,आपण यानंतर सतार वाजवू नये! यानंतर सतार वाजवायची असेल, तर त्या पातळीची वाजवायची–नाही तर आयुष्यभर फक्त श्रोता होऊन राहायचं. या जन्मी आपण त्या पातळीवरची सतार वाजवू शकणार नाही, हे तर स्पष्टच होतं. म्हणजे हा सगळा जन्म केवळ श्रोता होऊनच राहायला पाहिजे! रविशंकरांचे गुरू अल्लाउद्दीन खॉं सांगायचे : संगीत–साधनेसाठी तीन जन्म पाहिजेत. एक जन्म वेड्यासारखं संगीत ऐकायला, दुसऱ्या जन्मी वेड्यासारखी साधना–मग तिसऱ्या जन्मी माणूस कलाकार होईल. लहानपणी आठ-दहा वर्षं गुरूकडून मार्गदर्शन मिळालं, की पुरेसं आहे! मी त्या वेळी ठरवलं, आपला हा पहिलाच जन्म आहे! आपण सतत गाणं ऐकलं पाहिजे. तसं मी करूही लागलो. बैठकी! शक्य नसेल, तेव्हा कॅसेट्स्‌ ऐकणं...''

'मग?'

''एम्‌. टेक्‌. झाल्यावर अहमदाबादला एम्‌.बी.ए. करायला गेलो. पण त्यानंतर मी सतार काढूनच ठेवली होती. बडोदा-अहमदाबाद-भावनगर-मुंबई-जयपूर-दिल्ली–

जिथं मोठमोठ्या संगीत-सभा असतील, तिथं जाऊ लागलो. नंतर नोकरी मिळाली. सतार मात्र नुसतीच पुसून ठेवत होतो. पण एक दिवस सतार पुसतापुसता मी ती कधी सुरात लावली आणि वाजवायला सुरुवात केली, ते माझं मलाच समजलं नाही! किती वेळ बागेश्रीमध्ये डुंबत राहिलो, कोण जाणे! पण त्या दिवशी तीव्रपणे वाटलं... सगळे काही रविशंकर होणार नाहीत... पण कुणी साधनाही सोडत नाहीत. यानंतर आपण जमेल तेव्हा सतार वाजवत राहायचं! पण खाजगी नोकरीत रियाझाला तेवढा निवांतपणा कुठून मिळणार? मुंबईच्या गुरुजींना विचारलं. त्यांना माझी तळमळ समजली. ते म्हणाले, मुंबईमध्ये ये... मी आठवड्यातून एकदा शिकवेन... नंतर तू रियाझ कर. त्या वेळी मी बेंगळूरमध्ये नोकरी करत होतो. मला हवी तर तिथं बदली मागून घेता आली असती. पण वेळ कसा मिळणार? आणि नोकरी सोडली, तर पोटाला काय खायचं? गुरुजींना मी माझा नोकरी सोडायचा विचार बोलून दाखवला, तेव्हा ते म्हणाले, माझ्याकडे आहे, ते सारं ज्ञान तुला देईन; पण या गावात तुझी राहायची काय व्यवस्था? त्यांचंही म्हणणं खरं होतं. सगळी शिल्लक बँकेत ठेवून दरमहा विशिष्ट रक्कम हाती येईल, अशी व्यवस्था करणं शक्य होतं. बोरिवलीपलीकडे एक छोटी खोली भाड्यानं घेऊन राहू लागलो. रियाझ चांगला चालला होता. पण तीन वर्षांतच पैसा पुरेनासा झाला. त्या शहरात जीवही उबला होता. अशा वेळी एक दिवस माझा एक जुना पारशी मित्र दलाल भेटला. तोही माझ्याबरोबरच एम्. टेक्. आणि एम्.बी.ए. शिकला होता. त्यालाही संगीताची आवड होती. त्यानं चौकशी करताच मी मन मोकळं केलं. त्यानं सारं ऐकून घेतलं. नंतर दोन-तीन दिवसांनी तो भेटून म्हणाला... मीही विचार केला. मला वाटतं, या गावात खोली घेऊन राहण्यापेक्षा एखाद्या खेड्यात... निवांत जागी राहून रियाझ कर आणि अधूनमधून इथं येऊन गुरुजींचं मार्गदर्शन घे. इथं येशील, तेव्हा आमचं घर इथं आहेच. मलाही हे पटलं आणि मुंबई सोडून मी इथं आलो...''

एव्हाना त्यांचं जेवण झालं होतं. पाण्याचा तांब्या आणि खरकटी ताटली घेऊन ते देवळाबाहेर आले. तिथल्या दगडावर उभं राहून ताटली विसळताना त्यांच्या मनात आलं... या मुलाशी मी एवढं सगळं का बोलत बसलो? हे सारं जाणून घ्यायचं याचं वय तरी आहे काय? मीही विचित्रच होत चाललोय्! लोकांपासून दूर राहतो... किती तरी दिवस एक अवाक्षरही न बोलता राहतो. मग कुणी एखादा माणूस भेटला, की हे असं होतं! काय बोलायचं, किती बोलायचं... समोर कोण आहे... कशाचंही भान राहत नाही. म्हणजे मी न बोलता राहू शकतो, हा माझा भ्रम खरा नाही, तर! दिवसातले सात-आठ तास सतारीशी संवाद साधता आला, तरी संधी मिळताच भान विसरून शब्दांमध्ये गुरफटून जातो...

ताटली आणि तांब्या घेऊन, ताठ होऊन त्यांनी सभोवताली पाहिलं.

त्या वेळी खेड्यात जायचं ठरलं, तरी कुठं जाणार होतो मी? लहानपणापासून मोठ-मोठ्या शहरांमध्ये वाढल्यामुळं खेडं नीट पाहिलंही नव्हतं. रेल्वेतून प्रवास करताना धावत्या गाडीतून दिसलं, तेवढंच! त्रिवेंद्रम्, गौहत्ती, पाटणा, दिल्ली, मुंबई, कलकत्ता–अशी गावांमागून गावं, मित्रांमागून मित्र आणि भाषेमागून भाषा बदलत आणि सर्वत्र चलती असलेल्या इंग्लिश भाषेला लोंबकाळत वाढलेल्या माझ्यासारख्याला खेडं कुठलं ठाऊक असणार? रेक्सॉल कंपनीतल्या नागराजनं या विद्याशालेविषयी सांगितलं होतं. नोकरीत असताना त्या शाळेच्या वार्षिकासाठी दहाहजारांची जाहिरातही आपण दिली होती. नागराजनं या शाळेची आठवण करून दिली. लगोलग त्याच्याबरोबर इथं आलो.

"आपण तिथं जाऊ या. मीही येईन तुमच्याबरोबर. अण्णय्यांना भेटलो, तर काही ना काही व्यवस्था निश्चितच होईल."

इथं येऊन अण्णय्यांना माझ्याविषयी सगळं सांगितलं, तेव्हा ते तप्तरतेनं म्हणाले,

'इथं आमच्या विद्याशालेतच राहा ना! पाहिजे तर तिकडच्या बाजूला एक झोपडी बांधून देऊ. हॉस्टेलमध्ये जेवा आणि पर्णकुटीत बसून संगीत-साधना करा!'

किती सहजपणे म्हणाले ते!

मी सांगितलं,

"हॉस्टेलची जी असेल, ती फी मी देईन."

त्यांनी सांगितलं,

"आम्ही फी घेणार नाही... काम घेऊ! आठवड्यातून दोन तास आमच्या मुलांना समूहगान शिकवा. ही विद्याशाला आहे. तुमच्या साधनेचीही ही शाळा होऊ द्या."

त्याच वेळी मनानं निश्चय केला. नागराज दुसरे दिवशी बेंगळूरला निघून गेले. तीन दिवस तिथंच हॉस्टेलमध्ये राहून संगीत-साधना केली. त्यानंतर एक दिवस सकाळी ह्या डोंगरावर चढायची इच्छा झाली. रस्त्याचा अंदाज घेऊन मी चालू लागलो. बी.टेक्.मध्ये शिकत असताना मनालीचा ट्रेक केला होता, त्याची आठवण झाली. वर येऊन याच जागी उभं राहून सभोवताली पाहत असताना मी त्या वेळेपर्यंत शिकलेले राग आपोआप प्रसरण पावून विशाल रूप धारण करून अनंत आलापी आणि लयकारी होऊन सामोरे येऊ लागले. मनाला सतारीतून जन्मणाऱ्या रागांची सृष्टी-स्थिती-लय यांचं वैचित्र्य ऐकू येऊ लागलं आणि मी एक स्तब्ध श्रोता होऊन गेलो!

त्या वेळी याच जागी मी दोन तासांपेक्षाही अधिक काळ उभा होतो. देवळाचा दरवाजा बंद होता–कुलूप बघून मी नुसताच बंद दाराच्या उंबऱ्यावर डोकं टेकून

नमस्कार करताना—त्या वेळी मला, आत कुठला देव आहे, हे ठाऊक नव्हतं—मनात आलं—

"हे जोगनाथ, तू योगस्थितीत आहेस... हे तुझं स्थळ माझं साधना-स्थळ होऊ दे!"

डोंगर उतरून मी खाली आलो. अंघोळ-जेवण वगैरे आटोपताच मी तडक अण्णय्यांच्या खोलीवर गेलो. तिथं त्यांना डोंगरावर आलेला अनुभव सविस्तरपणे सांगितला. पुढं म्हणालो,

"आतून देऊळ कसं आहे, ते मी पाहिलं नाही. बाहेरून पाहिलं, तर आकारावरून वाटतं, गर्भगृह आणि पुढं सभामंडप असावा. मी त्या सभामंडपात राहून तिथंच साधना करत राहिलो, तर बरं होईल, असं मला वाटतं. या देवळाची व्यवस्था कोण बघतं? ते मला तिथं राहायची परवानगी देतील काय? तुम्ही मला दिवसातून एकदा डबा पाठवलात, तर तोच मी दोन्ही वेळेला जेवेन. डबा पोहोचवणाऱ्यालाही त्याचा मेहनताना देईन. आठवड्यातून एकदा खाली येऊन मुलांना गाणंही शिकवेन."

अण्णय्यांनी क्षणही न गमावता परवानगी दिली. एवढंच नव्हे, त्यांनी त्वरेनं वडेरय्यांशीही संपर्क साधला. त्यांच्यापुढं अण्णय्यांनी माझा एवढा गुणगौरव केला, की वडेरय्यांनी त्याच बैठकीत आपण जेवणाचा डबा घेऊन जाऊ, असंही सांगितलं. मग मीही देवळाचा केर काढून दररोज प्यायचं पाणी भरून ठेवू लागलो. पण मीच देवाच्या माथ्यावर पाणी ओतून चार फुलं वाहायची जबाबदारी का घेतली नाही?

या प्रश्नानं अस्वस्थ झालेल्या होन्नत्तींना लगेच आठवलं—आपण देवाच्या अस्तित्वाविषयी फारसा विचार केला नाही. एम्.टेक्.मध्ये शिकत असताना, विज्ञानाच्या इतिहासाचा अभ्यास करताना देवाची संकल्पना मुळासकट कातरून जावी, असं मन तयार झालं होतं. तरीही अद्भुत संगीत ऐकत असताना वाटायचं, देव नसला, तरी दैवशक्ती असली पाहिजे, ही भावना मनात भरून राही. प्रेसक्लबच्या बेनिफिट संगीत-सभेमधला रविशंकरांचा बागेश्री ऐकत असताना ती एक पूजा किंवा फुला-फळांशिवाय केलेला तो एक शुद्ध भावना-यज्ञ असं वाटलं होतं. दैवशक्ती नाकारली, तर संगीत अद्भुततेच्या पातळीपर्यंत पोहोचणार तरी कसं? जर संगीत ही केवळ भावना-शक्ती असेल, तर त्यासाठी मी का म्हणून सगळं सोडून तळमळावं? स्वभावतः देवापुढं पैसे टाकून मागणीचा प्रस्ताव ठेवायची वृत्ती नसली, तरी इथं राहायला आल्यापासून एक बदल झाल्याचा अनुभव ते स्वतःही घेत होते. वडेरय्या पूजा करू लागले, की ते सतार वाजवायचं थांबवून देवापुढं हात जोडून उभे राहत. नंतर त्यांनी दिलेलं तीर्थ-प्रसाद-आरती घेऊन तुळशीदळ उजव्या कानावर ठेवत होते. तेही कुठल्याही जबरदस्तीमुळं नव्हे—आतून होणाऱ्या प्रेरणेमुळं! या संपूर्ण डोंगराचाच नव्हे—संपूर्ण जगाचा—संपूर्ण विश्वाचा अधिपती—इथं लिंगरूपात

पूजेचा स्वीकार करणारा जोगीराज!

इथं डोंगरावर एकट्यानं राहायचं ठरल्यावर भीतीपोटी जन्मलेली ही कल्पना तर नसेल? पण, इथं एकट्यानं राहायचं हे आपण स्वप्रेरणेनं ठरवलं. कुणाचा सल्ला-सूचना किंवा कुणी जबरदस्ती केली, म्हणून नव्हे! कुठल्याही क्षणी मला हे जमत नाही, म्हणून सांगून विद्याशालेच्या एखाद्या कोपऱ्यात झोपडी बांधून राहणं शक्य आहे. ही भयापोटी निर्माण झालेली भावना निश्चित नव्हे.

आत येऊन होन्नत्तींनी ताटली आणि तांब्या आपापल्या जागी ठेवला, डब्यात शिल्लक राहिलेलं अन्न वेगळ्या भांड्यांमध्ये काढलं आणि डबा धुऊन अनुपच्या पुढ्यात ठेवून सांगितलं,

"जाताना हा डबा घेऊन जा."

ते पुन्हा सतारीपाशी बसले आणि सतार उचलून मांडीवर घेतली. ते वाजवायला सुरू करणार, एवढ्यात अनुपनं विचारलं,

"इथं वाघ-चित्ते नाहीत? रात्री एकटेच झोपता ना?"

सतार वाजवायला सुरुवात करण्यासाठी मन एकाग्र करत असलेल्या होन्नतींनी डोळे उघडून त्याच्याकडे पाहिलं. त्यांनी क्षणभर थांबून त्याला विचारलं,

"तुला येताना रस्त्यात भीती वाटली?"

अनुपच्या चेहऱ्यावर शरमेची भावना पसरली. तरीही तो उत्तरला,

"नाही... तसं नाही..."

पुन्हा डोळे मिटत होन्नत्ती म्हणाले,

"तुला भीती वाटली होती, हे तुझ्या चेहऱ्यावरून स्पष्ट दिसतंय्..." एकवार तार छेडून त्यांनी पुन्हा डोळे उघडून सांगितलं, "माझ्यासारखा तूही केवळ शहरात वाढलास. त्यामुळं डोंगर, झाडं-झुडुपं, जंगल-रान म्हटलं, की भीती वाटते. एक गोष्ट लक्षात घे–खेड्यात आणि रानात न फिरता केवळ शहरात वाढलेल्यांच्या मनात धैर्यही निर्माण होत नाही आणि जीवनही पूर्णपणे समजत नाही. मी रात्री दरवाजा बंद करून झोपतो. तरीही सांगतो–इथं भय वाटावं, असा एकही प्राणी नाही. मनात भीती भरली असेल, तर संगीत निर्माण होईल काय? चांदण्याची रात्र असेल, तर मी रात्री बराच वेळ बाहेरच बसून असतो. वारा पूर्णपणे थांबला असेल, तर रात्री मी बाहेर बसून सतारही वाजवत राहतो."

अनुप उत्साहानं म्हणाला,

"तर मग मलाही ऐकलं पाहिजे!"

"अण्णय्यांना विचारून जरूर ये..." म्हणत होन्नत्ती पुन्हा एकदा आत्ममग्न होऊन सतारीच्या तारा छेडू लागला.

त्यांच्या चेहऱ्यावर शांत, गंभीरपणा, एखाद्या पूजेत गढून गेल्याचे मग्न भाव तरळून गेले. मधूनच एखादा अमूल्य ठेवा आतून काढावा, तशा भावना दिसत होत्या.

अनुप चकित होऊन ते भाव न्याहाळत होता. सतारीच्या आवाजानं त्याचं मन बांधून ठेवल्यासारखं झालं होतं. आवाज बाहेर जायला खिडकी नसल्यामुळं सतारीच्या तारांच्या कंपनांमुळं निर्माण झालेली ध्वनीची कंपनं तिथंच घुमत होती आणि गूढ वातावरण तयार करत होती. तारांवर फिरणारी त्यांची बोटं पाहण्यात तो रमून गेला. बोटं कुठं ठेवली, तर कसा स्वर निघतो, हे पाहण्यात काही वेळ त्याचं मन रमलं.

होन्नत्ती अर्धाएक तास तो राग वाजवत होते. ते थांबले, तरी त्यांचं मन त्या रागाभोवतीच घोटाळत होतं. पाचेक मिनिटांनी त्यांनी डोळे उघडून अनुपला विचारलं,

"कसा होता हा राग?"

"वंडरफुल! कुठला राग हा?" अनुपनं विचारलं.

होन्नतींनी चमकून त्याच्याकडे पाहिलं आणि त्यालाच विचारलं,

"हा राग कुठला? तू सांग, बघू!"

"माझ्या लक्षात नाही आलं!" अनुप गोंधळलेल्या मुद्रेनं म्हणाला.

"ते जाऊ दे. तुला कुठलेकुठले राग ओळखता येतात?"

"यमन, मालकंस आणि दरबारी... " तो उत्तरला.

"आणि?"

"भूप आणि मल्हार!"

"अस्सं! मी प्रत्येक रागातला काही भाग वाजवतो. तू राग ओळखशील?"

अनुपचा चेहरा गोंधळल्यासारखा झाला.

"म्हणजे तुला राग ओळखता येत नाही! खरं?"

अनुपच्या तोंडून पटकन होकार बाहेर पडला नाही. तरी आपण सापडलो, ही भावना त्याला झाकता आली नाही.

होन्नत्ती म्हणाले,

"प्रेस क्लबच्या संगीत-सभेत रविशंकरनीं बागेश्री अद्भुत- अप्रतिम वाजवला, म्हणून तू सांगितलंस- ती नऊ वर्षांपूर्वीची घटना. त्या वेळी तू–मला वाटतं–सहा वर्षांचा असशील–खरं, की नाही?"

अनुप काहीही बोलला नाही.

"खरं सांग. सरळच हिशेब आहे हा! तेव्हा तुझे वडील दिल्लीमध्ये होते. प्रेसक्लबचा कार्यक्रम असल्यामुळं ते ऐकायला गेले असतील. तुलाही सोबत घेऊन गेले असतील. तुझ्या मनात संगीताची आवड निर्माण व्हावी, म्हणून! मध्यरात्री तो

राग वाजवत असताना तू गाढ झोपी गेला असशील. खरं, की नाही? नंतर वडलांनी सांगितलं असेल–बागेश्री राग अत्यंत अप्रतिम वाजवला, म्हणून!.. ''

''नाही. राग सुरू करण्याआधी रविशंकरजींनी अनाऊन्स केलं, तेव्हा मी जागा होतो! नंतर डॅडी म्हणाले–फार उत्कृष्ट राग वाजवला–तू उगाच झोपलास–म्हणून!–'' अनुपनं दुरुस्ती केली.

''याचाच अर्थ तू खूप चुणचुणीत आहेस! तुझी स्मरणशक्तीही उत्तम दिसते. सहाव्या वर्षी घडलेली घटना नऊ वर्षांनंतरही तुला नीट आठवते!... ''

त्यांनी कौतुक केल्यामुळं तो सुखावला.

त्यांनी पुढं विचारलं,

''पण खोटं बोलायची सवय तुला केव्हा लागली?''

अनुप चमकला.

''बागेश्री अद्भुत होता–त्या आधी कधी त्यांनीही असा वाजवला नव्हता–वगैरे सांगणं म्हणजे 'मला संगीताची एवढी जाण आहे–' असा त्याचा अर्थ होतो. त्याऐवजी सरळ तू वस्तुस्थिती का सांगितली नाहीस? या विद्याशालेत येऊन एवढे दिवस झाले, तरी खोटं बोलायची सवय का गेली नाही तुझी?''

चोरी करताना कुणी तरी पकडावं, तशी अनुपची अवस्था झाली होती. मनात संताप उफाळून आला, तरी त्यानं स्वतःला आवरलं.

काही क्षणांनी पुन्हा होन्नत्ती म्हणाले,

''तू एवढे कष्ट घेऊन मला जेवण आणून दिलंस. त्याबद्दल मनःपूर्वक थँक्स! पण डबा घेऊन जातो, म्हणून तू चन्नवीरय्या मास्तरांना सांगितलं, की त्यांनी तुला सांगितलं? खरं सांग. कारण उद्या मी गाणं शिकवायला शाळेत येईन, त्या वेळी खरं काय घडलं, ते मला समजणारच आहे!...''

अनुप अपराधी भावनेनं कासावीस झाला.

''अरे, तू एवढा हुशार–चुणचुणीत–तल्लख मुलगा आहेस! मग खोटं का बोलतोस? प्रत्येक बाबतीत आपणच शहाणं म्हणवून घ्यावं आणि आपल्यालाच मोठेपणा मिळावा, म्हणूनच ना? बुद्धी–अनुभव–वय वाढू लागलं, की आपोआपच मोठेपणाही येतोच. आतापासून एवढा अधीर होऊ नकोस!... '' म्हणत होन्नत्तींनी सतारीवर पडलेला एक डाग कांबळ्यावरच्या छोट्या पंच्यानं पुसला.

नंतर काही तरी आठवून त्यांनी विचारलं,

''खरं म्हणजे काय, ठाऊक आहे?''

संतापामुळं अनुपनं काहीच उत्तर दिलं नाही.

तेच पुढं म्हणाले,

''बोल, बोलावं माणसानं, तुला शहाणपणाच्या चार गोष्टी सांगितल्या, म्हणून

तू रुसून बसलास, तर शहाणा कसा होणार?''

''जे नाही, ते न सांगणं...'' तो उत्तरला.

''फक्त तेवढंच नाही. महात्मा गांधींनी आपल्या आत्मचरित्राला काय नाव दिलंय्?''

''माय एक्स्पेरिमेंट्स वुईथ ट्रूथ।''

''माझे सत्याचे प्रयोग!–म्हणजे ते संपूर्ण जीवनभर सत्याचाच शोध घेत होते. सत्याच्या शोधाला विवेकानंदांनी काय अर्थ दिलाय्, ठाऊक आहे? स्वतःच स्वतःचा शोध घेणं आणि मी खरोखर कोण आहे, याचा वेध घेणं. पूर्णपणे श्रद्धा-भक्तीनं. तू कोण होणार आहेस, याचा तू कधी विचार केलास? म्हातारा होऊन मरेपर्यंत कॅबेरे बघायचं, पैसे हवे असतील, तर आईला खोटं सांगून तिच्याकडून पैसे घ्यायचे, चोरी करायची, की मला यांतला कुठलाही मार्ग नको–मी विवेकानंदांसारखा माणूस होईन–महात्मा गांधींसारखा माणूस होऊन लोकसेवेत सारं जीवन काढेन–आईन्स्टाईनप्रमाणे नवे शोध लावेन, असं काही ठरवशील? ज्यांनी आपलं आयुष्य एखाद्या ध्येयापायी वेचलं, त्यांची जीवन-चरित्रं तू वाचायला हवीस. त्यांच्यासारखं व्हायचा ध्यास घेणं आवश्यक आहे. तसा एखादा ध्यास लागला, की अशा किरकोळ गोष्टींकडे लक्षही जात नाही. खोटं बोलायची इच्छाही होत नाही.''

एवढं सांगून होन्नत्ती बोलायचे थांबले. त्यांचं बोलतानाही निम्मं लक्ष बोलण्याकडे आणि निम्मं सतारीच्या तारांकडे होतं. त्यांच्या बोलण्याच्या शेवटच्या वाक्यांमुळं अनुपला अपमान झाल्यासारखं वाटलं. माझं कॅबेरे-प्रकरण, खोटं बोलणं, चोरी करणं यांना कसं समजलं? कुणी सांगितलं यांना? त्याला आठवलं–आपल्याला पोचवायला इथं आले असता डॅडी यांना भेटायला इथं आले होते. त्यांनीच सगळं सांगितलंय् यांना! का सांगावं त्यांनी?

होन्नत्ती मास्तर विचारत होते,

''आणखी एक राग वाजवू?''

आता तो संगीत ऐकायच्या लहरीतून पूर्णपणे बाहेर आला होता. रिकामा डबा घेऊन उठत तो म्हणाला,

''मला उशीर होतोय्. निघतो मी...''

''राग आला काय, रे, माझा?''

आपल्याला राग आल्याचं आणि त्यामागचं कारण यांनी जाणलं, हे लक्षात येऊन त्याचा आणखी तेजोभंग झाल्यासाखं झालं. तो म्हणाला,

''नाही...''

''तुझ्या चेहऱ्यावरून स्पष्ट समजतंय्. बैस. मी काय सांगतो, तिकडं लक्ष दे.''

''हं''

"नुसतं हं म्हणू नकोस. बैस आधी."

तो पुन्हा पहिल्यासारखा बसला.

होन्नत्ती म्हणाले,

"हे बघ, तू खोटं बोललास, हे मला कसं समजलं, ठाऊक आहे?"

तो काहीच बोलला नाही. तेच पुन्हा म्हणाले,

"मी एम्.बी.ए. केलंय्, म्हणून सांगितलं ना? म्हणजे बिझनेस-मॅनॅजमेंट व्यापार-उद्योगात कसं वागावं, याचं ते शिक्षण असतं. व्यापार-उद्योगात समोरचा माणूस खरं बोलतोय् की खोटं बोलतोय्, याविषयी नेहमी सावध असावं लागतं. तो जे बोलतोय् त्याकडे संपूर्ण पार्श्वभूमी लक्षात घेऊन कान द्यावा लागतो. बोलताना त्याच्या चेहऱ्यावरच्या भाव-भावनांकडे लक्ष द्यावं लागतं. त्याच्या बोलण्यात परस्परविरोधी मुद्दे असतील, तर पकडायला पाहिजेत. बिझनेस-सायकॉलॉजी ही सगळी! केवळ शिकायचं, म्हणून हे शिकलो नाही–त्यानंतर नोकरी करताना ते ज्ञान वापरूनही पाहिलंय्! अजूनही माझी ती सवय सुटली नाही... "

अनुप मुकाट्यानं बसला होता. थोडा वेळ झाल्यावर त्यांनीच सांगितलं,

"तुला उशीर होईल. चल तू... अधून मधून मास्तरांची परवानगी घेऊन येत जा इथं!"

सुटका झाल्यासारखा अनुप डबा उचलून तिथून बाहेर पडला. दारापाशी ठेवलेल्या चपला चढवून डोंगर उतरत असतानाही त्याला जाणवलं–वाऱ्याचा वेग अजूनही तसाच होता. उताराचा रस्ता असल्यामुळं तो वेगानं चालला होता. वाऱ्यामुळं गळणारी आणि वाऱ्याशी झुंज देणारी मोठमोठ्या झाडांची इवलीइवली पानं बघताबघता तो केव्हा निम्मा डोंगर उतरून खाली आला, हे त्यालाच समजलं नाही. मंडप ओलांडून छकडा गाडीच्या चाकोरीतून चालताना त्याच्या मनात आलं, म्हणजे डॅडींनी इथं कुणालाही काहीही सांगितलं नाही, तर! त्यांना तसं सांगू तर दे! मग दाखवेन मीही!

वाटेच्या दोन्ही बाजूंना झाडी सुरू झाली आणि एवढा वेळ दबा धरून तिथंच बसलेल्या माश्यांनी पुन्हा त्याच्या डोक्यावर फेर धरला. या माश्यांना कसं समजलं असेल, मी याच वेळेला माघारी येईन, म्हणून! त्या आपल्या एकमेकीशी गुंई-गुंई संवाद करत आणि आवाजाच्या बाबतीत एकमेकींशी स्पर्धा करत, अनुपच्या रागा-लोभाची पर्वा न करता फिरत होत्या. व्वा! माझं डोकं म्हणजे यांच्या बापांची प्रॉपर्टी आहे, की काय?

त्यानं संतापानं डोक्यावरून हात फिरवला. त्यानं कितीही वेगानं हात हलवला, तरी आधीच त्या पळून जात आणि पुन्हा फिरू लागत! छेः! यांना कसं आधीच समजतं? यांच्या शरीरात रडारसारखी काही यंत्रणा असेल काय? याचा काही तरी

करून शोध लावायला पाहिजे! त्यानं पुन्हा त्यांना मारायचा प्रयत्न केला. होय, तसंच काही तरी असावं! हे शोधायलाच पाहिजे! मग नोबेल पारितोषक–जगभरच्या सगळ्या वर्तमानपत्रांमध्ये नाव-फोटो! टीव्ही आणि रेडिओमध्येही बातमी येईल! त्याचं सर्वांग मोहरून गेलं. एक दिवस नेटमध्ये चाळीस-पन्नास माश्या पकडायच्या–विद्याशालेच्या लॅबोरेटरीमध्ये त्यांवर अभ्यास करायचा–शरभण्णा मास्तर नको. त्यांना फक्त बॉटनी ठाऊक आहे. शंकर मूर्ती हरकत नाही–बी. ई. झालेत ना!–त्यांना ठाऊक असेल, रडार म्हणजे काय, ते! त्यांना तरी काय विचारायचं? लॅबमध्ये मायक्रोस्कोप आहेच. पंधराव्या वर्षी नोबेल मिळालं, म्हणून सगळ्या पेपरांत माझं नाव-फोटो. पण सगळ्यांना माझा फोटो कसा मिळेल? ते डॅडींनाच विचारतील! अनुपला नोबेल मिळालं, म्हटल्यावर डॅडींना आनंद होईल? की अजून त्यांचा राग गेला नसेल? जर त्यांनी बेंगळूरची सगळी हकीकत इथं कुणाला सांगितली, तर? तर बघून घेईन मी–

एकाएकी त्याला वाटलं–आपण एम्.बी.ए. व्हायला पाहिजे! समोरचा माणूस खरं बोलतोय्, की खोटं, हे समजून घ्यायची ट्रिक शिकायला पाहिजे! होय–हेच शिकायला पाहिजे! मग मी खरं बोलतो, की खोटं, कुणाला म्हणजे समजणार नाही!

हे सोडणार नाही मी! नक्की शिकून घेईन!–त्यानं निश्चय केला.

◆

# ३

आपल्या मुलाला खेड्यातल्या शाळेत–तेही मेंढ्या पाळणाऱ्यांच्या शाळेत टाकताना नवऱ्यानं आपल्याला विचारलं नाही, याविषयीचं असमाधान कांतीच्या मनात धुमसत होतं. त्या वेळी आपण चूक केली असल्यामुळं–चूक म्हणायचं, ते याच्या दृष्टीनं! आपण काही फार मोठी जगावेगळी गोष्ट केली नव्हती त्या वेळीही! त्यानं काहीही न पाहता घाईघाईनं अनुपला खेड्यातल्या गांधीशाळेत नेऊन टाकलं होतं!

मी तरी त्या वेळी अशी काय मोठी चूक केली होती? जैन आहार-पद्धतीवर माझा विश्वास नाही. माझ्या मुलानं चिकन खाऊन दणकट व्हायला नको? आजचा काळ कुठला आणि हा किती क्षुल्लक गोष्टीचा केवढा बाऊ करतोय्! मी चिकन खाण्यासाठी त्याला पैसे देत होते–शेवटी मुलांच्या मनातही कुतूहल असतं ना! म्हणून गेला असेल एक दिवस कॅबेरे बघायला! कॅबेरेवाल्या क्लब-मालकांनी लाच दिली नसेल, म्हणून त्यांना पोलिसांनी पकडलं असेल! एवढ्या किरकोळ गोष्टीसाठी संताचा आव आणून का आरडाओरडा करतोस, म्हणून त्याच वेळी मी जोरात सांगायला पाहिजे होतं. म्हणजे निदान अनुपला त्यानं त्या मेंढरांच्या कळपात तरी नेऊन टाकलं नसतं.

आपल्याला हवी ती बातमी सावकाश काढून घ्यायचं कौशल्य तिच्याकडे पहिल्यापासूनच होतं. या बाबतीत तिची पद्धत वेगळी होती. एकाच दिवशी ती सगळे प्रश्न विचारत नसे. नवरा ऑफिसला निघण्याआधी चहा घेत असताना तिनं एकदा विषय काढला,

"अनुपच्या होस्टेलमध्ये प्रकृती बिघडेल, असा काही स्वयंपाक करत नाहीत ना? मिरचीची भजी... हरबऱ्याच्या डाळीची आंबोडी असले पदार्थ.."

अशा वेळी तिच्या मनातली काळजी जाणून, तो मुद्दाम सविस्तरपणे तिथल्या आहाराविषयी सांगू लागला. एकदा अशाच गप्पांच्या भरात तिनं चौकशी केली,

"तिथं शारीरिक कामं करवून घेतात ना? अनुप दमत नाही?" यावर त्यानं तिथली पद्धत काय, आणि कशी आहे, याविषयी सांगितलं, लिहून काढलं, तर

चार कॉलमचा प्रदीर्घ लेख होईल, एवढा मजकूर त्यात होता.

अशीच एकदा लाडात येऊन त्याचे केस विंचरत असताना,

"हे काय! दोन्ही कानांवर पांढऱ्या केसांचा केवढा पुंजका आहे! आता या म्हाताऱ्याशी कशी संसार करू मी?" म्हणून थट्टा करत तिनं विचारलं, "कधीची विचारेन, म्हणते–अनुपच्या बरोबरीनं आहेत, ती मुलं कुणाची? तीही अशीच कॅबेरे वगैरे बघायचा अनुभव असलेलीच आहेत? एकेका खोलीत किती मुलं कोंबतात तिथं?"

अशा प्रकारे सगळा तपशील मिळवणं, एवढंच नव्हे, नंतर त्या मिळालेल्या ज्ञानाचं ती आपल्याला हवं असेल, तसं संपादन करत होती. शेवटी एकदा त्या संपादित ज्ञानाला आपल्या इच्छेप्रमाणे रूप देऊन नवऱ्यावर आरोप करत होती,

"माझ्या मुलाला मेंढ्या पाळायला अगदी लायक बनवता आहात तुम्ही!"

तिच्या स्वभावाचं हे वैशिष्ट्य रवींद्रलाही पुरेपूर ठाऊक होतं. त्यालाही काही वेळा वाटायचं–ही पत्रकार झाली असती, तर बातम्या मिळवायचं काम उत्तम केलं असतं! तरीही तो तिच्या प्रश्नांना उत्तरं देत होता. मनात ठरवलं, तर बातमी न फोडता बोलणं त्याच्या दृष्टीनं सोपी गोष्ट होती. तरीही तो तिला काहीही न लपवता सगळं सांगत होता. आपण का असं सांगून मोकळं होतो, यावर त्यानं काही वेळा विचारही केला होता. नवरा-बायकोचं नातं म्हणजे ताकास तूर लागू न देणारे राजकारणी आणि पाताळयंत्रीपणे बातमी शोधून काढणारे पत्रकार अशा प्रकारचे संबंध असणं योग्य आहे काय? कधी त्याला वाटे, मी तिच्या मोहात फार बुडून जातो, की काय, कोण जाणे!

रवींद्रला मधूनमधून पाटण्याच्या झानं सांगितलेली नवरा-बायकोच्या नातेसंबंधांविषयी सांगितलेली गोष्ट आठवत होती. झा नेहमी म्हणायचा, लग्नानंतरच्या आठ-दहा दिवसांतच या नात्याचं स्वरूप ठरून जातं. त्याचं म्हणणं खोटं नाही. आता आठवलं, की नेमकेपणानं लक्षात येतं. आमच्याही नात्याचं स्वरूप त्याच आठवड्याभरात निश्चित झालं होतं.

लोकांच्या मनातले विचार जाणून घेण्याची आंतरिक इच्छा असल्यामुळंच मी कदाचित हा पत्रकाराचा मार्ग धरला होता. सगळ्या जगाविषयी आपलं मत मांडणाऱ्या रवींद्रला अंतर्मनातलं बोलण्यासाठी कुणीही जवळचं नव्हतं. लग्नानंतर हनीमूनला गेले असता एकांत मिळताच तो तिच्याशी मनमोकळ्या गप्पा मारू लागला. मधूनमधून हुंकार देत, प्रश्न-उपप्रश्न विचारत ही त्या वेळी आपली जिज्ञासा पूर्ण करत होती–त्याला आणखी बोलायला प्रवृत्त करत होती. पण आपल्या मनातलं मात्र ती काहीही सांगत नव्हती.

एकदा त्यानं विचारलं,

"तू का बोलत नाहीस?"

यावर ती म्हणाली,

"मी काय सांगणार? लग्न न झालेल्या मुलींकडे असतं काय सांगायला? घर-कॉलेज-स्वयंपाक-मैत्रिणी-शिवणकाम-भरतकाम- आई-वडलांची सावधानतेची शिकवणूक! हेच!"

तेही काही खोटं नव्हतं. त्यामुळं रवींद्रच बोलत राहिला. लग्नानंतर चार-सहा वर्षांनंतर मात्र त्याचं त्यालाच जाणवलं–ही केवळ बोलणं ऐकत नाही–ही माहिती जमवत असते! तरीही त्यानं तिकडं फारसं लक्ष दिलं नाही. तो तसाच तिच्याशी बोलत राहिला. नंतर त्यालाही ती सवय होऊन गेली. तिलाही तीच सवय झाली. कधी सहज तिच्या प्रश्नाला वर-वरचं उत्तर दिलं, की ती म्हणे,

"माझ्याशी शहाणपणा नको! की ऑफिसमध्ये नवी स्मार्ट सेक्रेटरी मिळालीय् गप्पा मारायला! स्वतंत्र चेंबर मिळाल्यावर प्रेमाच्या गप्पा तिथंच होत असतील!"

निदान तिचा आरोप खोटा पाडण्यासाठी तरी तिच्याशी गप्पा मारणं भाग असे!

"अनुपला शाळेत पाठवून आठ महिने झाले. मध्ये सुट्टीतही तो घरी आला नाही. मलाही त्याच्या भेटीसाठी तू नेलं नाहीस!... " तिनं एक दिवस तक्रार केली.

रवींद्रला तिच्या या बोलण्यात काही गैर दिसलं नाही. किती केलं, तरी ती त्याची आई आहे. तिला आपल्या मुलाला भेटावंसं वाटलं, तर त्यात काय गैर आहे? तो मध्यंतरी एकदा जाऊन दोन दिवस राहूनही आला होता. त्यानं अनुपची प्रकृती चांगली असल्याचं पाहिलं होतं. तिथं त्याला वाईट संगत लागायचाही प्रश्न नव्हता. 'मोठा होऊन काही तरी साध्य करून घ्यायची शक्ती तुमच्या मुलामध्ये आहे–तो काही सर्वसामान्य मुलगा नाही', असं मत सगळ्या शिक्षकांनी व्यक्त केलं होतं. अण्णय्याला तर त्याच्या रूपानं छोटा विवेकानंदच दिसत होता! तोच रवींद्रशी वाद घालत होता, 'छोट्या नरेंद्रनं काय कमी खोडकरपणा केलाय्?'

मुलाच्या भवितव्याविषयी त्यांची उज्ज्वल भावना ऐकत असताना रवींद्रही अभिमानानं फुलून गेला होता. मुलगा बिघडत असताना मन कठोर करून अलिप्तता स्वीकारणं काही प्रमाणात सोपं असलं, तरी त्याच्या उज्ज्वल भविष्याविषयी इतर बोलत असताना होणारा अभिमान टाळणं मात्र अशक्य आहे! कितीही वाईट मार्गानं गेला, तरी तो मुलगा आहे, ही वस्तुस्थिती टाळणं तर शक्य नाही. आपलाही त्याच्यावर जीव आहेच. तो नसता, तर त्याच्यासाठी एवढा मनस्ताप का सोसला असता आणि एवढी खटपट तरी का केली असती?

खरं तर, तो जेव्हा अनुपला भेटायला गेला होता, तेव्हा अण्णय्यानंच सांगितलं होतं,

"आणखी एका महिन्यानं सुट्टी सुरू होईल. त्या वेळी, ज्यांची घरं आहेत,

अशा मुलांना त्यांच्या गावी पाठवण्यात येतं. अनुपला पाठवू का? तुला काय वाटतं?"

त्या वेळी रवींद्रच म्हणाला होता,

"अनुपला इथं येऊन चार महिने झाले आहेत. या चार महिन्यांत त्याच्यामध्ये खूप फरक पडलाय्. आता त्याला दोन महिने बेंगळूरला नेलं, तर तो वेळ कसा काढणार? तेच जुने मित्र–तोच टीव्ही–तेच वेळ काढायचे मार्ग!"

"तेही खरंच. इथं त्या वेळी आमचे ब्रह्मचारी शिक्षकही असतात. त्यांच्या स्वभावाचाही त्याच्यावर या दोन महिन्यांत जवळून परिणाम होईल. तलावात साठलेली माती काढून शेतात पसरायचं कामही आहेच. ज्यांना गावी घर-दार-आई-वडील कुणीही नाही, अशी वीस मुलं इथंच राहतील. ती मुलं हे काम करणार आहेत. माती हलवायला आपल्या बैलगाड्याही आहेतच. यात अनुपला जे काम करायचं असेल, ते करता येईल. एकंदरीत सगळ्याच कामाची जबाबदारी त्याच्यावर टाकावी असं मला वाटतं. हे काम तो चांगल्या प्रकारे करेल, असा मला विश्वास वाटतो. त्याच्यावरच जबाबदारी टाकली, की समजूतदारपणाही आपोआपच वाढेल. तुला काय वाटतं?"

"चांगला विचार आहे!" रवींद्र उत्साहानं म्हणाला होता.

बसवनपूरमध्ये आजोबांच्या घरी सुट्टीला आला असता तोही बैलगाडी हाकत शेतावर जायचा. उन्हामुळं बैल दमतात, म्हणून त्या वेळी रात्रीच्या वेळी शेताची काही कामं करायचे. रात्री चांदणं असेल, तर गावचे सगळेच शेतकरी रात्री काम करत. सकाळी आठ वाजेपर्यंत त्यांची कामं चालत. चांदण्या रात्री शेतात काम करणं म्हणजे किती अवर्णनीय आनंद व्हायचा तेव्हा! आता आठवण झाली, तरी पुन्हा तो अनुभव घ्यायची इच्छा होते! माझ्या मुलालाही हा आनंद का मिळू नये? रवींद्रनं तर अण्णय्याला सांगितलं होतं–अशा वेळी मीही येईन. पण अण्णय्यानं जेव्हा पत्र लिहिलं, तेव्हा इतर कामांमुळं त्याला जायला जमलं नाही. प्रत्यक्ष काम करणं शक्य नाही, हे रवींद्रलाही कळत होतं–पण चांदण्या रात्री शेतकऱ्यांची गाणी ऐकत त्यांना काम करताना पाहण्याचा आनंदही घेणं त्याला जमलं नव्हतं.

त्या वेळी रवींद्रनं कांतीला सांगितलं होतं,

"त्याला सुट्टीत तिथंच राहू दे. एक प्रोजेक्ट करायचा आहे त्याला."

आपल्या स्वभावाप्रमाणे तिनं 'हा कसला प्रोजेक्ट?' म्हणून सगळी माहिती काढून घेतली आणि नंतर एकदा संधी साधून म्हणाली,

"आता पुढच्या उन्हाळ्यात मेंढ्या पाळायचा प्रोजेक्ट असेल!"

तिच्या बोलण्यातला टोमणा लगेच रवींद्रच्या लक्षात आला नाही. कारण त्याच्या दृष्टीनं मेंढ्या पाळणं आणि दोन महिने त्यांचं शास्त्रीय दृष्ट्या निरीक्षण–

अध्ययन करणं हा प्रोजेक्ट होणं शक्य होतं.

एकदा तो ऑफिसहून लवकर घरी आला, तेव्हा त्याला जेवायला वाढताना तिनं विचारलं,

''आपण दोघंही त्या गावी जाऊन अनुपला भेटून यायचं का?''

तिला ती शाळा दाखवून तिथल्या कार्यपद्धतीविषयी आणि ध्येयाविषयी सांगावं, असं अनुपला तिथं पाठवण्याच्या आधीपासून त्याच्या मनात अनेक वेळा येऊन गेलं होतं. त्यानं तसं सुचवूनही पाहिलं होतं. पण त्या वेळी ती म्हणाली होती,

''तुमची गांधी-शाळा आणि गांधी-स्टँडर्ड राहू द्या तुमच्याकडं!''

तिला कधीच गांधीजींविषयी आस्था नव्हती, हे त्याला ठाऊक होतं. ती मोपेडला गांधी-सायकल म्हणायची. पत्त्यांमध्येही निरुपयोगी पत्ते आले, की त्यांना 'गांधी-डाव' म्हणायची. गांधी या नावाचा अशा प्रकारे वापर करणारी ती काही एकटीच नव्हती. चेष्टेनं खूपजण असं बोलत असल्यामुळं हीही बोलते, असं त्याला वाटलं होतं. पण तिची बाकी जगायची पद्धत पाहताच गांधी या नावासरशी नाक मुरडणं हीच तिची पहिली प्रतिक्रिया होऊन गेली होती. त्यामुळं त्यानं पुन्हा तो विषय काढला नव्हता.

आता तिला तिथं नेण्यात काही धोके असल्याचं त्याला जाणवत होतं. तिथं गेल्यावर ही 'माझा मुलगा किती खंगलाय् इथं–!' म्हणून रडगाणं गाऊ लागेल.

नंतर तिचं वरचेवर सुरू होईल,

'आता गौरीच्या सणासाठी सुट्टी आहे–त्याला ये, म्हणून लिहिते–!'

सगळा विचार करून तो म्हणाला,

''नवरात्रात त्यांना दहा दिवस सुट्टी असते. त्या वेळी बोलावून घेऊ या त्याला... ''

''का? तिथं जाऊन मी काही पाहू नये, असं तुम्हांला वाटतं?'' आपण आरोप केला, की त्यातून मुक्त व्हायची जबाबदारी त्याच्यावर आहे, या विचारानं ती म्हणाली.

हे लक्षात आल्यामुळं रवींद्र आरोपाचं खंडन वगैरे करत न बसता म्हणाला,

''ती तर सांगून-सवरून गांधी-शाळा आहे! तिथं तुझ्यासारखी रंगरंगोटी केलेली, लिपस्टिक-पावडर माखलेली, दागिन्यांनी मढलेली बाई गेली, की विचित्रच दिसेल!–''

तिनंही त्याच्याकडे रोखून पाहिलं ती आणि ती मुकाट्यानं जेवू लागली.

नंतर अंथरुणावर पडल्यावर लाडात येऊन त्याच्याजवळ जात ती म्हणाली,

''तुमचं अगदी खरं आहे! मी खादी-भांडारातून दोन पांढऱ्या साड्या घेऊन

येईन... दागदागिने किंवा स्नो-पावडर-लिपस्टिक यांतलंही काही नको. फक्त पायांत चपला तेवढ्या घालेन. मग तरी ते तिथं प्रवेश देतील, की नाही?''

"कसंही गेलं, तरी ते प्रवेश नाकारणार नाहीत. आपणच कुठं, कसं जायचं, याचं तारतम्य ठेवलं पाहिजे!''

"हीच गोष्ट सरळ शब्दांत सांगितली असती, तरी मला समजली असती. मी आपण होऊन म्हणाले ना–खादीची साडी नेसून येईल, म्हणून? हल्ली तुला माझं काहीच आवडेनासं झालंय्!''

अखेर एकदाचा तो तिला अनुपच्या विद्याशालेत घेऊन जायला तयार झाला. मग तिनं विचारलं,

"एवढं लांब अंतर असेल, तर सोबत ड्रायव्हर घेऊ या काय?''

"अनुपला पोहोचवायला जाताना किंवा त्यानंतर भेटायला गेलो, तेव्हा कार का नेली नव्हती, ते आठवलं?''

"अरे! मग कार ठेवायची कशाला? आपल्याला सोयीचं व्हावं, म्हणूनच ना? कोण काय म्हणेल, याची काळजी करत जगायचं म्हटलं, तर जगणंच अशक्य होईल!''

"इथं कुणी काही म्हणायचा प्रश्न नाही! वाईट मार्गानं जाणाऱ्या आपल्या मुलाला सरळ मार्गावर आणणारे गुरू काय म्हणतील आणि तिथं असलेल्या इतर मुलांवर काय परिणाम होईल, याचा विचार करायलाच पाहिजे!''

यावर ती काहीही बोलली नाही.

◆

एका रविवारी पहाटेची बस पकडून दोघंही निघाले. तिपटूरहून दुसरी बस करून दुपारी बाराच्या सुमारास बिदरळ्ळी फाट्यापाशी उतरले. हालुकेरेच्या दिशेनं दोघंही चालू लागले.

त्यानं काही तिला खादीच्या साड्या आणायला सांगितलं नव्हतं. तिनं आपण होऊन दोन साड्या आणल्या होत्या. त्यांपैकी एक अंगावर होती आणि दुसरी खांद्यावरच्या शबनम पिशवीत ठेवली होती. तिचा हा नाटकीपणा पाहून त्याला उबग आला असला, तरी तो यावर काही बोलला नाही. त्यानं स्वतः खादीचे कपडे घातले नव्हते. विद्याशालेत जाणाऱ्या प्रत्येकानं ते घातले पाहिजेत, असा काही नियमही नव्हता. तिथले काही शिक्षक टेरिलीन-टेरिकॉटचे कपडेही वापरत होते. केवळ अण्णय्याच तेवढे नेहमी पूर्णपणे खादीचे कपडे वापरतो. हिला खादीच्या साडीत बघून कदाचित त्याच्या मनात विशेष आदर निर्माण होईल! या विचारानं त्याला बरं वाटलं, तरी पाठोपाठ मनात आलं–यानंतर तो जेव्हा बंगळूरला येईल

आणि हिची तिथली वेशभूषा पाहील, तेव्हा त्याला धक्का बसल्याशिवाय राहणार नाही! त्यापेक्षा आधीच व्हायची ती कल्पना होणं केव्हाही चांगलं.

खरं तर, फारशी सवय नसल्यामुळं कांती बरीच दमली होती. पण ते दाखवून न देता तिनं इंग्लिशमध्ये विचारलं,

"आपण किती लांब आलो?"

हा अजून किती अंतर राहिलं? याचा पर्यायी प्रश्न आहे, हे रवींद्रच्या लक्षात आलं. त्यानं तिला स्पष्टपणे सांगितलं,

"चुकलं, तरी हरकत नाही–तिथं मात्र तुला कन्नडमध्ये बोलावं लागेल."

त्याच्या या प्रत्यक्ष सूचनेमुळं ती अंतर्यामी अस्वस्थ झाली, तरी ती काही बोलली नाही.

आणखी थोडं अंतर चालून गेल्यावर रस्त्याच्या दोन्ही बाजूंना झाडी सुरू झाली. तिनं विचारलं,

"हे कसलं जंगल?"

"कन्नडमध्ये जंगलाला काडु म्हणतात! हे काही खरं अरण्य नाही. ही झाडं आहेत ना? त्यांना तंगडी म्हणतात. याची पिवळी धमक फुलं विशिष्ट दिवसांत फुलली, की झाडं खूप छान दिसतात."

तो ही माहिती सांगत असताना दोघांच्या डोक्यांभोवती माश्यांनी फेर धरला. कांती वैतागली. 'अभिज्ञानशाकुंतला'मधल्या अधरपानासाठी आलेल्या भुंग्याचा दाखला देऊन तिला खूश करावं, असं त्याच्या मनात आलं, तरी त्या रसिक वृत्तीसाठी आवश्यक असलेला स्नेहभाव त्याच्या मनात जन्मला नाही.

चढ सुरू झाल्यामुळं दोघांनाही दम लागला होता. कांतीनं माश्यांपासून स्वतःचं रक्षण करण्यासाठी डोक्यावरून पदर घेतला होता.

मैलभर चालून गेल्यावर भोवतालची तंगडि झाडं नाहीशी झाली आणि डाव्या हाताला थोड्या अंतरावर डोंगर दिसू लागला. तो पाहून वैतागलेली कांती उद्गारली,

"उधर देखो। पहाड।"

"त्याला कन्नडमध्ये बेट्ट म्हणतात... " एवढंच सांगून न थांबता रवींद्र तिला डोंगर, पहाड, टेकडी, टेकाड यांतलं अंतर सांगू लागला. नंतर उजवीकडे वळून त्यानं खालच्या बाजूला असलेला विवेकानंद विद्याशालेचा परिसर तिला दाखवला. नंतर म्हणाला, "आता आपल्याला खाली उतरायचं आहे. त्यामुळं तुला उतरताना फारसा त्रास होणार नाही. तिथंही दोन्ही बाजूंना तंगडीची झाडं आहेत. त्यामुळं उन्हाचा त्रासही जाणवणार नाही!"

त्या दिवशी रविवार असल्याचा रवींद्रला विसर पडला होता. विद्याशालेच्या आवारात वसतिगृहाशेजारी सुमारे पंचवीस मुलं एका बांधकामात गुंतल्याचं त्यानं

पाहिलं, तेव्हा त्याला ती आठवण आली. ज्या कामात सगळ्या मुलांनी भाग घेणं आवश्यक आहे, ती कामं सुट्टीच्या दिवशी करण्यात येतात, हे त्यालाही ठाऊक होतं.

ते दोघंही आणखी जवळ गेले. विद्यार्थी-निलयाच्या विस्ताराचं काम चाललं होतं. बाहेरचे कुणीही नोकर नव्हते. पाच शिक्षक भिंतीवर चढून बसले होते. तीन ठिकाणी मुलं माती कालवण्याच्या कामात गढून गेली होती. पायांनी तुडवून सारखी केलेल्या मातीचे गोळे करून काही मुलं त्या शिक्षकांकडे देत होती. शक्तिमान मुलं हे मातीचे गोळे वरच्या बाजूला बसलेल्यांकडे फेकत होती. वरचे शिक्षक ती माती घेऊन प्रत्यक्ष भिंत बांधायचं काम करत होते. मातीच्या भिंती, शिंदींची झापं, बांबूचे गाळे आणि वर कौलं–तीही देशी कौलं. अगदी कमीत कमी खर्चात–त्याहीपेक्षा खर्चच न करता हे बांधकाम करताहेत, हे रवींद्रच्या लक्षात आलं. भिंती सुकल्यानंतर त्यावर सारवणं वगैरे झाल्यानंतर भिंत आणि जमिनीला चुना-वाळूचा छान थरही दिला जाईल–गाऱ्याची गुळगुळीत जमीन केली जाईल–कौलं विकत घेण्यासाठी येईल तेवढाच खर्च. की कौलंही हेच तयार करतात?

असा विचार करत असताना रवींद्रला अनुपची ओळख पटली. हो- तिकडं मातीचे गोळे एका दमात वरच्या बाजूला बसलेल्यांकडे तो फेकत होता. इतरांप्रमाणे त्याच्याही अंगावर एक जुनी चड्डी होती. कुणाच्याही अंगावर बनियन नव्हता. सगळ्यांचे हात-पाय चिखलानं माखले होते. डोक्यावरच्या केसांनाही माती लागली होती. गोळे फेकताना पाठ, दंड, छातीच्या स्नायूंची हालचाल होत होती. रवींद्रला जाणवलं–गेल्या खेपेपेक्षा आता हा आणखी वाढलाय्!

अनुप एकीकडे मातीचे मोठाले गोळे वर फेकत होताच–दुसरीकडे माती कालवणाऱ्यांच्या कामावर लक्षही ठेवत होता,

'ए ईरप्पा! नुसता नाचत राहिलास, तर माती मिसळणार नाही नीट! फावड्यानं माती वर-खाली करून घे आणि नंतर नीट तुडव! ए गोरगा, पाणी पुरे. आधीच एवढं पाणी ओतून आंबील करून ठेवलीस, तर भिंत उभी राहणार नाही. ऐकलंस, की नाही?–'

रवींद्रचं अंतर्मन समाधानानं भरून गेलं. एकीकडे अभिमानही वाटला. शेजारी येऊन उभ्या राहिलेल्या कांतीला तो म्हणाला,

"ओळखलंस? तो बघ–मातीचे गोळे वर फेकतोय् ना? तोच आपला अनुप!"

"कुठं आहे? कुठला?" ती कावरी-बावरी झाली. अखेर जेव्हा तिच्याही दृष्टीला अनुप दिसला, तेव्हा तिचं आतडं पिळवटून गेलं. तिच्या चेहऱ्यावरची ही भावना त्याला जाणवल्याशिवाय राहिली नाही.

तो समर्थन करत म्हणाला,

"स्वतःच्या हातानं प्रत्यक्ष इमारत बांधल्यामुळं मुलांच्या मनांत केवढा आत्मविश्वास निर्माण होतो, ठाऊक आहे?"

ती काहीच बोलली नाही.

तोच पुढं म्हणाला,

"चल, गेस्टरूममध्ये जाऊ या. अण्णय्यांची खोलीही तिथंच आहे."

ती अशीच उभी राहिली. तिची नजर मातीनं माखलेल्या आपल्या मुलावर खिळली होती. एवढ्यात तिथल्या एका मुलाचं या दोघांकडे लक्ष गेलं. या आधी तीन वेळा येऊन गेलेल्या आणि दोन भाषणं दिलेल्या रवींद्रला त्यानं ओळखलं. हातातल्या फावड्यासह तो अनुपकडे धावला आणि त्यानं अनुपचं लक्ष तिकडे वेधलं.

या दोघांनाही पाहताच अनुप आश्चर्यचकित होऊन गेला. डॅडी–आणि मम्मी देखील! हातातला मातीचा गोळा जिथल्या तिथं टाकून अनुप तिकडं धावला. त्याची आईही त्याच्याकडे धावली. जवळ येऊन अनुपनं काय केलं असतं,कोण जाणे–पण आधी कांतीच पुढं झाली आणि त्याला घट्ट धरून कुरवाळत उद्गारली,

"अनुप! मेरे लाल! मेरे बेटे!"

त्याच्या हात आणि शरीराला लागलेला चिखल तिच्या शुभ्र साडीच्या निऱ्या आणि पदराला लागला. तिच्या डोळ्यांमध्ये अश्रूंचा महापूर आला. त्यालाही हुंदका फुटला. त्याचेही डोळे पाण्यानं तुडुंब भरले. माय-लेकरांची भेट होऊन आठ महिने झाले होते.

एवढ्यात 'रवींद्र-' म्हणून हाक ऐकू आली. आवाज अण्णय्यांचा होता. अनुप आईच्या मिठीतून बाजूला झाला. त्याचं रडू थांबलं. रवींद्रनं आवाजाच्या दिशेला पाहिलं. एका बाजूला वर बसून मातीचे गोळे झेलून भिंत वर चढवणारा अण्णय्याच होता. त्यानंही अंगावर फक्त एक चड्डी चढवली होती. तोही मातीत माखला होता. आवाजाची ओळख पटली नसती, तर तिकडं रवींद्रचं लक्षही गेलं नसतं!

अनुप पुन्हा मातीचे गोळे करायला गेला. एवढा वेळ त्याच्याकडे आणि त्याच्या आईकडे पाहत राहिलेल्या इतर मुलांवर तो ओरडला,

"काम, कशाला थांबवलंत, रे? चला - सुरू करा. ईरप्पा–ए गोरगा, अजून चार पाट्या माती घाल त्यात - आणि नीट कालवायला पाहिजे! नाही तर भिंतीचे पोपडे पडतील. अरे, ए हुरदप्पा! बघत काय राहिलास?–"

अनुपच्या कन्नड भाषेतही तिथल्या बोलीभाषेची छटा स्पष्टपणे दिसत होती. ते पाहून रवींद्रही उत्साहित झाला. लहानपणी आजोबांच्या घरी एका सुट्टीत तो आला असता तिथं चाललेल्या भिंत चढवायच्या कामात त्यानंही भाग घेतला होता. आता त्यानं हातातली बॅग खाली ठेवली. त्यावर शर्ट-पँट-घड्याळ काढून ठेवून तो

ईरप्पाकडे गेला आणि उत्साहानं कचा-कच माती तुडवू लागला. जितकी माती तुडवू- तितके तिचे कण एकमेकांशी एकरूप होऊन जातील आणि भिंत तेवढी जास्त बळकट होईल, याची जाणीव ठेवून तो श्रद्धा-भक्तीनं माती तुडवू लागला. लहानपणी आजोबांच्या घरी गोठ्याच्या भिंतीच्या बांधकामाच्या वेळीही–त्या वेळची पोराटकी होती. त्या वेळी माती तुडवण्याऐवजी चिखलात नाचण्याचा आनंद मिळत होता. आरडा-ओरडा करत नाचणं- मध्येच यक्षगानातली 'बंदा मुकुंदा अरविंदा–' ओळ म्हणत थयथय नाचणं-गिरकी घेऊन नाचणं–

अनुपनं त्याला लगेच बजावलं,

''हे काय, डॅडी! एकाच बाजूला तुडवताय् तुम्ही! फावड्यानं माती वर-खाली करून मग तुडवायला पाहिजे!''

अर्ध्या तासात भिंतीचं काम पूर्ण झालं आणि इतर शिक्षक खाली उतरले. सगळी मुलं शेजारीच असलेल्या हात-पंपावर धावली आणि धो धो वाहणाऱ्या पाण्याच्या प्रवाहात हात-पाय चोळून अंघोळ करू लागली. त्यांच्याबरोबरच अंग चोळून अंघोळ करत असलेल्या अनुपकडे पाहत असलेल्या कांतीसमोर येऊन उभं राहत अण्णय्या हात जोडून म्हणाले,

''नमस्कार, ताई! माझं नाव अण्णय्या. रवींद्रनं सांगितलं असेल. आम्ही दोघं भावंडं–''

एवढ्या मोठ्या वयाचा पुरुषमाणूस केवळ चड्डी घालून समोर उभा राहून बोलत असल्याचं बघून कांती संकोचून गेली. तिला त्यांच्याविषयी माहिती होती. रवींद्रनंच तिला त्यांच्याविषयी किती तरी सांगितलं होतं. तरीही असं उघड्या अंगानं बायकांसमोर–

अण्णय्या म्हणाले,

''आधी एखादं कार्ड टाकलं असतं, तर बिदरळ्ळी फाट्यापर्यंत गाडी पाठवली असती... ''

''असू द्या... '' ती म्हणाली. आपण आणखीही काही तरी बोललं पाहिजे, असं वाटून ती पुढं म्हणाली, ''धन्यवाद! हमें तकलीफ नहीं हुई... !'' मन गोंधळल्यामुळं आपोआपच तिच्या तोंडून हिंदी वाक्य आलं.

या हिंदी मातृभाषक आहेत? पण रवींद्रनं तर आपल्याला सांगितलं होते- उत्तरेकडे नोकरीच्या निमित्तानं राहिलेल्या कुटुंबातली मुलगी म्हणून. अण्णय्यांनाही हिंदी भाषा येत होती. गांधीजींच्या प्रभावामुळं त्यांनी जाणीवपूर्वक हिंदीचं शिक्षण घेतलं होतं. अनुप इथं आला, तेव्हा त्यालाही फक्त हिंदी आणि इंग्लिशच येत होतं. त्याला कन्नडमध्ये नीट बोलताही येत नव्हतं.

रवींद्रची बॅग आणि इतर सामान उचलून घेत ते तिला म्हणाले,

"अतिथि-कक्षात चला... स्वयंपाक झालाय्... खाऊन घ्या..."

हात-पंपापाशी पाण्याच्या झोतात अंघोळ करत असलेल्या अनुपकडे पुन्हा-पुन्हा पाहत ती अण्णय्यांच्या पाठोपाठ निघाली.

सगळ्या मुलांबरोबर त्या दोघांनाही जेवायला वाढण्यात आलं. नाचणीची उकड या प्रकाराविषयी तिनं फक्त ऐकलं होतं–प्रत्यक्ष पाहिलं नव्हतं. नाचणी म्हणजे गरिबांसाठी असलेली एक प्रकारची बाजरी, अशी तिची समजूत होती. सगळी मुलं तीच उकड तोंडी लावण्याबरोबर मोठ्या चवीनं खात होती. अनुप काय करतो? पण त्या दिवशी अनुपची वाढायची पाळी असल्यामुळं तिला ते पाहता आलं नाही. दर आठवड्याला प्रत्येकाची वाढायची पाळी येतच होती. तिला तीव्रपणे जाणवलं–एवढी कामं करवून घेतल्यावर निवांतपणे जेवायला वाढण्याएवढी माणुसकीही नाही या गांधी-शाळेत! रवींद्रनं उकडीचे उंडे मागून घेतले.

अण्णय्या तिच्या पानापाशी येऊन म्हणाला,

"तुम्हांला उकडीची सवय नाही... तुम्ही नुसता भातच घ्या."

जेवण झाल्यावर रवींद्र अण्णय्याच्या खोलीवर गेला.

कांती त्यांना दिलेल्या खोलीत जमिनीवर अंथरलेल्या चटई आणि कांबळ्यावर बसली. सकाळी लवकर उठणं, बसचा प्रवास आणि नंतरचं पायी चालणं यांमुळं ती थकून गेली होती. तिच्या डोळ्यांत झोप भरून आली होती. कांबळ्यावर अंग टाकताच तिला झोप आली.

तिला जाग आली, तेव्हा शेजारच्या चटईवर बसून बाप-लेक परस्परांशी गप्पा मारत होते.

अनुप सांगत होता,

"...शंकरमूर्ती मास्तरांनी सांगितलं, आईन्स्टाईनचा सिद्धांत हाच शेवटचा शब्द आहे, म्हणे! आणखी कुठलाही सिद्धांत त्याच्यापुढं गेला नाही! पण आईन्स्टाईनच्या सिद्धांतातही काही दोष आहेत, म्हणे! जो कोणी ते दोष काढून टाकेल, तो फार मोठा शास्त्रज्ञ ठरेल, म्हणून ते सांगत होते! भौतिक शास्त्र घेऊन एम्.एस्सी. व्हायचं आणि त्यानंतर अशा प्रकारचं संशोधन करता येतं, म्हणे. मी भौतिक शास्त्रच घेऊन पुढचा अभ्यास करणार! आईन्स्टाईनचा सिद्धांत खोटा पाडून माझा नवा सिद्धांत तयार करेन... सगळ्या वर्तमानपत्रांत नाव येईल, असं करेन मी..."

"करेक्ट! तसंच कर..." रवींद्र सांगत होता, "तुला भौतिक शास्त्राविषयी आस्था असेल, तर त्याचाच अभ्यास कर. पुढच्या खेपेला मी येईन, तेव्हा भौतिक

शास्त्राची सोप्या भाषेतली पुस्तकं आणून देईन... ''

"इथल्या लायब्ररीतही खूप आहेत पुस्तकं! सापेक्ष सिद्धांत म्हणजे किती गमतीशीर आहे, म्हणून सांगू! शंकरमूर्ती मास्तर सांगत होते–इथं पृथ्वीवर सत्तर किलो वजन असलेला माणूस चंद्रावर तेरा पॉईंट तेहत्तीस किलो वजनाचा होतो– गुरूवर एकशे पंच्याऐंशी किलो वजनाचा होतो- शनीवर ऐंशी किलो- शुक्रावर सहासष्ठ किलो- आणि सूर्यावर एक हजार नऊशे साठ किलो वजनाचा होतो! म्हणजे आपलं वजनही सापेक्ष आहे, म्हणे!–''

"सापेक्ष माने क्या?'' एव्हाना पूर्ण जागी झालेली कांती म्हणाली.

"रिलेटिव्हिटी!'' अनुपनं उत्तर दिलं.

"मग असं, सांगायला काय होतं यांना? सापेक्ष, म्हणे, सापेक्ष!'' आठ महिन्यांत आपला मुलगाही जगात दुसरी कुठली भाषाच अस्तित्वात नसल्यासारखा कन्नड बोलत असलेला बघून ती वैतागून गेली होती.

आता ती अधिक लक्ष देऊन बघू लागली. तिचा मुलगा इस्त्री नसलेली पांढरी लुंगी नेसून आला होता. वर बनियनवर अर्ध्या बाह्यांचा साधा पांढरा शर्ट, उन्ह, माती, गार पाणी, वाळू, शेण या सगळ्यांमुळं सारं अंग आणि चेहरा काळवंडून गेला होता. चेहऱ्यावरचं कातडं तर सोलून गेलं होतं. कुठल्या तरी हजामानं कसे तरी केस भादरले असावेत, असं दिसत होतं.

"इथं अंघोळीसाठी साबण वापरू नये, असा काही नियम-बियम आहे, की काय?'' तिनं विचारलं.

"तसं काही नाही. काही जणं वापरतात ना!'' तो उत्तरला.

"मघाशी मातीचं अंग धुऊन घेताना कुणीही साबण वापरला नव्हता!''

"अम्मी! मातीसाठी साबण लावायची काहीही आवश्यकता नाही! मातीमध्ये कातडीला इजा करणारे कुठलेही कृमी-कीटक नसतात आणि केमिकल्सही नसतात! आमचे चंद्रशेखर डॉक्टर सांगतील तुला! एम्.बी.बी.एस्. झालेत ते. त्यांनीच सांगितलं- दोड्डप्पांनी आजपर्यंत एकदाही शरीराला साबण लावला नाही, म्हणे! डाळीचं बेसन किंवा शिकेकाईची पावडर कधी तरी लावतात.''

"दोड्डप्पा म्हणजे कोण?''

"डॅडी, तुम्ही नाही सांगितलं मम्मीला दोड्डप्पा कोण, ते?'' अनुपनं वडलांना विचारलं.

तिला उलगडा झाला. पण तिनं ते दाखवून दिलं नाही. त्यानंतरही ती हिंदीमध्ये आणि तो कन्नडमध्ये काही वेळ बोलत राहिले. आजपर्यंत आपल्याशी केवळ हिंदी किंवा इंग्लिश बोलणारा आपला मुलगा आता आपल्यापासून दूर चालला आहे, हे तिला तीव्रपणे जाणवत होतं. हा हिंदी-इंग्लिश पूर्णपणे विसरूनच

गेलाय्, की काय? ती त्याच्याजवळ आली आणि त्याचे हात, मान, गाल, केस यांवरून हात फिरवत तिनं विचारलं,

"उन्ह-वारं-थंड पाणी-माती- ते जाऊ दे! रात्री झोपताना थोडं क्रीम तरी लावून घ्यायचंस?"

"ती सगळी बायकांची कामं!–" तो फटकन म्हणाला.

बाहेरून अण्णय्यानं रवींद्रला मारलेली हाक ऐकून रवींद्रनं त्याला आतच बोलावलं.

पांढरी खादीची लुंगी आणि पांढरा खादीचा नेहरूशर्ट घालून अण्णय्या आत आले. डोक्यावरचे केस पूर्णपणे काढलेले. ते कांतीकडे वळून म्हणाले,

"थोडी तरी विश्रांती झाली, की नाही?"

नंतर अनुप आणि कांतीला तिथंच सोडून अण्णय्या रवींद्रला घेऊन तिथून बाहेर पडले.

खोलीत दोघंच राहिल्यावर अनुप म्हणाला,

"ईरप्पा- माझा फ्रेंड- काय म्हणाला, ठाऊक आहे? त्यानं विचारलं- तुझ्या आईनं मुलांसारखा क्रॉप का केलाय्, रे? त्याला मी किती सांगितलं- अरे, तो क्रॉप नाही, बॉबकट आहे, म्हणून! पण त्याला या दोन्हींमधला फरकच कळत नाही!"

कांतीच्या सर्वांगाची लाही झाली. असल्या गावंढळ मूर्खांबरोबर वाढणारा आपला मुलगा पुढं काय होईल? आता तिच्या मनातल्या अनाकलनीय अस्वस्थतेला एक आकार प्राप्त होऊ लागला.

ती भावुक झाली. अनुपचा हात आपल्या हातात घेऊन तिनं विचारलं,

"बाळ, तुला एक विचारू? खरं काय ते उत्तर दे. तुझ्या डॅडींच्या समोर नव्हे!... "

"काय? मी कुणालाही घाबरत नाही! सिंहाचा बछडा कुणालाही घाबरत नाही, म्हणून विवेकानंदांनीच सांगितलंय्!"

"तू इथं सुखी आहेस? इथली ही माती... इथलं हे काम... इथलं खेड्यातल्या गावंढळांबरोबर राहणं... खरं सांग, बाळ! बेंगळूरमध्ये होतास, तसाच सुखी आहेस इथं? बेंगळूरमध्ये राहत होतो, तसं राहावं... चांगल्या शाळेत जावं, असं तुला वाटत नाही?'

अनुपच्या मनाचा गोंधळ उडाला. काय उत्तर द्यावं, हे त्याला समजेना. तो या मनःस्थितीत असताना तिनं पुढं होऊन त्याला छातीशी ओढून घेतलं. तिला अश्रू अनावर झाले. हुंदके देत ती त्याच्या बारीक कातरलेल्या केसांवरून हात फिरवू लागली.

आता मात्र त्यालाही रडू आवरलं नाही.

“मला ठाऊक आहे, बेटा... तू इथं सुखात नाहीस!” ती त्याला कुरवाळत त्याची समजूत घालू लागली.

◆

आपल्या खोलीत रवींद्रला नेऊन चटईवर बसवत अण्णय्यांनी विचारलं, “काय म्हणतोस? कसा वाटतो लेक?”

“खरोखरच उत्तम दिसतोय्! उत्साहानं मातीमध्ये काम करत असल्याचं मीच पाहिलं ना! आताही मी त्याच्याशी बोलत होतो, तेव्हा तो सांगत होता- भौतिक शास्त्रात पुढं शिक्षण घेऊन मोठा शास्त्रज्ञ होणार!- आईन्स्टाईनपेक्षाही मोठा शास्त्रज्ञ!”

“मला वाटतं, या वयात मुलांच्या मनात अशा प्रकारची स्वप्नं निर्माण केली, की पाऊण काम झालंच! मलाही तो सांगत असतो–आईन्स्टाईनचा सिद्धांत मी सुधारेन, म्हणून! कधी सांगतो, विवेकानंदांसारखा मोठा संन्यासी होऊन यू. एन्. ओ. मध्ये जाऊन कुठल्याही देशानं कुठल्याही देशावर आक्रमण करू नये, म्हणून भाषण करेन! कधी म्हणतो- मी या देशाचा प्रधानमंत्री झालो, तर दारू, बिडी, सिगारेट, वाईट मार्गाला लावणारे सिनेमा यांच्यावर बंदी घालेन! हे केवळ माझ्यावर प्रभाव पाडण्यासाठी तो बोलतो, असं नाही. त्याला खरोखरच तसं वाटतं! शिक्षणातही तल्लख आहे. शारीरिक कष्टाची कामंही मनापासून करतो. शिवाय त्याच्यामध्ये नायकत्वाचे गुण आहेत. त्याच्यावर अमुक इतकं काम आणि अमुक इतकी माणसं सोपवली, की पुन्हा तिकडं बघावं लागत नाही. कुणाकडून कशा प्रकारे केवढं काम घ्यायचं, हे त्याला बरोबर समजतं! ठरलेल्या वेळेआधी तासभर काम संपवून मोकळा होतो. काम करवून घेताना एक प्रकारे निर्दयपणे वागायची त्याची पद्धत आहे. तिकडे लक्ष देणं आवश्यक आहे. त्यापेक्षा सहकाऱ्यांकडून प्रेमानं काम करवून घेणं आवश्यक आहे, हे त्याला पटवून द्यायला पाहिजे. याच्याकडे अधिकार चालवण्याचा फौजदारी गुण आहे! प्रेम आणि अंतःकरणाचा अभाव आहे. पण योग्य ते संस्कार घडले, तर हा फौजदारी स्वभाव हळूहळू जाईल.”

अनुपचे बेंगळूरमधले दिवस आठवले, तर आजची त्याची परिस्थिती किती तरी पटींनी चांगली आहे, हे रवींद्रला तीव्रपणे जाणवत होतं. इथं अनुप आणखी तीन वर्षं राहिला, तर अण्णय्या त्याच्यामध्ये आमूलाग्र बदल घडवून आणेल, याविषयी रवींद्रच्या मनात मुळीच शंका नव्हती.

बोलता बोलता अण्णय्या विद्याशालेविषयी सांगू लागले. विद्याशालेसाठी एकशे वीस एकर जमिनीचं दान देणाऱ्या सौद्रेगौडांचा नातू–म्हणजे मुलाचा मुलगा परशुरामेगौडा–रामनगरमध्ये शिरस्तेदार म्हणून नोकरी करत होता. मागासलेल्या

जातीचा फायदा मिळाला, तर तो लवकरच मामलेदार होईल, हेही अण्णय्यांनी सांगितलं.

"बत्तीस वर्षांचा असेल. गावात शेत, मळा, नारळीच्या बागा–सगळं काही आहे. त्याची आत्या–म्हणजे सौद्रेगौडांची मुलगी. ती विधवा इथं राहून इथली शेती-वाडी पाहत असते. तिला मूल-बाळ नाही. अधून मधून परशुरामेगौडा गावी येऊन आपली मालकी दाखवून जात असतो. सरकारी नोकरी करत असताना भरपूर लाच खाऊन बेंगळूरमध्ये दोन घरं बांधून, त्यानं ती भाड्यानं दिली आहेत. दोन वर्षांपूर्वीपर्यंत केवळ कारकून असलेल्या परशुरामेगौडाकडे एवढे पैसे कुठून आले, म्हणून कुणी चौकशी केली, तर सांगतो–गावाकडच्या जमिनीमधून आले. हेडक्लार्क असताना मोटारसायकलवरून एवढं पेट्रोल जाळून वरचेवर गावच्या फेऱ्या कराव्यात, एवढी त्याची जमीन नाही, हे कुणीही सहज सांगेल. तहसीलदाराच्या हातांखाली याची नोकरी–धन्याकडे कार नसताना आपण घेणं योग्य नव्हे, असा विचार करून त्यानं गाडी घेतली नाही, एवढंच! त्याला तहसीलदार म्हणून बढती मिळाली, की त्याच दिवशी गाडी येईल त्याच्या दारात! त्या सगळ्या बातम्या गावात राहणाऱ्या विधवेकडूनच समजतात. तिला यातलं काहीही फारसं कळत नाही. जेवढं कानांवर येतं–जे काही समजतं, तेच शेजारी-पाजाऱ्यांना सांगत असते बिचारी! मग आमच्या कानांपर्यंतही या बातम्या येतात. मीही कधी गावात गेलो, की तिच्याशी चार वाक्यं बोलून येतो. जेव्हा आजोबा–सौद्रेगौडांनी शाळा सुरू करण्यासाठी जमीन दिली, तेव्हाच मी त्यांना म्हटलं होतं–तुम्हीही समितीमध्ये मेंबर म्हणून राहा. पण ते तयार झाले नव्हते. तुम्हीच बघून घ्या–म्हणून सांगून मोकळे झाले होते ते! ते एकाही मीटिंगला आले नाहीत. आले असते, तरी त्यांना यातलं काही समजलं असतं, की नाही, कोण जाणे!

"त्यांच्या माघारी त्या घराण्यातलं कुणी तरी या संस्थेमध्ये असावं, म्हणून मी स्वतः परशुरामेगौडाला मेंबर करून घेतलं. सुरुवातीला त्याचं वागणं ठीकच होतं. कधी मीटिंगसाठी आलाच, तर शाळेच्या फायद्याच्या दृष्टीनं काही सूचनाही देत असे. गेल्या वर्षभरात मात्र त्याची वागणूक बदलली आहे. हल्ली त्यानं प्रश्न काढलाय्–आजोबांनी शाळेसाठी जमीन दिली होती–नारळाचं पीक काढून फायदा करून घेण्यासाठी नव्हे. हेच करायचं असतं, तर आम्हीही नारळाचं पीक काढलं असतं! ही काही अण्णेगौडाची स्वतःची इस्टेट नाही–मला वाटेल तेव्हा मी सरकारात कळवून सगळं काढून घेईन, म्हणत होता, असंही माझ्या कानांवर आलंय्! सौद्रेगौडांनी आपल्या गावाच्या कल्याणासाठी दान दिलं होतं–कुठल्या-कुठल्या गावाच्या पोरांना अन्न घालावं, म्हणून नव्हे–असाही त्याचा एक मुद्दा आहे. या शाळेचा आपल्या गावाला काय फायदा झालाय्? आपण का त्यांना मदत

करायची?–वगैरे बोलून तो गावकऱ्यांची डोकी बिथरवतो आहे. लोकांच्या मनात एखादी उदात्त भावना रुजवून तिला वाढवणं कठीण असतं–क्षुद्र भावना चिथवणं मुळीच कठीण नाही. हा नेमकं तेच करून शाळेला गावातून मिळणारी मदत तोडू पाहत आहे! या गावाकडून आम्हांला इतर कुठल्याही प्रकारच्या मदतीची आवश्यकताही नाही. पण काही वेळा कामगारांची गरज लागते. त्यानं मनात आणलं, तर तो ही मदत बंद करू शकतो. वरच्या बाजूला बांध घालून आम्ही पाणी साठवलंय् ना? त्यावरही तो आक्षेप घेतो, म्हणे. थोडक्यात काय, प्रत्येक बाबतीत तो काही ना काही खुसपट काढतोय्. कटकटच करायची म्हटलं, तर शंभर कारणंही मिळू शकतात त्यांना! मीच त्याला गाठून, मीटिंगला यायला सांगून, स्नेहाच्या मार्गानं त्याला शांत ठेवायचा प्रयत्न करत आहे. पण त्यावरून मी घाबरतो, असा अर्थ काढून तो आणखी वाकड्यात शिरू पाहत आहे!... ''

हे ऐकत असताना रवींद्र खिन्न झाला होता. परशुरामेगौडा कायद्याप्रमाणे काहीही करणं शक्य नाही. सरकारकडून नया पैशाचीही मदत न घेणारी ही संस्था. शिवाय इथं एका पैशाचाही गैरव्यवहार होत नाही. त्यामुळं यांनी कुणालाही घाबरायचं कारण नाही. तरीही स्थानिक कुरबुरी करून कटकट करत राहणं म्हणजे कामात शंभर अडथळे आणायचे–

अण्णय्या पुढं सांगत होते,

''तुला होन्नत्ती ठाऊक आहेत ना? डोंगरावरच्या देवळात राहतात आणि रात्रं-दिवस संगीत-साधना करतात. त्या संदर्भातही परशुरामेगौडानं कमिटी-मेंबर म्हणून एक पत्र लिहिलं होतं. पत्रही रेव्हेन्यू खात्यानं नोटीस द्यावी 'तशा प्रकारे लिहिलं होतं. ते साहजिकच आहे, म्हणा! पत्रात लिहिलं होतं–

विद्याशालेचा प्रमुख हेतू गरीब ग्रामीण विद्यार्थ्यांना नोकरी देणं हा आहे–तुम्ही होन्नत्ती नावाच्या एका मोठ्या फॅक्टरीच्या मॅनेजरला जेवायला घालून ठेवून घेतलं आहे आणि संस्थेचा उद्देशच नष्ट केला आहे–याविषयी खुलासा करावा–वगैरे-वगैरे!

खरं सांगायचं, तर होन्नत्ती नोकरी करत होते, तेव्हा जाहिरातीच्या रूपानं त्यांनी या शाळेला दोन वर्षं दरवर्षी दहा-दहा हजार रुपये मिळवून दिले होते. ती प्रथा आजही सुरू आहे. आताही ते दर आठवड्याला एकदा शाळेत येतात आणि मुलांना समूहगान शिकवून जातात. त्यांना पार्ट-टाईम टीचर समजलं, तर किती पगार द्यावा लागेल! पगाराचंही जाऊ द्या–संगीतासाठी एवढ्या मोठ्या पगाराची नोकरी सोडून संन्याशाप्रमाणे राहणाऱ्या साधकाला पसाभर भात आणि उकडीचा गोळा भुकेच्या वेळी दिला, तर शाळेच्या उद्देशाला मारक होईल काय?

''हे परशुरामेगौडालाही ठाऊक आहेच! मी त्याच्या त्या पत्राला उत्तर दिलं

नाही. आता तो वेगळ्याच कुरापती करण्यात गढला आहे! गावकऱ्यांना तो फितवतो–हे डोंगरावरचं देऊळ हालुकेरे गावचं आहे–देवळात कुणीही वस्ती करायची नसते–वडेरय्या दररोज पूजेसाठी वर जाताना इथून होन्नतींचं जेवण नेतात ना?–तेही योग्य नव्हे–देवाच्या पूजेसाठी जाताना त्यांनी सोबत खरकटं नेऊ नये–असा त्यानं आक्षेप घ्यायला सुरुवात केली आहे. हा डोंगर किंवा देऊळ कुठल्याही गावाचं किंवा जातीचं नाही. पुजारी वडेरय्या मात्र हालुमताचा आहे. एवढ्यावरून देऊळ हालुमतवाल्यांचं कसं होईल? मीही रेव्हेन्यू खात्याच्या फाईल्स पाहून ठेवल्या आहेत. पण या जुन्या फाईल्स शोधून काढायच्या, त्यांचा अभ्यास करायचा–त्यासाठी तालुक्याला खेटे घालायचे यांत वेळ आणि शक्ती किती जाते... ''

सारं ऐकताऐकता रवींद्र विषण्ण होऊन गेला. हल्ली परशुरामेगौडासारख्यांची संख्या वाढत आहे, हा त्याचाही अनुभव होताच. असल्या वडलांनी किंवा आजोबांनी जो दान-धर्म केला, त्याचा फायदा याच जन्मी नगद रूपानं वसूल करण्याच्या या प्रवृत्तीचा त्याला तिटकारा आला. पाठोपाठ त्याला वडलांची आठवण झाली. एक प्रकारे अगदी निःसंग स्वभावचे गृहस्थ ते. काही वेळा अहंकारी वाटावेत, इतके ते निःसंग होते.

आजोबांनी हॉस्पिटल बांधवून दिल्यानंतरच्या त्या कार्यक्रमानंतर दिल्लीला परतत असताना रवींद्रनं त्यांना विचारलं होतं,

''आजोबांनी एका हेतूनं दान केलं आहे–जर या लोकांनी त्याचा काही दुरुपयोग केला, तर आजोबांचे वंशज म्हणून त्यांना जाब विचारायचा आपल्याला अधिकार आहे?''

''तुझ्या मनात अशा प्रकारचा प्रश्नच येता कामा नये! एकीकडे दान म्हणून दिल्यानंतर त्यात पुन्हा आपण ढवळाढवळ केली, तर ते दान होणारच नाही. तो विचार तुझ्या आजोबांच्या मनात सुद्धा डोकावणार नाही! मला ठाऊक आहे त्यांचं मन!''

अप्पांच्या बोलण्याची पद्धत नेहमी ही अशीच! सरळ आणि रोखठोक! अधिकाऱ्याचा जोर असला, तरी निःसंगी.

रवींद्रनं अण्णय्यांनाही ही घटना सांगितली. त्याचबरोबर परशुरामेगौडाकडे दुर्लक्ष करण्याविषयीही त्यानं सांगितलं.

होन्नत्तींचा विषय निघताच त्यांनाही भेटून यायची इच्छा त्याच्या मनात तीव्रपणे निर्माण झाली. आता हा विषय निघाला नसता, तरी तो त्यांना भेटल्याशिवाय माघारी वळला नसता. पण आता विद्याशालेविषयी सुरू झालेल्या कटकटींमध्ये होन्नत्ती एक प्रमुख व्यक्ती म्हणून त्याला जाणवले.

रात्री बराच वेळ रवींद्र अण्णय्यांशी गप्पा मारत बसला होता. दुसऱ्या दिवशी सकाळी लवकर उठून अंघोळ आणि नाश्ता करून डोंगरावर होन्नत्तींना भेटायला जायचं त्यानं ठरवलं.

सकाळी जाग आल्यावर त्यानं कांतीलाही लवकर तयार व्हायला सांगितलं. तिनं विचारलं,

"किती लांब आहे ते?"

"दोनेक मैल आहे. पण चालण्यापेक्षा चढच जास्त आहे."

"काय आहे तिथं बघायला?"

"डोंगरावर चढणं हाच एक अनुभव असतो तिथं काही बघण्यापेक्षा! तिथून दिसणारा सभोवतालचा परिसर आणि विस्तीर्ण दिसणारं आकाश बघणं हाच एक विलक्षण अनुभव असतो. शिवाय तिथं होन्नत्ती नावाचे एकजण सतार-साधनेसाठी येऊन राहिले आहेत. मला वाटतं, मी सांगितलंय् तुला त्यांच्याविषयी..."

कांती डोंगरावर जायला तयार झाली. अनुपनंही आपल्याबरोबर यावं, अशी तिची इच्छा होती. पण त्या दिवशी इमारतीच्या छतासाठी आणि इतर बांधकामासाठी काठ्या, गवत आणायचं आणि शिंदीच्या झावळ्या तयार करायचं काम होतं. त्यात अनुपचा सहभाग आवश्यक होता. नाही तर अण्णय्यांना जावं लागणार होतं. त्यामुळं रवींद्रनंच त्याचं येणं रहित केलं.

त्यांचा नाश्ता झाल्यावर त्या दोघांना दुपारसाठी म्हणून भात, भाकऱ्या, भाजी, चटणी वगैरे बांधून देण्यात आलं. होन्नत्तींचं जेवण मात्र नेहमीप्रमाणेच वडेरय्यांबरोबर जाणार होतं.

◆

रस्त्याच्या दोन्ही बाजूंना तंगडीची झाडं लागली, तशा पुन्हा माश्या त्या दोघांच्या डोक्यांवर घोंघावू लागल्या.

कांती वैतागानं म्हणाली,

"कुठं टपून बसलेल्या असतात या आपली वाट पाहत?"

चढ चढताना दोघंही घामेजून गेले होते.

रवींद्रच्या मनात सुमारे अठरा-एकोणीस वर्षांपूर्वीची एक घटना आठवली.

तेव्हा तो नुकताच रिपोर्टर म्हणून नोकरीवर लागला होता. तेव्हा एक दिवस तेव्हाचे संपादक झा यांनी त्याला बोलावून घेतलं आणि सांगितल,

"तू तरुण रक्ताचा वार्ताहर आहेस. शैलीही काव्यात्मक आहे तुझी. बरीच माणसं चार धाम यात्रा करून येत असतात. तूही एखाद्या सर्वसाधारण यात्रीसारखा–

कुठलीही विशेष सवलत न घेता, मिळेल तिथं बस–गरज पडेल तिथं पायी असं फिरून रिपोर्ट घेऊन येशील काय? पाच-सहा भागांमध्ये दर रविवारच्या पुरवण्यांमधून देता येईल. फोटोही भरपूर घेऊन ये.''

त्या वेळी रवींद्रलाही हे काम मिळाल्याचा मनापासून आनंद झाला होता. गंगोत्री-जम्नोत्री-केदारनाथ संपवून तो बद्रीच्या काळीकंबलीवाला धर्मशाळेत उतरला होता. त्या वेळी शेजारच्या खोलीत उतरलेल्या अहमदाबादच्या जानीची ओळख झाली. तिथल्या कडाक्याच्या थंडीत तो सकाळी लवकर उठून पूजा-पाठ करायला जात होता. जानी, की जोशी? नेमकं नाव काय? आठवत नाही. नेमकं आठवायचं म्हटलं, तरी डोक्यावर फिरणाऱ्या माश्या त्यात अडथळा आणत होत्या. अजूनही तो अहमदाबादलाच आहे, की नोकरी सोडून कुठं आश्रम बांधून निघून गेलाय्, कोण जाणे! त्या वेळी तोही होन्नत्तीसारखाच एम्.टेक्.पर्यंत शिकला होता–एका फॅक्टरीमध्ये तशीच नोकरीही करत होता. शिवाय परदेशी जाऊनही बरंच ट्रेनिंग घेऊन आला होता तो. दरवर्षी वार्षिक रजा घेऊन बद्रीला जायची त्याची पद्धत होती. तिथं त्याचे एक गुरू होते. धर्मशाळेपासून मैलभर अंतरावर एक डोंगराच्या खबदाडीत ते दीड खणाचं घर बांधून त्यात राहायचे. उन्हाळ्यात बद्रीमध्ये राहत आणि हिवाळा सुरू झाला, की हरद्वार किंवा हृषीकेशला जाऊन राहत. अहमदाबादचा जानी प्रवासाचे दहा दिवस वाया घालवून उरलेले दिवस या गुरूपाशी बसून दर वर्षी एखाद्या वेदांत ग्रंथाचं अध्ययन करत होता.

त्या वर्षी योगवासिष्ठाचं अध्ययन चाललं होतं. रवींद्रही त्याच्याबरोबर जाऊन सारं कसं चालतं, ते पाहत होता. हिमालयाचा परिसर. निर्गुण निरंकार घरामध्ये– घर कसलं? मंडपच तो!–बसून त्याविषयी ऐकत असताना केवढा प्रचंड अर्थ सामोरा येत होता! तोच ग्रंथ लायब्ररीमध्ये किंवा अभ्यासाच्या खोलीत बसून वाचला, तर त्याच्या अर्थाची ही खोली जाणवणं शक्यच नाही. खरोखरच विशिष्ट स्थानाची अशी काही प्रभाव-शक्ती असेत काय? त्या वेळी मनानं ग्वाही दिली होती–होय! त्यातच डोंगरावर एखादं देऊळ असेल, तर साधनेला आणखी खोली प्राप्त होते. त्या वेळी रवींद्रनं सविस्तर बातमी देताना जानी आणि संन्यासी अशी दोन पात्रं सविस्तरपणे रंगवली होती. त्या लेखमालेच्या संदर्भात त्याला ढिगानं खुशीपत्रं आली होती! त्यात खूपजणांनी मागणी केली होती–त्यांचे पत्ते कळवा– आम्हांला त्यांच्याशी संपर्क साधायचा आहे, म्हणून! पण वर्तमानपत्रांमधून जिवंत पात्रांना अशी प्रसिद्धी देणं चुकीचं आहे–त्यामुळं त्यांच्या तपश्चर्येत–साधनेत खंड पडतो–आपल्याला तो अधिकार नाही–कुणालाही पत्ते कळवायचे नाहीत, असं अनुभवी झांनी सांगितलं नसतं, तर उत्साही रवींद्रनं खरोखरच पत्ते दिले असते!

आता विचार करताकरता होन्नत्ती आणि जानी, यांमध्ये रवींद्रला बरंच साम्य

जाणवलं. साधनेसाठी दोघांनीही डोंगराचं शिखर निवडलं. दोघंही पूर्वी मोठमोठ्या कंपनीमध्ये मॅनेजर म्हणून काम करत होते. जानी अजूनही नोकरी करताहेत काय? लग्न केलं, की ब्रह्मचारीच राहिले? वीस वर्षांपूर्वीची गोष्ट. आता कसं शोधून काढायचं? अहमदाबादमधल्या ऑफिसमध्ये थोडी खोदून चौकशी केली, की माहिती मिळणं अशक्य नाही. पण आता ते जाणून घेऊन काय करायचंय्?

कांती चालता चालता मागं राहिली होती. ती जवळ येऊ दे, म्हणून तो चालायचा थांबला. असं मुकाट्यानं चढणं कंटाळवाणं होईल–काही तरी बोलायला पाहिजे, असं वाटलं. पण काय बोलायचं? तीही चालत जवळ आली आणि काहीही न बोलता तशीच पुढं चालत राहिली. कदाचित मध्ये थांबलं, की जास्त दम लागून पुढं चालणं कठीण होईल, म्हणूनही ती तशीच चालत राहिली असावी.

बद्रीमधली आणखीही एक घटना–होय. त्यावरही तेव्हा लिहिलं होतंच. कालीकंबलीवाला धर्मशाळेच्या अंगणात एक गोलाकार भांडं ठेवलं होतं. त्याखाली एक बोर्ड लिहिला होता–तपस्व्यांना अन्नदान करण्यासाठी आपण आपल्याकडून शक्य तेवढे साहाय्य करावे. हृषीकेशपासूनच डोकं उठवणाऱ्या खोट्या संन्याशांमुळं आधीच रवींद्रचं डोकं उठलं होतं. या सगळ्यांना पोलिसांनी पकडून नेऊन एखाद्या श्रमशिबिरात डांबून ठेवलं पाहिजे, असं त्याचं ठाम मत होतं. अशा वेळी ते दानपात्र आणि तिथल्या फलकामुळं रवींद्र अधिकच भडकला होता. धर्मशाळेच्या मॅनेजरशी या असल्या आळशी लोकांना तुम्ही का अन्न देता? म्हणून त्यानं वादही घातला.

त्याच दिवशी दुपारी धर्मशाळेच्या मॅनेजरनी त्याला बोलावलं,

"मी तपस्व्यांना अन्न देण्यासाठी निघालोय्. चला तुम्हीही माझ्याबरोबर!"

रवींद्रही लगेच त्यांच्याबरोबर निघाला.

खांद्यावर चपात्या-भात-मुगाची डाळ घेऊन ते निघाले. वस्तीपासून लांब असलेल्या डोंगरातल्या एकेका गुहेपाशी जायचं, बाहेर ठेवलेल्या ॲल्युमिनियमच्या थाळीमध्ये भात किंवा दोन चपात्या आणि पळीभर वरण वाढायचं आणि अवाक्षर न बोलता दुसऱ्या गुहेकडे चालू लागायचं, तिथं बाहेर ठेवलेल्या ताटलीतही चपाती किंवा भात आणि दाल घालायची. कुठल्या गुहेबाहेर चपात्या ठेवायचं आणि कुठं भात ठेवायचा, हे मॅनेजरला ठाऊक होतं. साधकांपैकी वयस्कर मंडळी चपातीऐवजी भात खायचे. काहीजणांना चपातीची सवय नसल्यामुळं नुसता भात खात.

अशा पंधरा गुहांबाहेरच्या ताटल्यांमध्ये अन्न वाढून माघारी येत असताना मॅनेजर म्हणाले,

"तुम्हांला ज्यांचा अत्यंत संताप येतो, त्या खोट्या संन्याशांची आम्हांलाही माहिती आहे. पण या गुहांमध्ये असलेले खोटे असणं शक्यच नाही. अध्यात्म-साधनेत कोण कुठल्या पातळीवर पोहोचलाय्, हा आपला प्रश्न नाही. माणसांपासून

दूर, मरणसदृश एकांतामध्ये असं राहायचं, म्हणजे साधनेचा मनस्वी हट्ट तर निश्चितच असेल ना? अशा साधकांच्या देहाला आवश्यक–अगदी कनिष्ठ प्रमाणात का होईना–आहार देण्याची जबाबदारी कुणाची? साधकांची देखभाल करायचं कर्तव्य समाजाचंच नाही का?''

त्या वेळी रवींद्रला डोळ्यांपुढचा पापुद्रा फाडून दृष्टी स्वच्छ झाल्याचा अनुभव आला होता. धर्मशाळेत परतल्यावर त्यानं परतीच्या प्रवासाला आवश्यक तेवढे पैसे जवळ ठेवून घेऊन उरलेले पैसे त्या हंडीत घातले होते.

लेखमालेतील या भागाविषयीही अनेक वाचकांनी आस्थेनं पत्रव्यवहार केला. काहीजणांनी त्या धर्मशाळेचा पत्ता विचारला होता. झांनी हा पत्ता मात्र तत्परतेनं पुढच्या रविवारच्या अंकात द्यायचा सल्ला दिला. खरोखरच झा समतोल मनाचा संपादक! केवळ वयामुळं आलेला समतोल नव्हे–अध्ययन, संस्कार यांमुळं मनाला आलेलं समतोलन त्यांचं!

या घटनेनंतर वर्षभरातच ते निवृत्त झाले होते. आता ते हयात असतील? एकोणनव्वद-नव्वद वर्षं-म्हणजे तशी खात्री सांगता येणार नाही.

सभोवतालची झाडी नाहीशी होऊन मोकळी जागा दिसू लागली. त्या मोकळा मैदानावर असलेल्या दैत्याकार वृक्षांची पानं-फांद्या तिथल्या वाऱ्यामुळं प्रचंड वेगानं हलत होत्या. समोर डोंगर दिसत होता.

रवींद्रनं कांतीचं लक्ष तिकडं वेधून म्हटलं,

''तोच डोंगर! वर चढून गेलं, की टोकावर देऊळ आहे. तिथं उभं राहून सभोवताली पाहिलं, तर केवढं भव्य दृश्य दिसतं, म्हणून सांगू! तिथून पाहिलं, तर खालचा तलाव अगदी आमच्या बसवनपूरच्या तलावासारखा दिसतो. मात्र ढग असता कामा नयेत. त्यावर सूर्याची किरणं पडली, तर चांदीच्या पत्र्यासारखं दिसतं!...''

''अजून हा डोंगर चढायला पाहिजे?''

''हा डोंगर चढतानाच खरी मजा येते! वारं मस्त असतं ना! शिवाय या झाडांना फुलं असली, की किती मोहक सुगंध येतो. म्हणून सांगू!...'' तिची समजूत काढावी, तसा तो म्हणाला.

''डोंगर म्हटला, की तिथं रोप-वे पाहिजे. हा कसला बॅक-वर्ड डोंगर!...'' ती दमणुकीमुळं वैतागून गेल्याचं तिच्या चेहऱ्यावरूनच दिसत होतं. पण मंडपापलिकडचा काळ्याशार दगडांचा डोंगर चढताना तिच्या चेहऱ्यावरही उत्सुकता होती. आल्हाददायक वाऱ्यामुळं फारशी दमणूकही वाटत नव्हती.

ते डोंगरमाथ्यावर पोहोचले, तेव्हा तिथल्या देवळातून सतारीचे स्वर ऐकू येत

होते. खुणेनंच तिला रवींद्रनं शांतता पाळायला सांगितली आणि तो स्वतः चपला काढून देवळाच्या भिंतीला टेकून बसला. तीही चप्पल काढून शांतपणे त्याच्यापाशी बसली. थोडा वेळ स्वर-आलापी ऐकून तो कांतीच्या कानाशी कुजबुजला,

"मल्हार?"

"अंहं... मेघ..." तीही हलकेच उत्तरली.

तिला संगीतातलं आपल्यापेक्षा जास्त कळतं, हे त्याला ठाऊक होतं. रवींद्रचं संगीत-ज्ञान कानांवर सवड असताना जेवढं पडत होतं, तेवढंच होतं. पण ती मात्र गुरूकडे चार-पाच वर्षं सतार शिकली होती. त्यामुळं तिला संगीतातलं तंत्र-व्याकरणासह समजत होतं. रवींद्रनं लग्नानंतर तिला अनेक वेळा त्यात अधिक लक्ष घालायचा आग्रह केला होता. पण तिनं तिकडं लक्ष दिलं नव्हतं. अनुपच्या जन्मानंतर तर त्याचं सगळं पाहणं, घरची कामं या सगळ्या जबाबदाऱ्या सांभाळता सांभाळता तिला ते जमलं नव्हतं. बेंगळूरमध्ये तर सतारीसाठी तिला गुरूही भेटले नव्हते. वातावरणही हिंदुस्थानी संगीतासाठी अनुकूल नव्हतं. हल्ली तर ती रवींद्रवर काही वेळा आरोप करायची,

"तुमच्या या बेंगळूरमध्ये येऊन माझं संगीत नष्ट झालं..."

यावर रवींद्रही वाद घालायचा,

"अरे व्वा! त्या आधी किती साधना करून, केवढा दर्जा गाठला होतास, ते मला ठाऊक आहे!"

आता दोघंही तल्लीन होऊन सतार ऐकू लागले. रवींद्र सूक्ष्मपणे पाहत होता– गेल्या खेपेपेक्षा या वेळेस होन्नत्तींच्या सतार-वादनात अधिक सफाई आहे का? डोंगरावरच्या निवांत आणि अथांग वातावरणात सुरांना आपोआपच एक प्रकारची अगम्य शक्ती प्राप्त होत असते, हे खरं असलं, तरी होन्नत्तींची सतार-साधनाही पुढं वाटचाल करत आहे, हे त्याला जाणवलं. सभोवताली पसरलेल्या अथांग आकाशात पसरणारे सतारीचे स्वर तो तल्लीन होऊन ऐकू लागला.

कांतीही एकाग्र होऊन होन्नत्तींचं सतार-वादन ऐकत होती. आकाशात मळभ दाटल्यानंतर पावसाविषयी मनात दुर्दम्य अपेक्षा निर्माण व्हावी, तसं तिचं मन होऊन गेलं होतं. तिला सतार शिकत असतानाचे दिवस आठवले.

साडेदहा वाजता कॉलेज–साडेपाच ते आठ वाजेपर्यंत सतारीचा क्लास. आठवड्यातून तीन दिवस घरी येणाऱ्या तबलजीच्या साथीबरोबर रियाझ–सुरुवातीला ही सगळी मम्मी-डॅडींची जबरदस्ती वाटली, तरी नंतर त्याची चवही कळली होती. पण त्यानंतर लवकरच लग्न झालं–ह्या डोंगरावर कानांवर येणारे हे सतारीचे स्वर आपल्याला सारं जीवनच आठवायला का भाग पाडताहेत? आपलाही जीव कुठल्या तरी कलेत खोलवर गुंतलाय्, ह्याची जाणीव तिच्या मनात तरळत राहिली.

सतारीचे स्वर मंद्र सप्तकात रेंगाळत असताना तिला तीव्रपणे वाटलं... आपण लग्नच करायला नको होतं. त्यासाठी कुणीही आपल्यावर जबरदस्तीही केली नव्हती. शिक्षण संपलं–बावीस वर्ष झाली–आता लग्न करायचं नाही, तर आणखी काय करायचं?–हे सामाजिक बंधनच तिच्या लग्नाला कारणीभूत झालं होतं. नाही तर... नाही तर काय केलं असतं–याचं मात्र तिला उत्तर सुचत नव्हतं. ती अंतर्मुख असल्यामुळं तिला त्या सतार-वादनातले बारकावे, आलाप, मींडकाम, स्वर-संवाद यांविषयी तिला जाणवलं नाही. तिचं मन आता एकाच विचारानं घेरलं होतं–लग्न झालं नसतं, तर मी निश्चित सतार-कलावंत झाले असते!–आपल्याला संगीतामध्ये पराकोटीची आसक्ती याआधी कधीही नव्हती, हे ठाऊक असूनही ती त्या विचारात पूर्णपणे रमून गेली.

सतारीचे स्वर रवींद्रच्या मनाला संपूर्ण भारतामध्ये पसरलेल्या काही प्रवृत्तींविषयी अधिक जागरूक करत होते. आपल्या पणजोबा, आजोबा, वडलांनी देशासाठी किंवा समाजासाठी जे काही केलं, त्याच्या बदल्यात प्रत्यक्ष फळाची अपेक्षा करणं–केवळ अपेक्षा नव्हे, त्यासाठी काहीही करणं–देशाच्या सर्वोच्च नायकांपासून परशुरामेगौडापर्यंत सगळीकडे दिसणारी वृत्ती ही! गांधीजींच्या मुलांपैकी कुणीही राजकारणात उतरलं नाही. गांधीजींनीच त्यांना येऊ दिलं नसेल काय? संपूर्ण राष्ट्र आणि समस्या यांचा विचार करत असलेल्या रवींद्रला सतारीच्या स्वरांची खिन्न पार्श्वभूमी लाभली होती.

तो भानावर आला, तेव्हा त्याला जाणवलं, आत पुन्हा त्याच रागाची सुरावट ऐकू येत आहे. पण आता आलाप-जोड-झाला अशा नेहमीच्या रागविस्ताराच्या पद्धतीनं नव्हे–आपल्याला वाटले, तोच भाग होन्नत्ती पुन्हा-पुन्हा वाजवत होते. मनाचं समाधान होईपर्यंत एकेक सूर, एकेक तान, पुन्हा-पुन्हा बहुधा अलीकडे मुंबईला गेले असता गुरूनं जे शिकवलं होतं, ते घोटणं चाललं असावं. कितीही वेळ लागला, तरी होन्नत्तींनी आपणहोऊन सतार थांबवेपर्यंत आपण आत जायचं नाही, असं रवींद्रनं ठरवल्यामुळं तो तसाच दिगंतात नजर फिरवत बसून राहिला. त्यानं शेजारी नजर टाकली–

कांती भिंतीला रेलून पेंगत होती.

◆

काही वेळानं कुणी तरी डोंगर चढून वर आल्यासारखं वाटलं. लाल काठाचं पांढरं धोतर, बनियनवर एक उपरणं, एका हातात चार कप्प्यांचा पितळी टिफिन कॅरीयर, दुसऱ्या हातात वेताची छोटी टोपली–त्या टोपलीत पूजेचं सामान–हेच वडेरय्या पुजारी असल्याचं पटकन त्याच्या लक्षात आलं. रवींद्रला पाहताच त्यांनी

चौकशी केली,

"पूजेसाठी थांबलात? कुठलं गाव?"

त्या आवाजासरशी कांती जागी झाली. रवींद्रनं सांगितलं,

"बसवनपूर..."

"बसवनपूर? कुणापैकी म्हणायचे? आणि मला कसं ठाऊक नाही ते?" त्या दोघांकडे बघत त्यांनी जागीच थबकून विचारलं.

"बेंगळूरला असतो. आता विद्याशालेत आलो होतो..."

"हां! मग बरोबर! उगाच डोंगर चढायला आला?"

देवाला मंगलारती करायला आलोय्, असं सांगावं, असं रवींद्रच्या मनात आलं, तरी आपण फुलं-नारळ-कापूर-फळं काहीच न आणल्याचं त्याच्या लक्षात आल. त्यामुळं काहीही उत्तर न देता तो गप्प बसला.

वडेरय्या देवळात शिरला. रवींद्र खजील झाला. भारतात सर्वसाधारणपणे सगळ्या लहान-मोठ्या डोंगरांवर, टेकड्यांवर कुणी ना कुणी देव असतोच. सामान्यतः त्या डोंगरांची नावंही त्या देवावरूनच पडलेली असतात. डोंगर चढणं म्हणजे देवाला जाणं, असाच अर्थ गावकरी मंडळी घेत असतात. मनाला आनंद, साहसाचा भाग, मनोरंजन–यांपैकी सगळं हवं असलं, तरी देवाचं स्थान नसेल, तर ह्या गावकऱ्यांपैकी कुणीही डोंगर चढत नाही. मीही होन्नत्तींना भेटायला आलोय्, हे खरं असलं, तरी डोंगर चढताना होणारा आनंद वेगळाच होता. काहीही असलं, तरी इथं एक देव आहे–त्याच्यासाठी दोन उदबत्त्या, दोन केळी आणि चार रानटी फुलं न्यायचं आपल्याही मनात आलं नाही, हे खरंच! आताच नव्हे, या आधी दोन वेळा येतानाही लक्षात आलं नव्हतं. मग आता पुजाऱ्यानं "उगाच डोंगर चढायला आलात?" म्हणून विचारल्यावर खजील व्हायचं कारण काय?

वडेरय्याच्या प्रश्नामध्येही कुठल्याही प्रकारचा उपरोध किंवा कडवटपणा नव्हता. आपल्याला पाहिल्यावर 'ही केवळ डोंगर चढणारी–गंमत म्हणून डोंगर चढणारी मंडळी' हे त्याला जाणवलं, एवढंच! आणि त्यानं ते बोलूनही दाखवलं. आजोबा-आजी किंवा सौद्रेगौडा कधीही देऊळ नसलेल्या डोंगरावर चढले नसते. चढले असते, तरी त्यांनी तिथं एखाद्या देवाचीही स्थापना केली असती.

बाहेरच्या संभाषणाची चाहूल लागताच होन्नत्तींनी सतार थांबवली होती. आत गेलेल्या वडेरय्यानं त्यांच्या चेहऱ्यावरचा प्रश्न पाहून सांगितलं,

"बेंगळूरचे आहेत. विद्याशालेत आलेत. इथं डोंगर बघायला आलेत."

त्यानं जेवणाचा डबा होन्नत्तींसमोर ठवला, फुलांची आणि पूजेच्या सामानाची टोपली गर्भगृहाच्या उंबरठ्यावर ठेवली, पुढं वाकून गर्भगृहाचा दरवाजा उघडला, तिथल्या कळशीतल्या पाण्यानं हात-पाय धुऊन तो मागच्या बाजूच्या उतारावरून

खाली गेला.

मेघ रागाच्या तंद्रीतच बाहेर आलेल्या होन्नत्तींना या दोघांना पाहून आश्चर्य वाटलं. त्यांनी विचारलं,

"केव्हा आलात?"

"दोन तास झाले असतील. मेघ रागाचं इतकं सविस्तर स्वरूप कधी ऐकायला मिळालं नव्हतं."

रवींद्रच्या बोलण्याचं एकीकडे समाधान वाटलं, तरी ते म्हणाले,

"अजून त्यावर पूर्ण ताबा नाही आला..." नंतर तो कांतीकडे वळून म्हणाले, "आज ना उद्या तुम्ही इथं निश्चित याल, असं रवींद्र म्हणत होते..."

कांतीला बरं वाटलं. होन्नत्ती म्हणजे कुणीतरी पंचवीस-सव्वीस वर्षांचा कोवळा तरुण असावा, अशी काही तरी तिची समजूत होती. पण आता त्यांना पाहताच तिला बरंच आश्चर्य वाटलं. नियमितपणे दाढी केलेला स्वच्छ नीटस चेहरा, केस मागं लांब वाढवले होते. मुद्दाम, की इथं योग्य न्हावी नाही, म्हणून तीन महिन्यांसाठी वाढवले आहेत, कोण जाणे! शुभ्र धोतर-बनियन. वय-आपल्याएवढंच असावं– म्हणजे सुमारे सदतीस-अडतीस. एवढा कसा हा मोठा आहे?–ती उगाच गोंधळून गेली–तरीही स्वतःला आवरून ती 'नमस्ते' म्हणाली.

देवळात राहण्याला परशुरामेगौडा आक्षेप घेत असल्याचं होन्नत्तींना ठाऊक नसावं, हे रवींद्रच्या लक्षात आलं होतं. जर होन्नत्ती पंचविशीच्या आत-बाहेरचे असते, तर फारसा प्रश्नही नव्हता. यानंतर त्यांनी पुन्हा नवी नोकरी शोधणं आणि नव्या प्रकारच्या आयुष्याला सुरुवात करणं म्हणजे फारशी साधी गोष्ट नाही, हे कांतीलाही जाणवत होतं.

होन्नत्तींनी आपल्यापाशी असलेली चटई अंथरून त्या दोघांनाही बसायला सांगितलं. टिफिन कॅरीअरमधलं आपलं जेवण काढून घेऊन, त्यांनी रिकामा डबा विसळून भिंतीपाशी ठेवून दिला. रवींद्रनं त्यांना सांगितलं,

"तुम्ही जेवून घ्या. आमचा सकाळी नाश्ता झालाय्. शिवाय दुपारसाठी त्यांनी खाणं बांधून दिलंय्. तुमचा डबाही आम्ही आणू शकलो असतो–पण लक्षात आलं नाही."

"वडेरय्यांना इथं यायचंच असतं. त्यांची इथली पूजा संपेपर्यंत मी जेवत नाही..." होन्नत्तींनी सांगितलं.

"देव-भक्ती वाढली, की काय?"

"एकेका रागाच्या जेवढ्या म्हणून आत शिरू पाहतोय्, तितकी स्वतःला जोगनाथाच्या पायांशी अर्पण करायची इच्छा अधिक तीव्र होते. आणि जोगय्यावर विश्वास ठेवला नाही, तर रात्रं-दिवस या डोंगरावर एकट्यानं राहायचं तरी कसं?"

यावर होन्नत्ती हसले, तरी ते उत्तर त्यांनी गंभीरपणे दिलं आहे, हे रवींद्रला ठाऊक होतं.

वडेरय्या पाण्याची भरलेली घागर घेऊन वर आला. त्यानं कमरेला ओला पंचा लावला होता. गर्भगृहात जाऊन तिथं ठेवलेल्या छोट्या झाडूनं गर्भगृह स्वच्छ केलं, देवावरचं निर्माल्य हातांनी गोळा करून बाहेरच्या बेलाच्या झाडाखाली टाकलं, ताज्या पाण्यानं हातानं चोळून शिवलिंग स्वच्छ धुतलं, गर्भगृहातलं सारं पाणी निपटून काढलं, शिवलिंगाला विभूती लावली, हळद-कुंकू वाहिलं, तंगडीची फुलं-बेलपत्र वगैरे वाहून शिवलिंगाची पूजा केली, केळीचा नैवेद्य दाखवला, कापूरारती करून बाहेर आले! आणि त्यानं तिथल्या तिघांना मंगळारती दिली. रवींद्रनं ताम्हनात रुपयाचं नाणं टाकून कापराच्या ज्योतीवरून हात फिरवून नमस्कार केला. कांतीलाही त्यानं रुपयाचं नाणं दिलं. वडेरय्याचं काम संपलं. कुणी नसतं, तर कदाचित होन्नत्तींबरोबर काही शिळोप्याच्या गप्पा मारल्या असत्या. धोतर बदलून, बनियन चढवून, होन्नत्तींचा निरोप घेऊन तो रिकामा डबा आणि वेताची टोपली घेऊन डोंगर उतरू लागला.

नंतर होन्नत्ती जेवायला बसले. कांती-रवींद्रनंही आपली भाकरी-चटणी काढली. कांतीचं लक्ष सतारीकडे होतं. आपण सतार-वादन निम्म्यावर सोडल्याबद्दल तिचं मन विषण्ण होऊन गेलं होतं. स्वतःच्या न कळत–पण कुणाच्या लक्षात येणार नाही, अशा प्रकारे ती होन्नत्तींकडे पाहत होती.

होन्नत्ती उत्साहानं अनुपविषयी रवींद्रला सांगत होते,

"...या वयात अशी असलेली मुलंच उद्या काही ना काही करून दाखवतील! संगीताच्या वर्गात तो माझ्याजवळून थोडाही हलत नाही. अधून-मधून इथंही येतो... मला सतार शिकवाल काय, म्हणून विचारत असतो. मी वाजवत असलो, तर शांतपणे पुढ्यात ऐकत बसतो. मधूनच म्हणतो... तुमच्यासारखा होणार मी... लग्न वगैरे करणार नाही! विवेकानंदांचा आदर्श त्याच्या मनात खोलवर रुजलेला दिसतो. आत्मविश्वास खूप आहे–पण एक मात्र आहे! त्याला प्रदर्शनाचा हव्यास मात्र खूप आहे! कौतुक अगदी वसूल करून घेतो! मला मात्र त्याचं भारी कौतुक वाटतं."

◆

विवेकानंद विद्याशालेत जाऊन आल्यापासून तिच्या मनात अढी बसली होती. अनुप कॅबेरे बघायला गेला होता–मी त्याला पैसे दिले होते. आम्हां दोघांनाही शिक्षा करण्यासाठी म्हणूनच अनुपला त्या शाळेत टाकलंय्, याविषयी तिच्या मनात शंका नव्हती. तिथली ती माती, चिखल, शेण, कैद्यांना द्यावी, तशी नाचणीची ती

उकड, तो लालभडक तांदळाचा भात, सफाईवाले शिजवून खातात, तसली ती दाल–त्यालाच सार-आमटी-हुळी वगैरे नावं देतात–! एवढे ब्रह्मचारी मास्तर–त्यांचं मुलांच्या मनांवर आणलं जाणारं दडपण... अर्धवट वयात 'आपल्यालाही यामध्ये आस्था आहे,' असं वाटायला लावणं–गांधीजी! विवेकानंद!! सिंह! सिंहाचा बछडा! दरिद्री मुलांना जो उपदेश द्यायचा–तो माझ्या अनुपला रात्रं-दिवस–छे! शिक्षा करायची, म्हणूनच त्याला तिकडं नेऊन टाकलंय् ना!

काही दिवसांत तिच्या मनातला भावनांचा गोंधळ पूर्णपणे ओसरला आणि काही मुद्दे स्पष्टपणे दिसू लागले.

एक दिवस रात्री जेवण झाल्यावर दिवा बंद न करता मच्छरदाणीत शिरून रवींद्रच्या छातीवर हात ठेवत तिनं विचारलं,

"एक विचारू? खरं उत्तर देशील?"

आवाजात मृदुता असली, तरी यामागं काही तरी वेगळा प्रश्न असल्याचं रवींद्रला अनुभवानं जाणवलं. त्यानं सांगितलं,

"सरळ विचार, जे विचारायचं आहे, ते! छातीवरून हात फिरवत का विचारतेस?"

तिला राग आला,

"का? बायकोनं कधीच प्रेमानं काही विचारू नये?"

"मानस-शास्त्रज्ञ प्रश्न विचारताना 'लाय्-डिटेक्टर' नावाचं यंत्र जोडतात, म्हणे. खोटं बोललं, की आतल्या रक्तप्रवाहात किंवा संज्ञा-प्रवाहात काही तरी बदल घडून येतात. यंत्रावरचा काटा हा बदल दाखवून देतो–त्यावरून खोटं बोलल्याचा शोध लागतो. अर्थात हे सगळं मी फक्त ऐकलं आहे, म्हणा–प्रत्यक्ष पाहिलेलं नाही!"

"म्हणजे?" त्याच्या बोलण्याचा मथितार्थ समजून घेण्यासाठी तिला काही क्षण लागले, "मी छातीवर हात ठेवला, त्यावर आक्षेप आहे तुझा?"

"छेः उगाच जोक केला मी..."

हे ऐकून तिला आणखी संताप आला. त्यालाही वाटलं–

आपण उगाच बोललो. हे बोललो नसतो , तरी चाललं असतं. कितीही ठरवलं, तरी अलीकडे आपल्या तोंडून हिच्याशी बोलताना अशा प्रकारचं तिरकं बोलणं निसटून जातं, हे जाणवत होतं. गेल्या दोन-तीन वर्षांत हे घडत होतं. तिचा माहिती जमवून, उलटतपासणी करत, माझ्या उद्देशाविषयीच शंका घेत, माझ्याशी जेव्हा ही प्रेमाचं नाटक करू लागते, तेव्हा मात्र माझ्याही नकळत एक प्रकारचा कडवटपणा माझ्याही बोलण्यातून डोकावू लागतो.

हे समर्थन सुचताच त्यानं मनातला खेद बाजूल सारला आणि विचारलं,

"काय? विचार..."

"असं गुर्रर्र-गुर्रर्र केलं तर कसं विचारायचं?" म्हणत दिवा बंद करून, ती त्याच्यापासून हातभर अंतरावर त्याच्याकडे पाठ करून झोपली.

काय विचारायचं असेल हिला? काही का असेना–तिलाच आपण होऊन विचारू दे, हवं तर---म्हणत तोही निवांत झोपून राहिला. त्याला तिचा स्वभाव ठाऊक होता. तिच्या डोक्यात काही तरी असलं, तर पूर्ण उत्तर मिळेपर्यंत ती शांतपणे झोपणार नाही, हे तो जाणून होता. तिला काही सांगायचं असलं, तरीही ती तशीच शांत राहणार नाही--- एवढं झाल्यावर आता खुलासा होईपर्यंत आपल्यालाही झोप लागणार नाही, हे ठाऊक असूनही त्यानं तिच्याकडे पाठ केली आणि शरीराचे स्नायू-शिरा सैल करून, मनाला आत वळवून, झोपेचा प्रयत्न करू लागला.

किती तरी वेळ ती गाढ झोप लागल्यासारखी झोपली आणि मध्येच एकदम म्हणाली,

"बरंय् तर! लांबूनच विचारते–यानंतर तुला हात सुद्धा लावणार नाही–प्रॉमिस! हे बघ, तुला माझा आणि माझ्या अनुपचा संताप आला असेल, तर तू जी शिक्षा करायचीय् ती कर–हवं तर थोबाडीत मार! मी अजिबात नाही म्हणणार नाही. त्याचं संपूर्ण जीवन का बिघडवतो आहेस?"

तिच्या प्रश्नाचा रोख त्याच्या लक्षात आला; पण ते दाखवून न देता त्यानं विचारलं,

"म्हणजे? तुला काय म्हणायचंय्?"

"आता जास्त लांबड तरी कशाला? त्या मेंढपाळांची शाळा सोडली, तर दुसरी कुठलीही शाळा नाही या देशात?"

"अशा तिरस्कारानं तिकडं तू बघू नकोस. खरोखरच तिथं तो मोठा होतोय्! तिथल्या वातावरणात खरी-खुरी माया आहे. आपणही आपल्या डोळ्यांनी पाहिलं ना? तिथले सगळे मास्तरही सांगत होते. अण्णय्याही सांगत होता."

"तू असं म्हणशील, हे मलाही ठाऊक होतं. तो पुरुष मुलगा आहे! पराकोटीचा हट्टी आहे तोही! म्हणून तो मुकाट्यानं तिथं राबतो आहे. तुला सांगितलं, तर आवडणार नाही, हे ठाऊक आहे–त्यामुळं तोंड मिटून राबतोय् तो! तूही पाहिलंस, की मातीनं माखलेल्या अंगानं मला मिठी मारून कसा रडला तो!–"

क्षणभर रवींद्रनं तो प्रसंग पुन्हा आठवून पाहिला. नंतर तो म्हणाला,

"अशा प्रकारची कामं करून, मला ठाऊक आहे–त्यामुळं त्याला काम करताना बघून मला आनंद वाटला. तू कधीही ते न पाहिल्यामुळं त्या वेळी तुझा जीव कदाचित कळवळला असेल. एवढ्या दिवसांनंतर मुलांना पाहताना कुठल्याही

आईला भरून येणं अगदी स्वाभाविक आहे. तुला पाहताच–तुझ्या डोळ्यांत पाणी बघून त्यालाही रडू आलं–इतकंच!''

आपल्याला एवढ्या तीव्रपणे छळणाऱ्या मुद्द्यावर त्यानं अत्यंत सहजपणे तोड काढल्यामुळं कांतीचा राग अनावर झाला. ती म्हणाली,

''जे आईच्या आतड्याला जाणवतं, ते बापाला समजत नाही–त्यातही तुझ्यासारख्या क्रूर बापाला–! माझ्या भय्याला कानपूरच्या आय्.आय्.टी.ला पाठवलं, त्या दिवशी माझ्या डॅडींच्या डोळ्यांत पाणी आलं होतं! मी स्वतः पाहिलंय् ते! ज्या घराण्याच्या रक्तातच प्रेम-ममता वगैरे भावना आहेत, त्या घरातल्या पुरुषांच्याही डोळ्यांत पाणी येतं!''

तिच्या शेवटच्या वाक्याचा रोख कुणीकडे आहे, हे त्याच्या लक्षात आलं. आपले अप्पा सरकारी नोकरीमधून निवृत्त झाले, तेव्हा त्यांच्या फंडाच्या पैशांमधून त्यांनी आपल्याला गाडी का घेऊन देऊ नये–म्हणून तिनं रवींद्रला अनेक वेळा विचारलं होतं. पण रवींद्रनं तिकडं पूर्णपणे दुर्लक्ष केलं होतं. एकट्या राहणाऱ्या म्हाताऱ्या माणसाला एवढे पैसे घेऊन काय करायचे आहेत–असा तिचा वाद होता. रवींद्रच्या म्हणण्याप्रमाणे–ते त्यांनी त्यांच्या आयुष्यात अनेक कष्ट काढून मिळवलेले पैसे आहेत–त्याचं काय करायचं, हा त्यांचा प्रश्न आहे. आपल्याला कार हवी असेल, तर त्यासाठी आपण पैसे मिळवायला हवेत–ते शक्य नसेल, तर कर्ज काढायला पाहिजे. त्याच्या वडलांचा स्वभाव आधीपासूनच निर्लिप्त होता. त्यांनी कधीही सून म्हणून घरी आलेल्या कांतीकडून प्रेम अथवा मायेची अपेक्षाच केली नाही. तीही आपणहोऊन पुढाकार घेऊन त्यांच्याशी प्रेम आणि आदरानं वागणाऱ्यांपैकी नाही! हिची वृत्तीच घेण्याची, देणं हे हिच्या स्वभावातच नाही, म्हणा! जी गोष्ट त्या वेळी मलाही जाणवली, ती त्यांना जाणवल्याशिवाय राहिली असेल काय?

एक दिवस कुठल्या तरी संदर्भात ती त्यांनाही म्हणाली,

''तुम्ही निवृत्त झालात–तुम्हांला काय करायचे आहेत पैसे? आम्हांला तुम्ही कार घेऊन दिलीत, तर किती तरी उपयोग होईल त्याचा!''

यातलं अवाक्षरही कानांवर पडलं नाही, असं दाखवत ते समोरून निघून गेले होते. दिल्लीतला त्यांचा सरकारी बंगला रिकामा करून द्यायचा होता–त्या वेळीही आम्ही मुंबईहून त्यांना भेटायला गेलो होतो. त्या वेळी ही यायला तयार झाली होती, ती आपल्या आई-वडलांना भेटण्यासाठी! सासरीही तिनं एक व्हिजिट दिली, एवढंच! अर्थात ती आली, की तिची कुठली मदत होण्याऐवजी तिथल्या नोकरांचंच काम वाढायचं, म्हणा! त्या वेळी तर माझ्यासमोरही ती त्यांना कारविषयी बोलली. तेव्हाही ते अवाक्षर न बोलता सरकारी कारनं तिथून निघून गेले. त्या वेळी रवींद्रनं तिला जाब विचारला होता,

"तुला कणभर तरी लाज-लज्जा, शरम आहे, की नाही? मनात काही तरी नीती–नियमांची चाड असेल, तर हा विचार तोंडातच नव्हे–मनातही येता कामा नये!"

त्या वेळी ही पहिल्यांदा म्हणाली होती,

"प्रेम–अंतःकरण असलेलं घराणंच नाही, म्हणा, तुमचं!"

नंतर त्याला समजलं सासऱ्याच्या फंडाच्या पैशांमधून कार विकत घ्यायची कल्पना तिच्या आई-वडिलांनीच तिच्या डोक्यात भरवून दिली होती!

आता तो म्हणाला,

"अनुपनं कसं व्हावं–काय व्हावं, हे मला ठाऊक आहे. उगाच कटकट करू नकोस. आता त्याचं मन तिथं छान रुळलंय्–त्याला आता डिस्टर्ब करू नकोस. नंतरही त्याला मिठीत घेऊन कुरवाळून तू त्याला रडवलंस, हे मला ठाऊक आहे. त्याच्या मार्गात आता तू आडवी येऊ नकोस. डोळ्यांतून घळाघळा पाणी काढलं, तरच प्रेम आहे; नाही तर नाही, असं तू समजू नकोस!"

एवढं सांगून तो पांघरूण ओढत कुशीवर वळला,

मी अनुपला जवळ घेतलं, तेव्हा हा तर अण्णय्यांच्या खोलीवर गेला होता. मग त्याला कुणी सांगितलं हे? स्वतः अनुपनं? कुणी सांगितलं, ते शोधून काढल्याशिवाय गप्प बसणार नाही मी!

रवींद्रला झोप लागल्याचं त्याच्या संथ श्वासोच्छ्वासावरून कळत होतं. यानं अनुपला आणि मला शिक्षा करायची, म्हणूनच एवढा घाट घातलाय्! याच कारणासाठी तो मला जाणीवपूर्वक कुजकं बोलून टोचतही असतो. आता मी काही सांगायला गेलं, तर मुद्दाम दुर्लक्ष करतोय् हा! मुलांचं शिक्षण हा आई-वडील दोघांनीही एकत्र विचारविनियम करून सोडवायचा प्रश्न आहे ना? ज्या शाळेविषयी माझ्या मनात पराकोटीचा तिरस्कार आहे, त्या शाळेतच माझ्या मनाविरुद्ध माझ्या मुलाला पाठवणं म्हणजे जाणून बुजून अन्याय केल्यासारखं नाही काय?

पण तिनं हा विषय त्यानंतर पुन्हा त्याच्यापुढं काढला नाही. तिला त्यात स्वतःचा कमीपणा वाटला.

एक दिवस दुपारी तीनच्या सुमारास फोनची घंटा वाजली. तिनं रिसीव्हर उचलला. पलिकडून आवाज आला,

"इज इट द होम ऑफ रवींद्र बी. के. प्लीज?"

स्टाईलिश इंग्लिश शब्दोच्चार, अजून नीट न फुटलेला पंधरा-सोळा वर्षांच्या मुलाचा आवाज. कांतीनं विचारलं,

"येस प्लीज. हू इज कॉलिंग?"

"आँटी, माझं नाव जगदीश अरोडा. अनुपचा मित्र मी. कोडाई कॅनॉलमध्ये

शिकतो. इथं आलो होतो. अनुपशी बोलायचंय्. बोलावता का प्लीज?''

तिनंही इंग्लिशमध्ये सांगितलं,

''तोही, दुसऱ्या एका रेसिडेंशियल शाळेत शिकतो. इथं नाही तो... ''

''ओ हो! आय् ॲम डिस्‌अपॉईंटेड! आपण कृपा करून त्याचा पत्ता द्याल का?''

तिच्या मनात एक विचार चमकून गेला. तिनं लगेच हिंदीमध्ये विचारलं,

''बेटा, अनुप नसला, तरी त्याच्या आईला भेटायला जगदीशची काय हरकत आहे?''

''क्यों नहीं, आँटी? तुमचं घर कुठं आहे? पत्ता सांगता?'' जगदीशनं तितक्याच सहजपणे खुशीत विचारलं.

''आधी मल्लेश्वर-सर्कलला ये–तुझं घर कुठं आहे, ते आधी सांग. म्हणजे नेमकं कसं यायचं, ते मी सांगेन.''

''सदाशिव नगर...'' त्यानं सांगितलं. ते ऐकताच तिच्या मनात 'ओह!' असा उद्गार उमटला. सदाशिवनगरमध्ये राहणारे म्हणजे कोट्यवधीच्या घरात ज्यांचा प्रॉफिट आहे, असे बिझनेसमेन! आपण मात्र या मल्लेश्वरमधल्या भाड्याच्या घरात राहत असल्याचा विषाद मनात तरळून गेला. तरी तिनं त्याला घराचा नीट पत्ता सांगितला. जगदीश म्हणाला,

''माझा एक मित्र... ओमप्रकाश सभरवालही इथं आहे. तुम्हांलाही ठाऊक असेलच. आम्ही तिघंही इथल्या शाळेत खूप खोड्या करत होतो! तुम्हांला– आमच्या मम्मी-डॅडींना खूप त्रास देत होतो! त्याच कारणासाठी तुम्ही अनुपची शाळा बदललीत आणि आम्हां दोघांच्या वडलांनीही आम्हांला कोडाईकॅनॉलला पाठवलं. आम्ही दोघंही आलो, तर तुम्ही रागावणार नाही ना? रागावलात, तरी आम्ही ते आशीर्वाद म्हणूनच स्वीकारू!... '' म्हणत आत्मविश्वासानं तो हसला.

''या तर खरे! पाठीवर दोन धपाटे देईन!''

''...आँटी, तुम्हांला तो रिवाज ठाऊकच आहे ना? आँटींनी पाठीवर धपाटे घातले, की नंतर तोंडात मिठाईही घालायची असते! येतोच आम्ही पंधरा मिनिटांत– बाय्–'' म्हणत त्यानं फोन खाली ठेवला.

जगदीशच्या बोलण्याची पद्धत आणि त्यातला आत्मविश्वास बघून ती उत्साहित झाली. आतापर्यंत तिनं या दोघांविषयी फक्त तक्रारी ऐकल्या होत्या. या मुलांच्या नादानं आपला अनुप बिघडतोय्, असं वाटून तिच्या मनात इतके दिवस त्यांच्याविषयी उगाच कडवटपणा होता. आता तिला वाटलं, किती स्मार्ट मॅनर्सचा मुलगा आहे हा!

तिनं भराभरा सोफ्यावरची धूळ पुसली, टिपॉयवरची वर्तमानपत्रं-मासिकं नीट

लावून ठेवली, त्यांना खायला काय द्यायचं, हे ठरवून त्याची तयारी केली, पटकन कुलूप लावून बाहेरून तिनं पेढे आणून ठेवले.

रिक्षामधून उतरलेल्या दोन्ही मुलांच्या चेहऱ्यांवर आत्मविश्वास भरभरून ओसंडत होता. त्याची कोवळीक दर्शवणारी कातडी मृदु असली, तरी कुठल्याही क्षणी रक्त उसळेल, असं वाटणारं सळसळतं तारुण्य मोहक होतं. भरलेली मान, पायांत ट्रेकिंगचे बूट, स्टोनवॉश जीन, पांढरा शर्ट ,हातात क्वार्टझ्चं घड्याळ. चालण्यामध्ये खेळाडूचा सशक्तपणा उसळत होता.

तिला पाहताच आधी नमस्ते म्हणत दोघंही कमरेत वाकले आणि एका हातानं तिच्या पायांशी प्रणाम करून, तोच हात त्यांनी आपल्या मस्तकावरच राजेश खन्ना स्टाईलनं कापलेल्या केसांवरून फिरवला.

"मी जगदीश–मीच फोन केला होता. हा ओमप्रकाश. अनुप मला जग्गू म्हणायचा आणि याला ओमी. आम्ही दोघंही त्याला अपू म्हणायचो! अहो–तो नेहमीच आमच्यापेक्षा वरचढ असायचा!–" त्याच्या बोलण्यात आणि चेहऱ्यावर आठवणींचे मृदुभाव जाणवत होते.

तिनं त्या दोघांच्याही पाठींवरून हात फिरवून आशीर्वाद दिला आणि दोघांचेही हात धरून त्यांना हॉलमध्ये घेऊन आली.

"आँटी... तुम्ही हिंदी किती छान बोलता! आम्हांला वाटलं होतं, तुम्ही इथल्याच लोकल लोकांपैकी आहात!"

"मी दिल्लीची आहे..." ती उत्तरली.

"आय् सी! आय् सी! मग काही प्रश्न नाही. आपल्याला हवं तेवढं बोलता येईल. खरं सांगू? इथल्या लोकल लोकांशी आपल्याला बोलताच येत नाही! ही माणसंही चांगलीच आहेत–नो प्रॉब्लेम! ऑफकोर्स, होल इंडिया इज वन! बट यू नो–व्हॉट आय् मीन!–"

"खरंय् तुझं. भाषेचाच तेवढा प्रॉब्लेम येतो." ती म्हणाली.

"कन्नडा इज अ ब्युटीफुल लँग्वेज–बट–आम्हांला येत नाही–माझ्या मदरनं ती थोडी-फार आत्मसात केली आहे–मेड सर्व्हंटसबरोबर बोलावं लागतं ना? माझ्या फादरनाही येते थोडी फार. बिझनेससाठी सगळ्या भाषा हव्यातच ना! पण मला मात्र ही भाषा येतच नाही. व्हेरी डिफिकल्ट लँग्वेज!" हे सांगता सांगता त्या दोघांनीही तिच्याशी बरीच जवळीक साधली.

"कोडाईकॅनॉलमध्ये बऱ्याच शाळा आहेत, म्हणून मी ऐकलंय्. तुम्ही कुठल्या शाळेत जाता? कसं काय आहे तिथं?" माहिती जमवण्याच्या दृष्टीनं तिनं चौकशी केली.

"आँटी, कोडाईकॅनॉल इज अ रिअली ब्युटीफुल प्लेस! तरीही सिमला - मनाली - मसूरीची सर नाही. किती केलं, तरी तो हिमालय! तुम्ही या ना एकदा कोडाईकॅनॉलला... आधी आम्हांला कळवलंत, तर आमच्या स्कूलच्या गेस्ट हाऊसमध्ये आम्ही तुमची व्यवस्था करू. शाळेचं नाव 'बेव्हर्ली इंटरनॅशनल स्कूल' मागं फादर बेव्हर्ली नावाचे एक जण इथं आले आणि त्यांनी स्थापन केली..."

ओमप्रकाश मध्येच म्हणाला,

"आमचं स्कूल म्हणजे तिथल्या परिसरातला हायेस्ट पॉईंट आहे."

जगदीशनं सांगितलं,

"उन्हाळ्यात साईट क्लिअर असताना आमच्या शाळेजवळून काय दृश्य दिसतं, म्हणून सांगू! पर्वताच्या रांगा एकामागून एक समुद्राच्या लाटांसारख्या दिसतात! आँटी, आमची शाळा खरोखरच इंटरनॅशनल आहे. फक्त इंडियन्स नव्हे–मलेशिया, दुबई, मस्कत, इराण–किती तरी देशांमधले विद्यार्थी आहेत तिथं. अमेरिका–इंग्लंडचीही मुलं आहेत. एन्. आर्. आय्. आहेत ना?" नॉनरेसिडेन्ट इंडियन्स? त्यांची मुलं तर यूके, कॅनडा, सौदी–इथं राहणाऱ्यांपैकी किती तरी जण आपल्या मुलांना आमच्या शाळेत ठेवतात. डॉलर–पौंडमध्ये फी द्यायची म्हटल्यावर त्यांना अगदी स्वस्त पडतं. स्टँडर्ड मात्र इंटरनॅशनल! इंग्लिश उच्चाराच्या बाबतीत तर एवढं लक्ष दिलं जातं, की शिकवायला लंडनमध्ये डिप्लोमा केलेले शिक्षकच ठेवले जातात. आमच्या शाळेचा विद्यार्थी म्हटला, की इंग्लंड–अमेरिका–कॅनडा हवी तिथं ॲडमिशन मिळते!" तो अत्यंत अभिमानानं सांगत होता.

"फी किती?"

"नॉट मच, आँटी! तिथं ज्या फॅसिलिटीज् दिल्या जातात आणि जे स्टँडर्ड मेन्टेन केलं जातं, ते पाहिलं, तर अगदी स्वस्तच म्हणावं लागेल. अशा प्रकारच्या रेसिडेंशियल स्कूलसाठी इंग्लंडमध्ये आठ हजार पौंड फी आहे, म्हणे, दर वर्षी! म्हणजे दोन लक्ष रुपये! विजय रेड्डी–आमचा क्लासमेट सांगत होता. त्याचे वडील सर्जन आहेत तिथं. पुढच्या वर्षी ते हैदराबादला येणार आहेत!... "

"आपल्याकडून किती घेतात ते?"

"मी सांगतो, आँटी... " ओमप्रकाश सांगू लागला, "सुरुवातील ॲडमिशन-फी थर्टीन थाऊंजंड फोर हंड्रेड अँड ट्वेंटीफाय. त्यानंतर दरवर्षी सव्वीसहजार पाचशे. यात बोर्डिंग–लॉजिंग–ट्यूशन-फी आणि इलेक्ट्रिसिटी या गोष्टी येतात. इथं नेहमी अंघोळीसाठी गरम पाणी असतं. तिथल्या थंडीत गार पाण्यानं अंघोळ करणं शक्यही नसतं, म्हणा! लाँड्रीचार्ज आपण वेगळा द्यायचा. युनिफॉर्म आपला. वह्या-पुस्तकं–सगळी स्टेशनरी शाळेतच मिळते. तीच घ्यायची. वर्षाकाठी दोन हजार त्याचे होतात."

"खाणं-पिणं कसं काय असतं?"

"इंटरनॅशनल स्टँडर्ड म्हणून सांगितलं ना, आँटी? ते नसेल, तर अमेरिका-इंग्लंड आणि गल्फचे पालक आपल्या मुलांना इथं सोडतील काय? उठल्याबरोबर बेड-टी, साडेसात वाजता ब्रेक-फास्ट–त्यात एग आम्लेट-टोस्ट-कॉर्न फ्लेक-ओट, हवी असेल, तर पुरी–कॉफी-चहा. दुपारच्या जेवणात पुलाव, व्हेजिटेबल, चपाती, घी राईस, मटण–फिश. साडेचार वाजता मिल्क आणि बिस्किटस्. रात्री सूप–व्हेजिटेबल–नूडल-तंदूरी-दही-सॅलड–एक स्वीट. दर रविवारी दुपारी फीस्ट. दर महिन्याच्या पहिल्या रविवारी ग्रँड-फीस्ट."

तिचं लक्ष पुन्हा त्यांच्या भरलेल्या मानेकडे आणि चमकणाऱ्या गालांकडे गेलं. खरंच! वाढत्या मुलांना असा नीट आहार हवाच! तिनं चौकशी केली,

"गेम्स काय–काय असतात?"

"आऊटडोअर आणि इनडोअर. कोडई एरियामध्ये आमची शाळा स्पोर्टस्मध्ये सगळ्यांत आघाडीवर आहे! फक्त क्रिकेट तेवढं नाही. कारण डोंगरावर त्यासाठी आवश्यक तेवढी मोकळी जागाही नाही. बाकी स्पोर्टस् कंपलसरी आहेत. त्याचबरोबर माउंटेनीअरिंग, हॉर्स रायडिंग असतं. आता आम्हांला सुट्टी असते. हे थंडीचे दिवस ना! आम्हांला थंडीच्या दिवसांतच वार्षिक सुट्टी असते. पाहिजे तर आमच्यापैकी मनालीला विंटरस्पोर्टस्साठीही जातात. पण ते कंपलसरी नाही."

"हॉर्स रायडिंगवगैरेंसाठी वेगळी फी असते?"

"होय. आठवड्यातून एक दिवस. महिन्याला त्याची चारशे रुपये फी वेगळी असते. ट्रेकिंग-माऊंटेनीअरिंग यासाठीही वेगळी फी असते. हॉर्स-रायडिंग तेवढं कंपलसरी नाही. पण बाकी सगळं कंपलसरी आहे."

कांतीनं या आधीही कोडाईकॅनॉलच्या शाळांविषयी ऐकलं होतं. तिच्या माहितीच्या उत्तरेकडच्या किती तरी व्यापाऱ्यांची आणि उद्योगपतींची मुलं तिथं शिकतात, हेही तिला ठाऊक होतं. तरी तिला त्याविषयी एवढी सविस्तर माहिती नव्हती. तिनं विचारलं,

"तिथं जायचं कसं?"

"बेंगळूर-मदुराई फ्लाईट आहे. जेट मिळाली, तर चाळीस मिनिटं. नाही तर दीड तास. तिथून वर जायला टॅक्सी. तिथल्या विमानतळापाशी टॅक्सी तयारच असतात. आमच्या शाळेचीच माणसं आम्हांला विमानात बसवून देतात. आई-वडलांना आधीच कळवलेलं असतं. मुलं पोहोचल्यावर आई-वडील एक्सप्रेस टेलिग्राम किंवा लाईट्निंग कॉलनं मुलगा पोहोचल्याचं कळवतात. ते मात्र कंपलसरी असतं."

ती उठून आत गेली आणि मुलांसाठी काढून ठेवलेलं खाणं आणि चिरलेली

फळं घेऊन बाहेर आली. लगेच दोघांनीही अत्यंत असमर्थता दाखवत म्हटलं,

“आँटी–प्लीज!–आँटी! पोटात एवढीही जागा नाही.!”

वागण्याची ही पद्धत तिथल्या खानदानी घराण्यातली असल्याचं तिला ठाऊक होतं. ती म्हणाली,

“हे काय! एवढी तरणी-ताठी मुलं तुम्ही! पुढच्या वर्षी हिमालयावर चढायला जाणार! मग शक्ती नको?”

दोघांनीही एकेक पेढा घेतला. ओमप्रकाश म्हणाला,

“व्हेरी फाईन, आँटी! आम्ही आमचंच सांगत बसलो! आता आमचा अपू कसा आहे? त्याची शाळा कुठं आहे?”

“त्याचीही डोंगरावरची शाळाच आहे. म्हणजे तशी डोंगरावर नाही. पठारावर आहे, म्हण, हवं तर! चांगली आहे शाळा! तोच लीडर आहे तिथं!” स्वतःला होणारा मनस्ताप न दाखवता ती म्हणाली.

“आमच्या शाळेतही लीडरशिपला फार महत्त्व दिलं जातं! सेल्फ कॉन्फिडन्स! त्याशिवाय लीडर कसा होईल? बिझनेसमध्ये जास्तीची इन्व्हेस्टमेंट कशी करेल? लेबर क्लासबरोबर डील करताना आत्मविश्वास हवाच ना? आमचे प्रिन्सिपॉल यावर फार भर देतात!”

तिलाही हे पटलं.

जगदीशनं विचारलं,

“तो सुट्टीमध्ये घरी येतो ना? डिसेंबरमध्ये सुट्टी असते त्याला?”

“त्याच्या शाळेची पद्धतच वेगळी आहे. त्यांना फक्त उन्हाळ्यातच सुट्टी असते.”

“आँटी, आम्ही त्याच्या शाळेवर जाऊन त्याला भेटून येऊ. डॅडींनी एक ड्रायव्हर बरोबर द्यायचंही कबूल केलंय्. तसा मीही गाडी चालवतो–पण लायसेन्स मिळालेलं नाही ना! तुम्ही कसं जायचं, तेवढं सांगा. आम्ही शनिवारी निघू–रविवारी थांबून सोमवारी माघारी येऊ. डोंगर लवकर कसा चढायचा, त्याचं ट्रेनिंगही आम्ही देऊ त्याला! त्याचं सगळं सामान डिकीत टाकूनच जाऊ आम्ही!”

तिच्या अंतःकरणात तीक्ष्ण सुया टोचल्यासारखं झालं. विद्याशालेची शेणा-माती-गवताची इमारत–तिथल्या माती-वाऱ्यामुळं रोपलेली अनुपची कातडी–त्याचे कपडे–छेः! या मुलांनी तिथं जाता कामा नये!

तरीही चेहऱ्यावरचे प्रसन्न भाव तसेच ठेवून ती म्हणाली,

“हे काय, ओमप्रकाश! तू नमकीनला अजिबात हात लावला नाहीस! ॲपल घे... प्युअर काश्मिरी आहे... ”

आपल्या प्रश्नाच्या उत्तराची वाट पाहणाऱ्या अरोडानं विचारलं,

"अनुपची शाळा बेंगळूरहून किती मैल लांब आहे, आँटी?"

"अरे, त्याच्या शाळेत कुणाही व्हिजिटर्सना जायला परवानगी नसते!"

"असं कसं? आमच्या शाळेप्रमाणे त्यांनी गेस्टरूम ठेवल्या नाहीत? आमच्या शाळेत तर तुम्हीही येऊ शकाल. नंतर गेस्ट चार्जेस् दिले, की काम झालं!"

"बेटा, प्रत्येक शाळेचे नियम वेगवेगळे असतात. आपल्यासाठी ते कसे बदलता येतील?"

"तर मग त्याला तुम्ही आमच्या शाळेत पाठवा. पंधरा तारखेला शाळा रिओपन होते. आता लगेच फोन करून ॲप्लिकेशन फॉर्म मागवला, तर सहज मिळेल. ओळख द्यायला हवी कुणी तरी... ते माझे डॅडी करतील."

"विचार करायला पाहिजे... सांगेन मी अनुपच्या डॅडींना! तुझे डॅडी कसला बिझनेस करतात?"

"शक्ती इलेक्ट्रिकल्स साऊथ झोनचे ते सोल डिस्ट्रिब्यूटर आहेत. हा सीलिंग फॅन आमचा आहे..." त्यानं केव्हाच ते पाहून ठेवलं होतं, "आणि ओमीचे वडील लँड डेव्हलप करून, प्लॅटस् बांधून विकतात."

त्या दोघांचीही दुकानं आणि ऑफिसं, नोकर-माणसं किती वगैरे माहिती ती हळुवारपणे काढून घेऊ लागली.

सहा वाजेपर्यंत गप्पा मारून त्यानंतर ओमी आणि जगदीश तिथून बाहेर पडले.

◆

विद्याशालेत जाऊन आल्यापासून अधून-मधून कांतीचा संताप उफाळून येत होता. संतापाचा रोख नवऱ्यावरच होता. पण अलीकडे तोही पहिल्यासारखा शांत राहत नव्हता. तिनं काही तिरकं बोलणं सुरू केलं, की तोही त्यावर तशीच कुजकट उत्तरं देत होता. त्यात हल्ली रवींद्रनं उपेक्षेचं शस्त्र उगारलं होतं. एखाद्या दिवशी भांडण झालं, तर सहन करता येईल–पण उपेक्षेची घुसमट अधिक जीवघेणी होती. आपला संताप गिळून ती शक्यतो भोचक बोलणं टाळत होती.

कधी-कधी तिला तीव्रपणे वाटे–केवळ अनुपची शाळा एवढाच अतृप्तीचा प्रश्न नाही. त्याहीपेक्षा किती तरी खोलवरची जखम या निमित्तानं ठसठसत होती. पती-पत्नीच्या नात्यामधलं अंतर रुंदावत असल्याचा तिला अनुभव येत होता. पण त्यावर जाणीवपूर्वक विचार करायला बसलं, तर नेमकं काहीच लक्षात येत नव्हतं.

प्रेस क्लब मीटिंगमध्येही सगळ्यांच्या बरोबर केवळ शास्त्रासाठी म्हणून एका पेगमध्ये भरपूर पाणी घालून त्यातले फक्त तीन घोट पिण्यापलीकडे दारूविषयी याला प्रेम नाही. सिगारेट ओढतो–पण त्यातही अतिरेक नाही. ती सिगारेट ओढत नसली, तरी तिला त्या वासात एक प्रकारची प्रसन्नता जाणवत होती. स्वभावानं हा

क्रूर नाही–अबोल घुमा नाही–तरीही हे अंतर का वाढत जावं?

हा हट्टी आहे. पराकोटीचा हट्टी! आणि क्रूरही. नखाएवढी चूक केलेल्या लेकराला सश्रम कारावासाची शिक्षा ठोठावणारा क्रूर बाप हा!

न राहवून एक रात्री विषय काढला,

''हे बघ, तुला वरचेवर कटकट करणं आणि मनालाही त्रास करून घेणं नको, म्हणून मी हा विषय काढला नव्हता. पण तुला सांगायचं म्हणजे–'' अशी सुरुवात करून तिनं अनुपचे मित्र घरी आल्याची बातमी सांगितली. त्यांच्याशी झालेल्या गप्पांविषयीही सांगितलं, आपल्याला त्या दोघांमध्ये दिसलेला आत्मविश्वास, चेहऱ्यावरची चमक, मनालीचे डोंगर पार करण्याची शरीर-शक्ती याविषयी ती सांगत असताना त्यानं मध्येच विचारलं,

''त्या मुलांच्या शाळेचं नाव काय म्हणालीस?''

''बेव्हर्ली इंटरनॅशल स्कूल!...''

''नावावरून स्पष्टच आहे! बेव्हर्ली हिल्स हा हॉलीवूडमधल्या अत्यंत श्रीमंत लोकांच्या वस्तीचा भाग! या नावाचा अर्थच हा, भरपूर श्रीमंत लोकांनीच आपली मुलं या शाळेत ठेवावीत! तिथं फी किती आहे, याची चौकशी केलीस काय? नसेल, तर मी उद्या फोनवरून चौकशी करेन. अरोडा आणि सभरवाल–दोघांशीही माझी ओळख आहे. पण माझी खात्री आहे... तू विचारल्याशिवाय राहणं अशक्य आहे! सांग...''

त्या दोघांनीही सांगितलं होतं, त्यापेक्षा थोडा-फार कमी खर्च सांगावा, असा तिनं विचार केला. ती म्हणाली,

''वर्षाकाठी फार तर पंधरा-अठरा हजार रुपये. आपल्याला काही एवढा खर्च पेलणं अशक्य नाही.''

तो लगेच काही बोलला नाही. स्वतःशीच काही हिशेब मांडून आणि तुलना करून नंतर तो म्हणाला,

''त्या मुलांनी तुला नीट माहिती दिली नाही. वर्षाकाठी चाळीस ते पन्नास हजार खर्च केल्याशिवाय एवढं सगळं शक्य नाही. उद्या त्या मुलांना इथंच फोन करून बोलवून घेतो. मग प्रत्यक्षच चौकशी करता येईल... ''

त्यानं आपल्यावर अविश्वास दाखवल्याचं बघून तिला स्वतःचा अपमान झाल्यासारखं वाटलं. आतून संतापही उफाळून आला. जळणाऱ्या मंद नाईट लॅंपच्या उजेडात त्यानं तिच्याकडे पाहिलंही नाही. तोच पुढं म्हणाला,

''केवळ ही एकच अशा प्रकारची शाळा आहे, असं नाही. उटी, पंचमढी, अजमेर, ग्वाल्हेर, डूनमध्येही आहेत. तू ज्या बेव्हर्ली स्कूलविषयी सांगितलंस, असल्या किती शाळा आपल्या संपूर्ण देशात आहेत, तिथल्या प्रत्येक विद्यार्थ्यांची वार्षिक फी किती, इतर खर्च किती, कुठल्या प्रकारचे आई-वडील आपल्या मुलांना

अशा शाळेत पाठवतात, ही मुलं नंतर काय होतात? त्यांची मानसिक अवस्था कशा प्रकारची असते–या सगळ्या प्रश्नाचा ऊहापोह करून एक मोठं आर्टिकल लिहिणार आहे मी. त्या शाळांचे प्रॉस्पेक्टस आणि बुकलेटस् मी मागवून घेतली आहेत. त्यांचा तुलनात्मक अभ्यास केल्यानंतर तिथले शिक्षक, पालक आणि प्रत्यक्ष विद्यार्थी यांच्याशीही प्रत्यक्ष भेटून बोलायला पाहिजे. हे सगळं मी स्वतः करणार आहे–आणखी कुणावरही हे सोपवायची माझी तयारी नाही. प्रमुख एडिटर साहेबांना मी परवानगी विचारली आहे. ती आली, की मी एक फेरी मारून येईन या मुलाखती घ्यायला!''

तिला पुढं काय बोलावं, ते सुचेना. हल्ली हा असंच बोलतो. देवळातली मूर्ती चोरीला गेल्यावर तिचा शोध घ्यायला हा गावाकडे जाऊन आला, तेव्हापासून आपल्या किरकोळ समस्येला राष्ट्रीय पातळीची समस्या मानणं हा याचा स्वभावच बनून गेला आहे! आपल्या मुलाचा प्रश्न हा माझ्या दृष्टीनं मोठी समस्या असली, तरी हा तिच्याकडे आपल्या वर्तमानपत्रातली पानं भरणारा विषय म्हणून पाहतो! हीही एक प्रकारची उपेक्षाच नाही काय?

तिनं विचारलं,

''म्हणजे? तुला काय म्हणायचं आहे?''

''काय म्हणजे? या देशात राष्ट्रपती हे सगळ्यांत जास्त पगार घेणारी सरकारी व्यक्ती असतात. दरमहा दहा हजार त्यांचा पगार आहे. सगळे कापून हातात चार किंवा पाच हजार रुपये येतात. जर त्यांनी आपल्या मुलाला या बेव्हर्ली स्कूलमध्ये धाडलं, तर घरात एक वेळ आंबील पिऊन दुसऱ्या वेळी उपास काढावे लागतील! अशा परिस्थितीत इतर सरकारी नोकरांना या शाळेत आपली मुलं पाठवणं कसं परवडू शकेल? तरीही किती तरी सरकारी नोकरांची मुलं या शाळांमध्ये शिकत आहेत! ते सगळे लाचखोर आहेत–हा पहिला निष्कर्ष! यानंतर व्यापार आणि उद्योग–धंद्याविषयीचा विचार करायचा, म्हणजे...''

हे ऐकताना तिचा संताप अनावर झाला. ती तीव्र वैतागानं म्हणाली,

''स्टॉप युवर नॉन्सेन्स! पुन्हा हे बोललास, तर मी ऐकून घेणार नाही...''

त्याला तिच्या बोलण्याचा अर्थ पटकन ध्यानात आला नाही. ही का एवढी संतापानं धुसफुसू लागली?

तिचा संताप मात्र वाढला होता.

त्याच्या वडलांप्रमाणे तिचे वडीलही उत्तर भारतात सरकारी नोकरीत काम करत होते. हळूहळू या संपूर्ण कुटुंबाचा कर्नाटकाशी असलेला संबंध पूर्णपणे तुटून गेला होता. तिथं होतं तरी काय, म्हणा, संबंध ठेवण्यासारखं! पण मुलांच्या

लग्नाच्या वेळी मात्र त्यांनी कर्नाटकातलीच माणसं पाहिजेत, असा आग्रह धरला होता. त्या वेळी आईही त्यांच्या मागंच उभी राहिली. मुलांची भाषा उत्तरेकडची, खाणं-पिणं उत्तर हिंदुस्थानी, लग्न मात्र कन्नड मुलाशीच व्हायला पाहिजे! का हा हट्ट? तिला विचारलं, तर तिनं सांगितलं,

"गुजराती किंवा मारवाडी लोक व्यापार-धंद्याच्या निमित्तानं कुठल्याही प्रांतात जातात–राहतात. पण इतरांशी ते संबंध–म्हणजे लग्न-संबंध वाढवतात काय? विचार करून बघ!"

त्या वेळी मी विचारलं होतं,

"ते करत नसतील, म्हणून आपणही का तसंच वागायचं?"

यावर आई म्हणाली होती,

"कारण त्यांच्या आपल्या राहण्यात, पद्धतीमध्ये खूप फरक आहे. तुला नाही समजणार ते!"

त्यामुळं मोठ्या इंजिनीअर साहेबांच्या मुलीचं लग्न जरनॅलिझमच्या नावाखाली आलतू-फालतूंच्या उष्ट्या भाषणांची वर्दी देणाऱ्या पत्रकाराशी करून देण्यात आलं! त्या वेळीही माझं मन असमाधानानं भरून गेलं होतं.

पण डॅडींचा तर हिशेबच वेगळा होता. मोठ्या सरकारी अधिकाऱ्याचा एकुलता एक मुलगा! बी. व्ही. के. मूर्ती वरच्या कमाईला बोटही लावत नाहीत, हे खरं! पण त्यांचा पगारच मुळात जास्त आहे ना! शिवाय अत्यंत काटकसरी माणूस असल्यामुळं शिल्लक गाठोडं बरंच असणार, यात शंका नाही! मग ते गाठोडं तरी आणखी कुणाच्या वाट्याला जाणार? घरात सासूची कटकट नाही. शिवाय अलीकडे पेपरवाल्यांचे पगार आणि इतर भत्तेही चांगले झाले आहेत!

पण पगार-भत्ते कितीही उत्तम असले, तरी तेवढेच कसे भरपूर होतील? अक्काला मात्र चांगला इंजिनीअर शोधून दिला. माझ्या लग्नापर्यंत त्यांचा उत्साह कमी झाला होता काय? नीट प्रयत्न केला नाही काय? पैसे कमी होते काय? छे किती थाटा-माटात लग्न करून दिलं होतं त्यांनी! दिल्लीमध्येच लग्न झालं. भला मोठा शामियाना, बेंगळूरहून आणलेले स्वयंपाकी–पुरोहितही कर्नाटकातलेच होते. कर्नाटकातले एम्. पी. आले होते. कर्नाटकातून इथं येऊन राहिलेल्यांपैकी कुणाच्याही घरात एवढं वैभवपूर्ण कार्य झालं नव्हतं. त्या वेळी अम्माची एक मैत्रीण म्हणाली होती–एवढा खर्च करायचा होता, तर याहून बड्या घरचा मुलगा सहज मिळाला असता!

तिनं माझ्या अंगावर घातलेले सगळे दागिने पाहिले होते ना! त्यांनी आपल्या बायकोच्या दागिन्यांनाच नवं पॉलिश करून जुनेच दागिने माझ्या अंगावर घातले होते. मंगळसूत्र तेवढंच नवं केलं होतं.

नवऱ्या मुलाकडचे कुणी पाहुणेच नव्हते. मुलाची आई तर आधीच गेली होती. आजोबा-आजी हयात नव्हते. मग आणखी कोण नातेवाईक असणार? भल्या मोठ्या सरकारी बंगल्यालाच एक तोरण बांधलं होतं–बस्स! आणखी काहीही विशेष डेकोरेशन नाही–काही नाही! घरात हौसेनं जमलेली कुणी माणसंही नव्हती. कशी जमणार? ही सगळी मुलखाची कोरडी मंडळी! लग्न झाल्यावर त्याच भल्या मोठ्या सरकारी बंगल्यावर नेण्यात आलं मला. दुसऱ्या दिवशी रात्रीच्या रेल्वेनं हनीमूनसाठी जायचं होतं. सकाळीच सासऱ्यांनी सांगितलं,

"हे बघ, दागिने घालून प्रवास करायचा नाही. इथंही दिवस भर कुणी नसणार. तू तुझे दागिने तुझ्या आई-वडलांच्या घरी ठेवून जा."

नव्यानं लग्न झालेलं–नवरा हनीमूनसाठी घेऊन चाललाय्–स्टेशनवर पोहोचवायला अक्का आणि तिचे यजमान आले होते–भाऊही आला होता–आणि त्या वेळी हा स्टेशनवर "आमची नावं कुठं आहेत–" म्हणत थर्डक्लासच्या स्लीपिंग रिझर्वेशनचा चार्ट शोधायला निघाला, तेव्हा अक्कानं सूचकपणे आपल्या नवऱ्याकडे नजर टाकली होती. हे जेव्हा लक्षात आलं, तेव्हाच मनात आलं–कसलाही मान-अभिमान नसलेला पुरुष हा! बघणाऱ्यांना पाहताक्षणी मी नवविवाहिता वाटत होते. आणि हा विवाहित पुरुष! माझ्या वडलांनी दिलेला सूट त्यानं अंगावर चढवला होता. बोटात नव्यानं पॉलिश केल्यामुळं चमकणारी अंगठी!

गाडी सुटली. सहप्रवाशांनी बिड्या पेटवल्या, तेव्हा त्या वासानं पोटात ढवळू लागलं. अखेर ते असह्य होऊन मीच म्हटलं,

"अहो, आपण दोघांनी मिळून करायचा हा पहिला प्रवास! खरं तर विमानानंच जायला हवं होतं. ते जाऊ द्या–फर्स्टक्लासचं तिकीट काढायला काय हरकत होती?"

अक्काच्या आणि तिच्या नवऱ्याच्या पुढ्यात किंमत कमी झाल्याचा उच्चारही केला नाही मी–

यानं काहीही उत्तर दिलं नाही. अजूनही मागं पडत असलेल्या जुन्या दिल्लीच्या किल्ल्याकडे बघत होता. चेहराही अप्रसन्न दिसत होता–लग्नाच्या दुसऱ्याच दिवशी दाखवलेली धिटाई न आवडल्यामुळं कदाचित! मग माझ्या बोलण्यावर काही बोललं नाही, तर आपली हार होईल, असं वाटून तो म्हणाला,

"आपण अंथरूण बघूनच पाय पसरले पाहिजेत!"

"अगदी पैसेच नसतील, तर हनीमून नावाचा प्रकार ठेवला नसता, तरी चालला असता. शास्त्रात तसं काही सांगितलं नाही आहे..." मी न राहवून म्हटलं.

पण यावर त्यानं लगेच सामानसकट दारापाशी जाऊन 'इकडं दारापाशी ये–पुढच्या स्टेशनवर उतरून घरी जाऊ या–' म्हणायचं? असला अहंकार याचा!

मी म्हटलं,

"तसं नव्हे. तशी काही अडचण असती, तर मी सांगितलं असतं आमच्या डॅडींना! त्यांनी एअरचं रिटर्न तिकीट आणि प्रीपेड हॉटेलची व्यवस्था केली असती!"

मी एवढं समजुतीनं सांगत असताना हा म्हणाला,

"लाच खाल्लेल्या पैशांमधून काहीही करता येतं! पण ज्याची फक्त प्रामाणिक कमाई आहे, त्यानं मात्र अंथरूण बघूनच पाय पसरायला पाहिजेत!"

मी म्हणूनच सहन केलं. त्याच वेळी मीही उत्तर दिलं असतं, म्हणजे? त्यानंतरही कंजूषपणाच्या प्रसंगी मी कधी तक्रार केली, की याचं उत्तर ठरलेलं होतं–

"मला कुठंही वर-कमाई नाही! आणि मी लाळ घोटणारं कुत्रंही नाही!"

एकदा–आठ-दहा वर्षांपूर्वी–दहा वर्षांपूर्वीच–होय अनुप पाच वर्षांचा होता तेव्हा–मी म्हटलं होतं,

"तू जेव्हा लाळ घोटणारं कुत्रं म्हणतोस–तेव्हा त्यातून तू आमच्या डॅडींनाच म्हणतोस, असं तुझ्या आवाजावरून वाटतं! यानंतर पुन्हा कधी तू याचा उच्चार केलास, तर तुझा हा संसार राहणार नाही. लक्षात ठेव!"

त्यानंतर हा कधी तसं बोलला नाही! पाठोपाठ तिला आठवलं, हे खरं असलं, तरी आपणही गेल्या दहा वर्षांमध्ये कधीही पैसा किंवा स्टेटसवरून त्याच्याशी वाद घातला नाही. म्हणजे नम्रपणे वागते–

ही एकाएकी अशी का किंचाळली, ते आधी रवींद्रच्या लक्षात आलं नाही. पण काही क्षणांतच कारण त्याच्या लक्षात आलं. आपण कुणाच्या संदर्भातही लाच खाण्याचा विषय काढला, तरी हिला त्यात आपल्या वडलांचीच हेटाळणी दिसते, हा त्याचा पूर्वीचाही अनुभव होताच. उगाच कटकट नको, म्हणून अलीकडे रवींद्रनं तो विषयही काढणं सोडून दिलं होतं. देशातल्या लाच खाणाऱ्या लक्षावधी लोकांविरुद्ध आपण काहीही करत नसताना फक्त हिच्या वडलांना हिणवण्यात अर्थ तरी काय आहे? खरं सांगायचं, तर आपल्याला या लाचखाऊ लोकांचा उगाच रागही येत नाही. पण त्या लाचेच्या भांडवलावर जेव्हा कुणी आपल्यासारख्या लाच न खाणाऱ्याची हेटाळणी करायला येतं, तेव्हा मात्र मनावर संयम ठेवणं कठीण होऊन जातं. लाच न खाणाऱ्याला ही माणसं किती तुच्छपणे मूर्खपणा म्हणून हिणवतात! एकदा रवींद्रशी बोलतानाच ती त्याच्या वडलांना मूर्ख-बिनडोक अधिकारी म्हणून हिणवत होती. न राहून त्या वेळी आपण तिच्या थोबाडीतही दिली होती– रवींद्रला आठवलं.

अप्पांची बुद्धिमत्ता एक वरिष्ठ सरकारी अधिकारी या नात्यानं अत्यंत तीव्र होती. कुठल्याही कागदपत्रांवरून एकदा त्यांची नजर फिरली, की त्यातील मजकुराबरोबरच त्यातील, सूक्ष्मातिसूक्ष्म मुद्देही त्यांच्या मेंदूत चपखल बसत. स्वत: रवींद्रनं किती तरी वेळा सकाळच्या वेळी घरातच सेक्रेटरीला डिक्टेशन देताना पाहिलं होतं. दशांश-शतांश चिन्हांसह आकडेवारी सांगत वेगात ते बोलू लागले, की अतिवेगवान शॉर्टहँडवाल्यांचीही दमछाक होत असे! त्या वेळी ते औद्योगिक मंत्रालयात नोकरीला होते. विदेशी कंपन्यांबरोबर उत्पादन करण्यासाठी आवश्यक असलेल्या एकेका लायसेन्ससाठी मदत करताना दोन-दोन लक्ष घेतले असते, तरी दहा वीस कोटींचा ढीग सहज रचू शकले असते! संबंधित सगळ्याच मंत्र्यांना आणि अधिकाऱ्यांना त्यांची अडचण होऊ लागली, म्हणून त्यांना वेगळ्या खात्यात टाकण्यात आलं होतं.

ज्या दिवशी बदलीची ऑर्डर आली, त्या दिवशी रात्री त्यांनी रवींद्रला बोलावून सारी हकीकत सांगितली. आणि म्हणाले,

"खरं तर, इतके दिवस त्यांनी मला इथं का ठेवलं, कोण जाणे! किती केलं, तरी चाकरी, ती चाकरीच. मग इथं केली काय आणि तिथं केली काय! जिथं जास्तीची लाच खायला संधी आहे, ते खातं अधिक प्रेस्टीजचं आहे, असं नोकर तर मानतातच–पण सर्वसामान्य लोकही तसंच मानतात! कामं व्हावीत, म्हणून या अधिकाऱ्यांसमोर हात जोडून उभं राहावं लागतं ना! अगदी खरं सांगायचं, म्हणजे हात जोडणं–प्रकरण आणि लाच नसती, तर सेक्रेटरी आणि बागेचा माळी यांत माझ्या दृष्टीनं काहीच फरक नाही! पगारांतला फरक आणि कामासाठी आवश्यक असलेली अक्कल वगळली, तर खरंच काही फरक नाही!"

त्या दिवशी किती आनंदात होते ते!

कुणालाही न घाबरणं आणि उगाच दबून न वागणं ही त्यांच्या स्वभावाची वैशिष्ट्यं होती. एकदा ते म्हणाले,

"तुम्ही कितीही मिळवलंत, तरी एका वेळेला दोन चपात्या आणि दोन मुठी तांदळाचा भात यापलिकडचं खाल्लं जात नाही. एका वेळी दोन शर्ट चढवणंही शक्य नाही. एकाच वेळी दोन गाड्यांमध्ये बसणं शक्य नाही. या साध्या गोष्टी लक्षात घेतल्या, की मनातली अभिलाषा आपोआप ओसरून जाते. ती टॉलस्टॉयची गोष्ट ऐकलीस ना? प्रत्येकाला केवढी जागा हवी–यावर, ती गोष्ट मृतदेहाला पुरायची पद्धत असलेल्या देशात लिहिली गेली असल्यामुळं 'सहा हात लांब जागा' हे उत्तर दिलं गेलं. आपल्यासारखी जाळायची पद्धत असलेल्या ठिकाणी तर तेवढीही गरज नाही! बोटभर जागेचीही गरज नाही. हेच मूलतत्त्व!"

लग्नानंतर हिच्याबरोबर काश्मीरचा हनीमून संपवून रवींद्र घरी परतला. इंदरसिंगनं

नेहमीप्रमाणे गरमागरम स्वयंपाक करून वाढला. फुलके–सब्जी–दाल–रायता–अचार–पापड. त्यानंतरही इंदरसिंगच स्वयंपाक करू लागला. असाच आठवडा गेला. आपण होऊन गप्पा मारणं त्यांच्या स्वभावातच नव्हतं. त्या वेळी ते कामावरून खूप उशिरा घरी यायचे. त्यामुळं सासरा-सून यांची कधी बोलणी व्हायचा प्रश्नच यायचा नाही. रवींद्रही कामावर जाऊ लागला होता. एक दिवस त्यांनी रवींद्रला आपल्या खोलीत बोलावून सांगितलं,

"हे बघ, नव्यानं लग्न झालंय् तिचं. सरकारी बंगला कितीही मोठा असला, तरी तिला ते आपलं घर वाटत नाही. तू दुसरं घर पाहा. तू किती पैसे साठवले आहेस, हे मला ठाऊक नाही. घर करायचं, म्हणजे पैसे हवेत–हं हे घे..." म्हणत त्यांनी टेबलाच्या खात्यात आधीच लिहून ठेवलेला दहा हजारांचा चेक त्याच्यापुढं धरला.

रवींद्रचा जीव गलबलून गेला. हे का असं घराबाहेर काढताहेत? कांती त्यांना मनस्ताप होईल, असे काही बोलली असेल काय? वृद्ध वडलांना त्यांच्या उतारवयात सांभाळणं हे आपलं कर्तव्य आहे, ही भावना त्याच्या मनात त्याला कळत नसतानाच रुजली होती. आईच्या माघारी इंदरसिंगनं त्याचं पोट सांभाळलं असलं, तरी यानंतर ती जबाबदारी आपल्या पत्नीची आहे, याविषयी त्याच्या मनाचा विश्वास होता. आता वडलांचं बोलणं त्यावर पाणी फेरण्यासारखं होतं.

रवींद्रला जाणवलं, काश्मीरहून येऊन इतके दिवस झाले, तरी घरातलं–स्वयंपाकघरातलं–डायनिंग टेबलाजवळचं–सगळं काही अजूनही इंदरसिंगच पाहत होता. हिनं एकदाही त्यात लक्ष घातलं नाही. पाहुणीप्रमाणे आयत्या वेळी डायनिंग टेबलापाशी बसून बेडटी–ब्रेकफास्ट-लंच डिनर वगैरे करत होती आणि आपल्या बेडरूममध्ये परतत होती. फोन करून टॅक्सी बोलावून आपल्या वडलांच्या घरी जाऊन येत होती.

अप्पांच्या हे लक्षात आलं असावं–इथं असं एकत्र राहण्यात तिला रस नाही, हेही त्यांना जाणवलं असावं.

त्यानं सांगितलं,

"आम्ही वेगळे राहायला जाणार नाही. सगळं नीट होईल, इकडं मी लक्ष देईन."

त्याच्या चेहऱ्यावरून त्यांनी त्याची मनःस्थिती जाणली आणि ते म्हणाले,

"हे बघ, तू तिला काही बोलू नकोस. तूही समजावून घे. सामाजिक दडपण, आर्थिक आवश्यकता, नवऱ्याचा आग्रह या गोष्टी पूर्णपणे काढून टाकल्या, तर कुठल्याही स्त्रीला आपल्या सासू-सासऱ्यांच्या घरी राहायची इच्छा नसते. तू गृहस्थ व्हावास, म्हणून तुझं लग्न केलंय्–" म्हणत त्यांनी चेक त्याच्या खिशात सारत

म्हटलं, "शांत हो..."

त्या वेळी त्याला त्यांच्या बोलण्याचा अर्थ समजला नव्हता. त्या वेळी वाटलं होतं, रोज कटकट करणारं घरात कुणी नाही, हुंड्यावरून दररोज वेडंवाकडं बोलून मनस्ताप देणारं कुणी नाही. मग या एका खोलीत बोललेलं दुसऱ्या खोलीत ऐकूही जाणार नाही, एवढ्या मोठ्या घरात राहायला कुणाची कशाला हरकत असावी?

त्यानं एकदा तिला विचारलं,

"तू स्वयंपाकघरात का जात नाहीस?"

"इंदरसिंग उत्तम स्वयंपाक करतो ना! जास्त स्वयंपाकी स्वयंपाक बिघडवतात, अशी म्हण नाही का ऐकली?"

"तू स्वयंपाक कर. त्याला बाकीची कामं करू दे–"

"ही थट्टा करताय्, की सहनशक्ती बिघडल्यामुळं सांगताहात?" ती म्हणाली.

तरीही त्या दिवशी ती स्वयंपाकघरात गेली. इंदरसिंगच्या तोचतोपणापेक्षा स्वयंपाकाची चव त्या दिवशी वेगळी झाली होती. पण तेवढंच! दुसऱ्या दिवशी ती पुन्हा स्वयंपाकघरात गेली नाही.

एक दिवस तिनंच विषय काढला,

"हे पाहा, तुम्ही बाप-लेकांनी आपसात काय ठरवलंय्, ते मला ठाऊक नाही. त्यांनी तुम्हांला एवढं मोठं केलंय्, तुमचं लग्न लावून दिलंय्! तरीही तुम्ही त्यांच्यावरच ओझं होऊन राहावं हे योग्य आहे काय?"

घरातला सगळा खर्च अप्पाच करायचे. घरभाडं त्यांच्या पगारातून कापलं जायचं, विजेच्या आणि पाण्याच्या बिलांसाठी त्यांच्याच खात्यातले चेक रवाना होत होते. घरासाठी हवं असलेलं सामान, दूध, फळं, भाज्या–सगळं पहिल्यासारखंच इंदरसिंग आणत होता. तसा तो प्रामाणिक माणूस होता. शेकडा पाच-सहा लंपास करायचा, हे ठाऊक असलं, तरी अप्पा गप्प बसायचे. आता माझ्याबरोबर हिच्या निर्वाहाचा खर्चही त्यांनी का करावा? हिचं म्हणणं खरं आहे.

"यानंतर घराच्या खर्चासाठी आपण इंदरसिंगला पैसे द्यायला हवेत..." त्यानं म्हटलं.

यावर ती म्हणाली,

"ते त्याला पगार देतात. तो तुमचं-माझं कसं ऐकेल?"

"मग काय करायचं?"

त्यानंतर दोन दिवस विचार करून ती म्हणाली,

"आपण इथं राहणं त्यांना फारसं पसंत नाही, असं दिसतं. कदाचित मला वाटतं, ते चुकीचंही असेल. किती केलं, तरी तुम्हां बाप-लेकांचे संबंध मला... चार

दिवसांपूर्वी आलेल्या माझ्यासारखीला... कसे समजतील, म्हणा!''

मीही विचार केला. खरोखरच त्यांनीही मला वेगळं राहा, म्हणून सांगितलं होतंच. हिचं म्हणणंच खरं दिसतंय्. त्यांना आम्ही इथं राहिलेलं आवडलं नसावं.

आता ती धुमसत असताना रवींद्रला ती चौदा वर्षांपूर्वीची घटना आठवली. संसाराच्या संदर्भात पुरुषाची विचारशक्ती यथातथाच असते. त्या वेळी तर यातलं काहीच समजायचं नाही. आदर्श होते, पण अर्थशक्ती नव्हती. आपण इथं राहणं त्यांना पसंत नाही, या हिच्या विधानावर मी कसा विश्वास ठेवला? या घरी सून म्हणून आल्यावर ती स्वतःहून कधी त्यांच्याशी चार वाक्यं बोलली का? एवढी आधुनिक–एवढी सुशिक्षित! तिला त्यांच्याशी चार वाक्यं बोलणं एवढं कठीण होतं का? आपल्याला हवी असलेली माहिती मिळवण्यासाठी हवं तेवढं संभाषण-चातुर्य दाखवणाऱ्या हिला संध्याकाळी सासऱ्याशी एक शिष्टाचार म्हणूनही चार शब्द बोलता येत नाहीत? संध्याकाळच्या वेळी ऑफिसमधून दमून घरी परतलेल्या अप्पांना स्वतः चहा-बिस्किटं देऊन 'ऑफिसमध्ये खूप काम असतं?' म्हणून जिव्हाळ्यानं चौकशी केली असती, तर तेही निश्चितच वात्सल्यानं बोलले असते.

मला त्या वेळी हे का सुचलं नाही? आजी आणि आईच्या माघारी मी स्वतःला हिच्या ताब्यात सोपवून माझी विचारशक्ती पूर्णपणे गमावली होती का? सगळ्या पुरुषांची हीच कथा असते, की काय, कोण जाणे!

त्याच वेळी आमच्या वृत्तपत्राचा पाटण्याचा संपादक नोकरी सोडून दुसऱ्या वृत्तपत्राला जॉईन झाला होता. एका गावात दोन घरं करून राहिलं, तर चारचौघांत वाईट दिसतं–त्यापेक्षा बदली करून घेऊन परगावी जाणं केव्हाही चांगलं–असं त्या वेळी वाटलं होतं. आता वाटतं–चारचौघांत म्हणजे काय? आपले नातेवाईक, आपले गावचे सगळे सोडून मोठ्या गावात येऊन राहिल्यावर अशा प्रकारे टीका-टिपणी करणारी माणसंच नसतात. आपल्या मनाच्या समाधानासाठी किंवा अप्पांच्या समोर उभं राहिल्यावर मनात निर्माण होणाऱ्या दोष-प्रज्ञेसाठी शोधलेला तो एक फुटकळ उपाय होता!

बदलीची बातमी मी घरी येऊन सांगितली, तेव्हा तिनं विचारलं,

''मिथिला देश बिहारमध्ये आहे ना?''

''होय. का?'' मी विचारलं.

''सीतेचा देश तो!–''

तरीही मला काही उलगडा झाला नाही.

''ती नवऱ्यापाठोपाठ अरण्यात गेली. कितीही मॉडर्न असले, तरी तेच संस्कार माझ्यामध्येही आहेत! लग्नानंतर आईनं तर मला तेव्हाच सांगितलं–तुझा नवरा जिथं जाईल, तिथं तुला गेलंच पाहिजे! तू मिथिलेला जात असताना मी तुझ्याबरोबर आले

नाही, तर पुढच्या जन्मी काय होईल माझं!''

या वेळेपर्यंत वरचेवर त्यांच्या घरी जाऊन, चांगलं-चुंगलं आग्रह करकरून खाऊ घालणाऱ्या तिच्या आईविषयी ''एवढी चांगली आणि प्रेमळ बाई आणखी कुठंही सापडणार नाही,'' असं माझं मत होऊन गेलं होतं!

पाटण्यात दोघांचाच संसार सुरू झाला आणि हिचं वेगळंच रूप सामोरं आलं! काय तो हिचा स्वयंपाकाचा उत्साह! आईच्या पत्रांवर पत्रं लिहून किती तरी पाककृती ती तपशिलानं विचारून घेत होती. शेजार-पाजारच्या आणि ओळखीच्या बायकांकडून नवे-नवे पदार्थ शिकून घेत होती. पुस्तकांमधले पदार्थ–स्वतःच्या कल्पनेचे प्रयोग! बोलण्या-वागण्यांत केवढी आत्मीय निकटता! ''आप'' चं ''तुम'' तर कधीच झालं होतं–अगदी जवळ असताना ''तू'' ही होत होतं! रतिक्रीडेतही तसंच–! संकोच दूर होऊन ती सक्रिय भाग घेऊ लागली.!–परिणामी माझ्या मनातली अपराधी भावना ओसरू लागली.

याच दरम्यान एकदा ऑफिसच्या कामानिमित्त अप्पा पाटण्याला आले होते. विमानतळावरून सरकारी गेस्ट हाऊस–तिथून ऑफिस आणि इतर ठिकाणी जाण्यासाठी ऑफिसची गाडी होतीच. त्यांना भेटायला सरकारी गेस्ट हाऊसवर हीही आली. त्यांच्याशी भरपूर गप्पा मारत राहिली. 'आमच्या घरी जेवल्याशिवाय तुम्ही जायचं नाही हं!' म्हणून लाडीक हट्टही धरला. त्या वेळीही मला समजलंच नाही, आमचं घर म्हणजे 'तुमचं' नव्हे, हे त्यांना सांगायचंय् हिला, म्हणून!

तेही जेवायला आले. हिनं अत्यंत रुचकर स्वंयपाक केला होता. त्यासाठी खूप कष्टही घेतले होते. अप्पांनीही येताना चार-पाच प्रकारची फळं आणि गावातल्या प्रसिद्ध मिठाईवाल्याकडची मिठाई आणली होती. हिनं गप्पा मारत आग्रह करून जेवायला वाढलं. ते जायला निघाले, तेव्हा वाकून नमस्कारही केला. मला तर तिच्या वागण्याचं कौतुकच वाटलं होतं. पण अप्पांनाच सगळ्यांचा खरा अर्थ समजला, हे निश्चित! एखाद्या ओळखीच्या परक्या घरी जेवण करून निघतात सांगावं तसं ते म्हणाले,

''थँक्स! एवढे कष्ट घेऊन एवढे सगळे पदार्थ केलेस, त्याबद्दल थँक्स. खरोखरच सगळा स्वयंपाक उत्तम झाला होता!–''

तरीही त्या वेळी मला काहीच समजलं नाही.

आता ती थोडी शांत झाली होती. त्यानं शांतपणे विचारलं,

''तू काय म्हणालीस? माझं कुठलं नॉन्सेन्स बोलणं तू सहन करणार नाहीस? मला कळेल, असं काही तरी बोल!''

''माझ्या डॅडीसारख्या लाच खाणाऱ्या सरकारी अधिकाऱ्यांनाच ही शाळा

परवडते, असंच म्हणायचंय् ना तुला?'' तिनं सरळच विचारलं.

"हे बघ–मी पत्रकार आहे. लाच-लाच खाणारे अधिकारी याविषयी दिवसातून शंभरवेळा लिहितो–बोलतो–तू घरात असतेस, तुला हे ठाऊक नाही. पण लाचेच्या उच्चारासरशी तुला तुझ्या वडलांची का आठवण व्हावी? या देशात तुझ्या बापासारखी लक्षावधी माणसं आहेत!''

यावर काय बोलावं, हे तिला समजेना. आपण संयम गमावला याची तिची तिलाच शरम वाटू लागली. मन अस्वस्थच राहिलं. त्याच्याकडे पाठ करून ती मुकाट्यानं पडून राहिली.

◆

या घटनेनंतर पंधरा-वीस दिवस गेले असतील. एके रात्री आठ वाजता दिल्लीहून तिला फोन आला. तिची आई फोनवर होती,

"अलीकडे तू का नियमितपणे पत्र लिहीत नाहीस?...''

वगैरे चौकशी झाल्यानंतर तिनं सांगितलं,

"तुझ्या डॅडींना पुढच्या महिन्याच्या सहा तारखेला सत्तर वर्षं पूर्ण होताहेत. त्या निमित्तानं पूजा, होम-हवन मोठं फंक्शन करायचं ठरवलं आहे. तुम्हां दोघांना त्यासाठी यावं लागेल. अनुपला घेऊन. त्यांची शाळा चुकेल वगैरे अडचण असेल, तर तुझा नवरा त्याला घेऊन दोन दिवस आधी येऊ दे. तू मात्र आधी पंधरा दिवस आलं पाहिजेस. शांतीही येणार आहे. तुम्ही दोघी नसाल, तर इथं कोण सगळं बघणार? माझ्या हातून काय होतंय् आता! केव्हा येशील, ते लवकर ठरवून तसं फोननं कळव–''

कांतीला मनापासून आनंद झाला. खरोखरच गेल्या किती तरी दिवसांत तिनं आईला नीट पत्र लिहिलं नव्हतं. फोनवर बोलणंही क्वचितच होत होतं. पंधरा-वीस दिवस आई-पप्पांबरोबर राहायला मिळेल. शांतीही येतीय्, म्हणे! मैत्रिणींचीही भेट होईल. खऱ्या मैत्रिणी आहेत, त्या दिल्लीतच! आणखी कुठल्या गावात अशा मैत्रिणी भेटतील, म्हणा! त्या सगळ्या मैत्रिणींनी दिल आणि दिल्लीचा संबंध जोडून 'दिल' पासूनच 'दिल्ली' झालं, असं ठरवूनही टाकलं होतं! तिचं मन डॅडींच्या सत्तरी-समारंभाच्या तपशिलाची कल्पना करण्यात रमून गेलं...

भलामोठा शामियाना! हे तर दिल्लीचं खास वैशिष्ट्य! आणखी कुठल्याही गावात–या दरिद्री बेंगळूरमध्ये तेवढा सुंदर शामियाना कुणीच घालत नाही. या गावातले सगळे कार्यक्रम कल्याण-मंडपात उरकले जातात! घर-दार नसल्यासारखे सगळे एकजात उठून कल्याण-मंडपात जातात! आपल्या स्वतःच्या घरापुढे शामियाना घालून समारंभ करण्यात जी ऐट आणि आनंद आहे, तो कल्याण–मंडपात कुठून

येणार? बेवारशी!–

नवऱ्याला तिनं फोनची बातमी सांगितली. तेव्हा तो म्हणाला,

"एवढ्या आधी कशाला जायचं?"

हे याचं सगळ्या नवऱ्यांसारखं आहे! तिला राग आला, तरी तो न दाखवता ती गप्पच राहिली. रात्री अंथरुणावर पडल्यावर तिनं विचारलं,

"मग केव्हा निघू मी? की डॅडींनी तुला स्वतंत्र फोन केल्याशिवाय किंवा पत्र लिहिल्याशिवाय तू पाठवणार नाहीस मला?"

ही तिची पद्धत त्यालाही ठाऊक होती.

"मी कुठं तसं म्हणालो?" म्हटलं, की ती म्हणणार, "तसं मी तरी कुठं म्हटलं?" किंवा "तोंडानं म्हटलं नाही, तर मनात असेलच ना!" म्हणणार.

तो काहीही बोलला नाही. यानंतर तिच्या असल्या चलाख बोलण्यावर मौन हेच उत्तर त्यानं ठरवलं होतं. शिवाय त्याचं मनही संध्याकाळीच पूर्ण केलेल्या कर्नाटकातल्या मंत्रिमंडळाच्या संदर्भातल्या संपादकीयामध्ये गुंतलं होतं. हे आपलं बरोबर नाही. एकदा लिहून संपवल्यावर तो विषय डोक्यातून काढून टाकता आला पाहिजे. एव्हाना तो लेख बेंगळूर-एडिशनमध्ये मुख्य संपादकीय आणि इतर ठिकाणी दुसरं संपादकीय म्हणून छापायलाही गेलं असेल. आता त्याचा विचार करणं चुकीचं आहे–असं स्वतःला बजावत तो झोपी जायचा प्रयत्न करू लागला.

कर्नाटक एक्सप्रेसच्या तिसऱ्या वर्गाच्या स्लीपरच्या डब्यातून एकटी प्रवास करत असताना तिचं मन समारंभ कसा होईल, याचा विचार करण्यात रमून गेलं होतं. डॅडी सोन्याचा काही तरी दागिना करतील, यात शंका नाही. त्यांच्या साठी-शांतीच्या वेळी त्यांनी पाचपदरी हार दिला होता. शिवाय अनुपला कपडे, जावयासाठी जपान-मेडचं सुरेख घड्याळ आणि सॅमसोनाईट अॅटॅची आणली होती. त्यांनी एवढ्या मायेनं आणलं, तर ते घेताना यानं किती आखडूपणा करावा! भेटवस्तू देण्या-घेण्यात याला सामाजिक अनिष्ट प्रथा दिसते! यानं स्वतःही त्यांना काही दिलं नाही. ओंजळभर फुलं देऊन नमस्कार केला आणि म्हणाला,

"आणखी चाळीस वर्षांनंतर असा नमस्कार करायचं पुण्य माझ्या नशिबी असू दे!"

हा असा वागेल, हे तेव्हा कुठं लक्षात आलं? आता याचा स्वभाव ठाऊक असल्यामुळं तिनं आधीपासूनच नवऱ्याच्या न कळत तयारी करायला सुरुवात केली होती. न कळत तिची नजर अभिमानानं सूटकेसवरून फिरली. आईसाठी उत्तमपैकी म्हैसूर सिल्कची साडी, पपांसाठी पूजेच्या वेळी नेसायचा रेशमी मुकटा–पांघरायचा रेशमी शेला, शांती आणि रजनीसाठी म्हैसूरच्या साध्या प्रिंटेड सिल्कच्या साड्या,

निरंजनसाठी सफारी सूटचं कापड–आता या क्षणी सूटकेस उघडून साऱ्या वस्तू पुन्हा एकदा बघायची इच्छा झाली. इच्छा कितीही तीव्र असली, तरी ती व्यवहार्य नाही, हे तिलाही समजत होतं. तिनं पुन्हा एकदा मनाशी हिशेब केला–एकंदरीत साडेचार ते पाच हजारची सगळी मिळून खरेदी झाली होती. संसारासाठी त्यानं दिलेल्या पैशांमधले तिनं ते बाजूला टाकलेले पैसे होते. नवऱ्याच्या न कळत–असं कुणी तरी आतून हिणवलं, तरी तिनं मनाची समजूत काढली–मग काय करायचं? आपला मान आपणच नको राखायला?

न्यू दिल्लीच्या स्टेशनवर तिचा धाकटा भाऊ निरंजन आणि थोरली बहीण शांती आले होते. तिची बोगी लागेल, त्या ठिकाणीच नेमके ते उभे होते. त्यांना ठाऊक आहे–मी थर्डक्लास स्लीपरनंच येईन, म्हणून! कांतीचं मन या विचारासरशी कोमेजून गेलं.

शांतीचा नवरा रेल्वे-इंजिनीअर असल्यामुळं ती नेहमीच एअरकंडिशण्ड बोगीतून प्रवास करते. पास असतो ना! नाही तर पैसे देऊन विमानानं प्रवास करते. कांतीला रवींद्रचा पराकोटीचा संताप आला. एक वेळचं विमान-प्रवासाचं तिकीट आणून दिलं असतं, तर काय आकाश कोसळणार होतं? नाही तरी परतीचं तिकीट डॅडी विमानाचंच काढून देतील. तेही जाऊ दे, रेल्वेचंच फर्स्टक्लासचं तिकीट न परवडण्याइतकं दारिद्र्य होतं, की काय? आपण कामासाठी परगावी जाताना ऑफिसकडून मिळतं, म्हणून विमान आणि फर्स्टक्लासनं प्रवास नाही का करत? स्वार्थी! दुसरं काय!

त्यांच्यासमोर थर्डक्लासच्या बोगीतून उतरताना तिला जीव गेल्यासारखं वाटलं. स्टेशनच्या बाहेर पडून वाहनं–माणसांची गर्दी कमी झाल्यावर गाडी कॅनॉट सर्कलच्या दिशेनं धावू लागली. एकाएकी डावीकडे बसलेली शांती दचकली. तिनं कांतीच्या पदराआड मानेपाशी लपू पाहणाऱ्या एका ढेकणाला हलकेच चिमटीत पकडलं आणि संपूर्ण शरीर आणि चेहऱ्यावर परकोटीची किळस दाखवत म्हणाली,

"थूः! जळ्ळा हा थर्डक्लासचा प्रवास! माझ्या अंगावर तर शहारेच येतात..."

तिनं चिमटीतला ढेकूण खिडकीबाहेर टाकला, तरी घरी जाऊन पिअर्ससोपनं बोटं धुतल्याशिवाय काहीही करणं शक्य नाही, अशा प्रकारे तिनं तो हात आणि चिमट बाजूला धरून ठेवली. कांतीच्या उजव्या बाजूला बसून गाडी चालवणारा निरंजनही म्हणाला,

"घरी गेल्या-गेल्या तुझी सूटकेस आणि कपडे बाजूला ठेव! सूटकेस कव्हरमध्येही टिक्-ट्वेंटी फवारून दोन तास ठेवून द्यायला पाहिजे! नाही तर सगळ्या घर-भर पसरतील!"

इथल्या इथं गाडी थांबव... एक रिक्षा करून पुन्हा याच पावली स्टेशनवर जाईन आणि तीच ढेकणांची बोगी पकडून आमच्या घरी निघून जाईन–म्हणावं, असं तिला तीव्रपणे वाटलं, तरी ती काहीच बोलली नाही. कॅनॉटप्लेस ओलांडून गाडी जनपथकडे जाताना जाणवलं... निरंजन बोलला, त्यात चुकीचं काय आहे? असल्या थर्डक्लासमध्ये बसवून देणाऱ्या रवींद्रवरचा राग मात्र पुन्हा उफाळून वर आला. हा राग त्याच्यापुढं बोलून दाखवला, तरी काहीही उपयोग नाही! तिसऱ्या वर्गाच्या मेन्टेनन्सवर आणखी लक्ष दिलं गेलं पाहिजे–याविषयी एक वृत्तपत्रात लेख लिहायला पाहिजे, म्हणतो! पण यातून मला काय म्हणायचंय्, तिकडं त्याचं लक्षच जात नाही. अंहं! हेही खरं नाही. तो मुद्दामच तिकडं लक्ष देत नाही–बघता बघता तिच्या डोळ्यांमध्ये पाणी भरलं. त्यामागचं कारण भावालाही समजलं नाही आणि बहिणीलाही उमजलं नाही. शांतीच्या बोटांची चिमट अजूनही तशीच होती.

डॅडी मात्र विशेष आनंदात होते. त्यांनी तिचं मनापासून स्वागत केलं. त्यांनी चौकशी केली,

"तुझा नवरा नक्की येईल ना? अनुप? तो केव्हा येणार आहे?"

रवींद्र अनुपला घेऊन निश्चित येईल, याविषयी तिच्या मनाचीही पूर्णपणे खात्री नव्हती. रेल्वेनं येऊन जायचं, म्हणजे प्रवासच चार दिवसांचा. कमीत कमी आठ दिवसांची रजा तरी आवश्यक आहे. शिवाय अनुपच्या शाळेत अशा प्रकारे पाठवायची पद्धत आहे, की नाही, कोण जाणे! दोघांच्या विमान–प्रवासाइतके पैसे बँकेत नाहीत, हे तिलाही ठाऊक होतं. स्वतःशीच तिची चडफड चालली होती.

इथं आल्यावर तिला आणखी एक गोष्टही समजली. या समारंभामागचं कारण केवळ सत्तरी एवढंच नव्हतं. निरंजनची आर्किटेक्ट म्हणून उत्तम प्रॅक्टिस चालली होती. नुकतंच त्यानं एका पंचतारांकित हॉटेलचं काम पूर्ण केलं होतं. आणखी एका पंचतारांकित हॉटेलचं काम मिळण्याची शक्यता होती. या समारंभाच्या निमित्तानं त्या संदर्भातल्या लोकांना बोलवायचं ठरलं होतं. होमहवन आणि इतर धार्मिक कार्यक्रमासाठी घरापुढं मोठा शामियाना उभारायचं ठरलं होतं. व्यवहाराशी संबंधित लोकांसाठी दुसऱ्या दिवशी निरंजननं काम केलेल्या पंचतारांकित हॉटेलमध्ये भव्य जेवणाची व्यवस्था ठरवली होती. नव्या क्लायंट्सना आपलं काम दाखवणं हा त्यामागचा हेतू होता. शिवाय आपला आर्किटेक्ट म्हणून हॉटेल-वाल्यांनीही एक-तृतीयांश दरात सगळी व्यवस्था करून द्यायचं मान्य केलं होतं. त्या रात्री कुणी, कुठले कपडे घालायचे, हेही एव्हाना ठरलं होतं. कांतीनं आणलेली साडी पाहताच ममीनं हीच साडी त्या वेळी नेसायची, हे सगळ्यांनी ठरवून टाकलं. कांतीनं पुन्हा एकदा केसांना शेप देऊन कंडिशन्ड करायला पाहिजे–हेही ठरलं. सारं घर त्याच उत्साहानं नुसतं दुमदुमत होतं.

निरंजन बुद्धिमान आर्किटेक्ट होता. ॲम्स्टरडॅममध्ये त्याचं शिक्षण झालं होतं. व्यवसायातही आता तो स्थिरावला होता.

एक दिवस डॅडींनी आपण होऊन विचारलं,

"कांती, तुझ्या घरचा फोन नंबर किती आहे? तुझा नवरा केव्हा घरी असतो?"

त्या रात्री त्यांनी स्वतःच फोन करून चौकशी केली,

"कसा आहेस? घरातला केर-धूळ यानं वैतागून जाऊ नकोस. कांती तिथं आल्यावर सगळं बघून घेईल! कितीही राग आला, तरी नवरा काय करणार"? हा-हा-हा म्हणून हसत जवळीक दाखवल्यानंतर त्यांनी सांगितलं, "तुझ्या ऑफिसच्या पत्त्यावर उद्या दोन विमानाची तिकिटं कूरिअर-सर्व्हिसनं पाठवून देतोय्. अनुपबरोबर तुला आलं पाहिजे!"

शेजारी उभ्या असलेल्या कांतीला डॅडींच्या सूचनेमुळं समस्या सुटल्यासारखं वाटलं.

पण पलिकडून रवींद्र म्हणाला,

"नो नो! विमानाचे पैसे घेऊन यायला हे काय ऑफिसचं काम आहे? पाठवू नका–माझ्याकडे पैसे आहेत!"

"नो नो! गैरसमज करून घेऊ नकोस. मी कदाचित नीट व्यक्त केलं नाही, असं दिसतं. इथं आमच्या बिझनेसच्या पैशांमधून तिकिटं काढली, तर टॅक्सच्या दृष्टीनं सोयीचं होईल, म्हणून मी सांगत होतो. जावई-नातू नसेल, तर कसं?" त्यांनी त्याची समजूत काढली.

"प्रिंटेड निमंत्रण-पत्रिका मिळाली. समारंभाचा तपशील समजला... " तोही म्हणाला.

एकंदरीत तो येणार, की नाही, हे एक गुपितच राहून गेलं. डॅडींनी तिला त्याच्यापाशी बोलायला सांगितलं. दुसऱ्या दिवशी रात्री माडीवरच्या एक्स्टेन्शनवरून कुणीही नसताना तिनं बेंगळूरला फोन लावला. अत्यंत आपुलकीनं 'जेवणाचं काय करतोस? हॉटेलमधल्या जेवणाचा वैताग आला, की नाही? साऊथ इंडियातल्या हॉटेलवाल्यांना तेल न लावता पोळी करता येते, हेच पटत नाही! नुसता भात आणि सांबार किती म्हणून खाणार?–' वगैरे चौकशी केल्यावर ती खास प्रेमळ आवाजात म्हणाली, 'ए लबाड! भेटावंसं वाटत नाही? असं काय फार वय झालंय् तुझं? जावई परगावी आहे–लेक डोळ्यांसमोर विरहानं झुरतेय्, हे बघून डॅडींनी विमानाची तिकिटं पाठवतो म्हटलं, तर तू का नकार देतोस? अरे, जावयाचा अधिकार आहे तो! कधीही सोडायचा नसतो! डॅडींनाही आपला जावई एवढ्या मोठ्या वृत्तपत्राचा संपादक आहे, याचा किती अभिमान आहे, म्हणून सांगू! ट्रान्सकॉंटिनेंटल नावाचं नवं हॉटेल–निरंजनच आर्किटेक्ट आहे. तिथं मोठं रिसेप्शन

ठेवलंय्. खूप माणसं येणार आहेत! त्यांच्यामध्ये माझा जावई एवढा मोठा संपादक म्हणून सांगत मिरवावं, अशी त्यांची इच्छा आहे. का उगाच डिस्अपॉईंट करतोस त्यांना?... ''

''इथं न्यूज-एडिटर रजेवर आहे. एक सब-एडिटर रजेवर आहे! त्यामुळं मला येणं तर अशक्य आहे! अनुपलाही घेऊन येणं–पुन्हा पोहोचवणं वगैरे शक्य नाही. समारंभाला माझ्या शुभेच्छा!–''

आपण पूर्णपणे नामोहरम झाल्यासारखं तिला वाटलं. काही ना काही करून त्याला आपलं म्हणणं ऐकायला भाग पाडणं अलीकडे आपल्याला जमेनासं झालंय्. केव्हापासून? हो–तो मूर्ती चोरीला गेली, म्हणून आपल्या गावी जाऊन आला, तेव्हापासून! त्यातही अनुपला त्या दळभद्री शाळेत पाठवल्यापासून हा जास्तच हट्टी होऊन गेलाय्! यानंतर पुन्हा आपण लाळघोटेपणा करायचा आणि त्यानं मात्र थंडपणे उत्तर द्यायचं–हा खेळच नको वाटून तिनं 'तुझी मर्जी!' म्हणत रिसीव्हर जागेवर ठेवून दिला.

नवऱ्याच्या विक्षिप्त वागणुकीमुळं मन चिडचिडं झालं असतानाच आईनं आणखी एक गोष्ट सांगितली–

''शांतीच्या कानांवर ही गोष्ट जाऊ देऊ नकोस–आधीच तिला सहनशक्ती कमी आहे–रजनीच्या पुढ्यात जाऊन तिला दोन लगावूनच ही तिला जाब विचारायची!–'' अशी प्रस्तावना करून त्या म्हणाल्या, ''अग, रजनीला आपल्या नवऱ्याबरोबर स्वतंत्र राहायचं आहे! याच घरात तुम्ही वर राहा–आम्ही खाली राहू म्हटलं, तरी तिला पसंत नाही. एका गल्लीतही राहायचं नाही–असा तिचा हट्ट आहे. मला बघितलं, की तिचं डोकंच उठतं, म्हणे! आता निरंजनचा व्यवसायही खूप चांगला चाललाय्. त्याच्या ऑफिसच्या कामात यांनी त्याला मदत केली, तर काय हरकत आहे? पण हिनं त्यातही आडकाठी घातली. त्याऐवजी आम्ही वेगळा पगारी नोकर ठेवू, असं तिचं म्हणणं! आता सत्तरीच्या निमित्तानं तुझ्या डॅडींनी आपली कमाई अमुक अशा पद्धतीनं वाटायचं ठरवलं. ते त्यांनी सरळ निरंजनलाही बोलून दाखवलं. तो ते बायकोपुढं बोलला. लेकींना त्यातलं काहीही देऊ नये, असा तिचा आग्रह आहे. हे म्हणतात–मी मिळवलेला पैसा कुणाला द्यायचा, हा माझा प्रश्न आहे! निरंजनच्या मनात तसली स्वार्थी बुद्धी नाही. मी स्वतःच हवं तेवढं मिळवू शकतो, असा आत्मविश्वासही त्याच्या मनात आहे. पण बायकोची कूटनीती जाणून घेऊन तिला तोंड द्यायची कुवत कुठल्याही पुरुषाच्या अंगी नसते. एकाच गावात दोन घरं करायची इच्छा यांच्या मनात नाही. डेहराडूनपाशी एक मोठी फॅक्टरी व्हायची आहे. निरंजनच आर्किटेक्ट आहे. त्या फॅक्टरीच्या मालकानं तुझ्या वडलांना संपूर्ण बांधकामावर सुपरव्हिजन करायला सांगितलं आहे. राहायला

बंगला, गाडी, दरमहा बारा हजार देणार आहेत. काम तीन-चार वर्षं तरी चालेल. आम्ही दोघंही तिथं जाऊन राहायचं ठरवत आहोत. डूनमध्येच एक छोटा बंगला बांधायचा. तिथं उकाड्याचाही प्रश्न नाही. हिवाळ्यात एक महिना दिल्लीत आणि एकेक महिना लेकींकडे काढायचा–''

कांतीला भावजयीचा पराकोटीचा संताप आला. डॅडींनीही सारं आयुष्य थाटात काढलंय्... मुलाला एवढा मोठा आर्किटेक्ट केलाय्... त्यांनी सुनेला का घाबरावं? तिलाच घराबाहेर जा म्हणायचं धैर्य त्यांनी का दाखवू नये?

ती या विचारात असतानाच रजनीनं हलकेच दारावर थाप मारली आणि तितक्याच नाजूक आवाजात तिनं हाक मारली,

''मम्मी... ''

यावर आईही तितकंच प्रेम ओसंडत असल्याचं दाखवत म्हणाली,

''आले-आले हं, बाळ!... ''

खोलीचा दरवाजा उघडला. दारात रजनी उभी होती. ती म्हणाली,

''मी ब्युटीपार्लरला चाललेय्. वन्सं आल्या, तर त्यांनाही घेऊन जावं, म्हणून आले होते. त्यांच्या चेहऱ्यावर दोन घामोळ्या दिसत होत्या. आताच ट्रीट केलं, तर कार्यक्रमाच्या दिवशी चेहरा स्वच्छ होईल.''

''जाऊन या ना! आमच्या रजनीचा नणदांवर काय जीव आहे, म्हणून सांगू! त्यात तुझी तर वरचेवर आठवण काढते ती!'' अत्यंत स्नेहभरल्या स्वरात आईनं सुचवलं.

ते जाणून कांतीही म्हणाली,

''चल... आलेच मी... ''

◆

दुसऱ्या दिवशी सकाळी आठ वाजता तिला एक फोन आला. रजनीनं 'वन्सं– तुमचा फोन–' म्हणून सांगताच तिनं रिसीव्हर कानाला लावला. पलिकडचा आवाज म्हणाला,

''हाय, कांती! मी नाव सांगणार नाही. ओळख पाहू आवाजावरून!''

हा आवाज कितीही वर्षं मध्ये गेली, तरी विसरणं शक्य नव्हतं. खेळाच्या मैदानात किंचाळावं, तशी ती ओरडली,

''हाय ऽ शीतल!... ''

''दहा दिवस झाले दिल्लीत येऊन आणि मला एक फोन केला नाहीस– काँटॅक्ट करायचा प्रयत्नही केला नाहीस? जा! मी नाही बोलणार तुझ्याशी!''

''काल सकाळीच मी आईला तुला फोन नंबर विचारला आणि तुला फोन केला

होता. सांगू फोन नंबर?''

''मी घर बदललंय्... फोननंबरही बदललाय् माझा! केव्हा भेटशील, सांग. पाहिजे तर आज दुपारी ऑफिसमधून सुट्टी काढेन. घरी येऊ का तुला पिकअप करायला? मी इथंच ग्रेटर कैलाशमध्ये राहते.''

''चालेल. आज काही काम नाही. असलं, तरी मी ॲडजस्ट करेन. तू ये-वाट पाहते-अग, पण तुला कसं समजलं मी आल्याचं?''

''ट्रान्सकॉंटिनेंटलच्या रिसेप्शनचं इन्व्हिटेशन-कार्ड आलं. आमच्या मिनिस्ट्रीमधल्या सगळ्या मुख्य ऑफिसर्सना आमंत्रण आहे. त्यावरून म्हटलं, तर आलेली असशील किंवा येणार असशील.''

''एक मिनिट थांब हं... '' म्हणून कांतीनं रिसीव्हर ठेवून आत जाऊन त्या दिवशी काही विशेष कामं नाहीत ना, याची चौकशी केली आणि पुन्हा रिसीव्ह उचलून म्हणाली, ''शीतल, आज दुपारीच तू ये. संध्याकाळी आठपर्यंत आपल्याला एकत्र राहता येईल.''

''एक वाजता येईन मी. घरी जेवू नकोस. आपण बाहेरच काही तरी खाऊ. नंतर माझ्या घरी जाऊ. रात्री मी तुला तुझ्या घरी पोहोचवेन.''

ठरल्याप्रमाणे एक वाजता शीतल आली. जुन्या ओळखीच्या मोकळेपणानं तिनं कांतीच्या आईशी थोड्या गप्पा मारल्या. आल्या-आल्या आदर दर्शवण्यासाठी ती थोडी वाकली. मिरांडा हाऊसमध्ये दोघी एकत्र शिकत असताना ती कांतीबरोबर किती तरी वेळा घरी आली होती. या दोघी, निर्मला सिंघानी, जया श्रीवास्तव या चौघींचा तेव्हा ग्रूपच होता. शीतलच्या लग्नाला गेल्याचंही कांतीच्या आईला-रत्नम्मांना-आठवत होतं. नंतरही त्यांच्या कानांवर किती तरी गोष्टी आल्या होत्या. शीतलचे सासू-सासरे हुंड्यावरून तिला त्रास देत असल्याच्या-तिचा नवराही आपल्या आई-वडलांमागे लपत असल्याच्या-शीतलनं नवऱ्याची 'खरा पुरुष हो-' म्हणून संभावना केल्याच्या आणि त्यामुळं तिच्या संसारात तेढ निर्माण झाल्याच्या कथा रत्नम्मांनी वेळोवेळी ऐकल्या होत्या. अखेर शीतलचा घटस्फोट झाल्याचंही त्यांना ठाऊक होतं. या विषयावर त्या कांतीशीही बोलल्या होत्या,

''अलिकडच्या मुलींना धैर्यच जास्तीचं आहे! काहीही म्हण, सुनांना सासुरवास करण्यामध्ये या भागातली माणसं खूपच पुढारली आहेत!''

आता त्या शीतलला म्हणाल्या,

''दोघीही इथंच जेवून जा. उगाच हॉटेलमध्ये कशाला?''

''आँटी, आमच्या इथं एक नवं हॉटेल निघालंय्. हिला तिथली चव दाखवायची, म्हणून आता आले मी.''

शीतलच्या फियाटमधून दोघीही बाहेर पडल्या. बाहेरच्या उन्हात कांतीच्या लक्षात आलं–कानापाशी असलेली शीतलची केसांची बट भुरकट दिसत होती. अगदी काळजीपूर्वकपणे ती रंगवली असली, तरी तिचा वेगळा रंग लक्षपूर्वक पाहिलं, की लक्षात येत होता. कांतीला जाणवलं–हीही आपल्याच वयाची आहे–म्हणजे अडतीस वर्षांची.

तिनं विचारलं,

"स्वतःच घर घेतलंस?"

"हो. फ्लॅट आहे तीन रूम्सचा. आता बघशीलच तू. स्वतःचं घर घ्यायला सरकारी कर्ज मिळतं ना? सगळा हिशेब केला, तर आपण भाडं भरू, तेवढ्याच हप्त्यात आपलं घर होऊन जातं काही वर्षांत. नवऱ्याला सांगून तुम्ही का बदली करून दिल्लीत येत नाही?"

शेवटच्या प्रश्नानं कांतीला आनंद झाला. मैत्रिणी याच गावात आहेत. आपला मुलगाही इथं राहिला, तरच खूप मोठा होईल. पण हे नवऱ्याला पटायला पाहिजे ना! पण यातलं काहीही बोलून न दाखवता ती म्हणाली,

"पण वरच्यांनी ऐकायला हवं ना!"

ग्रेटर कैलासजवळच्या दुकांनापाशी जागा शोधून शीतलनं कार पार्क केली. आतल्या बाजूला असलेल्या 'हडसन क्लब' नावाच्या रेस्टारंटमध्ये ती कांतीला घेऊन गेली. आतल्या वातानुकूलित वातावरणात एका भिंतीवर मॅनहटनचं चित्र होतं–प्रत्यक्ष समोर असलेल्याच आकाराचं. गगनचुंबी इमारती पाहता-पाहता डोकं गरगरावं, एवढा परिणाम घडवणारं दृश्य. दुसऱ्या आडव्या भिंतीवर लांबलचक मियामी बीचचं त्याच प्रकारचं दृश्य. कौपिनापेक्षाही लहान वस्त्रानं लज्जा रक्षण करत उघड्या अंगानं समुद्रस्नान आणि सूर्यस्नान करणाऱ्या स्त्री-पुरुषांच्या रांगा. आणखी एका भिंतीवर वातावरणाला रेटा देऊन प्रचंड वेगानं उसळून अवकाशात झेप घेऊ पाहाणारं यू. एस्. ए. नाव धारण करणारं रॉकेट–एकंदरीत आत प्रवेश करणाऱ्याच्या मनात आपण खुद्द अमेरिकेतच येऊन पोहोचलो आहोत, ही भावना प्रबल करणारं तिथलं वातावरण होतं. वातावरणातला सुखद गारवा आणि मनाचा उत्साह जागता ठेवणारं सौम्य जाझ् संगीत. काऊंटरवरच्या रिसेप्शनिस्टपासून गिऱ्हाइकांच्या संख्येनुसार बसायला जागा देऊन त्यांच्या मागणीनुसार पदार्थ देणाऱ्या सगळ्या काटेकोर बांध्याच्या अठरा ते तीस वयाच्या आकर्षक व्यक्तिमत्त्वाच्या तरुण स्त्रिया. त्या सगळ्यांच्या अंगावर कोपऱ्यापर्यंतच्या बाह्यांचे पिवळे शर्ट आणि स्टोनवॉश जीन पँट होत्या. पायांमध्ये ट्रॅकशूज. पुढच्या बाजूला शर्टवर हडसन म्हणून तिरक्या अक्षरांत लिहिलं होतं, ते छातीवर मिरवत त्या तरुणी वावरत होत्या. सगळ्यांच्या केसांचे कटही सारखेच होते. सगळ्यांच्या इंग्लिश

उच्चारांची स्टाईल अमेरिकन होती. हिंदी-पंजाबी-राजस्थानी–इतर कुठल्याही भाषेचा विटाळ होऊ नये, अशा प्रकारच दडपण आणणारं वातावरण.

त्या दोघींना जागा मिळताच मेन्यू कार्ड न बघता शीतलनं ऑर्डर दिली,

"वन किंग साईझ वुईथ ऑनियन ग्रीन चिली–द ग्लासेस् ऑफ फ्रेश ऑरेंज विथ आईस अँड नो शुगर."

ऑर्डर घेऊन ती निघून गेल्यावर शीतलनं कांतीला इंग्लिशमध्ये विचारलं,

"तू पिझ्झा खाल्लास?"

"हाँ-खाया है... " कांती म्हणाली. तिचं वाक्य अर्ध्यावर तोडून शीतल तिच्या कानात कुजबुजली,

"इंग्लिश! इथं इंग्लिशमध्येच बोल–इथले मॅनर्स तसेच आहेत!–रेस्टोराँ असलं, तरी क्लब म्हणून नाव ठेवलंय्–याचाच अर्थ इथं क्लबचे मॅनर्स पाळले पाहिजेत! तू कधी अमेरिकेत जाऊन आलीस?"

"नाही... "

"मी सांगते तुला... खरं तर, पिझ्झा इटालियन पदार्थ! पण अमेरिकेत जितका उत्कृष्ट पिझ्झा मिळतो, तितका जगात आणखी कुठंही मिळत नाही! अगदी इटलीत सुद्धा! अगदी अनुभवानं मी हे सांगते! इथलं स्टँडर्ड मात्र अगदी अमेरिकेतल्या पिझ्झाचंच असतं! ही दुपारची वेळ आहे, म्हणून गर्दी बेताची आहे. संध्याकाळचे पाच वाजले, की काय गर्दी होते, म्हणून सांगू! आधी फोन करून, जागा रिझर्व करून ठेवली, तर विशिष्ट वेळेला आत प्रवेश तरी मिळतो!..."

कांतीला इंग्लिश बोलता निश्चित येत होतं. तिचं शिक्षणच कॉन्व्हेंट आणि इतर इंग्लिश शाळांमधून झालं होतं. पण एवढी जवळची मैत्रीण पाच-सहा वर्षांनंतर भेटल्यावर इंग्लिशपेक्षाही हिंदीत गप्पा मारणं सहजसुलभ होतं. पण इथली पद्धत! तिथं सगळेच दबलेल्या आवाजात परस्परांशी बोलत होते. हीही तशीच दबलेल्या आवाजात बजावत होती.

"इंग्लिश बोलायचं असेल, तर इथं का घेऊन आलीस?"

"पिझ्झा खाऊन बघ! मग समजेल तुला... "

पण पिझ्झा लवकर येणार नाही, हे त्या दोघींनाही ठाऊक होतं. गाडी चालवताना एकमेकींच्या चेहऱ्याकडे बघून नीट गप्पा मारायला जमलं नव्हतं. इथं आलं, तर हे मॅनर्स! कांती संकोचून गेली. तरीही तिनं दबलेल्या आवाजात विचारलं,

"आता कुठल्या मिनिस्ट्रीमध्ये तू नोकरी करतेस?"

"फॉरेन ट्रेड!... "

"लकी! म्हणूनच परदेशी भरपूर फिरून आलीस!"

"जागतिक औद्योगिक प्रदर्शनात आपण भाग घेतला होता ना? तेव्हा फ्रँकफर्टला

गेले होते. नंतर एकदा न्यूयॉर्कला जाऊन आले. अशीच एकदा ओसाकाला गेले होते. एकेका भागाला गेले, की तिकडचा सगळा प्रदेश बघून यायचं!'' हे सांगताना तिच्या चेहऱ्यावर अभिमान ओसंडत होता. कांतीच्या मनातही हेवा आणि मत्सर निर्माण झाले. आता तिला जाणवलं, शीतलची 'व्हॅनिटी बॅग' परदेशी दिसत होती. नेमक्या कुठल्या देशाची म्हणून सांगता येत नसलं, तरी चामडं कमावण्याची पद्धत, तिचा आकार, आकर्षकता यांवरून ती परदेशी आहे, हे समजत होतं. तिनं शिंपडलेला सेंट पॅरिसचा असल्याचं कांतीनं आधीच ओळखलं होतं. तिच्या अंगावरची सिंथेटिक साडी भारताची नाही, हे स्पष्ट होतं. एवढ्या वेळा परदेशी जाऊन आल्यावर हिचा वॉर्डरोब आणि कपाट तिथल्या साड्यांनी गच्च भरलं असेल! तिनं आपण होऊन दिली, तर गोष्ट वेगळी, नाही तर आपणच विकत घ्यायच्या दृष्टीनं विचारायला काय हरकत आहे? पण नको, ते बरं दिसणार नाही...

कांतीनं हलक्या आवाजात निर्मल आणि जयाची चौकशी केली. थोड्या वेळात पिझ्झा आला. खरोखरच किंग साईझ म्हणजे भलामोठा होता! दोघींनाच तो संपवणं शक्य आहे काय, अशी काळजी वाटावी, एवढा तो मोठा होता. तसेच दोन मोठाले ग्लास संत्र्याच्या रसाचे. चाकू आणि त्रिशूल–काट्याचा चमचा–कांतीच्या दृष्टीनं नवे नव्हते.

खरोखरच पिझ्झा रुचकर होता. त्यावर पसरलेलं चीज खाल्लं, तर एका दिवसात दोन किलो वजन वाढेल, ही एक भीती मनात डोकावली, तरी तिनं स्वतःलाच समजावलं–हे कधी तरी एकदाच घडतं.

शीतलही म्हणाली,

''इथला पिझ्झा खाल्ला, की त्या रात्री मी फक्त काकडी खाऊन झोपते.''

दोघींनी भरपूर खाल्ला, तरी भरपूर पिझ्झा शिल्लक राहिला. तीन वाजता घरीच चहा प्यायचा, असं ठरवून शीतलनं बिल आणायची खूण केली. पुढ्याच्या सुशोभित घडीमधून बिल आणून देण्यात आलं.

''किती?'

''किती का असेना! काय करायचंय् तुला?''

''उगाच. माहिती असावं, म्हणून विचारलं.''

''दोनशे अडतीस रुपये पंचाहत्तर पैसे...'' शीतलनं अत्यंत सहजपणे सांगितलं.

''एवढे? असा कसा हिशेब केलाय् यांनी?'' अन्यायाचा विरोध करत असल्याच्या आवाजात कांतीनं विचारलं.

''किंगसाईस पिझ्झाला बारा डॉलर्स आणि संत्र्याच्या रसाला दोन डॉलर्स. एकूण सोळा डॉलर्स. एका डॉलरचे तेरा रुपये. कर हिशेब. शिवाय वर पंधरा टक्के टॅक्स–आणि बारा टक्के टिप् ठेवायची इथली पद्धत आहे...'' पैसे ठेवत शीतलनं सारा

हिशेब सांगितला.

"पण भारतात डॉलरचा हिशेब कसा चालतो?"

"न्यूयॉर्कमध्ये हाच दर आहे. इथंही त्यांनी तोच दर ठेवलाय्. ऑफकोर्स बिल रुपयांमध्येच आहे. ते काही डॉलरमध्ये बिल, मागत नाहीत. दे आर् रीझनेबल! चल-निघू या?"

तिथून शीतलचा फ्लॅट अवघ्या अर्धा किलोमीटर अंतरावर होता. चौथ्या मजल्यावर होता. पण लिफ्टची व्यवस्था होती. प्रत्येक फ्लॅटवाल्यांसाठी स्वतंत्र गॅरेजची व्यवस्थाही होती. चोवीस तासांचा चौकीदारही होता. लहान व्हरांडा, मोठा लाऊंज आणि तिची बेडरूम एअरकंडिशन्ड केली होती. अत्यंत कलात्मक रीतीनं फ्लॅट सजवण्यात आला होता.

"चल ये. इथंच पडून गप्पा मारू या. कॉलेजमध्ये असताना चौघी अशा गप्पा मारत होतो... त्याची किती आठवण येते ना? थांब, तुला एक हाऊस गाऊन देते-" म्हणत शीतलनं मोठा वॉर्डरोब खोलला आणि एक तलम गाऊन तिला काढून दिला. वॉर्डरोबवर कमीत-कमी पंधरा-वीस वेगवेगळ्या प्रकारचे आणि क्वालिटीचे गाऊन्स आणि नाइट ड्रेसेस् कांतीच्या नजरेला ओझरते पडले. कांतीनंही साडी सोडून मोरपंखी रंगाचा अति-तलम गाऊन डोक्याकडून अंगावर चढवला. शीतलच्या अंगावरचा शुभ्र गाऊनही किती किमती असेल, याची पाहताक्षणीच कल्पना येत होती. कांतीनं अंगावरच्या गाऊनचा स्पर्श मनात साठवत विचार केला. हा गाऊन निश्चित पॅरिसचा असला पाहिजे. फार तर न्यूयॉर्कचा. भारतातला नाही, हे नक्की! हिच्याकडची कुठलीही वस्तू इंडियन नाही...

शीतलनं एअरकंडीशनर सुरू करून कांतीला म्हटलं,

"चल... झोप. ये..."

मऊ गादीवर आडवं होता होता कांतीनं विचारलं,

"एकटीच राहतेस?"

"मग? कुणा प्रियकराला बोलावू, म्हणतेस?" शीतल हसली, तरी त्यातला तिरस्कार स्पष्टपणे जाणवत होता.

"तसं नव्हे, ग... स्वयंपाकपाणी... घरकाम वगैरे..."

"सकाळी एक बाई येते आणि केर, जमीन-दारं-खिडक्या पुसून घेणं वगैरे सगळी कामं करून जाते. संध्याकाळी येऊन स्वयंपाक करून ठेवून जाते. सकाळी फळं, कॉर्नफ्लेक, डबलरोटी, दूध वगैरे घेते. दुपारी ऑफिसमध्ये नरोलाचं लंच-पॅक येतं. रात्री घरी जेवते. चोवीस तासांसाठी कुणालाही घरी ठेवून घ्यायचं म्हटलं, की आपल्या स्वातंत्र्यावर बंधन येतं. शिवाय इथं सिक्युरिटीचा काहीही प्रॉब्लेम नाही."

"तू लग्नाचा का विचार केला नाहीस?"

"पुन्हा ते नाईट मेअर कशाला हवं? माझ्यापुरती मी अगदी सुखात आहे..."

तिचं वाक्य पूर्ण होण्याआधी कांतीला जांभई आली.

ते पाहून शीतलच म्हणाली,

"तू अर्धातास झोप काढ, बघू! त्यानंतर आरामात गप्पा मारता येतील."

"तू?"

"दुपारी वामकुक्षी हा प्रत्येक हाऊस वाईफचा हक्क आहे! ही झोप मिळाली नाही, तर डोकं दुखतं... गोळी घ्यायची पाळी येते! नोकरी करणाऱ्यांच्या नशिबी हे भाग्य कुठलं? संकोच करू नकोस. झोप तू."

पडत्या फळाची आज्ञा म्हणत कांतीनं कूस बदलली.

शीतलला कांतीचा संताप आला होता. हीही इतर डर्टी इंडियन्ससारखीच आहे! एकदा एकदा ओळख झाली, की संपलंच! 'तुम्ही लग्न का केलं नाही?–' म्हणून मागंच लागतात हे लोक! त्यात घटस्फोटित, आहे म्हणून समजलं, तर काही विचारायचीच सोय नाही. यापेक्षा पाश्चात्त्य देशच बरे!

काहीही असलं, तरी ही बालपणीची मैत्रीण. वेगवेगळ्या प्रसंगी परस्परांशी सुख-दुःखाच्या गोष्टींची देवाण-घेवाण झाली आहे. तरीही लग्न करून घरातच राहणाऱ्या बायकांच्या दृष्टीनं नवऱ्याशिवाय एकट्या राहणाऱ्या स्त्रीच्या आयुष्याला काहीच अर्थ नाही! हीही तसलीच एक गृहिणी ना! ही आपल्या संसारात पूर्णपणे सुखी आहे काय? कांती दीर्घ श्वासोच्छ्वास करत गाढ झोपली असताना शीतलला आपल्या पुनर्विवाहाचे प्रयत्न आठवत होते.

आई-वडील म्हणत होते, तेव्हा मी नकार दिला. त्या वेळी मी होकार दिला असता, तर झालं असतं लग्न? दिसायला देखण्या, तरुण आणि लाख रुपये हुंडा देणाऱ्या मुलीशी लग्न करतानाही आखडणारे नवरे-मुलगे! हे घटस्फोटितेशी लग्न करणार? चूक कुणाची, याचा कुणी शांतपणानं विचारही करत नाही. 'घटस्फोटिता' एवढं लेबलही 'नाही' म्हणायला पुरेसं आहे. हात दाखवून अवलक्षण नको, म्हणूनच मी त्या वेळी नको म्हटलं ना! घरी भावजय आली, त्यानंतर मी स्वतंत्रपणे राहू लागले–त्यानंतर आपल्याला आवडलेल्या एखाद्या पुरुषाबरोबर लग्न–

किती तरी पुरुष आवडले होते. स्नेहानं गप्पा मारणारे किती तरी पुरुष ओळखीचे होते. स्वतःबरोबर काम करणाऱ्यांविषयी मनात किती तरी अपेक्षा होत्या. पण त्यांपैकी कुणीही लग्नाचा विषय काढला नाही. मी तसं काही सुचवायचा प्रयत्न केला, तरी त्यांनी आपल्या ते लक्षात न आल्यासारखं दाखवलं. जेव्हा स्पष्टच विचारलं, तेव्हा दोघांनी सांगितलं–आमची काही हरकत नाही, पण आई-

वडील जुन्या वळणाचे आहेत!

त्यानंतर मैत्रीसाठी पुढं आले, ते सगळे प्रौढ वयाचे आणि घरी बायको-मुलं असलेलेच होते. एव्हाना मीही काही कोवळी राहिले नव्हते. त्यामुळं कुणीही अविवाहित जवळपास फिरकत नव्हता.

विवाहितांची तर गोष्टच वेगळी! अनुभवी! वागण्या-बोलण्यातली चलाखी आणि धूर्तपणा! जणू काही हे आपल्या बायकोला घटस्फोट देऊन माझ्याशीच लग्न करणार आहेत. या भ्रमामध्ये मी दुआ आणि खन्नाला माझ्या फ्लॅटवर आपणहोऊन बोलावून नेलं आणि–व्वा! सिगारेटवरच्या जाहिरातींसारखी काय ती 'मेड फॉर ईच अदर!' ची भलावण! अखेर एकदा मी विचारलं,

"मग केव्हा घटस्फोट देता बायकोला?"

"घटस्फोट?" चेहऱ्यावर पराकोटीचं आश्चर्य.

"मग? त्याशिवाय तुम्ही माझ्याशी लग्न कसं करणार? किती दिवस हे चोरटे संबंध ठेवायचे? तुम्हांला खरोखरच 'मेड फॉर ईच अदर' वाटत असेल, तर जीवनाच्या अंतापर्यंत आपण एकच राहू या!–"

मग चेहऱ्यावरचा उत्साह कसा सर्रर्रकन उतरला!

"विचार करून सांगतो–" म्हणून सांगून जो पळून गेला, तो गेलाच! एकदा आपणहोऊन त्याला ऑफिसमधून बोटक्लबला घेऊन जाऊन स्पष्टपणे विचारलं, तेव्हा तो म्हणाला,

"आपण 'मेड फॉर ईच अदर' हे खरं आहे. पण यात माझ्या बायकोची काय चूक? मग माझ्या तीन मुलांची काय गत होईल?"

"तुम्ही तुमचा पगार त्यांना द्या. माझा पगार आपल्या दोघांच्या संसाराला पुरेल."

"फक्त पैशाचा हा प्रश्न नाही. घरात बाप नावाचा समर्थ प्राणी नसेल, तर मुलं बिघडायला–ड्रग्ज़सारख्या व्यसनाच्या अधीन व्हायला वेळ लागणार नाही. त्यांचा सर्वनाश करणं नैतिकदृष्ट्या योग्य नव्हे..."

"...आणि माझी फसवणूक करणं कुठल्या नैतिकतेत बसतं?..."

"तुम्ही काही अबोध-अजाण नाही. माझ्याच वयाच्या आहात. माझ्यापेक्षा जास्त अनुभवी आहात! आपल्यांतला स्नेह वाढला, हे खरं. एका अर्थी आपण खरोखरच मेड फॉर ईच अदरही आहोत. पण म्हणून तुम्ही मी तुम्हांला फसवलं, असा आरोप करू शकणार नाही! तुम्ही तसा प्रयत्न केलात, तर–थँक्यू अँड गुडबाय!–" म्हणून पाठ फिरवून निघून जाणं–नंतर फोन नाही, की भेट नाही–

अशा प्रसंगांनंतर पुरुष-जातीविषयी द्वेष, नाही तर आणखी कुठली भावना निर्माण होणार, म्हणा! पण हे शरीर–! हे शरीर–त्यातल्या ग्रंथीच मनावर नियंत्रण

ठेवत असतात ना? या देहापुढं, मनाचा कुठलाही खेळ चालत नाही, हे त्या वेळी तीव्रपणे जाणवलं. नाही तर असे अनुभव आल्यानंतर सहाच महिन्यांत खन्नाशी संबंध वाढवण्यात मी पुढाकार कसा घेतला होता?

अशा नात्यामध्ये योग्य अशी जागा निवडणं पुरुषाची जबाबदारी! तीही जबाबदारी टाळून मजा मारणाऱ्या खन्नाला मी आपण होऊन माझ्या फ्लॅटवर घेऊन जात होते ना? त्याचं बोलणंही याच प्रकारचं! गंगा-यमुना-संगम वगैरे वगैरे–तरीही मला मोह पडतच होता ना? सारं उरकून चहा–नमकीन खाल्ल्यावर घड्याळात सहा वाजलेले बघून घाईघाईनं घराकडे पळणाऱ्या खन्नाविषयी संताप काय कमी येत होता? अशा परिस्थितीमध्येही मन व्याकूळ होऊन जायचं. दिवसा ऑफिसमध्ये वेळ जाणं फारसं कठीण नव्हतं. रात्रीच्या वेळी एकटीनं घरात झोपायचं–ते जीवघेणं एकटेपण–सकाळी जाग यायच्या वेळी कुणाच्या तरी उबदार बाहुपाशानं घेरलेलं असावं, ही आशा प्रबल नसती, तर मी त्याला काहीच विचारलं नसतं.

मी विचारल्यावर त्याच्याकडून तेच उत्तर मिळालं. मी म्हटलं,–

"असं होतं, तर का माझ्या इतक्या जवळ आलास?"

"तू बोलावलंस, म्हणून आलो! बस्स!"

ही माझी अवस्था!! पुन्हा पुरुष-प्राण्याचा पराकोटीचा द्वेष–पण कितीही द्वेष केला, तरी हे शरीर–ही अदम्य शक्ती–

एक दिवस शास्त्रीभवनच्या समोर असलेल्या पानाच्या ठेल्यापाशी दोघंही तोंडात पानाचा तोबरा भरून एकमेकाला टाळी देत परस्परांशी दोस्तीच्या गप्पा मारत उभे असलेले दिसले. त्यांनीही मला पाहिलं. जमीन दुभंगून जाईल, तर बरं, अशी अवस्था झाली माझी तेव्हा! हे दोघंही परस्परांचे इतक्या जवळचे मित्र आहेत? म्हणजे परस्परांशी बोलताना त्यांच्यामध्ये आपलाही विषय निघत असेल? पुरुषांना यात एक प्रकारचा पुरुषार्थ वाटतो ना!–

शीतलच्या मनातल्या जुन्या आठवणी टोचत असतानाच कांतीच्या श्वासोछ्वासांत बदल झाल्याचं शीतलला जाणवलं. ती जागी होत आहे, हे तिच्या चेहऱ्यावरून लक्षात येत होतं.

काही क्षणांतच कांती पूर्ण जागी होऊन म्हणाली,

"हे काय? किती वेळ झोपले होते मी? आधीच आपण किती तरी दिवसांनी भेटलोय्," म्हणत ती उठली आणि तोंड धुऊन परत आली.

शीतलनं विचारलं...

"तुझं कसं काय चाललंय्? नवरा काय म्हणतो? अनुप आता कितवीत

शिकतो? कुठं असतो तो?''

अनुपच्या शाळेविषयी जाणवणारा मनस्ताप कांतीनं फक्त आईजवळ व्यक्त केला होता. डॅडी घाईत असल्यामुळं निवांतपणे बसून गप्पा मारायला जमलं नव्हतं. समारंभ पूर्ण होईपर्यंत ते शक्य नाही, हेही दिसत होतं. आता मैत्रिणीनं तो विषय छेडताच ती मन मोकळं करून बोलू लागली,

''माझा नवरा गांधी-ज्वरानं पछाडलाय्! भारताचा उद्धार करेन–भारतातल्या साठ कोटी लोकांना मिळत नाही, ते माझ्या मुलाला नको म्हणतोय् तो! त्यासाठी त्यानं माझ्या अनुपला एका दरिद्री खेड्यात विद्यार्थ्यांनीच बांधलेल्या शाळेत...''

''पण तो केंद्रीय शाळेत शिकत होता ना?''

हिनं आपल्या मुलाचा तपशील लक्षात ठेवला आहे, हे पाहून कांतीच्या मनात तिच्याविषयी आणखी जवळीक निर्माण झाली.

''होय. आधी केंद्रीय शाळेतच तो शिकायचा. गाव मोठं. शाळेत व्यवस्थित जायचा नाही. लहान मुलगा. तू-मी-जया-निर्मल असंच करत नव्हतो? शाळा-कॉलेज चुकवून सिनेमाला जात नव्हतो काय? पण परीक्षा जवळ आली, की रात्रं-दिवस अभ्यास करून वर्षही वाया जाऊ दिलं नाही. तोही अधून-मधून शाळा चुकवून मित्रांबरोबर ढिशॉव-ढिशॉव सिनेमा बघायला जायचा. तिथला हेडमास्तर मिलटरीवाल्यासारख्या शिस्तीचा माणूस होता–त्यानं तक्रार केली. माझ्या नवऱ्यानं एवढ्या गोष्टीवरून त्याला त्या शाळेतून काढलं आणि खेड्यातल्या दरिद्री गांधी-शाळेत टाकलं! मी किती, काय सांगितलं, तरी त्याची काय किंमत आहे?''

शीतलच्या मनातला आत्मीय भाव आणखी पाझरला. कांतीकडे वळून तिच्या केसांवरून हात फिरवत तिनं स्नेहानं विचारलं,

''ही इज ऑल राईट, म्हणाली होतीस ना?''

''लग्न झाल्यावर सुरुवातीला सगळे चांगलेच असतात, ग! नंतरच ह्या गोष्टी सुरू होतात–मी पुरुष–मी मिळवता! मीही मिळवती असते–त्याच्या निम्म्यानं पगार आणत असते, तर माझ्या मुलानं कुठं शिकावं–कसं शिकावं, याविषयी काही तरी म्हणू शकले असते! एका दृष्टीनं तुझंच चांगलं आहे, शीतल!''

शीतलला आत कुठं तरी बरं वाटलं. ती म्हणाली,

''तुझं चुकलंच. त्याच वेळी तू एखादी नोकरी धरायला हवी होतीस.''

''नवरा वृत्तपत्र व्यवसायातला–त्याची गावोगावी बदली होणार–अशा परिस्थितीत ते कसं शक्य होतं?''

''नवरा बदली होऊन जाईल, त्याच गावी बायकोनं जावं, म्हणून कुणी सांगितलंय्? ती राहील, तिकडं त्यानं येऊन राहू नये? आपापल्या गावी नोकरी करत राहून रजेमध्ये परस्परांपाशी येऊन राहू नये, असं कुणी सांगितलंय्? संसार

करायचा, म्हणजे वर्षातले तीनशे पासष्ट दिवस एकत्र राहायचं–एकाच अंथरुणात झोपायला पाहिजे, हे बंधन कशासाठी? अलिकडचं सुप्रीम कोर्टामधलं एक जजमेंट तू वाचलंस ना? नवरा-बायको दोघंही दिल्लीमध्ये नोकरी करत होते. बायकोची प्रमोशनवर गोहत्तीला बदली झाली. ती गेली. मुलांची जबाबदारी नवऱ्यावर पडली. नवरा डायव्होर्ससाठी कोर्टात गेला. बायकोनं प्रमोशन नाकारलं असतं, तर ती दिल्लीत राहू शकली असती–तिला नवरा–मुलांपेक्षा आपलं करीअर जास्तीचं झालं, असं त्याचं म्हणणं. प्रकरण कोर्टात गेलं. तिथं निकाल मिळाला–बायकोचं करीअर हा तिचा प्रश्न आहे–नवऱ्यानंही मुलांची जबाबदारी पार पाडली पाहिजे! समजलं? आहेस कुठं तू?'' शेवटचं वाक्य उच्चारताना शीतल संतापानं धुमसत होती.

शीतलचं बोलणं ऐकत असताना कांतीच्या मनातही अनामिक तृप्ती–समाधान भरलं होतं. त्या रास्कल नवऱ्याला कोर्टानं छान धडा शिकवला! पण पाठोपाठ तिला आठवलं. आपण अलीकडे एवढ्या तपशिलानं वर्तमानपत्र वाचतच नाही! घरी देशातली सगळी महत्त्वाची इंग्लिश वर्तमानपत्रं येतात. रवींद्र त्यातलं सगळं वाचतो. काही मजकुरापाशी त्यानं पेन्सिल किंवा लाल शाईनं खुणाही करून ठेवलेल्या असतात. ऑफिसला जाताना सगळा गठ्ठा तो आपल्याबरोबर गाडीमध्ये घालून घेऊन जातो. देशातली सगळी मासिकं-साप्ताहिकं घरी आणून तो त्यांवरून नजर फिरवत असतो. आपण मात्र त्यातली फक्त भरतकाम–विणकाम, सिनेमा-करमणूक आणि खेळ एवढीच पानं वाचतो, हेही तिला आठवलं.

◆

''चल.... चहा करू या...'' म्हणत शीतल उठून आत गेली.

कांतीही तिच्यापाठोपाठ आत गेली.

शीतलचं स्वयंपाकघर बघून कांती चकित होऊन गेली. ॲम्स्टरडॅममध्ये आर्किटेक्ट होऊन आलेल्या निरंजननंही एवढा विचार करून आपलं घर बांधलं नव्हतं. किचन फ्लॅटफॉर्म, त्याखालचे लहान-लहान सुबक कप्पे, त्यांचे स्प्रिंगचे दरवाजे, फ्लॅटफॉर्मवर चाकूनं काहीही केलं, तरी चरा पडणार नाही, असा पापुद्रा. त्यामध्येच डिश-वॉशर, या सगळ्या वस्तू अत्यंत सुबकपणे एकमेकीस जोडल्या होत्या.

''कुठून आणलंस, ग, हे? इथलं नाही हे तर निश्चित!''

''संपूर्ण सेट–तो एक्झॉस्ट फॅन, हा फ्लॅटफॉर्म, कुकिंग रेंज, ओव्हन–हे सगळं इंग्लंडहून मी मागवून घेतलं. संपूर्ण दिल्लीमध्ये अशी व्यवस्था फक्त यू.के.च्या अधिकृत हायकमिशनरच्या घरी आणि अम्बॅसडरच्या अधिकृत निवासस्थानी

आहे!–'' तृप्तपणे मंद हसत शीतलनं इलेक्ट्रिक किटलीचा स्विच चालू केला.

कांती पाहत होती–इथली प्रत्येक वस्तू फॉरेनची आहे!

शीतल सांगत होती,

''हे सगळं स्वच्छ करायचं म्हणजे विशिष्ट प्रकारची डिटर्जंट पावडरच वापरावी लागते. नंतर अत्यंत मृदु स्पंजनं सगळं पुसून घ्यायचं. इंडियन मेडसर्व्हंट्सना कितीही सांगितलं, तरी नीट कामं करत नाहीत, हाच खरा प्रॉब्लेम आहे! स्वतः समोर उभं राहून सगळं करून घ्यावं लागतं... ''

किटलीतल्या पाण्याला उकळी फुटल्यावर तिचा स्विच आपोआप बंद झाला. समोरच्या भिंतीवर तीन सुशोभित खुंट्या होत्या. त्यांतली एक दाबताच भिंतीमधून दोन स्टूल आपोआप बाहेर आले. त्या दोन्हींमध्ये एक आटोपशीर डायनिंग टेबल आलं. त्या टेबलावर चहाचे मग्स् आणि बिस्किटं ठेवत ती कांतीला म्हणाली,

''ये... बैस... ''

मनोमन त्या व्यवस्थेवर मोहून गेलेली कांती एका स्टुलावर बसली. शीतलनं बिस्किटाची प्लेट तिच्याकडे सरकवली. तिनं स्वतःच्या चहात साखर घेतली नव्हती.

चहाचा एक घोट घेत कांतीनं विचारलं,

''तुला सांगायचं नसेल, तर सांगू नकोस... तुझा नवरा... आय् मीन माजी नवरा म्हण, हवं तर!... आता कुठं असतो? त्यानंतर कधी त्याला भेटायचा प्रसंग आला होता काय? दिल्लीतच तोही असतो, म्हटल्यावर–''

''तो? हे बघ–यानंतर त्याचा माझ्या संदर्भात माजी नवरा म्हणूनही उल्लेख करायची आवश्यकता नाही. फक्त गुप्ता म्हटलंस, तरी चालेल. अगं, आपल्याला अशा निवांत गप्पा मारून सहा वर्षं होऊन गेली ना? तीन वर्षांपूर्वी एका प्रसंगी त्याच्याशी बोलण्याचा संदर्भ आला होता. एक इंटर-मिनिस्ट्री कमिटी केली होती. त्या वेळी आमच्या मिनिस्ट्रीमधून मी होते–तो तेव्हाही फायनान्स मिनिस्ट्रीमध्ये होता. लॉ-मिनिस्ट्रीकडून एक लाल नावाचा माणूस आला होता. प्लॅनिंग मिनिस्ट्रीमधून एक कुणी तरी साऊथ इंडियन आला होता. ही साऊथ इंडियन नावं लक्षात राहणं महाकठीण काम! त्याचा उच्चार करणंच अशक्य असतं–ते लक्षात काय राहणार म्हणा! एकंदरीत आम्ही चौघं मिळून एक रिपोर्ट सबमिट करायचा होता. या ग्रूपची मला कन्व्हीनर होते. खरं सांगायचं, तर तेव्हा फॉरेन ट्रेड मिनिस्टी सेक्रेटरीएटमध्ये एक बाई होत्या. त्यांनी बायकांना प्रोत्साहन द्यायचं, म्हणून मला कन्व्हीनर केलं होतं. एकंदरीत सात-आठ वेळा भेटणं आवश्यक होतं. यात मला जे विशेष स्थान देण्यात आलं होतं, त्यामुळं मला आनंद झाला होता. पण त्यात त्याचं ए.के.गुप्ता नाव बघून, नाही म्हटलं, तरी वैताग आला. मी बाईंना भेटून सगळं सांगितलं आणि

आम्हां दोघांपैकी कुणाला तरी एकाला यातून बाहेर काढा, म्हणून विनंती केली. त्या म्हणाल्या–

" 'दॅट इज द थिंग ऑफ द पास्ट. हा ऑफिशियल बिझनेस आहे. तुला वाटते, ती अडचण त्याला वाटते काय? तू इथं आहेस, हे एव्हाना त्यालाही ठाऊक आहे. तो आपल्या वरिष्ठांकडे माझं नाव काढा, म्हणून विनंती करेल काय? तो आपली संधी सोडायला तयार नाही–मग तू का सोडतेस? तुझ्यासारख्या सुधारणावादी स्त्रीनं तर चॅलेंज म्हणून ह्याला सामोरं गेलं पाहिजे!'

"मी ठरल्याप्रमाणे मीटिंग बोलावली. तिघंही आले. मी त्याला ओळख दाखवली नाही. इतर दोघांप्रमाणेच त्याच्याशीही औपचारिक गप्पा मारत मीटिंगच्या कामाला सुरुवात केली. यात खरं काम माझं आणि गुप्ताचंच होतं. तो त्या विशिष्ट विषयातला अगदी किडा होता! दोन मीटिंग्जमध्ये ही गोष्ट इतर दोघांच्याही लक्षात आली. तिसऱ्या मीटिंगमध्ये लाल म्हणाला–तुम्ही दोघं मिळून रिपोर्ट तयार करा– नंतर एकदा चर्चा करून आम्ही त्यावर सह्या करू. म्हणजे काम लवकर होईल. पण हे मान्य केलं नाही. एकदा मनात आलं. यांना आमचा पूर्वेतिहास ठाऊक असेल काय? पण ती शक्यता फारशी नव्हती. गुप्ता आडनावही इतकं कॉमन आहे, की त्यावरून त्यांना काही वाटायचं कारण नाही. आणि समजलं, तरी आय् डोंट केअर!–"

मध्येच तिच्या बोलण्याचा ओघ अडवत कांतीनं विचारलं,

"तू तुझं नाव गुप्ताच का राहू दिलंस? माहेरचं आडनाव का लावलं नाहीस?"

"का लावलं नाही–नंतर सांगेन त्याविषयी. ही बायकांची इंटरेस्टिंग सायकॉलॉजी असते. पुढं काय झालं–त्या दोघांनीही संपूर्ण, रिपोर्ट मिस्टर गुप्तांनी तयार करावा, असं सुचवलं. त्यानं, ते कन्व्हीनरचं काम आहे–मी फक्त सूचना देईन, म्हणत माझ्यावरच टाकलं. त्यालाही ठाऊक होतं–त्याच्या सहकार्याशिवाय मी हा रिपोर्ट तयारच करू शकणार नाही! त्या वेळी इतर दोघं माझ्याबाजूनं उभे राहिले आणि त्यांनीही त्यालाच संपूर्ण रिपोर्ट तयार करायची गळ घातली. अखेर त्यानं मान्यता दिली. पुढच्या आठवड्यात ठरलेल्या दिवशी दहा वाजता चौघंही पुन्हा एकत्र जमायचं ठरलं. मी दहा वाजता गेले. तो दहा मिनिटं उशिरा आला. इतर दोघं आले नव्हते. उशीर झाल्याबद्दल त्यानं क्षमा मागितली, तरी तो अवघडला होता. मीही गोंधळले होते. गोंधळ लपवण्यासाठी त्यानं टेबलावर ठेवलेल्या चार रिपोर्टच्या प्रतींपैकी एक हातात घेऊन त्यावर नजर फिरवू लागले. तोवर माझ्या स्टेनोनं निरोप आणला–मि. लाल आणि मि... नाव लक्षात नाही–काही तरी साऊथ इंडियन नाव आहे–कामात असल्यामुळं मीटिंगला येणार नाहीत. फोन आले होते. मी उठत

म्हटले–'सो–द मीटिंग इज पोस्टपोन्ड.'

"मला थोडं बोलायचंय्–" तो म्हणाला.

"काही तरी रिपोर्टच्या संदर्भात याला चर्चा करायची असेल, असं वाटून मी पुन्हा खुर्चीवर बसले. तो हिंदीमध्ये बोलू लागला–तेही 'तुम' म्हणून संबोधत! म्हणाला–'हे बघ, जे व्हायचं, ते घडून गेलं. त्या वेळी मलाही फारसं समजत नव्हतं. माझे आई-वडीलही फारसे समजूतदार नाहीत. तूही घाई करून कोर्टात गेलीस. झालं-गेलं विसरून आपण पुन्हा का एकत्र येऊ नये?'

"मी गोंधळले. तरीही दाखवून न देता मी म्हटलं–आपण इथं सरकारी कामासाठी एकत्र आलो आहोत.

"तो म्हणाला–'फक्त सरकारी कामच असतं, तर मी हा रिपोर्ट लिहिला नसता! हे बघ, तुझं काय म्हणणं आहे, ते स्पष्टपणे सांग–आणि कृपा करून हिंदीमध्ये बोल. हा विषय असा आहे, की तो हिंदीमध्येच बोलला पाहिजे. तू आता लगेच उत्तर दे, असा माझा आग्रह नाही. तू माझ्या घरी येऊन सवतीबरोबर राहिलं पाहिजे, असाही माझा आग्रह नाही. तू स्वतंत्रपणे तुझ्या घरीच राहा. हवं तर तुम्ही दोघी एकमेकींशी भेटा–नाही तर नको. आपल्याला एक मोठी आई आहे, हे मुलांना ठाऊक आहे. आता तू छत्तीस वर्षांची आहेस. एखाद्या मोठ्या प्रसूति–तज्ज्ञाचा सल्ला घेऊ–त्यानं सगळी जबाबदारी घेतली, तर तूही आई होऊ शकशील.'

"संपूर्ण विचार करून तो हे बोलत होता, हे माझ्याही लक्षात आलं. कुठंही न अडखळता–न थांबता तो बोलत होता. ती त्याची स्टाईलही होती–माझा स्टेनोच सांगत होता–त्याचं बोलणं संपलं. मान वर करून त्याच्याकडे बघायचं मला धैर्य झालं नाही.

"थोडा वेळ थांबून तो म्हणाला–, 'तुला आणखी काही विचारायचं असेल, तर विचार. हवं तर पुन्हा एकदा भेटू या.'

"मी पटकन म्हटलं–'पुन्हा भेटायची काहीही गरज नाही. फक्त एका प्रश्नाचं उत्तर द्या–तुम्ही त्यांना घटस्फोट द्यायला तयार आहात काय?'

"तो म्हणाला–'असं कसं? जे काही घडलंय् त्यात तिचा काय दोष? माझ्या मुलांचा काय दोष? कुणावरही अन्याय होणार नाही, याची जबाबदारी माझ्यावर आहे.'

"मी मनोमन गोंधळून गेले होते. अशा वेळी विचारपूर्वक बोलणं कसं सुचणार? तरीही मी लगेच म्हटलं–'द्विभार्या विरोधी कायदा आहे–ठाऊक आहे ना?'

"तो म्हणाला–'कायदा मलाही ठाऊक आहे. तूही गुप्ता आहेस. समजा, मी अधून-मधून तुझ्या घरी राहिलो, तर कुठल्या कायद्याला समजणार आहे? तुला मूल झालं, तरीही कायदा काहीही करू शकणार नाही. मला जेवढा कायदा आणि

त्यातल्या पळवाटा ठाऊक आहेत, तेवढ्या आणखी कुणालाही ठाऊक नाहीत!'

"कुणी तरी गळ्याभोवती फास आवळावा, असं मला झालं होतं. मी त्याला औपचारिकपणे म्हटलं–'रिपोर्ट तयार केल्याबद्दल मनःपूर्वक आभारी आहे. इतर दोघांनाही याच्या प्रती पाठवून देईन. थँक्स–'

"–आणि मी त्या कॉन्फरन्स रूममधून बाहेर पडले. त्या दिवशीची माझी अवस्था विचारू नकोस! संपूर्ण जीवनाचाच तोल सुटल्यासारखं झालं होतं. विचार करकरून डोकं भणभणून गेलं. यानं असं कसं विचारायचं धाडस केलं? मीटिंगमध्ये दोन-चार वेळा बघितल्यावर याला जुने दिवस आठवले काय? हुंड्याचा विषय काढून छळवाद मांडायचे, ते याचे आई-वडील. हा एकांतात चांगलाच वागायचा. त्यालाही पैसे मिळाले, तर हवेच होते. तरीही सहवासाचं सुख! तेच त्याला आठवलं असावं. किंवा असंही असेल!–नाही म्हटलं, तरी स्वार्थी जात! या वयानंतर मला मूल-बाळ होणं तर शक्य नाही. त्यामुळं माझी मिळकतही आपल्या मुलांनाच मिळावी, असा याचा हिशेब तर नसेल? हाच विचार करून कदाचित त्याची बायकोही या संबंधाला मान्यता देईल. एकंदरीत हाही दुआ-खन्नाप्रमाणेच बायकोला घटस्फोट द्यायला तयार नाही!–"

"कोण हे दुआ-खन्ना?" कांतीनं विचारलं.

"जाऊ दे, ग! माझ्या एका कलीगची ती कथा. तिला दुआ आणि खन्ना नावाच्या माणसांनी असंच फसवलं. त्यांची आठवण झाली मला याचं वागणं बघून! यानंतर आठ दिवसांनी त्यानं ऑफिसमध्ये फोन केला. त्यानं 'कशी आहेस–' वगैरे चौकशी करताच मी 'सॉरी, मिस्टर गुप्ता–तुम्हांला रिपोर्टची कॉपी हवी असेल, तर कृपया माझ्या स्टेनोशी संपर्क साधा–' म्हणून सांगून रिसीव्हर आदळलाच! तेच त्याच्याबरोबरचं अखेरचं संभाषण!"

दोघींचा चहा संपून किती तरी वेळ झाला होता. मग्स् सिंकमध्ये ठेवून, उरलेली बिस्किटं पुन्हा हवाबंद डब्यात ठेवून, तिनं खुंटी दाबून स्टूल आणि टेबल आत लोटलं. दोघीही बाहेर लाऊंजमध्ये आल्या. शीतलनं हवानियंत्रकाचं बटन सुरू केलं. बेडरूममधला हवानियंत्रक बंद करून दोघीही लाऊंजमधल्या सुखासीन सोफ्यावर रेलल्या.

शीतलच पुढं म्हणाली,

"तू म्हणशील, काही का असेना, एखादं मूल-बाळ झालं, तर जीव तरी रमेल! पण मला प्रश्न पडतो–एक स्त्री वाटेकरीण असताना त्या पुरुषाच्या निकट जाणं कसं शक्य आहे? पुरुष हे मान्य करतील? एकपत्नी पद्धतीसारखी दुसरी प्रथा नाही, हेच खरं!"

"तुझंही खरंय्, म्हणा..." काही क्षण कांती विचारात पडली. काही तरी आठवून तिनं विचारलं, "तू तुझं नाव पुन्हा मिस् गोयल म्हणून बदललं नाहीस?"

"ते होय! सांगते–घटस्फोटाचा अर्ज देईपर्यंत माझी भावजय गप्पच होती. माझा सगळा दिवस ऑफिसमध्येच जात होता. घरी आल्यावर मी तिला घरकामांतही मदत करत होते. प्रत्यक्ष घटस्फोट मिळाल्यावर मात्र तिचा नूर पूर्णपणे पालटला. ही यानंतर कायम आपल्या घरात राहील, या भीतीपोटी ती अस्वस्थ झाली. मीही पगार मिळवत होते–घरात खर्चासाठी पैसाही देत होते. घरातली कामं करत होते–तिची मुलं सांभाळत होते. तरीही घरात एखादा साप घुसला असावा, अशी तिला भीती वाटत होती! तिनं स्पष्टपणेच सांगितलं, तुमच्या आई-वडलांबरोबर राहणं माझा धर्म आहे. तशी मी राहीन. नणदेबरोबर राहणं कुणाच्याच दृष्टीनं चांगलं नाही. तुम्ही तुमच्यापुरत्या वेगळ्या राहा!

"मला राग आला. मी म्हटलं–'म्हणजे या घरच्या तुम्ही यजमानीण काय?'

"ती उत्तरली–'मग? नवऱ्याच्या घरी नांदता न आल्यामुळं माहेरी आलेल्या तुम्ही!'

"ती असं काही उलट बोलेल, याची मला कल्पनाच नव्हती! माझाही गुप्ता आडनावावर संताप होता. त्याऐवजी गोयल आडनाव लावायचं माझ्याही मनात होतं. तो विषय काढताच माझी भावजय काय म्हणाली, ठाऊक आहे? म्हणाली–'या घरातून एकदा बाहेर पडल्यावर पुन्हा गोयल व्हायचा अधिकार तुला कुठून आला? एकदा मिसेस् झाल्यावर पुन्हा कशी मिस् होशील? यानंतर मिसेस् गोयल म्हणजे फक्त मी! मिस् गोयल व्हायला तू काही कुमारी राहिली नाहीस!'

"काय उत्तर द्यायचं तिला?" म्हणत शीतलन कांतीकडे पाहिलं.

कांती विचारात पडली. तिलाही काही सुचलं नाही. एकीकडे तिलाही शीतलच्या वहिनीचा वाद पटला. तिनं शीतललाच विचारलं,

"मग तू काय उत्तर दिलंस?"

"त्या वेळी मीही निरुत्तर झाले. आता वाटतं, लग्न झालं, म्हणून बायकोचं आडनाव का बदलावं? कुमारी-सौभाग्यवती हे तरी कशाला पाहिजे? पुरुषांना अशी बिरुदं असतात काय? हो–आणखी एक विचारायचं म्हणजे, तू स्त्री-मुक्तीच्या संदर्भातलं साहित्य वाचलंस, की नाही?"

वृत्तपत्रांमध्ये येणारे किरकोळ लेख वगळता कांतीनं यातलं काहीही गंभीरपणे वाचलं नव्हतं. तिनं ते कबूलही केलं.

शीतल म्हणाली,

"माझ्याकडे स्त्री-मुक्तीवरची पन्नासेक पुस्तकं तरी निघतील! त्यांतली तुला काही मोजकी देते. वाच तूही... "

◆

समारंभ चार दिवसांवर येऊन ठेपला, तरी नवऱ्याचं पत्रही नव्हतं आणि फोनही नव्हता. त्या दिवशीच त्यानं आपण येणार नाही, म्हणून सांगितलं होतं, हे खरं असलं, तरी काय झालं! आपण एवढा आग्रह केला–त्याला काही किंमत द्यायची, म्हणून तरी यायला काय हरकत होती? आता तिच्या मनात एकच भीती होती–एवढ्या मोठ्या माहेरच्या समारंभात हा आपला काही मान ठेवणार आहे, की नाही? निरंजनच्या लग्नानंतर माहेरी होणारा हा मोठा समारंभ! भाऊजींनी शांताक्काला पंधरा दिवस आधी मदतीसाठी पाठवलं होत. दर दोन दिवसांनी त्यांचा चौकशी करणारा फोन येत होता. मग बायको-मुलांबरोबर त्यांच्या गप्पा होत होत्या. आणि हा रास्कल आपणहोऊन अजिबात फोन करत नाही! हा समारंभासाठी आला नाही, तर सगळे त्याची चौकशी करतील! हा मुद्दाम माझा अपमान करायला म्हणूनच असा वागतोय्!–तिच्या मनानं पुन्हापुन्हा खात्री दिली.

त्या रात्री तिनं निग्रहानं खोलीचा दरवाजा बंद केला आणि बेंगळूरला फोन लावला.

"कसा आहेस?"

"आता आलो घरी... "

तिनं घड्याळात पाहिलं–अकरा वाजून पाच-सात मिनिटं झाली होती.

तिनं विचारलं,

"एवढा का उशीर?"

"इथलं मंत्रि-मंडळ कुठल्याही क्षणी कोलमडेल, अशी परिस्थिती आली आहे! अत्यंत महत्त्वाची घटना आहे ही! दहा वाजेपर्यंतच्या बातम्या बघून नंतर संपादकीय लिहून बाहेर पडलो."

"का? ते उद्या लिहिलं असतं, तर चाललं नसतं?"

"वृत्तपत्र-व्यवसाय म्हणजे काय वाटलं तुला? जो पेपर पहिली बातमी देईल–पहिलं विश्लेषण देईल, त्याला अधिक महत्त्व! हा आठवडाभर घरी यायला उशीर होईल, असं दिसतं. तू केव्हा येणार?"

"तू केव्हा येणार, म्हणून विचारायला मी फोन केला..."

"त्याच दिवशी मी सांगितलं ना? न्यूज एडिटर नाही... सब-एडिटर रजेवर आहे. मला यायला जमणं अशक्य आहे."

"किती महत्त्वाचा समारंभ आहे हा!..."

"निमंत्रण–पत्रिका पाहिली मी. हे एक प्रकारचं बिझनेस–रिसेप्शन आहे. त्या दिवशी पोहोचेल, अशी एक तार पाठवून देतो."

ती संतापली. एवढा मोठा समारंभ! आणि हा इतक्या क्षुल्लक गोष्टीकडे बघावं तसं बघतो! ती आवाज चढवून म्हणाला,

''घरात होम-हवन आणि पूजा होणार आहे...''

''ठीकाय्! इथं मीही त्या दिवशी सकाळी देवापुढं उभा राहून त्यांना दीर्घायुष्य लाभू दे, म्हणून प्रार्थना करेन! बरं... आणखी काय? मला आता भाताचा कुकर लावायचा आहे...'' तो सरळपणे म्हणाला, तरी त्यातून वैताग डोकावत होता.

''हे बघ... तिकीट पाठवून देतो, म्हणून त्या दिवशीच डॅडींनी सांगितलं होतं. उद्या रात्रीपर्यंत तुला तिकीट मिळण्याची व्यवस्था करते. तिकडं तुझ्याकडे पैसे नाहीत, हे मला ठाऊक आहे. अनुपलाही आलंच पाहिजे!''

''स्पष्टपणे सांगतो... नीट ऐक! टी.ए.डी.ए. घेऊन मी आलो, तर ती काही फार चांगली गोष्ट नाही! म्हणून मी खर्च करून यायचं, म्हणजे दोघांचे पाच हजार रुपये खर्च होतील! माझ्यापाशी एवढे पैसे नाहीत. रेल्वेनं यायचं म्हटलं, तर तेवढी रजा नाही. शिवाय हे बिझनेस-फंक्शन आहे. मी पेपरमधला माणूस आहे... दररोज उजाडताच असल्या सत्राशे साठ पार्ट्या बघत असतो. त्या फाइव्ह्-स्टार हॉटेलमध्ये प्रत्येकाला जेवायचाच फक्त दीडशे रुपये खर्च येतो, हेही मला ठाऊक आहे. देशातला ऐंशी टक्के पैसा असल्या गोष्टींमध्येच खर्च होत असतो. शेतात राबणाऱ्या शेतकऱ्याला मात्र एक किलो नाचणी दीड रुपयांतही मिळत नाही! ही एक प्रकारची इकॉनॉमिक ब्लॅकहोल्स आहेत समाजामधली!–जाऊ दे–कार्यक्रम संपल्यावर तू लगेच निघून ये–'' म्हणत त्यानं रिसीव्हर ठेवून दिला.

ती वरच्या खोलीतून फोन करत असल्याचं तिच्या वडलांनाही ठाऊक होतं. मध्येच तिचा आवाज चढल्याचंही त्यांच्या लक्षात आलं होतं. ती पायऱ्या उतरून खाली आल्यावर त्यांनी विचारलं,

''मग? केव्हा येणार आहे, म्हणे, तुझा नवरा?''

मनातील निराशा आणि संताप आवरून दुसरं काय उत्तर द्यावं, हे तिला सुचलं नाही. त्यांनी पुन्हा विचारलं,

''काय म्हणतात?''

तिचे डोळे पाण्यानं भरले. ते त्यांच्याही लक्षात आलं. काहीही उत्तर न देता ती आपल्या खोलीत निघून गेली. मनातल्या मनात धुसफूस सुरू होती... स्वतः मिळवायची लायकी नाही... दुसऱ्यांनी मिळवले, तर असूया वाटते! असला कसला स्वभाव याचा? स्वतःचं अंग ओरबडून घ्यावं, एवढा संताप उसळून आला. मनात येत होतं... पप्पांनी का असल्या माणसाशी माझं लग्न लावून दिलं? मलाही इंजिनीअर का नाही शोधला? तिचा संताप वडलांवर उलटला... नंतर सासऱ्यांवर... अखेर नवऱ्यावर पुन्हा स्थिरावला.

उजाडलं. जाग आली, तेव्हा तिनं ठरवलं... शीतलशी मन मोकळं करून

बोललं पाहिजे. इथं आल्यापासून तिच्याशी चार-पाच वेळा भेट झाली होती. विद्यार्थि-दशेतल्या गप्पांप्रमाणे आताही मोकळ्या गप्पा मारल्यामुळं मन हलकं होतं, याचा त्या दोघींनीही अनुभव घेतला होता. का, कोण जाणे, पण या बाबतीत आईपाशी बोलण्याची तिची तयारी नव्हती. आईपाशी बोललं, तर शांतीला समजेल. मग तुझ्यापेक्षा माझा नवरा कसा बायको-मुलांवर प्रेम करतो, हे सांगता-सांगता ती देहभान विसरून जाईल!

तिनं साडेआठ वाजता शीतलला फोन केला,

''आज तुझ्याशी थोडं बोलायचं आहे. ऑफिसला किती वाजता जातेस?''

''दहा वाजता तिथं असलं पाहिजे... थांब, सांगते... हं... हे बघ, साडे नऊ वाजता मी तुझ्याकडे येईन. शक्य आहे ना? माझ्याबरोबर ऑफिसमध्येच चल. तिथं गप्पा मारता येतील. मध्ये जॉईंट-सेक्रेटरीनं निरोप पाठवला, तर जावं लागेल– पण–हो–आठवलं. आज तो रजेवर आहे. मग काहीच प्रश्न नाही! हव्या तेवढ्या गप्पा मारता येतील. दुपारी नरोल्ला-लंच खिलवेन! मग तयार राहशील ना? मात्र तुला घरी परतताना टॅक्सी किंवा रिक्षा करावी लागेल.''

कांतीचं मन थोडं शांत झालं.

शीतलचं ऑफिस इतकं देखणं असेल, याची कांतीला मुळीच कल्पना नव्हती. वीस बाय् वीसच्या हॉलची संपूर्ण जमीन झाकणारा भारी गालीचा! एअरकंडिशन्ड हॉल! मोठं सुबक टेबल. सुखासीन खुर्च्या आणि आसनं! मागं टेकलं, तर सुखदपणे मागे झुकणाऱ्या खुर्च्या. समोरच्या भिंतीपाशी अत्यंत ऐश्वर्यपूर्ण सोफा! ऑफिसलगत अद्ययावत टॉयलेट.

''अरे व्वा!! तू एवढी मोठी ऑफिसर आहेस, हे मला ठाऊकच नव्हतं!–'' कांती मोठ्या कौतुकानं उद्गारली.

शीतलनं फोन उचलून शेजारच्या खोलीतल्या आपल्या पर्सनल-असिस्टंटला सांगितलं,

''कुणीही व्हिजिटर आला, तरी त्याला आत सोडू नका–इथं चर्चा चाललीय्!''

नंतर ती कांतीपाशी आली आणि तिचा हात धरून सोफ्यावर बसवून स्वतः तिच्या शेजारी बसत विचारलं,

''बोल! तू फोन केला होतास–नवरा येणार नाही, म्हणून! ही हॅज लेड यू डाऊन!''

''तुला कसं ठाऊक?''

''तूच परवा थोडं-फार सांगितलं होतंस ना? सांग, काल त्याच्याशी तुझं काय बोलणं झालं? एक्झॅक्ट काय संभाषण झालं, ते सांग. रिॲलिस्टिक रिपोर्ट.

त्यावरची तुझी प्रतिक्रिया किंवा मल्लिनाथी नको,''

कांतीनं आठवलं, तेवढं तपशिलानं सांगितलं.

''म्हणजे विमानानं यायला पैसे नाहीत... रेल्वेनं यायला रजा नाही, हे खरं काय?''

''खरं आहे, ग, पण काही वेळा कर्ज काढावं लागलं, तरी काही गोष्टी कराव्या लागतात. नाही तर सासरा एअर-तिकीट पाठवत असताना अहंकार कशाला दाखवावा?''

शीतल विचारात गढून गेली होती. ती विचार करत म्हणाली,

''पुरुषांचं सगळं वागणं चुकीचं असतं, असं समजता कामा नये. त्यांचा दृष्टिकोनही आपण समजावून घ्यायला पाहिजे. सासऱ्याकडून तिकीट घेणं–तेही थोरला जावई एवढ्या चांगल्या परिस्थितीत असताना–तितकंसं सोपं नाही. यात महत्त्वाची गोष्ट तू ध्यानात घे! आज-कालच्या महागाईच्या दिवसांत विशिष्ट दर्जानं राहायचं असेल, तर एकाचा पैसा पुरेसा नाही!'' शेवटच्या वाक्यातला प्रत्येक शब्द तिनं ठासून उच्चारला. ती पुढं म्हणाली, ''म्हणूनच हल्ली नवऱ्यांचीही इच्छा असते, बायकोनंही नोकरी केली पाहिजे. अलीकडे तर नोकरी नसलेल्या मुलींचं लग्न हा एक नवाच प्रॉब्लेम येत आहे! तू त्या वेळी नोकरी धरली नाहीस! नवऱ्याची बदली होईल, त्या गावी सीतादेवीसारखी फिरत राहिलीस! तू त्या वेळी नोकरी करत राहिली असतीस, तर तो आपोआपच तू राहशील, तिथं राहिला असता. आता तरी का काही करायचा विचार करत नाहीस तू?''

''अडतिसाव्या वर्षी मला कोण नोकरी देईल?''

''हेच! इथंच सगळं चुकतं! याच मनोवृत्तीमुळं हा देश मागं राहिला! नोकरी, म्हणे! ती कोण देईल, म्हणून काळजी करतेस! स्वतःचा व्यवसाय का करू नये त्यापेक्षा? अग, तुझ्या भावाचंच उदाहरण पाहा ना! स्वतःचा व्यवसाय करून केवढा पैसा मिळवलाय् त्यानं! आता 'मी कुठं त्याच्यासारखी आर्किटेक्ट आहे–' म्हणून रडगाणं गाऊ नकोस!एक उदाहरण सांगितलं मी. जाऊ दे... दोन-तीन दिवसांत मी यावर थोडा विचार करून सांगते. तुझी जेवढी बुद्धी-शक्ती आहे, त्यामध्ये काहीही करता येईल! मनाचा निश्चय पाहिजे...''

''सांग! आजपासूनच सुरुवात करते!... '' कांती उत्साहानं म्हणाली.

''थोडा वेळ मला दे... सांगेन मी. फॉरेन-ट्रेड-मिनिस्ट्रीमध्येच माझी नोकरी आहे ना! काही ना काही मार्ग नक्की सापडेल. पण इथला समारंभ संपल्यावर पळून जायची घाई करू नकोस!''

कांतीनं शीतलला तिथल्या तिथं मिठी मारली आणि गालावर ओठ ठेवले. लालबुंद झालेली शीतल म्हणाली,

“काय हे! सूचना न देता पी.ए.आत शिरला आणि त्यानं अशा दोन समवयस्क स्त्रियांची मिठी पाहिली, तर संपूर्ण मिनिस्ट्रीमध्ये वादळ निर्माण करेल! नशीब! माझे गालच सापडले–ओठ नाहीत!” शीतल खोट्या गांभीर्यानं म्हणाली.

“सॉरी! माझं मन एकदम बेभान झालं, म्हणून तसं घडलं माझ्या हातून! माझा नवरा माझ्याकडे काही दर महिन्याला हिशेब मागत नाही. त्याला ढोबळमानानं काही तरी आकडा सांगत चार पैसे बाजूला काढताना मनात नेहमी येतं–किती थोड्या पैशांसाठी हा खोटेपणा! मीच स्वतंत्रपणे पैसा मिळवत असते, तर तितक्याच स्वतंत्रपणे मी खर्चही करू शकले असते. अनुपला त्या दरिद्री गांधीशाळेतून काढून नीट आत्मविश्वास फुलवणाऱ्या दुसऱ्या एखाद्या शाळेत पाठवलं असतं. माहेरीही विमानानं येऊन गेले असते!...”

कांती भावना अनावर होऊन बोलत होती. तिच्या पापण्यांआडची दृष्टी अथांग भविष्याचा वेध घेऊ पाहत होती.

इंटरकॉमची घंटा वाजली. ॲडिशनल सेक्रेटरीचा पी. ए. फोनवर होता. तिला ताबडतोब बर्टन कंपनीची फाईल घेऊन साहेबांनी बोलावलं होतं.

शीतलच्या चेहऱ्यावर कंटाळा उमटला. ती म्हणाली,

“सरकारी नोकरीची हीच रड! आता तासाभराची निश्चिंती झाली! तू घरी जा आता. रिक्षा आणायला पी.ए.ला सांगू? संध्याकाळी भेटू पुन्हा.”

“तू चल. तू सांगितलेलं लक्षात राहील ना?” म्हणत कांतीही उठलीच.

एव्हाना शीतल फाईल शोधण्यात गढली होती.

रिक्षा करून ग्रीनपार्ककडे परतताना कांतीचं मन हलकं होऊन गेलं होतं. यातून काही ना काही मार्ग निघेल हे नक्की! शीतल निश्चित मदत करेल. डॅडींचीही थोडी-फार मदत घेता येईल. त्यांचाही अनुभव आहे--- मार्गदर्शन मिळेल. आर्थिक मदतही करायला ते मागे हटणार नाहीत. नाही तरी आई म्हणत होती–या वाढदिवसानिमित्त ते मुलींना काही तरी देणार आहेत, म्हणून. तिनं बाकी तपशील सांगितला नाही. त्यांना सांगता येईल–मला आणखी काही नको, स्वतः मिळवता यावं' असं काही तरी सुरू करायला मदत करा, म्हणून!

रिक्षा सफदरजंग विमान तळापाशी येईतो तिच्या मनात अनुपची आठवण दाटून आली. तिनं ठरवलं–आज रात्री रवींद्रला फोन करून अनुपला विमानात बसवून द्यायला सांगायचं- म्हणावं, तिकिटाचे पैसे मी देईन! पाठोपाठ पुन्हा वाटलं–छेः, मी आपणहोऊन लाळघोटेपणानं त्याला फोन करता कामा नये. पण अशा समारंभात आपल्या मुलानंही वावरलं पाहिजे. त्यानं तरी ट्रान्स-कॉंटिनेंटलमधलं रिसेप्शन केव्हा बघायचं? लहान वयात ही सवय नसली, की मोठेपणी अशा प्रसंगी बावचळल्यासारखं होतं. या गांधी-शाळेत वाढलेला मुलगा साधी रेल्वेची फर्स्टक्लासची

बोगी किंवा विमानतळ बघून बावचळल्याशिवाय राहील का? आपल्या मावस-भावंडांशी मिळून-मिसळून समानतेनं चार वाक्यंही बोलता येणं शक्य नाही! हा इंग्लिश पेपरचा संपादक, म्हणे! एवढंही कसं कळत नाही याला?–

ती याच संतापात तडफडत असताना रिक्षावाल्यानं विचारलं,

"कुणीकडे वळायचं?"

रिक्षा ग्रीनपार्कपुढं आली होती.

◆

दुपारचं जेवण आणि विश्रांती झाल्यावर डॅडी आणि आई काही घरी निमंत्रण द्यायला जाणार होते. काही घरी त्यांना स्वतःला जाणं आवश्यक होतं. शांती आपल्या नवऱ्याच्या कुणा नातेवाइकांना भेटायला गेली होती. रजनीही कामाला गेली होती. आई कांतीला म्हणाली,

"घरात एकटी बसून काय करणार आहेस? चल आमच्या बरोबर... "

ड्रायव्हर मोठी अँबॅसॅडर चालवत होता. एरवी किरकोळ अंतरावर कुठं जायचं असेल, तर पप्पा स्वतःच गाडी चालवत. पण अंतर जास्त असलं, तर मात्र निरंजनच्या ऑफिसमधल्या ड्रायव्हरला बोलवत. त्यात दिल्लीमधलं अंतर! प्रत्येक घर एकेका कोपऱ्याला! गाडी त्या-त्या घरी पोहोचण्याआधी रत्नम्मा कांतीला त्या लोकांविषयी आणि आपला त्यांच्याशी कसा संबंध आहे, याविषयी सविस्तरपणे सांगत होती. प्रत्यक्ष भेटीच्या वेळी काही गडबड-गोंधळ होऊ नये, म्हणून! दोन घरांतली निमंत्रणं संपवेपर्यंत पाच वाजले होते. नंतर रत्नम्मांनी सांगितलं,

"आता वसंतविहार. होन्नत्ती यांच्या घरी जाऊ या. रिझर्व्ह बँकेत फार मोठ्या हुद्द्यावर ते काम करायचे. डेप्युटी-गव्हर्नर म्हणून ते निवृत्त झाले. खरं तर, त्या वेळी यांच्यावर अन्याय झाला. राजकारणामुळं यांना डावलून यांच्यापेक्षा ज्यूनियर माणसाला प्रमोशन दिलं गेलं. होन्नत्ती कन्नड माणूस. धारवाडजवळच्या गावातून आले आहेत... "

हे ऐकताच कांतीनं विचारलं,

"यांचा एक मुलगा एम्. टेक्.-एम्.बी.ए. होऊन मोठ्या नोकरीवर काम करत असलेले... नोकरी सोडून सतार शिकताहेत काय?"

"... होय! पण तुला कसं ठाऊक हे?" डॅडींनीही आता या विषयात उत्सुकता दाखवली.

"आमच्या अनुपला आम्ही शिकायला ठेवलंय् ना? तिथंच शेजारी एक डोंगर आहे. त्यावर एक देऊळ... " कांतीनं सारा तपशील सांगून म्हटलं, "रवींद्रचा हीरो आहे तो! आपल्या आतल्या आवाजाची हाक ऐकून त्यानुसार लौकिक ऐश्वर्यांचा

त्याग करून जगणारा... म्हणून खूप कौतुक करत असतो!... ''

''काही का असेना... होन्नत्तींच्या घरी तू हा विषय काढू नकोस. मूड बघून तो विषय काढायला पाहिजे. तो कुठं आहे, हे तुला ठाऊक आहे, एवढंच सूत्र सांगितलं, तर ते आपण होऊन त्याविषयी पुढची चौकशी करतील.''

वसंत-विहार हा छोट्या-मोठ्या बंगल्यांचा आणि सुरेख बागांचा मोहल्ला असल्याचं कांतीलाही ठाऊक होतं. ती तिथल्या मुख्य रस्त्यावरून फिरली असली, तरी कधी आत जायचा प्रसंग आला नव्हता. त्यांची गाडी शेजारच्या खांबावर एस्. जी. होन्नत्ती नावाची संगमरवरवी काळी फरशी बसवलेल्या गेटपाशी थांबली. कंपाऊंडमध्ये विस्तीर्ण गालीचा पसरावा, तसं लॉन. गवत सारख्या उंचीचं होतं. कंपाऊडलगतची शोभेची झाडं मालकाचा व्यवसाय आणि अभिरुची दर्शवत होती. लॉनच्या मधोमध आणि दोन बाजूंना भरपूर सावली देणारे गुलमोहराचे वृक्ष. त्या झाडांखाली असलेल्या खुर्चीवर डॅडींपेक्षा चार-पाच वर्षांनी मोठे गृहस्थ बसले होते. डोक्यावर टक्कल, गोरापान रंग, सोनेरी फ्रेमचा चश्मा, पांढरा पायजमा, चॉकलेटी रंगाचा झब्बा घातलेले ते वृद्ध गृहस्थ एक मासिक वाचण्यात गढून गेले होते. गेटचा आवाज होताच बंगल्यातलं कुत्रं भुंकू लागलं, तेव्हा त्यांनी दृष्टी वर करून वरच्या काचेतून त्यांच्याकडे पाहिलं.

''तुम्ही दिल्लीत आहात की–आणखी कुठं जाणार, म्हणा, तुम्ही? किती वर्षं झाली–या-या... ए सत्यवती- पाहा तर कोण आलंय्!–चला-आतच जाऊ या, म्हणत ते उठून चालू लागले.

ते 'आंतरराष्ट्रीय आर्थिक प्रवृत्ती' या विषयावरचा लेख वाचत होते, हे कांतीनं पाहिलं. इंग्लिश मासिक होतं ते. त्यांनी सगळ्यांना उत्साहानं बोलवत भल्या मोठ्या सुशोभित हॉलमध्ये नेलं. तिथलं फर्निचर, गालीचे, शोभेच्या वस्तू या मधून त्यांची व्यक्तिगत आवड-निवड दिसण्यापेक्षा व्यवसायच दिसत होता. त्या सगळ्यांवरून एक व्यावसायिक हात फिरल्याचं दिसत होतं.

सौभाग्यवती होन्नत्ती एव्हाना बाहेर आल्या. त्यांना यांची ओळख पटली. त्यांनीही उत्साहानं

''चला-आतच चला... '' म्हणत दोघींना आतल्या खोलीत बोलावून नेलं.

निमंत्रणाचे सोपस्कार आटोपल्यावर रत्नम्मांनी विचारलं,

''लेक कुठं असतो हल्ली?''

''तो होय? कुठल्या तरी गुरूपाशी राहून सतार शिकतोय्, म्हणे.''

''आमची कांती त्याला भेटली होती, म्हणे! तो साधना करतो, त्या डोंगराच्या शिखरावर ती गेली होती. माझा नातू तिथंच खालच्या शाळेत शिकतो ना!''

हे ऐकताच त्यांचा चेहरा फुलून आला. त्या उठून कांतीच्या शेजारी बसल्या

आणि विचारू लागल्या. कांतीही सांगू लागली,

"माझ्या मुलाला भेटायला मी तिथं गेले होते. तेव्हा भेट झाली. माझे हसबंडही तिथं गेले, की त्यांना भेटून येतात."

त्या उत्साहानं बाहेर जाऊन म्हणाल्या,

"अहो... तुम्हीच आत या इकडं! मूर्तींची मुलगी हेमंतला भेटली होती, म्हणे!"

आर्. एस्. होन्नती यांच्याशी बँकांचं राष्ट्रीयीकरण झाल्यावर त्यात शिरलेली लाच-लुचपत आणि इतर वाईट गोष्टींविषयी चर्चा करण्यात रंगून गेलेले होन्नत्ती जागेवरून न उठता म्हणाले,

"जाऊ दे! कुठल्या तरी डोंगरावर राहतो, म्हणे! भारतात असे किती तरी डोंगर आहेत!–" आणि पुढील चर्चा करू लागले.

ते मुलाची चौकशी करायला निश्चित आत येतील, याविषयी सत्यवतीची खात्री होती. तरीही त्यांचा मान राखण्यासाठी त्यांनी पुन्हा एकदा हाक मारली,

"असं काय करता? ऐका ना... ती काय सांगते, ते!–"

"ऑल राईट! लेट अस् गो देअर अँड गिव्ह द हिअरिंग!–" म्हणून मूर्तींसह सगळेच आत आले. त्यांनी कांतीला विचारलं, "हं- सांग! काय म्हणतोय् तो? कुठं राहतो?–"

"कसा राहतो? काय खातो?–" सत्यवतीनं कांतीच्या शेजारी बसत चौकशी केली.

कांती आपल्याला ठाऊक असलेलं सांगू लागली.

सांगता-सांगता कांती मनोमन चकित झाली. तिला एकाएकी जाणवलं... ती तिथलं वर्णन करताना हेमंतला सोयीचं होईल, असंच चित्र रेखाटत होती! तिनं जेवणाविषयी सांगताना नाचणीचा उल्लेख करताच होन्नत्तींनी विचारलं,

"व्हॉट इज रागी?"

"ए काईंड ऑफ बाजरा. आमच्याकडे खेड्यांतली माणसं खातात. आंबिलीपेक्षा घट्ट गोळा तयार करून जेवताना गिळतात." मूर्तींनी खुलासा केला.

कांतीनं सगळं सांगितल्यावर सत्यवत्यम्मा म्हणाल्या,

"त्याची साधनाच दांडगी! काहीही करताना तपश्चर्या समजूनच करतो तो! अभ्यासही असाच करायचा!" त्यांच्या बोलण्यात मुलाविषयीचं कौतुक ओथंबत होतं. पण हे होन्नत्तींना मुळीच पटलं नव्हतं.

ते म्हणाले,

"अशा मधे-मधे वाटा बदलल्या, तर कुणीही कुठल्याही ठिकाणावर पोहोचणार नाही! मागं मी एका इंटरव्ह्यू कमिटीचा चेअरमन होतो. एक उमेदवार आला. एका

त्यांच्या अर्जामध्ये लिहिलं होतं–चार विषयांमधला एम्.ए. होता तो. इकॉनॉमिक्स, तेलुगू किंवा अशीच कुठली ती भारतीय भाषा, इतिहास आणि सोशालॉजी किंवा असाच कुठला तरी विषय होता. त्यानंतरचा उमेदवार इकॉनॉमिक्समध्ये ग्रॅज्युएट–त्यातच एम्.ए., पीएच्. डी. होता. तुम्ही सांगा–यात तुम्ही कुणाला नोकरीवर घ्याल? माझा मुलगा अविवेकी आहे, यात शंका नाही. अठ्ठावीस वर्षं शिकला, एम्.बी.ए. सारखी पदवी घेतली, तीन वर्षं नोकरी केली–त्यानंतर 'हे मला आवडत नाही' म्हणत सतार शिकायला गेला! म्हणजे हेही नाही आणि तेही नाही! म्हणजे हे कसं झालं, ठाऊक आहे? जवळचं सगळं भांडवल घालून टेक्टाईल फॅक्टरी काढायची–प्रॉडक्शन सुरू व्हायच्या दुसरे दिवशी 'मला यात रस नाही'' म्हणायचं आणि कॉम्प्यूटर तयार करायला सुरुवात करायचं–अरे, गुंतवणुकीतून पूर्णपणे तोटा आल्याशिवाय कसं राहील? हल्ली मुलांमध्ये असली बेजबाबदार वृत्ती फार दिसून येते... ''

मूर्तींनाही हे सगळं पटलं होतं. त्यांनी लगेच मान हलवून आपणही याच्याशी सहमत असल्याचं दर्शवलं. कांतीला तीव्रपणे जाणवलं–मुलाविषयीचं असमाधान व्यक्त करताना यांना समोर कोणकोण आहे, याचंही भान राहत नाही!

होन्नत्ती पुढं म्हणाले,

''सतार शिकणं हेही एक प्रकारची गुंतवणूक आहे, हे मीही मान्य करतो. रविशंकरसारख्यांनी काय केलं? कोवळ्या वयात त्यांच्या बरोबरीची मुलं बी. ई.-बी.टेक्. म्हणत दररोज बारा-चौदा तास अभ्यासात बुडायची, तसे बारा-बारा तास सतार वाजवायचे. म्हणजे एकाच व्यवसायात त्यांनी आपली इन्व्हेस्टमेंट केली. इन टर्मस् ऑफ मनी-टाईम-एनर्जी पाहता आता या क्षेत्रात ते एवढे पुढं गेले आहेत, की एका बैठकीसाठी ते तीस-चाळीस हजार रुपये सहज मिळवतात दरवर्षी कमीत कमी पन्नास बैठकी धरल्या, तरी पंधरा-वीस लाख सहज झाले! त्याचबरोबर अमेरिकेत डॉलर्समध्ये मिळकत होते. ती वेगळीच! यानं कितीही मेहनत केली, तरी त्या स्थानावर पोहोचणं शक्य नाही. याला हेच करायचं होतं, तर लहानपणी–बी.टेक् ला प्रवेश घेण्याआधी का सांगितलं नाही यानं? हा माझा खरा प्रश्न आहे... '' त्यांनी पुन्हा मूर्तींकडे संमतीच्या अपेक्षेनं पाहिलं.

''–पण इंटरेस्टस् आपोआप बदलत असतात ना?'' स्वतःच्या न कळत कांतीनं हेमंतचं समर्थन केलं.

''इंटरेस्ट इज ऑल्सो ए फॉर्म ऑफ इन्व्हेस्टमेंट–हे ठाऊक आहे ना तुला?... '' हे बोलताना त्यांच्या स्वरात संताप जाणवत होता. तिला येताना गाडीत वडलांनी दिलेली सूचना आठवली. तिनं होकारार्थी मान हलवली.

हा विषय काढला असता आपल्या नवऱ्याला फार छेडता कामा नये, याची

जाणीव असलेली सत्यम्मा लगेच म्हणाली,

"चहा घेता, की कॉफी?"

"आम्हांला आणखी तीन घरी जायचं आहे. पटेल नगर, कमलानगर आणि मॉडेल टाऊन. उशीर झाला. आता काहीही नको..." म्हणत रत्नम्मा उठू लागल्या.

"इकडंच या आत. अर्धा अर्धा कप चहा करते..." म्हणत सत्यम्मा स्वयंपाकघराकडे वळल्या.

◆

'समारंभ दोन दिवसांवर येऊन ठेपला होता. एक दिवस घरामध्येच होम-हवन, पूजा आणि अगदी जवळच्या लोकांसाठी जेवण. दुसऱ्या दिवशी संध्याकाळी ट्रान्सकॉंटिनेंटलमध्ये जेवणाचं रिसेप्शन. होम-हवनाच्या आदल्या दिवशी संध्याकाळी चार वाजता शीतलनं फोन केला,

"आणखी अर्ध्या तासात माझ्या घरी येशील? एक अत्यंत महत्त्वाचं काम आहे."

घरात काही विशेष काम नाही, याची आईपाशी चौकशी केल्यावर कांतीनं आपण येत असल्याचं सांगितलं. तसं पाहिलं, तर तिथं कुठलंही काम प्रत्यक्ष हातानं करायची आवश्यकता नव्हती. पेंडॉल घालणं, आलेल्यांना शीत पेय देऊन स्वागत करणं, स्वयंपाक, पाणी, वाढणं-काढणं, पूजा-अर्चा–प्रत्येक गोष्टीसाठी त्या त्या व्यवसायात मुरलेल्यांना कंत्राट देण्यात आलं होतं. आलेल्यांबरोबर चार सुख-दुःखाच्या गप्पा मारणं एवढंच घरच्यांचं काम होतं.

कांती तयार होऊन घरी जाऊन पोहोचली, तेव्हा शीतल नुकतीच घरी पोहोचून, फ्रेश होऊन, चहा करत होती. ही उद्या दुपारच्या जेवणासाठी येणार आहेच. तरीही हिनं आज बोलावलंय्, त्या अर्थी तेवढंच काही तरी महत्त्वाचं असलं पाहिजे, याची कांतीला कल्पना आली होती. तिच्या मनात उत्सुकता भरली होती.

स्वयंपाकघरातल्या डायनिंग टेबलावर ठेवलेला चहा-बिस्किटं स्टुलावर बसून घेताना शीतल म्हणाली,

"आपण माझ्या ऑफिसमध्ये भेटलो होतो, त्याला तीन दिवस झाले ना? एक ब्रिलियंट संधी आलीय्, बघ! अमेरिकेतली एक फार मोठी रेडिमेड-गारमेंट-कंपनी आहे... ट्रेंड्झ नावाची. नव्या-नव्या फॅशनच्या कपड्यांचं डिझाईन करून मार्केटमध्ये माल सोडायचा. तू दिल्लीमध्ये असतीस, तर तुला ठाऊक झालं असतं या कंपनीचे जीन्स-शर्टस्, ब्रा-अंडरवेअर्स वापरणं हे किती प्रेस्टीजचं मानलं जातं. इतर कंपन्यांच्या कपड्यांपेक्षा पाचपट जास्त किंमत असली, तरी लोक हे कपडे विकत

घेतात! बेंगळूरमध्येही कदाचित हायसर्कलमध्ये ही क्रेझ असेल. मुंबई-कलकत्त्यामध्ये आहे, हे मला निश्चित ठाऊक आहे.या ट्रेंड्झ कंपनीला कपडे शिवून पाठवायचं काम आहे. अमेरिकेत लेबर-कॉस्ट जास्त आहे ना! त्यामुळं तिथल्या कंपन्या भारत- कोरिया-मलेशिया-हाँगकाँग–जिथं लेबर स्वस्त आहे, तिथून रेडीमेड कपडे तयार घेतात. नंतर आपल्या कंपनीचं लेबल लावून हे कपडे विकतात. कंपनीचा प्रतिनिधी येऊन डिझाईन देऊन जातो. इथलं कापड निवडून देतो. आपण शक्य तितके लेबरर्स नेमून, इलेक्ट्रिक मशीन्स विकत घ्यावी लागतील–इलेक्ट्रिक कटिंग-मशीनही घ्यावं लागेल–दररोज हजार-दोनहजार नग पुरवण्याची हमी द्यायला पाहिजे. त्यांच्या म्हणण्याप्रमाणे क्वालिटी-डिझाईन पाहिजे. त्या बाबतीत मात्र ते फार स्ट्रिक्ट असतात. थोडं जरी कमी-जास्त झालं, की ते माल नाकारतात. दोन वेळा माल रिजेक्ट केला, तर काँट्रॅक्टच रद्द करतात. आपण दोघींनी मिळून एक लहान कंपनी का सुरू करू नये? आधी त्यांना सप्लाय करायचं. नंतर थोडं डिझाईन बदलून आपणच स्वतंत्र कंपनी सुरू करू शकू. जोपर्यंत आपल्याला त्यांच्या ऑर्डर्स मिळत राहतील, तोपर्यंत आपल्याला काहीही रिस्क नाही. भरपूर फायदा मिळवत राहायचं!''

''कसं, करता येईल हे?'' रोमांचित झालेल्या कांतीनं उत्सुकतेनं विचारलं.

''मला यात फारसं कठीण दिसत नाही. आपण पगार जास्त देऊ केला, तर दुसऱ्या कंपनीमधले लेबरर्स आपल्याकडे वळवून घेता येतील. कंपनी कटिंग-मशीन देते. आपण इथं एक जागा शोधली पाहिजे–जिथं आपल्याला इलेक्ट्रिक मशीन्स ठेवून कामं करवून घेता येतील. शिवलेले कपडे इस्त्री करून नीट ठेवता येतील, असाही एक विभाग हवा. एवढं आपण जमवू शकलो असा, की बाकीचं सगळं सोपं आहे. आपण दहा टक्के भांडवल घातलं, तर बँकेकडून बाकीचं कर्ज घेता येईल. एक्स्पोर्ट म्हटल्यावर हवा तेवढा पैसा उभा करता येईल! मी त्याच मिनिस्ट्रीमध्ये आहे ना? तू त्याचा विचार करू नकोस. आपण दोघी मिळून ही कंपनी काढू. सरकार-दरबारची कामं करवून घ्यायची पूर्ण जबाबदारी माझी! तू फॅक्टरी आणि तिथलं प्रॉडक्शन पाहायचं. तू तुझ्या वडलांबरोबर याविषयी आणखी चर्चा कर, हवी तर. आपल्याला हवी तशी रिकामी जागा कुठं मिळू शकेल, हे त्यांना ठाऊक असेल. लीजवर किंवा विकत जागा घेऊन त्यावर फारसा खर्च न करता हॉल बांधला, की पुरेसं आहे, किंवा फरिदाबाद उद्यम विभागात एखादी शेड मिळवण्यासाठीही प्रयत्न करता येईल, ही संधी सोडता कामा नये! ट्रेंड्झ कंपनीचा प्रतिनिधी माझ्याकडे आला होता. इथं, अहमदाबाद, मुंबई अशा किती तरी गावांमध्ये ते अशा प्रकारे माल मिळवू पाहताहेत. आपण त्यांना हवा तेवढा माल पुरवू शकलो, तर ते आणखी कुणालाही ऑर्डर देणार नाहीत. तुला न विचारता मी

दररोज दोन हजार पीसेस् द्यायची जबाबदारी स्वीकारली आहे! ॲज ए चॅलेंज! तू बघताबघता कोट्यधीश होशील! बिझनेस टूर्स म्हणून अगणित वेळा परदेशी जाशील! आपणच फॉरेन-एक्स्चेंज मिळवत असल्यामुळं कसलीही आडकाठी राहणार नाही!''

कांतीचं मन केवळ कल्पनेनंच कारंज्यासारखं उसळत होतं. का जमणार नाही? हवी तेवढी मेहनत करेन! मग माझी स्वतःची मिळकत, स्वतःचा बँकबॅलन्स, स्वतःची कार! शांतीप्रमाणे आपल्याला हवं तेव्हा, हवं ते विकत घ्यायचं स्वातंत्र्य! ती उठली आणि 'शीतल! तू मला मदत कर- मी हवे तेवढे कष्ट करेन–' म्हणत तिनं शीतलच्या कपाळावर ओठ टेकले,

''आमच्या घरातला हा समारंभ संपल्यावर मी डॅडींशी याविषयी बोलेन. ते नक्कीच काही ना काही मदत करतील!''

पण नंतर लाऊंजमध्ये बसल्यावर ती म्हणाली,

''हे सगळं ठीक आहे, ग! पण नवरा बेंगळूरला, मुलगा कुठल्या तरी कुग्रामात आणि मी दिल्लीमध्ये राहून व्यवसाय करते, म्हटलं, तर?''

''कबूल! यावर काहीही उपाय नाही?'' गुरूनं शिष्याला विचारावं, तसं शीतलनं विचारलं.

कांतीला काही सुचलं नाही. शीतलनं तिला संधी देत म्हटलं,

''विचार कर आणि मग सांग!''

तरीही कांती काही बोलली नाही. शीतलनं सांगितलं,

''उपाय निश्चित आहे! तू आणखी थोडा मेंदूला ताण दे. नाहीच सुचलं, तर मी सांगेन.''

किती तरी वेळ शांततेत गेला. त्यानंतर शीतल म्हणाली,

''नवऱ्याच्या नोकरीच्या गावी बायकोनं गेलंच पाहिजे, असा काही कायमचा नियम नाही! तुझा नवरा बदली करून घेऊन इथं येऊ शकेल. इथं त्याला कदाचित रेसिडन्ट एडिटरची जागा मिळणार नाही. त्याला थोडी-फार तडजोड करावी लागेल. नाही तर त्याला वेगळ्या वृत्तपत्राच्या ऑफिसमध्ये नोकरी धरता येईल. आपलं हे व्यवस्थित जमलं, तर तुझी आठवडाभराची कमाई त्याच्या महिन्याच्या कमाईएवढी होईल! मग कुणी कुठं जायचं, याचं उत्तरही आपोआपच ठरेल!''

''त्याला कर्नाटकाबाहेर यायला नको आहे. माझी मुळं तिथं आहेत, म्हणतो तो!''

''अशा लोकांना देशाबाहेर काढलं पाहिजे! हे भारतीय म्हणवायला नालायक आहेत! इंडिया म्हणजे एक देश आहे, ही भावना नसलेल्यांना पत्रकार करणं अत्यंत धोक्याचं आहे! किती तरी कुटुंबं अशी आहेत. त्यांतलं एक माणूस दार्जिलिंगला असतं, एक त्रिवेंद्रम्‌ला, एक गोहत्तीला, एक मुंबईला असतं. हे विमान-युग आहे!

इथं अंतर हा फार मोठा प्रश्नच नाही. आणि मुलगा त्याच शाळेत शिकला पाहिजे, म्हणून कुणी सांगितलं? त्याला आणखी कुठल्या तरी बोर्डिंग-स्कूलमध्ये पाठवता येईल. पैसा असला, की काम झालं!''

कांतीला एक मोठा प्रश्न सुटल्यासारखं वाटलं. यानंतर तो इथं आला नाही, तर ती त्याची चूक आहे! मरेपर्यंत दारिद्र्यात खितपत पडून, मुलाला दरिद्री शाळेत पाठवून खंतावत राहण्यापेक्षा वेगवेगळ्या गावांमध्ये राहून अधूनमधून भेटत राहणंच केव्हाही चांगलं! तो खरोखर उद्याच्या कार्यक्रमासाठी येता कामा नये! मग मीच त्याला सांगेन, पैसे नाहीत, म्हणून तू आला नाहीस ना? आता मीच इथं पैसा मिळवायला उद्योग सुरू करते! ममी-डॅडी काय म्हणतील? किती दिवस दारिद्र्यात खितपत राहू? त्यालाच इथं बदली करून घेऊन येऊ दे, म्हटलं, की त्यांना पटेल. पटेल, नाही तर काय? या समारंभासाठी त्यानं विमानाचं तिकीटही घेतलं नाही आणि स्वतःही आला नाही, हा उत्तम पुरावा आहे ना!

ती घरी जाऊन पोहोचली, तेव्हा समोरचा रस्ता साफ करून घरापुढं आणि अंगणात भव्य मांडव घातला होता. लाल-पिवळ्या-हिरव्या-निळ्या बल्बांच्या नाजूक माळा लावून मांडव सजवण्यात आला होता. व्वा! ही दिल्ली आहे! तासाभरात एवढा मोठा मांडव किती सफाईनं उभा केला! पंधरा मिनिटांत सगळा मांडव उतरून तिथं काही होतं, की नव्हतं, असं करतात! सगळं तयारच असतं. बेंगळूरसारखं केळीची झाडं-आंब्याचं तोरण-मोगऱ्याचे गजरे वगैरे काहीही भानगड नाही!अनुप आला असता, तर रंगीत दिव्यांचं तोरण बघून हरवून गेला असता! यानं त्याला पाठवलं नाही ना! भाऊजी आले आहेत. सोबत त्यांची दोन्ही मुलंही आली आहेत. दोघंही बनारसच्या जी. के. शाळेत शिकतात. तिनं ठरवलं, आज झोपण्याआधी बेंगळूरला फोन करून शीतलबरोबर ठरलेल्या उद्योगाविषयी सांगून मोकळं व्हायचं. पाठोपाठ तिनं स्वतःला बजावलं–त्यापेक्षा सगळं एका लेव्हलपर्यंत येऊ दे–मगच सांगावं–

सकाळी सहा वाजता तमिळ वाद्य-कलाकार आले. त्यांच्या स्वरानादात होम-हवन आणि पूजा-अर्चा वगैरे विधी सुरू झाले. दहा वाजता सगळे विधी संपले. त्यानंतर नातेवाईक ममी-डॅडींना आहेर देऊ लागले. शांतीनं हिला खूण केली. कांतीही उठली आणि तिनं आईची भारी रेशमी साडी आणि पप्पांचा रेशमी मुकटा देऊन नमस्कार केला. त्या दोघांच्या चेहऱ्यांवरही समाधान दिसलं. सगळं आटोपल्यावर आई दोन्ही लेकींना देवघरात घेऊन गेली आणि तिनं दोघींनाही चांदीच्या ताटात भारी रेशमी साडी-ब्लाऊजपीस आणि एकेक लखोटा दिला. कांतीच्या मनात,

लखोट्यात काय आहे, हे पाहण्याची जबरदस्त आशा निर्माण झाली होती. पण ते योग्य दिसणार नाही, हेही तिला समजत होतं. पुन्हा एकदा दोघींनीही आई-वडलांना वाकून नमस्कार केला. आई म्हणाली,

"आधी जा आणि तुमच्या बॅगेमध्ये नीट ठेवून या. इथं घरभर माणसं फिरताहेत आज!..."

एवढं ऐकताच कांती आपल्या खोलीकडे धावली. दार बंद करून तिनं लखोटा खोलला–पाच लाख रुपये फिक्स्ड डिपॉझिटमध्ये ठेवल्याची ती पावती होती! आणखी सहा वर्षांनी पैसे हातात मिळतील, अशी! त्या वेळी ती रक्कम दहा लाख होईल, अशी व्यवस्था होती!

कांतीच्या मनात पप्पांविषयी प्रेम दाटून आलं. पावती पुन्हा लखोट्यात ठेवून तिनं त्या लखोट्याचं दीर्घ चुंबन घेतलं. सूटकेसमध्ये लखोटा ठेवून, सूटकेस आणि खोलीला कुलूप लावून ती खाली आली, तेव्हा आणखी काही पाहुणे वाढले होते. रत्नम्मा तिलाच शोधत होत्या. लांबून तिला पाहताच त्या घाई-घाईनं तिच्यापाशी आल्या आणि म्हणाल्या,

"आपण निमंत्रण द्यायला गेलो होतो ना? ते होन्नत्ती पति-पत्नी आहेत. त्यांच्या पत्नी तुझ्याशी स्वस्थपणे दहा-पंधरा मिनिटं बोलायचं आहे, म्हणत होत्या. त्यांचे यजमान कुणाशी तरी बोलताहेत. मी सत्यवतीबाईंना घेऊन येते–त्यांना तुझ्या खोलीत घेऊन जा आणि सांग त्यांना, त्या विचारतील, ते! बिचाऱ्या! मुलाविषयी त्यांना चौकशी करायची असेल!"

त्यांना ती आपल्या खोलीत घेऊन गेली. त्यांना कॉटवर बसवून स्वतः एका खुर्चीवर बसत ती म्हणाली,

"त्या दिवशी आम्ही लवकर निघून आलो. आणखी निमंत्रणं होती ना!..."

"तुम्ही आणखी थांबला असता, तरी त्या दिवशी फारसं बोलणं होऊच शकलं नसतं. आमचे साहेब संतापले, की त्यांच्यापुढं त्याच्याविषयी बोलणं शक्यच नसतं. खरं तर, आमचे मालकही स्वभावानं शांत आहेत. पण त्याचा विषय निघाला, की त्यांना राग आवरत नाही. ते म्हणतात, तेही खरं आहे, ग! एवढं सगळं शिक्षण दिल्यावर सगळं का सोडून दिलं त्यानं? हेच आधी का ठरवलं नाही? इथं आम्हांला तरी आणखी कोण आहे? तू केव्हा जाशील गावाकडे? यानंतर एकदा मुद्दाम आमच्यासाठी डोंगरावर जाऊन त्याला भेटून ये. त्याला म्हणावं, डोंगरावर राहण्यापेक्षा दिल्लीमध्ये येऊन राहा. एवढा मोठा बंगला आहे! त्यातल्या कुठल्या तरी एका खोलीत बसून कर, म्हणावं, हवी तेवढी साधना! त्या डोंगरावरून मुंबईला जाऊन येण्यापेक्षा दिल्लीहून जाऊन येणं सोपं आहे. राजधानीनं तर फक्त पंधरा तास."

"पण तशी मनःशांती इथं मिळणं शक्य आहे? वडिलांशी सतत वाद होत

राहिला, तर सतार वाजवायची इच्छा होईल का?'' तिनं विचारलं.

''त्याला काय पाहिजे, ते तुला नेमकं समजलंय्, बघ! माझ्याही लक्षात आलंय्. अलीकडे साहेबांनाही ते पटायला लागलंय्. कालच ते म्हणाले, सतारीवरच जगायचं त्याच्या नशिबात असेल, तर कोण काय करणार? त्याला इकडंच येऊ दे. पाहिजे, तर दिल्लीतच राहू दे. इथंही त्याला चांगले गुरू मिळू शकतील. पुढं आकाशवाणी-टी.व्ही.वर संधी मिळायच्या दृष्टीनं दिल्लीसारखं दुसरं गाव आहे का? मलाच पत्र लिही म्हणत होते ते. पण त्याचा पत्ताही आम्हांला ठाऊक नाही. मला वाटतं, असं पत्र लिहिण्यापेक्षा तू जाऊन आमच्या वतीनं त्याची समजूत काढलीस, तर त्याचंही मन बदलायला मदत होईल! एवढी दया करशील?—'' हे विचारताना त्यांच्या डोळ्यांत पाणी भरलं होतं.

कांतीही खिन्न झाली. आपण स्वतः जाऊन त्याच्याशी या विषयावर बोलून त्याची समजूत काढली पाहिजे, असं तिला तीव्रपणे वाटलं. पण आपण यानंतर केव्हा बेंगळूरला आणि - काय त्या गावाचं नावं? हं- हालुकेरे!—हालुकेरेला जाऊ, हे आपल्यालाच ठाऊक नाही. इथं स्वतःचा व्यवसाय सुरू करून, स्वतःच्या खर्चानं विमानात बसून जाण्याइतकी ऐपत आल्याशिवाय बेंगळूरला न जाण्याचा निश्चय केल्याचं तिला आठवलं.

ती उत्तरली,

''मी जाईन, तेव्हा निश्चित त्यांच्याशी यासंबंधी बोलेन.''

''नुसतं बोलेन, नव्हे, त्याला इथं बोलावून आणायचं! त्या वेळी हातांतली उत्तम नोकरी तडकाफडकी सोडल्यामुळं आमचे साहेब त्याच्यावर रागावले, हे खरं आहे. पुन्हा या घराचा उंबरा ओलांडू नको, म्हणूनही सांगितलं. बाप म्हणवणाऱ्याला एवढंही म्हणायचा अधिकार नाही? त्याचा एवढी वर्षं राग धरायचा? किती केलं, तरी बापाचं आतडं आहे! पण म्हणून त्यांनी याच्या दाराशी जाऊन माझं चुकलं, म्हणून क्षमा मागायची का? हेमंतही वेडाच आहे. लहान मुलासारखा तेवढाच राग मनात धरून आहे! पाहिजे, तर मी तुझ्याबरोबर येऊन त्याला सांगेन. पण वडलांनीच येऊन सांगायला पाहिजे, असा त्याचा हट्ट असेल, तर ते काही व्हायचं नाही. तू बेंगळूरला केव्हा जाणार आहेस?''

''अजून नक्की ठरलं नाही. जायचं ठरलं, की कळवते तुम्हांला! तुम्ही त्या डोंगरावर चढाल?''

''वैष्णोदेवीपेक्षा उंच आहे का? गेल्या वर्षी आम्ही दोघं पायी चढून गेलो होतो.''

◆

# ४

दुपारची वेळ होती. आजवर कर्नाटकातून कोण कोण पार्लमेंटमध्ये गेलं आणि तिथं त्यांनी आपली कर्तव्यं कितपत पार पाडली, यावर एक दीर्घ लेख लिहायच्या दृष्टीनं टिपणं काढत होता. लेखाची व्याप्ती कितपत घेतल्यास लेख प्रभावी ठरेल, याचा अजून निर्णय होत नव्हता. शिवाय त्यासाठी पन्नास सालापासूनची कागदपत्रं पाहणं आवश्यक होतं. दिल्लीच्या वार्ताहराला पार्लमेंटमधील तपशील मिळवायला सांगायला हवं. कुणावर सोपवावं हे काम? त्या माणसाचा कर्नाटकाच्या राजकारणाचा अभ्यास असणंही आवश्यक आहे–इथला माणूस पाठवला, तर सहकार्य नीट मिळणं अशक्य आहे...

एवढ्यात फोन वाजला. लीना सांगत होती,

"शांतमूर्ती आले आहेत. पाठवू?"

"पाठव..."

अठ्ठावीस वर्षांचा शांतमूर्ती अत्यंत चळवळ्या वार्ताहर होता. सतत लोहिया-गांधी-माओ वगैरे विचारांमध्ये गुरफटलेला. आधी इंग्रजी कविता करायचा–अलीकडे त्यातला निरर्थकपणा जाणवून त्यानं कन्नडमध्ये लघुकथा लिहायला सुरुवात केली होती.

काचेचा दरवाजा लोटून आत आलेल्या शांतमूर्तीला रवींद्र म्हणाला,

"तुलाही येण्याआधी पी. ए. कडून परवानगी पाहिजे? आपल्या ऑफिसमध्ये ब्यूरॉक्रसी नको, म्हणून मी नेहमी... "

"... सर! तुम्ही रागवावं, हाच माझा हेतू होता! वरिष्ठांचं भय नसेल, तर आम्हांला चैन पडत नाही! भारतीय आहोत आपण!" म्हणत तो एका खुर्चीवर बसला.

लगेच मुद्द्यावर येत त्यानं सांगायला सुरुवात केली,

"सर, एक मस्त स्टोरी मिळायची शक्यता आहे. पण अजून ती नीट कशी बाहेर काढायची, हे मला समजत नाही. रामनगरपासून तीन मैलांवरचा दगड आहे ना? तिथून आडरस्त्याला तीनेक मैलांवर एक दगडगोट्यांनी भरलेला भू-प्रदेश

आहे. मधोमध अवघड प्रवेश असलेला खोलगट भाग आहे. तिथं एका दगडाच्या व्यापाऱ्यानं सुमारे वीसेक कुटुंबांना कामाला लावलं आहे, अशी बातमी! ही सगळी माणसं दिवसभर या खाणीवर राबतात. दररोज पंचवीस-तीस ट्रक्स बेंगळूरला पाठवले जातात. तिथं पुरुषांना चार रुपये आणि बायकांना दीड रुपये मजुरी दिली जाते! विशेष म्हणजे, इथल्या एकाही माणसाला बाहेर येऊ दिलं जात नाही. जाईल, त्याला जिवे मारायची धमकी दिली जाते. उत्तर कर्नाटकातली ही मंडळी असावीत. बिडी-काडीसाठीही बाहेर सोडत नाहीत!''

''मग ही बातमी बाहेर कशी आली?''

''रामनगरच्या पिठाच्या गिरणीत दर दोन दिवसांनी अर्धं पोतं ज्वारी दळायला आणली जाते. उत्तर कर्नाटकातल्या दुष्काळामुळं इकडं आलेल्या एखाद्या ग्रूपला त्यांनी कब्जात घेतलेलं दिसतं आणि त्याचं शोषण केलं जात असावं. या तपासात यश मिळालं, तर स्कूप करणं शक्य आहे...''

दोघांनीही सिगारेटी शिलगावल्या. एक-दोन झुरके घेतल्यावर रवींद्र म्हणाला,

''हे बघ, पुढचा काही विचार केल्याशिवाय तू माझ्यापुढं आला नाहीस, हे मला ठाऊक आहे! बोल...''

''सर, तुम्ही म्हणाल... तुझं डोकं तमिळ चित्रपटांप्रमाणे चालतं... ''

''बोल तू. काही म्हणणार नाही... ''

''सरप्राईझ महत्त्वाचं आहे, सर! एक दिवस सकाळीच तिथं भेट द्यायची. कॅमेरावाला-डायरेक्टर-हीरो-हिरॉईन... त्यांना सांगायचं थोडं शूटिंग करून कुमारवर्धनला दाखवणार आहे–पसंत पडलं, तर साऱ्या सिनेमाचं शूटिंग इथंच करू–भरपूर पैसे मिळतील. जर मालक नसेल, तर मालकांची परवानगी आहे, म्हणून थाप मारायची–''

''–पण ही पत्रकारांची काम करायची पद्धत नव्हे, हिरॉईन कोण? या सगळ्या प्रकरणात तिच्यावर काही प्रसंग आला, तर कोण जबाबदार?''

''शशि आहे ना! तिला नाटकात काम करायची सवय आहे...''

शशिरेखा सहाच महिन्यांपूर्वी जर्नॅलिझमचा कोर्स करून दाखल झाली होती. चुणचुणीत-जीन-पँटमध्ये सहजपणे वावरणारी–

''पण तू तिच्याशी बोललास?''

''ती आनंदानं तयार आहे. विद्यार्थिनी असताना डिझर्टेशन म्हणून ट्रॅफिकिंगच्या संदर्भात बरंच काम केलंय् तिनं!...''

सर्व तयारीनिशी आलेल्या शांतमूर्तीची आपल्याकडून केवळ परवानगीच्या औपचारिकतेची अपेक्षा आहे, हे रवींद्राच्या लक्षात आलं होतं. पण त्यासाठी हा नाटकीपणा–अंहं, फिल्मीपणा?

मनातला हा प्रश्न बोलून दाखवून त्यानं शांतमूर्तीला सांगितलं,

"उद्या भेट. मला यावर आणखी विचार करायला पाहिजे–"

त्या रात्री रवींद्र याच विचारात गढून गेला. त्यानं स्वतःही या क्षेत्रात वार्ताहर म्हणूनच प्रवेश केला होता. जे समोर दिसतंय्, त्यावरून मागं घडत असलेल्याचा वेध घेणं हेच पत्रकाराचं काम! केवळ सभा-संमेलनाचे रिपोर्ट देणं नव्हे! अनुभव, विचार, तर्क, हेरगिरी वगैरे करतच तो स्वतः संपादकाच्या खुर्चीपर्यंत पोहोचला होता. म्हणजे टेबलावर! या खुर्चीला भरपूर सन्मान असला, तरी या कामात रोचकता नाही, हे त्याला तीव्रपणे जाणवलं.

सकाळी उठता-उठता त्यानं ठरवलं–या प्रकरणाचा निश्चित छडा लावायचा, एवढंच नाही–या मोहिमेत प्रत्यक्ष सामील होऊन आपणही थ्रिल अनुभवायचं! यातला धोका त्यालाही ठाऊक होता. या प्रकरणात आणखी काही गोंधळ झाला, तर त्यातून सगळ्यांना वाचवायला संपादकानं आपल्या खुर्चीवर असलं पाहिजे.

पण शांतमूर्तीनं काहीही होणार नाही, म्हणून हमी दिल्यावर रवींद्रालाही मोह आवरला नाही.

शशिरेखा खरोखरच एखाद्या चित्रपट-नटीसारखी नटली होती. रंगभूषा, वेषभूषा, दागदागिने–आणि त्यांसह तिचं नखरेल वावरणं सराईतपणाचं होतं. ऑफिस कारच्या बोर्डाच्या जागी कुमार स्टूडिओचा छोटा बोर्ड लावला होता. रवींद्र प्रॉडक्शन मॅनेजर झाला होता. ते सगळे मिळून आठजण होते. रामनगरपासून तीन मैलांवरच्या दगडाजवळून जाणारा कच्चा रस्ता वाहनासाठी थोडा रुंद केलेला दिसत होता.

दोन पहारेकऱ्यांनी त्यांच्या दोन्ही गाड्या अडवल्या. शांतमूर्ती त्यांच्याशी बोलू लागला. त्यानं नटीकडे त्याचं लक्ष वेधून सांगितलं,

"तुमच्या सावकारांना सगळं ठाऊक आहे. त्यांनीच पाठवून दिलंय्."

पहारेकऱ्यांनीच व्हिडिओ आणि इतर कॅमेरे बाहेर काढले. नटी तिथल्या दगड-खडकांवर बागडली, हाव-भाव करत प्रियकराला साद घालत पुढं-पुढं निघाली. कॅमेरावाले तिच्या पाठोपाठ निघाले. थोड्या वेळात तिथं एक तीस-पस्तीस वर्षांचा खादी पँट आणि बुशशर्ट घातलेला माणूस भेटला. तोच सावकार, म्हणे! त्यानं संतापानं विचारलं,

"कुणाला विचारून इथं आलात?"

डायरेक्टर शांतमूर्तीच बोलला. त्यानं त्याचा नटीशी परिचय करून दिला. नटीनंही नखरेल हावभाव करत आधी नमस्कार केला आणि नंतर आपला हात शेकहँडसाठी त्याच्या हाती दिला. तिच्या हस्तस्पर्शामुळं सावकार नरम झाल्याचं

प्रॉडक्शन-मॅनेजरच्याही लक्षात आलं. एका लहान खडकावर नटी, दिग्दर्शक आणि प्रॉडक्शन-मॅनेजर गप्पा मारत होते. सारं संभाषण रेकॉर्ड करायची गुप्त व्यवस्था करण्यात आली होती. बाकी सगळे सीन-सीनरी बघायला आत शिरले होते. त्यांच्या व्यावसायिकतेविषयी कुणालाही संशय आला नव्हता.

दिग्दर्शकानं सावकाराला विचारलं,

"आजचं हे ट्रायल-शूटिंग. आमच्या कुमारवर्धनांना हे पटलं, तर इथं शूटिंगला सुरुवात करायचीय्. त्या वेळी तुमची रीतसर परवानगी घ्यायला मीच येईन. महिनाभर शूटिंग चालेल. त्यातही फायटिंग सीन्सच जास्त आहेत. ते तिकडचे खडक आहेत ना? त्यांतल्या एकावरून दुसऱ्यावर कुमारवर्धन झेप घेत असल्याचे सीन असतील"

"डमीकडून करवून घेता, की खरोखरच स्वतः कुमारवर्धन करतो असले सीन्स?" आपल्याला शूटिंगचं तंत्र ठाऊक असल्याचं दाखवत सावकारांनी विचारलं.

'अरे, वा! तुम्हांला तर खूपच माहिती दिसते या क्षेत्राची! तुम्ही का एखादी भूमिका करत नाही या सिनेमात? फिगर तर उत्तम आहे–ॲक्टिंगची सवय आहे?"

नटीही 'गुड फिगर–' म्हणाली.

सावकार आणखी पाघळला आणि तिच्याकडेच पुन्हा-पुन्हा पाहू लागला. ती प्रॉडक्शन-मॅनेजरना म्हणाली,

"काय उन्ह हे! मला नाही सहन होत! अशा उन्हात महिनाभर शूटिंग म्हणजे हॉरिबल!"

"अशा उन्हात शहाळ्याचं पाणी प्यायला पाहिजे, मॅडम! नाही तर उन्ह सहन होणार नाही. ए... इकडं ये, रे–" म्हणत सावकारानं एका पहारेकऱ्याला दहा उत्तम शहाळी घेऊन यायला पाठवून दिलं.

"आमच्या कुमारवर्धनांनी मान्यता दिली, तर... नव्व्याण्णव टक्के ते होकार देतीलच... माझी तशी खात्री आहे..." दिग्दर्शक म्हणाले.

नटीही मध्येच म्हणाली,

"डायरेक्टरनं सांगितल्यावर त्यांनी आजवर कधी नकार दिलाय्?"

"तरीही त्यांचाच शब्द शेवटचा ना? तेच पैसा ओतणार, प्रोड्यूसर-प्रमुख कलाकार तेच! त्यामुळं त्यांची रीतसर परवानगी असल्याशिवाय मी काहीही ठरवत नाही. आता सांगा, एक महिना ही जागा शूटिंगसाठी वापरली, तर मानधन केवढं द्यावं लागेल?"

खरोखरच सावकाराला याची काहीच कल्पना नव्हती. पण ते दाखवून देता कामा नये, हेही त्याला समजत होतं. तो म्हणाला,

"म्हणजे महिनाभर आमचं काम बंद ठेवावं लागेल... महिन्याचं नुकसान!..."

"छेः छेः! तुमच्या तिकडच्या कामाशी आमचा काहीही संबंध नाही. आमचं

शूटिंग कुठल्या ना कुठल्या कोपऱ्यात चालणार. डायरेक्टर म्हणून मी आपल्याला खात्री देतो... तुमचं कुठलंही नुकसान होणार नाही.''

''शूटिंग चाललंय्, म्हणून माणसांची झुंबड गर्दी उडता कामा नये.''

''ती आम्हीही काळजी घेऊ. कुमारवर्धन येणार, म्हटल्यावर लोक गर्दी करतात. पण गर्दी झाली, की ॲक्टिंगचा मूड येत नाही... म्हणून तेही गर्दीच्या विरुद्ध आहेत.''

मध्येच नटी म्हणाली,

''गर्दी जमली, की मलाही अशक्य होतं, बाबा!''

''ठीक आहे! पाच द्या...'' सावकार म्हणाला.

''पाच म्हणजे? हजार, की लक्ष?''

''हे पाहा, चेष्टा नको! हजारांचा प्रश्नच नाही. आधी पाच लक्ष कॅश द्या आणि नंतर बोला!''

''चेक दिला, तर?''

''आमच्याशी चेक वगैरे व्यवहाराचा प्रश्नच नाही!''

''पावती द्याल, की नाही? आम्हांलाही हिशेब दाखवावे लागतात ना?''

''आम्ही कशाचीही पावती देत नाही. पाहिजे, तर अमाऊंटमध्येच थोडं-फार ॲडजस्ट करता येईल. पावती-चेक वगैरे भानगडीच नकोत.''

तेवढ्यात उन्ह सहन न होऊन नटी डोक्यावरून पदर घेत जमिनीवर बसलीच. दिग्दर्शकांनी हाक मारली,

''चला, आपण कारमध्ये बसून बोलू या. ह्या खूप दमल्या आहेत.''

''इथून जवळच तीन मैलांवर आमचा मळा आहे. तिथल्या आमच्या घरात विश्रांती घेता येईल. चला---'' सावकार म्हणाला.

शशिरेखाबरोबर आपण दोनच पुरुष आहोत–मळ्यातलं घर कसं आहे, कोण जाणे–अशी रवींद्रला भीती वाटली. पण शांतमूर्ती आणि शशिरेखा कुठलेही आढेवेढे न घेता तयार झाले. उलट, हीही एक इष्टापत्ती म्हणत ते निघाले. सावकाराच्या गाडीत बसून तिघंही त्याच्या मळ्यावर निघाले. सावकारानं नटीला आपल्या शेजारी बसायला सुचवलं–तीही 'इथून बाहेरची सीनरी छान दिसते' म्हणत पुढच्या बाजूला त्याच्या शेजारी बसली. दिग्दर्शकांनी तिथल्या पहारेकऱ्याकडे निरोप ठेवला,

''आमच्या माणसांना म्हणावं, निवांतपणे शूटिंग करा... आम्ही सावकारांच्या मळ्यावर जातो...''

नटीनं सावकाराच्या मळ्याची आणि घराची तोंड फाटेपर्यंत स्तुती केली. आंब्याला मोहोर यायच्या दिवसांत इथं आठ दिवस मुक्काम केला, तर किती छान!

हेही तिनं बोलून दाखवलं. विहीर पाहताच म्हणाली,

"आणखी थोडी लांबी असती, तर मस्त पोहता आलं असतं! मला पोहायला इतकं आवडतं, म्हणून सांगू?"

ती सावकाराच्या बरोबरीनं चालत होती. हे दोघं पाठोपाठ चालत होते. सावकार पूर्णपणे लट्टू होऊन गेला होता.

रवींद्रला तीव्रपणे जाणवत होतं–यांच्यापेक्षा आपण पंधरा-सोळा वर्षांनी मोठे- वागण्यातली ही चलाखी त्या काळातल्या मुलींमध्ये नव्हती, हे नक्की!

मळ्यात ते तीन तास होते. त्यानंतर ते पुन्हा आले, तेव्हा तिथं फक्त रवींद्रची गाडी होती. दुसऱ्या गाडीतून बाकीचे सगळे काही वेळापूर्वीच निघून गेल्याचं तिथल्या पहारेकऱ्यानं सांगितलं. या दोघांनी सूक्ष्मपणे सुटकेचा निःश्वास टाकला. नंतर प्रॉडक्शन-मॅनेजर आपल्या गाडीत स्टीअरिंगपाशी बसला. नटी आणि दिग्दर्शक मागच्या सीटवर बसले. अर्थातच त्या आधी नटीनं सावकाराला शेकहँड करत 'नाईस टु हॅव मेट यू–' म्हटलं. अशा नटीचा हस्तस्पर्श–त्यातही प्रत्यक्ष कुमारवर्धनबरोबर हिरॉईन म्हणून काम करणाऱ्या नटीचा!–त्या संपूर्ण दिवसांत दोन वेळा झाला होता त्याला! त्याची नजर नटीच्या चेहऱ्यावरून हलायला तयार नव्हती!

मिळवलेल्या फोटोंच्या आधारे शांतमूर्तीनं एक भला मोठा लेख तयार केला. मजुरांच्या झोपड्या, त्यांची गाडगी-मडकी, त्यांचं राहणं वगैरे ठिकाणचे फोटो त्यांनी मिळवले होते. बायका -पुरुष, तरुण-वृद्ध, मुलं-बाळं- जवळ-जवळ तिथल्या प्रत्येकाचा फोटो मिळवण्यात त्यांना यश मिळालं होतं. तिथला प्रत्येक माणूस हाडन् हाड दिसण्याइतका बारीक होता. विजापूर जिल्ह्यात दुष्काळ असल्यामुळं या भागात आलेल्यांपैकी काही जणांना नोकरी देण्याचं आमिष दाखवून इथं बंद करून ठेवण्यात आलं होतं. त्यांच्याकडून दररोज दहा-बारा तास सतत दगड फोडायचं काम करवून घेण्यात येत होतं. त्यांना आठवड्यातून सुट्टीही दिली जात नव्हती. तिथून कुणी बाहेर पडायचा प्रयत्न केला, तर पहारेकऱ्यांना गोळी घालून ठार करायच्या आज्ञा होत्या. गेली चार वर्षं हे असंच चाललं होतं. उन्हाळ्यात भोवतालचे दगड तापून उकडहंडी होत असतानाही त्यांना तिथून बाहेर यायची परवानगी दिली जात नसे. तिथल्या तीस जणांना या संदर्भात प्रश्न विचारून त्यांचे प्रश्न रेकॉर्ड करण्यात आले होते. दगड वाहून नेणाऱ्या ट्रक्सच्या नंबरप्लेट्स आणि ड्रायव्हर यांच्यासह फोटो काढण्यात आले होते. गेल्या चार वर्षांत इथली पाच माणसं मेली होती. त्यांना इथंच पुरण्यात आल्याचं सांगून त्या लोकांनी त्या जागाही दाखवल्या होत्या. 'स्वतंत्र भारतातली हिटलरचे छळ-छावणी' या नावाचं शीर्षक

देऊन एक सविस्तर लेख तयार केला गेला.

या लेखामध्ये ही माहिती मिळवण्यासाठी जे नाट्य खेळलं गेलं, त्याविषयी शांतमूर्तीनं एक कणभरही लिहिलं नाही. पण भेटलेल्या सावकाराचे मात्र तीन वेगवेगळ्या कोनांमधून काढलेले फोटो छापून त्या खाली 'आपण यांना ओळखलंत का?' म्हणून प्रश्न टाकला होता.

◆

तो चौकशीसाठी जाऊन आल्याच्या दुसऱ्या दिवशी वर्तमानपत्रामध्ये बातमी विस्तृतपणे प्रसिद्ध झाली आणि एकच हलकल्लोळ उसळला. वृत्तपत्राच्या ऑफिसमधले फोन सतत खणखणू लागले. सकाळी आपल्या घरी बघून वृत्तपत्र चाळत असलेल्या रवींद्रला घरीही फोन येऊ लागले.

अगदी पहिलाच फोन आला,

"–व्वा, सर! ते सावकार म्हणजे कोण ते तुम्ही ओळखलंत काय? ते येलियूर विभागाचे एम्.एल्. ए. हनुमंतप्पा आहेत! आपण फारच मार्मिकपणे प्रश्न वाचकांसमोर ठेवलाय् हं!..."

हे ऐकताच रवींद्र क्षणभर उडालाच! त्याला याची फारशी माहिती नव्हती. येलियूर हा बेंगळून जिल्ह्यातला एक भाग आहे, एवढं त्याला ठाऊक होतं. हा राज्यकर्त्यांच्या पार्टीमधलाच असावा. पण कुठल्या मंत्र्याचा चेला, हे ठाऊक नव्हतं. अर्थात हे वाचकांना सांगण्यातही काही अर्थ नव्हता. तो उत्तरला,

"थँक्स! मुद्दामच आम्ही तो सवाल टाकला आहे."

फोन ठेवताना त्याला जाणवलं–आपल्याला संपूर्ण राष्ट्रीय पातळीवरच्या घटनांमध्येच जास्त रस आहे. स्थानिक तपशिलामध्ये आपण अपुरे पडतो. त्याला शांतमूर्तीचा राग आला. हा अनेक वेळा असेंब्ली कव्हर करायला जात असतो. शशिरेखाही ट्रेनी म्हणून अनेक वेळा त्याच्याबरोबर जाते. त्या दोघांनाही हे ठाऊक आहे. त्यांनी मला का सांगितलं नाही. अर्धा तास त्याच रागात गेल्यानंतर जाणवलं–मला वस्तुस्थिती समजली असती, तर असल्या राजकीय धेंडांच्या भानगडींमध्ये पडायलाच नको, म्हणून मी यात आडकाठी आणली असती! एवढ्या मेहनतीनं मिळवलेली स्टोरी प्रसिद्ध झाली नाही, तर निराश होणं स्वाभाविक आहे. या कारणासाठीच त्यांनी माझ्यापासून वस्तुस्थिती लपवली असावी. त्यात दोघेही गरम रक्ताचे!

त्यानं शांतमूर्तीला फोन करून विचारलं,

"मला का आधी कल्पना दिली नाही?"

"काल मीच त्याचं सगळं डिझाईन केलं आणि फायनल प्रुफंही पाहिली. डिसप्ले ठीक आहे ना?"

''ते ठीक आहे... पण माझ्या प्रश्नाचं उत्तर दे ना! तू त्याला आधी कधीच पाहिलं नव्हतंस, म्हणून सांगितलंस, तर मी त्यावर विश्वास ठेवणार नाही. ती तुझी एरिया आहे.''

''म्हणजेच त्यानंही आम्हांला पाहिलं असेलच ना! वृत्तपत्राची माणसं म्हटल्यावर त्यांचंही बारीक लक्ष असतं. शशीही असेंब्लीला येत असते. आम्हां दोघांपैकी त्यानं कुणालाही ओळखलं नाही! याचाच अर्थ आमचा मेक-अप् अगदी योग्य होता! तिची गोष्ट वेगळी–एरव्ही जीन पँट आणि शर्टमध्ये वावरते–एवढ्या मेक-अपमध्ये तिची ओळख पटली नसेल. पण मी? मी तर फक्त फेल्ट हॅट घातली होती! आणि ऑफकोर्स...मिशा चिकटवल्या होत्या. तरीही सिनेमा म्हटला, की भल्या-भल्यांचं भान हरपतं, हेच खरं! म्हणूनच मी ही मेथड शोधली होती!''

एवढं सगळं सांगितलं, तरी त्यानं रवींद्रच्या प्रश्नाचं उत्तर दिलं नाही. त्यानंतर रवींद्रनंही पुन्हा तो विषय काढला नाही.


तो दुपारी ऑफिसमध्ये पोहोचला, तेव्हा दोन महत्त्वाचे फोन आल्याचं लीनानं सांगितलं. एक सरकारी जनसंपर्क अधिकाऱ्याचा होता आणि दुसरा बेंगळूरच्या उपविभागीय पोलीस सुपरिटेंडेंट यांचा. दोघांनीही रवींद्रच्या घरचा फोन नंबर मागून घेतला होता.

दोन्ही फोनचा संबंध या प्रकरणाशी आहे, याविषयी त्याची खात्री होती. आपण फोन केला नाही, तरी ते नक्की करतील. पण आपण तरी सज्जनपणा दाखवायची संधी का सोडायची? त्यानं आधी जनसंपर्क अधिकाऱ्याशी संपर्क साधला. ते म्हणाले,

''अभिनंदन, रवींद्र! किती अन्याय चालतो हा! सरकारनं कितीही डोळ्यांत तेल घालून लक्ष ठेवलं, तरी या गोष्टी होत राहतात, बघा! तुम्ही आणि तुमच्या सहकाऱ्यांनी या प्रकरणाचा छडा लावलात... समाजावर मोठे उपकार आहेत तुमचे! सी.एम्.नी लगोलग ॲक्शन घेऊन अन्याय दूर केला पाहिजे, म्हणून आज्ञा सोडली आहे. मला एक सांगा... तुम्ही हा शोध कसा लावलात?''

पहिलं सगळं बोलणं म्हणजे शेवटच्या प्रश्नासाठी केलेलं मृदुलेपन, हे त्याला आधीच ठाऊक होतं. तो उत्तरला,

''अहो, आमचं कामच आहे ते! सी.एम्.नी लगेच ॲक्शन घ्यायला सांगितली, हे उत्तम झालं. तशा मजकुराचं तुम्हांला निवेदन द्यायचं असेल, तर पाठवून द्या. उद्याच छापू या. बाकी कसं काय चाललंय्?''

जनसंपर्क अधिकाऱ्यानं पुन्हा तो विषय काढला नाही. तेही इतर थातूर-मातूर बोलून गप्प बसले.

एस्.पीं.ना फोन केला, तेव्हा तेही असंच बोलले,

"या युगात–या स्वतंत्र भारतातही अशा घटना घडतात, म्हणजे काय म्हणायचं याला! पोलीस नेऊन त्या बिचाऱ्या मजुरांची सुटका करायलाच पाहिजे! ती जागा नेमकी कुठं आहे, याची माहिती हवी होती. ही बातमी देणाऱ्यांना तुम्ही पाठवून दिलंत, तर... किंवा आम्ही कुणी तरी त्यांना भेटून त्यांच्याकडून त्या जागेची भौगोलिक माहिती घेऊ. तेच आमच्याबरोबर जीपमधून आले, तर फारच उपकार होतील. एवढ्या लोकांना इतके दिवस डांबून ठेवलंय्, याचा अर्थ त्यानं सशस्त्र पहारा ठेवला असला पाहिजे–असा तुम्हीही इशारा दिलाय्! योग्य ती काळजी न घेता गेलं, तर उगाच रक्तपात होऊ नये!'

"नेमक्या कुठल्या जागी वळायचं... किती अंतर जायचं... जागा कशी आहे, याचं सविस्तर वर्णन आम्ही दिलं आहेच. हवे तेवढे फोटो दिले आहेत. एवढ्यावरून तुम्ही एव्हाना तिथं पोहोचलाही असाल, अशी सर्वसामान्य लोकांची खात्री आहे! तसे आम्हांला किती तरी फोनही आले. वर्तमानपत्रातली बातमी त्यानंही वाचली असेलच. एवढ्या वेळात त्यानं ती जागा रिकामी करून ठेवली असेल. नाही का? अजून तुम्ही बेंगळूरमध्ये बसून रस्त्याचीच चौकशी करत आहात! अहो, बातमी देणं आम्हां पत्रकारांचं काम आहे. त्यानंतर तुम्ही काय करता, यावर देखरेख करणं आमचं काम नाही...! ही बातमी देणारे आमचे पत्रकार वेगळ्या कामावर बाहेर गेले आहेत. त्यांना यायला किमान तीन दिवस तरी लागतील. बाकी प्रकृती कशी आहे?"

यावर एस्.पी. काही बोलले नाहीत. कृत्रिम सौजन्यही न दाखवता 'ऑल राईट...' म्हणत त्यांनी रिसीव्हर ठेवून दिला.

रवींद्र विचारात पडला. हे दोघंही ज्या मार्दवतेनं बोलत होते, ते पाहताच हे प्रकरण केवळ एम्.एल्.ए. पातळीवरचं दिसत नाही–याची पाळं-मुळं आणखी खोल गेलेली दिसतात! त्यानं शांतमूर्तीला आपल्या चेंबरमध्ये बोलावून घेतलं. पण तो अजून आला नव्हता. शशिरेखा आली होती. तिला राजकारणातल्या खाचा-खुणा ठाऊक नाहीत, हे ठाऊक असल्यामुळं त्यानं तिला बोलावलं नाही. शांतमूर्ती येताच त्याला पाठवायला सांगून, त्यानं संपादकाच्या मीटिंगसाठी सगळ्यांना बोलावून घेतलं. सगळे जमले.

सीनियर सब-एडिटर तिरुमलेशनं सुचवलं–

"आपल्या वृत्तपत्रात आलेल्या या एवढ्या महत्त्वाच्या बातमीवर एक संपादकीय का लिहू नये?"

रवींद्रनं सांगितलं,

"या बातमीची आणखी काही पाळं-मुळं सापडेपर्यंत त्यासाठी थांबलं पाहिजे."

साडेचार वाजता शांतमूर्ती आला. तो चांगलाच घामाघूम झाला होता. तो बराच दमून गेला होता. यानं त्याच बातमीच्या संदर्भातली आणखी काही महत्त्वाची माहिती आणली आहे, हे त्याच्या आनंदी चेहऱ्यावरूनच स्पष्ट दिसत होतं.

रवींद्रच्या चेंबरचा दरवाजा बंद करून समोरच्या खुर्चीवर बसत तो म्हणाला,

"दोन महत्त्वाच्या बातम्या आहेत, सर! आज दुपारी बाराच्या सुमारास त्यांनी त्या मजुरांना तिथून कुठं तरी अज्ञात स्थळी हलवलं. त्यांच्या झोपड्या तिथून हलवल्या. दुसरी बातमी म्हणजे–हा केवळ घरबांधणीच्या दगडांच्या वाहतुकीचा प्रकार नाही. त्या भागात ग्रॅनाईटच्या दगडांचे मोठाले खडक आहेत. ते ही मंडळी इथून हलवत आहेत. कोट्यवधी रुपयांचा यात फायदा आहे! ग्रॅनाईट मद्रासला जातं आणि तिथून ते परदेशीही जातं, अशी बातमी समजली."

रवींद्रनं उत्सुकतेनं विचारलं,

"कसं समजलं हे?"

"ट्रक्सचे नंबर घेतले होते ना? त्यांच्या ड्रायव्हरांचेही फोटो काढले होते. त्यांचे पत्ते मिळवून त्यांची भेट घेतली. काही झालं, तरी पगार कमी दिला, की या नोकरांच्या मनांत असमाधान असतंच! एक ड्रायव्हर भेटला. त्याला पगार काय मिळतो, आणखी काय सुखसोयी दिल्या जातात, याची चौकशी केली. त्यानं कारण विचारलं. मी म्हटलं–हे काम सोडून आमच्याकडे कामाला येतोस काय? आम्ही दरमहा सहाशे पगार आणि दररोज वीस रुपये भत्ता देऊ. त्या नंतर बोलता-बोलता विषय काढला, एवढ्या लांबून दगड वाहून नेले... तर डिझेलचा खर्च आणि इतर खर्च जाता व्यवसाय कसा काय फायदेशीर ठरेल? त्या वेळी त्यानं ग्रॅनाईटविषयी सांगितलं. ग्रॅनाईट स्टोअर करायची जागाही त्यानं दाखवली–फोटो आणलेत मी."

"बारा वाजता मजुरांना हलवल्याचं कसं समजलं?"

"बेंगळूर–विद्यापीठात जर्नॅलिझम शिकणारी दोन तरुण पोरं माझे मित्र आहेत. काही तरी विशेष करायचा उत्साह सळसळत असतो. स्वभावही साहसी आहे. कोर्स पूर्ण झाल्यावर मी त्यांना नोकरीच्या संदर्भात मदत करेन, अशीही त्यांची थोडी–फार अपेक्षा आहे. आज हनुमंतप्पा असं काही तरी करेल, हे माझ्या डोक्यात होतंच. या दोन मुलांना मी या कामगिरीवर पाठवलं आणि तसं काही घडू लागलं, तर फोटो काढून घ्यायलाही सांगून ठेवलं. कामात जिवाचा धोका असल्यामुळं त्यांना जपून काम करायला सांगितलं. धनगरांच्या पोऱ्यांसारखे त्यांनी कपडे केले. लांब मॉडर्न पद्धतीनं त्यांनी केस राखले होते. ते पूर्णपणे काढून डोकी तुळतुळीत केली. मातीनं माखलेली चड्डी आणि शर्ट घातले. स्कूटर लांबवर लपवून ठेवली होती. दगडांची वाहतूक करत असलेल्या ट्रकमध्ये त्या मजुरांची गाडगी-मडकी टाकली. या

मुलांनी त्याचे फोटो काढून आणले आहेत.''

''उत्तम! घेऊन ये केव्हा तरी त्या मुलांना! अशी मुलं हातची जाता कामा नयेत! कुठल्याही गावी जायची तयारी आहे ना?''

''कुठल्याही अरण्यात जातील! कंदमुळं खाऊन राहतील वेळप्रसंगी!''

त्यानं दुसऱ्या दिवसासाठी या दोन्ही मुख्य बातम्या व्यवस्थित द्यायची व्यवस्था केली. नंतर त्यानं आलेल्या दोन महत्त्वाच्या फोन्सविषयीही शांतमूर्तीला सांगितलं.

''बारा वाजता झोपड्या आणि मजूर हलवल्यानंतर तिथं पोलीस जाऊन पोहोचले असावेत. त्या वेळी मला आपल्याबरोबर नेऊन मुखभंग करायचा त्यांचा प्लॅन असावा! आज कदाचित पोलीस एखादं निवेदन देतील. एव्हाना त्यांनी ते दिलंही असेल. आपल्या वृत्तपत्राव्यतिरिक्त आणखी दुसऱ्या वृत्तपत्रामध्ये त्यांनी दिलं असावं. 'एका स्थानिक वृत्तपत्रात अमुक बातमी प्रसिद्ध झाली आहे–या बाबतीत पोलिसांनी तपास केला असता त्यात तथ्यांश नसल्याचे समजते–' वगैरे वगैरे! वृत्तपत्र-व्यवसाय हल्ली पिवळा पत्र-व्यवसाय झाला आहे–वगैरे आरोपही करतील. तसं काही दिलं असेल, तर तिकडे लक्ष दिलं पाहिजे. पोलीस किती वाजता तिकडं गेले, याचाही शोध घ्या. मला त्यांचा फोन बारा-वीसला आला होता. आणखी दोघांना बरोबर घे. शशि चलाख आहे ना? माझ्याशी त्यांनी फोनवर संपर्क साधल्याचंही येऊ द्या. नेमकी वेळ मी लिहून देईन–''

'सर, आणखी एक गोष्ट. ग्रॅनाईटसाठी तो सरकारला पैसा देतो का? याविषयीची माहिती उद्यापर्यंत आपल्या हातात येईल. आपली सिनेमातंत्रकथाही देऊ या. शूटिंगसाठी त्यानं पाच लाख रुपयांची मागणी केल्याचं रेकॉर्ड केलं आहे. एवढं उत्तम मटीरियल आहे–ते का न वापरता तसंच ठेवायचं?''

''गो अहेड–''

शांतमूर्तीनं त्वरित घड्याळ पाहिलं. रवींद्रनं बेल दाबून शशिरेखा आणि त्या दिवशी कॅमेरा घेऊन आलेल्या गोविंदप्पा आणि व्यंकट नायडूला आत पाठवायची लीनाला सूचना दिली. त्या तिघांनाही शांतमूर्तीनं योग्य त्या सूचना दिल्या.

दुसऱ्या दिवशी सकाळी वर्तमानपत्र बाहेर पडलं आणि एकच धमाल उडाली. रवींद्रच्या अंदाजाप्रमाणे इतर वृत्तपत्रांमध्ये सरकारी निवेदन प्रसिद्ध झालं होतं आणि त्याच वेळी त्याच्या वृत्तपत्रात बातमीचा दुसरा भाग प्रसिद्ध झाला होता! त्यांच्या प्रसार–मॅनेजरनं अंदाजे करून सात हजार प्रती जास्त काढल्या होत्या. त्याही सकाळी दहा वाजायच्या आधी खपल्या होत्या.

ही बातमी इतर वृत्तपत्रांना समजली. आपण या प्रकरणाविषयी काहीच बातमी देऊ शकलो नाही, तर त्याचा विक्रीवर परिणाम होईल, या भीतीपोटी सगळीच

वृत्तपत्रं सजग झाली.

शांतमूर्तीचाही तपास सुरूच होता. सरकार आणि पोलिसांनी प्रकरण नाकारल्यावर त्यानं मजुरांशी झालेल्या संभाषणाचा तपशील द्यायला सुरुवात केली. त्यामध्ये त्या मजुरांची नावं, विजापूर जिल्ह्यातल्या कुठल्या खेड्यातून ते आले आहेत, केव्हा त्यांनी आपलं गावं सोडलं, इथल्या कामावर हजर झाल्यापासून गावाशी त्यांचा संपर्क कसा तुटलाय्, आपण कुठं आहोत, ते गावी कळवायची कशी बंदी आहे वगैरे प्रश्नांची उत्तरं प्रत्येकाकडून मिळवून त्यांनी रेकॉर्ड केली होती. शिवाय तिथल्या प्रत्येकाचा फोटो आणि व्हिडिओ रेकॉर्डिंग त्याच्याकडे होतं. वृत्तपत्राची विक्री वाढावी, अशा प्रकारे तो दररोज त्यातला थोडा-फार मजकूर छापू लागला. त्याचबरोबर तो या व्यवहारातल्या इतर बाजूंचाही शोध घेऊ लागला. पहिल्यापासूनची तपशीलवार माहिती असल्यामुळं त्याला नेमक्या कुठल्या मुद्द्यावर अधिक खोलात जायचं, हेही समजत होतं.

त्यानं चौकशी केली, तेव्हा ती जमीन पूर्णपणे सरकारच्या मालकीची असल्याचं समजलं. तिथले ग्रॅनाईट दगड विकण्यासाठी त्यानं सरकारकडून पूर्वानुमती घेतली नव्हती. सरकारला त्यानं नया पैशाएवढं मानधनही यासाठी दिलं नव्हतं. उलट, त्या जागेत सिनेमाचं शूटिंग करण्यासाठी पाच लाख रुपयांची मागणी केल्याचं तर रेकॉर्ड झालं होतं.

या सगळ्या बातम्या प्रसिद्ध झाल्यानंतर हनुमंतप्पानं एक निवेदन दिलं–त्यात त्यानं आपण सरकारी परवानगी घेतल्याविषयी लिहिलं होतं. शिवाय दरवर्षी सरकारला योग्य ते मानधन देत असल्याचंही लिहून, त्यानं यानंतर पुन्हा आपलं चारित्र्यहनन केलं, तर आपण त्यांना कोर्टात खेचू, म्हणून इशाराही दिला होता. रवींद्रनं शांतमूर्ती, गोविंदप्पा आणि वेंकट नायडू यांच्याशी एक मीटिंग घेतली आणि हनुमंतप्पाच्या निवेदनातलं सत्य शोधायला सांगितलं. शांतमूर्तीला ओळखण्याची शक्यता असल्यामुळं व्यंकट नायडूला या कामावर पाठवण्यात आलं.

दोन दिवसांनंतर आलेल्या व्यंकट नायडूनं बातमी आणली–जुनी तारीख घालून दोन दिवसांपूर्वी तशी खोटी कागदपत्रं तयार केली आहेत. पण त्यासाठी बाकी सगळी कागदपत्रं, पावत्या वगैरे निर्माण करणं अशक्य आहे. त्यासाठी अनेक ठिकाणी खाडाखोड करावी लागते वगैरे बातमीबरोबरच जुनी तारीख टाकून तात्पुरती कागदपत्रं तयार करायच्या कामी तिथल्या ऑफिसमधल्या परशुरामेगौडा नावाच्या माणसानं हनुमंतप्पाला मदत केल्याचीही बातमी दिली.

दुसऱ्या दिवशी व्यंकट नायडूनं आणलेली माहिती प्रसिद्ध करण्यात आली. त्याचबरोबर त्यानं आणखीही एक विधान केलं होतं–ग्रॅनाईटची अशा प्रकारे चोरी आणि चोरटा व्यापार करणं हे केवळ एखाद्या एम्.एल्.ए.च्या अधिकारात जमवण्यासारखं

प्रकरण नसून, रेव्हेन्यू खात्याच्या मंत्रिमहोदयांचा यामध्ये हात आहे–हे नाकारणं अशक्य आहे–आमच्याकडे आमचं विधान सिद्ध करण्यासाठी योग्य ते भरपूर पुरावे आहेत!

यावर विरोधी पक्षानंही गदारोळ सुरू केला.

नंतर यावर रवींद्रनं एक सुदीर्घ संपादकीय लिहिलं.

हे प्रकरण सुमारे बारा दिवस चाललं होतं–त्यानंतर एक दिवस थांबलं. पुढं सरकारनं काय पावलं उचलली, याविषयी कुणालाच काही समजलं नाही. ग्रॅनाईटमुळं झालेलं सरकारचं नुकसान असो किंवा या कामामध्ये आपली हाडं झिजवलेल्या त्या मजुरांचा प्रश्न असो–त्याचं पुढं काय झालं, ते कुठं गेले वगैरे प्रश्नांचा त्यानंतर कुणीही शोध घेतला नाही. संपूर्ण समाजातच नैतिक आळशीपणा भरला असता केवळ एक वृत्तपत्र काय करेल?–रवींद्रनं स्वतःला समजावलं. पण इतके दिवस बातमीचा हीरो झालेल्या शांतमूर्तीची मात्र तडफड चालली होती. आपण फक्त बातम्या शोधून त्या प्रसिद्ध करायच्या–एवढंच! आपण पुढच्या भानगडींमध्ये पडता कामा नये–हे रवींद्रचे अनुभवाचे बोल त्याला फोल वाटत होते.

रवींद्रला या प्रकरणामुळं आपण वार्ताहर असतानाचे दिवस आठवत होते. ते खरं पत्रकाराचं काम! ऑफिसमध्ये टेबलापुढं बसणं नव्हे–

◆

## ५

वडेरय्या जेवण ठेवून, पूजा आटोपून निघून गेला, तरी होन्नत्ती जेवण्यासाठी उठला नव्हता. अलीकडे त्यानं एक वेगळीच पद्धत सुरू केली होती. गेल्या खेपेला तो मुंबईला गेला, तेव्हा दलालच्या आईनं त्याला सुचवलं होतं,

"दुधाची पावडर, कॉर्नफ्लेक्स, साखर वगैरे वस्तू तुझ्यापाशी ठेवून घे. सकाळी आठ वाजता त्यातलं थोडं खाऊन घेत जा. साखर, दुधाची पूड, कॉर्नफ्लेक्स आणि पाणी मिसळून खाल्लंस, तर तुझा संगीताचा अभ्यासही छान होईल."

त्या सकाळी ब्रेड-बटर-उकडलेलं अडं-दूध यांचा नाश्ता द्यायला आल्या, तेव्हा होन्नत्ती म्हणाला होता,

"इथं मला अशा नाश्त्याची सवय झाली, तर मी डोंगरावर काय करू?"

त्या वेळी त्यांनी हा उपाय सांगितला होता. तो माघारी यायला निघाला, तेव्हा त्यांनी हे सगळं सामान त्याच्या सोबत बांधून दिलं होतं. त्यालाही हे पटलं होतं. पोटात थोड्या-फार कॅलरीज् गेल्या, तर रियाझ करताना अधिक मग्नता येते, असा त्याला अनुभवही येत होता. त्यामुळं वडेरय्यानं जेवण आणून दिलं, तरी किती तरी वेळानं तो जेवत होता.

त्या दिवशी तो बागेश्रीच्या आलापीमध्ये पूर्णपणे बुडून गेला होता. गेला आठवडाभर तो त्याच रागाची आलापी आणि झाला यांचा रियाझ करत होता. सतारीच्या तारा छेडताना, न छेडता मौनात बुडून जाताना, डोंगरावरच्या वडाच्या झाडाखाली उभं राहून थंडगार वारं अंगावर घेताना, रात्री-अपरात्री अर्धवट जाग आली असताना तो याच रागाच्या सुरावटीत डुंबत होता. त्या सुरांच्या लहरींवर स्वतःचं संपूर्ण व्यक्तिमत्त्व झोकून देऊन लहरत असताना त्याला आतून कुठून तरी जाणवत होतं–आता कुठं आपल्याला या रागाचं मर्म उलगडू पाहतंय्! मनाच्या कोपऱ्यातल्या या रागाच्या रिकाम्या जागा वेगवेगळ्या सुरावटी आणि आलाप भरून काढत होते. आताच त्यांना वरचेवर छेडून आपल्या बोटांच्या अधीन करून घेतलं पाहिजे! म्हणजे यातला आणखी सूक्ष्मपणा आपल्याला शोधता येईल! याच उत्सुकतेपोटी तो पुन्हा त्याच त्या ताना, तेच सूर, त्यांच्या अगदी निकटचे सूक्ष्म-

तरल सूर, परस्परविरोधी सुरांची सजावट यांची पुनरावृत्ती करत अतिसूक्ष्मपणे ऐकत मूळ रागाच्या गर्भातिगर्भामध्ये त्या पूर्णपणे एकरूप होऊ शकतील काय, याचा अंदाज घेत होता. आज या रागानं स्वतःच मूळ रूप आपल्यापुढं व्यक्त केलं आहे–गुरू सांगू शकतील–वाजवून दाखवू शकतील, त्यापेक्षा जास्तीचं काही तरी आपल्याला आकलन होत आहे, याचा अनुभव घेता घेता मावळणाऱ्या दिवसाचंही त्याला भान राहिलं नव्हतं.

एवढ्यात देवळाबाहेर कुणी तरी बोलल्याचा आवाज त्याला ऐकू आला. एवढा वेळ निःसंकोचपणे जाणिवेच्या पातळीवर विहरत असलेल्या बागेश्रीनं पुन्हा अंतर्यामी दडी मारली. एवढ्यात देवळाच्या दाराशी काळी सावली पडली. सतारीवर झुकलेला चेहरा वर करून निमीलित दृष्टीनं त्यानं तिकडे पाहिलं.

एक माणूस आत आला. त्याच्या पाठोपाठ आणखी दोघं होते. आधी आलेल्या व्यक्तीनं एकाच कापडाची बुश शर्ट-पँट घातली होती. डोक्यावर कुरळे केस, काळा रंग, आत्मविश्वासापेक्षा मस्ती दाखवणारा पस्तिशीच्या घरातला चेहरा– खेड्यातले असले, तरी शहरात वावरत असल्याचं दर्शवणारा एकंदर अवतार होता. इतर दोघांनी धोतर लुंगीसारखं गुंडाळलं होतं. चाळीस-पंचेचाळीसची ती दोन्ही माणसं मात्र शहरात जाऊन असली, तरी आता कायमची खेड्यात राहत असावी, हे लक्षात येत होतं.

पँटवाला माणूस सरळ आत आला आणि हे सगळं आपल्याच मालकीचं असल्याप्रमाणे तिथल्या चटईवर पाय पसरून बसला. ते दोघेही मांडी ठोकून खाली बसले. चटईवर बसलेल्यानं खिशातला चट्ट्या-पट्ट्याचा रुमाल काढून चेहरा आणि मान पुसत होन्नत्तीला विचारलं,

''कुठल्या गावचे तुम्ही?''

पण त्याआडचा प्रश्न होता : कुणाला विचारून तू इथं ठाण मांडलंस?

बागेश्रीच्या विविध सुरावटींमध्ये घेरल्या गेलेल्या होन्नत्तीला हा अतिरूक्ष प्रश्न पटकन उमजलाच नाही. अशा प्रश्नांना त्याच्याकडे उत्तरं नव्हती, असं नव्हे–पण ती वृत्ती आणि करामत बाजूला सारल्याशिवाय संगीत वश होणार नाही, हेही त्याला जाणवल्यामुळं त्या प्रश्नाशी आपला काहीच संबंध नाही, अशा प्रकारे तो गप्प बसला. पँटवाल्यानं खिशातून सिगारेटचं पाकीट आणि काडेपेटी बाहेर काढली. इतर दोघांनाही एकेक सिगारेट देऊन आपल्या सिगारेटचा एक दीर्घ झुरका घेत काडेपेटी त्या दोघांकडे फेकली. त्यांनीही सिगारेटचे झुरके घेतल्यावर त्यानं पुन्हा होन्नत्तीकडे वळून विचारलं,

''कन्नड येत नाही काय? हिंदुस्थानी?''

''कन्नड येतं...'' होन्नत्ती उत्तरला.

"कुठल्या गावचे म्हणून विचारलं, तर उत्तर नाही दिलं तुम्ही!"

"होन्नत्ती... धारवाड जिल्ह्यात आहे."

"इथं कशाला आलात? आणि देवाच्या देवळात हा कसला संसार थाटलात?" कोपऱ्यातला जेवणाचा डबा, भांडी, डबे वगैरेकडे हात करत त्यानं विचारलं.

हेमंत होन्नत्तीला मनोमन संताप आला होता. पण त्यातलं काहीही दाखवून न देता त्यानं विचारलं,

"आपला परिचय झाला नाही!..."

'आमचा परिचय?... आमच्या गावात तीन वर्षं राहता आणि आमचा परिचय विचारता? ऐ लक्कण्णा, सांग याला आम्ही कोण, ते!"

मध्येच मांडी ठोकून बसून, हाताच्या मुठीच्या कर्ण्यासारखा आकार करून झुरक्यावर झुरके ओढत असलेल्या लक्कण्णानं धुराचा लोट सोडत विचारलं,

"हे कोण आहेत, ते ठावं न्हाय? आन् मग कसे या देवळात राहता? मळ्यातल्या घरात चोर शिरल्यागत!"

"मला तरी ठाऊक नाही. सांगायला काय हरकत आहे?" हेमंतनं शांतपणे विचारलं.

"तुम्ही अन्न खाताय् न्हवं? त्या शाळेला जमीन दान दिलीय् यांनी! यांचं अन्न गिळताय् आन्–ह्ये कोन, ठावं न्हाय काय? देव बरं करील काय? काय करता दिवस-रात ऱ्हाऊन?'

हा परशुरामेगौडा म्हणजेच सौद्रेगौडांचा नातू, हे हेमंतच्या लक्षात आलं. त्यानं याचं नाव ऐकलं होतं. एवढंच नव्हे, अलीकडे तो अण्णय्याशी काही ना काही कुरबुरी सुरू करत आहे, हेही त्याच्या कानांवर आलं होतं. रामनगर किंवा अशाच कुठल्या तरी गावामध्ये तो रेव्हेन्यू खात्यात नोकरीला आहे, हेही त्याला ठाऊक होतं. हा माणूस इतका उद्धट असेल, याची त्याला कल्पना नव्हती. त्याचं हे वागणं म्हणजे अण्णय्याबरोबरच्या भांडणाचाच एक प्रकार असल्याचं त्याच्या लक्षात आलं होतं. याला एखादं चपखल उत्तर देऊन गप्प बसवावं, की नको, हे त्याला पटकन सुचलं नाही.

"आतापर्यंत कधी भेटीचा योग आला नव्हता. मी आठवड्यातला एक दिवस वगळता इथं डोंगरावरच राहतो. आपली ओळख झाली, हे छान झालं!" तो सौजन्य दर्शवत म्हणाला.

"ते जाऊ दे. हे देवाचं देऊळ! जेवण-खाण ठेवून घेऊन इथं उष्टं-खरकटं करायचं. रात्री इथंच झोपायचं–देवाला विटाळ-चांडाळ होत नाही काय?" परशुरामेगौडानं विचारलं.

"देव आतल्या गर्भगृहात आहे. मी इथं कुठलंही उष्टं-खरकटं ठेवत नाही.

जेवणाचा डबा असला, तरी जेवण होताच रिकामा डबा देवळाबाहेर त्या खडकाच्या पलीकडे धुऊन टाकतो. इथं मी अन्न शिजवत नाही, मला विडी-सिगारेट-तंबाखू यांचीही सवय नाही...''

''म्हणजे आम्ही सिगारेट ओढतो, त्यावर तू ऑब्जेक्शन घेतोस काय?''

हा आपला उल्लेख एकवचनानं करतोय्, हे हेमंतच्या लक्षात आलं होतं. तरीही तिकडं फारसं लक्ष न देता तो म्हणाला,

''हा तुमच्या गावचा डोंगर, तुमच्या गावचं देऊळ! तुम्हांला काय करायचं, ते करा... मी मात्र तसं काही करत नाही. एवढंच मला सांगायचं आहे. पूर्वीच्या काळीही आपल्या देवळांमधून पंडित आणि कलाकार अध्ययन-अध्यापन आणि कलाविकास करत होते. मीही इथं बसून साधना करतो...''

''ते सगळं आमच्या खेडवळ लोकांना काय समजतं? कुठल्या तरी परगावचा एक माणूस आमच्या गावच्या देवळात एक नाही, दोन नाही तीन वर्षं ठिय्या देऊन बसलाय्–त्याला खेचून बाहेर काढायचा निर्णय घेतलाय्!''

''त्या लोकांना समजणार नाही... कारण ती अशिक्षित माणसं आहेत! तुम्ही शिकलेले आहात... तुम्ही त्यांना नीट समजावून सांगा...''

''अय्यो! तुला चार शहाणपणाच्या गोष्टी सांगायला आलं, तर तूच आम्हांला सांगतोस? देवळात संसार मांडून बसलाय्... त्यासाठी काही भाडं-बिडं तरी देतोस, की नाही?''

''हे पाहा, गौडा! अपरिचित मोठ्या माणसाशी एकेरीत बोलणं सुशिक्षितपणाचं लक्षण नाही. मी गप्प बसतो, म्हणून मर्यादा सोडून तुम्ही बोलता कामा नये! सगळ्या गावकऱ्यांनी मिळून देवळाच्या पूजेसाठी किंवा दुरुस्तीसाठी फंड गोळा करायचं ठरवलं, तर मीही माझ्या हातून होईल तेवढं धनसाहाय्य करेन. इथं राहायचं भाडं म्हणून नव्हे... भक्तीची भेट म्हणून! एक समिती तयार करून त्या नावानं बँकेत एक खातं काढा. मीही भेट देऊन पावती घेईन...'' तो अत्यंत सौम्यपणे म्हणाला.

त्याला काय म्हणायचं आहे, ते परशुरामय्याच्या लक्षात आलं. तो म्हणाला,

''हे पाहा, बँक अकांऊट... रिसीट... समिती वगैरे खेड्यात चालणार नाही. तसं करायचं, म्हणजे या गावात एक बँक काढावी लागेल. तुम्ही शहरात राहायच्या लायकीचे आहात. मग आमच्या या खेड्यात काय करता?''

''असल्या प्रश्नांना मी उत्तरं द्यायची आवश्यकता आहे, असं मला वाटत नाही. देवळामध्ये कुणीही भांडू नये. मीही चौकशी केलीय्. तेव्हा मला समजलेली माहिती अशी... हा डोंगर हालुकेरेच्या हद्दीत येत नाही. या बाजूला असलेल्या तगळीहळ्ळीच्या हद्दीत तो येतो.''

"या देवळाचा पुजारी आमच्या गावात राहतो. आमच्या जातीचा वडेरय्या देवाची पूजा करतो. हे आमच्या जातीचं देऊळ आहे. तगळीहळ्ळीमध्ये फक्त मागावरचे शेटजी आहेत सगळे!"

"देऊळ कुठल्याही एका जातीचं नसतं. तुमच्यासारख्या सुशिक्षितानं असं बोलू नये! विद्याशालेविषयी तुमच्या मनात काही किंतु असेल, तर त्यांच्या सभेमध्ये तुमचेही विचार तुम्ही मांडा. इथं चार दिवसांसाठी आलेल्याचा का या भांडणात वापर करता?"

परशुरामेगौडा पुढं काही फार बोलला नाही. नुसता म्हणाला–

"असं म्हणता?"

"मग काय सांगू? एक संस्था जन्माला घालून एवढी मोठी करणं सोपं नाही. अण्णय्या त्यासाठी रक्ताचं पाणी करताहेत. तुम्हीही त्यांना शक्य तेवढी मदत करा. तुमच्या आजोबांच्या आत्म्याला शांती मिळेल!" त्यानं समारोप करावा, तसं सांगितलं.

"अरे! अण्णेगौडा फुकट अन्नाचा गोळा वाढतो. म्हणून त्याचं गुणगान करू नको. गप्प राहा. कुल्ले झाकून!..." म्हणत तो उठला.

बाहेर जाताजाता त्यानं सिगारेटचं थोटूक तिथंच टाकलं. तो बाहेर पडताच बाकीचे दोघंही उठले, देवाच्या बंद दरवाज्याकडे वळून 'शिवा–शिवा–शिवा–भगवंता–' म्हणत डोळे मिटून साष्टांग नमस्कार घालून तिथून निघाले. परशुरामेगौडानं देवाला हातही जोडले नाहीत, हे हेमंताला तीव्रपणे जाणवलं.

खोलीत सिगारेटचा वास भरून राहिला होता. बागेश्रीचं वातावरण पूर्णपणे नष्ट झालं होतं. क्षणभर त्याला हाक मारून सिगारेटची थोटकं बाहेर टाकायला सांगावंसं वाटलं, तरी त्यानं संयम बाळगला. आपण बोललो, तेही थोडं जास्तच झालं. जे काही घडलं, ते अण्णय्यांच्या कानांवर घातलं पाहिजे.

आता त्याला चांगलीच भूक जाणवली. सिगारेटची थोटकं आणि राख बाहेर टाकून हात धुतल्यावर त्यानं एका ताटलीत आपलं जेवण वाढून घेतलं आणि बाहेरच्या वडाच्या झाडाखाली वाऱ्यात बसून जेवू लागला. मनात येत होतं– अण्णय्यांना सांगावं, की सांगू नये? सांगणंच चांगलं. त्यामुळं त्यांना आपलं वागणं ठरवायला मदत होईल.

◆

सकाळी विद्याशालेचे सगळे वर्ग सुरू होते. तोच एक मोटार–सायकलचा आवाज ऐकू आला. तिथल्या शांत वातावरणात त्या आवाजात केवळ विद्यार्थ्यांचंच नव्हे, शिक्षकांचही लक्ष वेधून घेतलं. अण्णय्या स्वयंपाकघरात स्वयंपाक्यांना काही

सूचना देत होता, एकच गोष्ट पुन्हा सांगताना तो सांगत होता,

"दररोज स्वयंपाक करता! पुन्हा कशाला सांगावं लागतं? आपल्या आपण करणं म्हणजे स्वातंत्र्य! ऐकून करायचं म्हणजे पारतंत्र्य!"

त्यांच्याही कानांवर मोटार सायकलचा आवाज आला. त्यांच्या मनातही प्रश्न उमटला–कुणाची असावी ही? परशुरामेगौडा? स्वयंपाक्यांनी 'आम्ही झाडून घेतो... तुम्ही व्हा बाजूला...' म्हणून सांगताच अंगावरची जळमटं झटकत अण्णय्या बाजूला झाले. आपल्या खोलीपाशी मोटारसायकल थांबली आणि स्टँडवर लावल्याचं त्यांना ऐकू आलं. ते तिकडं गेले. होय–परशुरामेगौडाच आला होता. पँट-बुशशर्ट घातलेला परशुरामे गौडा एव्हाना त्यांच्या खोलीपाशी जाऊन तिथलं कुलूप बघून मागं वळला होता. अण्णय्या दिसताच त्यांनी प्रथम पाहून नमस्कार केल्यावर त्यानं नमस्काराच्या उपचारासाठी हात वर केला.

अण्णय्यांनी कुलूप काढलं. त्यानं दारापाशी आपले पंपशूज् काढले आणि तो चटईवर बसला. त्याच्या शेजारी बसत नेहमीप्रमाणे हसतमुखानं अण्णय्यांनी चौकशी केली,

"केव्हा आले गौडा?"

त्यांचा शांत चेहरा पाहताच परशुरामेगौडाला आपण ठरवून आलेलं बोलणं विसरल्यासारखं झालं. यांचा चेहराच असा आहे–भुरळ घालणारा! अशीच भुरळ घालून यानं आमच्या आजोबांकडून एकशे वीस एकर जमीन काढून घेतली. त्या वेळी मी नुकताच वयात आलो होतो–माझीही सही घेऊन यांनी रेकॉर्ड पक्कं करून घेतलं आहे! असल्याच खात्यात काम करत असल्यामुळं परशुरामेगौडालाही ठाऊक होतं–यावर काहीही करता येणार नाही!

मनातली मळमळ तशीच दाबून ठेवून, त्यानं एकदा सभोवताली पाहिलं आणि विचारलं,

"काय म्हणते विद्याशाला? सगळं ठीक चाललंय् ना?"

हा गावातल्या लोकांमध्ये शाळेविषयी काही ना काही वेडं-वाकडं भरवून देत असतो, हे ठाऊक असलं, तरी ते दाखवून न देता अण्णय्या म्हणाले,

"तुमच्यासारख्यांनी मीटिंगला आलं पाहिजे, गावात येता, तेव्हा येऊन शाळेत काय चाललंय्, ते बघायला पाहिजे, काही कमी-जास्त असेल, तर असं करा–तसं करा, म्हणून सूचना द्यायला पाहिजेत! म्हणजे इथं काम करणाऱ्या आमच्यासारख्यांनाही काम करायला उत्साह येईल! तुम्ही येतच नाही. तुम्हांलाही दोन्हींकडचं बघावं लागतं ना! मुलं कशी आहेत? बरी आहेत ना? थोरला सात वर्षांचा आहे, नाही का?"

मागं चिथवणं सोपं आहे–समोर बोलणं कठीण आहे, याचा त्याला अनुभव

येऊ लागला. त्यानं सरळच बोलायला सुरुवात केली,

"तुम्ही माझं एक काम करायला पाहिजे! तुम्ही मनात आणलं, तर होईल याची खात्री वाटते, म्हणून मी आलो."

हा कशासाठी आलाय्, याची अस्पष्ट कल्पना त्यांना आली पण ते दाखवून न देता ते म्हणाले,

"मुलाला शाळेत पाठवायचंय् ना? आता तो सात वर्षांचा आहे. आणखी सहा-सात वर्षं त्याला आई-वडलांपाशी राहू द्या. इथं येणारी मुलं सुमारे तेरा-चौदा वर्षांची असतात. त्यांच्या वयांत फार अंतर पडलं, तर मुलंही इथ रमत नाहीत. पण तिकडं काही तशीच अडचण असेल, तर सांगा. काही तरी व्यवस्था करता येईल. शनिवारी–रविवारी इथंच गावात तुमच्या निंगव्वाकडे जाऊन येईल."

हा अण्णय्या हुशार माणूस! आपण यासाठी आलो नाही, हे याला ठाऊक नसेल काय, परशुरामेगौडा म्हणाला,

"माझं काम वेगळंच होतं. तुमच्या विद्याशालेत 'इंडियन ट्रिब्यून' येतो ना?"

"येतो. बेंगळूरहून निघणारी सगळी कन्नड आणि इंग्लिश वृत्तपत्रं आपण इथं मागवतो. म्हणजे इथं येऊन पोहोचायला दुपारचे बारा वाजतात. सगळे जुने पेपर्स लायब्ररीमध्ये नीट लावून ठेवलेले आहेत. आजचा पेपर आला, की लगेच देतो पाठवून. नाही तर असं करा, इथंच जेवण करा आणि पेपर वाचून नंतरच जा!"

हा जाणीवपूर्वक संभाषण वेगळ्या वाटेनं नेत आहे, हे परशुरामेगौडाला जाणवत होतं. आता मात्र त्यानं स्पष्टच विषय काढला,

"हे पाहा, कदाचित तुम्हीही वाचलं असेल. रामनगर जवळच्या ग्रॅनाईटच्या संदर्भातली ती बातमी–विजापूरकडच्या मजुरांना डांबून ठेवलं होतं वगैरे–खूप फोटोही दिले होते, बघा! पेपर म्हटल्यावर पानं भरायला खोट्या-नाट्या गोष्टी तयार करून छापतात! फोटोही घातलेत–त्यांना कोण नको म्हणणार? पण–आमचे एक मित्र आहेत–एम्.एल्.ए. हनुमंतप्पा त्यांचं नाव. ते हा चोरीचा धंदा करतात– माणुसकी नसलेला क्रूर माणूस–वगैरे खोटे आरोप करणं कुठल्या न्यायात बसतं? वाचलंत काय तुम्ही?"

"किती तरी दिवस मला पेपर वाचायला वेळच मिळत नाही. वेळ पाहिजे ना! कन्नड पेपरवरून एकदा जेमतेम नजर फिरवायला जमतं, तेवढंच!"

हे सांगत असताना त्यांना सारं काही स्पष्टपणे आठवत होतं. केवळ 'इंडियन ट्रिब्यूनच' नव्हे, इतर वृत्तपत्रांनीही ही बातमी सविस्तरपणे दिली होती. या संदर्भात त्यांनी रवींद्रला लिहिलेल्या पत्रातलं प्रत्येक वाक्य त्यांना आठवत होतं. त्यांनी त्याच कौतुक करून लिहिलं होतं–असलं हीन दर्जाचं कृत्य करणाऱ्या एम्.एल्.ए.ची सगळी संपत्ती जप्त करून, त्यातून विजापूरकडच्या त्या शोषित मजुरांचं भूमी देऊन

पुनर्वसन केलं पाहिजे आणि उरलेली संपत्ती सरकारजमा केली पाहिजे!

आता हे याला सांगण्यात अर्थ नाही--- आधीच यानं संस्थेच्या कामकाजात काड्या घालायला सुरुवात केली आहे. त्याला चेव येईल आणि संस्थेचं आणखी नुकसान होईल, असा विचार करून ते गप्प बसले.

त्यालाही काय बोलायचं, ते कळेना. त्यानं सांगितलं,

''कुणी तरी पेपरवाला हनुमंतप्पांकडे गेला आणि सिनेमा काढतो–पाच लाख रुपये द्या, म्हणून मागू लागला. पैसा काय फुकट येतोय्? त्यांनी नाही म्हणून सांगितलं. सोबत कुणी तरी चार पैशांची बया होती, म्हणे. हीच हिरॉईन, म्हणून त्यांना सांगितलं. अहो, टॉप लेव्हलचे स्टार घेऊन काढलेले सिनेमा कचऱ्यासारखे उडून जात असताना असल्या छपरी हिरॉईनच्या सिनेमासाठी हनुमंतप्पा कशाला पैसे देतील? तो राग धरून त्यानं यांच्यावर एवढं सगळं लिहिलंय्! त्यांनी दगड फोडायचं सरकारकडून घेतलेलं लायसेन्स दाखवलं, तरी त्यावर हे खोटं आहे, म्हणून पुन्हा लिहिलंय्! आणि त्यांना मागची तारीख टाकून खोटं लायसेन्स मी दिलंय्, म्हणे! या प्रकरणात मी ढीगभर लाच खाऊन सातमजली वाडा बांधलाय् आणि त्याला नऊ सोन्याचे कळस बसवलेत, अशा थाटात लिहिलंय्! असं लिहून माझ्याकडून काहीही काढून घेता येणार नाही! ते जाऊ द्या. मी आता तुमच्याकडे का आलो, ते सांगतो. त्या वर्तमानपत्राचे संपादक तुमचे मित्र आहेत, म्हणून समजलं. त्यांचा मुलगा इथंच शिकतोय् ना? त्यांना तुम्ही एखादं पत्र लिहा, किंवा माझ्याबरोबर बेंगळूरला चला आणि त्यांना उगाच असलं खोटं छापू नका–खरं असेल, तेवढंच छापा–हनुमंतप्पांनी देशासाठी त्याग केला आहे–त्यांचे वडील स्वातंत्र्यलढ्यात जेलमध्ये गेले होते. . ज्याच्यावर तुमच्या वार्ताहरानं खोटं लायसेन्स दिल्याचा आरोप केला आहे, तो परशुरामेगौडा म्हणजे आणखी कुणी नव्हे–या विद्याशालेसाठी ज्यांनी एकशे वीस एकर जमीन दान दिली, त्या सौद्रेगौडांचा नातू! ही बॅकग्राऊंड ठाऊक नसताना रिपोर्टर काही तरी लिहीत सुटतात! हा अन्याय होऊ देऊ नये–म्हणून पत्र लिहिलंत, तर न्याय मिळेल. आधीच सांगितलं ना? यांनी काहीही लिहिलं तरी माझा किंवा हनुमंतप्पाचा एक केसही वाकडा होणार नाही, पण वर्तमानपत्र म्हटल्यावर त्यांनी सत्य लिहायला नको?''

एकदा बोलायला सुरुवात केल्यावर अवघडलेपण–संकोच सारं काही आपोआप दूर झालं होतं. अशा प्रकारे आपण आणखी कितीही बोलू शकू, याविषयी त्याचा विश्वास वाढला.

अण्णय्या त्याच्याकडेच पाहत होते. चेहऱ्यावरचा मृदुपणा आणि स्नेह तसाच होता. यांचा आपल्या सांगण्यावर विश्वास बसला, याची त्याला खात्री वाटली. तो पुढं म्हणाला,

"चला, बेंगळूरला जाऊ या. किंवा एक पत्र लिहून द्या. मी त्यांना जाऊन भेटतो."

"पत्र लिहून देतो–" म्हणत अण्णय्या उठले आणि आपल्या उतरत्या डेस्कवर कागद ठेवून लिहायला सुरुवात केली. त्या आधी त्यांनी त्याला सांगितलं, "रवींद्र म्हणजे बसवनपूच्या व्यंकटसुब्बय्यांचा नातू. व्यंकटसुब्बय्या आणि त्यांच्या पत्नी शांतम्मा यांच्याइतक्या दानशूर व्यक्तींना मी आतापर्यंत कुठंच पाहिलं नाही. वृद्धापकाळी त्यांनी आपल्याजवळ जमलेले एक लाख रुपये आणि एक एकर जमीन दान म्हणून दिली–हॉस्पिटल बांधून दिलं. रवींद्रच्या वडलांनीही त्यात कुठल्याही प्रकारचा अडथळा आणला नाही. आई-वडलांनी दान-समारंभ केला, तेव्हा तेही आनंदानं हजर राहिले आणि त्यांनीही त्यांच्या हाताला हात लावून त्यावर पाणी सोडलं. रवींद्रही तशाच विचाराचा आहे. कुणीही संकटात असलं, तर ते आपण होऊन पुढं होऊन मदत करत. माझं संपूर्ण कॉलेजचं शिक्षण त्यांनीच केलंय्. हा पाहा इथं–तुमच्या आजोबांच्या फोटोशेजारी त्यांचा फोटो आहे! हे मी तुम्हांला मुद्दाम सांगितलं. रवींद्रच्या अंगात जन्मजात न्यायबुद्धी आहे! यात काही अन्याय घडला असेल, तर ते निश्चित लक्ष घालतील!..."

एवढं सांगून त्यांनी पत्र लिहायला सुरुवात केली. आधी अनुपच्या अभ्यासाविषयी समाधान व्यक्त करून नंतर लिहिलं,

'–हे पत्र घेऊन येणारे हालुकेरेच्या कै. सौद्रेगौडांचे नातू परशुरामेगौडा हे होत. सौद्रेगौडांविषयी मी तुम्हांला सांगितलं आहेच. तुमच्या वृत्तपत्रात ग्रॅनाईटच्या चोरट्या निर्यातीविषयी सविस्तर बातमी देण्यात आली आहे. एम्.एल्.ए. हनुमंतय्या हे अत्यंत सज्जन गृहस्थ असून, तुमच्या वार्ताहरानं काही तरी वैयक्तिक कारणासाठी त्यांच्यावर हे गलिच्छ आरोप केले आहेत, असे श्री. परशुरामेगौडा यांचे म्हणणे आहे. तरी या सर्व प्रकरणात तुम्ही स्वतः लक्ष घालावे आणि यात तथ्यांश असेल, तर तसे निवेदन प्रसिद्ध करावे–जर वार्ताहराने दिलेली बातमीच सत्य असल्याचे आपल्याला आढळले, तर मात्र आमचे काहीही म्हणणे नाही.'

पत्र लिहून झाल्यावर त्यांनी ते पाहण्यासाठी परशुरामेगौडाकडे दिलं आणि ते पाकीट घेऊन त्यावर रवींद्रचा पत्ता लिहू लागले.

पत्र वाचताना सुरुवातीला परशुरामेगौडाचा चेहरा खुलला–नंतर हळूहळू काळा ठिक्कर पडला. पाठोपाठ मनात संताप फुलला. त्यानं पत्र त्यांच्या पुढं टाकत म्हटलं,

"काय लिहिलंत तुम्ही हे!"

"पाहिलंत ना तुम्ही?" त्याच्या प्रश्नाचा मथितार्थ लक्षात न आल्यासारखं दाखवत ते म्हणाले.

"हे पत्र लिहायला तुमची काय गरज होती? सत्य, म्हणे, सत्य! एखाद्याला मदत करायची मनापासून इच्छा असेल, तर आपण कसं पत्र लिहावं, हेही लक्षात येतं!"

"वार्ताहरानं खोटी बातमी दिली आहे–तुम्ही खरी बातमी छापा, म्हणून मी लिहिलंय्. तुम्हांला आणखी काय म्हणायचं होतं?"

"हे पाहा–यातून बाहेर पडायची ताकत माझी पण आहे आणि आमच्या हनुमंतप्पांचीही आहे! तुमची लायकी काय आहे, ते बघण्यासाठी मी इथं आलो होतो!–" पत्र तिथंच टाकून तो उभा राहिला.

"बसा–बसा, परशुरामेगौडा! त्यांनी आपल्या मुलाला इथं शिकायला ठेवलंय्, म्हणून आपण त्यांना त्यांच्या कामामध्ये असं करा आणि तसं करू नका, म्हणून कसं सांगू शकतो? प्रत्येकाची आपापली श्रद्धा असते. तत्त्व असतं. या पत्रात आपण त्यांच्या वार्ताहरावर खोटेपणाचा आरोप केला आहे. हा तरी मला काय अधिकार? मी यात खरं-खोटं करून पाहिलं नाही. तुम्ही जे सांगितलंय्, त्यावर मी पूर्ण विश्वास ठेवूनच हे पत्र लिहिलं आहे. पत्रात याहून जास्त कशाला, का लिहायचं? तुम्ही स्वतःच त्यांना भेटणार ना? त्या वेळी बाकी जे काही सांगायचं, ते सांगा. ते निश्चित ऐकून न्याय करतील–" ते संयमानं म्हणाले.

"काय करायचं आणि काय सांगायचं, मला ठाऊक आहे..." म्हणत तो तरातरा बाहेर पडला आणि पुन्हा एकदा संपूर्ण विद्याशालेतली शांतता नष्ट करत मोटारसायकल सुरू करून निघून गेला.

आपण योग्य केलं, की अयोग्य?–अण्णय्यांच्या मनात किंतु निर्माण झाला होता. आधीच हा परशुरामय्या गावात आपल्या संस्थेविषयी काही ना काही सांगून अफवा उठवत आहे. या गावच्या सौद्रेगौडांनी दिलेल्या जमिनीवर उभ्या असलेल्या शाळेमधून आपल्या गावाला कुठला खास फायदा झालाय्? बाहेरगावच्या मुलांना इथं का ठेवून घ्यायचं?–असे प्रश्न तो उपस्थित करत आहे. मध्ये भिंत घालून डोंगराकडून गावच्या तळ्यात येणारं पाणी ही माणसं मध्येच अडवत आहेत, असाही एक आक्षेप तो घेतो. या आरोपात काहीही तथ्य नाही. हा बांध बांधायच्या वेळी आवश्यक ती सरकारी परवानगी आपण घेतली आहे. या गावासाठी स्वतंत्र शाळा हवी असेल, तर त्यासाठी गावानं प्रयत्न केले पाहिजेत.

एकूण काय, हा कायदेशीरपणे काहीही करू शकणार नाही–तरीही ही रोजची कटकट! तशी या प्रकरणाला सुमारे सहा महिन्यांपूर्वीच सुरुवात झाली होती. पण त्या वेळी तिचं स्वरूप किरकोळ होतं. आता हा आणखी त्रास द्यायला सुरुवात करणार, हे तर नक्कीच!

दुपारी जेवतानाही ते कुणाशीही फारसे न बोलता अंतर्मुख होऊन स्वतःशीच

विचार करत होते. इथं विद्याशालेला काही समाजकंटक त्रास देतील, म्हणून रवींद्रच्या सत्य लिहिणाऱ्या लेखणीवर बंधन घालायचं काय? सा विद्या या विमुक्तये–मुक्त करते, ती विद्या! महात्मा ज्या वाक्याचा पदोपदी उच्चार करत होते, ते वाक्य विद्याशालेचं बोधवाक्यही आहे! सा लेखा या विमुक्तये, असं का म्हणू नये? लेखनालाही हे वाक्य लागू पडत नाही काय? काय? ज्या लेखनाला हे वाक्य लागू पडणार नाही, ते सर्व अर्थहीन अवडंबरच! रवींद्रच्या वृत्तपत्रातल्या या लेखामुळं किमान साठ जणांना स्वातंत्र्य–

पण ते साठजण कुठं गेले असतील? आपापल्या गावी जाऊन स्वतंत्र जीवन जगताहेत? रवींद्रला यासंबंधी पत्र लिहून पुढची बातमी विचारायला पाहिजे.

◆

संध्याकाळी सगळे विद्यार्थी प्रार्थना करत होते. एका खोलीत कृष्णमूर्ती, डॉक्टर चंद्रशेखर, शरभण्णा आणि सोमशंखराचार्य यांच्याशी अण्णय्या त्या दिवशी सकाळी परशुरामेगौडाशी जे बोलणं झालं, त्याविषयी बोलत होते. आपली भावना सर्वांपुढं व्यक्त करताना त्यांचं मन हलकं होतं होतं. त्याच वेळी होन्नत्ती तिथं आले. अण्णय्यांनी त्यांचं स्वागत केलं,

"या–या–"

दर शुक्रवारी संध्याकाळी विद्याशालेतल्या मुलांना संगीत शिकवून, तिथंच रात्री मुक्काम करून, शनिवारी सकाळी पुन्हा डोंगरावर जायची त्यांची पद्धत होती. अगदी क्वचित कधी तरी लोकांमध्ये मिसळून गप्पा मारायची तीव्र इच्छा झाली, की ते डोंगरावरून खाली उतरत. आज सोमवार–यांना रियाझापेक्षा माणसांना भेटायची तीव्र इच्छा झालेली दिसते–असं त्यांच्या मनात येत असतानाच होन्नत्ती म्हणाले,

"चालू दे तुमचं–मी नंतर येईन."

"या–या... तुम्हीही ऐकायला हरकत नाही. नव्हे, ऐकायलाच पाहिजे, अशा विषयावरच आम्ही बोलतोय्..." म्हणत अण्णय्यांनी त्यांना आत बोलावलं आणि सकाळी परशुरामेगौडाशी झालेलं संभाषण त्यांनाही सांगितलं.

"अच्छा! आता मलाही खुलासा झाला. आज दुपारी दीड-दोन वाजता ते आणखी दोघांबरोबर... त्यांतल्या एकाचं नाव लक्कण्णा, दुसरा कोण... ठाऊक नाही–ते वरही आले होते..." होन्नत्तींनी घडलेली सारी हकीकत सविस्तरपणे सांगितली.

सगळ्यांचा अर्थ एकच होता–परशुरामेगौडा आता कामाला लागलेले दिसत होते! त्याच्या कामाची पद्धतही आता लक्षात आली होती.

“याकडे पूर्णपणे दुर्लक्ष केलेलं बरं. त्याला जे काही करायचंय्, ते करू द्या.”

“आपण त्या लक्कण्णाला गाठू आणि त्याच्याकडून काही करायला जमतं का, ते पाहू...”

“हं... गावातल्या चार मोठ्या लोकांकडून त्याला कानपिचक्या देऊ या–”

“काही का असेना! त्यानं स्वतः काही तरी हालचाल करेपर्यंत आपण काहीही करणं चुकीचं आहे... ” बऱ्याच चर्चेनंतर सगळे या निर्णयावर येऊन पोहोचले.

रात्रीचं जेवण झाल्यावर लायब्ररी उघडून होन्नत्ती किती तरी वेळ ‘इंडियन ट्रिब्यून’चे अंक वाचत बसले होते. नंतर तिथल्या अतिथि–कक्षात आपल्या अंथरुणावर आडवं झाल्यानंतर त्यांच्या मनात पुन्हा तरंगत असलेले बागेश्रीचे सूर भरून राहिले. परशुरामेगौडा आले नसते, तर दुपारी जेवण करून वामकुक्षी झाल्यावर पुन्हा त्या सुरावटीत बुडून जाऊन नव्यानं स्फुरणारी आलापी सतारीवर वाजवून बघता आली असती. रात्री झोपतानाही तेच स्वर भरून घेऊन राहिलं असतं, तर नंतरच्या निद्रेत, स्वप्नात आणि अर्धवट निद्रावस्थेतही त्याच ताना आणि तेच आलाप मनात घुमत राहिले असते! अशी अवस्था क्वचित निर्माण होते आणि त्याच वेळी नेमका हा परशुरामेगौडा टपकला! त्यांना तीव्रपणे वाटलं, आता, या क्षणी उठून डोंगरावर निघून जावं. त्यांनी घड्याळात पाहिलं. साडे अकरा वाजले होते. आता निघालं, तरी तिथं पोहोचायला बारा. नंतर कितीसा अभ्यास होणार आहे? शिवाय या अंधारात डोंगर चढून जाणं म्हणजे–रानात अगदी वाघासारखी जनावरं कदाचित नसतील–पण कोल्हे–लांडगे–सरडे–साप वगैरे प्राणी तरी असतील ना! त्यांनी जायचा विचार रहित केला.

सकाळी उठल्याउठल्या त्यांनी अण्णय्यांना सांगितलं,

“आता निघतो मी...”

“एवढ्यात?”

“होय. सतार वाजवायचा मूड आहे. घडलं, ते तुमच्या कानांवर घातल्याशिवाय चैन पडेना, म्हणून काल मी इथं आलो.”

“तुम्ही सांगितलंत, ते उत्तमच झालं...” निरोप देत अण्णय्याही म्हणाले, “पण तुम्ही याचा फार विचार करू नका. आमचा नाइलाज आहे–त्यामुळं लक्ष घातलंच पाहिजे. आम्ही बघून घेऊ. तुम्ही तुमची साधना करा...”

ते डोंगर चढू लागले, तेव्हा त्यांच्या डावीकडे क्षितिजावर सूर्य उगवत होता.

त्यांच्या मनात येत होतं, शुक्रवारी अण्णय्यांना हे सांगता आलं असतं. मीच या गोष्टीला अनावश्यक महत्त्व दिलं, की काय, कोण जाणे! तिथंच राहिले असतो, तर कालचा दिवस आणि रात्र बागेश्रीत चिंब भिजत राहिलो असतो आणि या वेळेपर्यंत त्या ताना आणि आलाप, ते स्वर सतारीतून काढण्यात रंगून गेलो असतो!

या विचारसरशी त्यांची पावलं उत्साहानं भराभरा पडू लागली. संपूर्ण अंगाला घेरून टाकत हैदोस घालणाऱ्या वाऱ्यामध्येही त्याचं मन बागेश्रीच्या सुरावटींशी खेळण्यात गढून गेलं होतं. देवळात जाऊन पोहोचल्यावर लगेच अंघोळ करायची, कॉर्नफ्लेक्स खायचं आणि वाजवायला बसायचं. कितीही वेळ लागला, तरी काल सुचलेले सगळे आलाप आणि ताना सतारीतून मनाचं समाधान होण्याइतपत कलात्मक सफाईनं निघेपर्यंत थांबायचं नाही... याच विचाराच्या तंद्रीत धाप लागली, तरी तिकडे दुर्लक्ष करून ते चढत होते.

डोंगरावर पूर्णपणे चढल्यावर देवळाकडे वळत असताना त्यांची पावलं एकाएकी थबकली. त्यांनी पाहिलं, तिथल्या खडकापाशी काही तरी मोडून पडल्यासाररखं...

अरेच्चा! सतार! फुटलेली... मोडलेली सतार! भोपळा फुटला होता-मधल्या दांड्याची हाडंही खिळखिळी-अंहं-खटाखट मोडली होती! तारा सगळ्या तुटून गेल्या होत्या-अंहं-रक्त आलं नाही! कुणी तरी चोरून नेताना हातातून निसटून पडल्यामुळं-नाही! तसं काही घडलं असतं, तर एखाद-दुसरी भेग पडली असती. हे असं घडलेलं नाही! पूर्णपणे नष्ट करायच्या उद्देशानं आधी दगडावर आपटलं आहे-नंतर फेकून दिलं आहे! होय...

फुटलेला भोपळा-दांडा-तुटून एकमेकींत गुंतून गेलेल्या तारा-त्यांनी सतारीचं भग्न कलेवर उचलून छातीशी घेतलं आणि ते देवळाकडे धावले.

देवळाच्या दाराची कडी मोडली होती. दरवाजा सताड उघडा होता. चोरी झाल्याची स्पष्ट लक्षणं दिसत होती. ते तसेच देवळात गेले.

चार डबे, ताटली, भांडी, जेवणाचा डबा, किरकोळ वस्तू, टॉर्च, कंदील-सगळं गायब झालं होतं. पाणी भरायचा घडा फोडून टाकण्यात आला होता. बैठकीची आणि रात्री झोपायची चटई आणि पांघरायचं कांबळंही दिसेनासं झालं होतं.

ही केवळ चोरी नाही-हे मला धडा टिकवण्यासाठी परशुरामेगौडानं केलेलं कारस्थान आहे! चोरीच्या दृष्टीनं सतार ही अडचणीचीच वस्तू! न्यायला अडचणीची-स्वतःला तिचा काही उपयोग नाही-शिवाय विकली जाण्याच्या दृष्टीनंही अडचणीची! असं असेल, तर ती न्यायची नाही. पण इथं ती मुद्दाम फोडली आहे आणि त्यानंतर फेकून दिली आहे! यात मुद्दाम दाखवलेलं क्रौर्यच आहे! माझ्या मनाला क्लेश व्हावे, या एकाच दुष्ट हेतूनं दाखवलेलं क्रौर्य! माझ्यावर पाळत ठेवून हे केलं असेल

काय? मी इथंच असतो, तर मलाही मारहाण करून किंवा ठार मारून–नाही. ठार मारलं नसतं. त्याचा अण्णय्यांवर राग आहे. मला थोडा-फार मार देऊन मला इथून पिटाळून लावणं एवढाच त्याचा उद्देश असणार!

त्यानं देवळाच्या गर्भगृहात डोकावून पाहिलं. तिथला घडा, पितळी ताटली, तांब्या वगैरे वस्तू जागेवर होत्या. कुणीही गर्भगृहामध्ये प्रवेश केल्याची लक्षणं दिसत नव्हती.

अण्णय्यांना सगळी हकीकत सांगणं अत्यावश्यक असलं, तरी ते मुकाट्यानं नेहमी रियाझ करायच्या जागेवर बसले. सतारीचा अस्थि-पंजर त्यांच्या हातांतच होता. परशुरामेगौडा हा केवळ नीच माणूस नाही. चोरी करू दे–मला घाबरवू दे–पण संगीत-वाद्याचा असा खून करणं म्हणजे अपरिमित क्रौर्य! तो स्वतःही इथं येऊन गेला असेल काय? की सविस्तर सूचना देऊन गुंडच पाठवले असतील?

त्यांनी हातांतल्या अस्थि-पंजराकडे पुन्हा एकदा लक्ष देऊन पाहिलं. पण डोळ्यांमध्ये अश्रूंचा पापुद्रा साचल्यामुळं काहीच दिसलं नाही. रडावं वाटलं. दोन हजार रुपये खर्च केले, तर नवी सतार मिळू शकेल. मुंबईमध्ये जाणकार विक्रेत्यांना सांगून ठेवलं आणि थोडे दिवस वाट बघायची तयारी असेल, तर थोडी-फार वापरलेली सतारही मिळेल. एवढं का वाईट वाटून घ्यायचं? सतार गेली, म्हणजे काही संगीत गेलं नाही! स्वतःचं समाधान करायचा कितीही प्रयत्न केला. तरी हुंदका गळ्याशी येत होता. आदल्या दिवशी त्यांच्या अंतर्मनातून स्फुरणारे सूर–ताना–आलाप यांना रूप देणाऱ्या सतारीच्या कलेवरावर त्यांचे अश्रू ओघळले.

किती वेळ, गेला कुणास ठाऊक! नंतर तो बाहेर आला. समोरची दरी–त्यापलिकडचा तलाव–झाडी यांवरून नजर उगाच फिरत राहिली आणि आठवलं–भांडी, डबे, ताटल्या, कांबळी याबरोबरच आपली संगीताची वही हरवली आहे! गुरू जेव्हा एकेका रागाचं स्वरूप, चलन आणि त्यामध्ये केली गेलेली सुरांची कलापूर्ण रचना सांगत, तेव्हा स्वतःला कळेल, अशी चिन्हं वापरून त्यांनी सारं टिपून घेतलं होतं. अभ्यास करताना त्यातील किती तरी भाग आत्मसात होऊन गेला होता. तरीही काही जागी रागाचे स्वर आपली मर्यादा सोडून दुसऱ्या रागाच्या क्षेत्रात शिरू पाहताहेत, की काय, असा संशय मनात निर्माण झाला, की वहीतली ही टिपणं उपयोगाला येत. गुरूंकडे असं कुठलंही पुस्तक नव्हतं. शिकवता-शिकवता मनात येईल, तेव्हा ते हा सूक्ष्म फरक वाजवून दाखवत होते. होन्नत्तींनी असं काही वाजवलं, की ते त्या विशिष्ट सुरावटींचं विशिष्ट रागापासूनचं वेगळेपण दाखवून देतानाच त्याचं त्या रागाशी असलेलं सामीप्यही ते दाखवून देत. हा सूक्ष्म फरक होन्नत्ती आपल्या वहीत टिपून ठेवत. असा काही संदर्भ आल्याशिवाय ते

अमुक तपशील शिकवला पाहिजे, म्हणून ते शिकवत नसत. कारण ते स्वतः त्या पद्धतीनंच शिकले होते.

◆

सतारीचा सांगाडा दोन्ही हातांनी सांभाळत सकाळच्या उन्हामध्ये डोंगर उतरत असताना डोक्यावर माश्या फिरू लागल्या. झपाझपा पावलं टाकत गाडीच्या चाकोरीच्या रस्त्यानं ते खाली उतरले. विद्याशालेत जाऊन त्यांनी ते अवशेष अण्णय्यांच्या समोर ठेवले.

''फक्त बडबड करतो, असं वाटलं होतं. पण इतक्या लवकर तो या हीन कर्मापर्यंत पोहोचला?-'' अण्णय्या म्हणाले.

त्यांच्या चेहऱ्यावर वेदना स्पष्ट दिसत होती. लगेच शंकरमूर्ती, शरभण्णा, सोमशेखर यांना त्यांनी बोलावून घेतलं आणि यानंतर काय केलं पाहिजे, याचा ते विचार करू लागले. गावात जाऊन लक्कण्णाकडे चौकशी करावी, यापासून पोलिसांमध्ये तक्रारी नोंदवावी, अशा प्रकारच्या अनेक सूचना आल्या. पोलीस विचारतील, तुम्हांला कुणाचा संशय आहे? अशा वेळी परशुरामेगौडाचं नाव मात्र सांगता कामा नये. कारण तसं केलं, तर तो कायमचा विरोधात जाईल. अशा माणसाचा कायमचा विरोध, म्हणजे विद्याशालेला कायमची डोकेदुखी! हा तपशील सगळ्यांनाच पटला.

एव्हाना होन्नत्तींना चांगलीच भूक जाणवू लागली होती. रात्रीचं जेवण सकाळी डोंगरावर चढून उतरण्यात रिकामं झालं होतं. अंघोळ केल्यावर घालण्यासाठी अंडरवेअर-बनियनही राहिले नव्हते.

सोमशेखराचार्यांनी सांगितलं,

''शिलाई विभागातून मी तुमच्यासाठी कपडे शिवून, घेऊन येतो. तोवर तुम्ही अंघोळ करून काही तरी खाऊन घ्या. मला यायला थोडा फार उशीर झाला, तरी उपाशीपोटी वाट बघत बसू नका.''

दुपारपर्यंत सगळेच एका निर्णयापर्यंत येऊन पोहोचले. होन्नत्ती आणि अण्णय्यांनी बिदरनहळ्ळीला जाऊन पोलीस ठाण्यावर तक्रार नोंदवायची. तुम्हांला कुणावर संशय आहे, म्हणून त्यांनी विचारलं, तर होन्नत्तींनी सांगायचं-मी डोंगरावर राहतो, त्यामुळं कुणाचीही मला माहिती नाही. अण्णय्यांनी सांगायचं-हालुकेरेचा लक्कण्णा नावाचा माणूस नारळ-इतर फळं चोरतो, असं ऐकलं आहे. त्याच्याकडेच चौकशी केली, तर काही तरी कदाचित समजेल.

दोघंही एकेक सायकल घेऊन त्यावरून बिदरनहळ्ळीला जायला निघाले. चार मैलांचं अंतर. तिथले पोलीस अण्णय्यांच्या ओळखीचे होते. तिथले दफेदारच त्या ठाण्याचे प्रमुख होते. त्यांनी याचं सगळं ऐकून घेतलं आणि विचारलं,

"त्या डोंगराचं नाव जोगीगुड्ड नाही काय? त्याचा हालुकेरेशी कसलाही संबंध नाही. तो डोंगर पालिकडच्या तगळीहळ्ळीशी संबंधित आहे."

"रेव्हेन्यूच्या दृष्टीनं तगळीहल्लीशीच संबंधित आहे, हे खरं आहे..." अण्णय्यांनी मान्य केलं.

"म्हणजे बिळिकेरे पोलीस-स्टेशनच्या हद्दीत येतं हे! तुम्ही तिथं तक्रार नोंदवायला पाहिजे... इथं का आलात?" जबाबदारीतून सुटल्याच्या आनंदात दात विचकत ते म्हणाले.

"पण हालुकेरेच्या लक्कण्णा नावाच्या माणसावर आमचा संशय आहे. ते गाव तुमच्याच हद्दीत येतं ना?"

"ते खरंय्... पण केस रजिस्टर झाल्याशिवाय आम्हांला चौकशी करता येत नाही. तुम्ही त्या पोलीस स्टेशनवर तक्रार नोंदवल्यावर, त्यांनी आम्हांला या माणसाच्या संदर्भात पत्र लिहिल्यावर, आम्ही योग्य ती कारवाई करू."

पोलीस-तपासातले हे बारकावे अण्णय्यांना ठाऊक नव्हते. बिळिकेरे म्हणजे डोंगराच्या पलीकडे खालच्या रस्त्यानं जायला हवं होतं. म्हणजे इथून चौदा मैल. दुसरा मार्गच नव्हता.

अण्णय्यांनी विचारलं,

"सायकल चालवायला जमेल ना?"

"न जमायला काय झालं!" होन्नत्ती म्हणाले. पण प्रत्यक्ष वाऱ्याशी तोंड देत चढावरून सायकल चालवताना त्यांची पुरेशी दमछाक झाली. पायांचे स्नायू आखडल्यासारखे झाले. पण एकदा निघाल्यावर मध्येच थांबता येण्यासारखं नव्हतं. होन्नत्तींना आठवलं–आपण लहानपणी सायकल शिकलो असलो, तरी त्यानंतर आपल्याला याची फारशी सवय नाही! त्यात जो थोडा-फार अनुभव आहे, तो शहरी रस्त्यावरून जायचा–या असल्या दगड-गोट्यांवरून नव्हे. पण आपल्यापेक्षा दहा-बारा वर्षांनी मोठे असलेले अण्णय्या शांतपणे पुढं चालले असताना त्यांच्या मागोमाग जाणं भाग होतं.

ते दोघे बिळिकेरेला जाऊन पोहोचले, तेव्हा संध्याकाळचे साडेसहा वाजले होते. सबइन्स्पेक्टरचा त्या भागातला दरारा त्याच्या मिशीवरूनच जाणवत होता. त्यानं सावधपणे याचं बोलणं ऐकून घेतलं आणि नंतर म्हणाला,

"ठीक आहे! लिहून द्या."

अण्णय्यांच्या खिशात पेन होतं, पण कागद नव्हता. सब-इन्स्पेक्टराकडेच कागदासाठी विनंती करताच तो उत्तरला,

"ही तुमची कंप्लेंट आहे. त्यामुळं कागदही तुम्हीच आणायला हवा-नाही का?"

अण्णय्या पुन्हा सायकलवरून जवळच्या दुकानात गेले आणि दोन कागद घेऊन आले. त्यावर तक्रार लिहिल्यावर होन्नत्तींनी त्याखाली सही केली. तक्रार वाचून झाल्यावर सब-इन्स्पेक्टर म्हणाले,

"हे डोंगरावर घडलं नाही का? तुम्ही तिथल्या देवळात राहत होता ना? हे देऊळ सांस्कृतिक खात्याशी संबंधित आहे ना?"

"होय, पुजाऱ्याला इनाम जमीन आहे!" अण्णय्या म्हणाले.

"म्हणजे देवळाच्या पुजाऱ्याच्या ताब्यात देऊळ आहे. कबूल? देवळात-म्हणजे सांस्कृतिक खात्याच्या देवळात राहण्यासाठी तुम्ही त्या खात्याची परवानगी घेतली होती? तसं लेखी पत्र आहे?"

"भूतही दिवसभरात फिरकणार नाही, अशा निर्जन देवळात ते राहून सतार वाजवत होते. त्यासाठी खात्याची परवानगी कशाला पाहिजे?"

"ते सरकारचं देऊळ. आता पुजाऱ्यांकडून तक्रार आल्याशिवाय आम्हांला काहीही करता येणार नाही. सरकारच्या परवानगीशिवाय तिथं राहायला परवानगी कशी दिली, म्हणून आधी आम्हांला पुजाऱ्यावर कारवाई करावी लागेल. तो हालुकेरेमध्ये राहतो नाही काय? ठीक आहे-आधी त्याला इकडं पाठवून द्या. आधी त्याची चौकशी करतो आणि नंतर तुमच्या चोरीचं प्रकरणं बघतो!... "

"तो टेक्निकल मुद्दा आता राहू द्या. आम्ही इथं आलोय्, ते तुम्ही या चोरीचा तपास करावा, म्हणून!... " अण्णय्यांनी संयमानं पण दृढपणे सांगितलं.

"हे पाहा, केव्हा काय करायचं, ते आम्हांला ठाऊक आहे! आम्ही कायद्याप्रमाणे काम करायला पाहिजे ना? आता तुम्ही निघा... " म्हणत सब-इन्स्पेक्टर उठले आणि घड्याळ बघत तिथून बाहेर पडून निघून गेले.

साडेसात वाजले होते.

सब-इन्स्पेक्टरांच्या टेबलासमोर बसलेल्या त्या दोघांनी परस्परांकडे पाहिलं. या पोलीस सब-इन्स्पेक्टराच्या प्रश्न आणि उत्तरावर त्या दोघांनाही काहीही सुचेना. तेवढ्यात बाहेर मोटार सायकल सुरू झाली. सब-इन्स्पेक्टर निघून गेल्याचं दोघांच्याही लक्षात आलं.

पुढं काय करायचं, ते न सुचून दोघंही तसेच बाकावर काही वेळ बसून राहिले. तोच एक पोलीस आत येऊन म्हणाला,

"उठा आता! साहेबांच्या खोलीला कुलूप लावायला पाहिजे!"

ते उठून उभे राहिले. त्या पोलिस शिपायानं सहानुभूतीनं चौकशी केली,

"केवढ्या किमतीचं सामान चोरीला गेलं?"

"तशी किंमत करता येण्यासारखं सामान नव्हतं, बाबा!" अण्णय्या उत्तरले.

"केवढ्या का किमतीचं असेना! आमच्या साहेबांनी मनावर घेतलं, तर बघता बघता शोधून काढू! काही काळजी करू नका!"

"पण ते मनावर घेताहेत, असं दिसत नाही ना!"

कॉन्स्टेबलनं आजूबाजूला कुणी नसल्याची खात्री करून घेतली आणि हाताची पाच बोटं दाखवत सावकाश म्हणाला,

"साहेबांना द्या... आणि आम्हां दोघांना द्या तुम्हांला देव बुद्धी देईल, तेवढं! शंभर-शंभर पुरेत. चोर पाताळलोकात लपून बसला असेल, तर तिथून सामानासह त्याला खेचून घेऊन येतो, बघा!" आणि त्यांच्या प्रतिक्रियेची वाट पाहू लागला.

दोघंही गप्पच होते.

त्यानं पुन्हा विचारलं,

"पैसे आणले नाहीत काय? असं असेल, तरी घाबरू नका. साहेबांना भेटून तसं सांगा. उद्या ते मोटारसायकलीवरून स्पॉट-इन्स्पेक्शनसाठी येतील. तुम्ही त्या वेळी पैसे दिले, तरी चालतील. काय करता मग? त्यांना पेट्रोल-खर्चासाठी चार पैसे नकोत काय? कोण देणार ते? तुम्ही असंच करा. चला... त्यांचं घर दाखवतो."

आता इथून बाहेर पडलंच पाहिजे, हे त्या दोघांच्याही लक्षात आलं होतं. पाठोपाठ आलेल्या शिपायाला अण्णय्या म्हणाले,

"थांब, आम्हांला थोडा विचार करू दे."

"तुम्ही विचार-बिचार म्हणत बसला, तर काम होणार नाही! आणखी पंधरा मिनिटं गेली, तर साहेब भेटणार नाहीत. ते एकदा ड्रिंक्स घ्यायला बसले, की ते कुणाशीही बोलत नाहीत." असा इशारा देत शिपाई मागंच राहिला.

सायकल ओढत दोघंही पोलीस-स्टेशनहून बाहेर पडून बाजार-पेठेपर्यंत आले. होन्नत्ती विचार करून म्हणाले,

"सतार तर पूर्णपणे नष्ट झाली आहे. बाकीच्या सगळ्या सामानाची एकूण किंमतही सातशे होणार नाही कदाचित. आणि गुंडपणा करणाऱ्यांना शिक्षा होण्यासाठी आपण पैसे द्यायचे, म्हणजे... "

"खरंय्!" अण्णय्याही म्हणाले, "या कारणासाठी आपण लाच द्यायची, म्हणजे आपणच भ्रष्ट व्हायचा प्रकार आहे! शिवाय हे प्रकरण केवळ पोलिसांच्या मदतीनं संपेल, असंही नाही. यानंतर आपण कुठल्या पातळीवर काय करावं, याचा आणखी विचार करायला पाहिजे. आपण विद्याशालेत जाऊ या. इथून अकरा

मैलांचा रस्ता. अंधारात खेड्यातल्या रस्त्यावरून सायकल चालवायची सवय पाहिजे. या गावात माझे एक मित्र आहेत. रात्री आपण त्यांच्या घरी राहू या आणि उद्या सकाळी लवकर उठून निघू या.''

बिळिकेरेचे मुद्देशेट हायस्कूलमध्ये आयुष्यभर शिक्षक म्हणून नोकरी करून सेवा-निवृत्तीनंतर गावातली थोडी-फार जमीन सांभाळत राहिले होते. त्यांना पहिल्यापासूनच अण्णय्यांविषयी आदराची भावना होती. अनपेक्षितपणे आलेल्या या दोघांचं त्यांनी आदरानं स्वागत केलं. बसण्यासाठी दुमडून ठेवलेल्या खुर्च्या उलगडून ठेवत त्यांनी त्या दोघांची चौकशी केली. स्वयंपाकघरात जाऊन त्यांनी बायकोला स्वयंपाक करायला सांगितला. त्या दोघांनीही परशुरामेगौडाचा तपशील वगळून चोरीची सारी हकीकत त्यांच्या कानांवर घातली.

ते ऐकून मुद्देशेट म्हणाले,

''आता सातशे म्हणतात... नंतर आणखी पैसे आणा... नाही तर केस पुढं जाणार नाही, म्हणतात! एकदा त्यांच्या हातांत सापडल्यावर काय करणार? किंवा नेगलहळ्ळीचे पाटील तुमच्या ओळखीचे आहेत काय? हे सबइन्स्पेक्टर त्यांच्याच जातीतले आहेत. पैसे द्यावे लागले, तरी त्यांच्या ओळखीचा निश्चित परिणाम होईल. जर त्यांच्या पोटजातीतले असता, तर फुकट काम झालं असतं. जातच वेगळी म्हटल्यावर पैसे न देऊन कसं चालेल?''

रात्री गरम जेवण करून दोघांनीही झोप काढली आणि सकाळी लवकर उठून सायकलवरून ते पुन्हा निघाले.

◆

होन्नत्ती विद्याशालेतच असल्यामुळं डबा नाही, असं समजताच नेहमीप्रमाणे वडेरय्या डोंगरावर निघाला. वाटेत मिळणारी फुलं आणि बेलपत्रं खुडून तो डोंगरावर पोहोचला आणि चकित झाला. कुलपाला हात न लावता कडी उचकटून कुणी तरी देवळाचा दरवाजा उघडलेला दिसत होता. त्यानं आत जाऊन पाहिलं, होन्नत्ती मास्तरांचं सगळं सामान उधळलेलं होतं. पाण्याचा डेराही फोडून टाकला होता. पण देवळातलं सामान मात्र जसंच्या तसंच होतं.

तो डोंगर उतरून घडलेली हकीकत सांगायला विद्याशालेत आला, तेव्हा शरभण्णा मास्तरांनी चोरीची हकीकत सांगितली. त्याचबरोबर होन्नत्ती मास्तरांची सतार फोडल्याचंही सांगितलं. अण्णय्या आणि होन्नत्ती पोलिसांकडे तक्रार करायला गेल्याचंही त्यांनी वडेरय्याच्या कानांवर घातलं.

जोगय्याच्या देवळाची कडी उचकटून चोरी! या वेळेपर्यंत चोर रक्त ओकून मेले असतील! पोलीस काय पकडणार त्यांना? अण्णय्या पोलिसांकडे का गेले?

पोलिसांकडे गेल्यामुळं महिमा कमी होतो, हे त्यांना ठाऊक नाही? त्यांना कुणी तसं का सांगितलं नाही? वडेरय्यानं मनातला प्रश्न शरभण्णा मास्तरांना विचारला. पण शरभण्णा यावर काहीच बोलले नाहीत. जास्त वेळ थांबायला वडेरय्यालाही वेळ नव्हता. पोटात चांगलीच भूक जाणवत होती. पूजा झाल्याशिवाय पाण्याचा घोटही न घेण्याची त्याची पद्धत होती. त्याच्या वडलांचीही तीच पद्धत होती. त्यांनी वडेरय्याला सांगितलं होतं. पूजेच्या आधी पाण्याचा घोट घेतलास, तरी घर नष्ट झाल्याशिवाय राहणार नाही.

त्या दिवशी संध्याकाळी त्यानं पुन्हा एकदा शाळेपर्यंत फेरी मारली. अजूनही पोलीस-कंप्लेट देण्यासाठी गेलेले अण्णय्या आणि होन्नत्ती मास्तर घरी आलेले नव्हते. दुसऱ्या दिवशी पूजेसाठी जातानाही त्यानं विचार केला–तिथं वर सतारच नाही, काल संध्याकाळपर्यंत ते दोघं शाळेत परतले नव्हते. त्यामुळं जेवणाचा डबा न्यायचा प्रश्नच नाही. फुलांच्या टोपलीत त्यानं काही खिळे, लहान हातोडी वगैरे घेतली आणि तो डोंगरावर जायला निघाला.

डोंगरावर गेल्यावर त्यानं आधी हातोडी आणि खिळे काढले, आणि देवळाच्या दाराची कडी थोडी-फार ठाकठोक करून नीट बसवली. नंतर अंघोळ करून, सोवळं नेसून, पाणी आणून त्यानं जोगप्पाची मनोभावे पूजा केली. सडा, अभिषेक, घंटा वाजवून आरती करून, धूप-दीप, नैवेद्य होईपर्यंत त्याचं ओलं अंग सुकून गेलं होतं. पूजा आटोपल्यावर ओल्या पंचांची चौकोनी घडी डोक्यावर ठेवून, अंगावर बनियन चढवून आणि सुकलेलं धोतर नेसून दाराला बसवलेल्या नव्या कडीत कुलूप लावून पायांत वहाणा चढवून तो डोंगर उतरू लागला.

तो उतार उतरून गाडीच्या चाकोरीला लागणार, त्याच वेळी त्याला समोरून येणारा एक पोलीस कॉन्स्टेबल दिसला. वडेरय्याला पाहताच तो धापा टाकत थांबला आणि त्यानं विचारलं,

"तुम्हीच वडेरय्या ना?"

"होय... " म्हणताना वडेरय्याच्या लक्षात आलं... त्या दोघांनी पोलीस कंप्लेट दिल्यामुळं हे महाशय चौकशी करायला आलेले दिसतात.

"वर चला, बघू. देऊळ बघायचं आहे."

वडेरय्या डोंगर चढू लागला. पाठोपाठ पोलीस कॉन्स्टेबल येत होता. त्यानं वर येऊन देवळाचं दार नीट पाहिलं. कडी आणि कुलूप जागच्या जागी असलेलं बघून तो म्हणाला,

"त्यांनी कडी उचकटून चोरी झाली, म्हणून सांगितलंय्, नाही काय? हे तर व्यवस्थित आहे!"

"अहो, आता सकाळी मी स्वतः ते सगळं नीट केलं!"

"बरं. दरवाजा उघडा."

वडेरय्यानं दरवाजा उघडला. पोलिसानं विचारलं,

"त्या होन्नतीचं सामान काय-काय आहे?"

वडेरय्यानं सगळी माहिती सांगितली. नंतर पोलिसांनं गर्भगृहात डोकावून पाहिलं आणि विचारलं,

"ताटली, तांब्या, घंटा... इथंच असतं?"

"होय."

"हे का चोरून नेलं नाही चोरांनी?"

"देवाच्या वस्तूला हात लावला, तर इथल्या इथं रक्त ओकून मरण येईल, हे चोरांना ठाऊक असेलच की!"

पोलिसानं देवळाला एक प्रदक्षिणा घालून चहूकडं पाहिलं, होन्नत्ती आणि वडेरय्या जिथलं पाणी वापरत, तिथल्या प्रवाहापर्यंत जाऊन आला आणि मग म्हणाला,

"चला... खाली जाऊ या."

दोघंही डोंगर उतरून खाली आले. पायथ्याशी असलेल्या दगडी मंडपापाशी पोलिसाची सायकल ठेवली होती. तिचं कुलूप काढत त्यानं सांगितलं.

"आता तुम्ही बिळिकेरेला चला. पोलीस-स्टेशनला."

"मी कशाला येऊ पोलीस-स्टेशनात?" वडेरय्या एव्हाना घाबरून गेला होता.

"सांस्कृतिक खात्याचं देऊळ आहे ना? मग कंप्लेंटवर तुमची एक सही तर नको काय? सही करता, की आंगठा?"

"सही करतो मी! थोडं-फार वाचायलाही येतं. अक्षरं जुळवून!"

"चला तर मग... "

"माझं जेवण झालेलं नाही. सकाळपासून उपवास केलाय्. पूजा होईपर्यंत मी पाण्याचा घोटही घेत नसतो!"

"पोलीस खात्याचं काम सुरू असताना इथून तीन मैल तुमच्या गावी जायचं... पुन्हा माघारी यायचं... मला दुसरं काम नाही, की काय? सब-इन्स्पेक्टर साहेबांनी आपल्याबरोबर घेऊन ये, म्हणून सांगितलंय्. उशीर झाला, तर ते संतापतील! लगेच निघून या. पाहिजे, तर तिथंच हॉटेलात काही-तरी खाता येईल."

"पूजेसाठी घराबाहेर पडलोय् मी! माझ्याकडे कुठले हॉटेलसाठी पैसे असणार?" वडेरय्यानं गयावया करत विनवलं.

आपल्यासमोर उभं राहिल्यावर माणसाला काय होतं, याचा गेल्या किती तरी वर्षांचा अनुभव गाठीशी असलेल्या शिपायानं गुर्मीत सांगितलं,

"पैसे वगैरे नंतरच्या गोष्टी! आधी चल बघू माझ्याबरोबर!"

त्यानं आपल्याला एकेरी संबोधल्याचं जाणवून वडेरय्या आणखी घाबरा झाला. त्याला दुसरा कुठलाही मार्ग दिसला नाही. पायांत वहाणा होत्या. डोक्यावरची ओली घडी पूर्णपणे सुकली होती. हातातली टोपली तशीच घेत तो पश्चिमेकडे वळून बिळिकेरेकडे चालू लागला. त्याच्या पाठोपाठ सायकलवरून येणारा पोलीस दमदाटी करू लागला,

"हं... लवकर-लवकर चल! किती वेळ लावतोस!"

वडेरय्यानं वेग वाढवला. पण फर्लांगभर जाईपर्यंत वेग आपोआप कमी झाला. कमी वेगानं सायकल चालवू लागलं, की पोलीस शिपायाचा तोल जात होता. त्यामुळं तो पुन्हा पुन्हा गडबड करत होता,

"अरे, अशा वेगानं कधी जाऊन पोहोचायचं? चल, लवकर!"

बैलांच्या शेपट्या पिळून बैल पळवावेत, तशी पोलीस-शिपायाची घाई चालली होती. अंगावर येणारं त्याच्या सायकलीचं चाक बघून वडेरय्याही पुन्हापुन्हा पुढं धावत होता. पोटात एखादी भाकरी आणि लोटाभर पाणी गेलं असतं, तर आणखी वेगानं धावता आलं असतं, हेही त्याला जाणवत होतं. सायकलला मागच्या बाजूला कॅरीअर होतं. त्यावर बसून गेलं, तर लवकर जाऊन पोहोचणं शक्य आहे, हेही वडेरय्याला समजत होतं. पण हे पोलिसांना विचारणं योग्य, की अयोग्य, हे त्याला उमजत नव्हतं.

वडेरय्यानं या आधीही बरेच पोलीस-प्राणी पाहिले होते. गावाच्या बाजारात चन्नरायपट्टण्णात बस-स्टँडवर किती तरी वेळा पाहिले होते. पण याआधी कधीही पोलीस-स्टेशनवर जायचा प्रसंग कधीही आला नव्हता. भर बाराच्या उन्हात धावताना त्याच्या अंगावरचा बनियन आणि धोतर घामानं चिंब झालं होतं.पोलीस-शिपायाची घाई पावलो-पावली सुरूच होती.

दोघंही बिळिकेरेच्या पोलीस-स्टेशनात जाऊन पोहोचले, तेव्हा भर दुपारचा दीड वाजला होता. शिपायानं त्याला बाहेरच्या पायरीवर दम खायला बसवलं आणि आत जाऊन वर्दी दिली. पायरीवर बसलेल्या वडेरय्यानं सभोवताली नजर टाकली. इथून उठून पळून जावंसं वाटलं, पण पोलीस-स्टेशनच्या कंपाऊंड-गेटपाशी एक माणूस उभा होता. अंगावर खाकी कपडे नसले, तरी पोलिसासारखाच दिसतो, असं वडेरय्याला जाणवलं. शिवाय भर उन्हात उपासपोटी आठ मैल धावून आल्यानंतर पुन्हा धावायला कुठली शक्ती असणार? त्यानं मनोमन आळवलं,

जोगप्पा—कधीही खाऊन पिऊन भरल्यापोटी तुझी पूजा मी केली नाही—अंघोळ करून सोवळं पाळल्याशिवाय तुझ्या गर्भगृहात मी पायही ठेवला नाही! आता तूच मला यातून सोडव, रे जोगप्पा!

डोक्यावरच्या पंच्याचा घडीनं अंगावरचा घाम पुसत असताना पुन्हा तो शिपाई बाहेर आला. त्यानं त्याला तिथंच बसून राहायची खूण केली आणि स्वतः गेटपाशी ठेवलेली आपली सायकल घेऊन तिथून निघून गेला.

सायकलीच्या बाजूलाच झाडाच्या सावलीत उभ्या असलेल्या मोटारसायकलीकडे वडेरय्याचं आता कुठं लक्ष गेलं. वाघासारखी आहे ही मोटारसायकल! ती चालवणारा सब-इन्स्पेक्टर... त्यानं वाघासारखी झेप घेऊन आपलं नरडं... या विचारासरशी वडेरय्याचा थरकाप उडाला.

काही वेळानं एक शिपाई–त्याच्यापेक्षा हा बरा दिसतोय्–बाहेर आला आणि 'चल आत' म्हणून त्याला आत घेऊन गेला. मनात वाघाची प्रतिमा भरून राहिल्यामुळं वडेरय्याचे हात-पाय थरथर कापू लागले. त्या शिपायानं पुन्हा त्याच्या कानात कुजबूज केली,

"चल मुकाट्यानं आत! चल–साहेब बोलावतात–"

तो मुकाट्यानं चपला बाहेर ठेवून थरथर कापत आत गेला. हिरव्या पानाच्या रंगाच्या कापडाचं आच्छादन असलेल्या टेबलामागं सब-इन्स्पेक्टरसाहेब बसले होते. जाड मिशा, दंडावर चंदेरी अक्षरं असलेला खाकी शर्ट–वडेरय्या भिंतीपाशी उभा राहिला. वाघासारखा डोळ्यांचे सब-इन्स्पेक्टर गुरगुरले,

"हं! नाव?"

"वडेर करियण्णा!"

"किती दिवसांपासून पूजा करतोस?"

"आमचे अप्पा वारले... तेव्हापासून मीच पूजा... "

"ते केव्हा वारले?"

"झाली पंचवीस–सव्वीस वर्षं!"

"वय?"

"माझं?"

"मग कुणाचं?"

"चाळीस! नाही... नाही... पंचेचाळीस!"

"हं! तो होन्नत्ती किती वर्षांपासून या देवळात राहतोय्?"

"तीन वर्षं झाली... "

"त्याच्याकडून दरमहा किती भाडं खातोस?"

वडेरय्या हबकला. तो म्हणाला,

"मी कशाला भाडं घेऊ? उलट, मीच त्यांना दररोज वरपर्यंत जेवण नेऊन देतो."

"कुणीही इतके दिवस फुकट राहायला देणार नाही! खरं काय, ते सांग!"

पायातला जाड बूट त्यांनी जमिनीवर खाडकन आपटला.

"जोगप्पाची शप्पत!" वडेरय्या कळवळून म्हणाला.

"बरं-बरं! देऊळ सांस्कृतिक खात्यात मोडतं, नाही का! तुला इनाम काय आहे?"

"दोन एकर शेतजमीन आहे, एक एकर मळा आहे. पन्नास नारळीची झाडं आहेत."

"पूजेच्या खर्चासाठी सरकारकडून किती मिळतात?"

"दर महिन्याला आठ आणे."

"सरकारी मालकीच्या जागेत गेली तीन वर्षं कुणाला तरी राहायला दिलंस तू! त्यासाठी तू सरकारी परवानगी विचारली होतीस, की नाही?"

वडेरय्याला आश्चर्य वाटलं. देवळात राहून संगीत-सतार म्हणत साधना करण्यासाठी सरकार काय करणार? तरी तो म्हणाला,

"माझ्या लक्षात आलं नव्हतं... "

"हे बघ! सरकारची फसवणूक केल्याच्या आरोपावरून तुला शिक्षा होईल! ठाऊक आहे? आणि चोरांनी देवळाची कडी मोडून चोरी केली ना? मग तू का ती कडी दुरुस्त केलीस?"

"मोडली होती, म्हणून!" वडेरय्या आता चकित झाला.

"तूच कडी मोडलीस आणि तूच दुरुस्तही केलीस!"

"जोगप्पाची शप्पत! लोकांच्या शेतात पडलेला वीतभर चोयटा सुद्धा मी कधी उचलून घरी नेत नाही! कुणाची एक करवंटीही घेत नाही... "

"हे बघ... " म्हणत सब-इन्स्पेक्टरनं समोरचा कागद उचलून दहा हात अंतरावरून त्याला उलगडून दाखवला, "यात लिहिलंय्–वडेरय्याकडेच देवळाची चावी आहे–त्यानंच रात्री दरवाजा मोडून चोरी केली आहे–म्हणून कंप्लेंट दिलीय् त्यांनी! वाचायला येतं ना? बघ ये इकडं–"

"पुस्तकातही अक्षरं थोडी-फार जोडून वाचतो... हातानं लिहिलेलं वाचायला येत नाही."

"मग मी वाचून दाखवतो एक. तुमच्या गावच्या अण्णेगौडांनी कंप्लेंट दिलेय्! खाली होन्नत्तींनी सही केली आहे! खरं काय, ते सांग... "

आता मात्र वडेरय्या गर्भगळीत होऊन गेला. तो तसाच मटकन खाली बसला. थोड्या वेळानं त्यानं स्वतःला थोडं-फार सावरलं आणि उठून उभा राहिला.

त्यांनी डरकाळी फोडत विचारलं,

"मग? चोरी कबूल करतोस, की नाही बऱ्याबोलानं?"

त्याच्या मेंदूत पाणी भरल्यासारखं झालं होतं. तो काहीच बोलला नाही, सब-

इन्स्पेक्टरांनी टेबलावरची घंटा वाजवली. एक शिपाई आत आला. त्याला त्यांनी खूण करताच शिपायानं त्याचा डावा हात घट्ट धरून बाहेर आणलं. तिथं असलेल्या दुसऱ्या दारातून आत नेताना दुसरा शिपाईही तिथं आला. दोघांनीही स्वतःला त्याच्याबरोबर कोंडून घेऊन दरवाजा बंद केला.

आत पाऊल ठेवल्याठेवल्या वडेरय्याच्या नाकाला लघवीचा तीव्र वास झोंबला. एक शिपाई म्हणाला,

"हे बघ! काल त्यांनीच कंप्लेंट दिली आहे, तू चोरी केल्याची! मुकाट्यानं कबूल करतोस, की नाही?"

तो काहीच बोलत नाही म्हटल्यावर दुसऱ्या शिपायानं त्याला बनियन काढायला सांगितला–त्यानं काढला नाही, म्हटल्यावर जबरदस्तीनं ओढून काढला. वडेरय्याला काही समजायच्या आधीच त्यानं त्याचं धोतर खेचून त्याला पूर्णपणे उघडा केला. एवढा मोठा अपमान! वडेरय्या गयावया करत दोन्ही हातांनी अब्रू झाकायला धडपडू लागला. दोन्ही शिपायांनी त्याचे दोन्ही हात वर बांधले. दोन्ही हात दोरानं खुंटीला बांधलेल्या अवस्थेत वडेरय्याला मरण येईल, तर, बरं असं तीव्रपणे वाटू लागलं.

वडेरय्याला गेली पाच वर्षं मुळव्याधीचा त्रास होता. तिपटूर किंवा चन्नरायपट्टणला जाऊन कुठल्या तरी चांगल्या डॉक्टराला दाखवावं, असं एकीकडे वाटलं, तरी अपमान होईल, असं वाटून त्यानं ते दुखणं किरकोळ औषधं घेत अंगावरच काढलं होतं. आता होत असलेल्या मानहानीवर केवळ मरण हाच एक उपाय आहे, असं वाटून तो मनोमन प्रार्थना करत होता–

जोगप्पा, या क्षणी माझा जीव जाऊ दे!

आता एका शिपायानं त्याच्या गुप्तांगालाच हात घालत धमकी दिली,

"मुकाट्यानं कबूल कर! नाही तर इथल्या इथं चिरडून टाकतो, बघ... "

आपला मान त्याच्या हातात सापडलाय्–पण गुन्हा कबूल केला आणि शिक्षा झाली, तर? वडेरय्याच्या डोळ्यांपुढून वडील-आजोबा-पणजोबा यांच्या आकृती सरकल्या. शिवाय आपण न केलेल्या चोरीची कबुली कशी द्यायची?

दोन्ही शिपायांनी त्याला त्याच अवस्थेत लटकवून ठेवलं आणि त्याचे कपडे घेऊन ते दोघंही तिथून बाहेर पडले.

त्यांनी दरवाजा बंद केल्यावर वडेरय्या तशाच लटकलेल्या अवस्थेत एकटाच राहिला. त्याच्या सर्वांगावर माश्या, चिलटं आणि डास घोंगावू लागले. त्याच्या मनात संताप उफाळून आला... मी चोरी केली, म्हणून लिहून दिलंय् या हलकटानं! चावणारे डास आणि अंगावर बसणाऱ्या माश्या हाकलण्यासाठी दुसरा उपाय नसल्यामुळं तो गुरासारखा जागीच एकेक पाय झटकू लागला.

बाहेर मोटारसायकल सुरू झाल्याचा आवाज ऐकू आला. सब-इन्स्पेक्टर

जेवायला घरी गेल्याचं त्याच्या लक्षात आलं. आता बाहेर कुणाचाही आवाज ऐकू येत नव्हता. वर टांगून ठेवल्यामुळं एव्हाना त्याचे दंड आणि दंडाचे सांधे ठणकू लागले होते. अरे... मला यातून सोडवा... म्हणून जोरानं किंचाळावं, असं त्याला तीव्रपणे वाटू लागलं, पण त्याचीही लाज वाटली. खरोखरच कुणी आत आलं, तर? त्या माणसापुढंही एवढा मोठा अपमान! आणखी किती वेळ असाच ठेवतील!

आता त्याला चांगलीच भूक जाणवू लागली. पाठोपाठ आठवलं, सकाळपासून तोंडात पाण्याचा घोटही घातला नाही. सकाळी गावापासून निघून डोंगर चढून गेलो... त्यानंतर इथंपर्यंत आठ मैल धावत आलो... छेः! मरून जाईन मी!

थोड्या वेळानं आठवलं, शिवरात्रीच्या दिवशी संपूर्ण दिवसभर कडक उपवास करून डोंगर चढून देवळात जातोच ना? त्या वेळी कुठं काय झालं? एक दिवस उपाशी राहिलं, तर कोण मरतंय्, म्हणा! या विचारानं त्याच्या जिवात जीव आला. इथले डास, माश्या, चिलटं, इथली कुबट हवा, मुताचा तीव्र भपकारा–छीः!– मुद्दाम हे सगळे पोलीस इथंच मुतून जातात, की काय, कोण जाणे!

अर्धा तास असाच गेला. त्यानंतर कुणी तरी दरवाजा उघडला. आपल्या नग्नावस्थेच्या जाणिवेनं त्यानं शरमून डोळे मिटून घेतले.

पण आता आलेल्या व्यक्तीनं त्याच्या कमरभोवती धोतर गुंडाळत त्याला डोळे उघडायला सांगितलं. ज्यानं त्याला डोंगरावरून बोलावून आणलं होतं, तो शिपाई आत आला होता, त्यानं वडेरय्याचे वर टांगून ठेवलेले हात खाली सोडले आणि रक्तप्रवाह नीट व्हावा, म्हणून त्यांची हालचाल केली. त्याला बनियनही घालायला दिला. नंतर 'या इकडं–' म्हणून आदरार्थी संबोधलं. त्या मुतानं भरलेल्या खोलीतून त्याला बाहेरच्या दुसऱ्या खोलीत नेऊन त्यानं त्याला पाणी प्यायला दिलं. पाणी पाहताच वडेरय्याच्या जिवात जीव आला. पण काही तरी आठवून त्यानं शिपायाला विचारलं,

"तुमची जात कुठली?"

"का? पाणी प्यायला विचारलं? तुमची कुठली जात?"

"हालुमत. पण आम्ही पूजा करणारे. आम्ही मांस-मच्छी खात नाही. खाणाऱ्यांनी शिवलेलं पाणी पीत नाही."

"आम्हीही वरच्या जातीचेच आहोत. आम्हीही मांस खात नाही. आधी पाणी प्या!"

वडेरय्या गटागटा पाणी प्यायला. नंतर शिपायानं सुकलेल्या पळसाच्या पानाचं पुडकं त्याच्या पुढं ठेवून म्हटलं,

"आधी हे खाऊन घ्या. लिंगायतांच्या हॉटेलमधलं बांधून आणलंय् मी."

हा शिपाई खरोखरच देवमाणूस आहे–असं मनोमन म्हणत त्यानं त्या चारही

इडल्या गपागपा खाल्ल्या. हात धुऊन गटागटा पाणी प्यायल्यावर शिपाई बोलू लागला,

"हे पोलिसाचं काम फार खराब, बघा! तुमचे कपडे उतरवणारे ते दोन शिपाई!–त्यांची पुढच्या जन्मी काय अवस्था होईल, ते सांगायला पायजे का! तेवढं तरी कशाला? याच जन्मी त्यांच्या डोळ्यांपुढं त्यांच्या बायका-मुलांची काय अवस्था होईल, ते दिसेलच! तुम्ही कोण, ते ओळखून त्यांनी नीट वागायला पाहिजे होतं तुमच्याबरोबर!"

सांत्वनाचे चार शब्द कानांवर पडताच वडेरय्याला रडू आलं. तो त्या शिपायाचा हात धरून हुंदके देऊ लागला.

शिपाई म्हणाला,

"जाऊ द्या, हो! आता कशाला रडता? सांगून टाका, खरं काय घडलं, ते! भल्या भल्यांना मोह होतो. मुलं नाही काय चिंचा-आंबे-पेरू चोरत? खरं सांगा..."

"जोगप्पाची शप्पत घेऊन सांगतो... मी चोरी केली नाही!"

"बघितलंत! काल त्या दोघांनी तुमच्यावर संशय आहे, म्हणून लिहून दिलं नसतं, तर आम्ही कशाला तुम्हांला पकडून आणून एवढा त्रास दिला असता? आम्हांला पापाचं गाठोडं वाढवायची हौस आहे काय? आता तुम्ही असं करा... मीही साहेबांना सांगतो. पण केस रेकॉर्ड झाल्यावर साहेब तरी काय करणार? आता हे प्रकरण वर जाणार. वरच्या अधिकाऱ्यांचा दर आम्हांला ठाऊक आहे. तुम्ही सातशे रुपये द्या... तुम्हांला सोडवून तुमच्या घरापर्यंत पोचवायची जबाबदारी माझी!"

वडेरय्याचे कान उभे राहिले–सोडवून घरापर्यंत पोहोचवायची जबाबदारी–तो म्हणाला,

"मी केवळ बनियन-धोतरावर आलोय्! माझ्याकडे कुठले सातशे रुपये असतील?"

"रेकॉर्ड झालेलं दडपायचं असेल, तर नोटा दिल्याशिवाय काम होईल काय? तुम्हीच सांगा!"

"गावाकडं गेल्यावर काही तरी व्यवस्था करता येईल. पण सातशे रुपये कुठून देऊ? डोंगरावरच्या देवळाचा पुजारी मी! आमच्या देवळात फारसे भक्तही येत नाहीत. उत्पन्नही फार नाही. पुजारी आहे, म्हटल्यावर जातीचा मेंढरं पाळायचा व्यवसायही करता येत नाही. काही तरी करून थोडे पैसे तर कमी कर, बाबा!"

"पैसे कमी करायचं आमच्या हातांत कुठं आहे? अमुक कामासाठी एवढा दर असं वरपासूनच ठरलेलं असतं. नाही म्हटलं, तरी सरकारचा पैसा!"

वडेरय्या काही क्षण विचारात पडला. घरात गाभण गाय आहे. ती व्यायल्यावर वासरासकट तिला विकली, तर पाचशे रुपये मिळतील. बाकीचे दोनशे रुपये कसेही उभे करता येतील. त्यात आता हा देव-माणूस आलाय्! हा पुन्हा निघून गेला

आणि ते दोन राक्षस पुन्हा आले, तर?

"बरं! तुम्ही सांगता, ते मला मान्य आहे. पण तुम्हीच बघता आहात–पूजेसाठी बाहेर पडलोय्–अंगात शर्टही घातला नाही! गावाकडं जातो आणि नंतर जमवा-जमव करून पैसे पाठवून देतो. माझ्यावर विश्वास ठेवा! ती गाईची गोष्ट ठाऊक आहे, की नाही? वाघाला शब्द दिल्याप्रमाणे ती गेली, की नाही, वासराला दूध पाजून? तीच नियत आहे माझी पण! तुम्ही विश्वास ठेवा!''

आता शिपाई विचारात पडला. नंतर त्यानं विचारलं,

"या गावात तुमचे कुणी नातेवाईक नाहीत काय? या गावात किंवा जवळच्या कुठल्या तरी गावात?''

वडेरय्या विचार करू लागला. त्याला आठवलं.

"चौडेनहळ्ळीमध्ये माझे साडू राहतात. बायकोच्या थोरल्या बहिणीचा नवरा!''

"मी पाहिजे तर त्यांना इथं बोलावून घेईन. मी स्वतः तुमच्यासाठी त्यांच्याकडे जाऊन येईन. असा प्रसंग आहे, म्हटल्यावरही ते कर्ज देणार नाहीत, म्हणता? अहो, मला ठाऊक आहे–सगळे पैसे दिल्याशिवाय इथून सोडणार नाहीत. अहो–सरकार आहे हे!''

वडेरय्या पुन्हा विचारात पडला. या गावच्या साडूशी त्याची फारशी वहिवाट नव्हती. तसं काही भांडणही नव्हतं, म्हणा! त्यांचे सगळे व्यवहार चन्नरायपट्टणकडं–आपले तिपटूर गावाकडं. अगदी लग्न-कार्य किंवा मयतीलाच एकमेकांकडं जायची पद्धत होती. त्यामुळं आता अशा प्रसंगी जाणं त्याला एकीकडे अडचणीचं वाटत असलं, तरी इथं अशा वातावरणात त्या राक्षसांबरोबर लटकून राहणं आणखी त्रासदायक होतं.

"तुम्ही जाऊन या त्यांच्याकडं. पाहुण्यांपुढं बेअब्रू होता कामा नये! पोलीस-स्टेशनात अडकलोय्, म्हणून समजलं, तर काय म्हणतील ते! तुम्ही त्यांना सगळं नीट सांगा. आणि सातशे रुपये घेऊनच या म्हणावं. बावीमने कल्लेगौडा म्हणतात त्यांना. त्यांची बायको थोरली तायव्वा माझी मेहुणी आहे.''

तो शिपाई स्वतः जायला निघाला. वडेरय्यानं संकोचून म्हटलं,

"एक बिडी आहे? पूजा होईपर्यंत बिडीही ओढत नाही मी.''

"घ्या की–'' म्हणत शिपायानं दोन विड्या, चार काडेपेटीच्या काड्या आणि त्या पेटवण्यासाठी अंगूळभर लांबीचा काडेपेटीच्या बाजूचा तुकडा त्याच्या हाती दिल्या. वडेरय्या पुन्हा म्हणाला,

"–आणि त्या दोघांना इकडं फिरकू नका, म्हणून सांगून जा तुम्ही!''

"तुम्ही का काळजी करता? सगळी व्यवस्था करून जातो मी!... '' शिपायानं तोंडभर आश्वासन दिलं आणि बाहेरून दरवाजा बंद करून तो तिथून निघून गेला.

वडेरय्या आता बराच सावरला होता. साडू गावात आहेत, की नाहीत, कोण जाणे! ते नसतील, तर त्यांच्या बायकोला सांगा, म्हणून सांगायला पाहिजे होतं. धाकट्या बहिणीचा नवरा अशा प्रसंगी अडचणीत आहे, म्हणून समजल्यावर बिचारीनं एखादा डाग विकून थोरल्या मुलाबरोबर पैसे पाठवून दिले असते.

एक विडी ओढून झाली. आता मात्र त्याला साडू निश्चित घरात असतील, असं वाटू लागलं. पाठोपाठ त्याला लघवीला जायची भावना झाली. खूप तहान लागल्यामुळं तांब्याभर पाणी गटागटा प्यायलो होतो–त्यामुळंच आता–पण आता काय करायचं? या शिपायानं–नाव काय त्याचं?–बाहेरून कडी घालून गेला. आता तो येईपर्यंत कशी आवरायची? दरवाज्यावर थाप मारली, तर कुणी तर दरवाजा उघडेल. त्यांना सांगितलं, तर बाहेर घेऊन जातील. पोलीस स्टेशनमध्ये घातलं, म्हणजे लघवीला जायचीही बंदी आहे, की काय? पण दार उघडायला ते नतद्रष्ट राक्षसच आले, तर? नुसत्या आठवणीनंच त्याच्या शरीराचा थरकाप उडाला. त्यापेक्षा तशीच आवरून राहीन. फार तर काय होईल? आतच लघवीची पिशवी फुटून जाईल ना? जाऊ दे–पण दार उघडा म्हणायचं नाही–बाकावर बसत त्यानं उरलेल्या बिडीच्या तुकड्याचा झुरका मारला. पाठोपाठ वाटलं–कदाचित बिडीचा झुरका मारल्यामुळं लघवीची भावना झाली असावी.

तरीही उरलेला बिडीचा तुकडा आणि आख्खी बिडी फेकून द्यायची इच्छा झाली नाही. एवढा वेळ झालेली तनमनाची हिंसा आठवून कुरवाळण्यातच त्याचं मन गढून गेलं.

खरोखरच लघवीची पिशवी फुटून जाईल, असं वाटण्याइतकं दडपण वाढलं, तेव्हा दरवाजा उघडला गेला. शिपायाबरोबर त्याचे साडू कल्लेगौडा आले होते. आल्याआल्या शिपायानं सांगितलं,

"लवकर यायला पाहिजे, म्हणून त्यांना मी सायकलच्या कॅरीअरवर बसवून घेऊन आलो. सायकल तुडवून माझ्या मांड्या गेल्या, बघा!"

त्याचा चांगुलपणा पाहून वडेरय्याचं मन भरून आलं.

कल्लेगौडा म्हणाले,

"गंगप्पांनी सांगितलं सगळं! दूध पाजल्यावर त्याच सापानं चावावं, तसा झाला हा सगळा प्रकार! तीन वर्षं तुम्ही त्याला देवळात राहायला देऊन जेवण नेऊन दिलं, हे आम्हांला ठाऊक नाही काय? तुम्ही काहीही म्हणा–त्या खादीवाल्या अण्णेगौडाविषयी माझ्या मनात तर नेहमी शंका होती. दोघांनी मिळून एवढा खोटेपणा करायचा, म्हणजे कसल्या अवलादी असतील या! मी पोलिसांना सांगेन–आमचे साडू असे नाहीत... म्हणून!–" म्हणत कल्लेगौडा वाकले आणि त्यांनी

वडेरय्याच्या कानात सांगितलं, ''तुम्ही निरोप पाठवला, त्याचीही व्यवस्था करून आलोय्! काहीही काळजी करू नका.''

पैसे आले, तरी साहेब दुपारची वामकुक्षी आणि कॉफी झाल्याशिवाय–म्हणजे संध्याकाळीच–पोलीस स्टेशनला येणार नाहीत, हे शिपायाला ठाऊक होतं.

हे ऐकताच वडेरय्यानं धैर्य एकवटून लघवीला जायचं असल्याचं सांगितलं. यावर गंगप्पा म्हणाला,

''त्यात काय? चला–''

ज्या खोलीत वडेरय्याला उघडं करून बांधून ठेवलं होतं, त्याच खोलीत तो त्याला घेऊन गेला. तिथल्या कोपऱ्यातल्या मोरीपाशी वडेरय्याला त्यानं उभं केलं. त्या खोलीत पाऊल टाकत असतानाच वडेरय्याचं मन पुन्हा भयानं घेरलं गेलं. आतून दडपण वाढलं असलं, तरी वडेरय्याला मूत्र-विसर्जन करणं अशक्य होऊन गेलं. वडेरय्याचं सर्वांग सूक्ष्म थंडी भरल्याप्रमाणे थरकापलं. त्याच्या तोंडून 'अय्यो–' हा उद्गार निघाला.

शिपायानं विचारलं,

''काय झालं?''

''नाही. आतच वेदना होतेय्...'' वडेरय्या विव्हळला.

परिस्थिती जाणून घेऊन शिपायानं त्याचा दंड पकडून त्याला बाहेर नेलं आणि पोलीस-स्टेशनाच्या मागच्या बाजूला असलेल्या झाडाखाली नेऊन सांगितलं,

''हं–इथं करा–''

तरीही काही क्षण तसेच गेले. त्यानंतर मात्र बांध सुटल्यासारखं झालं आणि सुटकेच्या अनुभवानं वडेरय्याचे डोळे पाण्यानं भरले.

संध्याकाळी सब-इन्स्पेक्टर आल्यावर गंगप्पा त्यांच्यापाशी गेला आणि हलक्या आवाजात त्यांच्याशी बोलून आला. वडेरय्याचे पाहुणे पुढं झाले आणि त्यातली दोनशेची एक चवड त्यांनी गंगप्पाच्या हातात दिली. नंतर उरलेले पाचशे रुपये सब-इन्स्पेक्टरांच्या समोर ठेवून त्यांनी नमस्कार केला. ते पाहिल्या न पाहिल्यासारखं करत ते गुर्मीत म्हणाले,

''हं! यानंतर शहाणपणानं वागायला पाहिजे.''

''होय, साहेब!''

साहेबांनी खुणावताच बाहेरून इतर दोघे शिपाई आत आले. त्याचे कपडे काढणारे! त्यांना पाहताच पुन्हा वडेरय्या थरथर कापू लागला. त्यांपैकी एकाला सब-इन्स्पेक्टर सांगू लागले आणि तो लिहू लागला,

'मी दुपारी पूजा करून गावी परतलो, की त्यानंतर पुन्हा देवळात जात नाही.

खात्याची परवानगी न घेता त्यांना देवळात राहायची परवानगी दिली, ही माझी चूक मी मान्य करतो. अण्णेगौडांच्या सांगण्यावरून मी त्यांना राहायची परवानगी दिली होती. चोरीच्या विषयी मला काहीही ठाऊक नाही–'

वडेरय्यानं सही केल्यावर साहेबांनी जायची परवानगी दिली. पुन्हा एकदा साहेबांना नमस्कार करून वडेरय्या बाहेर आला. एवढ्या कठीण प्रसंगातून आपल्याला वाचवलेल्या गंगप्पाला मनापासून 'जोगप्पा तुम्हांला आणि तुमच्या मुलांना सुखात ठेवू दे–' असा आशीर्वाद देऊन, पायांत वहाणा चढवून तिथून बाहेर पडला.

◆

अगदी पायाशी पडणारी सावली पूर्वेकडे हातभर सरकली होती. आता एवढ्यात पूजेसाठी जोगप्पा डोंगरावर गेलेला वडेरय्या जेवायला घरी येईल, म्हणून धाकटी तायव्वा गडबडीनं स्वयंपाक उरकत होती. जोगप्पाची पूजा होईपर्यंत नवरा उपाशी राहणार. आधी नवरा सांगायचा,

"तुला घरात कामं करायची असतात. उपासपोटी कामं करत राहिलीस, तर चक्कर येईल. तू न्याहरी करत जा."

तीही नवऱ्याच्या सांगण्याप्रमाणे आधी भाकरी खाऊन घेत होती. पण पाच-सहा वर्षं संसार झाल्यावर तिचं तिलाच नवरा जेवण्याआधी आपण भाकरी खाणं अयोग्य वाटू लागलं. कुणीही सांगण्याआधी तिनं सकाळची न्याहरी करणं सोडून दिलं होतं. शेजारच्या बायांशी बोलताना 'वडेरम्मा झाल्यावर उपास-तापासाला घाबरून कसं चालेल?' असं म्हणत तिनं स्वतःचा संकल्प आणखी दृढ केला होता. पुढं तीच सवय होऊन गेली होती. त्यामुळं भूक जाणवायचा प्रश्नच नव्हता.

खरं सांगायचं, तर वडेरय्या हे पुजाऱ्याच्या व्यवसायामुळं चालत आलेलं स्थान होतं. लग्नाआधी लहानपणी ती माहेरी मांस खात होती. कोंबडीचा रस्सा म्हणजे तिचा जीव की प्राण होता! जेव्हा वडेरय्याशी लग्न झाल्यावर मांस-मच्छी खायची नाही, असं वडलांनी सांगितलं, तेव्हा ती त्यांच्याशी 'तर मग मला हा नवराच नको! आपल्या जातीत दुसरा नवरा नाही का?' म्हणून भांडलीही होती.

पण मध्यस्थ आणि जातीतल्या मुखंडांच्या आग्रहानं तिचं लग्न झालं, ते वडेरय्याशीच. त्यानंतर तिनं मांस खाणं सोडून दिलं होतं. विशेष म्हणजे, त्यानंतर तिच्या जिव्हेला कधीही ती आठवणही झाली नव्हती. आताही ती माहेरी गेली, की तिथंही मांस शिजवत नव्हते. अंडंही फोडत नव्हते. चौडनहळ्ळीला थोरल्या बहिणीकडे गेलं, तरी मांस शिजवत नव्हते. तिचे यजमानही पूर्वी कौतुकानं माहेरच्या नावानं हाक मारत होते, ते लग्नानंतर आदरानं वडेरम्मा म्हणू लागले.

सुरुवातीला तिला याची लाज वाटे. पण हळूहळू तिला त्याची सवय होऊन

गेली. लवकरच तिला आपण आपल्या जातीतल्या इतर स्त्रियांपेक्षा कुणी तरी विशेष आहोत, असं जाणवत होतं. हालुकेरे गावामध्ये आपली गणना संपन्न कुटुंबामध्ये कदाचित होत नसेल–मोठा वाडा, जमिनदारी, दाग-दागिने नसतील–पण आपलं घराणं हे सगळ्यांमध्ये उच्च प्रतीचं आहे, ही भावना मात्र तिच्या मनात चोवीस तास होती. पण तिचा नवरा मात्र या भावनेपासून मुक्त होता.

सावली आणखी पूर्वेकडे ढळली, तेव्हा मात्र वडेरम्माच्या पोटात कावळे ओरडू लागले. अगदी क्वचित कधी तरी कुणी परगावची भक्तमंडळी आली, की त्यांच्याबरोबर गप्पा मारत, केळी-नारळाचा प्रसाद खात रमत-गमत वडेरय्या घरी येत असे. एक-दोन वेळा कुणी भक्तांनी वरच स्वयंपाक करून जोगप्पाला नैवेद्य केला होता, तेव्हाही त्याला यायला बराच उशीर झाला होता. पण यांपैकी काहीही कारण असलं, तरी ते सोमवारी! आज का आले नाहीत? कुणी तरी देवाचं काही तरी करायला परगावी घेऊन गेले असतील, असा विचार करून ती आपलं ताट वाढून घेऊन जेवायला बसली.

संध्याकाळ झाली, तरी नवरा आला नाही–दिवे लागले, तरी आला नाही. शेजारच्या रामण्णाला सांगितलं, तेव्हा तो 'मी डोंगरावर देवळाकडे जाऊन बघून येतो–' म्हणून जायला निघाला. निंगण्णाही त्याच्या सोबत गेला. सोबत कंदील आणि एकेक काठी घेऊन निघाले. पण सगळे गावकरी झोपायच्या वेळेपर्यंत दोघंही रिकाम्या हाती घरी परतले. त्यांनी बातमी आणली,

"दाराला नवा कोयंडा बसवला आहे... आणि होन्नत्ती मास्तर तिथं नाहीत."

"विद्याशालेत तरी जाऊन बघून येता का?" वडेरम्मानं विनवलं.

"भूक लागली–आमची उकड थंड होऊन जाते–" म्हणत दोघंही आपापल्या घराकडे गेले.

दोघंही जेवून माघारी आले, तेव्हा वडेरम्माच्या दारात एक गाडी आलेली दिसली. वडेरम्मानं उत्सुकतेनं बाहेर येऊन पाहिलं, तर चौडनहळ्ळीचे मेहुणे! कधी नव्हे ते आलेले! त्यांच्या पाठोपाठ वडेरय्या उतरला. करिसिद्दा–बहिणीच्या घरातला नोकर बैल हाकायला बसला होता. गाडीतून उतरलेल्या वडेरय्या महत्प्रयासानं एकेक पाऊल उचलून टाकत घरात आला आणि भिंतीला टेकून बसला.

"एवढा वेळ तुमची वाट बघून-बघून रामण्णा–लिंगण्णाला मी डोंगरावर पाठवलं होतं. आत्ता आले तेही!" वडेरम्मानं आपली अवस्था सांगितली. यातूनच विषय पुढं सरकून हे दोघे कसे आले, याविषयी समजेल, अशी तिची आशा होती.

"वाट बघण्याशिवाय आणखी काय करणार–दूध पाजलेल्या सापानं गरळ ओकल्यावर?–" चौडनहळ्ळीचे पाहुणे सांगू लागले.

वडेरम्माच्या दारात गाडी थांबल्याचं–त्यातून वडेरय्या उतरल्याचं पाहताच

केवळ रामण्णा–लिंगण्णाच नव्हे–त्यांची आई लक्ष्णक्काही आत आली. पाहुण्यांनी वडेरय्यावर संपूर्ण दिवसभर ओढवलेल्या परिस्थितीविषयी सविस्तर सांगितलं. फक्त कपडे काढून त्रास दिल्याच्या ऐवजी नाजूक जागी मारलं, एवढाच बदल केला. अण्णय्या आणि देवळात बसून टिण्–टिण् वाजवणाऱ्या बाबानं चोरीच्या संदर्भात वडेरय्याचं नाव लिहून दिल्यामुळं त्यांनी ही मारहाण केली असंही सांगितलं. वर त्यांनी पुस्ती जोडली, "त्यांनी लिहून दिलेली कंप्लेंट मी स्वतःच्या डोळ्यांनी पाहिली. नाही तर बिचारे पोलीस उगाच कशाला कुणाला मारतील? आता सुद्धा चन्नरायपट्टणचे इन्स्पेक्टर–हासनच्या एस्.पी. पर्यंत प्रकरण गेलं होतं! त्यांना दक्षिणा दिल्याशिवाय काहीही होणार नाही, म्हटल्यावर त्यांनी मला बोलावून घेतलं! आमच्याकडून सातशे रुपये घेऊन वर पाठवले आणि इकडं यांना सोडलं. पाय एवढे दुखून गेले होते, की यांना पायी चालत येणं शक्यच नव्हतं. शेवटी आमच्या घरी गेलो आणि गाडी जुंपून आलो, झालं! त्यांना इथंच राहून उद्या जा म्हटलं, तर ते अगदी ऐकेनात! म्हणाले, घरी सांगितलं नाही. काळजी करत असतील!–"

वडेरय्यांच्या दोन्ही पोटऱ्या चांगल्याच ठणकत होत्या. वडेरम्मानं तेल लावून पाय चोळून दिले आणि त्यावर कढत-कढत पाणी ओतलं. आठ मैल धावल्यामुळं पाय ठणकताहेत, याचा विसर पडून आता वडेरय्याला या दुखण्याचा प्रत्यक्ष पोलिसांनी जो त्रास दिला, त्याच्याशीच थेट संबंध आहे, असं वाटू लागलं. या अन्यायाला अण्णेगौडा आणि होन्नत्ती मास्तर कारणीभूत आहेत... खाल्लेल्या ताटात घाण करणारी अवलाद ही! त्याच्या मनातली हीच भावना अधिक दाट होत होती.

कल्लेगौडा सांगत असलेला तपशील बघताबघता कठोर वास्तवाचा भाग होऊन गेला. त्या शिपायांच्या क्रूर वागण्याविषयीचं भय क्रमेण मागं सरत गेलं आणि तो सगळा त्यांच्या कर्तव्याचा भाग होता, असं समर्थनही आता सुचत होतं. कुणी नारळ-चोर हातात सापडला, तर आपण नाही का त्याला बांधून घालून चार चढवून देत?

स्वयंपाक करत असलेल्या वडेरम्माच्या मनातही नवऱ्यानं भोगलेल्या दुःखापेक्षा अण्णेगौडा आणि किन्नरी वाजवणाऱ्या मास्तरड्याचा हलकटपणाच अधिक झोंबत होता. त्याच बरोबर मेहुण्यांनी दिलेले सातशे रुपये कसे फेडायचे, याची काळजी होतीच.

दुसऱ्या दिवशी सकाळीच सगळी हकीकत गावातल्या बायका आणि तरुण मुलांमध्ये पसरली. या दोन मार्गांनी समजलेल्या बातमीचा प्रत्यक्ष ऐकूनच शहानिशा

करण्यासाठी संध्याकाळी गावातली सगळी माणसं वडेरय्याच्या घरी जमली आणि प्रत्यक्ष वडेरय्याच्याच तोंडून त्यांनी अण्णेगौडा आणि होन्नत्ती मास्तराच्या कमालीच्या कृतघ्नपणाची कथा ऐकली.

◆

त्यानंतर दुसऱ्या दिवशी सारी हकीकत विद्याशालेत जाऊन पोहोचली. त्या आधी एक दिवस ही बातमी हालुकेरेमध्ये संपूर्ण दिवसभर पसरत राहिली होती. गावातील कामगारांपैकी केंपी आपल्या आजारी मुलासाठी औषध आणायला विद्याशाळेत आली, तेव्हा तिनं ही बातमी डॉक्टरांच्या कानांवर घातली. डॉक्टर चंद्रशेखरनी अजिबात वेळ न दवडता बातमी अण्णय्यांच्या कानांवर घातली आणि म्हणाले,

"आपल्या देशातल्या पोलीस-खात्यात काहीही होऊ शकेल... ते कुठलीही घटना कशीही वळवून घेऊ शकतील!"

शिपायानं सातशे रुपये मागितल्याचं अण्णय्यांच्याही लक्षात होतं.

अण्णय्यांचा वडेरय्यावर विशेष जीव होता. मानवी स्वभावाची फारशी जाणीव नसलेला, फारशी आशा अपेक्षा नसलेला, देवाची पूजा करायची म्हटल्यावर पूर्णपणे श्रद्धेनं आणि गांभीर्यानं करणारा. तीन वर्षांपूर्वी एकदा त्याच्याघरी जाऊन होन्नत्तीविषयी सांगून चावी मागितली, तर त्यांनी तत्परतेनं देवळाची चावी दिली होती आणि दररोज जेवण न्यायची जबाबदारीही स्वीकारली होती. आजवर ती अत्यंत निष्ठेनं पारही पाडली होती. अत्यंत सज्जन माणूस!

ते स्वतः तातडीनं होन्नत्तींना भेटले आणि त्यांनी सारी हकीकत सांगितली आणि म्हणाले,

"चला, आपण त्यांना भेटून येऊ या."

होन्नत्तीही तेच वाक्य म्हणणार होते.

उशीर होऊ नये, म्हणून दोघंही एकेक सायकल घेऊन निघाले.

वडेरय्या घरातच होता. ओसरीबाहेर सायकली उभ्या करून दोघंही घरात आले. त्यांना पाहताच तो आश्चर्यचकित झाला, मनात वेदना उमटली आणि कपाळावर आठी उमटली. होन्नत्तींनी आत जाऊन त्याचा हात धरत म्हटलं,

"वडेरय्या, काय झालं हे?"

अण्णय्याही त्याच्या शेजारी बसले.

याऐवजी आणखी कुठलाही प्रसंग असता, तरी दारात कुणीही आलं, की वडेरय्या स्वतः आदरानं उठून स्वागत करत ओसरीवर कांबळं अंथरत होता. आताही तो सवयीनुसार उठला, तरी पुन्हा तसाच खाली बसला. शेजारी बसलेल्या अण्णय्यांनी कळकळीनं विचारलं,

"काय झालं? मला सगळं सांगा नीट..."

एवढ्यात स्वयंपाकघरातून दारात आलेली वडेरम्मा उसळून म्हणाली,

"सांगा! सांगा... काय झालं, ते! मुलाच्या गळ्याला नख लावणारी तीच... नंतर पाळण्यात ठेवून झोके देणारीही तीच! छिनाल वृत्ती ही! करायचं ते करून आता मान वर करून चौकशी करायला आला?"

आता अण्णय्या-होन्नत्तींबरोबर वडेरय्याही अवाक् झाला. आपली बायको परक्या पुरुषांबरोबर असं काही तरी बोलेल, असं त्यालाही वाटलं नव्हतं! पण अण्णय्या संयमानं म्हणाले,

"अम्मा, तुम्हांला राग येणं साहजिकच आहे. आम्ही वडेरय्यांवर चोरीचा आरोप केला, हे आत्ताच आमच्याही कानांवर आलं. तिथं काय झालं, ते त्यांना सांगू द्या... खरं काय घडलं, ते मी सांगतो. पोलिसांनी काय केलंय्, त्याचंही खरं-खोटं करू या... "

"कुणी काही सांगितलं, तरी ऐकणार नाही! आमचे मेहुणे कुणी किरकोळ माणूस नाही! ते खोटं सांगतात, म्हणता काय? त्यांनी पैसे दिले नसते, तर हासनच्या जेलमध्ये नेऊन टाकलं असतं त्यांनी! मग बसले असते तिकडं खडी फोडत... तुम्हांला देवासारखं भुकेच्या वेळी अन्न पोहोचवल्याची शिक्षा म्हणून!" ती फाडकन म्हणाली,

"अव्वा! जोगप्पाची शप्पथ! आम्ही फक्त चोरी झाल्याची तक्रार केली, एवढंच! आणखी काहीही सांगितलं नाही. तिकडं काय झालं, सांगा... एकूण किती पैसे दिले, तेही सांगा. पैसे कुणी मागितले... कसे घेतले... सगळं सांगा. ते पैसे वसूल करून तुम्हांला मिळवून दिल्याशिवाय राहणार नाही! कंप्लेंटमध्ये तुमचं नाव आम्ही सांगितलं, म्हणून त्यांनी नुसतं सांगितलं, की दाखवलं?"

"मला त्यांनी दाखवलं... " वडेरय्यानं सांगितलं.

"काय लिहिलं होतं? तुम्ही पूर्ण वाचलं काय? माझं अक्षर तुम्हांला ठाऊक आहे ना?... "

"अरे, जा, रे, जा! माझा नवरा शिकला नाही, म्हणून तू त्याला खड्ड्यात घालतोस काय? आमच्या मेहुण्यांनी सांगितलं. त्यांनी वाचून बघितलं!"

पोलिसांनी खोटा कागद करून या दोघांना दाखवला नसेल? याला त्यांच्यासमोर नेऊन समोरासमोर चौकशी केल्याशिवाय यातून काहीही निष्पन्न होणार नाही, असा विचार करून अण्णय्या म्हणाले,

"तुम्ही असं करा... सायकलच्या कॅरीअरवर बसून आमच्याबरोबर चला. तुमच्या साडूंनाही घेऊन पोलीस-स्टेशनला जाऊ या. तिथं जाऊन आम्ही दिलेली कंप्लेंट आपण मागून घेऊ या... "

वडेरय्या भीतीनं थरथर कापू लागला. दोन दिवसांपूर्वी घडलेलं सारं दुःस्वप्न पुन्हा आठवलं. ते धावणं... ते पोलीस-स्टेशन... ती अंधारी कोठडी, ते डास-चिलटं... ते शिपाई... ते उघडं करून... तो घाबरून म्हणाला,

"नको... नाही... "

अण्णय्या म्हणाले,

"घाबरू नका. तुम्हांला पाडणार नाही मी... आणि सायकल नको असेल, तर छकडा गाडीनं जाऊ या तिघंही... "

"तुम्ही काहीही म्हणा–मी येणार नाही–तुम्ही एकदा केलंत, तेवढंच पुरे मला!–सोड–मला सोड म्हणतो ना!–"

यानंही आपल्याला एकेरी संबोधल्याचं अण्णय्यांच्या लक्षात आलं. एवढ्यात तो पटकन उठला आणि स्वयंपाकघराच्या दारातून आत निघून गेला.

त्याची काही वेळ वाट पाहून अण्णय्या म्हणाले,

"चला, आपणच जाऊ या... " अजूनही स्वयंपाकघराच्या दाराशी उभ्या असलेल्या वडेरम्माला त्यांनी विचारलं, "चौडेनहळ्ळी नाही काय तुमच्या मेहुण्याचं गाव? नाव काय त्यांचं?"

"भाविमनेचे कल्लेगौडा-" बोलता-बोलता ती थबकून म्हणाली, "तुम्हांला काय करायचंय् ते घेऊन? वडेरय्या येणार नाहीत म्हटल्यावर आमचे भावजीही येणार नाहीत!"

आता इथं बसण्यानं काहीही निष्पन्न होणार नाही, हे जाणून अण्णय्या उठले.

दोघंही चौडेनहळ्ळीला जाऊन पोहोचले, तेव्हा अकरा वाजले होते. कल्लेगौडा शेतावर गेले होते. त्यांच्या बायकोनं सोबत दिलेल्या शेजारच्या छोट्या मुलाच्या पाठोपाट ते दोघं शेतावर गेले.

कल्लेगौडा अण्णय्यांना चांगलेच ओळखत होते. आपल्या जातीतले हे एका मोठ्या शाळेचे यजमान असल्याचं त्यांना ठाऊक होतं. शिवाय इतके दिवस त्यांचे साडू वडेरय्या त्यांच्याविषयी अत्यंत आदरानं बोलत. पण नुकत्याच घडलेल्या घटनेनुसार–

काहीही झालं, तरी शेतापर्यंत आपल्याला शोधत आलेल्या त्या दोघांचं, त्यांनी पुढं होऊन स्वागत केलं,

"या... या... "

एकमेकांची खुशाली विचारल्यानंतर अण्णय्यांनी विचारलं,

"आम्ही वडेरय्यांविरुद्ध चोरीची कंप्लेंट दिली, ती तुम्ही वाचली, असं वडेरम्मा म्हणतात... खरं आहे ते?"

"त्याशिवाय वडेरय्या तसं म्हणतील काय?"

"म्हणजे तुम्ही तुमच्या डोळ्यांनी पाहिलं नाही. वडेरय्यांनी सांगितलं, तेच तुम्ही... "

या कायदेशीर मुद्द्यामुळं कल्लेगौडा चांगलेच गडबडले. ते म्हणाले,

"त्यांनी बघितलं आणि मी बघितलं, तर त्यात काय झालं? आम्ही साडू आहोत... दोन सख्ख्या बहिणींशी लग्न केलंय्!" आपल्या एकीमध्ये कुणी दुफळी माजवायचा प्रयत्न केला, तर आपण सहन करणार नाही, हे दाखवत ते म्हणाले.

"तसं नाही... खरं घडलंय्, ते असं... मी चोरी झाल्याची तक्रार नोंदवली आहे. कुणावरही आळ घेतलेला नाही. तोंडीही कुणाचं नाव सांगितलं नाही. तुम्ही तो कागद वाचला नसेल, तर तसं सांगा. उगाच तुम्हां दोघांमध्ये भांडण नको... तुमच्या–आमच्यांतही भांडण नको."

"हे पाहा, आम्ही दोघंही वेगवेगळे नाही! नाही तर त्यांच्याकडून निरोप येताक्षणी बाकी कसलाही विचार न करता खतासाठी ठेवलेले पैसे उचलून दिले असते का?"

किती दिले?"

"ते मला काय विचारता? वडेरय्यांनी सांगितलं नाही?"

"ते सातशे म्हणाले. त्यांतले कुणी किती घेतले?"

"सब-इन्स्पेक्टरांना पाचशे दिले... त्यांच्या वरच्या साहेबांना द्यायला. बाकीचे दोनशे गंगण्णा कॉन्स्टेबलकडे दिले. त्या सगळ्यांना वाटून घ्यायला, म्हणून... "

"बरं तर! पुन्हा भेटू या... " म्हणत अण्णय्या निघाले. रस्ता दाखवायला आलेल्या मुलाला घरी पोहोचवून ते पुन्हा सायकलवरून बिळिकेरेला निघाले.

दीड-दोन मैल सायकल चालवून साडेबारा–पाऊणच्या सुमारास ते पोलीस-स्टेशनवर जाऊन पोहोचले, तेव्हा तिथं सब-इन्स्पेक्टरही होते. दोन दिवसांपूर्वी तक्रार नोंदवायला आलेल्या त्या दोघांना तिथल्या शिपायानं ओळखलं. प्रत्यक्ष यांच्याकडून कसलीही कमाई झाली नसली, तरी त्यांच्या कंप्लेंटमुळं परवा वडेरय्याकडून वीस रुपये मिळाल्याचं आठवून त्यानं त्या दोघांना सलाम ठोकला. 'सब-इन्स्पेक्टर आहेत?' म्हणून चौकशी करताच 'आहेत–आत जा साहेब–' म्हणत त्यानं आपला आदरही व्यक्त केला.

खुर्चीवर बसलेले सब-इन्स्पेक्टर धुराची वर्तुळं आढ्याकडे सोडत, ती किती अंतरापर्यंत न मोडता राहू शकतात, त्याचं निरीक्षण करत होते. आत आलेल्या त्या दोघांची त्यांना ओळख पटली. त्यांनी विचारलं,

"काय आहे?"

यांनी आपल्याला बसायला सांगितलं नाही, हे लक्षात येऊनही तिकडे लक्ष न देता दोघंही समोरच्या खुर्च्यांवर बसले. त्यांनी रुमालानं चेहरे पुसले. सब-इन्स्पेक्टरांनी विचारलं,

''केस कुठपर्यंत आली म्हणून विचारायला आला? तपास सुरू आहे... वेळ लागेल!... ''

त्यांच्या बोलण्यावरून 'तुम्ही यायची गरज नव्हती' हा सूर स्पष्टपणे दिसत होता.

''तुमचा तपास चालू द्या. घाई नाही. तुम्ही वडेरय्यांना इथं बोलावून घेतलं, आम्ही त्यांच्यावर चोरीचा आळ घेतलाय्... तसं लिहून दिलंय्, म्हणून सांगितलं... काय भानगड आहे ही?''

''भानगड?... '' सब-इन्स्पेक्टरनं त्यांच्याकडे एकदा मस्करीच्या दृष्टीनं पाहिलं आणि पुन्हा एकदा सिगारेटचा मोठा झुरका ओढून त्याचा धूर आढ्याकडे सोडत म्हणाला, ''चौकशीसाठी कुणाला बोलवायचं आणि कुणाला नाही, हा आमचा प्रश्न आहे! वडेरय्याला आम्ही बोलावण्यात चूक केली, असं म्हणायचा तुम्हांला अधिकार नाही. तोच त्या देवळाचा इन्चार्ज नाही काय? त्यामुळं त्याची जबानी घेतल्याशिवाय पुढं पाऊल टाकणं शक्यच नाही.''

''त्याला कोण काय म्हणतंय्? पण आम्ही जे लिहिलं नाही, ते आमच्या नावावर खपवून दमदाटी करून सातशे रुपयांची लाच खाणं ही कुठली पद्धत?''

लाच खाण्याच्या प्रश्न उपस्थित झाल्यामुळं... मुख्य म्हणजे, त्या व्यवहाराचा लाच म्हणून उल्लेख केल्यामुळे सब-इन्स्पेक्टर भडकले. त्यांनी आवाज चढवून विचारलं,

''त्यानं सांगितलं लाच खाल्ली, म्हणून?''

''कुणी सांगितलं, ते काही फारसं महत्त्वाचं नाही. तुम्ही लाच घेतल्याशिवाय काही म्हटलं नसतं. इथं बोलावून धाक दाखवल्याशिवाय कुणीही केवळ प्रेमापोटी उगाच अशी भेट आणून देणार नाही. काय हे तुमचं वागणं?'' अण्णय्यांचा आवाज शांत असला, तरी त्यातला मथितार्थ तीक्ष्ण होता.

अण्णय्यांच्या प्रश्नांमुळं आणि त्यांच्या थेट नजरेमुळं सब-इन्स्पेक्टर अस्वस्थ झाला. पण काही क्षणांमध्ये स्वतःला सावरून त्यांनी विचारलं,

''सरकारी अधिकाऱ्यावर... त्यातही कर्तव्य करत असलेल्या अधिकाऱ्यावर असे आरोप केल्याचा काय परिणाम होईल, याची तुम्हांला कल्पना आहे?''

''आरोप सिद्ध झाला, तर काय परिणाम होईल, याची तुम्हांला कल्पना आहे?'' त्यांनी विचारलं.

सब-इन्स्पेक्टर चांगलाच चमकला.

अण्णय्यांनी लगेच म्हटलं,

"आम्ही तुमच्याकडे तक्रार दाखल केली आहे, त्याची आम्हांला एक प्रत द्या."

"कंप्लेंट देण्याआधी तुम्ही कॉपी काढून घ्यायला पाहिजे होती!" लाचेचा प्रश्न दुसरीकडे वळल्याचं बघून सब-इन्स्पेक्टर तत्परतेनं म्हटलं.

"अर्ज देणाऱ्याला अधिकृत कॉपी मागायचा अधिकार आहे... "

"हे बघा! तुमचं वकिली शहाणपण इथं दाखवू नका. चोराला पकडायचं काम तर आहेच... त्याचबरोबर तुमच्याबरोबर वकिली वाद घालत बसायचं काय? आम्ही चोराचा शोध लावायचा, की नाही?"

"ज्यांना चोराला पकडायचं आहे त्यांनी निरपराध लोकांना छळून लाच खाल्ली नसती!"

सब-इन्स्पेक्टर भडकला,

"अबे, जा, बे, जा! लाच, म्हणे, लाच! कुणी दिली आहे त्याला माझ्यापुढं आण! बघून घेतो मी! तुमच्यासारखे कितीतरी फालतू वकील पाहिले आहेत आम्ही! तुम्हांला काय झक मारायचीय्, ती मारा!... "

यानंतर याच्याशी सभ्यतेला धरून संभाषण करणं अशक्य आहे, हे त्या दोघांच्याही लक्षात आलं.

"हे पाहा, आम्ही तक्रार नोंदवायला आलो होतो, तेव्हाच तुमच्या शिपायानं आमच्याकडे सातशे रुपयांची लाच मागितली होती. पण आम्ही ती द्यायला नकार दिला... तेव्हा निरपराध्याला छळून तुम्ही ते पैसे वसूल केलेत! बरंय्! आम्हांला जी काही मारायची आहे, ती मारूनच दाखवतो–" म्हणत ते तिथून बाहेर पडले.

ते निघून गेल्यांवरही किती तरी वेळ सब-इन्स्पेक्टर फूत्कार टाकत होते.

◆

आपला नवरा दररोज कुणाचं तरी जेवण वाहून नेतो आणि स्वतः मात्र घरी येईपर्यंत उपाशी राहतो, याविषयी पहिल्यापासूनच वडेरम्माच्या मनात असमाधान होतं. एक-दोन दिवस नव्हे... सतत का ही सेवा करायची? ती काय देवाची तळी आहे? सुरुवातीला तिनं मनातलं असमाधान नवऱ्यापाशी व्यक्तही केलं होतं.

पण त्यानं समजूत काढली होती,

"तो बापडा डोंगरावर बसून सरस्वतीची पूजा करतो! आपल्या घरचं घासभरही अन्न खर्च न होता आपल्याला अन्नदानाचं पुण्य मिळतंय्! माझं काय जातंय् त्यात?"

यावर निरुत्तर होऊन तिनं या विषयावर त्याची समजूत काढणं सोडून दिलं

होतं. तरीही तिच्या मनातलं असमाधान तसंच होतं. उगाच एखाद्याची सेवा करायची, तीही वडेरय्या म्हणवणाऱ्यानं... म्हणजे काय! त्यात त्या दोघांनी आपल्या नवऱ्याविरुद्ध चोरीचा आळ घेतल्याचं समजल्यापासून ती अधिकच खवळली होती. वडेरय्याच्या दोन्ही पोटऱ्यांवर गाठी होऊन ठणकत होत्या. शरीराच्या नाजूक जागेवरही त्यांनी लाथा हाणल्या आहेत! जीव गेला असता, म्हणजे?–

सकाळी अण्णय्या आणि होन्नत्ती घरी आले आणि अण्णय्यांनी जोगप्पाची शपथ घेऊन सांगितलं, तेव्हा तिचं तोंडच बांधल्यागत झालं. काय बोलावं, ते सुचलं नाही. त्यात नवरा स्वयंपाकघरात शिरून बसला! त्यांनी एवढा ताप खरोखरच दिला नसता, तर ते असे दडून बसले असते काय?

आता तिची पक्की खात्री झाली होती... चूक अण्णय्याचीच आहे... ती दडवायला आता हा जोगप्पाची खोटी शपथ घेतोय्! पोलीस-स्टेशनला ये... कागद दाखवतो वगैरे थापा मारतोय्! पण त्यानं पैसे मिळवून देतो, म्हणून सांगितलंय् ना? आपलं चुकलंच. तेवढे पैसे आणून दे, म्हणून सांगायला पाहिजे होतं. ती मनोमन हळहळली. पाठोपाठ वाटलं–त्यांच्या तोंडून एकदा तसं आलंय् ना? तेवढंच पकडून रस्त्यात भेटेल, तेव्हा गाठून वसूल करायला पाहिजे! आता लगेच भाऊजींनी सातशे रुपये मागितले नाहीत. पण ते लगेच दिले नाहीत, तर माहेरी मान राहील का? आता तसा प्रसंग आला, तर अंगावरचा दागिना–दोन वेळा दागिने गहाण टाकले होते, ते सोडवून आणेपर्यंत पुरेवाट झाली! काहीही होऊ दे–मी दागिने विकायला देणार नाही या वेळेला!

दुपारी वडेरय्या जोगप्पाला नैवेद्य दाखवून घरी येऊन जेवायला बसल्यावर तिनं विषय काढला,

"चौडेनहळ्ळीचं सातशे रुपयांचं कर्ज फेडायचा काय विचार केलाय् तुम्ही?"

त्यानं उकडीचा उंडा मोडला–पण काहीही उत्तर दिलं नाही. तिनं पुन्हा तोच प्रश्न विचारल तेव्हा तो म्हणाला,

"खोबरं आल्यावर पैसे दिले, तर?"

"चार लोकांमध्ये किंमत राहायला नको?"

"गाय गाभण आहे... ती विकली, तर पाचशे येतील. मग एखादा दागिना..."

"सगळ्यांना माझा दागिनाच दिसतोय्!..." ती वैतागानं म्हणाली, पण त्याशिवाय दुसरा मार्ग नाही, हे तिलाही दिसत होतं. शिवाय गाभण गाईवरची तिची आशाही तशीच होती. त्या विचारानं तिचं आतडं पिळवटून गेलं.

संध्याकाळी दिवे लागणीच्या वेळेला दारात दोन सायकली येऊन उभ्या राहिल्या. अंगण झाडत असलेल्या वडेरम्माला त्यांची ओळख पटली नाही. आलेल्यांपैकी एकानं विचारलं,

"वडेरय्यांचं घर हेच काय?"

त्या आवाजासरशी वडेरय्या बाहेर आला. सायकलवरून आलेले दोघंही पोलीस होते. गंगण्णा आणि त्या दिवशी जोगप्पाच्या देवळाकडून घरी घेऊन जाणारा दुसरा पोलीस! वडेरय्याच्या छातीचे ठोके वाढले. या दोघांना काय म्हणावं, ते न सुचून तो तसाच उभा राहिला. त्याला पाहताच गंगण्णा म्हणाला,

"घरातच आहात होय!"

काही न बोलता वडेरय्या आता वळला. पाठोपाठ गंगण्णा आणि त्याच्या पाठोपाठ दुसरा पोलीसही आत शिरला. वडेरय्यानं काही सांगण्याआधी दोघंही भिंतीपाशी अंथरलेल्या कांबळ्यावर बसले. वडेरम्माही तिथं येऊन उभी राहिली. काय बोलावं, ते न सुचत असलेल्या वडेरय्याला गंगण्णानंच विचारलं,

"पोलीसांना लाच दिली, म्हणून तुम्ही सांगितलं, म्हणून समजलं!"

"ना... नाही... नाही! मी नाही तसं कुणाला सांगितलं!"

"ते दोघंही हलकट लेकाचे दुपारी पोलीस-स्टेशनवर आले होते."

स्वयंपाकघराच्या दाराशी उभ्या असलेल्या वडेरम्माला हे दोघंही पोलीस असल्याचं लक्षात आलं होतं. आपण एक बाईमाणूस... त्यांच्या पुढ्यात उभं राहून आपण बोलणं योग्य, की अयोग्य? ती गोंधळली. पण आपला नवरा गोंधळून काही तरी बोलून गडबड वाढवेल, असा विचार करून ती बाहेर न येता तिथंच उभी राहून म्हणाली,

"इथंही आले होते आमच्याकडे. एवढं छळणं कमी झालं, म्हणून आला काय, म्हणून शिव्या देऊन त्यांना हाकललं आम्ही! आम्ही कुणालाही तसं सांगितलं नाही! जोगप्पाची शपथ!"

"तर मग ठीक आहे! या नंतरही कुणापुढं म्हणणार नाही, म्हणून दोघंही जोगप्पाची शपथ घेऊन सांगा! तेव्हाच सांगितलं तुम्हांला... ती सरकारी फी समजा, म्हणून! कुणाला सांगायला पाहिजे ते दिल्याचं? मग कुणी तुम्हांला पकडून हाता-पायांत बेड्या ठोकून सेंट्रल, जेलमध्ये टाकलं, तर काय कराल?"

"देवा... देवा! तसं म्हणून नका, हो! आम्ही गरीब माणसं! त्यानं ठेवलंय्, तसं राहतो... त्या नतद्रष्ट लोकांकडून कटकट सुरू झालीय् बघा... " म्हणत ती बाहेर येऊन उभी राहिली.

"वडेरप्पा, पुढं हो आणि तुझ्या बायकोच्या मंगळसूत्राची शपत घेऊन सांग– यानंतर कुणालाही त्या पैशांविषयी एक अक्षरही सांगणार नाही, म्हणून!"

“हं... लवकर!” दुसरा पोलीस गुरकावला.

वडेरय्या तसाच उभा होता. अशी बायकोच्या मंगळसूत्राची शपथ घ्यायची म्हणजे कणाचा कसूर झाला, तर जिवावरच बेतणार!

दुसऱ्या पोलिसानं पुन्हा दम दिला,

“काय? ऐकू आलं, की नाही? नाही तर चल पुन्हा पोलीस–स्टेशनात!”

आता मात्र निरुपायानं वडेरय्या पुढं आला आणि त्यानं बायकोच्या मंगळसूत्रावर हात ठेवला. वडेरम्मा पाऊलभर मागं सरत म्हणाली,

“वडेरय्या म्हटल्यावर अशी शपथ घ्यायला पाहिजे काय? जोगप्पाची शपथ घेऊन आम्ही दोघंही शब्द देतो, त्यावर विश्वास ठेवा!”

तिच्या बोलण्याच्या पद्धतीवर त्या दोघांचाही विश्वास बसला. गंगप्पा म्हणाला,

“बरंय, बाई! तुम्ही शपथ घेतली, हे तुमच्याच हिताचं आहे... म्हणून मी सांगितलं. जर तुम्ही आणखी कुणापुढं पैसे दिल्याचं सांगितलं, तर तुम्हां दोघांनाही दरा-दरा ओढत पोलीस-स्टेशनात घेऊन जातील आणि दोन वेगवेगळ्या खोल्यांमध्ये बांधून ठेवून शिक्षा करतील–पोलीस-स्टेशन म्हणजे फार वाईट जागा! विचारा पाहिजे तर तुमच्या यजमानांना! हे साहेब बदलून गेले, तरी पुढचे साहेब सोडणार नाहीत. ते आपल्या पुढच्या साहेबांना सांगून जातील. सापानं डूख धरावा, तसंच असतंय् हे!”

वडेरम्मानं नवऱ्याकडून पोलीस-स्टेशनात काय घडलं, ते सगळं ऐकलं होतं. आता आपल्यालाही नेऊन बाईमाणसाशी वागू नये, तसं वागले, तर? नुसत्या या विचारासरशीच ती घामेघूम झाली. ती गयावया करू लागली,

“अहो, तुम्ही आमच्या आई-बापाच्या जागी आहात! तुम्ही माझे रक्ताचे भाऊ असल्यासारखे आहात! तुमचा शब्द आम्ही कशाला मोडू? जोगप्पाची शपथ! आता निघा तुम्ही–उशीर होईल–”

म्हणत हात जोडून ती आत निघून गेली.

त्या दोघांनीही बिडी पेटवली आणि गंगप्पानं ओरडून विचारलं,

“बाई... घरात कॉफीची पूड नाही, की काय?”

वडेरम्मा चांगलीच गडबडली. शरमेनं तिला मेल्यासारखं झालं.

“आत्ता आणवते... ” म्हणत ती बाहेर आली आणि शेजारच्या घरच्या रामण्णा–लिंगप्पाला हाक मारून तिनं त्यांना बाजारातून कॉफीची पूड आणायला पिटाळलं. पुन्हा विचार करून ती रामण्णाला म्हणाली,

“घरी पोलीस आलेत. हे एकटेच आहेत. तू चल, बाबा... ”

आधी तोही घाबरला. पण वडेरम्मानं ‘असं काय करतोस? मी बाईमाणूस असून घाबरत नाही–’ म्हटल्यावर तो कसाबसा यायला तयार झाला.

कॉफी पिताना दुसऱ्या पोलिसानं सांगितलं,

"चार नारळ दे, रे... "

वडेरय्यानं दहा-वीस नारळ खाली उतरवले. तिन्ही पुरुषांनी नारळ सोलून दिल्यावर दोन्ही पोलिसांनी मुद्दाम त्यासाठीच आणलेल्या मोठाल्या पिशव्यांमध्ये दहा-दहा नारळ टाकले आणि पिशव्या कॅरीअरला अडकवून, डायनामो लावून ते अंधारात सायकल घेऊन निघून गेले.

◆

दुसऱ्या दिवशी रात्री आठ वाजता परशुरामेगौडा गावी आला. तो नसताना मधल्या कालावधीत पोलिसांनी वडेरय्याला पोलीस-स्टेशनात नेऊन मारहाण केली वगैरे सगळी बातमी सविस्तरपणे त्याच्या कानांवर त्याच्या आत्यानं–निंगम्मानं घातली. गावात घडणाऱ्या महत्त्वाच्या घटना त्याच्या कानांवर घालणं हे तिला आपलं कर्तव्यच वाटत होतं.

सारं एकल्यावर 'असं? थांब, चौकशी करून येतो–' म्हणत त्यानं बाहेर येऊन मोटारसायकल सुरू केली. खरं तर, त्या छोट्या खेड्याच्या एका टोकापासून दुसऱ्या टोकापर्यंत जाऊन पोहोचायला सात-आठ मिनिटांपेक्षा जास्त वेळ लागत नव्हता. त्यात वडेरय्याचं घर तर मागच्या गल्लीत होतं. मधल्या रस्त्यानं गेलं, तर फक्त दीडच मिनिटाचा रस्ता. त्या बोळातून मोटारसायकल जाऊ शकत नसल्यामुळं त्याला फेराच पडत होता. पण खेड्यातल्या शांत वातावरणात मोटारसायकलचा धड-धड आवाज करत फ्लड-लाईट टाकून गावातल्या जनावरांमध्ये आणि माणसांमध्ये दरारा निर्माण करत जाण्यात खरा मर्दपणा आहे, यावर त्याचा विश्वास होता.

दारापुढं मोटारसायकल येऊन उभी राहिल्याचा आवाज ऐकताच सब-इन्स्पेक्टर आल्यासारखं जाणवून वडेरय्याच्या सर्वांगाला कापरं भरलं. तो चटकन उठून स्वयंपाकघरात शिरला. तिथं असलेल्या वडेरम्माला मात्र ही परशुरामेगौडाची गाडी असल्याचं लक्षात आलं. तिनं बाहेर येऊन पाहिलं, तर तिचा अंदाज खरा ठरला. तिनं नवऱ्यालाही तेच सांगितलं.

नंतर बाहेर कांबळ्यावर बसून परशुरामेगौडानं सांगितलं,

"आता गावाकडनं आलो आणि आत्यानं घडलं, ते सगळं सांगितलं. अण्णय्यानं तुमच्याविरुद्ध तक्रार दिलीय्, म्हणे! मी इथं धडधडीत जिवंत असताना तुमच्यावर ही पाळी आली, म्हणून जीव हळहळला, बघा! म्हटलं, भेटून विचारून तरी जाऊ या–" बोलता-बोलता त्यानं सिगारेट पेटवली.

वडेरम्माही तिथंच खांबापाशी बसली. त्यानंच आश्वासन देत सांगितलं,

"कुणी त्रास दिला, ते मला सांगा, कुणी का पोलीस असेना–मी त्याला सरळ करतो... "

परशुरामण्णा सरकारी नोकरीत मोठ्या हुद्द्यावर काम करतो–सब-इन्स्पेक्टरासारखीच त्याचीही दांडगी मोटारसायकल आहे–त्यात सौद्रेगौडांचा नातू! मग पोलिसांना त्याच बोलणं ऐकावंच लागेल! वडेरम्माला विश्वास होता. ती म्हणाली,

"अण्णा... जाऊ दे, बाबा! पुन्हा कशाला ते सगळं आठवायचं?... " नंतर तिनं नवऱ्याला चुलीवरच्या आधणात नाचणीचं पीठ घालायला सांगितलं आणि परशुरामेगौडाला म्हणाली, "आता इथंच काय भूक असेल तेवढी उकड खाऊन जा... "

"आज नको. आणखी कधी तरी येईन. आज आत्या शिजवतीय् घरात... "

"असू दे, बाबा! शहरातल्या हाटेलातलं खाणाऱ्याला आमच्या घरातली उकड कशाला गोड लागेल!... " म्हणत तिनं घडलेली सगळी घटना परशुरामेगौडाच्या कानांवर घातली. आदल्या दिवशी घरी येऊन दोन पोलिसांनी वचन घ्यायला सांगितलं- तिथपर्यंतची सगळी हकीकत तिनं स्वतः अनुभवल्याप्रमाणे वर्णन करून सांगितली. सगळं सांगून झाल्यावर तिनं विचारलं,

"कॉफी प्यायची आहे?"

"या वेळी नको. झोप येत नाही. उद्या सकाळी मोटारसायकल घेऊन बिळिकेरेला जाऊन येईन. त्या सब-इन्स्पेक्टरांनाही सांगतो–वडेरय्या म्हणजे कसा माणूस आहे, ते! यानंतर कुणीही पोलीस या घराकडे फिरकणार नाही, अशी व्यवस्था करून येतो. नारळच नव्हे, एक नवा पैसाही द्यावा लागू नये, असा बंदोबस्त करून येतो, घ्या! तुम्ही मला निरोप का पाठवला नाही एवढं सगळं घडल्यावर?"

"त्या वेळी काय सुचणार, अण्णा?"

"असू दे. उद्या मी पोलिसांकडे जाऊन भेटून येतो... " म्हणत तो उठला.

◆

दुसऱ्या दिवशी सकाळी परशुरामेगौडाची मोटारसायकल पोलीस-स्टेशनासमोर उभी राहताच बाहेरच्या शिपायानं त्याला खाडकन सलाम ठोकला. त्यानं त्या शिपायालाच विचारलं,

"साहेब आहेत?"

खरं तर, तिथल्या कुणाचीही परशुरामेगौडाशी ओळख नव्हती. पण त्याची मोटारसायकल आणि अंगावरचा सफारी सूट पाहून शिपायाला हा कुणी तरी मोठा सरकारी अधिकारी असला पाहिजे, याविषयी खात्री झाली. तो आत गेला, तेव्हा सब-इन्स्पेक्टरालाही तोच ज्ञानबोध झाला. त्यानंही कडक सॅल्यूट ठोकून त्याला समोरच्या खुर्चीवर बसायला सांगितलं.

त्यानं स्वतःची ओळख करून दिली,

"रामनगरचा शिरस्तेदार आहे. आता एवढ्यात या तालुक्यामध्ये तहसीलदार म्हणून बदली अपेक्षित आहे."

हे ऐकताच सब-इन्स्पेक्टराचा चेहरा आणखी आज्ञाधारक दिसू लागला.

"जोगी बेट्टावरच्या देवळामधल्या चोरीची तक्रार आहे ना? त्याची काय बातमी?"

सब इन्स्पेक्टरच्या चेहऱ्यावर भय उमटलं. तो उत्तरला,

"तपास सुरू आहे, सर!"

"केसचा तपशील काय आहे?"

"सांस्कृतिक खात्याच्या देवळात एक पार्टी अनधिकृतपणे राहत होती. देवळाचा दरवाजा मोडून चार डबडी आणि गाडगी चोरीला गेली आहेत. पुजाऱ्याला बोलावून पुढची चौकशी केली आहे."

"ते ठीक आहे... पण पुजारी अत्यंत सभ्य माणूस आहे. आमच्या गावाचाच आहे तो!... "

"तुम्हीही हालुकेरेचच काय, सर?... "

"येस! त्या बिचाऱ्याला काहीही ठाऊक नसताना त्यानं सतार वाजवू देत म्हणून राहायला परवानगी दिली होती. एवढीच त्याची तांत्रिक चूक आहे. एक सज्जन माणूस आहे. बॅकवर्ड कम्युनिटीचा माणूस आहे! त्याच्यावर संशय आहे, म्हणून अण्णय्यांनी तक्रार केली काय?"

सब-इन्स्पेक्टर आता मात्र चांगलाच गडबडला. तरीही दाखवून न देता तो म्हणाला,

"सर, तपास करायचा, म्हणजे... "

"ऑल राईट! दूध देणाऱ्याला चावणं हा सापाचा गुणधर्म! प्रत्यक्ष तक्रारीत तसं लिहून दिलं नसलं, तरी त्यांनी तसं बोलून दाखवलं असेल. तरीही तुम्ही पुजाऱ्यावर ॲक्शन घेता कामा नये. तुम्ही 'अन्–ॲथॉराईजड् ऑक्युपेशन ॲंड मिस्–यूज ऑफ टेंपल' म्हणून तुम्ही एक पत्र तयार करा. तोपर्यंत मीच इथं येऊन चार्ज घेईन. आता पैसा मिळवण्यासाठी किती तरी लोक शिक्षण-संस्था उभी करतात! तुम्हांलाही ते ठाऊक असेल, म्हणा! अण्णेगौडा नावाचे एकजण आपल्याकडेही हेच करताहेत. त्यांनीच ही तक्रार दिली आहे ना?"

"होय... सर!" हा आपल्या बाजूचा आहे, हे आता सब-इन्स्पेक्टरच्या स्पष्टपणे ध्यानात आलं होतं.

"तुमच्या केसशी याचा संबंध नाही... पण तुम्हांला पार्श्वभूमी ठाऊक असावी, म्हणून मी सांगितलं. आमच्या गावची माणसं... त्यातही पुजारी... पोलीस म्हटलं, की घाबरतात! त्यांना पुन्हा इकडं बोलावून घेऊ नका."

"आलं लक्षात, सर! तुम्ही सांगितल्यावर वेगळीच लाईन ऑफ इन्व्हेस्टिगेशन... "

परशुरामेगौडा उठला, तेव्हा त्यांनी त्याला कॉफी घेण्याचा आग्रह केला. पण तिथं न थांबता आणखी काही कामं आहेत, म्हणून सांगत तो तिथून निघाला. निरोप द्यायला स्वतः सब-इन्स्पेक्टर मोटारसायकलीपर्यंत येऊन उभे राहिले.

"तुम्ही पुजाऱ्याकडून पैसे घेतल्याचं प्रकरण अण्णय्या ताणून धरेल... असं दिसतं. पण डोंट वरी... मी आहे! वडेरय्या आपलं तोंड उघडणार नाहीत. याविषयी तुम्ही खात्री बाळगा!" म्हणत परशुरामेगौडानं मोटारसायकल सुरू केली.

आपल्यासारख्याच एका सरकारी अधिकाऱ्याच्या बोलण्यावर सब-इन्स्पेक्टरांचा विश्वास बसला.

तो पुन्हा गावी येऊन वडेरय्याच्या घरापाशी थांबला, तेव्हा वडेरम्मानं मोटारसायकरलचा आवाज ऐकून तातडीनं ओसरीवर भिंतीपाशी कांबळं अंथरून ठेवलं होतं. वडेरय्या पूजेसाठी डोंगरावर गेला होता.

आत येऊन त्यानं सांगितलं,

"मी बोललो सब-इन्स्पेक्टरांपाशी. त्यांनी कंप्लेंटही दाखवली. अण्णय्यानं स्वतःच्या हातानं लिहून दिलंय् पुजाऱ्यानं चोरी केली, म्हणून! त्याशिवाय पोलीस उगाच एखाद्याला पकडून शिक्षा करणार नाहीत. मीही मुद्दाम तेच बघायला गेलो होतो... तुमच्या मेहुण्यांनी सांगितलं, ते खरं आहे, की नाही, तेच! वडेरय्या आणि तुमचे मेहुणे खोटं बोलणार नाहीत, याची खात्री झाली. तुम्ही दिलेले पैसे त्यांनी खाल्ले नाहीत. काम करून घ्यायला त्यांनी ते वर दिलेत. ते आता परत मिळणार नाहीत. आता तुम्ही एक काम करा... अण्णय्याकडे जा आणि 'तू खोटी तक्रार दिल्यामुळं आमचे पैसे गेले, आता तू ते भरून दे–' म्हणून सांगा. तुम्ही कशाला हातातले पैसे गमावायचे? जोगप्पाची शपथ घेतलीय् तुम्ही... आता कुणीही येऊन चौकशी केली, तरी पैसे दिल्याचं सांगू नका."

भाऊजींना सातशे रुपये कुठून द्यायचे, या विवंचनेत असलेल्या वडेरम्माला हे पैसे अण्णेगौडांकडून वसूल करायचा सल्ला अत्यंत न्यायाचा वाटला. आपलं काम झाल्यावरर परशुरामेगौडा कॉफी न घेता तिथून निघाला. जाता-जाता त्यानं सांगितलं,

"तुम्हांला आणखी काही अडचण आली, तर मला सांगा. रविवारी नाही तरी मी येतोच."

◆

कितीही संयम पाळायचा निश्चय केला, तरी 'काय झक मारायचीय्, ती मारा–' म्हटल्यावर उलट-उत्तर देणं आपोआप घडून गेलं. संयम पाळता आला नाही, हे

तर खरंच. पण त्याशिवाय दुसरं काय उत्तर देणार? आता तोंडून ते निघून गेल्यावर त्या सब-इन्स्पेक्टराला थोडा तरी धडा शिकवणं आवश्यक आहे, या भावनेनं मनात प्रवेश केला.

पण काय करायचं, हे काही अण्णय्यांना सुचत नव्हतं. याच्या वरच्या अधिकाऱ्याला–म्हणजे एस्.पी.ला भेटणं हा एक उपाय आहे. पण त्यांनीही पुजाऱ्याला चौकशीसाठी बोलावून घेणं न्यायाचं आहे, म्हणून सांगितलं, तर? ज्यानं लाच दिली, त्यानंच धैर्यानं सगळं सांगितल, तरच यातून काही तरी मार्ग निघू शकतो. वडेरय्यानं 'मला असे–असे कष्ट दिले, त्यामुळं मी घाबरून पैसे आणून दिले–' म्हणून सांगणं शक्य आहे काय? नाही अण्णय्यांच्या अंतर्मनानं सांगितलं वडेरय्यांची बायको–आजवर ते कधीही तिच्याशी बोलले नव्हते. तिच्या मनात काही तरी बदल होईपर्यंत त्याचं मन बदलणं शक्य नाही–अण्णय्यांच्या मनाची खात्री झाली होती.

असेच आणखी दोन दिवस गेले. शाळेतल्या बहुतेक शिक्षकांचा, 'परशुरामेगौडा या पातळीवर आला असेल, तर येऊ द्या–आपण का त्यासाठी इतक्या खालच्या पातळीवर उतरायचं? आपल्याला ते जमणार आहे काय? त्यापेक्षा आपली शक्ती शाळेच्या कामासाठी राबवली, तर मुलांवर चांगले संस्कार तरी होतील. त्यानंतर येणारे अधिकारीही उत्तम असतील आणि प्रजाही उत्तम असेल! तेच आपलं ध्येय राहील ना? आता उगाच कुठल्या तरी भांडणात सापडून आपण का आपली शक्ती वाया घालवायची?' 'हा सल्ला अण्णय्यांनाही पटला होता. पण हा केवळ एका सब-इन्स्पेक्टराच्या असभ्य वर्तनाचा प्रश्न नव्हता–संपूर्ण विद्याशालेच्या हिताचा हा प्रश्न होता. देवळातली चोरी म्हणजे विद्याशालेपुढं टाकलेला सवाल होता. त्यांनी आपल्या सहकाऱ्यांना हेही बोलून दाखवलं.

तेव्हा ते म्हणाले,

"असू दे ना! आपल्याला आपला शत्रू ठाऊक आहे. त्याला समोर येऊ द्या... आपण त्याच्याबरोबर लढाही देऊ या. त्याऐवजी एक नवा शत्रू तयार करून त्याच्याबरोबर का भांडत बसायचं?"

तरीही दररोज होन्नत्तींना कुठलीही अपेक्षा न ठेवता भर दुपारी अन्न नेऊन देणाऱ्या वडेरय्यांना पोलिसांनी दिलेले कष्ट आणि घेतलेली लाच यांमुळं अण्णय्या संतापत होते. पण त्यांना यावर नीट उपायही सुचत नव्हता.

होन्नत्तींपुढंही तेवढीच मोठी समस्या सामोरी ठाकली होती व त्यांच्याकडे बदलण्यासाठी कपडे राहिले नव्हते. रियाझ करण्यासाठी सतार राहिली नव्हती. मुंबईला जाऊन एखादी जुनी सतार विकत आणता येईल किंवा मिरजमध्ये नव्या सतारीसाठीच ऑर्डर देता येईल. दोन हजार रुपयांपर्यंत खर्च करायची तयारी

ठेवली, तर नवी तयारही मिळू शकेल. पण मुदलातले दोन हजार काढून घेतले, तर दरमहा मिळणाऱ्या रकमेत घट होईल. पण दुसरा उपायही नव्हता–

त्याहीपेक्षा मोठा प्रश्न म्हणजे यानंतर पुन्हा डोंगरावरच्या जोगप्पाच्या देवळात राहून रियाझ करणं शक्य नव्हतं. पुन्हा वडेरय्या तिथपर्यंत जेवण आणून देणंही अशक्य आहे, हे त्यांना समजत होतं. जेवणाचीही अण्णय्या काही तरी वेगळी व्यवस्था करतील. पण सांस्कृतिक खात्याच्या मालकीच्या देवळात परवानगीशिवाय राहण्याचा प्रश्न सब-इन्स्पेक्टरानं उपस्थित केला आहे! या प्रश्नाचा निकाल लागेपर्यंत तिथं राहणं शक्य नाही. तिथल्या शांतपणाची होन्नत्तींना इतकी सवय झाली होती, की त्याचा परिणाम म्हणून सभोवताली एखादी व्यक्ती असली, तरी त्यांच्या मताच्या एकाग्रतेला छेद जात होता. त्यांच्या दृष्टीनं आता संबंध तोडावा लागला, तरी जोगय्याचा डोंगर आणि देऊळ म्हणजे पुण्यक्षेत्रच!

देवळात मुक्काम न करता दररोज सतार वर नेऊन त्या परिसरात–देवळाच्या बाहेर बसून दररोज रियाझ–नाही. हे काही खरं नाही. तिथल्या वाऱ्यामध्ये सतारीचे स्वर कुठल्या कुठं निघून जातील. रियाझ त्या बंदिस्त देवळात करायला पाहिजे. नाही तर ते शक्य नाही.

चार दिवसांनी एकदा अण्णय्या सकाळी साडेआठ वाजता होन्नत्तींच्या खोलीत आले. पोलीस-स्टेशनाच्या संदर्भात त्यांना काही तरी बोलायचं असेल, याची होन्नतींना कल्पना आली. पण अण्णय्यांनी विचारलं,

''नव्या किंवा जुन्या सतारीला किती रुपये पडतील?''

''नवी हवी असेल, तर ऑर्डर द्यावी लागते. अडीच हजारपर्यंत पडतील. जुनी घ्यायला एक-दीड हजार पडतात. पण जुनी सतार मिळेलच, याची खात्री नाही. मुंबईमध्ये तशी चौकशी करत राहायला पाहिजे.''

''तुम्ही असं करा... मुंबईला जाऊन नवी-जुनी मिळेत तशी सतार घेऊन या. तोपर्यंत-इकडं या दाखवतो तुम्हांला... बांधाच्या पलीकडे, नारळींच्याही पलीकडे... तिकडच्या कोपऱ्यात... त्या जागी तुमच्यासाठी दोन खणांचं छोटं घर बांधून ठेवतो. एवढ्या लांब विद्याशालेचा आवाज ऐकायला येणार नाही. तिथंही, डोंगरावर होती, तेवढीच शांतता आहे. शिवाय आपलं इथलं बांधकाम म्हणजे तुम्हांला ठाऊक आहे... त्यासाठी कसलाही खर्च करायची गरज नाही. सगळं सामान इथलंच. आपली मुलं इमारत उभारतील. देशी कौलांसाठी शंभरेक रुपये खर्च येईल, तेवढाच. तुम्हांला केवळ जेवणासाठी विद्याशालेत यावं लागेल–तेवढंच! तोही तुम्हांला रियाझात व्यत्यय वाटत असला, तर जेवणही, कुणा मुलाबरोबर पाठवायची व्यवस्था करता येईल.''

हे ऐकताना होन्नतींचं मन भरून आलं. जे काही घडलं, त्यामुळं कोमेजलेल्या मनाला अण्णय्या पुन्हा उल्हसित करू पाहताहेत, हे त्यांना जाणवत होतं.

त्याचवेळी अनुप तिथं आला. तो त्या दोघांना शोधत तिथं आला होता. विद्याशालेतल्या मुलांना देवळातली चोरी आणि सतार फोडल्याची हकीकत ठाऊक नव्हती. मुलांना याविषयी कळू नये, म्हणून स्वतः अण्णय्या सावध होते. इतर शिक्षकांनाही असंच वाटत असल्यामुळं मुलांना विद्याशालेमधून ही बातमी समजण्याचा प्रश्नच नव्हता. पण हालुकेरेमधून शाळेत येणाऱ्या मुलांकडून ही बातमी शाळेत पसरली होती. शिवाय होन्नत्तीसर विद्याशालेत राहत असल्याचं मुलंही पाहतच होती. त्याचीच अधिक चौकशी करण्यासाठी अनुप तिथं आला होता. तसं विचारण्याचं धैर्यही केवळ त्याच्या अंगीच होतं.

आपल्या कानांवर आलेली सगळी हकीकत सांगून त्यानं विचारलं,

"हे खरं आहे, दोड्डप्पा?"

अण्णय्यांनी सांगितलं,

"चोरी झाली आहे, हे खरं. पण ती अमक्यानं करवली, आणि तमक्यानं करवली, असं म्हणता कामा नये!"

"फक्त चोरी असेल, तर सतार का फोडली?"

"जाणून-बुजून कुणी फोडली? अवघड आकाराची सतार न्यायला अडचणीची... विकून फारसा फायदा नाही, म्हणून जाताजाता गडबडीनं फोडून गेले असतील. खरं, की नाही?" शेवटचा प्रश्न होन्नत्ती मास्तरांना होता.

"होय-होय! पोकळ भोपळ्यापासून हे वाद्य तयार करतात. खेड्यातल्या चोरांना काय कळणार याची किंमत?"

होन्नत्तींच्या बोलण्यामुळं अनुपचा थोडा-फार विश्वास बसला. अण्णय्यांनी पुढं सांगितलं,

"आता आम्ही एक ठरवलंय्, बघ! यानंतर डोंगरावर होन्नत्तीसरांचं राहणंच नको. एकटे होन्नत्तासर राहणार. पुन्हा चोर केव्हा येतील, ते ठाऊक नाही. त्याऐवजी आपण त्यांच्यासाठी इथंच थोड्या निवांत जागी घर बांधू या. आम्ही त्यासाठी जागाही ठरवली आहे... कोण करेल हे काम?"

अनुपच्या उत्साहाला चांगलं वळण मिळालं. तो लगेच म्हणाला,

"व्वा! त्यात काय? मीच प्लॅन तयार करून दाखवतो. माझ्यासोबत सहाजणं पुरेत... दोन खोल्यांचंच घर ना? परवाच तोडलेल्या फणसांचं लाकूड आहे. दाराच्या आणि खिडक्यांच्या चौकटीही आम्हीच करू. पण आमच्या कामात कुणीही मोठा माणूस नको... "

अण्णय्यांना आनंद झाला. त्यांना पुन्हा वाटलं, आपले सहकारी म्हणतात,

तेच खरं आहे! इतर फालतू विवंचनेत गुरफटून जाण्यापेक्षा अशा मुलांवर संस्कार करण्यात अधिक रचनात्मक आनंद आहे! उगाच सब-इन्स्पेक्टर प्रकरणात डोकं घालण्यात अर्थ नाही.

त्या दिवशी अनुप वर्गात बसला होता. पण त्याचं मन आणि बुद्धी होन्नत्ती सरांच्या घराचा विचार करण्यात गढून गेली होती.

दुपारचं जेवण घाईनं उरकून तो प्रत्यक्ष बांधकामाची जागा बघून आला, पावलांच्या मापावरून त्यानं ती संपूर्ण जागा केवढी आहे, याचाही अंदाज घेतला. पाऊस आला, तरी आत पाणी येणार नाही, अशी उंच जागा आहे... हे उत्तम आहे. तरी जमिनीचा थंडावा आणि ओल जाणवू नये, म्हणून संपूर्ण बांधकाम तीन फूट उंचावर करायला पाहिजे. दोड्डप्पा दोन फूट उंच म्हणतात. पण आतच न्हाणीघर पाहिजे. स्वयंपाकघर नको. सतार वाजवत बसायला जमिनीवरचा एक उंच ओटा केला, तर? रात्री त्यावरच अंथरूण पसरून झोपताही येईल. तिथंच मागच्या बाजूला वीणा वाजवत असलेल्या सरस्वतीचा फोटो–पण सरस्वती वाजवते, ती वीणा, की सतार? सतार आणि वीणेमध्ये काय फरक आहे? होन्नत्ती सर का वीणा शिकत नाहीत? विचारायला पाहिजे त्यांना. झोपायची जागा उंचावर असेल, तर रात्री साप आत आला, तरी काही करू शकणार नाही. शिवाय जमीन अगदी गुळगुळीत गाऱ्याची केली, तर सापाला त्यावरून जाताच येत नाही, म्हणे! त्यासाठी थोडे-फार कष्ट आहेत... नाही, असं नाही! पण मग फरशी पुसणंही सोपं आहे. शिवाय दारा-खिडक्यांमध्ये कणभरही फट राहणार नाही, याची काळजी घेतली, तर साप आत येणं केवळ अशक्य आहे! शिवाय न्हाणीघराच्या मोरीत रात्री झोपताना काही तरी घालून ठेवा, म्हणून सरांना सांगायला पाहिजे. पण नवं लाकूड वापरायचं, म्हणजे थोड्या दिवसांनी भेगा निश्चित पडतील. याकडे नंतर लक्ष द्यायला पाहिजे. भोवताली कुंपण आणि गेटही पाहिजे.

इतिहासाच्या तासाच्या वेळेपर्यंत अनुप घराचा कच्चा नकाशा तयार करून त्यात दुरुस्त्या करत होता. शेवटच्या समाजशास्त्राच्या तासापर्यंत त्याच्या नकाशात आणखी फेरबदल होऊन जवळ-जवळ पक्का नकाशा तयार झाला होता.

शाळा सुटल्यावर तो अण्णय्यांच्या खोलीकडे धावला आणि इमारतीच्या जागेवर चला, म्हणून बोलावू लागला.

अण्णय्यांना हे बघून मनापासून आनंद झाला. ते त्याच्याबरोबर घर बांधायच्या जागेपाशी गेले. त्यानं त्यांना आपल्या मनातल्या घराविषयीच्या आपल्या कल्पना सविस्तरपणे सांगितल्या. घर आणखी थोड्या उंचावर पाहिजे, या मुद्द्याचं समर्थन करताना तो म्हणाला,

"अचानक जोराचा पाऊस आला किंवा कुणी रात्री बांधापाशी डायनामाईट

उडवून बांध फोडला, तर गाढ झोपेत असलेले होन्नत्ती सर पाण्यात बुडून... "

"पावसाचं ठीक आहे... पण बांधापाशी कोण कशाला डायनामाईट उडवेल? उगाच वेड्यासारखं बोलू नकोस!" अण्णय्यांनी असमाधान व्यक्त केलं.

तरीही त्यांच्या मनात आलं... मुलांमध्ये चोरीची हकीकत पसरल्यामुळं हा असं बोलला असेल काय? असंच काही म्हणता येणार नाही. बऱ्याच वेळा याच्या डोक्यात काही शंका मूलभूतपणे डोकावत असतात... असाही त्यांचा अनुभव होता.

तिथून आल्यावर अण्णय्यांनी शंकरमूर्ती-सोमशेखराचार्य वगैरे सगळ्यांना एकत्र बोलावून नव्या घराचा विचार त्यांच्या कानांवर घातला. अनुपनं त्या घराचा काढलेला नकाशाही त्यांनी त्यांना समजावून सांगितला.

सगळं ऐकल्यावर शरभण्णांनी सूचना केली

"दिवसभर त्यांना इथं बसून सतार वाजवू द्या. रात्री झोपायला मात्र शाळेपाशी आपल्या वसतिगृहातच येऊ द्या."

"माझा मूड असेल, तेव्हा मी मध्यरात्रीपर्यंत वाजवत असतो. तिथं अभ्यास करणाऱ्या मुलांना त्याचा त्रास होईल. दोन्ही वेगवेगळी क्षेत्रं ना!"

"तसं नव्हे... सुरक्षिततेच्या दृष्टीनं मी म्हणतोय्."

"डोंगरावर एकटं राहायची सवय असणाऱ्याला भय कसलं?"

"पण तिथल्या असुरक्षिततेमुळंच इथं घर बांधतोय् ना आपण?"

शरभण्णाचं बोलणं सगळ्यांनाच पटलं. नंतर अण्णय्या म्हणाले,

"आधी घर तर बांधू या. मग रात्री कुठं झोपायचं, ते त्या वेळच्या परिस्थित्यनुसार ठरवू या."

अण्णय्यांचं हे बोलणं मात्र सगळ्यांनाच पटलं.

◆

होन्नत्तींनी आपले पैसे बेगळूरच्या बँकेत व्याजी ठेवले होते. त्यावर अडीच हजार रुपयांचं कर्ज काढण्यासाठी त्याला बेंगळूरला जाणं आवश्यक होतं. शक्य तितक्या लवकर बेंगळूरला जाऊन इतरही आवश्यक त्या वस्तूंची खरेदी करायची होती. त्यात सतारीशिवाय जाणारा एकेक क्षण म्हणजे जीवनाचा नाश होत असल्याचं त्यांना जाणवत होतं. त्यामुळं ते बेंगळूरला जायला निघाले.

याच संदर्भात अण्णय्याही बेंगळूरला जायला निघाले होते. परशुरामेगौडाकडून विद्याशालेला होणारा उपद्रव रवींद्रच्या कानांवर घातला, तर तेवढंच मन हलकं होईल–कदाचित यावर उपायही सुचेल. शिवाय त्याला विद्याशालेचा एखादा पदाधिकारी करून घेतलं, तर परशुरामेगौडाविरुद्ध झगडताना बळ मिळेल, असंही त्यांना वाटत होतं. या मुद्द्यावर त्यांनी इतर सहकाऱ्यांशी चर्चा केली, तेव्हा

त्यांनीही उत्साहानं या विचाराला पाठिंबा दिला.

ते शुक्रवारी निघणार होते. शनिवार-रविवारची दीड दिवसांची सुट्टी शाळेला होती. त्यामुळं अण्णय्यांनी अनुपलाही विचारलं,

"येणार बेंगळूरला? अम्मा-अप्पांची भेट होईल. आमच्याबरोबरच रविवारी रात्री किंवा सोमवारी सकाळी पुन्हा येशील इथं."

क्षणभर अनुप मोहात पडला. पण काही क्षण विचार करून तो म्हणाला,

"अम्मा बेंगळूरमध्ये नाही. काही तरी काम आहे, म्हणून ती अजूनही दिल्लीतच आहे. शिवाय होन्नत्तीसरांच्या घराचा प्लॅन सोमशेखराचार्य सरांनी पास केलाय्. त्यांचं काम सुरू करायला पाहिजे. या दीड-दोन दिवसांत घराचं काम पाया भरण्यापर्यंत पूर्ण केलं, की वरचं बांधकाम त्यानंतर शाळा सुटल्यावर वेळ मिळेल तेव्हा करता येईल. सगळ्यांचं तेच मत आहे, दोड्डप्पा! मी नसलो, तर हे सगळे कसंही काम करून मोकळे होतील. त्यांच्याकडून नीट काम करून घ्यायला पाहिजे. उद्या-परवा केलं नाही, तर आणखी आठवडाभर उशीर होईल."

अनुपचं बोलणं पटण्यासारखं होतं.

बिदरळ्ळी फाट्यापर्यंत चालत जाऊन तिथून मिळालेली बस पकडून तिपटूर–

आणि तिथून रेल्वे पकडून ते दोघं संध्याकाळी सहा वाजेपर्यंत बेंगळूरला जाऊन पोहोचते. त्यांच्याकडे रवींद्रच्या घराचा पत्ता होता. पण कधी घरी जायचा प्रश्न आला नव्हता. शिवाय घरी आता कुणीच नव्हतं. त्यामुळं दोघंही रवींद्रच्या ऑफिसमध्येच गेले.

केबिनमध्ये अण्णय्या रवींद्रला म्हणाले,

"तुला भेटण्यासाठी म्हणूनच मुद्दाम आलो..."

रवींद्रलाही हे ऐकून मनापासून आनंद झाला. तो म्हणाला,

"इथं एक संगीत-संस्था आहे. मी तिचा मेंबर आहे. तुमचं नाव कार्यक्रमासाठी सुचवावं, असं मनात आलं होतं. पण आता केवळ मेहनत करणार–कार्यक्रम देणार नाही, म्हणून तुम्ही सांगितल्याचं आठवलं. म्हणून गप्प बसलो. आणखी तासभराचं काम शिल्लक आहे. तुम्ही तोपर्यंत आमचा छपाई-विभाग बघून या. नंतर घरी जाऊ या... "

साडेसात वाजता तिघंही त्याच्या गाडीनं त्याच्या घरी जाऊन पोहोचले. गेल्या गेल्या तो स्वयंपाकघरात शिरला. अण्णय्याही त्याच्या पाठोपाठ गेले. आणि म्हणाले,

"मी करतो... तुझ्यापेक्षा मला सवय आहे स्वयंपाकाची... "

"पण तुला गॅस-कुकरवर स्वयंपाक करायचा कुठं अनुभव आहे? दुसरं

म्हणजे, तुमच्या विद्याशालेच्या चुलीही वैज्ञानिकरीत्या सुधारून लाकडाऐवजी दुसरं काही तरी जळण वापरता येईल काय, याचा विचार करावा लागेल. माझे एक इंजिनीअरमित्र आहेत. ते अशा प्रकारचे वैज्ञानिक प्रयोग करत असतात. त्यांचीही आपल्याला मदत घेता येईल. मी सकाळीच स्वयंपाक करून ठेवतो. फ्रीजमध्ये अन्न आहे. केवळ तुम्हां दोघांसाठी सार-भात करतो. बघ माझी हुशारी! पंधरा मिनिटांत स्वयंपाक करतो!''

रवींद्र स्वयंपाकघरात शिरला. अण्णय्याही त्याच्या पाठोपाठ गेले.

एकीकडे स्वयंपाक करताना अण्णय्यांनी गावाकडे अलीकडे घडलेल्या सगळ्या घटना रवींद्रच्या कानांवर घातल्या. हातात सतार नसल्यामुळं झालेली होन्नत्तींची हवालदिल अवस्था आणि आता इथं येण्यामागचं कारण त्यांनी रवींद्रच्या कानांवर घातलं. तो विषय झाल्यावर त्यांनी त्याच्या वर्तमानपत्रात आलेल्या ग्रॅनाईट-प्रकरणाचा विषय काढला.

तो विषय निघताच रवींद्रला काही संदर्भ लागले आणि त्यानं विचारलं,

''त्या प्रकरणात खोटं अनुमति-पत्र तयार करून देणाऱ्याचं नावही परशुरामेगौडा असल्याचं बेंगळूरमधल्या काही वर्तमानपत्रांनी शोधून काढलं होतं. त्या वेळी मला त्या नावात काही विशेष वाटलं नाही. आता लक्षात आलं–हाच काय तुमचा प्रॉब्लेम?''

''होय, तोच... ''

''मग बरोबर! या प्रकरणात आमच्या वर्तमानपत्रानं पुढाकार घेतला. त्यामुळं त्याचा अप्रत्यक्षपणे शाळेवर राग बसला असेल. आपली मैत्री... अनुप तिथं शिकतोय, हे त्यालाही ठाऊक असावं.''

''हे त्याला ठाऊक आहे, की नाही, कोण जाणे! त्या आधीही त्यानं त्रास द्यायला सुरुवात केली होतीच. त्यामागचं कारण म्हणजे त्याच्या आजोबांनी शाळेला दान म्हणून जी जमीन दिली होती, ते तेव्हा शिंदींचं बन होतं. त्याच जमिनीतून उत्तम नारळाचं पीक येईल, हे त्याला समजलंय्! तो स्वार्थ सारं काही त्याच्याकडून करवून घेतोय्!''

तिघांची जेवणं झाल्यावर अनुपनं होन्नत्तींना अनुपच्या खोलीत नेलं. कामवाली दररोज सगळ्या घराचा केर काढून, आठवड्यातून दोनदा फरशी पुसून घेत असली, तरी खिडक्या आणि दिव्यांच्या शेडवरची धूळ दिसत होती. पलंगावरच्या आच्छादनावरही धूळ बसली होती. ते आच्छादन झटकून त्यानं होन्नत्तींसाठी झोपायची जागा तयार केली. नंतर काही तरी आठवून तो आपल्या बेडरूममध्ये गेला. तिथं गोदरेज कपाटावर कापडी वेष्टनात गुंडाळून ठेवलेली सतार त्यानं हलक्या हातानं उचलून

खाली घेतली.

आच्छादन काढून ती सतार त्यानं होन्नत्तींच्या समोर ठेवली आणि म्हणाला,

"ही माझ्या बायकोची सतार आहे. लग्नाआधी तीही शिकत होती इतर मुलींसारखी. आई-वडलांच्या आग्रहाखातर! नंतरही शिकायला संधी होती. दिल्ली-पाटण्यामध्ये सतार शिकवणारे गुरूही होते. पण वाजवणं ठेवलं नाही तिनं! न वाजवता तशीच ठेवल्यामुळं कदाचित खुंट्या घट्टही झाल्या असतील. ही इथं एक तारही आहे. तुमची दुसऱ्या सतारीची काही तरी व्यवस्था होईपर्यंत तुम्ही ही सतार वाजवा. त्यामुळं सतारही थोडी सैल होईल. कुठलीही वस्तू न वापरता ठेवली, तर बिघडून जाते ना! ही सतार कलकत्त्यात विकत घेतली आहे, म्हणे. तेवीस वर्षांपूर्वी... ती पंधरा वर्षांची मुलगी असताना! आता नवी सतार काय किमतीला मिळते?"

"दोन ते अडीच हजारांपर्यंत मिरजेत मिळते... "

होन्नत्तींना जीव आल्यासारखं वाटत होतं. त्यांनी सतार उचलून घेतली. रवींद्रनं हात-पाय पुसायला दिलेल्या टॉवेलनं त्यांनी ती हलकेच पुसली. ती हलकेच छेडल्यावर त्यांनी विचारलं,

"छेडून खूप वर्षं झाली, म्हणालात! पण अलीकडेच कुणाचा तरी यावरून हात फिरलेला दिसतो!"

"हं आठवलं! आम्ही दोघं विद्याशालेत आलो होतो–नंतर वर देवळातही आलो होतो, त्या वेळी तुम्ही आत मेघ राग छेडत होता. आम्ही बाहेर बसून संपूर्ण राग ऐकला. तिथून आल्यावर तिनं सतार गवसणीबाहेर काढली होती खरी! त्यानंतर थोडे दिवस ती त्याचाच अभ्यास करायची. पंधरा-सोळा वर्षांची कसर भरून काढायला दोन-तीन वर्षं तरी नकोत? चार दिवसांतच तिचा उत्साह ओसरला... सतार पुन्हा गवसणीत गेली! तुम्ही सतार सुरात लावून घ्या... " एवढं सांगून रवींद्र खोलीबाहेर पडला.

बाहेरच्या हॉलमध्ये बसून तो आणि अण्णय्या गप्पा मारू लागले. रवींद्र सांगत होता,

"ग्रॅनाईटचा चोरटा व्यापार, एवढ्या माणसांना गुलामांप्रमाणे ठेवून त्यांच्याकडून कष्ट करवून घेणं–या सर्व प्रकरणात आमच्या वृत्तपत्रानं भरपूर आणि विश्वासार्ह बातम्या दिल्या. त्यानंतर इतर वृत्तपत्रांनीही यातील आणखी बारकावे शोधून काढले. पण परिणाम? काहीही नाही! त्या मजुरांना त्यांनी कुठं पळवलं, कोण जाणे! सुमारे आठ कोटींपेक्षा जास्त किमतीचा ग्रॅनाईट चोरट्या मार्गानं विकल्याचा अंदाज वृत्तपत्रांनी व्यक्त केला होता. रेव्हेन्यू मंत्र्यांचाही यात वाटा आहे. मुख्यमंत्र्यांचाही वाटा आहे! खाजगी बैठकींमध्ये थोडी-फार पाजून त्यांना यासंबंधी विचारलं, तर ते

म्हणतात–मग मंत्री व्हायचंच कशाला? इथं काय नियमित पगार आहे, की पेन्शन आहे? खुर्चीवर असताना जो त्याचा फायदा करून घेत नाही, तोच मूर्ख म्हटला पाहिजे! काहीजण म्हणतात–छे!, हो! यात किरकोळ मंत्र्यांच्या हाती काय लागतं? त्यातले तीन भाग मुख्यमंत्र्याकडेच जातात. त्यातला भलामोठा वाटा सूटकेसमध्ये भरून दिल्लीला पाठवायला पाहिजे! त्याशिवाय राष्ट्रव्यापी पक्ष उभा कसा करायचा? असल्या प्रकरणांमध्ये साधे कामगार कामावर ठेवले, तर बातमी बाहेर पसरेल... म्हणून आपणहोऊन दुष्काळामुळं गाव सोडून आलेला मजूरांचा समूहच यांनी पकडला!... ''

खोलीमधून सतार सुरात लावत असल्याचा आवाज अधून-मधून ऐकू येत होता. किती तरी दिवस उपासमार झालेल्याला मिष्टान्न मिळावं, तशी होन्नत्तींची अवस्था झाल्याचं अण्णय्यांना जाणवत होतं. तिकडचं लक्ष पुन्हा गप्पांमध्ये गुंतवून अण्णय्या म्हणाले,

''परशुरामेगौडानं खोटी तारीख टाकून खोटा कागद तयार केला, म्हणून वर्तमानपत्रात आलं होतं ना? त्याचं पुढं काय होईल?''

''काय झालं, याची मला काहीही कल्पना नाही. आमचंही काय होतं, सांगू? अशी एखादी बातमी मिळाली, की आम्ही तिचा पाठपुरावा करतो–त्यातील मिळतील, ते बारकावे छापतो–नंतर आम्हांला आणखी एखादी बातमी मिळते–पुन्हा नवी बातमी मिळते–आणखी एक नवी बातमी–मग या पहिल्या बातमीचा आम्हांलाही विसर पडतो. एकच बातमी वरचेवर देत राहिलो, तर लोकही कंटाळतात. एकदा लोकांची या बातमीमधली आस्था कमी झाली, की सरकारही काही करत नाही. कुठल्याही अधिकाऱ्याला काहीही शिक्षा होत नाही. याही प्रकरणात मला वाटतं, त्याची लगेच कुठं तरी बदली करतील, लोक आणखी विसरतील–असेच तीन महिने गेले, की त्याला मुकाट्यानं एक बढती देऊन कुठं तरी पाठवतील!''

अण्णय्यांना दोन-तीन जांभया आल्या. ते पाहून रवींद्र म्हणाला,

''तूही आता झोप. उद्या बोलू या आपण... ''

रवींद्रनं अण्णय्यांची झोपायची सोय वेगळ्या खोलीत केली होती. तो तिथल्या कॉटवरचं आच्छादन झटकू लागला, तेव्हा अण्णय्या म्हणाले,

''मी तिथं झोपणार नाही. मला एक चटई दे. किंवा एखादं जुनं जाजम दे. मी जमिनीवरच झोपतो.''

''एकदा बाहेर पडल्यावर तिथं जशी व्यवस्था असेल, तसं राहावं. तुझ्या विद्याशालेत तुझे नियम राहू देत!''

''असं म्हणतोस?'' म्हणत ते काही क्षण विचारमग्न झाले आणि नंतर म्हणाले, ''आपले मंत्रीही असंच म्हणतात. मंत्री होण्याआधी तेही एखाद्या चटईवर

किंवा कांबळ्यावर झोपत असतात. एम् एल् ए हॉस्टेलमध्ये पलंग-गादीची व्यवस्था होते. मंत्री झाल्यावर भला मोठा बंगला-गाडी वगैरे दिमतीला मिळते. एकदा घराबाहेर पडल्यावर ते आलेल्या परिस्थितीला सामोरे जातात. पण नंतर मात्र पूर्वस्थितीमध्ये राहणं त्यांना जमत नाही. काय करतील बिचारे? सदाशिवनगरमध्ये एखादा छोटा राजमहाल उभारतात–मंत्र्यांएवढाच मोठा बंगला त्यांना बांधावाच लागतो. मग मंत्री असताना त्याची सगळी व्यवस्था करायला नको काय? त्यांचं काय चुकलं? माझ्या देशाचा प्रत्येक नागरिक पलंगावर झोपेपर्यंत मीही झोपणार नाही, असं शिकागोमधल्या गेस्ट हाऊसमध्ये विवेकानंदांनी सांगितलं होतं–माणसाचं मन त्याच्या देहाशी किती प्रतारणा करत असतं–तुला ठाऊक नाही?''

रवींद्रानं पुढं वाद घातला नाही. खरं तर, त्याच्या घरात चटई किंवा कांबळं नव्हतं. पण एक गालीचा होता. तोच अंथरून त्यावर त्यानं आच्छादन पसरलं. मच्छरदाणी नीट लावून दिवे बंद केले आणि तो दरवाजा ओढून तिथून बाहेर आला.

आपल्या खोलीत येऊन दरवाजा आणि दिवा बंद करून तो मच्छरदाणीत शिरला. अण्णय्यांनी सांगितलेल्या आठवणीमुळं विवेकानंदांचं व्यक्तिमत्त्व त्याच्या अंतर्मनाला व्यापून राहिलं. सगळ्या मुलांना पोटभर जेवण वाढल्यावर काहीही शिल्लक राहिलं नाही, तरी उपासपोटी समाधानानं झोपी जाणाऱ्या आईचं हृदय त्या महात्म्याच्या अंतर्यामी होतं. गांधीजीही असंच एक हृदय घेऊन आयुष्यभर जगले. पण आजच्या राजकारण्यांना या हृदयाचा स्पर्शही झालेला नाही! अपवाद शास्त्रींचा! खरं तर, गांधीयुग संपलं, ते तीस जानेवारी अठ्ठेचाळीस या दिवशीच! अगदी गांधीयुगातही गांधींसारखे कितीजण होते? आपल्या मुलाला जेलमध्ये झोपण्यासाठी पलंग मिळणार नाही, म्हणून स्वतःही जमिनीवर झोपणाऱ्या मोतीलालांची त्याला आठवण आली. गांधीयुगाच्या दिव्याखालीही गांधी नव्हते–

मनात वेगवेगळे विचार विखरून तरळत असतानाच त्याच्या कानांवर सतारीचे स्वर आले. होन्नत्तींच्या खोलीचा दरवाजा बंद होता. मध्ये पंधरा फूट रुंद आणि वीस फूट लांबीचा हॉल. या खोलीचा दरवाजाही पुढं लोटलेला होता. रात्रीच्या निःशब्द वातारणात सतार स्पष्टपणे ऐकू येत होती. म्हणजे होन्नत्ती सतार सुरात लावण्यात यशस्वी झालेले दिसतात. गेल्या काही दिवसांत सतार न मिळाल्यामुळं त्यांच्या मनाची झालेली हवालदिल अवस्था अण्णय्यानंही सांगितली होती. आज रात्री मनाचं पूर्ण समाधान होईपर्यंत वाजवल्याशिवाय ते झोपणार नाहीत!

आता स्वरविलासातली सूक्ष्म सुरावट अधिक स्पष्टपणे ऐकू येत होती. मेघ-निश्चित मेघ! त्या दिवशी मात्र आधी मल्हार वाटला होता आपल्याला हा राग. हा ऋतू कुठला? पावसाच्या आगमनाची अपेक्षा करत हा राग आळवला, तर ती धग आणि पावसाच्या अपेक्षेची आर्त भावना निश्चितपणे जाणवते. बाहेरची हवा कशीही

असो–अगदी कडकडीत हिवाळा असो–उत्तमप्रकारे हा राग पेश केला, की ही भावना निश्चित व्यक्त होतेच. गायक हा राग वर्षा ऋतूतच गायिला पाहिजे, असा आग्रह धरत नाहीत–

एकाएकी त्याच्या मनात आलं–आपण तिची सतार अशा प्रकारे उचलून होन्नत्तींना द्यायला नको होती! ही तिची सतार–तिच्या वडलांनी तिला ती घेऊन दिली आहे. ती वापरू दे किंवा तशीच ठेवू दे, तारा गंजून जाऊ दे किंवा किडे-वाळवी जाऊ दे–तिचा प्रश्न आहे. मी का त्या बाबतीत उगाच पुढाकार घेतला?

दोन-चार महिन्यांसाठी नव्हे, एक-दोन दिवसांसाठी सुद्धा ती कुणाला तरी उचलून द्यायचा मला अधिकार नाही. प्रत्यक्ष असं स्पष्टपणे काहीही बोलणं झालं नसलं, तरी तिच्या आणि आपल्यामधलं अंतर दुरावत चाललं आहे, हे दोघांनाही ठाऊक आहे.

एक दिवस सकाळी साडेसात वाजता फोन करून तिनं सांगितलं होतं,

"समारंभ उत्तम झाला. सगळ्यांनी तुझी चौकशी केली. आता इथं मी एका कामाच्या घाईत आहे. दोन-तीन आठवडे लागतील ते संपायला."

मी इथं किती दिवस अन्न शिजवत राहू? एवढं काय महत्त्वाचं काम आहे, म्हणून विचारावंसं मनात आलं. फोन ठेवल्यानंतर दहा मिनिटांनं रवींद्रनं दिल्लीला फोन लावला. वहिनीनं फोन उचलला–तिला कांतीला बोलवायला सांगितलं. कांती फोनवर आल्यावर त्यानं तिला आपल्या अडचणी सांगितल्या.

यावर ती कुत्सितपणे म्हणाली,

"काही का असेना–आपल्या अडचणी सांगण्यासाठी तरी तू आपण होऊन फोन केलास, तर!"

नंतर 'कसलं काम' म्हणून विचारलं, तर ती म्हणाली,

"तुझ्या ऑफिसमधल्या प्रत्येक कामाची मी चौकशी करते का? आणखी थोडे दिवस थांब... "

त्यानंतर महिना गेला, तरी ती आली नाही. फोनही केला नाही. त्यानं पुन्हा फोन केला, तेव्हा पुन्हा तिनं सांगितलं,

"आणखी दोन-तीन आठवडे लागतील."

"काय काम आहे, ते सांग, म्हणतो ना! मला तुझं हे वागणं अजिबात आवडलं नाही... "

"मलाही तुझं किंचाळणं मुळीच आवडलं नाही! काय काम आहे, तेही समजेल लवकरच! थोडा संयमानं वाग, म्हटलं ना? चांगला मुलगा आहेस ना?"

त्यानंतर महिना गेला. रवींद्रचा संताप परकोटीला पोहोचला होता. एकदा

तिच्या वडलांशी बोलून काही तरी सोक्षमोक्ष लावला पाहिजे, अशा विचारात तो असताना एके रात्री दहानंतर तिनं फोन केला,

"हॅलो! गुड न्यूज! झालं माझं काम!... म्हणजे सुरू झालंय्! खात्री असली, तरी काम पूर्ण झाल्याशिवाय कुणालाही सांगायचं नाही असं ठरवलं होतं मी!... " म्हणत तिनं अमेरिकन कंपनीबरोबर करत असलेल्या रेडिमेड कपड्यांच्या व्यवहाराविषयी सांगितलं. पुढं म्हणाली, "माझी एक मैत्रीण यात माझी पार्टनर आहे. आधी फक्त शर्ट शिवून द्यायचे आहेत. नंतर जीन्स आणि इतर कपड्यांची कामं मिळतील. नाव बदलून भारतातही मार्केट मिळवता येईल. यात अक्षरशः स्काय इज द लिमिट! मी प्रॉडक्शनची बाजू पाहते. आणि मैत्रीण–जाऊ दे. फोनवर सगळं सागत बसणं शक्य नाही. मी फोन अशासाठी केला होता–आता मीही मिळवतेय्. तुला दिल्लीला केव्हा यायचंय्? मी एअर-तिकीट पाठवून देईन!"

रवींद्र वैतागला–अशी का वागली ही? मला काहीही कळू न देता एवढा मोठा निर्णय घेतला! मला समजलं, तर मी विरोध करेन, असं तिला वाटलं काय? आधुनिक स्त्री स्वतः नवऱ्याच्या मिळकतीच्या चौथा-पाचवा भाग मिळवत असली, तरी स्वतःला त्याच्या बरोबरीचा समजते आणि त्याच्या बरोबरीनं तिची मिळकत असेल, तर त्याला कस्पटासारखं लेखते! त्यात ही तर आता माझ्या पगाराच्या चौपट पैसा मिळवू लागली!

"बरंय् तर! आता तू दिल्लीत राहणार म्हटल्यावर आपला संसार... "

"हे बघ... तुझ्या मारवाड्याला सांगून दिल्लीलाच बदली करून घे... " तिनं बहुधा आधीच विचार करून ठेवला असावा.

फक्त बदली व्हायचा प्रश्न नाही. तिथं यायचं, म्हणजे तिथं त्या लेव्हलची जागा रिकामी हवी. किंवा तिथला जळगावकर बेंगळूरला यायला तयार पाहिजे. माझी बॅकग्राऊंड कर्नाटकाची असल्यामुळं माझ्या विनंतीवरून मला इथं पाठवलं. नाही तर मिळेल त्या पोस्टवर जाईन, या बोलीवर दिल्लीला यावं लागेल. त्यापेक्षाही माझ्या वाडवडिलांची भाषा, परिसर, संस्कृती सोडून पुन्हा दिल्लीला जायचं, म्हणजे आतलं मन बंड करत होतं.

आपल्या मनाची ही तळमळ तिला परिचित नाही! ती कधीही बेंगळूरशी एकजीव झाली नाही–तिनं तसा प्रयत्नच केला नाही. बेगळूरमध्ये राहत असतानाही ती दिल्लीत राहिल्यासारखी राहत होती.

त्यानं विचारलं,

"उद्योग सुरू करताना मला का विचारलं नाहीस?"

"पण आता बिझनेस सुरू झालाय् ना? आता पुढचं काय ते बोल... " तिच्या बोलण्यात उपेक्षा स्पष्टपणे जाणवत होती.

"तुझा बिझनेस बेंगळूरमध्ये करता येणार नाही काय?"

"व्हॉट? रवि, तू मोठ्या वर्तमानपत्राचा संपादक आहेस! तुला एवढंही समजू नये? अरे, आम्ही निर्यातीचा धंदा सुरू केला आहे! केंद्र सरकारच्या हाकेच्या अंतरावर असलं, की आलेल्या अडचणी निभावून नेता येतात. दूर बेंगळूरसारख्या खेड्यामध्ये राहून हे कसं जमणार? माझी पार्टनर तिथं यायला कशी तयार होईल? ती फॉरेन ट्रेड खात्यात असल्यामुळंच हे सगळं जमवून आणणं शक्य झालं. तिनं नोकरी सोडणं म्हणजे आमच्या बिझनेसचं मरणच! नाही तर लक्षावधी रुपये उधळावे लागतील! तिसरं म्हणजे, तुझ्या बेंगळूरमध्ये तुझ्या लाडक्या आजोबांच्या संस्कृतीची जी माणसं आहेत, त्यांच्यावर विसंबून कुठला व्यवसाय करणं शक्य आहे? शुंभ माणसं! या–कामं करा–पगार उचला, म्हटलं, तर किती लांब जावं लागेल?–मैलभर? छेः–लांब होतंय्, म्हणतात. दुपार झाली, की 'दमलो' म्हणत बागेत जाऊन शेंगा खातात. इथले पंजाबी कामगार किती प्रकारे राबून पैसा मिळवतात, ठाऊक आहे? परदेशी कंपन्यांना वेळेवर टपाल दिलं नाही, तर ऑर्डर टर्मिनेट होते! म्हणजे नेमकं काय, ते तुझ्यासारख्या पत्रकाराला समजणार नाही.- ओ के! सगळं फोनवर बोलता येणार नाही–बराच पैसा खर्च होतो. केव्हा येणार मग? तिकीट पाठवून देते."

रवींद्र न राहवून संतापानं म्हणाला,

"जेव्हा मला यायचं असेल, तेव्हा तिकीट काढायला पैसे आहेत माझ्याकडे!"

यावर ती कुत्सितपणे म्हणाली,

"आय् सी! बोनस मिळाला, वाटतं!"

"असं का विचारतेस?"

"तसं नव्हे... बायकोला थर्ड क्लास स्लीपरनं पाठवलंस . कार्यक्रमासाठी तू आणि अनुप विमानानं घेऊन जा, म्हटलं, तर पैसे नव्हते! रजाही नव्हती. आता तूच म्हणतोस... पैसे आहेत, म्हणून! आनंद झाला.!"

होय–हा मेघ रागच. उत्तर भारतातला नरकवास म्हणण्याजोगा उकाडा अनुभवल्याशिवाय या रागातून व्यक्त होणारी धग, निरभ्र आकाशात ढगांची आठवणी करणारी भावना शक्य नाही. त्या दिवशी ते डोंगरावर वाजवत होते, त्यापेक्षाही यातून विव्हलव्याकुळता अधिक तीव्रपणे जाणवते.

त्यानंतर तिनं फोन केला नाही. मीही केला नाही. या गोष्टीलाही महिना होऊन गेला होता, की पाच आठवडे? रात्री दहा वाजता तिनं फोन करून योगक्षेम विचारला. नंतर ती म्हणाली,

"अनुपला त्या खेड्यातल्या गांधी-शाळेतून बाहेर काढून वेगळ्या एखाद्या

उत्तम शाळेत पाठवायचं मी ठरवलंय्. डून-स्कूल किंवा ग्वाल्हेर-स्कूलमध्ये ॲडमिशन मिळवायची असेल, तर अगदी वरिष्ठांची शिफारस पाहिजे. तुला हे सहज शक्य आहे, म्हणून तुला मी आता फोन केला.''

''त्याची शाळा बदलायची काहीही गरज नाही. तिथं त्याची वाढ चांगल्या प्रकारे होत आहे. तुलाही हे निश्चित ठाऊक आहे. तसल्या शाळेत जायला नको, या स्पष्ट विचारानंच मी त्याला त्या शाळेत पाठवलं आहे.''

''त्या वेळी तुझ्याकडे तेवढा पैसा तरी कुठं होता? एकटा मिळवणारा–संसार करून एवढे पैसे खर्च करणं अशक्य होतं, म्हणून त्याला तू मोठ्या शाळेत पाठवू शकला नाहीस. आता मीही मिळवती आहे. शिक्षणासाठीही कितीही खर्च झाला, तरी मी तो करायला तयार आहे.''

रवींद्रनं कसाबसा संताप आवरून म्हटलं,

''हा केवळ पैशाचा प्रश्न नाही, म्हणून मी तुला हजार वेळा सांगितलं होतं! तरीही तुला समजावून घ्यायची इच्छा नसेल, तर उगाच घशाच्या शिरा ताणून काय होणार आहे? त्याचं शिक्षण तू माझ्यावर सोपव बरं–आणखी काही?''

ती काहीही बोलली नाही. अखेर रवींद्रनं रिसीव्हर जागेवर ठेवून दिला.

दोघांमधलं हेच अखेरचं संभाषण! त्यानंतर पत्र नाही, की फोन नाही. दोघांमधलं अंतर बरंच वाढलंय्, हे त्याला समजत होतं. हे असंच सोडलं, तर अंतर आणखी वाढतच जाईल, हेही त्याला समजत होतं. पण यात आपण तरी काय करणार? आपल्या मनातली वेदना कुणालाही समजणं शक्य नाही. आता ती मिळवायला लागली आहे, म्हणून नव्हे–ती जी तुच्छता दाखवत आहे, ती कुणाला सहन होईल?

काही तासांपूर्वी अण्णय्या स्वयंपाकघरात अनुपविषयी सांगत होते, ते किती आनंददायी होतं! होन्नत्तींसाठी, त्यांच्या संगीत-अभ्यासासाठी स्वतःच्या पुढाकारानं संपूर्ण घर उभं करायचा आत्मविश्वास! हा केवळ क्रियाशक्तीचा आणि आत्मविश्वासाचाही प्रश्न नाही. निरपेक्ष वृत्तीनं एखाद्या संस्थेसाठी पुढाकार घेऊन काही तरी करायची वृत्ती! संपूर्ण घरासाठी फक्त कौलांसाठी येईल, तेवढाच शंभरेक रुपये खर्च! दिल्लीच्या लोकांना याचा अर्थही समजणं शक्य नाही!–

आता होन्नत्तींच्या बोटांना राग वश झाला आहे! विलंबित वाजवताना किती धीर-गंभीरपणे ते मनातली धग बाहेर टाकताहेत! वेदना भोगताना बोलण्याचा वेग आणि श्वासाचा वेगही अत्यंत कमी होऊन जातो. बोलताना संपूर्ण वाक्यही आकार घेऊ शकत नाही कित्येक वेळा!

होय! होन्नती वाढताहेत. एम् टेक–एम्.बी.ए. होऊन हाती मिळालेली उत्तम नोकरी सोडून स्वतःमध्ये दडलेल्या संगीतकलेचा शोध घेण्यासाठी त्यांची प्रामाणिक

धडपड चालली आहे. त्याचं संगीत ऐकताना तरी आपण या असल्या संताप-तिरस्कारासारख्या क्षुद्र भावनांना मनात स्थान देता कामा नये. आपण वर-वरचं संगीत जाणू शकतो. याचं शास्त्रही नीट समजावून घ्यायला पाहिजे. आपल्या अंगावरची धूळ झटकून कुणी तरी वाजवतंय्, याचा त्या सतारीलाही अपरिमित आनंदच होत असेल!

◆

धूळ पुसून सतार सुरात लावेपर्यंत कुठला राग वाजवायचा, असं काही ठरलं नव्हतं. काही वाजवावं, हेच त्यानं ठरवलं नव्हतं. एवढं उत्तम वाद्य गवसणीत घालून ठेवणं म्हणजे केवढा अन्याय हा!

किती तरी वेळ सगळ्या तारा सुरात आणण्यात गेला. पण तारा एकमेकांशी जुळू लागल्या, तसं स्वतःच्या न कळत मेघ रागाची आलापी वातावरणात भरू लागली. त्याच स्वरांचं बोट धरून होन्नत्ती निघाला. एवढे दिवस हातात सतार नसल्यामुळं मनाची झालेली तळमळ आता त्या सुरांमधून व्यक्त होऊ लागली. मध्ये आणखी कुठल्याही भाव-भावनांचा अडसर नसल्यामुळं मन मेघ रागामधल्या दाहाच्या आणि प्रतीक्षेच्या भावनेत बुडून गेलं. मंद्रसप्तकात खोल-खोल शिरत असताना त्याला हे आपल्या सवयीचं वाद्य नाही, याचाही पूर्णपणे विसर पडला होता.

दोन-अडीच तास त्या स्वरांमध्ये आणि स्वराकृतींमध्ये विहरल्यावर त्यानं सतार सावधपणे खाली ठेवली. ती पुन्हा धुळीनं भरलेल्या गवसणीत घालताना त्याचा हात थबकला. पांघरण्यासाठी ठेवलेली धोब्याकडून आलेली इस्त्रीची चादर त्यानं हलकेच तिच्यावरून पांघरली आणि नंतर स्वतःही मच्छरदाणीत शिरून झोपी गेला. गाढ झोप लागली.

इतकी गाढ झोप लागली होती, की जाग आली, तेव्हा नऊ वाजले होते! तो बाहेर आला, तेव्हा पेपर वाचत बसलेल्या अण्णय्यांनी सांगितलं,

''काल खूप वेळ वाजवत होता, वाटतं. मला गाढ झोप लागली, बघा! अगदी पाळण्यात घालून झोपवावं, तसं! आता माझ्या ध्यानात आलं, राजे-महाराजे आपल्या शयनगृहाबाहेर का संगीताची व्यवस्था करत, ते!–'' म्हणत ते मनापासून हसले. नंतर म्हणाले, ''तुम्ही या तोंड वगैरे धुऊन, रवींद्र बाहेर गेलाय्. येईल एवढ्यात. तो येईपर्यंत तुम्ही इथंच थांबलं पाहिजे, म्हणून सांगून गेलाय् तो.''

होन्नत्तीनं घड्याळ पाहिलं–सव्वानऊ. घाईघाईनं तयार होऊन, एक रिक्षा पकडून, महात्मा गांधी रोडवरच्या आपल्या बँकेत जायला पाहिजे. आज शनिवार–बँक बारा वाजता बंद झाली, की सोमवारी नऊपर्यंत उघडणार नाही. फिक्स

डिपॉझिटवर कर्ज काढायचं, म्हणजे आणखी थोडा वेळ लागणार. तो तयारीला लागला.

दाढी-आंघोळ होईपर्यंत गाडी येऊन थांबल्याचा आवाज ऐकू आला. आत आलेल्या रवींद्रनं चौकशी केली,

"झोप नीट लागली, की नाही? काल रात्री ढग जमले होते! आज रात्री घनघोर पाऊस येणारसं दिसतंय्!"

पेपर वाचत असलेल्या अण्णय्यांना यातलं काहीच समजलं नाही. त्यांनी विचारलं,

"आता कसले ढग?"

"रात्री होन्नत्ती जो राग वाजवत होते, त्याचं नाव नाव मेघ!" रवींद्र उत्तरला.

"यानंतर ते आमच्या शाळेलगत राहतील ना? मग माझ्याही डोक्यात शिरेल थोडं-फार!" तेही मोकळेपणानं हसत म्हणाले.

होन्नत्ती खोलीत कपडे बदलत असताना दार वाजवल्याचा आवाज ऐकू आला. 'या–' म्हणत मागं वळून बघेपर्यंत रवींद्र आत येत होता.

दार बंद करून त्याच्यापाशी येत रवींद्र म्हणाला,

"हे पाहा, आपल्यामधला स्नेह आता बराच दाट झालाय्. त्यामुळं आपल्यामध्ये आता औपचारिकता किंवा संकोचाला वाव नाही. आता तुम्ही माझं ऐका–इथंच दोन दिवस राहा. नवे कपडे शिवून घ्या. दिवस-रात्र ही सतार वाजवा. अण्णय्यांच्या बरोबर ही हालुकेरेला पाठवू या. तुम्ही इथून थेट मिरजेला जा–नव्या सतारीची ऑर्डर द्या आणि तिपटूरला उतरून विद्याशालेत जा. नवी सतार येईपर्यंत ही सतारच वापरा. आता तुम्ही बँकेतून कर्ज काढायला आलात, म्हणून समजलं. पण व्याज कापलं जाईल. हं... हे घ्या... " म्हणत त्यानं एक नोटांचं पुडकं होन्नत्तीच्या पुढ्यात धरलं. "तीन हजार आहेत. दोन हजार सतारीसाठीच खर्च होतील. शिवाय कपडे–मिरजेपर्यंतचा प्रवास म्हणजे बराच खर्च आहे.–अंहं–मी आधीच सांगितलंय्–आता आपण परस्परांचे चांगले मित्र आहोत, म्हणून! तुमच्या बैठकी होऊ लागल्या, की व्याजासकट मला द्या. मग तर झालं?"

"–नो–नको! माझ्याकडे पैसे आहेत–" होन्नत्ती एक पाऊल मागं सरकला.

"मलाही ठाऊक आहे ते. पण माझं ऐका... मुदलातले पैसे काढू नका–मित्रापाशी संकोच करू नये–" म्हणत त्याच्या खिशात पैसे कोंबून रवींद्र "चला नाश्ता करायला–" म्हणत तिथून बाहेर पडला.

होन्नत्ती संकोचून गेला होता. रवींद्रचं औदार्य आणि मनाचा मोठेपणा बघून त्याचं मन भरून आलं होतं. एखाद्याचं औदार्य पाहायची ही काही पहिली वेळ नव्हती. अण्णय्यांनी त्याला तीन वर्षं जेवू घातलं होतं. शाळेच्या इतर शिक्षकांनी

त्याला भरपूर स्नेह दिला होता. वडेरय्यानं तीन वर्षं सतत रोजचं जेवण आणून दिलं होतं. मुंबईला गेलं, की दलाल आणि त्याची आई त्याच्यावर भरपूर ममता दाखवत होते. आता आणखी एक सुहृद भेटल्यासारखं होन्नत्तीला वाटलं. पैसे माघारी दिले, तर त्या सहृदयतेचा अपमान केल्यासारखं होईल, असं वाटलं. त्याचे डोळे पाण्यानं भरून गेले.

मन थोडं शांत झाल्यावर होन्नत्ती बाहेर आला आणि नाश्ता करू लागला.

दोन दिवस बेंगळूरमध्ये राहून त्यानंतर मिरजेला जायचं त्यानं ठरवलं. सोमवारी अण्णय्यांनी सतार घेऊन रेल्वेनं तिपटूरला आणि तिथून विद्याशाळेत जायचं ठरलं. सोमवारी मिरज-गाडीमध्ये आपण स्लीपर मिळवून देऊ, असं रवींद्रनं होन्नत्तीला सांगितलं होतं.

पण सोमवारीच बातमी समजली–मंगळवारी आणि बुधवारी कुंदगोळला सवाई गंधर्वांची पुण्यतिथी आहे. त्यानिमित्त होणाऱ्या संगीत-समारोहाला तो याआधी कधीही गेला नव्हता. त्यामुळं तो मिरजेआधी कुंदगोळलाच उतरला. आपण संगीत-प्रेमी असून या समारोहासाठी बेंगळूरहून आल्याचं सांगून त्यानं नाडगीर वाड्यात मुक्काम केला. दोन दिवस संगीताच्याच सुरांमध्ये तो आकंठ डुंबत होता. तिथं समजलं–गुरुवार–शुक्रवार–शनिवारी रात्री पुण्यातही भीमसेन जोशी हाच सवाई गंधर्व पुण्यतिथीचा संगीत-समारोह भरवतात. तिथंही का जाऊ नये? अधिक चौकशी करता समजलं–धारवाड, हुबळी, बेळगावकडून दीड-दोनशे रसिक या समारोहासाठी पुण्याला जात असतात. धारवाडच्या साली नावाच्या एका संगीतप्रेमींनी त्याला आग्रह केला,

"चला की, हो, पुण्याला! आमच्या काकांचंच घर आहे तिथं–"

अखेर वाटेत मिरजेला थोडा वेळ उतरून, सतारीची ऑर्डर देऊन, ती हालुकेरेला अण्णय्यांच्या पत्त्यावर पाठवायला सांगून ते पुण्याला गेले. तिथं तीन रात्री शास्त्रीय संगीताचा समृद्ध समारोह चालला होता. भरपूर संगीत ऐकायला पाहिजे! आपण डोंगरावर राहत असताना या अनुभवाला पारखे होतो. तरीही मनन–चिंतनासाठी एकांतही आवश्यकच आहे! पवईमध्ये शिकत असता किंवा अहमदाबादमध्ये नोकरी करत असताना ऐकत असलेल्या संगीत-सभांची आठवण झाली. संगीत-साधना करताना भरपूर संगीत ऐकणंही अत्यावश्यक आहे. सुदैवानं आपले गुरुजीही फारसं संगीतातलं सोवळं पाळणारे किंवा हट्टी नाहीत.

होन्नत्तीला गुरुजींची तीव्रपणे आठवण झाली. आपण एवढे पुण्यापर्यंत आलो आहोत, मुंबईपर्यंत जाऊन यायला काय हरकत आहे? पण हातात सतार नसताना उगाच त्यांच्या पुढ्यात जाण्यात तरी काय अर्थ आहे? अखेर त्यानं ठरवलं,

गुरुजींना भेटून आपल्या सतारीची आणि टिपणांच्या वहीची जी अवस्था झाली, ती त्यांच्या कानांवर घालायची.

गुरुजींनी त्याची सगळी हकीकत ऐकून घेतली आणि म्हणाले,

"संगीताचं वाद्य दगडावर आपटून फोडणारा कोवळ्या बाळांना दगडावर आदळून ठार करणाऱ्या कंसापेक्षाही क्रूर मनोवृत्तीचा म्हटला पाहिजे! त्याचीही परिस्थिती कंसासारखीच होईल, यात शंका नाही. तू त्याची काळजी करू नकोस. आणि वही! तू तिला पूर्णपणे विसरून जा. वही बघून बैठक करणार? अरे, संगीत तुझ्या हृदयातून उमलून आलं पाहिजे!"

गुरुजी मुसलमान असले, तरी संगीताच्या संदर्भात ते नेहमीच हिंदू धर्म किंवा भागवतातल्या कथांची उदाहरणे देत असतात, हा त्याचा नेहमीचाच अनुभव!

तो मुंबईमध्ये दोन आठवडे राहिला. गुरुजींकडे असलेल्या जुन्या सतारीचा वापर करून त्यानं जमेल तेवढा रियाझ केला. त्याचा बागेश्री राग गुरुजींनी ऐकला आणि रागविस्तार होऊ शकेल, अशा आणखी काही जागा दाखवून दिल्या. दलाल आणि त्याची आईही नेहमीच्याच आत्मीयतेनं वागले. मुंबई सोडायचा दिवस आला, तेव्हा दलालनं त्याला मोटारीनं व्ही.टी.पर्यंत आणून सोडलं.

रेल्वे दादर-कुर्ल्याच्या पुढं धावू लागली, तेव्हा त्याच्या मनात एकाएकी आईची आठवण तीव्रपणे जाणवली. तिला भेटून किती तरी वर्षं झाली! अप्पा माझ्यावर रागावले, म्हणून मी तिलाही किती तरी वर्षांत भेटलो नाही! तसं पाहिलं, तर अप्पांची तरी काय चूक? मी योग्य वाटेनं जीवन जगावं, म्हणून त्यांनी मला भरपूर काही दिलं. माझ्या इच्छेप्रमाणे त्यांनी मला शिक्षण दिलं. एम्. टेक. झाल्यावर एम्. बी. ए करायचा विचारही माझाच! सुरुवातीपासून सतारीची आवड होती–तिलाही त्यांनी कधी विरोध केला नाही. कंसानं दगडावर आदळून जी सतार फोडली, तीही त्यांनीच घेऊन दिली होती. पण जेव्हा मी मुख्य व्यवसायच पाण्यात बुडवून हौसेलाच जीवन मानलं, तेव्हा त्यांना संताप आला–तेही अत्यंत स्वाभाविकच म्हणायला पाहिजे. त्यांचा कदाचित आजही माझ्यावर राग असेल. पण म्हणून मी त्यांच्यावर राग ठेवणं अन्यायाचं आहे. आता मीही काही कोवळा मुलगा नाही. दिल्लीला जाऊन त्यांना का भेटून येऊ नये?

हा विचार तीव्र झाला. त्यानं खिडकीबाहेर पाहिलं. आता ही गाडी कल्याणशिवाय थांबणार नाही.

पुन्हा मनात आलं, मी पूर्णपणे संगीताला वाहून घेतलंय्. त्या क्षेत्रात काहीही न साधता हे साधे कॉटनचे कपडे घालून त्यांच्यासमोर जाऊन उभा राहिलो, तर ते आणखी संतापतील–कदाचित संताप व्यक्त करणार नाहीत. त्याऐवजी गप्प

राहतील. अशा अर्धवट अवस्थेत मी तिथं गेलो, तर माझं मनही कडवट राहील.

विचाराच्या तंद्रीतून तो बाहेर आला, तेव्हा कल्याण मागं पडलं होतं आणि गाडी खंडाळा-लोणावळ्याच्या दिशेनं धावत होती. त्यानं ठरवलं दिल्लीच्या पत्त्यावर आईच्या नावे क्षेमसमाचाराचं पत्र लिहायचं–त्यात संगीतातल्या प्रगतीविषयीही लिहायचं आणि शेवटी अप्पांना नमस्कारही कळवायचा. आपला पत्ताही द्यायचा. त्याचं उत्तर येईल, त्यावरून त्यांच्या मनाचा कल समजणं सोपं जाईल.

पण मी पत्र लिहिलं, की त्याचं पत्र येईल. त्यात लग्नाचा विषय असेल, यात शंका नाही.

पुणं मागं पडलं, तरी मन विचारमग्नच होतं. आपण आयुष्यात काय साधणार आहोत? या वयात संगीत पूर्णपणे वश होऊ शकेल काय? त्यावर आपलं पोट भरू शकेल काय?

या मार्गानं त्यानं आजवर अनेकदा प्रवास केला होता. रेल्वेच्या या प्रवासात ऐकू येणाऱ्या धडा-धड, तडा-तड आवाजावर लक्ष केंद्रित केलं, की सम सापडून संपूर्ण आकृतिबंधच नजरेसमोर उभा राहत होता. त्यामुळं रेल्वेच्या प्रवासात त्याला किती तरी नव्या लांबलचक ताना सुचत होत्या. पण या वेळी मात्र मनाची ती एकतानता जमत नव्हती. आई-अप्पांची आठवण, गावाची आठवण, यानंतर पोटा-पाण्याची काय व्यवस्था, ही काळजी–हे काही बरोबर नाही. पण असं का व्हावं?

◆

तिपटूरला उतल्यावर बसनं बिदरनहळ्ळीला येऊन, चार मैल चालून, होन्नत्ती विद्याशालेपाशी आला, तेव्हा त्याला आश्चर्याचा धक्काच बसला. तो तिथं पोहोचला, तेव्हा इमारतीचं काम बहुतांशी संपलं होतं आणि अनुप आणि त्याचे मित्र जमीन घासून-घासून गुळगुळीत करत होते. एम्. टेकचं ज्ञान आठवून त्यानं एकदा घराचं निरीक्षण केलं. अनुपनं आधी दाखवलेल्या नकाशापेक्षा घर थोडं वेगळ्या प्रकारे उभारलं होतं.

त्यानं विचारलं,

"अनुप, तुझ्या आधीच्या नकाशात दगडी खांब नव्हते. आता सहा खांब का घातलेस?"

अनुप उत्साहानं म्हणाला,

"मातीच्या भिंती आहेत. त्यावर छताचा पूर्ण भार द्यायचा, तर जाडी जास्त ठेवायला पाहिजे. शिवाय सुकायला भरपूर वेळ देणंही आवश्यक आहे. म्हणून या दगडी खांबांचा वापर केला. खांब होतेच. आता सगळा भार त्या खांबांवर आला

आहे. म्हणून भिंतीही सडपातळ ठेवल्या आहेत. लवकर सुकल्या. लवकर आतल्या बाजूला गिलावाही केला.''

''पण इतक्या लवकर?''

''पायाचं काम झाल्यावर बाकी सगळी कामं एकाच वेळी सुरू केली. मध्ये अजिबात वेळ घालवला नाही. मुलांचे तीन ग्रूप करून न थांबता काम चालू ठेवलं. उद्या जमिनीचं काम पूर्ण करून तुम्हांला गृहप्रवेश करता येईल!''

अनुपच्या डोळ्यांमध्ये हेच काय, आणखी कुठलंही काम सोपवलं असतं, तरी सहज संपवलं असतं, या आत्मविश्वासाचं पाणी लखलखत होतं.

मुलांच्या अद्भुत कार्यशक्तीचं दर्शन होऊन होन्नत्ती स्तिमित होऊन गेला. शाळेत इतर शिक्षकांशी बोलताना समजलं–घराचा नकाशा, पाया खणणं, महत्त्वाचे बदल करणं, लाकडांचं प्रत्यक्ष तासायचं काम करणं, खांब उभारणं, जमीन, कौलं–प्रत्येक बाबतीत अनुपचाच महत्त्वाचा वाटा होता.

होन्नत्तीला तीव्रपणे जाणवलं–या शाळेतली सगळी मुलं याच वातावरणात असतात, सगळ्यांना हेच शिक्षण दिलेलं असतं, प्रत्येकाला प्रत्येक गोष्ट वैज्ञानिकदृष्ट्या समजावून दिलेली असते. पण अनुप एकदा शिकलेलं तत्क्षणी आत्मसात करून घेतो. त्याचा आत्मविश्वास दुर्दम्य आहे!

दुसऱ्या दिवशी सगळ्या विद्यार्थ्यांनी अण्णय्यांच्या हातून चार नारळ फोडायला लावले, दाराला तोरण बांधलं आणि घरात तीन दगडांची चूल करून त्यावर दूध ठेवून ते उतू जाऊ दिलं. खोबऱ्याचे तुकडे प्रसाद म्हणून सगळ्यांना वाटण्यात आले. उत्साहानं गृहप्रवेश झाला. डेरा, चटई, लोटा आणि कांबळं तिथं आणून ठेवण्यात आलं. अनुप स्वतः सतार घेऊन आला. त्यानं विचारलं,

''सर, ही माझ्या आईची सतार ना? मी एकदाही ऐकली नाही. ही कशी वाजते, ते मला एकदा ऐकायला हवी ना!''

''आणखी थोड्या वेळात मी वाजवायला बसणार आहे. पण आता तुझी शाळा आहे ना?''

''बरं... मी संध्याकाळी येईन... किंवा रात्री... '' म्हणत तो सगळ्या मुलांबरोबर माघारी फिरला.

त्याच्या रियाझासाठी म्हणूनच उंच ठेवलेल्या ओट्यावर चटई आणि कांबळं अंथरून त्यावर बसून होन्नत्ती सतार सुरात लावू लागला. डोंगरावरच्या देवळाप्रमाणे इथंही निःशब्द वातावरण आहे. तिथल्या दगडी भिंती असल्यामुळं सूर आतच रेंगाळत. इथल्या मातीच्या भिंती–शिवाय हवा खेळती ठेवणारी वरची देशी कौलं. सूक्ष्म स्वरालाप त्यामध्ये विरून जातोय्! पण हा काही फार मोठा फरक नाही. मन एकाग्र राहणं महत्त्वाचं. पलीकडेच वाहतं पाणी. सभोवताली घनदाट झाडी.

नारळीची झाडं–त्यापलीकडे दोन फर्लांगावर विद्याशाला. रियाझासाठी याहून निवांत जागा आणखी कुठं मिळणार?

त्यानं सतार सुरात लावली. हं... तोंडी! आठवडाभर तोडीचीच विविध रूपं, विविध सुरावटी, विविध आलाप आळवायला पाहिजेत. वहीचीही गरज नाही. वाजवायला लागलं, की हळूहळू पुढचे स्वर स्पष्टपणे दिसू लागतात. हरकत नाही... राग हळूहळू स्पष्ट होत आहे...

पण तासाभरानं त्याला जाणवलं–डोंगरावर प्रसन्न होणारी निमग्नता इथं रुष्ट होत आहे! नवी जागा म्हणून? मग रवींद्रांच्या घरी का ही अडचण आली नाही?

त्यानं पुन्हा तासाभरानं सतार हातात घेतली–गुरूनं शिकवलेलं आणि बौद्धिक पातळीवर जाणून घेतलेली रागाची स्थूल चौकट तेवढी आठवते! अंतःस्फूर्तीनं उसळून येणारे स्वरालाप लोप पावले आहेत.

किती तरी वेळ तो त्याच विचारात होता.

तोडी हा माझ्या स्वभावाला साजेसा राग नाही का? त्याऐवजी दुसरा राग घेतला, तर? पण कुठला? त्यापेक्षा घराबाहेर एक फेरी मारून देणं चांगलं. सतार गवसणीत घालताना वाटलं–ही स्वच्छ धुवायला पाहिजे.

दाराला कुलूप लावून, चपला घालून, होन्नत्ती तिथून बाहेर पडला. बांधाच्या दिशेनं त्याची पावलं पडू लागली. डोंगरावर जावं काय? डोक्याभोवती फिरणाऱ्या माश्या आपल्याला तानपुऱ्याची साथ करतात!

पण आज तेही होईना. त्यांच्या गुंईगुंई आवाजाची मनात पराकोटीची चीड येऊ लागली. त्यात घामाची चिकचिक! समोर डोंगर होता. त्यावर देऊळ! तीन वर्षं आपल्याला अपरिमित आनंद आणि समाधान देणारं स्थान!

डोंगर चढून जावंसं वाटलं. आठवड्यांतले सहा दिवस या प्रमाणे सतत तीन वर्षं वास्तव्य केलेली जागा. प्रचंड कल्पनेला प्रोत्साहन देणारं स्थळ. मनातली कल्पना प्रत्यक्ष सतार-वादनात उतरवण्यात यश आलं, ती ही जागा! त्या जागेला... त्या वातावरणालाही माझी आणि माझ्या सतारीच्या सुरांची ओढ असेल! पण सांस्कृतिक खातं... आता तर स्वतः परशुरामेगौडाच तहसीलदार होऊन आला आहे, म्हणे! आता मला कुठून त्या देवळात प्रवेश मिळायला?

सुमारे अर्धा तास तो डोंगराकडे बघत उभा होता. मनात डोंगरावरचं देऊळ... तिथला वारा... तिथल्या झाडांची सळसळ... देवळात घुमणारे सतारीचे स्वर मनात घुमत होते. डोक्यावर उन्हाचा चटका जाणवू लागला आणि तो भानावर येऊन माघारी वळला.

ही वडेरय्याची पूजेसाठी डोंगरावर जायची वेळ. कदाचित तो रस्त्यात भेटेलही. भेटला, तरी तो खाली मान घालून न बोलता निघून जाईल. मी आपण होऊन पुढं

झालो, तरी तो न बोलता निघून जाईल... वडेरय्याबरोबर असा प्रसंग यायलाच नको! आणखी चार-सहा दिवस गेले, की त्याचा राग ओसरेल. मग मीच आपणहोऊन त्याच्याशी बोलेन. तीन वर्षं त्यानं इमाने-इतबारे मला अन्न आणून पोहोचवलं आहे... तेही कुठलीही अपेक्षा न ठेवता! अशा व्यक्तीशी बोलण्याइतकेही संबंध न ठेवता राहायचं तरी कसं?

अखेर तो माघारी परतला. बांधापाशी येऊन मागं वळून पाहताना जाणवलं... इथं वडेरय्याची नजर पडणार नाही.

घराचं कुलूप उघडून, काही वेळ विश्रांती घेऊन, त्यानं पुन्हा सतार उचलून घेतली. फारसा उत्साहही नाही आणि तार छेडण्याविषयी अगदी निरुत्साहही नाही, अशा अवस्थेत रियाझाला सुरुवात झाली. डोंगरावर मन ज्या संपूर्ण मग्नतेत बुडत होतं, तसं इथं बुडून जात नाही, हे जाणवत असलं, तरी तेवढंच डोक्यात घेऊन रियाझच बंद करणं योग्य नाही, हेही समजत होतं. आपण अजून वाद्यावर हुकुमत प्राप्त करून घेण्यासाठी रियाझ करणं अत्यावश्यक आहे अशा अवस्थेत आहोत, हे त्याला समजत होतं. त्यामुळं कुठल्याही कारणामुळं रियाझात खंड पडून उपयोगाचं नाही, ही त्यानं खूणगाठ बांधली.

त्यानंतर तो दिवसातला शक्य तेवढा वेळ याच दृष्टिकोनातून रियाझ करत होता.

असेच तीन महिने गेले. त्यातच एकदा ते मुंबईला जाऊन, गुरुजींनाही भेटून येताना वाटेत मिरजेला उतरून नवी सतार तयार असेल, तर घेऊन यायची, असंही होन्नत्तीनं ठरवलं.

◆

तो मुंबईला जायचं ठरवत असतानाच आदल्या दिवशी तिथं रवींद्र आला. दुपारी तीन वाजता तो येऊन पोहोचताच त्याचं थोडं-फार जेवण आणि विश्रांती आटोपून अण्णय्या त्याला घेऊन नव्या संगीत-शाळेकडे आले. रवींद्रला पाहताच होन्नत्तीच्या आनंदाला उधाण आलं. रवींद्रनंही चौकशी केली,

''कसा काय चाललाय् रियाझ?''

''बघा ना कसा चाललाय्, ते...'' म्हणत त्यानं मांडीवरची सतार खाली ठेवली.

रवींद्रला अण्णय्यांनी नव्या घराची वैशिष्ट्यं, त्यात अनुपनं सुचवलेल्या सुधारणा, त्यानं पद्धतशीरपणे जे काम केलं, त्याविषयी सविस्तरपणे सांगितलं. मुलाविषयीचं कौतुक ऐकत असताना रवींद्रच्या चेहऱ्यावर ओसंडत असलेला

अभिमान आणि समाधान होन्नत्तीला स्पष्टपणे दिसत होतं. अनुप अधून-मधून इथं येऊन किती मनापासून सतार ऐकतो, त्याविषयी त्यानंही सांगितलं. नंतर होन्नत्ती म्हणाले,

"तुमची भेट नशिबात होती, हेच खरं! उद्या तुम्ही आला असता, तर या वेळी मी फाट्यावर बसची वाट बघत उभा असतो. महिन्यासाठी मुंबईला जाऊन येतो... "

"तुमची सतार बेंगळूरला घरी येऊन पोहोचली आहे हं! आपण नंतर त्याविषयी बोलू..." म्हणत रवींद्र पुन्हा अण्णय्यांशी त्या घराच्या बांधकामाविषयी बोलू लागला.

त्या रात्री जेवण झाल्यावर रवींद्र होन्नत्तीच्या खोलीवरच झोपायला आला. रात्रीच्या वेळी होन्नत्ती आपल्या सतारीसह हॉस्टेलवरच्या खोलीवरच झोपायला येत होता. रात्री नव्या घरात त्यानं एकट्यानं राहायला सगळ्यांनीच विरोध केला होता.

आपापल्या अंथरुणावर पडल्यानंतर बोलता-बोलता रवींद्र म्हणाला,

"खरं सांगायचं, तर मला संगीताच्या साधनेविषयी फारशी माहिती नाही. तरीही मला वाटतं, असे एकांतात राहून तुम्ही आलापीची साधना करू शकाल. पण तबल्याची साथ नसेल, तर तालाचा कसा अभ्यास करणार? केला, तरी तेवढं पुरेसं आहे का? तबल्याबरोबर सतार वाजवताना राग आपोआप फुलत जातो, म्हणतात. मुंबईला जाता, तेव्हा तिथं महिनाभर दररोज दोन-तीन तास तबल्याच्या साथीसह सतार वाजवता, हे खरं! पण नंतर? मला हे कुणी सांगितलं, ओळखा बघू?"

होन्नत्ती विचारात पडला. त्यानं आठवून पाहिलं, पण त्याला आठवलं नाही.

"मिरजेत सतारीची ऑर्डर दिल्यानंतर करीमखाँ यांच्यापुढं तुम्ही तुमच्या अभ्यासाच्या पद्धतीविषयी सांगितलं होतं ना? त्या वेळी तुमच्याबरोबर धारवाड हुबळीकडचे साली नावाचे कुणी तरी होते, म्हणे. त्या वेळी तुम्ही तिथल्या जुन्या सतारीवर थोडं वाजवून दाखवलं होतं... "

"–असं, हो! मी पार विसरून गेलो होतो हे!" होन्नत्तीलाही आता आठवलं.

"अशा प्रकारे अभ्यास केल्यामुळं तुमच्या संपूर्ण वाजवण्यातच एक प्रकारची शिथिलता आहे, असं त्यांना वाटतं. त्यांच्या या मताचा तुम्हीही विचार केला पाहिजे, असं मलाही वाटलं."

होन्नत्ती विचारात पडला.

"त्यांच्या सांगण्यात काही चूक आहे, असं मला वाटत नाही. मलाही किती तरी वेळा ही शिथिलता जाणवते."

"तुमची नवी सतार मी मुद्दामच इथं आणली नाही. का आणली नाही, त्याचं कारणही सांगतो. हल्ली मी बेंगळूरमध्ये एकटाच राहतो. बायकोनं दिल्लीमध्ये एक

फॅक्टरी काढली आहे. तुम्ही माझ्याबरोबर बेंगळूरला चला आणि माझ्या घरी राहा. तिथं तुम्ही चोवीस तास रियाझ केला, तरीही कुणी आक्षेप घेणार नाही. आमच्या घराजवळच एक तबलजी आहेत. कमलापूर नाव त्यांचं. धारवाड रेडिओ-स्टेशनवर स्टाफ आर्टिस्ट म्हणून होते. आता निवृत्त झाले आहेत. संगीताचीही चांगली जाण आहे त्यांना. बोटांमधली जादू कणभरही ओसरलेली नाही. मुलगा बेंगळूरमध्ये नोकरी करतो, म्हणून तेही तिथं येऊन राहताहेत. मी त्यांच्याशी बोललोय्. दरमहा शंभर-दीडशे द्यावे लागतील. मी देईन ते. दुपारी तीन वाजता ते आपल्या घरी येतील. त्यानंतर चार तास तबल्याच्या साथीसह अभ्यास होईल. सकाळी इतर अभ्यास करता येईल. संपूर्ण रात्रभर तुम्ही रियाझ केलात, तरी उत्तमच! मी सतार ऐकत मस्त झोप काढेन! हे बघा, मी सगळं पक्कं ठरवून आलोय्. तुम्हांला हं– अंहं म्हणायचं स्वातंत्र्यही नाही! उद्या मुंबईला जाता ना? तिथून सरळ बेंगळूरला या.''

आपल्याला काय हवं आहे, याचा आपल्या आधी विचार करून मार्ग शोधणाऱ्या रवींद्रविषयी त्याच्या मनात कृतज्ञता भरून आली.

तो म्हणाला,

''तुमचं म्हणणं अगदी खरं आहे! पण तुम्ही मला फुकट जागा द्यायची म्हटलं, तरी इतर खर्चही आहेत. माझ्या येणाऱ्या व्याजातून मी तबलजीचे पैसे देऊ शकेन. हे मात्र तुम्ही मान्य केलंच पाहिजे!'' बोलताना त्याचा आवाज असंबद्ध वाटावा, असा बदलला होता.

''असू द्या, हो! आता मी देईन. सांगितलंय् ना तुम्हांला? तुम्ही संगीत सभा गाजवत लक्षावधी रुपये मिळवायला लागल्यावर सगळे पैसे व्याजासकट मला परत करा. मग तर झालं? तुमचं फिक्स डिपॉझिट केवढं आहे आणि त्याचं व्याज किती येतं, ते मला ठाऊक आहे. तुम्ही स्वतःच सांगितलं होतं त्याविषयी. मध्ये तुम्ही मुंबईला जाऊन येता, तेव्हा आणि तिथं तुमच्या गुरुजींना देण्यासाठी ते पैसे वापरा. स्वतःचीच एक डग्ग्या-तबल्याची जोडी ठेवून घेणं चांगलं. कमलापूरना सांगितलं, तर ते करवून आणून देतील.''

होन्नत्तीला काय बोलावं, ते सुचेना.

बोलता बोलता रवींद्रला झोप लागली. तो मंदपणे घोरू लागला. पण होन्नत्तीला झोप आली नाही.

रवींद्र सुशिक्षित आहेत, वाचनाची त्यांना आवड आहे. वृत्तपत्राचं संपादकत्व करता करता त्यांनी विस्तृत जग पाहिलं आहे. देश-विदेशात भरपूर प्रवास केला आहे. माझ्यासारख्या साधकाला मदत करणं हा आपला सांस्कृतिक धर्म आहे, अशी त्यांची भावना आहे. समजुतीतून आलेली जाणीव ही. पण अजून संपूर्ण

व्यक्तिमत्त्व न उमललेल्या अनुपनंही ही संगीत-शाळा उभी केली! त्याच्या वयाच्या दृष्टीनं पाहिलं, तर हे छोटं औदार्य म्हणता येणार नाही. आपल्यामध्ये असलेली बुद्धी, कार्यक्षमता आणि श्रम याचं त्यानं दान केलं नसतं, तर ही उभी राहिली नसती!

खरोखरच, या बाप-लेकांनी माझ्यावर केवढं औदार्य उधळलं आहे!

पाठोपाठ त्याच्या मनात अण्णय्यांनी रंगवलेलं रवींद्रच्या आजोबा-आजीचं चित्र उभं राहिलं. ते रक्त धमन्यांतून वाहत असल्याशिवाय या पातळीवरची उदारता अंगी येणार नाही!

त्याचं मन या विचारानं थोडं शांत झालं आणि त्या विचारांची जागा लवकरच न पाहिलेल्या कमलापुरांच्या तबला-साथीसह रियाझ करण्याच्या कल्पनेनं भरून टाकली.

◆

# ६

आपल्यामध्ये एवढी प्रचंड आंतरिक शक्ती आहे, हे कांतीला याआधी कधीच जाणवलं नव्हतं. प्रमुख मदत करायला शीतलसारखी पार्टनर आणि मैत्रीण होती. महत्त्वाच्या पातळीवर मार्गदर्शन करायला वडलांचा अनुभव पाठीशी होता. आवश्यकता भासेल, तेव्हा ते डेहराडूनहून येऊन आवश्यक त्या सूचना देऊन जात होते. त्याचबरोबर अधून मधून ट्रेंड्झ कंपनीचे भारतातले प्रतिनिधी योग्य ते तांत्रिक मार्गदर्शन करत होते. हौज खासच्या जवळच मजुरांनी जमीन बळकावून उभारलेल्या झोपडपट्टीलगत तिच्या वडलांच्या मालकीचा एक प्लॉट होता. तो रिकामा राहू दिला, तर लवकरच त्यावरही अतिक्रमण होणार, याची खात्री होती. म्हणून तिथं एखादा उत्तम बंगला उभारायचा म्हटलं, तर आजूबाजूला असलेल्या झोपडपट्टीमुळं चांगलं भाडंही मिळणं शक्य नव्हतं.

तोच प्लॉट त्यांनी मुलीला विकण्याची कागदपत्रं तयार केली आणि त्यावर पन्नास शिलाई-यंत्रं मावतील, इस्त्री, पॅकिंग, ऑफिस, कटिंग यासाठीही जागा राहील, अशा प्रकारे एक फॅक्टरी बांधून दिली. पाच लाखाच्या डिपॉझिटवर बँकेनंही कांतीला कर्ज दिलं. शिवाय ट्रेंड्झ कंपनीनं बाकी ॲडव्हान्स दिला. एकंदरीत आपल्या कंपनीला कांतीनं ती फॅक्टरी भाड्यानं दिली. मूर्तींच्या कार्यकुशलतेमुळं सगळी कामं दोन महिन्यांत पूर्ण झाली आणि तिसऱ्या महिन्यात शिलाई-मशीन्सही आपापल्या जागेवर बसली. कामगारांची नेमणूक करून उत्पादनालाही सुरुवात झाली.

सगळीकडून सहकार्य मिळत असलं, तरी आपणच संपूर्ण जबाबदारी पेलत आहोत, हा तिचा आत्मविश्वास एव्हाना चांगलाच दृढ झाला होता. शीतल सकाळी अर्धा तास आणि संध्याकाळी तासभर फॅक्टरीमध्ये येऊन जात असली, तरी तिचं खरं काम सरकारकडून परवानगी, लायसेन्स, क्लिअरन्स, चर्चा वगैरे भानगडींतून मार्ग काढणं हेच होतं. हेही काही कमी महत्त्वाचं काम नव्हतं. अमेरिकेच्या ट्रेंड्झ कंपनीनं दिलेलं डिझाईन, कपड्यांची निवड, तयार कपड्यांची घडी आणि सुरेख पॅक वगैरे गोष्टी काटेकोरपणे पार पाडल्या असल्या, तरी सरकारी खात्यातले सत्राशे

साठ कायद्यांचे अडथळे ओलांडल्याशिवाय सुरळीतपणे चालणं शक्य नाही, हे तिच्या फार लवकर लक्षात आलं होतं.

ही कामं करवून घेण्यासाठी पैसा द्यावाच लागे. पण त्यानंतरही कामं लवकर व्हावीत, म्हणून वेगवेगळ्या सरकारी ऑफिसांमध्ये शिरून आपापली कागदपत्रं पुढं करून, त्यावर सह्या-शिक्के मिळवणं ही काही साधी गोष्ट नव्हती. त्यासाठी सरकारी संपर्कातल्या एखाद्या वरिष्ठ अधिकाऱ्याची पदोपदी गरज असे–आणि हेच शीतलचं खरं काम होतं. कांती उत्पादनाचं काम ज्या दक्षतेनं करत होतं, तितक्याच हुशारीनं शीतल आपलं काम करत होती.

उत्पादन सुरू होताच फॅक्टरीसाठी एक टेलिफोन अत्यावश्यक होता. टेलिफोन खात्याशी पत्र-व्यवहार करताच फोन मिळायला किमान आठ वर्षं तरी लागतील, असं समजलं. पण शीतलनं आठ दिवसांतच फोन यायची व्यवस्था केली. पैसा खर्च झाला. पण इतर उद्योजकांनी एवढा पैसा खर्च करूनही एवढ्या लवकर फोन मिळवणं शक्य नव्हतं! त्यामुळं तिचं काम कमी लेखता येत नव्हतं. कांती फॅक्टरीमध्ये वावरून-बसून-फिरून निर्मिती पाहत असली, तर शीतल आपल्या हवानियंत्रित ऑफिसमध्ये बसून आणि वेगवेगळ्या सरकारी ऑफिसमध्ये फिरताना त्याच उत्पादनाची कामं करत होती.

या सगळ्याचा परिणाम म्हणून केवळ दोनच महिन्यांत त्यांचं उत्पादन अपेक्षित तेवढ्या प्रमाणात व्यवस्थित बाहेर पडू लागलं. आपापली कामं करवून घेण्यासाठी विविध लोकांशी कसं कसं वागणं आवश्यक आहे, त्याचं ज्ञान कांतीनं अल्पावधीत आत्मसात केलं.

दिल्लीमध्ये पाय रोवून उभं राहायचं कांतीचं स्वप्न पूर्ण झालं होतं. फॅक्टरीची इमारत तिची होती. त्यासाठी तिच्या वडलांनी दोन वर्षांसाठी विशिष्ट भाडंही ठरवून दिलं होतं. भाड्याचे पैसे बँकेत जमा होऊन, घेतलेलं कर्ज आणि त्यावरचं व्याज फेडलं जात होतं. दहा वर्षांमध्ये दोन्हीही संपून इमारत पूर्णपणे कांतीच्या मालकीची होणार होती. इमारतीचं भाडंच दरमहा आठ हजार रुपये कंपनीकडून कांतीला मिळत होतं. फिरायला कंपनीच्या नावे घेतलेली गाडी होती. कंपनीमधला भागीदारीचा हिस्सा तर एवढा येत होता, की बेंगळूरची माणसं त्याची कल्पनाही करू शकणार नाहीत! पूर्वीपासून तिला गाडी चालवता येत असली, तरी मध्यंतरी त्याची सवय सुटली होती. आता मात्र ती पुन्ही दिल्लीच्या रस्त्यांवरून आत्मविश्वासानं गाडी चालवत होती.

आई-वडील डेहराडूनला स्थायिक झाल्यानंतर तिच्या पुढं आपण कुठं राहायचं, हा प्रश्न उपस्थित झाला होता. भाऊ आणि भावजयीबरोबर राहणं तर अशक्य होतं. तिनं एक घर भाड्यानं घ्यायचा विचार केला. तिच्या आईलाही हे पटलं. भावानं

आपला सल्ला दिला–

"एवढं मोठं घर आहे. माडीवरची जागा तूर्त वापरायला हरकत नाही. बाहेरून जिनाही आहे. भाऊजीही इथं आले, की नंतर तुमच्या मर्जीप्रमाणे हव्या त्या वस्तीमध्ये जागा घ्या. त्या वेळी बांधलेलं घर विकत घ्यायचं, की जागा घेऊन आपल्याला हवं तसं घर बांधायचं, तेही ठरवता येईल."

बायकोशी चर्चा केल्याशिवाय त्यानं हा प्रस्ताव मांडलेला नाही, याविषयी कांती आणि तिच्या आईची खात्री झाली. आईही म्हणाली,

"तसंच करावंस, असं मलाही वाटतं. तू तर कामासाठी जास्त वेळ घराबाहेरच असणार. त्यामुळं घराकडे लक्ष राहणंही जमणार नाही. शिवाय रात्रीही एकट्या बाईमाणसानं राहणं म्हणजे... हे तुझ्याच वडलांनी बांधलेलं घर आहे!"

कांतीनं हे मान्य केलं. आईनंच आणखी सांगितलं,

"सकाळी लवकर येऊन केरवारे, फरशी पुसणं आणि स्वयंपाकपाणी करणारी एखादी कामवाली पाहा. तिलाच रात्री येऊन स्वयंपाक करून द्यायला सांग. तू उगाच स्वयंपाकपाणी आणि घरच्या कामांमध्ये गुंतून पडू नकोस.–" दोन वर्षांच्या आत मला वाटेल तसं मी एक घर बांधायला पाहिजे. माझ्या मनासारखं–म्हणजे कच्चा नकाशा मीच काढेन आणि त्यावरून निरंजन पक्का नकाशा काढेल–

आपला जावई दिल्लीला बदली करून घेऊन येईल, असं अजूनही डॅडींना वाटतंय्, हे बघून कांती मधूनच अस्वस्थ होत होती. मम्मीला मात्र याविषयी थोडी-फार शंका वाटत असावी. नाही तरी अशा संदर्भातले बारकावे पुरुषांपेक्षा बायकांनाच समजतात!

डॅडींच्या सत्तरीच्या निमित्तानं कांतीला इथं येऊन सात महिने झाले होते. या सात महिन्यांत जावई लेकीला भेटायला एकदाही आला नाही! वयही पंचेचाळीस फक्त. म्हणजे काही फारसं नाही. निदान त्या आशेसाठी तरी त्यानं यायला नको होतं काय? मीही तिथं जाऊन आले नाही. विमानानं जाऊन यायचं म्हटलं, तर पैशाचा प्रश्नही नव्हता. आईला या सगळ्याचा अंदाज आल्याशिवाय राहील काय? पुरुषांची गोष्टच वेगळी. डॅडींना, मी काही तरी पटेल, असं थातूर-मातूर रचून सांगितलं, की ते त्यावर विश्वास ठेवतात. एकदा दिल्लीच्या भेटीत डॅडींनी चौकशी केली, तेव्हा त्यांना सांगितलं.

"तिथं न्यूज एडिटर–असिस्टंट एडिटर रजेवर आहेत. त्यांची कामंही यांच्यावरच पडतात ना! त्यामुळं गाव नाही सोडता येत. त्यात वर्तमानपत्र म्हणजे एक दिवसही प्रसिद्ध व्हायला उशीर होऊन चालणार नाही."

डॅडींना हे पटलं.

पण ममीनं मात्र त्याच वेळी एकदा विचारलं,

"काय, ग? तुझ्या नवऱ्याला तुझ्या या बिझनेसचं फारसं पसंत नाही काय?"

"कुणाच्या तरी पसंती-नापसंतीचा विचार करून एवढा उत्तम व्यवसाय कसा सोडून देता येईल, ममी?" तिनं मुद्दामच अप्रत्यक्षपणे आईला सुचवलं.

तिच्या बोलण्याचा मथितार्थ रत्नम्मांच्या ध्यानात आला. त्या यावर काहीच बोलल्या नाहीत. रात्री तिला जेवायला वाढताना त्यांनी पुन्हा तो विषय काढला,

"मला नीट सांग, बघू! त्याला आवडत नसेल, तर तू का एवढा सगळा व्याप उभा केलास? डॅडींनी दिलेले पैसे सरळ बँकेत ठेवले असतेस, तरी चार-साडेचार हजार रुपये दरमहा आले असते. त्याच्या पगारात घर चाललं असतं आणि हा पैसा तुला तुझ्या मनासारखा खर्च करता आला असता! नवरा-बायको एकत्र राहिला असता!"

यानंतर आईपासून काहीही लपवून ठेवणं तिला अशक्य वाटलं. लपवून का म्हणून ठेवायचं? यात माझी काय चूक आहे लपवून ठेवायला? ती बेंगळूरमधल्या आपल्या संसारामधलं दारिद्र्य आईला सांगू लागली. त्याचबरोबर तिनं अनुपची शाळा आणि त्याचं तिथलं कष्टमय जीवन यांविषयीही सविस्तरपणे सांगितलं. इथं येताना आपण थर्डक्लासनं प्रवास करताना भोगलेले कष्ट आणि विमान-प्रवासासाठी पैसे नसल्यामुळं नवरा आणि अनुप सत्तरीच्या समारंभाला येऊ शकले नाहीत, हेही तिनं सांगितलं.

नंतर ती निग्रहानं म्हणाली,

"यानंतर मी माझ्या अनुपला त्या शाळेत चिखला-मातीत कष्ट करू देणार नाही. डून, कोडाईकॅनॉल किंवा ग्वाल्हेरच्या एखाद्या योग्य शाळेत त्याला ठेवेन मी! आपल्या पगारात परवडत नाही, म्हणून गांधी-तत्त्व सांगतोय् हा! माझ्या आयुष्याचं जे काही व्हायचंय्, ते झालंय्. निदान माझ्या मुलाचं आयुष्य तरी सुखात जावं, म्हणून मी मरेस्तोवर राबतेय्! त्याला इथं बदली करवून घे, म्हटलं, तर मला म्हणतो–बेंगळूरमध्ये फॅक्टरी सुरू कर! तूच सांग, ते शक्य आहे काय? मग डॅडी डेहराडूनहून कशी मला मदत करतील? अशा व्यवसायात रोज सकाळी उजाडताच फॉरेन ट्रेड मिनिस्ट्रीशी संबंध येतो. बेंगळूरला राहून ते जमेल का? शीतल माझी पार्टनर होईल काय–मी बेंगळूरला कारखाना काढला, तर? मुलगा पुढं येऊ नये, म्हणून तो आडमुठेपणा करतोय्, तर त्याला मी काय करू?"

मुलीला काय म्हणायचं आहे, ते आईच्या लक्षात आलं. खरं तर, तिच्या लग्नाला रत्नम्मांनीच विरोध केला होता. थोरलीला इंजिनीअरला–त्यातही भरपूर वरकमाई असलेल्या इंजिनीअरला दिल्यावर धाकटीला कुठलीही वरकमाई नसलेल्या पत्रकाराला देणं अन्यायकारक आहे, हे त्यांनी बोलूनही दाखवलं होतं. पण त्या वेळी नवऱ्यानं ऐकलं नव्हतं.

"अलीकडे पेपरवाल्यांचे पगारही भरपूर आहेत. तू गप्प राहा, बघू! नंतर त्यांना इंजिनीअरपेक्षा जास्त मिळेल. मुलगा हुशार आहे! आज ना उद्या निश्चित संपादक होईल."

संपादक झाला—पण काय उपयोग?

तरीही नवरा-बायकोनं असं वेगवेगळं राहणं त्यांना मुळीच पटत नव्हतं. त्यांनी सुचवलं,

"काही का असेना, तूच चार दिवस तिकडं जाऊन ये. त्यालाही समजावून सांग. म्हणावं—हे सगळं तुमच्यासाठी आणि तुमच्या मुलासाठीच करतेय्. नवरा-बायकोमधलं वैमनस्य अशा अबोल्यातून अधिकच वाढत जातं! कुणी तरी एकानं हार मानून पुढाकार घेतला, तरच पुन्हा नातं जुळतं. माझं ऐक... तू जाऊन ये. एकदा जाण्यानं जमलं नाही, तर दोनदा जा. मग तिसऱ्या वेळेला तोच आपणहोऊन येईल."

आईच्या बोलण्याचा तिला संताप आला. मी स्त्री आहे, म्हणून मी पडतं घ्यावं, म्हणून ही सुचवते आहे. याच मुद्द्यावर तिच्याशी वाद घालायची इच्छा झाली. पण त्यातून मन कडवट होतं, असं जाणवून ती गप्प बसली. शिवाय आईशी अशा विषयावर वाद घालणं म्हणजे डॅडींवर अन्याय केल्यासारखं होईल, हे तिला समजत होतं. डॅडींनी आईला आयुष्यात कशाचीही कमतरता भासू दिली नव्हती. जगातले सगळे पुरुष आमच्याडॅडीसारखे असते, तर बायकांना कुठल्याही प्रकारे लढायची गरजच भासली नसती! शिवाय आईशी सगळं बोलता येत नाही. त्यासाठी शीतलच खरी मैत्रीण! तिला-मला-आमच्या पिढीच्या तरुणींना जो दृष्टिकोन जाणवतो, तो आईच्या पिढीच्या बायकांना जाणवणं शक्यच नाही. त्यामुळं बोलणं न वाढवता ती मुकाट्यानं जेवून उठली.

दुसऱ्या दिवशी ममी-डॅडी डेहराडूनला निघून गेले. पुन्हा आईनं हा विषय काढला नाही, तर पुरे, असं तिला वाटलं.

कार फॅक्टरीच्या दिशेनं चालवताना तिला शीतलचं बोलणं आठवलं. ती वरचेवर सांगत होती,

"स्वतंत्रपणे मिळवायला लागल्यानंतर नवऱ्याकडे बघायचा दृष्टिकोन निश्चितच वेगळा होतो. तुझ्यापुरती तू मिळवायला लाग. लागले, तर चार पैसे मी नवऱ्याला देईन, असं म्हणता येईल, एवढ्या आर्थिक सुस्थितीला ये. त्याला मदतही अवश्य कर. त्यानंतरही त्याच्याविषयी प्रेम वाटलं, तर ते खरं प्रेम! नाही तर हे केवळ आर्थिक अवलंबन!"

खरं आहे तिचं! मला आता नवऱ्याची आठवण येते... पण संताप आणि

तिरस्कारातून ही आठवण येते! प्रेमपूर्वक नव्हे! माझ्याशी कुठल्याही बाबतीत संवाद न साधणाऱ्या, बायको-मुलाला दारिद्र्यात खितपत ठेवणाऱ्या नवऱ्याविषयी कसलं प्रेम वाटणार, म्हणा! लग्न झाल्यावर चार दिवस बोलायचा भरपूर प्रेमाच्या तोंडभर गप्पा! पत्रकार! भाषेवर हुकुमत याची–मग त्यात काय विशेष! मी आपणहोऊन त्याच्याकडे जाऊन यावं, असं ममीचं म्हणणं. पण का जावं मी? अशी काय चूक केलीय् मी? यानं इतक्या दिवसांत 'तुझा बिझनेस कसा चाललाय्?' म्हणून कधी एका शब्दानं चौकशी केली नाही, की माझी भरभराट बघून आनंद व्यक्त केला नाही–दोन शब्दांनी अभिनंदन केलं नाही! 'आपली बायको मिळवतेय्– आपल्यापेक्षा जास्त मिळवतेय्, हे बघून मनापासून आनंद मानणारा नवरा या पृथ्वीवर कधी जन्मला आहे काय? यानंतर तरी जन्माला येईल काय?–

किती खरं बोलते शीतल!

◆

एक दिवस रात्री आठ वाजता शीतल आणि कांती फॅक्टरीमधल्या एका केबिनमध्ये बसल्या होत्या. त्या केबिनच्या सगळ्या भिंती काचेच्या होत्या. केबिनमध्ये बसून फॅक्टरीमधल्या प्रत्येक कारागिरावर नजर ठेवता येत होती. आतलंही सारं कारागिरांना दिसत असलं, तरी बाहेरचा आवाज मात्र खोलीत जात नव्हता.

सगळे कारागीर निघून गेले होते. बाहेर फक्त चौकीदार तेवढा होता. त्या दोघी बाहेर पडल्यानंतर शटर ओढून, दारं बंद करून, तीन-चार कुलपं लावणं आणि रात्रभर पहारा देणं हे त्याचं काम होतं. सरकारला द्यायच्या एका हिशेबाच्या कागदपत्रावरून नजर फिरवल्यावर शीतल म्हणाली,

"कितीही उत्तम कारकून असला किंवा कॉम्प्यूटर ठेवला, तरी प्रत्येक बदलत्या सरकारच्या बदलत्या नियमांना पुरं पडण्यासाठी विशेष हुशारी अत्यावश्यक आहे."

तिच्या बोलण्यातून व्यक्त होणारं तिचं महत्त्व जाणून घेऊन कांती म्हणाली,

"पण सरकार तरी वरचेवर एवढे नियम का बदलत राहतं?"

"काम करताना तुम्हांला त्याची डोकेदुखी होत असेल. पण संपूर्ण देश चालवणाऱ्या सरकारला इतरही अनेक गोष्टींचा विचार करावा लागतो!" सरकारी नोकर असल्यामुळं शीतलनं समर्थन केलं.

"नियमात पकडून लाच वसूल करण्यासाठीच ना?" गेल्या आठ महिन्यांत हिशेब आणि सत्राशे साठ कागदपत्रं यांच्या चक्रव्यूहाचा परिचय झाल्यामुळं कांतीनं विचारलं.

पण शीतलला हा प्रश्न मुळीच आवडला नाही. ती म्हणाली,

"मी सांगितलं ना? उद्योजकांना स्वतःचा स्वार्थ असतो. पण राजकारणाची

गोष्टच वेगळी असते. त्यांना किती तरी गोष्टींचं भान ठेवावं लागतं. त्या सगळ्या गोष्टींचा व्यापारी-उद्योजकांना उलगडा करून सांगितला पाहिजे, असंही नाही.''

यावर कांती काहीही बोलली नाही. कारण शीतल तिची केवळ मैत्रीण नव्हती–पार्टनरही होती. कुठलीही गोष्ट अशा वेळी फार ताणणं बरोबर नाही, हे व्यवहारज्ञान कांतीला निश्चितच होतं.

''चल, कुठं तरी जेवू या. रात्री घरी जाऊन एकटं जेवायला कंटाळा येतो. करून ठेवलेला स्वयंपाक उद्या कामवालीला द्यायचा... '' शीतलनं सुचवलं.

चौकीदाराला दारं बंद करायला सांगून दोघीही तिथून बाहेर पडल्या. गाडी घेऊन त्या ग्रेटर कैलास इथल्या, हडसन क्लबपाशी गेल्या. काचेचं दार लोटून त्यांनी आतल्या एअरकंडिशन्ड हॉलमध्ये प्रवेश केला. तिथल्या थंड हवेचा स्पर्श, भिंतीवरच्या पोस्टरवरचं मियामी बीचवरचं नग्न, उबदार सूर्य-स्नान, मॅनहटनच्या गगनचुंबी इमारती आणि हाऊस्टनचं आकाशगामी रॉकेट नजरेला पडताच त्या दोघींची परस्परांशी बोलायची भाषा न कळत इंग्लिश झाली. इंग्लिशचे उच्चारही दिल्लीच्या पंजाबी उच्चारांपासून मुक्त होऊन त्याचं यांकी शैलीत परिवर्तन झालं. त्या दोघींचे आवाजही खाली उतरले आणि केवळ परस्परांनाच ऐकू येईल, अशा आवाजात त्या बोलू लागल्या.

''ए कांती–समोरची भिंत पाहा! खरंच आपणही आठ दिवसांसाठी का होईना, मियामी बीचवर जाऊन राहायला पाहिजे, बघ! नाही तरी अमेरिकेशी आपला निर्यातीचा धंदा आहेच. बिझनेस ट्रिप म्हणून फॉरेन एक्सचेंजही सहज मिळेल. टॅक्स–फ्री! कंपनीच्या खर्चामध्ये ट्रिप होईल! खरं, की नाही?''

''या वयात समुद्रकाठी वाळूवर उघड्या अंगानं झोपायचं? छेः! मला नाही जमायचं हं हे!''

''हं! म्हणजे एकटी झोपायला जमायचं नाही! होय ना?'' शीतलनं तिची थट्टा केली. ती पुढं म्हणाली, ''मियामी बीचवर स्त्री एकटी दिसली, की कंपनी हवी काय–म्हणून पुरुष चौकशी करतात आणि पुरुष एकटा असेल, तर स्त्रियाही तशी चौकशी करतात! तिथल्या त्या धुंद वातावरणात कुणीही एकटं राहणं शक्य नाही! कुणाची जबरदस्ती नसते. पण आतूनच एकटेपणाविरुद्ध बंड पुकारलं जातं!''

स्टोनवॉशची जीनपँट आणि छातीवर हडसन म्हणून लिहिलेल्या मुलीनं मेन्यूकार्ड आणून ठेवलं. शीतलनं विचारलं,

''थोडी वाईन घ्यायला काय हरकत आहे...''

''नको. इथून सरळ घरीच जायचं आहे. रात्री अचानक रजनी भेटली गेटपाशी आणि तिला वास आला, तर?...''

''डोंट थिंक स्टुपिड! जेवणाआधी घेतलेल्या वाईनचा वास येत नाही. वाईन

आणि व्हिस्कीमध्ये फरक आहे....'' म्हणत तिनं दोन ग्लास वाईनची ऑर्डर दिली.

नंतर ती कांतीला म्हणाली,

''जेवायची ऑर्डर देताना फार जपून द्यायला पाहिजे! आज अंघोळीच्या वेळी मी पाहिलं–अर्धा किलो वजन वाढलंय्! एक्झॅक्टली पाचशे ग्रॅम्स! या वयात अर्धा किलो उतरवणं अतिशय जिकिरीचं असतं! तुझं बरं आहे! तुझा बांधा मुळातच सडसडीत आहे! आणि तुझे केस! ओह! एकही केस पांढरा झाला नोही! कधीची विचारेन म्हणते–तुझ्या आई केस डाय् करतात?''

''छेः! कधीच नाही!'' कांती अभिमानानं म्हणाली.

''ओह! जगातलं नववं आश्चर्य! त्यांचेच केस एवढे काळेभोर म्हटल्यावर त्यांची मुलगी–त्यातही दोन नंबरची मुलगी तू–तुझा एकही केस पांढरा नाही, यात काय आश्चर्य? आपण कितीही जिवापाड जपलं, तरी यांतल्या किती तरी गोष्टी वंशपरंपरेनंच येत असतात. यू आर् व्हेरी लकी!''

कांती अभिमानानं आनंदून गेली.

शीतल पुढं म्हणाली,

''केस बदलणं शक्य असतं, तर तुझे केस घेतल्याशिवाय मी तुला सोडलं नसतं. केसांचं ट्रान्स्प्लांटेशन करायचा का प्रयत्न करू नये? नाही तर एखादं असं औषध शोधून काढलं पाहिजे, की लहानपणी ते एकदा दिलं, की म्हातारपणापर्यंत केस पांढरेही होऊ नयेत आणि गळूही नयेत...''

शँपेन आली. आणखी काय ऑर्डर द्यायची, याचा फारसा विचार न करता शीतलनं किंगसाईज पिझ्झाचीच ऑर्डर दिली. ऑर्डर घेऊन वेट्रेस निघून गेल्यावर शीतल म्हणाली,

''बघितलंस! एकीकडे वाढलेल्या वजनाची काळजी करता–करता पुन्हा पिझ्झाचीच ऑर्डर दिली! आता त्यातल्या चीजमुळं वजन केवढं वाढेल, ठाऊक आहे? मी तरी उद्याच्या ब्रेकफास्टला सुट्टी देणार आणि दुपारी लंचलाही दोन खारी बिस्किटं–शुगरलेस् कॉफी घेईन. या पिझ्झाच्या खास चवीसाठी एवढी किंमत द्यायलाच हवी! नाही का? तू मात्र सुदैवी आहेस! काहीही खाल्लं, तरी फिगरमध्ये काहीही फरक पडत नाही! म्हणूनच बहल तुझ्यावर एवढा जीव टाकतो! मला तुझा किती हेवा वाटतो, म्हणून सांगू!–'' म्हणत शीतलंन डोळे मिचकावले.

फॉरेन ट्रेड सचिवालयामध्ये शीतलपेक्षाही वरच्या स्थानावर असलेला अधिकारी बहल. त्याला आपल्याविषयी आकर्षण आहे, ही कांतीच्या दृष्टीनं काही नवी बातमी नव्हती. या व्यापारातील निर्यातीच्या संदर्भातील बऱ्याच कागदपत्रांवरील त्याच्या अनुमतीच्या सह्यांमुळंच त्यांचा व्यापार-उद्योग चालला होता. व्यापार आणखी तीनपट वाढला, तरी बहलच्या सहीची गरज राहणारच होती. त्यानंतर मात्र वरच्या

अधिकाऱ्याकडे जावं लागेल. अर्थात त्यासाठीही बहलला टाळणं शक्यच नाही, याची कांतीला कल्पना होती.

त्यानं शीतलबरोबर निरोप पाठवून याच संदर्भात तिची भेट घेतली होती. अत्यंत मृदु आणि मन काबीज करणारं वागणं-बोलणं, चव्वेचाळीस-पंचेचाळीस वर्षांचं वय, अंगावर सतत विदेशी बनावटीचे कपडे, मनगटावर अद्ययावत जपानी बनावटीचं घड्याळ अशा थाटातला मोठा अधिकारी. शीतलच्या ऑफिसपेक्षाही मोठं आणि अत्याधुनिक सजावटीनं नटलेलं त्याचं ऑफिस होतं. जमिनीवर अत्यंत भारी किमतीचा या भिंतीपासून त्या भिंतीपर्यंत पसरलेला गालीचा.

पहिल्या भेटीत औपचारिकपणे, पण सविस्तर गप्पा मारून त्यानं तिचा निरोप घेतला होता. त्यानंतर वेगवेगळ्या कामांसाठी शीतलनंच तिला त्याच्या ऑफिसमध्ये पाठवून दिलं होतं. मुंबई-कलकत्ता–अहमदाबादहून त्याची भेट घेण्यासाठी म्हणून आलेली मंडळी बाहेरच्या जुन्या सोफ्यांवर ताटकळत बसली होती. त्याला चार पी.ए. होते. अनेकदा त्याला स्वतःला भेट घेण्यासाठी वेळ नसल्यामुळं बाहेर ताटकळणाऱ्यांना भेट न देता तसंच पाठवलं जात असे. पण कांतीच्या अपॉईंटमेंटच्या वेळी आधी शीतल फोन करून ठेवत असल्यामुळं कांतीला कधीही ताटकळावं लागलं नव्हतं. ती गेली, की पी.ए. मंद स्मित करत उठून उभी राहून आदर दर्शवत होती. केबिनमध्ये तोही तिचीच वाट बघत असल्यासारखा तिची भेट घेई! जर कुणी आत असेल, तर पी.ए. अत्यंत नम्रपणे विनंती करे,

"मॅडम, साब कुणाशी तरी बोलताहेत. आपण कृपा करून क्षणभर थांबाल का?"

–आणि स्वतःच्या केबिनमधल्या खुर्चीवर तिच्या बसण्याची व्यवस्था करे.

दुसऱ्या खेपेस कांती भेटायला गेली, तेव्हा बहल आपल्या खुर्चीवरून किंचित उठला आणि त्यानं अत्यंत स्नेहानं तिच्याशी हस्तांदोलन केलं. त्यानंतरही तिचा हात न सोडता त्यानं तिला तिथल्या भारी कोचावर बसवलं होतं आणि स्वतः तिच्या शेजारीच बसला होता. त्यानं चौकशी केली,

"काय म्हणतोय् बिझनेस?"

"आता एवढ्यात सुरुवात होतेय्! एवढ्यात काय सांगणार?"

"त्यात काय? मी सांगतो, हवं तर, त्याविषयी! फाईल बघून नाही–हात बघून! माझा हस्तसामुद्रिकाचा अभ्यास किती आहे, ठाऊक आहे? आज मी इथलं सगळं सोडून त्याचा बोर्ड लावला आणि प्रॅक्टिस सुरू केली, तर आता कमावतोय्, त्याच्या दहापट तरी सहज मिळवेन! राजकारणी, मंत्री, कोट्यवधीचा व्यवसाय करणारे उद्योगपती, चित्रपट-क्षेत्रातली माणसं ही लांबलचक लाईन लावतील! काय करणार? माझं नशीब–इथं या फाईल्समध्येच घेरून राहणं त्यात आहे... " म्हणत

त्यानं तिचा तळहात हातात घेतला. तळहाताचं सूक्ष्मपणे निरीक्षण करत तो सांगू लागला, "ही धनरेषा पाहा, कशी जोरकस आहे! तुम्हांला आयुष्यात कधीही दारिद्र्य भोगावं लागलं नाही. पण आता तिचा जोर कसा वाढलाय्, बघा! हात पुढं करा, बघू... अंहं... ओंजळीसारखा करा. ही बघा धनरेषा... कशी नदीसारखी सरळ गेली आहे!..." म्हणत ते अत्यंत मृदुपणे हसले आणि तिच्या दंडावर हातानं थोपटत त्यांनी विचारलं, "काय घेणार? चहा, की कॉफी?"

"काहीही नको. नुकतीच घेऊन आले..."

"शुगरलेस्? डाएटचा प्रॉब्लेम असेल, तर हवी तर विदाऊट शुगर मागवता येईल. पण आग्रह नाही. तुमची कौटुंबिक पार्श्वभूमी समजली नाही. का विचारलं, सांगू? अशा प्रकारे एकटीनं राहून व्यवसाय बघायचा, म्हणजे पार्श्वभूमी सुशिक्षितांची असणार, यात शंकाच नाही, म्हणा!..."

एकंदरीत, अल्पावधीतच त्यानं तिच्या माहेराविषयी चौकशी केली, नवरा गावात नसतो, हेही जाणून घेतलं. एवढंच नव्हे, तो बेंगळूरला असतो, हेही तिच्याकडून हुशारीनं वदवून घेतलं. एकूण तीस-पस्तीस मिनिटांच्या त्या भेटीत एवढं सगळं झाल्यानंतर फाईल हातात घेतली.

"तुम्ही तयार केलेली कागदपत्रं मी पुन्हा काय बघणार? चोरटे व्यवहार आणि हिशेबाची गडबड करणारे कोण, ते मला तळहातावरच्या रेषा न बघताच समजतं! लगेच ऑर्डर तयार होईल... तुम्ही घेऊन जा..." म्हणत सही करून पुन्हा एकवार हस्तांदोलन करून पाठीवरून हात फिरवून निरोप दिला होता.

त्याच वेळी कांतीला त्याच्या मनातलं समजलं होतं. तिनं त्याच दिवशी शीतलला घडलेलं सारं सांगितलं होतं. सारं ऐकल्यावर शीतल म्हणाली होती,

"खूप मोकळे आहेत ते बोला-वागायला. माझी मैत्रीण म्हणून अधिक स्नेहानं ते वागले आहेत, एवढंच. त्यांचा एक-दीड मिनिटाएवढा वेळ मिळवण्यासाठी मोठमोठे व्यापारी फाईव्हस्टार हॉटेलमध्ये खोली घेऊन वाट बघत राहतात... ठाऊक आहे? तुला ठाऊक नाही, बहलसाब काय चीज आहे, ते!"

तिचं ऐकून कांतीच्या मनातही त्याच्याविषयी भीती, आदर आणि कुतूहल निर्माण झालं होतं.

त्या घटनेनंतर आणखी दोन भेटी झाल्या. त्यानंतरच्या भेटींत आणखी मोकळेपणानं गप्पा मारताना बहलनं स्वतःच्या खाजगी गोष्टींचाही विषय काढला होता—सहज, की मुद्दाम, कोण जाणे! त्यानं बोलता बोलता चौकशी केली,

"किती मुलं तुम्हांला?"

"एक. सोळा वर्षांचा मुलगा आहे मला!" कांतीनं सांगितलं.

बहलच्या चेहऱ्यावर आश्चर्य ओसंडून वाहू लागलं. तो म्हणाला,

“रिअली? खोटं सांगू नका. इम्पॉसिबल! तुम्ही तिशी ओलांडली नाही, म्हणून मी, हवी तर, सौंदर्यदेवतेची शपथ घ्यायला तयार आहे!”

आपला चेहरा लालबुंद झाल्याचं कांतीला कानशिलं गरम झाल्यामुळं जाणवलं.

नंतर त्यानं विचारलं,

“मग काय? मुलगा झाल्यावर तुम्ही ट्यूबॅक्टमी केली असेलच! सुशिक्षित फॅमिली म्हटल्यावर...”

फारसा विचार न करता कांतीनं सांगितलं,

“हो... ”

“इट्स् रिअली फाईन! म्हणजे कसलीही कटकट राहत नाही! अलिकडच्या काळात एकापेक्षा जास्त मुलं असतील, तर स्त्रीला स्वतःचा स्टॅमिना मुळीच वाढवता येत नाही. शिवाय फॅमिली प्लॅनिंगसाठी इतर काही वापरायचं म्हटलं, तरी तिच्यावरच अन्याय होतो. तिला तिचं सुख मिळण्यातही अडथळे येतात. मी तर स्त्रीच्या स्वातंत्र्यावर पूर्णपणे विश्वास ठेवतो! निसर्गानं स्त्री-पुरुष संबंधांची सगळी जबाबदारी स्त्रीवर टाकली आहे. हा निसर्गानं तिच्यावर केलेला घोर अन्याय आहे! स्त्रीनं ट्यूबॅक्टमी करून घेणं हेच निसर्गाला चोख उत्तर आहे–पुरुषानंही ऑपरेशन करून घ्यायला पाहिजे. मीही करून घेतलंय् ते. अहो, नेहमी सगळी जबाबदाही स्त्रीवरच का टाकायची? तिला का आपल्यापासून त्रास? काय? खरं, की नाही? तुम्हीही या बाबतीत पुढारलेल्या आहात, हे बघून आनंद झाला मला!... ”

यावर कांती काहीच बोलली नव्हती. तिनं नंतर सगळी हकीकत शीतलच्या कानांवर घातली, तेव्हा त्यानं आपल्याशी बोलताना हा विषय काढायला नको होता, असं सुचवलं.

पण शीतल म्हणाली,

“त्यात काय बिघडलं? एवढे सुशिक्षित असल्यावर वैज्ञानिक दृष्टीनं अशा कुठल्याही विषयावर बोलायला काय हरकत आहे? त्यात तुम्ही दोघंही प्रौढ आहात. त्यात आज-काल मॉडर्न स्त्री-पुरुष या संदर्भात परस्परांशी चर्चा करतात, परस्परांवर विनोदही करतात. त्यामुळं एक प्रकारचा मोकळेपणा येतो वागण्यात. एक प्रकारचा आनंदही मिळतो. याचा अर्थ लगेच त्यांचे परस्परांशी शरीर-संबंध येतात, असंही नव्हे! चर्चा वैज्ञानिक पातळीवर चालणार असेल, तर त्यात मला तरी काहीही आक्षेपाई वाटत नाही!”

पुढं काय वाद घालावा, हे कांतीला सुचलं नाही. अलिकडच्या दिल्लीतल्या वातावरणाविषयी तिला फारशी कल्पना नव्हती. शिवाय याआधी कुणाशी अशा प्रकारे बोलण्याचा प्रश्नही आला नव्हता. तिचा या प्रकारच्या व्यक्तींशी जवळचा

परिचयही झाला नव्हता याआधी.

शँपेनचा एकेक घोट घेत-घेत तिथल्या संभाषणाच्या एकंदर आवाजापेक्षाही आवाज खाली नेऊन शीतल बहलविषयी सांगू लागली,

"हे बघ, आता आपल्या कंपनीला एक वर्ष होत आलं. विदेशी संबंधांवर आधारलेल्या कुठल्याही कंपनीला वर्ष झालं, की बहलनं एक रिव्ह्यूरिपोर्ट देणं आवश्यक असतं. या व्यापारामुळं देशाचा खरोखरच फायदा झालाय् का, झाला असेल, तर कशा प्रकारे झाला आहे, नसेल, तर का नाही–वगैरे रिपोर्ट. त्यानं एकदा निगेटिव्ह शेरा दिला, की कायमचं लायसेन्स जाईल. बहल तसा बरा माणूस आहे. जाणून-बुजून कुणाचं नुकसान करायची त्याची प्रवृत्ती नाही. तसं काही तो करणारही नाही. त्यानं तुझ्या मैत्रीची इच्छा व्यक्त केली आहे. गुलाबाचा बुके भेट द्यावा, तसा तो आपणहोऊन पुढं आला आहे. आपणहोऊन पुढाकार घेणाऱ्याचा स्नेह नाकारला, तर तो नाराज होणं साहजिकच नाही? ती रिस्क का घ्यायची? तुलाही एका चांगल्या मित्राची आवश्यकता आहेच. मग बहलसारख्या अत्यंत मृदु आणि सौम्य स्वभावाच्या आणि देशविदेश भटकून अधिक संपन्न झालेल्या बहलसारख्या उच्चपदस्थ अधिकाऱ्याशी मैत्री ठेवायला काय हरकत आहे? त्यातही तो स्वतः पुढाकार घेत असताना... "

"कंपनीचं लायसेन्स कायम राहण्यासाठी मला त्याच्याबरोबर झोपायला सांगतेस तू?"

"छे! काय हे तुझं बोलणं! तुझ्याकडून ही अपेक्षा नव्हती, कांती! तुला तरी यातले बारकावे समजत असतील, अशी माझी अपेक्षा होती! तू याकडे अशिक्षित खेडवळ बायांसारखी बघू नकोस. त्याला बायकांचा शौकच करायचा असता, तर काय अशक्य आहे? त्याच्या एकेका इशाऱ्यासरशी त्याला अगदी कोवळ्या वयाच्या सुंदर तरुणी–अगदी छत्तीस-चोवीस-छत्तीसच्या मुली अर्पण करायला शेकडो माणसं सज्ज असतात! त्यानं सुचवलं, तर अशा सौंदर्यवतींबरोबर काश्मीर किंवा स्वित्झर्लंडची ट्रिपही आयोजित करून देतात! केवळ झोपण्यासाठी त्यानं तुझ्याकडं ढुंकूनही बघायची गरज नाही. शिवाय तो तसा माणूसच नाही. त्याला तुझी मैत्री हवी आहे. केवळ शौक असता, तर त्यानं एकोणीस वर्षांच्या मुलीची अपेक्षा केली असती–तुझ्यासारख्या एकोणचाळीस वर्षांच्या बाईची नव्हे! तूच सांग, त्याला चैन हवी आहे, की मैत्री?"

कांतीला, यावर काय बोलावं, ते सुचेना.

शीतलच पुढं म्हणाली,

"तुला मैत्रीची गरज आहे, त्यानं पुढाकार घेतला आहे. आपल्या कंपनीचाही

त्यात फायदा आहे–यात काय चुकलं? काय बिघडलं?''

तरीही कांती काही बोलली नाही.

''हे बघ, कांती, तरीही तुझ्या मनात काही तरी संशय दिसतो. माझ्या बाबतीतही असे काही प्रसंग घडले आहेत. तुला सांगितलंय् मी त्याविषयी. मला तरी अशा प्रकारच्या संबंधांत काहीही आक्षेपाई वाटत नाही... ''

''पण, शीतल, तुझ्या आणि माझ्यात फरक आहे! तुझा घटस्फोट होऊन गेलाय्. त्यानंतर ते प्रसंग घडले. माझं तसं नाही. माझा घटस्फोट घ्यायचा विचारही नाही. शिवाय माझा मुलगा... ''

''तुला एक मी प्रश्न विचारते. प्रामाणिकपणे खरं ते उत्तर दे, स्वतःशी प्रामाणिक राहून. देशील?''

''काय?''

''मी गेली किती तरी वर्षं नोकरीच्या निमित्तानं घराबाहेर वावरत असते. तू इतकी वर्षं गृहिणी गौरम्मा होऊन घरातच बसली होतीस. तुझा नवरा तुला भेटला, याला एक वर्षापेक्षाही अधिक काळ होऊन गेलाय्. तुझ्या ध्यानात तो गेलं वर्षभर शुद्ध ब्रह्मचारी होऊन राहिला आहेय्, याविषयी तू खात्री देऊ शकशील? तेही जाऊ दे... तुझ्याशी संसार करताना तरी तो अत्यंत, निष्कलंक होता, याविषयी तुला खात्री देता येईल काय?

''तुला त्याचा स्वभाव ठाऊक नाही, शीतल... ''

''खरंय् ते. मला ठाऊक नाही. त्याचा स्वभाव समजायची संधीही मिळाली नाही. तशी संधी तू मिळवून देशील!'' म्हणत ती थट्टेनं हसली. नंतर म्हणाली, ''तू घाबरू नकोस! तू आपणहोऊन तशी संधी देऊ केलीस, तरी ती मला नको! मी काय सांगते, ते ऐक, असा विश्वास नसेल, तर प्रत्येक गृहिणीला आपली मनःशांती टिकवणं अशक्य असतं, म्हणून त्या असले विश्वास जपत–सांभाळत जगत असतात!''

त्यांचं संभाषण सुरू असतानाच गरमा-गरम पिझ्झा आला. किंगसाईज पिझ्झाच्या कापून ठेवलेल्या आठ तुकड्यांपैकी एक आपल्या डिशमध्ये घेऊन त्याचे दोन तुकडे सुरी चमच्यानं तोंडात लोटल्यावर शीतल म्हणाली,

''सेक्स म्हणजे फन्! नुसती गंमत! तहान लागल्यावर कोक प्यावा, तसं! किंवा भूक लागली, की इथं हडसनला येऊन पिझ्झा खावा, तसं! हा विचार वाढेपर्यंत आपल्या स्त्रियांना स्वातंत्र्य मिळणार नाही. इथं मनापासून पिझ्झा खाल्ला, याचा अर्थ माझी माझ्या किचनवर निष्ठा नाही, की काय? माझा माझ्या स्वयंपाकघरावर किती जीव आहे, हे तुला ठाऊक आहेच. आपल्या देशात पुरुषांनी हे जाणलंय्. ते फन् म्हणून त्याचा आनंद लुटत असतात! बिचाऱ्या बायकाच फक्त जुन्यापुराण्या

विचारांना आणि भाव-भावनांना लटकत राहून घुसमटत राहतात!''

शीतलला एखादी गोष्ट पटवून द्यायची सुरसुरी आली, तर ती त्यासाठी कशाही प्रकारे वाद घालते आणि त्यासाठी हवे ते पुरावेही देते, हे कांतीलाही ठाऊक होतं. त्यात स्त्री-मुक्तीकडे चर्चा वळली, की लंडन-न्यूयॉर्क-शिकागोमधून मागवलेल्या नियतकालिकांमध्ये प्रसिद्ध झालेले मुद्दे आणि आकडेवारी यांचा भडिमार करताना ती अजिबात मागे हटत नाही, हाही तिचा अनुभव होता. कांतीमध्येही हा स्वभावविशेष होताच. हे सेल्समनशिपचंच एक अंग आहे...

किंगसाईझ पिझ्झा आणि घराबाहेर लुटलेलं लैंगिक सुख याची शीतलनं केलेली तुलना बघून कांतीला मनापासून हसू आलं.

त्या हास्यामुळं परिस्थितीला ताण कमी झाला. शीतलनं आग्रहानं विचारलं, ''का हसलीस? खरं सांग हं! काय आठवलं? सांग-सांग... '' म्हणत ती पुढं झुकली.

लैंगिक निष्ठा केवळ हाच एक दांपत्य-जीवनाचा आधार आहे... ती नसेल, तर दांपत्य पार कोलमडून जाईल... अशा टोकाचे विचार कांतीचेही नव्हते. त्याहीपेक्षा खरी गोष्ट म्हणजे, याआधी या विषयावर इतक्या स्पष्टपणे विचार करायचा प्रसंगही आला नव्हता.

ती हसत म्हणाली,

''काही नाही, ग! पिझ्झा खाल्ला, की तुझं समाधान होतं? म्हणून तू वरचेवर इथं येतेस? मानसिकदृष्ट्या हं!... ''

''एक थोबाडीत देईन हं!... '' शीतलनं लटकेच रागावून हात उगारला.

कांतीच्या मनात आणखी एक आठवण तरळत होती. लग्नानंतर दुसऱ्या पुरुषाच्या सान्निध्याचा प्रश्न आला नाही, ही वस्तुस्थिती असली, तरी लग्नाआधीचं ते प्रकरण? ही म्हणते, तशी त्यात केवळ फन होती, की त्या वयाला जाणवणारं कुतूहल?

–कॉलेजमधला टेनिस-पार्टनर स्वरूप हल्ली कुठं असतो, कोण जाणे! त्या वेळी सुरुवात कुतूहलातून झाली असली, तरी त्यानं आग्रह केला आणि त्याच्या घरी दुपारच्या वेळी–त्याचे आई-वडील नोकरीवर जात असल्यामुळं घरात आणखी कुणीच नसायचं. आधी भीती वाटली, तरी त्यानं निरोध वापरला, तर काहीही धोका नाही, म्हणून सांगून तिची भीती घालवली होती. त्यानंतर किती दिवस? वीस? की तीस? जर समोरच्या घरातल्या बयेनं नजर ठेवून, त्याच्या आईलाही आपल्या घरातून पाळत ठेवायला लावली नसती, तर आणखीही काही दिवस तसेच गेले असते. त्या बयेनं दमदाटी केली, तरी प्रकरण आपल्या आई-वडिलांपर्यंत नेलं नाही, त्यामुळं कांतीला बरंच वाटलं. कारण त्या दोघांच्या मनात प्रेमासारखी काही

भावनाच नव्हती. त्यामुळं त्यानंतर दोघंही पुन्हा भानगडीत पडले नाहीत.

याचा परिणाम म्हणून कांतीच्या मनात भीती बसली होती. त्यानंतर मात्र लग्नापर्यंत ती पुन्हा त्या फंदात पडली नव्हती. लग्नाआधीचा एक अनुभव असल्यामुळंच आपल्याला लग्नाचा आणि अशा संबंधांचा परस्परांशी तसा संबंध आहे, असं वाटत नाही, असंही तिला वाटलं. मागं जे काही घडलं असेल, ते जाऊ दे... यानंतर परस्परांना न फसवता राहिलं, तरी पुरेसं आहे... अशी भावना परस्परांच्या मनात काहीही स्पष्टपणे न बोलता असते, असं तिला वाटत होतं.

तरीही तिच्या मनात येत होतं–एक संपूर्ण वर्ष झालं, तरी याला एकदाही बायकोची आठवण येऊ नये? लग्नानंतर आपण तर त्याच्याशिवाय आणखी कुणालाही स्पर्श केला नाही–त्याच निष्ठेनं आहे. या विचारासरशी तिचा संताप आणखी पराकोटीला गेला.

◆

बहलच्या मनात आपल्याविषयी काही विशेष वाटेल आणि त्या संबंधांमध्ये कुठल्याही प्रकारची उत्कटता वाटेल, अशी तिचीही अपेक्षा नव्हती. तरीही तो हा संबंध यःकश्चितपणे संपवून मोकळा होईल, असंही तिला वाटलं नव्हतं.

तिनं शीतलच्या सूचनांचं तंतोतंत पालन केलं होतं. शीतलनं सांगितलं,

"माझ्या घरी कुणीच नसतं. तिथं तुम्ही दोघं भेटा... मला तुझा फोन आल्यानंतर मी फॅक्टरीतून घरी येईन... असं काही ठरवायलाही हरकत नाही. पण त्याला तसं आवडत नाही. एखाद्या पंचतारांकित हॉटेलमध्ये खोली घेणंच त्याला आवडेल. मी त्यावर विचार केलाय्. रोझपेंटा हॉटेलात आपल्या कंपनीच्या नावे मी खोली बुक करून ठेवते. मुंबईचा एखादा पत्ता देऊन, तू गेस्ट म्हणून सही कर. सगळा खर्च कंपनीच्या नावे करू या. म्हणजे टॅक्स वाचेल."

दुपारी शीतलनं हातात दिलेली सॅम्सोनाईट सूटकेस हातात घेऊन शीतलबरोबरच ती हॉटेलमध्ये गेली. खोलीची चावी घेऊन ती माघारी आली. संध्याकाळी पुन्हा बहलबरोबर ती हॉटेलमध्ये आली. बहलनं आपली गाडी ऑफिसमध्येच ठेवली होती. खोलीत गेल्यावरही बहलच्या सौम्य आणि मनमिळाऊ गप्पा सुरू होत्या. तरीही त्याची सारं घाईनं उरकण्याची गडबड होतीच. त्या संदर्भात काहीही न बोलता, न सुचवता–इतक्या भावनारहित मनानं स्त्री-पुरुष एकत्र येऊ शकतात आणि आपापल्या वाट्याचं सुख जमा करून घेऊ शकतात, याची तिलाही याआधी कल्पना नव्हती.

नंतर खोलीतच स्नॅक्स आणि दोन पेग्ज् स्कॉच मागवून निवांतपणे घुटके घेतल्यावर बहल उद्गारला,

"तू खरोखरच वंडरफुल आहेस! सॉरी... माझी साडेसात वाजता एक अपॉईंटमेंट आहे. मला माझ्या कारपर्यंत सोडशील? उद्या पाच वाजता पुन्हा भेटू..."

दुसऱ्या दिवशीही तसंच घडलं. एकत्र दीड तासाचं वास्तव्य.
तिसऱ्या दिवशी एक तास. संपलं.

चौथ्या दिवशी कांती त्याची गाडी उभी राहायच्या जागी जाऊन वाट पाहत राहिली. सात वाजले, तरी बहल आला नाही, तेव्हा निराशा आणि त्यातून संताप मनात भरून राहिला. संतापाच्या भरात तिनं तिथूनच फॅक्टरीत असलेल्या शीतलला फोन केला.
शीतलनं सांगितलं,
"कुठं तरी मीटिंगमध्ये अडकला असेल. आणखी तासभर वाट पाहा."
"अशी एकटी बाई एवढा वेळ उभी राहिली, तर कोण काय समजेल?"
"तर मग फॅक्टरीत ये. उद्या त्यानं चौकशी केलीच. तर सांगेन मी."

दुसऱ्या दिवशी साडेदहा वाजता शीतलनं तिला आपल्या ऑफिसमध्ये बोलावून घेतलं.
शीतलनं बहलला त्याविषयी विचारलं, तेव्हा तो म्हणाला, म्हणे,
"सॉरी, मला वाटलं, प्रोग्रॅम संपला. मी म्हटलं नव्हतं, दुसऱ्या दिवशी भेटू या, म्हणून! तुझ्या मैत्रिणीच्या लक्षात आलं नाही, वाटतं? सॉरी..."
कांतीलाही आठवलं–होय, त्यानं तसं काहीच सांगितलं नव्हतं. म्हणजे मी आपणहोऊन त्याची वाट पाहत राहिले?
"आता लगेच हॉटेलवर जाऊ या. चेक आऊटची वेळ झाली नसेल, तर तेवढेच पैसेही वाचतील!"
टॅक्सीच्या डिकीमध्ये नोकर सूटकेस ठेवत असताना कांतीला भीती वाटत होती. ओळखीचं कुणी भेटलं आणि या गावात हॉटेलमध्ये काय करतेस, म्हणून विचारलं, तर? टॅक्सीनं शीतलच्या ऑफिसपाशी येऊन तिथल्या आपल्या गाडीत बसेपर्यंत ती काहीही बोलली नाही. शीतलनंच सांगितलं,
"मला संध्याकाळी फॅक्टरीमध्ये यायला तासभर उशीर होईल. पण नक्की येईन... " आणि घाईनं गाडीला चावी लावून ती गडबडीनं ऑफिसमध्ये शिरली.

आपल्या गाडीनं फॅक्टरीकडे परतत असताना कांतीचं मन घडलेल्या घटना संगतवार लावू पाहत होतं. त्याच्याकडून धंद्याची कामं करवून घेण्यासाठी मोठमोठे

उद्योगपती त्याची एखाद्या आलिशान हॉटेलमध्ये उतरायची सोय करतात आणि त्याचबरोबर सुबक बांध्याच्या देखण्या कॉलगर्लचीही व्यवस्था केली जाते. संध्याकाळी ऑफिस संपवून घरी जाता जाता तो आणखी किती वेळ कॉलगर्लबरोबर राहू शकेल? तास दीड तास एवढाच. एकेक कंपनी दोन-तीन दिवसांसाठी याची तैनात ठेवत असेल. हॉटेलच्या भाड्यापासून सगळा पैसा कंपनीनं खर्च करायचा. आताही आमच्या कंपनीनंच हॉटेलचं बिल भरलं. आमच्याच गाड्या त्याच्यासाठी फिरल्या. कॉलगर्लच्या ऐवजी मी, एवढाच बदल! म्हणूनच त्यानंही फारसं लावून घेतलं नाही... फारशी आस्थाही दाखवली नाही. शीतलशी ओळख असल्यामुळं त्यानं आम्हांला एवढीच सवलत दिली... इतरांकडून यानंतरही तो दहा-पंधरा हजार घेतो, ते त्यानं घेतले नाहीत! हलकट!

तिला संताप आला. शीतलचा खूप राग आला. एवढा खर्च झालाच होता. एखादी कॉलगर्ल का ठरवली नाही? माझा का वापर केला हिनं? संध्याकाळी ती येईल, तेव्हा विचारलं पाहिजे–

संध्याकाळी सगळे कारागीर निघून गेले. आठ वाजता गाडी आल्याचा आवाज ऐकू आला. आत आलेली शीतल खुर्चीवर बसताच कांतीनं तिला सरळच विचारलं,

''आता हॉटेलचं बिलच साडेपाच हजार रुपयांचं झालं आहे. दररोज एकेक वेगळी मुलगी आणि त्यावर पैसे द्यायचे, म्हणजे तीसेक हजार खर्च झाले असते, तरी हरकत नाही. पण तू मला का पाठवलंस?''

हे ऐकून शीतल अवाक् झाली. स्वतःला सावरून ती म्हणाली,

''हे पाहा, कांती, तू अस्वस्थ होणं साहजिकच आहे. मलाही वाईट वाटलं हे बघून! पण त्यानं एखाद्या कॉलगर्लला बोलवावं, तशी तुझी अपेक्षा केली नव्हती. त्याला तशी सवयही नाही. त्याला खरोखरच तुझ्याविषयी विशेष काही तरी वाटतं. आताही मीटिंगमध्ये त्यानं मला मुद्दाम बाजूला घेऊन सांगितलं–तुझी मैत्रीण म्हणजे रोजच्या सगळ्या जंजाळातून शायरी वाचल्यासारखा प्रकार आहे! त्याच्यावर ऑफिसमध्ये कामाचं दडपण किती असतं, ठाऊक आहे? तुझ्याबरोबर फार वेळ राहता येत नाही, म्हणून किती हळहळत होता तो! तुला भेटायला येताना आपण गुलाबाचा बुकेही नेऊ शकत नव्हतो, म्हणून स्वतःलाच दोष देत होता. आणखी एक म्हणजे, तू पैशाचा हिशेब काढलास, म्हणून सांगते. तो इतरांकडून पैसे घेतो– मीही घेत असते. कोण सोडतं? कोट्यवधी रुपये मिळवणाऱ्यानं त्यासाठी अनुमती देणाऱ्याला एखादा हिस्सा दिला, तर त्यात काय चुकलं? पण तो आपल्या कंपनीचा हितचिंतक आहे–एक पैसाही घेणार नाही आपल्याकडून! त्यालाही आपला स्नेह हवा आहे–पैसा नव्हे! शरीरसुखही नव्हे! तू उगाच काही तरी चुकीची

समजूत करून घेऊ नकोस.'' म्हणत ती कांतीजवळ आली. तिचं डोकं आपल्या छातीशी कवटाळत म्हणाली, ''यू आर् ए स्वीट गर्ल!''

कांतीला आता मात्र रडू आवरलं नाही. शीतलच्या छातीत चेहरा खुपसून ती हुंदके देऊ लागली.

तिचे हुंदके थांबेपर्यंत शीतल तिच्या केसांमधून हात फिरवत राहिली.

ती शांत झाल्यावर हनुवटी धरून तिच्या ओठांचं गाढ चुंबन घेत ती म्हणाली,

''माय स्वीट गर्ल! यानंतर तुझी इच्छा नसेल, तर तू कुणालाही कंपनी देऊ नकोस! मग तर झालं? आपण फ्रेंडस् आहोत. आय् लव्ह यू–आय् लव्ह यू डार्लिंग–चल, आपण कुठं तरी जेवायला जाऊ या–''

ही बहलच्या संदर्भात जे काही सांगतेय्, त्यात काहीही सत्यांश नाही, हे कांतीलाही समजत होतं. हे सिद्ध करणारे किती तरी क्षण तिला आठवत होते. पण आता त्यांचा उच्चार करणं म्हणजे शीतलबरोबरच्या मैत्रीत तणाव निर्माण करणं हेही तिला समजत होतं. हा केवळ मैत्रीचाच प्रश्न नाही–दोन भागीदारांचाही प्रश्न आहे, हेही तिला जाणवत होतं.

ती काहीही बोलली नाही.

◆

इतके दिवस न जाणवणारी अपराधीपणाची भावना आता कांतीच्या मनात जन्मली होती. वादासाठी शीतल काहीही म्हणत असली, तरी एक गोष्ट कांतीही पूर्णपणे जाणून होती–आपण गावात असो-नसो, तो गावात असो किंवा कामानिमित्त परगावी जावो–दुसऱ्या स्त्रीची अपेक्षा करणाऱ्या पुरुषांपैकी रवींद्र नाही. कुणी आपण होऊन गळ्यात पडली, तरी तो साथ देणार नाही. तसा तो फार रसिक नाही–! असलं, तरी चालेल आणि नसलं, तरी हरकत नाही–या वृत्तीचा! आपण विरोध केल्यावर अनेकदा तो तसाच झोपी गेल्याचं कांतीला आठवत होतं. तीही चुकून काही घडलंच, तर विसरून जायला पाहिजे या विचाराची असली, तरी बहलबरोबर जे काही घडलं, ते केवळ चुकून नाही, हे तिला समजत होतं.

तिची रात्रीची झोप उडून गेली होती. चुकून गाढ झोप लागली, तर एकाएकी जाग येऊन आपण खोल गर्तेत पडल्याची भावना–आपण कॉलगर्लच्या पातळीवर आल्याची भावना तिच्या अंतर्मनाला टोचू लागे.

ही भावना शीतलला सांगून मनही मोकळं करता येत नव्हतं. कारण यावरची तिची उत्तरं कांतीला ठाऊक होती. शिवाय आपल्या बोलण्याचा मथितार्थ व्यवहाराशी जोडून तिनं काही गैरसमज करून घ्यायचीही शक्यता कांतीला जाणवत होती.

आतल्या आत जीव घुसमटत असताना एक दिवस कांतीला यावर एक उपाय

सुचला. आपणच आता एक पाऊल मागं घेतलं पाहिजे. त्याची मनधरणी करून–त्यासाठी बेंगळूरहा जावं लागलं, तर तेही गेलं पाहिजे–त्याच्याशी पुन्हा जवळीक साधली पाहिजे. केवळ भावनेनं नव्हे–शरीरानंही जवळ गेलं पाहिजे. त्यानंतरच ही अपराधीपणाची भावना आपोआप बोथट होऊन जाईल.

हा विचार सुचताच कांतीला बरं वाटलं. हे एवढं करणं फारसं कठीण नाही–तिचा आत्मविश्वास पुन्हा तरारला.

त्याच रात्री तिनं घरातून बेंगळूरला फोन लावला. साडेदहा वाजले होते. एव्हाना हा घरी आला असेल, की नाही–ही शंका मनात येत असतानाच पलिकडचा रिसीव्हर उचलला गेला आणि 'हॅलो' म्हटल्याचा आवाज ऐकू आला.

त्याचाच आवाज हा!

"ए! ओळखलंस कुणाचा फोन, ते? निराशा झाली? नव्या मैत्रिणीच्या फोनची अपेक्षा करत असताना जुन्या बायकोचा आवाज ऐकून वैतागलास, वाटतं! खरं, की नाही? खरं सांग हं... मला नाही राग येणार! कारण काहीही म्हण... माझंही चुकलंच! मी मान्य करते ना! बोलत का नाहीस? लुक रवि... तुझ्या म्हणण्याप्रमाणे मी बेंगळूरला बिझनेस सुरू केला नाही, एवढीच माझी चूक आहे. पण ते शक्यच नव्हतं, रे! अजूनही ते शक्य नाही. तुलाही ठाऊक आहे हे. एवढ्या मोठ्या वर्तमानपत्राचा एडिटर आहेस तू! आता मी फोन का केला, ते सांगते. आणखी पंधरा दिवसांत फॅक्टरी सुरू होऊन वर्ष होईल. माझ्या वाट्याला केवळ फायदा किती झाला असेल, सांग बघू? साडे चार लाख रुपये! निव्वळ माझा फायदा हं! पुढच्या वर्षी हा आकडा आठ लाखांवर जाईल! आहेस कुठं! बदली करून घेऊन तू दिल्लीला आलास आणि दिवसाकाठी दोन तास मला सहकार्य दिलंस, तरी किती तरी फायदा होईल! बदली करायला त्यांनी नकार दिला, तर तू राजिनामा देऊन मोकळा हो. फ्रीलान्स काम करता येईल तुला. त्यातून तू पैसा मिळवला पाहिजे, असंही नाही. दोन तास माझ्या कंपनीला दे... पुरेसं आहे. अरे, स्वतंत्र व्यवसायात एवढ्या कमी अवधीत एवढी आघाडी मारलेल्या बायकोचं कुठल्याही सुशिक्षित नवऱ्यानं लाल गुलाब देऊन अभिनंदन केलं असतं! त्यात तू तर सुपर सुशिक्षित! इथं येऊन मला गुलाबाची फुलं द्यायचं लांब राहिलं–फोनवर तरी अभिनंदन करायचं! त्याऐवजी काहीही न बोलता गप्प आहेस! बरं, बाबा! या भारतात मी स्त्री म्हणून जन्माला आलेय् ना! येईन मीच, मला काही एवढा अहंकार नाही, म्हटलं!"

काही क्षण शांततेत गेले. तीच पुढं म्हणाली,

"मला ठाऊक आहे... राग आलाय् तुला. एवढे दिवस का आले नाही, म्हणून! होय ना? वर्षभर राबून आपलं कर्तृत्व तुला दाखवावं आणि तुझ्याकडून

शाबासकी मिळवायची, असा हट्टच होता माझा! अरे, पंचेचाळीस वर्षं संपली, तरी बायकोकडून चूक झाली म्हणवायची हौस आहे तुला? काय हा आखडूपणा! पण खरं सांगू? मला तुझा हा आखडूपणाच मोह घालतो!''

तरीही दुसऱ्या बाजूनं शांतताच होती.

''बेंगळूर आकाशवाणीवरून सतार ऐकत होतास, वाटतं. म्हणून माझ्याशी बोलत नाहीस? एवढा राग रसभंग केला, म्हणून? येऊ दे, आला, तर! मी स्वतः या दोन दिवसांत येतेय् तुझा राग काढायला! तेव्हा मात्र तू लाल गुलाब आणून वेणीत माळले नाहीस, तर पाय पसरून भोकाड पसरेन हं मी! यायच्या आधीही फोन करेनच. एअरपोर्टवर मात्र आलं पाहिजे हं!... '' म्हणत तिनं रिसीव्हर ठेवून दिला–

सकाळी उठल्या-उठल्या तिनं ट्रॅव्हलर्स एजंटला फोन केला. दुपारपर्यंत तिचं दुसऱ्या दिवशीच्या विमानाचं तिकीट घरी येऊन पोहोचलं होतं. तिनं कपड्यांची बांधाबांध केली. रात्री फोन करून फ्लाईटची वेळ कळवायची इच्छा असली, तरी आदल्या दिवशी आपल्या संपूर्ण बोलण्यामध्ये दोन-तीन वेळा त्यानं फक्त हं–येऊ म्हटलं, हे तिला तीव्रपणे आठवलं. आता फोन केला, तरी पुन्हा तेच अपमानास्पद मौन सामोरं येईल, अशी भीती वाटल्यामुळं तिनं फोन केला नाही.

विमानतळावर जायला निघण्याआधी तिनं फोन केला.

''मी येतेय्... विमानतळावर ये... '' एवढंच बोलायचा तिचा विचार होता. पण रिसीव्हर उचलल्यावर ऐकू आलेल्या 'हॅलो–' चा आवाज रवींद्रचा नव्हता. त्या व्यक्तीनं सांगितलं,

''रवींद्र नुकतेच घराबाहेर पडले... ''

''ऑफिसमध्ये भेटतील?''

''नाही. असेंब्लीमध्ये आज काही तरी महत्त्वाची मीटिंग आहे... तिथं ते जाणार होते. ऑफिसमध्ये ते केव्हा जातील, ते ठाऊक नाही.''

''त्यांना एक निरोप द्यायचा होता... ''

''–असेंब्लीमध्ये निरोप पोहोचवणं कठीण आहे. ऑफिसमध्ये ठेवला, तर सेक्रेटरी त्यांच्या टेबलावर चिठ्ठी ठेवेल. आपण कोण मॅडम?''

तिला राग आला. त्या घरच्या मालकिणीला उद्धटपणे हा प्रश्न विचारणारा– हा कुणी स्वयंपाकी आहे, की काय? पण उत्तरं उत्तम इंग्लिशमध्ये देतोय्! याला खरं ते सांगावं, की नको? का? लपवायचं काय त्यात?? ती उत्तरली,

''मिसेस् रवींद्र. दिल्लीहून बोलतेय्... ''

''–नमस्ते, मॅडम! मी होन्नत्ती. डोंगरावर मी सतारीचा अभ्यास करत होतो... तेव्हा आपली भेट झाली आहे. हल्ली इथंच रवींद्रांबरोबर असतो मी सतारीचा

अभ्यास करत. अर्जंट निरोप आहे काय? मी स्वतःच जाईन. पण असेंब्लीमध्ये जाऊ देतील, असं वाटत नाही!''

यालाच निरोप सांगितला, तर हाच विमानतळावर येईल, असा विचार करून तिनं सांगितलं,

''तसं काही नाही... बोलेन मी नंतर... ''

विमानतळाकडे येताना मनात आलं–बेंगळूरला अगदी निघताना त्याला फोन करायला हवा होता, तो केलाय्. मम्मीनं कधीचं सांगितलंय्–अनुपला घेऊन यायला. तिचा डेहराडूनहून फोन आला, की ही चौकशी असतेच. हा होन्नत्ती घरात असतो, वाटतं, कायमचा! म्हणूनच रवींद्रला फारसा एकटेपणा जाणवून बायकोची आठवण आली नाही! फोनवर ऐकू येत होती ती रेडिओवरची सतार नव्हती–या होन्नत्तीचीच होती. घरात दोघंजणं म्हटल्यावर स्वयंपाकही करत असतील. एकमेकाला एकमेकाची सोबत–मदत–तिच्या मनात सवती-मत्सर निर्माण झाला.

तिची नजर टॅक्सीबाहेर गेली. दिल्लीतले हे मस्त रस्ते–वसंतविहारचाही हाच रस्ता. होन्नत्तीच्या आई-वडलांचं घरही इथंच आहे. तिथं काही वेळ टॅक्सी थांबवून त्याच्या आईला 'तुमचा मुलगा बेंगळूरला आमच्या घरी आहे–तुम्हीही चला' म्हणून सांगून त्याला त्यांच्याबरोबर दिल्लीला पाठवून दिलं, तर? मनात विचार आला, तरी ती ड्रायव्हरला काहीच बोलली नाही.

ती या वेळी प्रथम विमानातल्या एक्झिक्यूटिव्ह् क्लासनं प्रवास करत होती. मार्गदर्शन करण्यासाठी स्वतंत्र काऊंटर. नीट पाय सोडून बसता येतील, अशा मोठ-मोठ्या सीटस्. प्रत्येकासाठी स्वतंत्र गगनसखी! आधी या प्रवाशांनी उतरल्यानंतर इतर प्रवासी उतरणार!

तिचे बहुतेक सगळे सहप्रवासी व्यापार-व्यवहारातलेच होते. काही नोकर असले, तरी अत्युच्च पदावरचे अधिकारी होते. त्या सगळ्यांवरून नजर फिरवताना आपणही या पातळीवरचे आहोत, या भावनेनं तिचं मन अभिमानानं भरून आलं.

शेजारचा प्रवासी कुणी तरी बंगाली असावा. त्यानं नम्रपणे तिची चौकशी केली,

''आपला कुठला व्यवसाय?''

न सांगताच आपण स्वतंत्र व्यावसायिक असल्याचं याला कसं कळालं? तिच्या मनात आश्चर्याबरोबर आनंदही भरून राहिला. तिनं अभिमानानं सौम्य स्मित चेहऱ्यावर झळकावलं आणि आपलं कार्ड त्याच्या हातात दिलं.

''ओह! गार्मेंट–एक्स्पोर्टर्स! वंडरफुल! कुठल्या देशाला आपण निर्यात करता?''

''तूर्त फक्त अमेरिकेला. तिथल्या मार्केटची मागणी पूर्ण करताकरता पुरेवाट होतेय्!''

"लकी! खरोखरच फार नशीबवान आहात! फार उत्तम ठिकाणी आहात तुम्ही! मी एका कॉम्प्यूटर कंपनीमध्ये सीनियर अधिकारी आहे–" म्हणत त्यानंही आपलं कार्ड तिला दिलं.

तिनं त्यावरून नजर फिरवली. बी.ई. नंतर एम्.बी.ए. ही केलं होतं त्यानं. त्यानंतर तो अर्धाएक तास केवळ तयार वस्तूंची आयात करण्यातले धोके याविषयी उत्साहानं सांगत होता. तिशीचं उत्साही वय. त्याचं बोलणं ऐकत असताना तिला जगाचं नवं क्षितिज दिसल्याचा भास झाला. अडीच तास कसे संपले, हे तिलाही समजलं नाही.

बेंगळूरच्या विमानतळावर इतर प्रवाशांच्या आधी उतरताना तिच्या मनातल्या तृप्तीला आणखी धुमारे फुटले.

टॅक्सीतून उतरत असतानाच घरातून तबल्याच्या चौकटीतून सतारीचे स्वर थुयथुयत असल्याचं तिला ऐकू आलं. ती दारापाशी आली. दारावरची बेल दाबली, तर होन्नत्तींचा रसभंग होईल आणि त्यानंतर संकोचामुळं ते वाजवायचं थांबवतील, असं वाटून ती शेजारीच सूटकेस ठेवून घरापुढच्या पायरीवर बसली. तिनं घड्याळात पाहिलं–चार वाजले होते. कुठला राग हा? ओळखता येत नाही. त्यानं रियाझ करताना राग आणि वेळ याचं तारतम्य ठेवणं कसं शक्य आहे? सारंगाचा कुठला तरी प्रकार आहे, हे निश्चित. होय–दिल्लीकडे हा फारसा प्रचलित नाही, मुंबई भागात बराच प्रचलित आहे, म्हणून त्यानंच सांगितलं होतं. याचं संगीताचं सगळं शिक्षण मुंबईतच झालंय्, नाही का!–

–होय. मधमात सारंगच हा. रागाची ओळख पटताच त्याची प्रकृतीही आठवली. प्रणयचेष्टा, थट्टा-मस्करी, प्रेमातली हार–रागाची हीच प्रकृती म्हणून कोण छातीठोकपणे सांगू शकेल? प्रत्येक वाद्यातून, प्रत्येक गायकाच्या स्वरांमधून वेगवेगळी छटा, वाजवणाऱ्याची बोटं–त्याचा मनोधर्म यांवरही कितीतरी अवलंबून असतं. तरीही गाणं शिकताना मास्तरांनी मात्र विशिष्ट रागाची विशिष्ट प्रकृती असते, म्हणूनच शिकवलं होतं.

तिला आठवलं, आपल्याला डॅडींनी आवर्जून कलकत्त्याहून आणून दिलेली सतार इथंच आहे. या वेळेस माघारी जाताना ती घेऊन जायला पाहिजे. तीन-तीन वेळा आवर्तन घेऊन समेवर येण्याची प्रॅक्टिस करतोय् हा.

आतून माणसाचा आवाज ऐकू आला. तबला थांबवून फक्त तबल्याचे बोल ऐकू येऊ लागले, तेव्हा हा तबलजीचा आवाज असल्याचं तिच्या लक्षात आलं.

तबलजी सांगत होते,

"–तसं नव्हे, हो! तुम्ही समेची वाट बघत बसता. कसं व्हायला पाहिजे,

सांगू? सम समोरच उभी असते–'अरे प्रेमी, मी इथंच आहे, माझी ओळख नाही का पटली? ये–मला आलिंगन दे', म्हणत असते ती! तुम्ही तिकडं दुर्लक्ष करता आणि पुढच्या आवर्तनाकडे निघून जाता. तुम्ही तिकडं फार लक्ष देताय्, असंही वाटता कामा नये. शेवटी अगदी सहज कसलीही काळजी न करता, सामोऱ्याचा आलेल्या समेला औदार्यानं आलिंगन द्यायला पाहिजे, तुमचा संचार स्वतंत्रपणे चालला पाहिजे. लयीची काळजीही नसली पाहिजे. तरीही वेळोवेळी तिला 'मी तुझं बंधन ओलांडत नाही, बघ–हे अस्सं–' म्हणत मधून-मधून तालाचं असलेलं भान दाखवून द्यायला पाहिजे. सतत 'मी ताल सोडून जाईन, की काय?' हे धर्मभीरुत्व गायक किंवा वादकाला ग्रासता कामा नये. चला–पुन्हा त्याच चक्रताना घ्या, बघू! तुम्ही तुमच्या परीनं चला–''

या बोलण्यातलं सगळं तिला समजलं नाही. तिच्या मनात येत होतं–लग्नानंतरही आपण सतार-वादनात खंड पडू दिला नसता, तर आज मीही अशी सतार वाजवू शकले असते. या विचारानं तिचं मन खिन्न झालं.

तासभर तरी असाच गेला असावा. त्यानंतर आतली सतार थांबली. पुन्हा तबलजीचा आवाज ऐकू आला,

''आज जरा लवकर जायला पाहिजे. उद्या सात-साडेसात वाजेपर्यंत बस या–'' त्यानंतर उठून अंग मोडून आळस देत 'शिव-शिवा' म्हणून पुटपुटल्याचा आवाजही ऐकू आला.

दार उघडून ते बाहेर आले, तेव्हाही ती तशीच पायरीवर बसूनच होती. बाहेर आलेले गृहस्थ साठीच्या घरातले होते. धोतर आणि शर्टच्या कपड्याचा नेहरूशर्ट, डोक्यावर काळी टोपी, कपाळावर भस्माचे आडवे पट्टे पुसट झालेले–त्या व्यक्तीच्या मागून आलेल्या व्यक्तीची मात्र तिला लगेच ओळख पटली. त्यानंही तिला पाहिलं आणि तो चांगलाच गडबडला. स्वतःला कसंबसं आवरत तो उद्गारला,

''अरेच्चा! मिसेस् रवींद्र ना? केव्हा आलात? किती वेळ इथंच बसून आहात? आम्हांला खरोखरच ऐकू आलं नाही. तुम्ही किती वेळा बेल वाजवली?''

त्याच्या चेहऱ्यावर अपराधीपणाची भावना स्पष्टपणे उमटली होती.

''बेल वाजवलीच नाही मी. मधमात-सारंग ऐकत बसले होते. बेल वाजवली, तर तंद्री तुटेल–पुन्हा जुळणार नाही, याची खात्री होती, म्हणून!''

ती उठून उभी राहिली. होन्नत्तीनं कमलापुरांची आणि तिची ओळख करून दिली. कमलापूर म्हणाले,

''संगीताविषयी प्रेम असल्याशिवाय कुणीही असं ताटकळत बसणार नाही! स्वतःची सतारच आहे, म्हटल्यावर आणखी काय बोलणार?''

होन्नत्तीनं तिची सूटकेस उचलून हॉलमधल्या सोफ्यापाशी ठेवली. ती आत आली. होन्नत्तीनं तिला सांगितलं,

''मॅडम, तुमचा फोनवरचा निरोपही रवींद्रना द्यायला जमलं नाही. या वेळेपर्यंत ते ऑफिसमध्ये आले असतील. तुम्ही येणार, म्हणून सांगितलं असतं, तर मी काही तरी करून त्यांच्यापर्यंत निरोप पोहोचवला असता. निदान मी तरी विमानतळावर आलो असतो.''

त्याच्या चेहऱ्यावरची क्षमा-याचनेची भावना तिला जाणवली. ती म्हणाली,

''जाऊ द्या–मी टॅक्सीनं आले'' आणि सूटकेस घेऊन ती त्यांच्या बेडरूममध्ये गेली.

तिथल्या डबलकॉटवरचं बेडशीट खूप मळलं होतं. मच्छरदाणी तर धुळीनं भरून गेली होती. खिडकीच्या पडद्यांना गेल्या वर्षभरात पाण्याचा थेंबही लागला नव्हता. कामवाली असली कामं आपण होऊन करायची शक्यताच नव्हती, म्हणा! तिला तिथला अस्वच्छपणा असह्य होऊ लागला. तिनं बेडशीट आणि चादर ओढून बाजूला काढली. सुदैवानं धोब्यानं आणून दिलेला बेडशीट आणि चादरीचा एक जोड कपाटात होता. पडद्यांवरची धूळ झटकून तिनं स्वच्छ बेडशीट पलंगावर अंथरला. संपूर्ण खोलीचा नीट केर काढून ती बाहेर आली. होन्नत्ती आपल्या खोलीत होता.

तिनं त्याला हाक मारली. तो खोलीबाहेर आला. त्याचा संकोच कमी व्हावा, म्हणून ती म्हणाली,

''आठवडाभर राहणार आहे मी इथं. मला तुम्ही दररोज सतार शिकवायला पाहिजे.''

तरीही नवरा-बायकोमधल्या वठलेल्या नात्याला पालवी फुटत असताना घरातला हा आगंतुक पाहुणा पाहून ती मनोमन वैतागली होतीच.

''मी आपला नेहमीच वाजवत असतो. तुम्ही विशिष्ट राग वाजवायला सांगितला, तर तोच राग वाजवीन. तुमच्या परवानगीशिवाय दोन महिने मी तुमची सतार वाजवत होतो. उत्तम सतार आहे...''

''मधमात सारंग ऐकताना मलाही तुमच्याकडून शिकून घ्यावंसं वाटलं!''

''खरं?'' त्याला मनापासून आनंद झाला. तो पुढं म्हणाला, ''गुरुजींची परवानगी असती, तर मी निश्चित शिकवलं असतं तुम्हांला!''

''आपल्याला हव्या त्या व्यक्तीला संगीत शिकवायला गुरुजींची परवानगी कशाला हवी?''

''शिक्षण पूर्ण झाल्याशिवाय इतरांना शिकवणार नाही आणि बैठक करणार नाही, अशी शपथ घेतली आहे त्यांनी माझ्याकडून! पूर्ण तयारीशिवाय शिकवणं

किंवा बैठक सुरू केली, तर प्रगती पूर्णपणे थांबते, असं ते म्हणतात. मलाही ते पटतं.''

तिनं त्याच्याकडे पाहिलं. कानाशिलांकडचे केस विरळ झाले होते–पांढरेही झाले होते. अजूनही हा गुरूचं ऐकतोय्–हा मग स्वतःच्या पायांवर स्वतंत्रपणे कधी उभा राहणार? पण ते बोलून न दाखवता ती म्हणाली,

''तुमच्या आई भेटल्या होत्या. त्यांनी तुमच्यासाठी माझ्यापाशी निरोप दिला आहे.''

''होय? तुमची ओळख आहे तिच्याशी?'' त्याच्या आवाजात आश्चर्य आणि निर्व्याज डोळे आनंदानं भरून गेले होते.

''माझे आई-वडील तुमच्या आई-वडलांचे फॅमिली-फ्रेंडस् आहेत. त्या वेळी माझ्याच लक्षात नव्हतं ते. आमच्या वडलांच्या सत्तरीच्या समारंभाचं निमंत्रण द्यायला तुमच्या घरी गेलो होतो, तेव्हा विषय निघाला होता. त्या वेळी तुमच्या आईंनी बरंच सांगितलं होतं. आता तर तुमचे वडीलही तुमची वाट पाहताहेत. हवं तर त्याला इथंच येऊन सतारीचा अभ्यास करू दे–इथं त्याला चांगले गुरूही भेटतील, नाही तर मुंबईलाही जाऊन येणं सोयीचं आहे–असं ते म्हणतात. नंतर सगळं सांगेन मी तुम्हांला. आधी मला स्वयंपाकघराकडे बघितलं पाहिजे. स्वयंपाकघरात काय सामान आहे आणि काय नाही, कोण जाणे!...''

''–मी करेन स्वयंपाक. ते नऊ वाजता येतात. मी सव्वा आठ-साडेआठला सुरू करतो. ते यायच्या आधी सार-भात-भाजी करून ठेवतो.''

''आता मी आल्यावर पुरुषाकडून स्वयंपाक करवून घ्यायचा आणि तो नवऱ्याला वाढायचा, हे काही मला बरं वाटत नाही!'' केवळ यालाच नव्हे, सगळ्याच पुरुषांना बरं वाटेल, याची खात्री असल्यामुळं तिनं हे वाक्य मुद्दामच उच्चारलं.

तिच्या अपेक्षेप्रमाणेच या वाक्याचा त्याच्यावर परिणाम झाला. तो म्हणाला,

''तर मग मी निदान बाकी आवरा-आवर तरी करून देतो, मॅडम...''

''मॅडम वगैरे सोडून द्या, बघू! आपण फॅमिली-फ्रेंडस् आहोत. कांती माझं नाव!...'' म्हणत ती स्वयंपाकघरात जाऊन काय आहे-काय नाही, ते बघू लागली. आपण दिल्लीहून येताना आमटी आणि भाजीचा मसाला आणायला हवा होता. तिनं एक कागदावर आवश्यक असलेल्या सामानाची छोटी यादी तयार करून दिली. यादीबरोबर तिनं पुढं केलेली पन्नास रुपयांची नोट नाकारत त्यानं सांगितलं,

''पैसे नकोत. दर महिन्याच्या खर्चासाठी आवश्यक ते पैसे ते माझ्याकडे देऊन ठेवतात. विरजण लावलंय्. गवारीच्या शेंगा निवडून ठेवल्या आहेत...''

एवढं सांगून तो चपला पायांत चढवून सामान आणायला घराबाहेर पडला.

आता काय करावं? ऑफिसमध्ये फोन करून त्याला आपण आल्याचं

कळवावं? आधी कळवलं, तर माझ्याशी कसं वागायचं, याचा संपूर्ण विचार करून तो घरी येईल. काहीही कल्पना नसताना घरी आल्यानंतर अचानक मला बघून... पण होन्नत्तीसमोर तो कसाही वेडावाकडा वागला, तेही योग्य होणार नाही. खरं तर, आज आपल्या दोघांमध्ये ज्या प्रकारचं नातं आहे, अशा वेळी कुणीही तिसरी व्यक्ती इथं असता कामा नये!–या विचारानं तिला होन्नत्तीचा राग आला. पण नंतर विचार करताना वाटलं–एका दृष्टीनं पाहिलं, तर हा इथं आहे, हे योग्यच आहे. बाहेरचा माणूस समोर आहे, या कारणासाठी तो त्यातल्या त्यात हसतमुखानं थोडं-फार बोलेल तरी–

काहीही झालं, तरी आधी त्याला कळवणं चांगलं, असा विचार करून ती बाहेर आली आणि तिनं त्याच्या ऑफिसचा फोननंबर फिरवला.

"रवि... मी बोलतेय्! कुठून बोलतेय् सांगा बघू?"

"घरातून... "

"तुझ्याशी बोलता यावं, म्हणून मी होन्नत्तींना दोन-चार वस्तू आणण्यासाठी बाहेर पाठवलंय्! तुम्ही मात्र आत येताना लाल गुलाब आणाच हं! बेडरूममध्ये एकांतात माझ्या वेणीत माळायला पाहिजे, जेवण झाल्यानंतर! रात्री स्वयंपाक काय करू? पराठा करू? की ड्राय व्हेजिटेबल विथ माईल्ड मसाला आणि फुलके? लवकर घरी ये. तुला भेटायला मी किती आतुर झालेय्! विमानाचं तिकीट मिळत नव्हतं–तरी वशिला लावून मिळवलं मी! व्ही.आय्.पी. कोट्यातलं तिकीट मिळवून आलेय्. घरात होन्नत्ती आहेत, म्हणून! नाही तर तुम्ही घरात पाऊल टाकताच दार बंद करून मी घट्ट मिठीच मारणार होते! बोलत का नाही? चेंबरमध्ये आणखी कुणी आहे? पुरुष, की बाई? खरं-खरं सांगा हं! हं तरी म्हणा! ठेवू फोन?... " म्हणत तिनं रिसीव्हर ठेवला.

हा अजूनही आखडलेलाच आहे, वाटतं! असू दे! आज पाहून घेईन मी!

रात्री साडेनऊच्या सुमारास तिचा स्वयंपाक झाला. त्यानंतर पंधरा मिनिटांनी गाडीचा आवाज ऐकू आला. होन्नत्तीनं दरवाजा उघडला. त्यानं रवींद्रपुढं खुलासा केला,

"मॅडमनी दिल्लीहून फोन केला होता. पण त्या वेळी तुम्ही असेंब्लीमध्ये गेला होता. त्यामुळं तुमच्याशी संपर्क साधता आला नाही."

"होय... आलं लक्षात... " हे संभाषण तिच्याही कानांवर आलं.

रवींद्र बेडरूममध्ये कपडे बदलायला गेला. तिनं तिथं डोकावून व्यावहारिकपणे सांगितलं,

"फुलके करायला सुरुवात करतेय्... लवकर या कपडे बदलून. निवून जातील..."

दोघंही डायनिंग टेबलवर येऊन बसले. ती छोटे-छोटे फुलके चिमट्यानं पकडून त्या दोघांना गरम-गरम वाढू लागली. जेवण अगदीच मुकाट्यानं होऊ नये, म्हणून तिनं विषय काढला,

''केवळ माझे आई-वडीलच नव्हे... माझ्या सासऱ्यांशीही तुमच्या वडलांचा परिचय होता, म्हणून समजलं. तुमचे वडीलच तसं सांगत होते–रवि–तुमचीही ते आठवण काढत होते. मला म्हणाले, तुझा नवरा फारच छान लिहितो हं! त्यानं लिहिलेला मधल्या पानावरचा लेख म्हणजे मेजवानी असायची! तो बेंगळूरला गेल्यापासून आम्हांला फारच जाणवलं पेपर बघताना! तुला आठवतात ते?''

यावर किमानपक्षी होकार-नकार दिल्याशिवाय चालणार नाही, नाही तर त्याचाच आडमुठेपणा उघडकीला येईल, या विचारानंच तिनं तो प्रश्न टाकला होता.

जेवण झाल्यानंतरही तिनं होन्नत्तीला सांगितलं,

''तुम्ही रात्रभर सतार वाजवली, तरी माझी काहीच हरकत नाही हं! उगाच संकोच करू नका!''

जरी नवऱ्याचा संताप वाढला, तरी होन्नत्तीच्या कानांवर वाद-विवाद जाऊ नये, म्हणून तरी तो संयम पाळेल, हा त्यामागचा तिचा हेतू होता.

रात्री अकराच्या रेडिओवरच्या बातम्या ऐकणं ही नवऱ्याची अत्यावश्यक सवय असल्याचं तिला ठाऊक होतं. त्यामुळं तिनं सावकाश जेवण संपवलं आणि अकरा-पाचनंतर ती निवांतपणे आपल्या बेडरूममध्ये शिरली.

ती आत आली, तेव्हा तो खुर्चीवर बसून एका टाईप केलेल्या लेखावरून नजर फिरवत होता. कुठून तरी लांबून आल्यासारखे सतारीवरचे मधमात सारंगचे स्वर कानांवरून तरळत होते.

ती त्याच्याजवळ जाऊन उभी राहिली. तिकडे लक्ष न देता तो हातातल्या लेखावरून नजर फिरवत होता. तिनं विचारलं,

''ही पश्चिमेकडची खिडकी बंद करू? हवा थंड असते का?''

तो काहीच बोलला नाही.

तिनं स्वतःहोऊन ती खिडकी बंद केली. तो वाचतच होता. असं मुकाट्यानं उभं राहिलं, तर हा मुळीच वाकणार नाही! तीच पुढं झाली आणि त्याला मिठी मारत म्हणाली,

''रवि, मी सांगायचं, ते सगळं फोनवर सांगितलंय्! पाय धरून क्षमा मागितली पाहिजे, असा हट्ट असेल, तर तसं सांगा! मी मागं हटणार नाही! माझा काही एवढा अहंकार नाही! सगळा ताठा तुमचाच आहे! जाऊ दे–माझी चूक तरी काय आहे,

हे एकदा मला स्पष्टपणे सांगा बघू! मी मान्य करेन!... ''

तो निष्क्रिय होऊन बसून राहिला होता.

तिनं त्याचा चश्मा काढून टेबलावर ठेवला. त्याचा हात धरून ओढत म्हणाली,

''चला ना, तिकडं बसून बोलू या... ''

''... प्लीज! मला माझ्यापुरता राहू दे... '' स्वतःला सोडवून घ्यायचा प्रयत्न करत तो म्हणाला.

''... मी तुम्हांला कशाचीही आडकाठी करणार नाही. पण माझं काय चुकलं, हे तरी मला सांगाल, की नाही? नको असेल तर सांगा... मी अनुपच्या खोलीत जाऊन झोपेन... ''

तो ही गोष्ट मान्य करणार नाही, हे तिलाही ठाऊक होतं. एरव्ही त्यानं 'तुझी मर्जी–' म्हटलं असतं. पण आता त्या खोलीत होन्नत्ती असल्यामुळं ते शक्य नव्हतं. ती तशीच दारापाशी गेली आणि बोल्टला हात लावत तिनं त्याच्याकडे पाहिलं.

त्यानंही तिच्याकडे पाहिलं आणि म्हणाला,

''शरम नसेल, तर अवश्य जा! उद्या सकाळी पाहिजे तर सगळ्या मल्लेश्वरममधे दवंडी पिटायलाही हरकत नाही.''

''हा माझ्या शरमेचा प्रश्न नाही!

तुमच्या अब्रूचा प्रश्न आहे! कारण मी तुझ्या परवानगीसाठी इथं उभी आहे!'' ती उत्तरली.

त्याची तिच्यावरची नजर रोखलेलीच होती. तिनंही आपली नजर हटवली नाही. नंतर तिनं खाली ओढलेला बोल्ट पुन्हा वर सरकवला आणि त्याच्यापाशी आली. आपल्या हातांनी त्याचे हात वेढून म्हणाली,

''रवि, तुम्ही अजून नव्यानं लग्न झालेल्या नवऱ्यांसारखे रुसून बसता! रुसल्यावर किती गोड दिसता, म्हणून सांगू! थांब, दाखवते तुम्हांला... '' म्हणत तिनं सभोवताली पाहिलं. ''या भिंतीवर एक छोटा आरसा होता, तो कुठं गेला? जाऊ दे. तुम्ही इथं तर या... '' म्हणत ती त्याला ड्रेसिंग टेबलापाशी ओढू लागली. पण त्यानं विरोध केला.

तीच पुढं म्हणाली,

''पण मी म्हणते, एवढा कसला राग म्हणायचा हा? मी आधी कळवलं नाही म्हणून तुम्ही आता... एवढ्या उशिरा... गुलाब आणले नाहीत, हे मला अगदी मान्य आहे! मग तर झालं?–'' म्हणत ती बळेच त्याच्या गळ्यात पडली. नव्यानं लग्न झालं होतं, त्या वेळी ज्या अस्फुटपणे त्याच्या कानात कुजबुजत होती, तशीच ती पुटपुटली, ''रवि... माझा रवि... ''

त्यानंतर मात्र त्याला कॉटपाशी नेणं तिला सोपं गेलं.

तिचा पुढाकार ही काही नवी गोष्ट नव्हती. रवींद्रनं केवळ शरीरावरचं मनाचं बंधन शिथिल केलं. त्यानंतर तीही काही बोलली नाही आणि तोही काही बोलला नाही. त्याचा देह चाळवल्यासारखा झाला. हे जाणवून तिचं मन विजयाच्या भावनेनं उसळून नाचू लागलं. यानंतर कुठलाही प्रश्न शिल्लक राहणार नाही, याविषयी तिच्या मनाची खात्री होती. यानंतर त्याच्यावरचं बंधन किंचितही ढिलं करता कामा नये! त्याला आपल्या कुशीत घट्ट पकडून ती झोपली. तिच्या मनात त्याच्याविषयी प्रेम ओसंडत होतं. वर्षभर याला कशी सोडून राहिले मी? अशीच अधून-मधून येत राहिले असते, तर काय बिघडलं असतं? मी दोन वेळा येऊन गेले असते, तर तिसऱ्या वेळी तोच आपणहोऊन आला असता! चुकलंच ते! जाऊ दे–आता तर मी जिंकले!

त्याच वेळी बहलची आठवण आली आणि संतापानं तिचा जीव तळमळून उठला. तिला आठवलं... तो म्हणायचा'

"मला आक्रमक स्त्रियांविषयी पराकोटीचा आदर आहे! आक्रमक स्वभावाशिवाय बायका उद्योग-व्यवसायात पुढं येणं शक्य नाही. त्यांचा तो स्वभावच बनून गेला पाहिजे!"

असल्या बोलण्यानं त्यानं चेतवून माझा गैरफायदा घेतला हलकटानं! तिच्या मनातली पतीविषयीची मृदु भावना पुन्हा उफाळून आली. घडलेलं सारं याला सांगून क्षमा-याचना केली, तर? स्वतःचं चित्रण परिस्थितवश संकटात सापडलेल्या स्त्रीचं करावं, असंही तिला तीव्रपणे वाटलं. पण लगेच तिच्या मनाचा एक कोपरा सावध झाला. तिनं मनोमन निश्चय केला, ही घटना आपण याच्या कानांवर घालायचा प्रश्नच नाही... उलट, त्याला कुठून तरी समजून त्यानं उलट-तपासणी केली, तरी त्यात तथ्य नाही, हेच सिद्ध करेन! जर मी स्वतःची असहाय स्त्रीची प्रतिमा याच्यापुढं ठेवली, तर तो क्षमा करेल, की नाही, तो दुसरा प्रश्न आहे... त्याआधी तो मला दोषी मानून सगळ्या घटनांचं खापर माझ्या व्यवसाय करायच्या निश्चयावरच फोडेल, यात शंका नाही. तिच्या मनात विचित्र समाधान भरून राहिलं.

मधमात सारंगाचे स्वर अजूनही कानांवर येत होते. लांबवरून कानांवर येणारं संगीत नेहमीच मोहक वाटतं. तिचं मन होन्नत्तीकडे वळलं. संध्याकाळी आपण जे सांगितलं, त्याचा त्याच्या मनावर निश्चित परिणाम झाला आहे. यानंतर तो आई-वडलांना भेटायला आल्याशिवाय राहणार नाही. संध्याकाळी तिनं त्याला सांगितलं होतं,

"इथली सगळी पाळं-मुळं उचकटून लगोलग निघून या, असं मीही म्हणणार नाही. आठवड्याभरासाठी या–तिथं बरं वाटलं, तर राहा. काही झालं, तरी ते तुमचं

घर आहे. सतारीसाठी दिल्लीसारखं अनुकूल वातावरण इथं बेंगळूरला कुठून असणार?–" हे शहाणपण शीतलकडून मिळालेलं! गिऱ्हाइकाला पटवतानाही त्याला 'हा आपला निर्णय आहे' असंच वाटलं पाहिजे, याविषयी तिचा नेहमीच आग्रह असतो!

ती आपल्या विचारात असताना कुशीत झोपलेल्या रवींद्रनं कूस बदलली. तो उताणा झाला–त्यानंतर काही क्षणांतच तिच्याकडे पाठ करून झोपला. तरीही तिनं हार न मानता त्याला पाठीमागून आलिंगन दिलं आणि पडून राहिली. या रागामध्ये प्रणय आहे–उन्माद आहे–प्रमत्त भुंग्यानं उन्मादक अवस्थेच्या टोकाला पोहोचून मृतवत व्हावं, तसे त्या रागाचे आलाप ऐकू येत होते. काही क्षण त्या स्वरांबरोबर आंदोलित होणारं मन पुन्हा रवींद्रकडे वळलं. याला झोप लागली नाही. झोपेचं सोंग आणण्यासाठी निःशब्दता निर्माण करता येईल. पण श्वासोच्छ्वासामधला फरक मला समजत नाही काय? त्याला बोलतं केलं, तर? तो उत्तर देणार नाही. तो आपला अपमान ठरेल. आताही आपला देह त्याच्या निकट जाऊ पाहत आहे आणि त्याचा देह निःशब्दपणे आपला धिक्कार करत आहे. वर्षाहून अधिक काळ सरल्यामुळं पहिल्या भेटीत त्याच्या देहानं सहकार्य दिलं–याला फक्त तेवढंच हवं होतं? त्यानंतर बोलायला याच्याकडे काहीच नाही?

तीही त्याच्यापासून दूर होऊन उताणी झाली. नंतर कूस बदलून त्याच्याकडे पाठ करून झोपली.

◆

सकाळी उठल्यावर ती स्वयंपाकघरात शिरली. त्याची नेहमीची ऑफिसला जायची वेळ अकराची. त्याआधी जेवण उरकून जायची नेहमीची पद्धत होती. त्याप्रमाणे ती स्वयंपाक करू लागली. चहा घेऊन होन्नत्ती रियाझ करायला बसला. दोघं असताना सकाळच्या स्वयंपाकाचं काम रवींद्रकडेच होतं. त्याला होन्नत्ती मदत करू लागला, तर रवींद्र त्याला विरोध करत असे. कांतीला ती आलेल्या दिवशीच ही गोष्ट होन्नत्तीनं सांगितली होती. आता कांती स्वयंपाकघरात जाताच तो आपल्या खोलीत जाऊन दार बंद करून सतार वाजवू लागला. तरीही रवींद्र तिला मदत करण्यासाठी स्वयंपाकघरात गेला नाही. तो हॉलमधल्या सोफ्यावर बसून बेंगळूरमधून प्रसिद्ध होणाऱ्या सगळ्या वृत्तपत्रांवरून नजर फिरवत होता. नजर फिरवून झाल्यावर त्यानं सगळी वृत्तपत्रं कारमध्ये टाकली. हे त्याचं नेहमीचं रूटीन असल्याचं तिला ठाऊक होतं.

स्वयंपाक झाल्यावर तिनं त्याला हाक मारली. जेवण करून तो ऑफिसला निघून गेला. जेवतानाही रवींद्र होन्नत्तीला विरोधी पक्षानं केलेल्या लाचखाऊपणाच्या

आरोपाला मुख्यमंत्री कशी बगल देताहेत, याविषयी सविस्तरपणे सांगत होता. मधूनच पत्नीशी अगदी अबोला असल्याचं होन्नत्तीला जाणवणार नाही, अशा प्रकारे एखादा शब्द तिच्याशीही बोलत होता. होन्नत्तीला नवरा-बायकोमधला बेबनाव जाणवला, तर तो कानकोंडा होईल, म्हणून रवींद्र ही सावधगिरी बाळगत आहे, हे तिलाही जाणवत होतं.

रात्रीचं जेवण आणि रात्रीच्या बातम्या झाल्यावर रवींद्र अंथरुणावर पडला. तीही स्वयंपाकघर आवरून, दाराला कडी लावून मच्छरदाणीत शिरली. त्याच्यापासून हातभर अंतरावर झोपत तिनं बेडस्विच बंद केला. त्यानंही तिला स्पर्श केला नाही. सतार ऐकत पडल्यासारखा तो झोपला होता. होन्नत्ती आजही तेच मधमात सारंगाचे आलाप वाजवत होता. वाजवत होता म्हणण्याऐवजी त्यात नव्या-नव्या स्वरछटा, आलाप यांचे तुकडे जुळवून ते या रागात नीट मिसळून जातात, की वृंदावनी सारंगाचं स्वरूप व्यक्त करतात, याचं निरीक्षण करून त्यानंतर विशिष्ट स्वरालाप पक्के करत होता. दुपारी साडेतीन ते सहा-सात वाजेपर्यंत कमलापुरांच्या तबला-साथीसह वाजवणार–भारी हट्टी आहे हा! तिला दुपारचा प्रसंग आठवला. तिनं कमलापूर आल्यावर दोघांनाही चहा करून दिला आणि नंतर तिथंच सतार ऐकायला बसली, तेव्हा अत्यंत विनयानं त्यानं सांगितलं,

"मी अजून शिकतोय् ना! समोर कुणी बसून ऐकत असेल, तर अडखळल्यासारखं होतं." ती उठून जाऊ लागली, तेव्हा त्यानं 'सॉरी' म्हणून क्षमाही मागितली होती. तरीही ती हॉलमध्ये सतार ऐकत बसली. नवऱ्याच्या भेटीसाठी येऊन नवऱ्यानंच दूर लोटलेल्या स्त्रीनं आणखी काय करायचं?

आताही तोच नवरा दोन हात लांब झोपला आहे. मी ठेवलेल्या अंतरातलं अंगूळभर अंतरही कमी न करता! तिला आठवलं, या वेळी आपण त्याच्याशी बोलताना आदरार्थी संबोधन वापरत होतो. त्याला मुद्दाम टोचून बोलायचं, म्हणून नव्हे. आपोआपच तोंडून 'आप' हेच संबोधन येतंय्. शिवाय आपण बहुतेक वेळा कन्नडमध्ये बोलत आहोत. आई दिल्लीला आली असता तिच्याबरोबर बोलून सवय झाल्यामुळं? मम्मी, डॅडींशी बोलताना आदरार्थी उल्लेख करते, त्यामुळं? भाषा काही आपोआप तोंडून येत नाही. विशिष्ट भाव मनात भरले, तरच विशिष्ट प्रकारची भाषा तोंडून बाहेर पडत असते.

लग्न झाल्यावर निकट भावना व्यक्त करत असताना मी तुम, तू, तेरा, तुम्हारा वगैरे म्हणायला सुरुवात केली होती. त्या वेळी त्यानं यावर कसलाही आक्षेप घेतला नाही. नंतर दोघांनाही तीच सवय होऊन गेली. पण आज सकाळपासून एकवचन तोंडून निघतच नाही.

काही वेळानं त्याला झोप लागल्याचं तिच्या लक्षात आलं. हातभर लांब अंतरावरच झोपलाय् हा. एकाएकी तिच्या मनात एक भयग्रस्त संशय उमटला. याला बहलच्या संदर्भातलं काही समजलं असेल काय? पाठोपाठ वाटलं–कसं समजणार? कोण सांगणार? शीतल काही असा मित्र-द्रोह करणाऱ्यांपैकी नाही. त्यातही या सगळ्यांमध्ये तिचाच आग्रह होता–कंपनीच्या फायद्यासाठी! मी मनाविरुद्धच ते मान्य केलं होतं–अशा वेळी ती सांगणं अशक्य आहे. आणखी कुणी तरी पाहिलं असेल, तर? पाहिलं असेल, तर काय बिघडलं? स्वतंत्र व्यवसाय करणारी स्त्री अशा एखाद्या हॉटेलात जाणं काय गुन्हा आहे? दरवाजा बंद करून आतून लॉक केलेल्या खोलीत काय घडलं, हे कोण बघणार? असल्या मोठ्या हॉटेलांमध्ये कोण नवरा आणि कोण बायको, याकडे कुणीही लक्ष देत नाही. कुणी असले उपद्व्याप करू लागलंच, तर त्या हॉटेलाचा बोऱ्या वाजायला वेळ लागणार नाही.

पण या पेपरवाल्यांचं काय सांगता येतं, म्हणा! कुठूनकुठून बातम्या मिळवण्यासाठी ते कायकाय व्यवस्था करतात, कुणास ठाऊक! कंपनीची पाहुणी म्हणून मी मुंबईचा पत्ता देऊन तिथं सही केली आहे. यावरून कुणी पुढचा तपशील शोधू लागलं, तर?

या विचारानं तिला भीती वाटली. किती तरी वेळ तिला झोप आली नाही.


पण सकाळी स्वयंपाकघरात काम करताना जाणवलं–ह्या शेंडा-बुडाखा नसलेल्या भीतीला काहीही अर्थ नाही. त्याच्या मनाविरुद्ध मी तिथं राहिले आणि आता त्याच्यापेक्षा सहा-सातपट पैसा मिळवतेय्, हेच याच्या रागामागचं खरं कारण आहे. हवा तेवढा रागावू दे! त्यासाठी मी का अस्वस्थ व्हावं? या विचारानं तिचं मन खूपच शांत झालं.

तो ऑफिसला गेल्यावर आपल्या मैत्रिणींना फोन करायचं तिच्या मनात आलं. सगळ्यांना आपल्या दिल्लीमधल्या उद्योगाविषयी आणि त्यातून मिळणाऱ्या आर्थिक लाभाविषयी सांगावंसं वाटलं. पण खोलीपाशी जाईपर्यंत तिचा विचार बदलला. आपण उत्साहानं याविषयी सांगत असताना 'मग आता तुझा नवरा कुठं राहणार?' हा प्रश्न प्रत्येकजण उपस्थित करणार, याविषयी शंका नव्हती. वस्तुस्थिती तरी सांगावी लागेल किंवा एखादी खोटी कथा रचून सांगावी लागेल. कुणी सांगितलाय् हा सगळा खटाटोप?


त्या दिवशी दुपारी जेवताना होन्नत्तीशी अधिक मनमोकळ्या गप्पा झाल्या. तोही आई-वडलांविषयी अधिक तपशिलानं चौकशी करत होता. दिल्लीमधल्या संगीत-विषयक घडामोडींची चौकशी केली.

स्वतः कांती गेल्या किती तरी वर्षांत दिल्लीमधल्या कुठल्याही संगीत-सभेला गेली नव्हती. पूर्णपणे व्यवसायातच गुंतल्यामुळं तिकडे लक्ष द्यायला तिला सवडच झाली नव्हती. तरीही वर्तमानपत्र चाळताना त्या विषयीच्या बातम्यांवरून सवयीनं नजर फिरत असल्यामुळं तेवढ्याच ज्ञानावरून तिनं त्याला थोडं-फार सांगितलं. कमलापूर येईपर्यंत त्यांच्या गप्पा चालल्या होत्या.

त्या रात्री हातभर लांब झोपलेल्या नवऱ्याबरोबर तिनं विषय काढला,

"मी फक्त आठ दिवसांसाठी आले आहे. अनुपला बोलावून घेतलं, तर त्याच्याबरोबर चार दिवस राहिल्यासारखं होईल."

"असं अधे-मधे पाठवणं त्या शाळेच्या नियमांत बसत नाही."

"तर मग मलाच जाऊन आलं पाहिजे... "

"जाऊन ये. मी गेल्या आठवड्यातच तिथं जाऊन आलोय्. या रविवारपर्यंत मला सवडही नाही."

"मी एकटी जाईन. बस बदलणं–पुढं पायी जाणं वगैरे मला जमणार नाही. मी टॅक्सी करून जाईन. मला काही भीती वाटत नाही. तुम्हांला वेळ असेल, तर तुम्ही फोन करून एखादी टॅक्सी ठरवून द्या. उद्या सकाळी निघेन आणि दुसऱ्या दिवशी रात्री आठ वाजेपर्यंत परत येईन. तुम्हांला वेळ नसेल, तर मी फोन करेन–' ती म्हणाली. बोलता-बोलता आपला आवाज तीव्र होत असल्याचं तिलाही जाणवलं. पण पाठोपाठ वाटलं, आणखी कसं सांगायचं अशा माणसाला? काही का असेना, आपण आठवड्याभरासाठीच आल्याचं सांगितलं, हे उत्तम झालं. आपल्यावरही उद्योगाची जबाबदारी आहे, हे समजू दे याला!

होन्नत्ती पुन्हा तोच राग वाजवत होता. सारखंसारखं तेच ते वाजवून याला कंटाळा कसा येत नाही? विचारायला पाहिजे त्याला उद्या–

"तिथं एखाद्या मुलाच्या पालकानं टॅक्सी घेऊन जाणं–एक दिवस टॅक्सीसह तिथंच मुक्काम करणं योग्य नव्हे. मी एकदाही तिथं गाडी घेऊन गेलो नाही. आपल्याकडे गाडी आहे, हे आपल्या कुठल्याही मित्राला सांगायचं नाही, अशी अनुपलाही ताकीद दिली आहे. त्यालाही त्यामागचं तत्त्व पटलंय्!"

तिला संताप आला. मी एवढे कष्ट घेऊन मिळवलेला पैसा खर्च करायला मला कोण आडकाठी घालणार? मनात हा प्रश्न उमटला, तरी तिनं त्याचा उच्चार केला नाही. कारण यावरचं त्याचं उत्तर तिलाही ठाऊक होतं. मागं एकदा यानं आपल्याला भर उन्हात धुळीनं भरलेल्या बसमधून धक्के खात तिथं नेल्याचं तिला आठवलं. त्या वेळीच त्यानं सांगितलं होतं,

"पूर्वीच्या आश्रमांमध्ये एक शिस्त होती. राजकुमार असो, गरीब ब्राह्मण-

कुमार असो, रथकार, शेतकरी यांची मुलं असोत, सगळे सारखी वस्त्रं नेसत आणि केसांचंही मुंडन करत, आश्रमात आवश्यक ती देहकष्टाची कामं करत आणि जवळच्या शहरात जाऊन 'ओम् भवती भिक्षां देहि' म्हणून हात पसरत. त्यामुळं आई-वडलांची श्रीमंती विसरून–त्यातून येणारा अहंकार दूर लोटून 'सहना भवतु-सहनौभुनक्तु, सहवीर्यं करवावहै' म्हणत एकत्र जेवत–वगैरे वगैरे!''

आताही तो विषय काढला, तर पुन्हा तो हेच चऱ्हाट लागेल, अशी तिला भीती होती. याच्या दृष्टीनं स्वतःचं बुद्धिसामर्थ्य वापरून, अनेक धोके पत्करून देशाची संपत्ती वाढवणारी क्रियाशील माणसं आणि इतर मेंढरं यांत काहीच फरक दिसत नाही याला! असू दे... बघून घेईन मीही...

ती म्हणाली,

''तुम्हांला तर आता यायला सवड नाही, म्हणता! मी एकटी त्या जंगलातल्या रस्त्यानं चार मैल चालत जाऊ का?''

यावर लगेच काय उत्तर द्यावं, हे त्याला सुचलं नाही. तीही काही बोलली नाही. थोड्या वेळात तिला झोप लागली.

सकाळी चहा घेताना त्यानं सांगितलं,

''होन्नत्तींनाही एकदा विद्याशालेतल्या सहकाऱ्यांना भेटून यायचं आहे, असं ते म्हणत होते. तू त्यांच्याबरोबर जा. बरोबर छत्री घेऊन जा उन्हासाठी. मी बोलेन त्यांच्याशी.''

◆

बेंगळूर-तिपटूर चार तासांचा बस-प्रवास केल्यानंतर तिपटूरच्या डबडा बस-स्टँडवर पुढच्या बसची वाट बघून, बस आल्यावर गुरांसारखं तीत घुसून, धडपडत जागा पकडल्यानंतर, तासभर थांबून, नंतर खडा-खडा करत बिदरळ्ळीच्या बसस्टँडवर उतरताना कांती दमून गेली होती. बस-स्टँडवर उतरताच होन्नत्तीनं तिला प्यायला शहाळं आणून दिलं. तिच्या जिवात जीव आला. नंतर त्यानं आपल्या पिशवीतलं सफरचंद आणि बिस्किटंही खाऊ घातली. त्यानंही आपली छत्री आणली होती. दोघंही आपापल्या छत्र्या उघडून विद्याशालेच्या दिशेनं जाऊ लागले.

रस्त्यानं चालतानाही होन्नत्तीला आपल्या आई-वडलांविषयी अधिकाधिक जाणून घ्यायची इच्छा होती. कांतीनं आई आपली पदोपदी चौकशी करत असल्याचं सांगितलं होतं, तेव्हापासून त्याचं मन पदोपदी आईच्या आठवणीनं बुडून जात होतं. वडलांचा रागही ओसरलाय्, म्हणून आईनं निरोप पाठवलाय्. मिसेस् रवींद्र त्याच्या दृष्टीनं केवळ आई-वडलांशी संपर्क साधण्याची एकुलती एक कडीच नव्हे, तर

त्यांची एकमेव प्रतिनिधी असल्यानं होन्नत्तीला जाणवत होतं.

त्यानं पुन्हा आईचा विषय काढत विचारलं,

"भाभी, माझ्या आईच्या चेहऱ्यावर सुरकुत्या दिसतात?"

ती काहीही बोलली नाही.

कदाचित आपलं बोलणं तिला नीट ऐकू गेलं नसेल, म्हणून त्यानं तिच्याकडे वळून पाहिलं.

ती त्याच्याजवळूनच चालत होती. डोक्यावर छत्री असली, तरी घामानं तिचा चेहरा, मान, कपाळ थबथबलं होतं.

त्याला जाणवलं, माझा प्रश्न ऐकू आलाय्–पण मन कुठं तरी गेलेलं दिसतं. तो काही न बोलता पुढं पावलं टाकू लागला.

त्यानं आपल्याला विचारलेला प्रश्न तिला स्पष्टपणे ऐकू आला होता. त्यानंतर त्यानं वळून पाहिल्याचंही तिला जाणवलं होतं. त्याच्या संबोधनामुळं ती अस्वस्थ झाली होती. पुन्हा एकदा त्याला तसं म्हणू दे... मग सांगेन, काय सांगायचं, ते... असं मनोमन ठरवत ती पुढं पावलं टाकत होती. बैलगाडीच्या चाकोरीमध्ये गवत वाढलेला तीन हात उंचीचा पट्टा–दोघंही एकेका चाकोरीतून पावलं टाकत चालले होते.

भोवतालच्या झाडांची जाणीव होताच कांती वैतागली. ही झाडं–म्हणजे आता–ओह! आता पुन्हा डोक्यावर फिरणाऱ्या माश्या!...

तो काहीही न बोलता चालत होता, हे बघून तिला राग आला. आता न बोलता ही संधी गमावली, तर पुन्हा या विषयावर याच्याशी बोलायची संधी मिळणार नाही, असं तिला जाणवलं.

ती म्हणाली,

"परवापासून पाहतेय् मी! तुम्ही मला भाभी म्हणून हाक मारताहात! त्यातून तुमची स्नेहभावना आणि आपुलकी जाणवते. खरोखरच तुमच्याशी स्नेह-भावनेनं असणं मलाही आवडेल. पण आपल्या दोघांमधल्या स्नेह-मैत्रीमध्ये आणखी कुणाच्या मध्यस्थीची गरज आहे काय?"

त्याला तिच्या बोलण्याचा नेमका अर्थ समजला नाही. त्यानं तिच्याकडे वळून पाहिलं. तिचीही हीच अपेक्षा असल्यामुळं तिनंही त्याच्याकडे वळून पाहिलं. दोघांचीही दृष्टीभेट झाल्यावर ती म्हणाली,

"तुम्हीच विचार करा. भाभी म्हणजे थोरल्या भावाची बायको. दीर-भावजय हे नातंही जवळीक दाखवणारं उत्तम उदाहरण आहे, हे खरं. पण त्यासाठी मध्ये रवींद्र असला पाहिजे! राम-लक्ष्मण-सीतेची चित्रं नसतात काय? रामाच्या इकडं लक्ष्मण–तिकडं सीता! लक्ष्मण आणि सीतेचा परस्परांशी कसलाच संवाद नाही. कारण

रामाला वगळून त्या दोघांचं अस्तित्वच नाही! पटतं ना, मी काय म्हणते, ते?''

त्याला तिचं बोलणं अस्पष्टपणे समजल्यासारखं वाटलं. तो म्हणाला,

''हं... ''

''काय पटलं?'' तिनं लगेच विचारलं.

मनात उमटणारा विचार अजून स्पष्टपणे मनाच्या पृष्ठभागावर आला नव्हता. त्यावर थोडा विचार करून शब्दरूप द्यायचा विचार करत असतानाच त्या दोघांच्या डोक्यांभोवती माश्यांचे थवे फिरू लागले. त्या आवाजामुळं त्याला तंबोऱ्याची आठवण होऊन त्याचं मन संगीताकडे वळलं. कुठलेही दोन स्वर शेजारी-शेजारी ठेवले, तर रागाचं स्वरूप स्पष्ट करत नाहीत. त्यात विशिष्ट पद्धतीनं तिसरा स्वर लावला, तरच त्यात विशिष्ट रागाची छटा दिसून येते. कुठलाही स्वर एकाकीपणे छेडला, तर त्याला व्यक्तिमत्त्व नसतं. सप्तकाच्या चौकटीतच तो स्वर होतो. चौकटच नसेल, तर त्याचं स्वरपणही नाहीसं होतं. पण यातलं काहीही तिला सांगण्यात अर्थ नव्हता.

तो पुढं म्हणाला,

''माझ्या नीट लक्षात आलं नाही. तुम्ही राम-लक्ष्मण-सीतेच्या चित्राचं उदाहरण दिलंत. मी हायस्कूलमध्ये शिकत असताना एका कुठल्याशा संस्कृत नाटकाचा भाग शिकवायचे. त्यातला लक्ष्मण सांगतो–मी सीतेचा इतर कुठलाही दागिना ओळखू-शोधू शकणार नाही. फक्त पायांतली वेढणी तेवढी ओळखू शकतो. ही गोष्टच मी विसरून गेलो होतो हं! आता ती आठवली, की वाटतं, त्या वेळी दीर-भावजय मनोमन पडदा पद्धत पाळत होते. त्या काळची ती पद्धत!''

''ती उत्तम पद्धत होती, असं तुम्हांला म्हणायचं आहे?'' डोक्याभोवती फिरणाऱ्या माश्या हाकलत तिनं विचारलं.

''तोही एक प्रकारचा अतिरेकच!''

''मला एवढंच म्हणायचं आहे–प्रत्येक व्यक्तीला स्वतःचं म्हणून एक व्यक्तिमत्त्व असतं. ते नाकारून दुसऱ्या एखाद्या व्यक्तीच्या छायेतच त्या व्यक्तीला ओळखणं योग्य नाही, असं मला वाटतं. उदाहरणार्थ–मी बेंगळूरला आले, तेव्हा तुम्ही मला मिसेस् रवींद्र म्हणून संबोधलंत. म्हणजे रवींद्रशिवाय मला वेगळं व्यक्तित्व नाही! किंवा त्याशिवाय तुमचा-माझा स्वतंत्र संबंध नाही. नंतर तुम्ही भाभी म्हणायला सुरुवात केलीत. त्याचाही अर्थ तोच. म्हणजेच स्त्रीला स्वतंत्र व्यक्तित्व नाही–अस्तित्व नाही असंच तुम्हांला म्हणायचं आहे काय?''

आता कुठं त्याला तिच्या बोलण्याचा स्पष्टपणे अर्थ उमजला. स्त्री-मुक्तीचा सूर हा. आय्.आय्.टी. आणि त्यानंतर आय्.आय्.एम्. मध्ये शिकत असताना त्याच्या वर्गातल्याही काही मुली आपल्यावर–एकंदरच स्त्रियांवर होणाऱ्या अन्यायाविषयी

मोठ्या आवेशानं सांगायच्या. काही वेळा तोही त्या हल्ल्याला बळी पडत असे. तरीही अनेक वेळा त्याला यात आपण काय अन्याय केला, हेच उमजत नसे. त्यावरही त्या मुली आरोप करत–तुमच्यावर सनातन परंपरेचा एवढा प्रचंड पगडा आहे, की तुम्हांला हे उमजतही नाही! जर तुम्ही या पगड्यातून बाहेरच पडू शकणार नसाल, तर तुमच्या या सगळ्या शिक्षणाचा तरी काय उपयोग!

त्याचे काही वर्गमित्र अत्यंत गंभीरपणे या मुलींना नेमकं काय म्हणायचं आहे, हेही जाणून घ्यायचा प्रयत्न करत.

पण त्या वेळीही होन्नत्तीला याकडे लक्ष द्यायला सवड नसायची. अभ्यासातून सवड मिळाली, की तो सतार घेऊन कँपसमधल्या एखाद्या कोपऱ्यात वाजवत बसायचा. त्या भल्या थोरल्या कडुलिंबाच्या झाडाखाली...

त्या आठवणींमध्ये गढून तो चालत असतानाच तिनं विचारलं,

"यानंतर भाभी म्हणायचं नाही. मग काय म्हणून हाक माराल?"

"कांतीबेन म्हटलं, तर?"

"तुम्ही अहमदाबादेत राहत होता, हे मलाही ठाऊक आहे. तिथं सगळ्या बायकांना बेन आणि सगळ्या पुरुषांना भाई म्हणायची पद्धत आहे. ती तुम्ही उचललेली दिसते! पण यातही काही ना काही नातं जोडले आहेच! त्यातही सरंजामशाहीचाच अंश आहे. दिल्लीमध्येही अशीच बहेनजी-भाईसाब म्हणायची पद्धत आहे. व्यक्तीला केवळ एक व्यक्ती म्हणून उल्लेखायला काय हरकत आहे?"

"केवळ गुजरात-दिल्लीतच असं नाही. भारतात सगळीकडेच अशी पद्धत आहे. आमच्या हालुकेरेमध्येही बायकांना ए अक्का म्हणतात–म्हणजे बडी बहन! अगदी छोट्या मुलीला आई म्हणतात..."

"... म्हणजे मुलाला जन्म देऊन आई होण्यातच तुझ्या जीवनाची सार्थकता आहे, हेच तिच्या कोवळ्या मनावर ठसवतात ना?"

तिच्या या टीकेवर त्याला उत्तर सुचलं नाही. अशा प्रकारच्या सामाजिक चर्चांमध्ये त्याचं मन फार काळ रमू शकत नव्हतं. त्यामुळं तो म्हणाला,

"ठीक आहे! यानंतर मी तुम्हांला कांतीजी म्हणेन... "

तिनं हे मान्य केलं. एव्हाना चढ सुरू झाल्यामुळं तिला धाप लागली होती. घामानं तिचे कपडे भिजून चिकट झाले होते. एका टॅक्सीनं आले असते, तर काय झालं असतं इथल्या दरिद्री शाळेच्या नियमाला? या शाळेच्या निरर्थक आणि निष्ठुर नियमांविषयी बोलावंसं तिला तीव्रपणे वाटलं. पण संगीताच्या वेडापायी एवढी मोठी नोकरी सोडून याच शाळेमध्ये दोन वेळचं अन्न खाणारा–आणि मुख्य म्हणजे आता रवींद्राच्या आश्रयाला राहून संगीत-साधना करणाऱ्या होन्नत्तीला माझं असं

बोलणं आवडणं शक्य नाही... माझं दुःखही समजणार नाही...

हा विचार मनात येताच तिनं जिभेच्या टोकापर्यंत आलेलं बोलणं आत लोटलं.

होन्नत्ती म्हणाले,

"दम लागला असेल, तर त्या पुढच्या झाडापाशी एक दगड आहे... त्यावर बसून थोडी विश्रांती घेऊन पुढं जाऊ या."

ती खरोखरच दमली होती. तरीही ती डोक्यावर फिरणाऱ्या माश्या हाकलत म्हणाली,

"नको. आता नको थांबायला. चला, जाऊ या... "

◆

ती दिल्लीमध्ये राहून स्वतःचा स्वतंत्र व्यवसाय करते, बेंगळूरमध्ये नवऱ्याबरोबर राहत नाही, ही गोष्टं अण्णय्यालाही ठाऊक होती. तरी त्याचा आपल्याशी काहीही संबंध नाही... आपल्याला त्याविषयी काहीही ठाऊक नाही, असं दाखवत, योग्य तो आदर दर्शवीत अण्णय्यानं तिचं स्वागत केलं आणि तो म्हणाला,

"केवढं उन्ह आहे! एखादं कार्ड पाठवलं असतं, तर फाट्यापर्यंत बैलगाडी पाठवली असती. हात-पाय धुऊन घ्या आणि या इकडच्या खोलीत या. तुमची खोली इकडं आहे..." आणि खोलीचा दरवाजा उघडून त्यानं चटईही अंथरून दिली.

त्यांची जेवणं व्हायच्या वेळी शाळेची घंटा झाली. अण्णय्यानं अनुपला निरोप पाठवला आणि तो स्वतः आपल्या खोलीत उतरलेल्या होन्नत्तीला भेटायला गेला.

प्रत्यक्ष खोलीत येईपर्यंत आई आल्याचं ठाऊक नसलेल्या अनुपला आईला पाहताच आनंदाचा धक्काच बसला. त्यानं आईला पाहताच विचारलं,

"तू दिल्लीमध्ये बिझनेस करतेस ना? मग बेंगळूरला येणारच नाहीस?"

"कुणी सांगितलं, येणार नाही, म्हणून? आता तिथूनच तर आले मी!" हे सांगताना तिला स्वतःचं समर्थन करणं आवश्यक असल्याचं जाणवलं.

हा आणखी काय विचारणार आहे, कोण जाणे! आणखी कशा-कशाचं मी समर्थन करायला पाहिजे?

पण त्यानंही तो विषय पुढं वाढवला नाही. त्याऐवजी त्यानं विचारलं,

"आम्ही होन्नत्ती सरांसाठी घर बांधलंय्, ते बघितलंस?"

"तू बांधलंस, म्हणून त्यांनी सांगितलं... पण पाहिलं नाही... "

"चल... दाखवतो... " म्हणत तो उठला.

तीही त्याच्याबरोबर निघाली.

नीट लावलेल्या नारळींमधून त्या इमारतीपर्यंत जाऊन पोहोचेपर्यंत वाटेत तो

त्या घराचा नकाशा, प्रत्यक्ष बांधकामावरची देखरेख, त्यात नंतर आपण सुचवलेल्या सुधारणा, इतरांना त्याचं वाटलेलं कौतुक यांविषयी आईला सविस्तरपणे सांगत होता. संपूर्ण इमारत फक्त तीन आठवड्यांत उभी राहिल्याचंही त्यानं अभिमानानं सांगितलं.

तो सांगत असलेला प्रत्येक तपशील बेंगळूरमध्ये होन्नत्तीनं तिला सांगितला होता. मुलाच्या तोंडून तेच ऐकताना तिला मनःपूर्वक आनंद होत होता.

ते तिथं पोहोचले, तेव्हा दाराला बाहेरून कडी घातली होती. पण कुलूप घातलं नव्हतं. दारासमोर दहा हातांवर कंपाऊंड होतं. झाडं लावूनच कंपाऊंड तयार केलं होतं. अनुपनं कडी काढून होन्नत्ती सरांना झोपायला आणि सतार वाजवण्यासाठी बसायला कशी जागा केली आहे, ते दाखवलं. आपल्याला ती कल्पना कशी सुचली, यावर तो पुन्हा-पुन्हा सांगत होता.

आत गेल्यावर तिनंही तिथल्या गुळगुळीत गाऱ्याच्या जमिनीचं कौतुकानं निरीक्षण केलं. तिला अनुपचा अभिमान वाटला. त्याचा दंड धरून त्याला जवळ ओढून पाठीवरून हात फिरवत ती उद्गारली,

"किती शहाणा आहेस, रे!... "

आईच्या तोंडून कौतुक ऐकताना त्याचं हृदय भरून आलं. त्याच्या मनातलं आईवरचं प्रेम ओसंडून आलं.

तिला आपल्या दिल्लीतल्या फॅक्टरीच्या इमारतीची आठवण आली. आवश्यकतेनुसार वरचा मजला बांधता यावा, म्हणून टाकलेले लोखंडी पिलर्स सोडले, तर ती इमारतही साधी-सरळच होती. त्यांचं बांधकाम चाललं असताना आवश्यकता नसतानाही ती दररोज बांधकाम बघायला जात होती. आता तीच इमारत दरमहा चार हजार रुपये भाडं कंपनीकडून घेते. आज ती जागा आणखी कुणाला भाड्यानं दिली, तरी त्याच्या दुप्पट भाडं सहज येईल! त्यावर आणखी दोन किंवा तीन मजले चढवले, तर आणखी किती तरी भाडं येऊ शकेल. नाही तर कंपनीही हवी तेवढी वाढवता येईल.

तिचं पुन्हा अनुपच्या चेहऱ्याकडे लक्ष गेलं. हातात घेतलेलं काम त्याच निष्ठेनं लवकरात लवकर पूर्ण करणारं चैतन्य! चेहऱ्यावर तळपून दिसणारा दृढ निर्धार! यालाही एक मोठा उद्योजक झालं पाहिजे! भली मोठी फॅक्टरी–भला मोठा व्यापार– तीस–चाळीस वर्षांच्या आत टाटा-बिर्लांना मागं टाकण्याएवढी शक्ती माझ्या अनुपमध्ये आहे! आता केवळ सोळा वर्षांचं आहे लेकरू! माझ्यापेक्षा दोन बोटं उंचच झालाय्! तिनं त्याला पुन्हा एकदा आवेगानं जवळ घेत म्हटलं,

"बेटा! तू किती हुशार आहेस! मला किती आनंद होतोय्, म्हणून सांगू! माझा अनुप! अनुप, पुढं काय व्हायचा तुझा विचार आहे?"

"इंजिनीअर!'' तो क्षणही न गमावता म्हणाला.

तिचं मन अभिमानानं फुलून गेलं. आजोबा-मामा यांचा आदर्श याच्या मनावर आहे! हे आपल्याकडचं रक्त आहे!...

तिनं मुद्दामच विचारलं,

"का, रे? इंजिनीअरच का व्हायचंय् तुला?''

"आई, या देशामध्ये आमूलाग्र बदल फक्त इंजिनीअरच करू शकतात! इथलं केवढं तरी पाणी उगाच वाहत जातं आणि समुद्रात मिसळून जातं! सह्याद्रीच्या डोंगरांतून केवढं तरी पाणी उसळून वाहून जातं... त्याची किती तरी शक्ती वाया जाते! किती तरी ठिकाणी खोल जमिनीत पाणी आहे आणि लोक दुष्काळामुळे मरून जात आहेत! आपल्या जोगीगुड्डासारख्या किती तरी डोंगरांवर लोखंड विखरून पडलंय्! कन्नमवाडीसारखं मोठालं धरण, शरावतीसारखं जलविद्युत केंद्र, भद्रावतीसारखा पोलादाचा कारखाना, तसंच गरिबांसाठी अगदी कमी किमतीत भक्कम घरं–हे सगळं केलं, तरच लोकांची सेवा केल्यासारखं होईल ना? इंजिनीअर न होता केवळ बी. ए., एम्. ए. शिकणाऱ्याला हे सगळं करता येईल काय? आई, मी विश्वेश्वरय्यांसारखा होणार आहे!''

कोण हे विश्वेश्वरय्या? नाव कानांवरून गेल्यासारखं वाटलं, तरी निश्चित संदर्भ आठवला नाही. पाटण्याला असताना रेल्वे-खात्यात एकजण याच नावाचे होते का? होय. इंजिनीअरच होते तेही. पण हा सांगतोय्, ते हे नसावेत. ती आठवायचा प्रयत्न करत असतानाच अनुप म्हणाला,

"विश्वेश्वरय्या कोण, ते ठाऊक नाही, आई? कर्नाटकाचे पिता! मुंबई, हैद्राबाद, कराची–किती तरी गावांमध्ये प्यायच्या पाण्यासाठी त्यांनीच प्लॅन करून दिले. मी वाचलंय् त्यांचं चरित्र! दोड्डप्पांनी मला दिलं होतं वाचायला. आधी मी म्हणत होतो–एक पैसाही पगार न घेता आपण काम करायचं! पण दोड्डप्पा म्हणाले–पगार घेण्यात काहीही चूक नाही. विश्वेश्वरय्याही घेत होते. पण त्या बदल्यात ते चोवीस तास स्वतःला त्या कामात बुडवून टाकायचे! लाच-लुचपत किंवा त्या प्रकारच्या कुठल्याही प्रकारच्या पैशाला स्पर्श न करता केवळ आपल्या पगारातच आपला चरितार्थ चालवायला पाहिजे. मम्मी, तुला ठाऊक आहे? विश्वेश्वरय्या सरकारी कामासाठी टूरवर गेले, तर सरकारी मेणबत्ती पेटवत आणि त्यानंतर स्वतःच्या ज्ञानार्जनासाठी मेणबत्ती जाळायची असेल, तर स्वतःची मेणबत्ती वापरत! त्यांच्या जीवन-चरित्रात आहे त्याविषयी. मी तुला आणून देईन हं ते चरित्र! तूही वाच... ''

अनुपचं सगळं बोलणं तिच्या डोक्यात शिरलं नाही. तरीही तिच्या मनाची एका बाबतीत खात्री झाली होती. या गांधी-शाळेत आपल्या मुलाला टाकल्यामुळं तोही संन्यासी होईल, अशी भीती तिच्या मनात होती. ती मात्र आता नाहीशी झाली होती.

बाकी ध्येय काही का असेना–इंजिनीअर व्हायची महत्त्वाकांक्षा त्याच्या मनात निर्माण तर झाली!

हा म्हणतोय तसला विश्वेश्वरय्या असो किंवा थोडी-फार वरकमाई स्वीकारणारा इंजिनीअर असो–काम पक्कं होणं अधिक महत्त्वाचं आहे. आजही आपल्या वडलांनी–आर्. एम्. मूर्तींनी–केलेल्या कामाकडे दुर्गापूर–भोपाळ भागात किती आदरानं बघितलं जातं! त्यामुळंच त्यांना आजही डेहराडूनमध्ये आदरानं बोलावून काम देतात ना? आपणही खायचं नाही आणि इतरांनाही खाऊ द्यायचं नाही–अशी वृत्ती असेल, तर सोबत काम करणाऱ्यांना तरी कुठून उत्साह येणार? डोकं शिणवून, उन्हा-तान्हात भटकून शरीरही शिणवणाऱ्या इंजिनीअरनं अमुक टक्के घेतले, तर काहीही चूक नाही–पण दिल्लीच्या सचिवालयात प्रत्येक पातळीवर, प्रत्येक लायसेन्स देताना, प्रत्येक कागद हलवताना हजारो–लाखो रुपये गिळंकृत करतात, हा मात्र धडधडीत अन्याय आहे! त्यात बहलसारखे–तिचा जीव संतापानं फणफणला. पाठोपाठ नवऱ्याची आठवण. गावाहून आलेल्या दिवशी मी पुढाकार घेतला, म्हणून त्यानं मला स्पर्श केला, एवढंच! त्यानंतर त्यानं मला बोटही लावलं नाही...

असं का? ही आपलं न ऐकता दिल्लीतच राहिली, म्हणून? की–की कसं ठाऊक होणार? सांगणार कोण?

या विचारांसरशी तिचं मन विचित्र संकोचात बुडून गेलं. अनुपकडे वळून बघणंही तिला कठीण वाटू लागलं.

तेवढ्यात कुणी तरी दाराशी आल्याचं सावलीवरून जाणवलं. पावलांचा किंचितही आवाज न करता कुणी तरी दाराशी येऊन उभं राहिलं होतं. दोघांनीही तिकडं वळून पाहिलं. अण्णय्यासारखाच वेष केलेला एक तिशीचा माणूस–पांढरी खादीची लुंगी आणि पांढरा खादीचा शर्ट घातलेला आणि डोक्यावरचे केस पूर्णपणे काढलेला–उभा होता.

त्याला पाहताच अनुपनं ओळख करून दिली,

"सर, माझी आई ही. मला भेटायला आली आहे... "

त्यांनीही अत्यंत नम्रपणे नमस्कार करत ती आपलीही आईच असावी, अशा प्रकारे म्हटलं,

"नमस्कार, आई!..." त्यांची दृष्टी मस्तक झुकल्यामुळं तिच्या पायांवर खिळली होती.

पण याचा परिणाम म्हणून तिला अशा वेळी उपचारापुरती बोलायची चार वाक्यंही बोलायला सुचलं नाही.

ते अंतर्मुख दृष्टीनं तिथंच उभे होते. अनुपनंच तिला तिथून निघायची खूण केली. दोघंही बाहेर येऊन चपला चढवून दहा-बारा पावलं गेले असतील, नसतील,

पाठीमागून त्यांनी दरवाजा बंद करून घेतल्याचा आवाज ऐकू आला.

तसेच आणखी दहा-पंधरा पावलं लांब गेल्यावर अनुप हलकेच म्हणाला,

"त्यांचं नाव रामचंद्र. आमचे शिक्षक ते. फार छान शिकवतात ते! पगार घेत नाहीत. शाळा सुटली, की आपल्या खोलीत जाऊन ध्यान करत बसतात. रमणमहर्षींच्या एका शिष्यांनी त्यांना ध्यान-धारणा शिकवली आहे, म्हणे. ही इमारच मी, खरं तर, होन्नत्ती मास्तरांसाठी बांधली होती. पण ते बेंगळूरला निघून गेले. त्यामुळं ही रिकामीच होती. रामचंद्रय्या इथं राहू लागले. ते कधीही दाराला कुलूप लावत नाहीत. वर्गातही तेच सांगतात. इतरांकडे जे नाही, ते आपणही आपल्याकडे ठेवलं नाही, तर दाराची काय गरज? आत भिंतीपाशी एक दोरी बांधली होती, ती तू पाहिलीस ना? त्यावर एक लुंगी आणि एक नेहरूशर्ट होता–तेवढेच त्यांचे कपडे. एक चटई आणि कांबळं. एवढंच त्यांचं सगळं सामान! रात्रीही घरात कुठला प्राणी शिरू नये, म्हणून ते दार लावतात–कुणा चोराच्या भीतीनं नव्हे. रात्रीही ते झोपत नाहीत–ध्यान करत बसतात, म्हणे!"

त्यांचे अंतर्मुख डोळे तिला अजूनही आठवत होते. डोळे उघडे असले, तरी त्यांना समोरचं काहीही दिसत नसावं. होन्नत्तीचंही असंच आहे. सतार वाजवताना नजर सतारीवर आहे, असं वाटत असलं, तरी तिथंही हेच अंतर्मुख भाव. किती तरी वेळा त्यांचे डोळे पूर्णपणे मिटलेले असतात. त्या दिवशी दुपारी, समोर वेगळं माणूस असेल, तर मोकळं वाटत नाही–म्हणून सांगून मला बाहेर हाकललं त्यानं. तोही संन्याशाचाच गुण, की काय, कोण जाणे!

त्याच वेळी अनुप सांगत होता,

"आई, तिकडं छोटा बांध पाहिलास? त्या छोट्या धरणातून इकडं सगळीकडे पाण्याचं कनेक्शन कसं दिलंय्, सांग!"

तिनं तिकडं पाहिलं. आधुनिक इंजिनीअरिंगच्या दृष्टीनं पाहिलं, तर तो सगळा प्रकार ओबड-धोबड होता. तरीही तिनं विचारलं,

"हे कुठल्या झाडाचं खोड?"

"कत्ताळे. जून खोड उभं कापायचं, त्यातला मधला नरम भाग टोकरून काढायचा आणि मग हे पाण्याचे पाट तयार करायचे! मी केलंय् हे! ठाऊक आहे?" तो अभिमानानं म्हणाला.

त्यानं सगळं काम केलं होतं, ही वस्तुस्थिती असली, तरी ती मूळ कल्पना त्याची नव्हती. सगळ्या खेड्यांमध्ये वापरात असलेली पद्धत अण्णय्यांनी त्यालाही शिकवली होती. पण प्रत्येक गोष्ट आपणच शोधून काढली, म्हणून सांगताना त्याला विशेष आनंद होत होता, हे तिलाही ठाऊक होतं. या विद्याशालेतही त्याचा तो स्वभाव तसाच राहिल्याचं तिला जाणवलं. एका दृष्टीनं हे चांगलंच आहे.

सगळ्याचं श्रेय देवावर सोपवणारे या जगात काय साधणार?

पाठोपाठ तिला वाटलं, अंतर्मुख दृष्टी ठेवून काहीही न बघणाऱ्या रामचंद्रय्यापेक्षा चौकस दृष्टीनं सर्वत्र पाहणारा माझा अनुपच अधिक श्रेष्ठ आहे! तिला तीव्रपणे जाणवलं–अण्णय्या आपल्या मुलाला उत्तम मार्गानं पुढं नेताहेत! त्यांनी उभ्या केलेल्या आदर्शांचा उद्देश काही का असेना, अनुपच्या मनात त्यांनी इंजिनीअर व्हायची आकांक्षा तर निर्माण केली! त्यांच्याशी थोडं बोलायला पाहिजे याच्याविषयी...

ते माघारी आले, त्या वेळेपर्यंत होन्नत्ती शरभण्णांच्या खोलीत गेले होते. खोलीत फक्त अण्णय्या होते, या दोघांना त्यांनी आत बोलावून चटईवर बसायला सांगितलं. नंतर अनुपला विचारलं,

"तुझं खाणं झालं? तुझ्या आईचं एवढ्यात जेवण झालंय्."

तो निघून गेल्यावर अण्णय्यांनी विचारलं,

"स्वतः बांधलेलं होन्नत्तींचं घर दाखवायला घेऊन गेला होता ना?"

"तुमच्या मार्गदर्शनाशिवाय तो एकटा कसलं घर बांधणार?" अण्णय्यांना त्यांचं श्रेय देत तिनं मंद स्मित केलं.

"मार्गदर्शन कुठलं? प्लॅन वगैरे सगळं त्यानंच केलं होतं. अशा प्रत्येक कामाच्या बाबतीत त्याचं डोकं अत्यंत तल्लखपणे काम करतं. कुणाचं डोकं कुठल्या विषयात चालतं, ते बघूनच आम्ही तसं प्रोत्साहन देत असतं. तेच आमच्या शाळेचं ध्येय आहे."

"विश्वेश्वरय्यांसारखं व्हावं–मोठमोठी काम करावीत आणि देशसेवा करावी, असं स्वप्न तो आज पाहतोय्! तुम्ही असंच प्रोत्साहन देऊन त्याला इंजिनीअर केलं, की त्याच्या जीवनाचं सार्थक होईल. त्यासाठी त्यानं आपलं नाव बदलून विश्वेश्वरय्या ठेवून घेतलं, तरी माझी हरकत नाही. कर्म-मार्गानंच चालत माणसानं आपल्या जीवनाचा अर्थ शोधला पाहिजे! विश्वेश्वरय्या किंवा–तुमचाही तोच मार्ग आहे. त्या ऐवजी ध्यानाच्या नावाखाली डोळे मिटून बसलं, तर त्यात काय अर्थ आहे? गांधीजींनी तरी दुसरं काय सांगितलंय्?"

कांतीचं बोलणं ऐकून अण्णय्यांना मनापासून आनंद झाला. एकीकडे त्यांना आश्चर्यही वाटलं. रवींद्रच्या बोलण्यात आल्याप्रमाणे ही भपकेबाज जीवनाकडे आकर्षित झाली आहे! हिला गांधीजींचे आदर्श आणि विचार यांचा पराकोटीचा तिरस्कार वाटतो. हिला आपल्या मुलालाही या शाळेत ठेवायचं नव्हतं. मला खूश करायचं, म्हणून तर ही असं बोलत नसेल?

तिचा हेतू काही का असेना, विद्यार्थ्यांचं ज्या क्षेत्रात विशेष लक्ष असेल, त्याला त्या विषयात प्रोत्साहन देणं हे आमचं कर्तव्य आहे. अनुप इथं दाखल झाला, त्या वेळी तर वाटलं होतं–हा केवळ उत्तम वक्ता होईल, एवढंच! पण आता त्याचं

डोकं सगळ्याच तंत्रज्ञानात उत्तम चालत असल्याचा अनुभव येतो. पण यानंतर पुढच्या वर्षी त्याची बुद्धी कशी चालते, शाळा संपवून कॉलेजमध्ये शिरताना त्याला काय वाटतं, त्याला प्रवेश कुठं मिळेल–याविषयी आज कोण काय सांगू शकेल?

या शाळेत अनुपला ठेवल्यामुळं त्याच्यामध्ये चांगले बदल झाल्याचं तिनं पुन्हा सांगितलं. यावर अण्णय्या म्हणाले,

"सगळी भगवंताची इच्छा! तो भिंतीवरचा फोटो पाहा. त्याचे पणजोबा आणि पणजीचा तो फोटो आहे. त्याचं रक्त अंगात वाहत असताना तो उत्तम झालाच पाहिजे! त्याला त्यासाठी योग्य ते वातावरण देणं एवढंच आमच्या विद्याशालेचं कर्तव्य!–" म्हणत अण्णय्यांनी त्या फोटोला, अथवा निराकार परमेश्वराला, अथवा तिच्या कौतुकासाठी कृतज्ञता व्यक्त करायची, म्हणून, अथवा या सगळ्याच गोष्टींसाठी विनयानं हात जोडले.

कांतीला त्या नमस्कारानं थोडं अवघडल्यासारखं झालं. पाठोपाठ तिच्या मनात प्रश्न उठला का? त्याच्या शरीरात माझ्या वडलांचं–इंजिनीअर एम्. एस्. मूर्तींचं रक्त नाही? माझ्या मुलाची हुशारी आणि चलाखी यांविषयी सांगताना माझ्या वडलांचा उल्लेख करायला काय हरकत आहे? रवींद्रनं आपल्या सासऱ्याचं नाव इथं सांगितलेलं दिसत नाही...

खाणं आटोपून अनुप पुन्हा तिथं आला. तिला खास त्याच्यासाठी आणलेल्या कॅडबरी चॉकलेटस्‌ची आठवण झाली. अनुपचा अत्यंत आवडता पदार्थ! अण्णय्यांचा निरोप घेऊन ती अनुपबरोबर आपल्या खोलीत आली. आपल्या हँडबॅगमधून प्लॅस्टिकचं वेष्टन असलेलं पुडकं बाहेर काढून तिनं ते अनुपच्या हातात देत म्हटलं,

"तुझा आवडता खाऊ घरात करून घेऊन येणार होते. पण दिल्लीहून घाईत निघावं लागल्यामुळं ते जमलं नाही. बेंगळूरहून एखादी मिठाई आणता आली असती. पण बेंगळूरला चांगली मिठाई मिळते कुठं?"

त्यानं घाईघाईनं आईनं दिलेलं पुडकं फोडलं. त्यांतल्या एका चॉकलेटवरचं वेष्टन काढून त्यातला एक तुकडा त्यानं तोंडात टाकला. एके काळी अत्यंत परिचित असलेला तो स्वाद जिभेवर चढताच त्याचे डोळे विस्फारले आणि भुवया वर चढल्या. दोन-तीन वेळा मिटक्या मारत ती चव संपूर्ण जिभेवर पसरल्यावर त्यानं सगळी चॉकलेटस् चटईवर ओतली आणि तो मोजू लागला. सदतीस. स्वतःशीच काही हिशेब केल्यावर एखाद्या अवघड समस्येत सापडल्याप्रमाणे त्याचा चेहरा गंभीर दिसू लागला.

तो गंभीरपणे म्हणाला,

"आई, कुणाच्याही आई-वडलांनी काहीही खाऊ आणला, तरी सगळ्यांना दिल्यावर आपण खायचं, असा आमच्या शाळेचा नियम आहे. इथं फक्त सदतीस

चॉकलेट्स आहेत. फक्त माझ्या वर्गात वाटायची झाली, तरी चाळीस लागतील. आता तर मी शाळेचा प्रमुख मॉनिटर आहे. फक्त माझा विभाग म्हणून हिशेब करता येणार नाही. तीनशे पंच्याण्णव चॉकलेट्स लागतील. एवढी कमी का आणलीस?''

या प्रश्नानं ती चकित झाली. थोडं अवघडल्यासारखंही झालं. एकट्यानं खाऊ नये–सगळ्यांना देऊन खाल्लं पाहिजे, हे तिलाही ठाऊक होतं. तिनं स्वतःही याचं पालन केलं होतं. म्हणजे अगदी जवळच्या मैत्रिणींना देऊन ती आपला खाऊ खायची. कॉलेजमध्ये शिकतानाही शीतल, निर्मल, जया या तिघींशी ती खाऊची वाटणी करत असे; पण म्हणून सगळ्या वर्गाला किंवा शाळेला वाटून खायचं म्हटलं, तर काही खायलाच नको! हे कुणाही आई-वडलांना परवडणं शक्य नाही– अतिरेकच म्हणायचा हा!

ती अनुपला म्हणाली,

''बाळ, मला ठाऊक असतं, तर फक्त तीनशे पंच्याण्णवच काय–प्रत्येकाला दहा-दहा चॉकलेटं आणून दिली असती मी! माझ्याकडे पैशाची काहीही कमतरता नाही. शिवाय एवढी चॉकलेटं बसमधून आणणार तरी कशी? मी गाडी किंवा टॅक्सीनं जाऊन येते, म्हटलं, तर तुझ्या डॅडींनी मोडता घातला. गाडीनं आले असते, तर डिकीमध्ये भरून आणली असती. आता मात्र काहीही उपाय नाही. तू खा. फार तर अगदी जवळच्या चार मित्रांना दे.''

''हे कसं शक्य आहे? बरोबर नाही हे. त्यात आता मी प्रमुख मॉनिटर आहे, म्हटल्यावर यांतले चार जवळचे मित्र आणि बाकीचे दूरचे, असं म्हणणं योग्य नाही. प्रमुख नेत्याचे महत्त्वाचे गुण कोणते, याविषयी हवं तर दोड्डप्पांना विचार–सांगतील ते!–'' म्हणत त्यानं चटईवर पसरलेली चॉकलेटस् पुन्हा पुडक्यात भरून ठेवून दिली.

त्याच वेळी बाहेरून कुठून तरी समूहगानाचे स्वर आणि त्यातून हार्मोनियमचे स्वर ऐकू येऊ लागले. अनुप ते ऐकताच ताडकन उठून उभा राहिला आणि म्हणाला,

''आई, होन्नत्ती सर गाणं शिकवताहेत! त्यांनी आपली हार्मोनियम-पेटी इथंच शाळेत ठेवली आहे ना! ती खराब होऊ नये, म्हणून सोमशेखराचार्य दररोज प्रार्थनेच्या वेळी उगाच थोडा वेळ वाजवतात. मलाही त्यांनी थोडंसं शिकवलंय्. होन्नत्ती सरांनी एक सुंदर प्रार्थना शिकवली आहे. मी आलोच–'' म्हणत त्यानं चपळाईनं नेसलेल्या लुंगीचे खालचे काठ उचलून कमरेला गुंडाळले आणि तो तिथून धावतच निघून गेला.

ती बसल्या जागेवरूनच ऐकत होती. तीन आवर्तनांनंतर पुन्हा ध्रुपद आळवत असल्याचं तिच्या कानांवर आलं. शब्द स्पष्टपणे ऐकू येत नसले, तरी एवढ्या

लांबूनही चाल समजत होती. होय–भीमपलासच आहे. कोरसही गाताना भीमपलासपणा ढळू देत नाही. शब्द काय आहेत? हं–'नन्न हरण निनगे शरण' असं काही तरी ऐकू येतंय्. म्हणजे काय? या कन्नड पदांचा अर्थच नीट समजत नाही. पण भीमपलास-होन्नत्ती–हरकत नाही. आपणही बाहेर जाऊन का ऐकू नये? पण नको. इथल्या विचित्र वातावरणात मी एकटी स्त्री–मी तिकडं गेले, की सगळ्यांची नजर माझ्याकडे वळेल आणि विचित्र वाटेल आपल्याला! तिला अगदी लहानपणी हातांत सतार येण्याआधी हार्मोनियमवर गाणी म्हटल्याचं आठवलं. भीमपलासाची गुंगी–आपण तेव्हा परकर-पोलक्यांत आणि शांती नुकतीच साडी नेसायला लागली होती–ती तंबोऱ्यावर साथीला–तिला आपण एकटं–अगदी एकटं असल्याचं तीव्रपणे जाणवलं.

चॉकलेटचं पुडकं समोरच होतं. हे बरोबर नाही. काही तरी करून याला इथून बाहेर काढलं पाहिजे. पण कसं? एव्हाना हा ही शाळा–अण्णय्या–इथले आदर्श यांच्या नको तेवढ्या प्रभावाखाली गेला आहे. शिवाय याचाही स्वभाव बापासारखा हट्टी! तिला रवींद्रचा संताप आला.

अनुप रात्री आईच्या खोलीतच झोपला होता. चटईवर अंथरायला एक कांबळं–पांघरायला आणखी एक कांबळं. कांबळ्याचा चिंचेच्या आंबिलीचा आंबट वास नाकात शिरला. तिला किळस वाटली. अनुपला मात्र त्याची सवय झाल्यामुळं बरं वाटत होतं. त्यानं तिला पुन्हा विचारलं,

"म्हणजे तू बेंगळूरला कधीच येणार नाहीस?"

दुपारी आपल्याला पाहिल्या-पाहिल्या विचारलेला प्रश्न पुन्हा त्यानं विचारल्यावर ती गोंधळून गेली. तिनं विचारलं,

"कोण म्हणालं, मी कधीच येणार नाही, म्हणून? डॅडींनी सांगितलं?"

"नाही. मलाच आपलं वाटलं तसं. दिल्लीमध्ये तू फॅक्टरी सुरू केल्यावर बेंगळूरमध्ये कशी राहशील?"

"तुझे डॅडीच दिल्लीला बदली करून घेण्यासाठी प्रयत्न करताहेत."

"होय?" त्याच्या मनाचा गोंधळ उडाला.

डॅडी या शाळेचे कार्यकारी सदस्य आहेत. या विद्याशालेच्या विकासासाठी काही तरी ठरवताहेत, म्हणे. एवढ्या लांब निघून गेल्यावर कशी शाळेची कामं करतील ते?–

"तुला विमानात बसून प्रवास करावा, असं नाही वाटत, अनुप?" कांतीनं मध्येच विचारलं, "विमानातल्या खिडकीपाशी बसून ढगातून निघालं, तर काय मजा येते, म्हणून सांगू! तुला नाही वाटत, ढगातून खालची जमीन, घरं, रस्ते, जंगल, शेतं, समुद्र, नद्या बघावंसं?"

"आई, विमानानं जायला किती पैसे पडतात?"

"अरे, एवढे काही पडत नाहीत! मी दिल्लीहून बेंगळूरला विमानानंच आले ना! जातानाही मी विमानानंच जाणार आहे. आपली फॅक्टरी आहे, म्हटल्यावर एवढ्या पैशांचं काही फार वाटत नाही. फक्त तुझ्या डॅडींच्या पैशावर मात्र हे शक्य नाही. या सुट्टीला मी तुझ्यासाठी तिकीट पाठवून देईन हं! अरे, तुला भेटायला आजोबा-आजी-मामा किती आतुर झालेत, ठाऊक आहे?"

"विमानात सीटवर बसल्यावर पट्टा बांधावा लागतो ना? कसा असतो तो पट्टा?"

"चार बोटं रुंदीचा असतो. तिथंच असतो ना. पाहिलं, की लगेच तुझ्याही लक्षात येईलच—"

आता मात्र त्याचं मन बेंगळूरहून दिल्लीला निघालेल्या विमानाच्या खिडकीपाशी बसून खाली दिसणाऱ्या तुंगभद्रा, कृष्णा, गोदावरी-नंतर-नंतर-भूगोलाचा नकाशा नीट पाहायला पाहिजे! नुसत्या कल्पनेनंच त्याचं मन अल्लद झालं. त्यानं आईला बजावलं,

"ममी, न विसरता पाठवून दे हं! नाही तर असं कर, जाताना बेंगळूरमध्येच काढून ठेवून जा... "

◆

**७**

वडलांनी स्पष्टपणे नाराजी दर्शवली नसली, तरी त्यांच्या घरात राहून सतारीचा रियाझ करणं हेमंतला अशक्य होत होतं.

त्याचे वडील स्वभावतः सज्जनच होते. त्यांची सारी हयात रिझर्व्ह बँकेत गेली होती. काळ आणि पैसा यांचं गणित मांडून टिपणी करणं हा त्यांचा स्वभावच बनून गेला होता. आताही देशाच्या आर्थिक स्थितीवर टिपणं काढणं आणि लेख लिहिणं हा त्यांच्या आवडीचा विषय होता. अशा वेळी आपला चाळीस वर्षांचा सुशिक्षित मुलगा खोलीचा दरवाजा बंद करून फक्त सतार वाजवत बसतो, याविषयी त्यांच्या मनात सहानुभूती असणं शक्यच नव्हतं.

तसं पाहिलं, तर त्यांना रविशंकर, विलायत खाँ, अली अकबर खाँ, जसराज यांची बरीच माहिती होती. भीमसेन जोशींशी असलेल्या आपल्या दूरच्या नात्याचाही त्यांनी मोठ्या कौतुकानं शोध लावला होता. पण रवींद्राची सतार ऐकण्याची तल्लीन भावना आणि इथं वडलांची रूक्ष भावना यांत पराकोटीचं अंतर होतं.

पण यात अनपेक्षित काय आहे? मी इथं का आलो?

कांतीजींनी दिल्लीची बातमी सांगितल्यावर एक दिवस आईचा फोन आला, ''अरे, आम्हांला तरी तुझ्याशिवाय कोण आहे?'' आणि पाठोपाठ हुंदका.

रवींद्रांनी सारं ऐकून सांगितलं होतं,

''सतारीसाठी बेंगळूरपेक्षा दिल्लीचं वातावरण केव्हाही अधिक अनुकूल आहे. मला तुमचं सान्निध्य मिळणार नाही, या स्वार्थी हेतूनं मी तुम्हांला इथंच ठेवून घेणं योग्य नाही–''

आपण इथं आल्यापासून आईचा चेहरा किती प्रसन्न दिसतो! रोजचा स्वयंपाकही किती मनापासून करते ती! तिला संगीताचीही आवड आहे. रागदारी संगीत समजत नसलं, तरी आपण रियाझ करताना ती बाहेरच्या सोफ्यावर बसून ऐकत असते.

दिल्लीत येऊन महिना झाला. मुंबईला गुरुजींना हा बदल सांगताच ते म्हणाले, ''मग प्रत्येक वेळी मुंबईला यायची गरज नाही. पुरानी दिल्लीत माझे चाचा

राहतात. अठ्ठ्याहत्तर वर्षांचे असले, तरी कान मायक्रोफोनसारखे आहेत! मलाही त्यांनीच तालीम दिली आहे. ते स्वतः आता तासन् तास सतार वाजवू शकत नाहीत. पण चारपाईवर बसून मार्गदर्शन नक्की करतील–यानंतर तुम्हांला तेवढंच पुरेसं आहे. तबल्यासाठीही तिथं हवी तेवढी मुलं आहेत. गोट्या खेळणारी पोरंही तबल्यावर शेर असतात, हे पाहालच तुम्ही! दरमहा पाचशे रुपये दिलेत, की त्यांनाही आनंद होईल.''

होन्नत्ती तुर्कमन भागातल्या गल्लीबोळांतून बंदे खाँ साहेबांचं घर शोधू लागला, तेव्हा तो सारा मोहल्लाच संगीतकलावंतांचा असल्याचं त्याला जाणवलं.

खाँ साहेबांनी गुरुजींनी दिलेली उर्दू भाषेतही चिठ्ठी समोर खेळणाऱ्या एका मुलाकडून वाचून घेतली. नंतर ते म्हणाले,

''एवढं शिक्षण घेऊन सतारीचं वेड असेल, तर ती प्रसन्न झाल्याशिवाय राहणार नाही! थोडं वाजवून दाखवा, बघू! बघू या आमच्या लेकरानं किती विद्या दिलीय्–''

तासाभरानं तो परतला, तेव्हा प्रभावित होऊनच!

दुसऱ्या दिवशी पोळी-भाजींचा आईनं दिलेला डबा सोबत घेऊन तो सतारीसह बाहेर पडला. सतारीसह बसच्या गर्दीतून जाणं अशक्य असल्याचं जाणवून त्यानं रिक्षा केली.

दुपारी रिक्षातून घरी परतताना मनात हिशेब उभा राहिला–बंदे खाँ आणि तबल्याचे आठशे रुपये. शिवाय रोजचा रिक्षाचा खर्च वीस रुपये–तोही पेट्रोलचे दर वाढेपर्यंत! कसा परवडणार हा खर्च?

पाठोपाठ आणखीही जाणवलं–आज रियाझाच्या वेळी खाँ साहेबांनी ज्या सूचना दिल्या, त्या अत्यंत उपयुक्त आहेत!

या मोठ्या गावात पदोपदी आर्थिक प्रश्न येणार, यात काही शंका नाही. पण कुठल्याही परिस्थितीत आईपुढं आर्थिक अडचण मांडायची नाही–मग मुदलातले पैसे खर्च झाले, तरी हरकत नाही–त्यानं ठरवलं.

◆

हेमंतला दिल्लीमध्ये कुणीही स्नेही नव्हता. बी. टेक्. आणि एम्. टेक्. पवई आणि अहमदाबादेत झालं होतं. जरी हे शिक्षण दिल्लीत झालं असतं, तरी एव्हाना सगळे वर्गमित्र विखरून गेले असते, यात शंका नाही. अगदी असे मित्र भेटले, तरी त्यांच्या गप्पांमध्ये आपण रमणं अशक्य आहे, हेही त्याला ठाऊक होतं.

तरीही सतत सहा-सात दिवस सतारीत बुडून गेल्यानंतर एखाद्या दिवशी कुणाबरोबर तरी मनसोक्त गप्पा माराव्यात, असं वाटत होतं. जोगीबेट्टावर असतानाही

तो आठवड्यातून एक दिवस विद्याशालेत येऊन तिथल्या शिक्षकांशी गप्पा मारायचा. बेंगळूरमध्ये कमलापुरांशी थोड्या-फार गप्पा होत. नंतर रात्री रवींद्रांबरोबर गप्पा व्हायच्या. मनमोकळ्या गप्पा मारल्या, की मनाला एक प्रकारची शांतता मिळवून देणारं हृदय असलेली व्यक्ती ती! या सगळ्या आठवणी आल्या, की त्याचं मन मित्रासाठी अधिकच व्याकूळ होत होतं.

या गावी आल्या-आल्या कांतीनं दोन-तीन वेळा त्याला फोन केला होता. एक-दोनदा घरी येऊन त्याचं सतार-वादन आणि इतर काही अडचणी असतील, तर त्यांची चौकशी करून गेली होती. या संपूर्ण गावात आपलेपणानं चार वाक्यं बोलायला ती एकच व्यक्ती आहे, असं त्यालाही तीव्रपणे जाणवत होतं.

एक दिवस बंदे खाँ साहेबांच्या घरून परतल्यावर पुन्हा हातात सतार घ्यायची इच्छा झाली नाही. कुणाशी तरी मनमोकळ्या गप्पा मारायची तीव्र इच्छा त्याला झाली होती. तिला भेटण्याचा विचार करून तो निघाला. तिच्या उद्योग-स्थळाचा पत्ता आणि फोन-नंबर असलेलं कार्ड त्याच्याकडे होतं. फोन करून जावंसं मनात आलं, तरी पाठोपाठ वाटलं, अनपेक्षित धक्का का देऊ नये? इथं आल्या-आल्या तिनं एकदा त्याला आपल्याबरोबर नेऊन आपली फॅक्टरी दाखवली होती.

आता तो बसनं तिच्या फॅक्टरीत गेला, तेव्हा ती हिशेबाच्या कामात गढून गेली होती. त्याला पाहताच तिचे डोळे लखकन चमकले आणि त्याचं स्वागत करत ती म्हणाली,

"आज वळीव आला, वाटतं, उकाडा कमी करायला!"

तो तिच्या काचेच्या केबिनमध्ये बसला. भोवताली पाचहजार शिलाई यंत्रांवर कामं चालली होती. एका बाजूला शिवून तयार झालेल्या कपड्यांना इस्त्री करायचं काम सुरू होतं. त्यापुढचा विभाग कपडे पॅक करणाऱ्यांचा...

त्यानं पुन्हा मान वळवून तिच्याकडे पाहिलं. ती म्हणाली,

"तुम्ही आला नाही, तर तुमच्याशी यानंतर बोलायचंच नाही, असं मी ठरवलं होतं."

"मुंबईला जाऊन आलो. आता इथंच चांगले गुरू भेटले आहेत. छान मार्गदर्शन करतात..."

"... तुर्कमान गेटपाशी राहतात... पाचशे फी... तीनशे तबल्याचे–रिक्षाचे रोज वीस रुपये... "

"अरेच्या! तुम्हांला कसं ठाऊक हे?" हा प्रश्न विचारत असतानाच आईनं सगळा तपशील सांगितला असेल, हेही सुचलं.

"कसं ठाऊक, म्हणजे काय? ज्याला काळजी आहे, तो काही तरी करून हवी ती माहिती मिळवतोच. काळजी नसली, तर मात्र ती व्यक्ती जिवंत आहे, की

मेलीय्, हेही बघायला येत नाही!''

आपण काही तरी चूक केल्यासारखं वाटून तो खिन्न झाला. त्याच्या चेहऱ्यावरचा बदल तिलाही तीव्रपणे जाणवला. ती म्हणाली,

''सॉरी, हेमंत! तुम्ही एकदाही मला फोन केला नाही, की भेटायला आला नाही! एवढा राग आला होता, म्हणून सांगू! रागवायचा मला काहीही अधिकार नाही, असं तुम्हांला म्हणायचं असेल, तर गोष्टच वेगळी!... ''

आता तर तो चांगलाच पेचात अडकला. तो काहीही उत्तर न देता त्यांच्याकडे बघत बसला. तिनं पुन्हा एकदा तोच प्रश्न विचारला,

''सांगा ना! मला तसा अधिकार नाही, असं तुम्हांला म्हणायचंय्?''

''तसं कसं म्हणेन मी?'' त्यानं बिकट परिस्थितीतून स्वतःला सोडवत विचारलं. यानंतर आपण हाच मुद्दा ताणला, तर कदाचित एखादा बेसूर स्वर निघेल, अशी भीती वाटून तिनं विषय बदलला,

''आणखी दोन वर्षांत संपूर्ण देशात आपला ठसा उमटवेल, अशा पातळीवर तुमचा सतारीचा रियाझ सुरू आहे, असं समजलं!–हे ऐकल्यापासून मला एवढा आनंद झालाय्, म्हणून सांगू!''

तिच्या या बोलण्याचा त्यालाही आनंद झाला. तो म्हणाला,

''संपूर्ण देशात वगैरे ठाऊक नाही मला. एकंदर विमानाचा टेक्-ऑफ म्हणतात ना? तसं काही तरी जाणवतं खरं! हे गुरुजी रागाविषयी एवढं छान विवरण करतात, की ते ऐकलं, म्हणजे राग म्हणजे स्वतंत्रपणे हवेत विहरणं वाटतंय्. आता तोडी रागाच्या आकाशात विहरत राहायचा अनुभव मी घेत आहे... ''

''हेमंत! मला किती आनंद होतोय्, म्हणून सांगू! मला एक दिवस वाजवून दाखवाल? तुम्ही म्हणाल, तर तुमच्या गुरुजींच्या घरी मी ऐकायला येईन. किंवा हवी तर माझ्या मैत्रिणीच्या घरी–शीतलच्या घरी त्याची व्यवस्था करता येईल. बेंगळूरच्या घरी मी पहिल्यांदा तुम्ही वाजवलेला मधमात सारंग ऐकला, तेव्हा– तुम्ही माझीच सतार वाजवत होता, म्हणून समजल्यावर तर मीच मधमात वाजवत होते, असं वाटून आनंद झाला. मीही सतार मनापासून शिकले. आता वाटतं–उगाच मध्ये सोडली ती! एक विचारू? हवी तर विनंती समजा ही. मला तुम्ही दररोज तासभर सतार शिकवाल? दररोज जमलं नाही, तर आठवड्यातून तीनदा शिकवा. नंतर मीही दररोज तीन-तीन तास रियाझ करेन. केला नाही, तर चार धपाटे देऊन शिक्षा करायला तुम्हांला अधिकार राहील. फी किती, ते सांगा बरं! तुम्हांला सांगायचा संकोच वाटत असेल, तर मी स्वतःच विचार करून देईन... ''

''कांतीजी, तुम्ही पुन्हा सतार शिकायला सुरुवात केली, तर मला किती आनंद होईल, हे कसं सांगू तुम्हांला? पण माझी साधना पूर्ण होईपर्यंत मी कुणालाही

शिकवणार नाही, अशी मी शपथ घेतली आहे. मुंबईच्या गुरुजींनी मला तशी शपथ घ्यायला लावली होती. मलाही ते पटलं... ''

''तर मग तेवढे दिवस वाट बघेन. तोपर्यंत तुमची सतार ऐकेन.''

''मी तुमच्यासाठी आणखी एखादा गुरू शोधेन... घरी येऊन शिकवणारा...''

''त्याची गरज नाही. तुमच्याशिवाय मी आणखी कुणाकडे शिकणार नाही...''

त्याच वेळी कंपनीचा सुपरवायझर एक टाईप केलेला कागद घेऊन आला. त्यावरून नजर फिरवून तिनं सही केल्यावर तो काचेचा दरवाजा लोटून बाहेर गेला. आपोआप काचेचा दरवाजा बंद झाला.

तिनं त्याला विचारलं,

''माझं आजचं काम संपलंय्. आपण एक चक्कर मारून येऊ या का?''

इतर काही काम नसल्यामुळं त्यानंही त्वरित होकार दिला.

गाडी मेन रोडला आल्यावर तिनं त्याला विचारलं,

''तुम्हांला ड्रायव्हिंग येतं?''

''पूर्वी करत होतो. बेंगळूरमध्ये असताना कंपनीनं गाडी दिली होती. अलीकडे मात्र सवय नाही. लायसेन्सही रिन्यू केलं नाही. शिवाय दिल्लीमधल्या रस्त्यावर इथल्या वेगाशी जुळवून घेऊन गाडी चालवायची, म्हणजे महिनाभर तरी प्रॅक्टिस हवी.''

''त्यात काय कठीण आहे? तुम्ही दररोज संध्याकाळी वेळ काढा... मी शिकवेन. म्हणजे शेजारी बसेन. बरं, ते जाऊ द्या. मला सांगा... आज अशी कशी आठवण झाली? आज तुम्ही आला नसता, तर मी खरोखरच तुमच्याशी बोलायचंच नाही, म्हणून ठरवलं होतं.''

''काम काहीच नव्हतं. कुणाबरोबर तरी तास, दोन तास मनमोकळ्या गप्पा माराव्यात, असं वाटलं. या गावात गप्पा मारायला मित्र तरी कोण आहेत तुमच्याशिवाय?... ''

तिनं रस्त्यावरची नजर काढून क्षणभर त्याच्याकडे पाहिलं.

तो रस्त्यावरच्या रहदारीकडे बघत तिच्याशी बोलत होता. त्यामुळं तिच्या दृष्टीतले आर्द्र भाव त्याला जाणवले नाहीत.

तिनं विचारलं,

''खरं?''

''खोटं कशाला सांगू?... '' म्हणत त्यानं तिच्याकडे पाहिलं.

पण त्याआधी तिची नजर रस्त्याकडे वळली होती.

तो सांगू लागला,

''गेली किती तरी वर्षं मी स्वतःला संगीत आणि सतारीत बुडवलंय्. परिणामी

माझे कलीग ज्या आधुनिक व्यापार-व्यवसाय-प्रवाहांविषयी बोलतात, त्यांविषयी मला आस्थाच राहिली नाही. शिवाय माझं त्या विषयातलं ज्ञानही तुटपुंजं ठरतं. मित्रांनाही माझ्या संगीतात रस नसतो... ''

''अगदी खरंय् तुमचं! मीही हा अनुभव घेतेच ना! कुणी तरी निकटचं माणूस भेटलं, तर संगीताविषयी भरभरून बोलता येतं!... '' म्हणत तिनं त्याच्याकडे पाहिलं.

तिचं बोलणं त्याच्याही मनाला भिडल्यामुळं त्यानंही मान वळवून तिच्याकडे पाहिलं. आणि तो उद्गारला,

''खरंय्, कांतीजी...''

यावर ती काही बोलली नाही. रागावल्यासारखा चेहरा करून समोर पाहत ती गाडी चालवू लागली. तोही काही न बोलता रस्त्यावर दृष्टी खिळवून बसला होता.

काही क्षण शांततेत गेल्यावर तिनं न राहवून विचारलं,

''माझ्या नावापुढं जी का लावता? खरं सांगा, बघू!''

तो कासावीस झाला. आपलं चुकलंच, असं एकीकडे वाटलं, तरी तो म्हणाला,

''आदर व्यक्त करायची एक पद्धत, म्हणून... ''

''दोघांमधलं अंतर दाखवून द्यायची ही एक पद्धत आहे, हे कसं तुमच्या लक्षात येत नाही? मी तुम्हांला हेमंतजी म्हणते काय? हे तुमच्या लक्षात नाही आलं? एकीकडे तुझ्याशिवाय दुसरा कुणी मित्र नाही, म्हणायचं आणि दुसरीकडे असा परकेपणा दाखवायचा! यानंतर पुन्हा आप... जी वगैरे म्हणत परकेपणा दाखवायचा असेल, तर याद राखा!''

त्याचा चेहरा संकोच आणि अवघडलेपणानं एवढासा झाला. तिनं तो विषय तिथंच ठेवला आणि उजवीकडे वळून तिनं ग्रेटर कैलाशपाशी गाडी उभी केली. त्याच्या प्रश्नार्थक मुद्रेवर ती उत्तरली,

''इथं निवांतपणे गप्पा मारण्यासाठी एक छान जागा आहे. खायलाही छान मिळतं... पण बोलत बसायला जागा जास्त चांगली आहे.''

हडसन क्लबमध्ये प्रवेश केल्यावर त्याचीही नजर मियामी बीचवरच्या कौपीनधारी सुंदर तरुणी, मॅनहटनच्या गगनचुंबी इमारती, अवकाशात कुठल्याही क्षणी झेप घेईल, असं वाटणारं दैत्याकाराचं रॉकेट, चंद्रावर पहिलं पाऊल टाकून अमेरिकेचा झेंडा फडकावणारा नील आर्मस्ट्राँग यांच्यावरून फिरली आणि हे अमेरिकेचं छोटं रूप आहे, याची त्याला जाणीव झाली. आतली हवाही तन-मनाला सुखावणारी होती. स्टोनवॉशची पँट आणि पिवळा टी-शर्ट घातलेली आणि मिलिटरीमधल्या जवनासारखे केस कापलेली एक सुडौल तरुणी त्यांच्यापाशी आली आणि तिनं त्या

दोघांना एका टेबलापाशी नेऊन बसवलं.

होन्नत्तीनंही अशा प्रकारचं रेस्टॉरंट पाहिलं होतं. तो आय्.आय्.टी.मध्ये शिकत असताना मैत्रिणींबरोबर अशा रेस्टॉरंटमध्ये जाऊन येणं म्हणजेच सुट्टीचं सार्थक झालं, असं मानणारे मित्र त्यालाही ठाऊक होते. आय्.आय्.एम्. करताना तर अशा रेस्टॉरंटपेक्षा साध्या हॉटेलात गेलं, तर आपल्या भवितव्याला बट्टा लागेल, असंच विद्यार्थ्यांना प्रामाणिकपणे वाटत असे. देशातले उद्योग-व्यवसाय वाढू लागले, तशी अशा प्रकारची पंचतारांकित हॉटेल्सची संख्याही वाढू लागली, हे त्यानंही पाहिलं होतं. बेंगळूरमध्ये रेसिडेंट मॅनेजर असताना जवळ-जवळ दररोज अशा प्रकारच्या पंचतारांकित हॉटेल्सना त्यालाही भेट द्यावी लागतच होती. सरकारला द्यावा लागणारा टॅक्स चुकवून करायची ही चैन! यात सरकारी अधिकारी आणि मंत्रीच मोठ्या संख्येनं सामील असतात, हे तोही जाणून होता.

गेल्या पाच वर्षांत मात्र त्यानं असल्या हॉटेलात पाऊल टाकलं नव्हतं. मुंबईमध्ये एकदा दलालनं बराच आग्रह केला होता. पण अशी सवय लागली, तर त्यानंतर हालुकेरेच्या विद्याशालेमधली नाचणीची उकड खाणं कष्टाचं होईल, या विचारानं त्यानं नकार दिला होता. आताही इथं काहीही खायला नकार द्यावासा वाटला. पाठोपाठ वाटलं, आता मी दिल्लीमध्ये राहायला आलो आहे. घरात आई श्रीमंती थाटाचाच स्वयंपाक करून जेवायला वाढत असते. आता असं काही कारण सांगून खाणं टाळणं विसंगत दिसेल. तरीही तिच्या पुढं खुर्चीवर बसताना एक उपचार म्हणून आपण बिल द्यायचं म्हटलं, तरी आपल्या खिशात पैसे नाहीत. या जाणिवेनं तो अस्वस्थ झाला होता.

त्या अरुंद टेबलावर समोरासमोर बसताना चेहरे आपोआपच जवळ आले. स्टोन-वॉश पँटमधली मुलगी जवळ येताच ती म्हणाली,

"इथला पिझ्झा अगदी तिथल्यासारखा असतो. तो घेऊ या आणि वर प्यायला काय घ्यायचं, ते तू सांग... ''

"काहीही चालेल... '' तो निरिच्छपणे म्हणाला.

"तसं नव्हे... तूच सांगितलं पाहिजेस पुरुष म्हटल्यावर... इथं सगळं असतं...''

"मी अगदी सोवळा आहे त्या बाबतीत! डोंगरावर राहत असताना तर चहा-कॉफी सुद्धा सोडली होती मी! इथं आल्यापासून ठरावीक वेळेला आई चहा देते- मी घेतो, एवढंच! त्यापलीकडे काहीही नाही.''

"तर मग लार्जसाईझचे दोन कोक सांगू या. इथं ओरिजनल कोक देतात हं! कॉन्सेन्ट्रेटेड आणून इथं तयार करतात... ''

आलेल्या वेट्रेसनं कांतीला ओळखून 'हाय्–' केलं.

कोकचा एकेक घोट घेत तिनं एक प्रस्ताव त्याच्यापुढं ठेवला,

''गेले पंधरा दिवस मी विचार करतेय्. तू एम्.बी.ए. केलंस. तुला मार्केटिंग वगैरे क्षेत्राची माहिती आहे. यानंतर आम्ही भारतात व्यवसाय वाढवायचा म्हणतोय्. त्यासाठी तू आम्हांला सूचना दे. त्यासाठी तू नियमितपणे ऑफिसमध्ये यायची गरज नाही. आठवड्यातून जमेल तेव्हा दोन-तीन तास येऊन गेलास, तरी पुरे. त्यासाठी तुला दरमहा दीड हजार रुपये मानधन दिलं जाईल. तू प्रत्यक्ष न देता फोनवर सल्ला दिलास, तरी पुरेसं आहे.''

दरमहा दीडहजार रुपये देणारा हा प्रस्ताव तत्क्षणी त्याच्या मनाला भावला. यातून गुरुजींची आणि तबल्याची फी आणि रिक्षाचा खर्च निघेल, हाही हिशेब त्याच्या मनानं पटकन केला. पण आणखी एक कोकचा घोट पोटात जाताच त्यातील अडचणींची जाणीव झाली.

कुठलीही प्रायव्हेट कंपनी आपण दिलेल्या पगाराच्या प्रत्येक नया पैशाच्या मोबदल्यात काम घेतल्याशिवाय राहणार नाही. शिवाय या कंपनीच्या शीतलजीही मालकीण आहेत. एकदा कंपनीचा सल्लागार झाल्यावर त्याही 'तुमच्या सल्ल्यामुळं कंपनीचा केवढा विस्तार झाला? किती फायदा झाला?' वगैरे प्रश्न विचारतील. त्यांनी विचारलं नाही, तर माझ्या मनात तो प्रश्न सतत राहील. मग रागाच्या विस्तारामध्ये गढून जाणारं मन मार्केटच्या विस्तारात गुंतून जायला कितीसा वेळ लागणार?

त्यापेक्षा आपला पहिला विचारच–मुद्दलच गरजेनुसार खर्च करायचं–बरा आहे. नशिबानं साथ दिली, तर उद्या संगीताचे कार्यक्रम करूनच पैसे मिळवता येतील.

''कसला विचार करतोस?'' तिनं विचारलं.

त्यानं आपल्याला याविषयी जे काही वाटतं, ते स्पष्टपणे सांगितलं.

ती त्यावर गंभीरपणे विचार करू लागली. कोकचा एकही घोट न घेता काही वेळ विचार केल्यावर ती म्हणाली,

''तर मग असं करू या... मी तुला दरमहा दीड हजार रुपये देईन. त्यात तुझे गुरुजी... तबला... रिक्षा वगैरे खर्च होईल. आमच्या कंपनीचा कन्सल्टंट म्हणून तू आम्हांला पावती दे. मी पावती का मागितली, ठाऊक आहे तुला... तेवढाच टॅक्स वाचेल. तू कुठलंही काम करू नकोस... ''

''माझ्याकडे दरमहा खर्च करायला तेवढे पैसे आहेत! तुम्ही कशाला द्यावेत?''

''मी का द्यावेत?... '' ती त्याच्याकडे रोखून बघत म्हणाली, ''याचा काय अर्थ? दरमहा मी वीस-पंचवीस हजार रुपये मिळवते! शिवाय सहा वर्षांत संपूर्ण इमारतीची किंमत वसूल होईल, असं भाडं येतंय्! तू संगीतासाठी आपलं सगळं आयुष्य गहाण टाकलंय्. माझाही संगीतावर जीव आहे! मग मी दोन वर्षांसाठी तुझी फी आणि इतर खर्च केला, तर तुझ्या अभिमानाला बाधा येतेय् का? शिवाय तुला

सल्लागार म्हणून नेमून, मीही माझा आर्थिक फायदाच करून घेईन. या गावात तुला कुणीच मित्र नाही, म्हणून तू सांगितलंस. तुला काय वाटतं? मला इथं ढिगानं मित्र-मैत्रिणी आहेत? त्याचसाठी मी तुला एकेरी हाक मारतेय् आणि तुलाही तोच आग्रह करतेय्! पण तुला कशाचंच काही नाही... ''

बोलता बोलता तिचे डोळे पाणावले. त्यांतून झालेले परावर्तित किरण त्याच्या डोळ्यांत शिरले. तो गलबलला. आपल्या भावना तिच्या लक्षात येऊ नयेत, म्हणून त्यानं कोक तोंडाला लावला.

तिनंही स्वतःला आवरलं आणि म्हणाली,

''तसेच पैसे घ्यायला तुला पटत नसेल, तर कर्ज म्हणून घे. वर्षाच्या छत्तीस हजार रुपयांवर, हवं तर, शेकडा बाराप्रमाणे व्याज दे. तू कार्यक्रम देऊ लागलास, की माझे पैसे परत कर. कबूल? तुझे बँकेतले पैसे मात्र संपवू नकोस.''

तो गप्प बसला.

तीच पुढं म्हणाली,

''मान वर करून माझ्याकडे बघून 'नाही' म्हणून सांग... ''

''भारतातच नव्हे, परदेशातही रविशंकरांसारखा पंचतारांकित हॉटेलात यानंतर सतत फिरणार–हिचं ऋण कशाला पाहिजे–असं तुला वाटलं असेल ना? म्हणून म्हटलं, बारा टक्क्यांनी व्याजही दे, म्हणून! इकडं बघ, बघू! मला बघू दे, तुझा चेहरा किती लाल झालाय्, ते!''

तिनं चिडवलं, तरी त्यानं मान वर केली नाही.

त्यानं, खरं तर, आजवर कधीही पिझ्झा खाल्ला नव्हता. पण पहिला घास खाताच त्याला ती चव पटली. काही तरी बोलायला हीच संधी समजून तो म्हणाला,

''छान आहे चव! पुन्हा-पुन्हा यावंसं वाटायला लावणारी!''

''थँक यू! पण मला सोडून एकटा येऊ नकोस हं! तुझ्यासारखा कलावंत इथं, एकटा आला, तर कुणीही पळवून नेईल तुला!..'' भुवया उडवत तिनं बजावलं.

◆

दिल्लीमध्ये केवढ्या प्रमाणात संगीताचे कार्यक्रम होत असतात, याची त्याला त्या वेळेपर्यंत पूर्णपणे कल्पनाच नव्हती. दिल्लीमध्ये मुंबई-पुण्याकडच्याच संगीताच्या वातावरणाविषयी त्याला ठाऊक होतं. वडोदरा-अहमदाबाद इथल्या संगीत-वातावरणाविषयीही त्याला ठाऊक होतं. आता आपल्याला शक्य तेवढं उत्तम संगीत ऐकलं पाहिजे, असं त्याला वाटत होतं. शंकरलाल संगीत-समारोह, गांधर्व महाविद्यालयातील विष्णु दिगंबर पलुस्कर जयंतीनिमित्त होणारा संगीत महोत्सव,

मॅक्समुल्लर भवनात होणारे कार्यक्रम, याशिवाय आणखी किती तरी संघ-संस्था आयोजित करत असलेले संगीत-कार्यक्रम, याबरोबरच ग्वाल्हेरच्या तानसेन समारोहाला तो हजर राहू लागला.

कांतीलाही संगीताचे कार्यक्रम ऐकण्यात त्याच्याइतकाच रस असल्याचं बघून तो चकित होत होता. ती संगीताच्या बैठकींची आगाऊ तिकिटं घेऊन येत होती. त्याच्याबरोबर गाणं ऐकायलाही ती उत्साहानं येत असे. गाणं संपल्यावर त्याला त्याच्या घरापाशी सोडून ती आपल्या घरी परतत होती. पाच दिवस सतत चालणाऱ्या शंकरलाल संगीत-महोत्सवातही ती दररोज त्याच्याबरोबर जात होती– गाणंही ऐकत होती. मध्ये खाण्यासाठी ती पोळी-भाजीही सोबत घेऊन येत होती. त्याचबरोबर तिचं संगीतविषयक ज्ञान त्याला आश्चर्याबरोबरच सहभावाचा आनंद देत होतं. तिनं कधी काळी चार प्राथमिक राग शिकून संगीत-शिक्षणाला राम-राम ठोकला होता. पण आता ती अनवट रागही सहज ओळखत होती! त्या रागाचे आरोह-अवरोह आणि वादी-संवादी स्वर वगैरे सूक्ष्म गोष्टीही तिला पटकन आकलन होत होत्या. मिश्र रागांमधला बदल समजला नाही, तर त्याच्याशी बोलून ती जाणून घ्यायचा प्रयत्न करत होती. एकदा हे जाणून घेतलं, की इतर संगीत ऐकतानाही त्या संदर्भाचा वापर करून त्यातील रसास्वाद घेत होती.

हळूहळू त्याला तिच्या सहवासाची एवढी सवय झाली, की काही कारणांनी ती कार्यक्रमाला आली नाही, तर कलेतील बारकावे जाणून घेण्यासाठी अत्यावश्यक असलेली मग्नताही त्याच्यापासून दूरच राहत होती. संध्याकाळी लवकर सुरू होणाऱ्या संगीत-सभांना हजर राहणं तिला कामामुळं अशक्य होत असे. कारण या व्यवसायात शीतलपेक्षा आपली जबाबदारी जास्त आहे, याची तिला पुरेपूर जाणीव होती.

शिवाय आपली जबाबदारी शीतलवर टाकायची, म्हणजे तिला त्यामागचं कारण सांगायला हवं. गाणं ऐकायला जाते, म्हणून सांगितलं, तरी हेमंतबरोबर जात असल्याचं शीतलच्या लक्षात येत होतं. हेमंत इथं आल्यापासून आपण शीतलबरोबर अगदी कमी वेळ काढत असल्याचं कांतीच्या लक्षात येत होतं. त्याचाच एक परिणाम म्हणून त्या दोघींच्या नात्यात एक सूक्ष्म अनामिक दुरावा आल्याचंही कांतीच्या लक्षात आलं होतं. हा दुरावा वाढत गेला, तर दोघींच्या भागीदारीतही खंड पडून व्यवसायाला तडा जाईल, या भीतीपोटीही ती अत्यंत सावध होती.

हल्ली कांती त्याला सहजपणे एकवचनानं संबोधत होती. पण त्याला मात्र तिला एकेरी हाक मारणं जमत नव्हतं. ती अगदी हट्टाला पेटली, की तो तिला एकेरी संबोधत होता. पण त्याच्या न कळत तो पुन्हा तिच्याशी आदरार्थी बोलायला

सुरुवात करे. तिनं एकदाच त्याला बजावलंही,

"यानंतर तू पुन्हा हीच चूक केलीस, तर प्रत्येक चुकीचे पाच-पाच रुपये मांडून ठेवेन आणि महिन्याच्या अखेरीस हजार रुपये वसूल करेन!"

अखेर त्यालाही तिला एकेरी संबोधायची सवय झाली.

त्याच्या मनाशी आणखी एक विचार येत होता. रवींद्र एवढे सज्जन गृहस्थ आहेत! इतरांच्या मनाचा विचार करून ते सतत वागतात. कांतीचा स्वभावही अत्यंत लाघवी. मग हे दोघंही असे का लांब राहतात? बेंगळूरमध्ये असताना रवींद्रनी कधीही बायकोचा विषय काढला नव्हता. गेल्या काही दिवसांत हिच्याशीही खूप भेटी होतात–पण तीही कधी नवऱ्याचा विषय काढत नाही. किंवा माझ्यासमोर त्या दोघांनीही परस्परांचा विषय काढला नाही, एवढ्यावरून मीच त्यांचे संबंध शुष्क झाल्याचा निष्कर्ष काढलाय्? कदाचित त्यांचा परस्परांशी व्यवस्थित पत्रव्यवहार असेल, फोनवरूनही एकमेकांशी बोलत असतील. हिचा इथला व्यवसाय नीट चाललाय्–त्यांचेही इथं बदली करून घ्यायचे प्रयत्न चालले असतील. आपणच उगाच काही तरी गैरसमज करून घेत असू, या विचारानं तो अस्वस्थही होत असे. कधी त्याला वाटे, आपण दोघांचेही चांगले मित्र आहोत. आपणच हा विषय काढून जाणून घ्यावं आणि त्यांच्या संबंधांमध्ये काही गडबड असेल, तर तीही दूर करायचा प्रयत्न करावा. पाठोपाठ वाटे, आपल्याला या नात्यातलं काय कळतं? काही तरी करायला जाऊन आपलाच काही तरी वेडेपणा होऊन बसू नये!

संगीताच्या संदर्भातून होणारी मैत्री अत्यंत जवळची असते, हे त्याला ठाऊक होतं. शिवाय या मैत्रीचा वेगही झपाट्याचा असतो, याचा त्यानं अनुभव घेतला होता. ते दोघंही दिल्लीमधल्या बहुतेक सगळ्या संगीत-सभांना जाऊ लागले, तेव्हा समानधर्मी लोकांचा एक समूह प्रत्येक कार्यक्रम ऐकायला येत असल्याचं त्याच्याही लक्षात आलं. हळूहळू अशा संगीत-सभांमध्ये भेटणाऱ्या काही चेहऱ्यांची परस्परांकडे बघून हसण्याइतपत त्यांचीही ओळख झाली. नंतरच्या भेटीत 'कमानी ऑडिटोरियममध्ये जसराजांचा अहीरभैरव काय मस्त जमला होता ना?' वगैरे विषय निघणं अत्यंत स्वाभाविक होऊन गेलं होतं. मधल्या विश्रांतीच्या वेळेमध्ये विडा-सुपारी किंवा चहाची देवाण-घेवाण यांतून स्नेह व्यक्त होऊन त्यानंतर परिचय वाढत होता.

अशा वेळी सतत एकमेकांसोबत असणाऱ्या कांती आणि हेमंतला आपल्या परस्परांशी असलेल्या नात्याविषयी काही तरी सांगायची पाळी येत होती. एकदा एकाशी ओळख करून देताना त्यानं 'भाभी–' म्हणून ओळख करून दिली. त्या वेळी तीही मंद हसत गप्प राहिली. पण नंतर त्याला म्हणाली,

"कुठल्या मध्ययुगात वावरतोस, रे? दिल्लीत कशाला आलास?"

ती असं का म्हणतेय्, हे त्याच्या लक्षात आलं होतं. तोही मनोमन अस्वस्थ

झाला. तीच म्हणाली,

"एका स्त्रीची मैत्रीण म्हणून ओळख करून द्यायला अवघड वाटतं ना? कसला कलाकार, रे, तू? दिल्ली आंतरराष्ट्रीय शहर आहे! तू आपला हालुकेरेला जा! तीच लायकी आहे तुझी! हे बघ, यानंतर तू पुन्हा भाभी वगैरे म्हटलास, तर मी त्याचपावली निघून, जाईन! त्यानंतर तुझं तोंडही बघणार नाही!–"

आणि तिथून निघून गेली. ती आताच निघून जाईल, असं वाटून तोही गाडीपाशी जाऊन उभा राहिला. पण ती आली नाही. तो पुन्हा कार्यक्रमाच्या जागी गेला, तेव्हा ती त्यालाच शोधत होती. त्याला पाहताच हातातलं एक बनारसी पान त्याच्याकडे देत म्हणाली,

"कुठं गेला होतास? किती शोधायचं तुला? पुढचा कार्यक्रम सुरू होतोय्... चल लवकर... "

दोघंही आपापल्या जागेवर बसून पान तोंडात ठेवत असतानाच सियाराम तिवारींनी स्वर लावला. धृपदाचा चांचल्यरहित पहिला दृढ स्वर कानांवर पडताच ती त्याच्या कानाशी कुजबुजली,

"बागेश्री... "

दोन तास बागेश्री गाऊन तिवारींनी नम्रपणे हात जोडले, तेव्हा या रागानं आजवर कधीही हा अनुभव दिला नव्हता, म्हणून कृतज्ञता व्यक्त करण्यासाठी श्रोते किती तरी वेळ टाळ्या वाजवत राहिले.

ती त्याच्या कानाशी पुटपुटली,

"तू जेव्हा सतारीचे कार्यक्रम करशील, तेव्हा यापेक्षा अधिक उत्तम परिणाम साधशील!"

आपण याच्या निम्मंही देऊ शकणार नाही, असं त्याला जाणवत असलं, तरी तिचं बोलणं ऐकून एक प्रकारचा उत्साह जाणवला. त्यानं कृतज्ञतेनं तिच्याकडे पाहिलं.

◆

मॅक्समुल्लर भवनामध्ये आयोजित केलेल्या मोहीउद्दीन डागरांच्या रुद्रवीणेच्या संगीत सभेत त्याचा हरिशंकरशी खरा परिचय झाला. याआधी अनेक संगीत सभांमध्ये त्यांनी परस्परांना पाहिलं असलं, तरी प्रत्यक्ष परिचय झाला नव्हता. त्यांची ओळख व्हायला एक निमित्तही झालं. त्या दिवशी हेमंतला साथ करणारा नियाझ साथीसाठी आला होता. हेमंतशी तो गप्पा मारायला आला, तेव्हा त्या वेळी एकजण जवळ आला. नियाझनं हेमंतचं शिक्षण, त्यानं सतारीसाठी केलेला त्याग आणि आज तो सतार–वादनामध्ये कुठं पोहोचला आहे, याविषयी मोकळेपणानं

सांगताच त्याच्या भुवया वर चढल्या.

साधा पायजमा, लोहिया झब्बा आणि नेहरू वेस्टकोट घातलेला हरिशंकर खांद्याला एक खादीची पिशवी लटकावून भटकत होता. हनुवटीवर दोन बोटं वाढलेली पांढरी दाढी, विस्कटलेले केस पाहताक्षणीच सोशालिस्ट विचारांचा बुद्धिजीवी असल्याचं लक्षात येत होतं. सभेबाहेर असताना बोटांच्या चिमटीत सतत पेटवलेली सिगारेट. तो नेमकं काय करतो, हे सांगणं नियाझला जमलं नाही. त्यानंच स्वतःची ओळख करून दिली,

"युनिव्हर्सिटीत भारतीय सांस्कृतिक विभागाचा प्राध्यापक आहे–हरिशंकर माझं नाव."

हेमंतनं मैत्रीण म्हणून कांतीची ओळख करून देताच, तिचाही हात हातात घेऊन हस्तांदोलन करत तो म्हणाला,

"मॅडम, आपल्यालाही संगीताची चांगली जाण दिसते! नाही तर अशा कलावंताशी मैत्री होणं आणि त्याच्याबरोबर प्रत्येक संगीत-सभेला येणं कसं शक्य आहे?"

नंतर त्यानं आपल्या पिशवीतून एका पंधरापानी छापील लेखाची प्रत काढून हेमंतच्या हाती दिली आणि म्हणाला,

"कृपा करून हा लेख वाचून पाहा. माझा हा लेख वाचून माझे विचार नेमकेपणानं समजावून घेणारं कुणी भेटलं नाही, म्हणून मी तळमळत होतो. आता तुम्ही भेटलात! मॅडम, एकच प्रत असल्यामुळं तुम्हांला वेगळी प्रत देता येणार नाही. पण तुम्ही दोघं मित्र असल्यामुळं तुम्हीही यांच्याकडून घेऊन वाचावं, असं मला वाटतं."

होन्नत्तीनं त्या लेखाच्या मथळ्यावरून नजर फिरवली. 'इस्थेटिक्स ऑफ हिंदुस्थानी म्युझिक : डॉ. हरिशंकर–' पाठोपाठ त्यानं त्याच्या पहिल्या पॅरेग्राफवरून नजर फिरवली. पुढच्या लेखावरून ओझरती नजर फिरवताना त्याला जाणवलं– लेख चांगला दिसतोय्!'

"मला असे लेख वाचायला आवडतात. थँक्स–" म्हणत त्यानं तो लेख कांतीच्या हातात दिला.

त्याच वेळी डॉक्टर हरिशंकरांबरोबरचे इतर दोघंही त्यांच्याकडे आले. कांती-हेमंतनं त्या दोघांनाही याआधी अनेक कार्यक्रमांमध्ये पाहिलं होतं. त्यांच्या साध्या वेषभूषेवरून ते अमेरिकन जोडपं किंवा मित्रद्वय असलं पाहिजे, असंही त्यांचं आपसांत बोलणं झालं होतं. आता ओळख झाल्यावर खुलासा झाला. तिशीच्या घरातला जॉन वॉयल पुसा संशोधन केंद्रात उत्तर भारतातल्या हवामानात अधिक गव्हाचं पीक देणाऱ्या जातीचं संशोधन करण्यात गढून गेला असल्याचं समजलं.

त्याची पत्नी हेलन भारतातल्या मुलांना सहजपणे इंग्लिश शिकवण्याच्या बाबतीत प्रयोग करण्यामध्ये गढून गेली होती. दोघांचाही संगीतावर जीव होता. ती पियानो वाजवत होती. तो व्हायोलिन वाजवत होता. कुठल्याही एका प्रकारच्या गंभीर संगीताचा आस्वाद घेऊ शकणाऱ्याला इतर कुठल्याही प्रकारचं गंभीर संगीत आकलन होऊ शकतं, यावर त्या दोघांचा विश्वास होता.

जॉन सडपातळ बांध्याचा, पाच फूट दहा इंच उंचीचा, शुद्ध, सात्त्विक व्यक्तिमत्त्वाचा माणूस होता. खादीचा पायजमा किंवा धोतर असा त्याचा वेश असे. हेलनही रेशमी किंवा हातमागाच्या साड्या नेसत होती. काही वेळा सलवार-कमीजही वापरत होती. कपाळावर कपड्याच्या रंगाशी सुसंगत कुंकूही असे. हातांत बांगड्या आणि मंगळसूत्र, तीही साडेपाच फूट उंच सडपातळ बांध्याची तरुणी होती. हेमंतविषयी डॉक्टर हरिशंकरनी सांगताच जॉनच्या डोळ्यांमध्ये पूज्य भाव तरळून गेले. त्यानं हेमंतचे दोन्ही हात हातात घेऊन म्हटलं ,

"ग्रेट ! ग्रेट !"

कांती अमेरिकेला तयार कपडे पाठवते, म्हणून समजल्यावर तो अत्यंत मनापासून म्हणाला,

"फार आनंद झाला हे ऐकून मला! भारतातल्या उद्योग-व्यावसायिकांनी अमेरिकेचं सार्वभौमत्व मोडून काढायला पाहिजे! कुठंही, कसलीही साम्राज्यशाही असता कामा नये! त्यात आर्थिक साम्राज्यशाही तर मुळीच असता कामा नये." आणि त्यानं भारतीय पद्धतीनं हात जोडले.

घरी परतल्यावर त्यानं डॉक्टर हरिशंकरांचा लेख वाचला. हिंदुस्थानी संगीताचं मर्म जाणून त्यांनी त्यावर चांगलं विश्लेषण केलं होत. स्थायी नसलेल्या, सतत वाहत असलेल्या कालाला स्थायी बनवून त्याचा विस्तार करणं हे भारतीय संगीताचं प्रमुख अंग असल्याचं त्यांनी प्रतिपादन केलं होतं. त्याला यात खूपच अर्थ वाटला. ताल खालच्या पातळीवरून धावत असतो... गायक त्यातला आपल्याला हव्या असलेल्या स्वर-शिखरावर समाधिस्थ होऊन स्थिर होतो. अशा प्रकारे भारतीय संगीताविषयी त्यांनी बरेच मुद्दे आधुनिक परिभाषेत लिहिले होते.

लेख वाचून होताच त्यानं हरिशंकरांना एक पत्र मन:पूर्वक लिहून पोस्टात टाकलं. नंतर हरिशंकरांचंही उत्तर आलं. बिसमिल्लाखाँसाहेबांच्या एका सभेनंतर त्यांनी त्यावर त्याच्याशी बरीच चर्चाही केली. त्या चर्चेत जॉन आणि हेलनही सामील झाले. कांतीही होती. जॉनला हेमंतविषयी विशेष आदर होता. त्यानं हेमंतबरोबर वरचेवर भेटायची आणि तो आत्ममग्न होऊन सतार वाजवताना मुकाट्यानं बघत बसायची आपली इच्छा व्यक्त केली.

तो हेमंतला म्हणाला,

"तुम्ही असं का करत नाही? आमच्या घरी बसून मनसोक्त रियाझ करा. मी शेजारच्या खोलीत मुकाट्यानं बसून ऐकेन. तुम्हांला अजिबात डिस्टर्ब करणार नाही. माझं घर त्या अंतर्मुख स्वरालापांमुळं पवित्र होईल. भारतात आल्यापासून मी आणि हेलन शुद्ध शाकाहारी झालो आहोत. यानंतर कायम शाकाहारी राहण्याचा आम्ही निश्चय केला आहे. आमच्या घरीच जेवा आणि मंद्रस्वरांची साधना करा."

तो सांगत असलेलं प्रत्येक वाक्य त्याच्या मनाची सच्ची अभिव्यक्ती असल्याचं हेमंतला जाणवत होतं. त्यानं विचारलं,

"भारतीय संगीतातल्या कुठल्या वैशिष्ट्यामुळं तुम्ही प्रभावित झाला आहात?"

"त्यातील अंतर्मुखता!" तो तप्तरतेनं उत्तरला, "संगीत आपल्याला एवढं अंतर्मुख करू शकतं, हे मला भारतीय संगीत ऐकेपर्यंत जाणवलंच नव्हतं. आमच्याकडेही चर्च-संगीत आहे. आकाशातल्या देव-देवतांना ऐकू जाईल, अशा आर्ततेनं आळवलं जातं. पण तुमच्या या संगीताप्रमाणे अंतर्मुख करत नाही. संगीत हा प्रकार असा आहे, की कुणी त्याची दिशा जाणीवपूर्वक ठरवणं शक्य नाही. संपूर्ण जन-समुदायाचा मनोधर्म नेणिवेच्या पातळीवर जाणून घेणाराच उत्तम संगीतकार होतो. आमचं संगीत बहिर्मुखी आहे. समुदायाचं-सहकार्याचं-कर्तव्यनिष्ठेचं संगीत! आमचे ऑर्केस्ट्राच आमचा मनोधर्म दाखवून देत असतात. ते पाहून तुमच्याकडेही काहीजण ऑर्केस्ट्रा तयार करत आहेत. पण तो तुमचा मनोधर्म नाही... "

हरिशंकरनं आपल्या लेखात लिहिलं होतं, त्यापेक्षाही जॉन अधिक काही तरी सांगत होता. याची आस्वाद-शक्ती त्याच्यापेक्षा अधिक सूक्ष्म आहे, हे हेमंतला तीव्रपणे जाणवलं. त्याला

जोगीबेट्टावरचे रियाझाचे दिवस आठवले. आपल्या संगीत-साक्षात्कारासाठी आगदी योग्य जागा! - योग्यांच्या साधनेसाठीही सुयोग्य जागा!

एवढ्यात पुढील कार्यक्रम सुरू होत असल्याची घोषणा कानांवर आली.

जॉनला आपल्या घरी बोलावून सतार ऐकवण्याची इच्छा त्याच्या मनात आली. पण स्वत: काहीही मिळवत नसल्यामुळं त्याला ते फारसं योग्य वाटत नव्हतं. त्यामुळं एके शनिवारी तो पटेलनगरमधल्या जॉनच्या घरी गेला. मध्यरात्रीपर्यंत त्यानं मनसोक्त सतार वाजवली. दुसऱ्या दिवशी सकाळी वाजवायला बसला, तो दुपारीच उठला. दुपारचं जेवण आणि वामकुक्षी आटोपल्यावर तो पुन्हा तीन तास वाजवत बसला. हवानियंत्रित घर-मोठा हॉल. त्यानं परवानगी दिल्यानंतर जॉन समोरच्या एका साध्या खुर्चीवर बसून डोळे मिटून त्याची सतार ऐकत होता. हेलननं दुपारी अमेरिकन पद्धतीचं सॅलेड आणि शिजवलेले बीन्स आणि भारतीय पद्धतीच्या

चपात्या केल्या होत्या.

◆

त्या वर्षी उन्हाचा कडाका पराकोटीला जाऊन पोहोचला होता. एप्रिलच्या मध्यापर्यंत उष्णता चव्वेचाळीस-पंचेचाळीस डिग्री सेल्सियसपर्यंत पोहोचली होती. मे-जूनमध्ये काय अवस्था होईल, कोण जाणे–ही भीती सगळ्यांनाच ग्रासत होती. रस्त्यावर उन्हच पडू शकणार नाही, अशा छोट्या गल्लीमध्ये असलेल्या गुरुजींच्या घरीही उकाडा पराकोटीचा जाणवत होता. संपूर्ण अंग घामेजून तळहाताचा घाम तारांवर ओघळून मन विचलित होण्याचे प्रसंग वरचेवर येत होते.

त्याच्या गुरुजींना यात काही फार मोठं वाटत नव्हतं. गेल्या एवढ्या वर्षांमध्ये उकाडा नव्हता काय?

शिवाय सतार वाजवताना पंखा लावायचीही सोय नव्हती. त्याचं सतत येणारं वारं तारांच्या ताणावर परिणाम करतं, हाही त्याचा अनुभव होता.

गुरूच्या घरून आपल्या घरी येऊन रियाझ करताना हेमंतला आणखी अडचण जाणवत होती. कुठूनही घरात उन्ह येणार नाही, अशा प्रकारे बांधलेलं ते जुनं मातीचं घर होतं. घराला वरचा मजलाही होता. त्यामुळं खूप बरं असलं, तरी वरचं नऊ इंच जाडीचं छत एकदा तापलं, की या वसंतविहारामधे केवळ हवा-नियंत्रक हा एकच उकाड्यापासून सुटका करणारा पर्याय शिल्लक राहत असे.

घरात एक हवा-नियंत्रणकही होता. पण तो वडलांच्या झोपायच्या खोलीत बसवला होता. तो सुरू करून ते दिवस-रात्र त्याच खोलीत राहत होते. त्याच खोलीत ते आपलं वाचन-लेखन करत आणि त्यानंतर विश्रांतीही तिथंच घेत. तिथं जाऊन सतार वाजवणं शक्य नाही, हे हेमंतलाही समजत होतं. दुसरा हवा-नियंत्रक विकत घ्यायचा, म्हणजे किमान वीस हजार रुपये तरी हवेत. त्यासाठी खोलीच्या खिडक्या-दारंही पक्की बसवायला हवीत. एवढं सगळं झाल्यानंतर दरमहा येणारं भरपूर लाईट-बिलही भरायला पाहिजे! सेवा-निवृत्त वडलांवर हा सगळा भार टाकणं किंवा त्यांच्याकडून अशा प्रकारची अपेक्षा करणं योग्य नाही, हे त्यालाही समजत होतं.

एक दिवस संध्याकाळी कांतीनं विचारलं,

"या उकाड्यात तुझा रियाझ होतो? दुपारचा रिक्षातूनही फिरू नकोस तू! गुरुजींच्या घरून परतायलाच एक वाजून जातो. तुला सन-स्ट्रोक तर होणार नाही ना-अशी सतत धास्ती वाटत असते मनाला! तू घरी पोहोचलास, की नाही, याची चौकशी करावी, असं हजारवेळा मनात येऊन जातं. पण फोन तुझ्या वडलांच्या खोलीत आहे. मी दररोज विशिष्ट वेळी तुला फोन करू लागले, तर त्यांची गैर-समज होईल, या विचारानं मी स्वत:च्या मनाला आवर घालते."

"कुठल्या तरी थंड हवेच्या ठिकाणी जावंसं वाटतं. पण गुरुजींचं मार्गदर्शन सोडून जाणं योग्य नव्हे, म्हणून मी मुकाट्यानं राहतोय्. त्यात नियाझला आकाशवाणीवर नोकरी मिळण्याची दाट शक्यता आहे. ती मिळाली, तर त्याचं पोस्टिंग भोपाळला होईल. तो गेल्यावर एवढा वेळ एवढ्या चांगल्या प्रकारे तबल्याची साथ करणारं आणखी कुणी भेटणं सोपं नाही. गुरुजीही बजावतात–तो असेपर्यंत एक दिवसही खाडा न करता रियाझ कर, म्हणून. जोगीगुड्डाचीही फार आठवण येते. तिथं एक दिवसही उकाडा जाणवला नाही! तिथं उन्हाळ्याची जाणीवही होत नाही!"

"दिल्लीमध्ये आल्यावरही जोगीगुड्डाची आठवण येते?" तिनं अस्वस्थ होऊन विचारलं.

तिच्या स्वरातली अप्रसन्नता लपत नव्हती. त्याला ती जाणवली. पण त्यामागंच कारण त्याला पूर्णपणे समजलं नाही. या कला भरभराटीला येण्यासाठी दिल्लीसारखी महानगरंच योग्य आहेत–संगीताचे कार्यक्रम आयोजित करणाऱ्या संस्था आणि सढळ हातांनी पैसे खर्च करून तिकिटं विकत घेऊन गाणं ऐकायला येणारा श्रीमंत जनसमुदाय जोगीगुड्डा किंवा हालुकेरेसारख्या लहान खेड्यात कुठून येणार?... हे त्यालाही समजत होतं. तिच्या मनातल्या खाजगी भावनेचाही त्याला काही प्रमाणात अंदाज आला, तरी त्याची तीव्रता त्याला पूर्णपणे जाणवली नाही.

त्याच्यासाठी एका हवानियंत्रित खोलीचा बंदोबस्त करायला तिनं निश्चय केला. आपल्या घरी त्याला बोलवावंसं तिच्या मनात आलं. पण तो दररोज विशिष्ट वेळी घरी येऊ लागला, की रजनीला संशय आल्याशिवाय राहणार नाही, हेही तिला समजत होतं. तिला एवढं सापडलं, की ती यावरून हवी तशी कथा निर्माण करेल, असा सावधगिरीचा इशाराही तिच्या मनानं दिला. तोही कदाचित हा विचार मान्य करणार नाही, असंही तिला वाटलं. फॅक्टरीमध्ये तशी व्यवस्था करायची म्हटलं, तर तशी सोयीची खोली नाही. याच विचारात गढून गेली असता तिला शीतलच्या घराची आठवण झाली.

या विचारानं तिला एकीकडे समाधान वाटलं. पाठोपाठ मनात आलं, पण ती याचा कसा अर्थ काढेल? हेमंत इथं आल्यापासून मी त्याच्याबरोबर भटकते, हे बघून ती कासावीस होते. माझी तिच्याविषयीची निष्ठा कमी होईल, अशी तिला भीती वाटत असावी. अशा वेळी त्याच्या रियाझासाठी तिच्या घरची चावी मागितली, तर ती निश्चितच वेगळा अर्थ काढेल.

कांतीला याआधी तिच्या घराच्या लाऊंजमध्ये दोघी बसल्या असता भावुकपणे जवळ येऊन कुरवाळणाऱ्या शीतलची आठवण झाली. त्या वेळी शीतल म्हणत होती,

"कांती, पैसा काही मुख्य गोष्ट नाही. भरपूर पैसा मिळवून मला काय मिळणार

आहे? आपला स्नेह खरा महत्त्वाचा आहे! तो कधीही कमी होणार नाही म्हणून तू मला शब्द दे... ''

त्यानंतर तिनं प्रेमानं रसरसलेले ओठ माझ्या ओठांवर किती जोरात दाबून ठेवले होते! मनातून सगळं असह्य होत असलं, तरी मी कशी-बशी गप्प होते. तीच व्याकूळ होऊन तक्रार करत म्हणाली होती,

"हे काय? तू कधीच कशी पुढाकार घेत नाहीस?''

किती तरी दिवस असे प्रयत्न करून अखेर तिनं ते प्रयत्न सोडले होते. तेवढं सोडलं, तर तिचा स्नेह मलाही मनापासून हवाच होता ना!

विचार करता-करता कांतीनं ठरवलं, तिला सरळच सगळं सांगून तिच्या घराची चावी मागून घ्यायची. तिनं काही आक्षेप घेतला, तर आपण तिच्याशी वाद घालायचा–का? त्याशिवाय स्त्री-पुरुषाचे संबंध असू शकत नाहीत, असं तू मानतेस, की काय? असली कसली तू आधुनिक स्त्री?

त्याच संध्याकाळी कांतीनं शीतलला तिच्या घराच्या चावीविषयी विचारलं, तेव्हा शीतल काहीच बोलली नाही. तिनं लगेच चावीही दिली नाही. ती मनातल्या मनात उलट-सुलट विचार करत असल्याचं कांतीच्या लक्षात आलं. पुन्हा चावीचा विषयही न काढता शीतल आठ वाजता आपल्या घरी निघून गेली.

कांतीला मनोमन वाईट वाटलं. आपली मैत्रीण इतक्या हलक्या मनाची असेल, याची तिला कल्पना नव्हती. पण काहीही झालं, तरी तिच्याशी असलेले संबंध तोडता कामा नयेत, असं तिनं स्वत:लाच बजावलं. त्याचबरोबर आपण हेमंतला दरमहा पैसे देत असल्याचं हिला समजू दिलं नाही, हे बरंच झालं, असंही वाटलं. हेमंतसाठी एका हवानियंत्रित खोलीची व्यवस्था करण्याचा तिचा विचार मात्र अजूनही पक्का होता.

सकाळी याच विचारात ती दात घासत असताना फोनची घंटा वाजली. चूळ भरून कांतीनं रिसीव्हर उचलला–पलीकडे शीतल होती. तिनं विचारलं,

"किती वाजता येतेस फॅक्टरीत? नाही तर मी ऑफिसला जाताना घराची दुसरी चावी देऊन जाईन.''

कांती चकित झाली. ती म्हणाली,

"राहू दे, ग! त्याची झालीय् वेगळी व्यवस्था! त्याच्या कुणा मित्रानं आपल्या घरी येऊन रियाझ करा, म्हणून सांगितलंय्, म्हणे...''

"एवढ्या लवकर मन का बदलतेस? पर्समध्ये दररोज कोण डुप्लिकेट चाव्या घेऊन फिरत असतं? घरी येऊन चावी शोधून देईपर्यंत तुला दम नाही? त्यांना नाही म्हणून कळवलंस एवढ्यात? असं मैत्रिणीला तोंडघशी पाडू नये! तुझे हेमंत काय

समजतील मला?''

कांतीनं मन या बोलण्यानं भरून आलं. ती म्हणाली,

''यू आर् अ स्वीट गर्ल!

कांतीनं वेळ न दडवता हेमंतच्या घरी फोन केला. तो घराबाहेर पडायच्या विचारातच होता. तिनं त्याला सांगितलं,

''गुरुजींच्याकडून घरी परतल्यावर लगोलग एक रिक्षा करून फॅक्टरीवर ये. शीतलच्या घराची चावी मिळालीय्! रात्री आठ वाजेपर्यंत तिथं एअर कंडिशन्ड घरात हवा तेवढा रियाझ कर! आता आणखी काहीही बोलू नकोस... उद्यापासून कसं काय करायचं, ते भेटल्यावर सांगेन.''

दुपारी दोन वाजता तो फॅक्टरीवर आला. वेळ मुळीच न घालवता मोटारीच्या मागच्या सीटवर सतार ठेवून आणि त्याला शेजारच्या सीटवर बसवून तिनं गाडी शीतलच्या फ्लॅटकडे पिटाळली. गाडी सुरू केल्याकेल्या अर्ध्या मिनिटात हवा-नियंत्रक सुरू केला. मोटार ग्रेटर कैलासच्या दिशेनं धावू लागली. ती म्हणाली,

''उद्यापासून एक नेमकी विशिष्ट वेळ सांग. मी तुर्कमान गेटापाशी गाडी घेऊन येईन आणि तुला शीतलच्या घरी पोहोचवून येईन. यानंतर दुपारच्या जेवणासाठी घरी येणार नाही, म्हणून अम्मांना सांग. मी आणेन तुझाही डबा.''

''किती गाडी चालवशील माझ्यासाठी तू!'' तो संकोचून म्हणाला.

एव्हाना मोटारीतलं वातावरण थंड होत होतं. ती म्हणाली,

''एवढा अहंकार बरा नव्हे हं! स्वत:साठी म्हणून समजू नकोस तू! सतारीसाठी करतेय् मी. या नरक-धगीत तिचा भोपळा तडकून जाईल! तारा वितळून जातील!''

हे ऐकून हेमंतही आनंदला.

शीतलच्या फ्लॅटच्या लाउंजच्या खिडकीला जाड पडदा लावला होता. बाहेरची लोखंड वितळवू पाहणारी धग तिथं किंचितही प्रवेश करू शकत नव्हती. हवा-नियंत्रक सुरू केल्यावर तिनं त्याला स्वयंपाकघरात नेऊन तिथला फ्रीज उघडून दाखवला. शिवाय चहा-साखर-कॉफी-कोकोचे डबेही दाखवून सांगितलं,

''हवं ते खा–संकोच करू नकोस–हे कांतीचंच घर समज–असा शीतलनं निरोप दिलाय् तुला. आता मी निघते. हवं तर दिवाणावर बसून वाजव, नाही तर खाली गालीच्यावर बैस–थांब. हेच तुला सवयीचं होईल–एक चादर अंथरून देते–हवी तर एक झोप काढ. मी काही स्वप्नात येऊन छळणार नाही!... '' म्हणत ती हसली,''साडे-आठ वाजता आम्ही दोघी येऊ. नंतर मी तुला तुझ्या घरी सोडेन... '' म्हणत दार ओढून घेत ती तिथून बाहेर पडली.

आत सुखद थंडावा पसरू लागला, तसा हेमंतच्या जिवात जीव आला. त्याचं मन कांतीविषयीच्या कृतज्ञतेच्या भावनेनं ओथंबून गेलं होतं. पाठोपाठ त्याला आठवलं, आपल्या जन्मदात्या वडलांनीही कधी एवढा विचार केला नाही आणि आपल्याला आपल्या खोलीत रियाझ करण्यासाटी बोलावलं नाही. अर्थात एवढा वेळ सतत दररोज शास्त्रीयसंगीत त्यांना सहन होईल, की नाही, हाही एक प्रश्न आहेच, म्हणा! ते जाऊ दे, आणखी एखाद्या खोलीत हवा-नियंत्रक बसवायचाही त्यांनी विचार केला नाही–छे! असा विचार करणं योग्य नाही, ते सेवा-निवृत्त झाले आहेत. ते कुठून एवढा खर्च करतील? आणि का? त्यांच्याविषयी असा विचार करणं अत्यंत क्षुद्रपणाचं आहे!–

त्यानं वडलांविरुद्धच्या विचाराला लगाम घातला, तरी कांतीविषयीची स्नेहभावना मात्र तशीच ओसंडत राहिली. मनाला आवर घालून त्याला सतारीकडे वळवण्यात त्याचा तास निघून गेला.

ती दररोज ठरलेल्या वेळी तुर्कमान गेटापाशी येऊन वाट पाहत असे. तिला वाट पाहायला लागू नये, म्हणून तोही लगबगीनं ठरलेल्या जागी धावत येत असे. मोटारीच्या मागच्या सीटवर सतार ठेवून स्वत: तिच्या शेजारी बसत असे. ती त्याला हवा-नियंत्रित मोटारीतून शीतलच्या घरी पोहोचवत असे. तिथं घरात गेल्यावर सोबत आणलेल्या पोळी-भाजीचा डबा दोघंही खाऊन घेत. फ्रीजमधलं थंडगार पाणी प्यायल्यावर परतत असताना कधीकधी ती म्हणत असे,

"मलाही अशा थंड जागी बसून तुझी सतार ऐकावीशी वाटते. पण मी समोर असले, तर तुझं मन विचलित होईल ना!"

फॅक्टरीच्या वेळेत आपण फार वेळ तिथून बाहेर राहणं व्यावहारिकदृष्ट्या योग्य नाही, याची तिला पूर्णपणे जाणीव होती. त्यामुळं उगाच थोडा वेळ सतार ऐकून ती लवकरच तिथून बाहेर पडत असे.

◆

बेंगळूरहून परतल्यावर तिच्या जीवनाचा गुरुत्वबिंदू ढळल्यासारखा झाला होता. पण हेमंतशी स्नेह जुळल्यापासून तिला जीवनाचा तोल सापडल्यासारखं वाटत होतं. लाखो रुपये मिळवायला लागून, हवं तेव्हा हवाईमार्गानं भटकण्याइतकं ऐश्वर्य हाती लागल्यानंतर, बहलकडून आलेल्या अनुभवामुळं तिला स्वत:ची मूल्यं ढळल्याचा अनुभव येत होता. त्यातून बाहेर येण्यासाठी ती बेंगळूरला गेली होती. पुढाकार घेऊनही त्याच्याकडून धिक्कारली गेल्याची भावना तिला आणखी वेदना देऊन गेली होती. तरीही तिनं स्वत:च्या मनाला समजावलं होतं. आपल्यापेक्षा

जास्त मिळवणाऱ्या बायकोच्या संगतीत तोच संकोचून गेला!

हेमंतच्या स्नेहानंतर तिच्याशी मनात संगीताविषयी आकर्षण निर्माण झालं होतं. वडलांचं ऐकून लहानपणापासून संगीतात रस घेतला असता, तर एव्हाना मीही प्रसिद्ध कलाकार झाले असते. आता मन संगीतात विहरत राहत होतं. प्रत्येक राग म्हणजे एकेक स्वतंत्र विश्वच आहे, याचाही अनुभव येत होता. पण आता उद्योग-धंदा सोडून किंवा त्यातला थोडा वेळ काढून सतार-साधना करणं शक्य नाही, हेही तिला समजत होतं. त्याऐवजी हेमंतासारख्या साधकाला शक्य तेवढी मदत केली, तर पुरेसं आहे!

हळूहळू तिचं मन हेमंतच्या विचारात गढून गेलं. आपण त्याच्यामुळं रात्र-रात्र जागरण करून संगीत ऐकतो, की त्याच्यासाठी? तिचं मन गोंधळून गेलं. त्याची मैत्री संपादन करण्यासाठी आपण संगीतात रस घेत नाही ना?

हेमंताबरोबर केवळ मैत्रीचं नातं निर्माण करेपर्यंत तिला त्याच्याशी वाद घालावा लागला होता. आता मात्र तोही कुठल्याही प्रकारच्या संकोचाशिवाय तिची मैत्रीण म्हणून ओळख करून देत होता. चारचौघांतही एकवचनी संबोधायलाही त्यानं सुरुवात केली होती. पण त्याहून अधिक जवळीक त्यानं दाखवली नव्हती.

याच्या मनात नाही का तशी अपेक्षा निर्माण होत?

कलाकार–त्यातही संगीत-क्षेत्रातला कलाकार–म्हटला, की शृंगार हा त्याच्या रक्तातला प्रमुख गुण असतो, हे तीही ऐकून होती. पण हा मात्र ते सगळं खोटं असल्यासारखा वागतो. तिला आठवलं, ती सतार शिकत असताना–सतरा वर्षांची होती ती–पन्नास वर्षांचा पंडित पंड्या कारण नसताना तिच्या बोटांना स्पर्श करून धडा शिकवायचा. तिला हे जाणवत होतं. संपूर्ण शरीर कंप पावत होतं तेव्हा. पण त्या वेळी तो तेवढ्यावरच थांबला. कदाचित धैर्य झालं नसेल! त्यानंतरही गायक-गायिका-तबलजी वगैरेंविषयी किती तरी कथा ऐकल्या होत्या. हे सर्जनशीलतेचंच एक अंग अशा प्रकारे समर्थन करणारा एक लेखही एका नियतकालिकात वाचला होता. पण याचं सगळंच वेगळं दिसत होतं! जोगीगुड्डावर एकटाच बसून साधू-संन्याशासारखी साधना करणारा सोवळा साधक! संगीतापेक्षाही योग-विद्येची साधना करायला लायक साधक! हा कधी संपूर्ण संगीत-कलाकार होणं शक्य आहे काय?

मीही त्याच्या बरोबरीची–म्हणजे चाळिशीच्या घरातली–आहे, म्हणून हा माझ्याविषयी अनासक्ती दाखवत असेल काय? लहान वयाची कोवळी स्त्री याला हवी असेल काय?

या विचारसरशी ती घायाळ होऊन गेली. तिचं मन स्वतःचं समर्थन करू लागलं–डोक्यावरचा एक केसही पांढरा झाला नाही, आईचाही आता कुठं एकेक

केस पांढरा होतोय्. आणखी किमान पंधरा वर्षं तरी माझे केस असेच काळे कुळकुळीत असतील! चेहऱ्यावर एकही सुरकुती नाही. इथल्या इतर पंजाबी स्त्रियांशी तुलना करता बांधा सडपातळच म्हटला पाहिजे! शीतल किती कष्ट घेते बांधा सडपातळ राखण्यासाठी! प्रत्येक घास खाताना ती अत्यंत जागरूक असते! एक दिवस पिझ्झा खाल्ला, की त्यानंतर चोवीस तास कडकडीत उपास करते! मला मात्र हे सारं आईकडून अत्यंत नैसर्गिकपणे मिळालंय्. माझ्या एवढ्या निकट असताना हा कसा एवढा अलिप्तपणे राहू शकतो?

तिच्या मनात एक प्रकारचा विचित्र हट्ट निर्माण झाला. काहीही झालं, तरी मी याला वश करून घेतल्याशिवाय सोडणार नाही!

स्वयंपाकघरात पराकोटीचा उकाडा असल्यामुळं दोघंही बाहेर लाऊंजमध्ये बसूनच आणलेली पोळी-भाजी खाऊन घेत.

एक दिवस त्याच्या शेजारी बसून पोळी खाताना तिनं विचारलं,

"किती थकून गेलास, रे!"

"गुरुजींच्या घरी काय उकाडा असतो, म्हणून सांगू!" त्यानं कारण सांगितलं.

"इकडं ये. माझ्या मांडीवर डोकं ठेव, बघू! मी भरवते तान्ह्या बाळाला... "

तो संकोचला.

तीच पुढं म्हणाली,

"का? मैत्री म्हटल्यावर मांडीवर डोकं ठेवून झोपलं, तर काय बिघडलं? समज, रस्त्यात तू कुठं तरी चक्कर येऊन पडलास आणि मी तुझं डोकं मांडीवर घेतलं, तर काय करशील? तुला एवढा संकोच वाटत असेल, तर मी तुझ्या मांडीवर डोकं ठेवून झोपते... तू मला भरव... " आणि तिनं त्याच्या मांडीवर डोकं ठेवून आ केला. पोळी-भाजीचे चार घास खाल्ल्यावर ती उठली आणि 'माझं काय आहे? तू खरा दमलास,' म्हणत तिनं त्याचं डोकं बळेच मांडीवर घेऊन भरवायला सुरुवात केली.

तिनं घेतलेल्या पुढाकारामुळं एकीकडे हेमंत संकोचून गेला असला, तरी दुसरीकडे हा अनुभव त्याला विलक्षण समाधान देत होता. तिच्या सर्वांगाचा स्पर्श त्याच्या संवेदनांना जाग आणत होता.

हे जाणवताच तिनं स्वतःला त्याच्या स्वाधीन केलं. अनुभवाचा अभाव तिलाही जाणवला. पण तिच्या सहकार्यानं काही क्षणांतच तिच्या मनात आपल्याविषयी गाढ विश्वास निर्माण करण्यात तो यशस्वी झाला.

तिचंही अस्थिर मन गाढ विश्वासानं भरून गेलं.

◆

# ८

विमान-प्रवास करून आल्यानंतर अनुपचं मन पूर्णपणे विमान, दिल्ली, आई याच विषयांकडे पुन्हा-पुन्हा वळत होतं. विमानातून जाताना सोबत नेलेल्या सूटकेसच्या हँडलला विमान कर्मचाऱ्यांनी अडकवलेली खुणेची चिठ्ठी त्यानं काढली नव्हती. विद्याशालेत परतताना त्यानं तिकिटाचे राहिलेले भागही जपून आणले होते. त्यानं आधीच आपल्या मित्रांना आपण विमानातून प्रवास करणार आहोत, म्हणून सांगितलं असल्यामुळं गेला महिनाभर त्या मित्रांमध्ये अनुपच्या सुदैवाविषयीच गप्पा चालत. त्यांच्यापैकी बहुतेकांनी अकस्मात रस्ता चुकून या बाजूला आलेलं एक छोटं विमान पाहिलं होतं, तेवढंच. पण विमानातही प्रॉपेलर, जेट, अॅव्हरो, कॅरवेल, बोईंग वगैरे प्रकारची इंजिनं आणि वेगवेगळे आकार असतात वगैरे ऐकीव तपशील सांगून अनुप त्यांना आश्चर्यचकित करत होता.

तीन आठवड्यांची सुट्टी दिल्लीत घालवून विमानानं जाण्या-येण्याचा प्रवास केलेल्या अनुपकडं त्या अनुभवाविषयी किती जणांना केवढं सांगितलं, तरी समाधान होत नव्हतं. समोरच्या मित्रांचे आश्चर्यानं विस्फारलेले डोळे आणि त्यांतला सूक्ष्म हेवा पाहताना त्याचा अनुभव आणखी विविध रूपं घेऊन अधिक उत्साहानं फुलून जाई. मग त्यात आपोआप आणखी किती तरी खऱ्या-खोट्या अनुभवांची भर पडत असे!

एकदा तो सांगत होता,

"बेंगळूरहून निघालेलं विमान थेट कुणिगल, नेलमंगलवरून बसवनपूरला आलं. मी खिडकीपाशी बाहेर बघत बसलो होतो. मग इथं आपल्या जोगीगुड्डावर येऊन विद्याशाळेवर चक्कर मारून ते पुढं गेलं... सुट्टी होती ना? त्यामुळं कुणीही मुलं दिसली नाहीत..."

पुढच्या वेळेला सांगताना म्हणाला,

"...काय झालं, सांगतो–मी एअर-होस्टेसला सांगितलं–मला कॉकपिटमध्ये बसायचं आहे. तिनं मला पायलटच्या शेजारी बसवलं. त्यानं मला विमान कसं चालवायचं, ते शिकवलं. विमान कुणिगलवरून बसवनपूरला आलं–मी पटकन

बटण दाबलं आणि विमान आपल्या विद्याशालेवर आणलं. पायलट गडबडला! मी सांगितलं, ती शाळा दिसतेय् ना? आमची शाळा! फार उत्तम शाळा आहे! पायलटचा एक मुलगा आहे, म्हणे. आपल्या बरोबरीचाच. तुझ्या शाळेत त्याला जागा मिळवून देशील काय, म्हणून त्यानं विचारलं. आता तुम्ही सगळे सांगा बघू– त्याच्या मुलाला आपल्या शाळेत घ्यायचं, की नाही?''

त्याच्या या प्रश्नावर श्रोत्यांमध्ये सरळ-सरळ दोन तट पडले. काही मुलांना वाटलं, पायलटचा मुलगा आपल्या शाळेत आला, तर शाळेची कीर्ती विमानाप्रमाणे उंच होईल! ओळखीमुळं आपल्यालाही विमानातून एखादी चक्कर मारता येईल– निदान किमान आतून पाहता येईल. दुसऱ्या गटाला वाटलं, पायलटाचा मुलगा इथं आला, तर अनुप आणि तो विद्यार्थी-जगातल्या सगळ्यांचं लक्ष स्वतःवरच खिळवून ठेवतील–अनुप आपल्याशी बोलणारही नाही–आपण सगळे शिपायाच्या पातळीवर उतरू–

पण अनुप दररोज आपल्या कथेत बदल करत असल्याचं ज्यूनिअर पी.यू.सी.मधल्या बोरलिंगप्पाच्या लक्षात आलं. त्यानं विचारलं,

''त्या दिवशी विमान हालुकेरे -कुणिगल-बसवनपूरवरून गेलं म्हणालास, ना? तर मग रोज का इकडून जात नाही विमान? आम्हांला का ते रोज दिसत नाही?''

या अकस्मात सामोऱ्या आलेल्या प्रश्नानं अनुपला कुणी तरी टांग मारल्यासारखं झालं. मम्मीनं तिकीट पाठवल्यानंतर अप्पांनी त्याला ठरलेल्या वेळी विमान तळावर पोहोचतं केलं होतं. खिडकीशेजारच्या खुर्चीर बसल्यानंतर विमानानं आकाशात झेप घेतली, तेव्हा त्याला खिडकीबाहेरचे फक्त ढगच दिसले होते. त्यामुळं बेंगळूर गावही दिसलं नव्हतं. अर्ध्या तासानं ढग विरळ झाल्यावर खाली कुठं तरी हा डोंगर–ही दरी–ही नदी एवढंच अस्पष्टपणे जाणवावं, असं दृश्य दिसलं होतं. हे त्याला सगळं नीट आठवत होतं. पण विमान-प्रवासानंतर त्याच्या मनात आपण इथल्या सगळ्यांपेक्षा श्रेष्ठ आहोत, अशी भावना निर्माण झाली होती. त्या भावनेतूनच मी श्रेष्ठ–तुम्ही सगळे कनिष्ठ, असं सांगण्यासाठी आवश्यक त्या प्रकारची कथा तो रचून सांगत होता.

अण्णय्या पहिल्यापासून आपण सगळे सारखेच आहोत, ही भावना मुलांच्या मनात ठसवण्यासाठी भरपूर कष्ट घेत होते. रोजच्या प्रार्थनेतही सहं भवतु– सहनौभुनक्तु म्हणून सांगितलं जाई. अनुपच्या मनावरही याचा परिणाम सुरुवातीला झाला होता. आपले वडील मोठ्या वृत्तपत्राचे संपादक आहेत–इथल्या इतरांपेक्षा आपण वेगळ्या प्रकारच्या घरामधून आलो आहोत, ही भावना त्याच्या मनातून बरीचशी नाहीशी झाली होती. शाळेत त्याच्याकडे पुढारीपण आलं असलं, तरी

त्यात त्याला जबाबदारीची जाणीव अधिक जाणवत होती. आता मात्र त्याच्या नकळत ती जबाबदारीची भावना मागं पडून आपण श्रेष्ठ आहोत, ही भावना त्याच्या मनाला व्यापून राहिली होती.

–आणि यात चुकीचं काय आहे? जेट बोईंगमधून इथल्या कुणी प्रवास केलाय्? इथली मुलं–जाऊ द्या–इथल्या शिक्षकांपैकीही कुणी विमानात पाऊल ठेवलेलं नाही! हे शिक्षकच आपल्याकडे विमान आतून कसं असतं–सीटस् कशा असतात–उडताना कसं वाटतं–उतरताना कसं वाटतं वगैरे चौकशी करत होते ना?

मम्मी सांगते, तेच खरं! दिल्लीच्या मॉडर्न स्कूलमधल्या मुलांचा रंग कसा असतो त्यांची कातडी किती नरम आणि गोरी-चकचकीत असते! आमच्यासारखी बथ्थड नसते! कुदळी-फावडी-कुऱ्हाडी घेऊन उन्हा-तान्हात, चिखल-माती-शेणात कामं केल्यावर आणखी काय होणार?

मम्मी सांगत होती,

"बघ, अनुप! या फॅक्टरीत एवढी माणसं काम करतात. इथून घरी गेलं, की त्यांची जबाबदारी संपते. मी तसं म्हटलं, तर फॅक्टरी कशी चालेल? तुला त्या शाळेत पाठवायला नको, म्हणून मी तुझ्या डॅडींबरोबर किती भांडले, ठाऊक आहे? पण काहीही उपयोग झाला नाही. म्हणूनच वैतागून मी इकडं निघून आले–तुला पैसे पाठवून विमानानं दिल्लीला बोलावून घ्यायचं, हे मी तेव्हाच ठरवलं होतं. इथली ग्रीनपार्कची मुलं बघ! काय त्यांचा ड्रेस! कसे खुशीनं क्रिकेट मॅच खेळत असतात! उद्या देशावर राज्य करणारे, व्यापार-उद्योगांत आघाडीवर राहणारे तेच असतील! तुझ्या विद्याशालेत शिकणारे सुतार होतील–शेतकरी होतील! आलं ना लक्षात मी काय म्हणते, ते?"

दिल्लीमधले त्याचे सुट्टीचे दिवस वेगळ्याच खुशीत गेले होते. जीनपँट, पॅरिस कट ट्राऊझर्स, मम्मीच्या कंपनीमध्ये तयार झालेले शर्टस्, स्पोर्ट-शूज्, हडसन कंपनीचा पिझ्झा, जॉईस आईस्क्रीम, घंटेवाला पेढे, बनारसीदास गाजर-हलवा, मम्मी घरात करत असलेला साजूक तुपाचा बदाम-पिस्ते घातलेला केशरी शिरा–

विद्याशालेत आल्यावर खादीची शर्ट-चड्डी, पंचा, कुळथाची उसळ, नाचणीची उकड, काट्या दगडांचा मातीभरला रस्ता–दिल्लीचे लखलखीत रस्ते! मम्मी सांगत होती–परदेशातल्या रस्त्यांशी दिल्लीच्या रस्त्यांची तुलना करता येईल, म्हणून! किती प्रशस्त रस्ते! गुळगुळीत! रुंद फूटपाथ–उंच झाडं–मधल्या चौकांमध्ये गोल बागा! मम्मी सांगत होती–सगळी गावं सारखीच दरिद्री आहेत–अपवाद फक्त दिल्लीचा! खरोखरच दिल्लीहून बेंगळूरला परतल्यानंतर बेंगळूरचे रस्ते पाहताना

आपल्यालाही ते पटलं ना! दिल्लीच्या त्या प्रशस्त रस्त्यांवरून मम्मी काय मस्त कार चालवते! तिनं आपल्यालाही सांगितलं ना–पुढच्या वेळेस येशील, तेव्हा ड्रायव्हिंग-स्कूलमध्ये नाव घालीन, म्हणून. इथं बैलगाडीत माती आणि शेणखत भरून नेताना त्याला तो सगळा जुन्या काळचा मूर्खपणा वाटू लागला. सगळं सोडून पळून जावंसं त्याला वाटत होतं.

पण त्याला मम्मीनं बजावलं होतं,

"तिथं तू कन्नडमध्ये शिकतोयस. आता शाळा बदलली, तर योग्य ते मार्क्स मिळणार नाहीत. तूर्त तू तिथंच राहून भरपूर मार्क्स मिळव. त्यानंतर दिल्ली-मुंबई-पुणं, कुठही ॲडमिशन मिळाली, तरी मी तुला शिकवेन! पैशाचा विचार करू नकोस. लहान मुलांच्या चेहऱ्यावर दैन्य-दरिद्र्य नाही आवडत मला!"

तरीही तिथले दोड्डप्पा, नारायणस्वामी मास्तर, सोमशेखराचार्य, रामचंद्र मास्तर, शरभण्णा मास्तर–या शिक्षकांना पाहिलं, की त्याच्याही नकळत मनात रुजलेल्या पूज्य भावना जागृत होत. त्या वेळी विमानप्रवास, दिल्लीचे रस्ते, तिथली तुकतुकीत कांतीची गोरी-गोमटी मुलं, मम्मीनं घेऊन दिलेले नवे कपडे–सगळ्याचाच विसर पडत होता. पण कुणीही नसताना एकटाच बसला असता त्याच्या मनात दिल्लीच्या आठवणीच भरून राहत होत्या. त्या वेळी कुणी मुलानं विमान किंवा दिल्लीचा विषय काढला, की त्याच्या कल्पनाशक्तीला बहर येई!

त्याचे अगदी जवळचे मित्र त्याला विचारत होते,

"विमानात त्या एअर-होस्टेस म्हणून असतात–त्यांना तू किस् केलं नाहीस? त्या सगळ्यांना किस् करतात, म्हणे–खरं आहे?" हे विचारताना एखाद्या गहनगूढ प्रदेशावर टॉर्च रोखावा, तशी त्यांची नजर रोखलेली असे. त्यांना त्या संदर्भात खरं-खोटं सांगताना आणि दिल्लीच्या मुलींची वर्णनं करताना त्याच्या जिभेला आणखी धार चढत होती.

पण त्याच्यामधला हा बदल अण्णप्पा किंवा आणखी कुठल्याही शिक्षकांना जाणवला नव्हता. कारण त्याबाबतीत स्वतः अनुप अत्यंत जागरूक होता.

◆

दोघांचं पटणं शक्य नाही, याविषयी एकदा मनाची खात्री पटल्यावर तिनं दिल्लीला राहणं आणि आपण बेंगळूरला राहणंच योग्य आहे, याविषयी रवींद्रची खात्री पटली होती. ती अनुपला भेटण्यासाठी आली, तेव्हा आपल्या दोघांमधली दूर जाण्याची प्रक्रिया पूर्ण झाली, याचीही त्याला जाणीव झाली. होन्नत्ती तिथून गेल्यापासून त्याच्या एकटेपणा आणखी वाढला होता. तो घरात असताना घरी आल्यावर काही तरी बोलायला, जेवायला त्याची सोबत होती. शिवाय अंथरुणावर

पडल्यावर गाढ झोप आणणारे त्याच्या सतारीचे स्वर सोबतीला होते.

आता सगळीकडे शांतता पसरली होती. एका माणसासाठी एवढ्या मोठ्या घराची काय गरज आहे? हे घर सोडून देऊन एखाद्या हॉटेलात कायमची एक खोली का घेऊ नये? मनात हा विचार आला, तरी त्यात खर्च जास्त होईल–स्वातंत्र्यही राहणार नाही, हे त्याला सुचलं. दररोज सकाळी येऊन स्वयंपाक-घरकाम-खाणपिणं करणारं एक माणूस नेमायचं त्यानं ठरवलं.

तरीही त्याच्या मनात बायकोविषयी पराकोटीचा तिरस्कार निर्माण झाला नाही. आपल्यापेक्षा वेगळ्या विचारांची स्त्री पत्नी म्हणून आपल्या नशिबी आली, याचा त्याला विषाद वाटला, तरी प्रत्येकाला आपापल्या मर्जीप्रमाणे जगायचं स्वातंत्र्य आहे, हे तो मनोमन मान्य करत होता. तिच्या जीवन-मार्गाविषयी आपल्याला आदर वाटणं शक्य नाही–मग त्याचा तिरस्कार करायचा तरी काय अधिकार आहे–असं त्यानं स्वतःला पटवण्याचा कितीही प्रयत्न केला, तरी कधीकधी त्याचं मन अस्वस्थ होऊन जात असे. अशा प्रकारे काही ना काही कारणानं तिची आठवण अपरिहार्यपणे छळत होती. सोळा वर्षांचं संसार-जीवन चव्वेचाळिसाव्या वर्षीच संपून गेलं होतं.

काही वेळा त्याच्या मनात घटस्फोट देऊन दुसरं लग्न करायचा विचारही डोकावून गेला. एकदा अन्न नासलं, म्हणून कुणी स्वयंपाक करायचंच सोडून देतं का?

पण हा विचार फार वेळ टिकत नव्हता.

अशा वेळी त्याला विद्याशालेचा फार मोठा आधार जाणवत होता. तो अधून-मधून दोन-तीन दिवसांसाठी तिथं जाऊन राहू लागला. अण्णय्या, सोमशेखराचार्य, चंद्रशेखर, शरभण्णा यांच्याकडे पाहिलं, की लग्न करून संसारात बुडलेल्यांपेक्षा यांचं जीवन किती विशाल आहे–या विचारानं त्याला बरं वाटे. पण मनःशांतीच्या आशेनं तिथं गेल्यावर परशुरामेगौडाच्या कटकटी ऐकून त्याच्या मनात किळस निर्माण होत असे. पत्रकार म्हणून काम करणाऱ्यांनी अशा गोष्टींविषयी का किळस बाळगावी, असं वाटलं, तरी व्यवसाय वेगळा आणि विद्याशालेसारख्या संस्थेचं वेगळं!

त्यातच शाळेमध्ये अनुपला पाहिलं, की त्याचा जीव शांतवत होता. त्याचा मेहनती स्वभाव, त्याच्यामधले नायकत्वाचे गुण, तीक्ष्ण बुद्धी यांविषयी अण्णय्या आणि इतर शिक्षक कौतुकानं बोलत, तेव्हा त्याला पुरातन काळातल्या ऋषींची आठवण येत असे. किती तरी ऋषींना स्वतःचे असे संसारच नसत. पुत्र-प्राप्तीसाठी एखाद्या स्त्रीला विनंती करून ते पुत्रप्राप्ती करून घेत. या मुलाला आपल्याकडील सर्व ज्ञान देत आणि त्यानंतर आपल्या देहाचा त्याग करत. त्या पुतदात्रीला त्यांनी आपल्या आयुष्यात कधीही महत्त्वाचं स्थान दिलं नाही–केवळ बीजाला अंकुर फुटेपर्यंत स्वतःमध्ये ठेवून घेणाऱ्या भूमीप्रमाणेच ते तिच्याकडे पाहत होते. आपण

सोळा वर्षं असल्या संसारात बुडालो, हेच फार झालं!

पण या विचाराचा आवेग ओसरला, की त्याला वाटे–ही विचाराची पद्धत बरोबर नाही. त्या ऋषींचं वेगळं आणि आपलं वेगळं. त्यांची उदाहरणं पुराणातून कशाला शोधायची? एखादं जीवन-ध्येय ठरवून जगणारे अण्णय्या आणि त्यांचे मित्र कुठं कमी कुवतीचे आहेत?

मध्यंतरी आठवड्याभराच्या सुट्टीसाठी अनुप बेंगळूरला आला होता. दुसऱ्या दिवशी तो सकाळी लवकर उठून घराच्या खिडक्या-दारांवरची धूळ पुसू लागला. खिडक्यांचे काचेचे दरवाजे त्यानं साबणाच्या पाण्यानं धुऊन काढले होते. त्या वेळी त्याच्या घरी स्वयंपाकासाठीही कुणी नव्हतं. अनुपनं स्वतः भाजी चिरली आणि रवींद्रला विचारून तो स्वयंपाक करण्यात गढून गेला होता. रात्री रवींद्र घरी परतला, तेव्हा त्याच्या कॉटची मच्छरदाणी धुऊन लखलखीत झाली होती. त्याचं बेडशीट, उशीचा अभ्रा आणि चादरही बदलली होती. संपूर्ण घरालाच एक वेगळी कळा आली होती. रात्री जेवताना तो म्हणत होता,

"विश्वेश्वरय्यांचं चरित्र वाचायला पाहिजे, आणून द्याल?"

"फक्त विश्वेश्वरय्याच कशाला–रामकृष्ण, विवेकानंद, महात्मा गांधी यांची आणून देतो. वाचशील ना?"

"वाचेन. पण विश्वेश्वरय्या कर्मयोगी! मला फार आवडतात ते! मलाही त्यांच्यासारखं इंजिनीअर व्हायचं आहे. केलेल्या कामाचा पगार घ्यायला काही हरकत नाही. पण काम प्रामाणिकपणे केलं पाहिजे, म्हणून दोड्डप्पा सांगतात. पगाराचीही विशिष्ट किंमत असते. त्याचं भान विसरता कामा नये! मलाही पटतं ते... "

त्याला मुलाविषयी आणखी प्रेम दाटून आलं, त्यानं अनुपला त्याच्या इच्छेप्रमाणे पुस्तकं आणून दिली. उद्या हाच मोठा झाला, की याच्याशी आपला स्नेह वाढेल, याविषयी त्याच्या मनात विश्वास निर्माण झाला. अनुप तिथं असेपर्यंत तो लवकर घरी येत होता. किती तरी विषयांवर दोघांच्या मोकळेपणानं गप्पा होत. रात्री झोप येईपर्यंत खूप उशिरापर्यंत दोघांचं बोलणं चाले. सकाळी तो लवकर उठून स्वयंपाक-घराचा दरवाजा बंद करून रवींद्रला जाग येणार नाही, अशा प्रकारे कामं करत होता.

सारं पाहून केवळ शहरातच नव्हे, खेड्यातही असा गुणी मुलगा कुणा आई-वडिलांच्या वाट्याला येणं कठीण आहे, याची जाणीव होऊन रवींद्र मनोमन सुखावत होता.

तरीही त्यानं कधीही मुलापुढं त्याच्या आईचा विषय काढला नाही. अनुपनंही कधी विषय काढला नाही. आपल्या वडलांना हा विषय आवडत नाही, याची त्यालाही पूर्णपणे कल्पना होती.

पण नोव्हेंबरच्या शेवटच्या आठवड्यात अनुपकडून आलेलं एक पत्र वाचून त्याला बराच धक्का बसला. त्यानं लिहिलं होतं,

'मला डिसेंबरच्या आठ तारखेपासून जानेवारीच्या दोन तारखेपर्यंत सुट्टी आहे. त्या वेळी मी दिल्लीला यावं, असं मम्मीनं इथं आलेल्या वेळी सांगितलं होतं. आता तिनं माझ्यासाठी रजिस्टर्ड पोस्टानं विमानाचं तिकीट पाठवलं आहे. नऊ तारखेला बेंगळूरहून निघणाऱ्या विमानानं यायला कळवलं आहे. मी आठ तारखेला संध्याकाळी बेंगळूरला येत आहे---'

विमानाचा संदर्भ येताच रवींद्रच्या मनाची तगमग झाली. ती विमान-प्रवासाकडे केवळ सोय म्हणून बघत नाही–तिच्या दृष्टीनं तो प्रेस्टिजचा प्रश्न आहे! आपण त्यासाठी पैसे द्यायला नकार दिल्यावरच तिनं दिल्लीत स्वतंत्र व्यवसाय सुरू केला. इथं मध्यंतरी आली होती, तेव्हाही तिनं तीन वेळा आपण एक्झिक्यूटिव्ह क्लासनं आल्याचं सांगितलं होतं. आता मुलासाठीही तिनं विमानाचं तिकीट पाठवलं आहे! रेल्वेनं मीही पाठवू शकलो असतो. मुलानं विमान-प्रवास करू नये, असंही नाही– पण... पण... यातून ही माझे आणि माझ्या मुलाचे स्नेहसंबंध तोडू पाहत आहे!

याचाच अर्थ, त्याचा आपल्या आईशी थेट संपर्क आहे! त्या दोघांचाही परस्परांशी पत्रव्यवहार आहे! नाही तर त्याच्या सुट्टीच्या नेमक्या तारखा तिला कशा ठाऊक असतील? इथं माझ्याबरोबर आठवडाभर राहिला, तसा तिथं तीन आठवडे राहणार आहे!

रवींद्रच्या मनाचा मत्सरानं जळफळाट झाला. तिनं असल्या हीन वागणुकीनं त्याच्या प्रेमाचा मोठा वाटा लंपास केलाय्!

उद्याच त्याला पण लिहायला पाहिजे–काही जाऊ नकोस, तिच्याशी कसलाही संबंध ठेवू नकोस, म्हणून. पण हात-पाय धुऊन फ्रीजमधलं सार गरम करून घेताना मनात आलं,

छेः–हे काही बरं नाही! ती कशी का वागेना–आपण तसं वागणं योग्य नाही.

त्या रात्री त्याला नीट झोप लागली नाही. आपण इतके दिवस ज्या प्रेमावर विश्वास ठेवला, त्या प्रेमाचा पायाच ढासळला, असं त्याला झालं होतं.

सकाळी तोंड धुताना त्याला एका अमेरिकन नियकालिकात वाचलेल्या 'विभक्त झालेल्या आई-वडलांची अपत्ये' या लेखाची आठवण झाली. त्यामध्ये एक मुद्दा दिला होता–अशी मुलं आईचा विषय वडलांकडे आणि वडलांचा विषय आईपुढं न काढण्याचा चाणाक्षपणा पहिल्यापासूनच अंगी बाणवत असतात. त्या समाजशास्त्रज्ञानं लिहिलं होतं, त्या दृष्टीनं पाहिलं, तर अनुपचं वागणं हाही चाणाक्षपणाचाच नमुना काय?

या विचारासरशी रवींद्रचा जीव कासावीस झाला. हे मान्य करायला नकार देणं म्हणजे स्वतःची फसवणूक करून घेणं हेही त्याला समजत होतं.

दोन दिवस याच अस्वस्थतेत गेले.

तिसऱ्या दिवशी मात्र एका निर्णयापर्यंत येऊन पोहोचला होता. अनुप वाढणारा मुलगा आहे. जबरदस्तीनं त्याच्या वाढीवर कुठलंही बंधन ठेवणं किंवा आपण दिशा ठरवून देणं योग्यही नाही आणि ते शक्यही नसतं. त्यानं अनुपला येण्याविषयी पत्र लिहिलं आणि कळवलं,

'विमानतळावरील सगळे सोपस्कार मी पूर्ण करेन...'

◆

प्री-युनिव्हर्सिटीची परीक्षा संपवून बेंगळूरमध्ये वडलांबरोबर दोन दिवस काढल्यावर अनुप पुन्हा विमानानं दिल्लीला निघाला. या वेळी तो एकटाच विमानतळावर गेला आणि त्यानं सगळे सोपस्कार स्वतःच पार पाडले. रवींद्रनं कितीही सांगितलं, तरी अनुपनं त्याला येऊ दिलं नाही. रिक्षा करून तो विमानतळावर गेला. मध्ये पंखा येणार नाही, अशा प्रकारे खिडकीकडील जागा त्यानं मिळवली. त्यालाही एक प्रकारचं स्वातंत्र्य जाणवत होतं.

लहानपणी दिल्लीत गेला असता त्यानं तिथला उकाडा पाहिला असला, तरी आता त्याची नीटशी आठवण त्याला नव्हती. आता मात्र त्याला इथला उकाडा प्रचंड भासत होता. अर्थात घरात उकाडा जाणवायचा प्रश्नच नव्हता. दोन हवा-नियंत्रक घरात होते. मम्मीच्या बेडरूममध्ये आणि लाऊजमध्ये. शिवाय मम्मीची कारही एअरकंडिशन्डच होती.

शक्य तेवढा वेळ अनुप लाऊंजमध्येच थंड वातावरणात राहत होता. संध्याकाळी पटेलनगरमधल्या ग्लोब कॉंपीटीटिव्ह ट्युटोरियलला जात होता. तिथं मात्र पराकोटीचा उकाडा जाणवत होता. तिथं डोक्यावर फिरणाऱ्या पंख्याच्या वाऱ्यानं गरम हवेचे सपकारे बसत होते. त्याला तीव्रपणे वाटत होतं–इथंही का हवा-नियंत्रक वापरू नये?

इंजिनीअरिंग कॉलेजमध्ये प्रवेश मिळवण्याची त्याची इच्छा होती. केंद्र सरकारनं विविध प्रदेशांत सुरू केलेल्या काही प्रादेशिक इंजिनीअरिंग कॉलेजमध्ये प्रवेश मिळवायचा प्रयत्न करावा, असं त्याच्या आईचं मत होतं. तो सगळ्या स्पर्धात्मक परीक्षांनाही बसायचं ठरवत होता. त्याच्या तयारीचाच एक भाग म्हणून दीड महिन्यासाठी दीड हजार रुपये वसूल करणाऱ्या ग्लोब ट्युटोरियलला तो जात होता. घरात बसून तो त्या परीक्षांचे जुने पेपर्स सोडवत होता.

तिथं जायला सुरुवात केल्यापासून त्याला दोन गोष्टींची स्पष्ट जाणीव झाली

होती. तिथं येणारी मुलं जुन्या प्रश्नपत्रिका आपल्यापेक्षा अधिक तत्परतेनं सोडवत होती. नेपोलियनच्या प्रेयसीचं नाव, सर्वसामान्य स्त्रीवरील प्रेमासाठी राज-सिंहासनाचा त्याग करणारा राजा, अत्यंत वेगवान गोलंदाज, सौंदर्य-स्पर्धा आणि अत्यंत लांबलचक बीचसाठी प्रसिद्ध असलेलं गाव, मानवानं चंद्रावर पाऊल ठेवलं, त्या वर्षीच्या विश्वसुंदरीचं नाव आणि देश, तिची मापं–असल्या प्रश्नांची उत्तरं ही मुलं कॉम्प्यूटरच्या वेगानं सांगत होती. बॉंबर आणि फायटरमधला फरक, रॉकेटचं तंत्र यांसारख्या आधुनिक प्रश्नांची उत्तरंही ते दोन दोन वाक्यांमध्ये सांगत होते. इथं विमान-प्रवास म्हणजे आ वासण्यासारखी परिस्थिती नव्हती. इथल्या किती तरी मुलांनी परदेश-प्रवासही केला होता. आयफेल टॉवर–स्वातंत्र्यदेवतेचा पुतळा–सीअर्स बिल्डिंग–ब्रेनर पास यांपैकी एखादा फोटो दिसला, की ही मुलं स्वतः पाहिल्याच्या अनुभवाचं वर्णन करून सांगत होती. त्यांचं इंग्लिशही अफाट होतं. यस्‌ऐवजी या, गाय्, डॉम, स्क्र्यू, यल्लो, टफ्-लक्-बाय्, डो–घरी येऊन ऑक्स्फर्ड शब्दकोश चाळला, तर सापडणार नाहीत, अशा शब्दांचा वापर करून ते परस्परांशी बोलत.

अनुपला हे सारं पाहताना आपण मागासलेले आहोत, या भावनेनं संकोच वाटत होता. एकीकडे संतापही येत होता. मम्मीनं सांगितलेलं आठवलं, की त्या संतापाची दिशाही आपोआप निश्चित होत होती. बेंगळूरच्या शाळेतून काढल्यानंतर मलाही ग्वाल्हेर, डेहराडून, कोडईकॅनॉल, दिल्ली इथल्या कुठल्या तरी शाळेत पाठवलं असतं, तर मीही असाच झालो असतो, असाच चुणचुणीत आणि हुशार!

मनातली ही भावना व्यक्त करायला तिथं कुणीही मित्र नव्हता. त्यामुळं एक दिवस त्यानं आपलं मन मम्मीपुढं उघडं केलं.

त्याचं सगळं बोलणं ऐकून झाल्यावर कांती काही वेळ न बोलता बसली होती. या विषयावर बोलायची इच्छा नसल्याचं तिच्या चेहऱ्यावर स्पष्टपणे दिसत होतं. तासाभरानं तिंन आपणहोऊन सांगितलं,

"त्या वेळी तुझे मित्र जगदीश अरोडा आणि ओमप्रकाश सभरवाल कोडईकॅनॉलच्या शाळेत जाऊ लागले. तेव्हा तुलाही तिथं पाठवावं, म्हणून मी खूप तडफडले. पण तिथं पैसे फार खर्च होतात, म्हणून तुला त्या खेड्यातल्या गांधी-शाळेत पाठवलं! मुलानं माती खणून शेण उचललं, तर देशप्रेमाचं पुण्य गाठीला लागतं ना! थर्डक्लासनं घामाच्या धारा वाहवत शेणाच्या पोवारच्या माशीसारखा प्रवास केला, तर देशभक्ती–विमानानं प्रवास केला, तर देशद्रोह! असले विचार असतील, तर काय करणार? म्हणून मी इथं येऊन स्वतःची फॅक्टरी सुरू करून स्वतः कमवायला सुरुवात केली... "

अनुप तिचं बोलणं लक्ष देऊन ऐकत होता.

तीच पुढं म्हणाली,

"बाप-लेकांच्या प्रेमात आपण का विघ्न आणायचं, या विचारानं इतक्या दिवसांत मी तुला काहीच सांगितलं नव्हतं. यानंतरही ती इच्छा नाही. मलाही माझा आत्म-सन्मान आहेच!"

खरोखरच त्यानंतर तिनं पुन्हा कधीही तो विषय काढला नव्हता. अनुपला या संदर्भात आणखी जाणून घ्यायची इच्छा होती. त्यानं विचार केला–मम्मी हट्टी आहे. एकदा नाही म्हटल्यावर ती पुन्हा या विषयावर बोलणार नाही! अर्थात त्यासाठी इतरही मार्ग आहेत, म्हणा!

आजोबा-आजीला भेटायला डेहराडूनला गेला असता त्यानं आजी एकटी असलेली बघून त्यानं विषय काढला,

"आजी, घर आणि फॅक्टरी दोन्हींकडे बघायचा मम्मीला त्रास नाही का होत? डॅडी पण इथं आले, तर?"

"पण कुणी सांगायचं हे तुझ्या बापाला? तो अधून-मधून मीटिंगसाठी दिल्लीला येत असतो. पण तुझ्या आईला तो कधी फोनही करत नाही. बायको आपल्यापेक्षा जास्त मिळवते, हे त्याला सहन होत नाही! स्वत: मिळवून बायको-मुलाला सुखात ठेवायची धमक नाही! असल्या नवऱ्याबरोबर संसार करून तुझी आई काय करणार? स्वत:च राबतेय् बिचारी! आम्ही आम्हांला शक्य होती, ती मदत करून तिची सोय करून दिलीय्!"

त्यानंतर मात्र परिस्थिती पूर्णपणे समजली, असं त्याला वाटलं. त्यानंतर आणखी कुणाला काही विचारावं, असं त्याला वाटलं नाही. त्याच्या मनात मम्मीविषयी कृतज्ञता भरून आली.

जून महिन्याच्या पहिल्या आठवड्यात त्याच्या पी.यू.सी. परीक्षेचा निकाल लागला. ऐंशी टक्के मार्क्स मिळवून तो विद्याशालेत सर्वप्रथम आला होता. आय्.आय्.टी. वगैरे साठी दिलेल्या परीक्षांचाही निकाल लागला. त्याला तिथं प्रवेश मिळणं शक्यच नव्हतं. त्याच्या मनातला वडलांवरचा संताप आणि पाठोपाठ विद्याशालेवरचा संतापल पुन्हा उफाळून आला. मम्मीनं सांगितलं,

"आता तुझ्या लक्षात आलं ना तुझं किती नुकसान झालंय्, ते? तुला मोठ्या प्रसिद्ध शिक्षण-संस्थांमध्ये पाठवायची माझी इच्छा होती. मुलांच्या भवितव्यासाठी केवळ आईच जबाबदार नसते. आता तू बेंगळूरला जा. तिथल्या इंजिनीअरिंग कॉलेजांमध्ये अर्ज कर. पण तिथं पुढारलेली-मागासलेली जात म्हणून भेद दाखवून, पुढारलेल्या जातीमुळं प्रवेश नाकारण्याचीच शक्यता आहे! पण तिथं अशी सीट

विकत घ्यायचीही पद्धत आहे ना? कितीही पैसे द्यावे लागले, तरी हरकत नाही– एक सीट विकत घेऊन मला फोननं कळव. मी लगेच पैसे पाठवून देईन. तिथंच कुठल्या तरी गावात शिक्षण पूर्ण कर. फी-पुस्तकं-हॉस्टेलचा खर्च... कशाचीही काळजी करू नकोस. मी सगळं बघून घेईन.''

तिनं स्वत: त्याला आपल्या मोटारीनं विमानतळावर सोडलं.

◆

बेंगळूरला आल्या-आल्या त्यानं तांत्रिक-शिक्षण-विभागाकडे अर्ज टाकला. इंटरव्ह्यूसाठी बोलावणं येईपर्यंत वाट पाहण्याशिवाय दुसरा मार्ग नव्हता. त्यानं वडलांनाही साफ सांगितलं,

"शिकायचं असेल, तर इंजिनीअरिंगलाच जाईन. बी.ए,बी.एस् सी. साठी कॉलेजची पायरी मुळीच चढणार नाही.''

रवींद्रनं विचारलं,

"हा हट्ट कशासाठी?''

"ऐंशी टक्के मार्क्स मी मिळवले आहेत. इंजिनीअरिंगची मला आवड आहे. मला हव्या असलेल्या विषयाचं शिक्षण घ्यायचा मला अधिकार नाही?'' त्यानं विचारलं.

रवींद्रलाही हे पटलं. काहीही न करता, मार्क्स न मिळवता कुणी असा वाद घातला, तर चुकीचं आहे. पण एवढे गुण मिळवल्यानंतर त्यानं असा वाद घातला, तर त्यात काय चुकलं? पण जागा मिळाली नाही, तर काय करायचं–यावर कुणालाच काही बोलतं येण्यासारखं नव्हतं. पण यावर अनुप तात्काळ उत्तरला,

"कॅपिटेशन फी देऊन सीट मिळवायची!...''

"पण त्यासाठी किती पैसे द्यावे लागतील?'' रवींद्रचा हा प्रश्न स्वत:साठीच होता.

दुसऱ्या दिवशी त्यानं दोन खाजगी कॉलेजांमध्ये फोन करून चौकशी केली. त्याला उत्तर मिळालं,

"आता लगेच पैसे देऊन बुक करणार असाल, तर चाळीस-पन्नास हजारांत भागेल. नंतर हीच रक्कम लाख किंवा त्याहून जास्त होईल.''

पन्नास हजार रुपये रवींद्रनं मनातल्या मनात आपल्या आर्थिक परिस्थितीचा आढावा घेतला. आठवडाभर याचविषयी विचार करून त्यानं पुन्हा चौकशी केली,

"गुणवत्तेवरील ॲडमिशन किती टक्क्याला क्लोज होईल, काही अंदाज आहे काय?''

त्याला उत्तर मिळालं,

“गेल्या वर्षी अठ्ठ्याऐंशी टक्क्याला क्लोज झाली होती. यंदाची लक्षणं पाहता नव्वदलाच थांबेल, असं दिसतं... ”

म्हणजे अनुपला त्या मार्गानं ॲडमिशन मिळायची शक्यता अगदीच कमी दिसत होती.

सीट मिळवण्यासाठी पैशाची व्यवस्था करणं एवढाच त्याच्यापुढचा प्रश्न नव्हता. गतवर्षी याच महिन्यात त्यानं एक संपादकीय लिहिलं होतं. त्यात त्यानं प्रश्न उपस्थित केला होता,

‘–शिक्षणासाठी सीट मिळवतानाच एवढे पैसे दिले, तर त्या शिक्षणाविषयी दुसरा उदात्त हेतू ठेवणं विद्यार्थ्यांना कसं शक्य आहे? मिळवलेल्या विद्येचा जनतेसाठी उपयोग करण्याची इच्छा होणं तरी कसं शक्य आहे? अशा प्रकारे सीटस्‌चा व्यापार करणं हे सरकार आणि शिक्षणसंस्था करत असलेलं पाप असेल, तर त्या सीटस् विकत घेणं म्हणजेही धनाढ्य पालकांनी केलेलं पापच!’

त्याचा लेख प्रसिद्ध झाल्यावर वाचकांकडून किती तरी प्रतिक्रिया आल्या होत्या.

‘मागसलेले आहेत, म्हणून अल्प गुण मिळालेल्यांना एकीकडे तुम्ही प्रवेश देत आहात! मग गुणवत्ता असलेल्यांनी पैसे देऊन सीट विकत घेतली, तर त्यात काय चुकलं?–’ अशी एक प्रतिक्रिया होती.

एकानं लिहिलं होतं,

‘शिक्षण हीही एक गुंतवणूक आहे. काहीजण तिथं जातीचं भांडवल वापरत असतील, तर काहीजण पैसा वापरतात, एवढंच! दोन्हींमध्ये तात्त्विकदृष्ट्या काय फरक आहे?’

अशा पत्रांनी त्याच्या लेखनामागील नैतिक विचारांना सुरुंग लावला होता. त्या पत्रांमधील वादाचे मुद्दे तो पूर्णपणे खोडून काढू शकला नसला, तरी त्याची स्वतःची स्वतःच्या विचारांवरील श्रद्धा मुळीच कमी झाली नव्हती. त्या पत्रांमधल्या प्रतिनिधिक पत्रांना त्यानं प्रसिद्धी दिली होती.

पण आता आपल्या नैतिक विश्वासाविषयी त्याच्या मनातच गोंधळ उमटला होता. ज्या शाळेत अनुप शिकला, तिथं ऐंशी टक्क्यांपेक्षा जास्त गुण मिळवणं अशक्य होतं. कुठल्याही ग्रामीण विद्यार्थ्याला गुणवत्तेच्या आधारावर प्रवेश मिळणं शक्य नाही. हा कुठला न्याय? फायदे मिळवण्यासाठी मोठमोठे राजकारणी आपापल्या जाती मागासलेल्या आहेत, म्हणू लागले, तर संख्येच्या दृष्टीनं दुर्बल असणाऱ्या लोकांनी काय करायचं? भारतातल्या लोकशाहीमध्ये जाति-निरपेक्ष न्याय शक्य आहे काय?

या तत्त्वविषयक विचारात त्याची बुद्धी बुडून गेली असता एक दिवस अनुपनं सांगितलं,

"मी चौकशी केली. गुणवत्तेच्या आधारावर पाठवलेली इंटरव्ह्यूची पत्रं रवाना झाली आहेत. म्हणे. पहिल्या बॅचमध्ये नव्वद टक्क्यांवरच ॲडमिशन थांबली आहे. कुठल्याही परिस्थितीत ती ऐंशीपर्यंत खाली येणं शक्यच नाही. त्या वेळी मी किरकोळ दंगा केला, म्हणून तुम्ही मला त्या खेड्यातल्या शाळेत डांबून ठेवलंत! नाही तर मीही पंच्याऐंशी-शहाऐंशी टक्के सहज मिळवले असते. आता कॅपिटेशन फी देऊन सीट घेण्याशिवाय दुसरा मार्गच नाही. आज दुपारी मम्मीचा फोन आला होता–तिनं सांगितलंय् कितीही पैसे लागले, तरी काळजी करू नकोस–सीट घे, म्हणून!"

आजवर अनुपनं कधीही आपल्या बोलण्यामध्ये आईचा उल्लेख केला नव्हता. आता त्यानं जे सांगायचं, ते स्पष्ट शब्दांत सांगितलं होतं. एवढंच नव्हे, ज्या शाळेनं त्याच्या व्यक्तिमत्त्वाची जडण-घडण केली, त्या शाळेची त्यानं खेड्यातली शाळा म्हणून हेटाळणी केली होती! हा बेंगळूरहून तिथं गेला, तेव्हाचं याचं व्यक्तिमत्त्व आणि आजचं व्यक्तिमत्त्व यांतील फरक घडवून आणणारे संस्कार याच शाळेनं त्याच्यावर केले होते. इंजिनीअरिंगला प्रवेश मिळाला नाही, याविषयीचा संताप कितीही योग्य असला, तरी अविचारीपणे आरोप करणं योग्य नाही, असं अनुपला बजावून दुसऱ्या दिवशीच कॅपिटेशन फी देऊन सीट मिळवायचा प्रयत्न करेन, असं त्यानं अनुपला आश्वासनही दिलं.

आजवर रवींद्रनंही कधीही आपलं संपादक म्हणून वजन कुठल्याही कामाच्या संदर्भात खर्च केलं नव्हतं. आता मुलाच्या सीट विकत घेण्याच्या प्रकरणी ते घडू नये, अशी त्याची इच्छा होती. ऑफिसमध्ये चीफ-रिपोर्टर शांतमूर्ती यांच्यापुढं त्यानं आपली समस्या मांडली. सारं ऐकून तो म्हणाला,

"सर, नाही तरी पैसे भरूनच ही सीट घ्यायची आहे ना! पैसे फेकून वांगी विकत घ्यायला कशाला कुणाची ओळख लागते? आम्ही रिपोर्टर्स बाहेरच्या जगात फिरत असतो. मी बघतो तिकडं... तुम्ही काळजी करू नका..."

लगेच तो स्कूटर घेऊन बाहेर पडला. तासाभरानं येऊन त्यानं सांगितलं,

"तांत्रिक विद्या विभागाच्या निर्देशकांनाच भेटलो होतो." त्यांनी सांगितलं... आतापर्यंत बहुतेक जागा गेलेल्या असतील... म्हैसूरच्या कॉलेजमध्ये मी शिफारस करून एखादी जागा मिळवून देऊ शकेन... चाळीस हजार देणगी द्यावी लागेल... तुम्ही संध्याकाळच्या आधी निरोप दिलात, तर हे काम होणं शक्य आहे... तसा मंत्र्यांकडूनही दबाव येत आहे–मात्र लवकर कळवायला पाहिजे..."

म्हैसूर तर म्हैसूर. रवींद्रनं मान्य केलं. पण आपल्याकडचे सगळे पैसे गोळा केले, तरी जेमतेम वीस-पंचवीस हजार उभे राहू शकतील. चाळीस हजार कसे उभे

करायचे, हा एक प्रश्न होताच. तरीही त्यानं शांतमूर्तीला सांगितलं,

''ठीक आहे. ती सीट आम्हांला द्या–''

संध्याकाळपर्यंत त्याचं मन एका निष्कर्षापर्यंत येऊन पोहोचलं. तीही व्यवसायात भरपूर धडपड करत आहे. तिच्याकडून विमान-प्रवासासाठी पैसे घेऊ नकोस, म्हणून मी कधीही अनुपला सांगतलं नाही. आताही तिची मदत घेऊ नकोस, म्हणणं योग्य नाही. तिच्या पैशाचा मी का मत्सर करू? मुलासाठी पैसे खर्च करायचा तिला अधिकार नाही काय?

◆

सर्टिफिकेट आणण्यासाठी विद्याशालेत गेलेल्या अनुपनं सगळ्या शिक्षकांच्या पायांना स्पर्श करून मनःपूर्वक नमस्कार केला. सगळ्यांनाच त्याच्याविषयी अभिमान भरून आला होता. बी.ई. झालेल्या शंकरमूर्तींनी त्याला सांगितलं,

''शिक्षण घेऊन तू इथंच आलास, तर आम्हां सगळ्यांना मनापासून आनंद होईल. नाही तरी तू कुठंही राहिलास आणि विश्वेश्वरय्यांप्रमाणे प्रत्येक नोकरी ही समाजाची सेवा करण्यासाठी मिळालेली एक संधी असं मानलंस, तरी आम्हांला आनंदच आहे!''

तीन वर्षं स्नेह मिळालेल्या त्या वातावरणात अनुपनंही मनोमन आपण विश्वेश्वरय्यांचाच आदर्श ठेवायचा निश्चय केला. तिथून निघताना त्यानं मन अत्यंत हळुवार झालं होतं. डोळ्यांमध्ये पाणीही तरळलं.

म्हैसूरच्या कॉलेजमध्ये हजर झाल्यानंतरही त्याच्या मनात सतत त्याची आपल्या विद्याशालेशी तुलना होत होती. तिथं अजून कुठल्याही प्राध्यापकांची ओळख झाली नव्हती. कुणा मुलांशीही मैत्री झाली नव्हती. एकटेपणा मन खात होता. विद्याशाळेतील जिव्हाळा पुन्हा-पुन्हा आठवत होता.

पण कॉलेजमधल्या वरच्या वर्गातल्या मुलांचं खुशालचेंडू जीवन पाहताना यातही काही तरी गंमत आहे, याचा त्याला अनुभव येऊ लागला. बेंगळूरच्या शाळेतल्या गमती-जमती इथंही आहेत, याचा त्याला अनुभव येत होता. तरीही आपण आता लहान नाही–विद्याशालेत तीन वर्षं राहून आलोय्–उगाच फुटकळपणे कुठल्या तरी फालतू हॉटेलात टाईमपास करणं योग्य नव्हे–आपण इथं मनापासून अभ्यास करायला पाहिजे–याचीही त्याच्या मनाला जाणीव होती.

हळू-हळू त्याच्या इतर मुलांशी ओळखी होऊ लागल्या. आपल्याला पैशाची काहीही कमतरता नाही, याची जाणीव त्याला या कॉलेजमध्ये पाऊल ठेवल्यापासून होती. सीट मिळवण्यासाठी जे पैसे द्यावे लागले, ते सर्व मम्मीनं पाठवले होते. दर

महिन्याचा हॉस्टेलचा खर्च, फी आणि इतर खर्चांसाठी पैसे देण्याचं डॅडींनी कबूल केलं होतं. त्यावर लागतील तेवढे पैसे द्यायला मम्मी तयार होती. डॅडी किती पैसे देतात, ते मम्मी विचारत नाही आणि मम्मीकडून किती मागून घेतले, याविषयी डॅडी विचारणार नाहीत! पण म्हणून विनाकारण पैसा मागवून खर्च करायची त्याचीही इच्छा नव्हती. कॉलेजच्या लायब्ररीत बसून भरपूर वाचायची त्याच्या मनात जबरदस्त इच्छा होती. पण अजूनही त्याला आपण काय वाचावं, हे समजत नव्हतं.

त्यानं इलेक्ट्रॉनिक्स विषय घेतला होता. इथं येण्याआधी तो आजोबांना भेटला होता, तेव्हा त्यांनी सांगितलं होतं,

“विश्वेश्वरय्यांच्या काळी धरणं आणि बांध बांधायची मोठी संधी उपलब्ध होती... ते बघून मी सिव्हिल साईडला गेलो. निरंजन मामाच्या वेळी आर्किटेक्चर या विषयाला भरपूर स्कोप होता... आता तो त्यात भरपूर पैसा मिळवतोय्. तरीही त्यात मिळणाऱ्या पैशाला मर्यादा आहेत. तू मात्र आता इलेक्ट्रॉनिक्सला जा. आताच थोडे पैसे जास्तीचे द्यावे लागले, तरी हरकत नाही. नंतर स्वतःची फॅक्टरी सुरू करून लाखो-कोट्यवधी-अब्जावधी रुपयांपर्यंत तिचा विस्तार करता येईल! आता दहा-वीस हजार रुपयांकडे बघण्यात अर्थ नाही... ”

इथं कॉलेजमध्येही इलेक्ट्रॉनिक्सच्या विद्यार्थ्यांमध्ये स्वतः कुणी तरी विशेष असल्याची भावना स्पष्टपणे दिसत होती. त्यालाही ही भावना जाणवत होती. आपल्यापेक्षा वरच्या वर्गांतल्या हुशार मुलांकडून योग्य ते मार्गदर्शन मिळवण्यासाठी तोही प्रयत्न करू लागला.

◆

# १

त्या दुपारी जे काही घडलं, ते पूर्णपणे अकस्मात घडलं, असं होन्नत्तीलाही वाटलं नव्हतं. तरीही आज ना उद्या आपण अशा प्रकारे जवळ येऊ, असंही त्याला वाटलं नव्हतं. स्नेह-मृदु अंतःकरण असलेली एक मैत्रीण यापलीकडे त्याच्या मनात कधीही वेगळी भावना आली नव्हती.

भर तारुण्यात कधी तरी ही तारुण्यसुलभ भावना छळत होती... पण गेल्या किती तरी वर्षांत तिची आठवणही त्याला होत नव्हती.

पण त्या दिवसानंतर त्या प्रसंगाची आठवण त्याला गाढ अवर्णनीय आनंदाचा अनुभव देत होती. तोच अनुभव पुन्हा-पुन्हा घेतला पाहिजे–त्याव्यतिरिक्त काहीही नको, असं वेड त्याच्या मनात भरून राहिलं. पुन्हा भेट झाली, तेव्हाही त्यानं संध्याकाळचे पाच वाजले, तरी कांतीला सोडलं नाही. त्यानंतरही ती निघून गेल्यावर तिथं एकटं बसून सतार वाजवणं त्याला अशक्य वाटलं. लगेच एक रिक्षा करून तीत सतार ठेवून तो घरी निघून आला.

त्यानं घरात पाऊल टाकताच आईनं विचारलं,

"हे काय? आज लवकर कसा आलास?"

यावर काय उत्तर द्यावं, हे त्याला समजलं नाही. आई किंवा आणखी कुणी आपल्याला असा प्रश्न विचारेल, हे त्याच्या डोक्यातही आलं नव्हतं.

तीच म्हणाली,

"सारखं वाजवून वाजवून कंटाळला असशील, नाही?"

फॅनखाली बसून सतार वाजवताना तारा तशाच राहणं शक्य नाही, हे त्याला पुन्हा जाणवलं. दिल्लीच्या उकाड्यात हवा-नियंत्रकाशिवाय मन एकाग्र करून कुठलाही रियाझ करणं अशक्य आहे! हं... शीतलच्या घराचा लाऊंज... पाठोपाठ कांतीची आठवण–तिथं तिच्या सान्निध्यात काढलेल्या मधाळ घटका...

बेंगळूरमध्ये मात्र हवा-नियंत्रकाचीच काय, फॅनचीही फारशी गरज नाही... पाठोपाठ रवींद्रच्या घरी करत असलेल्या रियाझाची आठवण झाली... रवींद्र...

रवींद्रच्या आठवणीसरशी हेमंतचं सर्वांग घामेजून गेलं. त्यानं मान वर करून

पाहिलं–फॅन फिरत होता. त्याचा वेग आणखी वाढवला, तर उष्ण वाऱ्याचे सपकारे वेगानं बसतील–पण वातावरण थंड होणार नाही. काल दुपारपासून रवींद्रांची आठवण आली नव्हती. ज्या अनुभवानं त्याला उंच अंतराळात विहार करत असल्याची अनुभूती दिली होती, त्याच अनुभवानं आपल्याला खोल गर्तेत फेकून दिल्यासारखं त्याला वाटू लागलं. फिरणाऱ्या फॅनवर दृष्टी रोखून तो आपल्या पलंगावर पडून राहिला.

आई खोलीच्या दारापाशी आली आणि आत डोकावत तिनं विचारलं,

"चहा घेणार?"

"आता नको. रात्री झोप लागत नाही!"

"काय उकाडा हा!" म्हणत ती तिथंच उभी राहिली.

तिची गप्पा मारत बसायची इच्छा दिसत होती. सतार हातात घेतली, तर ती आत निघून जाईल–पण तिच्याशी वेगळ्या विषयावर बोलत बसलं, तर मनातली तगमग काही वेळ तरी विसरली जाईल असं वाटून त्यानं तिला हाक मारली,

"अव्वा, आत ये की..." तीही तत्परतेनं खोलीत शिरली आणि टेबलालगतच्या खुर्चीवर बसली.

रात्री एकटाच खोलीत झोपल्यावर पुन्हा रवींद्रचं चित्र डोळ्यांपुढं तरळू लागलं. आता मी वाजवतोय्, ती सतार त्यांनीच विकत आणून दिली. त्याची नजर पडल्या पडल्या सतारीकडे गेली. रस्त्यावरच्या दिव्यांचा खिडकीतून प्रकाश आल्यामुळं त्या उजेडात ती स्पष्टपणे दृष्टीस पडली. त्या वेळी 'नको–माझ्याकडे पैसे आहेत' म्हणून सांगितलं, तरी त्यांनी ऐकलं नव्हतं. मला त्यांनीच बेंगळूरला आणलं, कमलापुरांची साथ ठरवून दिली–सकाळी त्यांना घरकामांत आणि स्वयंपाकात मदत करतो, म्हटलं, तरी ते नको म्हणत होते. 'तुम्ही तुमचा रियाझ करा–' म्हणून किती आग्रहानं जेवू-खाऊ घालत होते! केवळ स्नेह नव्हे हा–वात्सल्यभावना!–

आपण महापातकाचे धनी असल्याची भावना त्याच्या मनाला घेरून गेली. त्यानं डोळे मिटून घेतले.

–रवींद्र म्हणजे माझे थोरले भाऊच! केवळ वयानं मोठे आहेत, म्हणून नव्हे त्यांचं माझ्यावर प्रेम, सहज व्यक्त होणारी ममता, दोघींच्या मनोधर्मांतील साम्य, दोघींच्याही समान आदराचं स्थान असलेले विद्याशालेचे अण्णय्या–स्नेहापेक्षाही त्याच्याविषयी माझ्या मनात भातृभावनाच अधिक तीव्र आहे. सख्ख्या भावंडांतही नसेल, अशी भातृभावना! कांतीविषयी भाभी हे संबोधन आलं, ते या भावनेतूनच- एक पद्धत म्हणून नव्हे–

आता त्याच कांतीबरोबर असे संबंध–हा सर्वसाधारण व्यभिचार नाही-

भातृशय्याद्रोहाचं घातक आपल्याकडून घडलंय्! मी पापी आहे–परमपापी–

डोक्यावर फॅन रगरत होता. किळसवाणा घाम सर्वांगाला लेपून आणखी किळस आणत होता. स्नेह, विश्वास, औदार्य–या सगळ्यांचा अर्थ हाच? मला कसं हे समजलं नाही? की समजूनही त्यातून मिळणाऱ्या विविध प्रकारच्या सुखांना शरण जाणारा मी एक क्षुद्र लंपट आहे? या सुखांसाठी लाळ घोटत मी नीतीला काळोखी फासली? हेच खरं दिसतं!–

त्याच्या न कळत श्वासकोषांना प्राणवायू कमी पडला आणि त्याला धाप लागल्यासारखं झालं. त्याचा जीव घाबरा झाला. आणि बघता-बघता हृदय धडधडायचं थांबेल, असं वाटून तो घाबरा झाला. त्याही परिस्थितीत वाटलं, तेच योग्य ठरेल– अशा गुन्ह्याला मृत्यू हीच शिक्षा योग्य आहे! पण छातीत वेदना नव्हती, डाव्या बाजूला दुखत नव्हतं, घामही आला नव्हता. डोंगरावर चढत असताना प्राणवायू कमी पडून धाप लागावी, तसं वाटतं होतं. आपण मेलो, तर सुटका होईल, अशा भावनेत तो डोळे मिटून पडून राहिला.

किती तरी वेळानंतर झोप लागली.

लवकर जाग आली. उठल्यावर त्यानं आन्हिकं उरकून अंघोळ केली. अंग हलकं वाटलं, तरी मनाची खिन्नता तशीच होती. गुरुजींच्या घरी जाणं–सतार वाजवणं–कशातच काही अर्थ नाही, अशी त्याची भावना झाला. सतार उचलून फेकून द्यावी आणि तिचे तुकडे करावेत, असं वाटलं. या सतारीपायी रवींद्रांनी मला एवढा जीव लावला! या सतारीपोटीच कांती एवढ्या जवळ आली आणि अखेर अशी वागली. पण पाठोपाठ वाटलं, सतार फोडली, तर आपलं काय राहील? गुरूकडे गेलं नाही, तर वेळ कसा काढायचा, हा एक प्रश्नच होता.

रवींद्रांनी केवळ सतारीसाठी मला एवढा जीव लावला काय? व्यक्ती म्हणून माझं वागणं–माझा स्वभाव याचा त्यात काहीच संबंध नाही काय? केवळ सतारीमुळं कांती एवढ्या जवळ आली?

नेहमीप्रमाणे आईनं दिलेलं खाणं खाऊन, तो सतार घेऊन गुरुजींच्या घरी गेला. चारपाईवर बसून गुरुजी त्याचं वाजवणं ऐकत. त्याचं वाजवणं बरंचसं आपल्या कल्पनाशक्त्यनुसार असल्यामुळं ते त्याला पदोपदी हटकत नव्हते, त्याचं वाजवणं थांबल्यावर एकंदरीत जो काय अभिप्राय असेल, तो सांगत होते. त्यांच्या अस्तित्वाचं दडपण न घेता वाजवायची त्यालाही सवय झाली होती. त्या दिवशी तोडीच्या विलंबितामध्ये आलापात मग्न होण्यासाठी तो धडपडत असताना त्याचं मन विषादभावात बुडून गेलं. अलीकडे आपल्या मनात रागापेक्षा विसंगत भावना

भरून राहते, याचा त्याला उलगडा झाल्यासारखं वाटलं. मी स्वत:शीच विसंगत माणूस आहे–पापी माणूस–

त्यानं गुरुजींना सांगितलं,

''रात्री कुणी तरी आलं होतं. सकाळपर्यंत गप्पा चालल्या होत्या. आता त्यामुळं काहीही सुचेनासं झालंय्... ''

''हे बरोबर नाही. संगीतासारख्या कलेसाठी मनावर अशी बळजबरी करणं योग्य नाही. तुम्ही थोडा वेळ झोपून उठा, बघू!'' गुरुजींनी मायेनं बजावलं. तरीही त्यानं आणखी थोडा वेळ सतार वाजवायचा प्रयत्न केला. अखेर नाइलाज झाल्यावर सतार ठेवून तोही कोपऱ्यातल्या एका चारपाईवर आडवा झाला.

त्यामुळं शरीर थोडं फार सुखावलं; पण मन मात्र शांत व्हायला तयार नव्हतं.

असं कसं घडून गेलं हे! भर तारुण्यात गद्धेपंचविशीत सुद्धा मन कधी चळलं नव्हतं. आय्. आय्. टी.मध्ये असताना–आय्. आय्. एम्. मध्ये शिकताना त्याचे मित्रमुलींशी मोकळेपणानं वागत. काही वेळा त्याच्यामध्ये कसलंही बंधन राहत नसे. संध्याकाळी उशिरा झाडा-झुडपाच्या आडोशाला अनेक युगलं नजरेला पडत. तरीही मन विचलित होऊ न देता एका विशिष्ट झाडाखाली बसून सतार वाजवायची माझी सवय होती. त्या झाडाला इतर मुलांनी चेष्टेनं सतार-वृक्ष म्हणून नाव ठेवलं होतं. नंतर तेच नाव कायमचं होऊन गेलं. कुठलंही युगल तिकडं फिरकत नव्हतं.

–आणि आता या वयात का असल्या विचित्र संबंधांत मी अडकलो?

थोड्या वेळानं एक डुलकी लागली.

जाग आली, तेव्हा साडे बारा वाजले होते. गुरुजींना झोप लागली होती. कुणालाही ग्लानी यावा, असा उकाडा! चारपाईवर पडल्यापडल्या मनात आलं, घडलेल्या पापावर परिहार काय शोधायचा, ते नंतर बघता येईल. पण त्या आधी हे पाप थांबवलं पाहिजे. आपल्याकडून पुन्हा ती चूक होता कामा नये. आजपासून तिथं जाणं बंद केलं पाहिजे, तिची भेटही घेता कामा नये. इथून सरळ घरी गेलं पाहिजे–घरातच थोडं जेवून रियाझ केला पाहिजे. त्यानंतर जितके दिवस मनाला ती घटना टोचणी देईल, तितके दिवस ती वेदना सहन करत राहिलं पाहिजे–

तो उठला. गुरुजींना जाग येणार नाही, याची काळजी घेत तो सतार घेऊन तिथून बाहेर निघाला. गल्ली-बोळांमधला कचरा ओलांडून तुर्कमान गेटापाशी येऊन त्यानं रिक्षा केली. सतारीसह बसताबसता त्यानं सांगितलं,

''वसंतविहार... ''

मनात थोडं समाधान झालं. पण रिक्षा वेगात धावू लागली, तेव्हा त्याच्या

मनात आलं, कांती फॅक्टरीमध्ये माझी वाट पाहत असेल. दर मिनिटाला एकदा घड्याळ पाहत असेल. मी आलो नाही, म्हटल्यावर तुर्कमानगेटाशी ती गाडी घेऊन गेली असेल. घरी फोन करेल–करेल काय? एव्हाना केलाही असेल. नाही तर मी घरी गेल्यावर करेल. तिला काही थातूरमातूर उत्तर दिलं, तरी ती ऐकणार नाही. मी काही कारणानं रागावलो असेन, अशा समजुतीनं ती मला वसंतविहारच्या बसस्टॉपपाशी ये म्हणून सांगेल–नेहमीसारखं! त्यापेक्षा सरळ शीतलच्या घरी जाऊन तिला सरळच या नैतिक अध:पतनाविषयी सांगितलं, तर? आपली मन:स्थिती सरळच तिच्यापुढं ठेवून तिला सांगायचं, यानंतर मला हे शक्य नाही–केवळ मित्रांसारखे एकमेकांना भेटत राहू! बस्स! तिला वस्तुस्थिती न सांगता का उगाच चेहरा लपवत फिरायचं?–

"वसंतविहार नको... हौजखासकडे घ्या... '' त्यानं रिक्षावाल्याला सांगितलं.

गाडीत मागच्या सीटवर सतार ठेवून तो शेजारी बसला. हमरस्त्यावर गाडी आली. काळ्या काचा वर चढवल्या होत्या. तो विमनस्क असल्याचं तिलाही जाणवलं होतं, तिनं एका हातानं स्टीअरिंग सांभाळत दुसरा हात त्याच्या मांडीवर ठेवला. तरीही तो गप्पच होता.

शीतलच्या फ्लॅटमध्ये जाऊन हवा-नियंत्रक सुरू करत त्याच्याबरोबर खाली पर्शियन गालीच्यावर बसत तिनं विचारलं,

"का? बरं नाही?''

हेमंत गप्पच होता. त्याचा दंड धरून तिनं पुन्हा विचारलं,

"हेमंत, काही होतंय् का तुला?''

"मनातलं सगळं तुला सांगितलं पाहिजे... '' कशी सुरुवात करावी, ते न समजल्यामुळं हेमंत बडबडला.

"मीही तेच म्हणते! त्याचसाठी आग्रह करतेय् ना... ''

"तर मग लांब बैस, बघू! अंगचटीला आलेलं मला आवडत नाही!'' म्हणत तो दूर सरकला.

त्याच्या या वागण्यानं तिला कुणीतरी लाथाडावं, तसं झालं. स्वत:ला आवरून काहीही घडलं नाही, असं दाखवत ती शांतपणे म्हणाली,

"बरं! लांबूनच सांग... ''

"माझ्या हातून भातृशय्याद्रोह घडला आहे! तू रवींद्रांची पत्नी! ते माझे थोरले भाऊ... तू भाभी! एवढी पवित्र नाती... '' म्हणत त्यानं भावनाविवश होऊन काल रात्रीपासून मनाला होणारे क्लेश तिच्यापुढं मांडले.

त्याचं बोलणं ती काहीही न म्हणता ऐकून घेत होती. ऐकताऐकता तिचं मन

निग्रहानं कठोर होत होतं. समोर जितका कठोर प्रसंग येईल, तितकी आपली मन:शक्ती दृढ होते, याची आठवण होऊन ती त्याच्या बोलण्यावर खदखून हसली. नंतरही त्याला वेळ देत तिनं विचारलं,

"झालं तुझं सांगून? आता मी थोडं बोलू? परवानगी आहे का? की स्वत:चं सांगायचं, ते सांगून झाल्यावर समोरच्याला बोलायचीही संधी न देता निघून जाणार?"

"बोलं!" आपण नेहमीच चर्चेसाठी तयार असतो, हे दाखवत तो उद्गारला.

"हे पाहा, तू रवींद्रला भाऊ मान किंवा आणखी काहीही मान. तो तुझा प्रश्न आहे. पण एक गोष्ट लक्षात ठेव–मी त्याची बायको नाही. ते नातं कधीच तुटून गेलंय्! मी कांती आहे–फक्त कांती! सौभाग्यवती रवींद्र नव्हे! किती वेळा ही गोष्ट मी तुला सांगितली! तरीही मूर्खासारखं आपल्याच डोक्यातलं घट्ट पकडून बसलास, तर तुला मनोरुग्णांच्या डॉक्टरांकडे न्यावं लागेल. मी कांती आहे–स्वतंत्र, मुक्त व्यक्ती! कुणाची बायको नव्हे!आता तरी लक्षात आलं का, मी काय म्हणते, ते? माझ्याकडे पाहा बरं! का? सत्याला सामोरं जायचं धैर्य नाही?... "

तिचं ठाम बोलणं ऐकून त्याची बुद्धी भ्रमिष्टासारखी झाली. तिनं आपले काळेभोर डोळे त्याच्यावर तीक्ष्णपणे रोखले. त्याच्या मनातल्या गोंधळाची तिला जाणीव झाली. तिनं तो गोंधळ वाढावा, म्हणून काही क्षण मौन पाळलं. आता सावज पूर्णपणे कबज्यात आल्याचा अंदाज येताच ती त्याला म्हणाली,

"मला एक सांग, तुला कलाकार म्हणून या दिल्लीत नाव मिळवायचं आहे, की नाही? की त्या दरिद्री हालुकेरेचा गावंढळ माणूस व्हायचं आहे? मनात आधी हे निश्चित ठरव. या खेडवळ नीतीअनीतीच्या कल्पनांमधून तू स्वत:ला सोडवून घेऊ शकला नाहीस, तर कलाकार म्हणून कसा काय जगाला गवसणी घालणार?..."

त्याच्या मनाचा पुरेसा गोंधळ उडाल्याची तिची खात्री झाली. ती उठून त्याच्या शेजारी बसत त्याच्या कानात कुजबुजली,

"हेमंत, काल रात्रभर मी काय स्वप्न बघत होते, सांगू? मी सतार होते आणि तू महान कलाकार! एका झंकारासरशी तू माझ्यामध्ये किती नादतरंग निर्माण करत होतास, म्हणून सांगू!–"

एवढ्या लवकर आपण यशस्वी होऊ, याची तिच्या मनालाही अपेक्षा नव्हती. खरोखरच तिच्या बोलण्यामुळं त्याचं अंगांग शहारून गेलं होतं.

कुणीही कलाकार गवसणीसह सतार वाजवत नाही, याचीही तिनं त्याला आठवण करून दिली.

तिनं स्वत: पुढाकार घेतला–

हेमंत आता त्या खेळात पूर्णपणे एकरूप झाला होता. त्या तंद्रीतच त्यानं

तिला राधा म्हणून हाक मारली.

तीही त्याच्या कानाशी पुटपुटली:

"मुरारी... "

त्यानंतर दोघंही एकमेकांना एकान्तात त्याच नावांनी बोलावू लागले. हीच त्याची गोड गुपितं झाली. सतार छातीशी धरून वाजवताना त्याला तिच्या नग्न देहाची आठवण देत असे. त्या अद्भुत सौंदर्याच्या आठवणीनंही तो दिपून जात होता. निष्कलंक सौंदर्य! गोरापान, नितळ देह आणि डोंगरावरून काळी नदी धावत यावी, तसे काळेभोर लांबसडक कुरळे केस! कुणा चित्रकारानं हा देह पाहिला, तर आपल्या चित्रात बंदिस्त केल्याशिवाय राहणार नाही–अशा अनुभवांतूनच त्या राग-रागिणींना नावं दिली असावीत. अशा राधेचा प्रणय अनुभवल्याशिवाय मुरारीला बासरी वाजवण्याची स्फूर्ती येणं शक्य नाही...

एक दिवस तिच्याशी दुपारची भेट झाल्यानंतर त्यानं तिला आपल्याला चित्रकला-संग्रहालयात सोडायला सांगितलं. तिनं थट्टा केली,

"का? आता चित्र काढणार की काय?"

तो सरळ उत्तरला,

"चित्रकार राग-रागिणींची चित्रं कशी काढतात, ते बघायला पाहिजे... "

संग्रहालयातील राग-रागिणींच्या चित्रांच्या दालनात तो गेला, त्या चित्रांचं निरीक्षण करताकरता तो गढून गेला. खरोखरच प्रत्येक रागातल्या भाव-भावनांचं किती विचारपूर्वक चित्रण केलं आहे! रागिणीचं चित्रण करताना सुंदर, तरुण स्त्री, तिचे स्तन-नितंब आणि त्यांच्या वक्राकार रेषांचाच त्यांनी वापर केला आहे. बघताबघता त्याला प्रत्येक रागिणीच्या जागी आपली राधाच दिसू लागली. भूपाली, बागेश्री, कल्याणी, भैरवी–तिचे विविध भाव मी माझ्या सतारीतून व्यक्त केले पाहिजेत. काही चित्रं पाहताना त्याला तीव्रपणे वाटलं, माझी राधा अशी थिल्लर नाही. यातून व्यक्त होणाऱ्या भावांपेक्षा सांद्र आणि प्रौढ भाव निर्माण करणारी आहे ती!–

संध्याकाळी साडेपाच वाजता रिक्षानं तो पुन्हा शीतलच्या घरी परतला. कांती त्याला न्यायाला आली, तेव्हा त्यानं आपल्या मनातल्या सगळ्या भावना तिला सांगितल्या. तिचा चेहरा तृप्त भावनेनं निथळू लागला.

तो पुढं म्हणाला,

"आजवर कुणीही राधा नावाचा राग तयार केला नाही. मी बांधेन या नावाचा राग! त्यामध्ये तुझ्या व्यक्तिमत्त्वाची सगळी वैशिष्ट्यं असतील!... "

गाडी चालवत असताना न राहवून तिनं त्याच्या गळ्याभोवती हात वेढला.

त्यानंतरही हेमंतला कधी तरी रविंद्रांची आठवण आल्याशिवाय राहत नव्हती. पाठोपाठ वाटत होतं, माझी राधा स्वतंत्र आहे! ती कुठल्याही बंधनानं वेढलेली नाही. या विचारासरशी त्याच्या मनातला नैतिकतेचा गोंधळ नाहीसा होत होता. समाजातील कुब्ज नीती-नियमांचे विचार फेकून दिल्याशिवाय कलेच्या अथांग अवकाशात भरारी घेणं कसं शक्य आहे? ती त्याला सांगत होती,

"हेमंत, साधना करताना तू डोक्यात इतर कुठलाही विचार ठेवू नकोस... अगदी माझा सुद्धा! निखळ साधना चालू दे तुझी... ! मी तुझ्या संगीताची स्फूर्ती आहे हे खरं ना? की उगाच मला बरं वाटावं, म्हणून सांगतोस?"

"अगदी खरं आहे ते! माझी शपथ... तुझी शपथ... माझ्या सतारीची शपथ..."

"सतारीची शपथ नको! तुझ्या तोंडून हे ऐकताना मला काय वाटतं, सांगू! तुला स्फूर्ती देण्यात मी कधीही कमी पडू नये... "

◆

## १०

एके रात्री हॉस्टेलमध्ये जेवून अनुप आपल्या खोलीकडे झोपण्यासाठी निघाला होता. त्या वेळी इलेक्ट्रॉनिक्सच्या शेवटच्या वर्षाच्या विद्यार्थ्यानं विजयकुमारनं त्याला हाक मारली,

''अरे अनुप, स्टॉप! आय् वाँट टु टॉक टु यू..''

अनुपनं मागं वळून पाहिलं. त्याला त्याची ओळख पटली. नुकताच सगळे इलेक्ट्रॉनिक्सचे सीनियर विद्यार्थी, प्राध्यापक आणि एच्.ओ.डी.–हेड ऑफ डिपार्टमेंट यांनी नव्या विद्यार्थ्यांचं स्वागत करण्याचा कार्यक्रम झाला होता. त्या वेळी सातव्या सेमिस्टरचा हा विद्यार्थी एच्.ओ.डी. येईपर्यंत इकडं-तिकडं रुबाबात फिरत होता. त्याच्या वर्गाचा तोच प्रतिनिधी होता. त्यांच्या अखिल भारताच्या प्रवासाच्या वेळीही तोच प्रमुख होता, म्हणे! एच्.ओ.डीं.नीही आपल्या भाषणात सांगितलं होतं–नव्या विद्यार्थ्यांना काही अडचणी असतील, काही प्रश्न पडले असतील, तर त्यांनी विजयकुमारसारख्या सीनियर विद्यार्थ्यांची जरूर मदत घ्यावी...

हा विजयकुमार कर्नाटक सरकारचे औद्योगिक कमिशनर एन्.टी.रेड्डी यांचा मुलगा असल्याचंही अनुपला समजलं होतं. शिवाय लखलखीत बुलेटवर चेहरा ओळखता येणार नाही, अशा प्रकारचं हेल्मेट घालून अत्यंत वेगानं फिरणारा 'स्पीड किंग' या बिरुदाचा हाच धनी असल्याचंही साऱ्या हॉस्टेलभर समजलं होतं. त्याच्याशी ओळख करून घेणं ही नव्या विद्यार्थ्यांच्या दृष्टीनं आणि त्याच्या बाईकवरून वेगानं चक्कर मारून येणं ही नव्या विद्यार्थिनींच्या दृष्टीनं अत्यंत रोमहर्षक गोष्ट होती. तो आपल्या हॉस्टेलवरच्या खोलीवर येताना नेहमीच त्याच्या हातात अवकाश-यात्र्यांप्रमाणे शिरस्त्राण घेऊनच येत असे. आता अशा विजयकुमारनं आपल्याला हाक मारलेली पाहून अनुपला स्वतःचा सत्कार झाल्यासारखं वाटलं!

त्याला विजयकुमारविषयी असूयाही वाटली होती. विद्याशाळेत तो स्वतः नायक होता. पण इथं त्याचं नायकत्व कोण, कशासाठी मान्य करणार? त्यामुळंही त्याला विजयकुमाराशी मैत्री वाढवण्याची आशा होतीच.

जवळ आलेल्या विजयकुमारनं आपल्या मोठेपणाचा अनुग्रह असल्याप्रमाणे

त्याच्या पाठीवर हात ठेवत विचारलं,

"डु यू नो फायरिंग?"

"आय् हॅव नो एन्.सी.सी.ट्रेनिंग. आय् वाँट टू जॉईन..." अनुपनं उत्तर दिलं.

इतर कॉलेजची मुलं परस्परांशी आपापल्या मातृभाषेत बोलत असली, तरी या इंजिनीअरिंग कॉलेजची मुलं आपल्याला आंतरराष्ट्रीय क्षेत्रात मागणी आहे, या अभिमानापायी परस्परांशी इंग्लिशमध्ये बोलत होती.

त्याचं उत्तर ऐकून विजयकुमारच्या चेहऱ्यावर अत्यंत मूर्ख माणसाला पाहताच विद्वानाच्या चेहऱ्यावर उमटतो, तसा तिरस्कार उमटला. त्यानं विचारलं,

"यू डोंट नो द मीनिंग ऑफ फायरिंग?"

अमेरिकन आणि इतर इंग्लिश स्लँग केवळ दिल्लीतच नव्हे, भारतातल्या इतर इंजिनीअरिंग कॉलेजमध्येही वापरली जाते, याचा अनुपला आता अनुभव आला होता. त्यानं सावधपणे उत्तर दिलं,

"आय् नो इट्स ओन्ली जनरल मीनिंग."

"चल, मी सांगतो तुला! पण त्या आधी मला सांग, माझा मित्र व्हायची तुझी इच्छा आहे, की नाही?"

"हो... "

पुढचं संभाषणही इंग्लिशमध्येच चाललं.

"चल माझ्या रूमवर... "

त्यानं अनुपच्या पाठीवर थाप मारत म्हटलं.

या कॉलेजमध्ये जाणवत असलेला एकटेपणा, मित्रांचा अभाव यानं घेरलेला अनुप आनंदानं त्याच्या पाठोपाठ गेला. वरच्या मजल्यावरच्या आपल्या खोलीचा दरवाजा उघडून त्यानं अनुपला आत बोलावलं. एका खुर्चीवर त्यानं त्याला बसायला सांगितलं. शेवटच्या वर्गात शिकणाऱ्यांना एकटं राहायची सोय आहे, हे अनुपला ठाऊक होतं.

त्याला खोलीत आणून विजयकुमार बाहेर गेला आणि आणखी तीन मित्रांना घेऊन आला. विजयकुमारनं त्या तिघांचीही अनुपशी ओळख करून दिली. नंजुंडप्पा त्याचं टोपणनाव रोबो. कारण कुठल्याही यंत्रामध्ये घुसून काम करणारा शूरवीर! रंगनाथ–रॉकेट त्याचं टोपणनाव. मोटारसायकल रॉकेटच्या वेगानं पळवणारा वीर! तिसरा जसबीर चौधरी–हरियानातल्या मोठ्या जमिनदाराचा मुलगा. चार वर्षांपूर्वी दोन लाख देऊन् त्यांनी सीट विकत घेतली होती. शिवाय ही सीट मिळवून देणाऱ्या कॉलेजच्या मेंबराला दीड लाख आणि कॉलेज-फंडाला पन्नास हजार त्यानं दिले होते. 'हा फायर-मास्टर!–' रेड्डीनं ओळख करून दिली. यावर चौधरी भुवया उंचावून अभिमानानं खदाखदा हसला. भुवया उंचावणं वगैरे–आविर्भावावरून एव्हाना

अनुपला फायर-फायरिंग या शब्दाला अर्थ समजल्यासारखा झाला, तरी पूर्णपणे काही समजलं नाही.

त्या चौघांपैकी तिघं रेड्डीच्या पलंगावर बसले. रेड्डीनं आपली टेबलाजवळची खुर्ची इकडे वळवली आणि त्यावर अध्यक्षाच्या दिमाखानं बसला. भिंतीपाशी ठेवलेल्या लोखंडी घडीच्या खुर्चीकडे बोट दाखवून त्यानं अनुपला त्यावर बसायला सांगितलं. या चौघांची बिरुदं ऐकून अनुपच्या मनावर त्यांचं दडपण आलं होत. आदरानं त्यांच्यापासून काही अंतरावर आपली खुर्ची ठेवून तो बसला. त्याला काय बोलावं, ते कळत नव्हतं. त्यांनाही या सावजावर कशी झडप घालावी, याचा अंदाज येत नव्हता.

अखेर जसबीर चौधरीनं पोलिसी रुबाबात विचारलं,

"–म्हणजे तुझी आमचा मित्र व्हायला तयारी आहे, तर!"

अनुपला या प्रश्नाचा नेमका अर्थ समजला नाही. तो त्याच्याकडे बघू लागला.

चौधरीनं खुलासा केला,

"आमच्या चौघांचाच एक ग्रूप आहे! त्यात प्रवेश करायची संधी आजपर्यंत आम्ही कुणालाही दिली नाही! कुणा महाराजाचा मुलगा असो वा ब्रिटिश राणीचा मुलगा असो! तुला ती संधी द्यायचा आम्ही निर्णय घेतला आहे. समजलं?"

अनुपनं नुसती मान डोकावली.

"तर मग उठून जवळ ये आणि सगळ्यांशी हस्तांदोलन करून तसं सांग..."

चौधरीचा हा आदेश ऐकून तो बसल्या जागी संकोचून गेला.

"एवढा संकोच कशासाठी? आमचा मित्र... अंहं, बालमित्र व्हायचा तुला संकोच वाटतो?" रेड्डीनं विचारलं.

अनुप खुर्चीवरून उठला आणि त्यानं आधी रेड्डीच्या पुढ्यात राहून त्याच्याशी हस्तांदोलन करत सांगितलं,

"आय् विल बी युवर फ्रेंड...ऑलवेज... "

त्यानंतर बाकीच्या तिघांबरोबरही हा सोपस्कार झाला. त्यानंतर विधी पूर्ण केल्याप्रमाणे ते चौघंही उठून त्याच्यापाशी आले आणि त्याला वेढून म्हणाले,

"गुड... गुड अवर फ्रेंड! गुड... गुड अवर फ्रेंड... "

चार वेळा हा उच्चार करून चौघंही पुन्हा आपापल्या जागेवर बसले. रेड्डीनं "टेक युवर सीट... " म्हटल्यावर तो आपल्या खुर्चीवर बसू लागला. तेव्हा रेड्डी म्हणाला,

"तसं नाही, आता तू परका नाहीस. आता तुझी खुर्ची घेऊन इकडं जवळ ये."

नव्या मैत्रीनं धन्य झालेल्या अनुपनं तसं केलं.

त्या तिघांमध्ये बसलेला रोबो नंजुंडप्पा उठला. मध्ये अनुप आणि त्या

चौघांनीही त्याला घेरलं.

आता रेड्डी म्हणाला,

"पण यात एक चूक झालीय्... "

अनुप त्याच्या चेहऱ्याकडे बघू लागला.

"एकदा मित्र म्हटल्यावर बाहेरही हाकलता येणार नाही तुला! पण परीक्षा घेतल्याशिवाय घेणं हेही नियमात बसत नाही. काय करायचं आता?"

अनुपला यातलं काहीही समजलं नाही. एखाद्या गहन प्रश्नावर परिहार विचारल्याच्या थाटात रेड्डीनं चौधरीला विचारलं,

"आता काय करायचं?"

"स्पीडकिंग जे सांगेल, तसं करायचं. त्याचाच निर्णय शेवटचा आहे!" इतर दोघांनीही एका सुरात सांगितलं.

"तू काय म्हणतोस?" चौधरीनं अनुपला विचारलं.

"कशाचं काय?" अनुप गोंधळला होता.

"स्पीडकिंग सांगेल, तोच निर्णय शेवटचा, हे तुलाही मान्य आहे, की नाही?"

"कसला निर्णय?" अनुपनं विचारलं.

"एकदा लीडर मानल्यावर असले प्रश्नच उपस्थित होता कामा नयेत!" चौधरीनं धिक्काराच्या स्वरात म्हटलं, "एकदा लीडर म्हटला, की त्याच्या मनात काय आहे, ते जाणून तसं वागलं पाहिजे!"

तरीही अनुपला कसलाही उलगडा झाला नाही. तो त्याच गोंधळलेल्या अवस्थेत असताना रेड्डी म्हणाला,

"माझी काही हरकत नाही! पण संशय कशाला, म्हणून आपण खात्री करून घेतलेली बरी!"

मग चौधरी त्याच्याजवळ आला आणि आपला गरगरीत हात अनुपच्या खांद्यावर ठेवत म्हणाला,

"हे पाहा, आमचा वीरांचा ग्रूप आहे! शूर मर्दांचा! तुलाही हे ठाऊक आहेच! स्पीडकिंग, रोबो, रॉकेट, फायर–मास्टर यांसारखं पुरुषार्थानं युक्त बिरुद तुलाही मिळवायचं असेल, तर तुलाही आपला मर्दपणा सिद्ध करावा लागेल! इथं बायकांना आणि हिजड्यांना प्रवेश नाही. तूही बाई नाहीस, हे तुझ्या दणकट बांध्यावरून, कोवळ्या दाढीवरून आणि इतर मर्दपणाच्या वागण्यावरून दिसलंच. पण तू हिजडा नाहीस, हे तुला सिद्ध करायला पाहिजे! काही नाही–तुझी पँट आणि चड्डी सोडून तेवढं सिद्ध कर, म्हणजे झालं!"

आता अनुपला बराच उलगडा झाला. यांनी दोस्तीचा कितीही वायदा केला,

तरी हे रॅगिंग करणारे आहेत, हे त्याच्या लक्षात आलं. वरच्या वर्गातली मुलं नव्यानं प्रवेश करणाऱ्या मुलांवर अशा प्रकारचा अत्याचार करतात, हे तोही ऐकून होता. पण आपल्या हॉस्टेलमध्ये आपल्यावरच असा प्रसंग येईल, असं त्याला वाटलं नव्हतं. आपण या चौघांच्या तावडीत चांगलेच सापडल्याचं आता त्याच्या लक्षात आबं. काही तरी करून या अपमानातून सुटायला पाहिजे–इथून धूम ठोकणं एवढा एकच उपाय असल्याचं त्याच्या लक्षात आलं. आपली ताकद कितीही असली, तरी या चार-पाच वर्षांनी मोठ्या असलेल्या धटिंगणांपुढं आपला निभाव लागणार नाही, हे त्याला स्पष्टपणे समजत होतं.

तो चपळाई करून उसळून उठला आणि त्यानं खोलीच्या दाराकडे धाव घेतली. तो असं काही तरी करेल, म्हणून तयारीत असलेल्या तिघांनीही त्याच्यावर झेप घेतली आणि त्याला पकडून कॉटवर दाबून धरला. रोबो नंजुडप्पानं दाराची कडी घातली. चौधरीनं अनुपच्या शर्टची कॉलर घट्ट पकडली आणि हिंदी सिनेमातल्या डाकूसारखा खर्जात म्हणाला,

"आवाज बाहेर पडला, तर... खतम करून टाकेन! इथं आल्यावर तुला आमचे कायदे पाळले पाहिजेत! पळ काढणं शूरपणा नाही! तू हिजडा नाहीस, म्हणून सिद्ध केलं नाहीस, तर... !"

चौधरीनं कॉलर घट्ट पकडल्यामुळं अनुपचा श्वासच थांबल्यासारखा झाला होता. चौधरीच्या हनुवटीवर एक ठोसा ठेवून द्यावंसं वाटलं. पण त्याच्या मनातला हा विचार जाणून चौधरीनं पकड आणखी घट्ट केली. अनुपचा श्वास थांबून त्याचा जीव घाबरा झाला. अनुपला पुरेसं घाबरवल्याची खात्री झाल्यावर चौधरीनं पकड ढिली केली.

काही क्षण श्वासोच्छ्वास केल्यावर अनुपचा मेंदू थोडं-फार काम करू लागला. यांच्या हातून सुटका करून घेऊन पळून जाणं तर अशक्य आहे...

त्याच वेळी रेड्डी म्हणाला,

"हे बघ... आता आम्ही तुला एक संधी देत आहोत. तू स्वत:च पँट आणि निकर काढणार, की ब्लेडनं कापून काढू? नंतर मात्र तुला तुझ्या खोलीपर्यंत नागव्यानं जावं लागेल!"

अनुप मुकाट्यानं बसला होता. त्याला आणखी काही वेळ संधी देऊन चौधरी त्याच्यापाशी आला आणि त्यानं अनुपला हात धरून उभं केलं. रोबो नंजुंडप्पा आणि रॉकेट रंगनाथनं त्याच्या कमरेला हात घालून त्याची पँट आणि निकर खाली ओढली. शरमेनं अनुपला जीव गेल्यासारखं झालं होतं.

स्पीडकिंग रेड्डीनं आपल्या मित्रांना विचारलं,

"काय, याला मर्द म्हणायचं, की हिजडा?"

"ह्या:! डोळे मिटतंय्! हा कसला मर्द?" रॉकेट रंगनाथ उद्गारला.

"थांबा! याचे सगळे कपडे काढून याला कॉरीडॉरमधून तीस वेळा फिरवू या!... हॉस्टेलच्या सगळ्या मुलांना बाहेर बोलवू या... " रेड्डीला सुचलं.

आता मात्र अनुपनं हात जोडून विनवलं,

"नको-नको! प्लीज!फॉर गॉड सेक्... प्लीज!... "

"हा खरा मर्द नाही! मर्द असला, तर एवढं लाजायचं काय कारण?" रोबोनं विचारलं.

"तर मग तुम्ही उघड्यानं फिरून या... " अनुप म्हणाला.

"ए! मर्दपणा सिद्ध करायला आम्ही काही पहिल्या वर्गाची मुलं नाही! आमचा मर्दपणा सिद्ध करूनच आम्ही इथं लीडर झालोय्! तुझ्या शाळेत तूही लीडर होतास ना? इथं काय होणार? लीडर, की मेंढरू? लीडर व्हायचं असेल, तर तुला आमचं ऐकावं लागेल! आमच्या परमिशनशिवाय कुठल्याही वर्गात कुणीही लीडर होत नाही!" रेड्डीनं संपूर्ण चित्र त्याच्यासमोर मांडलं.

अगदी सुरुवातीला वाटलेली शरम आता थोडी कमी झाली होती. शरीर आकुंचित करून उभं राहून पाठीत जाणवणारं अवघडलेपण कमी करण्यासाठी अनुपचा देह आपोआप ताठ झाला.

हे जाणवताच रेड्डी म्हणाला,

"ऑल राईट! हा आपलाच मित्र आहे. त्यामुळं त्याची मिरवणूक काढायला नको. उद्या संध्याकाळी त्यानं आपल्याला स्कॉच-चिकन पार्टी दिली, की पुरे! मंजूर?"

"मंजूर!... " सगळे म्हणाले.

"आम्हांला पार्टी द्यायची, म्हणजे तूही घ्यायला पाहिजे हं!" रेड्डीनं अनुपला बजावलं, "मान्य असेल, तर कपडे मिळतील... "

"चालेल!" अनुप तत्परतेनं म्हणाला.

"आयत्या वेळी नाही म्हटलास, तर याद राख!" चौधरीनं दम दिला.

"मी कधीही माझा शब्द फिरवत नाही!"

त्यांनी अनुपला त्याचे कपडे परत केले. कपडे चढवून तो जायला निघाला.

"अरे, फ्रेंड म्हणवतोस आणि कपडे हातांत पडताच पळून जातोस? बैस-बैस..." रॉकेट म्हणाला.

"माझा रूममेट सिनेमाला जाणार आहे. तो चावी घेऊन निघून गेला, तर रात्री दोन वाजेपर्यंत मला ताटकळत बसावं लागेल. उद्या संध्याकाळी तुम्हां सगळ्यांना पार्टीचं निमंत्रण आहे! हवी तेवढी घ्या. काहीही लिमिट नको. येताना टॅक्सी करेन!" अनुपनं सांगितलं.

हे ऐकताच त्या चौघांनाही आनंद झाला.

"अरे यार! तुम बहुत दिलदार हो... " म्हणत चौधरीनं त्याचे गाल कुरवाळून त्याच बोटांचं चुंबन घेतलं.

◆

खरं सांगायचं, तर अनुपच्या खोलीला दोन चाव्या होत्या आणि त्यांतली एक अनुपकडेच होती. तो खोलीवर परतला, तेव्हा त्याच्या रूममेटचा चेहराही लालबुंद होऊन सुजला होता. त्याचे डोळेही रडल्यासारखे झाले होते. अनुपनं 'काय झालं रे?–' म्हणून विचारताच त्याच्या डोळ्यांमध्ये पुन्हा पाणी भरलं. अनुपनं पुन्हा विचारताच त्यानं सांगितलं,

"तिसऱ्या वर्षाच्या मुलांनी मला त्यांच्या खोलीवर नेलं आणि कपडे काढून अपमान केला माझा!... "

एकंदरीत आज सगळ्या नव्या मुलांना रॅग केल्याचं अनुपच्या लक्षात आलं. त्यानं विचारलं,

"किती जण होते?"

"सहा–"

"तू त्या सहाही जणांना ओळखू शकशील? कोण होते ते?"

"ठाऊक नाही."

"पाहिल्यावर तरी त्यांचे चेहरे ओळखशील?"

"हो. त्यांतल्या चौघांना तर निश्चित ओळखेन."

"तर मग माझ्याबरोबर चल. माझ्या वडलांना फोन करू या. ते 'इंडियन ट्रिब्यून'चे संपादक आहेत. ते धडाधड फोन करतील. इथल्या एस्.पी.कडेही फोन करतील. मलाही चार मुलांनी असाच त्रास दिला. स्पीडकिंग रेड्डी, रॉकेट रंगनाथ, फायर–मास्टर चौधरी, रोबो नंजुंडप्पा अशी त्यांची नावं आहेत. तूही त्यांना ओळखतोस, म्हणून सांग. त्यांना अटक करायला लावू."

पोलीस-अटक वगैरे शब्द कानांवर येताच रूममेट कांतराजच्या रडव्या चेहऱ्यावर भीतीच उमटली. तो घाईनं म्हणाला,

"नको-नको! ते आपल्यालाच ठोकून काढतील!"

"अरे गप्प! आपण वरच्या अधिकाऱ्यांकडून गेलो, तर कुणी देत नाही त्रास!... "

पण अनुपनं कितीही सांगितलं, तरी त्याची समजूत पटली नाही. अखेर वैतागून अनुप म्हणाला,

"मग बैस तू रडत! मी आताच्या आता माझ्या वडलांना सांगून पोलिसांकडे

तक्रार करतो.''

रात्रीचे अकरा वाजून गेल्यामुळं गावाकडे जाण्यासाठी रिक्षा किंवा बस मिळणं शक्य नसल्यामुळं अनुप फोन करण्यासाठी गावाकडे निघाला. वाटेत चंद्राचा प्रकाश होता. त्या चांदण्यात चालताना त्याला एक प्रकारचा आनंद होत होता. पाठोपाठ विद्याशालेतले दिवस आठवले. वाटलं, केवळ शहरात राहणाऱ्यांना या चांदण्या शांत रात्री फिरण्यातला आनंद समजत नाही! विद्याशालेत मी शिक्षण घेतलंय्! इथल्या कुठल्याही मुलापेक्षा मी उत्तम आहे–

या विचाराच्या तंद्रीत त्याचा चालण्याचा वेग वाढला.

फोनवर डॅडी भेटले. त्यानं सांगितलं,

''डॅडी, मी अनुप बोलतोय्! हे विद्याशालेसारखं कॉलेज नाही. अगदी बेकार आहेत इथली मुलं! पहिल्या वर्षातल्या एकेका मुलाला नेऊन त्यांनी रॅग केलं! मलाही चार मुलांनी फसवून आपल्या खोलीवर नेलं... '' म्हणत त्यानं रुमनंबर, चारही मुलांची नावं आणि घडलेली घटना सविस्तर सांगितली.

''उद्या सकाळी तू प्रिन्सिपॉलांकडे तक्रार कर. मीही सकाळी तिथं येतोच!'' रवींद्रनं त्याची समजूत काढली.

''प्रिन्सिपॉल यूस्लेस आहेत, डॅडी! दरवर्षी हाच प्रकार घडतो, म्हणे. आपण काही केलं, तर ही गुंड मुलं आपल्याविरुद्ध गोंधळ करतील म्हणून ते गप्पच बसतात. मी चार मुलांची नावं आणि खोलीचा नंबर सांगितला ना? तुम्ही आत्ताच्या आत्ता आय्.जीं.ना फोन करा. ते इथल्या एस्.पी.ना कळवून या पोरांना अटक करतील, असं करा. पाहिजे तर मी कंप्लेंट लिहून देतो. कोर्टात येऊनही काय घडलं, ते सांगायला मी तयार आहे. माझा किती अपमान झालाय्, हे तुम्हांला समजणार नाही, डॅडी! असा अपमान सहन करून मी या कॉलेजात राहणं अशक्य आहे! मी इंजिनीअर झालो नाही–काहीही शिकलो नाही, तरी बेहत्तर!''

''त्या मुलांना अटक करवून त्यांना शिक्षा करणं हा तुझा हक्क आहे. तू तक्रार कर. माझ्या हुद्द्याचं दडपण आणायची काहीही आवश्यकता नाही.''

''पण त्याशिवाय या देशात कुठलाही पोलीस हालचाल करणार नाही! ठीक आहे! मी कॉलेज सोडून घरी येतोय्!... ''

काही क्षण शांततेत गेले.

नंतर रवींद्र म्हणाला,

''अन्यायापुढं हार मानू नये. मी लगेच फोन करतोय्. तू घाबरू नकोस... ''

हॉस्टेलकडे येताना त्याचं मन त्या चौघांना पोलीस कोठडीत डांबून ठोकून काढत असल्याच्या कल्पनेनं सुखावत होतं. इन्स्पेक्टरनं विचारलं, तर काय उत्तर

द्यायचं, सुरुवात कशी करायची, याचा विचार करत तो चालला होता. सगळं स्पष्टपणे सांगायला पाहिजे. त्यात काय लाजायचं? संपूर्ण रस्त्यावर कुणीही नव्हतं. तिथले दिवे रस्त्यावरचं निर्जनत्व अधिक प्रकर्षानं दाखवून देत होता. अशा रस्त्यानं चालताना आपण शूर वीर आहोत, असं त्याला वाटत होतं.

उद्या सकाळी ती मुलं समोर आली, तर तिरस्कार दाखवायला पाहिजे. त्याचबरोबर पोलिसांनी पकडून नेईपर्यंत मी काय केलंय्, हेही कळता कामा नये कुणाला!

याच विचारात हॉस्टेलपर्यंत त्याला पोहोचायला पन्नास मिनिटं लागली. हॉस्टेलचं गेट बंद असलं, तरी दिवे लागले होते. वॉचमन जागा होता. अनुपला पाहताच त्यानं हटकलं,

"ए! कोण, रे, तू?"

अनुपनं आपली ओळख सांगितली. त्यावर त्यानं विचारलं,

"कुठं गेला होतास? कुणाच्या परवानगीनं?"

"वडलांना एक अर्जंट फोन करायचा होता."

"पोलीस पकडतील, म्हणून पळून गेला होतास?"

"पोलीस आले होते? कुणाला पकडून घेऊन गेले?"

"इस्पीड किंग,रॉकेट, तो दिल्लीकडचा हिंदी बोलणारा आणि आणखी एका मुलाला पकडून घेऊन गेले पोलीस!

एवढ्या लवकर हे घडेल, याची अनुपलाही कल्पना नव्हती. त्याला सारं ऐकून मनापासून आनंद झाला. पण आपल्याला त्यातलं काहीही ठाऊक नाही, अशा आविर्भावात तो आपल्या खोलीकडे निघाला. हॉस्टेलभर ही बातमी आणखी कुणालाही ठाऊक नसावी, असं तिथलं वातावरण होत. कांतराज दिवा मालवून झोपला होता. त्यानं दार उघडून अनुपला विचारलं,

"फोन केलास?"

"हं... " म्हणत असतानाच हॉस्टेलचं मोठं गेट उघडल्याचा आणि पाठोपाठ मोटारसायकल आत आल्याचा आवाज आला. आलेली मोटारसायकल हॉस्टेलपुढं उभी राहिली. कुणी तरी आपल्या खोलीपर्यंत चालत आल्याचा आणि पाठोपाठ दरवाजा वाजवल्याचा आवाज ऐकू आला. त्यानं दार उघडलं. दारात साध्या वेषातला पोलीस उभा होता. त्यानं विचारलं,

"तुम्ही अनुप रवींद्र?"

"होय."

"थोड्या वेळापूर्वी तुम्ही इथं नव्हता. कुठं गेला होता?"

"माझ्या वडलांना फोन करायला गेलो होतो."

"तुम्हीच त्या चार मुलांविरूद्ध तक्रार केली ना?"
"होय."
"माझ्याबरोबर पोलीस स्टेशनवरच येऊन ती तक्रार लिहून द्यायला पाहिजे. चला..."

सबइन्स्पेक्टरच्या मोटारसायकलीवर मागं बसून जाताना त्याला स्वत:चंच कौतुक वाटत होत. व्वा! एका फोनसरशी केवढं काम झालं! स्वत: सबइन्स्पेक्टर मला न्यायला मोटारसायकल घेऊन–आपणही नवी कोरी मोटारसायकल घ्यायला पाहिजे! रेड्डीचं स्पीडकिंग हे टायटल हिसकावून घ्यायला पाहिजे!–

स्टेशनमध्ये सबइन्स्पेक्टरांनी त्याला समोरच्या खुर्चीवर बसवलं आणि काय घडलं, याची चौकशी करू लागले. अनुपनं सगळं सांगितलं. लिहून देण्यासाठी त्यांनी त्याच्यापुढं कागद आणि पेन ठेवलं. त्याप्रमाणे त्यानं लिहून दिलं. त्यावरून नजर फिरवताना सबइन्स्पेक्टरांनी समाधान व्यक्त करत म्हटलं,

"असं नीट लिहून दिलं, तर आम्ही पाताळातून खेचून काढू गुन्हेगारांना!"

त्यानंतर त्याच्या तोंडून त्याचे वडील कोण, हे नीट जाणून घेऊन, नेमक्या कुठल्या चॅनेलनं हा दट्ट्या आपल्यापर्यंत आला, हे जाणून सबइन्स्पेक्टरांनी त्याला पुन्हा मोटारसायकलीवरून हॉस्टेलवर आणून सोडलं.

◆

दुसऱ्या दिवशी कॉलेज सुरू झाल्यावर थोड्याच वेळात चारही महावीरांना पोलीस-लॉकअपमध्ये टाकल्याची बातमी संपूर्ण कॉलेजभर पसरली. या सगळ्याला रातोरात पोलीस स्टेशनवर तक्रार देणारा फर्स्ट इयर इलेक्ट्रॉनिक्सचा अनुप हा नवा विद्यार्थी असल्याचंही सगळ्यांना समजलं. पण यातील त्याच्या वडलांच्या हस्तक्षेपाविषयी मात्र कुणालाही समजलं नाही. त्यानंही सांगितलं नाही.

तो 'इंडियन ट्रिब्यून'च्या संपादकांचा मुलगा आहे, ही बातमी कॉलेजमध्ये मुलांना ठाऊक नव्हती. प्रिन्सिपॉलसाहेबांनाही या चार मुलांबरोबर आणखी दहा-बारा पोरट्यांना नेलं असतं, तर बरं झालं असतं, असं वाटलं, तरी आपल्या कानांवर काहीही न घालता हा मुलगा पोलिसांत गेल्याचं त्यांना फारसं आवडलं नाही.

साडेअकराच्या सुमारास त्यांनी इलेक्ट्रॉनिक्सच्या एच्.ओ.डी. करवी अनुपला निरोप पाठवून बोलावून घेतलं. अनुपनं प्रिन्सिपॉलना लांबूनच पाहिलं होत. भर उकाड्यातही इंग्लंड–स्टाईलमध्ये टाय् आणि शर्ट घालणारी आणि हस्तीदंती रंगाच्या फियाटमधून कॉलेजमध्ये येणारी व्यक्ती त्यानं लांबूनच पाहिली होती. आता त्यांच्याकडून बोलणी खावी लागतील, अशी त्याची कल्पना होती. ते काय म्हणून रागावतील आणि त्यावर आपण काय सांगायचं, यावर तो विचार करू

लागला. पूर्वी बेंगळूरच्या शाळेत असे प्रसंग अनेक वेळा यायचे. त्या वेळी आपली तल्लख बुद्धी काही ना काही उत्तरही शोधून काढायची! विद्याशालेत गेल्यापासून कुठल्याही गोष्टीसाठी कुणीही त्याला बोललं नव्हतं. पण तरीही आपल्याला आपल्या चुकीची जाणीव होत होती, हेही त्याला आठवलं. शिवाय तिथं मी चुकाही करत नव्हतो. इथं मात्र पुन्हा बेंगळूरच्या शाळेसारखं होतंय्!–

पण आता आपण काहीही चूक केलेली नाही. चूक करणारे ते आहेत. त्यामुळं आपण घाबरायचं काहीही कारण नाही, असं स्वत:ला बजावत तो ऑफिसचा दरवाजा लोटून आत गेला.

आता मोठ्या लाकडी पार्टिशनच्या पलीकडे प्रिन्सिपॉलसाहेबांचं चेंबर होतं. तिथलं वातावरण तसं साधंच होतं. मुळांपाशी पांढऱ्या झालेल्या केसांवरून प्रिन्सिपॉल केस रंगवत असल्याचं स्पष्टपणे दिसत होतं. चेहऱ्यावर सुरकुत्याही दिसत होत्या.

एच्.ओ.डी.कडे बघून स्नेहाचं स्मित केल्यावर अनुपला त्यांनी समोरच्या खुर्चीवर बसायला सांगितलं. नंतर विचारलं,

"त्यांनी तुला काय केलं?"

अनुपनं पुन्हा कुठलाही तपशील न वगळता क्रमबद्धपणे सारं काही सांगितलं. रात्री सबइन्स्पेक्टरांपुढे सांगताना क्रम थोडा मागं-पुढं होत होता.त्यांनीच सारा तपशील ऐकून त्याला एक क्रमबद्ध आकार दिला होता. तोच तपशील लिहून दिल्यामुळं आता त्यात काही गोंधळ व्हायची शक्यता नव्हती. यानंतर कुणीही कितीही वेळा विचारलं, तरी पाढे म्हणून दाखवावेत, तितक्या सुलभपणे तो सांगू शकत होता.

सारं ऐकल्यावर प्रिन्सिपॉलनी एच्.ओ.डी.कडे पाहिलं. अनुपला 'आता तू क्लासमध्ये जा–' म्हणून सांगून ते दोघंही तिथंच राहिले. बऱ्याच चर्चेनंतर त्यांनी ठरवलं–काही का असेना, ते चौघेही आपल्या कॉलेजचे विद्यार्थी आहेत–आपण पोलीस-स्टेशनवर गेलं पाहिजे. तिथं गेल्यावर त्या चौघांनाही कोर्टात नेल्याचं समजलं. दोघंही तिकडं गेले. त्या वेळी त्या चौघांनाही पुन्हा पोलिसांच्या काळ्या व्हॅनमध्ये चढवत होते. तिथं गेल्यावर सब इन्स्पेक्टरांकडून समजलं–मॅजिस्ट्रेटनी त्या चौघांना तीन दिवसांसाठी पोलीस कस्टडीत ठेवायची आज्ञा दिली होती.

एच्.ओ.डी. आणि प्रिन्सिपॉलांनी व्हॅनच्या मागचा दरवाजा उघडून पाहिलं– चौघंही वीर खाली माना घालून बसले होते.

"काय, रे? तुमच्या आई-वडिलांना कळवलंय्, की नाही?" प्रिन्सिपॉलनी विचारलं.

चौघांच्याही तोंडून शब्द फुटला नाही. पुन्हापुन्हा विचारलं, तरी कुणी बोललं

नाही. तेच पुन्हा म्हणाले,

"त्यांचे फोन नंबर असतील, तर द्या... मी कळवतो!"

आता मात्र स्पीडकिंलग रेड्डीला कंठ फुटला. तो म्हणाला,

"प्लीज... कळवू नका... "

"पण आता केस झाली आहे! कोर्टात दाखल झालीय्! आता वकील नेमून कोर्टात वादविवाद केल्याशिवाय दुसरा उपाय नाही. एव्हाना तुम्ही वकील द्यायला हवा होता. तुमच्या घरी कळवलं नाही, तर वकील कोण देणार? ऑफकोर्स, तुम्ही जे काही केलं, त्याचं मला समर्थन करायचं नाही, म्हणा! पण संधी प्रत्येकाला मिळालीच पाहिजे ना!"

चौघांनीही परस्परांकडे पाहिलं. फायरमास्टर चौधरी म्हणाला,

"वकील द्यायलाच पाहिजे! फाईट करायलाच पाहिजे! तुम्ही माझ्या घरी कळवू नका. नंतर पैसे मागवून मी वकिलाला देईन."

रेड्डी, रंगनाथ आणि नंजुंडप्पा मात्र नेमकं काय करावं, ते न सुचून आतल्या आत तडफडत होते.

सबइन्स्पेक्टर मध्येच म्हणाले,

"त्यांना आणखी विचार करू द्या, सर! आम्हांला आणखी कामं आहेत. जाऊ द्या... ! तुम्ही नंतर पोलीस-स्टेशनवर या. तिथं तुमची भेटायची व्यवस्था करतो." आणि त्यांनी शिपायांना व्हॅनचं दार बंद करून कुलूप लावून घ्यायला सांगितलं. कुलूप लावून ते सगळे ड्रायव्हरपाशी बसल्यावर व्हॅन सुरू झाली.

दोघंही कॉलेजकडे परतत असताना या चौघांच्याही पालकांना कळवणं आपल्या दृष्टीनं हिताचं आहे, या निर्णयापर्यंत दोघंही येऊन पोहोचले. ते ऑफिसच्या दाराशी येताच पी.ए.नं अत्यंत नम्रपणे सांगितलं,

"स्पीड-किंग रेड्डीचे वडील–श्रीयुत एन्.टी.रेड्डी आलेत, सर! कर्नाटक गव्हर्नमेंटचे कमिशनर ऑफ इंडस्ट्रीज्! त्यांना मी आत सोफ्यावर बसवलंय्."

"तुम्ही तार पाठवण्याआधीच ते आलेत. त्यांना कुणी कळवलं असेल?"

"स्पीडकिंगच्या मित्रानं फोन करून कळवलं, म्हणे. खूप रागावले आहेत!" पी.ए.नं सांगितलं.

इंडस्ट्रियल कमिशनर म्हणजे अत्यंत जबरदस्त आणि भरपूर कमाईची जागा, हे जाणवून प्रिन्सिपॉल अस्वस्थ झाले. शिवाय त्यांच्या मुलाच्या स्विच बोर्डच्या छोट्या कारखान्याला लायसेन्स देण्यासाठी शिफारस करण्याचा अधिकार याचाच आहे, हे त्यांना आठवलं.

इतके दिवस नाव ठाऊक असलं, तरी कधीही प्रत्यक्ष भेट झाली नव्हती. त्यामुळं आता तो आपला सव्वापाच फूट उंचीचा देह साडेचार फूट करून नम्रपणे

उभा राहिला आणि दात विचकत म्हणाले,

"प्रिन्सिपॉलसाहेब आले... "

आय् डोंट केअर–या भावनेनं रेड्डी तोंडातून धुराचा लोट सोडत तसाच बसून राहिला. पी.ए.चा हेतू निष्प्रभ ठरवत! तेवढ्यात आपल्या कॉलर आणि मानेवरून बोट फिरवत प्रिन्सिपॉल आत आले. ते रेड्डीना आदरानं म्हणाले,

"चला, चला! चेंबरमध्ये बसून बोलू या. आताच मी कोर्टातून येतोय्. आम्हांला काहीही न कळवता त्यांनी मॅजिस्टेटपुढं हजर केलंय्! आता वकील द्यायला पाहिजे... "

पायावर पाय टाकून सोफ्यात रेललेल्या रेड्डींनी आणखी एक सिगारेटचा झुरका घेत प्रिन्सिपॉलकडे संतापानं पाहिलं. प्रिन्सिपॉलना या उद्धटपणाचा राग आला, तरी तो दाखवून न देता ते नम्रपणे उभे होते. काही क्षणांनंतर चेहऱ्यावर 'ऑल राईट–' असे भाव आणून रेड्डी प्रिन्सिपॉलांच्या चेंबरमध्ये गेले.

दोघंही खुर्चीवर बसल्यावर ते प्रिन्सिपॉलांना म्हणाले,

"काय चाललंय् म्हणायचं हे? या संस्थेचे तुम्ही प्रमुख! काय करत होता तुम्ही पोलीस मुलांना घेऊन जाईपर्यंत?"

पहिल्या वाक्यापासून रेड्डींनी चढाईचं धोरण ठेवलं होतं.

प्रिन्सिपॉल म्हणाले,

"मध्यरात्री घडलं सगळं. मला समजलं नाही. मी मंड्यला गेलो होतो. वॉर्डन गावात नव्हता. सकाळी ऑफिसमध्ये आल्यावरच समजलं मला."

"प्रिन्सिपॉलच्या परवानगीशिवाय मुलांना पकडून नेलं, म्हणून लगेच पिटिशन द्या."

"आयडिया चांगली आहे! आमच्या कायदेशीर सल्लागाराशी यावर बोलतो. या चौघांनी पहिल्या वर्षाच्या एका मुलाला मध्यरात्री रॅग नावाखाली विवस्त्र केलं– त्या मुलानं मध्यरात्री पोलिसांत तक्रार दिली आहे. ती तक्रार हातात घेऊनच पोलीस या चौघांना पकडायला आले होते."

"रॅगिंग सगळीकडचं चालतं, त्यात काय विशेष? इंग्लिश शब्द आहे, म्हणजे इंग्लंडमधूनच आलं असेल हे. तिथं रॅगिंग झालं, तर पोलीस मुलांना घेऊन जातात का? शिक्षणसंस्थेत प्रवेश करायचा पोलिसांना अधिकार आहे काय? तिथं असं काही घडलं, तर पार्लमेंटमध्ये गोंधळ उडून जातो. समजलं?"

प्रिन्सिपॉलनी आपण बर्मिंगहॅम विद्यापीठात एम्.टेक्.ची डिग्री घेतल्याचं विसरून मोघम मान हलवली.

त्याच वेळी पी. ए. नं. आत येऊन सांगितलं,

"अनुप रवींद्रचे वडील आले आहेत... "

"आत पाठव... '' म्हणता म्हणता प्रिन्सिपॉलना ते कोण आहेत, हे आठवलं नव्हतं. प्रवेशाच्या वेळी शिक्षण निर्देशकांनी अनुपसाठी चिठ्ठी पाठवली होती, तेव्हा त्यांनी 'ह्या 'इंडियन ट्रिब्यून'च्या संपादकांचा मुलगा आहे' म्हणूनही सांगितलं होतं. त्या वेळी बाप-लेक चेंबरमध्येही येऊन भेटून गेले होते. छेः! काय झालंय् या स्मरणशक्तीला!–

आत आलेल्या रवींद्रनं त्यांना नमस्कार केला. प्रिन्सिपॉलही उठून उभे राहिले आणि रेड्डींच्या शेजारच्या खुर्चीकडे निर्देश करून रेड्डींना म्हणाले,

"यांच्याच मुलानं तक्रार केली आहे. हे मिस्टर रवींद्र 'इंडियन ट्रिब्यून्'चे बेंगळूर शाखेचे संपादक. हे एन्. टी. रेड्डी. इंडस्ट्रीज् कमिशनर–''

रेड्डींनी बसल्याबसल्या 'हॅलो–' म्हणून हात पुढं केला. रवींद्रनं प्रिन्सिपॉलना केलेला नमस्कार त्यांच्याकडे वळवला. पुढं केलेला हात मागं घेत रेड्डी म्हणाले,

'ट्रिब्यून? तुमचे बिझनेस मॅनेजर आले होते आमच्याकडे! त्यांना प्रिंटिंग मशीन घ्यायला दोन कोटी कर्ज हवं होतं.'

"बातम्या आणि संपादन एवढंच माझं कार्यक्षेत्र आहे. बाकीच्या बाबतींत मी कधीही लक्ष घालत नाही.'' रवींद्र उत्तरला.

"तुम्ही इथं आता का आलात, ते समजलं नाही. पण आलात, ते बरं झालं. पालकांनी एकत्र बसून काही समस्या सोडवणं केव्हाही चांगलं! आम्हांलाही कॉलेज चालवणं सोयीचं होतं–'' प्रिन्सिपॉलनी सुरुवात केली.

"खरंय् तुमचं! मुलाला ॲडमिशन मिळवून दिली–दरमहा तो मागेल तेवढे पैसे देतो–आता आपली काहीही जबाबदारी राहिली नाही, असं मानणाऱ्या पालकांमुळंच किती तरी नुकसान होतंय्!'' रवींद्र उत्तरला.

"यांच्या मुलाला बोलावून घ्या. यांच्यासमोरच मी विचारेन त्याला!'' रेड्डी म्हणाले.

प्रिन्सिपॉलनी इलेक्ट्रॉनिक्सच्या एच्.ओ.डी. आणि अनुप रवींद्रला बोलवायला शिपायाला पाठवून दिलं. ते येईपर्यंत रेड्डींशी इतर क्षेमसमाचाराच्या चार गप्पा करणं शक्य नाही, हे त्यांच्या चेहऱ्यावरूनच रवींद्रच्या लक्षात आलं होतं. त्याच वेळी पी.ए.नं प्रिन्सिपॉलांच्या सहीसाठी काही कागदपत्रं आणल्यामुळं त्यांच्यावरची अवघड परिस्थिती थोडी निवळल्यासारखी झाली. एच्.ओ.डी. आणि अनुपला प्रिन्सिपॉलनी रवींद्रच्या शेजारी बसायला सांगितलं. सगळ्यांची पुन्हा एकदा ओळख झाल्यानंतर रेड्डींनी अनुपला विचारलं,

"हं! काम केलं माझ्या मुलानं? खरं काय ते सांग. माझ्यापुढे खोटं चालणार नाही.''

"मी खोटं बोलेन, असं तुम्ही कसं गृहीत धरता?''

अनुपच्या या उलट प्रश्नामुळं वातावरण तंग झालं. प्रिन्सिपॉलना मनातल्या मनात आनंद झाला.

"बरं! सांग, काय झालं ते... " रेड्डींनी थोड्या नरमाईनं विचारलं.

काहीही न वगळता, घटनांचा क्रम मागं-पुढं न करता अनुपनं सगळी हकीकत पुन्हा सांगितली. आपण वडलांना फोन केल्याचं मात्र त्यानं सांगितलं नाही. कारण बातमी कॉलेजभर पसरल्यावर किती तरी मुलांनी–विशेषतः मुलींनीही–त्याचं तोंडभर कौतुक केलं होतं. त्याच्या अनुभवामुळं आणखीही काही मुलं रॅगिंगविरुद्ध तक्रार द्यायला तयार झाली होती. थोडक्यात सांगायचं, तर अल्पावधीतच अनुपला तिथं पुढारीपण प्राप्त झालं होतं. त्यात दोन-तीन मुलींनी त्याला प्रत्यक्ष भेटून "अनुप, फार उत्तम केलंत हं तुम्ही हे!" असं सांगितल्यामुळं त्याला आदल्या रात्रीचा अपमान भरून आल्यासारखं वाटलं होतं!

एवढा हीरोपणा मिरवत असताना आपण यासाठी वडलांची मदत घेतल्याचं कुणालाही समजू नये, अशीच त्याचीही इच्छा होती. वडलांनाही या प्रकरणात गुंतवायला नको, म्हणून त्यानं आपण पोलीस स्टेशनात जाऊन तक्रार दिली, असं सांगून प्रकरणाचा समारोप केला.

"ही तुझ्या कॉलेजमध्ये घडलेली घटना. कॉलेजला प्रिन्सिपॉल प्रमुख आहेत. त्यांना न सांगता तू पोलिसांकडे का गेलास?" रेड्डींनी चूक शोधून काढली.

"शिक्षणातला काही प्रॉब्लेम असेल, तर प्रिन्सिपॉल साहेबांना सांगायचं–जेवण नीट नसेल, तर वॉर्डनला सांगायचं–गुंडागिरीचं प्रकरण असेल, तर पोलिसांना कळवायचं..." अनुप पटकन म्हणाला.

रेड्डी खवळले. आतून मिसरूडही फुटलं नाही आणि हा छोकरा, बाप संपादक आहे, म्हणून मस्ती दाखवतो. याला लंबा केला पाहिजे, या विचारानं ते म्हणाले,

"सबन्स्पेक्टरांसमोर खोटी तक्रार लिहून देणं सोपं आहे! पण कोर्टात उभं राहिल्यावर वकिलांच्या पुढ्यात मुतायची पाळी येईल! बेंगळूरचे मोठे वकील उभे करेन मी! ऐकलंय् ना कृष्णदासांचं नाव? फेमस क्रिमिनल लॉयर! तुझी तक्रार खोटी आहे, म्हणून सिद्ध झाली, तर तुला जेलमध्ये जावं लागेल! तक्रार मागं घे... अजूनही वेळ आहे!"

"तुम्ही बेंगळूरहून कृष्णदासांना बोलावलंत, तर मी दिल्लीहून अगरवालांना बोलावून घेईन! ऐकलंय् ना नाव सुप्रीम कोर्टातल्या ॲडव्होकेटांचं? माझी तक्रार कशी खोटी आहे, म्हणता?" अनुपनं उलट चढाई केली.

एच्.ओ.डी.ही अनुपचं बोलणं ऐकून मनोमन खूश झाले होते. असत्यातून एवढं धैर्य येणं शक्य नाही–ही विद्याशालेची देणगी असल्याचं रवींद्रला तीव्रपणे जाणवलं.

रेड्डी आतल्या आत धुमसत होते. त्यांना काही क्षण काय बोलावं, तेच सुचनासं झालं होतं. नंतर ते म्हणाले,

"प्रिन्सिपॉलांच्या परवानगीशिवाय तू पोलिसांमध्ये तक्रार दिलीस... कॉलेज तुला डिसमिस् करेल... याद राख!"

"डिसमिस् करण्यासारखा मी कुठलाही गुन्हा केला नाही. गुंडगिरीविरुद्ध पोलिसात जाणं गुन्हा आहे, असं कुणी म्हणालं, तर मी त्यांच्या विरुद्धही कोर्टात जाईन! अगरवालांना बोलावून घेतो. मग सुप्रीम कोर्टापर्यंत जावं लागलं, तरी हरकत नाही!" अनुप उद्विग्न होऊन म्हणाला.

आता मात्र प्रिन्सिपॉल मध्ये पडले,

"आता मी थोडं बोलू? नाही तर एच्.ओ.डीं.ना बोलू द्या... " पाठोपाठ त्यांनी घंटा वाजवून आत आलेल्या पी.ए.ला म्हटलं, "कॉफी सांगितली होती ना? अजून नाही आली?"

पी.ए.ला नेहमीसाठी सूचना होती–एकदा सांगितल्यावर कॉफी आणायची नाही. त्यामुळं साहेबांनी दुसऱ्यांदा सांगितल्यावर तो म्हणाला,

"आता येतेय्. कँटीनमध्ये दूध नव्हतं, म्हणून उशीर झाला..."

प्रिन्सिपॉलना आता काहीच समजेनासं झालं होतं. रेड्डी मोठे अधिकारी असले, तरी रवींद्र देशातल्या मोठ्या वृत्तपत्राचा संपादक आहे! हीच बातमी आणि तिच्या पाठोपाठ कॉलेजमधल्या अंतर्गत बाबींचा अधिक शोध घेऊन त्यानं आपल्या वृत्तपत्रात वेडीवाकडी बातमी देऊन कॉलेजची बदनामी केली, तर? पाठोपाठ हेही समजत होतं–प्रकरण पोलिसांत गेलं, तर ती एक बातमी होईल. एकूण काय? प्रकरण किरकोळ असतानाच दडपून टाकायचं सगळ्यांच्या सोयीचं आहे.

प्रिन्सिपॉल अनुपकडे वळून म्हणाले,

"किती तरी कॉलेजांमध्ये रॅगिंगचा प्रकार चालतो. आपल्या कॉलेजमध्ये तो चालू नये, म्हणून आम्ही खूप प्रयत्न करतो. हॉस्टेलच्या मुलांनी कुठल्याही प्रकारे वाईट वागू नये, म्हणून प्रवेश-पत्राच्या मागच्या बाजूला आम्ही छापलंही आहे! या चौघांनाही शिक्षा होईल, याची तुम्ही खात्री बाळगा! पण विद्यार्थ्यांना पोलिसांनी शिक्षा करणं योग्य नाही. तू तक्रार मागं घ्यावी, हे बरं. विचार कर. यावर एच्.ओ.डी.शीही चर्चा कर, हवं तर!... "

लगेच एच.ओ.डीं.नी 'येस्–येस्! दॅटस् करेक्ट–' म्हणत मान डोलवली.

अनुपनं काही क्षण विचार केला. त्याच्या मनात एक उपाय सुचला. तो म्हणाला,

"ठीक आहे! मी सांगतो, तसं श्रीयुत रेड्डी आणि त्या चौघांनी केलं, तर माझं काहीही म्हणणं नाही."

“काय ते?”

“श्रीयुत रेड्डी–त्यांच्या पत्नी, नंजुडप्पा-चौधरी यांच्या आई-वडिलांना इथं चेंबरमध्ये बोलावून घ्या. एच्.ओ.डी. प्रिन्सिपॉलही असू द्या. एवढ्या सगळ्या लोकांपुढं त्या चौघांनीही कपडे काढून विवस्त्र व्हावं आणि तीन वेळा ‘आमची चूक झाली’, म्हणून क्षमा मागावी! मग मी तक्रार मागं घेईन.”

तिथं बसलेले सगळेच गडबडले. काही तरी मार्ग सुचेल, म्हणून वाट बघणाऱ्या रेड्डीचा चेहरा लालभडक होऊन काळाठिक्कर पडला. प्रिन्सिपॉलना हे बोलणं उद्धटपणाचं वाटलं. एच्.ओ.डी. अवाक् झाले. रवींद्र मात्र जाणीवपूर्वकच गप्प बसला होता. गुन्हेगाराला शिक्षा झाली पाहिजे–जो प्रत्यक्ष दुखावला गेला आहे, तो कठोर शिक्षेचाच आग्रह धरेल, हे त्यालाही पटलं असलं, तरी त्यातला विक्षिप्तपणा त्यालाही आक्षेपार्ह वाटला. एवढी वर्षं विद्याशालेत शिकल्यानंतरही याच्या डोक्यात असला विचार आलाच कसा? अपमान जिव्हारी लागल्यामुळं याच्या मनात एवढे तीव्र विचार आले असतील? शिवाय क्षमा करायच्या दृष्टीनं वयही लहान आहे!–

तेवढ्यात कॉफी आली. सगळ्यांनी कॉफी घेतली. कॉफी घेऊन झाल्यावर प्रिन्सिपॉलनी त्याला सांगितलं,

“तू बाहेर बैस. मी नंतर तुला पुन्हा बोलावून घेतो... ”

अनुप बाहेर गेल्यावर त्यांनी रवींद्रकडे वळून विचारलं,

“तुम्ही कुठला मध्यमार्ग सुचवाल? सगळीकडचं वातावरण कसं आहे, हे तुमच्यापेक्षा जास्त कुणाला ठाऊक असणार?... ”

रवींद्रनं रेड्डींच्या चेहऱ्याकडे पाहिलं. ते कॉफी संपवून तोंडातली सिगारेट पेटवत होते. विद्यासंस्थेत सिगारेट ओढू नये, एवढीही संस्कृती नसलेला हा माणूस! मग याच्या मुलावर कुठून चांगले संस्कार होणार? त्याचं मन कठोर झालं. तो म्हणाला,

“शिक्षण संस्थेमध्ये पोलिसांनी हस्तक्षेप करावा, की नाही, यावर बरीच चर्चा झाली आहे. आमच्या दृष्टीनं पोलिसांनी हस्तक्षेप न करणं म्हणजे त्यांनी कर्तव्यात कसूर केल्याप्रमाणे होईल. पश्चिम देशांमधली परिस्थिती आणि इथली परिस्थिती यांत फार अंतर आहे! श्रीयुत रेड्डींनी इथं अनुपवर दबाव आणायचा प्रयत्न केला–पण आपल्या मुलानं जे काही केलं, त्यात चूक आहे, असं त्यांना अजिबात वाटत नाही, असं दिसतं! मग त्यांना बेंगळूरहून कृष्णदासांना आणून खटला जिंकू द्या! तुम्ही का यावर एवढा विचार करता?”

प्रिन्सिपॉल यापुढं निरुत्तर झाले.

एच्.ओ.डी. म्हणाले,

''केस सुरू झाली, की पोलिस सगळा रिपोर्ट विद्यापीठाला पाठवून देतील. निकाल लागेपर्यंत विद्यार्थी वर्गावर येणार नाहीत. शिवाय या मुलांना शिक्षा झाली, तर त्याचे परिणाम काय होतील, हे तुम्हांलाही ठाऊक आहे!''

हे एच्.ओ.डी. कुणाला उद्देशून म्हणाले, ते रवींद्रला समजलं नाही. पण ही आपल्यासाठी सूचना आहे, हे रेड्डींच्या लक्षात आलं. एच्.ओ.डी. आपल्या मुलाच्या बाजूचे आहेत, हेही त्यांना ठाऊक होतं. कारण त्यांचा मुलगा परीक्षेच्या वेळी पाचहजार रुपये देऊन त्यांच्याकडे खाजगी शिकवणीसाठी जात होता. केस कोर्टात गेली, तर विजय कुणाचाही होवो, त्याचे दूरगामी परिणाम काय होतील, याची त्यांनाही कल्पना आली. एवढ्या मोठ्या अधिकारावर असताना त्यांना पदोपदी आर्थिक कमाई होत असली, तरी स्वतंत्र उद्योग सुरू करून अपरिमित पैसा मिळवण्याचं त्यांचं स्वप्न अपुरं राहिलं होतं. काही तरी करून मुलाला बी.ई. करायचं आणि त्याला आपल्या अधिकारात उद्योगधंद्याचं लायसेन्स मिळवून देऊन त्याला मोठा उद्योगपती बनवायचं त्यांचं स्वप्न होतं. त्यासाठी जागा, शेड, सरकारी कर्ज–सारं काही मिळवून देण्यासाठी ते तयार होते. त्यांनी आपल्या मुलापुढंही, भव्य स्वप्न मांडलं होतं. त्यावर लक्ष केंद्रित न करता हा कुणा मुलाची चड्डी सोडण्यात आनंद मानत बसलाय्!

कितीही संताप मनात दाटला, तरी आता आपण हुशारीनं वागलो नाही, तर त्याच्या आयुष्याची माती व्हायला वेळ लागणार नाही आणि पाठोपाठ त्याला उद्योगपती बनवायचं आपलं स्वप्नही मातीमोल होऊन जाईल!

रवींद्रकडे वळून हात पुढं करून ते म्हणाले,

''काय सांगू तुम्हांला! आमच्या नोकरीमुळं डोकं पार बिघडून जातं, बघा! कोट्यवधी रुपयांची प्रोजेक्ट्स समोर येतात. त्यांची छाननी करून निर्णय द्यायचा, म्हणजे डोक्याचा भुगा होतो. आज सगळेच सांगतात, एवढा फायदा होतो–तेवढा होतो, म्हणून! उद्या पैसे बुडाले, तर नुकसान कुणाचं? सरकारचंच ना? यात मधल्यामध्ये सही करणारा मीच फासावर लटकणार ना? त्या कामांमधून कुल्ले खाजवायला वेळ नाही–आणि इथं या कार्ट्यानं असलं काम करून ठेवलंय्! मी तुमच्या मुलाला बोललो, म्हणून तुम्ही रागावू नका. अहो, तुमचा मुलगाही माझ्या मुलासारखाच! आज फर्स्टइयरचाच मुलगा उद्या फायनल इयरला जाणार ना? आपण हे सगळं प्रकरण इथंच सेटल करू या! काय म्हणता?–आज, खरं तर, फायनान्स कमिटीची मीटिंग होती. ती चुकवून मी आलो इथं–''

रेड्डींच्या बोलण्याचा संपूर्ण राग-रंगच बदलल्याचं पाहून रवींद्रला फारसं आश्चर्य वाटलं नाही. एच्. ओ. डी.ची सावधगिरीची सूचना योग्य ठिकाणी पोहोचली आहे, हे त्याच्याही लक्षात आलं. गुंड असले, तर विद्यार्थ्यांचं प्रकरण फार ताणण्यात अर्थ

नाही, हेही त्याच्या मनात आलं, तरी काही क्षण तो गप्प बसला.

प्रिन्सिपॉल म्हणाले,

''तुमच्या मुलाला शॉक बसला आणि त्याचा जो अपमान झाला, त्यासाठी मी तुमची क्षमा मागतो. पुन्हा हे प्रकार घडू नयेत, म्हणून एक एच्. ओ. डीं. ची मीटिंग घेऊन पक्का बंदोबस्त करेन.''

रवींद्र म्हणाला,

''ठीक आहे! प्रिन्सिपॉलांच्या बोलण्याला किंमत दिली पाहिजे. पोलीस स्टेशनवर असलेल्या त्या चौघांशीही मला बोललं पाहिजे!''

सुटकेच्या आनंदात प्रिन्सिपॉल उठत म्हणाले,

''चला, जाऊन येऊ या... ''

पाठोपाठ रेड्डीही उठत म्हणाले,

''चला–मीही भेटलो नाही त्यांना!''

रेड्डींच्या सरकारी गाडीचा चालकही सरकारी होता. त्यांनी रवींद्रला बोलावलं. पण रवींद्र 'नको–प्रिन्सिपॉलांची गाडी सोयीची आहे–रस्त्यात त्यांच्याशी गप्पाही होतील–' म्हणत तिकडं गेला.

रेड्डींनाही त्याच्या वागण्यातली आढ्यता कळली. त्यांनी आपल्या ड्रायव्हरला प्रिन्सिपॉलच्या गाडीपाठोपाठ गाडी न्यायला सांगितलं. ते पोलीस-स्टेशनमध्ये गेले. सब इन्स्पेक्टरनं चौघांनाही ऑफिसात बोलवायची तयारी दाखवली. पण रेड्डी म्हणाले,

''नको. आम्ही आतच जाऊन बघू, तेवढीच लाज वाटू द्या त्यांना! आमची नागारेड्डी फॅमिली! गेल्या चौदा पिढ्यांचं रेकॉर्ड आहे. एवढ्या जुन्या घराण्याची अब्रू गमावून लॉक-अपमध्ये जाऊन पडलाय्! चला–'' म्हणत त्यांनी रवींद्रकडे पाहिलं. आपल्या नैतिक संतापाचा त्याच्यावर नीट परिणाम होतोय्, की नाही, हेही बघितलं!

तिघंही सब इस्पेक्टरच्या मागोमाग गेले. पोलीस-स्टेशनच्या मागच्या बाजूला, असलेल्या लोखंडी सळ्यांच्या दाराचं कुलूप काढलं. चौघंही भिंतीला टेकून बसले होते. त्या चौघांचेही चेहरे उतरून गेले होते. तिथं प्रिन्सिपॉल आणि एच्. ओ. डी. आलेले बघून त्यांनी माना खाली घातल्या. त्यातच आपल्या वडलांना बघून रेड्डी आपला चेहरा दोन्ही मांड्यांत दडवून बसला.

मुलगा दृष्टीला पडताच वडलांचा संताप उसळून वर आला.

''तुला अक्कल यायला चांगला चपलेनं बडवायला पाहिजे काय, रे–'' म्हणत धुसफुसत त्यांनी डाव्या पायातला पंप शू काढून हातात घेतला आणि मुलावर उगारला.

"मिस्टर रेड्डी! थांबा! स्वत:ला आवरा! आपण त्यांना करायची, ती शिक्षा करू या... पण तुम्ही स्वत:चा संताप आवरा!" प्रिन्सिपॉलांनी सांगितलं, तरी ते हातात बूट उगारून उभे होते.

रवींद्रला प्रकरण थोडं-फार लक्षात आलं होतं. ही यक्षगानाची पद्धत, की भागवतांची स्टाईल म्हणायची?

सबइन्स्पेक्टरही म्हणाले,

"तुम्ही खुर्चीवर बसून बोला. प्रत्यक्ष वडील असला, तरी इथं तुम्ही त्याला मारू शकणार नाही."

पन्नास वर्षांपूर्वीच्या अर्काट रामस्वामी मुदलियार यांच्या काळातल्या पुरातन खुर्च्यांवर चौघंही बसले. रेड्डींनी जोरात विचारलं,

"ए! खरं सांग! का असं केलंस? हॉस्टेलमध्ये नीट जेवण मिळत नाही, म्हणून घरून जास्तीचे पैसे मागवून घेत होतास. हॉटेलात कोंबडी खाऊन-खाऊन माज आलाय्?"

लपवलेला चेहरा वर न करता स्पीडकिंग विजयकुमार म्हणाला,

"काही का होईना... मी या कॉलेजात यानंतर शिकणार नाही! मला दुसऱ्या कॉलेजमध्ये ट्रान्स्फर मिळवून द्या!"

ही त्यानं स्वत:ला ठोठावलेली शिक्षा आहे, हे तिथल्या सगळ्यांनाच समजलं. नंजुंडप्पा आणि रंगनाथ प्रिन्सिपॉलना म्हणाले,

"आम्ही काही हे मुद्दाम केलं नाही! रात्री आम्ही आपल्या खोलीत असताना रेड्डी आला आणि म्हणाला–फर्स्ट इयरचा एक मुलगा आलाय्–गंमत करू या, चला! म्हणून आम्ही गेलो, एवढंच. खरी अनूपची चड्डी या चौधरीनं काढली! आम्ही तिथं होतो; पण आमची काहीही चूक नाही. आम्हांला डिसमिस् करू नका"

"तुम्ही प्रत्यक्ष काही केलं नसेल. पण हे सगळं समोर चाललं असता तुम्ही विरोध का केला नाही?"

रंगनाथ म्हणाला,

"आमच्या लक्षात आलं नाही, सर!"

"क्या कहता है? वॉट दे आर् सेईंग?" नीट कन्नड न समजल्यामुळं चौधरीनं विचारलं.

रवींद्रनं त्या दोघांच्या संभाषणाचा हिंदीमध्ये अनुवाद करून सांगितलं. ते ऐकून तो उसळून म्हणाला.

"असले मित्रद्रोह करणारे मित्रच मला नकोत–आणि हे कॉलेजही मला नको! मला वेगळं कॉलेजही नको. मी शिक्षणच सोडून देईन! आज सकाळीच मी तशी प्रतिज्ञा केली आहे. नाही तरी मी इंजिनीअर होऊन काहीच करणार नाही."

''या स्टेजला शिक्षण सोडून पुढं काय करणार आहेस?'' रवींद्रनं विचारलं.

''पुढं काय करणार? इलेक्शनला उभा राहून एम्. एल्. एस्.–एम्.पी. होऊन! पायजे तर पैज आपली! येत्या निवडणुकीत निवडून येऊन किमान डेप्युटी मिनिस्टर झालो नाही, तर मी जसबीर चौधरी नाही–जसबीर चमार म्हणा!''

त्या चौघांनाही लॉक-अपमध्ये ठेवून सगळे पुन्हा बाहेरच्या ऑफिसमध्ये आले.

रवींद्र म्हणाला,

''त्यांना कोर्टात शिक्षा झालीच पाहिजे, असा काही माझा हट्ट नाही. वाईट मार्गाला लागलेली ही मुलं !ती सरळ मार्गाला लागणं अधिक महत्त्वाचं आहे. पण उद्या ही मुलं लॉक-अपमधून बाहेर पडली, तर माझ्या मुलाच्या सुरक्षिततेची हमी कोण घेणार?''

''सर, माझ्या मुलाची सुटका झाली, की त्याला मी सरळ बेंगळूरला घेऊन जाईन. तिथंच त्याला ट्रान्स्फर मिळेल, असं करेन. इथल्या हॉस्टेलमधलं त्याचं सामान न्यायलाही त्याला मी पाठवणार नाही!–'' रेड्डी तत्परतेनं म्हणाले.

सब-इन्स्पेक्टर म्हणाले,

''आणि तोही जाणार नाही! तो अत्यंत शरमून गेलाय्. आम्ही प्रत्येकाची वेगवेगळी उलटतपासणी केली ना? तेव्हा ते लक्षात आलंय्! हरियानाच्या चौधरीनं निघून जातो, म्हणून वैष्णवी देवीची शपथ घेऊन सांगितलं. बाकी दोघं–त्यांना खाली मान घालून नोकरी केली पाहिजे. त्यामुळं त्यांना काहीही करून शिक्षण पूर्ण करायचं आहे. नाही तर शेत विकून यांच्या शिक्षणासाठी पैसे देणारे त्याचे वडील आणि भावडं जोडे घेऊन बडवून काढतील, याची त्यांना भीती आहे! त्यांनी गयावया करून सांगितलं–आम्हांला या प्रकरणातून सोडवा–आम्ही हॉटेलमध्ये राहणार नाही–गावात कुठं तरी खोली घेऊन राहू–म्हणून!''

सबइन्स्पेक्टरांचं बोलणं सगळ्यांनाच पटण्यासारखं होतं. खरं तर, रेड्डी कॉलेजमध्ये राहण्यात एच् ओ डी आणि प्रिन्सिपॉलांना फायदा होता. पण त्यामुळं गोंधळ आणखी वाढत होता.

सबइन्स्पेक्टर म्हणाले,

''याच्या छोकऱ्यानं तक्रार मागं घेतली, तर काहीच हरकत नाही. पण त्यासाठी एस्.पीं.नीही अनुमती द्यायला पाहिजे.''

''इथं कोण एस्. पी. आहेत?'' रेड्डींनी विचारलं.

''सिद्ध राजू नाव आहे त्याचं!'' सब इन्स्पेक्टर म्हणाले.

''कोण हा सिद्धराजू? आपण त्याला जाऊन दमदाटी केली, तर?''

''तसं नको, काम बिघडेल. त्यापेक्षा म्हैसूरच्या डी.सी. कडून सांगायला लावलं, तर... ''

"कोण म्हैसूरचे डी.सी.?"

या संभाषणाकडे पूर्णपणे दुर्लक्ष करुन रवींद्र प्रिन्सिपॉलांकडे वळून म्हणाला, "विजयकुमारला बेंगळूरला ट्रान्स्फर, चौधरीनं गाव सोडायचं, बाकी दोन्ही मुलं हॉस्टेलबाहेर राहतील. माझ्या मुलाच्या सुरक्षिततेची हमी तुम्ही द्यायची! एवढं नक्की ना?"

◆

या प्रकरणानंतर अनुपला संपूर्ण कॉलेजमध्ये भलतीच प्रसिद्धी मिळाली. रंगनाथ आणि नंजुंडप्पा कॉलेज-हॉस्टेल सोडून गावात खोली घेऊन राहायला गेले, ही काही फार मोठी बातमी झाली नाही. पण रेड्डी आणि चौधरीच्या पलायनानं अनुपचा भाव एकदम वधारला. तेही केवळ पंधरा दिवसांत घडवून आणणं म्हणजे किरकोळ गोष्ट आहे काय? सगळ्या मुलींनी माना वळवून पाहावं, असा आवाज करत वेगानं बुलेट चालवायला साहस पाहिजे, हे खरं! पण अशा वीरांना पोलीस-लॉकअपमध्ये टाकून कॉलेजच नव्हे, गावातूनही पळवून लावायला केवढं धैर्य पाहिजे! केवळ इलेक्ट्रॉनिक्स्च नव्हे, सिव्हिल, इलेक्ट्रिकल, प्रॉडक्शन, मेकॅनिकल, कॉम्प्यूटर–सगळ्या विभागांमध्ये त्याचं नाव एवढं गाजत होतं, की मुलं-मुली त्याला बघायला येत आणि त्याच्याशी एखादं वाक्य बोलायला मिळालं, की स्वतःला धन्य समजत!

हे अनुपच्याही लक्षात येत होतं. या अवचित मिळालेल्या प्रसिद्धीमुळं तो फुलून गेला होता. प्रसिद्धी ही त्याच्या दृष्टीनं फार अपरिचित गोष्ट नसली, तरी इथं विशेष आनंद देणारा भाग म्हणजे, इथल्या मुलींकडून मिळणारी प्रसिद्धी! विद्याशाळेची गोष्टच वेगळी! इथं मात्र मुलं-मुली परस्परांशी गप्पा मारत, जोक्स सांगत, परस्परांना नोटस् देत, एकत्र कॉफी प्यायला हॉटेलातही जात. खरोखरच अनुपच्या दृष्टीनं हे एक वेगळंच जग होतं!

अनुपनं स्पीडकिंगला पळवून लावलं खरं, पण कॉलेजमधल्या काही विद्यार्थ्यांनी प्रश्न उपस्थित केला : एवढ्यानं कसं भागेल? कॉलेजला एक तरी स्पीडकिंग नको? नाही तर कॉलेजचं वातावरण एकदम अळणी होऊन जाईल! त्याचा रूममेट कांतराज ही बातमी एक दिवस घेऊन आला. ही तक्रार विशेषकरून मुलींकडून असल्याचंही त्यानं सांगितलं.

"कोण म्हणालं असं?"

"आमच्या मेकॅनिकलमध्ये चंद्रवाणी नावाची आहे एक मुलगी. अतिशय बोल्ड! सगळ्या मुलींची तीच लीडर आहे. तीच म्हणाली, तुमच्या रूममेटला सांगा. प्रत्येक कॉलेजचा एकएक स्पीडकिंग असतो. आपल्या कॉलेजच्या स्पीडकिंगला

पळवून लावलं, तर दुसऱ्या कॉलेजचे स्पीडकिंग इथं येऊन भाव खातील! आपल्या कॉलेजची यात काय शान राहिली? उगाच गंमत म्हणून थोडं रॅग केलं, म्हणून भित्रटासारखी थेट पोलिसांत जाऊन कंप्लेंट दिली, म्हणजे काही फार मोठा शूरपणा झाला नाही! विजयकुमारला वेगाच्या बाबतीत हरवता येत नाही, म्हणून मत्सरानं ही पोलीस कंप्लेंट दिली आहे!''

हे ऐकताच अनुपचं मन वेगळ्याच पातळीवरून विचार करू लागलं. त्याला सायकल सोडली, तर दुसरं कुठलंही वाहन चालवायला येत नव्हतं. विद्याशालेत असलेली एक सायकल गडबडीच्या प्रसंगी सगळे मास्तर वापरत होते. काही काम असेल, तर तीच विद्यार्थ्यांनाही देत. वेगवेगळ्या कारणांमुळं अनुप ती सायकल खूप चालवायचा. दोन्ही बाजूंना झाडं असलेल्या अरुंद खडबडीत पायवाटेवरून किंवा बैलगाडीच्या चाकोरीतून जातानाही एकदाही सायकल न थांबवता- पाडता पुढं जाण्याची कसरत संपूर्ण शाळेत तो एकटाच करू शकत होता. टायर पंक्चर झालं, तर संपूर्ण चाक सोडून नेमकी पंक्चर झालेली ट्यूबची जागा शोधून पंक्चर काढायचं कामही संपूर्ण शाळेत तोच हुशारीनं करू शकत होता.

पण इथं सरळ रस्त्यावर धावणाऱ्या साध्या सायकली पाहिल्यावर हे पुरातन काळातलं वाहन असं त्यालाही वाटू लागलं. हे गांधींच्या आजोबाच्या काळातलं वाहन चालवण्यात काही अर्थ नाही! घेतली, तर लूना घ्यायला पाहिजे, स्कूटर घ्यायला पाहिजे–छेः! मोटरसायकल घ्यायला पाहिजे! सगळ्या वाहनांना मागं टाकून फायटर विमानासारखी पुढं घुसणारी बुलेट घ्यायला पाहिजे!

सुरुवातीला केवळ विचार, त्यानंतर ही अपेक्षा होती. ती बघताबघता स्पष्ट महत्त्वाकांक्षा होऊन राहिली. मी बुलेटच घेतली पाहिजे. स्पीडकिंग नव्हे, सुपर स्पीडकिंग झालं पाहिजे! केवळ आपल्या कॉलेजचाच नव्हे, संपूर्ण म्हैसूरमध्ये आपण टॉप-सुपर-स्पीडकिंग म्हणून ओळखले गेलो पाहिजे!

आठ दिवसांत ही इच्छा अत्यंत प्रबळ झाली.

एका मोठ्या कंपाऊंडमध्येच एकीकडे कॉलेज, एकीकडे हॉस्टेल, शेजारीच वर्कशॉप, जवळच आवश्यक ती स्टेशनरी मिळणारं दुकान–या विद्यार्थी सहकारी दुकानात साबण-पेस्ट-ब्रश यांसारख्या आवश्यक वस्तूही मिळत होत्या. तिथंच कॉफी-चहा-खाणं मिळणारं कँटीन होतं. अशा परिस्थितीत बुलेट मागितली, तर कोण देईल?

आपली ही मागणी डॅडींपुढं ठेवण्यात काहीही अर्थ नाही. आपल्यापाशी एवढे पैसे नाहीत, म्हणून सांगून ते मोकळे होतील. खरंच त्यांच्याकडे पैसे नसतील? किती पगार मिळतो त्यांना? मल्टी-एडिशन-पेपरचा रेसिडेंट एडिटर म्हणजे किती पगार असेल?

याआधी कधीही त्याच्या मनात अशा प्रकारचे प्रश्न आले नव्हते. त्यामुळं याचा शोध लावायचा प्रश्नच आला नव्हता. यानंतर केव्हा तरी याचा शोध लावलाच पाहिजे, असं त्यानं ठरवलं. सगळा खर्च जाऊन किती पैसे शिल्लक राहतात, याचाही अंदाज काढायला पाहिजे. आता सुद्धा त्यांनी दरमहा होणारा खर्च, कॉलेजची फी आणि इतर खर्च द्यायचं कबूल केलं आहे. त्यांच्यापाशी बुलेटचा विषय काढण्यात काहीही अर्थ नाही. त्यांनी 'मी पैसे देणार नाही–मम्मीकडूनही घेऊ नकोस' म्हटलं, तर नंतर पंचाईत होऊन जाईल. त्यांनी स्पष्टपणे म्हटल्यानंतर मी काही केलं, तर–का उगाच प्रकरण वाढवायचं?

त्या दिवशी रात्री तो जवळच्या टेलिफोन बूथवर गेला. मम्मीनं सारं ऐकून घेतलं आणि तोच प्रश्न विचारला,

"अरे, कॉलेज आणि हॉस्टेल एकाच कंपाऊंडमध्ये आहे, म्हणून तू कळवलं होतंस ना? तुला कशाला गाडी हवी?"

"मम्मी, मी इलेक्ट्रॉनिक्स शिकतोय् ना! कॉलेजच्या चार भिंतींपेक्षा फॅक्टरींमध्ये जाऊन तिथलं काम बघणं अधिक महत्त्वाचं नाही काय? म्हैसूरच्या जवळपास किती तरी मोठ-मोठे कारखाने आहेत. तिकडं जाऊन यावं लागतं. दहा-पंधरा मैलांच्या परिसरात फिरावं लागतं. बसेस्‌ची सोय नाही!... "

"मेरे लाल–दोन चाकी वाहनाची मला भीती वाटते, रे! काही अपघात झाला, तर पहिला मार बसतो, तो चालवणाऱ्यालाच! चार चाकी वाहन असेल, तर आधी इंजिनाला मार बसतो. तूर्त कसं तरी करून दिवस काढ. एक-दोन वर्षं झाली, की तुला मी एखादी सेकंडहँड गाडीच घेऊन देईन!... "

मम्मीनं कार घेऊन देईन, म्हणून सांगितल्याचा अनुपलाही आनंद झाला. पण बुलेटला जो रुबाब आहे, जो पुरुषीपणा आहे, तो अगदी रोल्सरॉईस गाडीलाही नाही–

"–पण, मम्मी! कार म्हटली, की प्रचंड पेट्रोल लागतं! त्यात ती उभी करायला इथं कुठंही जागा नाही! मोटारसायकल मी माझ्या खोलीत उभी करून ठेवू शकेन. पेट्रोलही कमी लागतं."

"अरे, मोटरसायकलच कशाला हवी? लूना घे... नाही तर स्कूटर घे!"

"थूः! मी लूनावर बसणार नाही. तुला ठाऊक नाही? इथं मुलं तिला गांधी-सायकल म्हणतात! आणि स्कूटरविषयी मीही चौकशी केली. माझ्या एवढ्या उंचीच्या मुलानं स्कूटर चालवली, तर पाठदुखीचा त्रास सुरू होतो, म्हणे! इथल्या सगळ्या डॉक्टरांनी तेच सांगितलंय्!"

"अरे चोरा! मला समजत नाही काय? बुलेटवर बसून वेगात गेलं, तर मुलींच्यावर इम्प्रेशन पडतं, हेच ना तुझं गणित? या भानगडीत वर्षं वाया घालवायला

मी नाही तुझ्या सीटचे पैसे भरले! तुझ्या प्रत्येक टेस्टचे मार्क्स मला तू कळवायला हवेत! नाही तर मी प्रिन्सिपॉलांकडून मागवून घेईनं!–'' हे सांगतानाही तिच्या आवाजात दमदाटीपेक्षा प्रेमच ओथंबत होतं. हे अनुपला जाणवल्याशिवाय राहिलं नाही.

तोही तेवढीच लाडात येऊन म्हणाला,

''मम्मी, कुठल्याही परीक्षेत मी साठ टक्क्यांपेक्षा कमी मिळवणार नाही– गॉडप्रॉमिस! पण तसे मार्क्स मिळवायचे असतील, तर फॅक्टरीज्ना भेटी द्यायलाच हव्यात. कुठल्याही मुलीला मी बरोबर घेऊन फिरणार नाही, हेही सांगतो! पण मी लूना चालवणार नाही, हे नक्की! नाही तर असं करतो–शंभर रुपये देऊन एक मोडक्या बाजारातली सायकल विकत घेतो आणि दुरुस्त करून वापरायला लागतो. फॅक्टरीच्या गेटकीपरनं हटकलं, तर सांगतो मी फेमस इंडस्ट्रियालिस्ट कांतीजी यांचा मुलगा आहे, म्हणून!... ''

अनुपचं हे उत्तर चांगलंच प्रभावी ठरलं. तिनं विचारलं,

''कुठली गाडी घ्यायचं ठरवलंयूस?''

''अजून पूर्ण विचार केला नाही. नीट विचार करून उद्या मी पत्र लिहीन. नंतर तू लगेच पैसे पाठवून दे. मम्मी! माझी लाडकी मम्मी!''

◆

अनुपला आणखी एका गोष्टीचा साश्चर्य आनंद झाला. बेंगळूरच्या केंद्रीय शाळेत त्याचे आईस्क्रीम–चिकन–कॅबेरेचा आनंद लुटताना सोबत असलेले आणि त्यानंतर कोडाईकॅनॉलला निघून गेल्यामुळं दुरावलेले मित्र ओमप्रकाश सभरवाल आणि जगदीश अरोडाही आता याच कॉलेजमध्ये आले होते. अरोडानं इलेक्ट्रिकलला आणि सभरवालनं सिव्हिलला ॲडमिशन घेतली होती. दोघंही ब्रेव्हर्ली इंटरनॅशनल शाळेत शिकले होते, त्यामुळं त्यांना आय्.आय्.टी. किंवा एखाद्या प्रादेशिक इंजिनीअरिंग कॉलेजमध्ये सहज प्रवेश मिळेल, याची खात्री होती. पण तिथल्या प्रवेश–परीक्षेमध्ये ते आवश्यक तेवढे गुण मिळवू शकले नाहीत. अखेर त्यांच्या वडलांनी धावपळ करून म्हैसूरच्या कॉलेजमध्ये त्यांना प्रवेश मिळवून दिला होता. जगदीशच्या वडलांनी कॉलेजला पंच्याहत्तर हजार रुपये आणि ती सीट मिळवून देणाऱ्या समितीच्या सदस्याला सव्वा दोन लाख रुपये दिले होते. फरिदाबादमधल्या 'शक्ती इलेक्ट्रिकल्स' चा विस्तार करणं किंवा बेंगळूरमध्ये एक स्वतंत्र फॅक्टरी टाकणं हे त्यांचं ध्येय होतं. त्यामुळं त्यांनी एवढा आटापिटा केला होता.

सिव्हिल साईडला फारशी गर्दी नसल्यामुळं ओमप्रकाशच्या वडलांनी सीटसाठी साठ हजार आणि समिती–सदस्याला एक लाख चाळीस हजार रुपये दिले होते.

बेंगळूरमधली जुनी घरं विकत घेऊन, त्या जागी नव्या इमारती उभ्या करून आणि बेंगळूर शहर विकास योजनेत शिरकाव करून घेऊन, नव्या जागा मिळवून, अनेक मजली इमारती उभारून, सुरुवातीलाच गिऱ्हाइकं पकडून त्या फ्लॅट्सची विक्री करणं हा त्यांचा धंदा असल्यामुळं त्यांच्या मुलानंही सिव्हिल बी.ई. शिकणं अत्यावश्यक होतं.

अरोडा किंवा सभरवाल यांच्या दृष्टीनं हे दोन किंवा तीन लाख म्हणजे फारच किरकोळ रक्कम होती. त्यांच्या दृष्टीनं एवढ्या कमी किमतीत सीट्सचा व्यवहार करणारे कमिटी-सदस्य महामूर्खच!

अनुप रवींद्र नावाच्या मुलानं चार सीनियर मुलांना पोलीस-लॉकअपमध्ये टाकलं आणि त्यानंतर कॉलेज हॉस्टेलमधून पळवून लावलं आणि त्यांतले दोघं तर गाव सोडून पळून गेले, ही बातमी कॉलेजमध्ये दुमदुमत होती, तेव्हा ओमप्रकाश आणि जगदीश या कॉलेजात येऊन केवळ पाच दिवस झाले होते. शिवाय एवढ्या उशिरा कॉलेजमध्ये प्रवेश घेतल्यामुळं त्यांना तिथल्या हॉस्टेलमध्ये जागा मिळाली नव्हती. ब्रेव्हर्ली इंटरनॅशनलमध्ये उत्तम अन्न खाल्लेल्या त्यांच्या जिभेला इथल्या हॉस्टेलमधलं सर्वसामान्य अन्न रुचणार नाही, याची त्यांना कल्पना होती. त्या दक्षिण भारतातल्या हॉस्टेलमध्ये चपाती करत नाहीत–केली, तरी त्यांना ती नीट जमत नाही. त्यात त्यांचं ते डाळ नसलेलं सार–भगभगीत सांबार–हे पदार्थ दररोज खाऊन आपल्यासारख्यांची काय गत होणार? शरीर बळकट तरी कसं होणार? त्या दोघांच्या वडलांनाही हे सगळं पटलं होतं. त्या दोघांनी अखेर विचार करून म्हैसूरमधल्या एका शांत वस्तीत एक घर भाड्यानं घ्यायचं ठरवलं. तिथं संपूर्ण वेळ राहून जेवण-खाण करण्यासाठी एखादा उत्तर भारतातला विश्वासू नोकर नेमायचा. ही व्यवस्था होईपर्यंत या दोघांनाही एखाद्या मारवाडी किंवा उत्तर भारतीय मालकाच्या हॉटेलात ठेवायचं, असं त्यांनी ठरवलं. इलेक्ट्रिकल वस्तूंच्या व्यापार–व्यवहारासाठी आपण म्हैसूरला जात असताना उतरत असलेलं 'चंद्रमोहन' हॉटेल त्या दृष्टीनं सोयीचं आहे, असा विचार करून त्यांनी तशी व्यवस्था केली होती.

एक दिवस अरोडा नोटिस-बोर्डापाशी आला, तेव्हा अनुप त्याच्या दृष्टीला पडला. दोघांनीही परस्परांना पाहिलं आणि अनावर आनंदानं दोघांनीही आरोळ्या ठोकल्या. विद्याशालेच्या सवयीमुळं अनुप कन्नडमध्ये 'अरे! तू इथं?' म्हणून ओरडला, तर अरोडानं 'तुम? यहाँ?–' म्हणून आरोळी ठोकली. सभरवालही इथंच आहे आणि दोघंही 'चंद्रमोहन'मध्ये राहतात, हे ऐकून अनुपही खूश झाला. त्या संध्याकाळी कॉलेज सुटताच तिघंही 'चंद्रमोहन'वर गेले. त्या दोघांकडेही एकेक यामाहा मोटारसायकल होती. बुलेटपेक्षा आकारानं मोठी, अधिक आकर्षक आणि अधिक आधुनिक यामाहा गाडीनं लगेच अनुपचं लक्ष खेचून घेतलं. ओमप्रकाशच्या

मागं बसून जाताना आपण हीच गाडी घ्यायची, असं त्यानं ठरवलं.

पण त्याच्या मित्रांचं मत पडलं,

"अलीकडे यामाहा अधिक वापरात आहे, हे खरं. वजन आणि पेट्रोलचा खर्च या दृष्टीनं ही सोयीची आहे. पण बुलेटची शक्ती या गाडीत नाही!"

त्यामुळं अनुपच्या दृष्टीनं बुलेट हीच शक्तीचं प्रतीक होऊन राहिली.

आणखी एक गोष्ट तो मनातून पूर्णपणे काढू शकला नाही. स्पीडकिंग विजयकुमार रेड्डीची बुलेट होती. तो निघून गेल्यानंतर आपण त्याचं बिरुद मिळवयाचं असेल, तर बुलेटच–तीही त्याच्यासारखी काळी कुळकुळीत–घ्यायला पाहिजे. त्याच्यासारखं संपूर्ण चेहरा झाकणारं हेल्मेट घ्यायला पाहिजे. होय–बेंगळूरहून मागवायला पाहिजे.

त्याला अजूनही मोटारसायकल चालवायला येत नव्हती. त्यानं आजवर तसा प्रयत्नही केला नव्हता. तुझ्या मोटारसायकलीवर मला शिकव, असं कुणाला सांगायचं? आता हे दोन खास दोस्त भेटल्यावर मात्र हा प्रश्न मिटला होता. ओमप्रकाश चांगला चालवतोय्–पण वेग कमी आहे याचा. जगूचाही वेग फारसा नसतो. घाबरतात दोघंही! सुपर स्पीडकिंग या बिरुदासाठी या दोघांपैकी कुणीही आपला प्रतिस्पर्धी होणं शक्य नाही!

ते दोघं राहत असलेल्या चंद्रमोहनच्या तिसऱ्या मजल्याच्या एका टोकाला असलेल्या प्रशस्त खोलीत गेल्यावर उपिट-गाजरहलवा आणि मसाल्याचे काजू खाताना ते दोघंही आपण शिकलेल्या बेव्हर्ली इंटरनॅशनलविषयी कौतुकानं सांगू लागले. ते सांगत होते,

"घोडेस्वारी, मोटारसायकल, कार–सारं काही शाळेत शिकवतात. आम्ही दोघंही तिथंच शिकलो... "

हे ऐकून अनुपला आपण किती बावळट आहोत, असं वाटलं. त्याला विद्याशालेत सगळेजण वापरत असलेली जुनी सायकल आठवली. तीच मनसोक्त चालवायचं स्वातंत्र्य त्याला होतं. मोटारसायकल, जीप, कार, वगैरे वाहनं त्याच्या विद्याशालेच्या जवळपास फिरकतही नव्हती.

तो याच विचारात असताना जग्गूनं त्याला विचारलं,

"अरे, तू तुझ्या रेसिडेन्शियल शाळेविषयी सांग ना! एकदा तुझ्या शाळेत यायचं आम्ही ठरवलंही होतं. पण तुझ्या मम्मींनी सांगितलं, तिथं गेस्ट येऊ देत नाहीत, म्हणून! असली कसली शाळा?'

काय झालं असेल, याची अनुपला कल्पना आली. मम्मीलाही विद्याशाला आणि कोडाईकॅनॉलची शाळा यांतला फरक जाणवल्यामुळं तिनं तसं खोटं सांगितलं असेल. आपल्याला असल्या शाळेत नेऊन डांबलेल्या वडलांचा त्याला राग आला.

विमानानं दिल्लीला गेला असता मम्मीही या विषयावर सूचकपणे बोलली होती–

ओमीनं विचारलं,

''एवढं काय तुझ्या शाळेचं वैशिष्ट्य–गेस्टही येऊ द्यायचे नाहीत, म्हणजे?''

अनुपच्या मनातला वडलांवरचा संताप आता या दोघांकडे वळला. आपल्या शाळेचं थोरपण प्रस्थापित करत त्यानं चढ्या आवाजात सांगितलं,

''ती विवेकानंदांचे आदर्श साकार करणारी शाळा आहे! तू मेंढरू नाहीस–सिंह आहेस–ऊठ–उठून उभा राहा–ध्येयाशी जाऊन भिडेपर्यंत चालत राहा–हा संदेश देणारी शाळा. इकडं-तिकडं किरकोळ ब्रेक्स न लावता थेट बुलेटप्रमाणे–अंहं–रॉकेटप्रमाणे अंतराळात झेप घ्यायला तयार करणारी शाळा! गेस्ट-पाहुणे यांच्या नावाखाली एकही दिवस फुकट घालवू न देणारी शाळा! आज मी जो काही झालो आहे, त्याला कारण म्हणजे विवेकानंदांची सिंह-शक्तीच!''

त्या दोघांच्याही डोळ्यांमध्ये भीती आणि आश्चर्य उमटलं. त्यांनीही विवेकानंदांचं नाव ऐकलं होतं. जनरल नॉलेज टेस्टमध्ये यावर एक प्रश्न होता. युनिव्हर्सल मॅन ही त्यांची फिलॉसॉफी होती–असंही त्यांनी वाचलं होतं. त्याचा फोटोही त्यांनी पाहिला होता. त्यांच्या बेव्हर्ली शाळेत जसा फादर बेव्हर्लीचा मोठा फोटो आहे, तसाच अनुपच्या विद्याशालेतही भल्या मोठ्या लखलखीत काचेच्या खिडक्या असलेल्या आणि या भिंतीपासून त्या भिंतीपर्यंत गालीचा अंथरलेल्या हॉलमध्ये या फादर विवेकानंदांचा पूर्णाकृती फोटो लावला असेल. जग्गूची जिज्ञासा तेवढ्यावर थांबली नाही. त्यानं विचारलं,

''विवेकानंद फादर होते, की सेंट?''

या प्रश्नानं अनुप गोंधळला. त्यानं आवाज चढवून विचारलं,

''फादर, म्हणजे काय म्हणायचंय् तुला? ते अखंडब्रह्मचारी होते! अखंड संन्यासी!''

''तेच म्हणतोय् मीही–फादर व्हायचं असेल, तर अन्मॅरिड–बॅचलर असलं पाहिजे. सेंट म्हणजे त्याहूनही मोठं! म्हणून विचारलं. विवेकानंद ओन्ली फादर होते, की सेंट?''

अनुप आणखी संतापला आणि म्हणाला,

''ही वॉज स्वामी विवेकानंद! म्हणजे संन्यासीच!'' त्यांच्या अज्ञानाची टर उडवताना त्याला यापेक्षा आपणच उत्तम आहोत, असं समाधान वाटलं. यांच्या शाळेपेक्षा आपली शाळाच चांगली ठरते, असंही त्याच्या मनात पुन्हा एकदा येऊन गेलं.

◆

बेव्हर्ली शाळेत शिक्षण, व्यापार-व्यवसाय करणाऱ्यांची मुलं, मूळचे पंजाबी-पंजाबी भाषा आज येत नसली, तरी हिंदी बोलणारे, दोघांसाठी एक स्वयंपाकी-कामवाला–असे अनेक मुद्दे समान असल्यामुळं ओमप्रकाश आणि जगदीश परस्परांशी निकटचे मित्र असले, तरी अनुपलाही पुन्हा जवळ घेण्यात त्या दोघांपैकी कुणीच आक्षेप घेतला नाही. त्यांनाही गप्पा मारायला मित्र हवाच होता. तसं पाहिलं, तर अनुपही हिंदीच मुलगा म्हणायला पाहिजे. त्याची मम्मी पूर्ण हिंदीच आहे. डॅडी मात्र कन्नड आहेत. त्यांचं इंटरकास्ट मॅरेज असलं पाहिजे, याविषयी त्या दोघांचीही खात्री होती. त्यामुळं पुन्हा त्यांचं त्रिकूट जमलं.

त्याची बुलेट येण्याआधीच त्या दोघांनी त्याला आपली यामाहा चालवायला शिकवली होती. सायकल उत्तम येत असल्यामुळं केवळ दोनच दिवसांत तो यामाहा चालवायला शिकला. तिसऱ्या दिवशी तो यामाहा घेऊन शहरातून चक्कर मारून आला. चौथ्या दिवशी शहरातला सयाजीराव रस्ता, धन्वंतरी रस्ता यांवर संध्याकाळी जाऊन आला. पाचव्या दिवशी संबंधितांना शंभर रुपयांची खिरापत वाटून त्यानं ड्रायव्हिंग लायसन्सही मिळवलं.

त्यामुळं जेव्हा हातांत बुलेट आली, तेव्हा तो जग्गू-ओमीपेक्षाही वेगानं पळवू लागला. वेगाचा अभ्यास करण्यासाठी म्हणूनच तो कधी-कधी हुणसूर रोडवर जात असे. त्या रोडवर ताशी शंभर किलोमीटर वेगापेक्षाही वेग वाढवून पाहणं हा त्याचा विरंगुळा झाला होता.

कॉलेजच्या कंपाऊंडमध्ये तर वेगानं बुलेट आणून आपल्या वर्गापाशी गचकन उभी करून, आपलं या वाहनावर किती वर्चस्व आहे, ते तमाम विद्यार्थ्यांना दाखवत होता.

पण स्पीडकिंग किंवा सुपर स्पीडकिंग ही बिरुदं आपोआप चालत येत नाहीत! कुणी तरी ती चलनात आणावी लागतात, हे त्याच्या लक्षात आलं. त्यानंतर वर्गातल्या एकेक मुलाला त्यानं मागं बसवून वेगानं फिरवून आणताना म्हणत असे, 'मला ठाऊक आहे–तो सो कॉल्ड स्पीडकिंग रेड्डी होता ना? तो कधीही ऐंशी किलोमीटरपेक्षा जास्त वेगानं जात नव्हता. त्याची डबडा गाडी आवाज करत होती ना? त्यामुळं उगाच वेग असल्यासारखं वाटत होतं. माझी नवी करकरीत बुलेट पाहा–एकशे दहाच्या पुढं काटा गेला आहे!... "

पण तरीही मुलं आपल्या नावापुढं हे बिरुद लावत असल्याचा कुठलाही पुरावा दिसला नाही. मग त्यानं आपल्या दोन वर्गमित्रांबरोबर थेट व्यवहारच ठरवला,

"ए! तुम्हांला एक दिवस आनंदभवनला घेऊन जाईन. तुम्हांला पाहिजे, ते-पाहिजे तितकं खायचं. नो लिमिट. दहा स्वीटस् खा–दहा आईस्क्रीम खा–पंचवीस उडीदवडे खा. काय वाट्टेल ते खा. हवं तेवढं बिल होऊ द्या. पण तुम्ही माझं एक

काम करायला पाहिजे!... ''

"तुझ्यावर प्रेम नसलेल्या मुलीच्या मनात प्रेमबीम निर्माण करणं आपल्याला नाय जमणार हं!...'' गुणांवर प्रवेश मिळवणारा दावणगिरीचा मुकुंद म्हणाला.

"कुठल्याही पोरीमध्ये मला इंटरेस्ट नाही. मी सांगतो, ते आधी ऐका. तुम्ही माझ्या बुलेटचा वेग पाहिलाय् ना? मला सगळ्यांनी सुपर स्पीडकिंग म्हटलं पाहिजे, असं काही केलं पाहिजे तुम्ही! उद्या कॉलेजमध्ये मी मोटारसायकल वेगानं आणून गचकन् उभी करेन, तेव्हा तुम्ही सगळ्यांनी 'हाय–सुपर स्पीडकिंग!' म्हणून मला हाक मारायची! दोन दिवस अशा हाका मारायच्या–त्यानंतर एक दिवस बोर्डावर हेच लिहायचं!–''

"फक्त एक वेळ खायला दिल्यावर एवढं सगळं करायचं?'' रिझर्व्हेशन सीटवाल्या अरसीकेरेच्या यल्लप्पानं विचारलं.

"अरे, तुला दोन तासांत मोटारसायकलीवरून अरसीकेरेला घेऊन जाईन आणि पुन्हा दोन तासांमध्ये म्हैसूरला घेऊन येईन! मग तर झालं?'' अनुपनं आणखी थोडी लालूच दाखवली.

या सगळ्याचा परिणाम म्हणून पुढं आठवड्याभरात त्याच्या वर्गातली सगळी मुलं त्याला सुपर स्पीडकिंग म्हणू लागली. पण तरीही संपूर्ण कॉलेज आपल्याला या नावानं ओळखत नाही, याची खंत अनुपच्या मनात तशीच राहिली होती. दोन दिवस डोकं खाजवून त्यानं आणखी एक विचार केला. निवडणुकीच्या वेळी रस्त्यावर घोषणा रंगवणाऱ्या एका मुलाला त्यानं पैसे दिले आणि रात्रीच्या वेळी कॉलेजच्या गेटपाशी एक घोषणा लिहायला सांगितलं. दुसऱ्या दिवशी सगळ्या कॉलेजनं वाचलं,

"या कॉलेजमध्ये एक सुपर स्पीडकिंग असल्यामुळं गेटपाशी एक स्पीडब्रेकर टाकला पाहिजे! किंवा त्याच्या बुलेटचा निषेध करून होऊ घातलेली प्राणहानी टाळली पाहिजे!''

दुसऱ्या दिवशी कारनं आलेल्या प्रिन्सिपॉलनी ही घोषणा वाचली. त्यांनी चौकशी केली–कोण हा सुपर स्पीडकिंग? मुलंही कुतूहलानं परस्परांना विचारू लागली. त्या दिवशी अनुपशी बुलेट कंपाऊंडमध्ये सहा वेळा गरागरा फिरली, गचकन थांबली–आणि या जाहिरातीला यश येऊन अनुपला सुपर स्पीडकिंग हे बिरुद प्राप्त झालं! मुलं त्याचा उल्लेख त्या बिरुदाचं लहान रूप म्हणून एस्.ए.के. अनुप असा करू लागली. प्रिन्सिपॉलनांही विचार केला, नाही तरी कॉलेजमध्ये अलीकडे खूप मुलं स्कूटर्स-मोटारसायकल्स आणतातच. त्यांना हळू चालवा, म्हणून सांगितलं, तरी कुणी ऐकणार नाही. आपल्यालाही ते रडार लावून सिद्ध करता येणार नाही. त्यांनी संबंधितांना गेटपाशी स्पीडब्रेकर बसवण्याची आज्ञा दिली.

स्पीडब्रेकर बसलेला पाहून अनुपलाही थोडं वाईट वाटलं. पण त्याला गेटमधून येण्याची गरजच नव्हती. कंपाऊंडमधल्या हॉस्टेलमधून तो येत असल्यामुळं तो स्पीडब्रेकर त्याच्या वेगावर मर्यादा घालू शकत नव्हता.

◆

एक दिवस संध्याकाळी तो सरस्वतीपूर मधल्या जग्गू आणि ओमी यांच्या घरामध्ये बसून त्यांच्याशी गप्पा मारत होता. त्या वेळी बोलताबोलता जग्गूनं विचारलं,

"अरे हो! त्या मुलांची नावं काय, रे? तुला त्यांनी रॅग केलं ना? ती मुलं! काय केलं त्यांनी  तुला?"

अनुपनं मित्रांना सारी हकीकत सविस्तरपणे सांगितली. सारं ऐकून त्यानं विचारलं,

"मग तू पोलीस–स्टेशनला गेलास?"

"होय. लगेच एस्.पी.च्या घरी गेलो आणि तिथंच तक्रार लिहून देऊन त्या चौघांनाही लॉकअपमध्ये टाकायला लावलं!"

"उगाच गंमत केली, म्हणून असं रिॲक्ट होणं बरोबर आहे काय?"

या प्रश्नामुळं अनुप चकित झाला. आपण जे अपमान सहन केला, त्याची तीव्रता याला जाणवली असती, तर हा असं म्हणाला नसता. एकीकडे तो दुखावला. त्यानं विचारलं,

"चौघांनी मिळून एकाला नेकेड करणं म्हणजे काय!"

"हे बघ, नेकेड करणं आणि नेकेड होणं... या संदर्भातल्या सगळ्या गोष्टी जास्त करून मानसिक असतात. तुला अशा प्रकारचा अनुभव नसल्यामुळं तुला त्यात एवढा अपमान वाटला, एवढंच. आमच्या बेव्हर्ली स्कूलमधली गोष्टच वेगळी!–"

त्याचं बोलणं ऐकून अनुपच्या डोळ्यांमध्ये कुतूहल जन्मलं. जग्गू सांगू लागला,

"क्रिस पॉल नावाचा एक मुलगा नुकताच आमच्या शाळेत दाखल झाला होता. अमेरिकेहून तो आला होता. तो कुठल्या जातीचा असेल? शुद्ध हिंदू! अरे, कृष्णाचं अमेरिकन रूप ते. वडील नरेंद्र पाल. त्यांनी आपलं आडनावही तिथं शोभून दिसावं, म्हणून पॉल करून घेतलं होतं. पी एयू एल् क्रिस इथं येण्याआधी तिथल्या कुठल्यातरी बोर्डिंग स्कूलमध्ये शिकत होता. वाढणाऱ्या मुलाला थोडं भारताचं वारं लागावं, म्हणून त्याला इथं पाठवलं होतं. त्यानं एक दिवस काय केलं, ठाऊक आहे? आमच्या हॉस्टेलच्या एका बाजूला अंघोळीच्या बाथरूम्स आहेत. तिथंच

वीस नळही आहेत–सकाळी दात घासायला–जेवणानंतर हात धुवायला. त्या दिवशी सकाळच्या वेळी आम्ही वीस-पंचवीस मुलं दात घासत तिथं उभे होतो. क्रिस तिथं हातात पेस्ट लावलेला ब्रश, टॉवेल, साबण वगैरे घेऊन आला. गंमत म्हणजे, तो पूर्णपणे नागवा होता! आम्हां सगळ्यांना चांगलाच शॉक बसला. पण तो मात्र काही विशेष घडलं नसावं, असा चेहरा करून होता! आमच्यापैकी एकानं त्याला विचारलं : हे काय, रे? असा नागवा कशाला आलास?

"तो सहजपणे उत्तरला, ब्रश करून, अंघोळ केल्यावर घालेन कपडे!

"सगळी मुलं कुतूहलानं त्याच्याकडेच पाहत राहिली. त्यांतले दोघं-तिघं मोठ्यानं हसू लागले. तिघं-चौघं शिटी घालू लागले. आता तो आश्चर्यचकित झाला. मग त्याच्या लक्षात आलं! त्यानं सोडून सगळ्यांनी कपडे घातले आहेत! तो वैतागून म्हणाला, हाय-गाईज् ! किती व्हल्गरपणे माझ्याकडे पाहताय्!

"आम्हांला त्याचं आणखी हसू आलं. पण आम्ही हसल्यामुळं त्याला राग आला. 'यू वल्गर इंडियन्स्!' म्हणत तो एका न्हाणीघरात अंघोळीसाठी शिरला.

"त्या संध्याकाळी तो लायब्ररीपाशी भेटला, तेव्हा आम्ही सगळ्यांनी त्याला सुनावलं, एवढ्या सगळ्या मुलांमध्ये कपडे न घालता येणं म्हणजे व्हल्गॅरिटी नाही काय?

"यावर त्यानं काय सांगितलं, ठाऊक आहे? अमेरिकेत उन्हाळ्यात ते सगळे मित्र सकाळी असेच दात घासत होते, म्हणे! नंतर एकेकजण अंघोळ करून अंगावर कपडे चढवत होते, म्हणे! सगळेच तशा अवस्थेत असल्यामुळं कुणालाही त्यात व्हल्गॅरिटी वाटत नव्हती! रात्री जसे झोपत, तसेच उठून अंघोळीला येत! मित्र-मैत्रिणींमध्ये असंच मोकळेपणानं राहिलं, तर स्नेह वाढतो–वगैरे खूप वाद घातला त्यानं. आम्हांलाही त्याच्या बोलण्यात अर्थ वाटला. मग एक दिवस एका मित्राच्या खोलीत आम्ही चौघंही त्याच्यासारखे उभे राहिलो. आधी खूप संकोच वाटला; पण नंतर त्याचं काहीच वाटेनासं झालं. उलट, आम्ही चौघं एका ग्रूपचे आहोत, असं वाटून वेगळाच आनंद वाटला. नंतर आम्ही दररोज एकेका मित्राच्या खोलीवर जमून असेच गप्पा मारू लागलो. आपण काही तरी नवं करत असल्याची, साहसाची भावना वाढली. मग आमच्यापैकी प्रत्येकानं धर्मप्रचारकाच्या श्रद्धेनं आपल्या ग्रूपची माणसं वाढवायला सुरुवात केली. सुमारे तीन महिन्यांत हॉस्टेलमधली पंच्याहत्तर टक्के मुलं सकाळी संपूर्ण विवस्त्र होऊन दात घासायला जमू लागली... '''

"मग? पुढं काय झालं?" या चळवळीविषयी कुतूहल वाढल्यामुळं अनुपनं विचारलं.

"कुठलीही चळवळ मूळ धरू लागली, की तिचे विरोधकही वाढतात. हॉस्टेलमधल्या पंचवीस टक्के मुलांना हे आवडलं नव्हतं. नसलं, तर नसू दे. पण

काही मुलांनी तिथल्या वॉर्डनला, इतर सरांना आणि प्रिन्सिपॉल–म्हणजे हेडमास्तरांना ही बातमी सांगितली. मग त्यांनी सगळ्यांनी मिळून एक कट केला. दुसऱ्या दिवशी सकाळी एका मुलानं खिडकीतून एक पांढरा टॉवेल हलवला. कुठल्याही चळवळीप्रमाणे आम्ही सगळे एकाच विशिष्ट वेळी तिथं जमलो होतो!''

अनुपचं मन या सगळ्या प्रकाराविषयी अजून कुठल्याही निश्चित निर्णयापर्यंत आलं नव्हतं. त्यामुळं जग्गूनं याचा उल्लेख चळवळ म्हणून केला, तेव्हा तोही गोंधळला होता. त्यानं विचारलं,

''मग प्रिन्सिपॉल, वॉर्डन, इतर टीचर सगळ्यांनी तुम्हांला पकडलं?''

''आमच्यापुरते आम्ही फील करून घेत दात घासत उभे होतो. त्याच वेळी पावलांचा आवाज न करता पाच-सहाजण अनवाणी माडीवर चढून आले. आमच्यापैकी कुणीही आपापल्या खोलीकडे जाऊ शकणार नाही, अशा प्रकारे ते भिंतीसारखे उभे राहिले. त्या सातही जणांच्या नजरेत संताप खदखदत होता. त्यात काही शक्ती असती, तर आम्ही सगळे त्यात भस्मसात होऊन गेलो असतो! आमच्या क्लास-टीचरनी आमच्यापैकी प्रत्येकाला एकेक करून नावानं हाक मारून बाजूला उभं करायला सुरुवात केली. वॉर्डननं ती नावं टिपून घ्यायला सुरुवात केली. शिवाय आता बाकीची मुलंही येऊन उभी राहिली.

''आता मात्र आम्हांला एकाएकी लाज वाटू लागली. आपण काही तरी चुकीचं केलं, असं वाटलं. आमच्यापैकी एकानं खांद्यावरचा टॉवेल घेऊन कमरेला गुंडाळला. एकानं तेवढं करताच सगळ्यांनी तेच केलं. मनात भीती वाटू लागली—आता आपल्याला काय शिक्षा होईल, कोण जाणे! वडलांना कळवलं, तर काय होईल? त्यात मी आणि ओमी तर खूपच घाबरलो. आपल्याला बेंगळूरला कॅबेरे बघताना पोलिसांनी पकडलं होतं, ते आठवतं ना? त्यांच्या कानांवर ही हकीकत गेली, तर ते काय करतील!''

ती घटना अनुपलाही आठवली. कॅबेरे पाहत असताना पोलीस आत शिरले होते—त्यांनी माहिती मिळवून घरी कळवलं होतं—अखेर डॅडींनी त्याची शिक्षा म्हणूनच विद्याशालेत टाकलं होतं...

जग्गू पुढं सांगू लागला,

''प्रिन्सिपॉलांनी आम्हांला कपडे घालून आपल्या ऑफिसमध्ये यायला सांगितलं. मघाशी अंगावर कपडे नसतानाही थंडी वाजत नव्हती—आता मात्र सर्वांगाला सूक्ष्म कंप सुटला होता. आम्ही नेहमीचे उबदार कपडे चढवून त्यांच्या ऑफिसमध्ये गेलो.

''तिथं पोहोचेपर्यंत मनात एक विश्वास निर्माण झाला होता. इथं एकट्या-दुकट्याचा प्रश्न नसल्यामुळं तशी काही शिक्षा होणार नाही. फार तर प्रवचनासारखं एखादं तासाभराचं व्याख्यान ठोकतील—फार तर आम्हांला वेगवेगळ्या मजल्यावर

राहायला पाठवतील, शंभर रुपये दंड सांगतील, आई-वडलांना कळवतील– आमचा आपसांत विचार चालला होता.

"त्यांच्या ऑफिसबाहेरच्या व्हरांड्यात आम्ही सगळे उभे राहिलो. प्रिन्सिपॉल आणि वॉर्डन समोर येऊन उभे राहिले. इतर शिक्षकही तिथंच होते.

"प्रिन्सिपॉलांनी विचारलं,

'तुम्ही कसलं पाप करताहात, याची तुम्हांला कल्पना आहे का?'

आमच्यापैकी कुणीही अवाक्षर बोललं नाही. तेवढ्यात विल्यम नावाचा एक निलगिरीचा मुलगा म्हणाला,

"सर–तुम्हीच बायबलच्या तासाला ॲडम आणि ईव्हची गोष्ट सांगितली होती ना! आम्हीही त्याच मुग्ध भावनेनं त्या अवस्थेत होतो. मग त्यात पाप कसलं?'

"ही कथा आम्हांलाही ठाऊक होतीच. पण तिचा असा संदर्भ कुणालाही सुचला नव्हता. प्रिन्सिपॉलही गडबडल्याचं आमच्या लक्षात आलं. आमच्या अंगात आता बळ आलं.

"मग एक मुंबईकडचा–मूळचा गुजराती–मुलगा म्हणाला, सर–आमच्या धर्मातही तीर्थंकराला कपडे घालायचे नसतात. अठ्ठावन हात उंचीचा गोमटेश्वराचा पुतळा नग्न असल्याचं मी स्वतः पाहिलं आहे! आमचे स्वामीजीही विवस्त्रावस्थेतच असतात. मग मुलं अर्धा तास दिगंबरावस्थेत राहिली, म्हणून पाप कसं लागेल?

"आता प्रिन्सिपॉलांनी स्वतःला सावरलं. वॉर्डन म्हणाले, ईव्ह-ॲडमची गोष्ट मनात सत्राशे साठ विचार पोसत जगणाऱ्या तुमच्यासारख्या धटिंगणांनी सांगायची गरज नाही! उगाच वादासाठी वाद घालायचा असेल, तर खबरदार! तुझ्या रेकॉर्डमध्ये नोंद करेन. इतर कुठल्याही धर्माविषयी आम्ही या इंटरनॅशनल स्कूलमध्ये बोलू देणार नाही. तुला तसा काही प्रश्न पडला असेल, तर सुट्टीमध्ये गावी जाशील तेव्हा, तुमच्या स्वामींना विचार. इथल्या शाळेचे नियम म्हणजे, नियम! त्यांचं कुणी उल्लंघन करत असेल, तर त्यांच्या पालकांना बोलावून घेऊन जायला सांगतो!

"यावर प्रिन्सिपॉलही 'दॅट्स ऑल राईट' म्हणाले. आम्ही सगळे मुकाट्यानं राहिलो. मग अमेरिकेचा क्रिस म्हणाला, शाळेच्या नियमावलीत तुम्ही कुणाही विद्यार्थ्यानं विवस्त्र राहू नये, म्हणून नियम दिलेला नाही. नोंद न केलेल्या नियमाचं उल्लंघन केलं, म्हणून शिक्षा करणं न्यायाचं नाही!

"त्याचं बोलणं ऐकून सगळ्या मुलांना उत्साह वाटला. पण प्रिन्सिपॉल म्हणाले, खून करू नये, म्हणूनही आम्ही त्यात नियम दिलेला नाही. म्हणून तुम्ही खून करणार आहात काय?

"पण सर...अमेरिकेतल्या शाळेच्या नियमावलीत त्याची नोंद असते–

"असेल! ही अमेरिका नाही–इंडिया आहे–! प्रत्येकानं आपली चूक झाली,

म्हणून क्षमा-याचना केली पाहिजे–लेखी! मग तुमचं प्रत्येकाचं रेकॉर्ड बघून तुमच्या घरी कळवायचं, की नाही, याचा निर्णय घेऊ.

"आम्हांला तेवढ्यावरच कटकट भागली, असं वाटलं. या आधीही किती तरी अशी पत्रं दिली होती ना! पण त्याचा परिणाम म्हणून आम्हां सगळ्यांचाच नग्न चळवळीमधला उत्साहच निघून गेला. त्यातच पावसाळा संपून कोडाईकॅनॉलची थंडीही सुरू झाली.''

अनुपचं मन बेव्हर्ली शाळा आणि तिथल्या वातावरणाची कल्पना करण्यात रमून गेलं होतं. जग्गू पुन्हा पहिल्या मुद्द्यापाशी आला,

"हे सगळं आता मी का सांगितलं, ठाऊक आहे? कदाचित त्या चौघांच्या मनांतही तसं काही तरी असेल! तुला ते नीट समजलं नसेल...''

त्याचं बोलणं ठामपणे खोडून काढत तो म्हणाला,

"छेः! त्यांची शुद्ध गुंडगिरी होती. समानलिंगी व्यक्तीपुढं विवस्त्र होणं विक्षिप्तपणाचंच! त्यांना मी शिक्षा केली, तेच बरोबर आहे! ते जाऊ दे–आता तू आणि ओम तर एकत्रच राहता ना? कुणी सांगणारं आणि विचारणारं नाही. मग आता नागवे बसता एकमेकांसमोर?''

"तुझं खरं आहे, अनुप. समानलिंगी एकमेकांच्या सान्निध्यात नागवं राहणं खरोखरच असह्य आहे!... '' एवढा वेळ गप्प बसलेला ओमी म्हणाला.

"तर मग कुणा भिन्नलिंगी व्यक्तीला बोलावून घेता, की काय?'' अनुपनं विचारलं.

हे ऐकून दोघंही गडबडले. त्यांनी वळून स्वयंपाकघराकडे पाहिलं. कामवाला भाजी आणायला बाहेर गेला होता. त्याची खात्री करून घेऊन ओमी म्हणाला,

"काय सांगू, यार! आम्हां दोघांचे वडील एवढे दूरदर्शी आहेत, की त्यांनी खूप पुढचा विचार करून ठेवला आहे! आम्हांला आमच्या चवीचं जेवण पाहिजे, म्हणून त्यांनी एक नोकर नेमलाय् ना? त्याचा घरावर चोवीस तास पहारा असतो. खायला-प्यायला-किरकोळ खर्च करायला कशाचंही बंधन नाही. पण या घरी कुणीही बाई किंवा मुलगी येणार नाही, हे तो बघतो! त्यामुळं घरातली सगळी कामंही तोच करतो. शिवाय व्यापाराच्या निमित्तानं जग्गूचे डॅडी वेळी-अवेळी केव्हाही इथं येत असतात. या घराची नोंद कागदोपत्री शक्ती इलेक्ट्रिकल्सचं गेस्टहाऊस म्हणून आहे!''

◆

# ११

अखेर एकदा हेमंतवर विजय प्राप्त केल्यावर कांतीला उलगडा झाला. त्याला याआधी कधीही हा अनुभव नव्हता. कुठल्याही स्त्रीशी ही भावना ठेवून तीन हातांवरून बोलायचाही आपल्याला अनुभव नव्हता, म्हणून त्यानंच सांगितलं होतं. हे समजल्यावर तिची तृप्ती गगनाला पोहोचली होती. एक स्वत्वाशी इमान असलेला पुरुष आज आपल्या अधीन झाला! दुसरीकडे नजर फिरवण्याइतकी चंचलता नसलेला पुरुष! आपल्या वयाचा! एवढं शिक्षण घेतलेला! आता अखिल भारतीय पातळीवरचा–अंहं–त्याच्याही पुढं जायची ताकत असलेला कलाकार! माझा–पूर्णपणे माझा! तिला स्वतःच्या या सुदैवाचं खरोखरच कौतुक वाटलं.

त्याच्या मनात शृंगाराला फारसं स्थान नाही, हेच बरं आहे! नाही तर संगीत-वातावरणात, त्यातही उद्या बैठकींच्या निमित्तानं हा वेगवेगळ्या गावी जाऊ लागला, की वेगवेगळ्या रसिक स्त्रियांशी संबंध येऊ लागेल आणि याला माझा पूर्णपणे विसरच पडेल! पण याचा स्वभावच वेगळा आहे. जबाबदारी, कृतज्ञता, मैत्री– माझ्या स्नेहापासून हा कधीही दूर जाणार नाही!

पण तिसऱ्याच दिवशी त्यानं नीतीचा प्रश्न उपस्थित केला, तेव्हा ती दुःखी झाली होती. कुणी तरी बेसावध असताना सुरी खुपसावी, तसं तिला झालं होतं. पण तिनं हट्टानं स्वतःला सावरलं. मोठ्या धैर्यानं आणि हुशारीनं तिनं तो प्रसंग पेलला.

त्यानंतर मात्र त्यांच्या संबंधांत खंड पडला नव्हता. हेमंतही प्रत्येक भेटीच्या वेळी तिच्याइतकाच उत्कटपणे वाट पाहत असे. आता प्रत्येक वेळी तिलाच पुढाकारही घ्यावा लागत नसे. तोही तिला उत्कटपणे सतार-राधा अशा अनेक नावांनी हाक मारत होता. तिच्या देहाच्या सौंदर्याचं वर्णन करता करता तो मग्न होऊन जात होता. आपला देह एवढा सुंदर आहे, हे तिलाही ठाऊक नव्हतं. अलीकडे तर त्यानं नवंच सुरू केलं होतं–मी सतारीबरोबरच चित्रकलाही शिकायला सुरू करेन–तुझ्या सुंदर देहाची सुरेख चित्रं काढेन–

लग्न होऊन एवढी वर्षं झाली, तरी रवींद्रनं असं कधीही मुक्त कंठानं तिचं– तिच्या देहाचं वर्णन केलं नव्हतं! हेमंत मात्र तिच्या तारुण्यानं, सौंदर्यानं आणि

बोलण्यातल्या चातुर्यानं मोहून गेला होता. तिच्यापासून दूर होण्याची त्याची मुळीच तयारी नसे.

पण म्हणून कांती आपली फॅक्टरी सोडून कायम त्याच्यापाशी राहू शकत नव्हती. घड्याळाकडे बघत तिथून निघताना पुन्हा त्याच्या मिठीत विरून जायची तीव्र इच्छा उसळून आली, तरी तिला ती आवरावी लागत होती. शीतलबरोबर येऊन, त्याला त्याच्या घरी सोडून येताना, काही क्षण का होईना, गाडी एखाद्या निर्जन स्थळी उभी करावी, असं दोघांनाही उत्कटपणे वाटत असलं, तरी भर रहदारी असलेल्या दिल्लीच्या रस्त्यावर त्यांना तशी निवांत जागा क्षणभरही सापडत नव्हती. आपल्या फॅक्टरीमध्ये एखादा तास काढायचा म्हटलं, तर तिथल्या वॉचमनच्या नजरेत आपली प्रतिष्ठा उणावते. अखेर दररोज त्याला त्याच्या घरापासून अर्धा फर्लांग अंतरावर सोडताना दोघंही दुसऱ्या दिवशी शीतलच्या घरी आणखी तासभर राहायचं ठरवत होते.

दररोजचा हा विरह कांतीला खूपच अस्वस्थ करत होता. यापेक्षा काही दिवसांसाठी सिमला-मसुरी किंवा नैनितालला जाऊन निवांतपणे राहिलं पाहिजे.

यावर तो म्हणाला,

"मला हे जमू शकेल. माझ्या मुंबईच्या गुरुजींनी बोलावलंय्, म्हणून घरी सांगता येईल."

कांतीनंही यावर संध्याकाळपर्यंत विचार केला. बेंगळूरच्या मॅनेजमेंट कंपनीनं महिला उद्योजकांसाठी दोन आठवड्याचा रिफ्रेशिंग कोर्स ठेवलाय्, त्यासाठी जाणं माझ्या व्यवसायाच्या दृष्टीनं फायद्याचं ठरेल, असं रजनी-निरंजनला सांगता येईल. पण शीतलला काय सांगायचं? दुसऱ्या दिवशी सकाळी सुचलं, मुलगा आईला भेटायचं, म्हणतोय्-तशीच नवऱ्याच्या भेटीचं शास्त्रही उरकून येईन-दोन आठवडे तू फॅक्टरीकडे लक्ष दे-नंतर मी आल्यावर तूही हवं तिथं जाऊन ये-

शीतलला ठरल्याप्रमाणे सांगितल्यावर शीतलनं विचारलं,

"अजूनही त्या नवऱ्याचं कसलं बंधन मानतेस तू?"

"आपल्याकडून चूक होता कामा नये. उद्या मुलानं म्हणायला नको-मम्मीनंच डॅडीना सोडलं, म्हणून!"

"मुलानं काही म्हटलं, तरी काय बिघडणार आहे?"

"तुला समजणार नाही ते! आपण संयमानं वागणं नेहमीच चांगलं!" म्हणत कांतीनं बोलणं थांबवलं.

कांती निघायच्या आदल्या दिवशी शीतल म्हणाली,

"अग, हो! तू नाहीस, म्हणून हेमंतना त्यांचा रियाझ बंद करायची गरज नाही हं-"

कांतीनंही यावर विचार केला होता. ती लगेच उत्तरली,

"तो मुंबईला जाऊन येणार आहे, म्हणत होता. कुठल्या तरी रागाचा विस्तार शिकायचा आहे. आता गुरुजी कुठं प्रोग्रामला जाणार नाहीत. म्हणून आताच ये, म्हणून त्यांनी कळवलं आहे."

हे उत्तर पटलं नाही, असं स्पष्टपणे दर्शवत शीतलनं तिच्याकडे पाहिलं; पण कांतीनं तो विषय तिथंच ठेवून म्हटलं,

"तूही रजा टाकून फॅक्टरीत बसून राहायची गरज नाही. इथल्या मॅनेजरला कामावर चांगली पकड आली आहे. तरीही दररोज एकदा चक्कर टाकून कापड–दोरा–तयार कपडे यांवरून नजर फिरवून जात जा! जमेल, तेव्हा लंच टाईममध्येही चक्कर मारून जात जा. तेवढाच वचक राहील!... "

"तेच सांगतेय् मीही–पाहिजे तर लंचटाईममध्ये मी हेमंतना तुर्कमान गेटकडून घेऊन येऊन फ्लॅटवर सोडून येईन! आता माझीही कार एअरकंडीशन्ड आहे ना!" शीतलनं विचारलं.

"तसं कर! रोज मुंबईपर्यंत कार घेऊन जा!... " कांतीही हसत म्हणाली.

◆

शीतलच्या बोलण्याकडे कांतीनं निघताना फारसं लक्ष दिलं नसलं, तरी सिमल्याला जाऊन दोन दिवस झाले, तरी शीतल काय करेल, हे तिच्या डोक्यातून गेलं नव्हतं. मी मुला-नवऱ्याला भेटायला जाते आणि हेमंत मुंबईला जातोय्, ही कारणं शीतलला पटली नाहीत. न का पटेना–हा प्रत्येकाचा खाजगी प्रश्न आहे, म्हणून ती हे सोडूनही देत नाही! मैत्रीण म्हटली, की प्रत्येक गोष्ट तिला सांगितली पाहिजे, अशी तिची अपेक्षा असते! नव-प्रणयींपेक्षाही हिच्या भावना या बाबतीत अतितीव्र असतात! मी नवऱ्याशी थोडं नमतं घेते, म्हटलं, तरी तिला राग येतो. हेमंत इथं आल्यापासून तर ती फारच संवेदनशील झाली आहे! तिचा हेमंतवर डोळा आहे, यात शंका नाही.

एकदा ती म्हणाली होती,

"काही म्हण! तू फार स्वार्थी आहेस! तुझा हेमंत काय साखरेचा बाहुला आहे एवढा जपायला? तू तर त्याला एवढं जपतेस, की आणखी कुणाच्या हाती लागला, तर निम्मा संपूनच जाईल! का? तुझा मित्र माझाही मित्र असला, म्हणून काय बिघडलं?"

"पण मैत्री आपणहोऊन हळूहळू वाढायला हवी ना? त्याला कशी आज्ञा सोडता येईल? शिवाय माझा त्याच्यावर अधिकार तरी कुठला म्हणा!... "

यावर शीतल निरुत्तर झाली असली, तरी ती म्हणाली,

"काही का असेना, अलीकडे तू माझ्यापासून लांबच पळतेस!"

इथून गेल्यावर ती पुन्हा हा विषय काढल्याशिवाय राहणार नाही. काढू दे! मीही त्याला नीट उत्तर देऊन तिचं तोंड बंद केल्याशिवाय राहणार नाही!–कांती स्वतःशीच आत्मविश्वासानं म्हणाली. त्याचबरोबर तिनं स्वतःला बजावलं, या प्रकरणाचा उद्योग-धंद्यावर परिणाम होणार नाही, याची मात्र काळजी घ्यायला पाहिजे! त्याबाबतीत तिला संयम कमी आहे. त्यामुळं आपणच ती काळजी घ्यायला पाहिजे. शिवाय तिच्या नोकरीतच ती एवढा पैसा मिळवते, की तोच सरकारपासून लपवून ठेवेपर्यंत तिला पुरेवाट होते!

अखेर तिनं स्वतःलाच बजावलं–मी इथं हिलस्टेशनला आले, ते तिच्या आठवणीनं पोटशूळ सहन करायला नव्हे! माझ्या हेमंतशी एकरूप होऊन राहायला–

मनातल्या शीतलविषयीच्या विचारांपैकी तिनं कणभरही हेमंतला सांगितला नाही. हेमंत कितीही सज्जन असला, तरी आपल्या वयाची आपली सुस्वरूप मैत्रीणही त्याच्यावर फिदा झाल्याचं त्याला समजलं, तर तो विषय त्याच्या मनात कशा प्रकारे आणि केवढा विस्तार पावेल, हे सांगता येईल काय? अगदी चांगला विचार करायचा म्हटलं, तरी सगळं समजल्यावर त्यानं शीतलशी कुठल्याही प्रकारचा संबंध ठेवू नको, म्हटलं, तरी सगळं विचित्र होऊन जाईल!–

सिमल्याच्या निवांत वातावरणात तिच्या मनात आणखी एक प्रश्न घोळत होता. यानंतर आपले आणि हेमंतचे व्यावहारिक संबंध कसे राहतील? एक नक्की–दोघांमध्ये लग्न नावाचं प्रकरण नको. एकदा त्या नात्याचं बंधन आलं, की परस्परांविषयी काहीही वाटेनासं होतं. त्याच्याही मनात 'माझ्याशिवाय हिला कुणीही नाही... ' अशी भावना तयार होऊन वागण्यात उद्धटपणा येऊ शकेल.

यानंतर आपण एक स्वतंत्र घर बांधून त्यात राहिलं पाहिजे. संध्याकाळी हेमंत तिथं येईल. संध्याकाळच्या गप्पा आणि जेवण उरकून रात्री उशिरा तो जवळच असलेल्या आपल्या घरी जाईल. माझं घरही त्यानं स्वतःचंच असल्यासारखं वापरावं; पण ते त्याचंच होऊ नये! असं राहिलं, तरच नात्यामध्ये सतत ओलावा राहील!

मी त्याच्या जीवनातल्या सगळ्या बाबींवर नजर ठेवली पाहिजे. फार लवकर तो मोठा कलाकार होईल, यात शंका नाही. पण याला त्या कलेची व्यावहारिक बाजू सांभाळता येणार नाही! ते मलाच पाहिलं पाहिजे. ज्यांना त्याचा कार्यक्रम आयोजित करायचा आहे, त्यांनी आधी माझ्याशी संपर्क साधला पाहिजे. मी त्या संस्थेची नीट माहिती विचारून घेईन आणि त्यावरून कार्यक्रमाचं मानधन निश्चित करेन. संपूर्ण भारतभर बातमी पसरली पाहिजे, " 'मॅडमची परवानगी नसेल, तर हेमंत कुठंही कार्यक्रम देत नाहीत!' मोठमोठ्या संगीत-संमेलनांमध्ये, सभांमध्ये

आणि इतर ठिकाणी मोठेमोठे लोक मला बघून म्हणतील, 'त्याच हेमंतांच्या मैत्रीण, हेमंतांची स्फूर्ती! प्रत्येक साधकाच्या मागं अशीच एखादी महान स्त्री असते!'

हेमंतनं पैसे मिळवणं काही फारसं महत्त्वाचं नाही. त्यानं मिळवलं नाही, तर मी त्याच्या पाठीशी आहे! मी तरी एवढं सगळं कुणासाठी कमावतेय्? माझ्या कमाईतला एक वाटा मी हसतहसत हेमंतवर उधळून देईन!

या विचारात गढली असता आणखी एक विचार तिच्या मनाशी पक्का होत होता. हेमंताचा पहिला सतार-वादनाचा कार्यक्रम कसा करायचा, याविषयी ती आराखडा ठरवत होती.

कुठल्या तरी एखाद्या मोठ्या संगीत-सभेच्या वतीनं पहिला कार्यक्रम झाला पाहिजे. थोडे पैसे चारले, तर हे सहज करता येईल! कार्यक्रम मात्र नेटका होईल, याकडे लक्ष दिलं पाहिजे. संगीतावर वृत्तपत्रात लिहिणाऱ्यांना विशेष निमंत्रण पाठवायला पाहिजे. त्यांना शानदार पार्टीही द्यायला पाहिजे. त्याहून महत्त्वाचं म्हणजे, पहिल्याच कार्यक्रमासाठी अत्यंत प्रसिद्ध तबलजी साथीसाठी ठरवायचा आग्रह धरला पाहिजे. त्यासाठी आवश्यक तो खर्च करणं काही कठीण नाही, म्हणा! बनारसचे विजय मिश्रा? होय. तेच योग्य ठरेल. त्यापेक्षा मी स्वतःच विजय मिश्रांना जाऊन भेटेन आणि विनंती करेन, 'पंडितजी, आपणच हेमंतजींना आशीर्वाद द्यायला पाहिजे. पन्नास हजार दक्षिणा देईन. दिल्ली, जयपूर, अहमदाबाद, बरोडा, पुणे, भोपाल, ग्वालियर, कलकत्ता–तुमच्या जिथंजिथं ओळखी आहेत, तिथं हेमंतजींचा कार्यक्रम ठेवण्यासाठी तुम्ही शब्द टाका. त्या ठिकाणी त्यांना जे मानधन मिळेल, ते सगळं तुमचं! या वर्षभरात त्यांनी कितीही कार्यक्रम केले, तरी सगळं मानधन तुम्हांलाच मिळेल! शिवाय साथीला तुम्हीच असाल. पंडित विजय मिश्रा यांच्या तबल्याच्या साथीशिवाय हेमंत होन्नत्ती सतार वाजवत नाहीत, असं वातावरण तयार झालं पाहिजे! तुम्हां दोघांच्या सवाल-जवाबांवर लोकांनी मांडव डोक्यावर घेतले पाहिजेत!'' ते ऐकतील? पन्नास हजार आणि संपूर्ण वर्षाचं मानधन म्हटल्यावर नकार देणं फारसं सोपं नाही. एक वर्ष असं काढलं, की पुढच्या वर्षी सांगता येईल–तीसहजारांपेक्षा कमी रकमेला आम्ही हातच लावत नाही, म्हणून! हे मी करेन. पण हेमंतावर सोडून उपयोग नाही–त्यांना व्यवहारज्ञान नाही!

एक दिवस दुपारी त्याच्या केसांमधून हात फिरवत असताना तिच्या मनात आलं, भारतात उकाडा असताना इंग्लंड-अमेरिका-कॅनडा-फ्रान्स-जर्मनी वगैरे देशांमध्ये टूर काढायला पाहिजे. तबल्यासाठी बनारसचा विजय मिश्राच असू दे. परदेशी चलनाच्या रूपात मिळणारं धन भरपूर प्रमाणात असतं. शिवाय या टूरमधेच मी

माझ्या कंपनीचीही कामं करेन आणि व्यवसायाचा विस्तार करेन. केवळ अमेरिकेवर अवलंबून राहणं योग्य नाही!

भारतातही व्यवसाय का वाढवू नये? शर्टसूना सारंग, मल्हार, मेघ वगैरे नावं ठेवली, तर आकर्षक नाही का वाटणार? जाहिरातीसाठीही हेमंतच्या फोटोचा छान वापर करता येईल! 'मी नेहमी कॉंकर्ड कंपनीचा सारंग शर्टच वापरतो!–' म्हणून रुबाबात सांगणाऱ्या हेमंतचं वृत्तपत्रं आणि टी.व्ही.वर झळकणारं चित्र तिच्या डोळ्यांपुढं तरळून गेलं. तिनं गाढ झोपलेल्या हेमंतकडे त्या दृष्टीनं पाहिलं–होय, सगळ्या मुली आपल्या मित्रांसाठी, बायका नवऱ्यांसाठी निश्चितच तो शर्ट निवडतील! फक्त याची हेअरस्टाईल मात्र बदलावी लागेल. हा साधा क्रॉप नको–त्याऐवजी केस वाढवून वेगळीच हेअरस्टाईल करावी लागेल!

◆

ते दोघं सिमल्याहून दिल्लीला परतले, तेव्हा तिथली हवा म्हणजे अक्षरशः भट्टी झाली होती. ब्रेडचं तयार पीठ उन्हात ठेवलं, तर आपोआप ब्रेड होऊन यावा, एवढा उकाडा! जून महिन्याची अखेर होती. आकाशात ढगाची चाहूलही नव्हती. रागाचा अपमान करू नये, म्हणून कुणीही कलाकार मल्हार गात वाजवत नव्हते.

परतताना वाटेतच कांतीनं हेमंतला सांगितलं,

"आणखी दोन-तीन दिवस तरी तू फॅक्टरी किंवा शीतलच्या घराकडे फिरकू नकोस. आपण दोघंही एकाच दिवशी बेंगळूरहून आणि मुंबईहून परतलो, यावर कुणी विश्वास ठेवणार नाही. परवा सकाळी मी फोन करेन."

त्याला वसंतविहारापाशी उतरवून तीच टॅक्सी कांतीनं आपल्या घराकडे घेतली.

त्या दिवशी ती फॅक्टरीला गेली. आपण बेंगळूरहून परतल्याचा तिनं शीतलला फोन केला. संध्याकाळी शीतल फॅक्टरीला आली, तेव्हा तिनं हसतमुखानं कांतीच्या नवऱ्याची आणि मुलाची खुशाली विचारली. तरीही शीतल अस्वस्थ आहे, हे कांतीच्या सावध-बुद्धीला जाणवलं. फॅक्टरीच्या व्यवहाराविषयी बोलून झाल्यावर कांती म्हणाली,

"शीतल, तुझी मला किती आठवण येत होती, म्हणून सांगू! तुला तीन दिवस भेटले नाही, तर मी खरोखरच वेडी होऊन जाईन! चल, आज आपण हडसन्‌ला जाऊ या... "

"राहू दे, ग! तू लवकर घरी जा आज. तुला नवऱ्याला येऊन पोहोचल्याचा फोन करायचा असेल ना? नाही तर इथूनच कर–मी जाते पाहिजे तर!"

"तो एक सोडवून न घेता येणारा वैताग आहे, बघ! पण त्यासाठी तू कशाला जातेस?"

तरीही शीतल शुष्कपणे म्हणाली,

"नाही... मला जायला हवं. एक अपॉईंटमेंट आहे... "

"तुझ्याबरोबर खूप बोलायचंय्, शीतल! मीही तुझ्या घरी येते, चल. तू तुझ्या कारनं पुढं चल. मी मागोमाग येते. पुन्हा पुन्हा मला माघारी यायचं आहे ना!" म्हणत कांतीही उभी राहिली.

शीतलच्या घरातल्या लाऊंजमध्ये हवा-नियंत्रक सुरू करून दिवाणावर दोघीही बसल्या होत्या. कांतीनं शीतलचा हात धरून विचारलं,

"का, ग? एवढी का अपसेट वाटतेस?"

आता मनातलं बाहेर फेकलं नाही, तर आपलं मन घुसमटेल, हे जाणवून शीतलनं मान वर करून तिच्याकडे पाहिलं. नंतर तिनं तीव्रपणे विचारलं,

"कांती, खरं सांग! तू माझ्यापुढं का खोटं बोलतेस? मला खोटं सांगतेस, याचा अर्थ तुझा माझ्यावर विश्वास नाही!-" बोलता बोलता शीतलचा आवाज भावविवश झाला होता.

कांती लगेच तिच्याकडे सरकली आणि तिच्या गळ्याभोवती हात टाकत विचारलं,

"कुठल्या बाबतीत खोटं बोलले मी?"

आपली शोधक नजर शीतलनं कांतीच्या चेहऱ्यावर रोखली आणि म्हणाली,

"मुलाला आणि नवऱ्याला भेटायला गेले होते, म्हणून सांगितलंस मला! बेंगळूरमध्ये एक छोटा कोर्स अटेंड करायला गेले होते, म्हणून भाऊ-भावजयीला सांगितलंस! खरं, की नाही! आता मी स्पष्टच सांगते. मला संशय आला होता, म्हणून मी तुझ्या भावजयीकडे फोन केला. आवाज बदलून आणि नाव बदलून चौकशी केली. त्यांनी सांगितलं-बेंगळूरला आय्.आय्.एम्.मध्ये महिला उद्योजकांसाठी छोटा कोर्स आहे, म्हणून! का खोटं सांगितलंस तू!"

"शीतल, माझ्याविषयी संशय बाळगून तू का तिला फोन करायला गेली होतीस? मुलाबरोबर राहावं, असं मला फार वाटलं होतं. नवऱ्यापाशी अधूनमधून जाऊन राहिले नाही, तर त्याची वारसाहक्कानं मिळणारी संपत्ती मुलाला मिळणार नाही! ही भीती माझ्या मनात होती. ही वस्तुस्थिती तिला सांगणं मला कमीपणाचं वाटलं. सगळ्यांपुढं सगळ्या गोष्टी सांगता येतात काय? तुला मी खरं ते सांगितलं होतं. पण तू त्याविषयी अविश्वास दाखवलास!"

आता मात्र शीतल चांगलीच गडबडली. पण काही क्षणांतच स्वतःला सावरून तिनं आपल्याला अस्वस्थ करणारा दुसरा मुद्दा काढला,

"केवळ तू असतानाच इथं हेमंत यावा, असं तुझं षड्यंत्र आहे! म्हणूनच

नेमक्या याच काळात तू त्याला मुंबईला पाठवलंस!''

कांतीनं विचारलं,

''खरं सांग... तू त्याच्या घरीही फोन करून चौकशी केलीस?''

''खरं सांगायला कसली भीती? संगीत नाटक अकादमीची प्रोग्रॅम असिस्टंट बोलतेय्, म्हणून सांगितलं. तेव्हा त्यांच्या वडलांनी सांगितलं–मुंबईला गुरुजींकडे कुठला तरी राग शिकायला गेलाय्, पंधरा-वीस दिवसांत परत येईल, म्हणून!''

''म्हणजे तू माझ्यावर विश्वास ठेवला नाहीस!''

''मला तुझ्याविषयी संशय वाटला होता!''

''कसला संशय? स्पष्टपणे सांग, बघू! काहीही शिल्लक राहायला नको. सगळं क्लिअर होऊ दे! मैत्रीमध्ये असे कुठलेही संशय राहता कामा नयेत!'' कांतीनं ठासून सांगितलं.

''संशय! होय. तुझ्या आणि त्याच्या संबंधांविषयी माझ्या मनात संशय होता– आजही आहे! का आहे, सांगू? तू त्याला माझ्या घरी रियाझ करण्यासाठी चौदा तारखेला सोमवारी घेऊन आलीस. बावीस तारखेला मंगळवारी तुम्ही दोघंही इथं पर्शियन कार्पेटवर–खरं सांग, कांती! शीतल म्हणजे तीन वर्षांची बच्ची नाही!''

कांती चांगलीच दचकली. शीतलच्या नजरेला नजर द्यायची ताकद नाहीशी झाल्यामुळं ती गडबडली. तरीही क्षणार्धात स्वतःला सावरून ती म्हणाली,

''का? आमच्यावर कुणी हेर नेमला होतास काय दहा-वीस हजार खर्च करून? की घरात ॲटोमॅटिक कॅमेरे लावून ठेवले होते? व्वा! मैत्रीचा चांगला मान राखलास हं!''

''खरं काय घडलं, ते स्पष्टच सांगते. तू त्याला जागा मिळवून दिलीस. यामागचं कारण काय असावं? तू त्याच्या संगीताला मदत करू नयेस, असं मला म्हणायचं नाही. पण या स्नेहामध्ये ते संबंध नाहीत, म्हणून कुणीही सांगितलं, तरी विश्वास बसणार नाही! हे चुकीचं आहे, असं माझं मुळीच म्हणणं नाही. पण तू हे माझ्यापासून का लपवून ठेवलंस? स्नेह म्हणजे केवळ तेवढंच आहे काय? तुझा मित्र माझाही मित्र होऊ शकत नाही काय? पैशाच्या किंवा बिझनेसमधल्या, व्यवहाराच्या बाबतीत तू मला कधीही फसवलं नाहीस. पण या बाबतीत मात्र तुझं वागणं स्वार्थीपणाचं आहे. मला तुझ्याशिवाय आणखी कोण आहे? म्हणूनच मनात दाबून न ठेवता तुला सगळं मन मोकळं करून सांगतेय्!''

शीतल आता आणखी मोकळं होऊन सांगू लागली,

''तुम्ही दोघं इथं भेटायला लागलात, तेव्हापासून मी दररोज इथल्या प्रत्येक जागेची बारीक नजरेनं परीक्षा करत होते. अगदी चश्मा चढवून बारीकपणे पाहत होते. एक दिवस कार्पेटरवर काही तरी दिसलं, म्हणून पाहिलं. कार्पेटचा मधल्या

भागावर तू ओल्या फडक्यानं पुसून घेतल्याच्या खुणा होत्या!''

कांतीला काय बोलायचं, ते सुचेना.

''तू तुझ्यापरीनं सगळी काळजी घेत होतीस; पण माझी तुझ्यावर बारीक नजर होती. तू केव्हा जातेस–केव्हा येतेस–किती वेळ इथं तुम्ही दोघं मिळून असता? बावीस तारखेनंतर तू इथं दररोज दीड तास राहत होतीस. अजूनही मी काय म्हणते, ते नीट जाणून घे. तुझ्या वागण्यावर मला काहीही म्हणायचं नाही... तुला दोषही द्यायचा नाही! तू हे माझ्यापासून का लपवून ठेवलंस, एवढाच माझा प्रश्न आहे!''

कांतीनं एव्हाना स्वतःला सावरलं होतं. ती म्हणाली,

''सतार ऐकत जेवताना तुझ्या हजारो रुपयांच्या कार्पेटवर कणभर भाजी सांडली आणि मी ती पुसून काढली, तर तू त्याच दृष्टीनं का विचार केलास? तू कुठली तारीख आणि कुठला मंगळवार म्हणतेस–माझ्या तरी अजिबात लक्षात नाही. तू छान कथा-लेखिका झाली असतीस, बघ! शीतलडिअर! माझ्यावर एवढा अविश्वास का वाटला तुला? माझं दुर्दैव–दुसरं काय!'' म्हणत सुस्कारा सोडत कांती तिच्याकडे सरकली आणि तिनं शीतलच्या ओठांचं गाढ चुंबन घेतलं. शीतलच्या पाठीवरून हात फिरवत ती पुन्हा भावूकपणे पुटपुटली, ''नको, ग, माझ्यावर असा अविश्वास दाखवू!''

एवढ्या दिवसांत शीतलनं अनेक वेळा तिचं असं उत्कट चुंबन घेतलं होतं; पण कांतीनं आजवर कधीही असा पुढाकार घेतला नव्हता. या अनुभवानं शीतलचं मन शांत होऊन गेलं. तिचे डोळे पाणावले. कांतीचा चेहरा आपल्या दोन्ही हातांत घेऊन ती कळवळून म्हणाली,

''कांतीडिअर! कुठल्याही पुरुषावर तू विश्वास ठेवू नकोस. हेमंतवरही विश्वास ठेवू नकोस. तुला सतार ऐकायची असेल, तर पैसे दे आणि कार्यक्रमाला जाऊन ये–हव्या तेवढ्या लाईव्ह टेप्स ऐक. तो तुझी फसवणूक करतो! माझ्या मैत्रिणीची फसवणूक मला नाही सहन होत! मला तू आहेस आणि तुला मी!... ''

कांती सावकाश तिच्या पाठीवरून हात फिरवत होती.

◆

त्या दिवशी घराकडे वळताना कांतीच्या मनात एक प्रश्न पुन्हापुन्हा डोकं वर काढत होता. माझे हेमंतशी असे संबंध आहेत, म्हणून मी शीतलला का स्पष्टपणे सांगितलं नाही? यानंतर त्याची दररोज दुपारी भेट होणं शक्य नाही. शीतल मुद्दाम म्हणून केव्हाही घरी येईल. पाठोपाठ मनात आलं, तसं काही तिनं केलं, तर पुन्हा तिच्या ओठांचं चुंबन घेऊन–तू माझ्यावर एवढा अविश्वास दाखवणार असशील, तर मला तुझी मैत्रीच नको! आजवर ही मैत्रीच तेवढी शाश्वत आहे, असं मला वाटत

होतं–म्हटलं, तर ती विरघळायला वेळ लागणार नाही! पण हे प्रकरण आणखी वाढलं, तर आपल्या सहनशक्तीपलीकडे जाईल. कांतीनं आपल्या आणि हेमंतच्या भविष्याविषयी हेमंतपुढं विषय काढला नसता, तरी तो आपल्या विचारांना कधीही विरोध करणार नाही, असा विश्वास तिच्या मनात होता. व्यवहारात मी तिला कधीही फसवणार नाही. पण या प्रकरणामुळं पार्टनरशिपमधून तिनं संपूर्णतया अंग काढून घेतलं, तर मात्र सगळी जबाबदारी स्वीकारायला मला सज्ज राहिलं पाहिजे. कुठल्याही परिस्थितीत ती सरकारी नोकरी सोडायला तयार होणार नाही!

सकाळी कबूल केल्याप्रमाणे हेमंतला फोन करावा, की करू नये, या संभ्रमात ती पडली. फोन न करताच तो आपण होऊन येईल काय, ते पाहिलं, तर? आला तर त्याच्याही मनाची उत्कटता समजेल! पण आला नाही, तर? नको. फोन करायलाच पाहिजे. त्याला भेटून किती तरी युगं लोटल्यासारखं वाटायला लागलं!

तरीही तिनं निग्रहानं मनाला आवर घातला आणि त्याला फोन न करता नेहमीप्रमाणे साडेबारा वाजता तुर्कमान गेटापाशी आली. गाडीचा हवा-नियंत्रक सुरू करून, इंजीन सुरूच ठेवून ती त्याची वाट पाहू लागली–बाहेरच्या रणरणत्या उन्हात तिची नजर त्याचाच शोध घेत होती.

घड्याळाचा काटा पुढं सरकू लागला, तसं तो येणार नाही, असं वाटून तिचा संताप गगनाला भिडला. तोच तिला रणरणत्या उन्हातून तिची कार शोधत हातातली सतार सावरत तो येत असलेला दिसला! घामानं त्याचा नेहरूशर्ट भिजून चिंब झाला होता. होय! तोही माझ्यासारखाच विचार करतो! आम्हां दोघांच्या मनांची स्पंदनं जुळतात!

माझं स्वतःचं स्वतंत्र घर झालं, तर कुणालाही घाबरायची गरज नाही. कुणी काही विचारलं, तर माझा मित्र आहे, म्हणून सांगायचं! कुणाकडे फारसं लक्ष द्यायचं नाही. मम्मी-डॅडींनी विचारलं, तरी हेच सांगायचं. शीतलनं विचारलं, तरी हेच सांगायचं!

सतार मागच्या सीटवर ठेवून तिच्या शेजारी बसताना तो म्हणाला,

"तू येतेस, की नाही, असं वाटलं होतं. कारण तुझा तसा निरोप नव्हता. पण तरीही तू आल्याशिवाय राहणार नाहीस, असं वाटलं. म्हणून धावत आलो!... "

तिचं मन भरून आलं. चेहरा फुलला. तिनं गाडीचा वेग वाढवला. शीतलच्या घराचा हवा-नियंत्रक सुरू करून त्याच्या मिठीत शिरताना क्षणभर मनात आलं– आता ती आली, तर? पाठोपाठ वाटलं, ती येणार नाही–तेवढं तिच्यामध्ये धैर्य नाही!–

खरोखरच शीतल आली नाही. एवढंच नव्हे, संध्याकाळीही ती फॅक्टरीत आली, तेव्हा ती आनंदात होती. ते पाहून कांतीनंही सांगितलं,

"हेमंत आज सकाळीच मुंबईहून आलाय्. मी त्याच्या घरी चौकशी केली, तेव्हा समजलं. मीच त्याला दुपारी तुझ्या घरी सोडून आले."

यावरही शीतलचा मूड गेला नाही. नंतर दोघंही आपापल्या गाड्या घेऊन शीतलच्या घरी गेल्यावरही तिनं हसतमुखानं हेमंतकडे मुंबईच्या उकाड्याची आणि घामाची चौकशी केली. कुठल्या रागाचा विशेष अभ्यास केला, याचीही चौकशी केली आणि पाठोपाठ म्हणाली,

"अर्थात मला राग ओळखताही येत नाहीत, म्हणा! तरीही संगीत या विषयावर माझं प्रेम आहे–आदर आहे! तुम्ही एक दिवसाचाही खाडा न करता इथं येऊन रियाझ करत राहा! कांती असो–वा नसो–उन्हाळा असो वा हिवाळा–"

ही शीतलनं आपल्यावर बहाल केलेली विशेष प्रसन्नता आहे, हे कांतीच्याही लक्षात आलं.

◆

रात्रीचे दहा वाजून गेले होते. हेमंत झोपायच्या तयारीत असताना आईनं दार वाजवून निरोप दिला,

"तुला कुणी तरी फोन करतंय्, बघ!"

"कोण?"

"कुणी तरी परदेशी आहेत. घे... "

त्यानं लाऊंजमधला रिसीव्हर उचलल्यावर वडलांनी आपल्या बेडरूममधला रिसीव्हर ठेवल्याचा आवाज आला.

"तुम्ही होन्नत्ती? सतार–वादक?"

आवाजावरूनच अमेरिकन उच्चार समजत होते. त्यानं विचारलं,

"ओळख पटली? मी जॉन वॉयल!"

"हो तर! नमस्कार! कुठून बोलता? सगळं ठीक आहे ना?"

"दिल्लीतूनच बोलतोय्. अमेरिकेला निघालोय्. उद्या रात्रीची फ्लाईट आहे. कायमचा जातोय्. पुन्हा या असल्या देशात येणार नाही–कधीही येणार नाही! जाण्याआधी ज्याला गुड-बाय् म्हणावं, असं कुणीही नाही. तसे तुम्हीही नाही, म्हणा! पण वाटलं, तुम्हांला सांगावं–तुमच्या संगीताला शिव्या घालाव्यात आणि मग जावं! तुमचा फोननंबरही माझ्याकडे नव्हता. डिरेक्टरीमधून शोधून काढला. रात्री एवढ्या उशिरा त्रास दिला–सॉरी!"

एकंदरीत जॉन खूपच उद्विग्न दिसत होता. हेमंतनं विचारलं,

"असे कसे अकस्मात जायला निघालात?"

"हे जाणून घेऊन कुणाला काय मिळणार आहे?" त्याच्या आवाजातला

संताप आणि खंत लपत नव्हती.

"जॉन, उद्या सकाळी मी लवकर तुमच्या घरी येईन. तुम्ही असे का जाता, हे मला जाणून घेतलंच पाहिजे!"

"तुम्हांला रात्री लवकर झोपायची सवय आहे?"

"नाही. का?"

"काही नाही."

"तुम्हांलाही लवकर झोपायची सवय नसेल, तर मी आता येऊ का? एकदा मी तुमच्या घरी येऊन गेलोय्. तुम्हीही त्या नंतर आस्थेनं बोलावलं खूप वेळा. पण मलाच जमलं नाही. पटेलनगरच्या टॅक्सी-स्टँडच्या डाव्या बाजूला ना?"

"तुमच्याकडे वाहन नाही, हे मला ठाऊक आहे. मी तुम्हांला न्यायला आलो असतो. पण मी गाडी कालच विकली. कालच गिऱ्हाइकानं नेलीही... "

"राहू द्या–राहू द्या. मला रिक्षा मिळेल."

घरात आईला आपल्याला यायला बराच उशीर होईल किंवा कदाचित आपण झोपायला घरी येणार नाही, असं सांगून तो तिथून बाहेर पडला.

तो जॉनच्या घरी पोहोचला, तेव्हा सारी बांधाबांध झाली होती. बरंच फर्निचर घरमालकाचंच असल्यामुळं बांधायचा प्रश्नच नव्हता.

जॉन म्हणाला,

"या, होन्नत्ती. तुमचा देश सोडून जाताना चार वाक्य बोलावं, असं कुणीही नाही, असं मला वाटलं होतं. तुमचं नाव आठवताच भावनावेगात रात्री अवेळी मी तुम्हांला फोन करून त्रास दिला–सॉरी! पण त्याशिवाय मला वेळही नव्हता... " एवढं बोलून जॉन गप्प बसला.

अर्ध्या बाह्यांचा शर्ट घालून जॉन पॅकिंगच्या कामात गुंतला होता. त्यामुळं त्याचे हात आणि कपडे धुळीनं माखले होते.

हेमंत म्हणाला,

"तुम्ही मला आधी का कळवलं नाही? हेलन कशा आहेत? दिसत नाहीत त्या... "

हे ऐकून जॉनचा चेहरा अधिकच गंभीर झाला. आता मात्र हेमंतला काहीसा अंदाज आला. ती घरात नाही, असं दिसतं. एकूणच मनस्ताप होऊन ती स्वदेशी निघून गेलेली दिसते. आता हाही जायला निघालेला दिसतो!

काहीही न बोलता हेमंत सोफ्यावर बसला होता. जॉन एका बॉक्सचं पॅकिंग पुन्हा तपासत वेळ काढू लागला.

काही वेळ तसाच गेल्यावर जॉन म्हणाला,

"सॉरी! मी आपणहोऊन तुम्हांला फोन करून बोलावून घेतलं खरं! पण आता

कुणालाही काहीही सांगायला नको, वाटतं. तुम्ही कृपा करून गैरसमज करून घेणार नाही ना? ही बिस्किटं आणि सफरचंद घ्या... ''

''गैरसमज करून घ्यायचा प्रश्न नाही. पण तुम्हांला कुणापुढं तरी मनमोकळं बोललं, तर हलकं वाटेल, असं मला वाटतं. मलाही एका मित्राच्या भावनांचा वाटेकरी झाल्याचं समाधान मिळेल. आपण फार वरचेवर भेटलो नसलो, तरी संगीताच्या संदर्भात आपण एकमेकांचे चांगलेच मित्र आहोत!... ''

''.... मिस्टर होन्नत्ती!...'' जॉन संतापला होता, ''... तुमचं संगीत! एवढी फसवी वस्तू जगात दुसरी सापडणार नाही! तुमचं संगीत म्हणजे तुमच्या संस्कृतीचं प्रतीक आहे, अशी माझी समजूत होती. निगूढ आणि अतीत–! पण आता मला समजलं–हे केवळ निरर्थक, नीतीच्या चौकटीत बद्ध न होणारं मूलद्रव्य आहे! हे मी तुम्हांलाच का सांगतोय्–एवढ्या सगळ्या ओळखीच्या भारतीयांपैकी तुम्हांलाच मी हे का सांगावं?–आता त्याचा माझ्या मनाशी उलगडा होतोय्! तुम्ही संगीत-कलाकार आहात! भारतीय संस्कृती स्थापित करण्याचा उद्‌घोष करणारे!–''

हेमंतला जॉनच्या बोलण्याचा अर्थ समजला नाही. पण यामागे काही तरी हृदयद्रावक पार्श्वभूमी आहे, हे त्याच्या लक्षात आलं होतं. त्यानं जॉनचा हात धरून आग्रह केला,

''काय झालं, जॉन? मला सगळं नीट सांगा बघू! इथं या असे... ''

हेमंतनं त्याला सोफ्यावर बसवलं आणि स्वतःही बसला.

काही क्षणांत जॉनचा उद्रेक कमी झाला.

काही क्षण गेल्यावर स्वतःला सावरत तो म्हणाला,

''सॉरी! व्हेरी सॉरी! कुठला तरी राग कुठं तरी निघतोय्! तुम्हांला एवढ्या रात्री मी बोलावून घेतलंय्–सांगतो, ऐका. या देशाची संस्कृती–किंवा असं म्हणा, मी ज्याला या देशाची संस्कृती म्हणत होतो–तिचं मला जबरदस्त आकर्षण होतं काही वर्षांपूर्वी! आपल्याला शक्य आहे, तितके दिवस आपण या देशात राहायचं–आपल्या कृषीविषयक ज्ञानाचा या देशाला–इथल्या लोकांना उपयोग करून द्यायचा, असं मी ठरवलं होतं. इथल्या लोकांचा अविचारी उद्धटपणा, इथलं दारिद्र्य, इथला गलिच्छपणा, रस्त्यावरची गुरं-कुत्री-इतर प्राणी, रस्त्याच्या कडेची घाण-विष्ठा, भाजीच्या दुकानातही चार पैशांसाठी वजनात फसवणूक, इथली लाच-लुचपत, आळशीपणा–सगळं दिसत असलं, तरी वाटत होतं–ही माणसं साधी-सरळ आहेत–आध्यात्मिक पार्श्वभूमी असलेली आहेत–बायको वगळता इतर सगळ्या बायकांना आई-बहीण-मुलगी म्हणून बघणारी आहेत! आमचे पूर्वजही गलिच्छ होते–असं मनाला पटवत होतो. इथला वेष, इथला आहार, इथली विचार करायची पद्धत आत्मसात करून अखेर या देशाची प्रजा होऊन राहायचं मी ठरवलं होतं. अमेरिकेत

माणसाचा माणसाशी काही संबंधच राहिला नाही. रस्त्यानं जाताना कुणी पत्ता विचारला, तर तो ठाऊक नसेल, तर नाही म्हणून सांगेल. पण त्यानं सांगितलं, तर तो खराच पत्ता असतो. इथं मात्र मी पाहिलंय्–आपल्याला ठाऊक नसलं, तरी पुढं जा–इकडं वळा, म्हणून खोटं सांगतो. उद्देशहीन फसवणूक!–''

हेमंत जॉनचं दीर्घ बोलणं लक्ष देऊन ऐकत होता.

''–तीही सहन केली! का, ठाऊक आहे? अमेरिकेत तुम्ही तुमच्या पत्नीला कितीही जवळच्या मित्राजवळ ठेवून जाऊ शकत नाही. या बाबतीत केवळ मित्रावरच्या विश्वासाचा प्रश्न नाही–या बाबतीत बायकोवरही विश्वास ठेवायचा नसतो तिथं! तिथल्या समाजात आई-बहीण-मुलगीचं सोंग शक्यही नाही. इथली परिस्थिती तशी नाही. आपण कामात गुंतलो असता बायको काय करत असेल, याची काळजी न करता इथले पुरुष जगू शकतात. माणसाच्या विश्वासासाठी ही स्थिती अत्यावश्यक आहे. अशा विश्वासावर उभं असलेलं इथलं जग-जीवन बघून मी या देशाच्या प्रेमात पडलो होतो!–''

''मग?'' होन्नत्तीनं विचारलं. पण त्याच्या विचारांना आता एक अस्पष्ट दिशा दिसू लागली. त्याची नजर जॉनच्या चेहऱ्यावर खिळली असली, तरी त्याच्या दृष्टीपुढं इतर दृश्यं तरळत होती.

''दुर्दम्य विश्वासाचा कुणी घात केला, की माणूस संतापाच्या टोकाला जाऊन पोहोचतो. म्हणूनच इथं जास्तीत जास्त खुनाचे गुन्हे स्त्री-पुरुष संबंधांतून होत असावेत, असं वाटतं. इथल्या वास्तव्यात इथली वृत्तपत्रं वाचूनच माझं हे मत झालं आहे.''

जॉनच्या बोलण्याला हेलनचाच संदर्भ आहे, हे एव्हाना हेमंतच्या लक्षात आलं होतं. पण यातला तिसरा पुरुष कोण असावा, याची त्याला कल्पना करणंही अशक्य होतं. कुणी कृषी-विज्ञान-भवनात याच्याबरोबर काम करणारा भारतीय असावा–

जॉन मध्येच बोलणं थांबवून म्हणाला,

''सॉरी! सगळं सांगायची काय गरज आहे, म्हणा! तरीही सांगतो. कदाचित त्यामुळं माझ्या मनाची खदखद कमी होईल! काय झालं, सांगू? चार-पाच महिन्यांपासून हेलनच्या मनातली माझ्याविषयीची निकट-भावना कमी झाल्याचा मला अनुभव येत होता. तसं वागणं-बोलणं नेहमीसारखंच होतं. पण आतली ऊब निवाली होती. त्या वेळी समजलं नाही–पण आता विचार केला तर लक्षात येतं. गेल्या आठवड्यात एक दिवस ती म्हणाली–जॉन, एक गोष्ट मी तुला सांगितलीच पाहिजे–नाही तर आपल्यामध्ये ती प्रतारणा ठरेल. माझं हरिशंकरवर प्रेम आहे. तुझं काही चुकलं–तू वाईट आहेस, असं मुळीच नाही. तू खरोखरच चांगला आहेस! पण माझ्या मनात त्याच्याविषयी प्रेम जन्मलं आहे.''

हेमंतला काय बोलावं, ते सुचत नव्हतं.

"हेलन अमेरिकन आहे. ती तशीच वागली. केवळ नवरा आहे, म्हणून आपल्या मनाविरुद्ध ती कुणापाशीही राहणं अशक्य आहे! असं का जगावं, हा अमेरिकन स्त्रीचा सवाल असतो. दोन्ही हातांनी टाळी वाजते. भारतीय पुरुष बायको किंवा बायको होणारी स्त्री हिच्याशिवाय सगळ्या स्त्रियांना आई-बहीण-मुलगी मानतो ना? मग त्यानं का असं करावं?"

"हरिशंकर असं सांगायचा?"

"तो विद्यापीठामधला प्राध्यापक ना? दिल्लीमधल्या किती तरी संघ-संस्थांच्या भाषणांमधून, देशी-विदेशी जिज्ञासूंमध्ये चालणाऱ्या चर्चासत्रांमध्ये तो हेच सांगत असतो–पुन्हा पुन्हा सांगत असतो! पर-दारा-सहोदर-असंच काही तरी म्हणतात ना? काय त्याचा अर्थ? हरिशंकरच्या तोंडून किमान शंभरवेळा तरी मी हे सगळं ऐकलं आहे!–"

आता हेमंतलाही आठवलं–या हरिशंकरचं लग्न झालं आहे–याची बायको आणि मुलं बनारसमध्ये असतात, हे त्यानंही ऐकलं होतं–

जॉननं विचारलं,

"मिस्टर होन्नत्ती, तुम्हीच सांगा. हरिशंकरनं माझी फसवणूक केली ना? तुमची भारतीय संस्कृती म्हणजे फसवणूक ना? त्यानंच भारतीय संस्कृतीवर आणि शास्त्रीय संगीतावर लांबलचक लेखही लिहिला होता–तुम्हीही वाचलाय् तो!"

एका माणसानं केलेल्या व्यभिचारामुळं संपूर्ण समाजाला, संगीताला आणि संस्कृतीला जबाबदार धरणं योग्य नव्हे, हे होन्नत्तीला पटत असलं, तरी जॉनच्या मनःस्थितीला यातलं कुठलंही उत्तर पटणार नाही, हेही त्याला स्पष्ट दिसत होतं. आता जॉनही आपल्याला जे सांगायचं होतं, ते सांगून संपल्यासारखा बसून होता.

यावर जॉनला काय सांगावं, हे हेमंताला सुचलं नाही. जॉनच्या अवस्थेनं तोही व्याकूळ झाला होता. हरिशंकरनं असं करायला नको होतं. याची नेमकी सुरुवात कशी झाली असेल वगैरे तपशील समजणं शक्य नाही. तिनं पुढाकार घेतला असला, तरी त्यानं संयम पाळायला हवा होता. ती बत्तीस-चौतीस वर्षांची-तो पंचेचाळिशीचा. शिवाय रूपाच्या दृष्टीनंही डावाच–उंचीलाही तिच्यापेक्षा इंचभर कमीच! असला नवरा सोडून ती तरी का त्याच्या नादाला लागली असेल?–

हेमंतचं मस्तक अनेक प्रश्नांनी भणभणत असलं, तरी त्याचं अंतःकरण जॉनला घेरणाऱ्या यातनाकोषात गुरफटलं होतं. आतून कुठून तरी हरिशंकरविषयीचा संताप उसळून आला. त्याला एक ठेवून द्यावी, असं वाटलं–

हेमंतची नजर जॉनच्या चेहऱ्यावर खिळली होती. जॉनचा चेहरा?–अंहं–रवींद्रचा चेहरा–मग मी? हरिशंकर?

छेः कांती स्वतंत्र आहे–त्यांची बायको नाही–

पण या विचारानं मनातला गोंधळ कमी झाला नाही. ती आपली अनन्यस्फूर्ती–अंहं–हाही विचार वरवरचाच!–

तोच जॉन उठला. काही तरी विचारानं तो आत गेला. तो बाहेर आला, तेव्हा त्याच्या हातात एक प्लॅस्टिकची पिशवी होती. त्यात बरंच सामान भरलं होतं. ती पिशवी हेमंतसमोर ठेवून तो म्हणाला,

''यात तुमच्या शास्त्रीय संगीताच्या कॅसेटस् आहेत. भारतातल्या सगळ्या विख्यात गायकांनी वेगवेगळ्या कार्यक्रमांमधून जे संगीत ऐकवलं, त्याच्या या ध्वनि–फिती. सुमारे पाचशे तास ऐकता येईल, एवढं संगीत त्यात भरलं आहे. प्रत्येक कॅसेटवर कलाकार, साथीदार, तारीख, वेळ, जागा, राग वगैरे तपशील लिहिला आहे. त्या दिवशी तुम्ही आमच्या घरी कुठल्याही साथीशिवाय केवळ आलापी केली होती–आठवतं? तीही कॅसेट यात आहे. माझ्या दृष्टीनं तुमचं शास्त्रीय संगीतच फसवणूक असताना, हे असं मी का वाहून नेऊ? यांतल्या निम्म्यापेक्षाही अधिक कॅसेटस् हरिशंकरनं आम्हांला मिळवून दिल्या होत्या. असल्या आठवणी सोबत न्यायची कोण इच्छा करेल? या पिशवीवर पेट्रोल ओतून काडी लावायचीही इच्छा झाली होती मला! पण तुमची आठवण झाल्यावर वाटलं, तुम्हांला द्याव्यात. म्हणून तुम्हांला मी ही पिशवी घेऊन जा, म्हणून विनंती करतो! मला फार मोठ्या संकटातून वाचवाल तुम्ही असं करून!''

जॉन बोलायचा थांबला, तरी होन्नत्ती तसाच बसला होता. त्यानंच सांगितलं,

''आता तुम्ही निघा. दुसरा शो सुटला, की नंतर कुठलंही वाहन तुम्हांला मिळणार नाही.''

होन्नत्ती उठून उभा राहिला, तरी जॉनला काय सांगावं, हे त्याला सुचलं नाही. 'वाईट झालं हे!–असं व्हायला नको होतं–' म्हणताना त्याचे डोळे अश्रूंनी भरले. पण ते न दाखवता तो बाहेर पडला. जॉनही त्याच्या पाठोपाठ आला. त्यानं ते अश्रू पाहिले, की नाही, कोण जाणे–रस्त्यावर दोघंही काहीही न बोलता काही पावलं चालले. समोरून येणाऱ्या एका रिक्षाला हात करून थांबल्यावर हेमंत आत बसला. जॉननं कॅसेटची पिशवी त्याच्या शेजारी ठेवली आणि 'गुड बाय्–' म्हणत मिलिटरीवाल्यांसारखा सॅल्यूट मारला आणि ताठपणे पाठमोरा होत दृढ पावलं टाकत घराकडे परतला.

◆

घरी येऊन त्यानं बेल वाजवल्यावर आईनं दरवाजा उघडला. तो आपल्या खोलीत जाऊन झोपला, तेव्हा मध्यरात्रीचा दीड वाजला होता. तासाभराची एक

झोप काढून तो जागा झाला, तरी नैसर्गिक झोप लागल्यामुळं मनाला लागणारी शांतता त्याच्या अनुभवाला आली नाही. मध्येच एकदा झोपेत कण्हत असल्यामुळं त्याची त्याला जाग येऊन तो पुन्हा झोपी गेला होता. जाग आली. पुन्हा झोप आली नाही. किती वाजले असतील? त्यानं बेडस्विच लावून पाहिलं, साडेतीन वाजले होते. पुन्हा झोपण्यासाठी त्यानं कूस बदलली, तेव्हा जॉनचं बोलणं त्याला आठवलं. तो म्हणाला होता, तुमचं संगीत म्हणजे एक भली मोठी फसवणूक आहे!–

जॉनची हेलन आणि हरिशंकरकडून झालेली फसवणूक आणि भारतीय संस्कृती आणि तिचं प्रतीक असलेलं संगीत याचा काय संबंध? एका व्यक्तीच्या वागण्यावरून एका संपूर्ण संस्कृतीविषयी विशिष्ट मत बनवण्यात काय अर्थ आहे?

पण पाठोपाठ त्याला शास्त्रीय संगीताविषयी जॉनला वाटणारी कळकळ आठवली–एका बैठकीच्या वेळी संयोजक तबलजीला बोलावून आणण्यासाठी खळखळ करत असताना जॉननं पुढं होऊन तिथला एक मुलगा सोबतीला घेऊन तबला-कलाकाराला आपल्या गाडीतून आणलं होतं. संगीत-कलाकाराची सेवा करण्यात तो नेहमीच तत्पर होता. एवढं पराकोटीचं संगीतप्रेम मी कुठंही पाहिलं नाही–

मनातलं वाक्य संपण्याआधी हेमंतच्या डोळ्यांपुढं रवींद्रचा चेहरा तरळला. त्यांनी केवळ संगीतासाठी मला आपल्या बेंगळूरच्या घरी ठेवून घेतलं–कमलापूरची साथ ठरवून दिली–मला रियाझासाठी भरपूर वेळ मिळावा, म्हणून सकाळी खाणं-पिणंही तेच करत–स्वयंपाक करून जेवू घालत–जॉनच्या बायकोला हरिशंकरनं उडवलं–मी तरी दुसरं काय केलं?

हेमंतच्या डोळ्यांपुढं जॉनच्या चेहऱ्यावरची उद्विग्नता, निष्ठाभंगाची वेदना रवींद्रच्या चेहऱ्यावरही उमटलेली दिसू लागली. त्यासरशी त्याचा श्वास थांबल्यासारखा झाला. आता या क्षणी आपला जीव जाईल, की काय, असं वाटू लागलं. एकीकडे घाबरल्यासारखं झालं. पण पुन्हा श्वास नेहमीसारखा होताच यापेक्षा श्वासोच्छ्वास थांबला असता, तर जास्त बरं झालं असतं, असं त्याला तीव्रपणे वाटलं.

अंथरुणावर पडून कूस बदलताना त्याला स्वतःचा पराकोटीचा तिरस्कार वाटत होता. हरिशंकर जॉनला काय मानत होता, कोण जाणे! जॉन मात्र हरिशंकरला भारतीय संस्कृतीचा विद्वान अभ्यासक मानत होता. त्या दोघांमध्ये साधी सरळ मैत्री तर असलीच पाहिजे. तरीही हरिशंकरचं वागणं समर्थनीय ठरत नाही, असं त्याला पुन्हा-पुन्हा वाटत होतं.

घामानं अंग चिकट होऊन गेलं होतं. तो उठला आणि न्हाणीघरात जाऊन त्यानं दात घासून अंघोळ केली. अंगावर पाणी पडल्यावर शरीराचा जडपणा थोडा-

फार कमी झाला असला, तरी मनाचं जडत्व तसंच होतं.

त्या दिवशी गुरुजींकडे तबलजी आला नव्हता. गुरुजींच्या पुढं खर्जात आलाप वाजवताना मन आतच वळलं होतं. आतड्यापर्यंत पोचून आर्त भावनेत बुडालं होतं. मध्ये केव्हा तरी मन वर करून गुरुजींकडे पाहिलं, की ते काही तरी 'हे असं वाजवायला पाहिजे... असं समेवर यायला पाहिजे...' असं उगाच सांगताहेत... असं जाणवलं. तो पुन्हा अंतर्मुख होऊन मंद्र स्वरांमध्ये बुडून गेला. त्याच सुरावटीनं स्वतःला घेरून टाकताना त्याचं मन पुन्हा जॉनला भिडलेल्या समस्येत बुडून जात होतं.

किती वेळ असाच गेला, कोण जाणे! मन त्याला सांगत होतं–व्रण दडवून मीच वरचा मुखवटा चढवला. कधी मुखवटा सरकला, तरी कलेची मुक्तता वगैरे म्हणत त्यावरून वेगळंच आच्छादन पांघरून घेतलं होतं. हे असंच चालू दिलं, तर हाच खोटेपणाचा खेळ सुरू राहील. आजच याचा शेवट करायला पाहिजे. आजच स्वतःला यातून कापून वेगळं काढायला पाहिजे–या विचारानं त्याला सुटका झाल्यासारखं वाटलं.

गुरुजींच्या घरातून बाहेर पडताना यानंतर तिला न भेटायचा त्याचा निश्चय ठरला होता. तरीही तिला न सांगता आपण तिची भेट टाळली, तर ती इथं गुरुजींच्या घरी येईल किंवा आईकडे फोन करेल, अशी भीती असल्यामुळं तिला स्पष्टपणे सांगूनच हे संबंध तोडणं योग्य ठरेल, हे त्याला समजत होतं. जर केवळ शरीर-संबंध टाळणं जमणार नसेल, तर तिची मैत्रीही पूर्णपणे नाकारली पाहिजे. नेहमीप्रमाणे रिक्षात बसून तुर्कमान गेटपाशी गेला.

मागच्या सीटवर सतार ठेवून जाताना त्याची नजर समोरच्या ट्रकवर खिळली होती. त्याचा भावनारहित चेहरा बघून गाडी चालवताना ती म्हणाली,

"का, रे? काय झालं? गप्प का?"

पुढील शृंगार-चेष्टांना रंग भरणाऱ्या या मोटार-प्रवासातच आपल्याला जे सांगायचं आहे, ते सांगून मोकळं व्हावं, असं त्याला वाटलं. पण पाठोपाठ; वाहन चालवणाऱ्या व्यक्तीचं मन विचलित करणं धोक्याचं आहे. हे आठवून तो म्हणाला,

"काही नाही. एक गोष्ट सांगायची आहे, तिथं गेल्यावर सांगेन."

लिफ्टनं वर गेल्यावर फ्लॅटचा दरवाजा उघडून हवा-नियंत्रक सुरू केल्यावर तिनं नेहमीप्रमाणे सोबत आणलेला जेवणाचा डबा उघडला. जेवतानाही शृंगारपूर्ण गप्पा मारणं हा त्यांचा रोजचा खेळ होता. आज मात्र त्याला त्या तिच्या बोलण्याची किळस वाटली. तिला सांगायचं, ते सांगितलं नाही, तर ती तशा गप्पांमध्ये बुडून जाईल. पोळीभाजी खातानाही त्याला खेटून बसायची तिची सवय होती. आता त्या कल्पनेनंही तो वैतागून गेला. पण म्हणून जेवण्याआधीच सांगितलं, तर तो

अन्नकंटक-पणा ठरेल. अखेर तो तिला म्हणाला,

"आज आपण इथं डायनिंग टेबलावर जेवण करू या."

ती एका खुर्चीवर बसल्यावर तो समोरच्या दुसऱ्या खुर्चीवर बसला आणि समोरची पोळी-भाजी त्यानं आपल्यापुरती वेगळ्या ताटलीत वाढून घेतली. नेहमीप्रमाणे एका ताटात जेवायची पद्धत यानं टाळली आहे, हे जाणवून तिनं विचारलं,

"बोल, काय सांगायचं होतं तुला?"

"काल काय झालं... " म्हणत हेमंतनं आदल्या दिवशी घडलेली सगळी हकीकत तिला सांगितली. जॉन-हेलेन आणि हरिशंकरची कथा त्यानं सांगायला सुरुवात करताच कांतीला सगळा उलगडा झाला. तरीही तिनं त्याला सगळं सांगू दिलं आणि नंतर सहज म्हणाली,

"यात काय नवं आहे? त्या दोघांमध्ये काही तरी आहे, हे मला कधीच ठाऊक होतं! तुलाही मी सांगितलं होतं ना!–आठवतं?"

त्यानं आठवायचा प्रयत्न केला. तिनं सांगितलं असेलही. पण त्याला आठवलं नाही. तो म्हणाला,

"त्या दोघांमध्ये ती भावना आहे, की नाही, हे महत्त्वाचं नाही. तसे संबंध कुणाही स्त्री-पुरुषामध्ये असू शकतात, हे मलाही ठाऊक आहे. पण हरिशंकरनं आपल्या मित्रावरच अन्याय केला ना–हा मला छळणारा प्रश्न आहे!"

त्याच्या मनातला गोंधळ उलटा-पालटा व्हावा, अशा प्रकारे तिनं त्याच्याकडे तीव्र दृष्टीनं पाहिलं. त्याच्या डोळ्यांत गोंधळ दिसल्यावर ती तीव्रपणे म्हणाली,

"मनात एका व्यक्तीविषयी प्रेम वाटत असताना तिसऱ्या व्यक्तीबरोबर झोपणं, त्या व्यक्तीविषयी प्रेम वाटत असताना चारचौघांत, तिच्या नवऱ्यापुढं तिला बहीण म्हणायचं–या प्रकारच्या नात्यामध्ये तकलादूपणा नाही काय?"

त्याच्या मनातला गोंधळ आता मात्र चांगलाच वाढला. दोन मिनिटं त्याला याच गोंधळात राहू देऊन नंतर ती शांतपणे तिरस्कारानं म्हणाली,

"लोक काय म्हणतील–एवढ्या दिवसांचा मित्र जॉन काय म्हणेल, असल्या भीतीवर मात करून प्रामाणिकपणे हेलेनचा स्वीकार करणाऱ्या हरिशंकरचं, खरं तर, अभिनंदनच करायला पाहिजे! त्याचबरोबर 'त्याच्याविषयी मनात प्रेम असताना तुझ्याबरोबर पत्नी म्हणून राहणं अप्रामाणिकपणाचं आहे–' असं जॉनला स्पष्ट शब्दांत सांगणारी हेलेनही अभिनंदनाला पात्र आहे. त्या देशातली माणसं आपल्यासारखी तकलादू माणसं नाहीत! आपल्या समाजात हरिशंकर हा एक अपवादच म्हणावा लागेल!"

तिच्या बोलण्याचा तिच्या अपेक्षेप्रमाणे त्याच्यावर परिणाम झाला. त्याच्या मनातले सगळे विचार नाहीसे झाल्याचं तिला जाणवलं. आपली आणि त्याची

ताटली सिंकमध्ये विसळून टेबल पुसून घेतल्यावर ती हेमंतपाशी येऊन म्हणाली,

"हेमंत, तुझं डोकं का असल्या बुरसटलेल्या विचारांना थारा देतं? प्रामाणिकपणा वगळला, तर काय शिल्लक राहतं? आपला देश या प्रामाणिकतेच्या अभावामुळंच नष्ट होत आहे! व्यापार, उद्योग, कुटुंब, स्नेह-मैत्री, राजकारण–कुठंही प्रामाणिकपणा राहिला नाही. तू शंभर टक्के प्रामाणिक आहेस, हे मलाही ठाऊक आहे. नाही तर मी तुझ्यावर कधीही प्रेम केलं नसतं. पण तुझ्या मेंदूमध्ये थोडा कचरा शिल्लक राहिलाय्, वाटतं! जंतुनाशक टाकून धुऊन काढायला पाहिजे तो!"

काही क्षण पुन्हा शांततेत गेले. तीच पुढं म्हणाली,

"तू विचार कर. तुझ्यासारखे माझ्याही डोक्यात बुरसटलेले विचार येऊ लागले, तर मला तुझ्या शेजारी उभं राहणंही अशक्य होऊन जाईल! तू मला वेश्या समजतोस काय?... "

"छेः! माझ्या मनात ते कधीही आलं नाही. मला काय म्हणायचंय्, ते तू नेमकेपणानं समजून घे. मला तुझी मैत्री पाहिजे आहे. पण शरीरसंबंध आणि त्यातून येणाऱ्या भावना मात्र नकोत."

"तर मग माझी आणि शीतलची मैत्री पुरेशी आहे ना! तू कशाला हवास? तुलाही आणखी पुरुषाची मैत्री पुरेशी होती! मला हे कळत नाही, असले अनैसर्गिक विचार कोण तुझ्या डोक्यात भरतं?"

यावर त्याच्या मनात उत्तर निर्माण व्हायला अवधी न देता ती म्हणाली,

"हे बघ, तुझ्या मनात रवींद्रविषयी ज्या भावना असतील, त्या असोत–पण आम्हां दोघांमध्ये मात्र आता दांपत्य भाव राहिलेला नाही, हे तू नीट जाणून घे! मी मिसेस् रवींद्र नाही–कांती. स्वतंत्र कांती! त्या स्वातंत्र्यामुळंच कुठलीही भीती न बाळगता मी तुझ्यावर एवढं प्रेम करू शकते! तुझ्याबरोबर मोकळेपणानं फिरते. आणखी तीन महिन्यांत माझं स्वतःचं घर माझ्या ताब्यात येईल. मग शीतलच्या या घराचीही गरज नाही. तुला हवा तेव्हा घरी येऊ शकशील. रात्री कितीही वेळ माझ्याशी गप्पा मारत राहता येईल. पण माझं हे स्वातंत्र्य मान्य करायला तुझं अंतर्मन विरोध करत आहे! तुझं स्वतंत्र भारताचं मन नाही–जुन्या पाळेगार अंसामंती वृत्तीत बुडालेलं मन आहे!"

तिच्या या स्पष्ट बोलण्यावर त्याला काहीही सुचलं नाही. त्याची ही अवस्था पाहून तिनं दुसरा प्रहार केला,

"हे पाहा, तरीही तुला असंच वाटत असेल, तर मी तुझ्यापासून दूर व्हायला तयार आहे! तुझ्यासारख्यावर जिवापाड प्रेम करताना मधूनच तू असलं काही बोलू लागलास, की जिव्हारी काय वेदना होतात, हे तुला ठाऊक नाही! तू, खरं तर, खेडवळ माणूस आहेस! तू खरोखरच खेड्यातच राहायला हवं होतंस. दिल्लीमध्ये

राहायची तुझी लायकी नाही! तू पुन्हा त्या जोगी-गुड्डावर जावंस, हे उत्तम! एकीकडे दिल्ली आणि संपूर्ण संगीत-विश्वाला गवसणी घालणारं संगीत शिकायची महत्त्वाकांक्षा ठेवायची आणि दुसरीकडे खेडवळ मनोवृत्तीचा क्षुद्र माणूस म्हणून राहायचं! दूर राहा माझ्यापासून! मनात असले विचार ठेवून का माझ्या जवळ येत होतास इतके दिवस? म्हणजे तू मला वेश्या समजत होतास, की काय?... '' संतापानं तिचा आवाज बराच चढला होता. चेहरा आणि नाकाचा शेंडा संतापानं लालबुंद झाला.

हेमंत चकित झाला. ती पुढं म्हणाली,

''माझ्या या प्रश्नाला उत्तर देईपर्यंत मी तुला स्पर्श करू देणार नाही!–'' म्हणत जेवणाचा रिकामा डबा उचलून, दार उघडून ती निघून गेली. दरवाजा धाडकन आपटला आणि आपोआप कुलूपही बसलं.

तिला देण्यासाठी कुठलंसं उत्तर त्याच्या मनात घोळत होतं. धावत जाऊन तिला हाक मारायला पाहिजे, असं त्याच्या मनात आलं, तरी धावत गेलं, तरी एवढ्या अवधीत लिफ्टखाली गेली असेल–आपण खाली जाईपर्यंत तिची गाडी बाहेर पडली असेल–मी असा धावत गेलो आणि तिला गाठून कन्नडमध्ये तिच्या नाकदुऱ्या काढू लागलो, तरी खालच्या मजल्यावर राहणाऱ्यांना, तिथल्या चौकीदाराला समजणार नाही का?–हरल्याच्या मनःस्थितीत तो जागीच मुकाट्यानं बसून राहिला होता.

ती म्हणते, ते खरं आहे–मी तिच्याकडे एक स्वतंत्र व्यक्ती म्हणून पाहू शकत नाही. पण ती स्वतंत्र व्यक्ती नसती, तर मला एवढी मदत करू शकली असती का? मी तिला फक्त रवींद्रची पत्नी म्हटलं, तर ती कधीही हे मान्य करत नाही. त्या वेळी ती विद्याशालेत आली होती, तेव्हाही तिनं केवळ एवढं स्थान नाकारलं होतं. तिच्या दृष्टीनं हा मुद्दा अगदी स्पष्ट आहे–मीच यात गोंधळून गेलो आहे! पण दोघांमधली मैत्री तिनंच शरीर-संबंधांपर्यंत नेली. तिला हेच साधायचं होतं–

हा विचार पहिल्यांदाच आला आणि हेमंत संतापला. यासाठी तिनं मला मदत केली! त्याच्या मनात किळस निर्माण झाली. अनंत काळापासून स्त्रीच्या असहायतेचा फायदा करून घेण्याची प्रथा चालत आली आहे. आता हिनं तरी वेगळं काय केलं माझ्याशी? मी तिच्याकडे वेश्या म्हणून बघतो, असा तिनं माझ्यावर आरोप केला. पण हिनं तर मलाच पुरुष-वेश्या म्हणून वापरलं आहे!–हेमंतच्या मनात तिरस्कार निर्माण झाला.

तिथल्या शांततेत हवा-नियंत्रकाचा आवाज त्याच्या कानाला स्पर्श करून गेला. उकाडा असह्य होत होता–तेच निमित्त करून हिनं मला–नाही. त्याच्या मनानं इशारा दिला–अशा बाबतीत कुणा एकावर दोषारोप करणं न्यायाचं नाही. सुरुवात तिनं केली असेल–तिनं पुढाकार घेतला असेल–त्या वेळी मला या विषयात रस

नव्हता, हेही खरं आहे! पण नंतर मीही त्यात तेवढाच गुंतलो, ही वस्तुस्थिती नाकारण्यात काहीही अर्थ नाही.

त्यानं घड्याळात पाहिलं, तेव्हा तिला तिथून निघून जाऊन दोन तास झाले होते. रियाझ न करता आपण वेळ वाया घालवतोय्, असं वाटून तो सतारीच्या तारा सुरात लावू लागला. त्याच वेळी मनात आलं–तिला फोन करायला पाहिजे. तिला सांगायला पाहिजे–कितीही राग आला, तरी मी तुझ्याकडे वेश्या म्हणून बघतो, हा आरोप माझ्यावर करू नकोस–माझ्या मनात तशा प्रकारचे विचार असते, तर मी तुझ्याकडून एवढी मदत घेतलीच नसती. तू स्वतःला असं समजणं म्हणजे त्यात माझीही अधोगती आहे–

त्यानं फोनचा नंबर फिरवला. पलीकडे तिचाच आवाज ऐकू आला, ''हॅलो... ''

''मी एक गोष्ट सांगण्यासाठी फोन केला... ''

''मी आता कामात आहे... '' म्हणत तिनं रिसीव्हर खाली ठेवून दिला.

कुणी तरी अवचितपणे थोबाडीत ठेवून द्यावं, तसं त्याला झालं. मालकानं नोकराला विशिष्ट अंतरावर ठेवताना याच 'आय् ॲम् बिझी–' तंत्राचा वापर करायचा असतो, हे आठवलं. चार पैसे फेकून मला ती पोसतेय् ना! त्याच मस्तीत ती आहे! हिला चांगलाच धडा शिकवायला पाहिजे! आजवर कधीही त्यानं तिला इथून फोन केला नव्हता. तिनंही कधी फोन करून त्याचं लक्ष विचलित केलं नव्हतं. काही का असेना–धडाबिडा शिकवायचं सोडून देऊन स्वतः हिच्यापासून सुटका करून घेतली पाहिजे.

त्याला आठवलं–आपले पैसे बेंगळूरच्या बँकेत आहेत. वसंतविहाराजवळच्या शाखेत जमा होणारं व्याजही मी पाहिलं नाही. दरमहा दीड हजारप्रमाणे सुमारे दहा महिन्यांचं व्याज–पंधरा हजार जमले असतील. ते काढून तिला दिल्याशिवाय तिच्याशी पुन्हा साधा-सरळ स्नेह शक्य नाही. स्नेहासाठी नव्हे, स्नेह संपल्याची एक खूण म्हणून पैसे द्यायला पाहिजेत! यानंतर इथं तिच्या मैत्रिणीच्या घरी बसून सतार वाजवणं नको. सतार घेऊन बाहेर पडलं, तरी हा दरवाजा आपोआप लॉक होईल. एक रिक्षा घेऊन घरी निघून जावं–पण नको. रात्री ती शीतलबरोबर येईल, तेव्हा मी नाही, हे बघून तिचा चेहरा काळा ठिक्कर पडेल. मग साहजिकच शीतल चौकशी करेल. आम्हां दोघांच्या संबंधांची चर्चा तिच्याबरोबर कशाला? मी तरी पळून कशाला जाऊ तिला न सांगता? रात्री तिच्याबरोबर कारमधून जाताना तिला स्पष्टपणे सांगतो. तिनं एवढे दिवस स्नेह दिला–एवढे उपकार केले–त्याची परतफेड म्हणून चोरून का निघून जाऊ?

रात्री पावणेनऊवाजता बेल वाजली. त्यानं दरवाजा उघडला, तेव्हा दारात फक्त शीतल होती. तिनं त्याच्या चेहऱ्याकडे रोखून पाहत विचारलं,

"का? निराशा झाली?"

कांतीच्या अनुपस्थितीत शीतल नेहमीच आम्हां दोघांच्या नात्यासंबंधी काही ना काही अति-सूक्ष्म प्रश्न विचारत असते, हा त्याचा नेहमीचाच अनुभव होता. तिच्या मनात काय चालतं, हे कांतीलाही ठाऊक होतं.

तो म्हणाला,

"त्यात निराशा कसली? तिला काही तरी काम असेल. मी जाईन रिक्षानं—"

त्यानं मनातली भावना शीतलला दाखवली नाही—केवळ संताप नव्हे, आपली मालकी दाखवण्यासाठी कांती आता इथं आली नाही!

"काम नाही—खूप डोकं दुखतंय्, म्हणत होती ती! उकाड्यामुळं असेल—"
"तेही शक्य आहे—" म्हणत त्यानं सतार गवसणीत घातली.

शीतलनं त्याच्या मागं उभी राहून विचारलं,

"हेमंत, आपण तिघंही परस्परांचे मित्र आहोत. निदान मी तरी तसं समजते! कांती नाही म्हटल्यावर तू लगेच असा का निघालास? थोडा वेळ का होईना—माझ्याशीही गप्पा माराव्यात, असं वाटत नाही?"

"तसं नाही. दिवसभराच्या कामानं तुम्ही दमून गेला असाल ना!"

"मित्राबरोबर गप्पा मारणं हाही एक विश्रांतीचाच प्रकार आहे ना! मागंही मी तुम्हांला म्हटलं होतं—आदरार्थी संबोधन म्हणजे दूर असल्याचंच लक्षण! मी तुझ्याशी एकेरी हाक मारून बोलते... "

"सॉरी, शीतल. तू बैस—मी तुझ्यासाठी चहा करतो—या वेळी चहा घेतला, तर झोप येत नाही, असं काही नाही ना?"

"झोप यायची असेल, तर दहा कप चहा घेतला, तरी झोप येते—आणि यायची नसेल, तर वाईन-व्हिस्कीच काय, झोपेची गोळी घेतली, तरी झोप येत नाही. तुझ्या हातचा चहा घ्यायला मलाही आवडेल—पण आता नको. तू इथं बैस, बघू!"—म्हणत ती सोफ्यावर बसली.

तोही निकट बसला.

त्यानं मित्रत्वानं चौकशी केली,

"ऑफिसमध्ये खूप काम असतं?"

"ऑफिसमध्ये ऑफिसचं काम. तिथून संध्याकाळी फॅक्टरीचं काम!" त्याचा हात हातात घेत ती म्हणाली, "तसं कांती सगळं बघून घेते. पण पार्टनर म्हटल्यावर एकदा सगळ्यांवरून नजर फिरवायला पाहिजे ना! शरीर आणि बुद्धी...

मन थकून जातं!–'' त्याचा हात न सोडता ती म्हणाली.

त्यानंही तिला वाईट वाटेल, म्हणून आपला हात तसाच तिच्या हातात राहू दिला. त्याची दृष्टी समोरच्या गालीच्यावर ठेवलेल्या सतारीवर खिळली होती.

काही क्षणांनी तिनं विचारलं,

''तुझ्याशी मैत्री करण्यासाठी संगीताची जाण आवश्यक आहे? मी का विचारलं, सांगू? मीही संगीताची जाण वाढावी, म्हणून खूप प्रयत्न केले. पण जमलं नाही मला! राग ओळखण्याच्या दृष्टीनंही मी खूप धडपडले. पण एक राग नाव सांगून तीस वेळा ऐकवला आणि पुन्हा एकतिसाव्या वेळा ऐकवून कुणी त्या रागाचं नाव विचारलं, तरी मला सांगता येत नाही.''

''मैत्री नसती, तर तुमच्या घरी एवढेएवढे तास मी राहिलो असतो का? तुमचं स्वयंपाक-घर–फ्रीज मोकळेपणानं वापरला असता का?''

''तर मग असा दुरावा का दाखवतोस? पुन्हा आदरार्थी संबोधनाचं नाटक केलंस, तर बघ हं–'' म्हणत तिनं लटकेच त्याच्या गालावर चापटी मारली.

''पुन्हा अशी चूक कधी करणार नाही–'' म्हणत तो तिच्या हातून आपला हात सोडवून घेत उठला आणि म्हणाला, ''निघायला पाहिजे आता... सकाळी बाहेर पडतो ना? संध्याकाळी आई वाट बघत बसते... ''

''चल... मी सोडून येईन तुला... ''

''दिवसभर काम करून किती दमलीस तू! काही नको. मी रिक्षा करून निघून जातो...'' म्हणत तो सतार घेऊन बाहेर पडला.

◆

रात्री सव्वा नऊ वाजता रिक्षातून आपल्या घराकडे जाताना त्याच्या मनात आपले आणि कांतीचे संबंध संपल्याची भावना भरून राहिली होती. त्याचबरोबर मनात खिन्नता आणि सुटकेची भावनाही मिसळली होती.

तो घरी पोहोचला, तेव्हा वडलांचं जेवण संपलं होतं. रात्रीचं त्यांचं जेवण म्हणजे ब्रेडचे दोन तुकडे आणि दूध आणि वर एखादं फळ. आईही तेवढंच काही तरी खायची. पण आता घरात तो असल्यामुळं ती स्वयंपाक करून वाट पाहायची. वडील मात्र साडे नवाला झोपी जात होते. आपल्याला घरी यायला उशीर झाला, या विचारानं त्याचं मन आक्रसलं.

त्याला जेवायला वाढून स्वतः डायनिंग टेबलाच्या एका खुर्चीवर बसून आईनं विषय काढला,

''–कर्नाटकातल्या एका कुटुंबातली मुलगी आहे. तिचे वडील रेल्वेत वरच्या हुद्द्यावर आहेत. निवृत्तीनंतर तेही दिल्लीतच कायमचे राहिले आहेत. मुलगी

इकॉनॉमिक्सची लेक्चरर आहे कॉलेजमध्ये. पीएच्.डी.चा प्रबंध पूर्ण केलाय्. पस्तीस ते चाळीस वर्षांची आहे. तिलाही शास्त्रीय संगीतात खूप रस आहे. थोडी-फार गातेही. त्या लोकांना आपल्या घराची सगळी माहिती आहे. मी स्वतःही तिच्याशी बोलले. वर्षभरानं तू संगीताचे कार्यक्रम देशील, म्हणूनही मी सांगितलं. तीही म्हणाली–त्यांना मिळतील, तेवढे पैसे मिळू दे–माझाही पगार आहे–दोन्हींत भागवता येईल–माझी काहीही हरकत नाही. सासू-सासऱ्यांशीही जुळवून घेणारी वाटली. घराणं सज्जन लोकांचं आहे. तू आधी मुलगी बघ आणि नंतर जो विचार करायचा, तो कर–''

तो खाली मान घालून मुकाट्यानं जेवत होता. मुलाचं लग्न व्हावं–घरात सून यावी, ही आईची चार-चौघांसारखी इच्छा आहे, हे त्यालाही कळत होतं. हे काही आईनं आणलेलं पहिलं स्थळ नव्हतं; पण आजवर 'मीच स्वतःच्या पायांवर उभा नाही–मी कसलं लग्न करतोय्!' म्हटलं, की आईही निरुत्तर व्हायची. पण या वेळची मुलगी तशा उत्तरावर तोडगा आहे! आईनं अशी मुलगी मुद्दाम निवडली असेल का? ते तरी कसं समजणार, म्हणा! कारण आई कशा प्रकारे विचार करते, हे तरी मला कुठं ठाऊक आहे? एखाद्या व्यक्तीच्या सान्निध्यात राहत असतानाच त्या व्यक्तीच्या जवळ बसून चार घटका गप्पा मारल्या, तरच हे समजणार ना? तिच्याशी कधी मनमोकळ्या गप्पाच झाल्या नाहीत–वडील तर आपलं अस्तित्व जेमतेम सहन करतात! मी तरी या घराकडे उत्तम जेवण आणि राहणं यांची व्यवस्था असलेलं स्थळ म्हणूनच पाहतो ना?

शेवटच्या स्वगतप्रश्नानं त्याला शरमल्यासारखं वाटलं.


आपल्या अंथरुणावर झोपल्यावर त्याला पुन्हा तिचं फोनवरचं उद्धट बोलणं आठवलं. त्यापाठोपाठ आठवलं–तिच्याबरोबरचे आपले संबंध तोडायचा विचार आपल्या मनात प्रथम आला–मग आता तिनं तिरस्कार दाखवला, तर एवढं का वाईट वाटावं? मी जी सूचना दिली, ती त्याचंच पालन करत आहे, असं का समजू नये?

या विचारासरशी एकीकडे बरं वाटलं, तरी मनाला एखादी अमूल्य वस्तू गमावत असल्यासारख्या वेदनाही झाल्या. पाठोपाठ विश्लेषणही सुचलं–एवढे दिवस जे स्त्री-सुख अनुभवलं, त्यामुळं हे दुःख होत आहे! आपल्या मैत्रीमध्ये देहसंबंध नसेल, तर काहीही राहणार नाही हे तिनं स्पष्टपणे सुचवलं आहे–मलाही ते नाकारता येत नाही! हे नातं पूर्णपणेच सोडलं पाहिजे–


सकाळी तोंड धूत असताना वडलांच्या खोलीत फोनची घंटा वाजली. या वेळी

ते फिरायला बाहेर जातात, हे आठवलं–तो लाऊंजमध्ये फोन उचलायला आला.

रिसीव्हर उचलण्याआधीच हा तिचा आपल्याला फोन आहे, असं वाटलं होतं, ते खरं होतं.

ती म्हणाली,

"हे बघ, तिथं तुझे वडील शेजारी असतील. तू काहीही बोलू नकोस–फक्त माझं ऐक. रात्रभर मी झोपेअभावी तळमळत होते. तुलाही झोप लागली नसेल, याची मला खात्री आहे. आपल्याला एकमेकांशिवाय राहायला जमणं शक्य नाही! काल मी तुझ्यावर रागावले. पण तेही तुझ्यावरच्या प्रेमापायीच ना? काल संध्याकाळी तुझा फोन आला, तेव्हा मी कामात आहे, म्हणून सांगितलं ना? आणखी सहा महिन्यांच्या आत माझ्या हेमंतचं नाव भारतभरच नव्हे–जगभर कसं पसरेल, याचा मास्टर-प्लॅन आखत होते. कार्यवाही सुरू झाली आहे! बाकी तपशील मी दुपारी सांगेन. दुपारी ये... वाट पाहते... नक्की!"

त्यानं काहीही उत्तर दिलं नाही. तीच पुढं म्हणाली,

"एवढा ताठा? ठीक आहे! दुपारी तू ठरलेल्या वेळी ठरलेल्या जागी आला नाहीस, तर मी तशीच तुझ्या गुरुजींच्या घरी येईन. नाही तर सरळ वसंतविहारमध्ये येईन आणि तुझ्या आईच्या पुढ्यात तुझा हात धरून तुला दरादरा ओढेन! आता तरी हं म्हणतोयस, की नाही?... "

तरीही त्यानं उत्तर दिलं नाही, तेव्हा तिनं रिसीव्हर खाली ठेवला.

◆

पण अंघोळ करून आईनं दिलेलं खाणं खाल्ल्यावर गुरुजींच्या घरी जाताना वाटलं–नेहमीप्रमाणे दुपारी कांतीला भेटलं नाही, तर जीवनाला काहीही अर्थ राहणार नाही! गुरुजींच्या घरी सतार वाजवताना त्याचं वरचेवर घड्याळाकडे लक्ष जात होतं.

तिच्याबरोबर ग्रेटर कैलाशकडे जाताना हेमंतनं आदल्या दिवशीचा विषय काढला नाही. जेवण करताना तिनं उत्तेजित होऊन सांगितलं,

"ठाऊक आहे? भारत सरकारनं हरिशंकरना सांस्कृतिक सचिवालयात सल्लागार म्हणून नेमलंय्!"

"म्हणून काय झालं?"

"तू पेपर वाचत नाहीस, वाटतं! संगीत, साहित्य, नृत्य, नाटक, चित्र यांतून संस्कृती आणि नीती यांना प्रोत्साहन देण्यासाठी सरकार ज्या संघ-संस्थांना धनसाहाय्य देतं, तिथं, आपल्या कलाकारांचे परदेशी कार्यक्रम ठरवले जातात–त्या संदर्भात त्यांची शिफारस विशेष महत्त्वाची ठरते!"

“पण विद्यापीठात काम करणाऱ्यांना असं कसं एकाएकी सरकारनं नेमलं?”

“या जागेसाठी त्यांनाही असंच माणूस हवं ना? गाण्याची जाण आहे. त्यावर लेख वगैरे लिहिलेत. तसंच साहित्य वाचलंय्, नृत्याचा परिचय आहे. विद्यापीठात भारतीय संस्कृतीचा प्राध्यापक–! आणखी कोण मिळेल याच्याशिवाय? राजकारण्यापेक्षा हे चांगलं नाही का?”

“खरंय्–” हेमंत म्हणाला.

“मी एक विचार केलाय्... ” कांती पुढं म्हणाली, “एवढ्या मोठ्या स्थानावर नेमणूक झाल्याबद्दल मी त्याला एक पार्टी देणार आहे. दिल्लीतल्या एकजात सगळ्या सांस्कृतिक क्षेत्रांमधल्या बड्या धेंडांना त्यासाठी निमंत्रणं जातील. त्यांच्यासमोर मी हरिशंकरचा पुष्पगुच्छ देऊन आणि शाल पांघरून सत्कार करेन. त्यानिमित्तानं त्याचा गुणगौरव करणारी भाषणं होतील–त्यानंतर भरपूर पेयं–उत्कृष्ट जेवण–स्वीट डिश–कार्यक्रमाची बातमी प्रेसला देऊन उत्तम प्रचार करेन. याचा परिणाम म्हणून त्यांच्या मनात माझ्याविषयी विशिष्ट स्थान तयार होईल. आता नाही तरी ओळख आहेच–तीच जाणीवपूर्वक वाढवता येईल. का, ठाऊक आहे? त्याच्या उपस्थितीत तुझा सतार-वादनाचा कार्यक्रम ठरवून त्याची समीक्षा सगळ्या प्रमुख वृत्तपत्रांमध्ये येईल, याची काळजी घेईन. रेडिओचा पहिल्या दर्जाचा कलाकार म्हणून तुला मान्यता मिळवून देईन. वेगवेगळ्या कंपन्यांकरवी तुझ्या सतार-वादनाच्या रेकॉर्डस् आणि कॅसेटस् निघतील, असं बघेन. त्यांची देशभर आणि परदेशी तडाखेबंद विक्री करेन. परदेशी जाऊन कार्यक्रम करून येण्याच्या दृष्टीनंही मी मार्केट तयार करेन–त्याचा भारतातल्या प्रचार-माध्यमांद्वारे प्रसार करून तुझं भारतातलं स्थानही उंचावर नेईन! हे सगळं आजपासून एका वर्षाच्या आत करेन! पाहिजे तर आजची तारीख, महिना-वर्ष टिपून ठेव! वर्षाच्या आत तुझं मानधन रविशंकर–अमजदअली खाँ यांच्याजवळ नेऊन ठेवेन!”

हेमंतचं मन एम्.बी.ए. शिकत असताना आणि बेंगळूरमध्ये रेसिडेंट मॅनेजर म्हणून नोकरी करत असताना वापरत असलेले डावपेच आठवत होतं. नवं उत्पादन आठवड्याच्या आत संपूर्ण देशभर पोहोचवण्यासाठी काय-काय केलं पाहिजे, याविषयी त्यानंही अनेक ग्रंथांचं अध्ययन केलं होतं. अमेरिकेच्या रस्क या विद्वानाचं त्यानं आय्.आय्.एम्.मध्ये एक व्याख्यानही ऐकलं होतं.

कांतीनं ते व्याख्यान ऐकलं नाही आणि तिनं ते ग्रंथही वाचले नाहीत–तरीही तिच्या बुद्धीनं यावर किती समग्र विचार केलाय्!

हेमंत विचारात गढून गेला. आपल्याला संगीत-क्षेत्रात मान्यता मिळवायची निश्चित अपेक्षा आहे! अत्युत्तम कलाकारांच्या रांगेत आपणही पोहोचल्याची स्वप्नं त्यालाही निश्चितच पडत होती. अधूनमधून त्यालाही आपल्यामध्ये तेवढी कल्पनाशक्ती

आहे आणि तयारीही होत आहे, असं वाटून आत्मविश्वास वाढत होता–कधी मन मागंही सरत होतं.

तरीही संगीतकलेसारख्या तरल कलाप्रकाराच्या संदर्भात असं घडावं, हे त्याला पटत नव्हतं. संगीताच्या बैठकीत आलेल्या श्रोत्यांनी आपणहोऊन आपल्या इतर संगीतप्रेमी मित्रांना सांगावं आणि स्वतःही पुन्हा पुढच्या कार्यक्रमासाठी तिकीट काढून हजर राहावं, अशी त्याची अपेक्षा होती. याशिवाय वेगळ्या मार्गांनी प्रसिद्धी मिळवणं शुद्ध कलाभिरुचीला मारक आहे, असा त्याचा विश्वास होता.

तो कांतीला म्हणाला,

"मागं मी वेगळ्या संदर्भात सांगितलं होतं... आता माझ्या संदर्भातच सांगतोय्. घाई करायची गरज नाही. मी सावकाश मोठा होईन!... "

"तू उद्या मोठा कलाकार होशील–तुझी तेवढी ताकद आहे, हे मलाही ठाऊक आहे! तू म्हणतोस, त्या प्रकारे तुझं नाव भारतभर पसरायचं असेल, तर किमान वीस वर्षं तरी लागतील! तुझं हे म्हणणं म्हणजे मी रेल्वे-बसनं जाणार नाही-बैलगाडीनंच काशीयात्रा करेन, म्हणून हट्ट धरण्यासारखा प्रकार आहे! आताच तू चाळिशीचा आहेस... भारतभर नाव होईल, तेव्हा तू साठीचा असशील. त्या वेळी तुझं शरीरही थकलेलं असेल. मग तुझ्या रसिक श्रोत्यांना तुझी खरी कला कशी ऐकायला मिळणार? प्रचार-माध्यमांचा फायदा करून घेऊन त्यांच्यापर्यंत तू वर्षभरात पोहोचलास, तर त्यात काय चुकलं? यासाठी तू कुठंही तोंड वेंगाडण्याची गरज नाही, की कुणाची लाचारी पत्करायची आवश्यकता नाही. प्रत्येक कलाकाराला त्याच्या सुरुवातीच्या काळात कुणी तरी मदत करणारा हवाच असतो. ती जागा तुझ्या बाबतीत माझी आहे. त्यासाठी मी काय करावं, हा माझा प्रश्न आहे... तू त्यात लक्ष घालू नकोस. मी तुझ्या स्थानाला धक्का बसेल, असं काहीही वेडं-वाकडं करणार नाही. माझ्याही स्थानाला धक्का बसू देणार नाही."

तिला कुठल्या मुद्द्यावर विरोध करावा, हे त्याला सुचलं नाही.

काही वेळानं त्यानं काही तरी सांगायला तोंड उघडलं, तेव्हा तिनं त्याला थोपवून सांगितलं,

"इटस् ओव्हर! यानंतर एखाद्या विख्यात तबलजीशी तुझी जोडी जुळवायला पाहिजे. तुला बनारसचा विजय मिश्रा कसा वाटतो?"

"पण तो..."

"हे बघ... व्यवहाराची बाजू तू माझ्यावर सोपव, बघू! त्याला इथं बोलावून घेऊ, नाही तर तू तिथं जा. दोघंही दररोज सात-आठ तास एकत्र रियाझ करा. दोघांना परस्परांच्या कलेचा पूर्ण परिचय होईपर्यंत!"

◆

हरिशंकरचा सन्मान-समारंभ अत्यंत यशस्वी झाला. दिल्लीमधल्या राष्ट्रीय आणि आंतरराष्ट्रीय पातळीवरच्या सर्व सांस्कृतिक क्षेत्रांमधली निवडक दीडशे माणसं समारंभाला हजर होती. शिवाय प्रसिद्ध कलाकार, सरकारी सांस्कृतिक खात्यामधले अत्युच्च अधिकारी, प्रमुख वृत्तपत्रांचे समीक्षक-प्रतिनिधी, रेडिओ-टी.व्ही.चे प्रतिनिधी याचबरोबर चीन, अमेरिका, फ्रान्स, जर्मनी, इटली वगैरे देशांचे प्रतिनिधीही या कार्यक्रमासाठी निमंत्रित केले होते. हरिशंकरचे कॉलेजमधले आणि इतर मित्रही आले होते. थोडक्यात सांगायचं, तर दिल्लीच्या सांस्कृतिक जीवनाचं सार-सत्त्वच तिथं गोळा झालं होतं. त्यांपैकी बरेच जण आपापल्या बायकांबरोबर आले होते.

एवढी माणसं बुटांसकट वावरत असली, तरी सतारीचे मंद स्वर कानांना कुरवाळून जात होते. या भिंतीपासून त्या भिंतीपर्यंत गालीचा पसरला होता.

कांतीनं ही पार्टी रोझ-पेंटा या पंचतारांकित हॉटेलमध्ये आयोजित केली होती. यामागे एक फार वैयक्तिक कारण होतं. इथंच आपण बहलच्या संगतीत आत्मसन्मान गमावला, अशी तिची तीव्र भावना होती. म्हणून जाणीवपूर्वक तिनं तिथं ही भव्य पार्टी आयोजित केली होती. इतर काही कारणांसाठी जरी रोझ-पेंटापाशी गेलं, तरी तिला कुणी तरी डंख मारावा, तसं होत होतं. त्या मानसिक स्थितीतून बाहेर पडण्यासाठी तिनं स्वतःच हा मार्ग शोधून काढला होता.

अशाच मानसिक स्थितीविषयी माग शीतलनं आपला एक अनुभव तिला सांगितला होता. ती पहिल्याप्रथम परदेशी म्हणजे लंडनला गेली होती, तेव्हाची गोष्ट. तेव्हा तिला बीफ आणि मटन यांमधला फरक ठाऊक नव्हता. जन्मजात गुजराती शाकाहारी असलेल्या शीतलनं गंमत म्हणून तिथ बीफ-सँडविच खाल्लं. नंतर मनात काही तरी शंका वाटल्यामुळं तिनं बीफचा निश्चित अर्थ विचारला. गोमांस म्हणून समजलं, तेव्हा जेमतेम मांसासाठी तयार असलेल्या तिच्या मनाला मोठाच धक्का बसला. घशात बोटं घालून उलटी करावंसं वाटलं. पण त्याचबरोबर त्यात काही अर्थ नाही, हेही समजत होतं. तीन दिवस मनाची अशीच तळमळ चालली. नंतर मात्र एक दिवस ती जाणून बुजून त्याच हॉटेलात गेली आणि तिनं जाणीवपूर्वक गोमांस खाल्लं. पहिला घास गिळणं त्रासाचं झालं. त्यानंतरचा थोडा कमी त्रासाचा गेला. दुसऱ्या दिवशी त्यात थोडी चवही वाटली. तिनंच ही हकीकत सांगून कांतीला म्हटलं होतं,

"संस्काराची शक्ती एवढीच! जाणीवपूर्वक दोन-तीन वेळा तीच गोष्ट केली, की सगळे संस्कार नाहीसे होतात. आता मला विचारशील, तर चिकनपेक्षाही मला बीफच आवडतं.–"

याच तर्काप्रमाणे कांतीनं ही पार्टी रोझ-पेंटा हॉटेलात ठरवली होती. त्याचबरोबर

तिनं त्यासाठी बहललाही निमंत्रण दिलं होत. शीतलनंही आठवण करून दिली होती,

"इतर अधिकाऱ्यांना बोलावून त्याला टाळलं, तर परिणाम काय होईल, याचा विचार कर!"

तो आला, तेव्हाही पुढं होऊन कांतीनं त्याच्याशी हस्तांदोलन केलं आणि 'आपण आला नसता, तर ही पार्टी अपूर्णच राहिली असती, हे मी सांगायची गरज नाही–' म्हणत तिनं त्याची प्रमुख पाहुण्यांशी ओळख करून दिली होती. बहलनंही दोघांमध्ये कधीच काही घडलं नाही, अशा प्रकारे 'हॅलो - हाऊ डु यू डू -' म्हणत मोठ्या आत्मविश्वासानं तिच्याशी हस्तांदोलन केलं आणि तिच्यासोबत हरिशंकरपाशी जाऊन मंद स्मित करत त्याच्याशीही तेवढ्याच आत्मविश्वासानं हस्तांदोलन केलं! त्यामुळं तिचा त्याच्याविषयीचा तिरस्कार मात्र आणखी वाढला.

संपूर्ण समारंभात हेमंत कुठंही दिसता कामा नये, अशी तिची सक्त ताकीद होती.

मोठमोठे अधिकारी सूटस् घालून पार्टीला आले होते. संस्थांचे व्यवस्थापक जास्तकरून पायजमा-झब्बा या वेषात होते. सगळ्या स्त्रिया भारी सलवार-कमीज किंवा साड्यांमध्ये होत्या. सगळ्यांनी विदेशी सेंट्स फवारल्यामुळं आत सगळीकडे सुगंध पसरला होता. वर लखलखत लटकणारे शँडिलियर, भिंतीवरच्या विविध आकृती, प्रत्येक पावलासरशी स्प्रिंगप्रमाणे उसळी देणारा भारी गालीचा! शेरवानी-झब्बा परिधान केलेल्या हरिशंकरची पांढरट काळी दाढी नेहमीप्रमाणेच होती. एअर इंडियाची सिल्कची साडी नेसलेली गोरीपान बांधेसूद हेलन सगळ्यांचे लक्ष वेधून घेत होती.

आधी छोटेखानी समारंभ योजला होता. सगळ्यांनी शेजारच्या सभास्थानी यावं, म्हणून ध्वनिवर्धकावरून विनंती केल्यावर सगळे तिकडे वळले. सभास्थानी श्रीमंती थाटाच्या खुर्च्या होत्या. आधी भारतीय संगीत शाळेचे प्रिन्सिपॉल शिवचरण पांडे व्यासपीठावर गेले. माईक हातात घेऊन त्यांनी नम्रपणे जमलेल्यांचं स्वागत केलं. तसंच त्यांनी सत्कार-मूर्ती, इंडियन परफॉर्मिंग आर्टच्या सोहनलालजींना आणि चित्रकला अकादमीचा कालिप्रसाद भट्टाचार्यांना स्टेजवर बोलावलं. प्रेक्षकांच्या टाळ्यांच्या कडकडाटात तिघही स्टेजवर चढले. हेलनही हरिशंकरबरोबर स्टेजवर आली. सगळे स्थानापन्न झाल्यावर शिवचरण पांडेंचं भाषण पुढं सुरू झालं. त्यांची भाषा खास अशा कार्यक्रमासाठी कमावली होती. मिठासयुक्त भाषा आणि खास कमावलेला दमदार आवाज यांच्या साहाय्याने ते हरिशंकरांच्या अद्वितीय व्यक्तिमत्त्वानं ओळख करून देऊ लागले. अशा व्यक्तीनं एवढ्या महत्वाच्या जागी जाणं ही भारतीय सांस्कृतिक जीवनातली अद्वितीय घटना असल्याची त्यांनी ग्वाही दिली.

अशा व्यक्तीचा सत्कार करणाऱ्या मिस् कांतीजी याही तेवढ्याच महान असल्याचं त्यानं आपल्या खुमासदार शैलीत खुलवून सांगितलं. त्या निमित्तानं कांतीच्या कर्तृत्वाची गाथाही त्यांनी आळवली. पांडेजींनी तिचं विशेष अभिनंदन केलं, तेव्हा प्रेक्षकांनी किती तरी वेळ टाळ्या वाजवल्या.

त्यानंतर भारतीय परफॉर्मिंग आर्टचे सोहनलालजी बोलायला उभे राहिले. ते प्रमुख वक्ते असल्यामुळं त्यांची वाक्गंगा फारच समृद्धपणे वाहत होती. भारतीय समृद्ध संस्कृतीचं गुणगान करता-करता त्यांनी भरत-युग, कालिदास-युग, मोगल-युग, तानसेन-युग, पुरंदर-युग यांचा उल्लेख करून सांगितलं,

"–यानंतर या युगाला कलेच्या इतिहासाला हरिशंकर-युग म्हणून ओळखलं जाईल!" या वाक्यावर तर छप्पर उडून जाईल, एवढा प्रचंड टाळ्यांचा कडकडाट झाला.

नंतर भट्टाचार्यजी बोलले. त्यांनी सांगितलं,

"कलेच्या बाबतीत कलाकाराएवढंच कलापोषकालाही महत्त्व आहे! कारण पोटा-पाण्याचा प्रश्न मिटल्याखेरीज कलाकार मनापासून कलेमध्ये एकजीव होणं शक्य नाही. आजवर इतिहासात अशा कलापोषक राजांना अत्यंत आदराचं स्थान आहे! प्रजासत्ताक पद्धतीमध्ये सरकार चालवणारे अधिकारी सुद्धा तेवढेच महत्त्वाचे ठरतात! जेव्हा हरिशंकर यांच्यासारखे अशा अधिकारावर येतात, तेव्हा त्यांचं महत्त्वही राजा विक्रमादित्यापेक्षा कमी नाही!"

यावरही टाळ्यांचा कडकडाट झाला, पण तो सोहनलाल यांच्या भाषणापेक्षा निम्माच होता.

कांतीनं दिलेली चंदनाची मूर्ती, हार, शाल, नारळ यांचा स्वीकार करून हरिशंकरनी आपल्या भाषणात जमलेले मित्र, कांतीजी आणि आपल्यावर भाषण केलेल्या विद्वानांचे आभार मानून त्यानंतर त्यांनी भारतीय संस्कृतीची महती गाणारं छोटंसं पण विद्वत्तापूर्ण भाषण केलं. सगळ्यांनी त्यांच्या प्रभावी वक्तृत्वाला दाद दिली. नंतर कांतीनं आपल्या छोट्या भाषणात हरिशंकर आणि त्यांची जीवनस्फूर्ती हेलनचे इथं आवर्जून आल्याबद्दल आभार मानले. वक्त्यांचेही आभार मानून तिनं सगळ्यांना जेवण्याच्या हॉलमध्ये येऊन परस्परांशी असलेला स्नेह वाढवावा, म्हणून विनंती केली.

तिथली व्यवस्था तर आणखी संपन्नता दर्शवणारी होती. स्कॉच, रॉयल सॅल्यूट, जॉनी वॉकर, व्हॅलेंटाईन, व्हाईट हॉर्सबरोबरच विविध प्रकारच्या वाईन्स, संत्र्याचा रस, कोक; त्याबरोबर खाण्यासाठी दहा प्रकारचे खाद्यपदार्थ होते. सगळे आधी मनसोक्त प्यायले आणि त्यानंतर अत्यंत श्रीमंती थाटाचं ते जेवणही त्यांनी रिचवलं.

दुसऱ्या दिवशीच्या सगळ्या वृत्तपत्रांमध्ये या सन्मान-समारंभाची बातमी आणि

त्यासोबत कांतीचा हरिशंकरना हार घालत असलेला फोटो प्रसिद्ध झाला. एका रात्रीत कांती दिल्लीमधल्या सांस्कृतिक वर्तुळातली प्रतिष्ठित नागरिक झाली! उच्चभ्रू महिलांच्या वर्तुळात 'कोण ह्या कांतीजी?' हा त्या दिवशीचा महत्त्वाचा प्रश्न होता.

या प्रसिद्धीचा शीतलवरही, नाही म्हटलं, तरी परिणाम झाला. तिनं म्हटलं,

"कांती, आपण दोघी व्यवसायातल्या पार्टनर्स आहोत. ही पार्टी तू एकटीनं का आयोजित केलीस? मी यातला निम्मा खर्च द्यायला नकार दिला असता, असं तुला वाटलं का?"

कांतीला ती का असं म्हणतेय, तेही समजलं होतं. तिनं उत्तर दिलं,

"अग, संगीत-क्षेत्राशी संबंधित असलेला हा कार्यक्रम होता. तुला त्यात रस नसताना तुझ्याकडून निम्मा खर्च घेणं माझ्या मनाला कसं पटेल?"

शीतलला यावर उत्तर सुचलं नाही. यानंतर आपली मैत्रीण वेगवेगळ्या संगीत-सभांची सभासद होणार, याबाबतीत तरी ती आपल्यापासून दिवसेंदिवस दूर जाणार, हे जाणवून ती खिन्न झाली.

◆

न बोलता तो संपूर्ण समारंभ पाहणाऱ्या हेमंतच्या मनावर दोन गोष्टी चांगलाच परिणाम करून गेल्या होत्या.

तिथं जमलेल्या दीडशे प्रेक्षकांनी हेलन आणि हरिशंकर यांचे संबंध सहजपणे मान्य केलेले दिसत होते. त्याचं आधी एक लग्न झालं आहे. त्यानं त्याच्या बायको-मुलांना सोडून दिलं आहे, ही वस्तुस्थिती इथल्या किती जणांना ठाऊक असेल? त्यांचे जवळचे मित्र, स्वागत-अभिनंदन करणारे प्रमुख वक्ते, त्यांच्याबरोबर वर्षानुवर्ष काम करणारे सहकारी यांना तर हे निश्चित ठाऊक असणार. या दिल्लीत कुठल्याही पराशिवाय हवा तेवढा कावळा करायची इथल्या दिवाणखान्याची खासियत! अशा वेळी त्यांनी बायको-मुलांना सोडलं, हीच वस्तुस्थिती असताना लोकांना समजल्याशिवाय कसं राहील? सभेनंतरच्या पिण्याच्या आणि त्यानंतरच्या भोजनाच्या पार्टीच्या वेळी हातात ग्लास किंवा डिश घेऊन आपापल्या जागा बदलत फिरत असताना चाललेल्या गप्पांमध्ये हे विषय चघळल्याशिवाय राहिले असतील काय?

हे आठवत असताना हेमंतला उगाचच या पद्धतीच्या जेवणाची जुन्या जेवणाच्या पंक्तीशी तुलना करावीशी वाटलं. सनातन विवाहाप्रमाणे भोजनाच्या पंक्तीमध्ये आजू-बाजूचे पहिल्यांदाच ठरून जातात. जेवण संपूर्ण होईपर्यंत त्यात बदल होत नाही. इथं मात्र प्रत्येकजण परस्पराशी जेवताजेवता थोड्या-थोड्या गप्पा मारत, भोवतालचा ग्रूप बदलत एकीकडे आपलं जेवणही सुरू ठेवू शकतो! अशा परिस्थितीत बुफे संस्कृतीनं हेलन-हरिशंकर संबंधाला मान्यता देणं साहजिकच

आहे, असंही त्याला तीव्रपणे वाटलं.

एकीकडे त्याला स्वतःचीही गंमत वाटत होती. या आधी त्यानं असल्या किती तरी पार्ट्या पाहिल्या होत्या. त्यांत भागही घेतला होता. पण हालुकेरेच्या जोगीगुड्डावर एवढे दिवस विद्याशालेच्या वातावरणात राहिल्यानंतर मात्र या आठवणी सुद्धा किती तरी लांब गेल्या होत्या. नोकरी सोडल्यानंतर हेमंत किती तरी वर्षांनंतर ह्या प्रकारची पार्टी पाहत होता. पण तरीही हातात दारूचा ग्लास घ्यायची त्याला इच्छा झाली नव्हती. खाण्यातही त्याला विशेष रस जाणवत नव्हता. त्याचं मन अजूनही या संस्कृती-भिन्नतेचा विचार करण्यात गढून गेलं होतं.

ही सगळी पार्टी–या पार्टीसाठी पाण्यासारखा वाहिलेला पैसा कांतीनं आपल्यासाठी खर्च केलाय्, या विचारानं त्याचं मन कांतीविषयीच्या भावनेनं भरून आलं होतं. इथं आलेल्यांपैकी किती तरी जणांनी आम्हां दोघांना संगीत मेहफिलींमध्ये निश्चितच पाहिलं असेल! आम्हां दोघांच्या मैत्रीविषयी त्यांना ठाऊक आहेत. यानंतर हरिशंकरकडून जेव्हा माझ्यावर विशेष उपकार होतील, तेव्हा सगळ्यांना या पार्टीची आठवण होईल आणि याचसाठी कांतीनं एवढे पैसे खर्च केले होते, याची त्यांच्यामध्ये चर्चाही होईल! पण त्याआधी मला आवश्यक ती संधी मिळून त्यानंतर मी माझ्या ताकदीच्या जोरावर कलेच्या क्षेत्रात वावरायला सुरुवात करेन!

कांतीनंही हा सगळा विचार केला असावा. कारण हेमंतनं तिला विचारलं होतं,

''या पार्टीसाठी खर्च किती येईल?''

''त्याची तुला काय गरज? तू यात अजिबात लक्ष घालू नकोस...'' तिनं सांगितलं होतं, तरीही दीडशे माणसांचं एवढ्या मोठ्या हॉटेलात जेवण–जेवणाआधीची विपुल पेयं - सभागृहाचं भाडं अगदी सरळ हिशेब केला, तरी तीस हजारांपेक्षा जास्त रुपये खर्च झाले असतील, याविषयी त्याची खात्री होती. त्याचं मन कृतज्ञतेनं भरून गेलं होतं.

जेवणाआधी हातात ग्लास घेऊन कांती प्रत्येकाची दखल घेत - हसून स्वागत करत - हस्तांदोलन करत त्याच्यापाशीही आली आणि मंद हसली. त्याला विशेष अर्थ सांगणारं मंद हसू! त्याच वेळी कुणी तरी तिच्या मागून येऊन तिच्याशी हस्तांदोलन करत म्हणाल,

''फारच उत्कृष्ट पार्टी आयोजित केलीत हं, मिस् कांतीजी! मी डॉक्टर प्रसादजींचा सहोद्योगी म्हणून काम केलंय्. इंडियन कल्चरचा रीडर आहे. सचदेव माझं नाव.''

हेमंतचं लक्ष आता सचदेवनं केलेल्या मिस् कांतीजी या संबोधनावर केंद्रित झाल. अरेच्या! याला एक विशिष्ट अर्थ आहे, हे माझ्या लक्षातच आलं नव्हतं! व्यासपीठावरून पहिलं भाषण करणाऱ्या शिवशरण पांडेंनी या संबोधनाला सुरुवात

केली. त्यानंतर प्रत्येक वक्त्यानं कांतीचा उल्लेख 'मिस्' म्हणूनच केला. याचाच अर्थ इथल्या सगळ्यांनी तिला 'मिस्' म्हणून मान्यता दिली आहे. यानंतर यांतली प्रत्येक व्यक्ती तिच्याकडे 'मिस्' म्हणूनच बघेल. शिवशरण पांडेला कांतीनंच ही सूचना दिली असली पाहिजे. किंवा तिनं स्वतःची ओळख करून देतानाच 'मिस् कांती' म्हणून सांगितलं असावं. तिनं मलाही संतापानं सांगितलं होतं–मी कांती– मी मिसेस् रवींद्र नाही, मी स्वतंत्र आहे! मी तिचं बोलणं मानलं नाही, म्हणून ती संतापलीही होती. आता ती भावना तिच्या मनात चांगलीच रुजली आहे! आता त्या भावनेला सामाजिक मान्यता मिळवायची तिची धडपड चालली आहे.

या विचारानं त्याला, नाही म्हटलं, तरी हलकं वाटलं. तीच स्वतःला एवढ्या हट्टानं 'मिस्' म्हणवत असताना, मी नाही म्हणत उगाच का अपराधीपणाच्या भावनेत होरपळत राहू?

दहा मिनिटांनी त्याचं मन वेगळ्याच विचारानं घेरलं. एकदा 'मिसेस्' झाल्यानंतर पुन्हा 'मिस्' होणं शक्य आहे काय? एकदा ठरवून पुन्हा नाकारायला तो काही कुठला करार नाही. दैहिक दृष्ट्या तरी ही गोष्ट अशक्य आहे. मानसिक दृष्ट्या तरी हे शक्य आहे काय? काही देशांमध्ये विवाहबंध तुटले, की पुन्हा 'मिस्' म्हणायची पद्धत आहे, हे त्यालाही ठाऊक होतं. पण तो फक्त कायद्याचा भाग झाला.

तसं पाहिलं, तर पुरुषासाठी विवाहित किंवा अविवाहित असल्याचं दर्शवणारं कुठलंही उप-नाम नसल्याचं त्यालाही ठाऊक होतं. पण पाठोपाठ त्याला आठवलं– ज्या जातींमध्ये जानवं घालायची पद्धत आहे, त्यांच्यामध्ये उपनयन-विधीच्या वेळी एक जानवं घातलं जातं. लग्नाच्या वेळी आणखी एक जानवं घातलं जातं. नंतर बायको वारली किंवा दोघंही परस्परांपासून दूर गेले, तरी त्याची जानव्याची जोडी कधीही पुन्हा एकेरी होत नाही! विवाह मोडला, तरी तो पुरुष शास्त्राच्या दृष्टीनं पुन्हा अविवाहित होऊ शकत नाही!

दहा मिनिटांपूर्वी मनाला जो मोकळेपणा वाटला होता, तो या विचारानं नाहीसा होऊन पुन्हा त्याचं मन कष्टी झालं.

◆

# १२

बेव्हर्ली शाळेमधल्या एकेक कथा ऐकल्यावर अनुपला आपली विद्याशालाच उत्तम होती, असं वाटू लागलं. सगळी मुलं खेड्यांमधून आलेली असल्यामुळं शाळेत आल्याआल्या काही दिवस परस्परांशी भांडताना त्यांच्या तोंडात खेड्यातल्या इरसाल शिव्यांची रेलचेल असे. दुसऱ्या वर्षापर्यंत विद्याशालेच्या आवारात असे शब्द उच्चारू नयेत, याची पक्की जाणीव झालेली असे. तिसऱ्या वर्षापर्यंत शाळेविषयीच्या अभिमान एवढा तीव्र होत असे, की विद्याशालेत शिकलेल्या मुलाच्या तोंडी असल्या शिव्या असता कामा नयेत, असा त्यांचा आग्रह असे!

एका दृष्टीनं तिथले कपडेलत्तेही साधे आणि सहज होते. खेड्यातल्या माणसांप्रमाणे केवळ अर्धी चड्डी घालून–वर बनियनही न घालता विद्यार्थी आणि शिक्षक एकत्रितपणे मातीत आणि शेणात काम करत होते. सगळ्यांचीच शरीरं सगळ्यांना दिसत असल्यामुळं कुणीच कुणाकडे त्या दृष्टीनं लक्ष देत नाही. इथलं सगळंच वेगळं आहे!

इथं आल्यापासून आपल्यामध्ये एक बदल झाल्याचं अनुपला स्पष्टपणे जाणवत होतं. दिवस-रात्री केव्हाही मनात एकाएकी कामभावना अविचतपणे उभी राहते! शांत असलेल्या छोट्या रम्य बागेत एकाएकी मधमाशीचं मोहोळ उठावं, तसं होऊन जातं–कुठल्या दिशेनं, कुठल्या अज्ञातवासातून त्या येतात, तेच समजत नाही. कॉलेजच्या आवारात रेखीव बांध्याच्या मुली दिसल्या, कमी उंचीच्या, बेढब बांध्याच्या मुली दिसल्या, तरीही, कुरूप चेहऱ्याच्या मुली दिसल्या, तरीही, भिंतीवरची सिनेमाची पोस्टर्स पाहिल्यावर–यातलं काहीही न बघता आपल्या अंथरुणावर डोळे मिटून पडून राहिलं, तरीही मनाचा गोंधळ सुरूच असतो! हे कॉलेज वाईट आहे! विद्याशालेत यांपैकी कशाचाच असा छळवाद नव्हता.

पण हे फक्त कॉलेजमध्येच घडतं, असंही नाही. सुट्टीमध्ये दिल्लीला गेल्यावरही तिथल्या त्या उंच मुली... छेः! या सगळ्यांतून सुटका हवी असेल, तर पुन्हा विद्याशालेतच जायला हवं. पण आता ते शिक्षणही घेऊन संपलंय्, म्हटल्यावर तिथं कसं जाता येईल? आपल्याला इंजिनीअर व्हायचं असेल, तर याच कॉलेजमध्ये

शिकणं आवश्यक आहे–

बेव्हर्ली स्कूलमधली मित्रांनी सांगितलेली कथा ऐकल्यावर त्याच्या मनातलं रॅगिंगचं चित्र मागं पडून आपल्या मर्जीनं विवस्त्र होण्यातही गंमत आहे, असं त्याला वाटू लागलं. तरीही त्याच्या मनात अजूनही बेंगळूरच्या हॉटेलमध्ये शाळेत असताना ओमी आणि जग्गूबरोबर जाऊन पाहिलेला कॅबेरे ठाण मांडून होता. त्या वेळी मुलीचं नग्न स्वरूप पाहण्यामागं तीव्रतम कुतूहल होतं. या तीन वर्षांत माझ्यातच किती बदल होऊन गेलाय्! तरी आजही ती कॅबेरेची आठवण मधूनच वेड लावल्याशिवाय राहत नाही! अनावर वेड! रस्त्यात दिसणाऱ्या प्रत्येक मुलीला ओढून न्यावं, असं वाटून माथं भडकून जात होतं–

एक दिवस त्यानं आपली ही अवस्था ओमी आणि जग्गूला सांगितली. जग्गू म्हणाला,

"हॉस्टेलचं साधं अन्न खातानाच तुझी ही गत आहे! शुद्ध साजूक तुपात केलेल्या भाज्या आणि मख्खन परोठा खाणाऱ्या आमच्यासारख्यांची काय गत होत असेल, तूच विचार कर! पूर्वीचाच काळ बरा होता, बघ! लवकरच लग्नं करून देत. मुलांना अठराव्या वर्षी पहिलं मूलही होत असे! ही शिक्षणाची लाट आली आणि लवकर लग्न करायचं कायमचं मागं पडलं!"

"आपल्या वयाच्या मुलींना काही त्रास नाही होत?"

"झाल्याशिवाय कसा राहील? पण आई-वडील त्यांना दररोज कॉलेजला पाठवताना दम देतात–काही गडबड केली, तर कॉलेज बंद करून घरी स्वयंपाकघरात कामं करायला डांबून ठेवू! शिवाय एकदा नाव खराब झालं, तर पुढं लग्न होणं कठीण होईल, ही भीतीही त्यांना असतेच. या दोन्हीमधून त्या मुक्त झाल्या, तर मग आपली चंगळच!"

हे अनुपलाही पटलं. त्या दिवसापासून प्रत्येक मुलीकडे बघताना ही भीतीनं घेरली आहे, की स्वातंत्र्याच्या अपेक्षेनं निर्भय झाली आहे, हे तो पाहू लागला. पण त्याला असं काहीच निश्चितपणे समजत नव्हतं. मोकळेपणानं बोलणाऱ्या मुलींबरोबरही फक्त 'कॉलेज कसं आहे? नोटस् घेतल्यात काय?–' एवढ्याच विषयावर बोलणं होत होतं.

ही काम-भावना मध्येच आठ-पंधरा दिवस नाहीशी होत असे. त्या वेळी शिक्षण-अभ्यास-इतर गोष्टी लक्ष वेधून घेत. पुन्हा मधमाश्यांनी अचानक हल्ला करावा, तशी तीच अवस्था!

एक दिवस त्यानं ठरवलं, हालुकेरेला विद्याशालेत जाऊन दोड्डप्पांना सगळं मोकळेपणानं सांगायचं आणि त्यांनाच यावर काही तरी मार्ग विचारायचा. दोन दिवसांतच हा विचार चांगला पक्का झाला. केवळ दोड्डप्पांशी बोलणंच नव्हे,

तिथल्या इतर शिक्षकांना आणि विद्यार्थ्यांना भेटायचं, त्या वातावरणात पुन्हा फिरून यायचं, या विचारानं त्याच्या मनात उत्साह निर्माण झाला. तिथं मोटारसायकलवरूनच गेलं पाहिजे. तेही जीन घालूनच. इलेक्ट्रॉनिक इंजिनीअरिंग म्हटल्यावर या सगळ्यांची आवश्यकता असतेच–म्हणून सगळ्यांना सांगितलं पाहिजे. आपल्याला हवं तेव्हा, हवं तिथून निघून, हव्या त्या मार्गानं, हव्या त्या वेगानं, हवं तसं जाऊन पोहोचायचं स्वातंत्र्य एकदा अनुभवल्यानंतर परावलंबी होऊन दुसऱ्याच्या वाहनाची वाट पाहणं– बिदरळ्ळी फाट्यापासून पुढं पायी चालत जाणं–छेः! आदिम संस्कृतीमधल्या या पायी चालण्यावर कायमची बंदी घातली पाहिजे! त्याशिवाय माणसाचा विकास होणं अशक्य आहे!

होय! हा विचार छान आहे! तिथं गेल्यावर दोड्डप्पा आणि इतर शिक्षकांबरोबर याच विषयावर मुद्देसूद वाद-विवाद करायला पाहिजे. नाही तरी आता तिथं गेल्यावर सगळ्या मुलांसमोर एक भाषण तर करायला सांगतीलच! त्याच वेळी इलेक्ट्रॉनिक युग–या युगाचा प्रचंड वेग–पहिल्या वर्षाच्या मुलांसाठी एच्.ओ.डी.नी सांगितलेले काही मुद्देही इथं आपल्याला वापरता येतील. पण एच्.ओ.डी. इंग्लिशमध्ये बोलले होते. ते सगळं कन्नडमध्ये सांगायचं, म्हणजे–उगाच स्टाईल म्हणून विद्याशालेत मी इंग्लिशमध्ये बोलायला लागलो, तर कसं! तिथले सगळे शिक्षक–त्यात इंजिनीअर्स आणि डॉक्टर्सही आहेत–म्हणतात, कुठलाही विषय कन्नडमध्ये सांगता येईल–काही शब्द नव्यानं तयार करून घ्यावे लागतील, एवढंच! जाऊ द्या– आपण, इंग्लिशमिश्रित कन्नडमध्येच भाषण केलेलं बरं!

भाषणाआधी माझा सगळ्या श्रोत्यांना परिचय करून देताना–कोण परिचय करून देईल? या वर्षी विद्यार्थ्यांचा सेक्रेटरी कोण असेल? कुणी का असेना! आपल्या भाषणात दोड्डप्पा मात्र नक्की सांगतील–

"अनुपसारखा हुशार विद्यार्थी आमच्या शाळेत याआधी कधीही नव्हता! त्यानं पहिल्या वर्गात यश मिळवलंय् आणि त्यामुळं आपल्या शाळेला, शिक्षकांना त्यानं यश मिळवून दिलं आहे... "

या विचारानं त्याचं सर्वांग पुलकित झालं.


त्याच्या अपेक्षेप्रमाणेच सगळं घडलं. शनिवारचा वर्ग संपल्यावर तो तिथं पोहोचला, तेव्हा सव्वा दोन वाजले होते. दुसऱ्या दिवशी रविवार–सुट्टीचा दिवस असल्यामुळं शनिवारीच त्याचं भाषण ठेवण्यात आलं. शिंग्रेगौडा आपल्या पाठोपाठचा उत्तम वक्ता असल्याचं अनुपलाही ठाऊक होतं. त्यानं आपल्या वक्तृत्व-कलेचा अनुपच्या गुण-गौरवासाठी मोकळ्या मनानं वापर केला. अध्यक्ष झालेल्या दोड्डप्पांनीही तेवढंच कौतुक केलं! अनुपनं इलेक्ट्रॉनिक युग म्हणजे वेगाचं युग म्हणत आपल्या

भाषणाला प्रारंभ केला. पंच्याहत्तर मैलांवरच्या आपल्या कॉलेजमधून आपण इथं आपल्या बुलेटवरून सव्वा तासात- त्यातही वाईट रस्ता असतानाही–आल्याचं त्यानं उदाहरण म्हणून तीन वेळा सांगितलं. तिथल्या मुलांना बुलेटवरून फिरवून आणून त्यांनाही त्यानं वेगाची चव दाखवून दिली.

एवढं सगळं झाल्यानंतर रात्री जेवताना आपण इथं येण्यामागचा हेतू त्याला आठवला. पण इलेक्ट्रॉनिक युग आणि वेग यावर भाषण झोडल्यानंतर, सगळ्यांना बुलेटच्या वेगानं प्रभावित केल्यानंतर आता दोड्डप्पांच्या पुढ्यात जाऊन आपलं रडगाणं गायचं? त्यातही असला विषय! त्याला लाज वाटली. त्यामुळं जेवणानंतर दोड्डप्पांना भेटून त्यानं सांगितलं,

"उगाच आलो होतो... तुम्हां सगळ्यांना भेटायला!..."

"तू मोटारसायकल घेतल्याचं ठाऊक नव्हतं मला!"

दोड्डप्पांच्या या प्रश्नानं तो गडबडला. त्यानं ही बातमी डॅडींनाही सांगितली नव्हती. सांगितली असती, तर त्यांनी सुरुवातीलाच विरोध केला असता. यानंतर त्यांना दोड्डप्पा पुढच्या भेटीत निश्चितच सांगतील. कदाचित पत्रातूनही कळवतील. आपलं चुकलंच–आपण इथं गाडी आणायलाच नको होती.

दोड्डप्पाच म्हणाले,

"हे बघ, अलीकडे किती तरी मुलांनी विकत घेतल्याचं मीही पाहिलंय्. या वयात वेड्या वेगानं गाडी चालवून रस्त्यावरच्या निष्पाप लोकांना मारून आपल्याही जिवाला धोक्यात घालता, म्हणून आई-वडलांना काळजी वाटते. महत्त्वाचं काय आहे, सांगू? आपण मुलाला काय दिलंय्, ते आईनं वडलांना आणि वडलांनी आईला सांगितलं पाहिजे. नाही तर याचा फायदा मुलं घेतल्याशिवाय राहणार नाहीत! हे त्या मुलांच्या दृष्टीनं योग्य नाही. तुझी आई तुझ्या वडलांना सांगणार नाही, हे तुलाही ठाऊक आहे. त्यामुळं अशा वेळी तू त्यांना सांगणं प्रामाणिकपणाचं ठरलं असतं. आईकडून काहीही मागून घेतलं, तरी ते वडिलांना सांगितल्याशिवाय राहू नकोस."

"सगळं सांगितलं, तर डॅडी काहीच देणार नाहीत मला!... "

"अरे, तुझ्या वडलांना विद्यार्थ्यांच्या गरजांची पूर्ण जाणीव आहे. गरजेपेक्षा जास्त पैसा हातात पडला, तरी मुलं बिघडतात. अतिआशा हेच अधःपतनाचं कारण आहे!"

विद्याशालेचं हेच मूलतत्त्व आहे! दोड्डप्पा नेहमी हेच सांगत असतात. त्यात नवं काय आहे? त्यांच्या दृष्टीनं विद्यार्थी म्हणजे ब्रह्मचारी! पूर्वी सगळ्या विद्यार्थ्यांनाच ब्रह्मचारी म्हणत, म्हणे! त्यांनी आरशात किंवा साठलेल्या पाण्यात आपलं प्रतिबिंब पाहू नये–त्यातूनच मनाची चंचलता सुरू होते. शिवाय विद्यार्थ्यानं काही ना काही

शरीर-कष्टाचं काम करत राहिलं पाहिजे–जेवण झाल्यावर वाचन करून झोपणं–सकाळी जाग आल्यावर लगेच उठलं पाहिजे–नाही तर मनाच्या चंचलतेला संधी दिल्यासारखं होतं–वगैरे वगैरे! आता मी त्यांना माझ्या मनातल्या विकारांविषयी सांगितलं, तरी ते मला हेच सांगतील!–'मोटार-सायकल सोडून दे–सुपर स्पीड-किंग वगैरे सगळं सोडून दे–बाटीक टी-शर्ट, बेलबॉटम पँट, जीन्स, ट्राऊझर्स वापरायचं सोडून दे' म्हणून सांगतील.

"दोड्डप्पा, मी अजूनही मोटारसायकल घेतल्याचं डॅडींना सांगितलं नाही. तुम्ही त्यांना सांगू नका. बेंगळूरला जाईन, तेव्हा त्यांना सांगेन मी..."

"पुढच्या शनिवारी संध्याकाळी तो इथं येणार आहे. रविवारी इथं एक मीटिंग आहे. मी सांगितलं नाही, तरी इतर मुलं किंवा शिक्षक त्याला सांगणार नाहीत का? कौतुकानंच सांगतील. त्यांना तुम्ही सांगू नका, म्हणून सांगायला लावणं योग्य आहे का?"

आपण इथं आलो, हेच चुकलं, असं अनुपला वाटू लागलं. आता म्हैसूरला गेल्यागेल्या त्यांना पत्र लिहून चार दिवसांपूर्वीच मोटारसायकल घेतली–मित्राची सेकंडहँड गाडी–मम्मीनं पैसे दिले, म्हणून सांगितलं, तर डॅडी एक अक्षरही बोलणार नाहीत!–या विचारानं त्याला हलकं वाटलं.

दुसऱ्या दिवशी वाऱ्याच्या वेगानं म्हैसूरला परतत असताना त्याच्या मनात आलं–मम्मीच्या फॅक्टरीत तयार होणारे शर्टस् फक्त परदेशी पाठवून काय होणार आहे? इथं भारतातही त्यांचा प्रचार व्हायला पाहिजे. ट्राऊजर्सही तयार झाले पाहिजेत. त्यासाठीही मम्मीच्या फॅक्टरीत प्रयत्न चालल्याचंही त्याला आठवलं. जर सगळ्या विद्यार्थ्यांनी दोड्डप्पांचाच आदर्श ठेवला, तर मम्मीच्या फॅक्टरीतले रेडीमेड शर्ट विकले कसे जातील? दोड्डप्पाच्या फिलॉसॉफीत गुंतलं, तर प्रगतीच होणं शक्य नाही!–

या विचारासरशी मनावरचे ताण-तणाव कमी होऊन गाडीचा वेग आणखी वाढला.

◆

इलेक्ट्रॉनिक्सच्या तिसऱ्या वर्गात असलेल्या रश्मि सिंगला न ओळखणारं असं संपूर्ण कॉलेजमध्ये कुणीच नव्हतं. कुठल्याही जुन्या परंपरेचं बंधन न पाळणारी अत्यंत धीट मुलगी म्हणून सगळं कॉलेज तिला ओळखत होतं. एवढंच नव्हे, तिच्या विशेष आकर्षक बांध्यामुळं ती अधिक ओळखली जात होती.

पाच फूट आठ इंच एवढी भरपूर उंची आणि या उंचीला साजेल, असा शरीर-

बांधा. चेहरा काही अत्यंत सुंदर वगैरे नव्हता. पण उंच बांधा आणि एकंदर व्यक्तिमत्त्वाचा प्रभाव यांमुळं ती संपूर्ण कॉलेजचं लक्ष आपल्याकडे वेधून घेत होती. एक दिवस पारंपरिक पद्धतीनं रुंद काठाची रेशमी साडी आणि कुंकू लावून आली, तर दुसऱ्या दिवशी जीन्स आणि बनियनसारखा शर्ट घालून येत असे. एवढी उंची असली, तर त्याची फिकीर न करता कधी मिडी घालून येत होती. कधी शॉर्टस्-टी शर्ट घालून टेनिस खेळत होती. कधी उगाच सगळ्या मुलांमध्ये बसून सिगारेट ओढत होती–गंमत म्हणून!

तिचे वडील मिलिटरीमध्ये कर्नल होते. नुकतीच त्यांची मद्रासहून तिबेट-सीमेवर बदली झाली होती. आई, छोटा भाऊ आणि बहीण दिल्लीमध्ये राहत होते.

एक दिवस तो आपल्या विभागाच्या नोटिस बोर्डापाशी उभा असताना ती तिथं येऊन 'हाय–' म्हणाली. अनुपचं तिकडं लक्ष नव्हतं. तिनं पुन्हा त्याला म्हटलं,

"अनुप, आय् ॲम ग्रीटिंग यू!"

त्यानं मान वळवून तिच्याकडे पाहिलं.

आपल्यापेक्षा फक्त दोन इंच कमी उंची–ही का आपल्याला हाक मारते?

त्यानंही प्रत्युत्तर म्हणून 'हाय–' केलं.

तिनं त्याला स्पष्टच विचारलं,

"तुला सुपर स्पीडकिंग म्हणून सारं कॉलेज ओळखतं. त्यात किती खरं आहे, हे मला पाहायचं आहे!–"

हे ऐकून त्याला आनंदाचा धक्काच बसला. त्याचा स्वतःच्या कानांवर विश्वासच बसेना. एखाद्या सुंदर मुलीला डबलसीट घेऊन भरधाव वेगानं मोटारसायकल पळवायचं स्वप्न गेले अनेक दिवस त्याला छळत होतं. पण कुणा मुलीला 'चल' म्हणायचा प्रसंग जमून आला नव्हता आणि त्याला तसं धैर्यही झालं नव्हतं. शिवाय नव्यानं कॉलेजमध्ये आलेल्या त्याच्या वर्गातल्या मुलीही तेवढ्या धीट नव्हत्या. ही एवढं धैर्य दाखवते आहे, याचा अर्थ ही निदान दुसऱ्या वर्षाची तरी असणार–

चेहरा लालबुंद झाला, तरी तो उत्तरला,

"ओ येस्! केव्हाही!"

"केव्हाही कशाला? आता जाऊ या...! वेळ आहे?"

"आहे. हाऊ अबाऊट यू?"

"मला खूप वेगानं जाणाऱ्या मोटारसायकलीवर बसून फिरायची इच्छा आहे! तू नेशील, तेवढ्या वेगानं! मी रूमवर जाऊन जीन्स घालून येते. साडी वेगासाठी अत्यंत प्रतिकूल वेष आहे. साडी म्हणजे स्टँडस्टिल वेष! खरं, की नाही?"

"मग नेसायचीच का?"

"उगाच... चेंज म्हणून! धावणारे मध्येच थांबत नाहीत का? तसं! तूही फ्रेश होऊन ये! आणखी पंधरा मिनिटांत... म्हणजे... अं... तीन वीसला मी तुमच्या हॉस्टेलच्या पुढच्या गेटपाशी येईन. माझी एक अट आहे! कुणीही दुसऱ्याला वाट पाहायला लावायची नाही. मिलिटरी डिसिप्लीनमध्ये वाढलेय् मी! ठाऊक आहे ना?"

जास्तीत जास्त वेगानं जाता येईल, असा रस्ता म्हणजे मडिकेरीचा रस्ता. बेंगळूर रस्त्यावर रहदारी फार. इतर रस्ते म्हणजे पाषाणयुगातले! साडेतीनची वेळ आणि मडिकेरी रस्ता... चेहऱ्यावर उन्ह येणार... अनुपनं गॉगल घेतला. ती यायच्या आधी त्यानं मोटारसायकलची टाकी पेट्रोलनं पूर्ण भरली आणि हॉस्टेलच्या गेटपाशी आला. तीन वाजून एकोणीस मिनिटांनी तिथं आलेल्या रश्मीनं हातातल्या घड्याळात बघितलं आणि त्याच्याकडे पाहत भुवया उडवत ती मंद हसली. जीन-पँट, तलम स्पोर्टस् टी शर्ट, डोक्यावरचे केस उडू नयेत, म्हणून घट्ट रेशमी रुमाल बांधला होता. तिनंही डोळ्यांवर गॉगल चढवला होता. त्यानं इशारा करताच ती मागच्या सीटवर दोन्ही बाजूंना पाय टाकून कसलेल्या स्वारासारखी बसली. नंतर तिनं त्याला विचारलं,

"ठीक आहे ना? की तुझ्या पोटाला धरून बसू?"

"दॅट इज बेटर... " तो म्हणाला. ती पटकन पुढं सरकली आणि त्याच्या कमरेवर आपले हात धरून ती बसली.

या स्त्री-सान्निध्यानं त्याचं काही क्षण भान हरपल्यासारखं झालं. त्यानं बुलेट सुरू केली.

समोरून येणाऱ्या रिक्षा, स्कूटर्स, ट्रक्स, चुकवत काही वेळातच त्याची बुलेट मडिकेरी रस्त्यावर आली आणि त्यानं गाडीचा वेग वाढवला. समोरून येणाऱ्या पच्छिम–वाऱ्याच्या आवाजात बुलेटचा आवाज मिसळला. चार-पाच किलोमीटर जाईपर्यंत काही शहरी वाहनांची वर्दळ होती. ती संपताच त्यानं वेग आणखी वाढवला. आणखी चार-पाच मैलांनंतर फॅक्टरीचा परिसरही मागं पडला, तेव्हा त्याच्या गाडीचा वेग शंभर किलोमीटरपर्यंत पोहोचला होता. त्या नंतर एकशे दहा, एकशे पंधरा–मोटारसायकल निश्चल झाल्यासारखी होऊन भोवतालची झाडंच प्रचंड वेगानं मागं धावत होती. विमानाच्या टेकॉफच्या वेगाला पोहोचल्याचं त्याला जाणवत होतं. पाठोपाठ जाणवलं–आपण एवढ्या वेगानं याआधी कधीही गाडी चालवली नव्हती! त्या आनंदात त्यानं तिला विचारलं,

"लाईक इट्? डु यू लाईक इट्?"

ते तिला वाऱ्याच्या वेगात ऐकू न आल्यामुळं ती विचारू लागली,

"–व्हॉट?–व्हॉट?"

त्याच वेळी त्यांच्या बुलेटनं एक सरकारी बस मागं टाकली, एक अँबॅसॅडर कार मागं पडली–एक फियाट–एक ट्रक–छेः!–हा ट्रकवाला जागा देत नाही–मनात शिव्या हासडत त्यानं ट्रकही मागं टाकला. हायवेवर कुठंही लहान खेडी येता कामा नयेत! तलाव-नदी-घाट-वळणं काहीही असता कामा नये! अगदी सरळ रस्ता पाहिजे! एकशे वीस-तीस-पन्नास–हुणसूर मागं पडलं–म्हणजे अठ्ठेचाळीस किलोमीटर अंतर मागं पडलं.

एव्हाना त्याला त्या वेगाचा सराव झाला होता आणि त्याचं मन आपल्याला बिलगून बसलेल्या स्त्री-देहाच्या सौष्ठवाकडे वळलं होतं. त्या अनुभवानं त्यानं गाडीचा वेग आणखी वाढवला.

आजवर तो कधीही एकशे दहा-पंधरापेक्षा जास्त वेगानं गेला नव्हता. दोघांचं वजन असलं, तर गाडी अधिक स्थिर राहते–त्यात अशा उंचीची, अशा बांध्याची–त्यात एकच शरीर असल्यासारखी बिलगून बसली, तर तोल अधिक सांभाळला जातो.

गाडी पिरियापट्टणजवळ आली. गावाजवळ माणसं, वाहनं, बैलगाड्या, कुत्री-गुरं–आपोआपच त्याच्या बुलेटचा वेग पन्नास-साठवर उतरला. गाव मागं टाकून त्यानं पुन्हा वेग वाढवायला सुरुवात केली, तेव्हा ती म्हणाली,

"इथं कुठं तरी आपण थोडा वेळ बसू या. नंतर पुन्हा याच वेगानं जाऊ या."

"का? दमलीस?" आपल्या पोटावर घेरलेल्या तिच्या हातावर एक चापटी मारत त्यानं विचारलं.

"छेः! मजा आली! आता कुठं तरी बसून एवढा वेळ अनुभवलेल्या वेगाचा अनुभव मनात घोळवला पाहिजे!... " ती म्हणाली.

काही अंतरावर असलेल्या एका कडुलिंबाच्या मोठ्या झाडापाशी त्यानं बुलेट उभी केली आणि दोघंही झाडाखाली वर आलेल्या मुळांवर बसले. त्यानं तिला विचारलं,

"तुला मोटारसायकल नाही चालवता येत?"

"नाही."

"मी शिकवेन तुला... "

"नको. मी डॅडींना शब्द दिलाय्. त्यांना दोन चाकी वाहनाची प्रचंड भीती वाटते. ते म्हणतात, दोन चाकी वाहनावर अपघात झाला, तर पहिला मार चालवणाऱ्याला बसतो–नंतर वाहनाला. कारच्या बाबतीत मात्र पहिला मार नेहमीच इंजिनाला बसतो. मी कार चालवते... अँबॅसॅडर, फियाट... डॅडींनीच शिकवलंय् मला!"

"किती वेगानं जातेस?"

"गावात चाळीस आणि गावाबाहेर साठ, याहून जास्त वेगानं जायचं नाही, म्हणून डॅडींनी ताकीद दिली आहे! त्यातही गावाबाहेर चालवायची संधीच मिळत नाही कधी!"

"डॅडींना शब्द दिलाय्, तर मग आज कशी माझ्याबरोबर आलीस?"

"मी चालवणार नाही, म्हणून शब्द दिलाय्! दुचाकीवर बसणारच नाही, असं नाही कबूल केलं!" तीच पुढं म्हणाली, "मोटारीतून कितीही वेगानं गेलं, तरी मोटरसायकलवरचा वेग जाणवत नाही! तेवढी मजा येत नाही! जेट विमान दर तासाला सहाशे मैल वेगानं उडत असतं. तिथंही मोटारसायकलीच्या वेगाचा अनुभव येत नाही. कारण तिथं आपण एका बंदिस्त आवरणात असतो ना! अनुप– आता तू ज्या वेगानं मोटारसायकल चालवलीस!... यू आर्... यू आर् रियली दी सुपर स्पीडकिंग!"

पुन्हा म्हैसूरला जाताना मागून येणारी सूर्याची किरणं... पश्चिमेचं सुखकर वारं... दोघंही गप्पा मारत म्हैसूरला पोहोचले.

◆

त्यानंतर ते दोघं जमेल तेव्हा मोटारसायकलवरून वेगवान रपेट मारायला जात होते. निलगिरीचा रस्ता, तिरुमकुडलु नरसीपूरचा रस्ता, बन्नूर-रस्ता, बेंगळूर रस्ता-यांपैकी एखाद्या रस्त्यानं वेगानं गाडी चालवत चाळीस-पन्नास मैल अंतरावर जाऊन पुन्हा त्याच वेगानं परत येणं, नंतर एखाद्या फास्ट फूडच्या हॉटेलात मंद उजेडात निवांतपणे बसून चाळीस-पन्नास रुपयांपर्यंत खर्च करून कोल्ड्रिंक घेत बसत. त्या वेळचं बिल नेहमीच ती स्वतः देत असे. स्पष्टपणे काहीही न बोलता 'पेट्रोलचा खर्च तुझा असेल तर हा खर्च माझा–' हे तिनं वागणुकीतून दाखवून दिलं होतं.

एकदा त्यानं विचारलं,

"तू कितीही पैसे खर्च करत असतेस. तुझे डॅडी तुला रागावत नाहीत?"

उत्तर द्यावं, की देऊ नये, या विचारात ती काही क्षण घुटमळली आणि नंतर म्हणाली,

"पण मी कुठं एवढे पैसे खर्च करते?"

त्यानं पुन्हा या विषयावर तिला छेडलं नाही. वेगळ्या एका संदर्भात तिच्याकडूनच एक माहिती समजली–तिचे वडील मिलिटरीमध्ये इंजिनीअरिंग विभागात अधिकारी होते.

ती त्याच्यापेक्षा दोन वर्षं पुढं असल्यामुळं तो मधून मधून तिला अभ्यासातल्या अडचणीही विचारत होत्या. मनात असेल, तेव्हा ती त्याची उत्तरं नीट देत होती.

मनात नसलं, तर '–जाऊ दे रे! आपण दोघं भेटल्यावर किती रूक्ष विषय काढतोस तू!'–म्हणत होती.

एक दिवस ती म्हणाली,

"मी पराकोटीचा तिरस्कार करते, ती व्यक्ती कोण, सांग बघू!"

"मला कसं ठाऊक?"

"सांगू शकलास, तर तू मला पूर्णपणे समजावून घेतलंस, असं मी समजेन! आईस्क्रीम संपेपर्यंत वेळ देते तुला!–विचार कर... "

त्यानं विचार करून जी चार नावं सांगितली, ती सगळी चुकीची निघाली.

त्यानं हार मानल्यावर तिनं उत्तर दिलं,

"आईनस्टाईन!"

त्याला आश्चर्य वाटलं. ते पाहून ती पुढं म्हणाली,

"का ठाऊक आहे? त्यानंच वेगाला मर्यादा घातली. त्याच्या आधी प्रकाशाचा वेग ठाऊक होता. यानं त्यापेक्षा अधिक वेगानं काहीही जाणं शक्य नाही, असा सिद्धांत मांडून ठेवला ना! आपल्यासारख्या वेग-प्रेमींच्या डोक्यावर थंडगार पाणी ओतल्यासारखाच हा प्रकार नाही काय?"

हे अनुपलाही पटलं. एका सेकंदाला फक्त एक लक्ष शहाऐंशी हजार मैल? त्यालाही निराश झाल्यासारखं वाटलं. काही तरी करून आईन्स्टाईनच्या या सिद्धांताचं खंडन करायला पाहिजे! वेगाची मर्यादा वाढवायला पाहिजे! किती? याच्या दुप्पट-चौपट-आठपट-दहापट-कितीही वेगानं जाऊ शकेल, अशी एक शक्ती आहे–असा सिद्धांत मांडला पाहिजे, असं त्याला उत्कटपणे वाटलं.

"कसला विचार करतोस?" तिनं विचारलं.

त्यानं आपल्या मनातले विचार शब्दबद्ध करून तिला सांगितले.

ती म्हणाली,

"अरे, पण या वैताग सायन्समध्ये हे सिद्ध करायला पुरावे मागतात–गणिताचं सूत्र दाखवून द्यायला सांगतात! नाही तर आतापर्यंत हाच सिद्धांत स्थापित करून आईन्स्टाईनचा पार भुगा करून टाकला असता!"

◆

एके शनिवारी दुपारच्या वेळी नेहमीप्रमाणे ते मोटारसायकलीवरून गंगोत्री विद्यापीठामधल्या रंगमंडपाजवळच्या सिमेंटच्या बाकावर बसले. तिनं एकाएकी विचारलं,

"तुला रॅग केलं–ते एक प्रकरण झालं ना? त्या वेळी नेमकं काय घडलं?"

अनुप चांगलाच गडबडला. उत्तर द्यायचा त्याला संकोच वाटला. त्याचा लाल

चेहरा बघून ती म्हणाली,

"सांगायलाच पाहिजे, असा आग्रह नाही. पण बहुतेक रॅगिंग म्हणजे कपडे काढायला लावतात. तुझ्या बरोबरही हेच घडलं?"

"तुला काय ठाऊक?"

"मलाही रॅग केलंय् तेव्हा. मी लोणावळ्यामध्ये मुलींच्या रेसिडेंशियल स्कूलमधून प्री-डिग्री केलंय्. तिथं सीनियर मुलींनीही असंच रॅग केलं. पण मी अजिबात घाबरले नाही–लाजलेही नाही. मग त्यांनीच कपडे दिले, माझे मला! तू का एवढा वैतागून पोलिसांपाशी गेलास?"

"मी का वैतागलो–म्हणजे?" तो उत्तर न सुचून उद्गारला.

"त्या आधी तुला कुणी तसं बघितलं नव्हतं काय?"

"नाही."

"आणि तू?"

"हे बघ, आपण मित्र आहोत. तुला खोटं सांगणं शक्य नाही... " म्हणत अनुपनं तिला हायस्कूलमध्ये असताना बेंगळूरच्या हॉटेलमध्ये पाहिलेल्या कॅबेरेविषयी सांगितलं.

"खरं? तू कॅबेरे पाहिलास?" तिनं अपरिमित उत्साहानं त्याला विचारलं, "यू आर् ग्रेट!"

"त्यात कसला आलाय् ग्रेटनेस?"

"खरं सांगू, अनुप... कॅबेरे बघायची माझीही फार दिवसांपासूनची इच्छा आहे! पण फक्त मुली तशा जाऊ शकत नाहीत ना! तसं जाणं धोक्याचं आहे, हेही मला ठाऊक आहे. तू मला कधी तरी तिथं घेऊन जाशील?"

अनुप संकोचला. मनात एकीकडे उत्साहही वाटला. वाटलं–काय हरकत आहे? पण एका मुलीबरोबर... तेही रश्मीसारख्या...

"पण म्हैसूरमध्ये कॅबेरे नाही... "

"तर मग बेंगळूरला जाऊ या... " म्हणत तिनं हातातलं घड्याळ पाहिलं, "आता अडीच वाजताहेत. हॉस्टेलला जाऊ या. थोडे पैसे बरोबर घेऊन लगेच बेंगळूरला जाऊ या! सहा वाजता शो असतो, तो बघू या. त्यानंतर तिथंच मुक्काम करायचा, की म्हैसूरला यायचं, ते ठरवता येईल... " म्हणत ती उठून उभी राहिली.

खांद्यावर एक पिशवी आणि अंगावर ट्राऊजर्स शर्ट घालून ती ठरलेल्या जागी आली, तेव्हा तोही पेट्रोलची टाकी पूर्ण भरून तिच्या सूचनेप्रमाणे मुक्काम करावा लागला, तर असू दे, म्हणून एक कपड्याची जोडी असलेली पिशवी खांद्यावर अडकवून हजर होता. नेहमीप्रमाणे ती त्याच्यामागे त्याच्या कमरेभोवती घट्ट हात वेढून बसली.

त्याच्या बुलेटनं काही क्षणांतच वेग घेतला आणि रस्त्यावरची वाहनं, शेजारची झाडं, शेतं, उसांचे फड मागं टाकत ती सुसाट बेंगळूरच्या दिशेनं निघाली. मनात आल्यावर त्याच क्षणी कार्यवाहीत आणायची तिची पद्धत बघून तोही उत्साहित झाला होता. तिचा पोटावरचा घट्ट स्पर्श त्याच्या उत्साहात भर टाकत होता. भरपूर वेळ आहे, हे ठाऊक असलं, तरी तिकीट मिळेल किंवा मिळणार नाही, या भीतीनं गाडी मध्ये कुठंही न थांबवता आणि वेग कमी न करता गाडी पळवत अनुपनं ब्रिगेड रोडवर तीन-साडेतीन वर्षांपूर्वी गेलेल्या हॉटेलपाशी आणली.

ती इमारत–होय–होती. कॅबेरेचा कार्यक्रम असल्याचा फलकही बाहेर होता. सीमी, हेलन, हंसा, रती वगैरे नावाच्या मुलींची पोस्टर्स लावली होती. त्यानं रश्मीला गाडीपाशी उभं केलं आणि आत जाऊन स्टेजच्या जवळ येतील, अशा टेबलावरच्या दोन खुर्च्यांची साठ-साठ रुपयांची तिकिटं काढून तो बाहेर आला. कार्यक्रमाला साडेसहा वाजता सुरुवात होणार होती. त्याआधी काही तरी खाऊन घ्यायचा विचार करून त्यानं आपली बुलेट त्याच ब्रिगेड रोडवरच्या आपण पूर्वी चिकन खात असलेल्या हॉटेलपाशी वळवली.

एका टेबलापाशी समोरासमोर बसून मेन्यू-कार्ड बघताना त्याला मागं इथं खाल्लेल्या चिकनची आठवण झाली. रश्मि पहिल्यापासूनच मांसाहारी. पण ती आपल्याबरोबर केवळ शाकाहारी पदार्थ खाते, हे आठवून अनुपला तिच्याविषयी आणखी प्रेम वाटू लागलं. शाळेत असताना क्वचित मांसाहार केला असला, तरी विद्याशालेत गेल्यानंतर त्यानं कधीही मांसाहार केला नव्हता. तिथं असताना दोड्डप्पा वरचेवर अहिंसेविषयी सांगत. त्याचा परिणाम म्हणून त्याविषयीचं आकर्षणच नाहीसं झालं होतं. त्यामुळं इथल्या हॉस्टेलमध्ये येतानाही त्यानं आपण शाकाहारी असल्याचं लिहून दिलं होतं.

पण या चिकनसाठीच विशेष प्रसिद्ध हॉटेलात येऊन रश्मीला त्यापासून वंचित ठेवणं हाही अन्यायच नाही का? आपल्यासाठी तिची चव मारणं हीही हिंसाच नाही काय? तिच्यासाठी आपण एवढा त्याग करायला नको काय?–

"एवढा कसला विचार करतोस?" तिनं विचारलं.

त्यानं आपल्या मनातले विचार तिच्यापुढं मांडले. ती त्यावर उद्गारली,

"रबिश! जे वेगानं मनात येतं, तसं करायचं... बस्स! एवढा सगळा विचार करताना सुद्धा निर्णयापर्यंत येऊन पोहोचायला जमत नसेल, तर त्याविषयी स्वतःवर कसलीही जबरदस्ती करू नये!... " म्हणत तिनं जवळ आलेल्या वेटरला चना-पुरी आणि पिझ्झा सांगितला.

ही आपल्यापेक्षा वेगवान मुलगी आहे, असं जाणवून त्याचं तिच्याविषयीचं कौतुक आणखी वाढलं.

प्रोग्रॅम सुरू होण्यासाठी दहा मिनिटं असताना ते दोघंही आत जाऊन आपापल्या जागेवर बसले. ऑर्केस्ट्रा सुरू झाला होता. आत मंद उजेड होता. त्या उजेडात येऊन बसणारी माणसं दिसत होती. रश्मि उत्सुकतेनं सभोवताली पाहत होती.

अनुपही अस्वस्थ होऊन सभोवताली पाहत होता. साडेतीन वर्षांपूर्वीची आठवण– तो पोलिसांचा छापा–पोलीस ठाण्यातलं वास्तव्य–ती बदनामी–आता कुणी आपल्याला इथं रश्मीबरोबर पाहिलं, तर? रश्मि मात्र कुठल्याही भीतीशिवाय तिथल्या वातावरणाचं निरीक्षण करत होती. अनुप स्वतःच्या मनाला समजावू लागला–तेव्हाची गोष्ट वेगळी होती. वय लहान होतं. शाळेच्या दप्तराबरोबर आलो होतो तेव्हा! तेव्हाचा कोवळा बायकी चेहरा–आता हनुवटीवर दाढीची रुबाबदार काळी छटा आहे! उंचीही आता वाढली आहे. शिवाय बांधाही दणकट झालाय्! त्यात हा सॅमसन फॅशनचा शर्ट! रश्मीची उंची आणि बांधा तर पक्व स्त्रीसारखाच आहे. शिवाय साडेतीन वर्षांनंतर इथं कोण मला ओळखणार आहे?

एवढ्यात स्नॅक्स आणि ड्रिंक्सची ऑर्डर घ्यायला बेअरा आला. रश्मीनं काहीही नको म्हणून सांगितलं, तरी त्यानं सांगितलं,

'इथलं काही तरी घेतलंच पाहिजे, असा नियम आहे.'

तिनं ऑर्डर दिली,

"दोन व्हेजिटेबल कटलेट आणि दोन कोक–"

बेअरानं त्याचं पंच्याऐंशी रुपये बिल सांगितलं. हा पैसे उकळण्याचा प्रकार आहे, हे धडधडीत दिसत असतानाही तिनं मुकाट्यानं पैसे काढून दिले. बेअरा निघून गेल्यावर तिनं आपल्या पिशवीमधला छोटा टेप रेकॉर्डर सुरू करून ठेवला. कानठळ्या बसवणाऱ्या ऑर्केस्ट्राच्या आवाजात ती त्याच्या कानापाशी कुजबुजली,

"तिकडं पाहिलंस? नवं जोडपं दिसतंय्! तिचे कपडे, दागिने आणि मुख्य म्हणजे तिचा चेहरा तर बघ! खरोखरच नवं जोडपं आहे! आपल्या मागं दोन बायका आहेत. एक पस्तिशीची आहे आणि दुसरी चाळिशीच्या घरातली. सोबत पुरुष आहेत ते नवरे, की मित्र, कोण जाणे!"

त्यानं माग वळून पाहिलं. तो साडेतीन वर्षांपूर्वी आला होता, तेव्हा इथं एकही बाई नव्हती. आता इथं फक्त रश्मि एकटीच स्त्री नाही, याचं त्याला समाधानही वाटलं. त्यानं घड्याळात पाहिलं–साडे सहा वाजून पाच मिनिटं–तो अतिशय अस्वस्थ झाला होता. वैतागून तो पुटपुटला,

"लवकर सुरू करायला यांना काय धाड भरल्येय् !"

त्यालाही कळत होतं, सगळ्या खुर्च्या भरायला पाहिजेत, प्रत्येक टेबलावर स्नॅक्स आणि ड्रिंक्स पोहोचून त्यांचे तिकिटाएवढेच पैसे वसूल व्हायला हवेत. तोपर्यंत कॅबेरे सुरू करणार नाहीत!–या विचाराबरोबरच आपण का अस्वस्थ

होतोय्, यामागचं कारणही त्याच्या मनात स्पष्ट झालं-इथं अकस्मात डॅडी आले, तर! त्यानं हळूच भोवताली नजर फिरवली. एका कोपऱ्यात एक मागे केस वळवलेला-अगदी डॅडींसारखाच! डॅडीच असले, तर? एव्हाना त्यांनी मला बघितलं असेल, तर?-

"कसला विचार करतोस?" तिनं विचारलं.

"यांना वेळेची किंमत नाही!-"

"का?-"

तिच्या सहेतुक प्रश्नानं एकीकडे तो रोमांचित झाला, तरी त्यानं पुन्हा एकदा नजर त्याच केस मागं वळवलेल्या माणसाकडे टाकली-नाही. ते डॅडी नाहीत. त्यांची दाढी अशी नाही. पाठोपाठ वाटलं-इथं डॅडी येणं शक्यच नाही! या विचारानं त्याला हायसं झालं आणि आपली नजर तिच्याकडे वळवून त्यानं तिची सहेतुक नजर झेलली.

त्याच वेळी माईकवरून अनाउन्समेंट सुरू झाली,

"कलाप्रेमींचे स्वागत असो!... आपल्यासाठी पॅरिस, मुंबई, दिल्लीहून विशेष कलाकार आल्या आहेत..."

◆

कॅबेरे संपला, तेव्हा फक्त साडेआठ वाजले होते. हॉटेलमधून बाहेर पडून हातातलं घड्याळ बघत त्यानं विचारलं,

"आता काय करायचं?"

"काय करायचं?" तिनं विचारलं.

"आता आपण निघालो, तर साडेदहा वाजेपर्यंत म्हैसूरला जाऊ. तिथं गेल्यावर तू तुझ्या हॉस्टेलवर आणि मी माझ्या! वैताग!"

"मग? इथंच हॉटेलमध्ये खोली घेऊन राहायचं, की काय?"

हे ऐकून त्याला आनंद झाला, तरी थोडी भीती वाटली. तीच म्हणाली,

"पण एक विचार करायला पाहिजे हं! मोटारसायकल ठेवायला नीट पार्किंगची जागा हवी. त्यामुळं लहान हॉटेल उपयोगाचं नाही. मोठ्या हॉटेलात कुणी किरकोळ चौकशी करत नाही. पैसे थोडे जास्त खर्च होतील. तुझ्यापाशी किती आहेत?"

"तीनशे..."

"माझ्यापाशी हजारेक आहेत. इथलं चांगलं हॉटेल कुठलं? तू बेंगळूरमध्ये राहिलास ना? तुला ठाऊक असेल. नाही तर इथं कुणाला तरी विचार."

जवळच त्यांच्याच वयाची स्टोन वॉश जीन्स घातलेली एक जोडी यामाहा सुरू करायच्या प्रयत्नात होती. त्यांच्यापैकी पुरुषाकडे त्यानं चौकशी केली. त्या दोघांनीही

यांना पाहिलं होतं. त्यानं क्षणार्धात या दोघांचा प्रश्न जाणला आणि सांगितलं,

"असेच पुढं जा. महात्मा गांधी रस्त्यावर गेलं, की दुसऱ्या क्रॉसपाशी 'रॉकी' नावाचं हॉटेल आहे. अगदी डीसेंट हॉटेल आहे. उगाच फालतू चौकशा नाहीत. तीनशे पन्नास रुपये आणि टॅक्स. दुपारी बारा वाजता चेकिंग आऊट. तिथं खाण्या-पिण्याची सोय नाही, एवढाच एक प्रॉब्लेम आहे. पार्किंगची सोयही चांगली आहे! दहा रुपये वेगळे घेतात–एवढंच!"

अनुपनंही त्याला जास्तीचं काहीही विचारलं नाही. त्याच्या गर्लफ्रेंडनंही रश्मीकडे ओझरता दृष्टिक्षेप टाकला, न टाकला, एवढंच. त्या दोघांच्या वागण्यातला आधुनिक अलिप्तपणा या दोघांनाही मनापासून आवडला. त्याविषयी बोलतच ते दोघे बुलेटवर स्वार होऊन रॉकी हॉटेलकडे गेले.

त्या हॉटेल-मॅनेजरनंही या दोघांनी सांगितलेलं मिस्टर आणि मिसेस् षण्मुखम् हे नाव आणि मैलापूर, मद्रास हा पत्ता लिहून घेतला आणि अधिक चौकशी न करता खोली दिली.

खोली उत्तम होती. विस्तीर्ण खोली, संपूर्ण जमिनीवर किमती गालीचा पसरलेला, प्रशस्त सोफा, रुंद डबलबेड, सुसज्ज बाथरूम, जाड पडदे, दरवाजा बंद केल्यावर आतलं वातावरण निःशब्द होतं.

आत गेल्यावर रश्मि अबोल झाली. तोही एकीकडे उत्सुक असला, तरी सुरुवात कशी करायची, हे न कळल्यामुळं गोंधळून गेला होता. काही वेळ खिडकीबाहेर पाहत उभी असलेली रश्मि मागं वळून म्हणाली,

"अंघोळ करायला पाहिजे मला! घामानं अंग चिकट होऊन गेलंय्. माझी अंघोळ झाल्यावर तूही कर... "

तोही अंघोळ करून आला, तेव्हा तिनं आपला टेपरेकॉर्डर बाहेर काढून अगदी सावकाश लावला होता. त्यात कॅबेरेचा ऑर्केस्ट्रा स्पष्टपणे रेकॉर्ड झाला होता. तिनं त्याला विचारलं,

"कसं वाटतं म्युझिक?"

"तिथं फारच कर्कश वाटत होतं. इथं छान वाटतं..." तो म्हणाला.

संगीताच्या सुरावटीवर तिचं अंग हेलकावे घेत होतं. त्याच तंद्रीत काही क्षण गेल्यावर ती म्हणाली,

"ओह अनुप! असंच नाचत राहावंसं वाटतंय्... "

"मग नाचत राहा... "

"तुला आवडेल?"

"तू नाचल्यावर का नाही आवडणार? तुला येतं?" त्यानं विचारलं.

"भुवनेश्वरमध्ये असताना मी ओडिसी नृत्य शिकले होते. मद्रासला आल्यावर

भरतनाट्यम्च्या क्लासलाही जात होते. त्यातला कुठलाच प्रकार नीट शिकले नाही. त्या वेळी फूटवर्क छान होतं माझं. आता त्यातलं काहीही आठवत नाही. पण ते शिकल्यावर या कॅबेरेत काहीच कठीण नाही! काही नाही–या संगीतामध्ये स्वतःला सोडून द्यायचं–आपोआप डान्स करता येतो–बघ ना–तुला आवडतं बघायला?–''

''आवडतं तर!'' तो मनापासून म्हणाला.

हे त्याच्या दृष्टीनं अगदी अनपेक्षित होतं. तो अपेक्षेनं तिच्या हालचालींकडे पाहू लागला. ड्रेसिंग टेबलचा सहा फुटी आरसाही तिचं प्रतिबिंब दाखवत होता. हाऊसकोटचा घोळ एका हातानं ऐटीत उचलून ती पदन्यास करत होती. संगीताच्या ताला-लहरींप्रमाणे तिच्या अंगांगांवर लहरी उठत होत्या. आधी थोडा वेळ शब्द-सूर-ताल यांच्याशी शरीराच्या हालचाली एकरूप करणं तिला अवघड गेलं. पण पाचेक मिनिटांतच ती त्या स्वर-तालांशी एकरूप होऊन गेली. तो अवाक् होऊन तिचं नृत्य पाहत राहिला.

आत्ममग्न होऊन नृत्य करताना रश्मि एकीकडे उन्मादक हालचाली करत अंगावरची वस्त्रं कलात्मक आविर्भावात उतरवत होती आणि स्वतःच्या-प्रमाणबद्ध शरीराचं सौंदर्य समोरच्या आरशात बघून स्वतःच्या नजरेत साठवत होती.

अनुपही तिचं विवस्त्र शरीर पाहून उत्तेजित झाला होता. डोळे विस्फारून तो तिचं नृत्य पाहत होता.

नाचता-नाचता धुंद अवस्थेत तिनं विचारलं,

''आवडलं?''

''अद्भुत!''

''तू माझा जवळचा मित्र आहेस. केवळ उत्तेजित होऊन माझ्याकडं बघू नकोस! उत्तेजित अवस्थेत सौंदर्याचा आस्वाद घेणं शक्य नाही. माझं हे रूप तुला कसं वाटतं, सांग, बघू!–'' एवढं सांगून ती पुन्हा आरशात देह पाहत नृत्य करण्यात पुन्हा मग्न झाली.

स्त्रीदेहाचं वर्णन करणं हा प्रकार त्याला ठाऊक नव्हता. पण आता ते अनिवार्य आहे, हेही त्याच्या लक्षात आलं होतं. त्यानं सुचेल तसं सांगायला सुरुवात केली,

''व्वा! असा देह आपण पाहिलेल्या कुठल्याही कॅबेरे डान्सरला नव्हता! तुझी ही भरपूर उंची–तिथं कोण एवढं उंच होतं? तुझा हा रंग–तुझा बांधा–तुझी सडपातळ कंबर–या नितळ मांड्या–हे दंड–'' त्याच्या न कळत तो विद्याशाळेत शरभण्णा मास्तरांनी शिकवलेल्या कुमार व्यास महाभारतातलं स्त्री-वर्णन रश्मीवर आरोपित करत होता. त्याच आधारानं त्यानं तिचे स्तन–नितंब–हात–पाय–पावलं–नखं–साऱ्या देहाच सविस्तर वर्णन केलं. ते ऐकता-ऐकता रश्मि मनोमन तृप्त होत

होती. शिवाय त्या वर्णनात अतिशयोक्ती नाही, याची ग्वाही समोरचा आरसा देत होता. संगीताच्या तालावर हेलावत असलेला सुंदर देह–त्यामागं तो उभा होता.

त्याच्या प्रतिबिंबावर तिची नजर खिळली. तिच्या नजरेतला अर्थ जाणून त्याचे हात घाईनं आपल्या अंगावरचे कपडे उतरवण्यासाठी सरसावले. हे पाहून तिच्या चेहऱ्यावर अप्रसन्नता उमटली. ती म्हणाली,

"हे काय? केवढी घाई करतोस! सावकाश! लय आणि ताल महत्त्वाचा आहे!"

तो खजील होऊन म्हणाला,

"मी कुठल्याच प्रकारचा डान्स शिकलो नाही..."

"त्यात काय शिकायचं असतं? मी सांगते, तशी पावलं टाक–हं–वन–टू– थ्री–फोर–"

तोही तिच्या सूचनेनुसार पावलं टाकू लागला. हळूहळू संगीत त्याच्याही शरीरात भिनलं. त्यालाही त्या लयीची गंमत जाणवू लागली. त्याच्या अंगाशी भिडलेली रश्मि दोन्ही हातांनी एखाद्या शिल्पकाराप्रमाणे त्याच्या देहाचं सौष्ठव अनुभवू लागली.

कॅसेटची एक बाजू संपली. खोलीत शांतता पसरली. कॅसेटची दुसरी बाजू लावण्यासाठी तिनं टेपरेकॉर्डरच्या दिशेनं पाऊल उचललं. पण ती पुन्हा मागं वळली आणि त्याला डबलबेडकडे ओढत म्हणाली,

"कमॉन... लेट अस हॅव सेक्स..."

◆

त्या दिवसाच्या अनुभवानंतर त्याचं मन पूर्णपणे तिच्यामध्ये गुंतून गेलं होतं. तीही त्याच्यामध्ये गुंतून गेली होती. पूर्वीपेक्षा ते अधिकाधिक वेळ परस्परांच्या सान्निध्यात घालवू लागले. एकट्यानं मोटारसायकलवरून जाण्यात त्याला काही तरी चुकल्यासारखं वाटत होतं. एवढंच नव्हे, संपूर्ण कॉलेजमध्येही त्याची चर्चा सुरू झाली होती.

जीवनातल्या त्या प्रथम अनुभवानंतर त्याचं मन पुन्हा पुन्हा तिकडेच वळत होतं. तिलाही ते आकर्षण असलं, तरी आपल्या देहाच्या सौंदर्याची त्याच्याकडून पूजा करून घेणं हे तिच्या दृष्टीनं अधिक आवडीचं होतं. त्यामुळं त्यानंतरही मनातली इच्छा पूर्ण करण्यासाठी ते बेंगळूरला जात, तिथल्या हॉटेलामध्ये संगीताच्या तालावर नृत्य करत कपडे उतरवल्यानंतर शेवटची पायरी म्हणजे त्यांचं देहमीलन होत असे. त्याआधी तिच्या देह-सौंदर्याचा पाठ होणंही अत्यावश्यक होतं.

या काळात त्या दोघांनी केवळ ब्रिगेड रोडवरच्याच नव्हे, कॅबेरे दाखवणाऱ्या

इतर अनेक स्थळांचा शोध लावला होता. रश्मीनं तिथल्या प्रत्येक कॅबेरे-डान्सरची नृत्य–पद्धती पाहताक्षणी आत्मसात केली होती आणि हॉटेलमधल्या एकांतात ती अनुपलाही ती दाखवत होती.

फार लवकर अनुपला या सगळ्या सोपस्कारांचा कंटाळा येऊ लागला. त्यानं हे तिलाही सुचवून पाहिलं. पण त्याचा तिच्यावर काहीही परिणाम झाला नाही. बेंगळूरला जाणं-येणं, पेट्रोलचा खर्च, हॉटेलमध्ये राहण्याचा-खाण्याचा खर्च, कॅबेरेचं तिकीट–यातला काही खर्च ती उचलत असली, तरी त्याला हा सगळा खर्च विनाकारण होतोय्, असं वाटू लागलं. एवढा खर्च आणि एवढा वेळ वाया घालवणं खरोखरच आवश्यक आहे का, हा प्रश्न त्याला वरचेवर सतावू लागला. त्याला आवश्यक वाटणारा एकांत गावापासून दूर मोटारसायकलवरून गेल्यावर कुठंही आडोशाला मिळू शकत होता.

त्यानं हे तिलाही सुचवलं. पण तिनं त्याला ठाम नकार दिला. तिच्या दृष्टीनं केवळ देह-मीलनासाठी जवळ येणं म्हणजे पशूपेक्षाही हीन पातळीवर उतरणं! पशू सुद्धा मीलनाआधी परस्परांच्या देहसौंदर्याची किती तरी आराधना करतात! तिनं आपलं मत अनुपला स्पष्टपणे सांगितलं. हॉटेलमधल्या खोलीत शिरण्याआधी कॅबेरे पाहिलाच पाहिजे, या तिच्या हट्टानंही तो वैतागला होता. विद्यापीठाच्या आवारात निवांत वृक्षाखाली किंवा रेस्टॉरंटमधल्या एका कोपऱ्यातल्या एकांतातही त्यानं सतत आपलं रूप, बांधा, मृदु कांती, रंग, छाती-नितंबाची प्रमाणबद्धता, प्रमाणबद्ध मांड्या, दंड, पोटऱ्या, बोटांची मृदुता, नखांचा नितळपणा यांचंच कौतुक केलं पाहिजे, अशी तिची अपेक्षा असे. याचाही त्याला कंटाळा येत होता. पण त्याशिवाय आपली अपेक्षा पूर्ण होणं अशक्य आहे, हे ठाऊक असल्यामुळं उसन्या उत्साहानं तो हेही सोपस्कार पार पाडत होता.

बेंगळूरला पहिला कॅबेरे बघून हॉटेलमध्ये मुक्काम केला, त्याला चार महिने झाले होते. या चार महिन्यांत त्यांनी आणखी दहा वेळा कॅबेरे पाहिला होता. एक दिवस ललितमहाल हॉटेलात गार्डनमध्ये दोघंही बसले असता ती म्हणाली,

"कॅबरेच्या डान्स प्रोग्रॅममध्ये भाग घ्यायची माझी जबरदस्त इच्छा आहे! तसा मी निश्चय केलाय्!"

हे ऐकून त्याला बसलेला शॉक साधा नव्हता. तो उद्गारला,

"काय म्हणतेस!"

"त्यात एवढं दचकण्यासारखं काय आहे?" तिनं त्याच्या चेहऱ्यावर नजर रोखत विचारलं.

"हलक्या मुली या व्यवसायात उतरतात, हे जाणूनही–"

"हलक्या मुली, की हलका व्यवसाय?"

"त्यात काय फरक आहे?" तो फारसा विचार न करता म्हणाला.

"काही मुली डान्स-प्रोग्रॅमनंतर गिऱ्हाईक पटवून आपल्या पत्त्याचं कार्ड देतात, हे मीही पाहिलंय्. पण मला तशी कॅबेरे–डान्सर व्हायचं नाही–मी तशी नाही, हे एवढ्या दिवसांनंतरही तुला समजलं नसेल, तर तो तुझा मूर्खपणा आहे."

"तसं नव्हे. पण एवढ्या सगळ्या लोकांपुढं अंग उघडं करून दाखवणं..."

यावर आधीच विचार करून ठेवल्याप्रमाणे ती म्हणाली,

"एवढ्या लोकांपुढं कपडे उतरवणं वाईट असेल, तर एवढ्या लोकांनी ते पाहणं वाईट नाही काय? एवढ्या वेळा कॅबेरे बघणारा तू कसा चांगला ठरतोस मग? शिवाय हॉटेलमध्ये मी केलेला कॅबेरे बघणारा तूही वाईटच ना?"

"माझं सांगू नकोस. आपण फ्रेंडस् आहोत!..."

"म्हणजे केवळ फ्रेंडस् असतानाच विवस्त्र व्हायला हरकत नाही, तर!" ती उपरोधानं म्हणाली.

त्याला काहीच सुचलं नाही.

"ज्याप्रमाणे गायक बैठकीत आपली गायन कला दाखवतो, भरतनाट्यम्–ओडिसी नृत्य कलाकार आपली कला दाखवतात, तशी मी माझी कला या कलेची आवड असलेल्या रसिकांना दाखवली, म्हणून काय बिघडलं?"

"तिथं येणारी माणसं, तू म्हणतेस, तशी कलाप्रेमी नसतात..." त्याचा आवाज चढला होता.

"भरतनाट्य बघायला येणारेही शुद्ध कलाप्रेमी नसतात! तू एवढ्या वेळा कॅबेरे बघायला माझ्याबरोबर आलास, ते कलाप्रेमासाठी, की हलकी अभिरुची म्हणून?" तिचाही आवाज तीव्र झाला.

यावर काय उत्तर द्यायचं, ते न समजून तो गडबडला. शेवटी म्हणाला,

"काहीही झालं, तरी मी तुला कॅबेरे–डान्सर होऊ देणार नाही! इलेक्ट्रॉनिक्स इंजिनीअरिंगची विद्यार्थिनी आहेस तू!..."

"मीही शिक्षण सोडून त्याच व्यवसायात जाणार, म्हणून तुला कुणी सांगितलं? मला त्या मुलींसारखं पोट भरण्यासाठी तिथं जायची आवश्यकता नाही. माझे वडील साधे मिलिटरी ऑफिसर नाहीत! ते मिलिटरी इंजिनीअर आहेत! याचा तुला पूर्णपणे अर्थ समजलाय्, की नाही? मी दरमहा त्यांच्याकडून पाचहजार रुपये मागवून घेतले, तरी ते पाठवतील! त्यामुळं मला वाटेल तितके दिवस मी तिथं नृत्य करेन–कंटाळा आला, तर सोडून येईन. हे मी तुला सांगतेय्, ते तू माझा मित्र आहेस, म्हणून! तू या क्षेत्रातल्या कुणाशी तरी याविषयी बोल आणि ठरव. त्यासाठी

मला अमुकच पैसे हवेत, असाही माझा आग्रह नाही. त्यांनी मला ट्रेनिंग देत बसायचीही गरज नाही. मी दररोज माझ्या खोलीत टेपरेकॉर्डर लावून प्रॅक्टिस करत असते. तूही परवा रॉकीमध्ये उतरलो होतो, तेव्हा पाहिलंस ना? कदाचित तुला त्यातला सूक्ष्म फरक लक्षात आला नसेल–पण मला त्यातलं समजतं. अगदीच वाटलं, तर दोन दिवसांत तयारी करून मी कार्यक्रम करू शकेन!''

''पण हे नसतं खूळ तुझ्या डोक्यात कुठून शिरलं?''

''उगाच नसते शब्द वापरू नकोस. तूच सांग, माझ्याएवढी उंची, माझ्यासारखा बांधा-रंग-कांती–कोण आहे तिथं इतकं देखणं? एवढा सुरेख देह लपवून ठेवला, तर अन्यायच नाही काय? शिवाय या देहाचं सौंदर्य किती दिवस राहणार? चित्रकार आपली कला हजार वर्षं दाखवू शकतो. शरीराचं सौंदर्य मात्र तारुण्य असेपर्यंतच दाखवणं शक्य आहे. आता मला तू एकाच प्रश्नाचं उत्तर दे–तू माझ्याबरोबर येणार, की नाही?''

''येणार नाही! तुला कुठं कडमडायचंय् तिथं जा...'' म्हणत तो उठून उभा राहिला.

''उठलास का?...'' तिनं त्याचा हात धरून विचारलं.

''इथं रिक्षा किंवा दुसरं कुठलंही वाहन मिळत नाही, म्हणून तुला सोबत नेणं मी माझं कर्तव्य समजतो. दिवसाची वेळ असती, तर तुझा-माझा काहीही संबंध नाही, म्हणून सांगून निघून गेलो असतो!''

''त्याची मुळीच गरज नाही! तुझ्या मनात एवढा अहंकार असेल, तर–गुड-बाय्! तुला माझी काळजी करायचं कारण नाही. त्यासाठी माझी मी समर्थ आहे!–'' तिनं आपला हात मागं घेऊन उत्तर दिलं.

तो तसाच वळला आणि पायऱ्या उतरून बुलेटपाशी आला आणि गाडी सुरू करून वेगानं गावाकडे परतला.

दुसऱ्या दिवशी ती कॉलेजमध्ये दिसली नाही. नोटिस बोर्ड, लेडीज-जेंटस् हॉस्टेल, कॅंटीन, व्हरांडा–एवढंच नव्हे, तिच्या वर्गावरही ती नव्हती. तो एकटा फिरत असल्याचं केवळ इलेक्ट्रॉनिक्स विभागच नव्हे, सगळ्या कॉलेजच्याच लक्षात आलं होतं. खोलीत ती एकटी राहत असल्यामुळं तिची आणखी कुणाकडे चौकशी करायचं कारण नव्हतं.

त्यानंतर दुसऱ्या दिवशी त्यानं तिसऱ्या वर्गात शिकणाऱ्या जयंतीकडे चौकशी केली. ती आश्चर्यानं म्हणाली,

''असं कसं तुम्हांला ठाऊक नाही? तिच्या आँटीची प्रकृती खूप बिघडलीय्, म्हणून ती सांगत होती. तिचं करायला कुणी नाही, म्हणून रश्मि मद्रासला गेली...''

"हो? मला ठाऊक नाही..." त्यानंही आश्चर्य दाखवत म्हटलं.

"अर्जंट टेलिग्राम आल्यामुळं घाईनं तुम्हांला न सांगता गेली असावी. वॉर्डन आणि प्रिन्सिपॉलना पंधरा दिवसांच्या रजेचा अर्ज देऊन गेलीय् ती."

ती बेंगळूरमध्ये आहे आणि मनात आणलं, तर तिचा शोध लावणं अगदी सोपं आहे, हे त्यालाही ठाऊक होतं. शिवाय या कॅबेरे-डान्सर्स एकाच वेळी वेगवेगळ्या ठिकाणी वेगवेगळ्या नावानं नाचतात, हेही तो जाणून होता. दामोदरन् नायर आणि चंद्रन् कुट्टी या दोनच मालकांची ही सगळी कॅबेरेवाली हॉटेल्स आहेत आणि ते दोघंही परस्परांचे चांगले मित्र आहेत, हेही त्याला ठाऊक होतं. याशिवाय त्यांची मुंबई, दिल्ली आणि मद्रासलाही हॉटेल्स असून त्याच मुली ते प्रत्येक ठिकाणी फिरवतात, हेही त्याला ठाऊक होतं. त्या दोघांनी तिथल्या डोअर-कीपरकडून ही माहिती मिळवली होती. शिवाय हसीना नावाच्या कॅबेरे-डान्सरकडूनही त्यांना ही माहिती मिळाली होती. नंतरही रश्मि तिच्याबरोबर काही वेळ एकटीच बोलत बसली होती. म्हणजे त्याच वेळी तिची त्या दृष्टीनं तयारी चालली होती, तर! आपल्याला काय करायचं, म्हणून हा विषय त्यानं काढायचा प्रयत्न केला, तरी तो अस्वस्थ होतच होता. तिला एवढ्या माणसांमध्ये विवस्त्र होऊन नाचताना बघायचं? त्यापेक्षा एक सुरा घेऊन–'तुझ्या अब्रूसाठी मी तुला मारलं–' म्हणून तिला ओरडून सांगायचं–

कितीही प्रयत्न केला, तरी 'तिचं काही का होईना' या विचारानं त्याचं समाधान होत नव्हतं. तिच्या आठवणीसरशी तिचा नग्न देह त्याच्या डोळ्यांसमोर पदोपदी येत होता. पण तो फक्त आपण एकट्यानं पाहावा, हा विचार त्याच्या डोक्यात निश्चित होता. तिच्यावर आणखी कुणाचीही दृष्टी पडणं म्हणजे तिचं अधःपतन झाल्यासारखं त्याला वाटत होतं. पाठोपाठ त्याच्या मनात प्रश्न उभा राहिला–मी खरोखरच तिच्यावर प्रेम तर करत नाही?

एवढ्या दिवसांमध्ये ते दोघं परस्परांना मित्र म्हणवत होते. त्यांच्यामध्ये प्रेम किंवा लग्न यासारखे विषयही आले नव्हते. त्या वेळी हे शब्द त्याच्याही मनात कधी आले नव्हते. आता मात्र उठता-बसता तेच आठवत होतं. आपल्याशिवाय कुणालाही तिचा देह पाहण्याची मुभा असता कामा नये, असं वाटत होतं. हेच प्रेम तर नसेल ना? आपण तिला शोधून, तिचा हात धरून 'मी तुझ्यावर प्रेम करतो–आपण लग्न करू या–पण तू हा वेडा हट्ट सोड' म्हणून सांगावंसं वाटलं. पण प्रत्यक्ष बेंगळूरला जायला त्याच्या मनानं नकार दिला. आपण एवढं सगळं करून तिला शोधून काढलं आणि तिनं आपली 'सिली सेंटिमेंटल फेलो–' म्हणून टर उडवली, तर? किंवा जर तिनं सांगितलं, 'मी हजार लोकांपुढं उघडं अंग दाखवणार! तुझं माझ्यावर खरं प्रेम असेल, तर हे मान्य करावं लागेल–मगच मी लग्न करायला

तयार होईन–' तर काय करायचं?

प्रेम म्हणजे तरी काय? आता मी ज्या मनःस्थितीत आहे, ती मनःस्थिती?

कॉलेजमध्ये वर्ग सुरू असताना कसा तरी वेळ जात होता. त्यानंतर मात्र तिच्या आठवणी आणि तिचे विचार मनाला दंश करत. एकटं राहणं अशक्य व्हावं, अशी त्याची परिस्थिती होती.

एक दिवस तो मोटारसायकल घेऊन सरस्वतीपूरला गेला. जग्गू आणि ओमी यांचा संध्याकाळचा चहा आणि नमकीन खाणं चाललं होतं.

तो आत जाऊन त्या दोघांच्या पुढ्यातल्या वेताच्या खुर्चीवर बसला, तरी त्या दोघांपैकी कुणीच काही बोललं नाही. त्याच्या येण्याकडे पूर्णपणे दुर्लक्ष करत दोघंही मुकाट्यानं नमकीन खात होते. यांना अशी तोंडं फुगवायला काय झालं, म्हणत तो तसाच मुकाट्यानं बसून राहिलात. तरी ते दोघंही गप्पच होते. एवढा अपमान सहन करत राहण्यापेक्षा आपण इथून निघून का जाऊ नये, असं मनात आलं, तरी त्यानं मन आवरलं.

काही क्षण त्याच शांततेत गेल्यावर त्यानंच विचारलं,

"का, रे? असे का गप्प बसलात?"

त्या दोघांपैकी कुणीच बोललं नाही. त्यानं पुन्हा तोच प्रश्न विचारला आणि 'यू मस्ट रिप्लाय–' म्हणून आग्रह धरला, तेव्हा जग्गूनं त्याला विचारलं,

"व्हाय, मॅन, यू आर् लाईक दॅट?"

"म्हणजे?" आता अनुप गडबडला.

"अरे, छोकरी मिळाली म्हटल्यावर दोस्तांना एवढं दूर करायचं? सेल्फिश फेलो! सोबत रश्मि असली, की आम्ही दिसलो, तरी लक्ष नसल्यासारखं दाखवतोस! आम्ही आपणहोऊन काही विचारलं, तर जेवढ्यास तेवढं उत्तर देऊन कटवत होतास! साधी ओळख करून द्यायचे सुद्धा मॅनर्स नाहीत ना! अरे, तिच्याबरोबर तू रात्र-रात्र बेपत्ता होतोस, हे आम्हांला समजत नाही, की काय? का? आम्ही वाटा मागू, म्हणून भीती वाटली? स्वार्थी, आता ती गावाला गेली, म्हणून इथं आलास वाटतं टाईमपाससाठी!"

अनुपला त्यांच्या नजरेला नजर द्यायचीही शरम वाटली. त्यांच्याकडेही गाड्या आहेत–त्या चालवायचा माझ्यापेक्षाही जास्त अनुभवही आहे. पण कदाचित रश्मि त्यांच्या गाडीवर बसेल, अशी भीती वाटल्यामुळं आपण त्यांना कधीही सोबत बोलावलं नाही, हे त्याला आठवलं.

तो म्हणाला,

"सॉरी! अरे, माझ्या मनात तसं काहीच नव्हतं. पण तिला इतर मुलांशी ओळख करून घेणं आवडत नाही ना! तिनंच तशी माझ्यावर अट घातली होती!"

त्याचा अत्यंत उतरलेला चेहरा बघून त्या दोघांनाही काय वाटलं, कोण जाणे! त्यांनी तत्परतेनं विचारलं,

"सच? प्रॉमिस?"

"गॉडप्रॉमिस! मदर प्रॉमिस!" अनुपच्या स्वरात उत्कटता भरली होती. त्यानं ओमीचा हात हातात घेऊन पुन्हा तेच सांगितलं. जग्गूपेक्षा ओमीचं मन वितळवणं अधिक सोपं आहे, हे त्यालाही ठाऊक होतं.

ओमी म्हणाला,

"ऑलराईट! मदर प्रॉमिस म्हटल्यावर विश्वास ठेवायलाच पाहिजे! चल, तुझी खुर्ची पुढं घे–" म्हणत त्यानं नमकीनची डिश पुढं केली.

अनुपनं चटकन खुर्ची जवळ ओढली आणि अजून घुम्यासारखा बसलेल्या जग्गूच्या खांद्यावर हात टाकत त्यानं डिशमधल्या नमकीनमधली एक मूठ उचलली.

"तू तर मित्रांबरोबर वाटून घेत नाहीस! स्वार्थी रास्कल! आपण तसे नाही हं!..." आता जग्गूनंही तोंड उघडलं.

"अबे, जा, बे! फक्त चाय-नमकीन शेअर करायच्या गोष्टी करतोस! तोंड बंद कर... सगळं ठाऊक आहे मला!..." अनुपनं त्याच्यावर कुरघोडी केली.

रात्रीपर्यंत त्या दोघांबरोबर गप्पा मारून, जेवण आटोपून, हॉस्टेलवर येईपर्यंत मन बरंच शांत झालं होतं. त्या रात्री त्याला थोडी झोपही लागली.

◆

डिसेंबर महिन्यात म्हैसूरच्या पत्रकार संघानं रवींद्रचं एक भाषण आयोजित केलं होतं. त्यासाठी आल्यावर त्यानं इंजिनीअरिंग कॉलेजच्या प्रिन्सिपॉलांची भेट घेतली. त्यानंतर एच्.ओ.डी.ची भेट घेऊन बराच वेळ तिथं गप्पा मारत बसला होता. त्या वेळी इतर प्राध्यापकही त्या गप्पांमध्ये सहभागी झाले. कॉफी-नाश्ता झाला. आजचा तांत्रिक अभ्यास, विद्यार्थ्यांची मनोभूमिका, डोनेशन-सीट यांविषयी त्यानं अधिक चौकशी करून माहिती विचारून घेतली. त्याचबरोबर त्यानं आपल्या मुलाचं शिक्षण आणि त्याची वागणूक याचीही चौकशी केली. मुलांच्या हॉस्टेलचे वॉर्डन हनुमंतप्पा यांच्याकडेही त्यानं चौकशी केली.

तीन वाजता अनुपचं कॉलेज सुटल्यावर त्याच्या मोटारसायकलवर डबलसीट बसून आपण उतरलेल्या हॉटेलवर गेला. तिथं त्या दोघांच्या गप्पा सुरू झाल्या.

बोलता बोलता रवींद्र म्हणाला,

"हे बघ, तू विद्याशालेत शिकलेला मुलगा आहेस! तुला या बुलेटची काय गरज होती?"

"इतर फॅक्टऱ्यांना भेटी देऊन यंत्रं पाहावी लागतात..."

"म्हैसूरमध्ये एकही इलेक्ट्रॉनिक मशीन असलेली फॅक्टरी नाही. मेकॅनिकलच्या विद्यार्थ्यांना त्याची आवश्यकता असली, तरी त्यासाठी शेवटच्या वर्षी ट्रिप ठरवलेली असते. तुमचे एच्.ओ.डी.च सांगत होते."

अनुपचा चेहरा उतरला,

"कॉलेजला जाण्यासाठी... उन्हात..."

त्याचं बोलणं मध्येच तोडून रवींद्र म्हणाला,

"एकाच आवारात कॉलेज आणि हॉस्टेल आहे–तेवढ्या अंतरासाठी मोटारसायकल हवी?"

कधी तरी गावात जायचं मनात आलं, तर... अशा प्रकारची एक-दोन दुर्बल कारणं सुचली, तरी ती सांगायचं अनुपला धैर्य झालं नाही. तो त्या प्रश्नात गुरफटला असता रवींद्रनं विचारलं,

"कधी घेतलीस?"

एका प्रश्नातून सुटका होत असल्याच्या आनंदात तो उत्तरला,

"जुलैमध्ये..."

"जुलै!–हं–म्हणजे पाच महिने झाले! दीडशे दिवस! त्यात नवरात्रीची सुट्टी म्हणून पंधरा दिवस दिल्लीला जाऊन आलास... म्हणजे उरलेल्या एकशे पस्तीस दिवसांमध्ये सोळा हजार सहाशे किलोमीटर गाडी पळवलीय्स तू! म्हणजे दररोज सरासरी...' म्हणत रवींद्रनं खिशातून कागद काढून त्यावर हिशेब मांडला आणि म्हणाला, "... सरासरी एकशे तेवीस किलोमीटर गाडी पळवलीस! मुलांना वेगानं गाडी पळवायचं वेड असतं, हे मला ठाऊक आहे. त्यातले धोके तुझ्या वयाच्या मुलांना समजत नाहीत. मोटारसायकलचा खर्च, त्यात घालायच्या पेट्रोलचा खर्च– हे सगळं आवश्यक होतं काय? एवढ्या खर्चात एखाद्या गरिबाचं शिक्षण झालं असतं. तू विद्याशालेत शिकलेला मुलगा आहेस! तुझ्या मनात असे विचार यायला हवेत. उलट, एवढ्या लवकर अशा खर्चामध्ये बुडून गेलात–मग तुझ्यात आणि इतर मुलांमध्ये काय फरक?"

अनुपच्या मनात त्या वेळी वेगळेच विचार येत होते. मोटारसायकलवरून येताना डॅडींनी स्पीडोमीटर पाहिला आहे. माझं चुकलंच–स्पीडोमीटरचं कनेक्शन काढून टाकायला हवं होतं. म्हणजे गाडी किती धावली, हे कुणालाच समजणार नाही! पण मग बरोबरीच्या मुलांवर प्रभाव पाडायचा कसा? आता तो इतर मुलांना आपला स्पीडोमीटर दाखवून म्हणत होता–मी गाडी पळवण्यासाठी घेतली आहे! तुझ्यासारखी घरात सोवळं गुंडाळून ठेवण्यासाठी नव्हे!

डॅडीच पुढं म्हणाले,

"तू दिल्लीहून किती पैसे मागवून घेतोस आणि का घेतोस, म्हणून मी तुला

विचारत नाही. मला त्यात रस नाही. पण तू असा वाकड्या वाटेनं चाललास, तर मी काय करू? मी तुझ्याजवळ राहतो. तुझं शिक्षण नीट चाललंय्, की नाही, हे पाहायची जबाबदारी माझी आहे. केवळ उत्तम मार्क्स् मिळवणं एवढंच पुरेसं नाही– तुम्ही अधून-मधून येऊन मुलाची चौकशी केली पाहिजे, असं तुझ्या प्राध्यापकांनीच सांगितलं. मी तुला नवं काहीही सांगणार नाही. काहीही करताना तू विद्याशालेचा विद्यार्थी आहेस, याची आठवण ठेव! तुझ्या तिथल्या शिक्षकांनाही विसरू नकोस!''

नंतर रवींद्रनं याविषयी काहीही सांगितलं नाही. त्यानं हॉस्टेलमध्ये मिळणाऱ्या जेवणाविषयी चौकशी केली. अभ्यासाबरोबर इतर वाचन करायची सवय ठेवायला सांगितलं. कन्नडमध्येही चांगली पुस्तकं येताहेत. इथल्या विद्यापीठानंही उत्तम ग्रंथ प्रकाशित केले आहेत वगैरेही सांगितलं. महिन्याकाठी किमान दोन पुस्तकं तरी विकत घ्यावीत, असं सांगून त्यानं अनुपला शंभर रुपये दिले. त्याच वेळी त्याला भेटायला विद्यापीठातला एक मित्र आला होता. अनुपशी त्याच्याशीही ओळख करून देऊन 'त्याला तुमच्या लायब्ररीत आणि पुस्तक-विभागात एकदा घेऊन जा' म्हणूनही विनंती केली. त्यांनीही याला होकार दिला.

अनुप कॉलेजच्या आवारात परतत असताना त्यानं गेटजवळच्या स्पीडब्रेकरपाशी बुलेटचा वेग कमी केला, तेव्हा त्याला समोरुन येणाऱ्या बी.व्ही.के. सरांनी थांबवलं. आणि म्हणाले,

''तू 'इंडियन ट्रिब्यून'च्या संपादकांचा मुलगा आहेस, हे मला ठाऊकच नव्हतं! त्यांचे संस्कृतीच्या संदर्भातले लेख मला फार आवडतात! आज दुपारी त्यांच्याशी तासभर फार छान गप्पा झाल्या! या वर्षी गॅदरिंगच्या वेळी त्यांनाच प्रमुख पाहुणे म्हणून बोलवायला पाहिजे, असं आम्हां सगळ्यांना वाटतं. एच्.ओ.डी.ही नंतर तेच म्हणत होते–''

सरांना यावर आपण काय उत्तर द्यावं, हे न कळून त्यानं नुसतंच स्मित केलं. नंतर तेही आपली स्कूटर वळवून गेटबाहेर निघून गेले.

अनुप आपल्या खोलीत येऊन खुर्चीवर बसला. मी सुपर स्पीडकिंग असल्याचं डॅडींच्या कानांवर गेलंय्, यात शंका नाही. नेहमी रश्मिला सोबत घेऊन–तेही निश्चितच सांगितलं असले. एम्.व्ही.आर्. अगदी खेडवळ आहे! मुलगा–मुलगी एकत्र दिसले, की चश्म्यातले त्यांचे डोळे बटाट्याएवढे होतात! त्यांनी सांगितल्यामुळंच डॅडींनी स्पीडोमीटरकडे लक्ष दिलं आणि नंतर मला नीति-पाठाचं लांबलचक लेक्चर हाणलं!

आता सारं कॉलेज आपल्याला सुपर स्पीडकिंग म्हणून मान्यता देतंय्. त्यामुळं स्पीडोमीटर दाखवून ते सिद्ध करायची गरजच नाही. यानंतर आठवड्यातले फक्त तीन दिवस स्पीडोमीटरची तार जोडून ठेवायची. पुढच्या वेळी डॅडी येतील, तेव्हा

आपोआपच त्यांच्या हे लक्षात येईल. पण मी रश्मिबरोबर फिरत असल्याचं त्यांना समजलं आहे! त्यावर काय करायचं? जाऊ दे! त्यांनीही तो प्रश्न स्पष्टपणे विचारला नाही. त्यांनी विचारलंच, तर सांगता येईल,

"हे अगदी जुन्या लोकांचं कॉलेज आहे! एक दिवस एक मुलगी लिफ्ट मागत होती–ती दिली, तर त्याचं केवढं प्रकरण करताहेत! त्या वेळी मीही चेहरा पाडून निघून जायला हवं होतं काय?" या विचारानं त्याला सुटल्यासारखं झालं.

◆

सुमारे महिन्याभरानं एक दिवस रश्मि एकाएकी समोर येऊन उभी राहिली. तेही सकाळी साडेसातच्या सुमारास. तो नाश्ता करण्यासाठी बाहेर पडत असतानाच ती आली. त्याचा रूममेट कांतराजू एव्हाना नाश्त्यासाठी बाहेर गेला होता. दोघंही एका खोलीत असले, तरी दोघांमध्ये 'हाय-हाय' करण्याव्यतिरिक्त इतर कुठल्याही प्रकारची जवळीक नव्हती.

त्याच्याशी हस्तांदोलन करत ती म्हणाली,

"तुझा नाश्ता अजून झालेला दिसत नाही. चल–तुझ्याबरोबर शेवटची डबलसीट येते–आपण बाहेर कुठं तरी जाऊ या. आज मीही म्हैसूर सोडतेय्. कॉलेजमधले बाकीचे सोपस्कार संपवून हॉस्टेलवरचं सामान घेऊन जायला मी आले."

तिला बघून अनुपला आश्चर्य वाटलं असलं, तरी ती शिक्षण सोडत असल्याचं बघून त्याला आश्चर्य वाटलं नाही. एव्हाना तिनं कॉलेज सोडलं असेल, अशीच त्याची समजूत झाली होती.

तरीही तिला समोर पाहताच त्याचं मन पुन्हा तिच्या आकर्षणात गुरफटलं. एव्हाना तिनं शेकडो लोकांपुढं नग्न शरीराचं प्रदर्शन केलं असेल, हे जाणवलं, तरी त्याला स्वतःला तिच्या आकर्षणातून सोडवून घेता आलं नाही. त्यानं न राहवून विचारलं,

"कुठं होतीस इतके दिवस?"

"तेच सांगते–चल–आज संध्याकाळच्या आत मला बेंगळूरला पोचायचं आहे. लवकर चल–"

पायांत बूट चढवून, खोलीबाहेर व्हरांड्यात ठेवलेली बुलेट घेऊन तो तिच्याबरोबर निघाला. तीही नेहमीप्रमाणे त्याच्या मागच्या सीटवर त्याच्या पोटाभोवती घट्ट हात धरून बसली. तिच्या निकट स्पर्शानं त्याचं मन लंपट झालं. हार्डिंग सर्कलजवळच्या हॉटेलमध्ये बाहेरच्या कंपाऊंडमधल्या एका झाडाखालच्या निवांत टेबलापाशी जाऊन बसल्यावर ती सारी हकीकत त्याला सविस्तरपणे सांगू लागली,

"म्हैसूर सोडून जाण्याआधी तुला सगळं सांगावंसं वाटलं, म्हणून तुला

भेटायला आले–कारण मला कॅबेरे पाहायची संधी तुझ्यामुळंच मिळाली ना?''

त्यानंतर तिनं हकीकत सांगितली :

त्या दिवशी ती अनुपशी भांडण झाल्यानंतर बेंगळूरला गेली. बसस्टँडहून ती पायीच गांधीनगरमधल्या कॅबेरे हॉलवर गेली. तिथला मालक दामोदरन् भेटला. त्याला तिनं आपल्या मनातली इच्छा सांगितली. त्यानं तिच्या सर्वांगावरून एक-दोन वेळा व्यावसायिक नजर फिरवून सांगितलं,

''आम्ही बाहेरच्या मुलींना घेत नसतो. आमच्या मुलींवर आमचा जास्त विश्वास असतो! काहीही गडबड-गोंधळ झाला किंवा पोलिसांची धाड पडली, तर काय करायचं वगैरे त्यांना ठाऊक असतं. अपरिचित नव्या मुलींवर कसा विश्वास ठेवायचा?''

ती म्हणाली,

''का? माझा देह तुमच्या त्या मुलींपेक्षा देखणा आहे, म्हणून तुम्हांला असूया वाटते?''

''असूया कसली? उलट, फार चांगला असेल, तर प्रोग्रॅमनंतर गडबड-गोंधळ व्हायची शक्यता असते. ती जबाबदारी कोण घेणार? आम्हांला एवढ्या सुंदर मुलीच नकोत.''

रश्मिनं त्याच्याशी बराच वाद घातला–धोका देणार नाही, म्हणून शपथा घेतल्या–शेवटी निक्षून सांगितलं,

''मला शरीरविक्रय करायची आवश्यकता नाही–मी ते करणार नाही. एक कला म्हणून मी याकडे आकर्षित झाले!–''

''तर मग शास्त्रीय नृत्य शिकायला जा! इथं काय करतेस?''

तिनं वाद घातला,

''तर मग तुम्ही का कलाप्रदर्शन, कलाकार म्हणून जाहिरात करता?''

अखेर त्यानं तिला कॅबेरे–डान्सर म्हणून घेण्याचं मान्य केलं. तरीही तो म्हणाला,

''तुझ्या घरच्या माणसांनी आमच्यावर घराण्याचा मान घालवला, म्हणून आरोप केला, तर ती जबाबदारी कुणाची?''

''ही माझी जबाबदारी आहे, असं मी लिहून देईनं, हवं तर!'' ती उत्तरली.

अखेर त्यानं मान्य केलं. तिनं त्याला रेकॉर्ड लावून नृत्य करून दाखवलं. त्यानं विचारलं,

''कुठं शिकलीस?''

''तुमच्या इथले प्रोग्रॅम बघून!'' ती उत्तरली.

''तुला एक दिवस ट्रेनिंग दिलं, तरी पुरेसं आहे!'' तो समाधानानं म्हणाला.

दुसऱ्या दिवशीच ती कार्यक्रमात भाग घ्यायला तयार झाली. तिचं पहिलंच नृत्य कमालीचं यशस्वी झालं. 'जॅकलीन जॅकलीन' चा पुकारा–टाळ्यांचा कडकडाट–

रश्मि सारी हकीकत सांगत असताना वेटरनं ब्रेड-टोस्ट आणून ठेवला. तिची शोधक नजर अनुपवर खिळली होती. तो कल्पनेत रंगून गेल्याचं त्याच्या चेहऱ्यावरून स्पष्टच दिसत होतं. तिनं त्याला विचारलं,

"तुला राग आला? आला, तर येऊ दे. मला काय वाटतं, ते सांगते–मला मात्र खरोखरच तिथं मोकळेपणानं नाचताना मनापासून आनंद झाला. तिथं कपड्यांचं डिझाईन करतानाही किती विचार करतात! देह-सौंदर्याचं प्रदर्शन होण्याची किरकोळ संधीही हातून सुटता कामा नये, याचं भान ठेवून! त्यातही किती कलात्मक विचार करतात! मला त्यात इतका आनंद वाटत होता, की मी दररोज चार ठिकाणी व्यवस्थित वेळा ठरवून नाचायला जात होते. त्याशिवाय आपल्या खोलीत राहणं मला फारच कंटाळवाणं वाटत होतं."

त्यानं हेटाळणीच्या स्वरात विचारलं,

"पण प्रेक्षक नंतर तुला त्रास देत नव्हते? तुझा पत्ता मागत नव्हते?"

"मी प्रेक्षकांमध्ये आपणहोऊन फारशी मिसळत नव्हते. शिवाय बाहेर सहसा ओळखलं जाऊ नये, एवढा नाचाच्या वेळी मेकअपही करत होते. स्वतः दामोदरन्‌नं माझी राहायची जागा कुणालाही कळू देऊ नये, म्हणून तिथल्या प्रत्येक कर्मचाऱ्याला ताकीद दिली होती."

"आई-वडलांनी चौकशी केली नाही?"

"ते मी नीट मॅनेज केलं होतं. दर आठवड्याला त्यांना पत्र लिहून क्लासेस्–टेस्टस्–परीक्षा यांविषयी कळवत होते."

"म्हैसूर सोडून कुठं जाणार तू?"

"तेच सांगायला आले. बेंगळूरमध्ये हॉटेल अपोलोत मी राहत होते. तूही पाहिलंय्‌स ना? पॉश हॉटेल! सकाळ-दुपारचा वेळ काढणं फारच कठीण असे. एक दिवस तुझी आठवण काढत ब्रेकफास्ट घेत बसले होते एकटीच! एक चाळिशीचा माणूस टेबलापाशी येऊन अत्यंत सौम्यपणे म्हणाला–इथं बसू?"

"मलाही गप्पा मारायला कुणी तरी हवंच होतं. पाहिलं, तर तो माणूसही एक्झिक्यूटिव्हसारखा वाटत होता. मी परवानगी देताच तो अदबीनं बसला. आधी उगाच बेंगळूरच्या टॅक्सींविषयी गप्पा झाल्यावर त्यानं आपलं कार्ड देत म्हटलं–माझं नाव आर् .बी. गजवानी. होरायझन कंपनीचा पार्टनर आणि मॅनेजर–बेंगळूर–दिल्ली–मुंबई इथं आमच्या शाखा आहेत. तीनेक वर्षांत देश व्यापण्याचे आमचे प्लॅन्स आहेत.

"मी कार्डवरून नजर टाकली. तीन शहरांतले पत्ते, फोन आणि टेलेक्सनंबर.

तो पुढं म्हणाला–एक ऑफर आहे. जर तुम्ही आमच्या कंपनीत मॉडेल म्हणून आला, तर तुम्हांला आज मिळतात, त्यापेक्षा दहापट पैसे मिळतील, याची मी हमी देतो. भारतातल्या वेगवेगळ्या टेक्स्टाईल कंपन्या, दुचाकी वाहनं, विमान कंपन्यांच्या जाहिरातींची कामं आम्हीच पाहतो.

"मी थोड्या रागातच उत्तर दिलं–मला पैशाची गरज नाही

"त्यानं आवाज आणखी खाली आणून सांगितलं–मिस्! काल तुम्हांला फ्लोअर-शोमध्ये पाहिलं–खरं सांगतो–अवाक् झालो! केवळ स्वर्गीय सौंदर्य! एवढं अलौकिक सौंदर्य झाकून ठेवायचं? माझं ऐका–भारतसुंदरीच नव्हे, विश्वसुंदरी होण्याची संधीही तुम्हांला मिळू शकेल! मी आणखी दोन दिवस याच हॉटेलमध्ये आहे. विचार करून तुम्ही मला कळवा. नंतरही वाटलं, तर आमच्या या तिन्ही ऑफिसेसपैकी कुठंही कॉंटॅक्ट करा. एक नाममात्र कॅमेरा-टेस्ट आणि मूव्ही-टेस्ट झाली, की काम झालं! निघतो–म्हणून तो निघून गेला."

"म्हणून आता तू मॉडेल होणार?" अनुपनं विचारलं.

जाम लावलेला टोस्ट खात काही क्षण ती थांबली आणि मग म्हणाली,

"आधी माझाही निर्णय होईना. मग मनात आलं, इथं नाचत राहिले, तर माझं देहसौंदर्य काही शेकडा लोकांपर्यंतच पोहोचू शकतं. पण मॉडेल झाले, तर लक्षावधी–नव्हे, कोट्यवधी लोक माझ्या देहसौंदर्याचं दृष्टिसुख घेऊ शकतील!

"दुसऱ्या दिवशीच मी त्यांच्याबरोबर मुंबईला गेले. तिथं गेल्यावर मला आणखीही एक जाणवलं–कॅबेरे करताना मी माझं सौंदर्य पाहू शकत नव्हते. इथले कॅमेरे मात्र मला माझ्या देहाचं सौंदर्य विविध कोनांतून दाखवत होते! चकितच झाले मी ते पाहून! पुढं व्यवहार ठरला. अर्थात मीही दरमहा पगाराऐवजी प्रत्येक आयटेमप्रमाणे पैसे घ्यायचा निर्णय घेतला."

"पण कॅबेरेवाले कसे सोडायला तयार झाले?"

"इथंही मी पगारी नोकर नव्हतेच. दामोदरनूनं जाऊ नको, म्हणून खूप विनवलं–पैसे वाढवून द्यायचं कबूल केलं. पण मीही नथिंग डुईंग–गुडबाय म्हणून मोकळी झाले."

"घरी काय सांगितलंस मग?"

"मुंबईहून घरी थेट फोन केला–म्हटलं, तुमची मुलगी कुठल्या कुठं पोहोचेल, ते पाहाच!"

"मग?"

"मी एवढी कशी शिकले, याचंच त्यांना आश्चर्य वाटलं होतं, म्हणे! ममीच म्हणाली-"

चहाची ऑर्डर घेऊन बेअरा गेल्यावर अनुपनं तिला विचारलं,

"तू मुंबईला केव्हा जाणार?"

"उद्या सकाळी."

"यानंतर आपली केव्हा भेट होईल, कोण जाणे! आजची रात्र रॉकीमध्ये राहू या..."

तिची तीक्ष्ण नजर त्याच्या चेहऱ्यावर खिळली,

चहा आला. चहाचा एक घोट घेताना ती म्हणाली,

"मी देहप्रदर्शन करते, म्हणून तुला माझा तिरस्कार वाटतो. अशा पुरुषाबरोबर झोपायची इच्छा नाही..."

अनुप गप्प बसला.

तीच पुढं म्हणाली,

"तरीही तू माझा मित्र आहेस. म्हणून तुला भेटायला आले."

◆

अनुपला तिचा प्रचंड संताप आला. जिवाची पर्वा न करता मी हिच्यासाठी अतिप्रचंड वेगानं बुलेट पळवली! त्यासाठी डॅडींची बोलणी खाल्ली! आता माझ्या सर्वांगाला आग पेटवून निघून गेली!-

एक दिवस तो ओमी-जग्गूच्या घरी गेला. चहा-खारी खाताना कॉलेजमधल्या मुलींचा विषय निघाला. सैलपणे बोलताना कुठल्या मुली सहजपणे वश होतात, हा विषय निघाला. पाठोपाठ व्यावहारिक प्रश्न उपस्थित झाला, मुलींना वश करता येईल, पण जागेचं काय? जग्गूनं अचानक विचारलं,

"अनुप, तू रश्मिबरोबर कुठं जात होतास?"

अनुपनं क्षणार्धात स्वतःला सावरत म्हटलं,

"आम्ही आपले नुसतेच फिरायला जात होतो-त्यामुळं तसा जागेचा प्रश्नच नव्हता."

"चल! तुझ्या बुलेटची शपथ घेऊन सांग!"

ओमीही म्हणाला,

"मित्रांशी दगलबाजी ठीक नव्हे! सांग पाहू, खरं काय घडलं, ते!"

अनुपच्या चेहऱ्यावरचा भाबडा भाव नाहीसा होऊन त्याची जागा हसण्यानं घेतली. हजार लोकांपुढं उघड्या होणाऱ्या बयेच्या अब्रूची कशाला फिकीर करायची- असा विचार करून तो मोकळेपणानं सारं काही सविस्तरपणे सांगू लागला. स्वतःचं महत्त्व वाढवण्यासाठी त्यानं मनचंही त्यात घातलं.

सारं ऐकताना त्या दोघांच्याही मनांत अनुपविषयी विशेष आदर निर्माण झाला होता. त्याचबरोबर एवढं महत्त्वाचं त्यानं आपल्यापासून दडवल्याचा रागही आला.

पण अनुप म्हणाला,

"काय करणार, रे? तुझ्या अगदी जवळच्या मित्रांनाही–अरोडा आणि सभरवाललाही–सांगायचं नाही, म्हणून शपथ घातली होती–"

म्हणजे यानं आपल्या मैत्रीविषयी तिला सांगितलं होतं, तर! त्या दोघांनाही थोडं बरं वाटलं. जेवण आटोपून पुन्हा गप्पा मारताना ओमी म्हणाला,

"म्हणजे ज्या मुलीला वेगाचं वेड आहे, ती लवकर पटते, तर!"

यावर अनुप व्याख्यात्याच्या थाटात म्हणाला,

"अरे, वेग म्हणजे फास्ट! जी मुलगी वेगानं अनुभव घ्यायला तयार असते, ती फास्ट मुलगी!"

त्याच गप्पांमधून मसाला-पान खायची तल्लफ वर आली. दोन गाड्या काढल्या, तर कंपनी विभागली जाईल, असा विचार करून तिघंही अनुपच्या बुलेटवरून निघाले. निघतानाही अनुपनं शेरा मारला,

"तुमच्या यामाहामध्ये तिघांना न्यायची ताकद नाही माझ्या बुलेटसारखी!"

यावर यामाहा आणि बुलेटपैकी कुठली गाडी श्रेष्ठ, यावर वाद झाला.

'चंद्रमोहन'जवळच्या पानवाल्याकडून स्पेशल जर्दा विडा तोंडात कोंबून तिघंही यादवगिरीसमोरच्या चलुवम्बापार्कला गेले. थोडा वेळ पान चघळून मुखरसाची पिचकारी मारल्यावर जग्गू म्हणाला,

"आम्हांलाही कॅबेरे बघायला घेऊन चल, बुवा!"

"अरे, त्यात काय एवढं? पैसे फेकले, की तिकिटं मिळतात. थोडं लवकर गेलं, की जवळची जागाही मिळते!"

"असं कसं? शाळेतही तूच आमचा लीडर होतास-- आताही तूच पुढाकार घ्यायला पाहिजे!"

अनुप पुढाकार घेऊन तपशील ठरवू लागला. पैशाचा प्रश्न येताच अनुपनं सांगितलं,

"पेट्रोलचे प्रत्येक गाडीचे ऐंशी रुपये, तिकीट आणि खाण्याचे कमीत कमी प्रत्येकी शंभर रुपये, एखादी डान्सर पटली, तर तिचे पैसे, हॉटेलचे मुक्कामाचे पैसे–काही नाही म्हटलं, तरी सात-आठशे रुपये आपल्या हातात हवेत!"

"एवढे पैसे? मग आम्हांला अशक्य आहे!..."

"पाच-पाचशे रुपयांसाठी रडता? तुम्ही कसली बिझनेसवाल्यांची मुलं?" अनुपनं डिवचलं.

"पन्नास-साठ रुपये सुद्धा गोळा करणं अशक्य आहे, रे! आमच्या पिताश्रींनी कशी व्यवस्था केलीय्, ठाऊक आहे? स्वयंपाकाची जबाबदारी भय्याकडे, घराची इतर सारी बिलं जग्गूचे वडील स्वतः भरतात. कॉलेजच्या फीच्या तर पावत्याच

असतात. पुस्तकाचं निमित्त सांगितलं, तर पुस्तकंच आणून देतात! प्रत्येकी शंभर रुपये पॉकेट-मनी देतात–पण त्यातच पेट्रोलचाही खर्च आला!–''

"अरे, हो! कधीचा विचारीन म्हणतो–एखादी गर्लफ्रेंड भेटली, तर मला तुमच्या घरी दोन तास जागा द्याल?...''

अनुपचं बोलणं ऐकताच जग्गूला ठसकाच लागला.

ओमी उत्तरला,

"अरे, हा भय्या आहे ना? तो हेर आहे आमच्यावर! आम्हीही वैतागलोय्. पण तो काही आमची पाठ सोडत नाही.''

आता जग्गूचाही ठसका थांबला.

अनुपनं विचारलं,

"मग कॅबेरेचं काय ठरलं?''

"आणखी एक भीती आहे. आपण तिथं असताना डॅडीच तिथं आले, तर?''

"आता आपण काही कोवळी पोरं नाही त्यांना घाबरायला!...''

"तसं नव्हे, रे. तेही कॅबेरे बघायला आले, तर?''

"जा, रे! घरात बायको असताना कोण कशाला येईल?'' अनुप म्हणाला खरा, पण त्यालाही तिथं पाहिलेल्या डॅडींच्या वयाच्या पुरुषांची आठवण झाली.

"अरे, परवाच आमच्या घरी मम्मी-डॅडींचं त्यावरूनच भांडण झालं–'' जग्गूनं आपल्या घरी सुट्टीत घडलेली हकीकत सांगितली. नंतर अनुपला विचारलं, "आणि तुझे डॅडी आले, तर?''

"अशक्य आहे ते! विद्याशालेची तत्त्वं मानतात ते. मी सांगितलंय् तुम्हांला विद्याशालेविषयी!''

"ते असेल, रे! पण तुझी ममी दिल्लीत असते. तुझे डॅडी रोज कॅबेरे रोज बघत असतील!...''

अनुपचा संताप भडकला. त्या भरात तो म्हणाला,

"माझे डॅडी सुशिक्षित विचारवंत आहेत! पैशासाठी काहीही करणारे व्यापारी नाहीत... बिझनेसवालेही नाहीत...''

जग्गूही चिडला. तोही म्हणाला,

"उगाच बिझनेसवाल्यांना नावं ठेवू नकोस! तुझी ममीही बिझनेस करते. ती रोज कॅबेरे बघायला जाते, असं तर मी म्हटलं नाही ना!''

आता मात्र अनुपचा संताप अनावर झाला. पचकन थुंकत तो म्हणाला,

"ममी-डॅडींना नावं ठेवता?'' आणि ताड ताड बागेबाहेर येऊन बुलेट सुरू करून हॉस्टेलकडे निघाला

हॉस्टेलकडे येताना त्याच्या मनात येत होतं–त्यांना नुसतं एवढ्यावर सोडायला

नको होतं. दोन ठोसे द्यायला हवे होते–सरस्वतीपूरपर्यंत या म्हणावं आता तंगड्या तोडत!–

◆

तो साडे अकरा वाजता हॉस्टेलवर पोहोचला, तेव्हा कांतराजनं झोपेतच खोलीचा दरवाजा उघडला. अनुपनं टेबल-लँप लावला, तेव्हा त्याला टेबलावर पडलेलं एक पाकीट दिसलं. वरचं अक्षर दोड्डुपांचं होतं. कपडे न बदलता अनुप ते दीर्घ पत्र वाचू लागला. सुरुवातीला 'तू आवर्जून येऊन गेलास–आम्हांला बरं वाटलं' वगैरे बरं वाटण्यासारखी चार वाक्यं होती. पुढं त्यांनी लिहिलं होतं :

'तुझ्या भाषणात तू इलेक्ट्रॉनिक्सपेक्षा वेगाचंच गुणगान केलंस! पाच-सहा महिन्यांत पंधरा-सोळा हजार किलोमीटर बुलेट पळवणारा वेगवान माणूस झालास तू! तुझ्या वयाला असलेलं वेगाचं वेड मीही समजू शकतो. इथं असताना तूही उपनिषदातल्या अन्नमय, प्राणमय, विज्ञानमय आणि आनंदमय कोषाविषयी ऐकलं आहेस. याच भान न ठेवता तू तुझी सारी शक्ती आणि चैतन्य मोटारसायकल वेगानं पळवण्यात खर्च करणार काय? पंचकोषाचा अर्थ जाणून घेऊन त्यातून आनंद मिळवणार, की नाही?–'

लांबलचक पत्राच्या अखेरीस त्यांनी लिहिलं होतं,

'सुट्टी सुरू होताच इथं निघून ये- इथं एक तंत्रज्ञानाचा विभाग सुरू करावा, असं शंकरमूर्तींचं मत आहे.–'

पत्र वाचता-वाचता अनुपला राग आला. डॅडींनी तिथं सारं सांगितलेलं दिसतंय्! म्हणून आता दोड्डुप्पा वेदान्त सांगताहेत मला! हे नेहमीचंच आहे–

कपडे बदलून अंथरुणावर पडताना आठवलं- अजून ओमी आणि जग्गू तंगड्या तोडत येत असतील! बरी शिक्षा झाली, खरं तर, ओमी तसा बरा आहे- जाऊ दे! दोड्डुप्पाही सांगतातच- भरपूर चालावं, म्हणून!

डॅडींनी दोड्डुप्पांना सारं सांगितल्याचं समजून त्याला डॅडींचा राग आला. जग्गू म्हणाला, तसे जात असतील तेही कॅबेरे बघायला! ममी-डॅडींचं कदाचित यावरून भांडण झालं असेल. कोण जाणे, या मोठ्या माणसांचं काहीही सांगता येत नाही–

सकाळी तो उठून तयार होत असतानाच जग्गू आणि ओमी त्याच्या खोलीवर आले. जग्गूनं विचारल,

''का, रे? रात्री का निघून आलास आम्हांला सोडून?''

अनुपही सलोखा करायच्या मूडमध्ये होता. तो म्हणाला,

''डॅडींना काहीही म्हण- पण माझ्या ममीला काही म्हटलेलं सहन होणार नाही मला!''

"मलाही ठाऊक आहे, रे! तू सगळ्या बिझनेसवाल्यांना एका तागडीत तोलत होतास, म्हणून मी आठवण करून दिली, एवढंच, खरं की नाही, ओमी?"

"गॉड-प्रॉमिस!"

त्यासरशी साऱ्या भांडणावर पडदा पडला. कारण भांडणाचा तपशील आता अनुपलाही आठवत नव्हता.

◆

सरळ-सरळ उपदेशाचा पराकोटीचा कंटाळा असला, तरी दोड्डप्पांचं पत्र त्याच्या मनात काही काळ रेंगाळत राहिल. अन्नमय कोष- प्राणमय कोष वगैरे संदर्भ देऊन त्यानं किती तरी वक्तृत्व-स्पर्धा जिंकल्या होत्या. दोड्डप्पा आणि इतर शिक्षकांनीही त्याचं भाषण त्या संदर्भामुळं आवडत असे.

आता त्याला आठवलं, शाळेत आपलं मन एवढ चंचल नव्हतं. गांधी, पटेल, सावरकर, घोष, विश्वेश्वरय्या–यांची चरित्रं कुठल्या ना कुठल्या प्रकारे त्याच्याही कानांवर पडत होती. शिवाय आज ही इमारत बांधायची- उद्या अमुक करायचं, अशी काही ना काही कामंही असत. त्यामुळं रात्री जमिनीला पाठ लागताच झोप येई.

या प्रकारचे विचार दोन दिवस टिकले. नंतर त्यांत इतर विचार मिसळले. जग्गू-ओमीनं कॅबेरेचा विषय काढताच तो म्हणाला,

"नको, यानंतर मी सगळं सोडलंय्! विद्याशालेत राहत होतो, तसा मी राहणार आहे!"

जग्गू वैतागानं म्हणाला,

"मग राहायचं तिथंच! इथं कशाला आलास?"

"मला विश्वेश्वरय्यांसारखं व्हायचं आहे, म्हणून!"

"म्हणजे?"

"तू विश्वेश्वरय्यांचं नाव ऐकलं नाहीस?" अनुप संतापला.

"फार मोठं नाव आहे ते! तेच आपल्यापुढं आदर्श ठरू शकतील!"

"एवढंच ना? आपणही तसेच होऊ. एक दिवस कॅबेरे पाहिला, तर काय बिघडणार आहे? त्यांनीही पाहिला असेल कॉलेजमध्ये शिकताना!"

"शक्य नाही! फार गरीब होते ते..."

"म्हणजे? श्रीमंत माणसं मोठी होणारच नाहीत? मग नेहरू बाप-लेक कसे मोठे झाले?"

यावर कितीही मुद्देसूद वाद घालणं शक्य आहे, हे अनुपला ठाऊक होतं. पण जग्गूनं त्याला अडवत आपलाच मुद्दा पुढं नेला.

अखेर मित्रांच्या आग्रहाचा विजय झाला आणि तिघंही कॅबेरे पाहायला गेले.

त्यानंतरचा आठवडाभर अनुप तळमळत होता. एखादी गर्लफ्रेंड पाहिजेच! आठवड्यातून एखाद्या वेळी तिच्याजवळ जाऊन आलं, तर नंतर निवांतपणे अभ्यास तरी होईल–

मुलींच्या बाबतीत आता त्याचाही अनुभव वाढला होता. गावातल्या आणि जवळपासच्या गावातल्या मुली आणि पहिल्या वर्षाच्या मुली भित्रट असतात- मोटारसायकलवरून वेगानं धावायला कोण तयार होतात, हे पाहत गेलं, तर एखादी निश्चितच मिळेल.

त्यानं दहा जणींना विचारलं, त्यांतल्या सात जणी तयार झाल्या. त्यांतल्या तिघीजणी दोन्ही बाजूंना पाय टाकून त्याच्या कमरेला घट्ट वेढून बसायला तयार झाल्या. त्यांतल्या दोघी बुलेट थांबल्यावर आभार मानून निघून गेल्या.

इलेक्ट्रॉनिक्सची दुसऱ्या वर्गात शिकणारी पाँडेचरीची अनिता मात्र त्याच्या सूचनेप्रमाणे राईडच्या वेळी अर्ध्या बाह्यचा तलम टी-शर्ट आणि जीन पँट घालून आली. त्यानं वेग वाढवला, तेव्हा तिन मिठी आणखी घट्ट केली. मडिकेरी रस्त्यावर साठव्या किलोमीटरच्या दगडापाशी असलेल्या छोट्या ढाब्यामध्ये दोघंही जाऊन बसले, तेव्हा तिनंही सर्टिफिकेट दिलं,

''खरोखर सुपर स्पीड-किंग हं!''

असे आठ दिवस गेले.

नंतर एक दिवस त्यानं गावाबाहेर घनदाट झाडी पाहून बुलेट थांबवली आणि आधीच हेरून ठेवलेल्या निर्जन जागी तिला, घेऊन गेला.

''मला भीती वाटते–'' ती पुटपुटली. थोड्या वेळानं तिनं विचारलं, ''माझ्याशी लग्न करायचं वचन देशील?''

अशा प्रकारे शब्दांत सापडायची अनुपची मुळीच इच्छा नव्हती. काळा रंग- दात पुढं आलेले- शिवाय त्याला जाणवलं, ही काही मुग्ध कोवळी मुलगी नाही.

''नंतर बघू या- '' म्हणत त्यानं विषय टाळला.

माघारी परतताना त्याच्या पाठीवर रेललेली अनिता म्हणत होती,

''वेग वाढवू नकोस, रे! उगाच कशाला रिस्क!''

◆

एवढ्या लवकर आपला हेतू साध्य होईल, याची त्यालाही कल्पना नव्हती.

तिला हॉस्टेलवर सोडून आपल्या खोलीवर येत असताना त्याला दोड्डप्पांनी

सांगितलेली एक गोष्ट वरचेवर आठवत होती. ब्रह्मचर्य आणि विद्याभ्यास याची त्यांनी सांगड घातली होती. त्याचं ब्रह्मचर्य काही याच वेळी पहिल्यांदा भंग झालं नव्हतं. रश्मिबरोबर अनेकदा हे घडलं होतं. तरीही कुठल्याही फारशा अवडंबराशिवाय प्राप्त झालेल्या सुखाचा अनुभव वेगळाच होता.

रश्मि निघून गेल्यानंतर त्याचं मन काही वेळा एवढं अस्वस्थ होत होतं, की अभ्यासासाठी पुस्तक डोळ्यांसमोर घेतलं, की रश्मिचीच विविध रूपं डोळ्यांपुढं नाचू लागत! आज त्यानं मनाचा निग्रह केला आणि जेवण संपवून तो आपल्या टेबल-खुर्चीवर बसून अभ्यास करू लागला. काही मुद्द्यांवरची त्यानं टिपणं काढली- काही सूत्रांचा अभ्यास केला. कांतराज नेहमाप्रमाणे अभ्यास करून झोपी गेला, तरी साडे बारा-एक वाजेपर्यंत अनुप जागाच होता. अभ्यास करताना त्याच मन अत्यंत स्थिर होतं–दोड्डप्पा सांगतात, ते खोटं आहे! ब्रह्मचर्याच्या टोकाच्या कल्पनेत तडफडत मनाची फरफट करण्यापेक्षा शरीराच्या मागणीचा आदर करून शांतपणे अभ्यास करणं का अयोग्य ठरावं?

मनात इच्छा निर्माण झाली, की तो अनिताला घेऊन म्हैसूरहून साठ-सत्तर मैलांपर्यंत बुलेट पळवत होता. पण लवकरच ते कंटाळवाणं वाटू लागलं. तिनंही ते मान्य केलं.

एके संध्याकाळी तो तिला घेऊन म्हैसूरहून तीस-पस्तीस किलोमीटरवर असलेल्या आडरस्त्याच्या आतल्या बाजूला असलेल्या जंगलाआड असलेल्या मोकळ्या जागेकडे गेला. ही जागा त्या दोघांनाही सोयीची वाटली. तसे दोनदा बेंगळूरला जाऊन हॉटेलमध्येही राहून आले. बुलेट न नेता बसनं जाऊन सर्वसाधारण हॉटेलात राहिल्यामुळं खर्चही बेताचा झाला. त्याच्या सूचनेप्रमाणे अशा वेळी अनिताही रुंद काठाची साडी, कुंकू आणि गळ्यात सव्वा-दीड रुपयांचं मंगळसूत्र अशा वेशात तयार होऊन येई. त्यामुळं नव-दांपत्य म्हणून कुठल्याही हॉटेलात खोली मिळणं सोयीचं होत असे. अशा पद्धतीनं त्यांनी एकदा म्हैसूरमध्येही खोली मिळवली होती.

आपल्याला हवं ते घेऊन त्याला हवं ते देणारी अनिता रश्मिच्या तुलनेत साधी सरळ मुलगी होती. तिनं कधीही त्याच्याकडे दहा पैशाच्या भेटीची अपेक्षा केली नाही. त्याप्रमाणे ती दहा पैसे खर्च करायला पुढंही होत नव्हती.

सुरुवातीला अनुपला 'हीच गर्लफ्रेंड आपल्याला योग्य आहे- रश्मि नव्हे' असं वाटलं, तरी दोन अडीच महिन्यांतच हिच्यापेक्षा उजवी असलेल्या रंजनीचा स्नेह मिळाला असता, तर बरं झालं असतं, असं त्याला वाटू लागलं. त्या दृष्टीनं तो रंजनी आणि इतर चटपटीत मुलींना बुलेट-सवारीसाठी नेऊ लागला. तशी अनिता

होतीच. त्यामुळं फार घाई करायची जरुरी नाही, हेही त्याला समजत होतं. घाई केली, तर चांगल्या मुली हाती लागणार नाहीत, याचीही त्याला जाणीव होती.

पण एक दिवस अनितानं विषय काढला,

"अनुप, तुला आपली ती पहिली भेट आठवते ना? त्या दिवशी मी तुला लग्नाविषयी विचारलं होतं. त्या वेळी तू तो विषय टाळलास. त्यानंतर कधी त्या विषयावर तू बोलला नाहीस. मीही पुन्हा त्याविषयी विचारलं नाही. आता मला वाटतं, लग्नाच्या संदर्भात मुलीनं मुलाला आपण होऊन विचारणं अपमानकारक आहे. शिवाय मला आणखीही एक वाटतं-- विद्यार्थिदशेतील मैत्रीचा जीवनभरच्या साथीच्या दृष्टीनं विचार करणं तेवढंसं योग्य नाही. शिक्षण संपून आपण स्वतंत्रपणे मिळवू लागल्यावर आपला जीवनसाथी कसा हवा, याविषयी थोडं-फार मनात निश्चित होऊ लागतं. त्यामुळं आपण आताच लग्नाविषयी विचार करणं मूर्खपणाचं आहे. तरीही या कॉलेजमध्ये असेपर्यंत आपण निष्ठावंत मित्र-मैत्रीण म्हणून राहू या. तुला काय वाटतं?"

"असं का विचारतेस?" तिच्या बोलण्याचा सूर समजला, तरी त्यानं मुद्दामच विचारलं.

"सहजासहजी मी वश झाले, म्हणून माझ्या मैत्रीला तू हलकी समजू नकोस! आणखी मैत्रिणींची अपेक्षा धरू नकोस. माझं बोलणं तुला कदाचित चिल्लरपणाचं वाटेल, पण मला हे सहन करणं अशक्य होतंय्! यानंतर तू आणखी कुठल्या मुलीला लिफ्ट दिलीस, तर आपले संबंध तिथंच संपले, म्हणून समज! मलाही आत्माभिमान आहे!"

"नॉनसेन्स! क्लास असोसिएशनची थोडी चर्चा करायची होती, म्हणून..."

"हे बघ! मला या कॉलेजची संपूर्ण कल्पना आहे! तू आणि रश्मि बुलेटवरून किती आणि कसे भटकत होता, हे कॉलेजमध्ये प्रत्येकाला ठाऊक आहे! तरीही मी तुझी मैत्री मान्य केली- पण रश्मि इथून निघून गेल्यावर!..." हे बोलताना तिच्या डोळ्यांत पाणी भरलं होतं.

"हे बघ, अनिता- तू काही तरी गैरसमज करून घेत आहेस-" त्यानं स्वतःचं समर्थन करायचा प्रयत्न केला. पण समोरचं आईस्क्रीम निम्मं टाकून देऊन ती तिथून निघून गेली.

दुसऱ्या दिवशी तिला कॉलेजमध्ये गाठून तिची समजूत काढताना त्याच्या मनातही आपण काही तरी चूक केल्याची भावना निर्माण झाली होती.

◆

एक दिवस संध्याकाळी पस्तिसाव्या मैलाच्या दगडापासून जवळच असलेल्या कुंपणापलिकडच्या पायवाटेनं तीस-पस्तीस पावलं आत चालून गेल्यावर ते दोघं थोड्या मोकळ्या जागेवर पोहोचले. नेहमीची वाट असल्यामुळं अंधारातही ते कुठंही अडखळले नाहीत. एवढ्या अनुभवानंतर अनुप एक प्लॅस्टिकची घडीची चटईही सोबत घेऊन येत होता.

बराच अंधार झाल्यावर ते दोघं मोटारसायकलीपाशी आले, तेव्हा तिथं एक खेड्यातला पंचावन्न वर्षांचा माणूस वाट पाहत उभा होता. अनुपच्या टॉर्चच्या प्रकाशात त्याची आकृती त्या दोघांच्याही नजरेला पडली. सव्वापाच फूट उंच, पिचलेली शरीरयष्टी, काळा रंग, कधीकाळी चांगला असलेला पण आता फाटून जीर्ण झालेला बुशकोट, गुडघ्यांपर्यंत कामगार घालतात, तसली अर्धी चड्डी, हातात पेटलेली बिडी–

क्षणभर अनुपच्या छातीचा ठोका चुकला. पण त्यानं लगेच सावरून आवाज चढवून विचारलं,

"कोण?"

"तुम्ही कोन पाव्हनं? सारके हितं येता, ते! ही काय धरमशाळा हाय?"

"आम्ही उगाच फिरायला आलोय्! तू कोण, रे, विचारणारा?" अनुपनं अवसान एकवटून विचारलं.

"म्हैसूर शेटचं रान हाय हे! मी वाचमन हाय! चला आमच्या शेटकडं..." म्हणत त्यानं बुलेटचं हॅंडल घट्ट धरून ठेवलं.

कन्नड न समजल्यामुळं अनितानं इंग्लिशमध्ये विचारलं,

"तो काय म्हणतोय्?"

अनुपनं खुलासा केला. तो ऐकून ती म्हणाली,

"त्याला चार पैसे दे. काही भानगड व्हायला नको!"

अनुपनं आपल्या मागच्या खिशातून एक पाच रुपयांची नोट काढून त्याला म्हटलं,

"घे ही..."

अनुपच्या टॉर्चच्या उजेडात ती नोट बघून तो वॉचमन म्हणाला,

"फक्त पाच? त्ये काय बी चालायचं न्हाय! पन्नास तरी द्यायलाच पायजे-न्हाय तर चला..."

हा पैशावर मिटणारा मामला आहे, लक्षात येताच अनुपच्या मनात धैर्य निर्माण झालं. तो म्हणाला,

"पन्नास? ते कशाचे? तू काय मुलगी पुरवलीस?"

"पन्नास दे, म्हणजे पोरगी बी दीन! म्हैसूरहून कशापायी वाहून आन्तोस! ह्ये

कसलं मुस्काट हाय बयेचं!''

"बरं-बरं! आज हे घे- नंतर पुढं बघू या...'' म्हणत अनुपनं त्याच्या हातात आणखी दहा रुपयांची नोट कोंबली.

तो मोटारसायकलकडे वळल्यावर त्या माणसानं त्याला खाजगी आवाजात सांगितलं,

"मादप्पा माजं नाव, तुमी आतल्या अंगाला जाता न्हवं? तिकडंच खालच्या अंगाला हिरीपाशी माजं खोपट हाय! तित मादप्पा म्हणून हाळी दिली, तर चट येईन, बगा! माजीच लेक हाय! सपिटीच्या बावलीगत गोरी पान हाय, बगा! ह्ये असलं ध्यान न्हाय! सांजच्याला पाच वाजता या, म्हंजी कामाची मान्सं-मेस्त्री सगळं जात्यात तवा!''

मोटारसायकल दहा किलोमीटर धावल्यानंतरही अनिताच्या मनातली भीती कमी झाली नव्हती. एका पुलापाशी गाडी थांबवून अनुपनं तिचा चेहरा कुरवाळून तिला समजावलं,

"घाबरायचं कारण नाही, अनिता! ही खेड्यातली माणसं चार पैशासाठी असं काही तरी करत असतात.''

तीही म्हणाली,

"आपण एकाच जागी वरचेवर येतो, ते चुकीचं आहे.''

"यानंतर आपण तिथं जायला नको. त्याआधी एक सरकारी अरण्य आहे ना? तिथं जाऊ... मग तर झालं? ती निलगिरीची झाडं नाहीत का?''

"असं बाहेर जाणंच योग्य नाहीसं वाटतं, जमेल तेव्हा हॉटेलमध्येच जाणं केव्हाही चांगलं!'' तिनं स्पष्टपणे सांगितलं.

अशा घाबरलेल्या वेळी काहीही सांगून उपयोग नाही, असा विचार करून त्यानं बुलेट सुरू केली.

दुसऱ्या दिवशी सकाळी जाग येता येता त्याच्या मनात एक विचार आला. त्या मादप्पाची मुलगी कशी असेल? तोच सांगत होता- गोरी आहे, या काळतोंडीसारखी नाही, म्हणून! बघायला पाहिजे एकदा! दुपारपर्यंत हा विचार पक्का होत गेला. अनिता भेटताच त्यानं तिला सांगितलं,

"मला मित्रांबरोबर काही काम आहे. संध्याकाळी भेटायला जमणार नाही-''

तो आदल्या दिवशी गेलेल्या जागी जाऊन पोहोचला, तेव्हा साडेपाच वाजले होते. बुलेटला कुलूप लावून तो नेहमीच्या जागेकडे चालू लागला. या आधी तो

तिथं दिवसा-उजेडी कधीच आला नव्हता. आता त्याला स्पष्ट दिसत होतं. तिकडच्या बाजूचं सगळं कापायचं काम चाललं होतं. एकीकडे नारळ उतरवायचं कामही चाललं होतं. तिकडं खालच्या बाजूला बोअर मारलेला दिसत होता. शेजारीच पंपची शेड असावी. त्याच्या जवळच एक झोपडी दिसत होती.

तो त्या दिशेनं चालू लागला. सभोवताली कुणीही माणसं नव्हती. नाही–एक कुणी तरी आहेसं दिसत होतं. होय–बाई–नाही. लहान वयाची तरुणी दिसतेय्! तीच असावी मादप्पाची मुलगी!

त्यानं जोरात हाक मारली,

"मादप्पा–"

त्या आवाजासरशी त्या तरुणीचं त्याच्याकडे लक्ष गेलं. झोपडीतून बाहेर आलेला एक माणूसही त्याच्याकडे बघू लागला. होय- मादप्पाच होता तो!

मादप्पा अनुपकडे टका-मका बघू लागला. अनुपनं त्याला आठवण करून दिली,

"काल संध्याकाळी भेटलो होतो... मोटारसायकलवर... आठवलं?"

मादप्पाला ओळख पटली. चेहरा फुलवत त्यानं अनुपचं स्वागत केलं. एवढ्या अवधीत अनुपची नजर त्या तरुणीवर खिळली होती. सुमारे बावीस वर्षं वयाची असावी. आटोपशीर बांधा-चेहरा देखणा-रंग उजळ असावा–आता उन्हात रापल्यामुळं काळसर झालाय्–

मादप्पा हसत म्हणाला,

"आलासा व्हय? डोकेबाज हाय घ्या तुमी बी!–"

अनुपला बाहेर उभं करून स्वतः झोपडीत गेला. दोन मिनिटांनी पुन्हा बाहेर येऊन तो अनुपला झोपडीत घेऊन गेला. आतल्या बाजूला एकीकडे चुलाण होतं. जवळच दोन-तीन ॲल्युमिनियमची भांडी होती. दारापाशी समोरच चटई अंथरली होती. अनुपला त्या चटईवर बसवून मादप्पानं माहिती दिली,

"ती माजी लेक! यंदाच सोळावं लागलंय् बगा!"

एवढं सांगून त्यानं हात पसरला.

ती सोळा वर्षांची नाही, हे अनुपला स्पष्टपणे दिसत होतं. पण त्यावर चर्चा करत बसण्यापेक्षा त्यानं विचारलं,

"किती?"

"काल सांगितलं न्हवं?" म्हणत त्यानं हाताची पाच बोटं वर दाखवली.

"काल पंधरा दिले ना? आज पस्तीस घे-" म्हणत अनुपनं खिशात हात घातला.

"कालचं काल! आज ते कशाला पायजे?" मादप्पानं विरोध केला. अखेर

चाळीस रुपयांवर सौदा तुटला- नंतर मादप्पानं लेकीला हाक मारली,

"मादेवी-"

महादेवी आत येताच-"या तुमी निवांत! काय बी घाबरायचं कारण न्हाय-मी हाय तिकडं तुमच्या गाडीकडं-" म्हणत मादप्पा तिथून बाहेर पडला.

तिच्याशी अधून-मधून झालेल्या संभाषणातून अनुपला समजलेली हकीकत अशी-तिचं अजून लग्न झालं नव्हतं. मादप्पाला दारूचं जबरदस्त व्यसन होतं. त्यामुळं तिनं अनुपला बजावलं-यानंतर सगळे पैसे मादप्पाच्या हाती द्यायचे नाहीत-

माघारी येऊन बुलेट सुरू करून गावाकडे येताना त्याच्याच मनात येत होतं-अत्याधुनिक रश्मि, रूपवती नसली, तरी सुशिक्षित अनिताशी संग केल्यानंतर या महादेवीचा सहवास मी कसा सहन करू शकलो? हा प्रश्न आता मनात येतोय्! तिच्या सान्निध्यात हा प्रश्न मनातही आला नाही, हे कसं? काही का असेना-घडलं, ते घडलं. यानंतर इथं यायचं नाही-

दुसऱ्या दिवशी जाग आली तेव्हा मनात आलं-तिथं जायचंच नाही, म्हणून कठोर प्रतिज्ञा करायचं काहीही कारण नाही. वरचेवर जायचं नाही, एवढंच ठरवलं, की काम झालं. काही का असेला- महादेवी अशिक्षित आणि अडाणी असेलही-पण या विषयातलं तिचं कसब विशेष आहे, यात शंका नाही! ही अनिता म्हणते-आपल्याशिवाय इतर कुणालाही मोटार-सायकलवरून नेऊ नये! कोण हिच्याशी स्वतःला कायमचं बांधून घेणार? त्यापेक्षा अधूनमधून महादेवीकडे गेलं, की काम झालं-!

◆

# १३

परशुरामेगौडा तालुक्याचा तहसीलदार म्हणून आला आणि आल्याआल्या त्यानं हालुकेरेच्या समस्त ग्रामस्थांना सरकारकडे एक अर्ज द्यायला लावला. आज विद्याशालेला दिलेली जमीन पूर्वी सौद्रेगौडा यांच्या मालकीची असली, तरी तिचा त्यांनी स्वतःसाठी उपयोग केला नव्हता. तिथल्या शिंदीच्या झाडांच्या झावळ्यांचा संपूर्ण गावचे ग्रामस्थ चटया विणण्यासाठी वापर करत होते. ती झाडं कापून घरांसाठीही त्याचा वापर करत होते. शिवाय डोंगरावरून–जोगीगुड्डावरून वाहत येणारं पावसाचं पाणी गावच्या तळ्यात साठत होतं. आज इथं आलेल्या अण्णय्यांनी विद्या-शाला नावाची खाजगी शिक्षण-संस्था उभारून जवळच एक बांध घातला आहे आणि तिथं साठलेल्या पाण्यावर ते नारळीची बाग पोसत आहेत! ग्रामस्थ यामुळं शिंदीच्या झावळ्यांना वंचित झाले असून, गावच्या तळ्यात पाण्याचा साठाही होण्याचं थांबून गेलं आहे–परिणामी ग्रामस्थांवर उपासमारीची वेळ येऊ घातली आहे वगैरे वगैरे!

हा केवळ साधा अर्ज नव्हता. त्यामागे तालुक्यातील अधिकारी आणि जिल्ह्याच्या एम्.पी.चा दट्ट्या असल्यामुळं या अर्जावर तातडीनं बजावणी करण्यात आली. लागोलग विद्या-शालेला नोटिस आली. अण्णय्यांनी त्या नोटिशीला उत्तर दिलं. त्यात त्यांनी नारळाचं उत्पन्न गरीब विद्यार्थ्यांसाठी खर्च होत असल्याचं आणि बांध घालण्याआधी सरकारी अधिकाऱ्यांची पूर्व-परवानगी घेतल्याचं रीतसर कळवलं.

यावर सरकारकडून उत्तर आलं–शाळा उभारण्यापूर्वी ग्रामस्थांची परवानगी घेण्यात आली नव्हती– त्यामुळं या शाळेची उभारणी योग्य प्रकारे झालेली नाही. त्याचप्रमाणे आधी लहान बांधाला परवानगी घेऊन आता येथील बांध मोठ्या प्रमाणात घातला आहे– डोंगरावरून वाहून येणारी मातीही येथील माडांना घातली जाते– शिवाय ही नारळीची झाडं लावण्याआधी रेव्हेन्यू खात्याची परवानगी न घेता या संस्थेनं सरकारची फसवणूक केली आहे–

हा नवा आरोप पाहून अण्णय्या सावध झाले. त्यांनी उत्तर पाठवलं–या नारळींची लागवड करण्याआधी संस्थेनं सरकारी परवानगी घेतली आहे. लगेच

सरकारनं ती कागदपत्रं सादर करण्यास सांगितलं.

या सर्व उपद्व्यापामागे परशुरामेगौडा आहे, हे तर स्पष्टपणे समजत होतं. आपल्या आजोबांनी दानापोटी दिलेली जमीन पुन्हा आपल्याला मिळावी, ही त्याची अपेक्षा होती. त्या जमिनीवर असलेल्या शिक्षण-संस्थेचा आपण मालक व्हावं, ही त्याची महत्त्वाकांक्षा होती. त्यानं ग्रामस्थांना चिथवून पुढं केलं होतं. त्यानं ग्रामस्थांच्या मनात विद्याशालेविषयी कटू भावना जाणिवपूर्वक निर्माण करून त्याला खतपाणी घातलं होतं. त्यात वडेरय्याच्या बायकोनंही अण्णेगौडानंच आपल्या नवऱ्याला पोलिसांच्या ताब्यात देऊन छळ करवला, असा सर्वत्र प्रचार केला होता. एकदा तर ती शाळेतही आली होती- तुमच्यामुळं आम्हांला पोलिसांना सातशे रुपये द्यावे लागले, ते आम्हांला द्या-' म्हणून मागणी करायला. त्या वेळीही अण्णय्यांनी तिला नाना तऱ्हेनं समजावून सांगितलं–'माझ्या पोलीस खात्यात वरपर्यंत ओळखी आहेत–मी तुम्हांला तुमचे पैसे मिळवून देईन! पण ते पैसे मी देणं योग्य ठरणार नाही-'

पण तिला हे मुळीच पटलं नाही. आपले पैसे द्यावे लागू नयेत, म्हणून अण्णय्या काही तरी निमित्त पुढं करतोय्, असंच तिला ठामपणे वाटलं. शिवाय पोलिसांकडे जायचं म्हटलं, की वडेरय्या थरथर कापत होता. या भयापोटी तो मनातल्या मनातही पोलिसांना दोष द्यायला धजत नव्हता. त्यामुळं तो 'जोगप्पाची शपथ' घेऊन अण्णय्यांवर दोषारोप करत होता. हे सगळं प्रत्यक्ष पाहिलेल्या आणि ऐकलेल्या ग्रामस्थांच्या दृष्टीनं अण्णय्या दोषी असल्याचं वज्रलेप होत होतं. आपल्या गावचा परशुरामेगौडाएवढा मोठा सरकारी अधिकारी झालाय् म्हटल्यावर त्याचा रोष पत्करण्यापेक्षा त्याला पाठिंबा देणं केव्हाही चांगलं, असंच त्यांना वाटत होतं.

आता रेव्हेन्यू खात्याकडूनही शाळेच्या नावे नोटिस आली- आधी एक शाळा सुरू करायची परवानगी दिली असता त्या ठिकाणी आणखी एक शाळा, यंत्रशाळा, गोशाळा, होन्नत्तींसाठी उभारलेलं घर वगैरे बांधकाम करण्याआधी संस्थेनं सरकारकडून कसलीही परवानगी घेतली नाही. हे अनधिकृत बांधकाम का पाडू नये?

आता मात्र हे प्रकरण पूर्णपणे धसाला लावल्याशिवाय मनाला स्वस्थता मिळणार नाही, हे अण्णय्यांना तीव्रपणे जाणवलं. शंकरमूर्ती, चंद्रशेखर, शरभण्णा, सोमशेखराचार्य, रामचंद्र यांच्याशी त्यांनी या विषयावर सविस्तर चर्चा केली. यातून तीन अभिप्राय निघाले. शंकरमूर्ती आणि चंद्रशेखर योग्य वकील देऊन कोर्टाचा दरवाजा ठोठवावा, या विचाराचे होते. शरभण्णा आणि सोमशेखर यांनी म्हटलं- नाही तरी डी.डी.टी.आय्. आपल्या शाळेनं प्रभावित झाले आहेत–त्यांना भेटलं, तर ते मंत्र्यांच्या पातळीवरच काही तरी करतील. हा विचारही सगळ्यांना पटला.

अण्णय्यांनी रामचंद्रांनाही यावर आपलं मत मांडायला सांगितलं.

होन्नत्तींच्या संगीत-रियाझासाठी उभारलेल्या घरात राहून जास्तीत जास्त वेळ ध्यानधारणेत घालवणारे रामचंद्र म्हणाले,

"हा ग्रामस्थांच्या मतपरिवर्तनाचा प्रश्न आहे. गावात एक मंडप उभारून त्यात आपण सगळे उपवास-सत्याग्रह करायला बसू या. आमरण सत्याग्रहामध्ये जी ताकद आहे, ती कोर्टातही नाही आणि कुठल्याही मंत्र्यामध्येही नाही! मी आमरण-उपवास करायला तयार आहे!"

सत्याग्रहाविषयी त्या सगळ्यांनाही पूर्ण माहिती होती. त्यांनी गांधीजींचं जीवन-चरित्र आणि त्यांचे विविध विषयांवरील विचार वाचले होते. पण आपण त्या मार्गाचा अवलंब केला, तर यशस्वी होईल का- याविषयी त्यांच्या मनात शंका होती. गांधीजी उपवास करू लागले, तर देशातील हजारो माणसं त्यात सामील होत. देशात त्याशिवाय दुसरी कुठलीच बातमी नसे. वृत्तपत्रांमध्येही तेवढीच महत्त्वाची बातमी असे! या सगळ्याचा एकत्रित परिणाम ब्रिटिश सरकारवर निश्चितच होत होता. हे आपल्याकडून कसं शक्य आहे? गांधीजींची अंतःशक्ती आज आपल्यांत आहे काय? राजकारण साधण्याच्या प्रयत्नात राजकारणी लोकांनी पदोपदी याचा वापर करून त्याची धारच नष्ट होऊन गेली आहे!

इतरांना सत्याग्रहामागचा फोलपणा जाणवत होता. पण रामचंद्रांना तसं वाटत नव्हतं. त्यांच्या पहाटेचा आणि सायंकाळचा वेळ मुख्यत्वेकरून ध्यानधारणेत जात होता. इतरांप्रमाणे ते शाळेच्या इतर कामकाजांत भाग घेत नव्हते. ते म्हणाले,

"आत्मशुद्धीसाठी उपवास करायचा! आपण सफल-विफल व्हायचा प्रश्नच कुठं आला?"

"फक्त आत्मशुद्धीचाच प्रश्न असेल, तर हालुकेरे गावात मंडप कशासाठी उभारायचा? तुमच्यासारखा बंद घरात बसूनही उपवास- ध्यान करता येईल!–"

"ग्रामस्थांवर परिणाम व्हावा, म्हणून तसं करणं आवश्यक आहे. पण त्यावर आपली हार-जीत का मानायची? शिक्षक किती तरी मुलांना विद्या-दान करत असतो. त्यांतल्या काही मुलांपर्यंतच ते पोहोचतं. यात शिक्षकाच्या हार-जीतीचा काय प्रश्न आला?"

अशा वादानं काहीही निष्पन्न होणार नाही, हे सगळ्यांना तीव्रपणे जाणवत असलं, तरी रामचंद्रांना पूर्णपणे नाकारणं त्यांना बरं वाटलं नाही. अखेर शंकरमूर्ती म्हणाले,

"गांधीजी सुद्धा या मार्गाकडे शेवटचा उपाय म्हणून बघत होते. आपणही इतर दोन्ही मार्गांनी प्रयत्न करून पाहू. त्यात यश आलं नाही, तर या तिसऱ्या मार्गाचा विचार करता येईल."

हा विचार सगळ्यांनाच पटला.

ठरल्याप्रमाणे अण्णय्यांनी जिल्हाधिकाऱ्यांची भेट घेतली. डी. डी. टी. आय्. रंगपुट्टप्पा मागसलेल्या जातीत जन्मून अत्यंत गरिबीत प्रतिकूल परिस्थितीत शिक्षण घेऊन पुढं आले होते. दर पाच मैलांवर विद्या-शालेसारखी एखादी संस्था असणं आवश्यक आहे, असं त्यांना वाटत होतं. त्यांनी अण्णय्यांनी आणलेली संपूर्ण फाईल पाहिली आणि म्हणाले,

''डी. सी. ऑफिसमध्ये जाऊन आणखी चौकशी करून येऊ या. मला वाटतं, कुठलाही साधा अधिकारी एवढं सगळं करू शकणार नाही. इथंही आपल्याला सगळं सत्य समजेलच, असं नाही. कारण अधिकारी सहजासहजी खरं सांगणार नाहीत!''

खरोखरच ते दोघंही डी. सी. साहेबांची भेट घ्यायला गेले, तेव्हा त्यांनी आपल्याला काहीही ठाऊक नसल्यासारखं दाखवलं. आपल्या ऑफिसमध्ये परतल्यावर रंगपुट्टप्पांनी आपल्या टायपिस्टला या कामासाठी पुन्हा पाठवलं. कारण डी. सी. चा पी. ए. या टायपिस्टचा नातेवाईक असल्याचं त्यांनाही आठवलं.

दोनेक तासांनी माघारी परतलेल्या टायपिस्ट मुनीराजानं बातमी आणली,

''माझ्या कझीनलाही नक्की काही ठाऊक नाही. पण स्वतः ए. सी. च सूचना देऊन सगळं घडवून आणताहेत, अशी बातमी. डी.सी.चाही याला सरळ-सरळ पाठिंबा आहे. इथं तुम्ही काहीही केलं, तरी उपयोग होणार नाही. मिनिस्टरच्या पातळीवरच काही झालं, तर होईल, असं माझा कझीन म्हणत होता.''

मंत्र्यांच्या पातळीवर राग-रोष निर्माण व्हावा, असं आपल्या किंवा संस्थेकडून काय घडलंय्, याचा विचार करायची आता अण्णय्यांवर पाळी आली. हा परशुरामेगौडाचाच प्रताप, हे त्यांनाही समजत होतं. काही वेळ विचार करून डी.डी.पी.आयू. म्हणाले,

''मागं एका संदर्भात तुमच्या विद्याशालेचा विषय निघाला होता, तेव्हा डी.पी. आय्. नी तुमची विद्याशाला बघायची इच्छा व्यक्त केली होती. त्या वेळीच ते सर्वस्व बाजूला सारून निष्ठेनं विद्यादान करणाऱ्या शिक्षकांविषयी आदर दाखवत म्हणाले होते- असं शिक्षक प्रत्येक शाळेत कसे मिळतील? राजकारणात घोळलेले शिक्षक हे काम निष्ठेनं करतील? मी तुम्हांला एक चिठ्ठी देईन. ती त्यांच्या पी.ए.ला दाखवली, तर तुम्हांला त्यांची भेट घेता येईल. ही संधी साधून हवं तर त्यांना तुमच्या गॅदरिंगच्या वेळी बोलवा. या मार्गानं तुम्हांलाही तुमच्या त्या परशुरामेगौडाला मंत्र्यांमार्फतच काटशह देता येईल. याशिवाय दुसरा काहीही उपाय नाही.''

अण्णय्यांना स्वतः सरकारी नोकरीत मुख्याध्यापक म्हणून काम केलेले दिवस आठवले. वाढणाऱ्या मुलांच्या पुढ्यात निर्बुद्ध मंत्र्यांची बेताल भाषणं ठेवणं म्हणजे

शिक्षकांच्या महापातकांपैकी एक! विद्याशालेमध्येही नाइलाजानं दोनदा डी.डी.पी.आय्. ना बोलावलं होतं. पण तेवढंच . इतरवेळी मात्र जात-पात-नोकरी-व्यवसाय-गट-टोळी कसलाही विचार न करता केवळ विद्यार्थ्यांचं हित लक्षात घेऊन व्याख्यात्यांना बोलावलं होतं. त्यातही शक्य त्या वेळी या वक्त्यांची संपूर्ण चौकशी करून संवेदनक्षम विद्यार्थ्यांची मनं कलुषित करणाऱ्या विचारवंताला, साहित्यिकाला आणि कलावंताला त्यांनी विद्याशाळेत बोलावलं नव्हतं.

त्यांनी ठरवलं, मंत्री यायला तयार असतील, तर बोलवायचं - त्यांचा कुठल्याही प्रकारे गुण-गौरव करून सत्कार करायचा नाही. डी.पी.आय्. साठी पत्र घेऊन त्यांनी रंगपुट्टप्पांचा निरोप घेतला.

◆

शिक्षण मंत्र्यांची भेट घेण्यासाठी बेंगळूरला गेलेले अण्णय्या रवींद्रच्या घरी उतरले होते. त्यांनी वडेरय्यांकडून पोलिसांनी लाच घेतली, छळ केला वगैरे सगळी हकीकत रवींद्रच्या कानांवर घातली होती; पण त्यापुढची हकीकत त्याला ठाऊक नव्हती. तोही तिथल्या प्रत्येक बाबतीत डोकं घालत नव्हता.

आता सगळी फाईल लक्षपूर्वक वाचून त्यानं सांगितलं,

"तू शिक्षण-मंत्र्यांची हवी तर भेट घे. पण काम होईल, असं मला वाटत नाही. कोर्टात जाणं हा एकच मार्ग आपल्यापुढं शिल्लक राहणार, असं दिसतं."

"मंत्री काम करणार नाहीत, असं तुला का वाटतं?"

"तू आधी जाऊन तर ये! माझा अंदाज चुकला, तर मला आनंदच होईल!"

ठरल्याप्रमाणे अण्णय्या भेटायला गेला. पण अनेक अडचणी समोर आल्यामुळं मंत्र्यांबरोबर त्याची भेट होऊ शकली नाही. त्यात माघारी येऊन वस्तुस्थिती रवींद्रच्या कानांवर घातली. रवींद्रनं लगेच आपल्या ओळखीच्या एका एम्. एल्. ए. ना फोन केला. त्यांच्या प्रयत्नांनी दुसऱ्या दिवशीच त्यांना मंत्र्यांच्या भेटीसाठी वेळ मिळाली. अण्णय्या ठरलेल्या वेळी विधान-सौधात गेला. मंत्री बसण्याची नेमकी जागा शोधून काढण्यात त्याचा काही वेळ गेला.

मंत्र्यांच्या पी.ए.नं डायरी बघून सांगितलं,

"होय! तुम्हांला अपॉईंटमेंट दिली आहे. पण आता पार्टीची दिल्लीहून माणसं आली आहेत. नुकतीच मी आत इडली-वडे-कॉफी पाठवली आहे. ते निघून गेल्यावर मी तुम्हांला हाक मारेन. तुम्ही बसा..."

सुमारे दीड तास ताटकळायला लावल्यावर त्यांना आत जायची संधी मिळाली. आत गेल्यावर नमस्कार करून ते बसले. इतरांप्रमाणे हे मंत्रीही खेड्यामधल्या पार्श्वभूमीतून आल्याचं दिसत होतं. अंगावर खादीचा शर्ट आणि धोतर होतं.

डोक्यावरची खादीची टोपी त्यांनी टेबलावर ठेवली होती.

अण्णय्यांनी त्यांना आपल्या संस्थेविषयी थोडक्यात सांगितलं. त्याचबरोबर अलीकडे होत असलेला त्रास आणि त्यामागे परशुरामेगौडा असल्याचंही सांगितलं. अण्णय्यांनी फाईल समोर ठेवली. तिकडे नजरही न टाकता मंत्री म्हणाले,

''रेव्हेन्यू खात्याकडून त्रास होतोय्, म्हणून तुम्हीच माहिती आणलीय्! आता आणखी काय करायचं?''

''कदाचित माझी माहिती चुकीचीही असेल! तुम्ही रेव्हेन्यू खात्याच्या मंत्र्यांशी या संदर्भात भेटून बोललात, तर सगळी कटकट थांबेल.''

''अरे, व्वा, रे, व्वा! दुसऱ्या खात्याच्या मंत्र्यांची माझ्याकडे तक्रार सांगता?'' मंत्रिमहोदय तापलेच.

''त्याशिवाय इलाज राहिला नाही ना! नाही तर मीही सगळं प्रकरण अधिकाऱ्यांच्या पातळीवरच संपवलं असतं!'' अण्णय्या शांतपणे उतरले.

काही क्षण मंत्री विचारमग्न झाले. नंतर त्यांनी रेव्हेन्यू खात्याच्या मंत्र्यांशी फोन जोडून घ्यायला आपल्या पी. ए. ला संगितलं. फोन लागल्यावर ते स्वत: बोलू लागले. आपलं कन्नड बोलणं फोनचं यंत्र पलीकडे नेणारच नाही, अशा समजुतीनं ते मध्ये मध्ये 'आय् शी-आय् शी' म्हणत काही वेळ बोलत राहिले. मध्येच त्यांनी आश्चर्य 'व्हाट?' वगैरे उद्गार काढले. भुवया उडवल्या–डोळे विस्फारले.

त्यांच्या चेहऱ्याकडे लक्ष असलेल्या अण्णय्यांनी काय बोलणं चाललं असेल, हे जाणलं. सुमारे वीस-पंचवीस मिनिटं फोनवर सविस्तर बोलणं झाल्यावर कानाजवळचा घाम पुसत त्यांनी समारोपाचं 'अच्छा-ओ के- आय् विलशी-आय् विल डू–' म्हणून त्यांनी रिसीव्हर खाली ठेवला.

त्यानंतरही त्यांनी काही वेळ फॅनकडे बघत काढला आणि नंतर विचारलं,

''तुमच्या संस्थेकडे एकूण किती जागा आहे?''

अण्णय्यांनी पुन्हा सौद्रेगौडांनी एकशे वीस एकर जमीन दिल्याचं संगितलं.

मंत्रि-महोदयांनी सुरुवात केली,

''देशातला भूमिहीनांचा प्रश्न किती गंभीर आहे, ठाऊक आहे, की नाही? परवा मुख्यमंत्र्यांनी काय सांगितलं? या देशातल्या प्रत्येक भूमिहीनाला जमीन मिळालीच पाहिजे, म्हणून त्यांनी परवाच्या भाषणात सांगितलंय्... ते आमचंही ब्रीदवाक्य आहे! मग तुमच्या शाळेला कशाला एवढी जमीन पाहिजे? पाहिजे तेवढीच जमीन ठेवून घेऊन उरलेली सगळी जमीन सरकारला द्या. आम्ही गरिबांना ती वाटून देऊ. नाही तर सरकार कशाला आहे!–''

अण्णय्यांनी पुन्हा सांगितलं,

'' तुम्ही आमच्या शाळेविषयी नीट समजावून घेतलं नाही! तिथं चारशे विद्यार्थी

शिकताहेत. त्यांतली तीनशे मुलं हॉस्टेलमध्येच राहतात. त्यांमधली दीडशे मुलं हॉस्टेलची फी देऊ शकतात. तीही नाचणी-तांदूळ वगैरे आपापल्या शेतात जे काही पिकेल, ते. इतर मुलं त्याहूनही गरीब आहेत. सगळी मुलं राबून शाळेसाठी उत्पन्न काढतात. ही जमीन नसेल, तर त्या गरीब मुलांना दोन वेळचा नाचणीचा गोळा कुठून मिळणार?''

''सरकारी ग्रँट घ्या ना? समाज-सेवा विभाग कशासाठी आहे आमचा?–''

''गांधीतत्त्वाप्रमाणे शाळा चालवणं हे आमच्या संस्थेचं ध्येय आहे. शाळा आर्थिकदृष्ट्या स्वतंत्र असली पाहिजे. त्यासाठी शाळेला स्वत:ची जमीन असली पाहिजे, यावर महात्माजींचा विश्वास होता...''

हे ऐकून मंत्री खवळले,

''काय, हो! मलाच गांधीवादाविषयी भाषण द्यायला निघालात की! कुठं लिहिलंय् त्यांनी तसं? गांधीवादाप्रमाणे आम्ही गरिबांना मदत करायचा कार्यक्रम ठरवलाय्! गरीब पोरांना पाटी-पेन्सिल आणि गरीब बायकांना लुगडी-चोळी द्यायची स्कीम घातलीय्! आणि तुम्ही सरकारची ग्रँट नको म्हणता? मीही बघून घेतो, सरकारी मदतीशिवाय तुम्ही कशी चालवता शाळा ते आता माझ्या लक्षात आलं– तुम्ही साधे विद्यार्थी तयार करत नाही! नक्षलाईटस् तयार करता!...''

या गोंधळामुळं गडबडून गेलेल्या पी.ए.नं झटकन दरवाजा उघडला.

''गांधीजींचे शिक्षणाविषयीचे विचार ग्रंथांत प्रकट झाले आहेत. आपण ते अवश्य वाचावेत. केवळ अधिकारांचं विकेंद्रीकरणच नव्हे, कर्तृत्वही समाजात विभागलं गेलं पाहिजे-प्रत्येक व्यक्ती कर्तृत्ववान व्हायला पाहिजे–''

हे ऐकून घेण्याआधीच मंत्री म्हणाले,

''अरे, व्वा, रे, व्वा! अराजकता निर्माण करायचा प्रयत्न करता होय! पण आमची पार्टी सत्तेवर असेपर्यंत ते होणार नाही! तू आणि तुझा तो पेपरवाला देश बुडवायला बसलाय्, हे मला ठाऊक आहे! होम मिनिस्टर सगळं बघून घेतील!–''

मंत्र्यांचा आरडाओरडा चालला असतानाच दहा -बारा खादीधारी पुढारी एक घोळका करून जोरात चेंबरमध्ये घुसले. त्यांतला पुढाऱ्यांना पाहताच मंत्री उठून उभे राहिले आणि हस्तांदोलन करत म्हणाले,

''तुमचं नॉमिनेशन झालं, की नाही? मी काय सांगत होतो? पार्टीची सेवा केली, की आज ना उद्या हायकमांडची कृपा होतेच!...''

मंत्र्यांच्या पी.ए.नं अण्णय्यांना तिथून बाहेर पडायची खूण केली. आपली फाईल घेऊन अण्णय्या छत्री उघडून 'ट्रिब्यून'च्या ऑफिसकडे निघाले.

रवींद्रच्या चेंबरमध्ये खुर्चीवर अंग टाकत ते म्हणाले,

"तू आधीच काम होणारच नाही, म्हणून सांगितलं होतंस. ते कसं काय?"

"तिथं काय-काय झालं?..."

सारं ऐकल्यावर रवींद्र म्हणाला,

"तुला ती रामनगरजवळ ग्रॅनाईटची चोरट्या वाहतुकीची हकीकत आठवते ना? विजापूरकडच्या लोकांना गुलामासारखे राबवून घेत होते , ते प्रकरण? त्या सगळ्या प्रकरणात परशुरामेगौडा रेकॉर्ड-मॅनेजर होता. हे प्रकरण आम्ही बाहेर काढलं ना? म्हणून आता ते आपल्याला नक्सलाईटस् म्हणताहेत! त्या सगळ्या प्रकरणात रेव्हेन्यू खात्याच्या मंत्र्याचा सरळच वाटा होता. म्हणून या प्रकरणात ते त्याला मदत करताहेत. विद्याशालेच्या एकशे वीस एकर जमिनीपैकी शंभर एकर जमीन काढून घेईपर्यंत परशुरामेगौडा गप्प बसणार नाही! त्याच स्वार्थापोटी त्यानं तिकडं बदली करून घेतली आहे आणि रेव्हेन्यू मंत्र्यांनीही त्याच कारणासाठी ती व्हायला मदत केली आहे. शिवाय जोगी–गुड्डावर आणि भोवताली लोखंडाचं प्रमाण बरंच आहे ना! त्याचं कॉंट्रक्ट हव्या त्या माणसाला देऊन तिथंही कोट्यवधी रुपयांचं कमिशन मंत्र्यांना खाता येईल. या सगळ्या प्रकारातही परशुरामेगौडाला आठ-दहा लाख सहज मिळून जातील!

सारं ऐकून अण्णय्या चकित झाले. हे आपल्या लक्षात कसं आलं नाही? अर्थात रवींद्रचा पत्रकाराचाच व्यवसाय असल्यामुळं वेगवेगळ्या ठिकाणी घडणाऱ्या घटनांचा तो नीट संदर्भ लावू शकतो, म्हणा!

दोघंही किती तरी वेळ यावर विचार करत बसले. थेट मुख्यमंत्र्यांना भेटून त्यांना पुढं होणाऱ्या सरकारच्या बदनामीची कल्पना देणं हा एक मार्ग होता. पण रवींद्रला हेही कळत होतं–या साऱ्याचं मूळ म्हणजे ग्रॅनाईट-प्रकरण! आणि त्या प्रकरणात मुख्यमंत्र्यांचा हात होताच. आताही मुख्यमंत्र्यांना ठाऊक असल्याशिवाय हे सगळं घडणार नाही!

दुपारपर्यंत आणखी एक उपाय सुचला. त्यावर दोघांनी चर्चा केली, तेव्हाही तोच मार्ग ठीक वाटला. एस्. एन्. पाटील हायकोर्टातले मोठे वकील. लोकसत्ताक राज्यव्यवस्था, त्यात असलेले धोके यांसारख्या विषयांवर ते अनेकदा 'ट्रिब्यून'मध्ये लेखही लिहीत. त्याच्या लेखांना केवळ बेंगळूरच नव्हे- देशातल्या सगळ्या विभागांमध्ये प्रसिद्धी दिली जात होती. अनेक वेळा ते आपले सरकार-विरोधी विचारही स्पष्टपणे व्यक्त करत. त्यांना या संदर्भात खरी तळमळ वाटते, हेही रवींद्रला ठाऊक होतं. महिन्यापूर्वी गोखले संस्थेत त्यांचं प्रजासत्ताक राज्यामध्ये वकिलांचं स्थान या विषयावर झालेल्या भाषणासाठी रवींद्रही गेला होता. इंदिरा गांधींनी जेव्हा-जेव्हा घटनेला मुरड घातली, तेव्हा छागला, पालखीवाला, सिंघवी

वगैरे वकिलांनी त्यांनी सर्वोच्च न्यायालयात जो वाद केला, त्यातील बारकावे त्यांनी आपल्या भाषणातून समजावून सांगितले होते.

हे सारं आठवताच रवींद्रला प्रत्यक्ष मार्ग सापडल्याचा आनंद झाला. त्यानं घड्याळ पाहिलं–चार वाजले होते. ते अजून कोर्टामधून घरी आले नसतील. आणखी तासाभरानं त्यांच्या घरीच फोन करायला पाहिजे, असं त्यानं ठरवलं. त्याचं मन पाटलांच्याच विचारात रमून गेलं.

पाटलांना तिथं मुंबईवाला म्हणून ओळखलं जाई. पदोपदी ते मुंबईच्या बारचा संदर्भ देत. तिथली परंपरा, तिथले एकापेक्षा एक जबरदस्त वकील, त्यांची काम करायची पद्धती, त्याचे एकेक मुद्दे यांचा त्यांच्या बोलण्यात अनेक वेळा संदर्भ येत असं. कोर्टात प्रत्यक्ष वाद करतानाही मुंबई-कोर्टातल्या खटल्यांचा निकालांचा लीलाजालाप्रमाणे वापर करत. आजही त्यांचे मुंबईला बरेच संबंध असल्याचं रवींद्रला ठाऊक होतं. त्याचा त्यांना प्रचंड अभिमानही होता, दप्तरी, पालखीवाला, गुप्ते, नरिमन, जेठमलानी, छगला, खंडेलवाल, पोलीसवाला, सोराबजी, चितळे– अशा एकापेक्षा एक वरचढ वकिलांची यादी देत ते वाद घालत,

"अरे, आमच्या कर्नाटकाच्या हायकोर्टात असं नाव घेण्यासारखा एक तरी जबरदस्त वकील का नाही निपजला!..."

हे पाटील मूळचे बेळगावजवळच्या खेड्यातले. त्यांचं कायद्याचं शिक्षण मुंबईमध्ये झालं होतं. भाषावार प्रांतरचनेनंतर त्यांनी आपलं कार्यक्षेत्र कर्नाटक बनवलं होतं. जुन्या म्हैसूरमधले वकील त्याच्यावरचं 'यांच्यावरचं अजूनही महाराष्ट्राचं दास्य गेलं नाही–!' म्हणून टीकाही करत.

पाच वाजता पाटलांनीच फोन उचलला. विद्याशाला आणि समस्या याविषयी रवींद्रनं थोडक्यात सांगताच त्यांनी सांगितलं,

" तुम्ही असं करा–आठ वाजता तुमच्या मित्राला घेऊन या–ऑफिसात बसून निवांत बोलू या–"

रवींद्रनं घरी फोन करून अण्णय्यांना आपल्या वृत्तपत्राच्या ऑफिसात यायला सांगितलं आणि दोघंही शेषाद्रीपुरातल्या पाटलांचा ऑफिसमध्ये गेले. त्याच्या चेंबरमध्ये बसून अर्धा तास देशातल्या सद्य परिस्थितीवर चर्चा केल्यानंतर त्यांनीच विचारलं,

"काय प्रॉब्लेम आहे तुमच्या मित्राचा?"

रवींद्रनं विद्याशालेची सगळी माहिती दिली. नंतर त्यानं ग्रॅनाईटच्या चोरट्या व्यवहाराचा विषय काढताच पाटील म्हणाले,

"आय् नो. ते वाचलंय् मी. एक्सलंट रिपोर्ट! असेंब्लीत विरोधी पक्षानं यावर गोंधळही केला. पण काहीही झालं नाही! ही गत आहे आपल्या प्रजासत्ताक देशाची!–"

सारं ऐकून अण्णय्यांच्या हातातली फाईल घेत पाटील वकील म्हणाले,

"मला वाटतं, आधी तुमची विद्याशाला प्रत्यक्ष पाहिली पाहिजे. त्यानंतर काय करता येईल, ते मी बघेन!"

"तुम्हांला केव्हा सवड आहे? मी तुम्हांला घेऊन जातो."

"इथून किती लांब आहे?"

"एकशे वीस मैल."

"परवा रविवार आहे. सकाळी आठ वाजता निघू या आणि संध्याकाळी सहापर्यंत माघारी येऊ या"

"बरं. मी सकाळी पावणे आठ वाजता गाडी घेऊन येतो."

"तुमची गाडी? तुम्हीच ड्राइव्ह करता? नको. माझा ड्रायव्हर आहे. आरामात जाऊन येऊ या!"

अण्णय्या दुसऱ्या दिवशी बसनं निघून गेले.

रविवारी पाटलांबरोबर निघताना रवींद्रला खुलासा झाला. त्यांची एअरकंडीशन्ड मर्सिडीज गाडी होती. म्हणून त्यांनी आपल्या साध्या फियाटमधून यायला नकार दिला, तर! त्यांना या प्रवासाचा खर्च कसा विचारायचा?

तिथं पोहोचल्यावर पाटील वकिलांनी सारं अत्यंत बारकाईनं निरीक्षण केलं, तिथल्या ब्रह्मचारी शिक्षकांशी बोलल, मुलांनी उभारलेल्या इमारती पाहिल्या, सौद्रेगौडांचं दानपत्र बारकाईनं वाचून पाहिलं, वसति-गृहाची व्यवस्था पाहिली, स्वत:ही तिथंच जेवले, बांधानं अडवलेलं पाणी आणि त्या पाण्यावर वाढलेली नारळीची बाग-शेत पाहिलं. जिल्हा-अधिकारी आणि इतरांनी केलेल्या लेखी कौतुकाचे नमुने घेतले.

संध्याकाळी साडेचार वाजता निघताना त्यांनी अण्णय्यांना सांगितलं,

"अशा प्रकारे कायदेबाह्य नोटिसा एकापाठोपाठ एक पाठवत राहण्यातून सरकारचा कुटिल हेतू दिसून येतो, यात शंका नाही. आम्हांला छळताहेत–हे थांबवायला पाहिजे–म्हणून रिट फाईल करू या. ॲडमिट होईलच. त्यानंतर पुन्हा त्यांनी काही पाठवलं, तर आपण कोर्टात केस नेऊ या. अधून-मधून मी सांगेन ती कागदपत्रं मला पोहोचवायची आणि कोर्टाची फी भरायची हे तुमचं काम. माझी फी-ऑफिस–खर्च- गाडी–खर्च म्हणून तुम्ही मला एक आणाही द्यायची गरज नाही! ही माझ्याकडून विद्यासंस्थेची सेवा! चांगलं काम करताय् तुम्ही–"

◆

रिट दाखल केल्यावर सरकारकडून देणाऱ्या नोटिशींचा ओघ पूर्णपणे थांबला. संपूर्ण शाळेचे रक्षक पाटील झाले. विद्यार्थ्यांना यातलं फारचं काही समजलं नाही.

शिक्षकांना मात्र आपलं घर वाचल्याचा आनंद झाला!

लवकरच एक बातमी कानांवर आली : हालुकेरे गावात लवकरच एक सरकारी हायस्कूल सुरू होणार आहे, म्हणून! शिवाय बिदरळ्ळी ते हालुकेरे रस्ता डांबरी होऊन त्यावरून बस नियमितपणे धावणार, अशीही बातमी आली. रस्ता चांगला होणार, ही बातमी आनंदाची असली, तरी हालुकेरेमध्ये नवी शाळा सुरू होणार, याचाच अर्थ हा विद्याशालेला दिला गेलेला शह आहे, हेही सगळ्यांच्या लक्षात आलं.

या बातमीनं अण्णय्याही आठवडाभर विचलित झाले होते. पण नंतर तेच इतरांना सांगू लागले,

"एकच काय–आणखीही शाळा सुरू होऊ देत! जितक्या शाळा निघतील, तितकं इथल्या विद्यार्थ्यांचं हितच नाही काय? शिवाय एक गोष्ट विसरू नका. खेड्यातली माणसं काही मूर्ख नसतात! जिथं चांगलं शिक्षण दिलं जाईल, तिथंच मुलांना पाठवतात. सरकार नवी शाळा सुरू करू शकेल-पगार देईल! पण निष्ठावान शिक्षक कुठून आणेल? आपले विद्यार्थीही केवळ हालुकेरेचे नाहीत. हालुकेरेहून येणाऱ्या विद्यार्थ्यांची संख्या दहा टक्केही नाही. आपण का घाबरायचं?"

पंधरा-वीस दिवसांतच हालुकेरेच्या शाळेचा शुभारंभाचा कार्यक्रम झाला. गावाच्या गो-माळावर शाळेचा पाया आखण्यात आला. रेव्हेन्यू मंत्र्यांच्या हस्ते पाया खणण्यात आला. मुख्यमंत्री अध्यक्ष म्हणून आले होते. शिक्षणमंत्र्यांच्या हस्ते समारंभाचं उद्घाटन झालं. आशीर्वाद द्यायला अर्थमंत्री आले होते. संपूर्ण तालुक्यातून या कार्यक्रमासाठी मोठमोठी माणसं जमवली होती. अण्णय्या आणि त्यांच्या शिक्षकांना जाणीवपूर्वक वगळण्यात आलं होतं. जमलेल्या दहा हजारांपेक्षाही अधिक लोकांना गोड-धोड जेवण देण्यात आलं. मोठमोठ्या चुलाणांमध्ये गोडधोड शिजलं. ट्रकभर पत्रावळी मागवण्यात आल्या. मंत्री आणि इतर बड्या धेंडांना परशुरामेगौडाच्या घरी सामिष भोजन देण्यात आलं. त्या परिसरात हालुमत पंथाची अधिक वस्ती असल्यामुळं संपूर्ण कर्नाटकातल्या हालुमत पंथातल्या मंत्र्यांना आणि सरकारी अधिकाऱ्यांना विशेष आमंत्रण देऊन बोलावून घेण्यात आलं होतं. 'देश की नेता - इंदिरा माता'चं भलंमोठं पोस्टर या सर्व थाटात प्रामुख्यानं मिरवत होतं.

परशुरामेगौडान स्वागतपर भाषण केलं. त्यात त्यानं आपल्या आजोबांचा दानशूरपणा आणि त्याचा स्वतःच्या स्वार्थापोटी गैरवापर करणाऱ्या 'समाजकंटकांचा' त्यानं नाव न घेता उपहास केला आणि नव्यानं होत असलेल्या शाळेची वैशिष्ट्यं सांगितली. 'मुलं कशी वाढली पाहिजेत? अभ्यासाबरोबरच मुलांना खेळ पाहिजे. बॅडमिंटन, टेनिस, क्रिकेट, फूटबॉल, व्हॉलीबॉल, रनिंग - या स्पर्धांमध्ये फक्त

शहरातल्या मुलांनी भाग घ्यायचा काय? आणि आमच्या खेड्यांतल्या मुलांनी फक्त शेण-चिखल-माती-दगड-धोंडे यांतच देह श्रमवायचा काय? शिक्षणाच्या नावाखाली एकीकडे गांधी-विवेकानंदांचा दाखला देत खेड्यातल्या मुलांना खेडवळ करणारी शाळा आम्हांला नको ! म्हणूनच आमच्या शाळेच्या प्लॅनमध्ये आम्ही जवाहरलाल नेहरू क्रिकेट मैदान, मोतीलाल नेहरू टेनिस कोर्ट, कमला नेहरू बॅटमिंटन कोर्ट, इंदिरा गांधी फूटबॉल मैदान, संजय गांधी स्विमिंग पूल यांची योजना केली आहे !'

परशुरामेगौडानं सगळ्या मंत्र्यांची तोंड फाटेपर्यंत स्तुती करणारं भाषण संपवल्यावर शिक्षण मंत्र्यांचं भाषण झालं. उन्हाळा संपताच नवी शाळा सुरू होत असल्याची त्यांनी घोषणा केली. त्याचबरोबर त्यांनी एकाच वेळी पहिली ते बारावीपर्यंतचे वर्ग सुरू होतील, हेही सांगितलं. त्यासाठी आवश्यक तेवढ्या सरकारी शिक्षकांची इथं बदली करण्याचं त्यांनी आश्वासन दिलं. इमारतीचं बांधकाम पूर्ण होईपर्यंत वर्ग गावातल्या इतर ग्रामपंचायतीसारख्या सरकारी इमारतींमध्ये भरतील - खालच्या जातीच्या विद्यार्थ्यांना मोफत हॉस्टेलची व्यवस्था केली जाईल, वगैरेही सांगितलं.

पाठोपाठ बोलणाऱ्या अर्थमंत्र्यांनी या शाळेसाठी एक कोटी रुपयांची देणगी जाहीर केली आणि एवढ्या महान कामाला कधीही पैसा कमी पडू देणार नाही, याची घोषणा टाळ्यांच्या कडकडाटात केली. त्यासाठी आपण मुख्यमंत्र्यांचं मन वळवू, असं सांगून त्यांनी आपली स्वामिनिष्ठाही लगेच दाखवली. मुख्यमंत्र्यांनीही सांगितलं–

"सरकारचं सहकार्य नसेल, तर कुठलीही संस्था पुढं येणं शक्य नाही– शिल्लक राहणं शक्य नाही. जनता म्हणजेच सरकार - जनतेचं सरकार म्हटल्यावर प्रत्येक बाबतीत सरकारनं लक्ष घातलं, म्हणून काय बिघडलं ? समाजवादाचा तरी दुसरा काय अर्थ आहे?"

त्यांचं सुदीर्घ भाषण भर मध्यावर आलं, तेव्हा समोरचा गरम-गरम जेवण करून सुस्त झालेला जनसमुदाय डोळ्यांवर झापड येऊन डुलकी घेत होता. त्यातच झोप अनावर झालेली माणसं सपशेल आडवी होऊन घोरू लागली.

◆

उन्हाळ्याची सुट्टी पडताच सगळे विद्यार्थी आपापल्या गावी निघून गेले आणि विद्याशालेच्या हॉस्टेलमध्ये ज्यांना जवळचं कुणीही नव्हतं, अशी दहा-पंधरा मुलं तेवढी शिल्लक राहिली.

हालुकेरे परिसरातली राजकारणी मंडळी घरोघर फिरून पालकांना सांगू लागली, "त्या तसल्या दरिद्री शाळेत शिकून तुमची मुलंही तुमच्यासारखीच खेडवळ

राहतील–चिखला-मातीतच लोळत राहतील! या नव्या शाळेत तुम्ही तुमच्या मुलांना पाठवलंत, तर तुमचा मुलगाही तहसीलदार होऊन रुबाबात फिरेल! इंजिनीअर होईल!–''

तीच माणसं विद्यार्थ्यांना भेटून सांगू लागली,

''अरे, ए पोरांनो! तुम्ही हमाल होणार, की काय? तुम्ही फूटबॉल - टेनिस शिकून ऑलिंपिकला जायचं !''

याचा परिणाम म्हणून काही मुलांना एकाएकी वाटू लागलं - आपल्यावर टोकाचा अन्याय करण्यात येत असून, आपण तुडवले जात आहोत ! विलक्षण दडपणाखाली त्यांनी आपल्या इतर मित्रांशी चर्चा केली, तेव्हा त्यांनाही असंच वाटत असल्याचं जाणवलं. मग मात्र या मुलांनी आपापल्या आयांपाशी हट्ट धरला,

''मी पाहिजे तर मरून जाईन - पण त्या शाळेत जाणार नाही !''

मग राजकारणी लोकांच्या बोलण्यामुळं आधीच हवालदिल झालेल्या आया मुलांना सांगू लागल्या,

''माझ्या लेकरा! तू शिकला नाहीस, तरी काय बिघडत नाही! मी नाय तुला धाडणार त्या शाळेत–तुझ्या बापाला मी सांगेन–''

प्रत्यक्ष मुलांऐवजी एकेका मुलाचे पालक विद्याशालेत येऊन शिक्षकांना सांगू लागले,

''आमच्या मुलाला दुसऱ्या शाळेत जायचं आहे - आम्हांला त्याचं सर्टिफिकेट द्या–''

अखेर अण्णय्यांच्या खोलीत एक दिवस सगळे शिक्षक एकत्र जमले. शरभण्णा तिरस्कारानं म्हणाले,

''कसली दरिद्री पोरं ही! यांच्यासाठी आम्ही एवढा त्याग करून–''

सगळ्याच शिक्षकांच्या मनांत हे आलं होतं. पण कुणीही त्याचा उच्चार केला नाही. सगळ्यांचे चेहरे उतरले होते. शंकरमूर्ती चडफडले,

''पण हालुकेरेच्या नव्या शाळेत या मुलांचं शिक्षण कसं चांगलं होईल?''

''पालकांना हे कळल असतं, तर ते का असं वागले असते ? ते परशुरामेगौडाच्या डावाला असे का बळी पडले असते?–'' सोमशेखराचार्य म्हणाले.

किती तरी वेळ याच अनिश्चिततेमध्ये गेल्यावर अखेर नारायणय्या म्हणाले,

''आपणही घरोघर जाऊन मुलांना आणि त्यांच्या पालकांना त्यांचं हित समजावून सांगितलं, तर ?''

ही सूचना सगळ्यांना बरी वाटली. पण एवढे दिवस निष्ठेनं काम करूनही ही पाळी आली, म्हणून त्यांच्या मनांत असमाधान होतंच.

शंकरमूर्ती म्हणाले,

"आमची यातून कसलीही अपेक्षा नाही. मग आपण कशाला घरोघरी जाऊन विनवायचं?–"

या सगळ्यांचं बोलणं ऐकत एवढा वेळ गप्प बसलेले अण्णय्या म्हणाले,

"रामचंद्रय्या काहीच का बोलले नाहीत?"

होन्नत्तीसाठी बांधलेल्या घरात राहून दिवसातला जास्तीत जास्त काळ ध्यान-धारणेत घालवणाऱ्या रामचंद्रय्यांना फारसं बोलायची सवय नव्हती, कुणी काही मुद्दाम विचारलं, तरच ते आपलं मत देत. आताही अण्णय्यांनी विचारल्यावर ते म्हणाले,

"आपण विद्यार्थी किंवा त्यांच्या पालकांकडून कृतज्ञतेची अपेक्षा करणं योग्य नाही. त्याग वगैरे भावनाही मनात ठेवता कामा नये. तसंच आपण होऊन का जायचं, हाही विचार योग्य नाही. आपण आत्मशुद्धीसाठी जे करायचं, ते करत असतो!"

रामचंद्रांचा हा वेदांत थोडा टोकाचा आहे, असं सगळ्यांचंच मत होतं. पण सद्यःपरिस्थितीत याहून दुसरा पर्याय नाही, हेही सगळ्यांना समजत होत. आता अण्णय्या म्हणाले,

"रामचंद्र मास्तरांनी दाखवलेला मार्गच मलाही ठीक वाटतो. आपल्या दृष्टीनं काय चांगलं आणि वाईट, हे मुलांना समजत नाही. पालकांना हे ज्ञान असतं, तर आपल्या देशाची ही स्थिती का राहिली असती? मला वाटतं, नारायणय्यांनी सांगितल्याप्रमाणे आपणही घरोघर फिरलेलं बरं ! आपली पोटची मुलं डोळ्यांसमोर वाकड्या वाटेनं निघाली, तर नुसतं पाहत राहणं शक्य आहे काय?"

अखेर त्याच मार्गाचा अवलंब करायच ठरलं. विद्यार्थ्यांची यादी काढून त्यांची खेड्यांप्रमाणे विभागणी करण्यात आली. एकेका शिक्षकाकडे एकेक विभाग ठरवून देण्यात आला. त्याप्रमाणे एकेक शिक्षक एकेका दिशेला गेले.

शिक्षक विद्यार्थ्यांना आणि पालकांना भेटून त्यांना प्रश्न विचारू लागले, तेव्हा पालकांनी सांगितलं,

"ती सरकारी शाळा हाय न्हवं? तिकडं शिकलं, तर सरकारात नोकरी देतात, म्हणं !"

"हे कुणी सांगितलं?"

"मंत्री खोटं बोलत्यात व्हय? एम् एल् ए खोटं सांगतात?"

"सगळ्यांना द्यायला सरकारकडे तरी कुठं नोकऱ्या आहेत ? त्यापेक्षा आपला आपण स्वतंत्र व्यवसाय करून पोट भरावं, म्हणून आमच्या विद्याशालेत आम्ही त्यांना सगळं शिकवतो!–"

पण पालकांना हे स्वावलंबनाचं तत्त्व फारसं प्रभावीपणे पटलं नाही. एका ध्येयानं प्रेरित होऊन इतके दिवस वाटचाल करणाऱ्या शिक्षकांना या धक्क्यामुळं

हताश भावना आली. मुलांना समजावून सांगितलं, तर ती एवढ्या दिवसांच्या स्नेहानं टकामका बघत काहीही उत्तर द्यायचं टाळत–फार आग्रह धरला, तर म्हणत,

"विद्याशालेत क्रिकेट कुठं आहे, सर?"

"अरे, पण आपले इतर देशी खेळ आहेत ना ? आपल्यासारख्या देशाला तो अकरा जणांनी खेळायचा आणि सगळ्या देशानं हातांतलं कामधाम टाकून बघायचा खेळ उपयोगाचा नाही!"

मुलं म्हणत,

"–पण इंग्लंड कुठं गरीब देश आहे?"

काही मुल म्हणत,

"तिथं बस नाही, सिनेमा नाही, हॉटेल नाही–काही नाही ! बिघडलेल्या मुलांसाठी विद्याशाला ठीक आहे - पण आम्ही काय बिघडलेली मुलं आहोत?"

काही मुलांना त्यांच्या पालकांनी पाठवलं, तरी मुलं मनातून यायला नाराजच होती.

सुमारे दोन आठवडे खपून शिक्षक शाळेकडे परतले, तेव्हा तिथं जिल्हा अधिकाऱ्यांकडून एक नोटिस आली होती,

'तुमच्या शाळेतल्या विद्यार्थ्यांना तुम्ही शाळा सोडण्याची इच्छा असतानाही स्कूल लीव्हिंग सर्टिफिकेट देताना तक्रार करत आहात, अशी आमच्याकडे तक्रार आली आहे. हे मूलभूत मानवी हक्काच्या विरुद्ध आहे.'

खाली सही पुट्टरंगप्पांऐवजी दुसऱ्याच कुणा मुनीस्वामींची होती. म्हणजे पुट्टरंगप्पांची बदली करण्यात आली होती. सगळे शिक्षक परस्परांना भेटले आणि त्यांनी आपापले अनुभव सांगितले, परस्परांचे अनुभव ऐकले, अण्णय्यांच्या खोली वर सगळ्यांची सभा जमून चर्चाही झाली. अखेर मागतील त्या विद्यार्थ्यांना स्कूल लीव्हिंग सर्टिफिकेट द्यायचं ठरलं.

◆

उन्हाळा संपून नवं वर्ष सुरू झालं, तेव्हा विद्याशालेच्या ज्या वर्गामध्ये पन्नास मुलं होती, त्या वर्गात पाच-सहा मुलं शिल्लक राहिली होती. तीही इतर कुठलाही मार्ग नसलेली मुलं! या संधीचा फायदा करून घेऊन परगावहून इथं येऊन राहिलेल्या बिघडलेल्या मुलांनीही पलायन केलं होतं. विद्यार्थीच नसल्यामुळं विद्याशालेचं सारं आवार ओकं वाटू लागलं. आपली निष्ठा आणि सेवा यांचा कुणीच स्वीकार करत नसल्यामुळं शिक्षकही गडबडून गेले होते.

इतर शिक्षकांप्रमाणे अण्णय्याही अंतर्यामी अत्यंत अस्वस्थ झाले होते. पण

आपली मनःस्थिती इतरांना दाखवून दिली, तर ते आणखी खचतील, हे ठाऊक असल्यामुळं ते शांतपणे वावरत होते. ते इतरांना सांगत होते,

'आपल्या शाळेचा आजवर ऐंशी टक्के निकाल लागत होता ना? यंदा आपण शंभर टक्के लावायचा प्रयत्न करू या. असं घडलं, की निघून गेलेली मुलं आपोआप माघारी येतील.

'एकदा निघून गेलेल्यांना पुन्हा कशाला घ्यायचं?' सोमशेखर म्हणाले.

'असं कसं? आपण कशाला स्वतःला संतावाच्या आधीन करायचं?' त्यांनी सोमशेखरना समजावलं.

मुलं कमी असल्यामुळं शिक्षक आणि हॉस्टेलच्या स्वयंपाक्यांना काम कमी असलं, तरी एवढ्या कमी मुलांबरोबर शेती-जनावरं आणि इतर कामं करणं कठीण होत होतं. एकेका विद्यार्थ्याकडून दररोज जास्तीत जास्त तीन तास काम करून घेता येत होतं. त्याहून जास्त काम करून घेणं त्याच्या व्यक्तिमत्त्व-विकासाला मारक होतं. शिवाय इतर काहीही पार्श्वभूमी नसल्यामुळं इथं राहिलेल्या अनाथ मुलांकडून कामं करवून घेणं कितपत न्यायाचं आहे, असंही अण्णय्यांना टोचू लागलं.

शाळा सुरू होऊन महिना झाला होता. प्रत्येक वर्गात किती विद्यार्थी आहेत, याची माहिती जिल्हाधिकाऱ्याला देणं आवश्यक होतं. ती पाठवल्यावर आठच दिवसांत त्यांच्याकडून पत्र आलं, '–तुमची संस्था सरकारकडून मदत घेत नाही, हे खरं असलं, तरी प्रत्येक वर्गात किमान चाळीस मुलं असली पाहिजेत, हा नियम तुमच्या शाळेत जात नाही, असे दिसते. तुमच्या शाळेसाठी देण्यात आलेली सरकारी मान्यता का काढून घेऊ नये?'–

अण्णय्यांनीही एकेकाळी सरकारी नोकरी केली असल्यामुळं त्यांनाही सरकारी कायदे ठाऊक होते. जर तीन वर्षं हा विद्यार्थ्यांच्या संख्येचा प्रॉब्लेम राहिला, तरच शाळा बंद करावी लागेल, हे त्यांनाही ठाऊक होतं. शिवाय विशिष्ट लोकसंख्या असलेल्या ठिकाणीच शाळा असली पाहिजे, असा सरकारी नियम भंग करून मुद्दाम हालुकेरेची शाळा सरकारनंच सुरू केल्यामुळं आपल्या शाळेवर ही परिस्थिती आली असल्याचं कळवणं शक्य आहे. सरकारी मदत न घेतल्यामुळं असा कुणीही जाब विचारू शकणार नाही आणि विचारलाच, तर 'त्यामुळं विद्यार्थ्यांकडे नीट लक्ष देता येतं–' असंही सांगता येईल. पाटील वकिलांच्या मदतीनं कोर्टातही जाता येईल.

पण अण्णय्यांना या सगळ्याचाच उबग आला होता. शिक्षण क्षेत्रात राजकारण नको, या विचारानं त्यांनी सरकारी नोकरी सोडून विद्याशालेचा पसारा उभारला होता. राजकारणाच्या सावलीत एखादं ध्येय घेऊन काही कार्य करणं शक्य नाही, हे त्यांना पूर्णपणे उमजलं होतं. पुन्हा त्याच राजकारणाच्या चिखलात बरबटण्याची वेळ यावी, याची त्यांना विषण्णता वाटत होती.

इतर शिक्षकांची मात्र शेवटपर्यंत लढा द्यायची इच्छाआ होती. बेंगळूरला जाऊन पाटील वकिलांच्या सल्ल्यानं जिल्हाधिकाऱ्यांना उत्तर द्यायचं ठरलं. त्याप्रमाणे अण्णय्या दुसऱ्या दिवशीच बेंगळूरला रवाना झाले.

वकील म्हणाले,

''ह्या त्यांच्या नोटिशीचा आपल्या रिटला फायदाच होईल! त्यामुळं केसची काळजी करायची गरज नाही. तरीही त्यांची शाळा बंद करणं कठीण आहे! तुम्हांला विद्यार्थ्यांचा दुष्काळ जाणवणारच. हीच परिस्थिती राहिली, तर काय करणार आहात, याचा विचार केलाय् काय? तुमच्या शेतांमध्ये राबायला मुलं कमी आहेत. मग शिक्षकांना पगार देण्याइतकं उत्पन्न तुम्ही कुठून आणणार?''

माघारी विद्याशालेकडे येताना अण्णय्याचं मन विचारात गढून गेलं होतं. यानंतर परशुरामगौडा काय करेल? काही तरी करून शाळा बंद पाडणं हे त्याचं पहिलं काम राहील. त्यात यश मिळाल्यावर तो आपल्या आजोबांनी दिलेली जमीन काढून घ्यायच्या प्रयत्नाला लागेल. एकदा विद्याशालाच नाही, म्हटल्यावर त्याचं काम कदाचित आणखी सोपं होईल!

या देशात सगळं राजकारणावरच ठरणार काय? काल बोलता-बोलता, पाटील वकीलही पोटतिडिकीनं बोलत होते–

'आपल्याकडे एखाद्यानं भ्रष्टाचार केला आहे, की नाही, हेही निवडणुकीत ठरतं. न्यायालयात नाही! निवडणुकीत निवडून आल्यावर हीच मंडळी महाजनतेन मला निरपराध ठरवलंय्, म्हणून सांगत निर्लज्जपणे उजळमाथ्यानं फिरतात! तुम्हीही राजकारणाचाच आधार घेतला नाही, तर तुमची संस्था शिल्लक राहणं कठीण आहे!'

गल्लीपासून दिल्लीपर्यंत कॅन्सरप्रमाणे व्यापलेल्या राजकारणाच्या आठवणीनंही अण्णय्यांना पोटात ढवळल्यासारखं झालं. आपल्या संस्थेचा राजकारणापासून बचाव करून थोडे तरी विद्यार्थी बाहेरच्या गलिच्छ राजकारणापासून दूर राहतील, असं करण्याचं स्वप्न पाहिलं, हीच चूक म्हणायची काय?

अण्णय्यांचं उत्तर गेल्यावर जिल्हाधिकाऱ्यांकडून कुठलीही नोटीस किंवा पत्र आलं नाही. आलं, तर बरंच आहे–असं पाटलांनी म्हटल्यामुळं पत्र न आल्यामुळं सगळ्यांच्या मनांत धिक्कारपूर्वक समाधान निर्माण झालं. पण त्या समाधानामागचं शून्य प्रत्येकाला घेरून टाकत होतं.

◆

जीवनाचा अर्थ जाणून घ्यायचा एक मार्ग म्हणून विद्याशालेतले ब्रह्मचारी शिक्षक तिथं आले होते. तिथल्या शिक्षकांपैकी सहाजण सरकारी नियमानुसार पगार घेत असले, तरी त्यांचीही आपल्या कामावर निष्ठा होती. हालुकेरे आणि बाजूच्या

खेड्यांमध्ये या विवाहित शिक्षकांनी आपापली घरं केली असली, तरी दररोज सायकलवरून विद्याशालेत येणं आणि विद्यार्थ्यांना शिकवण्याबरोबर इतर कामं करणं यांत त्यांचा संपूर्ण दिवस निघून जात होता. जेवणही मुलांबरोबरच होत होतं. ही केवळ सोय नव्हती–शिक्षक आणि मुलांमध्ये नातं निर्माण व्हावं, म्हणून जाणीवपूर्वक केलेली ती व्यवस्था होती.

या शिक्षकांना या शाळेव्यतिरिक्त पोट भरायचा प्रश्न उभा ठाकत होता. कदाचित हा प्रश्न सुटेल, पण तिथं असं मनाप्रमाणे काम करायला मिळेल काय? हा प्रश्नही त्यांना अधिक भेडसावत होता. इथल्या ब्रह्मचारी शिक्षकांना केवळ भगवी वस्त्रं नेसून हिमालयात निघून जाण्यापेक्षा इथल्या समाजासाठी आपला देह श्रमवावा, अशी तीव्र इच्छा असल्यामुळं इथं श्रमत होते. त्यांचा आहारही सात्त्विक आणि नेमका होता. अगदी अलीकडे विद्याशाळेत दाखल झालेले ब्रह्मचारी म्हणजे चार वर्षांपूर्वी आलेले रामचंद्र.

रामचंद्रांनी आल्या-आल्या सांगितलं होतं,

"मी विद्यार्थ्यांना अवश्य शिकवेन! पण त्याव्यतिरिक्त इतर कुठलीही कामं करणार नाही. उरलेला वेळ मी ध्यान-धारणेत खर्च करेन!"

अण्णय्यांनी त्यांना तशी परवानगीही दिली होती.

पण तिथल्या इतरांना रामचंद्रांचा हा ध्यान-धारणेचा अतिरेक फारसा पटत नव्हता. ते आक्षेपही घेत,

"ज्याचा समाजाला काहीही उपयोग नाही, अशा ध्यानाचा काय उपयोग?"

अण्णय्यांनीही त्यांना स्पष्ट सांगितलं होतं,

"मलाही हे नीट समजलेलं नाही. पण तुम्ही हा प्रश्न चुकूनही रामचंद्र मास्तरांना विचारू नका! त्यांचं मन दुखावलं जाईल. त्यांना त्यांच्या अनुभवाप्रमाणे जाऊ द्या. तुमच्या प्रश्नामुळं त्यांच्या मनात स्वतःच्या मार्गाविषयी शंका निर्माण होईल! कुणाच्याही मार्गात असे अडथळे आणणं चांगलं नाही. रामचंद्र खरोखरच ध्यान-धारणेत मग्न होतात. ते मध्येच डुलकी घेत नाहीत, हे नक्की!"

पगार घेऊन मुलांना शिकवणारेही हवालदिल झाले होते. वेगळी नोकरी आणि पोट भरायला पगार मिळणं फारसं कठीण नव्हतं. पण एवढ्या दिवसांत शाळेशी एक प्रकारचं अतूट नातं निर्माण झालं होतं, त्यामुळं ही नोकरी सोडून दुसरीकडे जाणं त्यांना तितकंसं सोपं वाटत नव्हतं.

इतरांना वर-वर धैर्य देत असले, तरी अण्णय्या मनोमन निरुत्साही होत होते. समाज सुसंस्कृत होईपर्यंत अशा शाळा चालणं शक्य नाही; पण समाज सुसंस्कृत करण्यासाठीच अशा शाळा हव्यात ना?

◆

विद्याशाला, ग्रॅनाईटची चोरटी निर्यात आणि सरकारकडून एका आदर्शवादी शिक्षण-संस्थेला होत असलेला त्रास यांवर रवींद्रनं एकापाठोपाठ एक असे दीर्घ लेख लिहिले आणि त्यांना आपल्या वृत्तपत्राच्या सर्व आवृत्त्यांमध्ये प्रसिद्धी दिली.

यावर सर्वत्र तीव्र प्रतिक्रिया उमटली. सर्वत्र वाचकांची शेकडो पत्र वृत्तपत्राच्या ऑफिसमध्ये येऊन दाखल झाली. विरोधी पक्षानं हे प्रकरण चांगलंच धसाला लावायला सुरुवात केली. त्यांतली काही पत्रं लेख-विरोधी असली, तरी बहुसंख्य पत्रं सरकार-विरोधी होती. पण लवकर वृत्तपत्रांना दुसरा एक विषय मिळाला आणि हा विषय पुन्हा मागे पडला.

लेख प्रसिद्ध झाल्यानंतर संपूर्ण देशातून रवींद्रकडे विद्याशाळेची विशेष माहिती विचारणारी पन्नास-साठ पत्रं आली. त्या प्रत्येक पत्रात होतं,

"अशी एखादी शाळा भारतात आहे, हे आम्हांला ठाऊकच नव्हतं! आम्हांला त्या शाळेविषयी कळवा, आम्हांला आमच्या मुलाला त्या शाळेत पाठवायचं आहे"

रवींद्रनं ती सारी पत्रं अण्णय्यांकडे दिली. ती पाहून अण्णय्या आणि शिक्षकांचा उत्साह पुन्हा उभारी धरू लागला. कोर्टाच्या कामासाठी बेंगळूरला गेलेल्या अण्णय्यांनी ती पत्र पाटील वकिलांनाही दाखवली.

ती पत्रं वाचून पाहताच पाटलांना एक नवा विचार सुचला. त्यांनी सांगितलं,

"आम्ही संपूर्ण देशातले विद्यार्थी घेऊ, अशी तुम्ही पॉलिसी ठरवा. हवी तेवढी मुलं येतील! मुलांची कमतरता पडणार नाही!"

"पण इतर राज्यांतली मुलं घेतली, की त्यांना इंग्लिशमध्ये शिक्षण द्यावं लागेल!"

"मग द्या! त्यामुळं तुमचा व्रतामध्ये काय फरक पडतो?"

"सुरुवातीचं शिक्षण विद्यार्थ्याला त्याच्या मातृभाषेत दिलं जावं–तरच त्याची सर्जनशील शक्ती वाढीला लागेल–हे शिक्षणाचं प्रमुख तत्त्व आहे!"

"आता तुमची शाळाच बंद व्हायची वेळ आली आहे, हे कसं विसरता तुम्ही?"

अण्णय्या यावर निरुत्तर झाले.

पाटील वकील पुढं म्हणाले,

"आपल्या देशातल्या वेगवेगळ्या क्षेत्रांतली उदाहरणादाखल शंभर माणसं घ्या. वकील- जज्ज- वैज्ञानिक- इंजिनीअर्स-अधिकारी-डॉक्टर्स–अशा हव्या त्या क्षेत्रातली माणसं घ्या. त्यात मातृभाषेत शिक्षण घेतलेली किती माणसं निघतील आणि इंग्लिशमध्ये शिक्षण घेतलेली किती माणसं आहेत, तेही शोधून पाहा! त्यात बहुसंख्य इंग्लिशमध्ये शिक्षण घेतलेलेच असतील!"

अण्णय्या क्षणभर गप्प बसले.

पाटील पुढं म्हणाले,

"तुमचं आणि तुमच्या शिक्षकांच ध्येय आहे स्वतंत्र भारताला तेजस्वी नागरिक देणं. विवेकानंदही हेच सांगत ना? मग ज्यांना बऱ्यापैकी अन्न मिळतंय्, त्या विद्यार्थ्यांना आम्ही शिकवणार नाही, हा भेदभाव कशासाठी हवा? नेहरू गरीब होते? सुभाष बोस गरीब घरातले होते काय? गांधीजी अन्नान्न दशा असलेल्या घरात जन्मले होते काय? तीही मुलं असतील- हीही मुलं असतील. तुम्ही दोघांवर सारखेच संस्कार करायला पाहिजेत! तुम्ही आणखीही एक करू शकता. श्रीमंत मुलांच्या पालकांकडून पैसे घ्या आणि गरीब विद्यार्थ्यांवर ते खर्च करा! नाही तरी सोशॅलिझम आणखी काय सांगतो? अध्यात्माची प्राप्ती झालेला संन्यासी केवळ गरिबांना आशीर्वाद देईन–श्रीमंतांना आशीर्वाद देणार नाही, असा भेद करतो काय? पैसा मिळवणारे सगळे पाप-मार्गाचाच अवलंब करताहेत, अशा गृहीतावर आज आपले राजकारणी लोक चालले आहेत! म्हणून मी तर म्हणतो- गांधीजींना नव्या दृष्टीनं जाणून घेणं आज अत्यावश्यक आहे! विवेकानंदांची कल्पना गांधींच्या कल्पनेपेक्षा अधिक समग्र आहे... व्यापक आहे."

◆

रवींद्रला सोबत घेऊन एक दिवस सकाळी पाटील वकील आपल्या मर्सिडीजनं हालुकेरेला आले. त्यांचाही विद्याशालेवरचा लोभ वाढला होता. राजकर्त्यांना केवळ न्यायालयात खेचूनच नव्हे, शक्य त्या सर्व क्षेत्रांत नामोहरम करायचा त्यांचा हट्ट होता. पण त्यासाठी सरळ राजकारणात प्रवेश करणं त्याच्या स्वभावात बसत नव्हतं.

ही शाळा केवळ राज्यातल्या विशिष्ट भागातल्या गरिबांची न राहता संपूर्ण देशातली प्रसिद्ध शाळा का होऊ नये–या विचारानं ते पछाडल्यासारखे झाले होते. आपल सारं व्यावसायिक वाद-कौशल्य वापरून त्यांनी हाच मुद्दा अण्णय्या आणि इतर शिक्षकांपुढं हिरिरीनं मांडला. शेवटी म्हणाले,

"मी काय सांगतोय्, त्याचा तुम्ही आणखी निवांतपणे विचार करा. नंतर मला सांगा. तुम्ही संस्थेची काहीही काळजी करू नका. ते सगळं माझ्यावर सोडा! शाळेचं नाव मिझोराम ते खांडला आणि लडाखपासून विवेकानंद स्मारकापर्यंत नेण्याची जबाबदारी माझी! म्हणजे मी काय करायचं, ते सांगत जाईन-तुम्ही ते कार्यवाहीत आणायचं–"

हे ऐकताच शिक्षकांमध्ये उत्साह पसरला. केवळ एका किरकोळ शाळेचे शिक्षक म्हणून राहाण्यापेक्षा हे दृश्य निश्चितच उत्साहवर्धक होतं. काही जणांना शिक्षणाचं माध्यम बदललं, की आपल्याला त्रास होईल, असं वाटलं, तरी थोड्या

कष्टानं ते साध्य करून घेतलं, तर त्यात आपलाही गौरवच आहे, असंही त्यांना वाटलं. एवढंच नव्हे, केवळ कल्पनेतही काही जणांच्या डोळ्यांसमोर आपले डॉक्टर-इंजिनीअर–या पाटलांसारखे मोठे वकील झालेले शिष्य इथं येऊन कृतज्ञता व्यक्त करत असल्याची दृश्यं तरळू लागली. संन्याशांनाही आयुष्यात काही तरी कार्य करायची संधी मिळाल्यामुळं बरं वाटलं. आपण श्रीमंत मुलांकडून घेतलेले पैसे गरीब मुलांवर खर्च करणार आहोत, हा मुद्दा सगळ्यांनाच पटला. अखेर सर्वानुमते पाटील वकिलांना येऊन जाण्याविषयी पत्र लिहिण्यात आलं.

पाटलांनी आल्या-आल्या विद्याशाळेच्या ध्येय-धोरणांची सुधारणा केली. पाटलांनाच संस्थेचं अध्यक्षपद देण्यात आलं. अण्णय्या कार्याध्यक्ष झाले. शंकरमूर्ती आणि इतर संन्यासी सदस्य. रवींद्रही पहिल्यासारखा सदस्यच राहिला. परशुरामेगौडाचं नाव पदाधिकाऱ्यांच्या यादीतून पूर्णपणे वगळण्यात आलं.

इंग्लिश भाषेत शिक्षण, श्रद्धेनं शिकवणारा शिक्षक वर्ग, आधुनिक प्रयोगशाळा, सुसज्ज ग्रंथालय, शहरापासून दूर, आश्रमासारखी राहण्याची व्यवस्था, नैतिक आणि आध्यात्मिक विकासाकडे विशेष लक्ष–अशा शाळेत कुठल्याही भारतीय विद्यार्थ्याला प्रवेश देण्यात येईल–अशा मजकुराची जाहिरात देशातल्या सगळ्या महत्त्वाच्या वृत्तपत्रांतून झळकली.

ती उन्हाळ्याची सुट्टी संपून शाळा सुरू होताच शाळेत केवळ म्हैसूर-बेंगळूर-विजापूरच नव्हे, मुंबई-कानपूर- अहमदाबाद वगैरे भागांतली मुलंही दाखल झाली होती. या एकशेवीस नव्या मुलांसाठी प्रत्येक वर्गात मातृभाषेबरोबरच इंग्लिशमध्ये शिकवण्याची व्यवस्था करण्यात आली होती. शाळा बघण्यासाठी बरीच माणसं लांबून येत. अण्णय्या आणि इतर संन्याशांच्या संन्यस्त वृत्तीनं ते प्रभावित होत. पण शाळेच्या इमारती अत्यंत दरिद्री अवस्थेत आहेत, म्हणून आक्षेपही घेत. जमेल, तेव्हा आम्ही नव्या इमारती उभ्या करू- हे अण्णय्यांचं उत्तर त्यांना तितकंसं पटत नव्हतं. 'त्याचा आमच्या मुलांना काय उपयोग?'- असा त्यांचा प्रश्न होता.

आपण, आपले इतर शिक्षक आणि विद्यार्थी यांनी सर्वांगाला मातीचा लेप लावून उभारलेल्या इमारतींविषयींचे हे उद्गार ऐकून अण्णय्या आणि शिक्षक विषण्ण होत. त्यांचं मन हताश होऊन गेलं.

◆

# १४

सतारीबरोबर रेल्वेतून प्रवास करत असताना हेमंताच्या मनात पंचवीस वर्षांपूर्वी आपण पाहिलेल्या काशीचं रूप भरून राहिलं होतं.

भारतातल्या इतर पुरातन गावांप्रमाणेच बनारसही छोट्या-छोट्या गल्ली-बोळांनी तयार झालेलं गाव होतं. यात रस्ता चुकला, तर या चक्रव्यूहातून बाहेर पडणं केवळ स्थानिक लोकांनाच शक्य होतं! कुठल्याही गल्ली-बोळात गेलं, तरी चार-पाच देवळं तरी सामोरी येतच! किती तरी घरांमधूनही देवळं होती आणि त्यांत सतत भजनं-कीर्तन-पुराण चाले. काल-पुरुषाला हुलकावण्या देत आजही जिवंत असलेली काशी! त्यातच हेमंतच्या मनात जोगीगुड्डाचीही आठवण येऊन मिसळली.

जोगीगुड्डाहून बेंगळूरला आल्यावर त्याला बदलत्या काळाचा रेटा जाणवायला सुरुवात झाली होती. आता तर आपण स्वतःला काळाचा चौकटीत कोंबून ठेवलं आहे, असं त्याला जाणवत होतं. त्याचाच एक भाग म्हणून आता आपण बनारसला जात आहोत–पण ही काशीला जायची पद्धत नव्हे!

पण दुसरा इलाजही नव्हता. आपलं सगळं घरदार सोडून दोन महिन्यांसाठी दिल्लीत राहायला विजय मिश्रा तयार नव्हता, काशीत राहणाऱ्यांना आपल्या गावाविषयी जिवापेक्षा प्रेम असतं, हे हेमंतला चांगलंच ठाऊक होतं. 'इतर सगळी माणसं काशीमध्ये येऊन जीव देतात- निदान तशी आशा तरी करतात! मी दोन महिने काशी सोडून दिल्लीत येऊन राहिलो आणि अचानक तिथंच मेलो, तर काशीत मरायचं पुण्य तर चुकेलच–त्याचबरोबर दिल्लीत जीव सोडल्यामुळं पापही लागेल!' असं हसत हसत सांगून त्यानं दिल्लीला येणं टाळलं होतं. हरिशंकरच्या शिफारसीमुळं कांतीचं आव्हान तो पूर्णपणे टाळू शकला नाही. त्यानं होन्नत्तींना दोन महिन्यांसाठी इथं पाठवून द्या, म्हणून कळवलं होतं.

आधी पाच हजार ॲडव्हान्स म्हणून द्यायचे, त्यानंतर पाच हचार रोख, पुढं वर्षभर कुठंही कार्यक्रम दिला, तरी साथ विजय मिश्राचीच राहणार होती. कार्यक्रम सुरू असताना मध्ये किंवा कार्यक्रमानंतर मिश्रानं सांगायचं–अशा सतारवादकाबरोबर मला साथ करायची संधी मिळाली, हे सुदैव! वगैरे-वगैरे–! बदल्यात होन्नत्तींनं त्या

संपूर्ण कार्यक्रमाची बिदागी विजय मिश्राला द्यायची वगैरे सगळे मुद्दे त्यानं काहीही आक्षेप न घेता मान्य केले. हे सारे मुद्दे हरिशंकरच्या कानी जाणार नाहीत, याची काळजी घेणं दोघांचीही जबाबदारी आहे–हेही त्यानं मान्य केलं होतं. स्वतः कांतीनं हा सगळा करार पक्का ठरवला होता.

सुरुवातीला हेमंतला हे सगळंच विचित्र वाटलं होतं. पण कांतीनं त्याला पटवून दिलं,

"एकदा पैसे घेऊन गावोगावी कार्यक्रम देणं सुरू केलं, की तो व्यापार झालाच. मग तो अधिक व्यवस्थित आणि फायदेशीर का करून घेऊ नये? त्यासाठी थोडी गुंतवणूक म्हणून खर्च केला, तर काय बिघडलं?"

यावर हेमंतही निरुत्तर झाला होता.

काशी स्टेशनवर उतरून तो बाहेर आला. बाहेर प्रचंड गर्दी होती. पाऊल ठेवायला जागा नाही, अशी परिस्थिती असताना तिथं रिक्षांची खचाखच गर्दी झाली होती. त्याच्या कल्पनेतली शांती तिथं दूरान्वयानंही नव्हती!

विजय मिश्राच्या सूचनेप्रमाणे त्यान एक रिक्षा पकडून कबीर चौराहाला न्यायला सागितली. मिश्रानं सांगितलं होतं,

"आमचं घर कबीर चौराहापासून जवळच आहे. तिथंच तुमच्यासाठी एक खोली ठरवून ठेवतो. त्याच इमारतीत एक विधवा बाई परगावच्या प्रवाशांना जेवू घालते. ती तुमच्याही जेवणा-खाण्याची व्यवस्था करेल."

उजाडताच तोंडात पान सारलेल्या विजय मिश्रानां हेमंतचं उत्साहानं स्वागत केलं.

"कशी वाटली काशी नगरी? याआधी तुम्ही इथं आला होता?"

"किती शांत गाव होतं हे! आता तर इथं दिल्लीपेक्षाही अधिक गजबजाट झालाय्!"

"काळ बदललाय्, ना! ही आमच्या कमलापती त्रिपाठींची कृपा!"

"म्हणजे?"

'तेही आमच्या काशीमधलेच आहेत. आमचं गाव मागासलेलं आहे–ते सुधारतो, या हट्टानं त्यांनी इथं डिझेल रेल्वेचा कारखाना सुरू केला. एकदम इथली लोकसंख्या वाढली. इथल्या लहानलहान गल्ल्यांमधून एवढे लोक वाढले, तर काय होणार? काशीसारख्या गावात असला उद्योग-धंदा सुरू करणं अगदी चुकीचं आहे. अशा गावात एखादं विद्यापीठ किंवा कॉलेज स्थापायला पाहिजे! मदनमोहन मालवीय-संपूर्णानंदजी यांना हे समजत होतं. त्रिपाठीजींना एवढं तारतम्य राहिलं नाही."

हे हेमंतलाही पटलं.

समोरच त्याची खोली होती. तिथं सामान ठेवून, थंड पाण्यानं अंघोळ करून, कपडे बदलून आल्यावर विजय मिश्रानं सांगितलं,

"आपल्याला साठ दिवस आहेत. त्यानंतर कितीही किचकट तबलजी साथीला आला, तरी तुमचा गोंधळ होता कामा नये–अशी हरिशंकरची ताकीद आहे. ते मीही मान्य केलंय्. आजच सुरुवात करायची, की आज विश्रांती घेणार?"

"विश्रांतीची गरज नाही. शिवाय मलाही उगाच वेळ काढायला आवडत नाही–"

सतार आणि तबल्याची जोडी बाहेर निघाली. दोन्ही सुरात लावल्यावर त्यांनी गतपासून सुरुवात केली. दहा मिनिटांतच हेमंतला विजय मिश्रा किती खोल पाण्यातला गडी आहे, हे लक्षात आलं. जेव्हा त्याचा गोंधळ उडू लागला, तेव्हा त्यानं विजयला आधी बोल म्हणून, मग साथ करायची विनंती केली. इतके दिवस साथ करणाऱ्या नियाझला मिश्राच्या एक शतांशएवढंही ज्ञान नव्हतं, हे हेमंतला तासा-दोन तासांतच समजलं!

तीन तास वादन झाल्यावर मिश्रा म्हणाला,

"आज आमच्या घरीच जेवून घ्या. दुपारी झोप काढा. संध्याकाळी पुन्हा बसू या."

विजय मिश्राचं वय चाळीस-बेचाळीसच्या घरातलं होतं. देवळातल्या मूर्तींच्या चेहऱ्याप्रमाणे कोरल्यासारखा चेहरा. सतत पान खायची सवय असल्यामुळं लालसर ओठ. त्याच्या साधनेविषयी केवळ ऐकूनच होन्नत्ती भारावून गेला!

विजय हा गेल्या पिढीमधल्या प्रख्यात तबलावादक विश्वेश्वर मिश्रांचा दत्तक मुलगा. तसा तो त्यांच्या मुलीचा मुलगा. आपल्या हयातीतच अनेक दंतकथांचा नायक झालेल्या विश्वेश्वर मिश्रांच्या नावासरशी आजही संगीत क्षेत्रातल्या भल्या-भल्यांच्या माना आदरानं लवतात, हे हेमंतलाही ठाऊक होतं. आपला वंश वाढावा-आपलं क्रियाकर्म करायला कुणी तरी असावं, या कारणांपेक्षाही आपल्या तबला-वादनाला उत्तराधिकारी मिळायला हवा, या भावनेनं त्यांनी विजयला दत्तक घेतलं होतं. विजयनं मोठ्या आदरानं जपून ठेवलेला एक मोठा लाकडी पाट होन्नत्तीला दाखवला. मांडी घालून बसता येईल, असा सागाच्या लाकडाचा तो जाड पाट होता. त्याचा मधला बसायचा भाग बसून बसून पापडाच्या जाडीचा राहिला होता आणि त्या जागी पृष्ठभागाच्या आकाराचा खड्डा तयार झाला होता!

विजय सांगत होता,

"मला तबल्यामध्ये रस होता, हे आजोबांनी ओळखलं होतं. आईच्या सहा मुलांमध्ये मी तिसरा. मी दत्तक गेलो, तेव्हा नऊ वर्षांचा होतो. या पाटावर मला

बसवून त्यांनी पहिले ना धिं धिं ना- ना तिं तिं ना हे बोल शिकवले. त्यानंतर मी पंचवीस वर्षांचा होईपर्यंत दररोज दहा-बारा तास याच पाटावर बसून तबला वाजवत होतो! तुम्हीच हिशेब करा- सोळा वर्षं! दररोज दहा-बारा तास! बसून-बसून पाट कसा झिजलाय्, पाहा!''

भय-भक्तीनं होन्नत्ती नतमस्तक झाला. मनाला आकार देणार, आपल्याला हव्या त्या पद्धतीनं, हव्या त्या लयीत-हव्या त्या आघातानं तबल्यातून आवाज काढल्यावर प्रभुत्व मिळवणारं वय आणि त्याच्या जोडीला स्वतःकडे असलेलं मुक्तपणे उधळण करून शिष्याला तयार करणारा महान विद्वान गुरू!–

''आजोबा वरचेवर कार्यक्रमासाठी दूरच्या गावाला जात. त्या वेळीही माझा रियाझ सुरूच असे. अशा वेळी माझा ताबा आजीकडे असं. माझी आजी तर आजोबांपेक्षाही कडक! सगळे तबल्याचे बोल ऐकून ऐकून तिला तोंडपाठ होते. याच खोलीत ती मला डांबून ठेवून, दार बंद करून आत आपली घरातली कामं करायची. माझ्या वाजवण्यात चुकून काही गलती झाली, तर ती धावत यायची आणि अशी रागवायची, की मी घाबरून चळचळ कापायचो! आजोबांना सांगू नकोस, म्हणून कितीही गयावया केल्या, तरी दाद न देता आजोबांना ती मी केलेल्या प्रत्येक चुकीची तपशीलवार माहिती देत असे! मग पुन्हा आजोबांपुढं चुकीची दुरुस्ती आणि ती शंभरवेळा घटवणं आलं! ते स्वतः माझ्यापुढं डग्गा घेऊन बसत. माझी चूक डग्ग्या-तबल्यावर वाजवून दुरुस्त करत...''

हेमंत लक्ष देऊन त्याचं बोलणं ऐकत होता.

''होन्नत्तीजी, मी पंचवीस वर्षांचा झाल्यावर माझं शिक्षण पूर्ण झालं, अशी त्यांना खात्री वाटू लागली. आपल्या मनाची पूर्ण खात्री होईपर्यंत त्यांनी मला घराबाहेर वाजवू दिलं नाही. घरात आपला दत्तक मुलगा शिकून तयार होतोय्, हे त्यांनी कुणालाही कळू दिलं नव्हतं. शेवटच्या दोन वर्षांत मात्र बनारसमध्ये येणाऱ्या प्रत्येक मोठ्या सतार-सरोद-सूरबहार-वादकाला ते घरी बोलावत आणि त्यांना अत्यंत क्लिष्ट ताना वाजवायला सांगून मला तालीम देत. अशा प्रकारे त्यांनी पहिल्या बैठकीतच विजय मिश्राला अखिल भारतीय पातळीवरचा तबलावादक म्हणून सादर केला! आणि पाठोपाठ सहाच महिन्यांत ते विश्वनाथाच्या पायांशी निघूनही गेले–आपलं, जीवन-कर्तव्य संपलं, असं त्यांना वाटलं, की काय, कोण जाणे!''

शेवटचं वाक्य सांगताना त्याचा आवाज भावनेनं भिजून चिंब झाला होता.

या विजय मिश्राला एकूण पाच मुलं होती. दोन मुलं आणि त्यानंतर तीन मुली. दोघांपैकी एका मुलाला तरी आपल्या घराण्याची कला द्यावी, म्हणून तो मनोमन धडपडत होता. पण तिकडं मुलं लक्ष देत नव्हती. आम्हांला वाटेल ते आम्ही

शिकू–तुम्ही आपल्या मनातलं आमच्यावर का लादता–असा ते जाब विचारू लागले, तेव्हा मिश्राचा नाइलाज झाला. आधी आपण इंजिनीअर होणार, म्हणून दोघंही नाचत होते–पण सीट मिळाली नाही. बिझनेस करायला निघाले–पण घातलेलं सारं भांडवल गंगार्पण झालं! आता दोघंही ट्रॅव्हल-एजन्सी करू, म्हणून धावपळ करत होते. यातूनही काही फारसं निष्पन्न होणार नाही, हे मिश्राला ठाऊक होतं.

तो सांगू लागला,

"बावीस-चोवीस वर्षांच्या मुलांना बापानं दोन वेळचं अन्न तर घातलंच पाहिजे–शिवाय त्यांना वरखर्चासाठी पैसेही उचलून द्यायला पाहिजेत! त्यांना घरातलं खाणं आणि चहा-पाणी आवडत नाही. छोटी हॉटेल्स चालत नाहीत–त्यात त्यांना कमीपणा वाटतो. यांना एअरकंडिशन्ड हॉटेल्समध्येच जायचं असतं. एकदा जाऊन आलं, की तीस-चाळीस रुपयांचा खुर्दा! पैसे द्यायला नकार दिला, की आईच्या पुढ्यात मला वेडवाकडं-घाणेरडं बोलतात! ते असह्य होऊन ती मला पैसे द्यायला लावते. राब-राबून यांना असे उधळायला पैसे द्यायचे!"

भारतीय कलांमध्ये परंपरेनं येणाऱ्या कलेत कलाकार पराकोटीचे पारंगत होतात, हेमंतनंही पाहिलं होतं. स्वतः मिश्राच त्याचं उत्तम उदाहरण होतं. पण आज ती परंपरा तुटत असल्याचीही अनेक उदाहरणं त्याच्या डोळ्यांसमोर होती.

"म्हणजे तुमचं लग्न कितव्या वर्षी झालं?"

"सांगितलं ना–पंचवीस वर्षांचा होईपर्यंत मला या खोलीत डांबून ठेवलं होतं. सोळाव्या वर्षी लग्न केलं–अठराव्या वर्षी बायको घरी आली–एकोणिसाव्या वर्षी बाप झालो. तरी संपूर्ण दिवसभर या खोलीत डांबलेलाच असे. बायको आजीच्या बरोबर घरकामांत गुंतलेली असे. जेवायच्या वेळी आजी याच खोलीत लहान मुलाला जेवायला वाढावं, तसं वाढून जात होती. रात्री तासभर बाहेर जाऊन यायची परवानगी असे. घरी आल्यावर आजोबांबरोबर खालच्या मानेनं जेवण करायचं आणि रात्री बायकोबरोबर झोपायला जायचं! संपूर्ण दिवसभर तिच्याशी बोलणं नाही–काही नाही. तीन मुलं अशीच झाली. बायकोच्या बाळंतपणाच्या दिवशीही माझ्या अभ्यासाला सुट्टी नसायची! पंचविसाव्या वर्षी माझा पहिला कार्यक्रम झाल्यानंतर ही शिस्त संपली. या वेळपर्यंत बायकोचं सगळं लक्ष मुलांकडे गेलं होतं!–"

म्हणत मिश्रा सहेतुक हसला. गप्पा मारण्यात विजय मिश्राचा हातखंडा होता. हे बनारसचं वैशिष्ट्य आहे, हे हेमंतही ठाऊक होतं. दिल्लीमधल्या युरोपियन प्रभावामुळं कितीही मोकळ्या गप्पा मारताना मध्येच 'हे खाजगी आहे–यावर आपण बोलता कामा नये–' असं दडपण असे. इथंही सुरुवातीला काही वेळ ते बंधन असलं, तरी हळूहळू नात्यात मोकळेपणा येऊ लागला, की ही बंधनं ढिली होऊन

जात. त्यानंतर मनमोकळं बोलणं हा विजय मिश्राचा स्वभाव असल्याचं एव्हाना हेमंतच्या लक्षात आलं होतं. आजोबांच्या शिस्तीचा प्रभाव म्हणून विजय हेमंतला देत असलेल्या तालमीत किंचितही हयगय करत नव्हता. हेमंतची चूक झाली, की तो संतापत होता–चूक दुरुस्त करून त्याच्याकडून पुन्हा पुन्हा घटवून घेत होता. गप्पा मारताना मात्र भरपूर मोकळ्या गप्पाही मारत होता.

एक दिवस मिश्रा म्हणाला,

"इथं येऊन तुम्हांला वीस दिवस झाले. एकटे राहता–कंटाळा येत नाही?"

"एकटा कुठं आहे? सकाळ ते संध्याकाळ तुमची सोबत आहे. रात्री झोप येईपर्यंत दिवसभरात शिकलेल्या ताना आणि ताल यांचं मनन करतो."

"मला ते म्हणायचं नाही–" म्हणत तो हेतुपूर्ण हसला."

त्याला काय सुचवायचं आहे, हे हेमंतच्या लक्षात आलं. पण तो गप्प बसला.

मिश्रानंच पुन्हा विचारलं,

"कांतीजींना समजेल, म्हणून भीती वाटते का? शपथ घेऊन सांगतो–मी याविषयी कुणापुढंही अवाक्षर बोलणार नाही! हरिशंकरलाही काही सांगणार नाही. मी तुम्हांला चांगलं घर दाखवेन. पाहिजे तर मीही सोबत येईन. कलाकार म्हटला, की हे सगळं पाहिजेच! नाही तर स्फूर्ती कुठून येणार?"

विजयच्या शेवटच्या वाक्याचं हेमंतला फारसं आश्चर्य वाटलं नाही, पण आपल्या आणि कांतीच्या परस्पर-संबंधांची संपूर्ण माहिती असल्याप्रमाणे तो बोलला, हे ऐकून मात्र हेमंत कासावीस झाला. आपल्या बाजूनं व्यवहाराच्या संदर्भात तीच विजयशी सविस्तरपणे बोलली. त्यावरून त्यानं हा अंदाज केला असेल काय? आपण नीट नातं सांगितलं नाही, तर अशा प्रकारचे संशय येणं स्वाभाविकच आहे. पाठोपाठ त्याला जाणवलं–हा पहिल्यापासून हरिशंकरचा एकेरीच उल्लेख करतो.

त्यानं विजयला विचारलं,

"डॉक्टर हरिशंवरप्रसादांची तुमची कुठली ओळख?"

"ओह! तुम्हांला ठाऊक नाही?" म्हणत मिश्रानं आवाज खाली आणत केवळ हेमंतला ऐकू जाईल, अशा आवाजात सांगितलं, "मी अगदी पहिल्यांदा वेश्येकडे गेलो, तो त्याच्याबरोबरच! पंधरा संपून सोळावं वर्ष सुरू होतं. इथून जवळच त्याचंही घर आहे. रात्री घटकाभर फिरायला जात होतो, म्हटलं ना? त्या वेळी त्याचीच सोबत असे त्या वेळी तो इंटरमध्ये शिकत होता. अभ्यासात तो अतिशय हुशार होता..."

"ते मूळचे बनारसचे?"

"हे काय विचारता तुम्ही? त्याशिवाय भारतीय संस्कृतीच्या सगळ्या शाखांमध्ये एवढी गती असणं शक्य आहे काय? संस्कृत, वेदान्त, संगीत, नृत्य, नाटक,

ठुमरी, चैती–तुम्हीच सांगा, भारतातल्या कुठल्या गावात हे सगळं एवढ्या जिवंतपणे अस्तित्वात आहे? हरिशंकर खरोखरच हुशार आहे! त्यानं पुस्तकंही लिहिली आहेत. म्हणूनच त्याला एवढ्या महत्त्वाच्या जागेवर नेमण्यात आलंय्!''

होन्नत्तीच्या मनात हरिशंकराविषयी एक गोष्ट जाणून घ्यायचं खूप दिवसांपासून होतं. आता विषय निघालाय्, म्हटल्यावर त्यानं हीच संधी पकडून विचारलं,

''डॉक्टर हरिशंकरांचं आधीचं एक लग्न झालंय्, म्हणतात. खरंय् ते?''

''खरंय् म्हणजे? बनारसमध्येच आहे ती. लल्लापूरमध्ये तिच्या आईच्या घरी ती राहते. एक मुलगी आहे. माझं सोळाव्या वर्षी लग्न झालं–त्याचं अठराव्या वर्षी झालं. पाहिजे तर सहज फिरत गेल्यासारखे जाऊन येऊ या त्यांच्या घरी. तुम्हीही पाहाल तिला. चांगली बाई आहे. दिसायला देखणी–देखणी म्हणजे कशी? प्रत्यक्ष माता अन्नपूर्णेश्वरी! काय स्वयंपाक करते, म्हणून सांगू! शिवाय हातही मोठा! स्वयंपाक करून ती वाढायला लागली, की भांड्यातलं अन्न दुप्पट-चौपट-आठपट होत जातं! अशा बायकोला इथं टाकून, तिकडं दिल्लीत हॉटेलचे तुकडे मोडणं म्हणजे त्याचं दुर्दैवच!''

''पण असं का?''

''काय सांगायचं! आधीपासून त्याला वेगवेगळ्या बायकांचा शौक आहेच. शिवाय बायकांना आकर्षित करायची शक्तीही आहे! माझंच बघा ना! विजय मिश्राची तबल्यावर थाप पडली, की समोरचे श्रोते रोमांचित होतात–ताठ होऊन बसतात! हे तुम्हांलाही ठाऊक आहेच, की नाही? त्याच्यापेक्षा मी रूपानंही उजवा आहे, हेही तुम्ही मान्य कराल! तरीही सांगतो, आजवर कुणीही स्त्री आपण होऊन माझ्याजवळ आली नाही–माझ्या आकर्षणात गुंतली नाही. तो आपल्यासारखा कलाकार नाही–माझ्याइतका देखणाही नाही! तरीही एकामागोमाग एक बाई त्याच्या प्रेमात पडतच असते! याला काय म्हणाल? नशीब! तबलावादकाच्या प्रेमात पडणंही कठीणच! काही झालं, तरी आम्ही साथीदार!–मुख्य कलाकार नव्हे! तुम्ही सतारवादक म्हटल्यावर किती तरी स्त्रिया तुमच्या मागं लागतील!'' म्हणत त्यानं डोळे मिचकावले.

''म्हणजे नवरा-बायकोमध्ये संबंधच नाही?'' हेमंतनं विषय पुन्हा रुळांवर आणला.

''छेः! छेः! तुम्हांला कुणी सांगितलं, नाही म्हणून? तो दिल्लीला हिला बोलावून घेतो–दोन महिने झाले, की पाठवून देतो–स्वतः रजा घेऊन इथं घरी येऊन राहतो. दरमहा न चुकता तिला पैसे पाठवून देतो. तिला एवढे दिवस इथं ठेवून जाण्यासाठी त्याला एक कारणही सापडलं आहे! त्याची दोन्ही मुलं इथं शिकतात. त्यांना हॉस्टेलमध्ये ठेवलं, तर मुलं बिघडतील, अशी त्यानं बायकोला भीती

घातली आहे. आपल्या नवऱ्यानं आपल्याला इथंच का ठेवलंय्, याची तिलाही थोडी-फार कल्पना आहे. पण मध्येच युनिव्हर्सिटी बदलून दिल्लीला जाणंही तितकं सोपं नाही. शिवाय बनारस विद्यापीठाचं स्टँडर्ड दिल्ली विद्यापीठापेक्षा उत्तम आहे, असंही त्यानं तिला पटवून दिलं आहे. तिचाही मुलांवर पराकोटीचा जीव आहे– म्हणून इथंच राहते त्यांच्याबरोबर!'

याविषयी याहून अधिक कुतूहल दर्शवणं योग्य नाही, असं वाटून होन्नत्ती गप्प बसला. ते दोघे एवढ्या जवळचे मित्र आहेत, म्हटल्यावर मी खोदून चौकशी केल्याचं हा त्याच्या कानांवर घातल्याशिवाय राहणार नाही! शिवाय या गप्पिष्ट माणसाला आपण होऊन का संधी द्यायची? 'आपल्या देशात जास्त स्त्रिया अशाच आहेत–' म्हणत त्यानं सतार उचलून छेडायला सुरुवात केली.

तबला पुढ्यात ओढून घेत त्यावर थाप मारून पाहत मिश्रा म्हणाला,

"तसं म्हणू नका. ती बाईच विशेष म्हटली पाहिजे! नाही तर आमच्या श्रीमतीजी! एवढासा संशय आला, तरी आकाश-पाताळ एक करते! कांतीजींच्या सूचनेप्रमाणे तुमच्या तयारीसाठी मी दोन महिलेने दिल्लीला येऊन राहायला तयार झालो नाही, यामागचं कारण आता सांगतो! तिथं हरिशंकर आहे–मी दोन महिलेने तिकडं राहणार, म्हणजे तिथं काही तरी भानगड असली पाहिजे, असा हिचा ग्रह होतो! नवरा काही आता तरणाबांड नाही–आपणही आता म्हाताऱ्या होत आहोत, याचाही विचार न करता ती आरडा-ओरडा करते! कितीही वय झालं, तरी या संदर्भात पुरुषावर कधीही विश्वास ठेवू नये, हा तिचा मुख्य सिद्धांतच आहे!–" म्हणत तो पितळी हातोडीनं तबल्याच्या ठोकळ्यांवर हळुवार प्रहार करू लागला.

◆

हेमंतला कांतीकडून सविस्तर पत्रं येत होती. ती वाचतावाचता त्याचं मन तिच्यात खोलवर रुतत होतं. प्रेमाचं मूळ नेहमी पत्रलेखनातून खोल रुजतं, की काय, कोण जाणे! समोर असताना न सुचणाऱ्या कल्पना, आणा-भाका वगैरे किती तरी गोष्टी पत्र लिहिताना सुचतात आणि त्याच बद्धतेच्या तारा होऊन जातात, की काय, कोण जाणे–हा अनुभव तो घेत होता.

तू का पत्र लिहीत नाहीस–अशी तिची तक्रार प्रत्येक पत्रातून व्यक्त होत असते. आपणही तिला पत्र लिहायला पाहिजे. तुझी फार आठवण येते–तिथं येण्याचा दिवस कधी उजाडतो, याची आतुरतेनं वाट पाहत आहे–वगैरे मजकूर हेमंतही लिहीत होता. पण एवढ्या साध्या-सरळ पत्रानं तिचं मन भरत नव्हतं. ती दोघांच्या मीलनाची कल्पना करून त्याची वर्णनं पत्रभर करत होती. त्याला मात्र यातलं काही सुचत नव्हतं. सतत वेगवेगळे ताल, लय यांत तो बुडून जात होता.

रात्रीही मनात तेच घोळत होतं. त्यामुळं एवढं लिहीत बसायला कुठून जमणार?

तरीही तिचे उपकार, तिची दूरदृष्टी यांवर तिला पत्र लिहिता येईल. कृतज्ञता व्यक्त करूनही लिहिता येईल. पण अशा भावना मनात जपून न ठेवता पुन्हापुन्हा व्यक्त केल्या, की त्यातला भावना-रस नष्ट होऊन त्या शुष्क होऊन जातील, हेही त्याला समजत होतं.

मध्येच एकदा कांतीचं पत्र आलं,

'–मी दोन-तीन दिवसांसाठी तिथं येऊन जाऊ का?'

पत्र वाचल्यावर तोही वेडावल्यासारखा झाला. पण आपण राहत असलेल्या खोलीमध्ये अपेक्षित असलेला दिवस-रात्रीचा एकांत मिळणं शक्य नाही, हे त्याला समजत होतं. शिवाय त्याला वाटत होतं–दिल्लीमध्ये तिचे-माझे संबंध लोक कसंही समजोत! इथं या विजय मिश्राच्या जिभेला आपण असं खाद्य पुरवलं, तर बातमी भारतभर पसरायला वेळ लागणार नाही! त्याऐवजी आपणच दोन दिवसांसाठी दिल्लीला जाऊन आलं, तर? पण सतत चाललेल्या अभ्यासात खंड पाडून जाणंही त्याला पटलं नाही. सगळा विचार करून त्यानं तिला येऊ नको, म्हणून कळवलं.


एक दिवस नेहमीप्रमाणे दुपारच्या वामकुक्षीनंतर तो मिश्राच्या घरी गेला. तो सतार सुरात लावत असताना तोंड धुऊन तिथं आलेल्या विजयनं त्याचं लक्ष एका स्थानिक वृत्तपत्रातल्या पानाकडे वेधलं. त्यानं सांगितलं,

'त्या फोटोखालची बातमी वाचा–'

हिंदी वृत्तपत्रातल्या त्या बातमीवरून हेमंतनं नजर फिरवली. कॉलेजमध्ये शिकणाऱ्या पुष्पलता त्रिपाठी नावाच्या मुलीनं न्हाणीघरात अंगावर रॉकेल टाकून पेटवून घेऊन आत्महत्या केली होती. सर्वांग पेटल्यावर वेदना असह्य झाल्यामुळं तिच्या तोंडून किंकाळ्या फुटल्या–आतून कडी असल्यामुळं दरवाजा फोडून काढण्यात आला–शेजाऱ्यांच्या मदतीनं दवाखान्यात नेलं, तेव्हा ती मरता-मरता 'मी हे केलं नाही–' म्हणत होती–वगैरे वगैरे सविस्तर बातमी होती.

बातमी वाचून हेमंत खिन्न झाला. मिश्रा म्हणाला,

"काय असेल ही बातमी?"

"कुठल्या तरी अपमानाचं भय! आणखी काय!'

"काही तरी भानगड केली असेल! आता दिवस राहिले असतील! मला ही त्रिपाठी फॅमिली ठाऊक आहे, अत्यंत कर्मठ कुटुंब. त्यांनी मुलीला कॉलेजमध्ये पाठवायला नको होतं. तेच चुकलं त्यांचं. याच कारणासाठी मी माझ्या मुलींना कॉलेजची दिशाही दाखवली नाही. मॅट्रिक होताच लग्नं लावून मोकळा झालो! तुम्हांला काय वाटतं?"

तुम्ही केलंत, तेही बरोबर नाही, म्हणून सांगावंसं वाटलं. पण का कोण जाणे, त्याचा उच्चार करायला नको वाटलं.

"त्रिपाठी म्हणजे केवढं मोठं घराणं! वेदकाळापासून उज्ज्वल परंपरा असलेलं घराणं!–'' मिश्रा मनोमन चडफडत हात चोळत होता.

त्या दिवशी त्याचं तबला-वादनातही पूर्ण लक्ष नव्हतं, हे हेमंतला जाणवत होतं. होन्नत्तीही अस्वस्थ झाला होता. वाजवताना त्याचं लक्ष अधून-मधून त्या फोटोकडे जात होतं.

मुलगी पंधरा-सोळा वर्षांची होती, हे फोटोवरून दिसत होतं. मरताना 'मी हे केलं नाही–' म्हणत होती, म्हणे! याचा काय अर्थ? पोस्टमॉर्टेम झाल्यावर सगळं समजल्याशिवाय राहणार आहे काय?

दुसऱ्या दिवशी आपोआपच त्याचं लक्ष वृत्तपत्रावरच्या त्या जागेकडे गेलं. तिथं त्याविषयी काहीही बातमी नव्हती.

मिश्राच म्हणाला,

"काय करतील बिचारे आई-वडील? याविषयी काही छापू नका, म्हणून त्यांनीच पेपरवाल्यांना विनवलं असेल–''

◆

दोन महिने संपायला आता पाच दिवस राहिले होते. तालामधल्या कुशलतेविषयी मिश्रानं त्याला अनेक प्रकारे सांगितलं होतं आणि त्याच्याबरोबर घटवूनही घेतलं होतं. संगीताचं बेताचं ज्ञान असलेल्या श्रोत्यांपुढं करायच्या जुगलबंदीच्या सर्कशीचीही त्यानं हेमंतला विशेष तालीम दिली होती.

स्वतः होन्नत्तीला ही जुगलबंदीची सर्कस कधीच पटली नव्हती. त्यातून रागाची रसहानी होते–आपण कधीही या पातळीवर उतरायचं नाही, असं त्यानं पहिल्यापासूनच ठरवलं होतं. पण यातील व्यावसायिक भाग म्हणून मिश्रा त्याचीही तालीम देऊ लागला, तेव्हा हेमंतचा निर्धारही नष्ट होऊन गेला. शिवाय मिश्रानं सांगितलं होतं,

"याशिवाय प्रत्यक्ष बैठकीच्या वेळी श्रोते बघून तुम्हांलाही आपोआप काही ट्रिक्स सुचतील!''

एवढ्या दिवसांत मिश्राची बायको कधी-कधी हेमंतशी चार वाक्यं बोलू लागली होती. तीही एकदा म्हणाली,

"तुमच्यामुळं हे सलग दोन महिने घरात चिकटून राहिले, बघा!''

हेमंतनं रविवारच्या रात्रीच्या रेल्वेचं परतीचं रिझर्व्हेशनही करून ठेवलं. बुधवारी तिथल्या स्थानिक वृत्तपत्रात पानभर एक बातमी आली. ती बातमी वाचताच मिश्रा

चांगलाच गडबडून गेला. होन्नत्तीनंही त्याच्याकडून पेपर घेऊन संपूर्ण बातमी वाचून काढली.

आठवड्यापूर्वी न्हाणीघरात स्वतःला जाळून घेतलेल्या पुष्पलता त्रिपाठीच्या आत्महत्येविषयीची ती बातमी होती.

मरताना तिच्या तोंडी 'मी हे केलं नाही-' हे वाक्य होतं. त्या अनुषंगानं पोलिसांनी अधिक तपास केला होता. मरणोत्तर शवचिकित्सेप्रमाणे पुष्पलता शुद्ध कुमारी असल्याचं सिद्ध होत होतं! मग तिच्या आत्महत्येमागचं कारण काय? पोलिसांनी खोलात तपास करून इंजिनीअरिंग कॉलेजचा विद्यार्थी त्रिलोक प्रसाद आणि अजंठा फोटो स्टूडिओचा मालक विश्वास श्रीवास्तव या दोघांना अटक केली होती. त्या दोघांचे फोटोही वृत्तपत्रात छापले होते.

फोटोंखाली इतर तपशील दिला होता-आपल्या कॉलेजमध्ये शिकायचं सोडून मुलींच्या कॉलेजपाशी बहुतेक वेळ घालवणारा त्रिलोक प्रसाद पुष्पलता त्रिपाठीशी बोलायचा प्रयत्न करत होता. वेगानं स्कूटरवरून येऊन तिच्याशेजारी गचकन ब्रेक लावून थांबणं-तिच्या गालावरून हात फिरवून पुन्हा वेगानं स्कूटर पळवत निघून जाणं-तिला अर्वाच्य बोलून हैराण करत होता-तिला आपल्याबरोबर बोलावत होता-' आली नाहीस, तर वाईट परिणाम होतील!' अशी सर्वांसमक्ष धमकीही देत होता!

खूप दिवस हा त्रास सहन करणाऱ्या पुष्पलतेनं एकदा त्याला उलट उत्तर दिलं होतं-चपलेनं मारायची धमकीही दिली. यामुळं खवळलेल्या त्रिलोक प्रसादनं वेगळाच प्रकार केला होता. गेल्या वर्षी तिला उत्तम विद्यार्थिनीचा पुरस्कार मिळाल्यामुळं कॉलेजच्या मॅगॅझिनमध्ये तिचा फोटो प्रसिद्ध झाला होता. अजंठा स्टूडिओच्या विश्वास श्रीवास्तव या तरुण फोटोग्राफरनं त्या वेळचे सगळे फोटो काढले होते. श्रीवास्तव आणि त्रिलोक प्रसाद यांनी संगनमत करून एका वेश्येचे नग्नावस्थेत फोटो काढून घेतले आणि त्यावर चेहऱ्याच्या जागी पुष्पलतेचा चेहरा येईल, असं केलं. या फोटोच्या तीन फूट उंचीच्या प्रती काढल्या.

पुन्हा एक दिवस त्रिलोक प्रसादनं तिला रस्त्यात अडवून तिला फोटो दाखवून धमकी दिली-माझ्याबरोबर आलीस, तर ठीक आहे! नाही तर हे फोटो वर्तमानपत्रात छापायला देईन! पुष्पलता घाबरली-तशीच संतापलीही. तिनं त्याला पुन्हा चपलेनं सडकून काढण्याची धमकी दिली. त्रिलोक तिथून वेगानं निघून गेला.

चालत चालत पुष्पलता जेव्हा कॉलेजपाशी आली, तेव्हा तिथं तिचे फोटो टांगण्यात आले होते! मुलीही फोटो पाहत उभ्या होत्या-कुणीही काढून टाकण्याचे कष्ट घेतले नव्हते.

हा अपमान पुष्पलताला सहन झाला नाही. ती रडू लागली. रात्र तिनं कशीबशी

काढली. डिझेल कंपनीत नोकरी करणारे तिचे वडील पहाटे लवकर उठून कामाला गेले. नंतर अंघोळीसाठी न्हाणीघरात गेलेल्या पुष्पलतेनं सर्वांगावर रॉकेल ओतून स्वतः पेटवून घेतलं होतं. कॉलेजमधल्या मुलींकडून नग्न फोटोची बातमी पोलिसांपर्यंत पोहोचली आणि पोलिसांनी बाकी तपशील शोधून काढला होता. श्रीवास्तवकडे फोटोच्या निगेटिव्हज् सापडल्या आणि त्याच्या जबानीवरून त्रिलोकलाही पकडण्यात आलं होत. बातमीमधलं शेवटचं वाक्य होतं,

"त्रिलोक प्रसाद नुकत्याच केंद्र सरकारात नेमल्या गेलेल्या डॉक्टर हरिशंकर प्रसाद यांचा सुपुत्र असल्याचे समजते–"

मिश्रा चिंतामग्न होऊन मुकाट्यानं बसून राहिला होता. हेमंतच्या मनात आठवड्यापूर्वी देण्यात आलेल्या पुष्पलतेच्या फोटोमधला तिचा चेहरा भरून राहिला होता.

पाच मिनिटं याच शांततेत गेली. नंतर मिश्रा म्हणाला,

"मला हरिशंकरच्या घरी जाऊन आलं पाहिजे. त्याला घरच्यांनी कळवलंय् की नाही, कोण जाणे! त्याच्याशिवाय कोण सोडवणार त्रिलोकला?–"

आता आपण काय करावं, हे होन्नत्तीला सुचेना. आपणही मिश्राबरोबर जावं काय? आपण तिथं जाऊन काय करणार? हरिशंकरविषयी त्यालाही अनुकंपा वाटली. त्यानं मिश्राला विचारलं,

"हा मुलगा काय वयाचा आहे?'"

"चोवीस वर्षांचा मुलगा शौकीन आहे–दरवर्षी पासही होत नाही!"

पुढं काय विचारावं, हे त्यालाही सुचलं नाही. मिश्रानं आपली चांदीची पानाची डबी उघडली–घाईघाईनं कात–चुना–सुपारी–वेलदोडा–लवंग मसाला वगैरे टाकून एक पान तयार केलं आणि ते तोंडात सारत, पायांत पंप-शू चढवून घराबाहेर पडला.

आता हा केव्हा घरी परतेल, कोण जाणे! आल्यावरही त्याचं मन संगीतात रमणं शक्य नाही. किती केलं, तरी जवळच्या मित्राचा मुलगा, थेट खुनाच्या नसला, तरी किमान आठ-दहा वर्षांची शिक्षा होऊ शकेल, अशा गुन्ह्यात अडकला होता! हेमंतला पुन्हा वृत्तपत्रांत पाहिलेला पुष्पलताचा निरागस चेहरा आठवला. त्या निरागस चेहऱ्याला वेश्येच्या नग्न शरीरावर बसवण्याचा विकृत विचार याच्या मनात तरी कसा आला असेल? हेमंतला या विचारासरशी किळस आली. त्याला आपले आय्.आय्.टी. मधले दिवस आठवले. तिथं अभ्यासाचंच दडपण एवढं असायचं, की मनात असलं काही यायला सवडच नसायची.

आपण थोडा वेळ सतार वाजवत बसावंसं वाटलं. पण मागं तबल्याची साथ नसेल, तर मनात गत तेवढ्या प्रमाणात साकारत नाही, असं त्याला जाणवलं.

सतार ठेवून, कुठं तरी थोडं फिरून यावं, असं त्याच्या मनात आलं. तेवढ्यात विजय मिश्राची बायको निर्मलादेवी त्या खोलीच्या दारात येऊन उभी राहिली आणि म्हणाली,

"काही तरी करून मित्राच्या मुलाला सोडवण्यासाठी हे गेलेत! किती केलं, तरी मित्राचा मुलगा! पण मी म्हणते, बाप दर दोन वर्षाला एकेक बाई बदलत दिल्लीमध्ये राहिला, तर मुलगा आणखी कसा निघणार? मुलांना बापाचं काही तरी भय नको का असायला? अहो, तो त्रिलोक अंकल-अंकल करत आमच्याही घरी यायचा. आमच्या घरीही तीन-तीन मुली! जीव दडपून जायचा माझा! एक दिवस हे नसताना तो आला होता–तीच संधी पकडून मी त्याला बजावलं–शिकणाऱ्या मुलांनी आपापल्या घरी राहून अभ्यास करायला पाहिजे–असं घरोघरी फिरू नये! त्या दिवसापासून त्याच्या इथल्या चकरा थांबल्या. मी केलं, ते बरोबर केलं, की नाही? त्या बिचाऱ्या त्रिपाठींनीही आपल्या मुलीला अतिशय सांभाळून वाढवलं होतं, म्हणे!–"

यावर काय बोलावं, हे हेमंतला सुचलं नाही. त्यानं नुसतीच मान हलवली.

काही क्षण थांबून तीच पुढं म्हणाली,

"खरं सांगायचं, तर बाहेर येऊन मी कधीच अशी बोलत राहत नाही. गेले दोन महिने मीही तुम्हांला रोज पाहतेय् ना! तुमचं वागणं-बोलणं कसं मर्यादेत आहे! म्हणून आज बोलत राहिले. दिल्लीमध्येही चांगली माणसं असतीलच की! पण तिथल्या बायका आमच्या काशीच्या बायकांसारख्या नाहीत, म्हणे! तिथं असले थट्टेचे प्रकार चालत नाहीत, म्हणतात. खरंय् ते?"

"तिथंही सगळे प्रकार चालतात. काही मुली चप्पल काढतात–काही आपल्या आत कुढत राहतात!"

ती आत निघून गेल्यावर हेमंतही आपल्या खोलीवर परतला.

मिश्रा दुपारच्या जेवणासाठीही घरी आला नाही. संध्याकाळी साडेचार वाजता तो गेला, तेव्हाही निर्मलादेवीनं तो आला नाही, म्हणून सांगितलं. आता पुन्हा खोलीत जाऊन बसण्यापेक्षा गावात एक फेरफटका मारून यावंसं होन्नत्तीला वाटलं. या गावी येऊन दोन महिने झाले, तरी आपण इथली युनिव्हर्सिटी पाहिली नाही, हेही त्याला आठवलं. आणखी चार दिवसांनी इथून निघून गेल्यावर पुन्हा इथं यायला कधी जमेल, कोण जाणे! या विचारासरशी हेमंत घराबाहेर पडला.

स्थूलमानानं रस्ता विचारून चालत असताना त्याचं लक्ष घराबाहेर बसून परस्परांशी गप्पा मारणाऱ्या बायकांकडे गेलं. त्याच्या मनात आलं–या बायकांच्या चेहऱ्यांवर शतकानुशतकाचं कुठलंसं अनामिक सौंदर्य पसरलं आहे! यांपैकी

बहुसंख्य स्त्रियांच्या चेहऱ्यांवर–देहावर ऐश्वर्याचं किंवा दागदागिन्यांचं नटणं-मुरडणं नाही! पण गरिबीची उपेक्षा करणारं उत्साहाचं तेज आहे! त्यांच्याकडे आणखी लक्ष देऊन पाहायची त्याची इच्छा असली, तरी त्या काय समजतील, असं वाटून त्यानं आपलं मन आवरलं.

आता त्याला आठवलं, मिश्राच्या बायकोच्या चेहऱ्यावरही हेच तेज आहे. हरिशंकरची बायकोही अशीच असेल. त्यामुळंच नवऱ्याचे सगळे थेर ठाऊक असूनही ती सुखातच असेल. काशीला यायचं, ते मनःशांतीसाठी! इथंच राहणाऱ्यांच्या दृष्टीनं तीच सहज-स्थिती असते, की काय, कोण जाणे! ही मनःशांती त्यागून दिल्लीला जायला कदाचित तीच तयार नसेल! एका अर्थी यांनीच त्या नवऱ्यांना नाकारलं असेल!–

हेमंतला दिल्लीच्या स्त्रिया आठवल्या. उंच,धिप्पाड, देहबांधा, चेहऱ्यावर विविध प्रसाधनांचं रोगण–त्या चेहऱ्यांवर हे सौंदर्य नाही, हे नक्की, ही मनःशांती नाही–हा आनंद तर नाहीच नाही!

चालता चालता तो रस्ताच संपला. त्यानं एका मध्यमवयीन स्त्रीला विद्यापीठाचा रस्ता विचारला. तिनं मागं जाऊन डावीकडे वळायला सांगितलं. त्याप्रमाणे तो मागं वळला. पुन्हा त्याच रस्त्यानं जाऊन रस्त्यात चौकशी करत तो विद्यापीठाकडे वळला.

विद्यापीठात प्रवेश केला, तर तिथं एक वेगळंच जग होतं. पुरातन राग समर्थपणे आळवू शकणाऱ्या आधुनिक वाद्यांप्रमाणे तिथल्या आधुनिक इमारती होत्या. प्राचीन भारतीय पायावर उभारलेल्या आधुनिक ज्ञानाची स्वप्नं पाहणाऱ्या मालवीय यांच्याविषयी आजवर ऐकलेलं सारं आठवलं. आय्.आय्.टी.–आय्.आय्.एम्. पेक्षा याचा विस्तार मोठा भासत होता. तो एकेका इमारतीवरची नावं वाचत पुढं चालू लागला. चालता चालता त्यानं सारं वातावरण छातीत भरून घ्यावं, तसा दीर्घ श्वास घेतला.

असंच काही अंतर चालल्यावर मोठमोठे बोर्ड त्याच्या दृष्टीला पडले. त्यावर लिहिलं होतं,

‘या कुलपतींना पळवून लावा’,
‘प्राध्यापक शोषण करतात!’,
‘विद्यार्थ्यांनो, एक व्हा!’,
‘लोहिया–वादाचा विजय असो!’,
‘परीक्षा पुढे जाऊ द्या’–
‘विद्यार्थ्यांचे हक्क मान्य झालेच पाहिजेत!–’
वगैरे–वगैरे!

थोडं पुढं गेल्यावर एक उंच देऊळ दिसलं. चौकशी करताच ते बिर्लामंदिर असल्याचं समजलं. त्याला आत जावंसं वाटलं. आधुनिक बिर्लामंदिरांमधली शिस्त, स्वच्छता, नेटकेपणा वगैरे गोष्टी त्यालाही ठाऊक होत्या. त्यानं दिल्ली, हैद्राबाद वगैरे गावांमध्ये अशी मंदिरं पाहिली होती. इथंही तीच स्वच्छता आणि नेटकेपणा होता. भिंतींवर तेच संस्कृत श्लोक. कळकट भटजींची कटकट नाही, जळत्या दिव्याची काजळी नाही–तीर्थ-प्रसादाचा चिकटपणा नाही–भक्तांची डोकं उठवणारी गर्दी नाही–बाहेरच्या चपला चोरीला जातील, याची भीती नाही–

देवळात गेल्यावर जोगीबेट्टाची आठवण धाव घेऊन आली. देवाला नमस्कार करून तो बाहेरच्या दगडी बाकावर बसून राहिला. एकाएकी त्याच्या मनात काशी-विश्वेश्वराचं देऊळ आलं. औरंगजेबाच्या हाती नष्ट होऊन स्वतःवर दहा मैलांवरून दिसेल, अशी भव्य मशीद झेलून दबून गेलेलं ते देऊळ लोकांच्या मनांतून हळूहळू नष्ट होऊन ती जागा या बिर्ला मंदिरानं घेतली, तर? त्या किरकोळ देवळाभोवतालची किरट्या बोळांची गलिच्छ कटकट–तिथला माणसांचा कलकलाट–त्यापेक्षा इथलं भव्य देऊळ–शांतपणा–स्वच्छता–असा विचार करत तो अर्धा तास बसून होता. नंतर एकाएकी तीव्रपणे वाटलं–तरीही खरी काशी तिथंच आहे! मूकपणे दगडी दृष्टी मशिदीवर खिळवून बसलेल्या बसवण्णापाशी आहे–यानंतर आपण इथं चार दिवस आहोत, तोपर्यंत तरी दररोज सकाळी गंगा-स्नान आणि विश्वेश्वर-दर्शन घ्यायला पाहिजे!–

त्यानं उठून आपल्याकडचा बिल्ला परत करून चपला घेतल्या आणि त्या पायांत चढवून तिथून बाहेर पडला. काही अंतर चालून गेल्यावर समोरून एक मिरवणूक येत असलेली दिसली. दीड-दोनशे विद्यार्थी आवेशानं घोषणा देत चालले होते–

"जो हमसे टकराएगा–मिट्टीमें मिल जायेगा–"

"बोगस पोलीस–हाय–हा–"

"न्याय द्या–न्याय द्या–"

"त्रिलोक प्रसादला सोडून द्या–सोडून द्या–"

"अजंठा स्टूडिओ–झिंदाबाद–झिंदाबाद–"

"एस्. पी. वर्मांना हाकलून द्या–"

"आमचा लढा–न्यायाचा लढा–"

"उद्याचा बनारस–बंद यशस्वी करा–"

हेमंतनं असे मोर्चे मुंबईमध्येही पाहिले होते. तिथले कामगार प्रत्यक्ष घोषणा देण्यापेक्षा हातांच्या मुठी आकाशात फेकत आवेशानं किंचाळत होते. आताही होन्नत्ती रस्त्याच्या एका कडेला उभा राहून समोरचा मोर्चा पाहू लागला.

मोर्च्याच्या पुढच्या बाजूला दोन मोठे फोटो धरले होते. त्यांना झेंडूच्या फुलांचे हार घालण्यात आले होते. त्यांपैकी एका फोटोतल्या चेहऱ्याचं डॉक्टर हरिशंकरच्या चेहऱ्याशी साम्य दिसत होतं–म्हणजे हा त्रिलोक प्रसाद असावा. दुसरा अजंठा स्टूडिओच्या विश्वास श्रीवास्तवचा.

हेमंत मागं वळला. विद्यापीठाच्या गेटमधून बाहेर पडत असताना दुसऱ्या दिवशीच्या बनारस–बंदविषयी आवाहन करणारे फलक जागोजागी दृष्टीला पडत होते. विद्यार्थी संघटनेनं सगळ्या दुकानदारांना, व्यावसायिकांना, वाहनचालकांना, सरकारी नोकरांना आपल्याला सहकार्य देऊन बनारस-बंद यशस्वी करायचं आवाहन केलं होतं. याला विरोध करणाऱ्यांविरुद्ध जे काही घडेल, त्याला समिती जबाबदार राहणार नाही, हेही त्यांनी बजावलं होतं!

तो आपल्या खोलीवर परतला, तेव्हा साडेसात वाजले होते. मिश्राच्या घरात बाहेरच ओसरीवर हरिशंकर बसून सुगंधी तांबूल-सेवन करण्यात गढून गेला होता. हेमंतला पाहताच मिश्रानं हाक मारली,

“होन्नत्तीजी...”

हेमंत तिकडे जाताच हरिशंकरनही त्याचं स्वागत करत म्हटलं,

“या-या! पुण्यनगरी काशीमध्ये आपली भेट होत आहे, हे सुदैवच!” म्हणत त्यानं बसल्या जागेवरूनच हेमंतशी हस्तांदोलन केलं. हेमंत समोर बसला. हरिशंकरच पुढं म्हणाला, “विजय सांगत होता तुमच्याविषयी! भारतातला कुठलाही तबलजी तुमच्यापुढं शेपूट हलवू शकणार नाही, म्हणत होता तो! अभिनंदन!–”

हरिशंकरच्या चेहऱ्यावर नेहमीचेच भाव दिसत होते. तिथं काळजी, भीती, अपमान–कशाचाही लवलेश नव्हता. तोच हेमंतला म्हणाला,

“अहो, तुम्ही तर पानही खात नाही! मग कसले कलाकार तुम्ही! सगळीकडे पान मिळतं. पण बनारसी पानाची सर कुठल्याही पानाला नाही! तुम्हांला काय, म्हणा, समजणार? अतिशय सूक्ष्म गोष्ट आहे ही! केवळ खास पान खाणाऱ्यांनाच समजेल–”

हेमंत काहीच बोलला नाही. त्यानंच पुन्हा विचारलं,

“काय म्हणता? दिल्लीला केव्हा निघणार?”

“रविवार रात्रीच्या गाडीचं रिझर्व्हेशन झालंय्.” होन्नत्तीनंही जेवढ्यास तेवढं उत्तर दिलं आणि विचारलं, “केव्हा आला?”

“काल विमानानं आलो!...” म्हणत हरिशंकर काही क्षण गप्प बसला. नंतर म्हणाला, “तुम्हांला सगळं ठाऊक आहे–मग लपवून काय ठेवायचं? काल दुपारी फोन आला–लगेच निघून आलो. आज मुलाला जामिनावर सोडवून घेऊन आलो!”

हे सारं त्यानं हिंदीऐवजी इंग्लिशमधून सांगितलं. हेमंतच्या लक्षात आलं–आत विजयच्या बायकोला समजू नये, म्हणून हा भाषा–बदल आहे...

"लैंगिक प्रवृत्ती दडपून ठेवण्याची परंपरा असलेल्या वातावरणातच असल्या घटना घडत असतात! त्या मुलीविषयी माझं मन कळवळून जातं. पण तिला तशा प्रकारे वाढवणाऱ्या आई-वडलांचाच यात दोष नाही काय? शिवाय तिच्या मृत्यूला निश्चित माझाच मुलगा जबाबदार आहे, हे ठामपणे सिद्ध करायला पुरावा काय? दुसरं काही कारण असू शकेल! तिचंच काही तरी वेगळं प्रकरण असू शकेल! ज्या समाजात तरुण-तरुणी कुठल्याही भीतीशिवाय एकत्र वाढतात, त्या समाजात अशा घटना घडत नाहीत, हे मला महत्त्वाचं वाटतं. तुम्ही काय म्हणता?"

हा आपल्याकडून संमतीची अपेक्षा करत आहे, हे होन्नत्तीच्या लक्षात आलं. तो काही म्हणण्याआधी मिश्रा आपल्या भयाण इंग्लिशमध्ये म्हणाला,

"उद्याचा बनारस-बंद यशस्वी झाला, की काम झालं! मग पोलीस बी शिट घालून प्रकरण संपवतील. मला ठाऊक आहे ना! या गावात विद्यार्थ्यांचा रोष पत्करून कुणीही पोलीस अधिकारी मानानं राहणं शक्य नाही! त्यांनाही बहीण-बायको-मुली-बाळी असतातच ना!"

तीन दिवस बनारसमधल्या दुकानांचे पुढचे दरवाजे बंदच होते. एखादा दरवाजा उघडा दिसला, की दुकान भस्मसात करायचं, या इराद्यानं विद्यार्थी वाटच बघत होते. पण साड्यांचे दुकानदार दशाश्वमेध घाट, विश्वेश्वर देवालय, आणि गावामध्ये विखुरलेल्या धर्मशाळांमध्ये आपापले एजंट्स् पाठवून देशभरातून येणाऱ्या यात्रिकांमध्ये गिऱ्हाइकं शोधत होते आणि मागच्या दारानं दुकानात नेऊन व्यापार करत होते. जेवणा-खाणाच्या हॉटेलमध्येही हेच चाललं होतं. पण सायकल रिक्षा आणि ऑटोरिक्षा मात्र पूर्णपणे बंद होत्या.

होन्नत्तीनं दशाश्वमेध घाटावर गंगास्नान केलं आणि तो विश्वेश्वराची पूजा करून आला. त्यानंतर त्यानं काशी महाराजांच्या राजवाड्यापर्यंत जाऊन येण्यासाठी एक नाव ठरवली.

नाव घाटापासून लांब प्रवाहातून जाऊ लागली, तेव्हा अंघोळीचे घाट दिव्य संगीताच्या वाद्यांची घरं असावीत, असं वाटू लागलं. खाली गंगा निरंतर संगीतासारखी वाहत होती. अशी घाटांची रांग भारतात आणखी कुठल्याही गावी बघायला मिळणार नाही!–होय! राग असा वाजवायला पाहिजे! ही गंगाप्रवाहाची गंभीरता आणि त्या प्रवाहाला ही अशी घाटांची चौकट–बागेश्री राग मनात भरून आला. तबला मूक ठेवून घनगंभीर रागातील लय स्वतःच दाखवून देणं हेच खरं संगीत! तबल्याबरोबर किंवा इतर कुठल्यातरी वाद्याबरोबर सर्कस करत–जुगलबंदीची नाटकं

करत वाजवणं म्हणजे खरं संगीतच नाही! केव्हा सुरू झाल्या असतील या गोष्टी शुद्ध संगीतात? तबल्याच्या जन्मानंतरच काय? धृपदाची पखवाज किंवा मृदंग हीच मूळ साथीची वाद्यं असावीत–

अज्ञानी रसिकांना प्रभावित करण्यासाठी आपण दोन महिने तबला साथीची प्रॅक्टिस केली–छेः! हे आपण काही बरोबर केलं नाही! पण आज या क्षेत्रात आपला प्रभाव पाडून लक्षावधी रसिकांना मोहून टाकायचं असेल, तर दुसरा उपाय नाही!– या विचारासरशी हेमंत खिन्न होऊन गेला.

नावाडी नाव चालवता चालवता प्रत्येक घाटाचं नाव, ज्यानं घाट बांधला, त्याचं नाव, घाटाचं ऐतिहासिक आणि पौराणिक महत्त्व वगैरे सविस्तरपणे सांगत होता. लांबून पाहताच शांत दिसणारी गंगा भर मध्यावर किती वेगानं वाहते, याचा त्याला अनुभव येत होता. असं पाहिजे संगीत! इतर कुठल्याही साथ-संगतीशिवाय असा सशक्त प्रवाह हवा त्या संगीताचा! उजव्या हाताला लांबवर उभी असलेली घाटांची रांग या प्रवाहाशी काहीही संबंध नसल्यासारखी वाटू लागली.

रामनगरचा राजवाडा पाहत असतानाही त्याचं मन संगीत आणि साथ-संगत याचाच विचार करण्यात गढून गेलं होतं. नाव माघारी नेताना सरळ जाणं अशक्य होऊन नाव वेडीवाकडी न्यावी लागत होती. पुन्हा अन्य घाटांचं दृश्य नजरेत सामावू लागलं.

थोड्या वेळात एका घाटावर दोन लाकडांचे ढीग शांतपणे जळत असलेले दिसले. हेमंतनं नावाड्याला विचारलं,

"तो जाळ कसला?"

"तोच हरिश्चंद्र घाट! काशीमध्ये मरणाऱ्या हिंदूंना इथंच जाळलं जातं. काशीत येऊन मरावं, म्हणतात ना? ते या घाटावर जळण्यासाठीच!"

"हरिश्चंद्र राजानं हा घाट बांधला?"

"अहो, साहेब! तुम्हांला हरिश्चंद्र-तारामतीची गोष्ट ठाऊक नाही काय? इथंच हरिश्चंद्र डोंबाकडे नोकरी करत होता आणि त्याची बायको मेलेल्या मुलावर अंत्यसंस्कार करायला इथंच घेऊन आली होती..." नावाड्याला त्याच्या अज्ञानपणाचा सात्त्विक संताप आलेला दिसत होता.

आता हेमंतलाही सगळी कथा आठवली. तारामतीकडे दहन-शुल्क देण्यासाठी धन नसल्यामुळं हरिश्चंद्रानं त्यावर आक्षेप घेतला होता.

हेमंतच मन अस्वस्थ होऊन गेलं. त्यानं नावाड्याला सांगितलं,

"मला त्या घाटावर उतरव, बघू."

"कारणाशिवाय मसणात जाऊ नये, साहेब! तुम्हांला ठाऊक नाही?" नावाड्यानं इशारा दिला.

"तसं नाही. इथूनच मी उतरल्याची जागा जवळ आहे. तेच मला सोयीचं आहे."

नावाड्यानं नाव घाटावर थांबवली.

स्मशानात दोन प्रेतं जळत होती. आणखी दोन प्रेतं तिथं येत होती. त्याबरोबर आलेल्या लोकांचा 'श्रीराम सत्य है–रामनाम नित्य है' चा आवाज तिथं भरून राहिला होता. प्रेत जळण्याचा विशिष्ट वास तिथल्या वातावरणात भरून राहिला होता. त्या वातावरणात राहिल्यामुळं आयुष्य कमी होतं, म्हणून हायस्कूलमधले संस्कृतचे मास्तर सांगायचे, तेही त्याला आठवलं. पाठोपाठ हरिश्चंद्राच्या कथेमधला इतर तपशीलही आठवला–

"अरे राखणदारा, माझ्याकडे धन असतं, तर ते मी माझ्या एकुलत्या एक मुलाच्या शव-संस्कारासाठी दिलं नसतं काय?"

"हे मानिनी, मी नोकर आहे. माझ्या धन्याला राजाकडे हिशेबाप्रमाणे कर द्यावा लागतो! त्यामुळं धनाशिवाय इथं शव-संस्काराची परवानगी देणं केवळ अशक्य आहे! जवळ काहीही नाही, असं सांगून तू पापाची धनीण का होत आहेस? तुझ्या गळ्यात प्रकाशमान होऊन झळकणारं मंगळसूत्र आहे–ते विकून येथील शुल्क चुकतं कर!-"

या वाक्यामुळं तारामती दचकते–घाबरी होते. आपलं मंगळसूत्र केवळ पतीलाच दिसेल–जर ते इतरांना दिसलं, तर ते आपल्या पातिव्रत्यामध्ये न्यूनत्व आल्याचं लक्षण! परमेश्वरा! काशिनाथा! राज्य गेलं–एका कृपणाची दासी होऊन कशीबशी जगत आहे–मुलगाही गमावला–हे सगळे आघात सहन करत असताना मी पातिव्रत्य–नाशाचं दुःख कशी सहन करू? आता जगण्यात अर्थ तरी काय राहिला? मीही या शवासह भस्म होऊन जाईन–

तारामतीची ही अवस्था आठवताच आजही होन्नत्तीचं मन भरून आलं. काही वेळ त्याच मानसिक अवस्थेत तो तिथल्या पायरीवर बसून राहिला. स्वतःच्या शुद्ध पातिव्रत्याचा स्वतःला अनुभव असतानाही केवळ पातिव्रत्य-नाशाच्या कल्पनेनं ती आपला जीव द्यायला तयार झाली होती!

पतीची प्रचंड सत्यनिष्ठा! पत्नीची अति-प्रचंड पातिव्रत्य-निष्ठा! या दोन्ही निष्ठा स्मशानात आपल्या मुलाच्या शवापुढं सामोऱ्या ठाकल्या–असा हा प्रसंग! दोन्ही एकाच नाण्याच्या भिन्न बाजू! समोर जळणाऱ्या चिता, शेजारी चाललेली दुसऱ्या चितेची तयारी, आत्मीयांचा शोक–यातूनही हेमंतचं मन हरिश्चंद्र-तारामतीमधल्या या दृश्यावरच केंद्रित झालं होतं.

तशा अवस्थेत तो किती वेळ बसला होता, कोण जाणे! वरच्या बाजूला कुणी तरी कन्नड बोलत असल्याच त्याच्या कानांवर आलं. त्यानं तिकडं मान वर करून

पाहिलं. तिथल्या इमारतीवर काळवंडून गेलेल्या पाटीवर लिहिलेला 'कर्नाटक धर्मशाळे' चा बोर्ड तिथल्या धुरकट वातावरणातही दिसत होता. काशीत असा विविध प्रांतांच्या, जाती-जमातींच्या लेकांच्या धर्मशाळा असल्याचं त्यानंही ऐकलं होतं. कानांवर पडलेली कन्नड भाषा आणि समोर दिसणारा बोर्ड पाहताच त्याचं मन जोगीबेट्टा–हालुकेरे–विद्याशाला यांकडे धावलं. पाठोपाठ अण्णय्या–त्यापाठोपाठ रवींद्राची आठवण–त्यांच्या घरातले ते बेंगळूरमधले दिवस–पाठोपाठ कांतीची आठवण–तिच्याशी घडलेला पहिला शरीरसंग–तिनं घेतलेला पुढाकार–तिचा विवस्त्र देह–त्या वेळी तिचं मंगळसूत्रही आपल्या नजरेत खुपलं होतं–त्यानंतर त्या मंगळसूत्राचा आपल्या छातीवर पडलेला व्रण–

समोरच्या दोन्ही चितांच्या ज्वाळा आता कमी झाल्या होत्या. तिसऱ्या चितेच्या ज्वाळा आता आकाशात उठत होत्या. 'श्रीराम सत्य है–रामनाम नित्य है' च्या घोषात आणखी एक प्रेत तिथं येत होतं. आणखी एक चिता रचली जात होती–

त्याला तिथं बसून राहणं असह्य झालं. पायऱ्या चढून तो कर्नाटक धर्मशाळेपाशी आला आणि तिथून कबीर चौराहाचा पत्ता विचारत त्या दिशेनं चालू लागला.

त्याला राहून राहून आठवत होतं–अलीकडे कांतीनं मंगळसूत्र काढून ठेवलं आहे. आता ती स्वतःला कुमारी म्हणवून घेत आहे–

◆

रविवारच्या संध्याकाळच्याच रेल्वेनं हरिशंकरही दिल्लीला जायला निघाला. दोघांच्याही जागा एकाच केबिनमध्ये होत्या. काम यशस्वी झाल्यामुळं हरिशंकर अभिमानानं फुलून गेला होता. बनारस बंदला घाबरून तिथल्या पोलिसांनी बी शीट घालायचं कबूल केलं होतं. त्यांचाही नाइलाज झाला होता. पण त्याचबरोबर असल्या प्रकरणामधल्या अपराध्याला लगेच निर्दोषी म्हटलं, तर वृत्तपत्रवाले गप्प बसणार नाहीत. समाजातील पुढाऱ्यांपैकी कुणी ना कुणी आक्षेप घेतल्याशिवाय राहणार नाही. त्यामुळं 'अजून चौकशी चालली आहे–' म्हणत वेळकाढूपणा करणं अधिक सुज्ञपणाचं आहे, असंच पोलिसांचंही म्हणणं पडलं.

हेमंतच्या मनात राहून राहून येत होतं, दिल्लीसारख्या गावात अशी घटना घडली असती आणि गुंड मुलाच्या पाठीमागे विद्यार्थ्यांचा समूह उभा राहिला असता, तर जळून गेलेल्या तरुण मुलीमागंही स्त्री-मुक्ती संघटना उभ्या राहिल्या असत्या. स्त्री-पुरुष हा भेद न मानणारे काही बुद्धिजीवी तरी गुंडाला पाठिंबा देणाऱ्यांच्या विरोधात राहिले असते.

रेल्वेनं वेग घेतला. तीन दिवसांपासून छळणारा प्रश्न पुन्हा हेमंतला छळू लागला. दोन महिने तबल्याबरोबर केलेला रियाझ मनातून नाहीसा होऊन त्याऐवजी

हरिश्चंद्र-तारामतीच्या कथेतला तिच्या मंगळसूत्राचा भाग त्याच्या मनाच्या केंद्रस्थानी राहिला होता. त्यानं मिश्रानं दिलेल्या असली बनारसी विड्यांपैकी एक काढून तोंडात ठेवला. शेजारी बसलेल्या हरिशंकरनं बोलायला सुरुवात केली,

"फारच गंभीर विचारात गढून गेलेले दिसता!"

"काही नाही! काशी हे गाव प्रत्येकावर परिणाम करतंच, नाही का?"

"एक्झॅक्टली! काशी हेच भारतीय संस्कृतीचं केंद्र आहे! ही वस्तुस्थिती कुणी पुन्हा सांगितली, की आम्हां काशीवासीयांना आनंद होतो! पण तुमच्यावर नेमक्या कशा प्रकारचा प्रभाव जाणवला?–"

"अगदी अमुकच असं सांगता येणार नाही–" हेमंतनं पुढचं संभाषण टाळण्याच्या दृष्टीनं सांगितलं. पण आतून हा प्रश्न विचारलाच पाहिजे, असं दडपण वाढलं. त्यानं स्पष्टच विचारलं,

"तुम्ही काशीचे रहिवाशी आहात. शिवाय भारतीय संस्कृतीचे विद्वान! म्हणून तुम्हांलाच हा प्रश्न विचारतोय्..." म्हणत तो थांबला.

हरिशंकर म्हणाले,

"विचारा! जरूर विचारा! प्रवासात चर्चेला एखादा प्रश्न असेल, तर वेळ छान जातो!"

नेमक्या कशा स्वरूपात प्रश्न विचारावा, या विचारात होन्नत्ती काही क्षण घुटमळला. नंतर त्यानं विचारलं,

"विवाहित स्त्रीशी प्रेमसंबंध ठेवणं हे कुठल्याही संस्कृतीमध्ये मान्य केलं गेलं नाही. आपल्या भारतीय संस्कृतीत याचं धार्मिक विश्लेषण कसं केलं जातं?"

हरिशंकरच्या चेहऱ्यावर एक काळी छाया क्षणभर येऊन अदृश्य झाली. पण ती दाखवून न देता, हा केवळ एक विद्वत्-प्रश्न आहे, असं दाखवत तो मंद हसला आणि म्हणाला,

"आपल्या संपूर्ण संस्कृतीनं अशा प्रकारच्या संबंधाला मान्यता दिली आहे. पुरुषानं विवाहित स्त्रीच्या मागं लागून तिला भ्रष्ट करू नये. पण जर तिनं आपण होऊन प्रेमाची भिक्षा मागितली, तर–आणखी स्पष्ट शब्दांत सांगायचं, तर प्रणय-भिक्षा मागितली, तर ती पूर्ण करण्यातच पुरुषाचं धर्म-कर्तव्य आहे. राधा ही विवाहित स्त्री. कृष्णापेक्षा ती वयानंही मोठी होती. राधा-कृष्णाचा प्रणय आपल्या संस्कृतीत दैवी पातळीवर जाऊन पोहोचला आहे! तुम्हांलाही ठाऊकच आहे–याच संबंधांवर आपल्याकडची जुन्या काळची नाटकं, नृत्यं, संगीत, काव्य–साऱ्या ललितकला समृद्ध झाल्या आहेत! राधा-कृष्ण आणि त्यांचा प्रणय वेगळा काढला, तर विरह, प्रणय वगैरे विविध भावना व्यक्त करणारं नृत्य कुठून आलं असतं? तुमची भैरवी कुठून आली असती? राग-रागिणीची सगळी चित्रं कुठून आली असती?"

“पण राधा-कृष्णाचा संबंध केवळ मानसिक पातळीवरचाच होता, म्हणतात ना?”

“तुम्हांला संस्कृत येतं?”

“फार नाही–इंटरमीजिएटपर्यंत तो विषय आम्हांला होता -”

“तेवढं पुरेसं आहे! जयदेव कवी महान भक्त होता, हे सगळेजण मान्य करतात. त्याच्या ‘गीतगोविंद’ मधली कुठलीही ओळ वाचा! आता या क्षणी मला आठवताहेत, त्या काही ओळी सांगतो, त्या ऐका–

*धीरसमीरे यमुनातीरे वसति वने वनमाली।*
*गोपीपीनपयोधरमर्दनचञ्चलकरयुगशाली।।*
*उरसि मुरारेरुपहितहारे घन इव तरलबलाके।*
*तडिदिव पीते रतिविपरीते राजसि सुकृतविपाके।।*
*विगलितवसनं परिहृतरशनं घटय जघनमपिधानम्।*
*किसलयशयने पङ्कजनयने निधिमिव हर्षनिदानम्।।*

“चंचल हातांनी कृष्ण गोपींच्या भरगच्च स्तनांचं मर्दन करतो. रतिविपरीतामुळं तू शोभून दिसतेस. तुम्हीच सांगा–यात केवळ मानसिक भक्ती आहे काय? हेमंतजी, आपले पूर्वज समृद्धपणे ‘कामचा’ अनुभव घेऊन त्यानंतर परमार्थाकडे वळले. काम नसेल, तर कला कुठून असणार? कृष्ण उच्च कोटीचा कलाकार! महान बासरी-वादक–नर्तक! अशा महान कलाकाराकडे आकर्षित होणं–त्याला हिरे-सोनं अर्पण करणं–त्याच्या खर्चासाठी आपला पैसा आणि सारं जीवन उधळून देणं त्या काळीही होतं आणि आजही आहे! मुंबई आणि तशा मोठ-मोठ्या शहरांमध्ये श्रीमंत विवाहिता आपल्या खास मैत्रिणींना सांगतात–मी दहा हजार रुपये देऊन अमुकअमुक प्रसिद्ध सिनेकलाकाराबरोबर एक रात्र काढली! या तीस–चाळीस वर्षांच्या स्त्रिया असतात. हे काय दाखवतं? कलाकार म्हटला, की बायका त्यावर मोहून जातात. भगवान कृष्णाच्या काळापासूनच हे चालत आलंय्! आपले सनातनीही हे मान्य करून या संबंधांची पूजा बांधतात!–”

बोलता बोलता ते थांबले. तोंडातल्या पानाच्या रसाची वेगानं धावणाऱ्या गाडीतून बाहेर पिचकारी मारत ते हिरड्यांवरून जीभ फिरवत त्यांनी विचारलं,

“आता मला सांगा–हा प्रश्न तुम्हांला का छळत होता?”

हरिशंकरनं हा प्रश्न आपल्या आणि कांतीच्या संबंधांकडे वळवल्याचं हेमंतच्या लक्षात येऊन त्याला अवघडल्यासारखं झालं. चेहऱ्यावरचे भाव लपवणं कठीण जात असताना तो म्हणाला,

"उगाच विचारलं."

"तुम्ही कलाकार आहात! शुद्ध कलाकाराच्या मनात असले प्रश्नच उमटू नयेत. हजारो गोपींच्या मध्ये रासक्रीडा करणाऱ्या कृष्णानंही, मी करतो, ते योग्य, की अयोग्य, असा विचार केला नाही. तुम्हीही तसेच राहा. तुमची निष्ठा हवी, ती तुमच्या कलेपाशी! बनारसमध्ये राहून आमच्या विजय मिश्राबरोबर वाजवताना मजा येत होती, की नाही! तुम्हांला सांगतो–बनारस बाजाची सर आणखी कुठल्याही बाजाला येत नाही. सतारीची मृदुता आणि बनारस बाजाचा तबला यांचं फारच सुरेख कॉम्बिनेशन होतं! नंतरही तुम्ही शक्यतो बनारस बाजाचाच तबलजी साथीला ठेवा.

गाडीचा वेग कमी होऊ लागला. होन्नतीनं बाहेर डोकावून पाहिलं. अलाहाबाद स्टेशन आलं होतं. गाडी थांबताच त्या केबिनमध्ये आणखी दोन प्रवासी शिरले. 'झोपतो आता–' म्हणत हरिशंकरनं पाडलेली फळी आडवी करून त्यावर आपल्या सूटकेसमधून काढलेली चादर पसरली. होन्नत्तीनंही कोपऱ्यात नीट सतार ठेवली आणि आपणही झोपला. पुन्हा गाडी सुरू झाली. इतर दोघां प्रवाशांनीही आपापल्या पथाऱ्या पसरून दिवे बंद केले. गाडीनं वेग घेतला होता. त्यातला ठेका स्पष्टपणे जाणवत होता.

हरिशंकरचं विवेचन मनाला एकीकडे पटत होतं. राधा-कृष्ण-गोपीचं उदाहरणही यासाठी त्यानं चपखल बसवून दाखवलं होतं. राधा विवाहित स्त्री–कृष्ण मोहक बासरीवादक! संगीत विश्वात हेमंतनंही अशी किती तरी प्रकरणं ऐकली होती. पण त्याचबरोबर स्मशानघाटावर प्रेतदहनाच्या विशिष्ट गंधानं वेढला गेला असता तारामतीच्या मंगळसूत्राची झालेली आठवणही प्रचंड शक्तीनं त्याचं मन व्यापत होती.

तारामती राधेपेक्षा उच्च प्रतीची स्त्री आहे. पण राधेनं ज्या प्रमाणात भारतीय कलेचं जग व्यापून टाकलं आहे, तसं तारामती का व्यापू शकली नाही? तिला राधेच्या एक सहस्रांश इतकं स्थानही का कलेच्या दुनियेत मिळालं नाही? तिच्या भाव-भावना कुणीही गायक का गाऊन दाखवत नाही? कुठलीही नर्तकी आपल्या नृत्यातून का तिच्या भावना व्यक्त करत नाही?–

◆

मनात कुठल्याही प्रकारचा डंख नसताना हेमंत कांतीशी पहिल्यासारखाच रत होत होता. पण एखादा दिवस त्याच्या मनाला या संबंधांविषयी शेकडो प्रश्न विचारून विद्ध करत होता. शिवाय हे तिलाही सांगता येत नव्हतं. तिला त्याचा संशय आला, तरी ती भडकून उठते, हा त्याचा अनुभव होता.

एव्हाना तिचा बंगलाही पूर्ण झाला होता. रंग लावणं, मोझॅक टाईल्सना

पॉलिश करणं आणि मास्टर बेडरूम आणि लाऊंजला हवानियंत्रक बसवणं एवढीच कामं आता शिल्लक राहिली होती. घरात नवा फोनही आला होता. किरकोळ कामं पूर्ण झाली, की ती तिथं राहायला जाणार होती.

महिन्याभरात संगीताचाही सीझन सुरू होणार होता. त्या वेळी हेमंतची पहिली बैठक ठेवायची होती. त्यानंतर तीन दिवसांनी मुंबईमध्ये आणि नंतर तीन दिवसांनी कलकत्त्यात बैठक करायचं ठरलं होतं. सारं हरिशंकरनंच ठरवलं होतं. तारखा निश्चित करून त्या विजय मिश्रालाही कळवण्यात आल्या होत्या. आता हवेतला मरणाचा उकाडा राहिला नसल्यामुळं होन्नत्तीला आपल्या घरात रियाझ करणं शक्य होतं. पण आपल्या भेटीच्या दृष्टीनं सोयीचं व्हावं, म्हणून कांतीनं शीतलच्या घरातच रियाझ करायची प्रथा अजूनही कायम ठेवली होती. हेमंतनं आपल्या पहिल्या सभेच्या आधी पंधरा दिवस आपल्या घरी–नव्या घरी–राहून रियाझ करावा आणि पहिल्या कार्यक्रमाला आपण त्याला आपल्या गाडीतून सभागृहात घेऊन जावं, ही कांतीची आकांक्षा होती. त्या दृष्टीनं तिनं घराच्या कॉंट्रॅक्टरकडे लवकर घर पूर्ण करून ताब्यात देण्यासाठी तगादा लावला होता.

एका संध्याकाळी नऊ वाजता शीतलच्या घरातून कांतीच्या गाडीनं येऊन वसंतविहारमधल्या आपल्या घरापासून अर्धा फर्लांग अंतरावर उतरून तो घरी परतला, तेव्हा लाऊंजमधल्या फोनपाशी एक चिठ्ठी होती. लॉनवर त्याचे वडील शतपावली घालत होते. आईनं त्याला पाहताच सांगितलं,

"तुझ्यासाठी निरोप आहे, बघ!..."

त्यानं चिठ्ठी वाचली. वडलांचं अक्षर होतं.

मिस्टर रवींद्र, रेसिडेंट एडिटर 'इंडियन ट्रिब्यून' बेंगळूर हे इंडियन ट्रिब्यूनच्या मोतीबागमधल्या गेस्ट हाऊसवर उतरले आहेत–फोन नंबर अमुक तमुक–

चिठ्ठी पाहताच हेमंत क्षणभर उत्तेजित झाला. दोन वर्षं झाली भेटून! अलीकडे पत्रव्यवहारही पहिल्यासारखा राहिला नाही. त्यानं लगोलग दिलेला फोन नंबर फिरवला. रवींद्रच फोनवर होता. तो म्हणाला,

"सगळ्या रेसिडेंट एडिटरांची मीटिंग होती. तीन दिवस झाले मला इथं येऊन. उद्या सकाळच्या विमानानं परतणार आहे. तुमचा पत्ता हरवला होता. तुमचं आडनाव वैशिष्ट्यपूर्ण आहे ना! म्हणून डिरेक्टरीत पाहिलं. नंबर मिळाला. भेटायला जमेल काय? लगेच या–इथंच जेवू या. जेवता जेवता गप्पा मारायला मिळेल."

हेमंत लगेच तयार झाला आणि रवींद्रनं दिलेल्या पत्त्यावर जायला निघाला.

किती दिवस झाले त्यांना भेटून! या दिवसांत आपण संगीतकलेत केलेली प्रगती त्यांच्या कानांवर घालायला पाहिजे. त्यांनाही संगीतात आस्था आहे–आनंद

होईल त्यांना सारं ऐकून! या विचारापाठोपाठ त्याला आपले आणि कांतीचे संबंध आठवले आणि आनंदाची जागा भयानं घेतली.

रात्रीचे साडेनऊ वाजल्यामुळं रस्त्यावरची रहदारी कमी झाली होती. त्यामुळं रिक्षा वेगानं धावत होती. किलोमीटरभर अंतर जाईपर्यंत त्याचं मन आतल्या आत कासावीस झालं होतं.

रेसिडेंट एडिटर म्हटल्यावर रवींद्राचं दिल्लीला वरचेवर काही ना काही काम निघत असेलच. ते वरचेवर दिल्लीला येतच असतात. एकदाही ते बायकोला भेटले नाहीत. त्या दोघांचा परस्परांशी कसलाही संबंध राहिला नसला, तरी मी त्यांच्या बायकोशी अशा प्रकारचे संबंध एकीकडे ठेवायचे आणि दुसरीकडे त्यांच्या समोर बसून हसत हसत जोगीबेट्टा, विद्याशाला, बेंगळूर गाव, अण्णय्या आणि त्यांचे सहकारी यांच्याविषयी गप्पा मारायच्या... त्याला स्वतःची परकोटीची किळस आली.

कदाचित रवींद्रना यातलं काहीही ठाऊक नसेल. माहीत असतं, तर त्यांनी एवढ्या स्नेहानं भेटायला बोलावलं असतं काय? सांगून-सवरून ही पेपरमधली माणसं! त्यांच्यामध्ये वार्ताहरही असतात. गेले तीन दिवस सगळे एकत्र आहेत. दिल्लीमधल्या संगीत-साहित्य विषयक बातम्या सगळ्यांनाच ठाऊक असतात. हरिशंकरच्या नेमणुकीविषयी त्यांना ठाऊक असल्याशिवाय राहणार नाही. भेटल्यावर ते त्याची चौकशी करतील. माझ्या संगीत-साधनेविषयीही चौकशी करतील. कांतीला वगळून त्याविषयी काहीही सांगितलं, तर ते अर्धसत्यच ठरेल. कातडी-बचाव अर्धसत्य सांगणं म्हणजे संपूर्ण खोटं सांगण्यापेक्षाही हीन प्रतीचं–

लगेच रिक्षा वळवायला लावून घरी निघून जावंसं मनात आलं. पण एकदा येतो म्हणून कबूल करून आता काही तरी सांगून भेट टाळली, तर त्यांच्या मनातही संशय येईल.

रवींद्रनं दिलेल्या पत्त्यावर रिक्षा जाऊन पोहोचली, तेव्हाही क्षणभर आत जावं, की जाऊ नये, या विचारानं त्याचं मन अस्वस्थ झालं होतं. एकदा काटेरी मार्गावर पाऊल टाकल्यावर पुढं गेल्याशिवाय दुसरा इलाज नाही, असंही त्याच्या मनानं बजावलं. चौकीदारापाशी त्यानं रवींद्रच्या खोलीची अधिक चौकशी केली.

भेटून दोन वर्षं झाली असली, तरी रवींद्राच्या मनात अजूनही तोच स्नेह ओसंडत होता. दोन वर्षांत ते अधिकच प्रौढ भासू लागले होते. टाळूवरचे केसही विरळ होऊ लागले होते.

"तुमचे वडील सांगत होते–तुम्ही बनारसला जाऊन राहिलात, म्हणून! विजय मिश्रांबरोबर रियाझ करायला ना? मी ऐकलाय् त्यांचा तबला! एकदा त्यांचा तबला ऐकला, की आणखी कुणाचाही तबला ऐकणं नको वाटतं. आता तुम्ही बैठकी

द्यायला केव्हा सुरुवात करताय्? बेंगळूरमध्ये एक नव्यानं हिंदुस्थानी संगीताच्या रसिकांचा संघ सुरू झाला आहे. ती माणसं माझ्याही ओळखीची आहेत. त्यांना सांगून बेंगळूरला कार्यक्रम करता येईल. साथीला मात्र विजय मिश्रांनाच बोलवायचं!''

''माझंही चुकलंच! तसाच घाईनं निघून आलो. येताना सतार आणली असती, तर तुम्हांला ऐकवलं असतं.''

''अहो, तुम्ही बेंगळूर सोडल्यावर मला मात्र थोडे दिवस फार त्रास झाला. रात्री अंथरुणावर पडलं, की झोपच लागत नव्हती. तुमची सतार ऐकता ऐकता झोपी जायची सवय लागली होती. त्यातही विलंबित आलाप ऐकता ऐकता काय गाढ झोप लागते, म्हणून सांगू! मनातली सगळी चंचलता निघून जाऊन शांत भावात तरंगत असल्यासारखं वाटतं! त्यानंतर संपूर्ण रात्रभर गाढ झोप! घरात सोबतीला तुम्ही आहात, हेही त्या गाढ झोपेमागचं कारण असेल.''

''काही दिवस पुन्हा तुमच्याबरोबर येऊन राहावं, अशी माझीही इच्छा आहे. तसंच विद्याशालेतही थोडे दिवस जाऊन राहावंसं वाटतं. शिवाय जोगी-गुड्डावर राहून एक महिनाभर रात्रं-दिवस सतार वाजवायचं स्वप्न आहे!–''

''तुम्ही बेंगळूरला केव्हाही या. विद्याशालेत सगळे तुमची आठवण काढतात. जोगीबेट्टावरही महिनाभर राहता येईल–पण मनःशांती मिळेल, याची मात्र खात्री नाही. तिथलं वातावरण दिवसेंदिवस अधिकच बिघडत चाललंय्! जोगीगुड्डा आणि तिथला बाकीचा परिसर मँगॅनीजनं बनलाय् हे तुम्हांलाही ठाऊक आहे ना? तो सगळा भू-भाग एका कंपनीला विकायचा, असं निश्चित झालं आहे. परशुरामेगौडानं हा विचार सरकारच्या गळ्यात उतरवला आहे. सर्व्हे केल्यावर संपूर्ण जोगीबेट्टा मँगॅनीजनं बनल्याचं समजलं आहे. संपूर्ण जोगीबेट्टाच नव्हे–त्या खाली दोनशे फुटांपर्यंत शुद्ध मँगॅनीजचा थर आहे, असंही समजलंय्! आता संपूर्ण डोंगरच इराणला विकायचा सरकारी निर्णय झाला आहे! आणखी पंधरा-वीस वर्षांत तो संपूर्ण जोगीबेट्टा आणि तिथली आजूबाजूची जमीन इराणला निघून गेलेली असेल आणि त्या ठिकाणी एक दरी निर्माण होईल!–''

''मग जोगीबेट्टावरचं जोगनाथलिंगाचं देऊळ?''

''कुणी तरी भक्त हवं तर त्याची दूर कुठं तरी पुन्हा प्राणप्रतिष्ठा करू शकेल. मंत्रिमहोदय त्याच्याही पायाभरणीला वाजत-गाजत येतील!-'' रवींद्रच्या चेहऱ्यावर विषाद भरून राहिला होता.

''पण भोवतालची माणसं एवढं पुरातन देवस्थान तिथून हलवायला तयार होतील?''

''तुम्हांला यातून रोजगार मिळेल, म्हणून सांगितलं, की काम झालं! सगळे तयार होतील! नाही तरी आज हा डोंगरावरचा देव कुणाला बिडी-काडीसाठी चार

टिकल्या मिळवून देतो?''

हेमंतचं मन श्रद्धा आणि उपयुक्तता यांच्या परस्परसंबंधांचा विचार करू लागलं. श्रद्धेमुळं उपयुक्तता आढळेलच, असं नाही–पण उपयुक्तता नसेल, तर त्यावर श्रद्धा कोण ठेवेल? अशा प्रकारे विचार करणं म्हणजे–एकाएकी त्याला वाटलं–सगळे भारतीय–श्रद्धाहीन आहेत! त्याच्या मनात तीन वर्षं त्या जोगीनाथाच्या सान्निध्यात–निकट सान्निध्यात राहिल्याची भावना भरून राहिली. दिवसाचा उजेड, रात्रीचं चांदणं, कंदिलाचा उजेड–काही वेळा पूर्णपणे अंधारात चालणारी जोगीबेट्टावरची संगीतसाधना–जोगीनाथाची सतत संगीत-पूजा बांधली आहे. तिथं माझी सतार एक पूजासाधन झाली होती! सतार जाणून-बुजून फोडण्यात आली, तेव्हा आपली पूजा कुणी तरी भग्न करावी, तसं वाटलं होतं–त्याच वेळी परशुरामेगौडा देवाकडे कसा पाहतो, हेही स्पष्ट झालं होतं. त्याचा चेहरा म्लान झाला.

कुणी तरी दरवाज्यावर थाप मारली. रवींद्रनं दार उघडलं. हॉस्टेलचा नोकर आला होता. त्यानं विचारलं,

''जेवण तयार आहे. खाली येता, की इथं आणून देऊ?''

''इथंच आणा... '' रवींद्रनं सांगितलं.

मोठ्या टिपॉयच्या दोन्ही बाजूंना बसून दोघंही जेवू लागले. रवींद्रला जांभयावर जांभया येत होत्या. होन्नत्तीची म्हणाला,

''तुम्हांला विश्रांती मिळालेली दिसत नाही... ''

''काल-परवा रात्री उशिरापर्यंत पार्ट्या चालल्या होत्या. संपूर्ण देशातले रेसिडेंट एडिटर्स जमले होते ना? त्यामुळं गप्पाही खूप झाल्या. वेगवेगळ्या राज्यांची परिस्थिती, मंत्रिमंडळं, विरोधीपक्ष–किती तरी विषय निघतात अशा वेळी! सकाळी लवकर उठून पुन्हा मीटिंगसाठी तयार व्हायचं.''

''आज तुम्ही त्यांच्याऐवजी इथं माझ्याबरोबर आहात... ''

''मुंबई-लखनौ-हैद्राबाद-चंदीगड-अहमदाबाद या सगळ्या ठिकाणची माणसं संध्याकाळच्या विमानानं गेली. त्या सगळ्यांसाठी सकाळ–दुपार–संध्याकाळी विमानं आहेत. अनाथ बेंगळूरसाठी मात्र सकाळीच एकुलती एक फ्लाईट आहे! ती चुकली, की दुसरी व्यवस्था नाही! त्यामुळं मला राहावंच लागलं.''

''सकाळी तुम्हांला लवकर उठावं लागेल ना... '' म्हणत होन्नत्ती घाई-घाईनं जेवू लागला. इथून लवकर बाहेर पडायला एक कारण मिळालं, म्हणून त्याला बरं वाटलं. तो पुढं म्हणाला, ''खरं तर, तुम्ही आमच्या घरी जेवायला यायला हवं होतं. तुम्ही फोन करताच मीही गडबडीत हो म्हणून मोकळा झालो!''

''पुन्हा येईन ना! दिल्लीला येणं काही एवढं कठीण नाही–'' पुन्हा जांभई देत रवींद्र म्हणाला.

निघताना रवींद्रला वाकून–पायाला स्पर्श करून नमस्कार करावंसं होन्नत्तीला वाटलं. पण तो अस्वाभाविक शिष्टाचार होईल, असं वाटून हस्तांदोलन करताना त्यानं आपलं सारं शरीर नम्रपणे वाकवलं.

रवींद्रनं आपल्या डाव्या हातानं त्याला जवळ घेऊन म्हटलं,

"पुढच्या वेळी मी येईन, तेव्हा मला तुम्ही सतार ऐकवली पाहिजे. विजय मिश्रांच्या साथीनं तुमची सतार ऐकायची फार इच्छा आहे! लवकरात लवकर सवड ठेवून घेऊन बेंगळूरला या–" म्हणत रवींद्र त्याला सोडायला गेटपर्यंत आला. चौकीदाराला सांगून त्यानं रिक्षा मागवली.

रिक्षात बसून होन्नत्ती निघाला, तेव्हा रवींद्रनं विचारलं,

"पैशाचा काही प्रॉब्लेम आहे काय?"

जडशीळ झालेल्या होन्नत्तीच्या मनाला आत कुठं तरी पीळ पडला. तो म्हणाला,

"आई-वडलांबरोबर राहतो ना!... "

"त्यामुळं जेवणा-राहण्याचा प्रश्न मिटला, म्हणता येईल. पण मोठ्या गावात इतर खर्च बरेच असतात. कुठं जायचं, म्हणजे खर्च–जेवायच्या वेळी घरी परतणं अशक्य होऊन बाहेर काही तरी खायचं म्हटलं, तरी खर्च होतो. तशी काही अडचण असेल, तर मला लिहा. संकोच करू नका. मलाही पैशाची काही अडचण नाही." म्हणत त्यानं होन्नत्तीला निरोप दिला.

रवींद्रचा निरोप घेऊन बाहेर पडल्यावर मनावरचं दडपण कमी होण्याऐवजी जास्तच वाढलं. ते किती तरी वेळा दिल्लीला येत असतात. त्यांचा कांतीशी असलेला संबंध पूर्णपणे थांबला आहे. मी तिच्याबरोबर फिरत असतो, हे संपूर्ण संगीतविश्वाला ठाऊक आहे. मग पत्रकार रवींद्राला हे ठाऊक असल्याशिवाय राहील काय? इंडियन ट्रिब्यूनमध्ये संगीत-समीक्षा लिहिणाऱ्या सरूप शर्माला आम्ही एकत्र फिरतो, हे ठाऊक आहे. ते कधी रवींद्रला भेटलेच नसतील काय? कांतीनं हरिशंकरला रोझपेंटामध्ये राजेशाही थाटाची पार्टी दिली होती–त्याविषयी इतर वृत्तपत्रांप्रमाणे इंडियन ट्रिब्यूनमध्येही रकाने भरून आलं होतं. त्यात कांतीचा व्यासपीठावरचा फोटोही प्रसिद्ध झाला होता. दिल्लीमधल्या संगीत क्षेत्रातल्या उच्चभ्रू वर्तुळात कांतीनं आपला दबदबा निर्माण केल्याचं त्यांना निश्चितच ठाऊक असणार. माझ्या-तिच्या मैत्रीविषयीही निश्चितच ठाऊक असेल! फार तर त्याचं नेमकं स्वरूप ठाऊक नसेल. काही जणांना तशी शंका आली असली, तरी फक्त शीतलच याविषयी निश्चित जाणून आहे!

या तर्क-विचारानं छत्रीसारखा आडोसा तयार केल्यामुळं हेमंतला थोडं बरं वाटलं.

ती बेंगळूरला येऊन गेल्यानंतर मी दिल्लीला आलो. तिच्याबरोबरच माझ्या आईनं माझ्यासाठी निरोप पाठवला होता. रवींद्रला हे ठाऊक आहे-त्यामुळं माझ्यातिच्या मैत्रीत त्यांना आणखी कुठला अर्थ दिसायचं कारणही नाही-त्यांना ठाऊक असतं, तर ते माझ्याशी इतक्या सहजपणे वागू शकले असते काय?- या विचारानंही त्याला बरं वाटलं.

पण वाऱ्यामधून रिक्षा दीड किलोमीटर अंतर जात असताना त्याच्या मनानं पुन्हा उचल खाल्ली, प्रश्न रवींद्रांना याविषयी ठाऊक आहे, की नाही, हा नाहीच! मी त्यांच्याशी द्रोह केला आहे! आणि हे इतरांना ठाऊक असो-नसो, माझ्या अंतरात्म्याला ठाऊक आहे! माझा तिच्याशी शारीरिक संबंध नसता, तर तिनं नवऱ्याशी जुळवून घेतलं असतं, की काय, कोण जाणे! त्यांच्या संसाराचे दोन तुकडे व्हायला मीच जबाबदार झालो, की काय, कोण जाणे!

परस्त्रीशी संबंध ठेवल्याच्या भावनेपेक्षा थोरल्या भावाच्या बायकोशी-प्रत्यक्ष भावजयीशी आपण असे संबंध ठेवले-ही भावना शिशाच्या गोळीप्रमाणे त्याच्या छातीत रुतली. रवींद्रांना मी कधीही केवळ मित्र मानलं नाही. त्यांना माझ्या मनानं नेहमीच थोरल्या भावाच्या जागी मानलं आहे! आजही माझ्या मनातली ती भावना तसूभरही हलली नाही. थोरल्या भावाची बायको-थोरली वहिनी-आईच्या जागी तिचं स्थान-

त्याच्या मनात केवळ विचारांनीही किळस दाटून आली.

◆

तो घरी आला, तेव्हा वडील झोपी गेले होते. आईनं त्याला खुणेनं बाहेर लाऊंजमध्ये बोलावलं. तिला काही तरी बोलायचं आहे, हे हेमंतच्या लक्षात आलं.

"कांतीच्या नवऱ्याला तू भेटून आलास ना?"

तिचा पुढचा प्रश्न काय असेल, याविषयी सावध होत त्यानं होकार दिला.

"गेस्टहाऊसमध्ये राहिलेत, म्हणजे बायकोला भेटले नाहीत, असं दिसतं. कांती इथंच राहून बिझनेसमध्ये खूप पैसा मिळवते ना? असं का झालं त्यांच्या संसाराचं?"

कांतीचा आपल्याला अधूनमधून फोन येतो, हे आईला ठाऊक आहे. ती अधून-मधून भेटत असते, हेही ठाऊक आहे. अशा वेळी, मला काही ठाऊक नाही, म्हणून सांगितलं, तर तीही त्यावर विश्वास ठेवणार नाही.

हेमंत म्हणाला,

"त्यांच्या खाजगी गोष्टींविषयी मी तरी काय विचारणार? त्यांनी आपण होऊन सांगितलं, तर गोष्ट वेगळी... "

यावर तीही काही बोलली नाही.

तो आपल्या खोलीत जाऊन झोपला. मनात विविध विचारांचा कल्लोळ उसळल्यामुळं लगेच झोप लागली नाही. रवींद्रांच्या बायकोशिवाय आणखी एखाद्या स्त्रीशी संबंध असते, तर एवढं पापाच्या खोल गर्तेत पडल्यासारखं वाटलं नसतं, की काय, कोण जाणे!

त्याच्या मनात ही पापाची भावना निर्माण व्हायची ही काही पहिली वेळ नव्हती. पण तिच्यासमोर ती कमी होऊन जाते. ती स्वातंत्र्याचा पुरस्कार करत वाद घालू लागली, की पाप-प्रज्ञा पूर्णपणे माग हटत होती. बनारसहून आलेल्या दिवशीही तसंच घडलं होतं. पण रवींद्राच्या भेटीनंतर आपण निश्चय केला, तरी ती भावना मागं हटणार नाही, असं वाटलं. हरिश्चंद्र घाटावर अंतर्मनातून उसळून आलेली तारामतीच्या मंगळसूत्राची आठवण त्याच्या मनाला अंतर्बाह्य डहुळून टाकत होती.

पहाटे-पहाटे केव्हा तरी त्याचा डोळा लागला आणि अर्ध्या तासाच्या आत पुन्हा जाग आली. साडेसातपर्यंत तो तसाच अंथरुणावर पडून होता. ही थकावट केवळ झोप कमी झाल्याची नाही, हे त्यालाही ठाऊक होतं. आईनं सावकाश दार लोटून पाहिलं, तेव्हा तो आळस देत उठून बसला. आईनं विचारलं,

"का, रे? बरं नाही?"

"तसं काही नाही–रात्री लवकर झोप आली नाही, एवढंच–" म्हणत तो न्हाणीघराकडे वळला.

अंघोळ-नाश्ता झाला. आज शीतलच्या घरी जाऊ नये, असं त्याला वाटत होतं. नेहमीसारखं आजही गेलो, तर ज्या नीती-अनीतीच्या प्रश्नावर मन अस्वस्थ आहे, त्यावर उपाय तरी काय होणार? पण म्हणून घरातच बसून वाजवावं, असंही त्याला वाटलं नाही. एकाएकी त्याला तंतुवाद्य वाजवणं म्हणजे अर्थहीन काम आहे, असं वाटलं. त्यानं आईला आपण रियाझ न करता झोपत असल्याचं सांगून खोलीचा दरवाजा बंद करून घेतला.

अंथरुणावर पडलं, तरी झोप येण्याची काहीच लक्षणं नव्हती. तास-दीड तास अंथरुणावर लोळून काढल्यावर कुठं तरी जाऊन यावंसं वाटलं. आईला सांगून आणखी एक कपभर चहा पिऊन, घराबाहेर पडला.

कुठं जायचं, याविषयी त्याच्या मनात काहीच नव्हतं. तो बसस्टॉपवर जाऊन उभा राहिला. थोड्या वेळात एक बस आली. वर दरियागंजचा बोर्ड होता. तो चढला. उगाच एक तिकीट घेऊन बसून राहिला. तो नेहमी जात असलेल्या रस्त्यावरूनच बस चालली होती. एकाएकी त्याला आठवलं–वीस-बावीस वर्षांपूर्वी एक मित्र अपघातात मरण पावला होता, तेव्हा त्याच्या दहनविधीसाठी तो निगमघाट

स्मशानात गेला होता. ते दरियागंजच्या पलीकडे यमुना नदीपाशी असल्याचं त्याला ठाऊक होतं. दिल्लीमधल्या बहुतेक शवांचा इथंच अंत्यविधी होत होता. तिथं का जाऊ नये?

आपल्या मनातल्या या विचाराचं त्याचं त्यालाच आश्चर्य वाटलं. या शहरात किती तरी मोठाल्या बागा आहेत–राजघाट, इंडिया गेट यांसारखी मोठमोठी मैदानं आहेत–अशा वेळी आपल्या मनात स्मशानात जाऊन बसायची इच्छा का व्हावी? किती विचित्र हे!-

मनात हे विचार येत असतानाच तो दरियागंजला उतरून स्मशानाकडे चालू लागला. एक रिक्षा करणं त्याला सोयीचं वाटलं. तो स्मशानात जाऊन पोहोचला, तेव्हा तो चकित झाला. वीस वर्षांपूर्वीचं स्मशान आणि आजचं स्मशान यांत खूपच फरक होता. ओळख पटू नये, एवढं ते विस्तीर्ण झालं होतं. एकावेळी सुमारे शंभर प्रेतं जाळता येतील, अशा प्रकारचे चौथरे तयार करण्यात आले होते. त्यांवर पावसापासून चितेचं रक्षण करण्यासाठी छतंही उभारण्यात आली होती. लोकांना बसण्यासाठी सिमेंटचे आणि दगडांचे बाक, सावलीसाठी छत, लाकडं विकण्याची विस्तीर्ण जागा, पाण्याचे नळ...

आता तिथं तीन प्रेतं जळत होती. एक प्रेत 'श्रीराम सत्य है–रामनाम नित्य है' च्या गजरात स्मशानात प्रवेश करत होतं. समोर यमुना नदीचं रुंद पात्र होतं. सारं एका नजरेत सामावून घेऊन तो तिथल्या दगडी बाकावर बसला. जळत असलेल्या प्रेताचा वास सर्वत्र पसरला होता. त्या जळक्या वासातून हरिश्चंद्र घाटाची आठवण वर आली. या गावी निगमबोध म्हणत असतील–काशीत हरिश्चंद्र घाट म्हणत असतील–आणखी कुठल्या गावात वैतरणी म्हणत असतील. जगातील सगळी स्मशानं वास्तवात हरिश्चंद्र घाटच असतात! कुठल्याही स्मशानात बसलं, तरी हरिश्चंद्र-तारामतीची कथा पाठ सोडत नाही.

कुठल्या तरी दुकानात पुस्तक शोधून हरिश्चंद्र-कथेचा मूळ भाग वाचला पाहिजे. कधी काळी वाचलेल्या त्या कथेच्या ओझरत्या आठवणींमधून नेमका अर्थ हाती लागत नाही.

तो या विचारात गढून गेला असता स्मशानाच्या मुख्य दारातून 'श्रीराम सत्य है–रामनाम नित्य है' चा घोष ऐकू येऊ लागला. दर दिवशी इथं अशी किती प्रेतं येत असतील? लाकडाच्या दुकानदाराला विचारलं, तर सहज समजेल. विचाराच्या तंद्रीत त्याला डुलकी लागली.

त्यानं डोळे उघडले, तेव्हा समोरच्या चौथऱ्यावर एक प्रेत ठेवलं होतं. चिता रचायचं काम चाललं होतं. सोबत असलेले पुरोहित मंत्र म्हणत होते. त्यांच्या अंगावर शुभ्र तलम धोतर आणि पांढरा झब्बा होता. दाढी केल्यामुळं चेहरा स्वच्छ

दिसत होता. डाव्या मनगटावर घड्याळ होतं. इतर शवांवर संस्कार करणाऱ्या इतर पुरोहितांसारखा तिथं विद्याहीन हपापलेपणा नव्हता. हे कुणी तरी विद्वान पुरोहित असावेत, हे लक्षात येत होतं.

त्यानं उठून जाऊन त्या प्रेताबरोबर आलेल्यांपैकी एकाकडे त्यांची चौकशी केली. त्याचा अंदाज खरा होता. ते आर्यसमाजी होते. मंत्र सांगणारे आर्य समाजाचे आचार्य होते–दक्षिणा घेऊन कर्मविधी करणाऱ्यांपैकी ते नव्हते. उच्चार करत असलेल्या प्रत्येक मंत्राच्या अर्थाचं सविस्तर विवेचनही करतात, असं समजलं.

तिथले सगळे विधी संपून चितेचा अग्नी आकाशाला भिडल्यावर आचार्यांनी सगळ्यांना जायची परवानगी दिली. सगळी माणसं तिथून बाहेर निघू लागली.

होन्नत्ती आपल्या जागेवरून उठला आणि त्यांच्या समोर जाऊन म्हणाला,

"आचार्यजी, माझा एक प्रश्न आहे. तुम्हांला पाहिल्यावर तुम्ही त्याचं उत्तर द्याल, असं वाटलं, म्हणून मी आलो."

"जरूर! करोलबागेमध्ये आमचं कार्यालय आहे. तुम्ही केव्हाही तिथं या! तिथं आपल्याला भरपूर बोलता येईल... "

"पण स्मशानातच काही प्रश्नांचे अर्थ समजावून घेणं अधिक अगत्याचं असतं! नाही का? तुमची काही अडचण असेल, तर मी कार्यालयातही यायला तयार आहे... "

त्यांनी क्षणभर हेमंतच आपाद-मस्तक निरीक्षण केलं. नंतर ते म्हणाले,

"ठीक आहे! इथंच विचारा. मात्र, मला सगळं समजतं, अशा भ्रमात तुम्हीही राहू नका!" नंतर यजमानाकडे वळून त्यांनी सांगितलं, "हे पाहा, भटनागरजी, मला या सद्गृहस्थांशी थोडं बोलायचं आहे. मी नंतर रिक्षा करून येईन."

"तसं कशाला? आमचा ड्रायव्हर कारपाशी तुमची वाट पाहत उभा राहील."

"नको... तसं नको! तुम्हांला घरी जाण्यासाठी कार हवीच ना?"

"ठीक आहे–नंतर पुन्हा गाडी पाठवून देतो... "

"नको. अशा वेळी तुम्हांलाच गाडीची फार गरज असेल. तुम्ही निघा–मी येईन रिक्षानं!"

भटनागर आणि इतर माणसं निघून गेल्यावर दोघंही तिथल्या दगडी बाकावर बसले. समोरचं शव जळत होतं. होन्नत्तीनं स्पष्टच आपला प्रश्न त्यांच्यापुढं मांडला,

"मी एक संगीतकार आहे. सतार वाजवतो. माझ्या मनात एक प्रश्न छळत आहे. विवाहित स्त्रीशी शरीर-संबंध ठेवणं पाप नाही काय? एक विद्वानांना मी हा प्रश्न विचारला, तेव्हा त्यांनी सांगितलं–बलात्कार करणं पाप आहे, पण ती आपण होऊन आली, तर नकार देणंही चुकीचं आहे. आपलं म्हणणं पटवण्यासाठी त्यांनी राधा-कृष्णाच्या प्रणयाचं उदाहरण दिलं. विवाहित आणि वयानं मोठी असलेली

राधा आणि लहान वयाचा कृष्ण यांच्या संबंधांना जयदेवासारख्या संत-भक्तानंच डोक्यावर घेतलं आहे! मला स्वतःला हे उदाहरण खोडून काढता आलं नाही–पण त्यात काही तरी खोटं आहे, असं वाटतं. याविषयी आणखी काय म्हणता येईल?''

चिरपरिचित प्रश्न असावा, अशा प्रकारे आचार्यजी मंद हसले. तेही जवळपास त्याच्याच वयाचे–म्हणजे चाळीस-बेचाळीस वर्षांचे होते. मुंडन केलेले आचार्यजी स्पष्टपणे बोलू लागले,

''आपल्याला कृष्णाविषयी कुठल्या–कुठल्या मूळ ग्रंथांमधून समजतं? महाभारत, हरिवंश, भागवत आणि विष्णु-पुराणातून, या ग्रंथांमध्ये कुठंही राधेचा उल्लेख नाही. तिची निर्मिती अलिकडच्या काळात झाली आहे. ती कुणी केली, केव्हा केली आणि कुठल्या भावनेतून केली, हे समजून घेणं विशेष महत्त्वाचं आहे. त्याचप्रमाणे सोळा सहस्र स्त्रियांशी जोडलेला कृष्णाचा संबंध हीही अलिकडची निर्मिती आहे. मूळ कथेतला कृष्ण गुरं राखणाऱ्या मुलांबरोबर वाढला, हे खरं आहे. लहान गोजिरवाणा मुलगा, धीट, सुरेख बासरी वाजवणारा. सगळ्या गुराख्यांसारखे, रानातल्या मुलांसारखे, सगळ्या शेतकऱ्यांसारखे ते समूह-नृत्य करत होते. आता आपण जानपद-नृत्य म्हणतो ना? तसं हा लहान असताना छान नाचायचा, गुरं खाण्यासाठी येणाऱ्या रानटी प्राण्यांना हुशारीनं पळवून लावत होता. अशा मुलाविषयी प्रेम वाटणार नाही, असं कसं होईल? सगळ्या गुराख्यांना आणि त्यांच्या कुटुंबीयांना हा आवडत होता. स्त्रियांनाही तो आवडत होता. प्रत्येकीशी ताई-आक्का-मावशी-काकू-आत्या म्हणत वावरणारा मुलगा पाहिला, तर आजही रक्तसंबंध नसतानाही त्याच्याविषयी माया वाटत नाही काय? मी म्हणतो, ते खरं आहे, की नाही?''

''अगदी खरं आहे!–''

''हे आहे ऐतिहासिक वास्तव! त्यानंतर या देशाच्या बहुतेक भागांवर नवाब आणि शहांचं राज्य आलं. त्यांतले बहुतेक राजे स्त्री-लंपट होते, हे तुम्हीही वाचलं असेल. याविषयी 'लिटल नोन फॅक्टस् ऑफ वेलनोन पीपल' या पुस्तकात डेल कार्नेगी नावाच्या लेखकानं लिहिलं आहे. हैद्राबादच्या निजामानं आपल्या अंत:पुरात पाचशे मुलींना ठेवल्याचा उल्लेख आहे. फत्तेपूर-सिक्रीमधला अकबराचा राजवाडा पाहिलात काय?''

होन्नत्तीला कांतीबरोबर आग्रा-फत्तेपूर-सिक्री पाहायला गेल्याचं आठवलं.

''तिथं अकबर आपल्या इतर अधिकाऱ्यांबरोबर फुरसतीच्या काळात सारीपाट खेळत असे–त्यासाठी जमिनीवर विविधरंगी फरश्या बसवून केलेला भव्य सारीपाटाचा पट आहे–आठवलं? तिथं खेळामध्ये सोंगट्यांऐवजी विविधरंगी कपडे घातलेल्या दासी उभ्या केल्या जात आणि जसं दान पडेल, तशा या मुली या चौकोनातून त्या चौकोनात जात. अकबराचं आसन आणि त्याच्या दुसऱ्या खेळाडूचं आसन यांत

फरक असे. अकबर उंचावर बसत असे. बादशहाबरोबर खेळताना इतरांनी नेहमी हार मानलीच पाहिजे! बादशहाला हरवणं म्हणजे सिंहासनाचा अपमान! म्हणजे अखेर आठ दासी अकबराच्या अंत:पुरात शिरत होत्या. ज्या सरदारावर बादशहाचा अनुग्रह होऊन सारीपाट खेळायची संधी मिळे, त्याला सोंगट्यांच्या जागी आठ मुली बादशहाला नजर करणं भाग पडे. अशा पद्धतीनं बादशहानं आपल्या जनानखान्यात किती स्त्रिया जमवल्या असतील, याचा तुम्हीच हिशेब करा. अशा प्रकारे लहान–मोठा नवाब जनानखान्यात मुली गोळा करत होता–आपापल्या कुवतीप्रमाणे! या स्त्रियांना राखण्यासाठी सशक्त तरुण निवडून त्यांना बैलांप्रमाणे निर्बीज करण्यात येत होतं. जनानखान्यातल्या स्त्रियांनी या पुरुषांचा फायदा घेऊ नये, म्हणून!''

हेमंत सारं लक्ष देऊन ऐकत होता.

''जेव्हा राजे आणि अधिकारी अशा प्रकारे वागत असतात, तेव्हा सर्वसामान्य लोकांचं मानस कसं काम करेल? आपल्या बादशहाला मिळणारी चैन आपल्यालाही मिळावी, ही लंपट आशा तर प्रत्येकाच्या मनात असते. त्या काळच्या हिंदू लोकांमध्ये एक प्रकारची अपमानित झाल्याची भावना फार मोठ्या प्रमाणात होती. गावोगावी कीर्तन-प्रवचन करत फिरणाऱ्या हरिकथादासांनी या अपमानावर, प्रतीकाच्या पातळीवर काही प्रमाणात का होईना, उतारा म्हणून कृष्णाच्या सोळा हजार गोपींची निर्मिती केली. तुमच्या सुलतानाचं काय सांगता? शंभर बायकांचा जनानखाना आहे?–पाचशे बायका ठेवल्या आहेत? आमचा देव पाहा! सोळा हजार स्त्रियांशी त्यानं लग्न केलं होतं! सोळा सहस्र बायकांवाला सुलतान कुठं आहे दाखवा, बघू!–हा हरिकथादासांचा सवाल उपासपोटी आणि अशिक्षित अशा मुसलमान समाजाकडून अनुत्तरित राहत असे आणि तेही कृष्णाचं माहात्म्य मान्य करत! हरिकथाकारांनी कृष्णाला एकाच वेळी सोळा सहस्र स्त्रियांबरोबर प्रणयचेष्टा करायची शक्तीही दिली. याच सर्व गोपींचा एक प्रतिनिधी या रूपानं राधेचं पात्र दिवसेंदिवस वाढत राहिलं. राधा हे नाव ब्रह्मांड पुराणात किंवा ब्रह्मवर्तैत पुराणात होतं, म्हणतात. असेलही पण हे पात्र अशा प्रकारे वाढवलं गेलं, ते या कालखंडात. ती प्रौढ आहे–कृष्णापेक्षा मोठी आहे. आपल्यापेक्षा प्रौढ स्त्रीशी रतिक्रीडा करणं ही हिंदू परंपरा मुळीच नाही. आपल्यापेक्षा प्रौढ स्त्रीशी समागम केला, तर आयुष्य घटतं आणि लहान स्त्रीशी केला, तर आयुष्य वाढतं, हा हिंदूंचा विश्वास आहे. हे वैज्ञानिक आहे, की अवैज्ञानिक आहे, हा इथं प्रश्न नाही.

*बालार्क: प्रेतधूमश्च वृद्धस्त्री पल्वलोदकम्*
*रात्रौ दध्यान्न भुक्तेश्च आयु:क्षीणं दिने दिने।*
*वृद्धार्क: होमधूमश्च बालस्त्री निर्मलोदकम्*
*रात्रौ क्षीरान्न भुक्तेश्च आयुर्वृद्धि: दिने दिने।।*

पहाटेच्या सूर्याच्या उजेडात शेकणं, प्रेताचा धूर आत घेणं, वयानं मोठ्या स्त्रीशी समागम, गलिच्छ पाणी पिणं, रात्री दहीभात खाणं–यामुळं दररोज आयुष्य कमी होत जातं. या उलट संध्याकाळची सूर्यकिरणं अंगावर घेणं, होम-हवनाचा धूर आत घेणं, कोवळ्या स्त्रीशी समागम, निर्मल पाणी पिणं, रात्री दूधभात खाणं–यांमुळं दररोज आयुष्य वाढतं–हा त्याचा अर्थ. वयानं मोठ्या असलेल्या स्त्रीशी कृष्णाच्या प्रणयक्रीडा वर्णन करण्यात आल्या आहेत, त्या सुलतानांच्या अभिरुचीचा विचार करून! आपल्यापेक्षा मोठ्या स्त्रीशी समागम करण्याच्या संदर्भात आणखीही एक उदाहरण आठवलं, ते सांगतो... ''

क्षणभर त्यांची नजर अग्नीमुळं आकार नष्ट होत असलेल्या समोरच्या चितेवरच्या प्रेतावर खिळली. नंतर पुन्हा त्याच्याकडे वळून ते बोलू लागले,

''प्रेतधूमश्च आयुक्षीणं–पण तुम्हांला इथंच बसून या प्रश्नाचं उत्तर जाणून घ्यायचं आहे ना? तुमच्या या इच्छेलाही काही अर्थ आहे! ते असू दे. तुम्हांला इडिपस नाटकाची गोष्ट ठाऊक आहे ना?''

''होय. ठाऊक आहे...'' होन्नत्ती उत्तरला.

''तुझ्या पोटी जन्मलेला मुलगा तुला ठार करून, तुझ्या बायकोशी म्हणजे त्याच्या आईशी लग्न करेल, म्हणून देवतेनं दृष्टांत दिला होता, म्हणून राजानं त्या मुलाला ठार करण्यासाठी कुणाच्या तरी हाती सोपवलं. त्यानं न मारता मुलाला आणखी कुणाच्या तरी हाती सोपवलं. तो मुलगा मोठा झाला–त्यानं आपल्या वृद्ध पित्याचा वध केला–आणि त्याच्या पत्नीशी म्हणजे आपल्या आईशी विवाहबद्ध झाला. या कथेतल्या दोन मुद्द्यांकडे लक्ष देणं आवश्यक आहे. आपल्या पतीच्या खुन्याबरोबर भारतातली कुठली स्त्री विवाहबद्ध झाली आहे? त्याचबरोबर आपल्यापेक्षा किमान वीस वर्षांनी मोठ्या असलेल्या स्त्रीशी तो कसा विवाहबद्ध झाला? नुकतंच मिसरूड फुटत असलेल्या कोवळ्या तरुणाशी ती कशी विवाह करायला तयार झाली? ही कथा भारतात होणं शक्यच नाही. ग्रीस आणि जवळच्या वाळवंटामध्ये असलेल्या संस्कृतीमध्ये या संबंधाला मान्यता होती. भारतीय संस्कृतीनं आपल्यापेक्षा वयानं मोठ्या स्त्रीला पत्नी किंवा प्रेयसी म्हणून मान्यता दिली नव्हती. वयानं मोठ्या राधेचा छोट्या कृष्णाशी प्रणय ही भारतीय संस्कृतीतली कल्पना निश्चितच नाही. जयदेवसारख्या कवीवर या वेगळ्याच संस्कृतीचा प्रभाव दिसून येतो. शृंगार-कल्पनाशक्ती काव्याच्या दृष्टीनं खूपच रम्य असेलही. पण ती कृष्णाच्या संदर्भात वापरून त्यानं एका ऐतिहासिक पात्राची हानी केली, यात शंका नाही!''

''तुम्ही कृष्णाला ऐतिहासिक व्यक्ती मानता? देव मानत नाही?''

''तो एक ऐतिहासिक पुरुष–महासाधना केलेला पहिला महान राष्ट्रीय पुरुष! नंतरच्या काळात त्याला काहीजणांनी देव केलं. त्याच्यावर मंत्र-तंत्र-चमत्कार

लावून त्यातील ऐतिहासिक शक्ती नष्ट केली. नंतर नवाब-सुलतान-बादशहा यांच्या संस्कृतीमध्ये त्या सुलतानांप्रमाणे त्याला सोळा सहस्र स्त्रियांच्या जनानखान्याचा मालकही करून मोकळे झाले! आपण आपल्या अधोगती किंवा उन्नतस्थितीप्रमाणेच आपला इतिहास चित्रित करत असतो ना! आपले देवही आपण यातूनच निर्माण करून घेत असतो!''

बोलता बोलता ते थांबले.

समोरच्या प्रेतातली चरबी दिव्यासारखी जळत शांत होत होती.

काही क्षण होन्नत्तीची नजर त्यावर खिळून राहिली. नंतर त्यानं विचारलं,

''म्हणजे या कालखंडात विकसित झालेल्या नृत्य, गायन, नाटक, साहित्य यांची कथावस्तू अशाच हीन पातळीची आहे, असं तुम्हांला म्हणायचं आहे काय?''

''तुम्हीच सांगा–त्यातून आणखी कुठले उन्नत्त भाव, विचार, भावना व्यक्त होताना दिसतात?''

होन्नत्ती विचारमग्न झाला. त्यांचा प्रश्न खोडून काढण्यासाठी त्याला एकही उदाहरण सुचेना. पुन्हा त्याची नजर समोरच्या जळून राख होत असलेल्या चितेवर खिळली.

त्यांनी घड्याळ पाहिलं आणि ते उठत म्हणाले,

''आता मला निघायलाच पाहिजे. तुमच्याशी बोलून मलाही बरं वाटलं. तुम्ही केव्हाही या. मला तुमच्याशी गप्पा मारायला निश्चितच आवडेल. हा आमच्या कार्यालयाचा पत्ता–'' म्हणत त्यांनी पत्त्याचं कार्ड त्याच्या हाती दिलं.

त्याला मात्र अजूनही तिथून हलावंसं वाटत नव्हतं. 'तुम्ही बसा–मी निघतो–' म्हणत ते तिथून भराभरा चालत बाहेर पडले.

◆

तो तसाच तासभर बसून होता. पोटात भूक जाणवू लागली, तरी तो उठला नाही. मनातले विचार अधिक स्पष्ट होण्यासाठी हीच जागा योग्य आहे–इथून उठून कुठंही गेलं, तरी विचाराची तीक्ष्णता बोथट होऊन जाते. गेटबाहेरच्या लहानशा दुकानातून दोन केळी आणि चार बिस्किटं विकत घेऊन त्यानं पोटात ढकलली आणि तिथल्या नळाचं पाणी पिऊन, पुन्हा दगडी बाकावर बसला. पुरोहितांनी मंत्राग्नी दिलेल्या शवाचा किंचितही आकार शिल्लक राहिला नव्हता. नवं एक प्रेत आलं होतं–कोपऱ्यातल्या चौथऱ्यावर त्यालाही अग्नी द्यायची तयारी चालली होती. सूर्य पश्चिमेकडे कलला होता. यमुनेचं विशाल पात्र त्याच्या किरणांमुळं अधिकच विशाल वाटत होतं.

यमुनेवरून परावर्तित होणारी किरणं पाहता पाहता त्याला झोप आली. गाढ झोप!

तो जागा झाला, तेव्हा साडेचार वाजले होते. आत येणाऱ्या एका शवाबरोबरचा मोठा समुदाय चढ्या स्वरात 'श्रीराम सत्य है–रामनाम नित्य है' चा घोष करत होता.

जवळच एक गोसावी जुन्या हार्मोनियमच्या सुरावर 'चार दिवसांची जिंदगी आहे–प्रत्येक क्षणी हजार नट इथं प्रवेश करतात–हजार नट निघून जातात' अशा अर्थाचं एक गाणं जेमतेम सुरात म्हणत होता. पण त्याचा अर्थ हेमंतच्या हृदयाला स्पर्श करून गेला. आपण तोच हार्मोनियम घेऊन हे गाणं अधिक परिणामकारक रीतीनं वाजवायची त्याला इच्छा झाली. त्याच्या शेजारी जाऊन बसत त्यानं हार्मोनियम मागितला, त्यानंही उत्साहानं त्याच्याकडे सरकवला.

हेमंतनं आपल्याला हवे तसे त्याचे सूर जुळवले आणि तेच गाणं त्याच भैरवी रागात वादी-संवादी स्वर दाखवून देत, मनसोक्त आलाप, वाजवत गाऊ लागला. मधून-मधून सारेगमचे अलंकार, वेगवेगळ्या प्रकारच्या तानांची आतशबाजी!–

त्याचं वाजवणं आणि गाणं यानं प्रभावित झालेला गोसावी 'बहुत अच्छा! बहुत अच्छा!' म्हणून कौतुक करत होता. त्यामुळं अधिकच उत्साहानं हेमंत गाऊ लागला. त्यातील काव्यही तो विविधप्रकारे उठावदार करायचा प्रयत्न करत होता.

सुमारे वीसेक मिनिटं त्याचं गाणं चाललं होतं. शवसंस्कारासाठी आलेल्यांपैकी तीस-चाळीस माणसं त्याच्या भोवताली उभे राहून गाणं ऐकत होते.

गाणं संपवून हार्मोनियम बाजूला सारताना हेमंतला एकाएकी तीव्रपणे वाटलं– गोसावी गाण्याच्या अर्थाशी प्रामाणिक राहून गात होता–मी मात्र अर्थाऐवजी राग आणि सुरांचाच चमचमाट दाखवला! आणि ही त्याची जागा नव्हे–

हेमंत पराकोटीचा शरमून गेला. तो ताडकन उठला आणि तिथून वेगानं बाहेर पडला. दरियागंजपाशी काही वेळ थांबल्यावर एक बस मिळाली. घराच्या दिशेनं जाताना त्याचं मन काहीसं हलकंही झालं होतं.

सहाच्या सुमारास तो घरी जाऊन पोहोचला. वडील नेहमीप्रमाणे फिरायला गेले होते. एवढ्या अवधीत कांतीचा तीन वेळा फोन आला होता. आईनं हे सांगितलं, तरी तो गप्पच होता. हात-पाय धुऊन बाहेर आल्यावर तो आईला म्हणाला,

"भूक लागली. काही तरी खायला दे... "

आईनं दही-पोहे-पूडचटणी आणि एक चिरलेलं सफरचंद त्याच्या पुढ्यात ठेवलं. तो पोहे खाऊ लागला.

आईच म्हणाली,

"दिल्लीला नवरा आला होता–तुला तो भेटला म्हटल्यावर त्याची चौकशी

करायला बिचारी तळमळत असेल! काही का असेना–तूच त्या नवरा-बायकोमधलं अंतर कमी होण्यासाठी काही तरी कर, बाबा! तो तिकडं–ही इकडं! असला कसला संसार म्हणायचा?''

हेमंत काहीच बोलला नाही. आईनं आणून दिलेला चहा घेतल्यावर त्यानं लाऊंजमध्ये जाऊन तिच्या फॅक्टरीचा फोन फिरवला. तिच्या आवाजाची ओळख पटल्यावर त्यानं सांगितलं,

''आत्ता साडेसात वाजता मी तिथं येतोय्. अर्धा तास बोलायचंय् तुझ्याशी. बाहेर जाऊन बोलू या... ''

या वेळी तिथं तिच्याबरोबर शीतल असणार, याची त्याला कल्पना होती. कांतीनं कन्नडमधून विचारलं,

''दुपारी कुठं गेला होतास?''

''तेच सांगायला मी येतोय् ना?...''

''तू सांगितल्याशिवाय मी फोन ठेवणार नाही... ''

आई लाऊंजमध्येच होती. तिच्यापुढं आपण दिवसभर स्मशानात असल्याचं सांगायची त्याला इच्छा नव्हती. तो म्हणाला,

''गुरुजींच्या घरी!''

''खोटं! मी तिथं गेले होते तुला शोधायला. सतार घरातच ठेवून गेलास, हेही तुझ्या आईनं सांगितलं!'' ती म्हणाली.

''आपण बोलू–बाय्–'' म्हणत त्यानं रिसीव्हर ठेवून दिला.

तो कारमध्ये बसल्यावर दार बंद करून कार इंडिया गेटकडे चालवत असताना ती म्हणाली,

''उद्या संध्याकाळपर्यंत रंगाचं काम पूर्ण करून कॉंट्रॅक्टर घराची चावी देणार आहे! फर्निचरचंही काम पूर्ण झालंय्. रंगाचं काम संपलं, की दोन तासांत फर्निचर मांडू, म्हणून फर्निचरवाल्यानं सांगितलंय्. त्यानंतर आपण माझ्या घरीच भेटायचं! शीतलही थँक्स द्यायला पाहिजेत! अरे, हो! दुपारी तू कुठं गेला होतास?'' म्हणत तिनं आपला हात त्याच्या मांडीवर ठेवला.

''सकाळपासून संध्याकाळपर्यंत निगमबोध घाटावर होतो... ''

''का? कुणी मित्र-बित्र वारला काय? मला आणखी कशाचीही भीती वाटत नाही... पण प्रेत आणि प्रेत जाळणं वगैरे प्रकारची भारी भीती वाटते!''

त्याला हे खरं वाटलं. त्यानं मान वळवून तिच्याकडे पाहिलं.

रस्त्यावरच्या ट्यूबच्या उजेडात तिचा चेहरा आणि देह करुण-कोमल वाटला. त्यानं आताच बोलायचा विचार मागं सारला आणि कार उभी राहण्याची तो वाट

पाहू लागला.

ती म्हणाली,

"काही तरी बोलायचं म्हणत होतास ना? काहीच बोलत नाहीस पण!... "

"गाडी थांबवल्यावर बोलू या. गाडी चालवताना दुसरीकडे लक्ष जाणं योग्य नाही!" तो म्हणाला.

इंडियागेटच्या मैदानावर रस्त्यापासून काही अंतर जाऊन तिनं कार थांबवली आणि तिनं त्याच्याकडे सरकून त्याच्या गळ्यात हात टाकले. कारच्या निळ्या काचा आणि भोवतालच्या एकांत–

तिच्या सलगीला प्रोत्साहन न देता तो सरळच बोलू लागला,

"रवींद्र दिल्लीला आले होते . गेस्ट हाऊसमधून त्यांनी फोन केला होता. काल रात्री त्यांना भेटून त्यांच्याबरोबरच जेवलो. त्यांना भेटल्यावर त्यांच्याविषयीची थोरल्या भावाची भावना आणखी दाट झाली. आज दिवसभर स्मशानात बसून मी त्याचाच विचार करत होतो. आपल्या दोघांमधला शरीर-संबंध पूर्णपणे बंद होईपर्यंत आपल्या दोघांमध्ये स्नेह राहणं शक्य नाही. आतापर्यंत घडलं, ते घडलं. निदान यानंतर तरी आपण हे संबंध तोडून टाकले पाहिजेत! माझ्याबाजूनं तर ते तुटून गेले आहेतच!... "

या हेमंतच्या स्पष्ट बोलण्यानं ती अवाक् झाली. या पद्धतीचं तो आजवर अनेकदा बोलला असला, तरी याआधी कधीही तो इतक्या स्पष्ट शब्दांत तोडून बोलला नव्हता. काल रवींद्रला भेटल्यावर पुन्हा याला तोच झटका आलाय्, म्हणायचा!

काही क्षण स्तब्धतेत गेले.

तिनं स्वतःचं सैरभर झालेलं मन आवरलं. स्टीअरिंगवर मस्तक विसावून काही वेळ स्वस्थ बसावंसं वाटलं. पण त्यामुळं आपण दोषी असल्याचा स्वीकार केल्यासारखं होईल, असं वाटलं. याची अशा प्रकारच्या बडबडीची ही काही पहिली वेळ नाही! याआधी याला मी अनेकदा मार्गावर आणलंय्!...

ती आत्मविश्वासानं त्याच्याकडे वळली आणि म्हणाली,

"माझा असा अपमान केला नाही, तर तुला तुझ्या पुरुषार्थात काही कमतरता राहिल्यासारखं वाटतं का?"

या प्रहारानं तो थोडा गडबडला. पण लगेच स्वतःला सावरून म्हणाला,

"तुझा अपमान केला, तर त्यात माझाही अपमान आहे, हे मला ठाऊक आहे! याआधीही माझ्या मनात अनेक वेळा हे द्वंद्व उभं राहिलं होतं. पण या वेळी ते निर्णायक स्वरूपात उभं राहिलं आहे! आपण दोघांनी मिळून हे संपवायला पाहिजे, म्हणून मी आज भेटायला आलोय्!"

"तू आधुनिक भारताचा नागरिक आहेस ना? मीही आहे. मीही एक स्वतंत्र व्यक्ती आहे–आपण यावर या आधीही बोललोय्! होय ना?"

"होय!–" म्हणताना तो गोंधळला.

"इकडं बघ–" म्हणत तिनं दोन्ही हातांनी त्याचा चेहरा आपल्याकडे वळवला, "तुझ्या मनाची तडफड मलाही समजते. मी रवींद्रबरोबर घटस्फोट घेतला नाही– कदाचित या गोष्टीचा तुला मनस्ताप होत असेल. उद्याच मी अर्ज देईन आणि सहा महिन्यांत घटस्फोट घेऊन मोकळी होईन. तेव्हा तरी तू मला स्वतंत्र व्यक्ती मानशील, की नाही?

"रवींद्रांची पत्नी असूनही तुला स्वतंत्र व्यक्ती मानायला माझी काहीच अडचण नाही. आजही मी तुला स्वतंत्र व्यक्तीच मानतो! पण तुझ्याबरोबर शारीरिक संबंध ठेवायला माझं मन संमती देत नाही. यात घटस्फोट घ्यायचा प्रश्नच उद्भवत नाही."

"म्हणजे मी घटस्फोट घेतला, तरीही तुझं मन मला रवींद्रची माजी बायकोच मानील ना?" तिनं कडवटपणे विचारलं.

काही क्षण विचार करून हेमंत म्हणाला,

"खरं आहे. रवींद्रांची बायको या नात्याला वगळून तुझ्याशी संबंध ठेवणं मला अशक्य आहे. आपल्या पहिल्या निकट-भेटीच्या वेळी तुझ्या गळ्यातल्या मंगळसूत्राचा माझ्या शरीरावर व्रण पडला होता. आज तो व्रण नाही आणि तुझ्या गळ्यात मंगळसूत्रही नाही. तरीही ती आठवण पाप होऊन माझ्या मनाला जाळत आहे. आज मंगळसूत्र काढून तू स्वतःला मिस् म्हणवून घेतेस. उद्या अनुपच्या पुढ्यातही तू स्वतःला कुमारी म्हणवशील. पण माझ्या मनात मात्र परस्त्री–त्यातही थोरल्या भावाच्या बायकोशी संग करायचं पाप धगधगत आहे!"

त्याच्या बोलण्यातली धग तिलाही जाणवली. यावर उपाय म्हणून ती मोठ्यानं हसत म्हणाली,

"हेमंत, तू नाटक करतोयस–आणि ते लपवून ठेवण्याइतकं शहाणपणही तुझ्याकडे नाही! एवढ्या कडवटपणे बोलत असलास, तरी मला तू एकवचनानंच संबोधत आहेस!" असं म्हणत तिनं आवेगानं आपले ओठ त्याच्या ओठांवर दाबले.

हेमंत कुठल्याही प्रकारे उत्तेजन न देता दगडासारखा बसून राहिला होता. तिला हे जाणवलं तरी तिनं ओठ तसेच दाबून ठेवले. तरीही तो विरघळला नाही, तेव्हा तिला तो स्वतःचा अपमान वाटला आणि ती मागं सरली.

हेमंत शांतपणे म्हणाला,

"एकवचनी संबोधनाचा तसाच अर्थ लावायचं कारण नाही. आपण घरात आई-बहीण-आजी यांना एकवचनानंच हाक मारतो. तुझ्याशीही साधा-सरळ स्नेह

मला अजूनही हवाच आहे.''

तिला आपली पूर्णपणे फसवणूक झाल्यासारखं वाटलं. यानं माझा पुरेपूर वापर करून घेतला! अधूनमधून त्याचा अपस्वर ऐकू यायचा. पण तोही एवढ्या ठामपणे कधीच नव्हता. माझ्याकडून करून घ्यायचा तेवढा फायदा करून घेतल्यावर आता याला आई-आजी-बहीण आठवायला लागली! क्षणभर तिला स्वतःचा स्वतःवरला ताबा सुटेलसं वाटलं. मनातलं अनामिक दुःख घशाशी दाटून आलं होतं. दुःख, की अपमान? काही का असेना–याच्यापुढं मनाचा कमकुवतपणा दाखवणं. योग्य नाही–तिनं मनाला बजावलं.

मग ती करकरीतपणे म्हणाली,

''होन्नत्ती दोन वर्षांपूर्वीच तुम्ही हे का सांगितलं नाही? माझ्याकडून एवढं सगळं–आय् मीन् गैरसमज करून घेऊ नका–मला आणखी काहीही म्हणायचं नाही. इतर गोष्टी अत्यंत क्षुल्लक आहेत! माझ्या भावना एवढ्या खोलावर रुजून, आशा पालवू देऊन आता असं म्हणणं म्हणजे–तुम्ही आधीच का हे सांगितलं नाही? बरं–ते जाऊ द्या–आता एकाएकी तुम्ही एवढ्या टोकाला का पोहोचलात, ते तरी मला समजेल, असं सांगाल?''

''यातलं काहीही मी पूर्वी ठरवून केलं नाही. बनारसमधल्या हरिश्चंद्र घाटावर प्रेत जळताना पाहिलं–तिथंच हरिश्चंद्र–तारामतीची स्मशानाच्या पार्श्वभूमीवर घडलेली शव-संस्कार–करासंदर्भातली कथा आठवली. त्या कथेतलं तिचं मंगळसूत्र–जाऊ दे. बाकी तपशिलाला काही फार महत्त्व नाही. काल रवींद्र भेटले, तेव्हा मनात उगाच तुम्हां दोघांची हरिश्चंद्र-तारामतीशी तुलना आली. आज स्मशानात मी किती मनस्ताप भोगलाय्, याची तुला कल्पना नाही. तुला खरोखरच सांगतो–मी आधी विचार करून यातलं काहीही केलं नाही!'' नाही म्हटलं, तरी त्याच्या स्वरात गयावयाचे भाव आले होते.

''ऑल राईट! भीक मागून प्रेम मिळत नाही, हे मलाही ठाऊक आहे! तसलं प्रेम मलाही नको. माझा दरवाजा सतत उघडा आहे तुमच्यासाठी. पण पुन्हापुन्हा त्याच प्रकारचं मानसिक क्रौर्य दाखवून माझ्या मनाशी खेळत राहिलात, तर मात्र मी सहन करणार नाही! मुद्दाम मी घाईघाईनं घर बांधलं!–ऑल राईट! माझं मन मी कठोर केलं आहे–मी सहन करेन–'' म्हणत तिनं कार सुरू केली.

लगेच निघण्यासाठी त्याचं मन तयार नव्हतं. पण म्हणून आणखी थोडं थांबू या–बोलायचंय् म्हणणंही शक्य नव्हतं. तिनं आता काय बोलायचं राहिलंय्, म्हणून विचारलं, तर काय उत्तर देणार?

एवढ्या वेळात तिनं गाडी रस्त्यावर आणली होती. बहुतेक हीच दोघांची अखेरची भेट, या विचारानं त्याचं मन विद्ध झालं. गाडी अकबर रोडवरून धावत

होती. तिची नजर समोरच्या रस्त्यावर खिळली होती. ती आपल्याकडे वळून काही तरी बोलेल, असं त्याला सारखं वाटत होतं. पण तिनं त्याच्याकडे एकदाही नजर वळवली नाही. त्याचं मन दुखावलं होतं.

वसंतविहारच्या बसस्टॉपपाशी गाडी थांबताच तो खाली उतरला आणि म्हणाला,

"पुन्हा भेटू या... "

यावर ती काहीच बोलली नाही. तिनं त्या वेळीही त्याच्याकडे पाहिलं नाही. तिनं लगेच गाडी सुरू केली आणि ती वेगानं निघून गेली. क्षणार्धात तिची गाडी रस्त्यावरच्या इतर वाहनांमध्ये मिसळून गेली.

◆

जेवण करून अंथरुणावर अंग टाकताना त्याला हलकं वाटत होतं. नाही तरी तिची याव्यतिरिक्त आणखी कशी प्रतिक्रिया होणं अपेक्षित होतं? काही क्षणांतच गाढ झोप लागली. झोपेत दोनवेळा कूस बदलल्याची अस्पष्ट आठवण. त्याला जाग आली, तेव्हा खिडकीच्या पडद्यांमधून खोलीत उजेड आला होता.

आईनं दिलेला चहा घेतल्यावर आता आपण काय करायचं, हा प्रश्न त्याच्यासमोर उभा राहिला. शीतलच्या घरी जाणं तर यानंतर बंदच झालं. कांतीचा स्नेहही संपूर्णपणे तुटून गेला!–या विचारानं तो कासावीस झाला. तिनंच आपल्याला दिल्लीला आणलं–संगीतक्षेत्रात या स्थानावर आणायचं श्रेयही तिचंच आहे. मी तरी तिचा स्नेह कुठं नाकारतो? पण केवळ मैत्रीसाठी ती तयार नाही–मी काय करणार? मनानं स्वतःचं समर्थन केलं, तरी मनातली तळमळ शांत झाली नाही.

त्याला आठवलं, काल तिनं विचारलं होत–माझ्याकडून एवढं सगळं करून घेऊन नंतर असा का वागलास? या आठवणीनं त्याला जमिनीवर कोसळल्यासारखं झालं. पण ती म्हणाली, त्यात खोटं काय आहे? या विचारापाठोपाठ त्याचं मन हिशेबात गढून गेलं. दरमहा हजार रुपये धरले, तरी बावीस महिन्यांचे बावीस हजार–विजय मिश्राला दिले, ते पाच हजार–बनारसला जाताना तीन हजार–हरिशंकरच्या सत्कारासाठी खर्च केलेले तीस हजार यांत धरायचे काय? त्यात इतरही खर्च मिसळले, तर सुमारे सत्तर हजारांचा हिशेब निघतो. आपल्या बँकेतल्या फिक्स डिपॉझिटमधून सत्तर हजार रुपये काढून तिला द्यायला हवेत, या निष्कर्षापर्यंत तो येऊन पोहोचला.

◆

शीतलच्या घराचं मिंधेपण नको, एवढंच नव्हे, स्वतःच्या स्वतंत्र घरात राहायची कांतीची इच्छा अदम्य होती. व्यवसायातल्या मित्र-मैत्रिणींना आपल्या घरी

बोलावून ते दिपून जातील, अशा भारी पार्ट्या द्याव्यात, ही तिची अपेक्षा होती. अलीकडे दिल्लीमधल्या सांस्कृतिक वलयात आपल्याला जे स्थान मिळत आहे, त्याला साजेसं घर नसेल, तर कसं? प्रत्येक बाबतीत भावाचा पत्ता देणाऱ्या व्यक्तीचं स्वतंत्र व्यक्तित्व कोण कसं मान्य करणार?

हेमंतनं आयत्या वेळी आपलं वागणं बदलल्यामुळं स्वतंत्र घरात आपल्या इच्छेप्रमाणे त्याला भेटायची तिची इच्छा मातीमोल झाली. तिनं स्वतःली बजावलं, कुणामुळं कुणाच्या आयुष्यावर परिणाम होत नसतो–अशा नात्याची किंमत संध्याकाळच्या पार्टीसाठी शिंपडलेल्या सेंटएवढीच!

दिवसभराची घरातली सगळी कामं आणि दोन्ही वेळचा स्वयंपाक आणि नाश्ता करणारी एक गढवाली बाई तिला कामासाठी मिळाली होती. ती आणखी दोन-तीन घरांत काम करत असल्यामुळं तिला शिकवत बसायची कटकट नव्हती. सगळी व्यवस्था करून नव्या घरी राहायला जायच्या दोन दिवस आधी यानं संबंधांचा मूळ तंतूच बदलायला सांगितलं! आख्खा दिवसभर तिला एक प्रश्न छळत होता, मी आता नव्या घरी का जावं?

पण दुसऱ्या दिवशीच तिनं स्वतःला आवरलं. तिनं स्वतःला बजावलं–मी नव्या घरी राहायला जाणार आहे, ते केवळ माझ्यासाठी–आणखी कुणासाठी नव्हे!

शीतलबरोबर नव्या घरासाठी खरेदी करण्यात आठवडा गेला. नव्या वस्तूंनी घर नटवण्यात पुढचे एक-दोन दिवस गेले. त्यानंतर प्रचंड एकटेपणा तिला सगळीकडून घेरून आला. आपण फसले गेलो–आपल्यावर नैतिकदृष्ट्या भ्रष्ट झाल्याचा झालेला अबोल आरोप–तू माझ्या भावजयीच्या जागी, म्हणजेच आईच्या जागी आहेस–तू मला दोन वर्षं पापाच्या गर्तेत लोटलंस–हेच सुचवलं ना त्यानं! स्पष्टपणे तो यातलं काहीही बोलला नाही, तरी त्याला हेच म्हणायचं होतं! मी पुढाकार घेतला, हे खरं असलं, तरी त्यानंतरची दोन वर्षं तोही तेवढ्याच उत्कटतेनं पुढाकार घेत नव्हता काय? म्हणजे अशा नात्यामध्ये पुरुषानं पुढाकार घेतला, तर क्षम्य; आणि स्त्रीनं पुढाकार घेतला, तर पाप?

एका प्रश्नापाशी पुन्हा तिचे विचार येऊन थडकत–मी याच माणसात इतकी का गुंतून गेले? दिल्लीमध्ये मला आणखी कुणी स्नेही का भेटला नाही? त्याच्या सतारीवर मी मोहित झाले काय?–

एक दिवसभर तिच्या मनात येत होतं–होय–त्याच्या सतारीचाच मला मोह पडला. एवढं तरी त्याचं काय महत्त्व? आपणच का सतार शिकू नये? तो मनाला एक विरंगुळा होईल. शिवाय आज संगीत-क्षेत्रात आपल्याला जे स्थान मिळत आहे, त्यालाही एक नवा पैलू मिळेल! यानं एम्.टेक्., एम्.बी.ए. वगैरे डिग्र्या मिळवल्या आणि संगीताच्या नादानं ते सगळं ज्ञार वाया घालवलं. कुठलीही डिग्री नसताना मी

माझा व्यवसाय उत्तम सांभाळत आहे! दिवसातून दोन-तीन तास सतारीसाठी दिले, तर दोन-तीन वर्षांत मी त्यात तयार होऊ शकणार नाही काय? शेवटचा एक महिना याच विजय मिश्राबरोबर प्रॅक्टिस करून एक दिवस दिल्लीतल्या प्रतिष्ठित संगीत रसिकांपुढं रोझपेंटा हॉटेलातल्या छोट्या सभागृहात सतारीचा कार्यक्रम करू शकणार नाही? टी.व्ही., रेडिओ, कॅसेट–हरिशंकरही या बाबतीत आपल्याला मदत करू शकेल!–

तीन दिवस ती याच दिवास्वप्नात रंगून गेली होती. चौथ्या दिवशी दुपारी जेवून झोपली असता तिला एक स्वप्न पडलं. स्वप्नात ती सराईतपणे सतार वाजवत होती आणि हेमंत तिला रेलून सतारीविषयी सूचना देत होता. सतार वाजवणं महत्त्वाचं नाही–परस्परांना रेलून बसण्यात किती आनंद आहे, असं वाटत असतानाच तिला जाग आली. तीन दिवसांपासून मनात भरून राहिलेला उल्हास पूर्णपणे नष्ट होऊन गेला. मनानं निक्षून सांगितलं–ती सतार शिकणं अशक्य आहे!

त्या दिवशी संध्याकाळी शीतल आपल्या घरी गेली आणि कांती आपल्या घरी. संध्याकाळी टी.व्ही. पाहताना कांतीला शीतलचा एकटेपणा काही प्रमाणात उमजल्यासारखा वाटला. हा एकटेपणा टाळण्यासाठी संगीत-क्षेत्रातल्या अग्रगण्य व्यक्तींना एखादी पार्टी द्यावी काय? पाठोपाठ तिला आठवलं, शीतल पार्टीविषयी नेहमी म्हणत असे,

"पार्टी म्हणजे निव्वळ पैसा उधळण्याचा खेळ आहे! येणारे येतात–पोट भरून ओकारी येईल, इतकं खातात-पितात! पुन्हा कुणाच्या तरी घरी पार्टी ठरेपर्यंत आपण आपल्या घरी आणि ते त्यांच्या घरी! यात कसली आलीय् कंपनी?"

शीतलचं म्हणणंही खरं होतं. अनुपची तीव्रपणे आठवण झाली. तो इथं असता, तर! मग हा एकटेपणा राहिला नसता. त्यालाही दिल्लीचं पराकोटींचं आकर्षण आहे. पण खेड्यातल्या शाळेत शिकल्यामुळं त्याला म्हैसूरच्या इंजिनीअरिंग कॉलेजमध्ये ॲडमिशन घ्यावी लागली! बेंगळूरच्या शाळेत असताना किती सुरेख इंग्लिश बोलत होता! त्या गांधीशाळेत गेल्यावर इंग्लिश खराब झालं याचं! मातृभाषा, म्हणे! प्रादेशिक भाषा, म्हणे! कन्नडमध्ये सुरेख भाषणही करतो, म्हणे! पण त्याचा इथं इंजिनीअरिंग कॉलेजमध्ये प्रवेश मिळण्यासाठी काहीही उपयोग नाही झाला! तो दिल्लीला आल्यावर त्यालाही हेमंतचा स्नेह मिळेल, असं करायचं–वगैरे सगळे विचार आता फोल ठरले होते.

वास्तविक पाहता अनुपच्या मनात होन्नत्ती मास्तर म्हणून असलेलं स्थान बदलून तिथं हेमंत अंकलचं स्थान निर्माण करणं तिला कठीण नव्हतं. कुठल्याही अपेक्षेशिवाय मम्मीला मदत करणारे अंकल नसते, तर मम्मी एवढी मोठी होऊ

शकली नसती–असं त्याच्या मनात रुजवणं सहज शक्य आहे. शिवाय आपल्या सर्व इच्छा पूर्ण करणाऱ्या मम्मीच्या खाजगी आयुष्याकडे लक्ष द्यायची गरज नाही, हेही त्याला बजावता येईल. दिल्लीमधल्या उच्चभ्रू समाजात मम्मी-डॅडींच्या बॉयफ्रेंड-गर्लफ्रेंडची मुलांनी थट्टा करायची सर्वसामान्य पद्धतच होती. वयात आलेल्या मुलानं आपल्या आईला, 'मम्मा, तू हेअर डाय् करू नकोस–सुपरस्टार चंदनकुमार तुला पळवून घेऊन जाईल!' या शब्दांत कौतुक करणं ही अगदी सर्वसामान्य गोष्ट होती.

खेड्यातल्या शाळेत शिकलेल्या अनुपची गोष्ट तर जाऊ दे–दिल्ली-पाटणा-मुंबईसारख्या मोठ्या शहरांत वावरलेल्या एम्.टेक्. एम्.बी.ए. एवढं शिक्षण घेतलेला हा हेमंतच वहिनी-भावजय म्हणतोय्! काय हा मागासलेपणा! की आपला कार्यभाग उरकल्यावर पलटी खायची स्वार्थी बुद्धी म्हणायची?

एकीकडे त्याच्याविषयीच्या तिरस्कारानं सर्वांगाची लाही लाही होत असली, तरी रात्री गाढ झोपेत त्याच्या दृढ मृदु मिठीची आठवण तिला आणखी घायाळ करत होती.

◆

एक दिवस दुपारी कांती घरी आली. कामवालीनं करून ठेवलेला स्वयंपाक एका ताटात वाढून घेऊन एकटीच जेवत असताना मनात आलं–त्याच्याशी पहिल्यासारखे संबंध असते, तर ही वेळ जेवण उरकून दोघांनी एकमेकाच्या मिठीत विसावायची!

जेवण उरकून ताट उचलून ठेवत असतानाच दारावरची जलतरंगासारखी जपानी घंटा वाजली. या वेळी कोण आलं असेल? ती चमकली. तिनं दाराला बसवलेल्या काचेतून पाहिलं. बाहेर हेमंत उभा होता–अंहं–होन्नत्ती!

तिचं मन उद्विग्न होऊन गेलं. एकदा वाटलं, दरवाजा उघडून त्याला आत ओढून घेऊन घट्ट मिठी मारावी! क्षणात वाटलं, दरवाजाच उघडू नये–थोडा वेळ बेल वाजवेल आणि घरात नाही, असं समजून निघून जाईल! पण त्यानं आतापर्यंत बाहेरची कार पाहिली असेल. शिवाय स्लीपर्सच्या आवाजावरूनही त्याला मी इथं येऊन उभी राहिल्याचं समजलं असेल. मी दरवाजा उघडला नाही, तर तो मला कमकुवत समजेल. मी कशाला याला उगाच घाबरू?–

तिनं दरवाजा उघडला आणि त्याला आताच प्रथम पहिल्याप्रमाणे म्हणाली,

"ओह! तुम्ही? या... प्लीज कम इन... "

तो आत आला. त्याला कुठं बसावं, ते समजलं नाही. तो तिला म्हणाला,

"या वेळी तू घरात नक्की भेटशील, याची खात्री होती म्हणून घरीच आलो..."

"आय् सी!" ती उद्गारली. तिच्या आवाजातला कडवटपणा लपला नाही.

पुढं काय बोलायचं, ते न सुचून त्यानं भोवताली पाहिलं आणि व्हरांड्यातल्या एका साध्या खुर्चीवर तो बसला.

तीही काही न बोलता तशीच उभी राहिली.

काही क्षण शांततेत गेले. त्यानं हातातल्या चामडी पिशवीची झिप ओढली, त्यातून प्लॅस्टिकच्या पिशवीत गुंडाळलेलं एक जाड पुडकं काढून तिच्यापुढं धरलं आणि म्हणाला,

"हे द्यायला आलो.''

"तुम्हीच पाहिजे तर तुमच्या मित्रांमध्ये वाटून मोकळे व्हा. मला अलीकडे संगीतात रस राहिला नाही!''

तिच्या बोलण्याचा त्याला अर्थ समजला नाही. तो पुन्हा म्हणाला,

"हे तुझे आहेत. मित्रांमध्ये वाटून टाकायची गरज नाही.''

तिनं हात पुढं करून ते पुडकं घेतलं.

"निघतो मी. पुन्हा भेटू या... '' म्हणत तोही उठून उभा राहिला.

तो निघून गेल्यावरही ती किती तरी वेळ तशीच उभी होती. नंतर दार लोटून ती आत आली. त्यानं दिलेलं पुडकं तिनं सोडून पाहिलं–शंभर-शंभरच्या नोटांची सात बंडलं त्यात होती. शिवाय दहाचं एक पुडकं–तिच्या व्यवहारातल्या अनुभवानं सांगितलं–एक्काहत्तर हजार रुपये! त्यासोबत एक चिठ्ठी होती.

तिनं चिठ्ठी वाचली–

'प्रिय कांती, माझ्या नितांत गरजेच्या वेळी तू मला ही मदत केली होतीस. तुझे ते उपकार कुठल्याही परिस्थितीत फेडणं शक्य नाही. हे पैसे सतारीचे कार्यक्रम करायला लागल्यावर मी तुला परत करणार होतो–तसा माझ्या मनाचा स्वतःशी केलेला निश्चय होता. आता वाटलं, नाही तरी बँकेत पैसे आहेतच–तेच द्यावेत. कृपया यांचा स्वीकार कर...'

यानं संबंध पूर्णपणे तोडून टाकले आहेत, तर!

तिला सर्वांगातलं त्राण निघून गेल्यासारखं वाटलं. ती कशीबशी लाऊंजमधल्या सोफ्यावर येऊन बसली. डोकं पूर्णपणे रिकामं झालं होतं.

ती अशीच किती वेळ बसली होती, कोण जाणे! हळूहळू ती भानावर आली. तिचे डोळे पाणावले. तिला आता कुठं आपली नेमकी काय अवस्था झाली आहे, याचं भान आलं.

तसाच आणखी थोडा वेळ गेला.

एव्हाना ती चांगलीच सावरली होती. तिचं मन एवढ्या अवधीत काय-काय घडलं, ते आठवू लागलं. आपण गलितगात्र झाल्याचं आठवून तिची तिलाच शरम वाटली. त्यानं मदत म्हणून घेतलेले पैसे परत दिले, एवढंच! त्यासाठी मी एवढं हताश का व्हावं?

ती पुन्हा बाहेर आली. बाहेरच्या व्हरांड्यात जमिनीवर नोटांचं पुडकं पडलं होतं. तिनं ते उचलून घेतलं. बेडरूममध्ये नव्यानं बनवलेल्या मजबूत तिजोरीचा दरवाजा उघडून तिनं ते पुडकं त्यात ठेवून दिलं. पुन्हा दरवाजा बंद करून विशिष्ट आकडे फिरवून तिनं कुलूप लावलं आणि पुन्हा त्याबाहेरचा दरवाजाही बंद केला.

हाय हिल्स शूज् घालून गाडीत बसून गाडी चालवताना तिच्या मनात आलं, बेंगळूर बँकेत ठेवलेल्या पैशांपैकी त्यानं एक्काहत्तर हजार रुपये काढले आहेत– आता तिथं एकोणतीस राहिले आहेत. कार्यक्रम आणखी एकवीस दिवसांनी आहे– तोपर्यंत एवढे पैसे पुरेसे आहेत! कार्यक्रमांचं मानधन विजय मिश्राला गेलं, तरी टी.व्ही. आणि आकाशवाणीचे पैसे तर मिळत राहतील! एका वर्षानंतर तर पैशाचा धो धो पाऊस कोसळेल! एवढा सगळा विचार केलाय् यानं! विजय मिश्राशी भेट घडवून सगळ्या गावांमध्ये कार्यक्रम ठरवण्याचा प्लॅन माझा! आणि हा मात्र एक्काहत्तर हजार रुपये माझ्या तोंडावर फेकून मोकळा झाला! बरंय्! मीही बघून घेईन! हा अपमान मी सहन करून गप्प बसणार नाही!–

◆

## १५

त्या दिवशी नेहमीप्रमाणे अनुप मडिकेरी रस्त्यावर पस्तिसाव्या मैलाच्या दगडापाशी कुंपण ओलांडून पंपहाऊसमध्ये महादेवीला भेटून माघारी आला, तेव्हा मादण्णा मोटारसायकलच्या हँडलवर हात ठेवून उभा होता. मादण्णा कुठल्या तरी अडचणीत सापडला असावा, असं वाटून अनुप त्याच्यापाशी गेला.

मादण्णा म्हणाला,

"कसलं काम केलं, रे, बाबा, तू! जातवाल्यांफुडं माजी काय लाज ऱ्हायली?"

हा आपल्याशी एकवचनी संबोधून बोलतोय्, याचा अनुपला संताप आला. तोंड सांभाळ, म्हणावंसं वाटलं, तरी त्यानं स्वतःला आवरून विचारलं,

"काय केलं मी?"

"का, रं? आता जाऊन आलास, न्हवं? तिनं न्हाय सांगितलं?"

"काय?"

"पोटूशी हाय म्हनून?"

अनुपच्या छातीत धडधडलं. असं काही घडलं, तर नेहमीच पुरुषाला दोषी समजतात–बायकांच्या त्यात काहीच दोष नाही, असं वाटतं सगळ्यांना! तो म्हणाला,

"नाही!"

"का, रं? ती पोटुशी हाय, ह्येच खोटं म्हन्तोस?"

त्याच्या तोंडाची उलटी आणणारी बिडीची दुर्गंधी अनुपच्या नाकावर येऊन आदळली. अनुपनं विचारलं,

"तर मग तिनं का सांगितलं नाही मला?"

"तुला... तुला... " मादण्णा क्षणभर घुटमळला आणि म्हणाला, "तुला न्हाय सांगितलं... पन मला तिनं सांगितलं न्हवं का! बाईमानूस! लाज वाटली असंल तुला सांगाया!–"

अनुपला वाटलं, कदाचित हेच खरं असेल! पाठोपाठ वाटलं, लाज कसली? आणखी किती तरी गोष्टी बोलत असते ती! बहुतेक याचाच चार पैसे उकळायचा

विचार दिसतो!

चार दमड्या तोंडावर फेकून मोकळं व्हायच्या विचारानं तो म्हणाला,

"गर्भार राहिली असेल, तर त्याला मी काय करू?"

"कुणाफुडं बोलतोस, रे? पोट वाडवलंस आन्, आता मी काय करू, म्हन्तोस?"

"प्रत्येक वेळी अमुक इतके पैसे देऊन व्यवहार चुकता केल्यावर माझी कसली जबाबदारी?"

"पैशे दिले, ते खाज भागवायला! पोट वाढवायला न्हवं! आता तिच्यासंगं तुला लगीन लावायला पायजे... "

"तिचं पोट आणखी कुणी वाढवलं असेल! मीच वाढवलं कशावरून?"

"का, रं? माजी ल्येक तुला काय बाजारबसवी वाटली व्हय!" माण्णाचा आवाज चढला. तो अनुपजवळ आला आणि त्यानं त्याचा दंड पकडला. त्याच वेळी मागच्या बाजूनं कुणी तरी येत असल्याचा आवाज ऐकू आला. अनुपनं मागं वळून पाहिलं. मादण्णासारखेच चार धटिंगण त्याच्याकडे येत होते. चौघंही जवळ आले आणि अनुपला घेरून उभे राहिले. नंतर त्यांतला एकजण मादण्णाकडे वळून चौकशी करू लागला,

"काय, रं? काय झालं? कोण हे पोरटं?"

त्या पाचहीजणांच्या तोंडातून येणारी बिडीची दुर्गंधी अनुपला घेरू लागली, तसं त्याच्या पोटात मळमळू लागलं. या सगळ्यांनी ठरवून आपल्याला घेरलंय, हे त्याच्या लक्षात आलं. सिनेमात दाखवतात, तसं या पाचहीजणांना लाथा-बुक्क्यांनी ढिश्यूं-ढिश्यूं मारून–बुलेट गाठून–एकशेवीस किलोमीटर वेगानं–

मादण्णा त्या माणसाला म्हणाला,

"काय सांगायचं, गिरण्णा! मी भायेर गेल्यावर हे पोरटं चोरागत माज्या घरात शिरलं आन् माज्या मादेवीला लगीन करून म्हनून सांगून तिचं पोट वाढवलंय् बग! आता लगीन कर म्हटलं, तर म्हन्तोय्, बाजारबसवीनं कुणाकडून पोट वाडवून घेतलं, मला काय ठावं!"

"अरे! आपल्या मादेवक्काला यानं फसवलं? अरे, निष्पाप कोवळी पोर ती! यानं तिला असं केलं?" त्या चौघांपैकी एकानं चेहऱ्यावर नैतिकतेचं आवरण बळेच आणत म्हटलं. पाठोपाठ इथल्या इथं शिक्षा करायला सज्ज झाल्याप्रमाणे खाकी निकरवर गुंडाळलेली लुंगी उचलून त्यानं निम्मी करून कमरेला कसली.

"गरिबाच्या पोरी म्हणजे काय वाटलं यांना?" म्हणत दुसरा सरसावला. खाकी निकरवर लुंगी नसल्यामुळं ती दुमडायचा प्रश्नच नव्हता.

तिसराही मारामारीसाठी सज्ज झाल्याप्रमाणे छाती रुंदावून उभा राहिला.

चौथा भावनिक उमाळा आणत म्हणाला,

"आरं, आईच्या माघारी पोरीला कशी तळहातावरच्या फोडागत जपली, रं, तू! काय झालं, रं, हे!-"

काही तरी करून इथून शक्य तितक्या लवकर इथून पळून जायला पाहिजे, याची जाणीव अनुपच्या मनात पुन्हा तीव्र झाली. तो वेगानं तिथून पळाला, जीनच्या खिशातली चावी झटक्यासरशी बुलेटला लावून त्यानं जोरानं किक् मारली. पण तेवढ्या अवधीत ते चौघेही धावत आले आणि झडप घालून त्यांनी त्याला खेचलं. अनुप जमिनीवर आदळला. बुलेटही जमिनीवर पडली. तिघांनी अनुपवर झेप घेतली. त्यांपैकी गिरण्णा म्हणाला,

"–पळून जातोस काय! उचला याला! बांधून घालू या -"

त्याच्या सूचनेसरशी तिघांनीही त्याला उचलून उभं केलं. एकानं आपल्या पिशवीतून दोरी बाहेर काढली. सगळ्यांनी मिळून त्याचे दोन्ही हात करकचून बांधले आणि 'चल - चल -' म्हणत हाकलत ते त्याला मादण्णाच्या झोपडीच्या दिशेन नेऊ लागले. आपल्याला महादेवीच्या पुढ्यात बांधून आपला अपमान करतील, असं अनुपला वाटू लागलं. पैसे घेत असली, तरी महादेवी त्याच्याशी प्रत्येक वेळा प्रेमाच्या गप्पा मारायची. 'आठवड्यात एकदा तरी तुमी याच! न्हाय तर माझा जीव इवला-इवला होतोय्, बगा!–' म्हणायची. मी जायला निघालो, की दिसेनासा होईपर्यंत दारात इभी राहून बघायची. माझा अपमान ती सहन करेल काय? नाही–

या विचारानं त्याला थोडं हायसं झालं.

एव्हाना अंधार पडायला सुरुवात झाली होती. चढावरून खाली पाहिलं, तर पंपहाऊस आणि महादेवीची झोपडी अस्पष्ट दिसत होती.

पण त्या चौघांनी त्याला तिकडं न नेता उजव्या बाजूला वळवून तिथल्या फणसाच्या झाडापाशी नेलं आणि हातांना बांधलेल्या दोरीनं त्याच्या पायांना वेढे देऊन त्यांनी त्याला झाडाला बांधून ठेवलं. गिरण्णानं चड्डीच्या खिशातून बिडी-बंडल बाहेर काढलं आणि सगळ्यांना एकेक बिडी दिली. एका काडीनं सगळ्या बिड्या पेटवून दिल्यावर त्यानं आपल्या बिडीचा झुरका घेतला.

दोरी बांधलेल्या जागी अनुपच्या हातांना आग होत होती. पायांनाही दोरी काचत होती. समोरची महादेवीची झोपडी आणि पंपहाऊस हळूहळू अंधारात दिसेनासं होत होतं. आणखी पाच मिनिटांत ते पूर्णपणे अंधारात दिसेनासं होईल! नंतर यांनी मला ठार करून फेकून दिलं, तर कुणाला पत्ताही लागणार नाही!–

अनुप त्यांना गयावया करत म्हणाला,

"मला सोडा! कशाला मला असं बांधून ठेवलंय् तुम्ही? पाहिजे तर मी आणि मादण्णा बोलून काय ठरवायचं, ते ठरवू."

"मादण्णाशी बोलनार? मग बोल की! मादण्णा, तू काय म्हनतोस, बाबा?' लुंगी गुंडाळलेला म्हणाला.

'मी काय बोलनार? तूच सांग काय, ते–' मादण्णानं सगळंच त्याच्यावर सोपवलं.

पाचही जणांनी आपापल्या विडीचा दीर्घ झुरका घेऊन एकमेकांकडे पाहिलं.

नंतर गिरण्णा त्याच्याजवळ आला. अनुपच्या चेहऱ्यावर नजर रोखत म्हणाला,

'एवढी चांगली पोर नासवलीस, भडव्या!-'

"मी नाही! मादण्णानंच एका वेळचे पन्नास रुपये घेऊन मला तिच्याकडे नेलं!-"

"मादेवाची आण घेऊन सांगतो, कण्णण्णा! मी कशाला असलं काम करू? असं–भू-माय मला पोटात घील असल वंगाळ काम केलं, तर!-" म्हणत त्यानं आपल्या दोन्ही गालफडांत मारून घेतलं.

"ए पोरा! पुन्ना म्हण तर खरा–हितंच जीव घेतो, बग, तुजा! बाप लेकीला असलं काम करायला लावील काय! आदी पोरीला नासवलीस आन् आता बापाला भडवा म्हनतोस व्हय!" गिरण्णा दरडावल्याच्या स्वरात म्हणाला.

एव्हाना पूर्णपणे अंधार पसरला होता. एकमेकांचे चेहरे दिसणंही शक्य नव्हतं. अखेर त्या तिघांपैकी एकजण म्हणाला,

"जाऊ दे, गिरण्णा, आता बिगीनं काय सांगायचं, ते सांग आन् हो बग मोकळा!" त्याला जायची घाई झाली होती.

गिरण्णानं 'हं-' म्हणताच मादण्णा म्हणाला,

"कुत्रं शिवल्यालं मडकं कुत्र्याच्या गळ्यात बांधायला पायजे! हा तिच्याशी लगीन करू दे आन् तिच्या पोटातल्या पोराला तिच्यासंगं सांभाळीन म्हणून शब्द देऊ दे! म्हन्जी माजं काय बी म्हननं न्हाय!"

अनुपच्या पोटात आता भलामोठा खड्डा पडला. पोरीला धंद्याला लावून त्या पैशानं आपलं दारूचं व्यसन भागवणारा रास्कल हा! यानं आपल्याला कसल्या अवघड पेचात पकडलंय्! आता होकार देऊन पळून गेलं, तर? पण त्यांनी लग्न होईपर्यंत इथंच डांबून ठेवलं तर?

"मग काय म्हननं हाय?" गिरण्णानं विचारलं.

"घरी आई-वडलांना विचारायला पाहिजे! नाही तर ते घरात घेणार नाहीत!-" अनुप उत्तरला.

"तुज्या आईला विचारणार? तुज्या आईचं कुणी असं पोट वाढवून नंतर घरी इचारायला पायजे म्हटलं, तर तू काय करशील, रे?"

उशीर होत असलेला पुन्हा म्हणाला,

"आता ते सगळं कशापायी पायजे? काय सांगायचंय्, ते सांग की बिगीनं!"

काही क्षण शांततेत गेले. विचार केल्यासारखं करत गिरण्णा म्हणाला,

"पंचवीस हजार रुपये दे, म्हणजे पुरे झालं! लगेच सोडून देतो. पोरीचं पोट पाडाया पायजे–तिचं लगीन लावून द्यायला पायजे–तू नाशिवलीस, तिला सुद्ध नको करायला?"

हा सगळा पैसे उकळायचा प्रकार आहे, हे आता अनुपच्या लक्षात आलं होतं. आपण यांना पाचशे देऊ शकू–फार फार तर हजार. आगदी मोटारसायकल विकली, तरी पंधरा हजार येतील! काही तरी सांगून इथून सुटका करून घ्यायचं त्यानं ठरवलं. खिशात साडेतीनशे असल्याचं आठवलं. आपण पळायचा प्रयत्न करायला नको होत! आता जर उरलेले पैसे नंतर आणून देईन, म्हटलं तर हे विश्वास ठेवणार नाहीत!

तो काहीही न बोलता तसाच राहिला.

गिरण्णाच पुन्हा म्हणाला,

"हं! एवड्याला तूबी गप ऱ्हा, मादण्णा!"

"पन लाज ग्येली, ती माघारी येईल काय, भाऊ?"

त्याच वेळी थोड्या अंतरावरून कुणी तरी 'ए मादण्णा–अरे ए मादण्णा–' म्हणून हाक मारल्याच ऐकू आलं. सगळ्यांचे कान टवकारले गेले. पुन्हा तीच हाक ऐकू आली. मादण्णा घाबरा होऊन उद्गारला,

"आमचं सावकार आलं, वाटतं!"

गिरण्णा म्हणाला,

"तूच जा तिकडं आन् काय बोलायचं, ते बोलून ये..."

अनुपनं क्षणही न दवडता ओरडला,

"हेल्प! प्लीज हेल्प! हेल्प मी..."

मालकाचा आवाज आला,

"कोण आहे? कुठं आहे?..."

"फणसाच्या झाडापाशी! प्लीज हेल्प..."

परिस्थितीनं पल्टी खाताच चौघांनीही तिथून काढता पाय घेतला.

मादण्णा त्यांना म्हणाला,

"अरं, नका जाऊ पळून! सावकारांच्या म्होरंच न्याय मागू या..."

सावकार त्याच दिशेला येत असल्याचा आवाज ऐकू येऊ लागला. अंधारात सरावलेल्या डोळ्यांना सावकारांची अस्पष्ट बुटकी आकृती दिसली. अंगावर पँट-बुशशर्ट-जाड देह जवळ आल्यावर लक्षात आलं–पंचेचाळिशीचं वय असावं.

जवळ गेल्यावर त्यांनाही कुणाला तरी झाडाला बांधून ठेवल्याच दिसल. त्यांनी

दरडावून विचारलं,

"व्हॉट इज धिस्?"

"मी चोर नाही! मादण्णा आणि या चौघांनी मला पकडून बांधून ठेवलंय्-" अनुप कळवळून म्हणाला.

"तिकडं आहे, ती मोटारसायकल तुमची आहे?" त्यांनी विचारलं.

"होय..."

"ए! सोड बघू त्यांना! काय चाललंय् इथं?" मालकांनी आवाज चढवून विचारलं.

"मादण्णाच्या पोरीचं यानं पोट वाडिवलंय्! लगीन लाव तिच्यासंगं, म्हनून बांधून ठेवलंय्! तुम्हीच न्याय करा, सावकार!"

"वॉट इज धिस्?" त्यांनी अनुपला इंग्लिशमध्ये विचारलं.

"हे खोटं आहे! तिचा बापच तिच्यासाठी गिऱ्हाइकं आणतो! ती कुणापासून गर्भार राहिली, ते मला ठाऊक नाही!..."

"तुम्ही कोण? इथं काय करता?"

"विद्यार्थी... इंजिनीअरिंग कॉलेजचा..." अनुपनं पटकन जीभ आवरली. आणखी तपशील देणं धोक्याचं असल्याचा इशारा त्याच्या अंतर्मनानं दिला.

"येत होता, वाटतं तुम्ही पण मोटारसायकलवरून तिच्याकडं!"

यावर अनुप अवाक्षर बोलला नाही. त्यांनी क्षणभर त्याच्याकडे रोखून पाहिलं आणि ते म्हणाले,

"आई-बाप शिकायला पैसे पाठवतात आणि तुम्ही मस्ती जिरवायला असले उद्योग करता?-"

नंतर मादण्णाकडे वळून ते ओरडले,

"हलकटा! पगार देऊन मळा राखायला ठेवलं, तर भडवेगिरी करतोस? पोलिसांना कळालं, तर मला कटकट होईल! आजच्या आज तुझ्या मुलीला घेऊन इथून काळं कर! तुम्ही कोण इथं गुंडगिरी करायला आला?"

त्या चौघांपैकी कुणीही काही बोलल नाही.

"कोण, रे, हे?..." त्यांनी मादण्णालाच पुन्हा विचारलं.

"आमच्या गावचेच जी! जेडीहळ्ळीचे-" मादण्णानं उत्तर दिलं.

"कोण, रे, तुम्ही? नावं काय तुमची?" त्यांनी पुन्हा विचारलं.

कुणीही काही बोललं नाही. त्यांनीच पुढं होऊन अनुपचे हात-पाय सोडले. आता कुठं अनुपच्या जिवात जीव आला.

आता सावकारांचा आरडा-ओरडा सुरू झाला,

"मडिकेरीहून म्हैसूरला परतताना मळ्यावर चक्कर मारून जाऊ या, म्हणून

आलो, तर इथं हा सगळा प्रकार! आताच्या आता इथून गेलास, तर ठीकाय्! नाही तर बघ तू...''

आपण शक्य तितक्या लवकर इथून हललो नाही, तर सावकार आपली अधिकच खोलात चौकशी करतील, हे अनुपच्या लक्षात आलं. सावकारांचा आरडा-ओरडा सुरू असतानाच त्यांची नजर चुकवून त्यानं अंधारात काढता पाय घेतला. पायांतले बूट आणि अंगावरच्या जीन-पँटविषयी त्याला अभिमान वाटला. बुलेटची चावी जागेवरच होती. त्यानं काही अंतरापर्यंत बुलेट लोटत नेली. अजूनही सावकारांचा आरडा-ओरडा लांबून ऐकू येत होता. त्यानं किक् मारताच गाडी सुरू झाली–व्वा! बुलेट, म्हणजे बुलेट! त्याला आपल्या गाडीचा अभिमान वाटला. क्षणार्धात त्याचा गेलेला आत्मविश्वास माघारी आला. बघता बघता गाडीनं वेग पकडला. ऐंशी-नव्वद-शंभर–आता कोण येणार आहे पकडायला? सावकारांची कार आली, तर? पण कार बुलेटच्या वेगानं धावण शक्यच नाही! महादेवी सांगत होती–सावकार म्हैसूरचे आहेत. तिथं त्यांचं कापडाचं दुकान आहे–फक्त रेशमी कापडाचं! अजूनही तिथंच उभे असतील आरडा-ओरडा करत! त्यांची कार माझ्या बुलेटच्या वेगाशी स्पर्धा करणं शक्यच नाही!–

म्हैसूर जवळ आलं. आता हॉस्टेलवर जाऊन जेवण करण त्याला नको वाटलं. काही वेळ तरी स्वतःशी एकटंच राहावंसं वाटलं. रॉयल बँक्वेटला अधून मधून जायची त्याची सवय होती. आताही त्यानं बुलेट तिकडे वळवली. स्कॉच आणि तिखट भजी आधी मागवून त्यानं नंतर जेवण मागवायचं ठरवलं. त्याही आधी त्यानं बर्फ घातलेलं थंडगार पाणी मागवून घेतलं. त्याच्या घशाला कोरड पडली होती.

स्कॉचचे चार घोट पोटात गेल्यावर विस्कटलेलं मन थोडं–फार ताळ्यावर आलं. घडलं, ते सार त्यानं पुन्हा संगतवार आठवून पाहिलं. वेळेवर सावकार आले नसते, तर काय गत झाली असती? पंचवीस हजार मागत होते साले! ओढून धरलं असतं, तर कितीपर्यंत उतरले असते, कोण जाणे! आपण सुरुवातीलाच खिशातले साडेतीनशे रुपये देऊन मोकळे झालो असतो आणि उरलेले नंतर देतो, म्हणून सांगितलं असतं, तर काय झालं असतं? की त्यांच्यापैकी एकाला बरोबर घेऊन जाऊन वाटेत उतरवून दिलं असतं, तर? किंवा त्याला थेट पोलीस-स्टेशनला घेऊन गेलो–

छेः! छे! पोलिसांकडे जाणं काही योग्य झालं नसतं. पोलिसांकडे प्रकरण गेलं, की ते खोलात जाऊन चौकशी सुरू करणार! नकोच ते–

पण सावकार येण्यापूर्वीची आपली अवस्था आठवली, की त्याच्या जिवाचा थरकाप उडत होता.

हलकट लेकाचा मादण्णा हरामखोर निघाला! वेळच्या वेळी त्याला ते म्हणेल तेवढे पैसे दिले होते त्याच्या पोरीसाठी! अनिता होतीच–अजूनही आहे! मी का गेलो या खेडवळ पोरीपाशी तेही पैसे देऊन! तो स्वतःशी विचार करू लागला.

ही अनितापेक्षा थोडी उजळ आहे, एवढंच–पहिल्यांदा जायच्या आधी ते तरी कुठं ठाऊक होतं, म्हणा! मग मी का तिथं गेलो? नेमकं कारण समजत नाही. फक्त अनिताचा कंटाळा आला–चेंज म्हणून–किंवा एखादी पर्यायी व्यवस्था असणं नेहमीच चांगलं! शिवाय अनिताचं सान्निध्य म्हटलं, की साडेसातनंतर गावाबाहेर कुठल्या तरी जंगलात–काटेकुटे–दगडधोंडे–मुंग्या–माश्या–क्वचित कधी तरी एखाद्या हॉटेलमधली खोली! पण खोली मिळून खोट्या नावानं तिथं दाखल होईपर्यंत सतत भीती! मादण्णाच्या झोपडीत मात्र कसलीही भीती नाही–कसलंही दडपण नाही–या सगळ्यासकट महादेवीमध्ये स्वतःचं असं आकर्षण नसतं, तर आपण तिथं वरचेवर गेलो नसतो–तिनं का आपण गरोदर असल्याचं सांगितलं नसेल? हे सगळं प्रकरणच खोटं असेल किंवा मी निरोध वापरत असल्याचं तिला ठाऊक असल्यामुळं त्याची जबाबदारी माझी नाही, या न्यायबुद्धीनं ती काही बोलली नसेल? एवढं सगळं बापापुढं सांगायची लाज वाटून ती गप्प राहिल्यामुळं मादण्णाचाही गैरसमज झाला असेल?–

हा मादण्णा! पैसा वसूल केल्यावर आणखी कसलीही जबाबदारी नाही, हा व्यवहाराचा मूलमंत्रच न मानणारा बदमाश!–

समोरचा ग्लास रिकामा झाला होता. बेअरा समोर येऊन उभा राहिला.

घडलेलं सगळं कुणापुढं तरी सांगावंसं वाटतं होतं–पण ते शक्य नाही, हेही कळत होतं. काहीही झालं, तरी आपण पैसे देऊन वेश्येकडे जात होतो, हे कबूल करण्यात फारसा शहाणपणा नव्हता. एखादी गर्ल-फ्रेंड आपण होऊन मागं लागून आली, म्हणून सांगायची गोष्ट वेगळी! त्यामुळं त्यानं जग्गू किंवा ओमीच्या पुढ्यातही हा विषय काढला नाही.


दुसऱ्या दिवशी कॉलेजमध्ये अनिताला पाहताच तो अस्वस्थ झाला. त्यानं मनोमन निश्चय केला, यानंतर कधीही एकटा किंवा अनितासह मडिकेरी रस्त्याला जायचं नाही–

त्या दिवशी संध्याकाळी तिला बरोबर घेऊन तो तिरुमकूडल रस्त्याला जाऊन आला. दुसऱ्या दिवशी संध्याकाळी ओमी–जग्गूच्या घरी जाऊन जेवण करून गप्पा मारून आला. त्यानंतर मात्र फणसाच्या झाडाला बांधून जो अपमान करण्यात आला होता, तो सर्व नाहीसा झाला.

◆

मध्ये चार दिवस गेले.

पाचव्या दिवशी सकाळी अकरा वाजता तो वर्गात बसला होता. प्राध्यापक गंभीरपणे शिकवत होते. त्याच वेळी कॉलेजच्या प्यूननं त्यांना एक चिठ्ठी आणून दिली. ती वाचत प्राध्यापकांनी अनुपला हाक मारली. तो उभा राहताच त्यांनी सांगितलं,

"तुम्हांला कुणी तरी बोलावलं आहे. आता मी जाण्यासाठी परवानगी देतो– पण त्यांना बजावून सांगा, यानंतर वर्ग सुरू असताना मध्ये बोलवायला यायचं नाही! समजलं!"

अनुपलाही आपल्याला कोण भेटायला आलं असेल, याची काहीच कल्पना येईना. कॉरिडॉरमध्ये एक तिशीचा माणूस उभा होता. खादीची पँट-बुशशर्ट, पायांत पंप शूज्, बारीक मिशा, हातात हेल्मेट, डोळ्यांवर गॉगल–पाहताक्षणीच नव्या पिढीचा राजकारणी असल्याचं लक्षात येत होतं. उंची साधारण पावणे सहा फूट होती. सतत सिगारेट ओढल्यामुळं डाग पडलेले ओठ–तो म्हणाला,

"काय? तुम्हीच काय ते अनुप रवींद्र?"

ओळख न पटल्यामुळं अनुप तसाच पाहत राहिला. आगंतुकानं खूप वर्षांचा मित्र असल्याप्रमाणे अनुपचा हात धरला आणि 'नाही ओळखलं? आठवून बघा!– अजून प्रयत्न करा–' म्हणत त्याला कॉलेजच्या प्रमुख गेटापाशी घेऊन गेला. तिथं मोटारसायकल उभी होती. अनुपला डबलसीट बसायला सांगून तो गाडी सुरू करू लागला.

अनुपला काय वाटलं, कुणास ठाऊक! तो म्हणाला,

"तुम्ही कोण आहात, ते मला ठाऊक नाही. मग मी कशाला तुमच्या मागं बसू?"

"तर मग तुमची मोटार-बाईक घ्या–एम् सी टी ३४६५–मग तर झालं?"

"कुठ जायचं? मी का येऊ तुमच्याबरोबर? तुम्ही कोण मला बोलावणारे? मी येत नाय जा–" अनुपनं त्याचं निमंत्रण आता सरळच धुडकावलं.

त्याच वेळी काही अंतरावर वाट पाहत असल्याप्रमाणे उभा असलेला आणखी एक धटिंगण धावत त्या दोघांपाशी आला आणि अनुपला पळता येऊ नये, अशा प्रकारे उभा राहिला. पहिल्या आगंतुकानं काहीही घाई नाही, अशा थाटात सांगितलं,

"मी कोण, ते सांगतो ऐक! मी सिंगरवल्ली ग्रूप ग्रामपंचायतीचा चेअरमन आहे! आमच्या ग्रूपमधल्या सगळ्या गावांमधल्या प्रजेचं रक्षण करणं हे माझं काम आहे. मादण्णाच्या पोरीचं पोट वाढवलंस, ते वाढवलंस! पंचवीस हजारांचं सेटलमेंट करून तिथून चोरासारखा पळून आलास होय! तू शेण खाल्ल्यामुळं बिचाऱ्या मादण्णाला त्याच्या सावकारानं नोकरीवरून काढून टाकलं! बिचारा

मादण्णा आणि त्याच्या गर्भार पोरीवरच्या अन्यायाला वाचा फोडायला मी आलोय्! मुकाट्यानं पन्नास हजार रुपये दे आणि मोकळा हो! नाही तर या कॉलेजमध्ये तुझी काय गत होईल, ठाऊक आहे? मॅनेजमेंट–कमिटीचे गुरप्पगौडा आमच्यापैकी आहेत, हे विसरू नकोस!''

अनुपलगत उभा असलेला दुसरा माणूस त्याच्या प्रत्येक बोलण्यावर हुंकार देत होता.

अनुपच्या मानेपाशी घामाची बारीक धार लागली. त्या दिवशी पंचवीस हजार म्हणाले होते–आज तोच आकडा पन्नास हजारांवर गेला आहे! त्यानं स्वतःला सावरत ठरवलं–आपणही घाबरता कामा नये! मग यातून मार्ग–त्याच्या मनानं विजेच्या वेगानं निर्णय घेतला–मला यातलं काहीही ठाऊक नाही–ब्लॅकमेल करून पैसे उकळवण्यासाठी हे आले आहेत! असा स्टँड घ्यायचा!–

त्यानं आवाज चढवून

''काय, हो! कॉलेजमध्ये येऊन गुंडगिरी करता?–'' विचारलं आणि मागं वळून कॉलेजकडे चालू लागला.

दुसऱ्या माणसानं झटकन अनुपला घट्ट पकडलं. सावध असलेल्या अनुपनं त्याच्या मनगटावर दात रोवले आणि पकड ढिली होताच गेटच्या दिशेला धावत तिथं असलेल्या विद्यार्थ्यांना हाक मारली,

''हेल्प! प्लीज हेल्प!-''

हाकेसरशी मुलं धावत तिथं आली. ती येताहेत, हे दिसताच 'कॉलेजमध्ये गुंडगिरी करायला आलाय्–' म्हणत त्यानं चेअरमनला दोन ठोसे लगावून दिले. भोवताली मुलं जमलेली पाहून दुसरा माणूस मुकाट्यानं उभा राहिला.

चेअरमननं अनुपकडे रोखून पाहिलं त्यानं काही तरी ठरवलं आणि मुकाट्यानं खिशातली चावी मोटारसायकलला लावून त्यावर बसला. तो दुसरा माणूसही मागच्या सीटवर बसला. गुड-गुड आवाज करत मोटार-सायकल तिथून निघून गेली.

भोवताली जमलेल्या मुलांनी अनुपला विचारलं,

''व्हॉट हॅपन्ड, अनुप? व्हाय?''

शत्रू पळून गेल्याच्या आनंदात उभा असलेल्या अनुपला आता या प्रश्नाचं उत्तर द्यायला अवघड गेलं.

''अरे, फालतू गावठी लीडर ब्लॅकमेल करायला आला होता स्साला!'' अनुप तुच्छतेनं म्हणाला.

''पण ब्लॅकमेल कशासाठी?'' मेकॅनिकलच्या जयराजनं विचारलं.

''ब्लॅकमेलसाठी काय ठरावीक कारण असतं?–'' अनुप त्याला उडवून

लावत म्हणाला.

"असतं. कॉलेजच्या मुलांना घाबरवण्यासाठी बहुतकरून सेक्स-स्कँडल पुढं करतात!-" जयराजचा सहपाठी हनुमंतप्पा म्हणाला.

"तसंच एक काही तरी नॉन्सेन्स!" अनुप इकडं तिकडं बघत म्हणाला.

"अस्सा मुद्द्यावर ये!"

"काय केलंस, आम्हांलाही सांग, बाळा!-" बाकीची मुलं म्हणाली.

"कितीही गुंड येऊ देत! आम्ही तुला मदत करू! नाही तर विद्यार्थ्यांची एकी कुठं राहिली?"

"खरं सांग! आम्हांलाही ठाऊक असलेलं बरं!–" जयराज म्हणाला.

अनुपन मनोमन निश्चय केला–कुठल्याही परिस्थितीमध्ये आपण इथं काहीही सांगता कामा नये! तो म्हणाला,

"ब्लॅकमेल करणं म्हणजे कुठल्याही आधाराशिवाय एखाद्याकडून पैसे उकळणं! दमदाटीच्या जोरावर! आज आपण त्यांना जोरात विरोध केला, की ते इतर मुलांना ब्लॅकमेल करायचं धैर्य करणार नाहीत! दॅट इज दी सेंट्रल पॉईंट!-"

हे ऐकताच मुलांच्या अंगातही वीररसाचा संचार झाला. त्या सगळ्यांनी एक सुरात 'आम्ही तुझ्याबरोबर आहोत–घाबरू नकोस, दोस्ता!–' म्हणत अनुपला पाठिंबा दिला. नुकत्याच मुंबईहून प्रसिद्ध झालेल्या 'एक आवाज' सिनेमातही हीरोचे मित्र त्याला अशाच प्रकारे पाठिंबा देतात, हे त्यांनी पाहिलं होतं. पाठोपाठ अनुपनं काय केलं, याऐवजी त्याच सिनेमाचा हीरो अमितकुमारच्या डायलॉग टाकायच्या स्टाईलकडे सगळ्यांचं लक्ष गेलं.

हा चेअरमन नाव काय त्याचं? त्यानं सांगितलं नाही आणि आपणही विचारलं नाही–पुढं काय करेल? या विचारानं अनुप अस्वस्थ होत होता. अनुप–कॉलेजचा स्पीडकिंग!–बुलेट वेगानं पळवत वेश्येकडे जात होता, हे कॉलेजमध्ये समजलं तर?–

अनुपनं आपली पुढची चालही ठरवली–मला काहीही माहीत नाही–ही माणसं पैशासाठी असं करताहेत–त्या पुढाऱ्याला मी मारलं, याच कारणासाठी–पाहिजे तर त्यासाठी पाच मुलांची साक्ष देता येईल–मार खाऊन पळून जावं लागलं–त्या रागापोटी त्यानं खोटंनाटं उठवलंय्!–

स्वतःच्या रक्षणाची वैचारिक व्यवस्था होताच अनुपला गाढ झोप लागली.

दुसऱ्या दिवशी दहा वाजता तयार होऊन तो हॉस्टेलच्या कँटीनमध्ये धावत जाऊन पोहोचला, तेव्हा तिथली नाश्त्याची वेळ संपली होती. गार उप्पीट आणि इडली गप-गप कोंबून निदान तिसऱ्या वर्गाला तरी हजर राहावं, म्हणून तो धावत

निघाला. तिसरा वर्ग सुरू झाला. मनात थोडं धैर्य निर्माण झालं होतं. त्यानं मनात ठरवलं–कुणी चिठ्ठी पाठवली, तरी जाम जायचं नाही! पण कुठलीही चिठ्ठी आली नाही. घाबरलाय् रास्कल! त्यानं संध्याकाळी अनिताबरोबर उटीच्या रस्त्याला जायचं ठरवलं. पण दुसरे दिवशी टेस्ट असल्यामुळं तिनं नकार दिला. परीक्षा म्हटली, की ही घाबरून जाते! तिच्या अपेक्षेपेक्षा एक मार्क कमी पडला, की डोळे पाण्यानं तुडुंब भरतात! मार्क्सचा हिचा मोह, बायकांना दागिन्यांचा मोह असतो, तसा आहे! अखेर तो हॉस्टेलवरच्या बॅडमिंटन-कोर्टवर गेला.

रात्री नेहमीच्या वेळी गाढ झोप आली.

दुसऱ्या दिवशी लवकर उठून, सगळं आवरून नऊला दहा मिनिटं कमी असतानाच तो वर्गावर गेला, तेव्हा त्याच्या वर्गातल्या रेवण्णानं त्याच्याजवळ येऊन त्याला विचारलं,

"तू कॉलेजच्या मेनगेटपाशी गेला होतास?"

"नाही. का?"

रेवण्णाही परगावचा होता. तो चित्रदुर्गचा असला, तरी हॉस्टेलऐवजी आपल्या काकांच्या घरी राहून दररोज सायकलवरून कॉलेजला जायचा. त्यानं सांगितलं,

"गेटापाशी पन्नासेक माणसं सत्याग्रहासाठी बसली आहेत. बोर्डस् लिहिले आहेत–कुठल्याशा मुलीला गर्भार केलंय्- स्पीडकिंग अनुप रवींद्रनं तिच्याशी लग्न केलं पाहिजे–पांढऱ्या कागदावर मोठ्या-मोठ्या लाल अक्षरांनी लिहून टांगून ठेवलं आहे!"

अनुपच्या डोक्यात अंधार पसरल्यासारखा झाला. आपण जमिनीवर कोसळू, असं त्याला वाटू लागलं. स्वतःला कसा-बसा आवरून तो भोवताली पाहू लागला, तेव्हा आणखी पंधरा-वीस विद्यार्थी-विद्यार्थिनी सभोवताली जमले होते. कुणीही त्याच्याकडे बोट करून काही बोललं नाही किंवा खुणा केल्या नाहीत. यांतली निम्मी मुलं गावाकडून आली होती. त्यामुळं सत्याग्रहाचं ठाऊक असणार, हे नक्की!

आता काय करायचं? अनुपचं डोक भ्रमिष्टासारखं झालं होतं. या चेअरमनच्या बच्च्यानं त्याला कल्पनाही करता येणार नाही, अशा खोड्यात त्याला अडकवलं होतं!

त्याच वेळी प्राध्यापकही तिथं आले. अशी मुलांची झुंड वर्गाबाहेर–कॉरीडॉरमध्ये उभी राहिली, की त्यांचं डोकं फिरत होतं. प्राध्यापक एन्. एल्. अत्यंत संतापी म्हणून प्रसिद्ध होते. त्यामुळं सगळे मुकाट्यानं वर्गात शिरले. काय करावं, ते न सुचून अनुपही वर्गात शिरला. एन्. एल्. ही गावातूनच येत असल्यामुळं त्यांनीही

सत्याग्रह आणि पोस्टर्स पाहिली असतील, हे त्याला ठाऊक होतं. त्यामुळं वर्गात बसायची एकीकडे भीती वाटत असली, तरी दुसरीकडे बाहेरच्या इतर मुलांना तोंड द्यायचंही भय वाटत होतं. सरांना 'धिस इज माय पर्सनल मॅटर-' म्हणून सांगून गप्प बसवता येईल काय? मग तो सत्याग्रह आमच्या कॉलेजच्या दारात कशासाठी– म्हणून त्यांनी वाद घातला, तर?

प्राध्यापकांनी इतरांबरोबर त्याचं नाव पुकारलं, तेव्हा त्यानं स्वतःची हजेरी दिली. त्यांनी त्याच वेगात पुढची नावं पुकारली आणि यथावकाश अभ्यासाचा पुढील भाग शिकवायला सुरुवात केली. अनुपनं हलकेच निःश्वास सोडला.

सर शिकवत होते. अनुपचं मन मात्र गेटपाशी चाललेल्या सत्याग्रहाविषयी आणि तिथं लावण्यात आलेल्या पोस्टर्सचा विचार करण्यात गढून गेलं होतं. अजून तिथं घोषणा सुरूच असतील काय? कॉलेजची इमारत, ऑफिस, युनियन-रूम, लायब्ररी, सिव्हिल डिपार्टमेंट–त्यात ही खोलीही अगदी पश्चिमेला आहे. लाऊडस्पीकर- होय. काही तरी गोंधळ ऐकू आल्यासारखा वाटतो. तेच ओरडत असतील काय?–

नाही तरी हे इंजिनीअरिंग शिकून काय फायदा? त्यापेक्षा ममीचा गार्मेंट- बिझनेसच नीट वाढवला, तर? सगळे मारवाडी एवढा बिझनेस करतात! ते कुठं इंजिनीअर–एम्.बी.ए. शिकलेले असतात? इथून थेट हॉस्टेलवर जायचं–सामान पॅक करून इकडच्या लहान गेटातून बाहेर निघून जायचं. तिकडं बसू दे त्यांना हवं तेवढं कोकलत!

पण काही वेळातच आपल्या या पलायनवादी विचाराची त्याला शरम वाटली. त्याला दोड्डप्पांनी सांगितलेली एक गोष्ट आठवली. महाभारतात एका ठिकाणी येतं, विदुर दुर्योधनाला एका प्रसंगी सांगतो, कुलासाठी एका व्यक्तीचा त्याग करावा लागला, तरी केला पाहिजे–गावासाठी एका कुळाचा–देशासाठी एका गावाचा त्याग करावा लागला, तरी केला पाहिजे! पण आत्म्याला जाणवलेल्या सत्यासाठी संपूर्ण विश्वच सोडायला माणसानं तयार झालं पाहिजे. याचाच अर्थ आधुनिक जगाच्या दृष्टीनं गांधीजींनी असा सांगितला, म्हणे, हे खरं नाही, असं स्वतःच्या आत्म्याला वाटलं, तर व्यक्तीनं ते मोठ्यानं सांगितलं पाहिजे! हीच खरी सत्याग्रहाची शक्ती आहे–भारतीयांच्या मनात ही शक्ती वाढली पाहिजे!–हो–आठवलं,

त्यजेत् कुलार्थे पुरुषम्। ग्रामस्यार्थे कुलं त्यजेत्।
ग्रामं जनपदस्यार्थे। आत्मार्थे पृथिवीं त्यजेत्।।

दोड्डप्पांनी हा श्लोक तोंडपाठ करून घेतला होता. मीही तो किती तरी वेळा डिबेटमध्ये वापरला होता. या कॉलेजमधल्या डिबेटमध्ये मी का भाग घेत नाही? भाग घेऊन ही असली चार कोटेशन्स दिली, तर पहिला नंबर कुठंही जाणार नाही!– त्या पन्नास जणांना तिकडं कंठशोष करू द्या–आपण इकडं प्रिन्सिपॉल–

साहेबांना मला यातलं काहीही ठाऊक नाही, म्हणून सांगून हात झटकायचे. त्यांनी काय माझे महादेवीबरोबर फोटो काढून ठेवले असतील? त्यापेक्षा पैशासाठी असा-असा त्रास देताहेत, अशी मीच पोलिसांत तक्रार केली, तर? नाही तरी पोलीस ओळखीचे आहेतच. डॅडींना कळवून बेंगळूरहून फोन करायला लावला, की हे आपला तंबू गुंडाळून-तंबू टाकलाय्, की तसेच बसलेत, कोण जाणे!

एवढ्यात डिपार्टमेंटचा शिपाई आत आला-त्याच्या हातात चिठ्ठी दिसतेय्-पण या वेळी कुणीही बोलावलं, तरी जाता कामा नये-तो स्वतःला बजावत असताना प्राध्यापकांनी सांगितलं,

"अनुप रवींद्र, तुम्हांला प्रिन्सिपॉलनी बोलावलं आहे... "

क्षणभर अनुप गडबडला. पाठोपाठ त्यानं स्वतःच्या मनाला बजावलं-माझ्या मनाला वाटलेलं सत्य सांगायला मी तयार झालो आहे! मी कशाला घाबरू? यांनी कॉलेजमधून काढून टाकलं, तरी ममीचा गार्मेंट-बिझनेस आहे! त्यात लक्ष घातलं, की देशात आणि परदेशांत मस्त बिझनेस करून पाहिजे तेवढा पैसा मिळवेन!-

या विचारासरशी त्याचा आत्मविश्वास तरारला. आपली फाईल उचलून तो ताठ मानेनं वर्गातून बाहेर पडला.

प्रिन्सिपॉलांच्या चेंबरबाहेरच्या सोफ्यावर तो चेअरमन बसला होता. त्याच्या सोबत आणखी दोन माणसं होती. पण ती उगाच सोबत आल्यासारखी दिसत होती. चेअरमनचे चमचे दिसत होते ते! त्यांच्याकडे तिरस्काराची नजर टाकत तो आत्मविश्वासानं आत गेला आणि नम्रपणे प्रिन्सिपॉलना म्हणाला,

"गुड मॉर्निंग, सर..."

प्रिन्सिपॉलांच्या चेहऱ्यावर असमाधान होतं. त्यांनी त्याला बसायला सांगितलं नाही. क्षणभर त्याच्या चेहऱ्यावर नजर खिळवून त्यांनी विचारलं,

"काय प्रकरण आहे हे?..."

"सर, बाहेर बसलेल्या गुंडालाही आत बोलवा आणि त्याच्या पुढ्यात मला काय विचारायचं, ते विचारा! कुठल्याही प्रकारे छुपी चौकशी मला नको!..."

प्रिन्सिपॉलांनी बेल दाबली आणि आत आलेल्या प्यूनला बाहेर बसलेल्या सिंगरवल्लीच्या पुट्टेगौडांना आत बोलवायला सांगितलं. आत आलेले पुट्टेगौडा प्रिन्सिपॉलसाहेबांच्या परवानगीची फिकीर न करता स्वतःचा हक्क समजून तिथल्या खुर्चीवर बसले. हे पाहून प्रिन्सिपॉलांच्या चेहऱ्यावर उमटलेली असंतोषाची रेषा अनुपच्या नजरेन टिपली. प्रिन्सिपॉल काही म्हणण्या आधीच तो म्हणाला,

"सर, आपला वेळ अमूल्य आहे, याची मला कल्पना आहे. त्यामुळं तो वाया घालवणं मला योग्य वाटत नाही. मेकॅनिकलचे जयराज-हनुमंतप्पा आणि आणखी तीन-चार मुलं साक्षीला आहेत-त्यांना बोलावून घ्या. चार दिवसांपूर्वी यानं मला वर्ग

सुरू असताना चिठ्ठी पाठवून बाहेर बोलावून घेतलं–ब्लॅकमेल करायचा प्रयत्न केला. पन्नास हजार रुपये हा मागत होता. त्या वेळी त्याच्या बरोबर एक गुंडही होता. मी त्या दोघांना मारलं. त्या रागापोटी त्यानं हे सारं केलं आहे!''

''काय?'' प्रिन्सिपॉलनी पुट्टेगौडाकडे वळून विचारलं.

''मळ्यापाशी येऊन मळ्याच्या राखणदाराच्या मुलीला यानं गर्भार केलं...''

त्याला तिथंच अडवत अनुप सांगू लागला,

''तेही सांगतो सर! सहा दिवसांपूर्वी मी टाईमपास म्हणून मोटारसायकलवरून चक्कर मारायला गेलो होतो. तिथं नेचर्स कॉलसाठी म्हणून मोटारसायकल उभी करून आडोशाला गेलो होतो. तिथं झाडाखाली बसत असताना चार माणसं आली आणि चोरी करायला आलास, म्हणून धमकावून पैसे मागू लागली. मी नाही म्हणून सांगितलं, तर झाडाला बांधून ठेवून ठार मारायची धमकी देऊ लागले. माझ्या खिशात हजार रुपये होते. तेवढ्यात बागेचे मालक आले. त्यांच्या पुढं मी तिथल्या राखणदाराच्या मुलीवर हात टाकला, म्हणून कांगावा करू लागले. मालकांनी त्यांच्यावरच आरडा-ओरडा केला आणि मला सोडून दिलं. हा त्यांच्यापैकीच एक गुंड आहे. त्याला, हवं, तर, पोलिसांत तक्रार नोंदवू द्या. मी कोर्टात माझं रक्षण करून घेईन!''

पुट्टेगौडाही म्हणाला,

''याच्यापासूनच ती गर्भार राहिली आहे, म्हणून मीही मेडिकल सर्टिफिकेट तयार करून घेईन!-''

''कोर्ट सांगेल, त्या वैद्यकीय परीक्षेला मी तरी का नकार देऊ? मी काहीही केलंच नाही म्हटल्यावर मला कसली भीती?...'' अनुप तेवढ्याच दृढपणे म्हणाला.

रस्त्यावरून जाणाऱ्या-येणाऱ्याचं लक्ष वेधून घेणारा सत्याग्रह कसा थांबवावा, यासाठी प्रिन्सिपॉल अस्वस्थ झाले होते. ते पुट्टेगौडाकडे वळून म्हणाले,

''आरोप खरा आहे, की खोटा, आहे यात मला पडायचं नाही. ही खाजगी तक्रार आहे. तुमच्यावर काही अन्याय झाला असेल, तर तुम्ही पोलिसांकडे तक्रार करा, नाही तर कोर्टात जा!...''

''सर, तुम्हीच काय तरी सेटल करा की! आज आपल्या देशातल्या ग्रामीण जनतेचं शोषण करून श्रीमंत झालेल्या लोकांनी प्रायश्चित्त म्हणून गरीब जनतेला काय तरी द्यायलाच पायजे!...''

''म्हणजे? तुम्हांला काय म्हणायचंय्?'' प्रिन्सिपॉलसाहेबांनी विचारलं.

''पन्नास हजार द्यायला सांगा. मी त्यांनाही पटवतो तेवढ्यावर!''

प्रिन्सिपॉलना संताप आला. अनुप सांगतो, त्याप्रमाणे हा ब्लॅकमेल करायला आलाय्, याविषयी त्यांचीही खात्रीही झाली. ते म्हणाले,

“हे पाहा, तुम्हांला हवं, तर तुम्ही खुशाल कोर्टात जा! पण आमच्या संस्थेसमोर अशा प्रकारचा गोंधळ करणं योग्य नाही—मी ते सहन करणार नाही! जर तुम्ही सरळपणे गेला नाही, तर मला पोलिसांना बोलवावं लागेल!”

“इंजिनीअर तयार करणाऱ्या कॉलेजला गरिबांचं जीवन कसं समजणार! सर, विचार करा नीट...”

“काय बोलताय् तुम्ही! आधी तुम्ही इथून निघून जा! नाही तर मला पोलिसांना बोलवावं लागेल!-” प्रिन्सिपॉलांचा आवाज आता मात्र चढला.

“आम्ही तुमच्या कंपाऊंडमध्ये बसलो नाही! सरकारच्या जागेवर बसून आम्ही सत्याग्रह केला, तर तुम्हांला नको म्हणायचा काय अधिकार?” पुट्टेगौडानं उलट प्रश्न केला.

“ते आमच्या कॉलेजचं प्रवेश-द्वार आहे!...”

“तुमचं कसलं? आमचंच कॉलेज आहे! कमिटीमेंबर गुरप्पा आमचेच आहेत! आमच्या पार्टीचे!-”

यावर प्रिन्सिपॉलही क्षणभर गंभीर झाले. कमिटी मेंबर गुरप्पा शिंदीच्या व्यापारासाठी कडप्पा-बल्लारी-कर्नूल- अनंतपूर वगैरे ठिकाणी जात असतात, हे प्रिन्सिपॉलनाही ठाऊक होतं. अशा प्रकारच्या लोकांना कमिटी-मेंबर म्हणून घेऊ नये, असं त्यांना वाटलं, तरी ते त्यांच्या हातांत नव्हतं. आता गुरप्पा गावात नाहीत, हे ठाऊक असल्यामुळं ते म्हणाले,

“ते काही का असेना, आमच्या कॉलेजची सर्वार्थानं काळजी घेणं ही माझी जबाबदारी आहे.” आणि त्यांनी पी.ए. ला हाक मारून पोलिसांशी संपर्क साधायला सांगितलं.

खरोखरच पोलीस आले, तसे सत्याग्रहासाठी बसलेले सगळे घाबरले. त्यांतल्या त्यांत पुट्टेगौडाच पोलिसांबरोबर ‘ही सरकारी जमीन आहे—कॉलेजचा काय संबंध?...’ म्हणून काही वेळ वाद घालत राहिला. पण पोलिसांनी ‘प्रिन्सिपॉलकडून कंप्लेंट आली आहे—परिसराची शांती यामुळं भंग होईल, म्हणून. ज्यावर अन्याय झालाय्, त्याला आमच्याकडे तक्रार नोंदवू द्या—आम्ही तिकडं बघू—’ म्हणून सांगितलं.

अखेर पोलिसांनी लाठीचार्ज करण्यासाठी काठ्या उगारल्या, तेव्हा सत्याग्रहासाठी बसलेले उठून पळून जाऊ लागले. ‘अरे... पळू नका...’ म्हणून पुट्टेगौडा बजावू लागला, तरी सगळे धावू लागले. पुट्टेगौडा मोटारसायकलवरून त्यांच्याकडे आला आणि म्हणाला,

“पळता काय? हे बघा, सगळे टाऊन हॉलपर्यंत मिरवणूक नेऊ या. तिथं एक सभा घेऊ या—नंतर तुम्हांला तुमचे जेवणाचे पैसे मिळतील.”

त्यानंतर ‘भ्रष्ट प्राध्यापकांचा धिक्कार असो,—’ ‘अनुप रवींद्रचा धिक्कार असो,—

’ ‘गरीब मुलींना फसवणाऱ्याचा धिक्कार असो,–’ ‘पुट्टेगौडांचा विजय असो–’ वगैरे घोषणा देत सगळा घोळका टाऊन हॉलकडे निघाला.

◆

पोलिसांनी त्या सगळ्यांना पळवून लावल्यावर अनुपच्या जिवात जीव आला. अर्ध्या तासानंतर यानंतर ही माणसं आपल्याविरुद्ध पोलीस-कंप्लेंट देतील काय, याची काळजी त्याला जाणवू लागली. तसं काही झालं, तर आपण बापाला दहा आणि लेकीला चाळीस रुपये प्रत्येक वेळी देऊन जात होतो, हे मान्य केलेलं बरं! त्याचबरोबर सांगायचं–मी प्रत्येक वेळी निरोध वापरत होतो–त्यामुळं तिच्या गर्भारपणाला मी जबाबदार नाही. पण त्यांनी वैद्यकीय परीक्षा करायला आग्रह धरला, तर तो मी मान्य करावा, की करू नये? एखाद्या वकिलाचा आताच सल्ला घेतला, तर? पण कुणाकडं जायचं? आजवर कुणा वकिलाची ओळख व्हायचा प्रश्नच आला नाही.

त्यानं लगेच मोटारसायकल बाहेर काढली आणि तो कोर्टापाशी गेला. काळे कोट घातलेले किती तरी वकील कोर्टाच्या आवाराच फिरत होते. काही वेळ अनुप गोंधळून गेला. यांतल्या कुणाला गाठायचं? कितपत खरं सांगायचं? नंतर त्यानं एका तिशीच्या घरातल्या स्कूटर सुरू करत असलेल्या एका काळ्या कोटवाल्या वकिलाला हटकलं,

“मला एका बाबतीत थोडा सल्ला हवा आहे...”

स्कूटरचं इंजिन बंद करत त्यानं विचारलं,

“काय काम आहे?...”

“काम थोडं प्रायव्हेट...”

“चला मग तिकडं...” म्हणत त्या वकिलानं त्याला कोर्टासमोरच्या बागेत नेलं. तिथल्या बाकावर बसल्यावर अनुपनं त्याला दोनशे रुपये दिले आणि वकिलापासून काहीही लपवून ठेवू नये, या विचारानं मादण्णा, महादेवी, तिथली बाग–वगैरे आजपर्यंतचं सारं काहीही न गाळता सविस्तरपणे सांगितलं. फक्त आदल्या खेपेला तिथं अनिताबरोबर गेल्याचं मात्र त्यानं सांगितलं नाही.

सारं ऐकल्यावर तरुण वकिलानं आत्मविश्वासानं सांगितलं,

“वेश्या गर्भार राहिली, तर गिऱ्हाइकावर कसलीही जबाबदारी नाही. त्यामुळं ती वेश्याव्यवसाय करत होती, हे सिद्ध करावं लागेल. त्याचबरोबर केवळ शरीर-संबंध घडला, म्हणून लग्न केलंच पाहिजे, असा कुठलाही कायदा नाही. वैद्यकीय परीक्षेमध्येही अमुक मुलगा याचा नाही, एवढं सिद्ध करता येतं–पण याचा हा मुलगा, म्हणून सिद्ध करता येत नाही. तुमच्या बाबतीत तर तुम्ही निरोध वापरत असल्यामुळं ही शक्यता नव्व्याण्णव टक्के नाही. इंडियन वापरत होता, की इंपोर्टेड?”

"इंपोर्टेड..."

"मग तर शंभर टक्के नाही! तुम्ही घाबरू नका. आतापर्यंतचं पाहिलं, तर ते पोलिसांकडे जाणार नाहीत. कारण तशी त्यांची केसच नाही! ब्लॅकमेल करून पैसा वसूल करणं एवढंच त्यांचं ध्येय आहे! घाबरायचं काहीही कारण नाही. तुम्हांला तसं काही वाटलं, तर मला भेटा. आवश्यकता भासली, तर आमच्या सीनिअर्सचाही आपल्याला सल्ला घेता येईल–" त्यांनी खिशातून एक कार्ड काढून दिलं, "हे ठेवा. पोलिसांनी त्रास दिला, तर मला फोन करा–मी लगेच धावून येईन!–इथं मोगलाई नाही–लोकशाही आहे! प्रत्येकाला अन्यायाविरुद्ध झगडायचा अधिकार आहे. त्यासाठी मदत करायलाच आम्ही आहोत ना!"

अनुप ताठ मानेनं बुलेट चालवत हॉस्टेलवर आला. सारे जेवत होते. त्याला पाहताच मित्र भोवताली गोळा होऊन 'काय झालं?' म्हणून विचारू लागले.

"स्वतःच्या मालकीची बुलेट आहे! हातात सोनेरी घड्याळ आहे! ब्लॅकमेल केलं, तर पैसे मिळतील, अशी आशा! इंजिनीअरिंग कॉलेजची मुलं चांगल्या पैसेवाल्या घरातली असतात, हे ठाऊक आहे साल्यांना!–" अनुपनं चढ्या आवाजात–ज्यांनी विचारलं नाही, त्यांनाही ऐकू येईल, एवढ्या मोठ्यानं–सांगितलं.

कॉम्प्यूटरच्या शेवटच्या वर्षाचा अहमदमियाँ म्हणाला,

"मित्रांना न देता एकट्यानं खाल्लं, तर पोट दुखतं, हे आता तरी कळालं, की नाही?"

हे ऐकून अनुपला संताप आला. तो भडकून म्हणाला,

"चोरून खायचं असलं, तरी असली गटारीतली घाण खाणार नाही, लक्षात ठेव!"

नंतर मात्र कुणी यावर स्पष्टपणे बोललं नाही.

◆

साडेचार वाजता लॅब संपवून येताना समोरून अनिता येताना दिसली. तिच्या नजरेला नजर देताना अनुप क्षणभर गडबडला. क्षणार्धात स्वतःला सावरून तो तिच्यापाशी जात म्हणाला,

"कुठं होतीस तू? तुलाच शोधत होतो मी...'

ती काही न बोलता त्याच्या चेहऱ्याकडे पाहत होती.

तोच पुढं म्हणाला,

"पाहिलीस ना खेडवळ गुंडांची अक्कल?"

"मिस्टर अनुप–तुम्ही खरं बोललात, तर माझ्या मनात तुमच्याविषयी थोडा तरी आदर शिल्लक राहील!"

"म्हणजे? मी काय खोटं बोलतोय्?..."

"काय खरं बोलताय्, ते मला सांगा!" ती तीव्रपणे म्हणाली.

कुणी तरी टांग घालून पाडावं, तसं त्याला झालं. त्याला तिचा रागही आला. त्यानं आवाज चढवून विचारलं,

"काय म्हणतेस तू?"

व्हरांड्यातल्या इतर मुला-मुलींचं त्यांच्याकडे लक्ष गेलं. त्यामुळं ती आवाज खाली आणत त्याला म्हणाली,

"इथं नको... तिकडं चला..."

बाहेरच्या एका मोठ्या झाडाखाली गेल्यावर तिनं सरळच विचारलं,

"सकाळचा सत्याग्रह पैसे उकळण्यासाठी चालला होता, असं तू म्हणालास, म्हणून मला कुणी तरी सांगत होतं. त्यात मोहरीच्या दाण्याएवढंही सत्य नाही, असं तुला म्हणायचंय्?"

"म्हणजे? या प्रश्नाचा अर्थ काय? मला काय समजतेस तू?" अनुपनं नैतिक संताप दाखवत विचारलं.

"तू ज्या ठिकाणी हा उद्योग केलास, असा त्यांनी आरोप केला, ती जागा मला ठाऊक आहे. आपण तिथं गेलो होतो... त्या वेळी एक पन्नाशीचा माणूस तुझ्या बुलेटचं हँडल पकडून उभा होता... नंतर तुझ्याशी तो कन्नडमध्ये काही तरी बोलला. मला त्याच वेळी त्याचा मथितार्थ समजल्यासारखा वाटला होता–पण निश्चित अर्थ समजला नव्हता. आता सारं आठवलं, की सगळं लक्षात येतं! नंतर तूच त्याला शोधायला गेलास, असं मला वाटतं. आज सकाळी सत्याग्रहासाठी बसलेल्यांपैकी एका माणसाकडे मी चौकशी केली, तेव्हा त्यानं त्या जागेचं सविस्तर वर्णन सांगितलं. आपण त्या ठिकाणी जाऊ या. मी स्वतः चौकशी करेन..."

त्याचा चेहरा साफ पडला. या संदर्भात इतरांना काहीही सांगून गंडवता येईल–पण हिनं त्या जागेपर्यंत संदर्भ भिडवला आहे! आता गप्प बसलं, तर सगळा दोष स्वीकारावा लागेल, असा विचार करत तो म्हणाला,

"आधीच ती माणसं कुठल्याही विषयावरून ब्लॅकमेल करायला कचरत नाहीत! त्यात तू त्याजागी आलीस, तर त्यात तुझंही नाव गोवून मोठ-मोठी पोस्टर्स लावली, तर काय करशील? मलाही तू म्हणतेस, ती जागा आणि रस्ता निश्चित आठवतो. तुझ्या मनात अजूनही शंका असेल, तर थांब. मोटारसायकल घेऊन येतो. आपण तिथं जाऊन येऊ या. सकाळी पोलिसांकडून मार खाल्ल्याचा राग त्यांच्या मनात आहे. त्यांना आपल्याविरुद्ध काही करायचंय्, ते करू दे..."

आता मात्र ती घाबरली. या प्रकरणात आपण का उगाच अडकायचं, असा

विचार करून ती म्हणाली,

"मी तिथं येणार नाही. पण तू काहीही केलं नाहीस, हेही मी मान्य करणार नाही!..." आणि ती तिथून निघून गेली.

ती निघून गेलेल्या दिशेला तो पाहत उभा होता. आपल्या बोलण्यावर प्रिन्सिपॉलही विश्वास ठेवतात! पण ही मात्र स्पष्टपणे अविश्वास दाखवून निघून जाते! रास्कल!–

पण कितीही शिव्या दिल्या, तरी जमीनदोस्त झाल्याच्या भावनेतून त्याला फारसं वर उठता आलं नाही. त्याच दुखऱ्या मनानं तो हॉस्टेलकडे निघाला. हे पाचवं सेमिस्टर आणि तिसरं वर्ष असल्यामुळं त्याला यंदा स्वतंत्र खोली मिळाली होती. जवळच मोटारसायकल ठेवण्यासाठीही शेडमध्ये जागा होती.

आपल्या खोलीत शिरून तो कॉटेवर आडवा झाला. आतून संताप उफाळून आला–डर्टी पीपल! डर्टी कंट्री! इथं न्याय म्हणून काहीही नाहीच! चोख व्यवहाराची किंमत नाही! त्या अमेरिकन सिनेमात–नाव काय बरं? आठवत नाही–असलेल्या माफिया टोळीमध्ये आणि या लोकांमध्ये काय फरक आहे?–

काही वेळानं कुठं तरी जाऊन यावंसं वाटलं. जग्गू–ओमी–नको. आता त्यांना भेटलं, की ते सत्राशे साठ प्रश्न विचारतील आणि आम्हांलाही घेऊन चल, म्हणून आग्रह धरतील! नकोच ती ब्याद–

रात्री जेवण करून तो आपल्या खोलीत येऊन दार बंद करून झोपला. अनिताच्या बोलण्यामुळं झालेल्या वेदना एव्हाना आता सरल्या होत्या. त्यानं खिशात हात घालून वकिलानं दिलेलं कार्ड बाहेर काढून पाहिलं. 'यशवंतकुमार–एम्.एएल्,एल्.बी–' हुशार आहे! त्यानं सांगितलं, तेच खरं आहे! ज्यांना कोर्टामध्ये उभं राहणं शक्य नाही, तेच ब्लॅकमेलच्या भानगडीत पडतात! वकिलानं दिलेलं आश्वासन पुन्हापुन्हा आठवून कुरवाळत असताना झोप लागली.

रात्री अचानक जाग आली, तेव्हा कुणी तरी दारावर थाप मारत होतं. अनुपनं घड्याळ पाहिलं–रात्रीचा एक वाजला होता. थाप अगदी हलकी होती. त्याचबरोबर कुणी तरी सावकाश हाका मारत होतं,

"अनुप! अनुप..."

पण अनुपला आवाजाची ओळख पटली नाही. त्यानं विचारलं,

"कोण आहे?..."

"दरवाजा उघडा... निरोप आहे..."

अनुपनं उठून दरवाजा उघडला. दारात उभी असलेली व्यक्ती–माणूस अनोळखी होता. वय तीसच्या जवळपास. अंगावर जीन्स आणि अर्ध्या बाह्याचा बुशकोट,

मिशा–त्यानं अनुपला सांगितलं, 'इथं नको–आत चला–' आणि स्वतःच आत घुसला. एकंदरीत अनुप घाबरा झाला. तुम्ही कोण म्हणून विचारायच्या आधीच त्याच वेषातले आणखी दोघं आत शिरले. आत आल्या-आल्या त्यांनी त्याच्यावर झेप घेतली आणि त्यांतल्या एकानं अनुपला ओरडता येऊ नये, अशा प्रकारे त्याचं तोंड आवळून धरलं. इतर दोघांनी त्याचे दोन्ही हात जबरदस्तीनं मागं वळवून आपल्याबरोबर आणलेल्या दोरानं बांधून ठेवले. त्याच्या तोंडात रबरी बॉल जबरदस्तीनं कोंबून त्यांनी त्याच्या पाठीवर दणादण् गुद्दे हाणले. मांड्या आणि पोटऱ्यांवर बुटाच्या पायांनी कचाकच प्रहार केले. जीव जाईल, असं वाटून वेदनेनं, अनुप कळवळला. जोरात किंकाळी फोडावी, असं वाटलं, तरी तोंडातल्या बॉलमुळं श्वास अडकल्यासारखा होत होता. पाठ-खांदे-दंड-छाती-पोट-मांड्या-पोटऱ्या-कानशिलं–तिघंही एकेक करून एकेका अवयवावर आघात करत होते. हाडं मोडून गेली, की काय अशा वेदनांमध्ये अनुप कळवळत होता. हे आपला जीव घ्यायला आलेत–आपण यातून वाचणं शक्य नाही, या विचारानं त्याची शुद्ध हरपल्यासारखी होत होती.

काही वेळातच त्याची शुद्ध हरपली.

तो शुद्धीवर आला, तेव्हा ते त्याच्या चेहऱ्यावर माठातलं पाणी शिंपडत होते. त्यांनी पंखाही सुरू केला होता. अनुपला शुद्ध आल्याची खात्री करून घेतल्यावर त्यांच्यापैकी एकजण म्हणाला,

"हे बघ! आणखी पंधरा दिवसांच्या आत पन्नास हजार आणि आजचा आमचा खर्च दोन हजार रुपये आम्हांला मिळाले नाहीत, तर तू तुझ्या आईच्या पोटातून कधीच जन्मला नाहीस, असं करू! आलं लक्षात? हे बघ..." म्हणत त्यानं खिशातला चाकू काढून बटण दाबलं आणि त्याचं लखलखतं पातं त्याच्या गळ्याजवळून फिरवलं.

"आजच खतम करणार होतो... पण आणखी पंधरा दिवसांचा अवधी देतो! तेवढ्यात पैसे दिलेस, तर वाचलास! नाय तर..." म्हणत त्याला पुन्हा सुऱ्याचं पातं दाखवलं. नंतर त्याचे दोन्ही पायही त्यांनी करकचून बांधले, 'ओरडलास, तर खबरदार!–' म्हणून बजावत त्यांनी त्याला जमिनीवर पाडलं, दिवा आणि फॅन बंद केला आणि दाराला बाहेरून कडी घालून सगळे निघून गेले.

अनुपचे कान टवकारले होते. हॉस्टेलच्या मागच्या बाजूच्या भिंतीवर चढून पलीकडे उडी मारून पळून गेल्याचा आवाज ऐकू येताच त्याला थोडं हायसं झालं. कॉलेजच्या कंपाऊंडची भिंत किती तरी ठिकाणी मोडकळीला आली होती. रात्रीच्या राखणीसाठी दोन माणसं नेमली होती. पण ते संपूर्ण रात्रभर कधीच जागे राहत नव्हते. रात्रभर झोपून अधून-मधून शिटी वाजवत ते आपलं कर्तव्य बजावत!

अनुपच्या तोंडात कोंबलेला रबरी बॉल आतल्या बाजूला दातांपाशी पक्का बसला होता. कुणी तरी बोट घालून बाहेर ओढून काढला नाही, तर तो कायमचा तिथंच राहिला असता! हात-पाय सोडवायचा प्रयत्न केला, तर कातडं सोलायचीच पाळी होती. सकाळी कुणाच्या लक्षात येऊन दार उघडलं, तर ठीक आहे!–नाही तर एक-दोन-तीन दिवस–इथंच मेलो, तर–पाठीतली चार-पाच हाडं मोडल्यासारख्या वेदना–खरोखरच हाडं मोडली असतील, तर आत सेप्टिक होऊन–नुसत्या विचारानं त्याला रडू येऊ लागलं. चेअरमनही त्यांच्याकडचे आहेत! ते पुन्हा येऊन गळा कापून गेले, तरी कुणाला पत्ता लागणार नाही–किती वाजले असतील, कोण जाणे–

आपण आता–या क्षणी स्वतःला वाचवणं अत्यावश्यक आहे, ही भावना अनुपच्या मनाला व्यापून राहिली. बॉल बाहेर टाकण्यासाठी त्यानं आ वासला–पण बॉलही तेवढाच मोठा होऊन पुन्हा त्याचं तोंड व्यापून राहिला. त्यानं शरीरातली सगळी शक्ती एकवटून बॉलचा दाढेपाशी आलेला भाग चावायला सुरुवात केली. त्यामुळं बॉलचा आकार थोडा लहान होऊन जीभ हलवणं शक्य होऊ लागलं. मग जिभेच्या साहाय्यानं बॉल फिरवून दाढेनं त्याचे आणखी लहान लचके काढणं त्याला शक्य झालं. रबराचे तुकडे थुंकून त्यानं तोंड मोकळं केलं. शेजारच्या खोलीतल्या पंचलिंगप्पा आणि इकडच्या खोलीतल्या जयदेवाच्या नावानं तो मोठ्यानं हाका मारू लागला. हे दोघंही झोपेच्या बाबतीत कुंभकर्णाचे अवतार. पण दुसरा इलाज नसल्यामुळं दुखणाऱ्या पाठीकडे आणि बसलेल्या घशाकडे दुर्लक्ष करून तो हाका मारत राहिला.

अखेर एकदाची जयदेवाला जाग आली. त्यानं ओरडून विचारलं,

"काय, रे, अनुप?"

अनुपनं त्याला परिस्थितीची कल्पना दिली. तो उठला आणि दार उघडू लागला, तेव्हा लक्षात आलं, त्याच्या दाराला बाहेरून कडी घालण्यात आली होती. त्यानं आपल्या शेजारच्या खोलीत राहाणाऱ्या नंजेशगौडाला हाका मारून जागं केलं. नंजेशगौडा मात्र लगेच जागा झाला. त्याच्याही दाराला कडी होती. त्यानं शेजारच्या कृष्णराज अरसला हाका मारून जागं केलं. त्याच्या खोलीची कडी मात्र घातली नव्हती. त्यानं बाहेर येऊन सगळ्यांच्या दारांच्या कड्या काढल्या. सगळे अनुपच्या खोलीत आले. सगळं चोरीचं प्रकरण असावं, अशी त्यांची समजूत झाली. जयदेव–अरस सगळ्यांनी त्याचे हात-पाय सोडवून त्याला उचललं. त्यानंही उठून उभं राहायचा प्रयत्न केला. पण पाठ-कंबर आणि पोटऱ्यांच्या वेदनांमुळं तो उभ्याउभ्या खाली कोसळला. सगळ्यांनी काय काय घडलं, याची चौकशी केली. त्यानंही सारं सांगितलं.

"कॉलेजच्या कँपसमध्ये अशी घटना घडत असेल, तर विद्यार्थ्यांचं जीवन सुरक्षित कसं राहील? कॉलेजच्या भोवतालच्या भिंती उंच करायला पाहिजेत– गस्तीसाठी स्टेनगन असलेला वॉचमन ठेवायला पाहिजे! उद्या संपूर्ण कॉलेजचे विद्यार्थी स्ट्राईक करू या–" पंचलिंगेगौडानं प्रस्ताव मांडला. म्हैसूरमधल्या विद्यार्थ्यांचा तो काही प्रमाणात पुढारी होता.

"संपूर्ण म्हैसूरमधल्या विद्यार्थ्यांनी स्ट्राईक करायला पाहिजे..." जयदेवनं त्याला लगेच अनुमोदन दिलं.

त्याच वेळी वेदना असह्य झाल्यामुळं अनुप विव्हळू लागला. जयदेव म्हणाला,

"काय करू या? मला वाटतं, डॉक्टरांना बोलावून आणू या..."

"ही पोलीस-केस आहे. आधी पोलिसांना कळवावं लागेल... नंतर ते डॉक्टरांना बोलावतील. आपण आधी प्रिन्सिपॉलना कळवलं पाहिजे!" नंजगौडानं सुचवलं.

पंचलिंगेगौडा आणि अरस अनुपची बुलेट घेऊन वॉर्डनकडे गेले. बुलेट सुरू करताना पंचलिंगेगौडा म्हणाला,

"हा हलकट कधी थोडा वेळ बुलेट मागितली, तर नखरे दाखवायचा! आता कशी मिळाली हातात!"

"या बुलेटमुळंच तो संकटात सापडलाय्. वाहन लाभणं हा एक प्रकार असतो. हिरे-माणकाचं नसतं का? तसं! आपल्याला न लाभणारा खडा किंवा वाहन जवळ राहिलं, की फार त्रास होतो! माझे आजोबा फार छान सांगतात त्याविषयी! महाराजांना या संदर्भात तेच ॲडव्हाईज करत. अनुपला त्याच्या पत्रिकेसह हात दाखवायला घेऊन जायला पाहिजे! त्याच वेळी गाडीचा नंबर आणि किती तारखेला घेतली वगैरेही सांगितलं, तर–" अरसनं आपल्या परीनं यावर संपूर्ण परिहार शोधला.

वॉर्डन जागे झाले. त्यांनी सारी हकीकत ऐकून घेतली. या अवेळी प्रिन्सिपॉलना जागं करावं, की करू नये, या विचारात ते काही क्षण पडले. त्यांनी विचारलं,

"त्यांना उद्या सकाळी कळवलं, तर?"

"पोलिसांना कळवल्याशिवाय डॉक्टरांना बोलावता येणार नाही. सकाळपर्यंत अनुपला काही झालं, तर त्याला कोण जबाबदार?"

यावर निरुत्तर होऊन वॉर्डननी प्रिन्सिपॉलना फोन केला. प्रिन्सिपॉल लगेच आले. आल्या आल्या त्यांनी अनुपच्या तोंडून सगळी हकीकत ऐकली. नंतर ऑफिस उघडून त्यांनी त्या परिसराच्या पोलीस-स्टेशनला फोन केला, तेव्हा तिथं कुणी उचलणारंच नव्हतं. किती तरी वेळा नंतर पलीकडे कुणी तरी रिसीव्हर उचलला आणि जांभई देत 'हॅल्लो–' म्हटलं. प्रिन्सिपॉलांनी सारं सांगितलं, तेव्हा तो माणूस म्हणाला,

"पण हितं कुणीच नाय! कुणाला धाडू–?"

प्रिन्सिपॉलनी कंट्रोल रूमला फोन लावला. त्यांना पुन्हा सांगितलं,

"तुमच्या विभागाच्या पोलीस-स्टेशनलाच कळवा..."

प्रिन्सिपॉलनी सारं सांगितलं. ते ऐकून ते म्हणाले,

"पण आम्ही तरी काय करणार, सर?"

दुसरा उपाय न राहिल्यामुळं त्यांनी एस्.पी.ना फोन करून उठवलं.

पंधरा मिनिटांत दोन कॉन्स्टेबलांना सोबत घेऊन एस्.पी.हजर झाले. त्यांनी अनुपकडून पुन्हा सारं नीट ऐकून घेतलं. शेजारच्या खोल्यांनाही कड्या घातल्याचं अनुपच्या मित्रांकडून जाणून घेतलं. नंतर पंचनामा करायचं काम सब-इन्स्पेक्टरांवर सोपवून ते अनुपला आपल्या गाडीतून हॉस्पिटलला घेऊन गेले. अनुपला परीक्षा-कक्षात पाठवून दिल्यावर प्रिन्सिपॉल आणि वॉर्डन परस्परांशी बोलू लागले,

"हे प्रकरण पुट्टेगौडानंच घडवून आणलंय्, यात शंका नाही! ही खरोखरच ब्लॅकमेलची केस आहे. त्याला निश्चित पकडून आणेन. त्यांचं वर्णन पाहिलं, तर हे म्हैसूरमधलेच गुंड दिसतात! त्यांना पकडणं कठीण नाही. पुट्टेगौडाकडूनच त्यांची नावं काढून घेता येतील..."

स्थूलमानानं तपासणी करून डॉक्टर बाहेर आले आणि त्यांनी सांगितलं,

"उद्या हाडाच्या डॉक्टरांच्या रिपोर्टवरून व्यवस्थित कळेल–आता वर-वर तपासणी केली. हाडांना फारशी इजा झाली नसावी, असा माझा अंदाज आहे. स्नायूच खूप दुखावले गेलेत. त्यामुळं सूजही आली आहे. शिवाय पेशंटच्या मनावर याचा अधिक परिणाम झाला आहे. तूर्त वेदना-हारक गोळ्या देऊन वॉर्डमध्ये झोपवून ठेवतोय्."

पुन्हा रोग्यावर हल्ला होऊ नये, म्हणून एस्.पी.नी आपल्याबरोबरच्या शिपायाला तिथं ठेवलं आणि निघून गेले.

◆

एक नाटक बघायचा कार्यक्रम असल्यामुळं त्या दिवशी संध्याकाळी रवींद्र आपल्या ऑफिसमधून लवकरच बाहेर पडला होता. नाटक संपल्यावर तो लवकरच आपल्या घरी जाऊन झोपी गेला. सकाळी चहा घेताना वर्तमानपत्र उघडून पाहताना तिसऱ्या पानावरची बातमी दृष्टीला पडली–म्हैसूरमधील इंजिनीअरिंग कॉलेजमधल्या विद्यार्थ्यानं केलेल्या अत्याचाराविरुद्ध खेड्यातील मुलीच्या बाजूने पन्नास खेडुतांचा सत्याग्रह! त्यावरून नजर फिरवताना अनुप रवींद्र–पाचव्या सेमिस्टरचा विद्यार्थी वगैरे शब्दही दृष्टीस पडले. वार्ताहरानं केवळ सरळसोट बातमी न देता सत्याग्रहात भाग घेतलेल्या काही लोकांबरोबर बोलून सविस्तर माहिती दिली होती. इंजिनीअरिंग

कॉलेजमध्ये स्पीडकिंग म्हणून सतत मिरवत असलेल्या अनुपचं चित्र त्या बातमीत बरंच काळं रंगवलं होतं. ट्रिब्यूनशिवाय डेक्कन हेरॉल्ड, हिंदू आणि इतर वृत्तपत्रांनीही ही बातमी थोड्या-फार फरकानं दिली होती. स्थानिक कन्नड वृत्तपत्रांनीही ही बातमी थोडक्यात दिली होती.

मुळातच आग नसेल, तर धूर दिसणार नाही-रवींद्रच्या मनात आलं. मनात संताप भरला. विद्याशाला सोडल्यावर हा पुन्हा पहिल्यासारखाच होत आहे. गरज नसताना घेतलेली मोटारसायकल, एवढ्या प्रकारचे किमती कपडे-दिल्लीहून वरखर्चासाठी पैसा येत असला पाहिजे. कांतीवरचा रागही उफाळून आला. कॉलेजची फी, हॉस्टेलचा खर्च, पुस्तकं-वह्या वगैरे खर्च गेल्यावर दरमहा चाळीस रुपये दिले, की पुरे. मग या जास्तीच्या उद्योगासाठी पैसे शिल्लक राहत नाहीत. माकड-बुद्धीच्या वयाच्या मुलांच्या हातात एवढा पैसा दिला, तर आणखी काय होणार! याचा हाच जन्मजात स्वभाव म्हणायचा, की काय? विद्याशालेतले दिवस वगळले, तर-हायस्कूलमध्ये असतानाच हा दिवटा कॅबेरे बघायला गेला होता! त्याला किळस वाटली, संताप आला-त्याचबरोबर याची अधिक चौकशी केली पाहिजे किंवा स्वतः जाऊन पाहून आलं पाहिजे, असंही वाटलं. पाठोपाठ वाटलं, मी कशाला जाऊ? वाटलं, तर तोच काही तरी करून संपर्क साधेल!-

याच विचारात रवींद्रनं दाढी-अंघोळ उरकली. त्याच वेळी कामाची बाई आली. डाळ-तांदळाचा कुकर गॅसवर चढवत असतानाच फोनची घंटा वाजली. फोनवर म्हैसूरच्या इंजिनीअरिंग कॉलेजचे प्रिन्सिपॉल होते. ते म्हणाले,

"बातमी सगळ्या वृत्तपत्रांमध्ये प्रसिद्ध झाली आहे. तुम्हांलाही समजली असेलच. सत्याग्रहाचं निमित्त करून ते पन्नास हजार रुपयांची मागणी करताहेत. ही ब्लॅकमेलची केस आहे, असं दिसतं-" नंतर त्यांनी तो हॉस्पिटलमध्ये असल्याचंही सांगितलं.-"आता काळजी करायचं कारण नाही. त्याला पोलीस-रक्षण दिलं आहे. अजून हाडांचे डॉक्टर आले नाहीत. अर्ध्या तासात ते येणार आहेत. तुम्हीही लगेच निघून या-"

रवींद्रचा संताप क्षणार्धात निवळून गेला. त्याला अनुपच्या प्रकृतीची पराकोटीची काळजी वाटू लागली. काही का असेना-ब्लॅकमेल वाईटच! त्यानं लगेच सांगितलं,

"आणखी दहा-पंधरा मिनिटांत मी निघतो. सरळ हॉस्पिटलमध्ये जाईन आणि नंतर तुमची भेट घेईन. म्हैसूरच्या एस.पीं.शी संपर्क साधायची काही गरज आहे?... थँक्स..."

दहा मिनिटांच्या आत त्यानं एका पिशवीत दोन कपडे कोंबले, ऑफिसला फोन केला, कामवालीच्या नवऱ्याला रात्री झोपायला यायला सांगून तिच्याकडे घराच्या बाहेरच्या खोलीची चावी दिली आणि कार घेऊन बाहेर पडला. बँकेत

जाऊन थोडे पैसे काढून त्यानं म्हैसूरचा रस्ता धरला.

गाडी हायवेवर आल्यावर त्याचं डोकं पुन्हा विचार करू लागलं. त्या लोकांनी ब्लॅकमेलसाठी अनुपलाच का निवडलं असेल? याच्याकडे बुलेट आहे—त्याअर्थी खूप पैसा असेल आणि उकळायला सोपं जाईल, म्हणून? पार्श्वभूमी ठाऊक असल्याशिवाय कुणीही असल्या फंदात पडणार नाही—

तो हॉस्पिटलमध्ये जाऊन पोहोचला, तेव्हा दुपारचा एक वाजला होता. जनरल वॉर्डमध्ये अनुप एका कुशीवर गाढ झोपी गेला होता. शेजारीच एक पोलीस खुर्चीवर बसला होता. दोन विद्यार्थी कॉटच्या टोकावर बसून परस्परांशी हलक्या आवाजात बोलत होते.

आपल्या कॉलेजामध्ये भाषण केलेल्या अनुपच्या वडलांची दोन्ही विद्यार्थ्यांना पटकन ओळख पटली. दोघंही उठून उभे राहिले आणि त्यांनी रवींद्रला बसण्यासाठी जागा करून दिली. त्यांतल्या एकानं आपण होऊन सांगितलं,

''एक्स-रे काढले आहेत. हाडांना इजा झालेली नाही. मुका मार बसलाय्. गुंडगिरीचा अनुभव असलेल्यांचंच हे काम! पण खूप वेदना होतात, म्हणत होता. वेदना जाणवू नयेत आणि झोप यावी, म्हणून इंजेक्शन दिलंय्. बाकी काळजी करायचं कारण नाही.''

रवींद्रला थोडं बरं वाटलं. तो मुलाच्या शेजारी बसला आणि त्यानं अनुपचं मनगट हातात धरलं. त्याचं बोट अनुपच्या नाडीवर होतं. बोटाला नाडीची स्पंदनं जाणवत होती, एवढंच. रवींद्रला त्याविषयी कुठल्याही प्रकारचं वैद्यकीय ज्ञान नव्हतं. तरीही सगळं लक्ष बोटाला जाणवणाऱ्या अनुपच्या नाडीच्या स्पंदनावर केंद्रित करून तो मुकाट्यानं बसून राहिला.

अनुपचा दीर्घ श्वासोच्छ्वास चालला होता.

रवींद्रनं त्याच्या डोक्यावरून तीन-चार वेळा हात फिरवला. नंतर त्यानं हलकेच अनुपच्या पाठीवरचा शर्ट वर करून पाहिला. पाठीवर उमटलेले काळे-निळे-वळ बघताना त्याच्या डोळ्यांत पाणी भरलं. बघणं अशक्य होऊन त्यानं पुन्हा शर्ट सारखा केला.

''खायला काय दिलं?'' त्यानं विचारलं.

''इडली खाल्लीय् त्यानं. आता हॉस्टेलमधून जेवण येईल. डॉक्टरांनीही हवं ते खायला सांगितलंय्.''

मुलांनी आणखीही सांगितलं—मुलांच्या सुरक्षिततेचा प्रश्न असल्यामुळं त्या दिवशी कुणीही वर्गावर गेलं नव्हतं. यानंतर म्हैसूरमधली सगळी महाविद्यालयं बंद राहणार असल्याचंही त्यांनी सांगितलं.''

सारं ऐकल्यावर खरोखरच अनुप निरपराध असला पाहिजे, असं वाटून रवींद्रचा जीव एकीकडे सुखावला, पाठोपाठ वाटलं, आपलं असमाधान व्यक्त करायला या विद्यार्थ्यांपुढं दुसरा कुठलाही मार्ग नाहीच काय? आपल्या देशात सरकारी नोकर, विद्यार्थी, व्यापारी,अधिकारी,व्यावसायिक–

एस्.पीबरुआ आय्.पी.एस्.शी संबंधित व्यक्ती. ते रवींद्रशीही चांगले बोलले. ते म्हणाले,

"तुमचा मुलगा खरोखरच धीट आहे हं! अन्यायाविरुद्ध हार मानत नाही तो! अडीच वर्षांपूर्वी मुलांनी रॅग केलं होतं, तेव्हाही त्यानं त्यांना विरोध केला होता ना? खरं तर, आम्हीच थोडा-विचार करून कालपासूनच त्याला पोलीस-रक्षण द्यायला हवं होतं. मला या गोष्टीचं वाईट वाटतं. पण तो हॉस्टेलमध्ये घुसून असं काही करेल, याची कल्पना नव्हती. सबइन्स्पेक्टरांना मी पाठवंलय्. ते केव्हाही पुट्टेगौडांना पकडून घेऊन येतील. यावर आम्ही कडक ॲक्शन घेऊ–तुम्ही काळजी करू नका–"

हे ऐकून रवींद्रला बरं वाटलं. हा पोलीस अधिकारी कर्तव्यनिष्ठ, स्वच्छ आणि सुसंस्कृत आहे, असं त्याला जाणवलं. शिवाय यांना अनुपचं रॅगिंग-प्रकरणही ठाऊक आहे.–मीच विसरून गेलो होतो–

एस्.पी.पुढं म्हणाले,

"ते भाड्यानं आणलेले गुंड होते, यात शंका नाही. त्यांनाही शोधून काढण्यासाठी दोघांची नेमणूक केली आहे–"

अनुपचे वडील आल्यामुळं प्रिन्सिपॉलना आता थोडं हलकं-हलकं वाटत होतं. त्यांनी रवींद्रला कॉलेजच्या भोवतालची भिंत दाखवली. काही ठिकाणी ती पडली होती. ती दाखवून म्हणाले,

"संपूर्ण भिंतीची दुरुस्ती करून वर तारा गुंडाळणं आवश्यक आहे. पण संस्थेकडे पैसा नाही. याच संदर्भात आता एक तातडीची बैठक घ्यायचं ठरवलंय्. तुम्ही, निदान दोन दिवस का होईना, इथं राहा. अनुपच्या खोलीतच राहा, नाही तर संस्थेचं गेस्टरूम द्यायची व्यवस्था करतो–" पाठोपाठ त्यांनी रवींद्रच्या भाषणाची आजही सगळ्यांना कशी आठवण आहे, याविषयीही सांगितलं.

अनुपच्या खोलीवर जाऊन हात-पाय धुतल्यानंतर रवींद्रनं अनुपच्या बुलेटचा स्पीडोमीटर पाहिला. सव्वा दोन वर्षांमध्ये गाडी पन्नास हजार किलोमीटर धावली होती. नुकत्याच घडलेल्या घटनेशी या वस्तुस्थितीचा थेट संदर्भ जोडता आला नसला, तरी रवींद्र गंभीर झाला. खोलीला कुलूप लावून तो हॉस्पिटलमध्ये गेला.

तिथं तो पोहोचला, तेव्हा तिथं आणखीही दोन मुलं आली होती. अनुपला जाग आली होती. तो कुशीवर पडून होता. वडलांना पाहताच त्याच्या चेहऱ्यावर गोंधळ

आणि संकोच उमटला. रवींद्रनं मात्र काहीही न दर्शवता 'पुट्टेगौडांना पकडलं?–' वगैरे चौकशी केली, अर्धापाऊण तास त्या मुलांशी गप्पा मारत बसला आणि नंतर डॉक्टरांना भेटायला गेला. डॉक्टरांनीही पुन्हा हाडांना मार न बसल्याचं सांगितलं, मुका मार आणि सूज तीन-चार दिवसांत कमी होईल आणि नंतर त्याला घरी न्यायला हरकत नसल्याचंही सांगितलं. तसं त्यांनी पोलिसांनाही कळवलं होतं. सारं ऐकून रवींद्र तिथून बाहेर पडला आणि अनुपसाठी थोडी-फार फळं घेऊन पुन्हा हॉस्पिटलकडे आला.

तो आला, तेव्हा अण्णय्या आले होते. रवींद्रनं पाहिलं, आईनं लेकराला कुरवाळावं, तशा मायेनं अण्णय्या अनुपचं डोकं आपल्या मांडीवर घेऊन त्याच्या कानशिलावर हलकेच थोपटत होते. अनुपच्या चेहऱ्यावर शांत भाव दिसत होता.

रवींद्रनं विचारलं,

"अण्णय्या... तू कसा आलास? तुला कसं समजलं?"

"वर्तमानपत्र पाहिलं... म्हटलं, काय प्रकार आहे, ते प्रत्यक्ष जाऊन पाहायलाच पाहिजे! लगेच सायकल घेऊन निघालो. पुढची बसही लगेच मिळाली. रिक्षा करून कॉलेजवर गेलो, तर काल रात्रीची घटना कळाली. तीच रिक्षा घेऊन इथं आलो. मी सांगतो ना! खेड्यातल्या लोकांचं डोकं ब्लॅकमेलच्या बाबतीत जितकं चालतं, तितकं शहरातल्या लोकांचं चालत नाही!..."

रवींद्रला पुन्हा एकदा तीव्रपणे जाणवलं–अण्णय्या स्वभावतःच मातृ-गुणी आहे! नाही तर एवढ्या विद्यार्थ्यांना त्यानं कसा जीव लावला असता, म्हणा! पाठोपाठ मनात आलं–मी अनुपला का असं जवळ घेतलं नाही? वयात आलेल्या मुलामध्ये आणि बापामध्ये विशिष्ट अंतर आपोआप तयार होतं, म्हणतात, तेच खरं दिसतंय्. वयात आलेल्या मुलाकडून बापाच्या अपेक्षाही जास्त असतात, की काय, कोण जाणे!–

तेवढ्यात एकजण जीन पँट, शबनम, बुशशर्ट अशा वेषात तिथं आला. पाहताक्षणी हा वृत्तपत्राशी संबंधित माणूस असावा, हे लक्षात येत होतं. तिशीचं वय. कुठं तरी पाहिल्यासारखंही वाटत होतं. रवींद्र आठवायचा प्रयत्न करत असतानाच ती व्यक्ती जवळ येऊन विचारू लागली,

"ओळखलंत काय, सर? मी चिदानंद–कोलारला होतो. इथं येऊन वीस दिवस झाले–"

हा आपल्याच वृत्तपत्राचा वार्ताहर असल्याचं रवींद्रच्या लक्षात आलं. चिदानंद पुढं म्हणाला,

"काल मी रिपोर्ट पाठवला, तेव्हा अनुप तुमचा मुलगा असल्याचं लक्षात आलं नाही. रात्रीच्या हल्ल्याची बातमी कळाली, म्हणून मी हॉस्पिटलमध्ये गेलो–

तिथं समजलं हे! आज सकाळी ती स्टोरी पाठवून दिली आहे. तुम्हांला फोन करण्यासाठी फार प्रयत्न केला-पण घरचा फोन कुणी उचलला नाही.''

याच्याशी बोलून आणखी काही बातमी मिळवता येईल, हे ठाऊक असलं, तरी अनुप आणि त्याच्या मित्रांपुढं ही चर्चा नको, या विचारानं रवींद्रनं त्याची वर-वर चौकशी केली आणि 'थोड्या वेळानं भेटू पुन्हा-' म्हणून सांगून त्याला निरोप दिला.

रात्री अण्णय्याबरोबर हॉस्पिटलशेजारच्या दासोप्रकाश हॉटेलात जेवताना रवींद्रच्या मनात आलं-मारहाण हे प्रकरण वेगळं आहे-सत्याग्रह हा प्रकार वेगळा आणि ब्लॅकमेल हे प्रकरण निराळं आहे. पण या तिन्हींच्या मागे काय आहे, याचा अधिक खोलात जाऊन शोध घ्यायला पाहिजे! त्यानं अण्णय्याला मनातले विचार सांगितले, ते म्हणाले,

''आणखी काय असणार याच्या मागे?''

''तेच तर बघू या...'' म्हणत जेवण झाल्यावर अण्णय्यांना घेऊन रवींद्र टेलिफोन बूथकडे चालू लागले. आपल्या ऑफिसचा फोन नंबर मिळताच त्यानं शांतमूर्तीला बोलावलं. रवींद्रचा आवाज ऐकताच शांतमूर्ती म्हणाला,

''सर, तुमच्या मुलाची बातमी आहे... तुमच्याशी संपर्क साधायला आम्हीही धडपडत होतो...''

''... मी म्हैसूरहूनच बोलतोय्. या बातमीविषयी आणखी खोलात जायला पाहिजे. शशिरेखालाही घेऊन या. खेड्यामध्ये जाऊन यायचं आहे. बाईमाणसाशी बोलून बातमी काढायची आहे. दोघंही शक्य तितक्या लवकर इथं हॉस्पिटलमध्ये या. पण तुमच्या येण्यामागचा उद्देश माझ्या मुलाला समजता कामा नये. तुम्ही या-तोपर्यंत मी आणखी मिळेल तेवढी कच्ची बातमी गोळा करून ठेवतो-''

अण्णय्या आणि रवींद्र हॉस्टेलवर परतले.

दुसऱ्या दिवशी सकाळी एस्.पी.च्या घरी जाऊन पुट्टेगौडाचा व्यवस्थित पत्ता आणि मादण्णा-त्याची मुलगी महादेवी राहत असलेल्या जागेची माहिती त्यानं मिळवली. पुट्टेगौडा घाबरून कुठं तरी दडून बसलाय्-गुंडांनाही पकडण्यात यश आलेलं नाही, हे त्यांनी सांगितलं. एस्.पीं.नी रवींद्रची आपल्या पत्नीशी ओळख करून दिली. चहाही मिळाला.

रवींद्र नऊ वाजता हॉस्पिटलला आला. अनुपची प्रकृती आदल्या दिवसापेक्षा आता थोडी बरी होती. आता तो पाठ टेकवून उताणं झोपू शकत होता. लंगडत... लंगडत आपल्या आपण न्हाणीघरात जाऊन आला होता. पोलीस शिपाई तसाच खुर्चीवर बसून होता.

रवींद्र तिथं पोहोचताच पाच-दहा मिनिटांत शांतमूर्ती आणि शशिरेखाही तिथं येऊन पोहोचले. शशिरेखानं खेड्यातल्या हॉस्पिटलमध्ये काम करणाऱ्या मिड्-वाईफचा वेष घातला होता. खोलीबाहेर जाऊन त्या दोघांना पत्ते आणि ज्याविषयीची माहिती हवी आहे, ते मुद्दे सांगितल्यावर रवींद्रनं विचारलं,

"जाणार कसे? गाडी देऊ? मी सोबत येऊ? की अनुपची बुलेट घेऊन जाता?"

"तुम्ही यायची काही गरज नाही. उगाच तीन-तिघाडी काम बिघाडी कशाला? गाडी नेली, तर खेड्यामधल्या लोकांना फार काही तरी मोठं वाटतं. बुलेटच घेऊन जातो–हिलाही तेवढीच गंमत!" शांतमूर्ती म्हणाला.

मोटारीनं तिघंही हॉस्टेलवर आले. शांतमूर्तीला मोटारसायकलच्या चाव्या देत त्यानं पुन्हा एकदा विचारलं,

"खरं सांग–मी येऊ काय? नाही तर एक-दोन पोलीस सोबत घेऊन जा–"

"काही काळजी करू नका तुम्ही. ही सप्तपाताळातून बातमी शोधून काढेल! अगदी हृदयात आणि पोटात शिरून बातमी काढण्यात ही अगदी पटाईत आहे! तशी नसती, तर माझ्या गळ्यात पडून आपल्या गळ्यात मंगळसूत्र बांधायला भाग पाडलं असतं काय?–" तो म्हणाला.

शशिरेखा चेहऱ्यावर मुग्ध भाव ठेवून मंद हसत होती. कितीही उशीर झाला, तरीही हॉस्टेल किंवा हॉस्पिटलवर येऊन भेटून जायला सांगून त्यानं त्या दोघांना निरोप दिला.

रवींद्र अण्णय्याबरोबर हॉस्पिटलला जाऊन पोहोचल्यावर थोड्याच वेळात चिदानंद आला. त्यानं बातमी आणली होती.

"पुट्टेगौडा अजून हाती लागला नाही. जवळपासच्या एखाद्या खेड्यात दडून बसला आहे, अशी बातमी आहे. सब-इन्स्पेक्टर माहिती गोळा करताहेत–हं–तुम्ही या वर्तमानपत्रातलं मधलं पान पाहिलंय्? व्यावसायिक सभ्यतेचं पालन न करता लेख लिहिलाय्! आपल्यावर हल्ला करून सरकारच्या दाढीला हात लावणं हाच त्यांचा हेतू आहे. अर्थात सगळ्यांना त्या वृत्तपत्राची ही फालतू पॉलिसी ठाऊक आहे म्हणा! तरीही—"

त्यानं दिलेलं वृत्तपत्र रवींद्रच्याही माहितीचं होतं. बेंगळूरमधून प्रसिद्ध होणाऱ्या या वृत्तपत्राच्या इतर काही शहरांमधून आवृत्याही प्रसिद्ध होत होत्या. रवींद्रनं त्यातलं मधलं पान काढून पाहिलं. 'पत्रकार आणि सार्वजनिक नीति-निष्ठा' या शीर्षकाचा एक लेख होता. गौतम नारायणनं तो लिहिला होता. हा या वृत्तपत्राचा बेंगळूर आवृत्तीचा प्रमुख बातमीदार असल्याचं रवींद्रला ठाऊक होतं. लेख न वाचताही त्यात कुठला मुद्दा कसा मांडला असेल, हे रवींद्रला ठाऊक होतं.

'इंडियन ट्रिब्यून' मधून व्यक्त होणारे विचार आणि धोरणे यांवर संधी मिळताच किंवा संधी निर्माण करून टीका करणं आणि हे करताना आपण अत्यंत सत्यनिष्ठ आहोत, असा भाव आणायचा, ही त्या वृत्तपत्राची नेहमीचीच पद्धत होती. सरकारी पक्षाची तोंडपूजा करणं आणि सरकारला विरोध करणाऱ्या वृत्तपत्रांवर टीका करणं हेच त्या वृत्तपत्राचं जीवितकार्य झालं होतं. कारण त्या वृत्तपत्राच्या मालकांचा देशभर सिमेंट, कागद, कापड, स्कूटर्स, गाड्या अशा काही वस्तूंचा व्यापार-उद्योग होता. या वृत्तपत्राद्वारे सरकारला वेळोवेळी खूश करणं आणि आपल्या व्यवसायांसाठी लायसेन्स मिळवणं हा त्यांचा सरळ व्यवहार होता. गौतमचे असले लेख त्या वृत्तपत्राच्या सर्व आवृत्त्यांमधून नेहमीच प्रसिद्ध होत होते. त्या वृत्तपत्राच्या मालकांचं त्यातच हित असल्यामुळं तो फार लवकर नावा-रूपाला आला होता.

रवींद्रनं काहीही न बोलता त्यावरून नजर फिरवली.

'... काचेच्या घरात राहणाऱ्यांनी इतरांवर दगडफेक करू नये, ही म्हण पत्रकारांच्या बाबतीत विशेष लागू पडते–सार्वजनिक जीवन आणि व्यक्ती यांच्यावर टीका करायचा पत्रकाराचा हक्क कुणीही नाकारत नाही–पण पत्रकारानं आपल्या लेखणीचं सामर्थ्य राष्ट्रापुढच्या समस्या सोडवण्यासाठी वापरलं पाहिजे–व्यक्तिगत हेव्यासाठी नव्हे–आमचे एक सहकारी पत्रकार–आमचे ते चांगले मित्रच आहेत–काही मुद्द्यांवर मी त्यांच्यावर टीका केली आहे. इंदिरा गांधी यांच्या पुत्रप्रेमावर त्यांनी अनेक वेळा स्पष्ट आणि सूचकपणे टीका केली आहे–संजय गांधींसारख्या आपल्या बिघडलेल्या मुलाला राजकारणात आणून पंत्रप्रधान करण्याचे मनसुबे त्या रचताहेत, असा त्यांच्यावर आरोप करून 'ही एका घराण्याची मक्तेदारी आहे काय?' म्हणून प्रश्नही विचारला आहे–या पार्श्वभूमीवर काल प्रसिद्ध झालेली बातमी विशेष महत्त्वाची आहे! या पत्रकाराच्या मुलाने कुठल्याशा खेडवळ मुलीवर अत्याचार केले आहेत आणि ती गर्भार राहिल्यावर आता हात झटकत आहे ! खेड्यातील लोकांनी या कारणासाठी सत्याग्रह केला, तेव्हा आमच्या पत्रकार–मित्रांनी आपल स्थान-माहात्म्य वापरून तो सत्याग्रह पोलिसांच्या मदतीनं मोडून काढला!–एक गोष्ट आपण लक्षात ठेवली पाहिजे, वयात येणाऱ्या मुलांमध्ये थोडी-फार मस्ती ही असतेच. शिवाय संजय गांधींनी असे काही केले, याला काहीही पुरावा नाही–भारताचा पंतप्रधान व्हायचं स्वप्न पाहायचा अधिकार स्वतंत्र भारतात सगळ्यांना आहे–तर मग संजय गांधींना का नको?' वगैरे–वगैरे.

होय–ही खास गौतमचीच शैली ! संधी मिळताच त्यानं हाणलंय् एवढंच ! त्यात खोटंही टाकलंय्, पण मी माझ्या स्थानाचा काहीही वापर केला नाही, हे कसं सिद्ध करायचं? हा गौतम समोर आला, की धावत येऊन साष्टांग नमस्कार घालतो,

"तुम्हीच आमचे गुरू! अजून तुमच्याकडून खूप शिकायचं आहे–" वगैरे राग

आळवायला सुरुवात करतो.

"सर, तुम्ही यावर एक निवेदन का देत नाही ? त्याचा प्रत्येक मुद्दा आपल्याला पुराव्यानिशी खोडून काढता येईल. या लेखात त्यानं हल्ल्याविषयी अवाक्षर लिहिलं नाही. त्यानंतर आजच्या वृत्तपत्रातही त्यानं ती बातमी दिलेली नाही. त्याचा म्हैसूरचा वार्ताहर माझ्या ओळखीचा आहे. त्यानं हॉस्पिटलमध्ये येऊन सगळी बातमी गोळा करून पाठवली होती, हे नक्की. पण त्यांनी ती छापलेली नाही."

रवींद्रनं यावर काहीच प्रतिक्रिया व्यक्त केली नाही. 'आपण संध्याकाळपर्यंत वाट पाहू या' म्हणत त्यानं तो लेख अण्णय्यांच्या हाती वाचायला दिला.

संध्याकाळ होऊ लागली. अजूनही शशिरेखा आणि शांतमूर्ती परतले नव्हते. रवींद्रला आता त्यांची काळजी वाटू लागली. पुट्टेगौडा पक्का राजकारणी माणूस! त्यानं या दोघांना काही दगा-फटका तर केला नसेल? मनात दहा वेळा एस्.पीं.ना कळवावंसं वाटलं, तरी त्यानं आणखी काही वेळ त्यांची वाट पाहायचं ठरवलं. त्यामुळं संध्याकाळी बाहेर न पडता तो आणि अण्णय्या हॉस्टेलमध्येच राहिले.

रात्री आठ वाजता बुलेटचा आवाज ऐकू आला. शशिरेखा आणि शांतमूर्ती आत आले. दोघांचीही भरपूर दमणूक झाल्याचं चेहऱ्यावरून दिसत असलं, तरी बातमी मिळवल्याचा आनंदही चेहऱ्यावर दिसत होता. खोलीचा दरवाजा बंद करून खुर्च्यांवर बसल्यावर शांतमूर्ती म्हणाला,

"फर्स्टक्लास मटीरियल मिळालं! काय-काय झालंय्, ते सांगतो. सब-इन्स्पेक्टर लंकप्पा पुट्टेगौडाला पकडून आणण्यासाठी गेला ना? लंकप्पानंच पुट्टेगौडाला सूचना दिली, म्हणे–आता तू आमच्या हाती सापडलास, तर त्या मुलाच्या मारहाणीसाठी तुला शिक्षा होईल, हे निश्चित! बरुआ खमक्या माणूस आहे–त्यावर कसल्याही प्रकारचं दडपण आणणं अशक्य आहे! अखेर पुट्टेगौडानं बेंगळूरला जायचं आणि थेट होम मिनिस्टरकडून एस्.पी.वर राजकीय दडपण आणायचं, असं ठरलं. म्हैसूरवरून गेलं, तर नको असलेली माणसं भेटतील, म्हणून तो मोटारसायकलवरून के. आर्. नगर, होळे नरसिपूर, चन्नरायपट्टण अशा वेगळ्याच मार्गानं बेंगळूरला गेला. इकडं मात्र तो जवळपासच्याच एखाद्या खेड्यात लपून बसलाय्, म्हणून बातमी उठवली आहे!–एकंदरीत परिस्थिती पाहता एस्.पी.ची बदली होईल, असं वाटतं. यंदा पुट्टेगौडाला एम्.एल्.ए. तिकीट मिळणार हे नक्की!–"

"अन्यायान घेरलेल्या त्या मुलीची तुम्ही भेट घेतली?" रवींद्रन विचारलं.

शशिरेखा सांगू लागली,

"बागेच्या मालकांनी त्या बाप-लेकीला आमच्या जागेत असला धंदा करता काय - म्हणत पाच दिवसांपूर्वीच हाकलून दिलं, म्हणे ! आता ते दोघंही सिंगरवल्ली या पुट्टेगौडाच्या गावापासून पाच मैलांवर असलेल्या जेडीहळ्ळीमधल्या आपल्या एक एकर उजाड भूमीवर एका झोपडीत राहतात, इथं नेमकं काय घडतंय्, हे मादण्णालाही नीट ठाऊक नाही–मुलीलाही ठाऊक नाही. मादण्णाचा गिरण्णा नावाचा एक मित्र आहे. त्यानं पहिल्यांदा मादण्णाला ब्लॅकमेलचं तंत्र सांगितलं. त्याच्या पुढाकाराखाली मादण्णानं आधी पंचवीस हजार मागितले. पंचवीस म्हटलं, तर पाच हजार तरी हाती पडतील, असा त्यांचा हिशेब होता. पण त्याच वेळी सावकार आले आणि त्यांनी या दोघांना नोकरीवरूनच काढलं. पोटा-पाण्यासाठी काहीच नाही म्हटल्यावर मादण्णा पुट्टेगौडाकडे गेला. पुट्टेगौडानं पंचवीसचे पन्नास हजार रुपये केले आणि सत्याग्रहाला सुरुवात केली. पन्नास हजार मिळाले असते, तरी प्रत्यक्ष त्यानं मादण्णाला किती दिले असते, कोण जाणे ! एकंदरीत पुढच्या सगळ्या कारवाईला पुट्टेगौडाच जबाबदार आहे. मी मादण्णाशी या विषयावर बोलून त्याच्या न कळत त्याच्या बोलण्याची ध्वनिफीत बनवली आहे."

"ती मुलगी भेटली ?"

"होय. तिच्याशीही बोलले. तिला यातलं काहीच फारसं ठाऊक नाही. तिच्या बापानं तिला काहीच सांगितलेलं नाही. ती गरोदर आहे, हे खरं आहे. दोन-अडीच महिने झाले असतील. तेही तिला नीट सांगता येत नाही. याचा बाप कोण, म्हणून विचारलं, तरी तिला नीट सांगता येत नाही. मोटारसायकलवाला मुलगा मात्र नक्की नाही, म्हणून सांगते ती ! तुला कसं ठाऊक, म्हणून विचारलं, तर म्हणाली, ते रबर वापरायचे–तिचंही बोलणं मी टेप करून आणलंय्. पण एकंदरीत तिला मोटार-सायकलवाल्या मुलांविषयी विशेष प्रेम दिसलं. मी का म्हणून विचारलं, तेव्हा तिनं सांगितलं–ते बाकीच्या लोकांसारखे नाहीत ! सिनेमामधल्या हीरोसारखे मस्त आहेत! पैशाचीही कटकट करत नाहीत! आमच्या बुलेटचा आवाज ऐकताच ती उत्सुकतेनं म्हणाली–ही त्यांचीच गाडी! आम्ही सांगितलं–ही त्यांची गाडी नव्हे ! तर ती म्हणाली–मला फसवू नका! एवढंही कळत नाही काय मला? मी फिरून आलेय न्हवं का तीवरून! एकंदरीत ती त्याच्यावरून जीव ओवाळून टाकायला तयार दिसली ! या संबंधामध्ये एक प्रकारचं आंतरिक प्रेमही दिसलं. त्यात या बुलेटचाही संबंध दिसतो ! तिला विचारलं, आता तू गर्भार आहेस–त्याचं काय करणार? तिनं सांगितलं–हणसूरच्या डॉक्टरांनी दोनशे रुपये मागितले आहेत–मला भीती वाटते–दुखतंय्?–तिनं मलाच विचारलं!–"

शशिरेखा आणि शांतमूर्ती बरेच थकले होते. घड्याळ पाहिलं–पावणे नऊ वाजले होते. त्यांना दिवसभराच्या दगदगीनंतर एक उत्तम जेवण आणि गाढ झोप

अत्यावश्यक आहे, हे जाणवून रवींद्र त्यांना म्हणाला,

"हा टॉवेल घ्या. याच रांगेत अगदी टोकाला बाथरूम आहे–जा-फ्रेश होऊन या लवकर. उशीर झाला, तर जेवण मिळणार नाही. जेवताना आपण बाकी गप्पा मारू या–''

चौघंही कारनं निघाले. पुट्टेगौडा आणि सब-इन्स्पेक्टर यांचा कानी आलेला प्लॅन लगेच एस्. पीं.च्या कानांवर घालणं योग्य ठरेल, असं रवींद्रला वाटलं. शांतमूर्ती, शशिरेखा आणि अण्णय्यांनीही हेच सांगितलं. रवींद्रनं गाडी एस्.पीं.च्या घराकडे वळवली. हे क्लब किंवा आणखी कुठं जात नाहीत–ऑफिस आणि घर याच त्यांच्या जागा, हे रवींद्रला ठाऊक होतं.

घराच्या गेटपाशी रखवालदार उभा होता. आत बागेपाशी एस्.पीं.च्या पत्नी शतपावली घालत होत्या. सकाळीच बरुआंनी रवींद्रची आपल्या पत्नीशी ओळख करून दिली होती. बाकी तिघांना गाडीतच बसवून पुढं गेलेल्या रवींद्रची ओळख पटून ती 'हॅलो–' म्हणाली.

रवींद्र म्हणाला,

"सॉरी–अवेळी आलोय्. पण साहेबांना एक अर्जंट बातमी द्यायची होती–''

"साहेब दुपारी एक वाजताच बेंगळूरला गेले. त्यांची बदली झाली...'' ती उत्तरली.

"बदली?'' रवींद्रनं गोंधळून विचारलं.

"हं. बारा वाजता फोनवरून ट्रान्स्फर- ऑर्डर आली. तातडीनं ॲडिशनल एस्.पी.कडे चार्ज देऊन निघून यायला सांगितलं. तुम्हांला यांचा स्वभाव ठाऊक आहे ना! फोन ठेवल्या ठेवल्या त्यांनी ॲडिशनल एस्. पी. ला हाक मारून त्याच्याकडे चार्ज दिला–घरी आले–सूटकेस घेऊन बेंगळूरला निघून गेले. अशी मध्येच ट्रान्स्फर झाली! मुलांच्या शाळा–सारं अर्धवट होतं! सगळा त्रासच आहे– !''

"इथं कोण येणार आहेत, ते समजलं?''

"ठाऊक नाही. तातडीची बदली झाली म्हटल्यावर कोण येणार, ते अजून ठरलं नसेल. पण आम्हांला हे घर मात्र सोडावं लागेल.''

तिला नमस्कार करून रवींद्र कारमध्ये स्टीअरिंगच्या जागेवर बसला. गाडी निघाल्यापासून मागच्या सीटचा दिवा लावून शांतमूर्ती आणि शशिरेखा गौतम नारायणचा लेख वाचत होते. आता ते शेवटचा परिच्छेद वाचत असल्याच रवींद्रच्या लक्षात आलं.

तो म्हणाला,

"शांतमूर्ती, तुमचा अंदाज अगदी बरोबर निघाला!"

"काय?"

"एस्.पीं.ची बदली दुपारी बारा वाजता फोनवरून करण्यात आली! ते एक वाजता बेंगळूरला निघूनही गेले."

"यात आश्चर्य वाटण्यासारखं काहीच नाही..." शांतमूर्ती म्हणाला. पण त्याचा चेहरा उद्विग्न दिसत होता.

नंतर जेवताना तो म्हणाला,

"हलकट कुत्र्याला–गौतमला असा सोडायला नको! एक सणसणीत लेख लिहीन मी याला उत्तर म्हणून! आपल्या मुलीला धंद्याला लावणाऱ्या हलकट माणसाबरोबर कट करून हा राजकारणी माणूस गुंडांची मदत घेऊन कसा ब्लॅकमेलचा कट करतो आणि त्यासाठी एस्.पी.चीही कशी बदली घडवून आणतो, याची सविस्तर कथा देईन. गौतमच्या लेखाच्या चिंधड्या उडवेन. भरपूर फोटो आहेत आपल्याकडे! शिवाय टेप्सही आहेत. तारीख आणि वेळेचा व्यवस्थित संदर्भ देऊन लिहीन. उद्या म्हैसूरमध्ये चार तास फिरलं, की भरपूर माहिती मिळेल! एस्. पीं. ची बदली केली ना? गौतमची मोठी हिरॉईन इंदिरा गांधी–तिची स्टाईल ही! तुम्ही माझ्या इच्छेप्रमाणे वागला नाही, तर तुम्ही सुखानं राहू शकणार नाही, असा इशारा देणारी ही पद्धत ! तिच्या पार्टीची राज्य-सरकारं तिचीच पद्धत अमलात आणताहेत–!"

शांतमूर्तीचा आवाज बराच चढला होता. साडे नऊ वाजून गेल्यामुळं हॉटेलात गर्दी कमी होती. त्यामुळं त्याचा आवाज इतरांपर्यंत जाऊन पोहोचला नाही. तरीही शशिरेखानं त्याला आवाज खाली आणायला सुचवलं. असा एखादा लेख लिहिणंच योग्य ठरेल, असं रवींद्रलाही वाटत होतं.

पण शशिरेखानं लगेच सावध केलं,

"पण तुमच्या लेखात तुम्ही कुठं ना कुठं एका गोष्टीचा उल्लेख करणं आवश्यक आहे–अनुपचा आणि त्या मुलीचा देहसंबंध घडल्याचं सूचकपणे का होईना, लिहावं लागेल. नाही तर गौतम आणखी चौकशी करून भल्यामोठ्या शीर्षकाखाली तो मजकूर आपल्या मसाल्यासह प्रसिद्ध करेल! त्याला हवी ती सामग्री पुट्टेगौडा त्याला पुरवेल–"

रवींद्र म्हणाला,

"मी एस्.पी.ला फोन करून सत्याग्रह मोडून काढला, म्हणून त्यान लिहिलंय्–तेही धडधडीत खोटं आहे. मी फोन केला नाही."

शशिरेखानं केलेल्या सूचनेमुळं शांतमूर्ती गप्प बसला. थोड्या वेळानं तो रवींद्रला म्हणाला,

"सर, तुम्ही विचार करून सांगा. तुम्ही लिहा म्हटलं, तर लिहीन–नको म्हटलं, तर नको."

ताकभात खाताना तोच पुन्हा म्हणाला,

"गौतमच्या लेखातलं मर्म पाहिलंत ना? वृत्तपत्राच्या संपादकाच्या फोनमुळं प्रभावित होऊन त्यानं हा लेख लिहिला. त्यांचा पक्ष आपण गरिबांचे कैवारी असल्याचा जो आक्रोश करत असतो– त्यांच्या विरुद्ध वागणं आहे हे! असा एस्. पी. विरुद्ध तो आरडाओरडा करेल. बहुतेक त्यांनी गौतमशी बोलूनच हा डाव टाकला असावा! किंवा त्यांनी दिलेली स्टोरी यानं आपल्या भिक्षा-पात्रात घेतली असेल! दुसरीच शक्यता अधिक पटण्यासारखी आहे. कारण तो मुलखाचा आळशी आहे. फील्ड-वर्क करायची त्याची मुळीच तयारी नसते!"

जेवणानंतर समोर आलेला पान खात त्यानं सांगितलं,

"लिहायचं, की नाही, ते नंतर ठरवता येईल - उद्या मी मात्र इथंच राहून आणखी मिळतील, त्या बातम्या गोळा करेन. सगळं प्रकरण निम्म्यावरच सोडून देणं मला तरी शक्य नाही. अर्धवट पोट भरल्यावर पानावरून उठणं कसं शक्य आहे?"

रवींद्रला शांतमूर्तीच्या या स्वभावाची आधीपासूनच माहिती होती. एखाद्या विषयात खोल शिरायचं म्हटलं, की कुठलाही धोक्याची फिकीर तो बाळगत नाही. जन्मजात पत्रकार हा! म्हैसूरमधल्या चिदानंदचा स्वभाव मात्र असा नाही. अधिकृतरीत्या मिळणाऱ्या आणि इतर देत असलेल्या सर्वसामान्य बातम्या पाठवून तो सुखानं झोप काढतो!

◆

रात्री हॉस्टेलमधल्या खोलीत ध्वनिमुद्रित टेप्स ऐकत रवींद्र अंथरुणावर बसला होता. अण्णय्याही जागेच होते. लक्षपूर्वक कॅसेट ऐकता ऐकता महत्त्वाचा मुद्दा आला, की दोघंही एकमेकांकडे पाहत होते.

सारं ऐकून झाल्यावर रवींद्र म्हणाला,

"ऐकलंस ना?"

अंगावरची शाल सावरत अण्णय्या म्हणाले,

"हं! ऐकलं तर!"

दिवा बंद करून दोघंही झोपले. रवींद्रला झोप येत नव्हती. शांतमूर्तीला लेख लिहायला संमती द्यायची, की नको म्हणून सांगायचं, हे अजूनही निश्चित होत नव्हतं. लेख लिहिताना अनुपचा नालायकपणा टाळता येणार नाही, टाळला, तरी गौतम तो आणखी विकृत स्वरूपात सामोरा आणेल. त्यापेक्षा लिहायलाच नको

म्हटलं, तर? या विचारानं त्याला थोडं समाधान वाटलं.

थोड्या वेळानं अण्णय्या म्हणाले,

"उद्या सकाळी मी अनुपशी थोडं बोलतो..."

"विद्याशालेत तीन वर्षं जवळ ठेवून घेऊन हवं तेवढं बोललास ना ? त्या आधी हा उघड्या बायका बघायला जात होता - आता त्यापुढचं पाऊल टाकायला निघालाय्! कुणीही याला बदलणं शक्य नाही!"

अण्णय्या गप्प बसले. रवींद्रच्या मनात प्रश्न उठत होते–आज राजकारण कुठून कुठं जाऊन पोहोचलंय्! केवळ राजकारण नव्हे–देशाचं जनजीवन! पत्रकाराच्या जीवनातला एखादा कच्चा दुवा अशा प्रकारे सार्वजनिक पद्धतीनं वापरणं योग्य आहे काय?

म्हणजे इंदिरा गांधींच्या पुत्र-प्रेमावर आक्षेप घ्यायचा अधिकार कुणालाही नाही?

गौतमनं लिहिलेलं एक वाक्य खरं आहे–काचेच्या घरात राहणाऱ्यांनी दुसऱ्यांच्या घरांवर दगड टाकू नयेत.

पण मी कुणाच्याही घरावर दगड टाकायला गेलो नव्हतो. सार्वजनिक स्थान आणि त्यामुळं मिळणाऱ्या काही सवलती वंश-परंपरेनं आल्या आहेत, या वृत्तीला मी विरोध केला. सरकारी पैसा सरकारी खात्यात न भरता खाजगी कामासाठी वापरण्याच्या प्रवृत्तीवर मी टीका केली. सार्वजनिक व्यक्तीनं अंतर्बाह्य स्वच्छ राहिलं पाहिजे–वृत्तपत्राची मागणीच ही असते.

पाठोपाठ महात्मा गांधींची आठवण झाली. त्या म्हाताऱ्याकडे लपवून ठेवण्यासारखं काहीही नव्हतं. त्यामुळं अशा माणसाला वृत्तपत्रांची भीती कशासाठी असणार ? याच कारणासाठी सरकारी पैसा खर्च करून पत्रकारांना विकत घ्यायचीही गरज नव्हती.

अण्णय्या हलकेच घोरत होते. किती तरी वेळानं रवींद्रलाही झोप आली.

सकाळी तो उठण्याआधी अण्णय्यांची अंघोळ झाली होती. रवींद्रनंही घाईघाईनं आपली अंघोळ आटोपली आणि म्हणाला,

"मी बेंगळूरला निघालो. दोन दिवस झाले, ऑफिसला गेलो नाही! तूही चल. तिथूनच गावी जाशील..."

"–नको. अनुपशी मला थोडं बोलायचं आहे. नंतर मी जाईन!" ते उत्तरले.

त्यानं जाता-जाता अण्णय्यांना हॉस्पिटलमध्ये सोडलं आणि अनुपचा निरोप घेऊन औषध-पाण्यासाठी तीनशे रुपये त्याच्या हाती देऊन तो तिथून निघाला.

तो हॉटेलवर गेला, तेव्हा शांतमूर्ती आणि शशिरेखा जागे झाले होते. तो म्हणाला,

"शांतमूर्ती, मी बेंगळूरला निघाले. तुम्ही इथं राहून जी माहिती मिळवायची आहे, ते मिळवा आणि तुम्हांला पटेल तसा लेख लिहा. छापू आपण. तुमच्या दोन्ही कॅसेटस्–या घ्या! खाली चला. आपण नाश्ता करू या–"

◆

अनुप अजूनही हॉस्पिटलमध्ये असला, तरी त्याला बसलेला मुका मार किती तरी कमी झाला होता. शरीरावरचे किती तरी काळे–निळे डाग एव्हाना दिसेनासे झाले होते. पण डॉक्टरांची परवानगी मिळेपर्यंत त्याला हॉस्पिटलमध्ये राहणं भाग होतं. अण्णय्या स्वतः हॉटेलमध्ये गेले आणि इडली–डोसा बांधून घेऊन आले. अनुपला खाऊ घालून त्यांनीही आपला नाश्ता केला. डॉक्टरांची सकाळची राऊंड झाल्यावर त्याला घेऊन ते बाहेरच्या एका झाडाखाली बसले.

आधी त्यांनी, आता जे घडलं, त्याविषयी थोडा वेदान्त सांगितला. त्यांचं ते बोलणं अनुपही खुशीनं ऐकत होता. अखेर त्यांनी त्याला एक गोष्ट सुचवली,

"मी तुझ्याविषयी भरपूर विचार केला, अनुप! आता तुला वीस वर्षं पूर्ण झाली आहेत. पूर्वीच्या काळी मुलगा अठरा-एकोणीस वर्षांचा झाला, की बायको घरी येत असे. त्यात काहीही चूक नाही. प्रत्येकाचा शरीरधर्म आहे तो! तुला पसंत असलेल्या मुलीशी तू लग्न कर. एक छोटं घर केलंस, तर तुझ्या मोटारसायकलवर जेवढा खर्च होतो, तेवढ्या खर्चात तुझा संसार चालेल. दरमहा आणखी थोडे पैसे पाठवायला मी तुझ्या वडलांना सांगेन. मग तुझं अभ्यासातही नीट लक्ष लागेल. हाच विचार मला सगळ्या दृष्टीनं योग्य वाटतो!"

अनुपचा चेहरा काळा ठिक्कर पडला होता. तो म्हणाला,

"असं का म्हणता, दोड्डप्पा?"

"मी आधीच सांगितलं ना? तो प्रत्येकाचा शरीरधर्म आहे..."

"तुम्हीही पुट्टेगौडाच्या, बोलण्यावर विश्वास ठेवता"

"नाही. पण त्या मुलीचं–महादेवीचंच–बोलणं ऐकलंय् मी! आग नसेल, तर धूर दिसणार नाही, हे खरं. बेंगळूरमध्ये कसलेसे नाच बघायला जात होतास, म्हणून तुझ्या वडलांनी तुला विद्याशालेत पाठवलं. पण त्याचा काय उपयोग झाला? आता तर तू त्यापुढचं पाऊल टाकायला सरावलास!"

कुणी तरी पेचात पकडावं, तशी अनुपची अवस्था झाली. यातून सुटणं अशक्य आहे, याची जाणीव होऊन तो आणखी काळा ठिक्कर पडला. त्यानं विचारलं,

"हे डॅडींना ठाऊक आहे?"

"होय तर! मला एकट्याला कसं समजणार?"

म्हणजे लग्नाचा प्रस्ताव डॅडींनी पाठवलाय्, तर! पाठोपाठ अनुपच्या बुद्धीनं सावधगिरीचा इशारा दिला–एवढ्यात लग्नासारख्या भानगडीत कायमचं अडकून पडायचं नाही. त्यानं निक्षून सांगितलं,

"तुम्ही काहीही सांगितलं तरी मी लग्न करणार नाही! नॉन्सेन्स!"

"त्यात नॉन्सेन्स काय आहे? शरीरधर्माची तृप्ती हाही गृहस्थाश्रमाचा एक भाग आहे!-"

अनुप काही बोलला नाही. तो स्वतःशी विचार करू लागला.

त्यांनीही त्याला कुठल्याही प्रकारे घाई केली नाही.

बराच विचार करून तो म्हणाला,

"दोडप्पा, खर सांगू?... "

"माणसानं नेहमी खरंच सांगावं!"

"शरीरधर्म आहे, हे खरं. पण केवळ तेवढ्या कारणासाठी कोण लग्नाच्या विहिरीत उडी घेऊन स्वातंत्र्य गमावायला तयार होईल? या नंतर महादेवीसारख्या फालतू पोरींकडे जाणार नाही, असा मीच निश्चय केला होता. तुम्ही काळजी करू नका..."

"म्हणजे काय?"

"म्हणजे यानंतर मी फालतू मुलींकडे ढुंकूनही बघणार नाही! मी तुम्हांला वचन देतो पाहिजे तर... " म्हणत त्यानं त्यांचा हात हातात घेऊन सांगितलं.

अनुपनं चलाखीनं शब्द-योजना केल्याचं अण्णय्यांच्या लक्षात आलं नाही. त्यांच्या हे लक्षात येणार नाही, हे जाणूनच अनुपनं तशी शब्द-योजना केली होती.

अण्णय्यांच्या चेहऱ्यावर समाधान पसरलेलं बघून अनुपनं हलकेच निःश्वास सोडला. त्यानं पुन्हा सांगितलं,

"मी वचन दिलंय्, म्हणून डॅडींनाही सांगा. म्हणजे नंतर ते माझं डोकं उगाच खाणार नाहीत!"

अण्णय्यांच्या मनातल्या सगळ्या शंकाचं समाधान झालं नसलं, तरी त्यांना थोडं बरं वाटलं. हा पूर्णपणे ग्वाही देत नाही, म्हणून तिरस्कार दाखवायचा विचार मनात आला, तरी पाठोपाठ वाटलं, तिरस्कार दाखवून पुढं काय करायचं?

त्यांनी अनुपला सांगितलं,

"या सुट्टीत तू विद्याशालेत ये. तिथलीही आता पॉलिसी बदलली आहे!..." आणि ते बस-स्टँडला निघाले.

दोड्डप्पा निघून गेल्यावर अर्ध्या तासानं ड्यूटीवरची नर्स आली आणि तिनं सांगितलं,

"डॉक्टरांनी तुम्हांला डिस्चार्ज दिलाय्. तुम्ही आता जाऊ शकता. इथं सही

करा, बघू!''

अनुपलाही हॉस्पिटलमध्ये पडून आता कंटाळा आला होता. सामान गोळा करून तो तिथून बाहेर पडला. आदल्या दिवशी संध्याकाळपासून त्याच्या मित्रांपैकी कुणीही हॉस्पिटलमध्ये आलं नव्हतं. पोलिसाची खुर्चीही काल संध्याकाळपासून रिकामी होती. एक रिक्षा करून तो हॉस्टेलवर परतला. कॉलेजमध्ये वर्ग सुरू असल्यामुळं हॉस्टेलच्या जवळपासच्या खोल्यांमध्ये कुणी नव्हतं. खोलीचा दरवाजा उघडून तो आत जाऊन कॉटवर बसला. काही वेळातच त्याला कंटाळा आला. आपणही वर्गात जाऊन बसावंसं वाटलं. पण आता गेलं, तर सगळ्यांचं लक्ष आपल्याकडे वेधलं जाईल. त्यापेक्षा उद्या नेहमीप्रमाणे सकाळपासून सगळ्या वर्गांत जायला सुरुवात करायची, असं त्यानं ठरवलं.

तो दुपारी जेवायला गेला, तेव्हा तिथं सगळे होते. एक-दोघं हाय् म्हणाले. पण त्यात नेहमीची सलगी अनुपला जाणवली नाही. त्याच्या शेजारच्या खोल्यांमधले नंजेगौडा, जयदेव, पंचलिंगप्पाही तिथं होते. पण त्यांनी त्याच्याकडे बघून न बघितल्यासारखं केलं. ते सगळे सुरुवातीला हॉस्पिटलमध्ये दोन-तीन वेळा येऊन गेल्याचं अरसनं त्याला सांगितलं होतं. शिवाय त्याच्यावरील हल्ल्याचा निषेध म्हणून एक दिवस कॉलेज बंद ठेवल्याचंही अरसनं सांगितलं होतं. ते सारं आठवून अनुप कृतज्ञतेनं त्यांच्यापाशी गेला आणि उजवा हात खरकटा असल्यामुळं डावा हात पुढं करत म्हणाला,

''थँक यू, बड्स!''

पंचलिंगप्पाचाही उजवा हात खरकटा होता. त्यानं विचारलं,

''व्हॉट फॉर?''

''स्ट्राईक उत्तमप्रकारे आयोजित केल्याबद्दल!''

अनुपच्या या उत्तरावर नंजेगौडा उद्गारला,

''व्वा! म्हणून डावा हात पुढं करतोय्, बघा!–ढुंगण धुवायचा हात! अरे, व्वा–''

अनुप गडबडला. व्याकूळ होऊन तो म्हणाला,

''अरे, माझाही उजवा हात खरकटा आहे–तुमचाही खरकटा, आहे–''

''हं! बुद्धीच खरकटी आहे, म्हणा!'' नंजेगौडाच म्हणाला.

आजपर्यंत नंजेगौडा कधीही भांडायला आला नव्हता. त्याच्याशी फार गाढ मैत्री नसली, तरी शत्रुत्वही नव्हतं. त्यामुळं, नाही म्हटलं, तरी अनुप चकित झाला. आता गप्प बसलं, तर माघार घेतल्यासारखं होईल, असा विचार करून अनुपनं विचारलं,

“सोमवारच्या स्ट्राईकची व्यवस्था काय म्हणते?”

“कुठला सोमवार? कसला स्ट्राईक?” जयदेवनं उलट विचारलं.

“म्हैसूरमधल्या सगळ्या कॉलेजमधला स्ट्राईक!”

“का? सगळ्या कॉलेजेस्नी का स्ट्राईक करायचा?” नंजेगौडानं मध्येच विचारलं, “तुम्ही खेड्यातल्या गरीब मुलींना नासवून येणार आणि सगळ्या कॉलेज-विद्यार्थ्यांनी तुम्हांला पाठिंबा द्यायचा?”

या कॉलेजमध्ये स्ट्राईक घडवून आणण्यात नंजेगौडानं पुढाकार घेतल्याचं अरसनं सांगितलं होतं. आता यानं एकाएकी आपलं वागणं बदललंय्! असं का झालं असेल? अनुप गोंधळून गेला. परिस्थितीचा अंदाज नसताना उगाच संभाषण वाढवण्यात अर्थ नाही, हे जाणवून तो मुकाट्यानं आपल्या जागेवर येऊन जेवू लागला.

जेवण झाल्यावर तो अरसच्या खोलीवर गेला आणि दरवाजा बंद करून त्यानं विचारलं,

“नंजेगौडा असा का वागतोय् रे?”

“आता माझा क्लास आहे. मला गेलं पाहिजे. मी संध्याकाळी तुला भेटेन–” अरस म्हणाला.

दुपारीही अनुप वर्गात गेला नाही.

संध्याकाळी अरस अनुपला शोधत त्याच्या खोलीवर आला आणि म्हणाला,

“इथं नको–! आणखी कुठं तरी जाऊ या–चल–”

त्यानं बुलेट बाहेर काढली आणि अनुपला मागे बसवून तो सॅन पीटर्स पार्लरला गेला. दोघांसाठी बिअर मागवून तो म्हणाला,

“आजचं वर्तमानपत्र तू वाचलं नाहीस काय? बरुआची काल दुपारी टेलिफोनवरून बदली केली आहे. पुट्टेगौडा–तुला ज्यानं मारहाण करायला लावली, तो त्यानं बेंगळूरला जाऊन मंत्र्यांना सांगून ही बदली करायला लावली, म्हणे! काल तो संध्याकाळी म्हैसूरमध्येच होता–आजही म्हैसूरमध्येच आहे, म्हणे, तो! एस्.पी.नाच त्यानं उचलून फेकलं! सगळी पोलीस खात्यातली माणसं त्याला टरकून असतात. त्यानं काल रात्री सगळ्या कॉलेजेस्मधल्या पुढाऱ्यांना ‘रॉयल बँक्वेट’ मध्ये पार्टी दिली, म्हणे! हवी तेवढी रॉयल सॅल्यूट, मटन, चिकन, बिर्यानी आणि त्यावर ‘एव्हरेस्ट पीक’ नावाचं हातभर उंचीचं आणि सहा वेगवेगळ्या चवीचं आईस्क्रीम! वर मुलांना त्यानं चिथवलं–‘बामणाच्या पोरानं आमच्या मुलीला नासवली, तर तुम्ही त्याला का पाठिंबा देता? खरं तर, त्यानं तिच्याशी लगीनच करायला पायजे! पण आम्ही आमची मुलगी बामणासारख्या खालच्या जातीत देणार नाही! वेदपाठ

करत भीक मागणाऱ्या जातीत आमची मुलगी देणं म्हणजे आपला अपमान आहे! म्हणून आम्ही लग्नाऐवजी पन्नास हजार रुपये मागितले. यात काय चुकलं?'

निम्म्यापेक्षा अधिक विद्यार्थी-पुढाऱ्यांनी तिथंच त्याचं म्हणणं मान्य केलं. जयदेव काही त्यांच्या जातीचा नाही. पण त्याला तुझ्याविषयीही सहानुभूती नाही. कारण तू तरी कुठं त्याच्या जातीचा आहेस ? आता सगळ्या कॉलेजांमध्ये स्ट्राईक होणं लांब राहिलं–आपल्या कॉलेजात जे घडलं, तेही बरोबर घडलं नाही, असं आपल्या पुढाऱ्यांना वाटतंय्! आपल्या कॉलेज कमिटीचे चेअरमन गुरप्पाही म्हणताहेत–कुठल्या कॉलेजच्या कंपाऊंडला एवढी भिंत घातलेली असते? कुठल्या तरी फालतू पोरानं कुठल्या तरी पोरीला नासवली आणि तिच्या भावंडांनी याला ठोकून काढलं, म्हणून आम्ही कशाला सात-आठ लाख रुपये खर्च करायचे? म्हणजे पुट्टेगौडा गुरप्पांनाही भेटलाय्, हाच याचा अर्थ!''

अनुपच्या मनातलं समाधान आणि स्थैर्य जमीनदोस्त होऊन गेलं. आता त्याला आणखीही आठवू लागलं. काल पोलीस निघून गेला, त्यानंतर दुसरा आला नाही–याचाच अर्थ यानंतर आपल्याला पोलीस-संरक्षण नाही! अजूनही पुट्टेगौडा पन्नास हजार रुपयांचा विषय सोडायला तयार नाही!–

बिअरचा मग उचलून एक घोट घेताना अरस सांगत होता,

''हा ॲडिशनल एस्.पी. बरुआसारखा नाही–दोन्ही दरडींवर पाय ठेवणारा आहे, म्हणे!-''

अनुपचं मन विचारात गुंतलं होतं–बिअरपेक्षा व्हिस्कीची ऑर्डर दिली असती, तर बरं झालं असतं! पण वरचेवर घेतली, की तिची सवय लागते, म्हणे.

रात्री खोलीचा दरवाजा बंद करून अंथरुणावर पडताना मनात भीती भरून राहिली. एस्.पी. चीच बदली केलीय् यांनी! त्याला रात्री येऊन, चाकू दाखवून पन्नास हजार रुपयांची केलेली मागणी आठवली. पुन्हा ते तसेच रात्री खोलीत घुसले, तर? कितीही ओळखीची हाक वाटली, तरी अपरात्री दरवाजा उघडायचा नाही, हे त्यानं नक्की ठरवलं होतं. पंचलिंगप्पा, नंजेगौडा–या खेपेला कुणीही धावत येऊन आपलं रक्षण करणार नाहीत! सगळे पुट्टेगौडाला जाऊन मिळाले आहेत! एक पहारीचा घाव घातला, की दरवाजा खाडकन निखळून पडेल! मग आत घुसून त्यांनी सरळ चाकूनंच वार केला, तर!–बघता बघता अनुप भयानं घेरला गेला. त्याला वाटलं–हे प्रकरण मिटेपर्यंत आपण एकट्यानं या खोलीत झोपणं शहाणपणाचं नाही!

पण जायचं कुठं? अरसला विचारायचं? नको. तेही हॉस्टेलच आहे. मी तिथं आहे, म्हणून समजलं, तर तिथंही येतील ते!

किती तरी वेळ त्याचा जीव आतल्या आत घुसमटत होता. एकाएकी त्याला जग्गू आणि ओमीची आठवण झाली. होय–तेच बरं होईल. इथं कुणालाही काही सांगायचं नाही. लॅच की असल्यामुळं बाहेरून कुलूप आहे, की नाही, तेही समजणार नाही. बुलेट इथंच ठेवायची. रात्री जेवण झाल्यावर चालत, बसनं किंवा रिक्षानं तिथं जायचं. सकाळी लवकर उठून निघून यायचं. असा एखादा महिना काढला, तरी पुरेसं आहे!

या निर्णयावर आल्यावर त्याला थोडं बरं वाटलं. पाठोपाठ आठवलं–जग्गू आणि ओमी, दोघांपैकी कुणीही आपल्याला पाहायला हॉस्पिटलात आलं नव्हतं. का आले नसतील? त्यांना काहीच ठाऊक नसेल काय? असं कसं शक्य आहे पण? की ते गावातच नसतील? लहानपणापासूनचे ते दोघेही माझे जवळचे मित्र! बाकी सगळे अलिकडचे दोस्त. का आले नसतील ते?

अनुपनं अंगावर शर्ट-पँट चढवली. घड्याळात पाहिलं–रात्रीचे अकरा वाजून गेले होते. त्यानं थोडा विचार करून बुलेट बाहेर काढली आणि खोलीला कुलूप लावलं.

बुलेटच्या आवाजावरूनच जग्गू आणि ओमीला अनुप आल्याचं समजलं. कामाचा भय्या झोपी गेला होता. ओमीनं दरवाजा उघडला. बुलेट बाहेर उभी करून आत आलेल्या अनुपची त्यांनी चौकशी केली,

"कैसे हो? हाऊ आर् यू?"

"इथंच झोपायला आलोय्. गाडी आत घेऊ या... "

जग्गूनं गाडी आत घेतली. तिघंही हॉलमध्ये बसले. ओमीनं विचारलं,

"नेमक काय झालं, रे? आम्ही सगळ्यांनी स्ट्राईक केला. कुणीही कॉलेजला गेलं नाही!–"

अनुपनं सारी हकीकत सांगितली आणि तो शेवटी म्हणाला,

"अशा परिस्थितीत मी काही दिवस एकट्यानं खोलीत झोपणं बरं नाही. म्हणून थोडे दिवस तुमच्याबरोबरच झोपायचं, असं मी ठरवलंय्–! कुणालाही समजणार नाही, अशा प्रकारे येईन. बुलेट आणणार नाही!"

त्या दोघांच्या चेहऱ्यांवरून भयाची लहर फिरून गेली. काही क्षण दोघंही गप्प बसले. त्या शांततेनं अस्वस्थ झालेल्या अनुपनं विचारलं,

"का, रे?"

"ते खरं, रे, पण गुंड सगळ्याचा शोध आधीच लावून बसलेले असतात! ते इथंही आले आणि दार मोडून आत शिरले, तर?" जग्गूनं चाचरत विचारलं.

"इथं यायची त्यांची छाती होणार नाही. कारण इथं आपण तिघंजण आहोत. शिवाय भय्याही आहेच... "

"पण समज ते शिरले... "

"तर काय? आपण तिघंही तगडे आहोत! फाईट केल्याशिवाय सोडणार नाही. अमिताभ बच्चन नाही एकेका ठोशात चार-चार गुंडांना लोळवत?"

"पण हे आमच्या डॅडींना समजलं, तर पंचाईत होईल!"

"पंचाईत कसली त्यात?"

"अरे, तुलाही त्यांचा स्वभाव ठाऊक आहेच ना! कशाला या फंदात पडता, म्हणून आरडा-ओरडा करतात ते. ममीनं तर असल्या भानगडीत पडू नको, म्हणून रडत सांगितलंय्! आदर्श मुलगा म्हटल्यावर आई-वडलांना दुखवू नये–खरं, की नाही?"

"का? तुमचे आई-वडील संकटात असलेल्या मित्राला मदत करू नको, म्हणून सांगतात?"

"बरं-बरं... जाऊ दे! नाही तरी आज तू इथं आल्याचं कुणालाही ठाऊक नाही. पण तू तिथं नाहीस म्हटल्यावर इथंच असशील, हे कुणालाही समजेल! कारण तुझी आमच्याशी जवळची मैत्री आहे, हे सगळ्यांना ठाऊक आहे. आता झोप चल– बराच उशीर झालाय्–" म्हणत जग्गूनं जांभई दिली.

ओमीच्या खोलीत एक जास्तीचा पलंग होता. जग्गूचे वडील मुक्कामाला असले, की जग्गू त्यांना आपली खोली देऊन स्वतः ओमीच्या खोलीतल्या कॉटवर झोपत असे. या आधी अनुपही अनेकदा रात्री त्याच कॉटवर झोपला होता. आता त्या खोलीत झोपल्यावर त्यानं हलक्या आवाजात ओमीला विचारलं,

"जग्गू एवढा का वडलांना घाबरतो? तो खरोखरच घाबरतो, की मला मदत करायची इच्छा नाही, म्हणून ते निमित्त सांगतोय्?"

ओमीही हलकेच म्हणाला,

"तसं नाही, रे... तुझ्यावर हल्ला झाला ना? त्या दिवशी पहाटे जग्गूचे वडील इथं आले होते. आम्ही त्यांना सगळी हकीकत सांगितली, स्ट्राईक झाला, त्या दिवशीही ते इथंच होते. त्यांनी आम्हांला सांगितलं... तुम्ही दोघंही अनुपपासून लांबच राहा, असे पैसे उकळणारे गुंड एकाकडून पैसे मिळाले नाहीत, तर त्याच्या जवळच्या मित्राकडे पैसे मागतात! त्यात आपण लाखो-कोटी रुपयांचा व्यवहार करणारी माणसं, म्हणून समजलं, तर ते आपल्यापैकी कुणाला तरी पळवून नेतील आणि आपल्याकडेही पैसे मागतील! म्हणून सांगतो, तुम्ही अनुपपासून लांबच राहा! आमच्या उत्तर प्रदेशात तर हे डाकू काय काय करतात, म्हणून सांगू! तिथले पैसेवाले डाकूंना अधूनमधून पैसे देतात आणि मगच सुखानं राहू शकतात!-"

"म्हणून तुम्ही दोघंही हॉस्पिटलमध्येही आला नाही?"

यावर ओमी काहीच बोलला नाही. त्यावरून अनुप जे समजायचं, ते समजला.

नंतर ओमीच म्हणाला,

"आपण जवळचे मित्र आहोत, हे कुणालाही न समजणं महत्त्वाचं! आम्ही लांब राहूनच तुला जास्तीची मदत करू शकू–डोंट वरी! वुइ आर् फ्रेंड्स!-"

अनुपला या दोघांच्याही वडलांचा राग आला. ते दोघं परस्परांचे चांगले मित्र आहेत, हे त्याला ठाऊक होतं. आपण आताच्या आता इथून उठून निघून जावंसं वाटलं, तरी खोलीत एकटं झोपलं, तर झोप येणार नाही, हेही त्याला समजत होतं. आपल्याला हॉस्पिटलमधून डिस्चार्ज मिळाल्याचं पुट्टेगौडाला ठाऊक आहे! आता त्यांना पोलिसांचीही भीती नाही! आज रात्री ते खोलीचा दरवाजा मोडून खोलीत शिरतील, यात शंकाच नाही! की त्यांनी पंधरा दिवसांचा अवधी दिला आहे, तोपर्यंत ते वाट पाहतील? आज त्यांतलेही चार दिवस संपले–

तरीही त्याला गाढ झोप लागली. हॉस्पिटलमध्येही त्याची गाढ झोप झाली नव्हती. त्यामुळं त्यानं स्वतःला गाढ झोपेत लोटून दिलं.

दुसऱ्या दिवशी आपल्या मनात निर्माण होऊन प्रबल होत असलेली एक भावना त्याला जाणवली. आपल्या खोलीत एकटं राहायची आपल्याला भीती वाटते! जेवण्याच्या मेसमध्ये, वर्गात आणि इतर मुलांमध्ये असताना भीती जाणवली नाही, तरी एकटं खोलीत राहायचं म्हणजे–नाही तरी गुंड खोलीत शिरून जास्तीत जास्त काय करतील? मीही जवळ एक चाकू ठेवून घेईन. माझ्या हातात चाकू पाहिला, तर तेही घाबरून पळून जाणार नाहीत काय? पण तीन-चार खुनी गुंड शिरले, तर मी एकटा त्यांना कसा तोंड देणार? नुसत्या चाकूनं काय होणार आहे? त्यापेक्षा एक रिव्हॉल्वर जवळ ठेवलं, तर? हा विचार त्याला थोडा पटला. त्यानं एका पोलिसापाशी रिव्हॉल्वर कसं विकत घ्यायचं, याविषयी चौकशी केली. त्याला समजलं, एस्.पी. च्या परवानगीशिवाय ते जवळ बाळगता येत नाही. शिवाय सात-आठ हजार रुपये त्याची किंमत असते, असंही समजलं. आठ हजार रुपयांचा प्रश्न नाही–पण नवा एस्.पी. परवानगी देणार नाही, हे नक्की!

त्याच दिवशी संध्याकाळी शेवटच्या वर्गात शिकणारा वीरेश भेटला. अनुसूचित जातीच्या कोट्यामधून सीट मिळालेल्या विद्यार्थ्यांपैकी हाही एक विद्यार्थी. गावात एक खोली घेऊन तो स्वतःच्या हातानं स्वयंपाक करून राहत होता. अनुपची त्याच्याशी चांगली ओळख होती. आता तो भेटताच अनुपनं काही दिवसांसाठी त्याच्या खोलीवर झोपायला येऊ का, म्हणून चौकशी केली. वीरेशनं कसलीही खळखळ न करता संमती दिली. त्याच्या खोलीत पलंग नव्हते. चटईवर कांबळं एवढंच तिथलं अंथरूण होतं. पण अनुपला तिथं हायसं वाटलं–जग्गू-ओमीच्या घरापेक्षाही इथं शांत वाटलं!

आपण कुठं झोपतो, ते कुणालाही समजू नये, म्हणून तो रात्री एक रिक्षा करून वीरेशच्या घरी येत होता आणि पहाटे लवकर उठून पायी हॉस्टेलवर जात होता.

दुसऱ्या दिवशी कॉलेज-लायब्ररीमध्ये पेपर्स चाळताना 'इंडियन ट्रिब्यून' मध्ये शांतमूर्तींनं लिहिलेला दीर्घ लेख त्याच्या नजरेला पडला. त्यात त्यानं राजकारणी माणसं पैसा उकळण्यासाठी कसे ब्लॅकमेलसारख्या मार्गाचा अवलंब करतात, याची चर्चा करत पुट्टेगौडाचं सारं प्रकरण त्यात सविस्तरपणे दिलं होतं. आपले वडीलच संपादक असलेल्या त्या वृत्तपत्रातला तो दीर्घ लेख वाचत असताना त्याला पुन्हा सारे अनुभव अंगावर आल्यासारखं वाटलं. त्या लेखात पुट्टेगौडानं मंत्र्याकरवी एस्.पी. बरुआंची बदली घडवल्याचंही लिहिलं होतं. शिवाय त्यानं विद्यार्थी-पुढाऱ्यांना फोडून घेऊन स्ट्राईक मोडल्याचं–त्यासाठी त्यांना दारूची सामिष पार्टी दिल्याचंही लिहिलं होतं. त्या पार्टीच्या वेळी विद्यार्थ्यांच्या मनात जातीयतेचं विषारी बीज या पुट्टेगौडानं रोवल्याचंही त्यानं लिहिलं होतं. याच लेखात शांतमूर्तींनं मागं घडलेल्या ग्रनाईट–प्रकरणाची आठवण करून दिली होती आणि अखेर लिहिलं होतं–'त्या प्रकरणात इंडियन ट्रिब्यूनमुळं रेव्हेन्यू–मंत्र्यांचंही कोट्यवधी रुपयांचं नुकसान झाल्यामुळं पुट्टेगौडाला पुढं करून ते इंडियन ट्रिब्यूनच्या संपादकांवर सूड उगवत आहेत–!' सर्वांत शेवटी त्यानं लिहिलं होतं, 'या लेखातील प्रत्येक आरोप सिद्ध करण्यासाठी आमच्याकडे योग्य तो पुरावा आहे!-'

तो भलामोठा लेख वाचल्यावर अनुपच्या मनात थोडं समाधान निर्माण झालं. या संपूर्ण लेखात आपलं कुठलंही प्रकरण पुढं आणलेलं नाही! डॅडींचा पेपर! त्यांनी स्वतः यात लक्ष घातलं असेल! या विचारानं त्याच्या मनात डॅडींविषयी प्रेम निर्माण झालं. दिवसभर तो त्याच समाधानात होता. पण रात्र होताच पुन्हा भीती वाटू लागली. आता सात दिवस संपले. आणखी आठ दिवस राहिले. नंतर? नंतर त्यांच्या गुंडांनी हल्ला करून चाकू खुपसला, तर? आता तर पोलीसही त्यांच्या बाजूचेच आहेत! सब-इन्स्पेक्टर–नाव काय त्याचं?–हं–लंकप्पा! सी. आय्. डी. पाठवून मी रात्री कुठं झोपतो, ते शोधून काढणं कठीण आहे काय? किंवा भर दिवसाच कुणी तरी चाकू मारून पळून गेलं, तर? मग लंकप्पाच खुन्यांना शोधायचं थोडे दिवस नाटक करत राहील! पुढं काही का होईना–माझा जीव तर हकनाक जाईल ना?

डॅडींनी या गोष्टीचा काहीच कसा विचार केला नाही? इथून गेल्यावर त्यांनी पुन्हा माझी चौकशीही केली नाही. त्याला वडलांचा राग आला. आपणच फोन करून त्यांना विचारलं पाहिजे! त्यानं बाहेर पडून एक टेलिफोन बूथवरून त्यांच्याशी संपर्क साधला.

त्यांनी सांगितलं,

"एस्.पी.ची बदली झाली असली, तरी मी आय्.जी.शी बोललोय्. कुणाला काही झालं, तर पुट्टेगौडालाच जबाबदार धरलं जाईल, असं म्हैसूरच्या ॲडिशनल एस्.पी.लाही दम दिलाय्! याचा परिणाम म्हणून पुट्टेगौडा यानंतर एवढा पुढ जाणार नाही, याविषयी माझी खात्री आहे. तरीही तू सावध राहा. मोटार-सायकल विकून टाक. विद्यार्थ्यांनी असंल वेडं-वाकडं फिरणं योग्य नव्हे! तू तुझा अभ्यास, चांगले मित्र आणि तुझं कॉलेज एवढ्यापुरताच राहिला असतास, तर यातलं काहीही झालं नसतं! मला या प्रकरणातलं सगळं ठाऊक आहे! आमच्या वार्ताहरांनी संपूर्ण बातमी मिळवली आहे. तू एका मुलीबरोबर तिथं गेल्यानंतरच तिथला वॉचमन–त्याची मुलगी वगैरे सगळं घडलं ना?"

अनुपला यावर काय उत्तर द्यावं, ते सुचेना.

रवींद्रच पुढं म्हणाला,

"तुझ्यावर हल्ला झाला असताना याविषयी काहीही बोलू नये, म्हणून मी गप्प होतो. दोड्डप्पांनी तूला लग्न करायचा सल्ला दिलाय्, हेही मला समजलं. जरूर लग्न कर. तुझं शिक्षण संपून तुला एखादी नोकरी मिळेपर्यंत तू आणि तुझ्या बायकोला सांभाळायची जबाबदारी माझी. तुमच्या संसाराला पुरेसा पैसा मी पाठवून देईन."

"तुम्हांला कुणी सांगितलं हे?... " अनुपनं मध्येच विचारलं.

"शट् अप्! खोटं बोलू नकोस! त्या मुलीनं सांगितलं, ती ध्वनिफीत मी स्वतःच्या कानांनी ऐकली आहे! निश्चित माहिती असल्याशिवाय मी अवाक्षरही बोलत नाही! तुला म्हैसूरमध्ये राहायची भीती वाटत असेल, तर इकडं ये–मी तुला इथल्या एखाद्या कॉलेजमध्ये ॲडमिशन मिळवून देईन!"

म्हैसूर सोडून बेंगळूरला घरी राहिलं, तर पुट्टेगौडा काहीही करू शकणार नाही–या विचाराबरोबरच संपूर्ण कॉलेजमध्ये महादेवी–प्रकरण समजल्यामुळं होणारी मानहानीही टळेल, असं वाटून त्याला थोडं हायसं वाटलं. याच समाधानान तो कॉलेजला गेला. त्याला म्हैसूर म्हणजे एक यःकश्चित खेडं आणि हे कॉलेज म्हणजे खेड्यातली शाळा वाटू लागली. पण आपण अशा प्रकारे निघून गेलो, तर सगळे आपल्याला भित्रा म्हणणार नाहीत काय? म्हणेनात का! इथून निघून गेल्यावर कोण काय म्हणतं, त्याची मी का फिकीर करू?

दुपारी जेवण करून वर्गात जाऊन बसल्यावर त्याला डॅडींचं सारं बोलणं सविस्तरपणे आठवू लागलं. डॅडींनी मी अनिताबरोबर जात होतो, याचा शोध लावला आहे! महादेवीच्या बोलण्याची ध्वनिफीतही त्यांच्याकडे आहे! मग यांच्यांत

आणि पोलिसांमध्ये काय फरक? वडील म्हणून काय वैशिष्ट्य यांचं? त्याच्या मनात शरम आणि संतापाचा डोंब उसळला. म्हैसूर सोडायचं आणि त्यांच्या घरात सारं स्वातंत्र्य गमावून राहायचं! हा विचारही अनुपला भयानक वाटला. त्यानं मनोमन निश्चय केला, काहीही झालं, तरी चालेल–खून झाला, तरी चालेल! पण त्यांच्या मुठीत मी राहणार नाही!

क्लास संपवून आपल्या खोलीवर परतत असताना त्याच्या डोळ्यांसमोर एक मार्ग चमकून गेला. एवढे दिवस झाले, तरी यातलं कणभरही मम्मीच्या कानांवर घातलं नाही! कसलाही कठीण प्रसंग असला, तरी मम्मी त्यातून काही ना काही मार्ग निश्चित शोधून काढेल! तिचं माझ्यावर किती प्रेम आहे!

त्यानं घड्याळ पाहिलं–या वेळी ती फॅक्टरीमध्ये असेल. शीतल आँटीही तिच्याबरोबर असेल. आता नको फोन करायला–

रात्रीचं जेवण झाल्यावर मित्राकडे झोपायला जाण्याआधी एक रिक्षा करून तो पोस्ट ऑफिसात गेला आणि तिथून त्यानं दिल्लीला घरी फोन लावला. मम्मी घरातच होती. फोनवरून गुंड, डाकू, त्यांचा हल्ला यांविषयी सांगून तो म्हणाला,

"या बाबतीतला आणखी तपशील हवा असेल, तर 'इंडियन ट्रिब्यून'मध्ये मोठा लेख आलाय्, तो पाहा. डॅडींचा पेपर आणि रेव्हेन्यू खात्याच्या भांडणात उगाच माझा बळी चाललाय्! डॅडींना विचारलं, तर ते म्हणतात, म्हैसूर सोडून बेंगळूरला ये आणि माझ्याबरोबर राहा. तू पेपर वाच. मी पुन्हा केव्हा फोन करू?"

"पण तोपर्यंत तू कसा राहशील? मला तुझी काळजी वाटते, बेटा!"

"तसा मी जपूनच आहे, मम्मी! रात्री एका मित्राच्या खोलीवर झोपायला जातो. कुणालाही कळू न देता!"

"मला एक नंबर दे. उद्या सकाळी आठ वाजता मी त्या नंबरवर फोन करेन. नाही तर तूच कर!"

मम्मीशी फोनवर बोलल्यावर त्याला खूपच बरं वाटलं. आता ती काही तरी निश्चितच करेल. प्रेम असलं, की काही ना काही मार्ग सापडेलच! वीरेशच्या खोलीवर त्याला त्या रात्री आणखी गाढ झोप लागली.

सकाळी आठ वाजता त्यानं मम्मीला फोन लावला. ती त्याची वाटच पाहत होती. ती लगेच म्हणाली,

"लेख वाचला मी. ते गुंड नाहीत–राजकारणातली माणसं दिसताहेत. संपूर्ण देशाचं राजकारण चालवायचं, म्हणजे त्यांना पैशाची गरज असतेच. मग त्यांना

ग्रॅनाईट विकू द्या, नाही तर मार्बल! यांना काय करायचंय् ते घेऊन? या पुट्टेगौडाशीच प्रत्यक्ष बोललं पाहिजे. मी आता लगेच विमानतळावर निघते आहे. अकरा वाजता बेंगळूरचं विमान आहे. बेंगळूरहून टॅक्सीनं चार-साडेचार वाजेपर्यंत म्हैसूरला येऊन पोहोचेन. सरळ तुझ्या हॉस्टेलवरच येईन. माझ्यासाठी एखाद्या डीसेंट हॉटेलमध्ये रूम बुक करून ठेव. कॉंकर्ड या नावानं. रात्री तूही तिथंच माझ्याबरोबर राहा. आणि हे बघ! कसलीही काळजी करू नकोस! हा काही फार मोठा प्रॉब्लेम नाही. यातून मार्ग काढणं मुळीच कठीण नाही!''

त्याला एकदम हलकं-हलकं वाटलं. मम्मी नेमकं काय करेल, हे त्याला समजलं नाही, तरी ती हे प्रकरण पूर्णपणे मिटवेल, याविषयी त्याला खात्री वाटू लागली. त्यातच अशा वेळी तिच्याबरोबर एक दिवस राहायला मिळतंय्, हीच किती चांगली गोष्ट आहे! त्याच्या मनातला मम्मीविषयीचा आदर आणखी उफाळून आला. त्याच उत्साहात त्यानं हॉटेल पॅराडाईजमध्ये दोन कॉटस् असलेली एक खोली ठरवली.

बेंगळूरहून येतानाच मम्मी एक लक्झरी-टॅक्सी ठरवून घेऊन आली होती. खोलीत येताच तिनं खोलीच्या दारं-खिडक्या नीट तपासल्या. त्यानं एका पिशवीमध्ये एक कपड्यांचा सेट घेतला आणि तो तिच्याबरोबर टॅक्सीत जाऊन बसला. तिनं टॅक्सीमध्येच बसून कॉलेजच्या कंपाऊंडमध्ये एक फेरी मारली. नंतर टॅक्सी पॅराडाईज हॉटेलच्या दिशेनं निघाली.

भव्य उंची, गोल उंच आलंकृत खांब, मोठाल्या खोल्या, संगमरवराचा मुबलक वापर केलेलं पॅराडाईज हॉटेल तिला एखाद्या राज-महालासारखं वाटलं. तिच्या चेहऱ्यावर समाधान पसरलं.

खोलीत शिरल्यावर अनुपनं विचारलं,

''मॉम, तू काय विचार केलास यावर?''

''मी काही सांगणार नाही–तूच पाहशील! उद्या पहाटे लवकर उठून तयार व्हायचं आणि सकाळी आठच्या आधी पुट्टेगौडाच्या घरी जाऊन थडकायचं! नाव काय म्हणालास त्या खेड्याचं? सिंगरवाली?

''सिंगरवल्ली!'' अनुपनं मम्मीचा उच्चार सुधारला.

''हं–तेच ते! ही कन्नड भाषा! ॲज अ मॅटर ऑफ फॅक्ट, साऊथ इंडियन नावं किती विचित्र असतात! त्याच्या घरापुढं टॅक्सी उभी राहिल्यावर काय बोलायचं, ते मी बोलेन! तू मुकाट्यानं बघत राहा! अरे, ही तर माझ्या दृष्टीनं समस्याच नाही! ब्लॅकमेल करणं–धाक दाखवून पैसा उकळणं ही उत्तर भारताची स्पेशालिटी! आणि दिल्ली त्याची राजधानी ना! जस्ट डोंट वरी! तुझं बाकीचं कसं काय चाललंय्?

कॉलेज काय म्हणतंय्? तुला किती गर्ल फ्रेंड्स आहेत, ते नाही सांगितलंस! बुलेटचा स्पीडोमीटर पाहिला–फारच फिरवली आहेस, वाटतं!''

अनुपनं तिचं बोलणं लक्ष देऊन ऐकलं. तिच्या बोलण्यातून कौतुकच दिसत होतं तो म्हणाला,

''नाही, मम्मी! तू रागावशील, म्हणून मी कुणालाही घेऊन जात नाही!''

''नाही? हे काही नैसर्गिक नाही हं! जात जा- पण जरा जपून राहा, म्हणजे झालं! नाही तर या आज-कालच्या मुली तुझ्यामागं बसून स्पीड एंजॉय करतील, तुझ्या पैशांनी चना-भटूरा खातील, आईस्क्रीम चापतील आणि नंतर हात हलवत तुलाच उल्लू करत निघून जातील! तुमच्या म्हैसूरसारख्या खेड्यात काय चालतं, कोण जाणे- पण आमच्या दिल्लीच्या मुली खिसा पूर्णपणे रिकामा झाल्याशिवाय सोडत नाहीत! नंतर आपसांत गप्पा मारताना अमक्या बावळटाला मी असं गंडवलं, म्हणून सांगून खिदळत बसतात!''

मम्मीच्या बोलण्यात कुठंही कुत्सितपणा नव्हता, की उगाच नैतिकतेचं अवडंबर नव्हतं. एखाद्या बरोबरीच्या मित्राशी बोलावं, तसं तिचं बोलणं होतं! त्याला आनंद झाला. त्यानं कौतुकानं मम्मीकडे पाहिलं. नंतर त्यानं विचारलं,

''मॉम, तू डाय् करतेस?''

''नाही. का, रे?''

''मी उन्हाळ्याच्या सुट्टीत आलो होतो, तेव्हा तुझ्या कानापाशी एखादा पांढरा केस दिसत होता. आता तोही दिसत नाही! तुझे केसही आजीसारखेच आहेत- कधीही पांढरे न होणारे केस! मॉम! मला तुझा किती अभिमान वाटतो, म्हणून सांगू!-'' तो तिच्या हाताशी झोंबत लाडानं म्हणाला.

तीही खूश झाली.

नाही तरी टॅक्सी आहे- इथं हॉटेलात बसून काय करायचं–म्हणत दोघंही संध्याकाळी वृंदावन गार्डनला जाऊन आले.

सकाळी लवकर उठून ती तयार झाली. बिनबाह्यांचा ब्लाऊज- आपल्या प्रमाणबद्ध शरीर बांध्याचं सौंदर्य द्विगुणित करणारी निळी, परदेशी, तलम साडी- उंच टाचांचे शूज्–व्यापाऱ्यांच्या बायकांप्रमाणे अंगावर ढीगभर दागिने न घालता गळ्यात एकच साखळी, हातांत दोन-दोन बांगड्या आणि कानांत हिऱ्याच्या कुड्या असा वेश करून भलीमोठी पर्स घेऊन ती तयार झाली. तोही जीन पँट- पांढरा शर्ट आणि काऊ बॉय शूज् घालून तयार झाला.

ठीक सात वाजता निघून आठ-दहा वाजता त्याची टॅक्सी सिंगरवल्लीला जाऊन पोहोचली. चौकशी करत त्याची टॅक्सी पुट्टेगौडाच्या घरासमोर उभी राहिली,

तेव्हा पुट्टेगौडा चांगलाच गडबडला. तो लगबगीनं आपल्या साध्या कौलारू घरातून बाहेर आला. मल्याळी पद्धतीची लुंगी गुंडाळलेला पुट्टेगौडा अजूनही ब्रशनं दात घासत होता.

त्याला आपल्याकडे टॅक्सी करून कोण स्त्री आली आहे, याचा लवकर अंदाज येईना. त्यातच कांतीनं हिंदी ढंगाच्या कन्नडमध्ये विचारलं,

"तुम्हीच पुट्टेगौडा ना?"

काही तरी चुकीची गोष्ट करत असल्याप्रमाणे त्यानं तोंडातला ब्रश बाहेर काढत म्हटलं,

"होय! मीच तो मॅडम!... "

"आपल्याला आत बसणं सोयीच आहे का? नाही तर तुम्हीच बाहेर या- आपण टॅक्सीत बसून बोलू! टॅक्सीमध्ये जागा आहे. हवं तर म्हैसूरला जाऊन बोलू या... "

एवढ्या अवधीत मळक्या कपड्यातील दहा-बारा मुलं, तीन-चार पुरुष आणि एक-दोन बायका टॅक्सीच्या भोवताली जमल्या होत्या. पुरुषांच्या अंगावर मळकट खाकी अर्ध्या चड्ड्या आणि मळकट-फाटके बनियन होते. बिडीचा वास प्रत्येकाच्या तोंडातून येत होता. बायका गावाबाहेरच्या विहिरीतून पाणी आणायला निघाल्या होत्या. त्याही टॅक्सी पाहताच तिथं रेंगाळल्या होत्या.

पुट्टेगौडा म्हणाला,

"जागेला काय तोटा? या... या! आत या... "

कांती आणि अनुप त्याच्या घरात शिरले. आत गेल्यावर डाव्या बाजूला असलेल्या खोलीत त्यानं या दोघांना बसवलं. ती त्याच्या ऑफिसची खोली असल्याचं पाहताक्षणीच लक्षात येत होतं. एक लाकडी टेबल, एक खुर्ची आणि समोरच्या भिंतीपाशी एक लांब बाक- टेबलावर एक-दोन कन्नड वृत्तपत्रं आणि काही जुनी साप्ताहिकं पडली होती. पुट्टेगौडानं त्यांना पुन्हा-पुन्हा बसायला सांगितलं.

कांतीनं आपल्या रुमालानं बाकावरची दोघांना बसता येईल, एवढ्या जागेवरची धूळ झटकली आणि दोघंही बाकावर बसले. पुट्टेगौडा घाईनं आत गेला आणि दाताची पेस्ट आणि फेस धुऊन चूळ भरून पुन्हा बाहेर आला. येता-येता त्यानं अंगावर खादीचा शर्ट आणि पँट चढवून केसही विंचरले होते. घराबाहेर टॅक्सीपाशी खेड्यातली आणखी माणसं उत्सुकतेनं जमत होती.

अजूनही ओळख न पटल्यामुळं यांच्या पुढ्यात आपण खुर्चीवर बसावं, की बसू नये, या गोंधळात पडलेल्या पुट्टेगौडानं उभ्यानंच विचारलं,

"आपल्याला ओळखलं, नाही मी!"

"दिल्लीची मी! कन्नड नीट बोलता येत नाही. जेमतेम येतं. तिथं मी एक

गार्मेंटची फॅक्टरी चालवते. रेडिमेड गारमेंटस् परदेशीही पाठवते. हा माझा मुलगा अनुप. तुम्ही त्याच्याकडे इलेक्शन फंडासाठी पैसे मागितले, म्हणून समजलं. शिकणाऱ्या विद्यार्थ्याकडे पैसे मागितले, तर तो कुठून देणार, म्हणा! त्याच वेळी तुम्ही माझ्याकडे पैसे मागितले असते, तर मी व्यवस्था केली असती. इलेक्शन जवळ आली, की आम्ही दिल्लीतल्या सगळ्या महिला–उद्योजक पैसे एकत्र जमवून मॅडमना देऊन येतो. माझी त्यांच्याशी वैयक्तिक ओळखही आहे. आमच्या महिला-उद्योजक- संघाची मीच सेक्रेटरी आहे. त्यामुळं बहुतेक वेळा मीच ॲटॅचीमध्ये पैसे भरून त्याच्याकडे देऊन, चहा घेऊन येत असते. अहो, इलेक्शनची कटकट आम्हांला ठाऊक आहे! पण तुम्ही लहान मुलाकडे का पैसे मागितले?''

पुट्टेगौडा आता मात्र चांगलाच गडबडला. त्यातच संकोच आणि भयही मिसळलं. कांतीनं विचारलं,

''तुम्ही दिल्लीला कधी आला होता?''

पुट्टेगौडा काहीच बोलला नाही.

''पुढच्या निवडणुकीच्या वेळी तिकिटाच्या कामासाठी तुम्हांला दिल्लीला यावं लागेल ना? त्या वेळी तुम्ही आधी मला भेटा. त्याआधी आमच्या अनुपला भेटला, म्हणजे तुम्हांला माझा पत्ता आणि फोन नंबर कळेल!''

''मॅडम... टी घेता? थांबा... करायला सांगून येतो... '' मनातला गोंधळ, भीती, आनंद आवरत पुट्टेगौडानं विचारलं.

''नको. आमचा चहा झालाय्. पुन्हा प्यायलं, तर प्रकृतीला मानवत नाही. ड्रायव्हरला मात्र द्या!''

चहाचा निरोप द्यायला पुट्टेगौडा आत गेला. तो बाहेर आल्यावर तिनं त्याला म्हटलं,

''खिडकीचा दरवाजा बंद कराल काय?... ''

खिडकीतून डोकावणाऱ्या गावकऱ्यांना हटकत त्यानं खिडकी बंद केली. तिनं आपली मोठी पर्स उघडली आणि त्यातून दोन शंभराच्या नोटांची बंडलं काढून समोर ठेवली. नंतर ती म्हणाली,

''हे घ्या. इलेक्शनच्या वेळी जरूर या. निश्चित मदत करेन. आम्ही दिल्लीमध्ये राहणारी माणसं! इलेक्शन-फंडही आम्ही तिथंच देतो. आमची सारी कामंही तिथूनच होत असतात ना! तरीही तुम्ही आमच्या कर्नाटकातले! तुम्ही राजकारणात पुढं यावं–दिल्लीला येऊन पोहोचावं, अशी आमचीही इच्छा आहे. आम्ही तुम्हांलाही जरूर मदत करू!''

इकडं पुट्टेगौडा गोंधळात पडला होता. समोरचे पैसे एका दृष्टिक्षेपातच ते वीस हजार असल्याचं त्याच्या लक्षात आलं होतं–एवढ्या कमी रकमेत व्यवहार करायचा,

की नको? तरीही त्यानं नोटांची बंडलं उचलून घेतली. ती लगेच म्हणाली,

"खिडकी उघडा आता. हवा खेळू द्या. शिवाय उजेडही कमी आहे... "

"काय करायचं, मॅडम? आमच्या खेड्यामध्ये चोवीस तास वीज नसते. मग फॅन तरी कुठून लावणार?"

कांतीनं एकाएकी विचारलं,

"तुमचं वय काय?"

तिच्या रोखलेल्या दृष्टीमुळं आणि विचारलेल्या प्रश्नामुळं पुट्टेगौडा संकोचून गेला. त्याला तिच्या या प्रश्नाचा अर्थच समजला नाही. तो गोंधळून उत्तरला,

"पस्तीस वर्षं–"

"म्हणजे अजून तुम्ही लहान आहात! ताकदही आहे! राजकारणात तुम्ही दिल्लीपर्यंत पोहोचलं पाहिजे! तुम्हांला पाहिजे ती मदत करायला आम्ही आहोतच तिथं!" ती मोहक हसत म्हणाली.

"म्हणजे पार्लमेंटसाठी उभा राहा, म्हणता की काय?"

"त्याचा तुम्हीच विचार करा. कुठं उभं राहिलं, तर लगोलग मंत्रिपद मिळेल, तिथंच निवडून यायचे कष्ट घ्यायचे! राज्यात जबरदस्त मंत्री म्हणून राहिलं, तरी दिल्लीमध्ये दबदबा राहतो, म्हणा!" ती म्हणाली.

आता त्याच्या चेहऱ्यावरून विनय आणि आज्ञाधारकपणा ओसंडून वाहू लागला.

ती शांतपणे उठून उभी राहिली आणि म्हणाली,

"मी हे पैसे भीतीपोटी दिले, असं समजू नका! मॅडमना भेटून त्याच्या कानांवर आमची अडचण घातली, की चुटकीसरशी आमची कामं होत असतात. पण तुम्ही राजकारणात प्रस्थापित होण्याइतके शक्तिवान आहात, हे माझ्या ध्यानात आलं. तुमच्यासारख्यांना मदत केली, तर कर्नाटक पुढं येईल! मॅडमही आपली कृपादृष्टी वळवतील, असं मला वाटतं. एनी वे, दिल्लीला याल, तेव्हा जरूर भेटायला या. थँक्यू... "

एवढं बोलून झाल्यावर तिनं त्याचा उजवा हात हातात घेऊन तीन वेळा हस्तांदोलन केलं. एखाद्या स्त्रीशी हस्तांदोलन करायची ही त्याची पहिलीच वेळ होती. त्यातही एवढ्या आकर्षक आणि आधुनिक स्त्रीचा हात! त्याच्या चेहऱ्याचा रंग बदलला. कपाळावर घाम साचला. आणखी काय बोलायचं, ते न सुचल्यामुळं तो फक्त 'थँक्यू मॅडम- थँक्यू, मॅडम-' म्हणत राहिला. हे दृश्य खिडकीतून गावकरी पाहताहेत, या भावनेनं त्याची छाती फुगली होती.

बाहेर आल्यावर तिनं आधी अनुपला टॅक्सीत बसायला सांगितलं. नंतर तीही आत बसली. पुट्टेगौडानं अदबीनं टॅक्सीचा दरवाजा बंद केला. टॅक्सी निघेपर्यंत तो

मधून मधून थँक्यू थँक्यू म्हणतच होता.

टॅक्सी निघाली. गाव ओलांडल्यावर अनुप काहीतरी म्हणणार होता. त्याला थांबवत ती म्हणाली,

"नॉट नाऊ!"

दहा वाजता हॉटेलमध्ये पोहोचल्यावर अनुप म्हणाला,

"मॉम! आपण त्याला घाबरलो, असं नाही का झालं?"

"नाही, बेटा! आपण त्याला विकत घेतलं! यानंतर तो आपल्याला घाबरूनच राहील! टॅक्सी-ड्रायव्हरप्रमाणे आज्ञा पाळत राहील. काय शिकतोस, रे, तू? तुला या बिझनेसमधल्या युक्त्या ठाऊक नाहीत!"

"पण तरीही वीस हजार म्हणजे जास्त झाले नाहीत काय?"

"नाही. याला फार तर पूर्व-गुंतवणूक म्हणता येईल! माझाही व्यवसाय वाढवायचा विचार आहे. बेंगळूरमध्ये मला एखाद्या मोठ्या दुकानाची गरज आहे. एस्.पी.ची तारेनं बदली घडवून आणण्याइतकं याचं वजन आहे, म्हटल्यावर याच्या मदतीनं बेंगळूरमध्ये मोक्याच्या ठिकाणी जागा मिळवणं सोयीचं जायला हरकत नाही. शिवाय राजकारणात हा नवा गडी असल्यामुळं याची किंमतही कमी असते!"

◆

संध्याकाळी एकटीच लक्झरी-टॅक्सीनं बेंगळूरला जाताना तिचा संताप त्याच्याकडे–नवऱ्याकडे–अंह–अनुपच्या बापाकडे–होय. तो काही केवळ भावनेचा प्रश्न नाही–ती वस्तुस्थिती आहे–वळला. आता, या क्षणी त्याची भेट घेतली पाहिजे आणि त्याला बजावलं पाहिजे–तू तुझ्या मुलाचं कल्याण करू शकत नसशील, तर राहू दे–निदान त्याचं काही वाईट तरी करू नकोस!

मदूर ओलांडून पुढं जात असताना तिनं ठरवलं, आधी एखाद्या चांगल्या हॉटेलमध्ये खोली घेऊन राहायचं आणि नंतर त्याला घरी फोन करायचा. रास्कल! दिल्लीला आला, तरी पेपरच्या गेस्ट हाऊसमध्ये तीन-चार दिवस राहतो आणि निघून जातो! एक फोन करायचंही सौजन्य दाखवत नाही! मी याच्या घरी आपण होऊन जायचं?

पण चन्नरायपट्टण ओलांडून टॅक्सी पुढं निघाली, तेव्हा तिच्या मनात आलं–सरळ त्याच्या घरीच जायचं आणि रात्रीही तिथंच मुक्काम करायचा. तू दिल्लीमध्ये येऊन गेस्ट हाऊसमध्ये राहून निघून जातोस, हे मला ठाऊक आहे! पण मी तुझ्यासारखी नाही–न कळवता मी तुझ्या–अंहं–आपल्या घरी आली आहे! आपलं घर, आपलं कुटुंब, ही भावना अजूनही मी मानते! तू मात्र मानत नाहीस–हे दाखवून

त्याचं मन त्याला खाईल, असं करायला पाहिजे! घरी जाण्याआधी बाहेर जेवलं पाहिजे. तिथं घरी काय व्यवस्था असते, कोण जाणे. शिवाय मी कशाला त्याचं अन्न खाऊ?

ड्रायव्हरलाही पैसे देऊन जेवायला सांगून तिनं हॉटेलमध्ये जेवण केलं, तेव्हा साडे नऊ वाजले होते. आतापर्यंत तो घरी आला असेल, असा विचार करून तिनं टॅक्सी मल्लेश्वरम्‌ला घ्यायला सांगितली.

घरातला दिवा लागला होता. नाही म्हटलं, तरी तिचं मन उल्हसित झालं. पाठोपाठ वाटलं–

काय बोलायचं याच्या बरोबर? माझ्या मुलाची समस्या मी यशस्वीपणे सोडवली. आता उगाच मी इथं यायची काय गरज होती?

का? माझ्या अनुपची समस्या मी सोडवल्यावर तू पुन्हा त्याच्या वाट्याला असलं काही आणू नको, म्हणूनही मीच नको का सांगायला? माझ्याशिवाय दुसरं कोण सांगणार हे?–

ती टॅक्सीतून खाली उतरली. दारापाशी येऊन तिनं बेल दाबली.

त्यानं दरवाजा उघडला आणि तो आश्चर्यचकित झाला. त्याच्या तोंडून काहीच शब्द फुटेना. तीच म्हणाली,

"सॉरी फॉर ट्रबलिंग यू! सूटकेस टॅक्सीमध्ये आहे... "

त्याला धक्क्यातून सावरायला काही क्षण लागले. नंतर स्वतःला सावरत तो म्हणाला,

"गेट इट् इन्-"

तिच्या सूचनेप्रमाणे टॅक्सीच्या ड्रायव्हरनं विमान-प्रवासासाठी सोयीची असलेली सॅमसोनाईट सूटकेस आणून व्हरांड्यात ठेवली. तिनं त्याला सकाळी आठ वाजता यायला सांगितलं. हाय हील्ड शूज् चपलांच्या स्टँडपाशी ठेवून ती आपली सूटकेस घेऊन आत आली आणि जमिनीवर शेजारी ठेवून स्वतः सोफ्यावर बसली.

तोच जुना सोफासेट! बराच मळलायही. गेल्या किती तरी दिवसांत कव्हरला पाणी लागलं नाही! तिची नजर हॉलमध्ये फिरली. दररोज कुणी तरी केर काढतं– लादी पुसतं, वाटतं–

तिला हॉलमध्ये बसवून तो स्वयंपाकघरात धावला. तिनं ओरडूनच सांगितलं,

"रवि, माझं जेवण झालंय् हं! माझ्यासाठी काहीही करू नकोस!"

यावर तो काहीच बोलला नाही. तिला संताप आला. हा माझा धिक्कार करतोय्, की काय?

काही क्षणांनंतर त्यानं स्वयंपाकघरातून ओरडून विचारलं,

"नक्की?"

"होय... नक्की!"

त्यानंतर पुन्हा शांतता पसरली. स्वयंपाकघरातून ताटली- वाटीचा आवाज ऐकू आला. सकाळी स्वयंपाक्यानं शिजवून फ्रीजमध्ये ठेवलेला स्वयंपाक हा संध्याकाळी गरम करून खात असावा. होय- अनुपनंही असंच सांगितलं होतं. जिरे-मिरे-कोथिंबीर-कढीलिंब- फोडणीचा खमंग वास येतोय् खरा! असा खमंग स्वयंपाक करणारा स्वयंपाकी भेटल्यावर याला काय अडचण येणार, म्हणा! हळूहळू तिचा पारा वर चढू लागला.

समोरच्या टीपॉयवर दररोजचे तीन-चार पेपर्स, आणि साप्ताहिकं-मासिकं रचून ठेवली होती. याच्या घरात पहिल्यापासून ही रद्दीच पडून असते! सगळ्या पेपरांवरून नजर फिरवत असतो! मनातला संताप दडपण्यासाठी तिनं समोरचं एक वृत्तपत्र उचलून चाळायला सुरुवात केली. कान मात्र त्याच्या हालचालींचा वेध घेत होते.

त्याचं जेवण झालं–टेबल आवरलं–आपल्या बेडरूममध्ये गेला- तिथून तो हॉलमध्ये आला. तिनं चोरट्या नजरेनं त्याच्याकडे पाहिलं. त्याच्या हातात धोब्याकडून आलेलं एक बेडशीट आणि एक चादर होती. हॉलजवळच्या अनुपच्या बेडरूममध्ये तो गेला. कॉटवर चादर-बेडशीट ठेवून तो पुन्हा हॉलमध्ये आला आणि तिला इंग्लिशमध्ये म्हणाला,

"तू थकलेली दिसतेस... विश्रांती घे..."

हा मला वेगळ्या खोलीत झोपायला लावतोय्! जेवताना त्यानं गप्प बसून शांतपणे सगळा विचार केलाय्!

ती तीव्रपणे म्हणाली,

"मला तुझ्यापाशी बोलायचं आहे, म्हणून मी आले! अत्यंत महत्त्वाचं बोलायचं आहे! मी थकल्याचं तुझ्या लक्षात आल्याबद्दल थँक्स! मला विश्रांतीच घ्यायची असती, तर मी एखाद्या आलीशान हॉटेलात उतरले असते! अनुपविषयी बोलायचं होतं, म्हणून मी आले... "

तो काहीही न बोलता समोरच्या खुर्चीवर बसला.

आपल्यालाच बोलायला सुरुवात करावी लागत आहे, या विचारानं ती अस्वस्थ झाली होती. पण पाठोपाठ वाटलं, किती तरी महत्त्वाची बोलणी–किती तरी व्यवहार मी यशस्वीपणे हाताळले आहेत! मोठमोठ्या पार्ट्यांना मी माती चारली आहे बोलण्यामध्ये! स्वतःचा आत्मविश्वास एकवटून ती बोलू लागली,

"नुकतीच मी म्हैसूरहून आले. राजकारणी पुट्टेगौडाची भेट घेऊन, यानंतर कधीही तो आपल्या अनुपच्या वाटेला जाणार नाही, असा पक्का बंदोबस्त करून आले आहे मी! माझ्या मुलाचे जे काही प्रॉब्लेम्स असतील, ते मी पाहून घेईन. तू त्याची काळजी करायची गरज नाही. तू त्याच्यासाठी नव्या समस्या मात्र निर्माण

करून ठेवू नकोस! प्लीज दया कर माझ्यावर आणि माझ्या लेकरावर! या आधी मी तुझ्याकडे काहीही मागितलं नाही आणि यानंतर मागणार नाही. हवं तर हात जोडते मी!... ''

''या प्रकरणाला मी कसा जबाबदार ठरतो? काय हे तुझं बोलणं!''

तिनं मोठ्या पर्समधून एक वृत्तपत्राचा कागद त्याच्या पुढं ठेवला आणि म्हणाली,

''तुझाच पेपर! तूच लिहायला लावलेला लेख आहे हा! कुठल्या तरी ग्रॅनाईट प्रकरणाचा संदर्भ दिलाय् यात. तू काही तरी कारणानं रेव्हेन्यू मंत्र्याचा रोष ओढवून घेतलास आणि त्यात बळी जातोय् तो माझ्या–तुझाही आहे, म्हणा!–मुलाचा! वाच या लेखातला शेवटचा परिच्छेद!''

रवींद्रचा चेहरा उद्विग्न झाला. तरीही तो शांतपणे म्हणाला,

''हा संबंध कसा लावला गेलाय्, तो प्रश्नच वेगळा आहे. त्याआधी तुझा मुलगा त्या रखवालदाराच्या मुलीकडं गेला होता–त्याहीआधी आणखी एका मुलीबरोबर संध्याकाळच्या वेळी तिथं गेला होता, हे सत्य नाकारता येत नाही! माझ्या वार्ताहरांनी त्याविषयी सारी माहिती जमवली आहे. संबंधितांचं बोलणंही टेप करून आणलं आहे. रखवालदाराची मुलगी गरोदर राहिल्यानंतर सगळ्या गोंधळाला सुरुवात झाली आहे. मी शांतमूर्तीला स्पष्टपणे सांगितलं होतं–तपासात जी माहिती मिळेल, ती स्पष्टपणे प्रसिद्ध कर. शिवाय यात माझ्या मुलाचा संदर्भ असल्यामुळं तो लेख प्रसिद्ध होण्याआधी मी वाचणार नाही, असंही मी त्याला सांगितलं होतं. त्यामुळं इतर लक्षावधी वाचकांबरोबरच मी तो लेख वाचला आहे. त्यानं सत्य ते लिहिलं आहे, हे खरं असलं, तरी अनुपच्या संदर्भातलं सत्य त्यात लपवून ठेवलं आहे! मी त्याला लेख वाचल्यावर फोन करून रागावलो. सत्य झाकून त्यानं पत्रकार- व्यवसायाशी द्रोह केला आहे, हे माझं स्पष्ट मत आहे. हवा तर त्याचा फोन नंबर देतो- तूच त्याच्याशी बोल! थांब, मी तुला प्रत्यक्ष टेपच देतो... '' म्हणत तो खोलीत गेला आणि काही क्षणांतच टेपस् घेऊन आला. सोबत छोटा टेप रेकॉर्डरही होता.

रवींद्र पुढं म्हणाला,

''या सगळ्या प्रकरणात त्याच्या मोटारसायकलचाही मोठा सहभाग आहे! त्यानं आधी माझ्याकडेही मोटारसायकल मागितली होती. मी त्याला नाही म्हणून सांगितलं होतं. पण नंतर तू त्याला त्यासाठी पैसे दिलेस! त्याची जेवढी गरज आहे, तेवढा पैसा मी त्याला देतो. वर तूही त्याला हवा तेवढा पैसा देत राहतेस! जर त्याच्याकडे एवढा पैसा नसता, तर तो काय करू शकला असता? विद्यार्थ्यानं ब्रह्मचर्याश्रमाचं पालन केलं पाहिजे, यावर माझा विश्वास आहे. त्यामुळं मी त्याला

विद्याशालेत पाठवलं. त्या रागापायी तू संसार सोडून दिल्लीला निघून गेलीस! तो अर्थात तुझा प्रश्न आहे! मी त्याविषयी कधीही विचारणार नाही. मला तो अधिकार नाही, हे मी मान्य करतो. पण मुलाचं नुकसान करू नकोस, म्हणून माझी तुला विनंती आहे! प्लीज...!''

तिला काय बोलावं, ते कळेना. काही क्षणांत तो उठला आणि सांगायचं ते सांगून झालंय्, अशा प्रकारे आपल्या खोलीत निघून गेला.

बसल्या जागी तिला त्यानं कॉटवर बेडशीट झटकून अंथरलेलं आणि मच्छरदाणी लावल्याचं समजल. दिवाही बंद झाला आणि त्याच्या खोलीत अंधार पसरला.

ती हरल्यासारखी बसून होती. याला घरी आलेल्या व्यक्तीशी कसं वागावं, याचंही सौजन्य नाही! सगळी चूक माझ्यावरच लादतोय् हा! तुझ्यामुळंच आपला मुलगा बिघडत आहे–पर्यायानं तू स्वतंत्र व्यवसाय करणं चुकीचं आहे, हेच याला ठासून सांगायचं आहे. आपण इथं आलो, तेच चुकलं...

ती टेप-रेकॉर्डर आणि दोन्ही कॅसेटस् घेऊन त्यानं दर्शवलेल्या अनुपच्या बेडरूममध्ये गेली. बेडशीट अंथरल्यावर तिनं सूटकेस आत नेली. साडी सोडून नाईटी अंगावर चढवून तिनं टेप-रेकॉर्डर सुरू केला.

किती तरी वेळ ती टेप ऐकत होती. अधून-मधून संभाषण थांबत होतं. मध्येच दोघं-तिघं एकदम बोलायला सुरुवात करत होते. कन्नड भाषा! त्यातही खेडवळ कन्नड भाषा! आधीच ही कन्नड भाषा खेडवळ! त्यामुळं खेडवळ भाषा तर लवकर समजतही नव्हती. अधून-मधून टेप पळवत ती कॅसेट ऐकत होती. दुसरी कॅसेट मात्र दोन बायकांच्या आवाजात होती. -हं- हीच रखवालदाराची मुलगी असली पाहिजे. तिला त्या आवाजाचं अनाकलनीय आकर्षण वाटलं.

त्या मुलीच्या बोलण्यातून तिला अनुपविषयी वाटणारं आकर्षण पदोपदी दिसत होतं. सगळं सोडून अनुपला असल्या मुलीविषयी आकर्षण वाटावं? क्षणार्धात तिचं मन संतापानं भरून गेलं. आपल्या बरोबरीच्या लोकांमध्ये यानं वावरायला पाहिजे!-

ती मुलगी आपलं मनोगत सांगत होती. अनुपचं नावही तिला कदाचित ठाऊक नसावं. मोटर-बाईकवाला मुलगा म्हणूनच ती त्याचा उल्लेख करत होती. आपल्याला त्याच्यापासून दिवस राहिले नाहीत, म्हणून ती खात्रीनं सांगत होती!- हे नाही सांगितलं यानं!–

ती सांगत होती, प्रत्येक वेळी तिला चाळीस रुपये आणि तिच्या बापाला दहा रूपये–म्हणजे एक वेळच्या पिझ्झाचीही किंमत झाली नाही! सो चीप! हा इतक्या हलक्या मुलीपाशी का जात होता? तिला मनोमन वाईट वाटलं.

ही मुलाखत कुणी घेतली असेल? कुणी तरी त्याच्या ऑफिसमधलंच

असणार! ऐकता ऐकता कांतीचं मन हेमंतच्या आठवणीत गुंतलं. अखेरीस वेडेपणानं दूर झाला खरा! पण त्याआधी त्याच्या सान्निध्यात काढलेल्या क्षणांच्या केवळ आठवणींनंही ती रोमांचित झाली. किती दिवस झाले त्याच्या मिठीत देह अर्पण करून! हेमंत याच्याच नादानं माझ्यापासून दुरावला! मित्र म्हणजे भाऊ, म्हणे! भावाची बायको म्हणजे आईच्या जागी, म्हणे! काही तरीच वेडेपणा! मग पंजाबी लोकांमध्ये कसं थोरल्या भावाच्या मृत्यूनंतर त्याच्या बायकोशी लग्न करून संसार करतात? या चद्दर ओढलेल्या जोडप्यांनाही पोरं-बाळं होतात ना! या हेमंतच्याच डोक्यात नाही तो वेडेपणा कुठून शिरला, कोण जाणे!

याच्याच प्रभावामुळं हेमंत दूर गेला. हाही मला जवळ करत नाही! आपण होऊन घरी आलेल्या बायकोलाही दूर लोटणारा करंटा हा! ती काही वेळ खोलीचा दरवाजा उघडाच ठेवून झोपली. तरीही तो आत आला नाही. त्याला झोप लागली असेल काय? हे कसं शक्य आहे पण? उगाच तोही ढोंग करत आहे! मीच त्याच्या खोलीत जाऊन त्याच्या शेजारी झोपले, तर? त्याच्या गळ्यात हात टाकून 'रवि, एवढ्या टोकाला राग नेऊ नये! तू माझा नवरा आहेस आणि मी तुझी बायको-' म्हणून लाडांत आलं, तर?

या विचारासरशी ती उठून बसली. पण तिला पाठोपाठ याच घरातला मागचा प्रसंग आठवला. आपण पुढाकार घेतला, तरी तो कदाचित आपला अपमान करेल! तिला स्वतःचीच किळस वाटली. ती पुन्हा तशीच अंथरुणावर झोपली. तिचं मन मात्र विचारात गढून गेलं.

हेमंत दूर झाला. दुसरा कुणी पुरुष जवळ येणं अशक्य आहे, असं नाही. पण सगळ्यांनाच तात्पुरते गुप्तसंबंध हवे असतात! राजरोसपणे कायम-निष्ठेनं राहायला त्यांपैकी कुणीही तयार नाही. आपली इच्छा व्यक्त करत असतानाच त्यात दडलेला सावधपणा! अशा संबंधांना मान्यता द्यायला मी काय वेश्या आहे? स्वतःचा मान सांभाळत अशा प्रकारच्या सूचनांकडे दुर्लक्ष करून पार्टीच्या अखेरीस एकटीनं कार घेऊन घरी यायचं आणि झोप यावी, म्हणून आणखी एक पेग वाईन पोटात रिचवायची!–

उशिरा झोप लागल्यामुळं तिला जागही उशिरा आली. ती जागी झाली, तेव्हा खिडकीतून सूर्यकिरणं घरात आली होती. ती गडबडीनं उठली. अंघोळ करून फ्रेश होऊन ती बाहेर आली, तेव्हा त्यानं टीपॉयवर चहा ठेवला होता. मनात तिरस्कार असला, तरी निघताना उगाच का कडवटपणा, असा विचार करून ती साडी आवरत खुर्चीवर बसली आणि म्हणाली,

"थँक्यू..."

त्यानं विचारलं,

“पुट्टेगौडाचा बंदोबस्त करून आले, म्हणून सांगितलंस ना? म्हणजे काय केलंस? त्यानं मागितले, तेवढे पैसे त्याच्या हवाली करून आलीस?”

“तू असा का विचार करतोस?”

“व्यापारी आणि व्यावसायिक कसा विचार करतात, हे मलाही ठाऊक आहे! कॅसेटस् ऐकल्यास? अनुप कुठल्या मार्गानं चालला आहे, ते समजून घेण्यासाठी आणखी कसला पुरावा हवा?”

आता मात्र तिचाही संताप अनावर झाला. मी शांतपणे राहावं म्हटलं, तरी रात्रभर विचार करून हा उजाडल्या उजाडल्या माझ्यावर हल्ला करू पाहतोय्! संतापानं कंप सुटल्यामुळं तिच्या हातातली कप-बशी कापू लागली. हातातली कप-बशी दण्णकन टीपॉयवर आदळून ती उठून उभी राहिली. त्याच वेळी बाहेर टॅक्सी येऊन उभी राहिल्याचा आवाज ऐकू आला.

हिंदकळून खाली सांडलेल्या चहाकडे दुर्लक्ष करत ती तीव्रपणे म्हणाली,

“होय! माझा मुलगा कुठल्या मार्गानं जात आहे, ते मलाही ठाऊक आहे! माझा मुलगा मर्द आहे! षंढ नाही तुझ्यासारखा!... ”

ती तिरीमिरीसरशी खोलीत गेली आणि आपली सूटकेस आणि पर्स घेऊन खोलीबाहेर आली. टॅक्सीत बसत तिनं टॅक्सी विमानतळाकडे घ्यायला सांगितली.

◆

भल्या मोठ्या उग्र चेहऱ्याच्या कुत्र्याच्या चेहऱ्यावर भाकरीचा तुकडा पाहताच लीनता यावी, तसे पुट्टेगौडाच्या चेहऱ्यावरचे भाव मम्मीनं दिलेले पैसे स्वीकारताना झाले होते, हे अनुपनंही पाहिलं होतं. तरीही पुट्टेगौडाच्या सूचनेशिवाय गुंडांनी हल्ला केला, तर काय करायचं, ही भीती त्याच्या मनात होती. त्यामुळं तो दिवसा कॉलेजमध्ये धीटपणे वावरत असला, तरी रात्री मात्र झोपण्यासाठी वीरेशच्या खोलीतच जात होता.

मम्मी निघून गेल्यावर पाचव्या दिवशी पुट्टेगौडाच त्याला शोधत हॉस्टेलवर आला. त्याच्या कॉटवर बसून सिगारेट शिलगावत त्यानं सांगितलं,

“यानंतर कोण हलकट लेकाचा तुझ्या वाटेला येतोय्, ते बघू या! तसा कुणी आला, तर मला सांगा... चामडं सोलून ठेवेन त्याचं!... ”

याच वेळी त्यानं अनुपच्या आईचा बिझनेस कुठला, केवढा, त्याची आणि मॅडमची कशी ओळख वगैरे गोष्टीची अधिक चौकशी करायला सुरुवात केली. सावधपणे अनुपनं थोडं-फार सांगितलं आणि म्हणाला,

“मलाही फारसं डीटेल ठाऊक नसतं! आमची मम्मी फार कडक आहे. काही

विचारलं, तर म्हणते- तू विद्यार्थी आहेस- तुला व्यवहार घेऊन काय करायचं आहे? पहिल्यापासूनच पी.एम्.ची फॅमिली आमच्या मित्रांसारखीच आहे!... ''

पुट्टेगौडा आणखी एकदा आश्वासन देऊन निघून गेला.

त्या दिवसापासून अनुप रात्रीही आपल्या खोलीत झोपू लागला.

आठवड्याभरात सगळ्यांनाच या गोष्टीचा विसर पडला. नंजेगौडा आणि पंचलिंगेगौडही काही घडलचं नसावं, अशा प्रकारे त्याच्याशी गप्पा मारू लागले. हेही पुट्टेगौडाच्या सूचनेवरून घडत आहे, हे अनुपच्या लक्षात आलं होतं.

पण अनितानं मात्र त्याच्याबरोबरचं बोलणं पूर्णपणे तोडलं. समोरा-समोर आले, तरी ओळख नसल्यासारखी ती चेहरा वळवून निघून जात होती. पुन्हा तिच्याशी बोलून मैत्री ठेवावी, असं अनुपच्या मनात असलं, तरी जर तिनं कठोरपणे धिक्कारलं, तर होणारा अपमान क्लेशदायक ठरेल, हे ठाऊक असल्यामुळं तो त्या बाबतीत जपूनच होता.

असेच काही दिवस गेल्यावर हळूहळू त्यालाही त्याची तीव्रता भासेनाशी झाली.

अलीकडे तो बुलेटवरून पहिल्यासारखाच वेगानं जात होता–पण त्यात मजा येत नव्हती. आपण कितीही वेगानं गेलं, तरी कुणीही आपल्याला सुपर स्पीडकिंग म्हणत नाही, हेही त्याच्या लक्षात येत होतं. ते बिरुद नसल्यामुळं मुलीही जवळ येत नव्हत्या. आपल्यातलं आकर्षण एकएकी वठून गेल्याचं जाणवून तो मधूनच अस्वस्थ होत होता.

एक दिवस इन्स्ट्रूमेंटेशनचे शिवराज त्याला भेटले. ते त्याच्या विभागाचे हीरो आहेत, हे अनुपला ठाऊक होतं. अमेरिकेतल्या कॅलिफोर्निया विद्यापीठातून एम्. एस्. करून ते भारतात आले होते. त्यांना तिथंच सहज नोकरी मिळाली असती! त्यांच्या प्राध्यापकांनी सांगितलं होतं, म्हणे- तू भारतात जाऊ नकोस- तुला इथंच भक्कम पगाराची नोकरी देतो! पण परदेशी जाण्यासाठी त्यांना जी स्कॉलरशिप मिळाली होती, ती भारतात त्यानंतर तीन वर्षं नोकरी केली पाहिजे, याच अटीवर मिळाली होती. त्यांनी त्यातूनही काही पळवाट काढता येते का, हे पाहायचा प्रयत्न केला होता. पण त्यांना ते जमलं नव्हतं. त्यांना इथं येऊन दीड वर्ष झालं होतं. पुढच्या दीड वर्षातला प्रत्येक दिवस मोजत ते इथं राहत होते. आपल्याभोवती जमणाऱ्या विद्यार्थ्यांना अमेरिकेतील जीवनपद्धती, तिथले रस्ते, तिथलं स्वातंत्र्य,

तिथल्या गाड्या यांविषयी ते न थकता सांगत.

त्या कॉलेजमधले इतरही अनेक प्राध्यापक अमेरिकेला जाऊन आले होते. पण त्यांपैकी कुणीही मुलांबरोबर एवढ्या उत्साहानं तासन् तास अमेरिकेविषयी गप्पा मारत नव्हतं.

शिवराज मात्र विद्यार्थ्यांशी अमेरिकन मोकळेपणानं वागत होते. ते सहजपणे विद्यार्थ्यांबरोबर बारमध्येही जात. व्हिस्की घेताना मुलांना उपदेश देत- पिणं वाईट नाही- मर्यादा ओलांडून पिणं वाईट! मुलांनीही त्याचं बोलणं मनापासून पटत होतं. अमेरिकेला जायचं असेल, तर मार्ग कुठला? तिथल्या विद्यापीठामध्ये प्रवेश मिळवायचा असेल, तर काय़ करावं? पैसा कमी पडला, तर तिथं पैसे कसे मिळवावयचे? अशा प्रकारच्या विद्यार्थ्यांच्या प्रश्नांवर त्याच्याकडे हमखास उत्तरं होती. त्यांच्या बोलण्याची ढबही पूर्णपणे अमेरिकन होती.

या सगळ्याचा परिणाम म्हणून त्यांच्या सान्निध्यात मुलांच्या मनांतही आपण अमेरिकेत असल्याची भावना भरून राहत होती.

एक दिवस त्यांनी आपण होऊन अनुपला खुणेनं जवळ बोलावलं आणि विचारलं,

''सुपर-स्पीडकिंग अनुप तूच ना?''

हे ऐकताच अनुप एकीकडे खूश झाला, तर दुसरीकडे त्याला संकोचही वाटला. तो उत्तरला,

''काही मुलं तसं म्हणतात, सर!''

''हे पाहा, अनुप! माझ्याशी बोलताना सर म्हणायचं नाही! मला राग येतो! गुलामानं धन्याला हाक मारायची पद्धत ती! तू मला म्हण, माय फर्स्ट नेम! पासपोर्टमध्ये राज आडनावासारखं वापरलंय्. अमेरिकेत मी माझ्या गाईडना जॉन म्हणत होतो. कधी मी किंवा इंडियन विद्यार्थ्यांपैकी कुणी मिस्टर वाईल म्हटलं, की त्यांना राग येत असे. इन्स्ट्रूमेंटमध्ये जागतिक ख्याती होती त्यांची! आठवड्याला केवळ सल्ला देऊन कोट्यवधी डॉलर्स मिळवणारी असामी! चुकून आमच्या तोंडून 'सर' गेलं, तर ते म्हणायचे- हे पाहा, मला ब्रिटिश सरकारनं सर पदवी दिलेली नाही, मी स्वतंत्र अमेरिकेचा स्वतंत्र नागरिक आहे!... ''

शिवराजांचं वय अजून तिशीच्या आत-बाहेर होतं. ते अजून अविवाहित होते. हवामानानुसार ते आपल्या वेषामध्येही सहज आणि आकर्षक बदल करत. त्यांनी आपण होऊन ओळख करून घेतल्याचा अनुपला आनंद झाला. कॉलेजमधल्या कुठल्याही प्राध्यापकाशी जवळीक निर्माण झाली नव्हती- ती सलगी अत्यंत कमी अवधीत शिवराजांशी झाली होती. ते 'कमॉन, आयील गेट सम टी-' म्हणत त्याला

घेऊन कँटीनला गेले.

चहा घेताना त्यांनी त्याला विचारलं,

"हायेस्ट म्हणजे आजपर्यंत केवढ्या वेगापर्यंत जाऊन पोहोचलास?"

"एकशे वीस."

त्यांनी मान हलवत म्हटलं,

"या देशात एवढा वेग म्हणजे कौतुकच आहे! या देशाची परिस्थिती कशी आहे, सांगू? इथंही वेगानं जायची शक्ती असणारी खूप माणसं आहेत. पण त्यांना या ना त्या कारणानं अडवून त्यांच्या वेगात अडथळा आणून त्यांना बैलगाडीच्या वेगाला आणणाऱ्या आणखी किती तरी गोष्टी आहेत! इथल्या रस्त्यांची अवस्था, त्यातच मध्ये आडवी येणारी गुरं-ढोरं-कुत्री-गाढवं-माणसं! सावकाश धावणाऱ्या सायकली, बैलगाड्या, हातगाड्या,रिक्षा, बसेस्! यांच्यामध्ये घुसून पुढं जाणं म्हणजे खरोखरच हॉरिबल प्रकार आहे! यात तुम्ही जाऊन- जाऊन किती वेगानं जाणार? अमेरिकेतले रस्ते- तीन-तीन पट्ट्या जाण्या-येण्यासाठी! मध्ये क्रॉस रोडस् नाहीत–वळणं नाहीत! चढ-उतार नाहीत! समोर डोंगर आला, तरी तो पोखरून केलेला सुरेख बोगदा... समुद्र आडवा आला, तरच थांबायचं!-"

शिवराजांच्या तोंडून अमेरिकेतले रस्ते, तिथला वेगवान प्रवास आणि तिथली अद्ययावत वाहनं याविषयी ऐकताना अनुपचं तोंड उघडंच राहिलं होतं. त्याचं मन कुठल्याही अडथळ्याशिवाय दीड-दोनशे मैल वेगानं धावणाऱ्या वाहनाच्या कल्पनेत बुडून गेलं होतं.

त्यानं विचारलं,

"पण तिथं फक्त मोटारीच असतात ना? मोटारसायकली?"

"तारुण्याच्या सुरुवातीला तिथंही मुलं मोटारसायकलीच वापरतात!"

दुसऱ्या दिवशी अनुप स्वतःहोऊन त्यांना आपल्या मोटरसायकलीवरून बँक्वेट हॉलला घेऊन गेला. तिथ निवांतपणे बिअर घेताना त्यांनी विचारलं,

"काही दिवसांपूर्वी तुझ्याविरुद्ध एक ब्लॅकमेलचं प्रकरण झालं ना? तो सगळा पोटदुखीचा प्रकार होता, म्हणून माझ्या कानांवर आलं. खरं का ते?"

"होय!"

"आपल्या देशाची आतल्या आत पिळवणूक करणारा खरा रोग कुठला, ठाऊक आहे? ही पोटदुखीच! ही पोटदुखी का होते, सांगू? तुला जे मिळतं, ते मला मिळत नाही, म्हणून! प्रत्येकाला सगळं मिळायला लागलं, तर कुणालाही मत्सर वाटणार नाही. अमेरिकेमध्ये मैत्री म्हटली, की ती भिन्नलिंगी व्यक्तीशीच असते. तिथं मुला-मुलाची किंवा मुली-मुलीची मैत्री असेल, तर ती अनैसर्गिक गोष्ट मानली जाते. स्त्री-पुरुष एकत्र असतील, तर ते अधिक नैसर्गिक आहे. तिथं तू

कुठल्याही मुलीला आज संध्याकाळी माझ्याबरोबर येशील का, म्हणून विचारू शकतोस! तिचा हात धरून घेऊन जाऊ शकतोस–दुसऱ्या दिवशी चुंबन घेऊ शकतोस- तिसऱ्या दिवशीही ती यायला तयार झाली, तर तिच्याशी सेक्सही करू शकतोस. एकमेकांच्या खोलीवर जाणं किंवा दोघांनी मिळून कारनं लांब कुठं तरी जाऊन एखाद्या ठिकाणी कार उभा करून मागच्या सीटवर एकत्र येणं–या तिथं सहज गोष्टी आहेत. याचा परिणाम म्हणून इथं जेवढ्या लैंगिक हिंसाचाराच्या घटना घडतात, तेवढ्या तिथं घडत नाहीत. तिथं एकटी मुलगी केव्हाही फिरू शकते. विद्यार्थ्यांचं लक्षही पूर्णपणे अभ्यासाकडे असतं. देशातल्या सगळ्या लोकांचं लक्ष कामाकडे असत. मनाला छळणाऱ्या कामवासनेला बाहेर पडायला मार्ग असेल, तर समाजजीवन शांत राहतं! याच मूलभूत सत्यावर त्यांचा समाज उभा आहे! आपण ती भावना दडपून टाकणारी नीती स्वीकारली आहे- म्हणूनच आपला समाज मागं राहिला आहे!...''

हे ऐकता ऐकता अनुप अक्षरशः भारावून गेला. हेच समाजजीवनाचं अंतिम सत्य आहे, असा त्याला साक्षात्कार झाला. इथंही समाजात तेवढाच मोकळेपणा असता, तर मी त्या महादेवीपाशी का गेलो असतो? मग तिलाही महापतिव्रतेचं सोंग आणून माझ्यासारख्या गिऱ्हाइकावर नाही ते आरोप घेता आले नसते. कॉलेजमध्ये एवढ्या मुली आहेत- मनात येईल, तेव्हा हव्या त्या मुलीबरोबर जाता आलं असतं, तर!-

शिवराज सांगत होते,

''तिथं मुलं आणि मुली वर्गात शेजारी-शेजारी बसतात- एकाच खोलीत राहतात- हवी तर खोलीही बदलतात- पार्टनरही बदलतात. तिथल्या नियमाप्रमाणे सेक्स हा दोन सज्ञान व्यक्तींच्या परस्परांच्या संमतीनं चालणारा प्रश्न आहे–इतरांनी त्याविषयी बोलणंही तिथं असभ्य मानलं जातं. लग्न न करता मुला-मुलीनं एकत्र राहण्यात तिथं काहीही गैर समजत नाहीत!''

अनुपचं मन या मूलभूत प्रश्नाभोवतीच घोटाळू लागलं. विद्याशालेत दोड्डप्पा ब्रह्मचर्य–पालनावर प्रचंड भर देत होते ना! त्यांनी तरी आयुष्यभर ब्रह्मचर्य पाळून काय मोठं साधलं? ब्रह्मचर्याचा एवढा उदो-उदो करणारा आमचा देश का अमेरिकेएवढा पुढं गेला नाही? इथले सगळे जसे अमेरिकेत शिक्षण घ्यायला धडपडताहेत–तसं तिथलं कुणीही विद्याशालेत प्रवेश घ्यायला का आलं नाही?

त्या दिवसापासून अनुपच्या मनानं स्वतःच्या अनेक प्रश्नांवर स्वतःपुरता एक उपाय शोधून ठेवला. या देशात काहीही अर्थ नाही! श्वास कोंडून जीव घुसमटून टाकणारा हा देश आहे! त्यानं मनोमन निश्चय केला- आणखी दीड वर्ष शिक्षण संपेपर्यंत जेमतेम या देशात राहायचं. त्यानंतर पुढच्या शिक्षणासाठी अमेरिकेला

निघून जायचं!—टोफेल परीक्षा कशी पास व्हायचं, त्याची प्रश्नपत्रिका कशी असते वगैरे प्रश्नांच्या उत्तरांसाठी शिवराजांचंच मार्गदर्शन घ्यायचं. आता त्याचा शिवराजांच्या अभिमानी-ग्रूपचाही बराच परिचय झाला होता. सगळेच अमेरिकेचं स्वप्न पाहत होते! एव्हाना त्यांच्यापैकी काही जणांचे नातेवाईक अमेरिकेत स्थायिकही झाले होते. त्यामुळं त्यांचे आदर्शही तयारच होते. त्या मुलांकडून अनुपलाही सारी माहिती आपोआप मिळू लागली.

शिवराजांचं इन्स्ट्रूमेंट टेक्नॉलॉजीचं डिपार्टमेंट भरपूर पुढारलेलं होतं. त्याला आपलं इलेक्ट्रॉनिक्स डिपार्टमेंट अगदी खेडवळ वाटू लागलं. कारण तिथले कुठलेही प्राध्यापक शिवराजांप्रमाणे स्फूर्तिदायक नव्हते. त्यात थेरडा एच्.ओ.डी. म्हणजे काही विचारायलाच नको!

◆

## १६

एक्झिक्यूटिव्ह विभागातल्या आपल्या खिडकीकडच्या खुर्चीवर बसून ढगांपेक्षा तीन हात उंचावरून उडत असताना कांतीचं मन मुलावरच्या प्रेमानं भरून गेलं होतं. आपण आणखी एक दिवस त्याच्याबरोबर राहून यायला हवं होतं. त्याच्याशिवाय आपल्याला तरी दुसरं कोण आहे? त्याच्याबरोबर बोलताना किती बरं वाटतं! तोही लबाड कसा म्हणत होता- मम्मी, तू किती स्मार्ट दिसतेस, ग! अजूनही केसांमध्ये हात घालून केस कुस्करतो- लहानपणीचा स्वभाव अजूनही तसाच आहे! किती जीव आहे त्याचा माझ्यावर! तिच्या डोळ्यांसमोर त्याची उंच सशक्त आकृती उभी राहिली. मिटल्या डोळ्यांसमोर ती तेच आठवत राहिली. त्यातच केव्हा तरी तिला गाढ झोप लागली. 'मॅडम, आपला ब्रेकफास्ट-' या हवाईसुंदरीच्या आवाजानंच तिला जाग आली.

पुढच्या खुर्चीलगत असलेल्या लहानशा फोल्डिंग टेबलावरचा ब्रेकफास्ट खायला सुरुवात करताना तिच्या मनात पुन्हा एकदा अनुपविषयीची माया उचंबळून आली. त्याचपाठोपाठ कंपनीच्या फायद्याचा हिशेब करताना- अगदी पहिल्याप्रथम करताना मनात अस्पष्टपणे जाणवलेली भावना स्पष्ट आकार घेऊन उभी राहिली. सुमारे पाच-साडेपाच वर्षांपूर्वी पहिल्यांदा आणि त्यानंतर दरवर्षी कंपनीचा वार्षिक हिशेब करताना तिच्या मनात येत होतं, तेच आता अधिक स्पष्टपणे आलं.

मी आणि शीतल मैत्रिणी आहोत. या व्यवसायाची मूळ कल्पना तिची. कल्पना म्हणण्यापेक्षा तिच्या ऑफिसमध्ये तो विचार तिच्यापुढं आला- नेमक्या त्याच वेळी मी तिथं होते–तिनं मला सांगितलं- मी गंभीरपणे त्यावर कष्ट घेतले. डॅडींनीही पाठिंबा दिला- जागेची सोय केली- बँकेचं कर्जही मिळवून दिलं. डॅडींची मदत नसती, तर यातलं काहीही आकाराला आलं नसतं. मूळ कल्पना, थोडं भांडवल आणि लायसेन्स एवढाच शीतलचा या व्यवसायातला सहभाग आहे. फायदा मात्र दोघीही निम्मा घेत आहोत. संपूर्ण व्यवसाय मी बघून घेत आहे–माझा पगार आणि इमारतीचं भाडं म्हणून थोडे पैसे वेगळे काढून देते ती. पण सगळा व्यवसाय मीच पाहते. ती सरकारी नोकर आहे–तिला कायद्यानं खाजगी व्यवसाय करायची परवानगीच

मुळात नाही!

तरीही मी अत्यंत प्रामाणिकपणे तिला सारा हिशेब दाखवते–निम्मा फायदा मुकाट्यानं देते. ही मात्र दररोज संध्याकाळी तासभर येऊन मी हिशेबात काही फेरबदल करते का, यावर नजर ठेवून असते!

किती वर्षं अशाच प्रकारे आपल्या श्रमाचा निम्मा पैसा तिच्या झोळीत ओतत जायचं?

साडेपाच वर्षांपूर्वी मनात डोकावून गेलेले आणि गेल्या अडीच वर्षांत पुरेसे स्पष्ट झालेले हे विचार आता मात्र स्पष्टपणे साकार झाले होते. गेल्या अडीच वर्षांत तिनं जितक्या वेळा आपला पगार वाढवायला पाहिजे, म्हटलं, तितक्या वेळा शीतलनं 'आपल्या दोघांमध्ये कसला पगार आणि कसला व्यवहार!' म्हणत मोडताच घातला होता. इमारतीचं भाडं वाढवू या, म्हटलं, तरी अशाच प्रकारे विषय बंद करत होती!

हवाई-सुंदरीनं दिलेला चहा घेताना तिच्या मनात येत होतं–ती त्या ऑफिसमध्ये आहे, म्हणून इथली कामं होतात, असं तरी कुठं आहे? प्रत्येक कामाचे दर ठरलेलेच आहेत. तेवढे पैसे विशिष्ट जागेवरच्या माणसांना दिले, की काम होणारच!

एकदा शीतलनचं सांगितलं होतं,

''मी या विभागात काम करते, म्हणून कुणालाही समजू देऊ नकोस! नाही तर मला त्याचा त्रास होईल! अँटी-करप्शनची माणसं केव्हा कुणाच्या मागं का लावली जातील, ते सांगता येत नाही.''

म्हणजे माझ्या व्यवसायातलं हिचं स्थान काय? अगदी सुरुवातीला लाच देऊन तिनं काही फायली पुढं नेल्या, हे खरं आहे. पण गेल्या तीन-चार वर्षांत मीच सगळ्या अधिकऱ्यांना भेटते. लाच देण्याच्या संदर्भात चलाखीनं बोलून लायसेन्सही मीच घेऊन येते. मग हिचं काय काम?

कांतीनं खिडकीबाहेर नजर टाकली. ढग नाहीसे झाले होते. खाली भुरकट जमिनीवरचं पाणी चकाकत होतं.

कांतीच्या मनात आलं–हिला ना मूल–ना बाळ! काय करणार आहे ती एवढा पैसा मिळवून तरी? तिनं हा प्रश्न शीतललाही एकदा सूचकपणे विचारला होता. पण शीतलनं यावर कधीही स्पष्ट उत्तर दिलं नव्हतं. तिलाही अनुपसारखा एखादा मुलगा असता, तर तिनं आणखी उत्साहानं पैसा मिळवला असता!

कांतीला आठवलं–सुरुवातीच्या काळात अनुप सुट्टीसाठी दिल्लीला आला, की शीतल त्याच्यावर प्रेमाचा वर्षाव करून त्याला आपल्या घरी घेऊन जात होती- त्याला प्रेमानं रसगुल्ला खिलवत होती- नवे कपडे घेऊन देत होती. तो इंजिनीअरिंग

कॉलेजला जाऊ लागल्यावर तिनं ते सारं बंद केलं. मला अनुपसारखा मुलगा आहे, याचा तिला मत्सर वाटतो, यात शंका नाही!

दोन दिवसांनंतर नेहमीप्रमाणे संध्याकाळी सगळे निघून गेल्यावर कांतीनं स्पष्टच विषय काढला,

''शीतल, कंपनीच्या संदर्भात तुझ्याशी बोलायचं होतं. आताच आपण बोलून त्यावर काही तरी निर्णय घेऊ या.''

''काय ते?'' शीतलनं सहजच विचारलं.

''एक म्हणजे माझा पगार. व्यवसायाच्या अगदी सुरुवातीच्या काळात आपण माझा पगार ठरवला होता. एवढ्या वर्षांनंतर आजही आपण तोच पगार सुरू ठेवणं योग्य नाही.''

''तुला वाटतं ना? मग वाढवू या... '' शीतल त्याच सहजपणे म्हणाली.

''फक्त पगार वाढवायचा प्रश्न नाही, ग! त्याला काही तरी हिशेब–काही तरी गणित हवं, की नाही?''

कांतीच्या बोलण्याचा नेमका अंदाज न आल्यामुळं शीतलनं विचारलं,

''म्हणजे कसं?''

''तू सकाळी दहा वाजता ऑफिसमध्ये जातेस आणि संध्याकाळी पाच वाजेपर्यंत तिथं काम करतेस. आठवड्यातून साडे पाच दिवस काम. वर्षाकाठी बारा दिवस कॅज्युअल लीव्ह! शिवाय एक महिन्याची अर्न्ड लीव्ह, पंधरा दिवसांची मेडिकल लीव्ह! मला यांतली कुठलीही सोय नाही. सकाळी साडेसात ते रात्री साडेआठ वाजेपर्यंत मी राबते!...''

''तुला म्हणायचंय् तरी काय?''

''तुला किती पगार मिळतो?''

''सरकारी पद्धतीनं पगार काढू लागलो, तर तिथं काहीच शिल्लक राहणार नाही!''

आता शीतलला कांतीच्या बोलण्याचा रोख समजला.

''तुला बेसिक पगार–समज चार हजार असेल. त्याशिवाय घरभाडं, औषध-भत्ता, दर वर्षीची पगार-वाढ, शिवाय बढती, रिटायर झाल्यावर पेन्शन- या सगळ्याचा हिशेब करायला पाहिजे. याशिवाय दरमहा कमीतकमी दहा-पंधरा हजारांची वरकमाई होते, तिचा हिशेबच वेगळा! हे तू नाकारू नकोस. तुझ्या खात्यामध्ये कुणाचा कुठल्या कामासाठी काय दर आहे, हे मला ठाऊक आहे. मला काय म्हणायचंय्, सगळा हिशेब केला, तर दरमहा तुझ्या नोकरीतून तुला कमीत कमी वीस हजार रुपये मिळतात. आठवड्याला साडेपाच दिवसांप्रमाणे दिवसाला

सहा तास आणि एका वर्षात साडेदहा महिने काम करून! मी किती काम करते आणि किती जबाबदारी अंगावर घेते, हे तुलाही ठाऊक आहे. माझाही पगार दरमहा वीस हजार ठरवणं योग्य ठरेल! हवं तर तूही माझ्याप्रमाणे सकाळी साडे आठ ते रात्री साडेआठ काम कर. दोघींनाही एक नयापैसाही पगार नको!''

''पण माझी नोकरी?''

''नोकरी सोडून दे...''

आता मात्र शीतल आश्चर्यचकित झाली. आपली पार्टनर! बालपणापासून ही मैत्रीण! एकीकडं तिला वाटलं–ही थट्टा करतेय्, की काय? पण कांतीच्या बोलण्याची ढब गंभीर होती.

''तुलाच एवढा पगार दिला, तर कंपनीचा फायदा वर्षाअखेरीस किती राहील?''

''किती का राहीना! कंपनीच्या फायद्यासाठी माझं शोषण होणं तरी योग्य आहे काय? नाही तरी फायदा म्हणजे काय? आपणच वाटून घेणार!...''

''एवढ्या लहान कंपनीच्या...''

''कंपनी किती लहान आणि किती मोठी आहे, हा प्रश्नच नाही. तूच सांग–न्यायाचं काय आहे? सरकारकडून तुला जे मिळतं, तेवढाच संदर्भ धरून बोल, हवं तर! इमारतीचं भाडं वेळोवेळी वाढवायची सोय प्रत्येक कंपनीत आहे. खरं, की नाही? आता दिल्लीतच या एरियामध्ये काय दर चाललाय्? असं कर–उद्या तू लवकर ये. आपण चार ठिकाणी फिरून काही तरी निर्णय घेऊ या. मी पैशाच्या आशेपोटी हे बोलतेय्, म्हणून समजू नकोस–पण व्यवहार बघायलाच हवा–खरं, की नाही?''

शीतल गप्प बसली.

कांती काही वेळ तिच्या चेहऱ्याकडे पाहत होती. नंतर तीच म्हणाली,

''शीतल, एक गोष्ट आधीच सांगते... आपली मैत्री वेगळी आणि हा व्यवहार वेगळा! आपण दोघी जुळ्या बहिणींसारख्याच आहोत! आपण दोघींही आता समजूतदार झालो आहोत. यानंतरही आपण पहिल्यासारखंच प्रेमानं राहिलं पाहिजे!...''

''असं का म्हणतेस, ग?'' शीतलनं विचारलं.

''आपल्या प्रेमामधली वास्तवता मला आठवली–''

''–आठवायची वेळ आली ना? हे अर्थसूचक आहे–! ऑलराईट! तू तर शहाणी आहेसच! यानंतर मलाही शहाणपण शिकलं पाहिजे!'' म्हणत शीतल उठली आणि घड्याळ बघत म्हणाली, ''ओह! उशीर झाला मला आज!...''

कांतीही निघाली. चौकीदाराला कुलूप लावायला सांगून दोघींनीही आपापल्या गाड्या बाहेर काढल्या.

◆

दुसऱ्या दिवशी ऑफिस सुटल्यावर नेहमीप्रमाणे फॅक्टरीला जावंसं शीतलला वाटलं नाही. कांती केवळ व्यावहारिक पार्टनर नव्हती–भावनिक दृष्ट्याही ती तिची वाटेकरी झाली होती. काल रात्री साडेआठ वाजता त्या नात्यात खंड पडला, हे शीतलला तीव्रपणे जाणवत होतं. अंहं–तिच्या मनात हा छेद कधीच गेला होता–काल तिनं त्याचा उच्चार केला, एवढंच! विमानतळाच्या जवळपास फिरकायची तिची लायकी नव्हती–मी तिला कल्पना दिली–मार्गदर्शन केलं–तिच्या मागं ठामपणे उभी राहिले! आज ही मला पार्टनरशिपचा हिशेब सांगायला येतेय्! येऊ देत तर खरी! कोट्यवधी–नव्हे, अब्जावधी रुपयांच्या व्यवसायाच्या फाईल्स हाताळणारी मी! माझ्याशी ही चलाखी? संधी बघून तिला गजांआड केल्याशिवाय गप्प बसणार नाही मी!–

संध्याकाळी याच निर्धारानं शीतल ऑफिसहून सरळ घरी गेली. अजून सूर्यास्त झाला नव्हता. खिडकीतून येणारी पश्चिमेकडच्या खिडकीतली सूर्याची किरणं घरभर पसरली होती. तिला तीव्रपणे वाटलं–मी हे दृश्य पाहून साडेपाच वर्षं झाली! गेल्या साडेपाच वर्षांत रात्री साडे-आठ-नऊ वाजल्याशिवाय कधीही घरी परतले नाही मी. फॅक्टरीत बसून हिशेब बघणं–किती तरी बारीक-सारीक कामं–मॅनेजमेंट म्हणजे काही हमालाचं काम नाही! तिथं अमुक इतके तास राबले–असा देह झिजवला वगैरे म्हणण्याला काय अर्थ आहे? आयडिया, डायरेक्शन, सुपरव्हिजन, कंपनी–चेअरमन किती तास काम करतो? एक माणूस दहा कंपन्यांना चेअरमन नसतो काय?

मैत्रीण म्हणून आपण हिला सवलत दिली–तेच चुकलं. बरोबरीनं शेजारी बसवून घेतलं, म्हणून कुत्र्यानं सिंहासनाचा वाटा मागावा, तसं झालं हे! माझा पगार, मला मिळणाऱ्या सुखसोयी, माझी वरकमाई–हा हिशेब करायचा अधिकार हिला कुणी दिला?–

याच तंद्रीत शीतल स्वयंपाकघरातल्या टेबलाचं बटण जोरात दाबलं–त्यासरशी भिंतीत लपलेलं टेबल धाडकन जोरात बाहेर आलं. सुदैवानं तिनं पाय बाजूला घेतल्यामुळं ते पायाला लागलं नाही.

चहा-बिस्किटं घेऊन सोफ्यावर बसून टी.व्ही. लावला, तेव्हा टी.व्ही. वर कुणाचं तरी सतार-वादन चाललं होतं. ते पाहताच शीतलला हेमंतची आठवण झाली. किती तरी बाबतींत मैत्रीण म्हणून मी हिचं गुपित सांभाळलं आहे! कृतघ्न!–

रात्री बराच वेळ तिला झोप लागली नाही. आतून राहून-राहून संताप उफाळून येत होता. वरचेवर कूस बदलताना होणाऱ्या कॉटच्या आवाजानं ती स्वतःच अस्वस्थ झाली. छेः! मी एवढी का अस्वस्थ होऊन तळमळतेय्? आजवर मी कधीही–कुठल्याही कारणानं अस्वस्थ झाले नाही. हे योग्य नव्हे–

सकाळी चहा घेत असताना फोनची रिंग वाजली. काल संध्याकाळी मी फॅक्टरीला का आले नाही, हे विचारण्यासाठी तिनं फोन केलाय! तिनं रिसीव्हर उचलला. तिचा अंदाज बरोबर होता.

कांतीच्या आवाजात माया ओथंबून चालली होती. कॉलेज-विद्यार्थिनी असताना दोघी ज्या थाटात बोलत होत्या, तसा आवाज काढत तिनं विचारलं,

"कां गं? काल का आली नाहीस? मला ठाऊक नसलेला नवा कुणी तरी बॉय-फ्रेंड भेटलेला दिसतो!–"

मला असली नाटकं करता येत नाहीत–असं म्हणायचं मनात आलं, तरी तोंडानं वाईट बोलण्यात काहीही शहाणपणा नाही हे तिला आठवलं. पण काय सांगावं, तेही सुचेना. तीस-चाळीस सेकंद तसेच शांततेत गेले. कांतीनंच पुन्हा विचारलं,

"बोल ना! बरं नाही, की काय, तुला?"

"तसं काही नाही. ऑफिसमध्येच खूप काम होतं. तिथून निघायलाच नऊ वाजून गेले. काल एक काम संपल्याशिवाय जायचं नाही, म्हणून वरून ऑर्डर होती. सरकारी काम म्हणजे कामच नसतं–नुसतीच तिथं फुकट-कमाई असते, असं लोकांना वाटतं! पण वेळ-अवेळ न बघता कामं करणाऱ्यांनाच त्यातली सुखंदुःखं ठाऊक!–" उत्तर देता-देता शीतल स्वतःच्या उत्तरावर खूश झाली. पाठोपाठ वाटलं, तरीही एवढं स्पष्टपणे बोलायची खरोखरच गरज होती काय? कधीही भावनेला वरचढ होऊ देता कामा नये–हा व्यवहाराचा पहिला नियम तिला आठवला. तिच्या वरिष्ठांनीही तिला हेच सांगितलं होतं–

"कुठलीही फाईल एकदा पाहिल्यावर निदान तीन दिवस बाजूला ठेवून दिली पाहिजे. त्यासाठी सरकारवर विलंब केल्याबद्दल कितीही टीका झाली, तरी होऊ दे–पण त्या मागे हे कारण असल्याचं विसरू नये–"

कांती म्हणाली,

"प्रत्येक व्यवसाय–नोकरीची स्वतःची सुखं-दुःखं असतातच. तू तुझी जबाबदारी चांगल्या तऱ्हेनं पेलतेस, म्हणून तुला एवढ्या चांगल्या खात्यावर–एवढ्या चांगल्या खुर्चीवर नेमलं आहे! मला तुझ्या कर्तबगारीचा किती अभिमान वाटतो, म्हणून सांगू!"

कांतीच्या बोलण्याचा मथितार्थ शीतलच्या ध्यानात आला. पण ती काही बोलली नाही. 'कंपनी काय म्हणते? सगळं ठीक आहे ना?–' वगैरे किरकोळ चौकशी करून'–मला आज ऑफिसला लवकर जायचं आहे–आपण नंतर बोलू या–' म्हणून सांगून तिनं रिसीव्हर जागेवर ठेवला.

दरमहा वीस हजार तिला पगार म्हणून देणं तर शक्यच नाही. इमारतीचं भाडं

वाढवण्याचा विचार एका अर्थी न्यायाचा आहे–तरीही मार्केट-रेट प्रमाणे कांतीला मान्यता देता कामा नये. वीस हजार पगार फार होतं–म्हटलं, तर पंधरा हजाराला ती तयार होईल काय? पैशाच्या व्यवहारात तीही काही कमीची नाही! ती इतके दिवस गप्प राहिली, हेच जास्तीचं आहे!

ऑफिसमध्ये नेहमीप्रमाणे काम करताना शीतलच्या मनात विचार येतच होते. तयार कपड्यांचा व्यवसाय केवळ परदेशापुरता मर्यादित न ठेवता आपल्या देशातही वाढवायचा निर्णय घेऊन झालाय्. भारतातही या कपड्यांना चांगली मागणी असल्याचे रिपोर्टस् मिळाले आहेत. म्हणजे व्यापार आणि त्याबरोबर वार्षिक फायदा सरळ-सरळ दुप्पट होईल. सारं आपण करत असताना उगाच कुणाला कशाला निम्मा फायदा द्यायचा, असं आता कांतीच्या मनात येतंय्! चार दिवसांपूर्वी ही म्हैसूरला लेकाला भेटायला जाऊन आली. आता मुलालाच पार्टनरशिप देऊन सगळा फायदा आपल्याकडेच ठेवायची आशा हिच्या मनात निर्माण झालेली दिसते!

होय! तिच्या बोलण्याचा ढंग पाहिला, तर दोघींमधली पार्टनरशिप मोडायचीच तिची इच्छा दिसते! तिचा पगार वाढवला, तर हातांत फारसा फायदाच राहणार नाही. काही सांगायला गेलं, तर ती म्हणणार–तूही माझ्यासारखी पूर्ण वेळ इथंच काम कर–

शीतल तीन दिवस विचार करत होती.

खरोखरच सरकारी नोकरी सोडली, तर? नाही तरी यानंतर कंपनीचा देशात विकास करावाच लागेल. एकीनं उत्पादन बघायचं आणि एकीनं देशभर फिरून विक्रीची व्यवस्था बघायची–व्यवसाय एवढा वाढवायचा, की दर वर्षी प्रत्येकीला पंधरा ते वीस लाख शिल्लक राहिले पाहिजेत!

या विचारानं ती उत्साहित झाली. संध्याकाळपर्यंत ती त्याच उत्साहात होती. ऑफिस सुटल्यावर फॅक्टरीत जायचं–काही दिवस तरी दोघींनाही रात्री दहा-दहा वाजेपर्यंत काम करावं लागेल–सरकारी नोकरी सोडून–म्हणून कांतीला सांगायचं–

संध्याकाळी साडेचार वाजता लायसेन्ससाठी अर्ज दिलेल्या एका मारवाडी पार्टीचा निरोप आला–संध्याकाळी सहा वाजता त्यांनी 'धवलगिरी'मध्ये चहा पिण्यासाठी बोलावलं होतं. तिच्या टेबलावर कुजत पड़लेल्या एका फाईलच्या व्यवहाराच्या संदर्भात ती भेट ठरली होती.

ती आपल्या गाडीनं धवलगिरीला गेली. तिथं एक एजंट तिची वाटच पाहत होता. अशा प्रकारचे व्यवहार जुळवून देणं हाच त्याचा धंदा होता. अत्यंत विश्वासू

माणूस होता तो! इतर वायफळ गप्पा मारत न बसता त्याच्या अॅटॅचीमधलं नोटांचं पुडकं सगळ्यांची नजर चुकवून तिच्या पर्समध्ये ठेवलं, की, खरं तर, व्यवहारच संपला. पण एवढ्या झटपट व्यवहार संपवण्यात काय मजा? परस्परांशी गप्पा व्हायला हव्यात–त्यानं तिच्या कार्य-कुशलतेचं वर्णन करायला हवं–तो आपलं वर्णन करणारा, हे ठाऊक असलं, तरी तो कुठल्या शब्दांत कुठल्या वैशिष्ट्यांचं वर्णन करेल, याविषयी तिच्या मनात नेहमीच उत्सुकता असे. याच गप्पांमधून तिला भारतातल्या इतर भागांमध्ये उद्योग-धंदे कसे चालले आहेत, याविषयी माहिती कळत असे. त्याचबरोबर त्यालाही सरकारच्या नव्या पॉलिसीविषयी अंदाज यायला हवा! दोघांपैकी कुणीही संपूर्ण सत्य सांगत नाहीत, हे दोघांनाही ठाऊक होतं. तरीही ऐकायला दोघांनाही मजा येत असे. त्यातच एकीकडे गप्पा मारताना तिथल्या चविष्ट आणि श्रीमंती खाद्यपदार्थांचं तोंडी लावणं! वजनकाट्याची भीती एकीकडे वाटत असली, तरी शीतल अशा पार्ट्यांना कधीही नकार देत नव्हती. त्यानंतर वाटलं, तर दुसरे दिवशी बिन साखर-दुधाचा चहा दुपारी फक्त दोन बिस्किटं खाऊन राहायची तिची तयारी असे!

त्या दिवशी गप्पा चालल्या असताना गुलाटी–एजंट–म्हणाला,

''मॅडम–तुमच्याबरोबर इतर काही गडबड–गोंधळ नसतो, हे मला ठाऊक आहे. तरीही तुमचं मानधन–किंवा रॉयल्टी म्हणा, हवं तर–आणलंय् मी...'' बोलता-बोलता त्यानं बोटांची हालचाल करून तिला आकडाही दाखवला. एकदा हाताची बोटं दाखवली, तर पाच हजार–दोनदा दाखवली, तर दहा हजार. आपल्या पातळीवर कधीही हजारांपेक्षा अधिक पैशांचा व्यवहार होत नाही, हे तिला ठाऊक होतं. तिच्या वरच्या अधिकाऱ्यांचा दर तिच्याहून जास्त होता. सगळ्यांत मोठा वाटा मंत्र्यांकडे निवडणूक–फंड या नावाखाली जमा होत होता. मंत्र्यांना कितीही पैसे दिले, तरी प्रत्यक्ष कामं आम्हीच करणार ना? शिवाय या व्यावसायिकांनाही 'मंत्र्यांना दिल्यावर पुन्हा यांना का द्यायचं' अशा प्रकारची मस्ती नसते. कुणाला शंका येणार नाही, अशा प्रकारे फायली हलवणं. त्यावर पार्लमेंटमध्ये प्रश्न विचारले जाणार नाहीत, अशी व्यवस्था करणं, पत्रकारांपासून फाईल जपणं–हे सारं आम्हीच करतो ना! मंत्री काय–आज असतात आणि उद्या नाही. कदाचित हे सरकार जाईल आणि दुसरं सरकार येईल. आम्ही मात्र इथंच राहणार!

हा गुलाटी मात्र दररोज एका ना एका सरकारी अधिकाऱ्याबरोबर खाऊन चांगलाच माजलाय्! होय–त्याचं शरीरही स्थूल झालंय्! म्हणजे हा बेडवर अगदी निकामी असणार!–या विचारासरशी तिला आतून हसू फुटलं. पण ते कसं-बसं आवरून ती समोरच्या खाद्य-पदार्थांकडे वळली.

दीड-पावणे दोन तास खाणं आणि गप्पा झाल्यावर तो म्हणाला,

"मॅडम, आपल्यामध्ये व्यवस्थित अंडरस्टँडिंग आहे–मी आणले आहेत–" म्हणत त्यानं एका हाताची पाच बोटं एकदा दाखवून मिटली आणि पुन्हा उघडून दाखवली. नंतर तिची पर्स उघडून त्यात त्यानं वृत्तपत्राच्या कागदात गुंडाळलेलं नोटांचं पुडकं ठेवून पुन्हा चेन लावली.

तिनं आक्षेप घेतल्याच्या आवाजात विचारलं,

"मी काही सांगायच्या आधी का तुम्ही ठेवले?"

तो मंद हसत म्हणाला,

"आपण बोलावल्याशिवाय जिथं बेअरा जवळ येत नाही, ते हॉटेल मला आवडतं. धवलगिरीही मला याच कारणासाठी आवडतं!"

ती कार घेऊन घराकडे परतली, तेव्हा तिचा दुपारचा निर्णय उलटा-पालटा होऊन गेला होता. आता फॅक्टरीला जाण्याऐवजी घरी जाऊन या प्रश्नावर आणखी एकदा सर्व बाजूंनी विचार केला पाहिजे, असा विचार करून तिनं गाडी ग्रेटर कैलाशकडे वळवली. रस्त्यावरची वाहनांची गर्दी, डिझेलचा धूर, आवाज–या सगळ्यांमधून ही एक आठवण तिच्या मनाभोवती रुंजी घालत होती.

दासबाबू तिच्या ऑफिसमधले तिचे बॉस. काही वर्षांपूर्वी ते निवृत्त झाले होते. निवृत्त झाल्यानंतर सहा महिन्यांनी एकदा त्यांची भेट झाली होती. सोबत त्यांच्या पत्नीही होत्या. दासबाबूंची प्रकृती लक्षात येण्याइतकी उतरली होती. हृदयविकारानं हॉस्पिटलमध्ये पडून होते, की काय, असं वाटावं, एवढा चेहरा उतरून गेला होता.

शीतलनं विचारलं होतं,

"दासबाबू, काय झालंय् तुम्हांला? प्रकृती बरी नाही काय?"

यावर ते उत्तरले,

"काहीही झालं नाही. चांगली आहे प्रकृती. तुम्ही कशा आहात? चांगल्याच असाल, म्हणा!"

"पण मग असे का दिसता?"

"वय झालंय् ना! निवृत्त व्हायचं म्हणजे म्हातारपण आल्यासारखंच ना!–" म्हणत ते हसले.

पण त्यांच्या पत्नी मध्ये म्हणाल्या,

"खरं सांगू का, शीतल गुप्ता?–"

शीतलची त्यांच्याशीही चांगली ओळख होती. शिवाय त्या स्वभावानंही बऱ्याच बोलक्या होत्या. त्या पुढं म्हणाल्या,

"खुर्चीवर असेपर्यंत माणसं वाकवाकून साब-साब म्हणाता! हॉटेलमध्ये घेऊन जातात! चांगल्या-चांगल्या हॉटेल्समध्ये नेऊन एंटरटेन करतात. रिटायर झालेल्या

दुसऱ्याच दिवसापासून हे सगळं थांबतं! समोरच्या घरातली कामवाली सुद्धा नीट बोलत नाही. पंचतारांकित हॉटेलमध्ये जाणंच थांबून जातं! कधी आपण ठरवून गेलो, तर आपणच एवढं बिल द्यायला पाहिजे–मग कसली त्या पदार्थांची चव लागणार? आपल्याकडे कोट्यवधी रुपये असले, तरी दुसऱ्यानं आदरानं खिलवण्यात जी तृप्ती आहे, ती मिळेल काय? आमच्या साहेबांचा हाच आजार आहे! रोज-रोज बायकोनं केलेल्या दाल-चावल-सब्जीचा त्यांना कंटाळा आलाय्! शीतल, तुम्ही त्यांना केव्हा तरी तुमच्याबरोबर घेऊन जा–तुम्हांला कुणी तरी घेऊन जात असेलच ना?–अशा एखाद्या वेळी!''

आता तो प्रसंग आठवताना शीतलला दासबाबूंच्या पत्नीचं बोलणं अधिक स्पष्टपणे आठवू लागलं.

आपल्या फ्लॅटचं कुलूप काढून शीतल आत गेली. तिचं मन विचार करत होतं.

अजूनही बारा वर्षं नोकरी शिल्लक आहे. कांतीच्या अंदाजाप्रमाणे–अंदाज कसला? मीच कधी तरी तिला सांगितलं होतं–दरमहा दहा-पंधरा हजारांची वरकड प्राप्ती! मागायचीही गरज नाही. आपोआप पैसा हातांत येतो. शिवाय दरमहा पगार, इतर सरकारी नोकरीतल्या सवलती, नोकरीनंतरही मिळणारं पेन्शन. त्याशिवाय मिळणार मानमरातब! हे सगळं सोडायचं–पेन्शन गमावायची आणि या वयात गावोगाव भटकायचं–आपण सरकारी अधिकाऱ्यांपुढं दात विचकायचे–त्यांना मोठमोठ्या हॉटेलांमध्ये पार्ट्या द्यायच्या! कुणाला हवंय् हे सगळं? नोकरी सोडण्यात काहीही अर्थ नाही! बदल्यात ती फॅक्टरी आणि पार्टनरशिप गेली, तर जाऊ दे!–

पण सकाळी उठताना मनात येत होतं–मी आयडिया दिली–मी मदत केली–लायसेन्स–ऑर्डर्स–मीच हिला व्यवहार शिकवला- आता सगळं सोडायचं? शीतलला संताप आला–रास्कल! कधीही ती माझ्याशी एकरूप झालीच नाही. एका अंथरुणावर झोपल्यावरही मी आपण होऊन तिच्या ओठांचं चुंबन घेतलं, तरी ती थंडगारच असायची! मला तिनं दूरच ठेवलं. तरीही ते मनात न ठेवता त्या सतारवाल्याशी भेटण्यासाठी मी तिला दीड वर्षांहून अधिक काळ जागेची सोय करून दिली! हिला तशीच सोडता कामा नये! मी नोकरी सोडणार नाही आणि तुला दरमहा पंधरा हजार पगारही द्यायला तयार होणार नाही मी! काय करशील?

मनाचा आवेग ओसरल्यावर शीतलची बुद्धी काम करू लागली. अशा प्रकारचं पाऊल उचलण्याआधी तिनंही बराच विचार केलेला असणार, हे नक्की! हा तिच्या एकटीचा विचारही नसावा. डेहराडूनला जाऊन तिनं कदाचित आपल्या म्हाताऱ्या बापाशीही या विषयावर चर्चा केली असेल. त्या म्हाताऱ्यानंच हिला, तू असं बोल–

मग ती असं म्हणेल वगैरे सारं सांगून दिलं असेल!–

हा विचार करत असताना शीतलच्या मनात तिच्या स्थानाची महत्त्वाची दुर्बलता वेगानं वर आली. कांतीच्या फॅक्टरीमध्ये ती पार्टनर असली, तरी सरकारी नोकरीत असताना असे व्यवहार करणं कायद्यानंच चुकीचं आहे! जोपर्यंत कांतीची इच्छा आहे, तोपर्यंतच आपण तिथं राहू शकतो! या बाबतीत आपण काहीही करू शकत नाही. कोर्टातही जाऊ शकत नाही. उलट, या मुद्द्याचं तीच माझ्यावर आणि माझ्या सरकारी नोकरीवर दडपण आणू शकते! माझ्या नोकरीवर ती गदा आणू शकते–माझ्यामागे ती इन्कमटॅक्सवाल्यांचा आणि अँटी-करप्शनवाल्यांचा ससेमिरा लावू शकते!

कांतीलाही हे सारं ठाऊक आहे–तिच्या त्या थेरड्या बापानं तिला सारं सांगितलं असावं! म्हणूनच तिनं एवढ्या स्पष्ट शब्दांत पगार वाढवण्याचा विषय काढला! मी तिचं कुठल्याही प्रकारे नुकसान करू शकत नाही. माझ्यापेक्षा वरचे अधिकारी तिच्या ओळखीचे आहेत. मीच त्यांची ओळख करून दिली आहे. ओळखीचा तरी काय प्रश्न आहे, म्हणा! अमुक कामाचा अमुक व्यक्तीचा अमुक दर आहे–तेवढे पैसे फेकून ती खुशाल लायसेन्स मिळवू शकते–हवी ती कामं करून घेऊ शकते!

शीतलच्या मनात असहायता दाटून आली. तिच्या दोन्ही हातांच्या मुठी वळल्या. हताशपणे डोळ्यांत भरलेल्या पाण्यामुळं समोरचा सोफाही काही क्षण दिसेनासा झाला. पाठोपाठ जोराचा हुंदका... पाठोपाठ खूप-खूप रडू...'

◆

# १७

'इंडियन ट्रिब्यून'च्या आर्थिक व्यवहाराचा मॅनेजर खेत्री बेंगळूरला यायचा होता. अधून-मधून वृत्तपत्र प्रसिद्ध होत असलेल्या प्रत्येक गावी जाऊन तेथील जमा-खर्च, चाललेली कामं, अपेक्षित खर्च वगैरे गोष्टींचा आढावा घेत राहणं आणि त्यानुसार सल्ला देणं हे या खेत्रीचं काम होतं. तसा या अधिकाऱ्याचा संपादकाशी थेट संबंध नसला, तरी त्याच्या भेटीच्या वेळी संपादकानं गावात असं आवश्यक होतं. कारण छपाईच्या अक्षरांच्या आकारापासून जाहिरात आणि बातम्यांच्या प्रमाणापर्यंत अनेक बाबींचे निर्णय त्याच्यावर अवलंबून असत. बाहेरच्या जगात संपादकांचं स्थान मोठं असलं, तरी अंतर्गत व्यवस्थेत आर्थिक मॅनेजरचं स्थान बरंच महत्त्वाचं होतं.

खरं तर, खेत्री दीड-दोन महिन्यांपूर्वीच बेंगळूरला येऊन गेला होता. त्यामुळं एवढ्या लवकर तो पुन्हा येत आहे, याचं केवळ रवींद्रलाच नव्हे, तिथल्या ऑफिसमधल्या सगळ्यांनाच आश्चर्य वाटलं होतं.

खेत्री सकाळच्या विमानानं आला. त्यानं आल्या आल्या रवींद्रला सांगितलं,

''संध्याकाळी काही काम ठेवून घेऊ नका. माझ्यासाठी वेळ ठेवा. आपण बाहेरच जेवायला जाऊ या. कंपनीच्या गेस्ट-हाऊसमध्ये नको. कुणी ना कुणी डिस्टर्ब करेल...''

त्यानंतर दिवसभर त्यानं कागदाची परिस्थिती, नव्यानं आणलेली छपाईची यंत्र-सामग्री याची पाहणी केली.

तसं पाहिलं, तर रवींद्रच्या दृष्टीनं खेत्री मुळीच नवा नव्हता. किती तरी वेळा त्या दोघांच्या मनामोकळ्या गप्पा झाल्या होत्या, दोघाही अनेक वेळा एकत्र जेवायला गेले होते–एकत्र ड्रिंक्सही घेत होते.

त्यामुळं संध्याकाळचं एकत्र जेवण यात रवींद्रला काही विशेष वाटलं नसलं, तरी हे केवळ एवढंच नाही, असा सावधगिरीचा इशारा त्याचं मन त्याला देत होतं.

खेत्री मारवाडी होता. मालकांच्या दूरच्या नातेवाइकांपैकी होता. मालक कुठल्याही व्यवहाराच्या संदर्भात स्वत:होऊन काहीही बोलत नाहीत, हा रवींद्रचाही अनुभव होता. मालकांचा संदेश पोहोचवण्यासाठी, अनुग्रह सुचवण्यासाठी, साघवधगिरीची

सूचना देण्यासाठी, दबाव आणण्यासाठी ते कुणा ना कुणाला पाठवत. अशी विविध क्षेत्रांसाठी मालकांची विविध माणसं होती. वृत्तपत्रांच्या क्षेत्रात अशा प्रकारे काम करणारा माणूस म्हणजे खेत्री. मालकांच्या इतर उद्योग-व्यवसायांसाठी त्यांनी अशीच वेगवेगळी माणसं नेमली होती.

खेत्रीनं हॉर्वर्डमध्ये आपली एम्.बी.ए.ची पदवी घेतली होती. समोरच्या व्यक्तीच्या मनाचा नेमका वेध घेण्याची त्याची मनःशक्ती विलक्षण होती. शिवाय कितीही कठीण निर्णय घ्यायची वेळ आली, तरी तो घेऊन कार्यवाहीत आणण्यासाठी आवश्यक असलेला कठोरपणाही त्याच्या स्वभावाचा एक भाग बनून गेला होता. आणि हे सारं त्यानं वयाच्या केवळ बत्तिसाव्या वर्षी आत्मसात केलं होतं.

संध्याकाळी तो रवींद्रकडे येऊन म्हणाला,

"आपण तुमच्या गाडीनंच जाऊ या. कंपनीची गाडी कशाला? ड्रायव्हरलाही ताटकळत ठेवायला नको–शिवाय तुम्ही टिपिकल वार्ताहर नाही! त्यामुळं तुमच्याबरोबर येण्यात मलाही कसली भीती नाही!–" म्हणत तो हसला. गाडी सुरू झाल्यावरही तोच म्हणाला, 'आपण गेल्या खेपेला 'विंडसर मिनार'ला गेलो होतो ना? तिथंच जाऊ या, की आणखी नवं कुठलं हॉटेल सुरू झालं आहे?–" त्यानंतर दिल्लीचं राजकारण, इतर वृत्तपत्रं, आपल्या इतर शहरांतून निघणाऱ्या आवृत्त्यांविषयी गप्पा मारता मारता ते हॉटेलमध्ये जाऊन पोहोचले.

सभोवताली कुणी नसलेलं एक टेबल शोधून दोघंही तिथल्या खुर्च्यांवर बसले. तिथं असलेली माणसं हलक्या आवाजात बोलत असल्यामुळं ते दोघंही हलक्या आवाजातच परस्परांशी बोलू लागले.

खेत्रीला जेवण्याआधी घ्यायची सवय असली, तरी तो कधीही प्रमाणाबाहेर घेत नसे. अल्कोहोल जास्त घेतलं, तर पोट सुटून आपला देह प्रमाणात राहणार नाही, याची त्याला भीती होती. आपल्या व्यवसायात यशस्वी व्हायचं असेल, तर देहही प्रमाणबद्ध राहिला पाहिजे, यावर त्याचा विश्वास होता.

दोन घोट पोटात गेल्यावर खेत्री व्यवहारावर उतरला,

"हे पाहा, रवि! आधीच सांगतो–माझ्या बोलण्याचा तुम्ही चुकीचा अर्थ घ्यायचा नाही. मला नेहमीच तुमच्यासारख्या आदर्शवादी संपादकांविषययी मनापासून आदर वाटतो! मी मुळात अमेरिकन प्रकृतीचा आहे! स्वातंत्र्य-स्वातंत्र्य प्रत्येकाला हवंच! ही लायसेन्सची कटकट असेपर्यंत सर्वच बाबतींत देश मागासलेला राहील, असं माझं ठाम मत आहे. माझं मत मी आकडेवारीसह सिद्ध करू शकतो. राजकारण साधण्यासाठी आज सर्वत्र स्वातंत्र्य हिरावून घेतलं जात आहे! असो! तुमच्यासारख्या संपादकांना मी या गोष्टी सांगायची गरज नाही! मला सांगायचं होतं–सरकारनं आपल्याला द्यायचा पेपर-कोटा कमी केला आहे! अधूनमधून दिल्लीच्या

आपल्या ऑफिसवर एखादा म्युनिसिपल कायदा घेऊन केस घातली आहे! मुंबईच्या ऑफिसवर परदेशखात्यानं काही तरी आक्षेप घेऊन खटला भरला आहे! अहमदाबाद आणि अलाहाबादमधल्या ऑफिसवरही तीन-तीन, चार-चार, खटले चालले आहेत! हे सारं निभावतानिभावता वृत्तपत्र चालवायचं कसं, हा एक फार मोठा प्रश्न आहे. आपल्या लंडन-न्यूयॉर्कच्या बातमीदारांना पाठवायच्या पगारासाठी गेल्या दोन महिन्यांत परदेशी चलन दिलं नाही! देणार नाही, म्हणून स्पष्टपणे सांगतही नाहीत. तिथं त्यांनी कसं जगायचं? फॅक्स-बिल तरी कुठून द्यायचं? गेल्या दोन महिन्यांत आपल्याला एकही सरकारी जाहिरात मिळाली नाही. याचा परिणाम म्हणून मोठमोठ्या उद्योगधंद्यांनीही आपल्याला जाहिराती द्यायचं बंद केलं आहे! अशा परिस्थितीत कसा पेपर चालवायचा? तुम्हीच सांगा! फायनान्स मॅनेजर असल्यामुळं ही माझी डोकेदुखी आहे. मी तर ही नोकरी सोडून दुसरी एखादी चांगली नोकरी शोधायचं म्हणतोय्. कारण परिस्थिती पाहता, सरकारच्या मर्जीशिवाय कुठलंही वृत्तपत्र चालणं कठीण आहे! ऊफ्...'' म्हणत त्यानं हाताच्या तळव्यानं वारा घेतल्यासारखं केलं.

यापुढं रवींद्रला आणखी काही सांगायची गरज नव्हती. केंद्र आणि कर्नाटकात एकाच पक्षाचं राज्य आहे. राज्य सरकारातली कीड शोधून काढली, तरी दिल्लीच्या आपल्या वृत्तपत्राचं अन्न-पाणी तोडून ते उपासमार करू शकतात आणि केंद्र सरकारवर टीका केली, तर इथलं सरकार त्रास द्यायचे मार्ग शोधू लागतं! त्यातही छळण्याचे जितके रस्ते केंद्र सरकारच्या हाती आहेत, तितके राज्यसरकारच्या कक्षेत नाहीत, हे नक्की! रवींद्र राज्याच्या राजधानीत असल्यामुळं त्याला केंद्र सरकारच्या उचापतींवर प्रकाश टाकायची संधी फारशी मिळत नव्हती.

खेत्रीच्या बोलण्याचा संदर्भ त्याच्याकडूनच जाणून घ्यायला पाहिजे, या हेतूनं त्यानं स्पष्टच विचारलं,

''बेंगळूर–आवृत्तीतल्या कुठल्या लेखामुळं दिल्ली–दरबारी अस्वस्थता निर्माण झाली आहे? कारण आम्ही शक्यतो केंद्र-सरकारचं नावच काढत नाही! यानंतर आपण दिल्लीचे लेख छापणं सोडून दिलं, तर कसं?''

''दॅट्स् राईट! ग्रॅनाईट–प्रकरण तुम्ही बाहेर काढलं. अतिशय उत्तम रिपोर्ट दिला होता तुम्ही! त्यानंतर विवेकानंद विद्याशालेवरचा मोठा लेखही अतिशय सुरेख होता. अलीकडे कुठल्याशा इंजिनीअरिंगच्या विद्यार्थ्यांच्या ब्लॅकमेलची कथाही चांगली दिली होती. इथले रेव्हेन्यू खात्याचे मंत्री आहेत ना? त्यांना केंद्रीय मंत्रिमंडळात घ्यायचा प्लॅन चाललाय्! तो कदाचित भ्रष्ट असेल–पण अतिशय दक्ष! पार्टीच्या निवडणूक फंडाच्या व्यवस्थेसाठी असा माणूस केंद्रात असणं चांगलं, असं राष्ट्रप्रमुखांना वाटतं. इथं तो कुठलासा डोंगर आहे ना?–मँगॅनीज वगैरे खनिजांमुळं अत्यंत समुद्ध डोंगर! त्याचा व्यवहार चाललाय्! केंद्र सरकारच्या

संमतीनंच तुमचे रेव्हेन्यू-मंत्री हा व्यवहार ठरवताहेत! तुमचा वार्ताहर त्याच वासावर असून तिकडंच घुटमळत असतो, याचीही त्यांना कल्पना आहे. म्हणूनच त्यांनी आम्हांला सावधगिरीचा इशारा दिला आहे.''

''सरकारमधला भष्टाचार शोधून तो लोकांपुढं मांडणं हेच आमच्या वृत्तपत्राचं प्रमुख वैशिष्ट्य आहे. त्यामुळंच आमच्या वृत्तपत्राचा प्रचार झाला आहे. आम्ही हे केलं नाही, तर इतर सपक वृत्तपत्रं आणि आमचं वृत्तपत्र यांत फरकच काय राहिला? याचा परिणाम वृत्तपत्राच्या विक्रीवर तर निश्चितच होईल–शिवाय त्याची प्रतिष्ठा काय राहील?'' रवींद्रनं विचारलं.

''व्वा! उत्कृष्ट प्रश्न! या दोन्हींमध्ये समतोल ठेवणं हेच आमचं कौशल्य आहे!–'' खेत्री म्हणाला. त्याच्या चेहऱ्यावर चलाख हसू होतं.

जेवताना रवींद्रचं मन 'ट्रिब्यून'च्या मालकांच्या पार्श्वभूमीचा विचार करण्यात गढून गेलं होतं.

'इंडियन ट्रिब्यून'चे मूळ मालक रंका गांधी-युगातले होते. स्वातंत्र्यपूर्व काळात देशसेवा म्हणून आणि इंग्रजांविरुद्ध लोकमत तयार करण्याच्या हेतूनं त्यांनी वृत्तपत्र सुरू केलं होतं. त्या वेळी ब्रिटिशांनी हे वृत्तपत्र दडपून टाकण्यासाठी अनेक प्रयत्न केले होते. पण ते करतानाही लायसेन्ससाठी अडवणं–इतर सरकारी अडचणी पुढं करणं ही त्यांची संस्कृती नव्हती. त्यामुळं वृत्तपत्र केवळ तरून राहिलं, एवढंच नव्हे, तर त्यानं समाजात स्वतःचं विशिष्ट स्थान आणि आदर निर्माण केला. माखनलाल देशभक्त तर होतेच–त्याचबरोबर ते व्यवहार-कुशलही होते. स्वातंत्र्य मिळाल्यावर त्यांनी याच वृत्तपत्राकडे प्रमुख व्यवसाय म्हणून पाहिलं. बघताबघता केवळ मुंबईहून प्रसिद्ध होणारा 'इंडियन ट्रिब्यून' दिल्ली आणि अहमदाबादहूनही प्रसिद्ध होऊ लागला. स्वातंत्र्य मिळाल्यावरही या वृत्तपत्राचा निर्भयपणा तसाच होता. नेहरूंनाही कायद्याविषयी ब्रिटिंशांइतकंच प्रेम असल्यामुळं त्यांनाही या वृत्तपत्राला फारसं दडपता आलं नाही. या काळातच हे वृत्तपत्र लखनौ, जयपूर, हैद्राबाद आणि मद्रासमधूनही नियमितपणे प्रसिद्ध होऊ लागलं. ट्रिब्यूनमध्ये प्रसिद्ध होणाऱ्या प्रत्येक लेखाला केवळ भारतातच नव्हे, भारताबाहेरही प्रमाणभूत मानण्यात येऊ लागलं.

माखनलाल रंका आपल्या वृत्तपत्राचे संपादक निवडण्याच्या बाबतीतही अत्यंत चोखंदळ होते. आदर्श आणि योग्य व्यवहार याच त्यांच्या प्रमुख शक्ती बनून गेल्या होत्या. त्यांनी आपल्या संपादकांच्या हक्कांमध्ये कधीही ढवळाढवळ केली नाही. स्वतःही त्यांनी कधी लेखणी उचलली नाही. पण देशातल्या प्रतिभावंतांना ते आपल्या वृत्तपत्राकडे वळवून घेत होते. तो स्वातंत्र्योत्तर काळ होता–त्यामुळं किती

तरी पत्रकारांवरही गांधी-युगाचा विलक्षण पगडा होता. त्यामुळं विशेष प्रयत्न न करता वृत्तपत्राचा दर्जा चांगला राहिला होता.

या काळात माखनलालांचं व्यापारी रक्त मुकाट राहिलं नव्हतं. त्यांनी मुंबईमध्ये एक कपड्याचा कारखाना सुरू केला. तो यशस्वी होतोय्, असं दिसताच औरंगाबाद येथे एक सिमेंटचा कारखाना सुरू केला. या वेळेपर्यंत त्यांची दोन मुलं वयात आली होती. त्यांना उद्योग हवा, म्हणून त्यांनी बिहारमध्ये एक दगडाची खाण आणि कानपूरमध्ये एक टायरचा कारखाना सुरू केला. मुलांनीही आपला व्यावहारिक शहाणपणा विसाव्या वर्षीच सिद्ध केला. त्यामुळं त्या दोघांनाही मोठ्या उद्योगपतींच्या मुली सांगून आल्या. दोघांचीही लग्नं झाली. कन्वल आणि जसवंत हव्या त्या क्षणी पन्नास कोटी उभे करू शकतील, असे ताकदवान उद्योगपती झाले! माखनलाल रंकांच्या तिन्ही मुलींना तीन उद्योगपतींनी मागण्या घालून आपापल्या सुना करून घेतलं.

मुलं उद्योग-व्यवसायात स्थिरावून वाढू लागली, तेव्हा माखनलाल साठ वर्षांचे होते. त्यांचं मन आता धर्म-कर्म आणि तीर्थयात्रेकडे वळालं. सत्य, सामाजिक न्याय, वर्तणुकीची शुद्धता या गोष्टी त्यांच्या मनात भरून राहू लागल्या. स्वातंत्र्य-चळवळ सुरू असतानाच त्यांना इंग्लंडला जायची संधी होती. पण 'आपल्यावर राज्य करणाऱ्यांच्या भूमीवर मी पाऊल ठेवणार नाही', असं म्हणत त्यांनी ती संधी नाकारली. स्वातंत्र्य मिळाल्यावर नेहरू सूट घालून लंडनला गेले, याला त्यांनी तीव्र विरोध केला होता. सर्वपल्ली राधाकृष्णन् आपल्या डोळ्यांच्या चिकित्सेसाठी लंडनला गेले, तेव्हाही त्यांची प्रतिक्रिया होती,

'सर्वपल्ली विद्वान आहेत! आपल्या आंग्ल दृष्टीवर चिकित्सा करण्यासाठी ते तरी आणखी कुठं जाणार, म्हणा!'

पण लंडनमध्ये जागतिक पातळीवरील वृत्तपत्रकारांचं संमेलन झालं आणि उद्घाटनासाठी त्यांनी बोलावलं, तेव्हा मात्र ते गेले होते. तिथं गेल्यावर मात्र ते नंतरही काही दिवस तिथं राहिले होते आणि त्यांनी लंडनमधल्या प्रत्येक लहान-मोठ्या रस्त्यांवरून फेरफेटका मारला होता. नंतर त्यांनी तिथल्या इतर महत्त्वाच्या गावांनाही भेटी दिल्या होत्या. तिथले राजकारणी लोक, त्यांची वागायची पद्धत, लोकांची जागरूकता, वृत्तपत्रांचा धीटपणा यांचं तीन महिने निरीक्षण केल्यानंतर माघारी येऊन ते म्हणाले होते,

"ब्रिटिशांच्या या सद्गुणांचं आपण जोपर्यंत पालन करत नाही, तोपर्यंत आपण आपला राज्यकारभार योग्य रीतीनं पाहू शकणार नाही!"

त्यानंतर त्यांनी आपला संपूर्ण वेळ आपल्या वृत्तपत्रावरच खर्च करायचं ठरवलं. माणसाचा धर्म समाजातून आणि माणसाच्या वागण्यातून व्यक्त होत

असतो–ते सोडून केवळ धर्माच्या गप्पा मारण्यात अर्थ नाही–या विचाराचा प्रसार करणं हेच आपल्या वृत्तपत्राचं ब्रीद असं ते मानू लागले.

याच वेळी राष्ट्र-नायकाच्या घरी जे बदल घडत होते–तेच त्यांच्या घरीही घडू लागले. नेहरू कितीही लोकसत्ताक पद्धतीने समर्थक असले, तरी त्यांनी आपला उत्तराधिकारी म्हणून आणखी कुणालाही वाढू न देता आपली कन्या इंदिरा हिलाच त्यांनी वाढवलं होतं. तिनं सत्तेवर पूर्णपणे ताबा मिळवल्यावर तिची राज्य करायची पद्धतच पूर्णपणे बदलली. आपल्यावर निष्ठा असणारे राजनिष्ठ, आपल्या कुटुंबाविषयी निष्ठा बाळगणारेच सार्वजनिक जीवनासाठी लायक, अशा प्रकारची तत्त्वं तिनं निष्ठुर निर्दयतेनं पुढं आणली. त्याचबरोबर आपल्यानंतर आपला दुसरा मुलगा संजय हाच उत्तराधिकारी असल्याचं वातावरणही ती आपल्या बगलबच्चांकरवी निर्माण करू लागली.

तिचे हे डावपेच जाणून देशातल्या नागरिकांना दाखवून देण्याचं काम देशात सर्वप्रथम 'ट्रिब्यून'नंच केलं. कुटुंबशाहीला विरोध करणं हाच आपला धर्म आहे, असा माखनलाल यांचा विश्वास होता. पण या वेळेपर्यंत भारतातला राजकीय धर्म बदलला होता. आपल्याला विरोध करणारे नामशेष झाल्याशिवाय आपल्याला आपलं ईप्सित साधता येणार नाही, अशा प्रकारची मनोवृत्ती असलेले राज्यकर्ते लायसेन्स, टॅक्सेस्–आणि अशा प्रकारच्या संदर्भात काही नवे कायदे निर्माण करून 'ट्रिब्यून'ला पायासकट गदागदा हलवू लागले.

त्यासाठी त्यांनी माखनलाल यांच्या मुलांचे कापड-व्यवसाय, सिमेंट-कारखाना, दगडाची खाण, टायर कारखाना वगैरे उद्योग नष्ट करण्यासाठी प्रयत्न सुरू केले. आपल्या राजकीय एजंटांकरवी त्यांनी मुंबईमधल्या रंका टेक्स्टाईल मिलमध्ये दोन हजार कामगारांचा संप घडवून आणला. इतर गिरणीमालक माखनलालांवर 'तुम्ही कामगारांना अधिक पगार आणि सवलती देऊन इथल्या औद्योगिक वातावरणात असमतोल निर्माण करत आहात!' असा आक्षेप घेत असताना त्यांनी या गिरणी-कामगारांना 'तुम्हांला आणखी पगार वाढवून देऊ–देशाच्या पंतप्रधानच आपल्या मागं आहेत–' असं सांगून चिथवलं. समाधानी कामगारांच्या मनांत माखनलाल म्हणजे रक्तपिपासू वाघ अशा प्रकारची द्वेषाची भावना वाढली. मध्यप्रदेश, राजस्थान, पंजाब येथील सरकारी बसेस् आणि इतर वाहनं रंका टायर्स वापरत होते. सरकारी दडपणामुळं त्या ऑर्डरी मिळणं बंद होऊन गेलं. रंका टायर्स वापरणाऱ्या खाजगी वाहनांनाही लायसेन्सच्या बाबतीत त्रास देण्यात येऊ लागला. औरंगाबादेत तयार होणाऱ्या रंका सिमेंटला हीन दर्जावर लोटून ते सिमेंट वापरण्यावर बंदी घालण्यात आली.

कन्वर आणि जसवंत डोक्याला हात लावून बसले. त्यांनी आपापल्या सासऱ्यांशी

यावर चर्चा केली. मेहुण्यांशी यावर विचार-विनिमय केला. आईबरोबरही ते बोलले. अखेर दोघंही आपल्या वडलांपाशी गेले आणि त्यांच्या पायांशी जमिनीवर बसले.

कन्वर म्हणाला,

"पिताजी, आता तुमचे दिवस राहिले नाहीत. सारं आमच्यावर सोपवून तुम्ही का देवधर्म करत निवृत्त होत नाही? दर वर्षी दिवाळीमध्या लक्ष्मीपूजेच्या दिवशी तुम्ही सगळे हिशेब पाहा आणि आम्ही संपूर्ण संपत्तीच्या पंधरा टक्के फायदा मिळवला नसेल, तर आमचे कान पकडा! आम्ही यात नुकसान होऊ देणार नाही. तुम्ही किती कष्ट घेऊन हे सारं उभं केलंय्, हे आम्हांलाही ठाऊक आहे! तुम्ही ठरवाल, तितके टक्के फायदा आम्ही रंका ट्रस्टला देऊ. तुम्ही त्यातून तुम्हांला वाटेल, त्या प्रकारे दानधर्म–तीर्थयात्रा यांवर खर्च करा".

थोरला मुलगा काय सांगतो आहे, ते थोरल्या रंकांच्याही लक्षात आलं. ते उत्तरले,

"परलोकी गेल्यानंतर फळ मिळणाऱ्या दान-धर्माशी मला कर्तव्य नाही. माझ्या 'इंडियन ट्रिब्यून' करवीच मी माझं धर्म-कार्य करेन! ट्रिब्यूनची जबाबदारी संपूर्णपणे मी माझ्याकडे ठेवून घेईन. बाकी सर्व उद्योगधंदे मी तुमच्या नावानं करून देईन. तुम्हांला कुणी काही त्रास द्यायला आलं, की तुम्ही 'आमचा ट्रिब्यूनशी काहीही संबंध नाही' म्हणून सांगून मोकळे व्हा! आपला काहीही संबंध नाही, असं मीही ट्रिब्यूनच्या पहिल्या पानावरच निवेदन देऊन स्पष्ट करतो!"

"पिताजी, तुमचा हा उपाय कायद्याच्या दृष्टीनं योग्य असेलही. पण संधीसाधू चोरांना हे मान्य होणं शक्य नाही. डाकू किंवा ब्लॅकमेल करणारे निष्पाप मुलांना पळवून घेऊन जातात आणि पैशाची मागणी करतात. पैसे मिळाले नाहीत, तर त्या निरपराध मुलांची निर्घृण हत्या करायची धमकी देतात! यात त्या मुलांची काय चूक? पण असं म्हटलं, तर ते कुठं ऐकतात? या चोरांना एकच गोष्ट ठाऊक असते. कुठं दाबलं, तर आतड्यात कळ उठते! सर्वसाधारण डाकूंना एवढं ज्ञान असतं! मग हाताखालच्या सुशिक्षित अधिकाऱ्यांचा सल्ला मिळणाऱ्या सरकारला यांतले आणखीही किती तरी बारकावे ठाऊक असतात!" जसवंत म्हणाला.

आता पिताजीही विचारात पडले. मुलांचं बोलणं खोडून काढणंही शक्य नव्हतं. रंका हे नाव पूर्णपणे बाजूला काढून एक ट्रस्ट करणं आणि त्यातून वृत्तपत्र सुरू ठेवणं–आपण त्यातून पूर्णपणे बाहेर राहणं हा एक विचार त्यांना सुचला. स्वतः खपून, ब्रिटिशांविरुद्ध लढा देऊन नावा-रूपाला आणलेली ही संस्था अशा प्रकारे दान करायच्या विचारानंही माखनलाल कष्टी झाले. इतर सर्व उद्योगांचा त्याग करून फक्त वृत्तपत्रच ठेवायचं ठरवलं, तर सरकार विरुद्धच्या लढ्यात आपण एका वर्षापेक्षा अधिक काळ तग धरू शकणार नाही, ही वस्तुस्थितीही त्यांना जाणवत होती.

दोन्ही मुलं परस्परांशी ठरवून आल्याप्रमाणे म्हणाली,

"पिताजी, तुमचा ट्रिब्यूनमध्ये किती जीव गुंतलाय्, ते आम्हांला ठाऊक नाही काय? घरापुढचं मोठं वडाचं झाड आणि त्याची सावली कुणाला नको असते? पण त्याच झाडाची मुळं घराच्या पायामध्ये शिरून घरच उलथायला लागली, तर झाड तोडण्याशिवाय दुसरा उपायच राहणार नाही. आपण संपूर्ण 'ट्रिब्यून' विकू या. आणखी कुठली तरी संस्था हे वृत्तपत्र विकत घेईल आणि त्यातून मिळालेल्या पैशांमधून आपल्याला आणखी एखादा उद्योग सुरू करता येईल..."

"पण ट्रिब्यूनचा नवा मालक ट्रिब्यूनला सरकारी मुखपत्र करून आणखी लायसेन्सेस् मिळवेल..."

"तो त्याचा प्रश्न आहे–एकदा विकल्यावर आपण त्याचा फार विचार करायचा नाही!"

माखनलाल रंकांना काही वेळापुरतं मुलांचं बोलणं पटलं. तरीही आपलं वृत्तपत्र इतरांच्या हाती सोपवायला त्यांचं मन तयार होईना. या देशात कापड-कारखाने काढणारी हजार माणसं आहेत, सिमेंट-टायर-वाहनं ब्लेड्स असल्या वस्तू तयार करून कोट्यवधी रुपये मिळवणारी शेकडो माणसं आहेत–पण 'ट्रिब्यून' जन्माला घालून एवढं वाढवणारा मी एकटाच आहे!

आता मी त्याच 'ट्रिब्यून'चा त्याग करायचा? त्यांना वाटलं, आपण मुलांना सांगावं–हा देशच नको! तुम्ही इथून इतर कुठल्या तरी देशात जा आणि जिथं कायद्याचं राज्य आहे, तिथं जाऊन व्यवसाय करा–

पण ज्या देशासाठी मी 'ट्रिब्यून'च्या आधारानं स्वातंत्र्यासाठी लढा दिला, तो देश सोडून माझ्या मुलांनी का परदेशी व्हायचं? हा देश म्हणजे कुणा एका व्यक्तीची किंवा कुटुंबाची वैयक्तिक संपत्ती आहे, की काय?

त्यांनी मुलांना स्पष्ट शब्दांतच सांगितलं,

"वृत्तपत्र विकणं तर अशक्य आहे. इतर काही तरी मार्ग काढा. सरकारी वाहनं आणि सरकारी गिऱ्हाइकांवर विसंबून राहू नका. स्वतंत्रपणे विकता येईल, एवढाच माल तयार करा. कपड्याच्या गिरणीचा लॉकआऊट सुरू करा–दोन-तीन महिन्यांतच सगळ्या मजुरांना समजेल, पगार मिळाला नाही, तर पंतप्रधान आपल्याला आणि आपल्या बायका-मुलांना जेवू घालत नाही!" आणि नेहमीप्रमाणे उठून फिरायला निघून गेले.

पुन्हा दोन्ही मुलं परस्परांशी विचार-विनिमय करू लागली. त्यांनी पुन्हा आपले सासरे-मेहुणे यांचे सल्ले घेतले. दोन-तीन दिवस गेल्यावर ते पुन्हा वडलांपाशी गेले.

"पिताजी, तुमच्या भावनेचा अनादर करायची आमची तीळभरही इच्छा नाही.

तुमची मुलं होऊन जर आम्ही 'ट्रिब्यून'ची प्रतिष्ठा सांभाळू शकलो नाही, तर काय अर्थ आहे आमच्या जगण्याचा? आता आपल्याला यातून मध्यम-मार्ग काढला पाहिजे. तीन महिने 'ट्रिब्यून' कुठल्याही सरकारविरुद्धच्या विशेष बातम्या देणार नाही. तेवढ्या अवधीत आम्ही सरकारशी बोलणी करून आमचे इतर सर्व उद्योग एका विशिष्ट पातळीपर्यंत आणून ठेवू. त्यानंतर तुम्ही पुन्हा तुमच्या स्वतंत्र मार्गानं वाटचाल करा.''

हा सल्ला त्यांनाही व्यवहार्य वाटला. पण हे सगळं संपादकांना कसं सांगायचं? इतक्या वर्षांत त्यांनी मुख्य संपादकांना 'अमुक करा–अमुक नको' असं एका शब्दानंही सांगितलं नव्हतं. नेमणूक करताना 'ट्रिब्यून'ची ध्येय-धोरणं सांगितली, की पुन्हा कुठंही ढवळाढवळ नसे. त्या वेळचे प्रमुख संपादक मोहन जळगावकर केवळ आदर्शवादीच नव्हते–त्यांनी व्यवहारही जाणून घेतला होता. त्यामुळं माखनलालनी संकोचून नुसता 'सा' म्हटलं, तरी ते पटकन राग ओळखून 'तसं करू या–' म्हणून त्यांची अडचण दूर करत. वृत्तपत्र जिवंत राहिलं, तरच आपण आपला लढा लढू शकू, हे त्यांनाही समजत होतं.

कन्वल आणि जसवंतनं 'ट्रिब्यून'च्या वतीनं एक चलाख मध्यस्थ प्रधानमंत्र्यांकडे धाडला. तिनंही तीन महिने 'ट्रिब्यून'चं निरीक्षण केलं. न भुंकता, न चावता, चोरांना न पकडता केवळ आपलं पोट भरणाऱ्या कुत्र्याप्रमाणे 'ट्रिब्यून' चालल्याचं पाहून तिनं रंका-उद्योग समूहावर आणलेल्या अडचणी दूर केल्या. त्याला काही सरकारी जाहिरातीही मिळू लागल्या. त्याचा परिणाम म्हणून इतर व्यापारीही आपल्या जाहिराती देऊ लागले. मुंबईमधल्या कापड-कारखान्यामधला संप मागं घेतला गेला. वृत्तपत्रात सरकारविरुद्धची एकही बातमी त्या तीन महिन्यांत प्रसिद्ध झाली नाही. तरीही बातम्या एकत्र करायचं काम चाललंच होतं.

या अवधीत माखनलालना आपलं वृत्तपत्र वाचणं म्हणजे एक शिक्षाच वाटत होती. त्यांचे मित्रही 'तुझा पेपर एवढा का बेचव आहे?' म्हणून प्रश्न विचारत होत. वृत्तपत्राचा सर्क्युलेशन–मॅनेजर वृत्तपत्राच्या विक्रीत घट होत असल्याची आकडेवारी सादर करत होता.

आवश्यक तो कालावधी गेल्यावर 'ट्रिब्यून' पुन्हा पहिल्यासारखा गर्जू लागला. भारतात वृत्तपत्र–व्यवसायाची कशी गळचेपी होत आहे, याविषयी त्यांनी एक मोठा लेख प्रसिद्ध केला. तो लेख परदेशी वृत्तपत्रांनाही लगेच उचलून धरला. या लेखामुळं सरकार लगेच ट्रिब्यूनवर काहीही आक्षेप घेऊ शकलं नाही. ते ट्रिब्यूनला आणखी कशा प्रकारे त्रास देता येईल, याचा विचार करू लागलं.

जेवताना रवींद्रला वृत्तपत्र-व्यवसायातली ही स्थित्यंतरं तीव्रपणे जाणवली. त्या वेळेनंतर रंकांनी हाच उपाय करायला प्रारंभ केला. प्रधानमंत्र्यांशी प्रत्यक्ष भेट घेऊन आपल्या निष्ठा त्यांच्या पायांशी असल्याचं नाटक एकीकडे करत राहायचं. तिनं काही विचारलं, तर सांगायचं, 'मी संपादकांच्या कामात लक्ष घालत नाही. मधून-मधून त्यांची मस्ती वाढते. मी बघेन तिकडं! तुम्ही काहीही काळजी करू नका.' अशा प्रसंगानंतर पुन्हा ट्रिब्यून नरम होत असे. अमेरिकेची परदेश-नीती आणि पाकिस्तानचा उद्धटपणा यांवर या काळात भरपूर कडक संपादकीय लिहिलं जात होतं. दोन-अडीच महिन्यांनंतर पुन्हा सरकारच्या एखाद्या भ्रष्ट वर्तणुकीविरुद्ध गदारोळ उठवायचा.

असं दोन-तीन वेळा झाल्यावर पंतप्रधानांना माखनलालांचं तंत्र ध्यानात आलं. तिनं पुन्हा 'ट्रिब्यून'ला त्रास द्यायला सुरुवात केली. वार्ताहर किंवा संपादक दिल्लीला गेले, की सरकार आणि ट्रिब्यूनची लढाई कुठल्या स्तरावर आहे, हा एक महत्त्वाचा विषयच असे! वरच्या स्तरावर चाललेल्या या सगळ्या भानगडींकडे दुर्लक्ष करून फक्त काम करत राहणं कुणालाही शक्य होत नव्हतं. या कशाचीही पर्वा न करता कुणाच्या तरी चिथावणीवरून केवळ किरकोळ स्वार्थासाठी संप करणाऱ्या आणि यंत्र-सामग्रीची मोडतोड करणाऱ्या कामगारांविषयी रवींद्राच्या मनात उद्विग्नता निर्माण होत होती. यांच्या मनात न्याय-प्रज्ञा कधी निर्माण होणार, याची त्याला आणि त्याच्यासारख्याच काही संपादकांना काळजी वाटत होती.

खेत्रीनं मध्येच विचारलं,

"तुम्ही कधीही मांसाहार करत नाही?"

"तसा कधी प्रयत्नच केला नाही."

"मी मारवाडी. वैष्णव पंथ. जैन धर्माचाही प्रभाव आहे. पण तुम्हांला सांगतो, अमेरिकेत तुम्ही शाकाहारी राहायचा आग्रह धरला, तर किती त्रास होतो, हे तुम्हांलाही ठाऊक आहे ना? मलाही सुरुवातीला मांसाहाराचा त्रास झाला. पण नंतर मात्र हळूहळू त्याचीच सवय झाली."

आता परिस्थिती पूर्णपणे बदलल्याचं रवींद्रच्याही लक्षात आलं होतं. काही तरी विशेष घडलं असेल, तर प्रमुख संपादक स्वतः इतर संपादकांशी संपर्क साधत आणि सांगत,

"थोडे दिवस थांब... बट् डू नॉट किल् द स्टोरी..."

या वेळी मात्र त्याऐवजी मॅनेजमेंटच्या भागाचा माणूस आला आहे! हीही कल्पना रंकांच्या मुलांचीच. संपूर्ण रंका-उद्योग समूहाचं अर्थकारण पाहण्यासाठी त्यांनी खेत्रीची नेमणूक केली होती. 'ट्रिब्यून' ही त्याचाच एक भाग असल्यामुळं

खेत्री स्वतः भेटायला आला होता.

वृद्ध माखनलालना खेत्रीच्या नेमणुकीमधलं नेमकं वर्म ध्यानात आलं नव्हतं. खेत्री स्वतःच सर्व संपादकांना भेटून स्पष्टपणे त्यांच्याशी बोलत होता. वृत्तपत्र वाचवायचं असेल, तर परस्परांनी समजावून घ्यायला पाहिजे, म्हणत होता.

ही गोष्ट थोरल्या रंकांच्या कानांवर कशी घालायची? कोण घालणार? 'ट्रिब्यून'–च्या स्वातंत्र्याचे दिवस संपत आले, असंच म्हणायचं काय?

त्याच वेळी डिशेस् नेण्यासाठी आलेल्या बेअरानं विचारलं,

"सर, डेझर्ट कुठलं?..."

◆

त्यानंतरही खेत्रीचा बेंगळूरला मुक्काम होता. तो मुख्यमंत्र्यांना भेटायला जाऊन आल्याची बातमी गेस्टहाऊसमधून रवींद्रच्या कानांवर घातली. रवींद्रनं शांतमूर्तीला बोलावून घेतलं. घडलेलं सारं त्याच्या कानांवर घालून त्यानंतर सांगितलं,

"खेत्री आता नेमक्या कुठल्या कामासाठी आला आहे, ते शोधून काढणं आवश्यक आहे! मात्र या बाबतीत गुप्तता अत्यंत आवश्यक आहे. अगदी शशिरेखालाही यातलं काही समजू देऊ नकोस!"

रात्री जेवण करून रवींद्र झोपायच्या तयारीत असताना फोनची घंटा वाजली. शांतमूर्तीनं काही तरी बातमी मिळविलेली दिसते, असा विचार करत त्यानं रिसीव्हर उचलला–टेलिफोनवर तलवारांचा आवाज ऐकू आला.

गोपीकृष्ण तल्वार 'इंडियन ट्रिब्यून' चे प्रमुख संपादक होते. दिल्लीहून त्यांचा फोन आला होता.

"हाय रविजी! तुम्हांला एक महत्त्वाची बातमी सांगतो... पण त्याआधी मला सांगा, खेत्री बेंगळूरमध्ये काय करतोय्?"

"आज सकाळी तो मुख्यमंत्र्यांकडे गेला होता, असं समजलं. त्यानं गेस्ट हाऊसमध्ये ब्रेकफास्टही घेतला नाही. त्यानंतर संध्याकाळपर्यंत तो कुठं होता, ते समजलं नाही. ऑफिसची गाडी न घेता तो गेला होता."

"तुमची माहिती अपुरी आहे. दीड हजार मैलांवरून मी सांगतो. ते ऐका! तिथं एक मोठा मँगॅनीजचा साठा आहे ना? ...हं... जोगनाथ हिल रेंज! तिकडं गेलाय् तो. बहुतेक तुमच्या कर्नाटकाच्या रेव्हेन्यू खात्याच्या मंत्र्यानं कारची व्यवस्था केली असावी. एव्हाना खाण-तज्ज्ञ तिथं पोहोचले आहेत आणि त्यांनी आपला रिपोर्टही दिला आहे. रंकाजींची मुलं आणखी एक खाण सुरू करायच्या प्रयत्नात आहेत. रंकाजींची प्रकृती अगदी बरी नाही. स्मरणशक्तीही कमी झाली आहे. डोकं ताळ्यावर

असताना 'माझा ट्रिब्यून–माझ्या ट्रिब्यूनचं स्वातंत्र्य, पावित्र्य' वगैरे बोलतात. अशा वेळी मलाही कधी तरी बोलावून घेतात. पण त्यात सगळ्या जुन्याच आठवणी असतात. त्यांना वर्तमानकाळाचं फारसं भान नाही. मुलांनी 'ट्रिब्यून' आपल्या हातांत घेतलंय्, ही आजची वस्तुस्थिती आहे! मला माखनलालना काहीही दोष द्यायचा नाही. कारण आपण काय बोलतो, ते संपूर्णपणे जाणून घेऊन त्यावर विचार करायची त्यांची परिस्थिती नाही.''

रवींद्रनंही आदल्या दिवशी खेत्रीशी जे बोलणं झालं, ते तलवारांच्या कानांवर घातलं.

''या विषयावर प्रधानमंत्र्यांशीही त्यांचं निश्चित बोलणं झालं असणार! त्यांच्या परवानगीशिवाय राज्यातले मंत्री एवढ्या मोठ्या व्यवहारात लक्ष घालणार नाहीत! विरोधी पक्षानं फारच आरडा-ओरडा केला, तर त्या वेळी केंद्राचा पाठिंबा हवा ना! ते असू दे–गेल्या आठवड्यात खेत्री माझ्याशीही अशा प्रकारचे बोलत होता. मी त्याचं सारं मुकाट्यानं ऐकून न घेता वाद घातला–'ट्रिब्यून'ची ध्येयधोरणं रंकाजींनी पूर्वीच निश्चित केली आहेत. महात्मा गांधी, राजाजी, वल्लभभाई, पंतप्रधान होण्याआधीचे जवाहरलाल यांनी त्या ध्येयधोरणांचं कौतुक करून त्यांना पाठ थोपटून शाबासकी दिली आहे. देश-विदेशांतही ट्रिब्यूननं मानाचं स्थान मिळवलं आहे! 'ट्रिब्यून'च्या ध्येय-धोरणात किंचित बदल झाला, तरी त्याच्या कोट्यवधी वाचकांच्या नैतिक प्रज्ञेला वेदना होईल! त्यात पूर्वी काम करणारे पत्रकार आणि आज काम करणारे पत्रकार यांनाही याचं दुःख होईल. मला या संदर्भात माखनलाल रंकाजींशी बोलायला हवं.' यावर तो म्हणाला, 'येस! यू हॅव अ पॉइंट पण वृत्तपत्र जगलं पाहिजे ना! तुलाही ठाऊक आहे, खेत्री कधीही कठोर शब्द वापरत नाही–पण कठोर स्पष्टपणे बोलतो. मला एकंदरीत ध्यानात आलंय्, ते असं, रंकाजींच्या दोन्ही मुलांनी वडलांच्या व्यक्तिमत्त्वावर संपूर्ण आपला पगडा बसवला आहे. रंकाजींचा फक्त देह शिल्लक आहे–तोही फार दिवसांचा नाही.''

रवींद्र सारं बोलणं लक्ष देऊन ऐकत होता.

ते पुढं म्हणाले,

''यानंतर आपण काय करायचं, यावरही मी विचार केला आहे. मुख्य-संपादकाचं स्थान मालकांच्या मर्जीवर अवलंबून असतं, हे आपण विसरता कामा नये. इतर पत्रकारांना जी सुरक्षितता आहे, ती मला नाही. या महिन्याचा पगार हातावर ठेवून, ते मला कधीही निरोप देऊ शकतात. त्याआधीच मी राजीनामा देऊन तिथून बाहेर पडणं मानाचं ठरेल. या संदर्भात मी माझ्या पत्नीशीही बोललो. मला पैशाची अडचण नाही. मुलाला नोकरी आहे, मुलीचं लग्न झालंय्–बायकोही जयहिंद कॉलेजमध्ये रीडर आहे. स्वतःची झोपडी आहे. मी महिन्याकाठी दोनेक

हजार सहज मिळवू शकेन. पण 'ट्रिब्यून'च्या मुख्य संपादकाची पत्नी म्हणून समाजात मिळणारा गौरव सोडायला ती तयार नाही! शिवाय फोन-कार-पगार- तिनं बरीच कटकट केली—पण मी ऐकणार नाही. यानंतर मी आणखी एकदा रंकाजींशी बोलणार आहे. अर्थात तशी संधी मिळायची शक्यताही कमीच आहे. ते तशी भेट होऊ देणार नाहीत. मग माझा निश्चय आणखी पक्का होईल. दिल्लीतच राहायचं. कॉरस्पाँडंट म्हणून एखाद्या विदेशी वृत्तपत्राचं काम करायचं. दरमहा पाच-सहा हजार सहज मिळतील. त्यानंतर स्वतःचं स्वतंत्र साप्ताहिक सुरू करायचं. स्वच्छ-लखलखीत कागद नाही, साधा न्यूजप्रिंट, स्पोर्टस्-सिनेमा-कोडी- असली इतर आकर्षणं ठेवायची नाहीत. आजपर्यंत आपण ज्या वृत्तीनं काम करत राहिलो—तसंच यानंतरही काम करत राहायचं—आतल्या बातम्या शोधून काढायच्या. या बातम्या कशा मिळवायच्या, हे मी तुम्हांला सांगायला नको! 'ट्रिब्यून'ला बातम्या पुरवणारेच आपल्यालाही बातम्या देतील. काही खटले उभे राहिले, तर फीची अपेक्षा न करता आपल्या बाजूनं उभे राहणारे काही वकीलही आहेत. अजून मी सगळ्यांशी बोललो नाही—पण लवकरच बोलेन. सुरुवातीला पन्नास हजार प्रती गेल्या, तरी हरकत नाही! नंतर हळूहळू एक-दीड लाखांपर्यंत जाणं सहज शक्य आहे. 'ट्रिब्यून'चा वाचकच आपल्या नव्या साप्ताहिकाचा वाचक राहील.—हॅलो-ऐकताय् ना?''

''ऐकतोय्... बोला...''

''तुम्ही मध्ये-मध्ये हं तर म्हणा! मी एकटाच किती वेळ बोलतोय्!...''

''एक्सायटिंग आहे हे—!'' रवींद्र म्हणाला.

''आता तुमच्याशी मी एवढं सारं बोलतोय्—कारण तुमचाही स्वभाव माझ्यासारखाच आहे. तुमच्यावर कसल्याही प्रकारचं मला दडपण आणायचं नाही- पण तुम्हीही राजीनामा देऊन दिल्लीला आलात, तर मला माझी ताकद वाढल्यासारखं वाटेल! दरमहा चार-पाच हजार रुपये मिळवण्यासाठी मीही तुम्हांला मदत करेन. तुम्ही माझ्यापेक्षा बारा वर्षांनी लहान आहात! दिल्ली-ऑफिसमधलीही आणखी दोन-तीन माणसं येतील, असं वाटतं. आपण पाच-सहाजण असलो, तरी पुरेसं आहे! यमुनेच्या पलीकडे जागाही मिळण्यासारखी आहे. जरा लांब आहे—पण तेवढ्यानं काही बिघडणार नाही. आणखी तीन दिवसांनी मी फोन करेन. तूर्त कुणालाच हे सांगू नका...'' गुडनाईट म्हणत त्यांनी फोन ठेवला.

आज ना उद्या माखनलालजींची प्रकृती पूर्णपणे बिघडेल किंवा त्यांचं आयुष्य संपेल—त्यानंतर आपल्याला स्वातंत्र्य राहणार नाही, हे ट्रिब्यून-परिवारातल्या सगळ्यांनाच ठाऊक होतं. त्यांतले सगळेच आदर्शवादी होते—असंही नव्हे. 'म्हाताऱ्यानं गडगंज पैसा गोळा केला नाही का? मध काढणाऱ्यानं हात चाटला, म्हणून काय बिघडलं? आज तिच्याशिवाय कोण आहे राज्य करणारं?' असा वाद घालणारी मंडळी

'ट्रिब्यून' मध्येही होती. राजकारण्यांशी हातमिळवणी करून एखादं घर, एखादा प्लॉट, मुलाला इंजिनीअरिंग किंवा मेडिकलला सीट मिळवण्यात धन्यता मानणारेही काही कमी नव्हते. पण तलवार गांधी-युगात तावून-सुलाखून निघालेला माणूस होता! मॅडमनी त्याला आपल्याकडे बळवून घेण्यासाठी अनेक प्रयत्न केले, तरी त्यानं दाद दिली नव्हती. प्लॉट-पैसा-जावयाला नोकरी- सारं काही नाकारल्यावर ही बातमी घरापर्यंत पोहोचवून नवरा-बायकोमध्ये त्यांनी भांडणही घडवून आणलं होतं! हे सगळं मॅडमच्याच डोक्यात येतं, की तिचे अधिकारी तिला हा तपशील सुचवतात?

रंकाजींची प्रकृती बिघडून आज ना उद्या आपल्यावर ही परिस्थिती येईल, याची अपेक्षा असणाऱ्या तलवारांनी मनोमन सारी तयारी केली होती. रवींद्रही येणाऱ्या परिवर्तनाला तोंड देण्यासाठी तयार होता. पण परिस्थिती इतक्या वेगानं बदलेल, याची त्यालाही कल्पना नव्हती.

राजकारणाशी संबंधित बातम्या शोधून काढताना एकीकडे अडचणी असल्या, तरी दुसरीकडे प्रत्येक मंत्री वार्ताहरांना आपापल्या परीनं लोणी लावायला धडपडत होते. अशा परिस्थितीमध्ये यानंतर आपण आडव्या मार्गानं येणाऱ्या एकाही नया पैशाला स्पर्श केला नाही, तरी आपले सहकारीही तसेच असतील, अशी अपेक्षा करणं चुकीचं आहे, हे रवींद्रलाही तीव्रपणे जाणवत होतं.

ही नोकरीच सोडून दिली, तर? पण नंतर काय करायचं? आपल्याला या-व्यतिरिक्त दुसरं जीवन तरी कुठं आहे?

◆

फोनवर बोलल्याप्रमाणे तलवारनी रवींद्रवर कुठल्याही प्रकारचं दडपण आणलं नाही. नैतिक दडपणही आणलं नाही. वीस दिवस गेल्यावर एके रात्री त्यांचा पुन्हा फोन आला.

"आता माझा निश्चय झाला. उद्या मी माझं राजीनामा-पत्र रंकाजींकडे पाठवून देत आहे. त्यांना भेटायची मला संधीच मिळाली नाही. नवं साप्ताहिक सुरू करायचा माझा निश्चय दृढ आहे. तुम्हांला त्यात सहभागी व्हायचं असेल, तर माझ्या घरच्या पत्त्यावर पत्र लिहा. किंवा फोन करा. तुमचंही वय पन्नासच्या जवळपास आहे. या वयात असे निर्णय घेण्याआधी चार वेळा विचार केला पाहिजे. मीही तुम्हांला फार आग्रह करणार नाही. तुम्ही प्रत्यक्ष सहभागी झाला नाही, तरी तुमचं सहकार्य मला मिळेल, याविषयी माझी खात्री आहे!–"

संपादकाच्या स्वातंत्र्यावर घाला आल्यामुळं तलवार यांनी 'इंडियन ट्रिब्यून' च्या प्रमुख संपादकाच्या स्थानाचा राजीनामा दिला, ही बातमी दुसऱ्या दिवशीच्या

सर्व वृत्तपत्रांमध्ये महत्त्वाचं स्थान मिळवून गेली. ही बातमी आपल्या वृत्तपत्रानं देऊ नये, अशी सूचना खेत्रीनं स्वतः फोन करून दिली. पण रवींद्रनं ते मान्य केलं नाही. तो म्हणाला,

"हे पाहा, आमच्या टेलिप्रिंटरवर यू एन् आय् ची बातमी आहे. उद्या सगळ्या वृत्तपत्रांमध्ये ही बातमी आली आणि मी माझ्या वृत्तपत्रात दिली नाही, तर विश्वासार्हता कशी राहील?"

"ती काळजी केवळ संपादकांनी करायची गरज नाही. मॅनेजमेंटलाही ती काळजी आहे!" तो म्हणाला.

"विश्वासार्हतेचा आधार सत्य. संपादकाला सत्याची विशेष काळजी असते. ज्या माणसानं ज्या वृत्तपत्रात आयुष्यभर काम केलं, त्याच्या राजीनाम्याची बातमीही द्यायची नाही—हे काही मोकळ्या वातावरणाचं लक्षण नाही. आपल्या वृत्तपत्रात काम करणाऱ्या प्रत्येकाला यामुळं दुःख होईल!

"म्हणजे? या मुद्द्यावर सत्याग्रह वगैरे होईल, की काय?"

"अगदी या मुद्द्यावर लगेच सत्याग्रह कदाचित होणार नाही—पण त्यांच्या मनात संताप उसळल्याशिवाय राहणार नाही."

"बरं तर! कामगारांची कुठलीही समस्या तूर्त मलाही नको आहे. पण तलवारांनी स्वातंत्र्यावर घाला आला, म्हणून राजीनामा दिला, ही बातमी तुम्ही देऊ नका. पाहिजे तर फक्त राजीनामा दिला, एवढीच बातमी द्या.

"यू एन् आय् ची बातमी आहे. आपण छापली नाही, तरी बाकीचे निश्चितच छापतील. ते तुम्ही कसं रोखणार?"

"इतर वृत्तपत्रं काही का करेनात—आपल्या वृत्तपत्रात नको—"

"तर मग आपली विश्वासार्हता—" रवींद्रनंही पुन्हा तोच मुद्दा काढला.

आता मात्र खेत्रीनं 'ऑल राईट!' म्हणत रिसीव्हर खाली ठेवला.

इतर सगळ्या वृत्तपत्रांप्रमाणेच बेंगळूरच्या 'इंडियन ट्रिब्यून' मध्येही तलवारांच्या राजीनाम्याची बातमी आली. दुसऱ्या दिवशी 'ट्रिब्यून' च्या प्रतिस्पर्धी वृत्तपत्रांमधून त्याविषयी विशेष बातम्या प्रसिद्ध होऊ लागल्या.

वृद्ध माखनलाल रंकांची प्रकृती, त्यांच्या दोन्ही मुलांना व्यवसायाविषयी असलेली आवड, सरकारकडून देणारं दडपण, नव्यानं खाण-व्यवसायात उतरण्याची कन्वर आणि जसवंत रंका यांची आकांक्षा—या पार्श्वभूमीवर आपल्यावर खेत्रीकडून येणारं दडपण, आपल्याला वृद्ध रंकाजींची भेट घ्यायला कसं दिलं नाही, आपल्याला कशा प्रकारे त्रास दिला—या सर्व मुद्द्यांवर तलवार यांनी एक सविस्तर मुलाखत दिली होती. ती वाचल्यावर रवींद्रचं थोडं समाधान झालं. पण हा केवळ मनाच्या

समाधानाचा भाग झाला. यातून काहीही घडणार नाही, हे त्याला समजत होतं. विश्वास–त्यामुळं वृत्तपत्राच्या खपावर होणारा परिणाम–पण खेत्रीलाही व्यवहार समजत होता. तो आणि त्याचे मालक वृत्तपत्राकडे फायदा करून देणारा व्यवसाय म्हणून मुळीच पाहत नव्हते!

एक दिवस रवींद्रनं शांतमूर्ती आणि शशिरेखा यांच्याबरोबर बसून यावर बरीच चर्चा केली. मनातली खळबळ, निराशा आणि दुःख व्यक्त करण्यापलीकडे त्यातून काहीही साधलं नाही. शांतमूर्ती आणि शशिरेखा यांनी नुकतंच घर थाटलं होतं. त्यामुळं हातांतली नोकरी सोडली, तर त्यांना चरितार्थाचं दुसरं साधनही नव्हतं.

रवींद्रच्या मनात मात्र ही नोकरी सोडून तलवारांच्या सूचनेप्रमाणे त्यांच्या साप्ताहिकामध्ये सहभागी व्हावंसं वाटत होतं. लेखणीचं स्वातंत्र्य आणि सामर्थ्य याविषयी रवींद्रला कुणी पटवून द्यायची गरज नव्हती.

सुमारे आठवड्याभरात त्याचा ही नोकरी सोडून दिल्लीला जायचा विचार प्रबल झाला. त्यानं आपला विचार शांतमूर्तीच्या कानांवर घातला, तेव्हा तो म्हणाला

"सर, तुमचा हा निर्णय आणखी एका दृष्टीनंही योग्य आहे, असं वाटतं. नाही तरी तुमच्या पत्नी दिल्लीमध्येच आहेत. खाजगी व्यवसाय म्हणजे त्यांना आर्थिक सुबत्ता असायला हरकत नाही. म्हणजे केवळ तुमच्या पगारावरच सारं काही अवलंबून आहे, असंही नाही. आणखी एका वर्षात तुमच्या मुलाचंही शिक्षण पूर्ण होईल."

रवींद्रनं शांतमूर्तीलाही आपल्या संसाराची कथा स्पष्टपणे सांगितली नव्हती. त्यानं सांगितलं होतं,

"दिल्लीमध्ये वडलांच्या सूचनेप्रमाणे तिनं एक छोटा व्यवसाय सुरू केला आहे–काही दिवस सगळं सुरळीत चालतंय् काय, ते पाहायचं आणि नंतर मीही तिथं बदली करून घ्यायची, असं ठरलंय्."

शांतमूर्ती कितीही विश्वासार्ह सहकारी असला, तरी अशा बातम्या आपल्या पोटात ठेवणं त्याला जमत नव्हतं. त्याला ते समजलं असतं, तर त्यानं अनुकंपा दाखवत–

"पाहिलंत! आपल्या संपादकांना काहीही कमी नाही–पण बायको पैसे मिळवण्यासाठी दिल्लीला जाऊन राहतेय!–" वगैरे सगळ्या मित्रांना आणि बायकोला सांगायला सुरुवात केली असती. मग ही बातमी सगळ्यांच्या तोंडी पोहोचायला कितीसा वेळ लागणार? याच कारणासाठी रवींद्रनं त्याला आपल्या संसाराची मोघमच कल्पना दिली होती. आताही त्याच्या बोलण्यावर रवींद्र उत्तरला,

"हेही खरं आहे–"

पण शांतमूर्तीनं आठवण करून दिलेल्या मुद्द्यामुळं त्याचं मन एका विचित्र समस्येत अडकलं. आपण या बाबतीत सारं लपवून ठेवलं आहे. ती बेंगळूरला आली, तर घरीच येते. ती दिल्लीमध्ये कुठं राहते, याची कुणीही चौकशी करत नाही. ती दिल्लीला असते, ही बातमी दिल्लीमधल्या सहकाऱ्यांना ठाऊक नाही.

यानंतर कायम दिल्लीमध्ये राहायचं झालं, तर मात्र पंचाईत आहे! त्यानंतर ही गोष्ट दिल्लीच्या सहकाऱ्यांनाही समजल्याशिवाय राहणार नाही. आपण दोघं एकत्र राहू शकणार नाही, या बाबतीत त्या दोघांच्या मनांतही आता संदेह राहिला नव्हता. तरीही घटस्फोट झालेल्या संबंधांसारखेही ते संबंध नव्हते! घटस्फोट न घेता एकाच गावात वेगवेगळं राहिलं, तर ही गोष्ट लपून राहणं कसं शक्य आहे? घटस्फोटाचा विचार मात्र त्याच्या मनात रुजत नव्हता. आई-वडील वेगळे झाले, तर मुलाच्या मनावर काय परिणाम होईल, असं म्हणण्यातही काही अर्थ नव्हता. तो काही आता अगदी लहान मुलगा नाही. जे मी दडवून ठेवलंय्, ते त्याच्या आईनं कधीच त्याला सांगितलंही असेल!

मग तरीही नवरा-बायकोमधलं दुभंगलेलं नातं इतरांना कळू नये, म्हणून का जपत राहायचं? त्याला याचं उत्तर सुचलं नाही–तरीही त्याच्या दिल्लीला जाऊन तिथं राहायच्या निर्णयाला मनाचा एक कोपरा संपूर्णपणे विरोध करतच राहिला.

या अवधीत मॅनेजमेंटनं नव्या संपादकाची नेमणूक केली. राज मल्होत्रा त्याचं नाव. वीस वर्षांपूर्वी तोही 'ट्रिब्यून' मध्ये नोकरी करत होता. नेहरू-कुटुंबाची आराधना करणं हा त्याचा महत्त्वाचा गुण. नेहरूंवर दोन पुस्तकं लिहून त्यानं दिल्लीच्या उच्च वलयात प्रवेश मिळवला होता. कुठल्याही विषयावर बोलताना स्वतः महान इतिहासकार असल्याच्या थाटात तो बोलत होता. 'भारताच्या राजकारणात नेहरूंचा प्रवेश झाला नसता, तर भारताची परिस्थिती- जगाची परिस्थितीही किती केविलवाणी झाली असती- टिटो, नासर, कॅस्ट्रो ही मंडळी नेहरूंच्या पाठिंब्याशिवाय राजकीय दृष्ट्या राहिलीच नसती- अमेरिका- रशिया- शीतयुद्धाच्या काळात संपूर्ण जगच वाचवणारा महान राजकारणी- गांधीजींचे भोळसट विचार स्पष्टपणे न नाकारता त्यांना वैज्ञानिक आणि आधुनिक रूप देऊन देशात धर्मनिरपेक्षतेचं बीज पेरणारा क्रांतिकारक विचारवंत-' वगैरे वगैरे सुरुवात करून अखेर नेहरूंचं सुरेख व्यक्तिमत्त्व, ब्रिटिशांना खाली मान घालायला लावणारं इंग्लिश भाषेवरचं वर्चस्व, त्यांचं गुलाबपुष्पावरचं प्रेम, औदार्य, त्याग वगैरे विषयावर त्यानं रम्य शैलीत पानंच्या पानं भरून जातील, एवढा मजकूर लिहिला होता. नेहरूंवरचं पुस्तक प्रसिद्ध झाल्यावर त्याला तीन वेळा सरकारी कामानिमित्त परदेश-वारी करायला मिळाली, ही वस्तुस्थिती सगळ्यांनीच पाहिली होती.

अलीकडे त्याला कुणी 'आता काय लिखाण चाललं आहे?' म्हणून विचारलं, की त्याचं उत्तर ठरलं होतं,

"मॅडमवर एक विश्वासार्ह पुस्तक लिहितोय्. ऑथेंटिक बायॉग्राफी! मटीरियल जमवायचं काम झालंय्. पार्लमेंट-लायब्ररी, 'तीन मूर्ती' ची लायब्ररी पाहायचं काम झालंय्. आता दोन-दोन तासांप्रमाणे चार वेळा मॅडमना भेटायचंय्. दीर्घ मुलाखत घेण्यासाठी. त्या कॉमनवेल्थच्या मीटिंगला जाऊन आल्यावर त्यांची अपॉईंटमेंट मिळायची आहे–'' वगैरे वगैरे!

हाच राज मल्होत्रा यानंतर ट्रिब्यूनचा प्रमुख संपादक झाल्याची बातमी समजताच यानंतर 'इंडियन ट्रिब्यून' कुठल्या मार्गानं जाईल, हे समजणं अगदी सोपं होतं. तरीही मल्होत्रानं त्यातही चलाखी केली. वृत्तपत्र हातांत घेतल्यावर त्यानं लगेच सरकारच्या गुणगानाला प्रारंभ केला नाही. त्यानं आपल्या पहिल्याच लेखात संपूर्ण देशात कॅन्सरप्रमाणे व्यापून राहिलेल्या अधिकारशाही, भ्रष्टाचार आणि अंगचुकारपणा यांविषयी कठोर टीका केली. अखेरच्या परिच्छेदामध्ये पंतप्रधानांना इशारा दिला :

'या तिन्हींचा नाश करण्यासाठी त्यांनी योग्य वेळी योग्य पावलं उचलली नाहीत, तर त्यांना इतिहास कधीही क्षमा करणार नाही!'

त्या संपूर्ण लेखाचा रोख प्रत्यक्ष कॅन्सरच्या भयानकतेपेक्षाही केवळ पंतप्रधानच यावर चिकित्सा करू शकतील, अशा प्रकारचा होता. त्यानंतरही दिल्लीहून येणारं संपादकीय आणि मधल्या पानांवरचे लेख याच चालीवर लिहिलेले असत. देशात काहीही घडलं, तरी पंतप्रधानांनी तिकडं पाहिलं पाहिजे, ही सूचना! देशात काहीही चुकीचं घडलं, तरी प्रधानमंत्र्यांनी ती चूक सुधारावी, असा आदेश!

हे करताना सरकारी ऑफिसमधला वेळकाढूपणा, सरकारी अधिकाऱ्यांच्या हलगर्जीपणामुळं देशाच्या कोनाकोपऱ्यांत घडलेल्या किरकोळ समस्या यांवर दोष दिले जात. 'स्वतः उत्कृष्ट खेळाडू असलेल्या पंतप्रधान अजूनही खेळाकडे का लक्ष देत नाहीत?' अशा प्रकारचे लेख रविवारच्या पुरवण्यांमधून प्रसिद्ध होऊ लागले. 'मी सरकारवर केव्हाही टीका करू शकतो- सरकारशी खऱ्या पत्रकाराचं सख्य असणं अशक्य आहे-' असंही त्यानं आपल्या एका लेखाच्या प्रारंभीच सांगितलं होतं. लेखात कुठल्याही संदर्भात विरोधी पक्षाचा उल्लेख आला, की तो न चुकता लिहीत असे,

'परमेश्वरा! आमच्या देशात तू एक सुदृढ विरोधी पक्ष का तयार करत नाहीस? लोकसत्ताक राष्ट्राला एका शिस्तबद्ध विरोधी-पक्षाची गरज असते, हे तू विसरला तर नाहीस ना?' आणि त्यानंतर सगळ्या विरोधी पुढाऱ्यांना 'दूरदृष्टीचा अभाव असणारे, कुत्सित बुद्धीचे, फुटीर वृत्तीचे' वगैरे दूषणे देऊन तो मोकळा होई. त्यानं एका लेखात लिहिलं होतं,–'या देशाला खरोखरच वेगळ्या पक्षाच्या राजवटीची

आवश्यकता आहे. पण तशा पक्षाचा अजून जन्मही झालेला नाही!'

◆

वृत्तपत्राचं स्वरूप असं झाल्यावर स्थानिक संपादक म्हणून राहण्यात रवींद्रला काहीही अर्थ दिसेना.

राष्ट्रीय पातळीवरच्या बातम्या स्तंभ भर-भरून येऊन पडत होत्या. राज्य सरकारला डोकेदुखी होईल, अशा प्रकारच्या राज्य पातळीवरच्या बातम्याही छापल्या जाऊ नयेत, विरोधी पक्षांनी तशा काही बातम्या उठवल्या, तरी त्या बातम्यांवर थंडगार पाणी ओतून, त्या '-'असं विरोधी पक्षाचं म्हणणं आहे ' या पुस्तीसह सातव्या-आठव्या पानांवर ती बातमी देण्यात यावी- त्याचबरोबर त्या संदर्भातला सरकारी खुलासाही प्रसिद्ध करावा, अशा स्पष्ट सूचना दिल्लीहून आल्या होत्या.

बघता बघता वृत्तपत्राची विक्री वीस हजारांनी कमी झाली. पण तो तोटा जाणवणार नाही, एवढ्या प्रमाणात वृत्तपत्राला सरकारी जाहिराती मिळू लागल्या. मॅंगॅनीजचा साठा विकत घेणाऱ्या रंका-पुत्रांना जोगीगुड्डा मूठभर हरबऱ्याच्या किमतीत मिळाला होता.

अशा पार्श्वभूमीवर पगारासाठी 'ट्रिब्यून'ची नोकरी करणं रवींद्रला असह्य होतं होतं. आपणही एका अनैतिक यंत्रणेचा एक भाग आहोत, या भावनेनं तो दिवसें-दिवस अस्वस्थ होत होता. समाजात घडणाऱ्या घटना जशाच्या तशा समाजापुढं ठेवण्याऐवजी त्यांची मोडतोड करणं, त्यातला सोयीचा भाग मोठा करून दाखवणं, संकटात आणू शकेल, असा भाग दडपून टाकणं, विरोधी पक्षामधला किरकोळ काळा डाग हजारो पट मोठा करून दाखवणं आणि काही बातम्या मात्र पूर्णपणे दडपणं–

अशा 'ट्रिब्यून' मध्ये दरमहा पगार घेऊन नोकरी करण्यापेक्षा तलवारांच्या नव्या साप्ताहिकासाठी धडपड करणंच मनःशांती देणार ठरेल- ही भावना रवींद्रच्या मनात प्रबल होऊ लागली. पण- दिल्लीला जाणं आणि तिथंच राहणं–! दिल्लीऐवजी आणखी कुठल्याही गावात तलवारांचं साप्ताहिक असतं, तर एवढा विचार करत बसायचीही गरज नव्हती.

◆

विद्याशालेच्या कार्यकारिणीची सभा होती. त्यासाठी पाटील वकिलांबरोबर त्यांच्या गाडीतून जाताना त्यांनी रवींद्रला विचारलं,

''काय! तुमचा पेपर तिनं विकत घेतलाय् ना? तेही सार्वजनिक पैसा देऊन?''

रवींद्रनं पाटलांना सारी हकीकत सांगितली. गाडी तिपटूरपाशी आली, तेव्हा

त्यानं आपली समस्या पाटलांसमोर ठेवली. त्यावर ते म्हणाले,

"कोट्यवधी रुपयांचं भांडवल नसेल, तर वृत्तपत्र कसं उभं करणार? मला वाटतं, मनात आलं, ते लिहायला मिळालं–या समाधानाशिवाय छोट्या वृत्तपत्रांतून किंवा साप्ताहिकांतून काहीही साधणार नाही!–"

कार्यकारिणीची सभा संपल्यावर पाटील आपल्या गाडीनं बेंगळूरला परतले, नंतर अण्णय्यांशी बोलतानाही रवींद्रनं तोच विषय काढला. अण्णय्या म्हणाले,

"तुमचं वृत्तपत्र आमूलाग्र बदलल्याचं माझ्याही लक्षात आलं. इथं शंकरमूर्ती–चंद्रशेखरही तेच म्हणत होते..."

एवढं बोलून काही क्षण अण्णय्या गप्प राहिले. नंतर ते म्हणाले,

"गांधीजी गेल्यावर सगळ्या गांधीवाद्यांनी काय केलं? नेहरू घराण्याच्या राजकारणाशी तोंड देणं शक्य नाही, हे जाणून त्यांतले बरेचसे आपापल्या पटेल त्या मार्गानं ग्रामपुनर्रचनेच्या मागं गेले. आज ना उद्या आमच्यासारख्यांच्या प्रयत्नांचं मोल लोकांना समजेल, याविषयी मला खात्री आहे. त्याच श्रद्धेनं आपण ही शाळा चालवत आहोत. तलवार नवं साप्ताहिक काढताहेत, ते उत्तमच आहे. पण त्यामुळं काही उपयोग होईल, असं वाटत नाही. ट्रिब्यून इतकी वर्षं सरकार विरुद्ध–भ्रष्टाचाराविरुद्ध झगडत होता ना? काय साधलं त्यानं? दरमहा-दरवर्षी भ्रष्टाचार वाढला, की कमी झाला? आता तर त्याच भ्रष्टाचारानं तुमचा ट्रिब्यूनच विकत घेतला. तुम्ही सुरू केलेल्या नव्या साप्ताहिकाची तरी याहून वेगळी काय गत होणार? विदेशात एखाद्या मंत्र्यानं लाच खाल्ली, तर आजू-बाजूच्या घरांतल्या बायका त्या मंत्र्याच्या बायकोशी बोलेनाशा होतात- शाळेमध्ये इतर मुलं भ्रष्ट मंत्र्याच्या मुलाची हेटाळणी करतात–इतकी, की मुलं शाळेला जायलाच नकार देतात! तिथल्या संपूर्ण समाजातील नैतिकता एवढ्या पातळीवर असल्यामुळं तिथं वृत्तपत्रात काय येतं, त्याला किंमत असते. पण आपल्याकडची परिस्थिती कशी आहे? एखादा मंत्री किंवा एखादा अधिकारी भ्रष्ट आहे, असं समजताच समाजातली मोठी माणसं त्याच्या मुलाला आपली मुलगी द्यायला आणि त्याची मुलगी आपल्या मुलाला करून घेण्यासाठी हपापलेली असतात! जर एखादा शुद्ध हाताचा मंत्री किंवा अधिकारी असेल, तर त्याच्याशी असं नातं जोडायला कितीजण पुढं सरतात? सांग ना-"

रवींद्रला हा मुद्दा विशेष महत्त्वाचा वाटला. मंत्र्याचा भ्रष्टाचार कितीही उघडकीला आणला, तरीही लोक त्यांनाच मतं देताहेत! केवळ तो आपल्या जातीचा आहे, म्हणून! किंवा आपल्याला त्याच्याकडून काही तरी फायदा होणार आहे, म्हणून! मध काढणाऱ्यानं हात चाटला, तर काय बिघडलं–असं सगळेच म्हणताहेत! सगळ्यांनीच याला मान्यता दिली आहे. मग लाच-लुचपत, भ्रष्टाचार, पक्षपात वगैरे गोष्टींना नैतिक अपराध तरी कसं म्हणायचं? उलट, या लोकांचा वृत्तपत्रामुळं भरपूर

प्रचार विनायास होतो आणि त्याचाच ते निवडणुकीत फायदा करून घेतात.

थोड्या वेळानं अण्णय्या म्हणाले,

"म्हणूनच मी म्हणतो, राजकारणाच्या मार्गानं या भ्रष्ट शक्तीवर विजय मिळवणं शक्य नाही. कारण हे राजकारणी लोकांवरच अवलंबून असतात. शुद्ध जीवन आणि भ्रष्ट जीवन यांत काहीही फरक नाही, अशी मनोवृत्तीच त्यांनी तयार केली आहे. आपलं प्रजासत्ताक राष्ट्र आहे- जशी प्रजा, तसेच आपल्याला राज्यकर्ते मिळताहेत! यांच्यावर भ्रष्टाचाराचा आरोप केला, तर ते वाद घालतात–जनतेच्या न्यायालयात आम्ही निर्दोष आहोत- आम्ही तुमचं न्यायालय मानत नाही–जनतेचं न्यायालय मानतो! मग पुन्हा समाजावर निवडणूक लादली जाते आणि हेच भ्रष्ट लोक विरोधकांची धूळधाण करत पुन्हा निवडून येतात! यावर तुझं काय म्हणणं आहे? या कारणासाठी आपण लोकसत्ताक राजवटच नाकारायची काय?–"

रवींद्र काहीही बोलला नाही. अण्णय्या यात नवं असं काहीही सांगत नव्हता. पण त्याच्या बोलण्यातून समग्र भ्रष्ट समाजाचं जे चित्रण उभं राहिलं, तसं याआधी उभं राहिलं नव्हतं.

–की या देशाची प्रजा नेहमीच भ्रष्ट होती? स्वचारित्र्याची काहीही भूमिका न ठरवता हा देश एकानंतर दुसऱ्याच्या हाती जात राहिला. जुने आक्रमकही हळूहळू इथल्या भ्रष्टाचारात मिसळून गेले आणि नव्या आक्रमकांपुढं हतबल झाले! आपले महाराज, आपले नवाब–सुलतान भ्रष्ट नसते, तर मूठभर ब्रिटिश एवढ्या मोठ्या देशावर कसे काय राज्य करू शकले असते?

अण्णय्याच म्हणाले,

"वृत्तपत्र चालवणं म्हणजे एका दृष्टीनं राजकारणच! मला वाटतं–देश उभा करायचा असेल, तर अशी शाळा चालवायला पाहिजे. आजची पिढी सुधारणं आपल्या हातांत नाही- पण आपण निदान पुढची पिढी तरी सुधारू शकू!"

"पण शाळा चालवायची म्हटलं, तरी राजकारणानं त्रास दिलाच ना? परशुरामेगौडा, रेव्हेन्यू मंत्री, मुख्यमंत्री–आणि आता तर खुद्द पंतप्रधान!"

"आता त्यातून सुटका झाली ना? मलाही आधी काय वाटत होतं, सांगू? मी इथं खेड्यातल्या मुलांचं अन्न-वस्त्र-चारित्र्य-निवारा म्हणत राहिलो, त्यात काहीही अर्थ नाही, असं वाटत होतं. पण परशुरामेगौडा प्रकरणामुळं संपूर्ण देशातली मुलं इथं येऊ लागली–आणि मला जाणवलं, आपल्या कामाचा असाच विस्तार व्हायला हवा! मोठ-मोठे अधिकारी, उद्योगपती, वेगवेगळे व्यावसायिक–त्यांनाही आपली मुलं वेगवेगळ्या शाळांमध्ये पाठवणं सहज शक्य होतं. तरीही त्यांना मुलांचं चारित्र्य अधिक महत्त्वाचं वाटल्यामुळं त्यांनी मुलांना आपल्या शाळेत पाठवलं. याचा प्रभाव पडल्याशिवाय राहाणार नाही! या वयात उत्तम चारित्र्याचे संस्कार

झाले, म्हणजे ते कुठल्याही क्षेत्रात राहिले, तरी हरकत नाही! काया-वाचा आणि मनानं शुद्ध राहून ते काम करतील! अशा माणसांचा आपले सहकारी आणि हातांखालची माणसं यांच्यावर प्रभाव पडल्याशिवाय राहणार नाही! म्हणून माझं ऐक–तू पुन्हा नियतकालिकाच्या मागं जाण्यापेक्षा शाळेच्या क्षेत्रात उतर. एखादं वर्ष तू इथं आमच्या शाळेत पूर्ण वेळ काम कर. त्यानंतर भारतातल्या कुठल्याही एका कोपऱ्यात- तुला वाटेल तिथं अशाच प्रकारची आणखी एक शाळा सुरू कर!''

रवींद्रच्या डोळ्यांपुढं तेच स्वप्न तरळू लागलं. अण्णय्या सांगतोय्, ते खरं आहे. हवी तेवढी नियतकालिकं पुढं येत आहेत!–संसदेतला- विधानसभेमधला गोंधळ समाजापुढं दररोज मांडताहेत. पण परिणाम? विरोधी पक्षाचा आरडा-ओरडा राज्यकर्ते आपला चढा आवाज आणि आपल्याला मिळणारं बहुमत या दबावाखाली दडपून टाकतात! बहुमताचं दडपण आणि वाचाळता यांखाली दडपून न जाता मुकाट्यानं स्वतःच्या चारित्र्याचा तोल सांभाळणारी प्रजा आपल्याला हवी आहे! विरोधी पक्ष तरी कुठं स्वच्छ आहेत?

बेंगळूरला गेल्यावरही तो आठवडाभर याच विचारात गढला होता. नंतर त्यानं आपला राजीनामा दिल्लीला पाठवला. त्यात त्यानं लिहिलं होतं–सरकार आणि सरकारी पक्षाच्या हातांतलं बाहुलं बनलेल्या 'ट्रिब्यून' च्या अधिकारी वर्गाचं संपादक म्हणून काम करणाऱ्या माझ्यावर जाणीवपूर्वक दडपण येत असल्यामुळं मी नोकरीचा राजीनामा देत आहे. नियमाप्रमाणे मी तीन महिन्यांचा पगार द्यायला तयार आहे किंवा तुम्ही म्हणाल, तिथं तीन महिने नोकरी करायलाही तयार आहे.

पण अधिकाऱ्यांनी कसलीही कटकट न करता तत्परतेनं त्याचा राजीनामा स्वीकारला आणि लगोलग त्याचा प्रॉव्हिडंट फंड बेंगळूरच्या बँकेत पाठवून त्या रकमेचा चेकही पाठवून मोकळे झाले! त्यानंतर तीन दिवसांत रवींद्रला घर रिकामं करायचं होतं. निम्मं सामान शांतमूर्तीच्या घरी आणि निम्मं सामान इतर मित्रांच्या घरी बांधून ठेवून त्यानं शांतमूर्तीवर मोटार विकायची जबाबदारी सोपवली आणि आपल्या कपड्या-लत्त्यांसकट तो विद्याशालेत निघून आला. निघताना त्यानं शांतमूर्तीला ताकीद दिली–आपण दिलेल्या राजीनाम्याचं उदात्तीकरण करू नये–ती बातमी कुठल्याही वृत्तपत्रात येता कामा नये- कारण असल्या गडबड-गोंधळापासून काहीही निष्पन्न होत नाही, यावर त्याचं मन दृढ होत होतं.

◆

रवींद्रला शाळेत राहायला सुरुवात करून पंधरा दिवस झाले होते. एक दिवस होन्नत्तीही तिथं आला. तो थेट अण्णय्यांच्या खोलीत गेला. त्याला पाहताच

अण्णय्यांना आनंद झाला. त्याला इथून बेंगळूरला जाऊन चार वर्षं झाली होती. बेंगळूरमध्ये असताना तो इथं दोनदा आला होता. बेंगळूरहून दिल्लीला गेल्यानंतर गेल्या तीन वर्षांत मात्र तो एकदाही तिथं आला नव्हता. त्यानं स्वतःविषयी काहीही कळवलं नव्हतं. आता हा अचानकपणे आला आहे! त्याचा बाकी अवतार पाहिला, तर हा दिल्लीहून आला असेल, असंही वाटत नाही. त्याच्या अंगावर स्वच्छ पण जुना पायजमा आणि शर्ट होता. दाढी केली असली, तरी चेहरा उन्हात फिरल्यामुळं रापला होता. तेल-पाण्याअभावी केस- अर्थात तसंही म्हणायचं कारण नाही, म्हणा! आता याचंही वय चव्वेचाळीस-पंचेचाळीस असायला हरकत नाही. सोबत सतार नाही! खांद्यावर एक पिशवी होती–तेवढंच सामान.

"बिदरळ्ळी गेटपासून रस्ता चांगला झालाय्! बऱ्याच गाड्या फिरताना दिसल्या–" तो म्हणाला.

"सारं जगच बदलतंय्! कुठून आलात? कुठं होता? काहीच बातमी नाही तुमच्याकडून!" अण्णय्यांनी चौकशी केली.

"दिल्ली वर्षापूर्वीच सोडली. तसाच फिरत होतो. नंतर मथुरेच्या श्रीहरी संगीत विद्यालयात होतो. एक संन्याशीच ती शाळा चालवतात. चांगले कलाकार आहेत तेही! पण तिथंही कंटाळा आला. संगीत-प्रसारानं काय साधायचं आहे? त्यापेक्षा काही तरी प्रत्यक्ष काम करावंसं वाटलं. शरभण्णा-शंकरमूर्ती या सगळ्यांसारखं विद्यार्थ्यांना शिकवावं–विद्याशालेची बाकीची कामं करत इथंच राहावंसं वाटतं, म्हणून इथं आलो. मला शाळेत घेणं शक्य आहे काय? इथलंही वातावरण बदललेलं दिसतंय्. विद्यार्थी वेगळे दिसताहेत–विटा-सिमेंटच्या इमारती उठताहेत!"

अण्णय्यांनी विद्याशालेची सारी कथा सांगितली,

"तुम्ही जोगीबेट्टावर राहत होता, ते केवळ निमित्त होतं. आता सगळं स्पष्ट झालंय्. हे केवळ परशुरामेगौडाचं षड्यंत्र नव्हतं. त्यामागे रेव्हेन्यू मंत्री, इथला मुख्यमंत्री आणि देशाचे प्रधानमंत्री यांचा हात आहे. सगळ्या भारत देशातल्या भ्रष्टाचारानंच आपल्या जोगीगुड्डाला घेरून टाकलंय्! तुम्हांलाही सगळं कळेलच, म्हणा! तुम्ही खुशाल इथं राहा–तुमच्या हातून विद्याशालेसाठी जे काही होईल, ते काम करा. मनात काही नवी कल्पना असेल, तर तसं सांगा--"

अण्णय्यांनी शंकरमूर्ती, सोमशेखराचार्य, चंद्रशेखर, शरभण्णा- सगळ्यांनाच निरोप पाठवून बोलावून घेतलं. त्यांनाही होन्नत्तींना बघून आनंद झाला. संगीताचा त्याग करून तेही आपल्यासारखेच विद्यार्थ्यांना शिकवणार आहेत, हे जाणून त्यांना एक प्रकारचं समाधान झालं. सोमशेखराचार्य म्हणालेही,

"मी मागंच म्हणालो होतो, आज ना उद्या होन्नत्तीही इथं येऊन आपल्यासारखे ब्रह्मचर्य-पालन करत मुलांना शिकवत राहतील! माणूस पाहिला, की त्याची

अंतःप्रवृत्ती कशी आहे, ते लगेच समजतं!''

होन्नत्तीची उतरायची व्यवस्था कुठं करावी, हा प्रश्न काही क्षण रेंगाळला. होन्नत्तींसाठी अनुपच्या पुढाकारानं बांधलेलं आणि आजही संगीत-शाळा या नावानं ओळखलं जाणारं छोटं घर आता रामचंद्र मास्तरांचं होतं. शाळेमधल्या व्याख्यानानंतर दिवसभर ध्यानमग्न राहणाऱ्या रामचंद्र मास्तरांना तिथून हलवायची कुणाचीच इच्छा नव्हती. शिवाय होन्नत्तींनाही आता शांत-निःशब्द वातावरणाची गरजही नव्हती.

त्याच वेळी रवींद्र तिथं आला. होन्नत्तीला पाहताच तोही आश्चर्यचकित झाला. त्यात तो इथंच कार्यकर्ता म्हणून कायमचा राहण्यासाठी आल्याचं समजल्यावर रवींद्रला विशेष आनंद झाला. आपण शाळा स्थापन करायचं ठरवलं, तर होन्नत्ती तिचा निश्चित आधार-स्तंभ होऊ शकेल! गप्पांना पुन्हा एकदा बहर आला.

''तूर्त यांना कुठं उतरवायचं?''

तत्परतेनं रवींद्र म्हणाला,

''माझ्या खोलीत जागा आहे ना! तिथं राहू द्या होन्नत्तींना. मलाही तेवढ्याच गप्पा मारता येतील.''

अण्णय्यांनाही हे पटलं. ते आपल्या खोलीतही हेमंतची व्यवस्था करू शकले असते. पण त्यांची खोली केवळ त्यांची नव्हती. ते जवळ जवळ सार्वजनिक ऑफिसचं होतं! त्यामुळं सतत कुणा ना कुणाची वर्दळ असेच.

होन्नत्तींची पिशवी उचलून रवींद्र तिथून निघाला. पण होन्नत्ती गडबडून मागं हटत म्हणाला,

''नको-नको! तुम्हांला कशाला उगाच त्रास?''

''त्रास कसला? मलाही तेवढीच कंपनी मिळेल ना! इतरासारखा मी गप्प बसू शकत नाही! अहो, मी पत्रकार! आम्हांला गप्पा हव्यात–'' म्हणत तो चालू लागला. आता मात्र त्याच्या मागून जाण्याखेरीज होन्नत्तींपुढं दुसरा मार्ग नव्हता.

◆

गप्पा मारता मारता रवींद्रनं आपण राजीनामा देऊन इथं आल्याचं होन्नत्तींना सांगितलं. गेल्या वर्षभरात होन्नत्तींनी वृत्तपत्र वाचलंच नव्हतं. तरीही एम्.बी.ए. झालेल्या होन्नत्तींना खेत्री-प्रकरण जाणून घेणं फारसं अवघड नव्हतं. व्यापार-विद्या–अर्थ-विद्या म्हटली, की त्यातली नैतिकता वैयक्तिक वैशिष्ट्यावरच अवलंबून राहते, हे खरं असलं, तरी इनपुट- आऊटपुटच्याच भाषेत जिथं साऱ्या ज्ञानाचा कस लागतो, तिथं वैयक्तिक नैतिकतेलाही काही बंधनं येणं अपरिहार्यच! त्यानं बेंगळूरमधली खाजगी नोकरी सोडताना या सर्व गोष्टींचा समग्रपणे विचार केल्याचंही त्याला आठवलं.

या वेळी रवींद्रला होन्नत्तीमधला एक फरक राहूनराहून जाणवत होता. होन्नत्ती सरळ दृष्टीला दृष्टी भिडवून बोलायचं का टाळताहेत? काही तरी फार मोठं गमावल्याप्रमाणे तो मान खाली घालून नजर चुकवत अडखळत बोलताहेत. देशातल्या सर्वश्रेष्ठ संस्थेत एम्. टेक्. आणि एम्. बी. ए. सारख्या पदव्या मिळवल्यानंतरही ही नजर चुकवत बोलायची पद्धत का बरं? लहान वयात मिळालेली भरपूर मोठ्या पगाराची आणि अनेक सुखसोयींची नोकरी सोडून संगीत शिकायला सुरुवात करणारे होन्नत्ती- नंतर मुंबई, जोगीगुड्डा, बेंगळूर–होय. असंच झालं असणार!

"बेंगळूरमध्ये असताना तुम्ही मला संगीतासाठी घरात ठेवून घेतलं–तबल्याच्या साथीची व्यवस्था केली–पण मी निम्म्यावर संगीत सोडलं–'असं काही तरी त्यांच्या मनात येत असणार!'

रवींद्रनं विचारलं,

"तुम्ही एकाएकी संगीत का सोडलं? दिल्लीमध्ये आपली भेट झाली होती, तेव्हा तर तुम्ही बनारसला जाऊन आला होता. मोठमोठ्या बैठकींची तुमची तयारीही चालली होती. होय ना?"

"मी एकाएकी संगीत सोडलं नाही. हळूहळू सोडलं. तुम्ही मला ज्याविषयीच्या आदरापोटी सर्व तऱ्हेनं मदत केली होती–ते क्षेत्रच सोडलं मी!–" हे सांगताना हेमंतचा चेहरा खिन्न झाला होता.

"मी मदत केली, असं तुम्हांला अजिबात वाटता कामा नये! मी काय मदत केली तुम्हांला? तुमच्या भावाच्या घरी तुम्ही काही दिवस राहिला होता. मलाही त्या वेळी तुमची सोबत मिळाली–एवढंच. पण त्या वेळी मला किती आनंद मिळाला, हे मला सांगताही यायचं नाही. दररोज तुमची सतार ऐकत झोपी जाणं म्हणजे केवढी भाग्याची गोष्ट आहे! ज्या संगीतावर तुमचा एवढा जीव होता, ते संगीत तुम्ही सोडलंत! या मागं निश्चितच काही तरी कारण असलं पाहिजे. तुमच्यासारखा विचारवंत विचार केल्याशिवाय अशा प्रकारचा निर्णय घेणार नाही, याविषयी माझी खात्री आहे. तुम्हांला त्रास होणार असेल, तर सांगू नका..."

'त्यात न सांगण्यासारखं काहीच नाही. मी तुम्हांला दिल्लीमधल्या इतर मोठ-मोठ्या बैठकी आणि त्यांतून होणाऱ्या आर्थिक उलाढीलीविषयी सांगितलं ना? याही क्षेत्रात प्रचार-व्यवहार वगैरे गोष्टींची आवश्यकता आहे. विजय मिश्रासारखा मोठा कलाकार! कलेच्या दृष्टीनं म्हणाल, तर त्या पातळीवरचा कलाकार संपूर्ण भारतात दुसरा शोधणं कठीण! पण माणूस म्हणून पाहिलंत, तर त्याचंही क्षुल्लक व्यापारी मन आहे! हे बघून कंटाळा आला, मग हळूहळू संगीताचाच उबग आला. मला जर व्यवहार साधायचा असता, तर माझ्या एम्. टेक्. एम्.बी.ए.च्या साहाय्यानं मी

याच्या शंभरपट फायदा सहज मिळवला असता! ते सारं सोडून मी या क्षेत्रात आलो. इथंही तोच हिशेब करायचा असेल, तर ते काय वाईट होतं? मी या विचारात असताना एक बैरागी भेटले. म्हणजे आपल्या अण्णय्या–शंकरमूर्ती यांच्यासारखे. ते मोठे संगीतकार होते. पैशाची अपेक्षा न ठेवता ते मथुरेत संगीत-शाळा चालवतात. बैठकीमुळं मिळणारा पैसा ते या संगीत-शाळेत घालतात. काही मुलांनाही मदत करतात. त्याचबरोबर ध्यान–उपनिषद–इतर आध्यात्मिक बाबींशीही थोडा संपर्क आला. तिथं काही दिवस राहिलो–पण त्याचाही कंटाळा आला–म्हणून इथं आलो. मी संगीत पूर्णपणे सोडलं, असंही नाही. पण त्यात जीवनाचा संपूर्ण अर्थ उलगडतो, असंही मला जाणवेना! नंतर कधी तरी त्याविषयीही सांगेन...''

एवढं सारं सांगतानाही हेमंत आपल्या दृष्टीला दृष्टी देऊन बोलत नाहीत, हे रवींद्रला जाणवत होतं. जाऊ दे–हळूहळू ते असे का वागताहेत–त्यांचं मन एवढं संकुचित का झालं, याविषयीही जाणून घेता येईल–

◆

त्या रात्री एकाच खोलीत दोघंही झोपले. लवकरच रवींद्रला झोप लागली. पण दोन दिवसांचा रेल्वेचा प्रवास, त्यानंतरचा बसचा प्रवास–एवढी सारी दगदग झाली असली, तरी होन्नत्तीला झोप लागली नाही.

रवींद्रचा या विद्याशालेशी निकटचा संबंध आहे आणि ते अधून मधून मीटिंगसाठी येत–जात असतात, हे त्याला ठाऊक होतं. पण ते नोकरी सोडून इथंच राहायला आले असतील आणि इथं आलेल्या पहिल्याच दिवशी आपल्याला त्यांच्या खोलीत झोपावं लागेल, याची त्याला मुळीच अपेक्षा नव्हती. अंधारात मुकाट्यानं उठून आपली पिशवी उचलावी आणि आवाज न करता इथून निघून जावं, असं त्याला तीव्रपणे वाटू लागलं.

होन्नत्ती खरोखरच उठून बसला. सगळीकडे शांतता पसरली होती. अंहं–त्या भिंतीपाशी झोपलेल्या रवींद्राच्या मंद श्वासोच्छ्वासाचा अस्पष्ट आवाज–दाराचा आवाज ऐकू आला, तरी त्यांना मी जलबाधेसाठी जात असेन, असं वाटेल आणि कूस बदलून ते पुन्हा झोपी जातील!–

होन्नत्ती किती तरी वेळ बसून राहिला, तरी उठणं अशक्य झालं होतं. काहीही न सांगता-सवरता इथून पळून जाणं अशक्य आहे, असं त्याला जाणवत होतं. आई-वडलांना न सांगता घराबाहेर पडणं शक्य झालं. पण इथून तसं जाणं का अशक्य होतंय्? छेः–आपण इथं यायलाच नको होतं? घरातून बाहेर पडणं तरी कुठं सोपं होतं? एवढं सारं शिक्षण घेऊन मी संगीतकलेसाठी नोकरी सोडली, त्या वेळी त्यांना झालेलं दुःख साधं-सुधं नव्हतं. जेव्हा मी दिल्लीला गेलो, तेव्हा 'हा

या कलेत तरी अव्वल स्थानावर जाईल!' या अपेक्षेनं त्यांनी झाल्या-गेल्याचा उच्चारही केला नव्हता. अशा वेळी त्यांना 'मला संगीतात रस राहिला नाही–मी संगीत सोडणार आहे' म्हणून सांगितलं असतं, तर माझं डोकं ताळ्यावर नाही, असाच अर्थ त्यांनी काढला नसता काय? एवढी वर्षं साधना केल्यानंतर–आता विजय मिश्राबरोबरच्या कार्यक्रमाच्या तारखाही निश्चित झाल्यावर एकाएकी संगीतातला रस कमी होतोय्, म्हटल्यावर त्यांनी हटकून कारण विचारलं नसतं का? तरीही तिच्याविषयीचा तिरस्कार संगीतावरचा तिरस्कार होऊन बाहेर पडला–मी हे होऊ द्यायला नको होतं. मनावर ताबा ठेवायला हवा होता–पण जमलं नाही ते! दिल्ली सोडून निघून जायचं दडपण आतून वाढत होतं.

सर्वांगाला गोंदाप्रमाणे लपेटून राहिलेलं पाप किंचितही हटेना, दुसरा कुठलाच मार्ग दिसेना, तेव्हा मी दिल्ली सोडून हरिद्वारला गेलो. हिमालयातून उतरून आलेल्या गंगेत सहस्र बुड्या मारल्या, तरी मनाला बिलगलेलं पाप हटायला तयार नव्हतं. त्याच वेळी वाटलं, दिल्ली-भारताची राजधानी–मयानं उभारलेलं इंद्रप्रस्थ गंगेच्या काठी वसलं असतं, तर तिची पवित्रता नष्ट होऊन ती रोड झाली असती.

दहा दिवस गंगेत स्नान, दुकानातील रोटी खाणं आणि गंगेच्या काठावर बसून माणसा-माणसांतले संबंध आणि त्यातून उद्भवणारं पाप यांवर विचार करण्यात गेले. मग बद्रीनारायणाला का जाऊ नये, असं वाटलं. हृषीकेशहून एक बस पकडून बद्रीला गेलो.

बद्रीमधल्या एका धर्मशाळेत कांबळं पांघरून बसून राहायचं, अलकनंदेच्या काठावरून फिरून यायचं, उष्ण झऱ्यामध्ये बुडी मारून यायचं, नर आणि नारायण पर्वतांची बर्फाच्छादित शिखरं पाहत बसायचं–नेमक्या कशामुळं कोण जाणे–अंगाला चिकटलेलं पाप सैल झाल्यासारखं वाटू लागलं.

एक दिवस धर्मशाळेत कांबळं पांघरून बसून राहिलो, तेव्हा कानांवर रुद्रवीणेचे स्वर आले. होय–देवळातल्या लाऊडस्पीकरवरून. पर्वतांनी वेढलेल्या बद्रीच्या परिसरात भरून राहिलेले स्वर- कॅसेट? रेकॉर्ड? होय–भैरवच हा! गाढ निद्रेत बुडून गेलेल्या चरा-चराला हलकेच जाग आणणारा भैरव! नाही–कॅसेट नाही. कुणी तरी वाजवतंय्–

अंगावर कांबळं लपेटून देवळात जाऊन पोहोचलो, तेव्हा तिथं वारं लागणार नाही, अशी जागा पाहून एक बैरागी रुद्रवीणा वाजवत बसलेला दिसला. समोर एक मायक्रोफोन. साथीला कुठलंही तालवाद्य नव्हतं. म्हणजे देवाची सेवा चालली होती.

देवळातल्या पंडिताकडे चौकशी केली, तेव्हा त्यांनी सांगितलं,

"हे मथुरेचे ओंकारबाबा. उन्हाळ्यात देवाच्या सेवेसाठी महिनाभर इथं येऊन राहतात."

त्यांनीच पुढं सांगितलं–देशभर संगीताचे कार्यक्रम करणारे ओंकारबाबा मिळवलेला सगळा पैसा मथुरेतल्या संगीत-शाळेवर खर्च करतात. तिथं गरीब विद्यार्थ्यांच्या राहण्या-जेवण्याचीही व्यवस्था केली जाते.

मी ओंकारबाबांच्या समोर जाऊन बसलो. साठीचं वय, दाढी-मिशा, मानेवर रुळणारे केस–

तिथं कुणालाच शास्त्रीय संगीतात रस असावा, असं दिसत नव्हतं. देवळातले कर्मचारी आपापल्या कामांत गुंतले होते आणि भक्त-प्रवासी आपल्याच भक्ती–उन्मादात आणि थंडीचं कौतुक करण्यात गढून गेले होते. पण ओंकारबाबा मात्र मग्न होऊन आपली संगीतसेवा देवापायी अर्पण करत होते. हे खरं शुद्ध संगीत!

हा भैरव मी कसा वाजवला असता? कुठल्या जागी रागाचा अधिक विस्तार केला असता? समेवर येताना आणखी काय गंमत केली असती? छेः! ओंकारबाबाची रागविस्ताराची पद्धत अपुरी आहे. रागाच्या प्रत्येक अंगाचं सौंदर्य दाखवण्यात ते अपुरे पडतात. केवळ देवावरच्या भक्तीमुळं कला परिपूर्ण होत नाही. त्यासाठी हिमालय नको अन् गंगाकाठही नको. त्याला हवी कलेवरची निष्ठा!

मग मी इथं का आलो? मी काही इथं संगीत क्षेत्रातलं काही मिळवायला आलो नाही. मग का अस्वस्थ व्हावं मी?

भैरव संपवत समोर पाहिल्यावर त्यांना मी दिसलो. रस घेणारा श्रोता पाहताच त्यांचे डोळे चमकले आणि राग न संपवता ते पुढं वाजवू लागले. आता त्यांचं वादन अंतर्मुख वृत्तीतून बाहेर येऊन दाद घेत चाललं होतं. आवर्तन घेऊन मी धरलेल्या त्रितालाच्या समेवर येताना त्यांच्या चेहऱ्यावर बैठक जिंकल्याचा आनंद दिसत होता.

त्यानंतर त्यांच्याशी झालेल्या ओळखीनं चांगलंच मूळ धरलं, त्यांनी मलाही देवळाच्या धर्मशाळेत खोली मिळवून दिली. गप्पांमधून त्यांनी स्वतःची माहिती सांगितली. मीही नाव टाळून सारं सांगितलं.

सारं ऐकून ते म्हणाले,

''कदाचित त्या स्त्रीला संगीताची आवड असेल, तिचंच रूपांतर कलाकाराच्या मोहात झालं असेल. जर आपण देवासाठी वाजवतोय्, ही भावना मनात दृढ केली, तर असं घडणार नाही.''

हे ऐकताना सुटकेचा एक मार्ग गवसल्यासारखं झालं. आजही आठवतं–अलकनंदेच्या काठावरून ब्रह्मकपालकाकडे फिरायला जाताना त्यांनी विचारलं आणि मीही त्याच्या ओंकार संगीत शाळेत जाऊन राहायची तयारी दाखविली.

मथुरेत पहिले तीन महिने कामांतच गेले. संस्थेकडे येणाऱ्या पैशाची नीट व्यवस्था लावणं हेही एक मला कामच होतं.

एक दिवस मी काही तरी हिशेब पाहत असताना शेजारच्या वर्गात बाबा मुलांना 'मत जाओ, राधे अकेले जमुना के तीर–' शिकवत होते. विविध प्रकारे 'राधे' चा उच्चार ऐकताना मनात आलं, पर-स्त्रीगमनाच्या पातकाची टोचणी कृष्णाला कधीच लागली नसेल? कांती वयानं माझ्याहून लहान असली, तरी कर्तृत्वानं मोठीच होती–तसंच हे नातं–

सर्वच प्रकारची किळस येऊन दुपारी बाबांना विचारलं, तर ते म्हणाले,

"केवळ शरीराच्या पातळीवर विचार केल्यामुळं तुला तसं वाटतं. जीवात्मा आणि परमात्म्याच्या संदर्भात तू याकडे पाहशील, तर किळस वाटणार नाही. त्या अर्थी आपण सारेच राधा आहोत. म्हणूनच मी सांगतो, संगीताला अध्यात्माचा स्पर्श आवश्यक आहे!"

"तर मग हेच नातं एखाद्या कृष्णाच्या मित्राशी मानून का गाण्यात गात नाहीत–नृत्यात गुंफत नाहीत?"

ओंकारबाबा यावर संतापून म्हणाले,

"काय हे तुझं बोलणं! आमचा कृष्ण एखाद्या हिजड्याशी चाळे करणारा वाटला काय?–"

या पद्धतीनं वाद घातला, तर मन कलुषित होईल, म्हणून मी वाद आवरता घेतला. पण मनात मात्र संगीताविषयी- केवळ संगीतच नव्हे, सगळ्याच कलांविषयी परकोटीचा तिरस्कार वाटू लागला. भावनांना डिवचून उद्दीपित करणं, मनाच्या सांदी-कोपऱ्यात शिरून भावनाच्या विविध जाणिवांना जागृत करणं–त्याद्वारे नैतिकता कोसळून मनःशांती नष्ट करणं हाच सगळ्या कलांचा मूळ स्वभाव असेल काय? मग त्यापासून मनाला शांती मिळणं कसं शक्य आहे?

रवींद्रांना गाढ झोप लागल्याचं त्यांच्या दीर्घ नियमित श्वासोच्छ्वासावरून लक्षात येत होतं.

सारं सोडून इथं का आलो मी? त्या वेळी काय वाटलं मला?

पाप धुऊन मन शुद्ध करायची शक्ती कुठल्याही कलेमध्ये नाही. ती शक्ती कर्मयोगात आहे, हे तीव्रपणे जाणवलं आणि पाठोपाठ विद्याशालेची आठवण झाली. त्या वेळीही आपण स्वतंत्रपणे काही करू असं वाटलंच नाही. काही का असेना! यानंतर मात्र इथून निघालंच पाहिजे–

◆

प्रत्यक्ष झोप लागली, तेव्हा पहाट होत आली होती. सकाळी होन्नत्तीला जाग आली, तेव्हा शाळा सुरू झाली होती. रवींद्र खोलीत नव्हते. अंथरुणातून उठावंसं वाटेना. संगीताविषयी वाटणारी आस्था पूर्णपणे नष्ट होऊन गेली होती. आणखी

कशामध्येही रस वाटत नव्हता. मनात आलं, म्हणून इथं आलो—तिच्यामुळंच ही संगीताविषयी अनास्था निर्माण झाली. तिच्याविषयीचा संताप उफाळून आला. तिनंच माझ्या सर्वस्वाचा नाश केला. बेंगळूरमध्ये राहत होतो—त्या वेळी हिनंच आई-वडिलांचा निरोप आणल्याचं निमित्त केलं आणि मला बेंगळूरहून दिल्लीला घेऊन गेली. तिथं नेऊन तिनं मला सर्वार्थानं खाली लोटून दिलं! मुकाट्यानं रेल्वे पकडून दिल्लीला जावं आणि थेट तिच्या घरी जाऊन तिचा गळा दाबून—

तो उठून तोंड धुण्यासाठी न्हाणीघरात गेला, तेव्हा आपल्या मनात आलेल्या तिच्या खुनाच्या विचारानं त्याला स्वतःचीच किळस वाटली. फक्त तिनं खाली लोटलं, म्हणण्याला काय अर्थ आहे? यात माझी काहीच चूक नाही, असं म्हणता येईल काय? त्यानंतरचं दीड वर्ष मी लंपट झालो होतो, हे नाकारण्यात काय अर्थ आहे? त्या दीड वर्षात रवींद्राच्या संदर्भात आज छळणारी पाप-प्रज्ञा कशी डोकावली नाही? या प्रश्नासरशी त्याला स्वतःविषयी वाटणारी घृणा कितीतरी पटींनी वाढली.

अंघोळ उरकून तो हॉस्टेलच्या वसति-गृहाकडे गेला. तिथं त्याच्यासाठी काढून ठेवलेला नाश्ता खाताना त्याला आश्चर्य वाटलं. पुरी-भाजी! शिवाय त्यासाठी वापरलेले पदार्थ आजूबाजूच्या खेड्यामधून गोळा करून आणलेले नव्हते! आर्थिक परिस्थिती चांगली असलेल्या पालकांच्या मुलांचं हॉस्टेल हे! तिथं आता बेंगळूरमध्ये विशेष शिक्षण घेतलेले स्वयंपाकी आले होते. रात्री जेवताना ही गोष्ट होन्नत्तीच्या ध्यानात आली नव्हती. या आधीही रवींद्राकडून या विद्याशाळेवर आलेल्या आपत्तीविषयी त्यानं ऐकलं होतं. अण्णय्यांनीही सारं सांगून त्यासाठी आपण काय केलं, त्याविषयीही सांगितलं होतं. तरीही त्यातला नेमका अर्थ होन्नत्तीला उमजला नव्हता. संध्याकाळी शाळा सुटल्यानंतर आता शाळेत शिकणारी मुलं कशा प्रकारची आहेत, ते पाहिलं पाहिजे. तसंच गावामध्ये नव्यानं सुरू झालेली सरकारी शाळाही बघायला पाहिजे.

तो पुन्हा खोलीवर परतला, तेव्हा रवींद्रही तिथं होते. ते म्हणाले,

"प्रवासात झोप झाली नव्हती, वाटतं!"

त्यावर होन्नत्ती फक्त हसला. ते आपण होऊन बोलत असताना आपण तिथून निघून जाणं योग्य नव्हे, म्हणून तो तिथंच चटईवर बसला. रवींद्र सांगू लागला,

"आणखी एखाद्या नव्या जागी अशाच प्रकारची आणखी एक शाळा सुरू करायचा विचार आहे, म्हणून मी सांगत होतो ना? बेंगळूरजवळ बन्नेरीबेट्टाच्या पलीकडे असलेली चाळीस एकर जमीन देण्यासाठी एकजण तयार आहेत. त्यांची एकच अट आहे—त्या शाळेला त्यांच्या आईचं नाव द्यायचं. आपले पाटील वकील आहेत ना? त्यांनीच हा दाता शोधून आणला आहे. सगळ्यांना एकाच ठिकाणी बसून काय करायचं? आज सकाळपासून तोच विचार करतोय् मी. आधी एक संस्था रजिस्टर करायची. त्यानंतर ती जमीन स्वीकारायची. आपण दोघंही आधी तिथं एक

झोपडी बांधून राहायला सुरुवात करू या. आधी सिमेंटच्या पत्र्यांची छोटी इमारत बांधून पहिला वर्ग सुरू करू या. आपण निष्ठेनं काम केलं, तर भारतातल्या कुठल्याही कोपऱ्यातले पालक मुलांना आपल्या शाळेत पाठवतील. संस्थेचा विस्तार करणं फारसं कठीण नाही. तुम्ही माझ्याबरोबर राहा. हवं तेवढं काम करता येईल. एकाऐवजी दोघं असलं, की परस्परांशी बोलून, चर्चा करून निर्णय घेता येतील. शिवाय एकटंही वाटणार नाही. आपण दोघही परस्परांना आधीपासून ओळखतो. एकत्र काम करायला मजा येईल!''

रवींद्रांचा आजही आपल्यावर असलेला विश्वास बघून होन्नत्तीचं मन भरून आलं. पाठोपाठ डोक्यात पारा भरल्यासारखं झालं. वाटलं, आयुष्यभर यांच्याबरोबर राहणं म्हणजे क्षणा-क्षणाला पाप-प्रज्ञेच्या यातना भोगत मरेपर्यंत राहणं!

रवींद्रच पुढं म्हणाला,

''तुम्ही अजूनही यावर विचार करा–काल तर तुम्ही इथं आलात! अशा प्रकारच्या कार्यात बराच काळ राहू शकेन, एवढी आसक्ती वाटली, तरच तुम्ही या!''

रवींद्रचं निमंत्रण होन्नत्तीला अस्वस्थ करून गेलं. कुठल्या तरी प्रस्थापित संस्थेत काम करताना कंटाळा येणं सहज शक्य असतं. इथं तर रवींद्र स्वतः नवी संस्था सुरू करण्यासाठी निमंत्रण देत होते!

आपण त्यांचा हात घट्ट धरून–अंहं–त्यांचे पाय धरून त्यांना सारी वस्तुस्थिती सांगून त्यांची क्षमा–अंहं–ते देतील ती शिक्षा भोगायला पाहिजे–गेलं वर्षभर याच पाप-प्रज्ञेपोटी गरा-गरा फिरत राहिल्याचंही त्यांना सांगितलं आणि 'थोरल्या भावाला धाकट्या भावाच्या चुकीसाठी शिक्षा सांगायचा अधिकारही असतो—' म्हणून विनवलं, तर? त्यांच्यापुढं सारं सांगताना कुठंही एकांगी चित्रण होणार नाही-केवळ तिलाच पापी ठरवत नाही ना!–याचं भान ठेवून सांगायला पाहिजे. यानंतर कुणालाही न सांगता निघून गेलं, तरी मनाला जाळणारी भावना कमी होणं शक्य नाही. चूक मान्य करून त्यांनी सांगितल्यावरून मी इथून काळं केलं, तर शिक्षा भोगत असल्याचं समाधान तरी निश्चित मिळेल!

रवींद्रांना सारं सांगून त्यानंतर जे घडेल, त्याला तोंड द्यायचा विचार त्याला पटला. त्याच उत्साहात पायांत चप्पल घालून तो तिथून बाहेर पडला. त्या परिसराच्या अगदी टोकाला अजिबात रहदारी नसलेल्या ठिकाणी उभ्या असलेल्या–खास होन्नत्तींसाठी बांधलेल्या घराकडे एकदा पाहायची इच्छा झाली. बैलगाडीनं निर्माण झालेल्या चाकोरीतून जाताना त्यानं तिकडं मान वर करून पाहिलं. होय! अनुप नावाच्या विद्यार्थ्यानं त्यात विशेष रस घेऊन नकाशा तयार केला होता–त्यानंच पुढाकार घेऊन प्रत्यक्ष इमारतीचं कामही पाहिलं होतं. अनुपवर होन्नत्तींचीही

विशेष माया होती, त्यामागं तो रवींद्रांचा मुलगा हे एक कारण आणि दुसरं कारण म्हणजे त्याचा उत्साही स्वभाव, त्याची विशेष कार्यशक्ती! किती लहान वयात त्यानं किती उत्साहानं हे घर उभारलं!

किती तरी वर्षं झाली अनुपला बघून! म्हैसूरमध्ये तो इंजिनीअरिंग कॉलेजमध्ये शिकत असल्याचं कांती सांगत होती. आता त्याच्याशी आपलं नातं किती विचित्रपणाचं! त्याच्या आई-वडलांबरोबर सहज-शुद्ध संबंध असताना त्याच्याशी असलेलं नातंही तसंच निर्मळ होतं. आता त्याचं-माझं नातं काय? मी त्याच्या आईचा–थूः! मन पुन्हा-पुन्हा तिथंच येतंय्–वर्तमान आणि भविष्यापासून सुटका करून घेतली, तरीही हा भूतकाळातला संबंध पिच्छा पुरवतच राहणार!

त्यानं त्या अनुपनं बांधलेल्या घरावरची नजर काढली आणि जोगीबेट्टाच्या दिशेनं चालू लागला. काही अंतर चालून जाताच–होय! डोक्याभोवती रुंजी घालणाऱ्या असंख्य माश्या! या ठिकाणच्या सगळ्या आठवणी पुन्हा जाग्या व्हाव्यात, म्हणूनच या साकार झाल्या, असं त्याला वाटलं. कुठं लपून बसल्या होत्या या? माणसाचं डोकं मिळताच त्या भोवती फिरत फिरत त्याचा पाठलाग करतात! विशिष्ट ठिकाणी पोहोचलं, की अक्षरशः अदृश्य होतात आणि पुन्हा इथं पाय टाकला, की पुन्हा हजर!–पूर्वजन्मीची पापं असावीत, तसं!

पूर्वजन्मीची पापं या जन्मी भोगायची–म्हणजे या जन्मी काय भोग वाट्याला येणार आहेत, त्यावर आपला काहीच अधिकार नाही? आपल्या कर्मांवर तरी आपला अधिकार आहे, की नाही? हातानं हटकलं, की तेवढ्यापुरत्या या माश्या लांब गेल्या, असं वाटतं–पण हात खाली यायच्या आधी त्या पुन्हा डोक्याभोवतीच फिरत असतात–एकमेकांवर न आदळता–आपापला स्वतंत्र मार्ग ठरवून–त्यानं पाच-सहा वेळा त्यांना हाकललं, तरी त्या पुन्हा तशाच मस्तकाभोवती फिरत राहिल्या.

बराच चढ चढून गेल्यावर त्यानं थांबून लांबवर नजर टाकली. लांबवर सिमेंटच्या पत्र्यांची काही वस्ती दिसत होती. जवळच पाच-सहा–अं–होय. सहा ट्रक्स उभे होते. काल अण्णय्या सांगत होते, त्याची आठवण झाली–हा सारा परिसर, ही टेकडी आणि इथं जमिनीत शंभर मीटरपर्यंत जेवढं मँगॅनीज मिळेल, ते ट्रकमधून तिपटूरला, तिथून रेल्वेनं मंगळूरला आणि तिथून मोठ-मोठ्या जहाजांमधून पेट्रोलमुळं श्रीमंत झालेल्या इराणला पाठवणार आहेत, म्हणे! जर वाहतुकीचा खर्च परवडत नाहीसं वाटलं, तर इथंच कारखाना काढून केवळ लोखंड काढून पाठवायचा विचारही ठरला आहे. त्या कारखान्यासाठी आवश्यक असलेलं भांडवल द्यायलाही तो देश तयार आहे!

अजूनही उन्ह होतं. होन्नत्तीला डोंगरावर जाऊन यावंसं वाटलं. त्याला आठवलं,

तो इथं राहत असताना इथल्या प्रत्येक दगड-धोंड्यात संगीत जाणवत होतं–इथल्या वाऱ्यामधूनही संगीताचे स्वर ऐकू येत असल्याचा अनुभव येत होता. अशा भावनेत रेंगाळत पावलं टाकली, तर खाली उतरताना अंधार होईल, हे लक्षात येऊन तो झपाझप पावलं टाकू लागला.

प्रत्यक्ष डोंगराचा चढ सुरू होण्याआधी एक कमान दिसली. हे नवं दिसत होतं. तिथून वर जाण्यासाठी पायऱ्या केल्या असाव्यात. कमानीवर श्री जोगनाथेश्वर लिहिलं होतं. त्याखाली तेवढ्याच मोठ्या अक्षरात लिहिलं होतं, 'हालुकेरेचे कै. यजमान सौद्रेगौडा यांचे नातू परशुरामेगौडा यांच्या सेवेप्रीत्यर्थ–'

पायऱ्या चढत असताना सभोवताली तीच झाडं–उन्हात मधूनच चकाकणारे आणि एकमेकांवर आदळल्यावर 'टण्-टण्' आवाज करणारे दगड! कानांशी भिरभिरणारं जोराचं वारं!–हीच ती जागा! इथंच सतार फोडून तिची शकलं टाकून दिली होती!

होन्नत्ती पूर्णपणे जोगीगुड्डाच्या माथ्यावर आला. समोरच जोगीनाथांचं देऊळ–पण देवळात प्रवेश करायच्या दरवाज्याआधी एक मोठी कमान–तिथं एक फरशीही बसवली होती. त्यावर लिहिलं होतं, '–कर्नाटकाचे माननीय मुख्यमंत्री–आणि माननीय रेव्हेन्यू मंत्री वेंकप्पा यांनी या जोगीबेट्टाला भेट देण्याची कृपा करून तो जनतेला अर्पण करण्याची कृपा केल्यामुळे हालुकेरेचे कै. यजमान सौद्रेगौडा यांचे नातू परशुरामेगौडा यांच्या सेवेप्रीत्यर्थ–' वगैरे वगैरे. सारा मजकूर मोठ-मोठ्या अक्षरात लिहिला होता.

आता होन्नत्तीच्या लक्षात आलं–ती फक्त कमान नव्हती. ते एक गेटही होतं. त्या गेटला कुलूप लावलं होतं. म्हणजे कुणीही आत जायचा प्रश्नच नाही! त्याची चावी कुणाकडे असेल? वडेरय्याकडे, की परशुरामेगौडाकडे? होन्नत्ती तर चार वर्षांपूर्वीच इथून निघून गेला होता–त्यानंतर आणखी कोण इथं येणार? आत देवळाच्या दारालाही नवं गोदरेजचं पितळी कुलूप लटकत होतं. कुणा भक्ताला जोगीनाथाचं दर्शन घ्यावंसं वाटलं, तर त्यानं हालुकेरेला जाऊन परशुरामेगौडाकडून–अंहं–चनरायपट्टणला जाऊन तहसीलदार परशुरामेगौडाला स्टँप लावलेला लेखी अर्ज देऊन चावी घ्यायची, तिथून हालुकेरेला यायचं, वडेरय्याला सोबत घेऊन जोगीबेट्टा चढून वर यायचं, वडेरय्याच्या साक्षीनं दोन्ही कुलुपं काढायची, दर्शन घ्यायचं–पुन्हा तालुका-कचेरीत जाऊन चावी परत करायची–व्वा! याला म्हणतात सरकारीकरण! अंहं–परशुरामीकरण!

होन्नत्तीनं गेटबाहेरच उभं राहून डोळे मिटून घेतले आणि आतल्या जोगनाथाचं शिवलिंग त्यानं डोळ्यांपुढं आणून त्यानं मनोमन हात जोडले.

तो माघारी निघाला. इतकी वर्षं सारं सोडून मी संगीताच्या मागं लागलो–सारा

भ्रमच होता काय? मला काय दिलं या कलेनं? सारं सोडून मी या कलेमागं लागलो, तेव्हा माझी अपेक्षा तरी काय होती?

त्यापेक्षा ही विद्याशाला खरी आहे, अण्णय्या आणि त्यांच्या इतर सहकाऱ्यांचा आदर्शवाद म्हणजे केवळ भ्रम नाही. रवींद्रही यांतलेच! अशा नात्यामध्ये विष ओतणारी खरोखरच ती संगीताकडे आकर्षित झाली असेल काय? नाही–! सारं सोडून संगीतावर प्रेम करण्यासारखा तिचा स्वभाव नाही.

उन्हं उतरायला लागली होती. होन्नत्तीनं वेग वाढवला. अशा रस्त्यावर रात्री साप-विंचू असणं सहज शक्य आहे–त्यामुळं लवकर इथून वस्तीवर गेलं पाहिजे! पाठोपाठ त्याच्या मनानं बजावलं, रवींद्रांना जे घडलं, ते सगळं सांगता कामा नये! सारं समजताच त्यांना मनस्ताप होईल, यात शंका नाही. मी केलेल्या पापासाठी त्यांनी का मनस्ताप भोगावा? त्यांचा बायकोबरोबर कुठल्याही प्रकारचा संबंध राहिला नाही, हे मला ठाऊक आहे. माझ्याविषयी त्यांच्या मनात निखळ स्नेह आणि वात्सल्य आहे! अशा वेळी त्यांना वस्तुस्थिती समजून त्यांचा माणुसकीवरचा विश्वासच उडून गेला, तर? आता ते मुलांमध्ये चांगलं चारित्र्य निर्माण करणारी नवी संस्था सुरू करायच्या विचारात आहेत. त्यासाठी आवश्यक असलेलं मानव-प्रेमच नाहीसं झालं, तर? बायकोमुळं त्यांना जो काही धक्का बसला असेल, तो बसू दे– पण मित्रच असा वागला, हे दुःख तरी त्यांना नको! मी पापी आहे–ह्यातभर मी त्याच पापप्रज्ञेत खितपत पडलो, तरी हरकत नाही–पण ज्यानं काहीही पाप केलं नाही, त्याला सारं सांगून होरपळत ठेवायचा मला काय अधिकार?–

तो या विचारात असतानाच त्याचीच वाट पाहत बसलेल्या माश्या त्याच्या डोक्याभोवती एका लयीत फिरू लागल्या.

◆

अण्णय्या इतर सहकाऱ्यांबरोबर विचारविनिमय करण्यात गढून गेले होते. होन्नत्तींना विद्याशालेतलं कुठलं काम द्यायचं, हेच ठरत नव्हतं.

"आपल्याकडे बाकी सारी व्यवस्था आहे–संगीताचीच व्यवस्था नाही. प्रत्येक वर्गावर दोन-दोन तास संगीत शिकवायचं आणि ज्या मुलाला त्याविषयी आस्था आहे, त्या मुलांना नंतरही शिकवायचं. असं केल्यामुळं आपण त्यांच्यामधल्या गुणांचा संपूर्ण वापर करू शकू आणि त्याचबरोबर त्यांनाही त्यांच्या आवडीचं काम केल्याचा आनंद मिळेल!"

"विद्याशालेमधल्या हार्मोनियमचा भाता फाटला आहे. आधी तो दुरुस्त करून आणायला पाहिजे–"

पण होन्नत्तीनी सांगितलं–

"मी संगीत सोडून काहीही शिकवायला तयार आहे–काहीही काम करायला तयार आहे!"

हे ऐकून सगळेच आश्चर्यचकित झाले. पण त्यांच्या इच्छेविरुद्ध त्यांच्यावर भलतंच काम सोपवू नये, याविषयी सगळेच सावध होते. शिवाय आलेल्या दिवशीच कामाला सुरुवात केली पाहिजे, असा कुणाचा आग्रहही नव्हता.

काही दिवस त्यांचं त्यांना सोडून दिलं, की ते आपण होऊन कुठलं ना कूठलं काम आपल्या अंगावर घेतील, याविषयी सगळ्यांची खात्री होती. आता नव्या इमारती उभारायचंही काम होतं. त्या कामाची जबाबदारी त्यांच्यावर टाकता येईल. काही वर्गांवर शिकवण्याचं काम त्यांच्यावर सोपवता येईल, असा साऱ्यांनीच विचार केला.

बनेरबेट्टाच्या पलिकडच्या जमिनीची कागदपत्रं शक्य तितक्या लवकर पूर्ण करावीत, म्हणून त्याआधी संस्थेचं रजिस्ट्रेशन करणं आवश्यक होतं. त्या कामासाठी रवींद्र बेंगळूरला जायला निघाला होता. होन्नत्तींनी त्याला अजूनही निश्चित उत्तर दिलं नव्हतं. त्यानं मोघम सांगितलं, होतं 'माझं अजून कर्नाटकात राहायचं, की बाहेर, हे नक्की झालेलं नाही. मला आणखी थोडा वेळ हवा विचार करायला!' पाटील वकिलांना बेळगावला जायचं असल्यामुळं त्याआधीच त्यांच्या मदतीनं जमिनीचे कागद पूर्ण करायचं ठरवून रवींद्रनं बेंगळूरला जायचं ठरवलं. अण्णय्यानं सोबत यावं, अशी त्याची इच्छा होती. त्यामुळं दोघांनीही सोमवारी पहाटेच इथून निघायचं ठरवलं होतं.

त्या आधीच शुक्रवारी संध्याकाळी रवींद्रच्या नावे एक जाड पाकीट आलं. पत्ता निश्चित लिहिला नव्हता. केवळ ट्रिब्यूनचा संपादक आणि बेंगळूर एवढच त्यावर पत्ता होता. बेंगळूरहून कुणी तरी ते पाकीट इथं रि-डायरेक्ट केलं होतं. त्यावर लाल शाईनं 'खाजगी' म्हणून लिहून त्याखाली दोन रेषाही मारल्या होत्या. पाकीट कुणी पाठवलं, याचा कुठलाही मागमूस पाकिटावरून लागत नव्हता.

रवींद्रनं पाकीट फोडून पाहिलं. आत एक टाईप केलेला कागद होता. पत्रावरही तारीख–पत्ता नव्हता आणि पत्राच्या अखेरीस सहीही नव्हती. त्या जागी फक्त 'तुमचा हितचिंतक' एवढंच लिहिलं होतं.

पत्रावरचा मायना रवींद्रलाच उद्देशून होता. सरकारदरबारच्या अनेक अनीतीच्या गोष्टींचा शोध घेण्यात तत्पर असलेल्या एवढ्या मोठ्या संपादकाला आपल्या मित्राच्या आणि पत्नीच्या संबंधांविषयी आणि त्यायोगे घडणाऱ्या अनीतीविषयी माहीत असेलच–अशी उपरोधानं सुरुवात करून त्या 'हितचिंतक' पत्र-लेखकानं अनेक टोमण्यांसह ते दोघं आग्रा आणि सिमल्याला ज्या हॉटेलमध्ये उतरले होते, त्यांची नावं आणि तारखा, शीतल गुप्ता नावाची पत्नीची मैत्रीण तिला आपला

फ्लॅट कसा वापरायला देते, रोझपेंटामध्ये तीस हजार रुपये खर्च करून कांतीनं आपल्या सतारवादक मित्राच्या हिताचा विचार करून हरिशंकरला पार्टी कशी दिली–इथंही तारीख दिली होती–त्याविषयी सविस्तर माहिती दिली. प्रत्येक ठिकाणच्या एखाद्या माणसाचा–ज्याच्याकडून अधिक माहिती मिळू शकेल, अशा–त्या पत्रात उल्लेख होता.

त्यात अखेर लिहिलं होतं,

'–तुम्ही तपास करण्यात किती निपुण आहात, ते आणखी कुणी सांगायची गरज नाही! तुमचं काम सोपं व्हावं, म्हणून पत्रात मुद्दाम सगळा तपशील सविस्तरपणे दिला आहे–तुम्हांला सत्यच जाणून घेण्यात रस नसेल, तर कोण काय म्हणणार, म्हणा! तुमच्या बायकोला कुठल्या प्रकारचं स्वातंत्र्य द्यायचं, त्याचं स्वातंत्र्य नक्कीच तुम्हांला आहे!'

आपलं मनःस्वास्थ्य बिघडवण्यासाठी केंद्र सरकारनं आपल्या गुप्तचर विभागाकडून पाठवलेलं पत्र आहे, हे लगेच रवींद्रच्या ध्यानात आलं. कांतीला संगीतात पहिल्यापासूनच रस होता.दिल्लीच्या संगीत-क्षेत्रात ती वावरतही असेल. तिथं कधी कुठं होन्नत्तीही गेला असेल. त्याशिवाय कोण तो? नाव काय त्याचं?–हरिशंकर. तोही याच क्षेत्रात वावरत असेल. हे नाव वृत्तपत्रात वाचल्याचं त्यालाही आठवलं. या हरिशंकरला तिनं एकदा पार्टीही दिली असेल. या सगळ्या सुट्या-सुट्या घटना एका कथेत गुंफून संबंधितांना मनस्ताप देणं हा अलिकडच्या राजकारणाचाच एक भाग असल्याचं त्याच्याही कानांवर आलं होतं.

त्याच्या चेहऱ्यावर मंद हास्य उमटलं. समोरच्या चटईवर बसून शाळेच्या ग्रंथालयामधून आणलेलं पुस्तक वाचत असलेल्या होन्नत्तीलाही हे पत्र दाखवून सरकारची टवाळी करावंसं त्याच्या मनात आलं. पण त्या पत्रात प्रत्यक्ष होन्नत्तीवरच आरोप केल्याचं आठवून तो गप्प बसला. या गोष्टी त्यांच्या कानांवर घालून त्यांना उगाच का मनस्ताप द्यायचा, असा विचार करून तो उठला आणि पायांत चपला घालून फिरायला बाहेर पडला.

बाहेर थोडं अंतर चालून गेल्यावर वाटलं, हे सरकारचं काम असायची शक्यता कमी आहे. कारण मी नोकरी सोडून दोन महिने होऊन गेले होते. सरकारची एक शाखा याच कामासाठी असल्यामुळं त्यांना मी आता नोकरीत नसल्याचं निश्चित ठाऊक असेल. शिवाय आतापर्यंत ट्रिब्यून पूर्णपणे सरकारी वृत्तपत्र झालं आहे. रंका-पुत्रांना जो व्यवहार साधायचा होता, तोही साधून झालाय्. त्यामुळं वृत्तपत्राच्या अंतर्गत व्यवहाराच्या जाणकारीसाठी जे सी.आय्.डी. नेमले असतील, तेही सरकारनं काढून घेतले असतील. याचाच अर्थ असा, की या पत्रामधला 'हितचिंतक' कुणी तरी वेगळा असला पाहिजे. अशा निनावी पत्रावर विश्वास ठेवणं योग्य नाही, असं

वाटत असलं, तरी किती तरी बाबतींत अशा पत्रांमुळंच रहस्य-भेद होत असतो, हेही त्याला ठाऊक होतं.

सगळ्या वस्तीपासून दूर एका बांधावर बसून त्यानं पुन्हा एकदा खिशातून पत्र काढलं आणि त्यावरून नजर फिरवली. पुन्हा एकदा सावकाश त्यातलं वाक्य न् वाक्य वाचताना त्यातला तारखा आणि जागांचा तपशील, आग्रा-सिमल्यातल्या हॉटेलांची नावं, शीतल वर्मा-तिची नोकरीची जागा वगैरे तपशील पाहता काही घटना तरी खऱ्या असाव्यात, असं वाटलं. कुणी तरी अगदी जवळून सारं निरीक्षण केलेल्यानंच हे पत्र लिहिलं आहे. दिल्लीला जाऊन थोडी खटपट केली, तर साऱ्या गोष्टींचा शहानिशा करणं सहज शक्य आहे. का करू नये?

पण एकीकडं त्याचं मन भुईसपाट होऊन गेलं होतं. कांती अशी वागू शकेल? त्याला लग्नानंतरचं दोघांमधलं निकटतम मधुर नातं आठवलं. हळूहळू त्यातली मधुरता ओसरत गेली आणि तिला माझा तिटकारा वाटू लागला. मिळणारा पैसा तिला अपुरा वाटू लागला. दुसऱ्या-तिसऱ्या वर्गानं प्रवास करण्यात-अंहं-रेल्वेनं प्रवास करणंच तिला हीनपणाचं वाटू लागलं. म्हणूनच तिनं स्वतःचा व्यवसाय सुरू करून स्वतःला एक्झिक्यूटिव्ह क्लासनं प्रवास करायच्या पातळीवर नेलं आणि कृतार्थ झाली ना! दोघांमधले संबंध कधीच नष्ट झाले आहेत.

तरीही... तरीही ती दुसऱ्या पुरुषाबरोबर–

त्याचं मन दुःखानं भरून गेलं. तिनं असं काही तरी करण्यापेक्षा सरळ घटस्फोट घेऊन दुसरं लग्न केलं असतं, तर कदाचित एवढं दुःख झालं नसतं. त्यानं पुन्हा पत्रावरून नजर फिरवली.

सुमारे दीड वर्ष तिचे होन्नत्तींशी संबंध होते, असं पत्रावरून दिसत होतं. आता त्याला होन्नतीचा राग आला. होय! नजरेला नजर न देता बोलायची त्याची या वेळची पद्धत आणि त्यानं ज्या प्रकारे संगीत सोडून दिलंय्, ते पाहता या पत्रातला मजकूर पूर्णपणे नाकारता येत नाही. रवींद्रच्या तोंडून स्वतःलाच ऐकू येईल, एवढ्या आवाजात उद्गार निघाला,

'कृतघ्न!'

आताच्या आता खोलीत जाऊन हे पत्र त्याच्यापुढं टाकून त्यालाच विचारायचं,

"खरं सांग! हे सगळं खरं आहे? माझ्याशी लबाडी करू नकोस! मी दिल्लीला जाऊन सारा शोध लावू शकतो."

या विचारासरशी उठून, पायांत चपला चढवून आपल्या खोलीकडे परतताना मनात आलं, त्याच्या पुढ्यात पत्र फेकून मी कसला पुरुषार्थ साधणार आहे? तीच जिथं माझी नाही, तिथं होन्नत्तीला 'तू माझी वस्तू हिरावून घेतलीस' म्हणण्यात काय अर्थ आहे? या विचारासरशी त्याची पावलं थबकली. काय करावं, ते न समजून

तो पुन्हा त्याच जागेवर जाऊन बसला. मस्तकातला सारा संताप वितळला आणि अश्रूंच्या रूपानं त्याच्या डोळ्यांमधून बाहेर पडला. तिचा व्यभिचार सहन करणं शक्य आहे; पण होन्नत्तीनं असं करावं? या विचारासरशी त्याला हुंदका फुटला.

काही वेळ मन मोकळं केल्यावर त्यानं रुमालानं डोळे आणि चेहरा स्वच्छ पुसला. नाक शिंकरलं आणि मन पूर्वस्थितीला येईपर्यंत तो समोर शून्यात पाहत बसला. काही अंतरावर अनुपनं होन्नत्तींसाठी उभारलेली वास्तू दिसत होती. रामचंद्रमास्तर दरवाजा उघडून आत जात होते. इथल्या कुठल्याही बाबतीत लक्ष न घालता केवळ स्वतःच्याच ध्यानात मग्न राहणारे रामचंद्र मास्तर हे इथंच का राहिले आहेत? ध्यानधारणेत पुढच्या पायरीवर असणारे गुरू शोधून ते इथून निघून का गेले नाहीत? एक मात्र खरं–रामचंद्र मास्तर कुठल्याही परिस्थितीत मनाचं संतुलन ढळू देत नाहीत. त्यांना संतापलेलं इथं कुणीच पाहिलं नाही. ध्यानधारणेमधून ही शक्ती येते का? मग आपणही का ध्यानधारणा करू नये?

बराच उलट-सुलट विचार केल्यावर तो एका निर्णयावर येऊन पोचला. प्रत्यक्ष दिल्लीला जाऊन येईपर्यंत याविषयी कुणाबरोबरही बोलण्यात अर्थ नाही. त्यानंतरही बोलायचं, की नाही, हे विचार करून ठरवायला पाहिजे.

◆

दुसऱ्या दर्जाच्या डब्यातून प्रवास करताना रवींद्रनं आधी आगऱ्याला उतरून तिथल्या शीशमहल हॉटेलमध्ये विवक्षित दिवशी होन्नत्ती आणि कांती एकाच खोलीत उतरले होते, की काय, याची शहानिशा करायचं ठरवलं होतं. पण अशा प्रसंगी कुणीही आपलं खरं नाव आणि पत्ता देणार नाही. त्यामुळं केवळ अक्षराचं होन्नत्तीच्या अक्षरांशी साम्य आहे काय, एवढंच पाहणं शक्य आहे, हे त्याला सुचलं. पण तीन वर्षापूर्वीचं रजिस्टर मागितलं, तर कुणीही देणार नाही. जुनी रजिस्टरं कुठल्या तरी कोठीच्या खोलीत ठेवली असतील. हॉटेलच्या मालकाच्या परवानगीशिवाय त्या खोलीची चावीही मिळणं शक्य नाही. त्यामुळं मॅनेजरही मदत करणं शक्य नाही. 'काही तरी भानगड दिसते-आपण त्यात उगाच का अडकायचं' असा विचार करून ते आपल्याला मुळीच दाद लागू द्यायचे नाहीत, हेही त्याला जाणवत होतं. आपण सिमल्याच्या हॉटेलमध्ये चौकशी करायला गेलो, तरी हेच घडणार आहे–पोलिसांच्या सहकार्याशिवाय अशी चौकशी करता येणार नाही. एखाद्या खाजगी हेराकडं संपूर्ण प्रकरण सोपवून चौकशी करायला सांगितलं, तर... पण कमीत कमी सहा-आठ हजार रुपयांचा निश्चित खर्च आहे त्यात! शिवाय याचं कारणच काय? तिचा माझ्याशी काही संबंध नाही, म्हटल्यावर ती कशीही वागली, तरी मी का तिकडं लक्ष द्यावं?

या विचारानं त्याचा सारा उत्साह मावळून गेला. उत्तरेकडं चाललेल्या रेल्वेच्या खिडकीतून बाहेरचं धावतं दृश्य किती तरी वेळ पाहत बसल्यावर एक गोष्ट त्याच्या मनात स्पष्ट झाली–आपल्याला तिची परीक्षा घ्यायचं कारण नाही. तो आपला हेतूही नाही. पण होन्नत्ती? होन्नत्ती असा का वागला? अर्थात ते शोधून तरी काय होणार आहे? पुढच्या स्टेशनवर उतरून बेंगळूरला का परतू नये?

पण दीड तासानंतर पुढचं स्टेशन आलं, तरी तो रेल्वेतून उतरला नाही. दिल्लीला पोहोचल्यावर स्टेशनजवळच्या एका स्वस्त हॉटेलमध्ये खोली घेऊन, अंघोळ केल्यावर त्यानं मॅनेजरकडून टेलिफोन-डिरेक्टरी मागून घेतली आणि शीतल गुप्ता नावाच्या स्त्रीचा पत्ता शोधू लागला. ग्रेटर कैलास अपार्टमेंटचा पत्ता मिळाला. नंतर त्याला आठवलं, लग्न झाल्यावर सुरुवातीच्या काळात कांती चार-पाच मैत्रिणींचा नेहमी उल्लेख करायची, त्यांत हेही नाव होतं. बालपणापासूनची गाढ मैत्री असल्याशिवाय अशा बाबतीत कुणी कुणाची मदत घेणं शक्य नाही. शिवाय तिच्या ऑफिसचा पत्ताही जुळला. हिला ऑफिसमध्ये भेटावं, की घरी? ऑफिसमध्ये भेटणं सोपं नाही–आणि नकोच. त्यापेक्षा घरीच भेटणं बरं! त्यानं घड्याळ पाहिलं. दुपारचे तीन वाजले होते. त्यानं थोडा वेळ विश्रांती घेतली आणि नंतर उठून, कपडे बदलून, मॅनेजरपाशी येऊन त्यानं शीतलच्या घराचा फोन नंबर फिरवला.

"हॅलो, कोण बोलतंय् प्लीज?"

"रवींद्र माझं नाव. बेंगळूरहून आलो. 'ट्रिब्यून'चा संपादक होतो. तुम्हांला भेटायला आलो होतो..."

"ओह!" ती क्षणभर थांबली, पुढं म्हणाली, "काय काम आहे आपलं? आम्ही सरकारी नोकर! वृत्तपत्रांच्या लोकांना आम्हांला भेटता येत नाही. मला आपल्याला भेटायचं नाही!"

"वृत्तपत्राच्या कामाचा इथं काहीही संदर्भ नाही. मी ती नोकरीच सोडली आहे. आता मी माझ्या वैयक्तिक कामासाठी इथं आलो आहे. तुमच्याशी भेटून काही महत्त्वाचं बोलायचं होतं. आमच्या लग्नात तुमच्याशी ओळख झाली होती. मी कोण ते तुम्हांलाही आठवत असेलच! की विसरला?"

"हं. आठवलं! आमच्या कांतीचे यजमान ना?"

"होय."

"भाईसाब! हे आधी नाही का सांगायचं? आणि येण्याआधी टेलिफोन करायची काय गरज होती? तुम्ही सरळ घरी येऊन दाराची बेल वाजवायची."

"तुम्ही घरात आहात, की नाही, हे पाहण्यासाठी मी फोन केला."

"या ना! अवश्य या. आता सहा वाजताहेत. रात्री इथंच जेवायला थांबायचं.

तसेच निघून जाणार असाल, तर मी मुळीच गप्प बसायची नाही.'' ती सलगीनं म्हणाली.

आपले कांतीशी काहीही संबंध नाहीत, हे हिला निश्चित ठाऊक आहे. दररोज आपल्या घराची चावी देण्याइतकी मैत्री असल्यावर आपल्या संसाराविषयी तिनं निश्चितच सांगितलं असेल. शिवाय दररोज मैत्रिणीला चावी द्यायची–म्हणजे हिला नवरा नाही. त्यानं पुन्हा डिरेक्टरी काढून पाहिलं–मिस् शीतल. त्यानं बस घेतली आणि तो ग्रेटर कैलासच्या दिशेनं निघाला. तिथं गेल्यावर शीतलचा फ्लॅट मिळणं फारसं कठीण गेलं नाही. श्रीमंत लोकांच्या वस्तीमधला ऐश्वर्यपूर्ण फ्लॅट. खाली प्रत्येकाला गाडी उभी करण्यासाठी मोठी जागा ठेवण्यात आली होती. अपार्टमेंटजवळ खाकी कपड्यातला दणकट बांध्याचा चौकीदार होता. त्याच्याकडे शीतलची चौकशी केल्यावर त्यानं काय काम आहे वगैरे विचारून लिफ्टकडे हात करून सांगितलं,

'चौथा मजला.'

चौथ्या मजल्यावरच्या एस्. गुप्ता नावाचा बोर्ड असलेल्या दाराची बेल वाजवताच दरवाजा उघडला. हात पुढं करून त्याच्याशी स्नेहानं हस्तांदोलन करत शीतलनं त्याचं स्वागत केलं,

''हॅलो! पंचवीस वर्षं झाली तुम्हांला भेटून! पण तुमच्यामध्ये फारसा फरक झाला नाही. हं. डोक्यावरचे केस थोडे विरळ झालेत! ऑफ कोर्स–पुरुषाच्या दृष्टीनं तेही बुद्धिमत्तेचं लक्षणच म्हणा! या-या! माझी झोपडी तुमच्या पायधुळीनं आज पवित्र झाली!''

तिच्यापाठोपाठ रवींद्र लाऊंजमध्ये आला. तिथला आलीशान गालीचा, हवा–नियंत्रकाचा गारठा, भारी सोफासेट, घरभर विखुरलेल्या परदेशी वस्तू–साहजिक आहे! अशा खात्यात नोकरी म्हटल्यावर पगाराबरोबर मिळणारी वर-कमाईही मोठी असणार, यात शंका नाही.

तो सोफ्यावर बसल्यावर ती म्हणाली,

''जवळच्या हॉटेलमध्ये मी शाकाहाही जेवण पाठवून द्यायला सांगितलंय्. तुम्ही कधी नव्हे ते घरी आलात आणि मी रोटी भाजत स्वयंपाकघरात बसले, तर गप्पाच होणार नाहीत! जेवण येईपर्यंत काय घेणार? फ्रीज पुरेसा आहे, की आणखी काही घेणार? संकोच करायचं कारण नाही. मी स्पर्श करत नसले, तरी तुमच्यासारख्या खास मित्रांसाठी छोटा इंपोर्टेड् संग्रह ठेवलाय् मी! अगदी काही वेळा घ्यावंच लागलं, तर फक्त फ्रेंच वाईन तेवढी घेते!''

''आज नको. फक्त थंडगार पाणी किंवा फार तर कोक द्या.''

एकमेकांची चौकशी करत दहा-पंधरा मिनिटं गेली. आपण विषयाला सुरुवात

केल्याशिवाय काहीही पदरात पडणार नाही, हे रवींद्रला ठाऊक होतं. एखाद्याविषयी खोलात जाऊन बातमी काढणं त्याच्या दृष्टीनं नवं नव्हतं. तरीही आपल्या पत्नीच्या चारित्र्याविषयी तिच्या बालपणापासूनच्या मैत्रिणीकडून माहिती काढणं त्याला अवघड वाटत होतं. पण तोही एक व्यवसायाचाच भाग आहे, असं समजून त्यानं चौकशी करायला सुरुवात केली.

"तुमच्याशी एका विषयावर बोलण्यासाठी म्हणूनच मी इथं आलो आहे. अशा विषयावर बोलायला कदाचित तुम्हांला संकोच वाटेल. पण क्षमा करा मला! एक गोष्ट मात्र मी देवाची शपथ घेऊन सांगतो–तुमच्याकडून जे समजेल, ते मी आणखी कुणालाही सांगणार नाही. माझ्यावर विश्वास ठेवा. हे पत्र!" म्हणत त्यानं खिशातलं पत्र तिच्या हाती दिलं.

शीतल ते पत्र वाचू लागली. चारही भिंतींवर टांगलेल्या सुरेख दिव्यांच्या उजेडात तिच्या डोक्यावरील काळ्याभोर केसांच्या मुळाशी सूक्ष्म पांढरे केस दिसत होते. प्रत्येक ओळ वाचताना तिच्या भुवया आश्चर्यानं उंचावल्या जाऊन पूर्ववत होत होत्या.

एकदा संपूर्ण पत्र वाचल्यावर ती पुन्हा एकदा सावकाश पत्र वाचू लागली. नंतर ती मध्येच म्हणाली,

"कुणाचा तरी खोडसाळपणा आहे हा! अशा निनावी पत्रांना तुम्ही तरी एवढं महत्त्व का देता?"

"एखादी बातमी सांगताना सांगणाऱ्यानं आपला नाव-पत्ता दिलाच पाहिजे, असा आपण आग्रह कसा धरू शकतो? त्यापेक्षा मी तुम्हांला स्पष्टच प्रश्न विचारतो, त्याचं उत्तर द्या. तुम्ही होन्नत्तींना दीड वर्षासाठी तुमच्या फ्लॅटची चावी देत होता, असं यात लिहिलंय्. ते खरं आहे काय? खरं सांगा–कुठलंही उत्तर देणार नाही, असंही सांगायचा तुम्हांला अधिकार आहे. तुम्ही अबोल राहिलात, तर काही तरी लपवायची तुमची धडपड आहे, असं मी मानेन, हेही तुम्हांला ठाऊक आहे!"

"मला का संकटात टाकताय् तुम्ही? कांती माझी बालपणापासूनची मैत्रीण आहे."

"त्याशिवाय कुणी आपल्या घराची चावी देणार नाही!"

"मी मैत्रिणीला चावी दिली, म्हणजे ते माझी जागा सेक्ससाठीच–आय् ॲम सॉरी! जवळ येण्यासाठी वापरत होते, असं का तुम्ही समजता? माझ्या मनानं याचा कधीही असा अर्थ घेतला नाही. तुम्हांलाही दिल्लीचा उकाडा ठाऊक आहे ना? इथं एअरकंडिशनर असल्यामुळं होन्नत्तींना रियाझ करणं सुसह्य होईल, म्हणून कांतीनं फ्लॅटची चावी मागितली–मलाही ते पटलं, म्हणून मी तिला डुप्लिकेट चावी दिली होती. बिचाऱ्यांना भर उन्हात रिक्षामधून सतार घेऊन येणं त्रासाचं होतं, म्हणून ती

त्यांना आपल्या एअरकंडिशन्ड गाडीनं इथं सोडत होती–हेही खरं आहे. पण ते घरात काय करायचे, हे मी कसं सांगणार? दिल्लीमधल्या वरच्या सर्कलमध्ये वावरणाऱ्या कुणाच्याही मनात असले प्रश्न येत नसतात. कुणी तरी निनावी पत्र लिहिलं, म्हणून तुम्हीही का विचारात पडलात?''

''मी विचारात पडलो, त्यामागं वेगळंच कारण आहे. होन्नत्तींना सोडल्यावर ती इथं थांबत होती, की निघून जात होती? थांबत असली, तर किती वेळ थांबत होती?''

''मला ते कसं ठाऊक असणार?''

''मग खालच्या चौकीदाराला ठाऊक असेल!'' रवींद्रची नजर तिच्या चेहऱ्यावर खिळली होती. कानही तिच्या आवाजातले सूक्ष्मातिसूक्ष्म फेरफार टिपत होते.

''माझ्या मनात तशी शंका नसताना मी कशाला त्याच्याकडे चौकशी करू? मी आपण होऊन ज्या मैत्रिणीला फ्लॅटची चावी दिली, तिच्याविषयी चौकीदाराला असले प्रश्न विचारले, तर माझी काय इज्जत राहील?''

यावर तिला आणखी खोदून विचारणं योग्य ठरणार नाही, असं वाटून तो गप्प बसला. तिनंच पुढं विचारलं,

''या पत्रात आग्रा-सिमल्याच्या हॉटेलांची नावं आणि तारखा दिल्या आहेत-तिथं तुम्ही चौकशी केली? तुम्हां पत्रकारांना हे काही कठीण नाही! त्यात तुम्ही इंडियन ट्रिब्यूनची माणसं!''

''अशा ठिकाणी कोण आपलं खरं नाव आणि खरा पत्ता देतंय्! फार तर टॅक्स वाचवण्यासाठी कंपनीच्या नावानं बुकिंग आणि बिल केलं असेल!''

''व्वा!'' तिनं तत्परतेनं दाद देत म्हटलं, ''ट्रिब्यूनच्या संपादकांची ही खरी बुद्धी! त्याशिवाय का एवढ्या मोठमोठ्या गोष्टी शोधून काढता!'' तिच्या चेहऱ्यावरून कौतुक ओथंबत होतं.

त्याच वेळी बेल वाजली. जेवण आलं होतं. तिनं दरवाजा उघडताच हॉटेलच्या माणसानं एक मोठा टिफीन कॅरीअर समोर धरला. तो घेऊन तिनं त्याला सांगितलं, 'रिकामा डबा मी उद्या आणून देईन. आता पैसे घेऊन जा.' तिनं डबा ठेवून घेतला. पर्समधली शंभर रुपयांची नोट त्याच्या हातात देऊन सुटे पैसे ठेवून घ्यायला सांगितलं. आत येऊन त्याला तिनं हात धुवायला सांगितलं. तो आल्यावर त्याला सोबत घेऊन ती स्वयंपाकघरात गेली. बटण दाबून टेबल बाहेर काढल्यावर इंपोर्टेड किमती डिशेस् मांडून तिनं डबा उघडला. आतले सर्व पदार्थ इतके गरम होते, की त्यांतून अजूनही वाफा येत होत्या. सॅलेड आणि दही मात्र वेगळ्या खान्यात ठेवल्यामुळं थंडगार होतं. दाल, पालक-पनीर, आलू-मटार, तंदूरी रोटी, बासमती तांदळाचा पांढरा भात, व्हेजिटेबल पुलाव, लोणचं, पकोडा, खीर, रसगुल्ला,

सगळे पदार्थ भरपूर प्रमाणात होते.

ती म्हणाली,

"मी एक जेवण म्हणून सांगितलं होतं. पण त्यांना ठाऊक असतं–यात दोघं जेवतील, म्हणून."

जेवताना त्यानं विचारलं,

"होन्नत्तीविषयी तिच्या मनात का आकर्षण निर्माण झालं असेल?"

तिनं तंदूरी सब्जीचा घास तोंडात ठेवून त्याच्याकडे रोखून पाहिलं आणि हसत म्हणाली,

"अगदी वकिली थाटाचा प्रश्न आहे तुमचा! मला शब्दांत पकडायचा तुमचा डाव आहे ना?"

"छे! उगाच विचारलं मी. एवढ्या जवळची मैत्रीण म्हटल्यावर तुम्हांला समजल्याशिवाय कसं राहील?" त्याच्या आवाजातून स्नेह ओथंबत होता.

"तुम्ही पत्रकार म्हणजे अस्से असता!" आता तीही लाडात आली. "मला तर एवढी भीती वाटते तुम्हां पत्रकारांची! कुठं तरी एखादा टेपरेकॉर्डर लपवून ठेवून माझं सारं बोलणं टेप कराल! शर्टच्या खिशात किंवा पँटच्या शिखात तुम्ही छोटा टेपरेकॉर्डर ठेवला नसेल कशावरून?"

"तुम्ही पाहा हवं तर!" म्हणत तो उठला आणि त्यानं शर्ट-पँटचे खिसे बाहेर काढून तिला दाखवले. तिला अनावर हसू आलं. तोही काहीही नकळून हसला.

ती म्हणाली,

"तुम्ही किती निरागस बाळासारखे आहात. ते माझ्या लक्षात आलं. ते जाऊ द्या. गाण्यावरचं प्रेम आपोआपच गाणारणीवरच्या प्रेमात रूपांतरित होतं. अशा गायिकेवर हवा तेवढा पैसा उधळणारे पुरुष असतात ना? मग एखाद्या स्त्रीनं गायकावर पैसे उधळले, तर त्यात अस्वाभाविक काय आहे? मला विचाराल, तर हे कॉय-कॉय-टॉय-टॉय शास्त्रीय संगीत मुळीच आवडत नाही. मी तुम्हांला आधीच स्पष्टपणे सांगितलं–मला त्या दोघांचे कशा प्रकारचे संबंध होते, ते ठाऊक नाही, मी काहीही स्वतःच्या डोळ्यांनी पाहिलं नाही! संगीतावरचं प्रेम असल्यामुळं तिनं हरिशंकरच्या पार्टीसाठी तीस-पस्तीस हजार खर्चही केले असतील!"

पुढं काय विचारावं, हे त्याला सुचलं नाही. आणखी कसेही प्रश्न विचारले, तरी ही जास्तीचं समजू देणार नाही, हेही त्याच्या लक्षात आलं होतं. आता त्या दोघी मैत्रिणींचे संबंध कसे आहेत, हेही त्याला जाणून घ्यायचं होतं... पण हिला विचारून खरं उत्तर मिळणार नाही, हेही त्याला कळत होतं. त्यानं तिच्या मंत्रालयाकडे विषय वळविला. जेवण झाल्यानंतरही घटकाभर लाऊंजमध्ये बसून त्यानं तिचा निरोप घेतला. तिनंही तो कुठं उतरला आहे, याची चौकशी केली. त्यानं लॉजचं

नाव सांगितलं. नंतर ती म्हणाली,

"सवड असेल, तर पुन्हा अवश्य या. हा विषय वगळूनही आपल्याला खूप गप्पा मारता येतील. संध्याकाळी सहानंतर मी रिकामी असते. आधी फोन केलात, तर चुकामूक होणार नाही." म्हणत तिनं आपलं कार्ड त्याला दिलं.

लिफ्टमधून खाली उतरताना त्याला वॉचमनशी बोलावंसं वाटलं. आताच बोलावं, की उद्या दिवसा यावं, या विचारात तो असतानाच लिफ्ट थांबली आणि दरवाजा उघडला. लिफ्टबाहेर वॉचमन त्याचीच वाट बघत उभा असल्यासारखा राहिला होता. त्यानं खाडकन सॅल्यूट मारून 'सलाम, साब' म्हटलं.

रवींद्रनंही ही संधी न सोडता खिशात हात घालून त्याला दहा रुपयांची नोट देत म्हटलं,

"कुठं राहतोस?"

दहा रुपये मिळाल्यामुळं कृतज्ञतेनं सर्वांग वाकवून नम्रता दाखवत तो म्हणाला,

"इथंच मागच्या बाजूला वॉचमन क्वार्टर आहे."

रवींद्रनं सगळीकडे नजर फिरवली. रिकाम्या गाड्या सोडून, तिथं आणखी कुणीही नव्हतं. त्यानं विचारलं,

"चोवीस तास ड्यूटी असते?"

"हां, साब! रात्री गेटला कुलूप लावून इथंच झोपतो मी. दिवसा घटकाभर झोप काढतो दुपारी. पण त्या वेळी माझी बायको इथं असते. आमच्या माहितीशिवाय वरचा माणूस बाहेर जाणार नाही आणि बाहेरचा वर जाणार नाही!"

"अच्छा! गाव कुठलं तुझं?"

"गढवाल!"

"व्वा! पुण्यभूमीच ती! दिल्लीचं दूध तुमच्या गावच्या पाण्याच्याही लायकीचं नाही, म्हणतात!"

"साब! अगदी खरं बोललात, बघा, तुम्ही! आहे काय या दरिद्री दिल्लीमध्ये! चार पैसे गाठीला मारून म्हातारपणी निवांतपणे गावी राहायचं, हेच स्वप्न आहे, बघा, आमचं!" एव्हाना त्याच्या चेहऱ्यावर मोकळेपणा आला होता.

"एक गोष्ट विचारायची होती, भाई! त्या मॅडम आहेत ना? शीतल गुप्ताजी? त्यांच्या घरी एक माणूस सतार वाजवायला यायचा. वर्षापूर्वीची गोष्ट असेल. आठवलं?"

"न आठवायला काय झालं? दररोज एक मॅडम त्यांना गाडीमधून घेऊन यायच्या. गाडीचा नंबरही लक्षात आहे... डीएल्एच् तीन हजार सहाशे सत्तावन्न."

"ते दररोज सतार घेऊन यायचे?"

"होय."

"त्या मॅडम वरपर्यंत जाऊन त्यांना सोडून यायच्या?"

"होय."

"त्या तिथून खाली केव्हा यायच्या?"

"तीन... साडेतीन वाजता. कधी चार वाजता..." बोलता बोलता तो सावध झाला आणि म्हणाला, "साब, माझ्याही नीट लक्षात नाही. दुपारी मी झोपायलाही कधी कधी घरी जात असे!"

"तेही खरंच म्हणा! वर्षापूर्वीचं तुला तरी कुठं नीट आठवणार? इथून नई दिल्लीला जायची बस कुठं मिळेल?"

"साहेब. सव्वा दहा वाजले ना? आता बस मिळायची शक्यता कमी आहे. कॅनॉट प्लेसची मिळेल." म्हणत त्यानं बसस्टॉप दाखविला.

टॅक्सीनं लॉजवर परतत असताना रवींद्रला वाटलं, हे निनावी पत्र शीतलनंच पाठवलं असावं! दोघी मैत्रिणींमध्ये दुरावा यायला काय कारण घडलं असेल?

पत्र कुणी का पाठवेना, त्यात लिहिलेला मजकूर सत्य आहे, याविषयी त्याच्या मनात शंका राहिली नव्हती.

◆

लॉजमधल्या आपल्या खोलीत कॉटवर रवींद्र लोळत पडला होता. जाग येऊन दोन तास झाले, तरी त्याला उठावंसं वाटत नव्हतं. आता उठून तरी काय करायचं? ज्या कामासाठी दिल्लीत आलो होतो, ते काम तर संपलं. आजच्या एखाद्या गाडीचं तिकीट मिळालं, की–दहा पंधरा रुपये लाच दिली, तर तिकीट मिळणं सहज शक्य आहे.

नाही तरी दिल्लीत आलोय... तिलाही भेटून गेलो असतो, तर? कशाला भेटायचं पण? या आधीही अनेक वेळा आलो आणि तिला न भेटता निघून गेलो. पण या वेळची गोष्ट वेगळी आहे. तिला गाठून तिला हे पत्र दाखवलं, तर? दाखवलं, तर ती 'एका निनावी पत्राच्या आधारे माझ्यावर असे घाणेरडे आरोप करतोस? म्हणून आकांड-तांडव करेल, यात शंका नाही.

नऊ वाजता निरुपायानं तो उठला. दाढी-अंघोळ उरकली. डिरेक्टरीमध्ये नाव शोधलं. फोन नंबरही सापडला. पावणे दहा–त्यानं ऑफिसचा नंबर फिरवला. तिचाच अवाज.

"मी रवींद्र बोलतोय्. दिल्लीतूनच बोलतोय्. पाच मिनिटं तुझ्याशी बोलायचं आहे."

तिचं काहीच उत्तर ऐकू आलं नाही. आपलं बोलणं तिला ऐकू आलं म्हणायचं, की नाही? की इथले फोन एकाएकी मृत होतात? त्यानं पुन्हा तेच सांगितलं.

आता मात्र पलिकडून आवाज आला :

"मी ऑफिसमध्ये खाजगी गोष्टी बोलत नाही. ओ के. दुपारी एक वाजता घरी याल, तर बोलता येईल. वडलांच्या घरी नव्हे. माझं स्वतंत्र घर आहे. पत्ता लिहून घ्या. एक ते दोन वाजेपर्यंत मी घरातच असते. त्यानंतर माझं मिनिस्ट्रीमध्ये काम आहे."

शेजारच्या छोट्या हॉटेलमध्ये रवींद्रनं पाव आणि चहा घेतला. नंतर शेजारच्या रेल्वे स्टेशनमध्ये जाऊन प्लॅटफॉर्म तिकीट काढून आतल्या एका दगडी बाकावर तो बसून राहिला. जाणाऱ्या-येणाऱ्या गाड्या, मालगाड्या, इंजिनं, गाड्यांची वाट पाहणारे असंख्य प्रवासी, प्लॅटफॉर्मवर त्या साऱ्या गर्दीत झोपणारी, स्टोव्ह पेटवून अन्न शिजवणारी माणसं–दृष्टी विशाल होण्यासाठी दररोज किमान तासभर रेल्वे स्टेशनवर बसणं आवश्यक आहे!

साडेअकरा वाजता तो स्टेशनच्या कँटीनमध्ये जाऊन जेवण उरकून आला. तिथूनच एक बस पकडून तो तिच्या घराकडे निघाला. नव्या दिल्लीमध्ये पत्ता शोधणं फारसं कठीण नसल्यामुळं लगेच घर मिळालं. मोठ्या अक्षरात तिच्या नावाचा बोर्ड होता. समोरच्या पोर्टिकोमध्ये काळी एअर कंडिशन्ड गाडी-नंबर तोच– डीएल्एच् तीन हजार सहाशे सत्तावन्न–वॉचमननं सांगितलेला नंबर. त्या गढवाली चौकीदाराचं नाव विचारायचं राहून गेलं. काही क्षण त्याची नजर कारवर खिळली. पाठोपाठ तो सावध झाला. मी तिची गाडी पाहत असल्याचं ती आतून निश्चित पाहत असेल.

दारात जाऊन त्यानं बेल वाजवली. काही क्षणांत दरवाजा उघडला. दारात तीच उभी होती. चेहऱ्यावर कसलेही भाव न दाखवता ती उभी होती. तू आपण होऊन भेटायला आलास–बोलायची जबाबदारी तुझी आहे. हे मात्र तिच्या चेहऱ्यावर स्पष्ट दिसत होतं. दरवाजा उघडा आहे. पाहिजे, तर आत ये. मी काही आरती ओवाळून स्वागत करणार नाही!

तो आत गेला. व्हरांड्यात तीन-चार खुर्च्या होत्या. केवळ तोंडओळख असलेल्यांना बसण्यासाठी केलेली ती व्यवस्था. तो तिथल्या एका खुर्चीवर बसला. आत कुणी तरी स्वयंपाक करत असावं. होय. लाटण्याचा आवाज येत होता. मालकिणीसाठी गरम चपाती चाललेली दिसते. आतल्या आवाजाचा आपल्याला त्रास होऊ नये, म्हणून तिनं व्हरांड्याचा आतला दरवाजा बंद केला आणि ती एका खुर्चीवर बसली.

खोलीत शांतता पसरली. तिच्या चेहऱ्यावरची मुरलेली अधिकारशाही आणि आपल्या मौनाचं समोरच्या व्यक्तीवर दडपण आणायची चलाखी त्याच्या लक्षात आली होती. त्यानं आपल्यासोबत आणलेली चामड्याची बॅग उघडली आणि

त्यातलं ते अनामिक पत्र काढून तिच्या पुढं धरलं. तिनं ते हातात घेतलं आणि उलगडून त्यावर नजर फिरवली. नंतर ते पत्र त्याच्या मांडीवर फेकून तिनं आपली आकर्षक पर्स उघडली आणि त्यातून एक पत्र काढून त्याच्यापुढं धरलं.

"हं. हे पाहा आणि वाचून सांगा ही त्याच पत्राची प्रत आहे, की नाही!"

त्यानं पाहिलं. खरोखरच ती आपल्याला आलेल्या पत्राची कॉपी होती. तिनं ते पत्र पुन्हा पर्समध्ये ठेवून दिलं आणि ती पुन्हा बसून राहिली. यावर काय म्हणायचंय्, असा मूक सवाल टाकत.

तिच्याकडे असलेली पत्राची प्रत पाहून बसलेल्या धक्क्यातून अजूनही तो सावरला नव्हता. तीच म्हणाली,

"हे पत्र मला आलेलं नाही. माझ्या वडलांच्या डेहराडूनच्या पत्त्यावर ते पाठवलं होतं. त्यांनी ते इथं पाठवून दिलं. त्यांना मोठ्या अधिकाराच्या जागेवर काम केल्याचा अनुभव आहे. निनावी पत्र हे खोटारड्या भेकडांचं शस्त्र आहे, याचा अनुभव त्यांनीही घेतला आहे. या संदर्भात त्यांनी मला अवाक्षरानंही विचारलं नाही. त्यांनी उलट फोन केला–तुझ्याशी भांडण असलेल्या तुझ्या कुणा सहकाऱ्याचं हे काम असलं पाहिजे. कोण आहे, ते शोधून सावध राहा. तुम्ही मात्र हातात पत्र मिळताच माझी उलटतपासणी करायला आलात ना?"

"निनावी पत्रं नेहमी खोटीच असतात, असं सांगता येत नाही. पत्रलेखकाला आपलं नाव सांगायची इच्छा नाही, एवढाच त्याचा अर्थ. त्यातला मजकूर खरा आहे, की खोटा, याविषयी तू खरं सांग!" तिच्या चेहऱ्यावर दृष्टी रोखून त्यानं विचारलं.

ती क्षणभर कासावीस झाली. हा मला पेचात पकडायला आलाय्! मनाशी ठरवलेली उत्तरं आणि गोळा केलेला धीटपणा अदृश्य झाला. कपाळ, नाक आणि भुवयांवर घामाचे थेंब तरारले. तिनं स्वतःलाच बजावलं–निनावी पत्रावर विश्वास ठेवून मला जाब विचारणाऱ्याला मी उत्तर द्यायची काहीही आवश्यकता नाही.

"मला फक्त सत्य जाणून घ्यायचं आहे. पूर्णपणे तपास केल्याशिवाय मी कुठल्याही गोष्टीवर विश्वास ठेवीत नाही. मी बाकी सगळा तपास केला आहे. आग्रा-सिमल्याला कुठल्या नावानं उतरला होता, तेही शोधून काढलंय्, आता हे सगळं खोटं आहे, हे सिद्ध करायची जबाबदारी तुझी आहे!" त्यानं कठोरपणं सांगितलं.

"संबंध पूर्णपणे तुटू नयेत, म्हणून घरी आलेल्या बायकोला दुसऱ्या खोलीत झोपवणाऱ्या नवऱ्याला या उलट-तपासणीचा काहीही अधिकार नाही!" ती उत्तरली.

क्षणभर तो गोंधळला. नंतर म्हणाला,

"तू घरी आली होतीस, ते वर्ष आणि महिना मलाही आठवतोय्. पण त्याआधी किती तरी दिवस तुझे होन्नत्तीशी संबंध होते. तरीही तुटू नयेत, म्हणून तू

घरी आली होतीस?''

तिचा तडफडाट त्याला स्पष्टपणे जाणवत होता. आता तिच्या मानेवरूनही घामाची धार लागली होती. ती उरलंसुरलं धैर्य एकवटून किंचाळत म्हणाली,

''मीही तपास केलाय्! तुमची तुमच्या पी.ए.बरोबर थेरं चालतात, हे मला ठाऊक नाही काय? मी घटस्फोट देताक्षणीच तिच्याशी लग्न करायचं तुमचं षड्यंत्र मला ठाऊक आहे! माझ्यावर नाही नाही ते आरोप करणाऱ्या तुमच्यासारख्या माणसाशी मला केवळ नावापुरते संबंध ठेवायचीही इच्छा नाही! घटस्फोट फेकून देईन मी–लग्न कर जा तिच्याबरोबर. बायको-मुलांना पोसायची तुमची लायकी कधीच नव्हती. मला तुमच्याशी नामके वास्तेही संबंध ठेवायचा नाही.''

ती ताडकन उठली आणि आत जाऊन तिनं दरवाजा धाडकन ओढून घेतला.

◆

तिनं भेट संपवल्याबद्दल त्याला मुळीच आश्चर्य वाटलं नाही. बस-स्टॉपकडे जाताना त्याच्या मनात येत होतं–एवढं सगळं करायची खरोखरच काय गरज होती? सारं काही समजलं होतंच. मग तिच्या समोर जाऊन वाद वाढवण्यात काय अर्थ होता? पण बसमधून लॉजच्या दिशेनं जाताना वाटलं–कटू वाटलं, तरी घडलं, ते उत्तम झालं. कधी तरी हे घडून पूर्णपणे सोक्ष-मोक्ष लागायलाच हवा होता. मला सारं ठाऊक आहे म्हटल्यावर यानंतर तरी ती भ्रमात राहणार नाही–मीही राहणार नाही.

खोलीवर आल्यावर त्यानं कॉटवर अंग टाकलं. लगेच झोप लागली. तासाभरानं जाग येताच वाटलं–आता दिल्लीमध्ये राहून काय करायचं? पावणे चार वाजले होते. आजच एखाद्या गाडीचं रिझर्व्हेशन मिळवायला पाहिजे. तो उठला. शेजारच्या चहाच्या दुकानात एक सामोसा आणि चहा घेऊन झाला, तरी त्याला उठावंसं वाटेना. त्याला विद्याशालेत जाण्यातच विशेष रस वाटेनासा झाला होता. आपण कुठं राहिलो आणि कुठं गेलो, तरी त्याचं काय–असं त्याला वाटू लागलं.

नाही तरी विद्याशालेत काय आहे? बन्नूरबेट्टाच्या पलीकडे नवी शाळा बांधून तरी काय होणार आहे? त्याचं मन निराश होऊन गेलं होतं. आता घाईनं लाच देऊन तिकीट कशाला काढायचं? त्याऐवजी दिल्लीतच का राहू नये? त्याला कुठं तरी जाऊन निवांत बसावंसं वाटलं. कुठं जायचं? जवळच्या रेल्वे-स्टेशनची आठवण आली. प्लॅटफॉर्म-तिकीट काढून तो एका मधल्या प्लॅटफॉर्मवरच्या दगडी बाकाजवळ आला. त्यावर बसलेल्या प्रवाशांना थोडं सरकून घ्यायला सांगून तो बसला.

संध्याकाळची साडेचारची वेळ. किती तरी रेल्वे-गाड्या निघत होत्या–किती तरी येत होत्या. प्रत्येक गाडीसरशी लोकांची जत्रा उसळत होती. लोखंडी जिन्यावरची

वर्दळ वेग घेत होती. दगडी बाकावरची माणसंही एकेक करून निघून गेली. आता पाय पसरून बसता येईल, अशी ऐसपैस जागा झाली.

संध्याकाळी आठ वाजेपर्यंत त्यानं तिथंच वेळ काढला. नंतर रेल्वेच्या कँटीनमध्ये जेवून, तो लॉजवर येऊन कॉटवर झोपला. आपलं मन शून्याच्या अधीन झाल्याचं त्यालाही उमजत होतं. काहीही करायला नको- कसलाही विचार नको–कुणाला भेटणं नको–कुणाशी बोलणं नको–अशा प्रकारची निश्चल स्थिती मनाला व्यापून राहिली होती.

किती तरी वेळानं त्याला झोप लागली.

सकाळी बऱ्याच उशिरा जाग आली. अंघोळ- चहा- नाश्ता झाला, तरी मन त्याच स्थितीत होतं. आज तरी निघायला पाहिजे. तिकीट काढून आणायला पाहिजे, असं वाटतच नव्हतं. असं उगाच लॉजमध्ये पैसे भरत किती दिवस राहायचं? हे डोक्यात येत असलं, तरी म्हणून आपण उठून, रेल्वेचं तिकीट काढून आणावं, असा उत्साह वाटत नव्हता. केवळ रेल्वे-स्टेशनावरचा दगडी बाक तेवढाच त्याच्या विरंगुळ्याची जागा झाला होता.

दुपारनंतर मनात पुन्हा आलं–एवढी वर्षं ती माझ्यापासून लांबच राहत होती. तिचं राहणं, काम करणं, वावरणं, प्रवासाची पद्धत, तिचा वेगळ्याच पातळीवरचा मित्र-परिवार- आपल्याविषयी तिला पराकोटीचा तिरस्कार वाटतो. अशा वेळी तिच्या वागण्याविषयी सवाष्णीच्या अपेक्षा करणं हाच मूर्खपणा नाही काय? जगात असं किती तरी ठिकाणी घडत असतं. त्यांतलं एक उदाहरण आपल्या जवळपास घडलं–एवढंच! त्यात एवढं मनाला लावून घ्यायचं काय कारण?

पण जेवताना मात्र सारं स्पष्ट झालं. आपल्याला मनस्ताप व्हायचं कारण कांतीची वागणूक नसून, होन्नत्तीचं अधःपतन हे आहे! होय–आपली प्रतिक्रिया उलट-सुलट होत गेली असली, तरी–खरंच! मोठ्या पगाराची नोकरी सोडून विशिष्ट उद्देश ठेवून तपश्चर्या करणाऱ्या होन्नत्तीवर आपण निष्ठा ठेवली- आता जीवनात विश्वास ठेवावं, असं काय राहिलं? जीवन-श्रद्धेची मुळंच होरपळून गेल्यावर शाळा निर्माण करणं–चारित्र्यवान विद्यार्थी-नागरिक तयार करायचे–त्याला कशातच काही अर्थ दिसेनासा झाला. जीवन म्हणजे पाशवी प्रवृत्ती, पैसा कीर्ती-लैंगिक तृप्ती-अधिकार! जे काही करायचं-धडपडायचं–ते याचसाठी! अशा जगात कुणी कुणाविषयी आदर बाळगायचा?

या विचारासरशी अंतर्मनाच्या क्षोभाला एक उत्तर मिळाल्यासारखं वाटून मन किंचित हलकं झालं. पण पाठोपाठ पुन्हा शून्य भावना! छेः! ही जाणीवच

आपल्याला पुन्हा पुन्हा शून्यभावनेत लोटते! सगळा समाज, सगळा प्रदेश, सगळा देशच अशा स्थितीत येऊन पोहोचल्यावर मनाची शून्य-भावना कशी नाहीशी होईल? मनानं स्वतःच्या बचावासाठी ओढलेलं हे कृत्रिम आवरण–यानंतर त्याच्यासह जगण्याशिवाय दुसरा मार्गच नाही!

पण मग अण्णय्या असा कसा राहिलाय्? त्याच्या मनाला शून्य घेरून टाकत नाही काय? त्यानं निर्माण केलेल्या विद्याशालेतही किती तरी गोष्टी घडताहेत! तरीही त्याची श्रद्धा तशीच कशी राहिली असेल? मलाही तिथं मनशांती मिळेल काय?

या विचारानं त्याला थोडा वेळ बरं वाटलं. पण नंतर मनात आलं, काही का असेना–आता होन्नत्तीही तिथंच येऊन राहिला आहे! अण्णय्याला सारं सांगून त्याच्या मनात होन्नत्तीविषयी कटू भावना निर्माण करून होन्नत्तीला निराधार करता कामा नये! एक मात्र त्याचा निश्चय ठरला- काहीही झालं, तरी ही गोष्ट आणखी कुणाच्याही कानांवर जाणार नाही याविषयी सावधगिरी बाळगली पाहिजे. इथं आपल्या मनःशक्तीचाही कस लागणार आहे!

या विचारासरशी त्याच्या मनात थोडी उन्नत भावना निर्माण झाली. याच भावनेत बुडून जात असताना त्याचा डोळा लागला.

जाग आल्यावर जाणवलं–आपल्याला गाढ झोप लागली नव्हती–ती एक प्रकारची ग्लानी होती.

आता या गावात आपलं काय काम आहे? आपण इथून निघून गेलं पाहिजे आपल्या गावी–

आपल्या गावी म्हणजे कुठं? विद्याशालेला? पण ते काही आपलं गाव नाही. मग बसवनपूर? तिथं जाऊन आजूबाजूच्या शेजाऱ्यांनी गिळंकृत केलेला गोठा त्यांच्याकडून काढून घ्यायचा आणि त्याच जागी एक लहान मातीचं घर बांधून राहायचं. काय हरकत आहे?

राजशेखर, कृष्णेगौडा, जयप्पगौडा- साऱ्यांचीच आठवण एकेक करून आली. मळ्याचे नवे मालक तर मारायलाच धावले होते! त्यानंतर शहाळ्याचे पैसे घेताना कसे लाचार झाले होते! त्यांतलं माझं कोण आहे? कशाला जायचं तिथं? त्या गावानं मला दिलं ते एकच! अण्णय्यासारखा एक परम स्नेही!

त्या घटनेला किती तरी वर्षं झाली- पण मीही नंतर कधीही त्या माझ्या गावी फिरकलो नाही. देवळासाठी दरवाजा करायला रामभट्टांना मदत केली. नंतर महिन्या-भरानं त्याचं पत्र आलं होतं–दरवाजा लावायचं काम झाल्यावर त्याची पूजा करण्यासाठी त्यांनी बोलावलं, तरी मी गेलो नाही. राहिलेल्या पैशामधून तुम्हीच पूजा करा, म्हणून कळवून मोकळा झालो. तूर्त यायला वेळ नाही–सवड होईल,

तेव्हा येईन, म्हणून कळवलं असलं, तरी न जायला तेवढंच एक कारण होतं काय?

त्यानंतर किती तर वेळा हालुकेरेच्या विद्याशालेमध्ये जाऊन येतो- पण मध्ये न उतरता सरळ बसवनपूरला का जायची इच्छा झाली नाही? ते गाव आज राजशेखर, जयप्पगौडा आणि कृष्णगौडांसारख्याच्या वर्चस्वाखाली असलं, तरी रामभट्ट तिथं आहेत–देऊळ आहे–त्यासाठीही जाता आलं असतं. चोरीला गेलेली ती आजीच्या चेहऱ्याची आठवण करून देणारी सरस्वतीची मूर्ती–तिचं पुढं काय झालं, कोण जाणे! मीही त्याचा तपास पुढं नेला नाही. आपल्या देशातली वृत्तपत्रं एवढंच करतात–याहून जास्त काहीही नाही!-

गावाच्या आठवणीसरशी त्याला रामभट्टांची आठवण झाली. त्याचं ते सोवळं-ओवळं! विचित्र वाटावं, एवढ्या टोकाचं सोवळं-ओवळं! तरीही त्याची श्रद्धा मोठी, हे मानलंच पाहिजे! गावात भागेना, म्हणून मुलाकडे गेल्यावर त्याच्या स्वप्नात येऊन देवाच्या मूर्तीनं सांगितलं, म्हणे, 'तुझ्या पूर्वजांना अन्न मिळत होतं–तुलाही मिळेपर्यंत तू माझी पूजा केलीस! आता अन्न मिळेनासं झाल्यावर निघून गेलास काय? हीच काय तुझी भक्ती!' पूजा न करता जेवायला बसलं, तर अन्नात, विष्ठेत दिसाव्यात, तशा पांढऱ्या अळ्या दिसायला लागल्या, म्हणे! पुन्हा ते गावी परतले. मुलगा पाठवतो, तेवढाच पैसा आपल्या पोटासाठी खर्च करायचा. सरकारकडून वृद्धांसाठी मिळणारं पेन्शनही नाकारण्याइतका स्वाभिमान!–

या आठवणींनी तो व्याकूळ झाला. एकदा तरी गावाकडे जाऊन यायला पाहिजे. त्यांच्याच घरी उतरायचं–ते जे काही शिजवून वाढतील, ते जेवायचं–या सुखावह कल्पनेतच तो काही वेळ पडून राहिला.

अजून दुपार उतरायच्या आधीच तो उठून चहा प्यायला शेजारच्या छोट्या हॉटेलात गेला. शेजारच्या जागेवर बसून एकजण भजी खाता खाता एक इंग्लिश नियतकालिक वाचत होते. रवींद्रची सराईत नजर त्यावरून फिरली–कच्चा कागद, निकृष्ट दर्जाची छपाई–नियतकालिकाचं शीर्षक होतं, 'दि फॅक्ट'. साप्ताहिक दिसतंय्. की–अंहं–नीट दिसत नाही. पण हे नवं दिसतंय्, हे मात्र नक्की. त्यानं कुतूहलानं त्यात थोडं वाकून पाहिलं. होय–साप्ताहिकच होतं. तिसरा अंक- म्हणजे नवंच दिसतंय्! पण कुणी काढलंय्? संपादक–गोपीकृष्ण तलवार! किमत–दीड रुपाया–

अरेच्चा! तलवारांनी साप्ताहिक सुरू केलं? तो उत्साहानं उडालाच! शेजारचा वाचत होता–तोही तिरक्या नजरेनं शक्य तेवढं वाचू लागला. वाचणाऱ्याची चांगलीच तंद्री लागली होती. पहिल्या पानावरच्या लेख इंडियन ट्रिब्यूनच्या चढ-उतारावरच लिहिला होता. पहिला परिच्छेद वाचताच जाणवलं–ही खरी तलवारांची शैली! ट्रिब्यूनचं संपादकीय बऱ्याच वेळा याच शैलीमध्येच असे. अधून-मधून

मधला सुदीर्घ लेखही तेच लिहीत. किती तरी काळानंतर तलवारांची लेखणी भेटताच रवींद्रला अपरिमित आनंद झाला.

साप्ताहिक वाचणारे गृहस्थ चहा-भजी संपताच उठून उभे राहिले. रवींद्रनं त्यांना वेळ न गमावता विचारलं,

"मला याची प्रत हवी होती. कुठं मिळाली तुम्हांला?"

"तुम्हांला ठाऊक नाही? हे साप्ताहिक न्यूज-स्टँडवर मिळत नाही. हे दिसलं, की सरकारी गुंड त्या स्टॉल्सवर हल्ला करतात आणि या साप्ताहिकाबरोबर इतरही मासिकपेपर्स जाळून टाकतात. वृत्तपत्राच्या स्वातंत्र्याचा पुरस्कार करणारे काही कॉलेज-विद्यार्थी कुणाच्या लक्षात येणार नाही, अशा प्रकारे विकत असतात. त्याची अमुक एक जागा म्हणून सांगता येत नाही. आता मी रेल्वे-स्टेशनवर तिकीट विकायच्या खिडकीपाशी एका कॉलेजच्या विद्यार्थ्याकडून हा अंक विकत घेतला-"

एका घोटासरशी पटकन चहा संपवून रवींद्र पैसे देऊन निघाला. तिकीट-विक्रीच्या खिडकीपाशी आता कुणीच नव्हतं. बाहेर येऊन त्यानं स्कूटर –स्टँड आणि सभोवताली पाहिलं. नंतर प्लॅटफॉर्म तिकीट घेऊन आत जाऊन त्यानं तिथंही पाहिलं. अखेर काही तरी मनात येऊन तो न्यूजपेपर स्टॉलवर गेला. तिथंही ते साप्ताहिक दिसलं नाही. दुकानदारानं चौकशी केली,

"काय पाहिजे?"

"दि फॅक्ट!–" रवींद्रनं हलकेच विचारलं.

दुकानदारानं त्याच्याकडे निरखून पाहिलं. नंतर आतल्या बाजूला जमिनीवर कुठल्या तरी दुसऱ्या गठ्ठ्यात ठेवलेला एक अंक ओढून काढून त्याच्या हाती देत सांगितल,

"दोन रुपये..."

"दीड रुपाया ना?"

"भाईसाब, पण केवढी रिस्क घेऊन आम्ही हे विकतो, ठाऊक आहे ना?"

अखेर दोन रुपये देऊन त्यानं अंक हातात घेतला आणि जवळच असलेल्या रेल्वेच्या वेटिंग-रूममध्ये जाऊन फॅनखाली बसून तो अंक वाचू लागला. अर्धवट वाचून झालेला लेख पुढं वाचण्यासाठी त्यानं दुसरं पान उघडलं. 'स्वातंत्र्य-बालकाला ठार मारण्याच्या पद्धती आणि पूतनेचे विषारी स्तन' या शीर्षकाखाली तो लेख होता. वृत्तपत्रस्वातंत्र्यावर घाला आल्यानंतर त्यातून बाहेर पडलेल्या काही जणांनी सुरू केलेल्या या साप्ताहिकाच्या नरड्याला नख लावण्यासाठी सरकार कशा प्रकारे त्रास देत आहे, याची एक यादीच तिथं दिली होती.

'दि फॅक्ट' चा पहिला अंक बाहेर पडताच सरकार सावध झालं आणि त्यांनी

लक्ष्मीनगरमध्ये असलेल्या ज्या छोट्या घरातून हा अंक प्रसिद्ध झाला, त्या घराच्या मालकाला त्यांनी त्रास द्यायला सुरुवात केली. घर बांधण्यासाठी त्यानं सहकारी संस्थेकडून घेतलेलं कर्ज हप्त्यानं फेडायचं ठरलं असतानाही त्याच्यामागे एकाच हप्त्यात सारी रक्कम भरली पाहिजे, म्हणून तगादा लावण्यात आला. घर-मालकही आता त्या विरुद्ध कोर्टात गेला होता. हे झाल्यावर लगोलग घरामधलं विद्युत्ताराचं काम हलक्या प्रतीचं आहे, असं म्हणत घरातला विद्युत्–पुरवठा बंद करण्यात आला. याही विरुद्धही घरमालक 'आधी संबंधितांनी ती व्यवस्था योग्य असल्याचा शेरा देऊन विद्युत्प्रवाह दिला होता-' या मुद्द्यावर कोर्टात गेला. या दोन्ही खटल्यांना पैसा कमी पडत असतानाच काही माणसं त्याला भेटली आणि 'तुला या भानगडीत कशाला पडायचंय्? पेपरवाल्यांना घराबाहेर काढा म्हणजे सगळं ठीक होईल–' असं सांगून त्याच्यावर दडपण आणू लागली. छपाईचं काम चाललेल्या छापखान्याचा विद्युत्प्रवाह रोज चार-पाच वेळा तरी खंडित करताहेत. माणसांच्या वस्तीमध्ये छापखाना चालवण कायद्याच्या विरुद्ध आहे, असाही त्यांनी आक्षेप घेतला! छापखान्याचा मालकही 'गेली सहा वर्षं आक्षेप न घेता आता कसे आक्षेप घेता?' या प्रश्नावर न्यायालयात गेला आहे. सहा वर्षांपूर्वी कॉर्पोरेशननं त्याला परवानगी दिली होती. अशा आणखीही कटकटींची यादी तिथं दिली होती.

रवींद्रनं संपूर्ण साप्ताहिकावरून नजर फिरवली. एका मंत्र्याच्या भ्रष्टाचाराची कथा सांगणारा एक आकडेवारीसह लेखही त्यात होता. कुणालाही विचार करायला आणि टीका-टिपणी करायला संधी न देता सरकार आपल्याला हवे असलेले कायदे करतं आणि त्यावर राष्ट्रपतींचा रबरस्टँपही दाबला जातो–या सर्व बाबतींत प्रजासत्ताक राज्यपद्धतीचा ऱ्हास होतो, हेही मुद्देशीरपणे दाखवून दिलं होतं. तो लेख तर प्रख्यात कायदेतज्ज्ञ सी. वाय्. यांनी लिहिला होता.

रवींद्रनं शेवटच्या पानाचा खालचा भाग पाहिला. तिथं लक्ष्मीनगरमधला पत्ता दिला होता. फोननंबर नव्हता. कितीही मागणी केली, तरी अशा परिस्थितीत सरकार त्यांना फोन देण्याची टाळाटाळ करणार, हे उघडच होतं.

प्रत्यक्षच लक्ष्मीनगरला जायचं आणि तलवारांचं अभिनंदन करून यायचं त्यानं ठरवलं. त्यानं घड्याळात पाहिलं, सहा वाजले होते. या वेळी ते नक्की ऑफिसमध्ये असतील. रात्री दहापर्यंत तरी नक्कीच असतील–

त्यानं चौकशी केली, तेव्हा कॅनॉट प्लेसहून लक्ष्मीनगरला जाण्यासाठी बस मिळेल, असं त्याला समजलं. आय् टी ओ पाशी गेलं, तर यमुना-पुलावरून जाणाऱ्या सगळ्या बसेस् तिथूनच जातात, असंही समजलं.

पत्ता शोधून तो तिथं जाऊन पोहोचला, तेव्हा सात वाजले होते. एके काळची उघड्या गटारांची व्यवस्था असून आज तिथं पक्की घरं उभी राहिल्यामुळं कॉलनीचं

रूप आलेली ती वस्ती होती. उघड्या गटारांमधून सांडपाणी वाहत होतं. तिथल्या छोट्या-छोट्या घरांमध्ये मावणार नाही, एवढी लोकवस्ती त्या वस्तीत कोंबली गेली होती. बरीच माणसं बाहेर रस्त्यावरच होती. अलीकडेच ही वस्ती नगर-कॉर्पोरेशनमध्ये सहभागी केली असावी, असं दिसत होतं.

तो एका छोट्या घरापाशी येऊन थांबला. दारावर 'दि फॅक्ट' चा इंग्लिश बोर्ड लावला होता. आतील बाजू बाहेरून वाटली, त्यापेक्षा विशाल होती. दाराशीच उघडं गटार वाहत होतं. आत गेल्यावर समोर मोकळी जागा आणि शेजारी खोली होती. आतल्या बाजूला आणखी तीन खोल्या होत्या. सर्व खोल्यांमध्ये विजेचे फिकट दिवे लावले होते. जुन्या टाईपरायटरचा आवाज एक बाजूच्या खोलीतून येत होता. इतर खोल्यांपैकी दोन खोल्यांमधून कॉलेजची मुलं आपसांत गप्पा मारत असल्याचं आवाज ऐकू येत होता.

रवींद्र टाईपरायटरचा आवाज येत असलेल्या खोलीत शिरला. तलवार! एका ओबडधोबड टेबलावर जुना टाईपरायटर आणि बसायला तेवढीच जुनी खुर्ची! टाईपरायटपच्या शेजारी नोट्सची काही पानं रचून ठेवली होती. शॉर्टहँड-लाँगहँडची मिश्रभाषा त्यासाठी वापरलेली दिसत होती. त्यात आकडेवारीचाच भरणा जास्त करून होता. त्या टिपणाच्या सांगाड्यावर माहिती, अर्थ, विचार, भावना चढवून तलवार एक जिवंत लेख तयार करत होते. त्यांचं इतरत्र कुठंही लक्ष नव्हतं. पलिकडच्या खोल्यांमधला गडबड-गोंधळही त्यांना ऐकू येत नसावा. जवळ कुणी तरी उभं असल्याचं जाणवत असलं, तरी कुणी तरी मुलं असतील, असं मनाशी ठरवून त्या जाणिवेलाही त्यांनी विशिष्ट अंतरावर ठेवलं होतं. जवळ भिंतीपाशी एका चटईवर पंचवार्षिक योजनांचे तपशील, भारतातील 'हूजहू' यांसारखे प्रत्येक नियतकालिकाच्या ऑफिसमध्ये असलेच पाहिजेत, असे काही ग्रंथ रांगेत मांडले होते. त्याच्यासाठी एक टेबलही तिथं नव्हतं.

रवींद्रच्या लक्षात आलं—आत खोलीत बडबड करणारी मुलं कॉलेजचे विद्यार्थी असावेत. या साप्ताहिकाला मदत करायच्या हेतूनं ते इथं जमले असावेत. ते एकमेकाला काही ना काही विचारत, काही शब्द आणि अडलेलं स्पेलिंग. मधूनच ते परस्परांना प्रुफं तपासताना वापरायच्या चिन्हांविषयी विचारत. अशा मुलांकडून वेगानं काम कसं होणं शक्य आहे? एकदा तलवारांशी बोलल्यावर आत जाऊन त्या मुलांनाही मदत करता येईल—

पाच-दहा मिनिटं झाली, तरी तलवारांनी मान वर केली नाही. नंतर त्यांनी टाईपरायटरचा पेपर बदलला. आता तरी ते आपल्याकडे पाहतील, या अपेक्षेन उभ्या असलेल्या रवींद्रची निराशाच झाली. त्याचबरोबर लेख पूर्ण झाल्याशिवाय ते पाहणार नाहीत, याची खात्रीही झाली.

निदान मुलांना तरी मदत करावी, म्हणून तो मुलं असलेल्या खोलीकडे निघाला. जमिनीवर एक बस्कर पसरून त्यावर चार-पाच तरुण मुलं बसली होती. सगळी सुमारे सतरा-अठरा ते बावीस-तेवीस वर्षांची मुलं. मध्ये एक जुनी ऑक्स्फर्ड-डिक्शनरी होती. तो आत जाताच त्यांच्या नजरा त्याच्याकडे वळल्या. त्यानं स्वतःची ओळख सांगितली आणि तो म्हणाला,

''आत तलवारजींचं लेखाचं काम चाललंय्. प्रुफं पाहायचं काम चाललंय् ना? इकडं द्या–मी पाहतो–''

प्रुफं तपासताना त्यालाही थोडं अडखळल्यासारखं होत होतं. अलीकडे त्यालाही ती सवय नव्हती. तरीही या मुलांपेक्षा त्याचा वेग खूपच चांगला होता.

तासभर तरी ते काम चाललं असावं. तलवारांच्या खोलीतला टाईपरायटरचा आवाज थांबला. पेपर बदलताहेत, वाटतं–नाही. आवाज थांबून पाच मिनिटं होऊन गेली होती.

हातातल्या कागदासह तो उठला आणि तलवारांच्या खोलीत गेला. सिगारेट शिलगावून ते निवांतपणे झुरके घेत अंग सैल सोडून बसले होते. त्याला पाहताच त्याच्या गव्हाळी चेहऱ्यावर आश्चर्य आणि आनंद यांनी गर्दी केली. ते पटकन उठून उभे राहिले आणि आपली खुर्ची त्याला देत म्हणाले,

''रविजी! या–या! तुम्ही याल, याची मला खात्री होती. माझा अंतरात्मा मला सांगत होता. या बसा इथं–'' म्हणत त्यांनी खुर्ची पुढं केली.

'छेः! तुम्ही बसा- मोठे तुम्ही!–मी इथं खाली बसतो–'' रवींद्र म्हणाला.

पण काहीही न ऐकता त्यांनी त्याचा हात धरून बळेच त्या खुर्चीवर बसवत म्हटल,

''हा लहान-मोठ्याचा प्रश्न नाही. टाईपरायटरवर काम करणाऱ्याला या खुर्चीवर बसलंच पाहिजे. जमिनीवर मांडी घालून बसलं, तर टाईप करणं कठीण होतं. मी तुम्हांला खुर्चीवर बसा म्हटलं–म्हणजेच काम सुरू करा! आता मला सांगा- केव्हा आलात? सूटकेस कुठं आहे?''

''न्यू दिल्ली स्टेशनापाशी सुरजित लॉजमध्ये उतरलोय्.''

''बरोबर आहे. तुम्हांला आमचा नीट पत्ताच ठाऊक नव्हता. चला–मी तुम्हांला दाखवतो–'' म्हणत त्यांनी त्याला शेजारच्या खोलीत नेलं आणि म्हणाले, ''काम करणाऱ्यांनी इथंच राहिलं पाहिजे. त्याशिवाय कामं होणार नाहीत. ते तिकडचं अंथरूण आहे ना? ते माझं. तिथं मच्छरदाणी आहे ना? ती भिंतीवरच्या खिळ्यांना बांधता येते. हे गुंडाळून ठेवलंय्, ते आमच्या सैनीचं अंथरूण. मोहनलाल सैनी नावाचा सव्वीस वर्षांचा तरुण आहे. नशीब! अविवाहित आहे! सिगारेट ओढायची सवय नाही. तीन वर्षांपूर्वी ट्रिब्यूनमध्ये आला होता. मला तो गुरुस्थानी मानतो. नाही

तरी शिष्यांना एक्सप्लॉईट करणं–त्यातही आपल्याला प्रचंड प्रमाणात आदर देणाऱ्या विद्यार्थ्यांना- हेच शिक्षकाचं काम, नाही का! मग काय? भरपूर पगार देणारी ट्रिब्यूनमधली नोकरी सोडून इथं यायला तयार झाला. मीही 'ये, शिष्योत्तमा! इथंच तुझा मोक्ष आहे!-' म्हणत त्याचं स्वागत केलं! काम उत्तम करतो. सप्तपाताळात दडून बसलेली बातमीही अत्यंत चलाखी आणि साहस दाखवून मिळवून आणण्यात त्याचा हातखंडा आहे! ते माझं अंथरूण आहे ना? त्यावर आजपासून तुम्ही झोपा. उद्या लॉजवर जाऊन सूटकेस घेऊन आलं, तरी चालेल. आता तुम्ही घाईनं गेला, तरी ते काही रात्रीचं भाडं सोडणार नाहीत! मला झोपण्यासाठी घरी जावंच लागणार–उद्या सारं सांगेन मी!-तिकडं चला–''

म्हणत त्यांनी पुन्हा त्याला टाईपरायटरच्या खोलीत आणलं. नंतर टेबलाच्या एका खान्यातून चार-पाच कागद काढून त्यांनी ते त्याच्या हाती दिले आणि सांगितलं, 'या मोहनलालनं दिलेल्या नोटस्. आपल्या न्याय-संस्थेवर सरकारी प्रहार केव्हापासून होऊ लागला, आपल्याला प्रतिकूल असलेल्या न्यायालयीन निर्णयावर पंतप्रधान, इतर सत्ताधारी मंत्री आणि इतर राजकारणी लोकांपैकी कुणी केव्हा, काय टीका केली, हे तारखेनुसार त्यात दिलं आहे. त्याचप्रमाणे हायकोर्टात मुख्य न्यायाधीश नेमताना कुणा कुणाची सेवाज्येष्ठता डावलण्यात आली आहे, ही डावलण्यामागं त्यांचे कुठले सरकार-विरोधी निर्णय कारणीभूत आहेत–वगैरे सारा तपशील या टिपणांमध्ये आहे. मोहननंच त्या तयार केल्या आहेत. त्यांचा वापर करून तू एक लेख तयार करून दिलास, तर तो उद्या सकाळी छपाईसाठी पाठवता येईल. मोहनच हे काम करणार होता. पण एक स्कूप मिळणार, असं समजल्यावर तो आजच संध्याकाळी घाईघाईनं चंदीगडला गेला. आता त्याला यायला दोन दिवस तरी लागतील. मीही हे घरी नेऊन केलं असतं–पण घरात टाईपरायटरचा आवाज होता कामा नये–ते सगळं उद्या सांगेन तुम्हांला–मला आता घरी गेलं पाहिजे. तुमचं अजून जेवण झालं नाही. इथं कोपऱ्यावरच्या हॉटेलात दाल-रोटी-आलू मिळेल. मी ओळख करून देतो, चला. जेवण-खाण-चहा, जे हवं, ते घ्या. आपल्या खात्यावर लिहायला सांगा–''

''–त्याची गरज नाही. माझ्याकडे पैसे आहेत–'' रवींद्र संकोचून म्हणाला.

''पैसे असतील, तर खर्च करू नका- नीट जपून ठेवा! त्याची गरज भासेलच! आता तिथं जेवा-तिथंच जेवा, म्हणून मी का सांगतो, ठाऊक आहे? त्याला स्वच्छतेची जाणीव आहे. भाजी किंवा दालमध्ये माशी पडणार नाही, याची तो काळजी घेतो. मीही तसाच बस पकडेन. थांबा–'' म्हणत ते मुलांच्या खोलीत गेले. त्यांनी तपासलेले प्रुफांचे कागद एकत्र गोळा करून मुलांना सांगितलं, ''आजचं काम झालंय्. तुम्ही आता निघायला हरकत नाही. उद्या संध्याकाळी पुन्हा या. आज

रात्री घरी मी यावरून पुन्हा एकदा नजर फिरवेन. हे कोण ठाऊक आहे ना?–'' म्हणत त्यांनी त्यांना रवींद्रची पुन्हा ओळख करून दिली, ''यांनी ट्रिब्यूनची ध्येय-धोरणं आत्मसात केली आहेत. वृत्तपत्राच्या स्वातंत्र्यावर घाला आल्यावर त्यांनीही ट्रिब्यूनचा राजीनामा दिला आणि आता ते बेंगळूरहून 'दि फॅक्ट' ची संपादन पदाची जबाबदारी अंगावर घ्यायला आले आहेत!''

आपण काहीही सांगण्याआधाच त्यांनी आपल्याला आपल्या वृत्तपत्राचा एक भाग समजल्याचं बघून रवींद्रला अवघडल्यासारखं झालं असलं, तरी त्यानं विरोधी अवाक्षरही तोंडून उच्चारलं नाही. मुलं आपापल्या घरी निघाली. ऑफिसच्या दाराला कुलूप लावून त्यांनी रवींद्रच्या हाती चावी दिली. नंतर जेवायचं हॉटेल दाखवून तिथंही ओळख करून दिली. मदतीसाठी येणाऱ्या मुलांविषयीही ते सांगत होते,

''हे दिल्लीच्या जवाहरलाल नेहरू विद्यापीठामधले विद्यार्थी आहेत. उत्साहानं मदत करायला म्हणून ते येत असतात. लेखनाशी संबंधित कुठल्याही कामासाठी यांचा उपयोग नाही. मदत करायला पुढं आलेल्यांना नाही म्हणायचं नाही. लेखन वगळता इतर किती तरी बाबतींत या विद्यार्थ्यांची महत्त्वाची मदत होत असते. साधारणतः पन्नास विद्यार्थी अशा प्रकारे मदत करत असतात. उद्या बोलू या. टाईपरायटरची रिबिन जुनी आहे. उद्या येताना नवी घेऊन येईन–'' म्हणून सांगत ते घाई-घाईनं कसे आक्षेप बस स्टॉपच्या दिशेनं निघून गेले.

जेवण झाल्यावर रवींद्रनं त्यांनी दिलेल्या टिपणांवरून सराईत नजर फिरवली. या विषयावर जुन्या ट्रिब्यूनमध्येही लेख लिहिता आला असता. त्यानंही मध्यंतरी एकदा त्यावर विचार केला होता. सैनीनंही भरपूर मुद्दे गोळा केल्याचं स्पष्ट दिसत होतं. त्यांवरून नजर फिरवत असतानाच लेखाचा प्रारंभ आणि त्याची स्थूल रचना त्याच्या मनात साकार होऊ लागली. टाईपरायटरला कागद चढवून त्यानं कामाला सुरुवात केली. जुना टाईपरायटर, जुनी रिबिन गेल्या कित्येक वर्षांमध्ये स्वतःच्या हातानं काम करायची सवय मोडली होती- केवळ डिक्टेशनचीच सवय होती- पण त्या आधी सुमारे वीस वर्षांची सवय असल्यामुळं दहा-पंधरा मिनिटांतच त्याची बोटं टाईपरायटरवर नीट फिरू लागली. त्यानंतर पाच-दहा मिनिटांतच वेगही वाढला. त्याच्याही न कळत तलवारांप्रमाणेच लेख संपूर्ण झाल्याशिवाय मान वर करायची नाही, असा निश्चय निर्माण झाला. सैनीनं गोळा केलेली माहिती, वैशिष्ट्यपूर्ण उपहास, मधूनच नाटकीयता- वाचकांनी लेख वाचायला घेतल्यावर मध्येच खाली ठेवता कामा नये, याची सावधगिरी बाळगत रवींद्रचा लेख साकार होऊ लागला. मधून मधून उप-शीर्षकंही आपोआप उमटत होती.

तीन तासांच्या अवधीत लेख पूर्ण झाला. नंतर त्यानं लगेच तो लेख

पहिल्यापासून अखेरपर्यंत वाचून काढला. एकही चूक नव्हती- अगदी पूर्णविराम-स्वल्पविरामाचीही चूक नव्हती! असाच्या असा छपाईला पाठवून द्यायला हरकत नाही, असा निर्दोष लेख! रवींद्रचं मन तृप्त झालं. लेखाचे सगळे कागद एकत्र करून त्यानं त्यांना पिन लावली आणि तो झोपायच्या खोलीत गेला. मच्छरदाणी सोडून तो अंथरुणावर आडवा झाला. एक प्रकारची तृप्ती! संध्याकाळपासून सर्वस्व पिळवटून टाकणारा शून्यभाव कुठल्या कुठं परागंदा झाला होता.

चहाच्या दुकानात हा अंक दिसणं, स्टेशनवरून तो अंक विकत घेणं आणि नंतर इथला पत्ता शोधत इथं निघून येणं–सारंच अगदी अचानकपणे झालं होतं. पण मनःस्थितीमध्ये किती पराकोटीचा बदल केला त्यानं!–बघता-बघता तो गाढ झोपी गेला.

सकाळी उशिरा जाग आल्यावर थंड पाण्यानं अंघोळ होईपर्यंत नऊ वाजले होते. आता काही तरी नाश्ता करावा, या विचारात तो असतानाच तलवार आले. तीच खादीची पँट- तोच खादीचा बुशशर्ट, डाव्या हातात जळणारी सिगारेट. आल्या आल्या त्यांनी सांगितलं,

''तुमचा नाश्ता झाला नाही- जा- आधी नाश्ता करून या. केचप आणि डबलरोटी देईल. त्यावर न विसरता एक केळं खा आणि मग चहा घ्या.''

तो नाश्ता करून माघारी येताच तलवारांनी उत्साहानं आणि आनंदानं त्याचा हात हातात घेतला आणि म्हणाले,

''फर्स्टक्लास लेख झालाय्! अशी हातोटी पाहिजे! अशी लेखन-शक्ती असणारे लोक आहेत तरी कुठं? असले, तरी पैसा मिळणार नाही, हे ठाऊक असताना आमच्यासाठी का लिहितील? आमचा मोहनही उत्साही आहे–कामावर भरपूर श्रद्धा आहे. पण फार भावनाधीन होतो. उद्देश सात्त्विक असला, तरी लेखन भावोद्वेगपूर्ण असून कसं चालेल? शिवाय तो वयानंही अजून लहान आहे.''

तेच पुढं म्हणाले,

''तुम्ही अंक पाहिलात ना? त्यात संपादक म्हणून माझं नाव द्यायला सुरुवात झाली आहे. आता ते नाव काढणं योग्य ठरणार नाही. संपादक- रवींद्र, प्रमुख संपादक–तलवार, प्रमुख वार्ताहर–मोहनलाल सैनी अशी नावं ठेवायचा विचार केलाय्.''

''पण मला नको ते–'' रवींद्र म्हणाला. पण तरीही मी तुमच्या वृत्तपत्रात शिरायचं, की नाही, ते निश्चित ठरवलेलं नाही, हे त्याला स्पष्टपणे सांगायला जमलं नाही.

तिकडं लक्ष न देता तलवार पुढं म्हणाले,

"आज आपण एक खुर्ची आणू. संपादकाची जबाबदारी तुम्ही तुमच्याकडे घ्या. बाहेरची जबाबदारी मी पाहतो. बाहेर फिरणं, पैसा उभा करणं, सरकारनं समोर ठेवलेल्या अडचणींमधून मार्ग काढणं वगैरे मी बघून घेईन. साप्ताहिक नियमितपणे प्रसिद्ध झालं पाहिजे–त्याची भाषा उत्तम हवी–मुद्रणदोष राहता कामा नयेत. नैतिक संताप, एवढाच एक सूर असता कामा नये. सार्वजनिक, बौद्धिक, सांस्कृतिक– सगळ्या क्षेत्रांमध्ये स्वतंत्र वारं वाहत असलं पाहिजे. तुम्हांला त्यासाठी संपूर्ण स्वातंत्र्य आहे! सुरुवातीला थोड्या-फार आर्थिक अडचणी राहतीलच. वाचकांच्याही ते लक्षात येतं. तुम्ही त्यावर विचार करू नका!''

यावर कुठल्याही प्रकारचा विरोध करणं त्याला शक्य झालं नाही. आपल्याला तरी याशिवाय दुसरा कुठला मार्ग आहे? रात्री लेख संपूर्ण झाल्यावर जसा आनंद झाला, तसा आणखी कुठल्या गोष्टीतून होतो? नवी शाळा सुरू करून ती चालवणं आवश्यक असलं, तरी त्यातून मला हा आनंद मिळणार नाही. तो माझा मनोधर्म नाही–हा आहे!

ते सांगत होते,

"हे दिवसभरातलं चोवीस तासांचं काम आहे. तोही इथंच झोपतो–तुम्हीही इथंच राहा. खरं तर, मीही इथंच राहिलं पाहिजे. पण माझं काय झालंय्, ते सांगतो– तुम्हांला कदाचित ते ठाऊक नाही. मी ट्रिब्यूनचं काम सोडल्याचं माझ्या बायकोला किंचितही पसंत नव्हतं. तुम्हांला मी फोनवर सांगितलं होतं–आम्हांला पैशाची काहीही अडचण नाही, म्हणून! पण मोठ्या संपादकाची बायको म्हणून समाजात जे स्थान होतं, ते गेल्याचं दुःख वाटलं तिला! मला समजावण्यासाठी तिनं सगळ्या मार्गांनी प्रयत्न केले. मला काहीही कळत नाही, असं तिचं म्हणणं! जगातल्या कुठल्या बाईला आपल्या नवऱ्याला कळतं, असं वाटतं, म्हणा! मी नोकरी सोडून नवं साप्ताहिक सुरू केलं, तेव्हा ती बधिर झाली. त्यानंतर घरी दोन वेळा पोलीस आले. सरकारी कागद–तेही महत्त्वाचे–दडवून ठेवलेत, म्हणून त्यांनी घरा-दाराची झडती घेतली. या घटनेमुळं तिला अपमानित झाल्यासारखं वाटलं. शेजाऱ्या-पाजाऱ्यांमध्ये आपली अब्रू गेल्यासारखं तिला वाटलं. तिची परिस्थिती आता–तिला डिप्रेशनचा त्रास होतो. मानसरोग-तज्ज्ञांना तिची प्रकृती दाखवली. त्यांनी मला रात्रीच्या वेळी घरी झोपलं पाहिजे, म्हणून सांगितलंय्. घरात एक टाईपरायटरही आहे. घरातच बसून लेखनाचं काही काम करणं शक्य आहे. पण त्या आवाजानंही ती प्रचंड अस्वस्थ होते. त्यामुळं मानसरोग-तज्ज्ञांनी तेही करू नका–म्हणून सांगितलंय्. मला तर वाटतं, ती या परिस्थितीचा गैरफायदा घेऊन अधिकच नाटकं करते! तसं मी मानसरोगतज्ज्ञांनाही म्हटलं. त्यावर ते म्हणाले– ती शक्यताही नाकारता येत नाही–पण तुम्ही हे त्यांना बोलून दाखवू नका. त्यामुळं

आजार बळावण्याची शक्यता जास्त असते.''

"एवढं सारं घडलं, तरी नियतकालिक चालवलंच पाहिजे, हा हट्ट कशासाठी?'' रवींद्रनं विचारलं.

"का? तुम्हीही पत्रकार आहात–तुम्ही सांगा!''

रवींद्र विचार करू लागला. त्यांनी घड्याळ पाहिलं–दहा वाजले होते. ते म्हणाले,

"तुम्ही आताच लॉजवर जाऊन सूटकेस घेऊन या. उशीर झाला, तर तो आणखी एका दिवसाचं भाडं वसूल करेल.''

रवींद्रलाही हे पटलं. तो उठला. काही तरी आठवून त्यानं विचारलं,

"लेख आजच छपाईला पाठवता?''

"होय. आता निघालोच. इथंच मागच्या बाजूला छापखाना आहे.''

"त्या लेखावर सैनींचंच नाव टाका. फार कष्ट घेऊन त्यांनी माहिती जमवली आहे!''

"दोघांचीही नावं टाकावीत, असं मला वाटतं...''

"नको. नाव काही एवढं महत्त्वाचं नाही. लोकांपर्यंत विषय पोहोचणं अधिक महत्त्वाचं आहे. त्यात त्याचं वयही लहान आहे–''

"–तुम्ही खरे पत्रकार!–'' म्हणताना तलवारांच्या चेहऱ्यावर समाधानाचं हसू पसरलं होतं.

◆

## १८

बी.ई.च्या शेवटच्या वर्षाच्या परीक्षेला बसण्याआधीच अनुप अमेरिकेमधल्या विश्वविद्यालयांमध्ये प्रवेश घेण्यासाठी आवश्यक असलेल्या टोफेल परीक्षेला बसला आणि त्यात तो यशस्वीही झाला. अमेरिकेला जाण्यासाठी आतुर असलेल्या ग्रूपसाठी शिवराज जे मार्गदर्शन करत होते, ते अनुप मनोभावे आत्मसात करत होता. त्यांचा सल्ला तो त्वरेनं अमलात आणत होता. बी.ई. पास होणं काही विशेष नाही—पण त्याआधी ही परीक्षा उत्तीर्ण होणं म्हणजे जीवनाला कलाटणीच मिळेल, या भावनेत बुडून गेलेल्या अनुपनं शिवराज आणि इतर अमेरिकेला जाण्यासाठी उत्सुक असलेले विद्यार्थी यांना टोफेलचा रिझल्ट समजताच स्कॉचची पार्टी दिली होती. आता तर तो चालत असलेली जमीन वगळता सारं काही अमेरिका-मय झालं होतं. मन, कल्पनाविलास, स्वप्न, भावना, भाषा, विचार आणि उच्चार—सारं काही अमेरिकन झालं होतं.

त्याच्यामध्ये घडलेल्या या बदलानंतर एकही भारतीय मुलगी त्याचं लक्ष वेधून घेऊ शकत नव्हती. इथल्या कुठल्याही मुलीला पाहताच त्याच्या भावना उचंबळत नव्हत्या. या दडपणाऱ्या समाजातल्या दडपल्या गेलेल्या मुलींची आपल्या शेजारी उभं राहायचीही लायकी नाही, याविषयी त्याची खात्री होती.

अलीकडे तो कुणाही मुलीशी बोलत नव्हता, कुणालाही आपल्या बुलेटवरून फिरायला घेऊन जात नव्हता. त्याला सुपर स्पीडकिंग या बिरुदाचंही कौतुक राहिलं नव्हतं. इथं कसला सुपर-स्पीड! तिथं खरा वेग! तिथले ते आरशासारखे लखलखीत रस्ते! अॅटलांटिकपासून पॅसिफिकपर्यंतचे रस्ते! एकही खड्डा नाही, वळण नाही, माणसं-जनावरं-हातगाड्या-बैलगाड्या कशाचीही अडचण नाही! मग भरधाव धावणाऱ्या वाहनाला तिथं कसला अडथळा? आता तो अमेरिकेला जायच्या गप्पा मारणाऱ्यांव्यतिरिक्त इतराशी किरकोळ बोलणंही टाळत होता. काय बोलायचं अशा गावंढळांशी? यांना ना भविष्य, ना प्रगती, ना आकांक्षा, ना आकाशाला स्पर्श करायचं स्वप्न! थूः! थुंकायचीही लायकी नसलेली माणसं ही! त्याच्या मनातला मौन तिरस्कार दिवसेंदिवस गाढ होत होता. ठरलेल्या मुलांचा ग्रूप जमला, की

सगळेच या विषयावर बोलत, तेव्हा तोही आपला तिरस्कार व्यक्त करत होता.

त्याची जग्गू आणि ओमीबरोबरची मैत्रीही आता आटून गेली होती. ते दोघही टोफेल परीक्षेत नापास झाले होते. शिवाय पुट्टेगौडानं हल्ला केला, त्या वेळी तो रात्री त्यांच्याकडे गेला असता, ते ज्या पद्धतीनं वागले, त्यामुळं त्याला त्यांच्या मैत्रीचाच पुनर्विचार करावा लागला होता. दोस्ती म्हणजे केवळ खुशी वाटून घेणं एवढंच काय? असा नैतिक प्रश्नही त्याच्या मनानं उपस्थित केला होता. अनुपनं त्यांच्याशी पूर्णपणे बोलणं बंद केलं नसलं, तरी संबंध फार जवळ येणार नाहीत, याविषयी तो जागरूक होता.

आपल्या अमेरिका-प्रवासाच्या संदर्भात त्याला मम्मीची आठवणच आली नव्हती. आतापर्यंत तिच्याशी कुठल्याही संदर्भात मतभेद व्हायचा प्रश्नच आला नव्हता. त्यामुळं तीही आपल्याइतकीच आपल्या अमेरिका-गमनानं आनंदित होईल, याविषयी त्याच्या मनात शंकाच नव्हती. त्यानं टोफेल परीक्षेचा रिझल्ट समजताच मोठ्या उत्साहानं तार-ऑफिसमधून तिला फोन केला, तेव्हा ती चांगलीच गोंधळली. तिनं विचारलं,

"अरे, पण... आताच कसलं टोफेल? मी कुठं तुला त्यासाठी बसायला सांगितलं होतं?"

"तुला मी सांगत नव्हतो का, मम्मी... ती परीक्षा द्यायला पाहिजे... ती दिली नसेल, तर तिथल्या कुठल्याही युनिव्हर्सिटीमध्ये प्रवेश मिळणार नाही, म्हणून?"

"पण बी.ई. संपल्यावर ती परीक्षा असते ना?"

"पण आधी दिली, हे चांगलंच नाही का झालं? बी.ई.चा रिझल्ट लागताच मी तिथल्या कुठल्याही विद्यापीठात अर्ज करू शकतो!..."

"तुला कशाला तिथं जायला पाहिजे? तू मुकाट्यानं परीक्षा संपली, की इकडं ये आणि बिझनेस पाहा. इथलं अंतर्गत मार्केट मिळवायला माझी किती धडपड चालली आहे! तूही इथं येऊन राहिलास, तर दरवर्षी पन्नास लक्ष फायदा हसत हसत काढता येईल! त्यासाठी बेवारशासारखं तिथं कशाला जायचं?"

"मॉम! तिथली गोष्टच वेगळी आहे! तिथं तुमच्या विस्ताराला फक्त आकाशच बंधन घालू शकेल! तू इथं मिलियन्सविषयी बोलतेस! तिथं बिलियन-ट्रिलियनलाही संधी मिळते. मला हा दरिद्री देश नको!"

"म्हणजे? शिक्षण घेऊन तू इथं येणार नाहीस?"

तिच्या प्रश्नामध्ये भय, संताप आणि हताश भावना त्याला तीव्रपणे जाणवली. तो सावध झाला,

"मी तसं कुठं म्हणतोय्, मॉम? शिकायला म्हणूनच जायचं. जास्तीचं ज्ञान मिळवून पुन्हा निघून यायच!..."

"हे पाहा! इथं भोवताली काय घडतंय्, ते मीही बघतेय्. तिथं शिकण्यासाठी गेलेले पुन्हा यायला तयार नसतात. मी तुला तिथं पाठवणार नाही! हवं तर इथंच आणखी दोन-तीन वर्षं एम्.बी.ए. किंवा आणखी कसला तरी कोर्स कर! बी सेन्सिबल! आधी बी.ई.चा नीट अभ्यास कर!" तिनं त्याचं बोलणं तोडून स्पष्टपणे सांगितलं.

तो हताश झाला, तरीही आपण तिला पटवण्यात निश्चित यशस्वी होऊ, याविषयी त्याची खात्री होती. फार फार तर आणखी थोडा वाद घालावा लागेल आणि पुन्हा नक्की परत येईन, म्हणून तिची खात्री पटवावी लागेल–एवढंच! तिचा हात धरून 'गॉड प्रॉमिस' म्हणून तिला वचन द्यायचं–तिथंही एम्.एस्. करणार नाही–मार्केटिंग टेक्निक किंवा एम्.बी.ए. करेन, म्हणून सांगायचं, इंटरनॅशनल मार्केटिंग स्पेशलायझेशन करेन, आपले गार्मेंट्स् जगातल्या प्रत्येक देशात पोहोचतील, असं करेन–तू प्रॉडक्ट पाहा–मी मार्केटिंग बघेन, म्हणून सांगितलं, की बस्स! चटकन तयार होईल–

एक गोष्ट त्याला स्पष्टपणे कळत होती–मम्मीनं होकार दिल्याशिवाय आपल्याला अमेरिकेला जाणं शक्य नाही! तिच्याशिवाय त्यासाठी आवश्यक असलेले तीन-चार लाख रुपये आणखी कोण देईल? त्यानं यासाठी एक दिल्ली-वारीही केली. पण त्यात त्याच्या अपेक्षेप्रमाणे यश आलं नाही. त्यानं जेवढा हट्ट धरला, तेवढं प्रकरण अधिकच चिघळत गेलं. अखेर ती अश्रू ढाळत म्हणाली,

"बेटा! असा का वागतोस, रे? मला तरी तुझ्याशिवाय आणखी कोण आहे या जगात? तू त्या दरिद्री अमेरिकेत जाऊन बसलास, तर इथं एवढ्या कष्टानं उभा केलेला सारा व्यवसाय काय करायचा?"

"म्हणूनच मी सांगतोय् ना! मी नक्की येईन–गॉड प्रॉमिस–म्हणून!–"

"–त्या देशात गेल्यावर कुणालाही इथल्या आणाभाकांची आठवण राहत नाही, म्हणतात!" तिनं त्याचं बोलणंच तोडून टाकलं.

अखेर तो हताश होऊन म्हैसूरला परतला.

त्यानंतरची गोष्ट. एक दिवस त्याच्या नावे एक पाकीट आलं. अनुप रवींद्र, इलेक्ट्रॉनिक विभाग, बी.ई. शेवटचे वर्ष वगैरे तपशील पत्त्याच्या ठिकाणी होता. शिवाय त्यावर 'खाजगी' म्हणूनही लिहिलं होतं.

त्यानं पाकीट फोडलं. आत एक टाईप केलेला कागद होता. त्यावर तारीख नव्हती–तसंच खाली कुणाची सहीही नव्हती. गावाचं नावही नव्हतं. मायना त्याच्या वडलांच्या नावे होता–पत्र वाचता वाचता त्याचा श्वास कुणी तरी घट्ट आवळून बंद पाडावा, तसं त्याला झालं.

त्या पत्रात त्याची मम्मी आणि सतारवादक होन्नत्ती यांच्या संबंधांविषयी बरंच लिहिलं होतं. तिनं होन्नत्तीच्या भवितव्यासाठी हरिशंकरला तीस-पस्तीस हजार रुपये खर्च करून दिलेली पार्टी, त्याच्याबरोबर आग्रा-सिमल्याच्या हॉटेलमध्ये वास्तव्य, दीड वर्ष दररोज दुपारी शीतल आँटीच्या घरी–सगळी माहिती पत्रलेखकानं तारीख, वेळ, हॉटेल्सची नावं वगैरे तपशिलांसह दिली होती.

अनुपला स्वतःवर ताबा ठेवणं कठीण झालं होतं. माझी मम्मी! आणि होन्नत्ती मास्तर? विश्वास ठेवणंच कठीण होतं यावर! त्याची कानशिलं तापली. आत खदखद होऊन डोळ्यांत उष्ण अश्रू भरून आले. ती आता इथं समोर असती, तर दात निखळतील, अशी थोबाडीत मारली असती! खदखदणारं मन आवरत त्यानं पत्राची घडी घालून ते खिशात ठेवून दिलं. वर्गात बसून सरांच्या व्याख्यानाकडे लक्ष देण्यासारखी आपली मनःस्थिती नाही, हे लक्षात येऊन तो आपल्या खोलीकडे गेला आणि कपडे बदलून कॉटवर उताणा झोपला. त्याच डोकं बधिर झाल्यासारखं झालं होतं.

असाच किती तरी वेळ गेला.

त्यानं पुन्हा ते पत्र बाहेर काढलं आणि नीट वाचून काढलं.... हं... तारखा, भेटायची जागा, सिमला-आग्ऱ्याची हॉटेलं, तिथं गेल्याच्या तारखाही दिल्या आहेत. दीड वर्ष शीतल आँटीनं त्या दोघांना आपलं घर–म्हणून त्या दोघींची एवढी मैत्री आहे? आँटी घटस्फोटित आहे–तिनं अशा संबंधांना प्रोत्साहन का द्यावं? त्याच्या मनात सगळ्याच संबंधितांविषयी पराकोटीचा तिरस्कार निर्माण झाला. आणि होन्नत्ती मास्तर! विद्याशालेत दोड्डप्पाही काय कौतुक करायचे त्याचं मोठा माणूस म्हणून! मी तर त्याच्या संगीत-साधनेसाठी म्हणूनच प्लॅन करून घरही बांधलं! रास्कल! कंबरडं मोडायला पाहिजे एक जबरदस्त लाथ हाणून! आता कुठं आहे, ते शोधून काढायला पाहिजे–सोडता कामा नये–

थोड्या वेळानं पत्रावरून नजर फिरवताना ते निनावी असल्याचं तीव्रपणे जाणवलं. हा सगळाच कुणाचा तरी आचरटपणा तर नसेल? हे तर कॉलेजमध्येही चालतं. एखाद्याशी आपलं पटलं नाही, तर अशी निनावी पत्रं पाठवून मनस्ताप दिला जातो. हा तसाच प्रकार नसेल कशावरून?

या विचारासरशी त्याचं मन थोडं-फार ताळ्यावर आलं. होय, असंच असलं पाहिजे! माझी मम्मी अशी असणंच शक्य नाही! होन्नत्ती मास्तर तर असं वागणं अशक्य आहे!–हा विचार पक्का केल्यावर मात्र दहाच मिनिटांत त्याचं मनं इतकं ताळ्यावर आलं, की तो वर्गातही गेला.

दुपारी जेवताना जाणवलं–डॅडींना लिहिलेलं पत्र आहे हे. त्यांनाही एक प्रत

निश्चितच मिळाली असेल, त्यांनी एव्हाना काय केलं असेल? पाठोपाठ आठवलं, मम्मी-डॅडी परस्परांपासून दूर झाले, त्याला सहा-सात वर्षं झाली. मम्मी माझ्या शाळेच्या संदर्भातच दूर झाली. तिला विद्याशालेविषयी पराकोटीचा तिटकारा होता. माझ शिक्षण कोडाईकॅनॉलमधल्या शाळेमध्ये व्हावं, ही तिची इच्छा होती. त्यातूनच ती स्वतः मिळवायला लागली. ती मिळवती नसती, तर मला कुणी एवढे पैसे खर्च करायला दिले असते? मग मला डॅडींकडून मिळणाऱ्या पैशात एवढीशी टूथ-पेस्ट वापरत कंजूषपणा करत दरीद्र्यासारख राहावं लागलं असतं. त्याच्या मनात मम्मीविषयी कृतज्ञता निर्माण झाली. पाठोपाठ ठामपणे वाटलं, मम्मीच्या कुणा शत्रूनं हा उपद्व्याप केलाय्, यात शंका नाही–माझी मम्मी अशी वागणंच शक्य नाही!–

क्षणभर पत्र फाडून तुकडे करावंसं वाटलं–पण इथं सगळे विद्यार्थी जेवताना फाडणं योग्य नाही, असं वाटलं. दुपारी वर्कशॉपमध्ये काम करताना रुमाल काढण्यासाठी खिशात हात घातला, तेव्हा पत्राचा स्पर्श झाला. मनाच्या एका कोपऱ्यानं त्याच्याही न कळत पत्र न फाडण्याचा सल्ला दिला.

वर्कशॉपमध्ये शिवराज भेटले. त्याला पाहताच ते उत्साहानं म्हणाले,

"आता तू अमेरिकेतल्या विद्यापीठांशी पत्र-व्यवहार सुरू करायला हवास. आतापर्यंतचे सगळे रिझल्टस् कळव आणि जूनमध्ये फायनलचा रिझल्ट झाल्यानंतर तीही मार्कलिस्ट पाठवेन, म्हणून कळव. सप्टेंबरपर्यंत तुला तिथं पोहोचलं पाहिजे!"

अनुपच्या मनात शिवराजांविषयी विशेष आदर निर्माण झाला. कृतज्ञतेनं तो उद्गारला,

"थँक्यू! थँक्यू, शिव!"

अमेरिकेला जायची इच्छा कितीही दुर्दम्य असली, तरी जोपर्यंत मम्मी होकार देत नाही, तोपर्यंत त्याला काहीही अर्थ नाही! केवळ याच कामासाठी दिल्लीला जाऊन आलो, गॉड प्रॉमिस म्हमून किती गयावया केल्या, तरी तयार झाली नाही! इथंच राहा–बिझनेस पाहा, म्हणे!

त्याच वेळी समोरून आलेला नितिन म्हणाला,

"आज संध्याकाळी जयंतच्या खोलीवर जमायचं आहे. शिवही येणार आहे."

पण नुकत्याच भेटलेल्या शिवनं का सांगितलं नाही? जाऊ दे! मूडी माणूस आहे तो–त्यानं स्वतःचीच समजूत घातली. जयंतचं घर स्वतंत्र होतं. तिथं भेटायचं म्हणजे ड्रिंक्स असणारच! शिवाय त्यासाठी कसलीही कटकट नाही. आणायची जबाबदारी जयंतची–नंतर सगळ्यांनी आपापल्या वाट्याचे पैसे देऊन मोकळं व्हायचं! शिवनं सांगितलेली पद्धत. बारपेक्षा किती तरी स्वस्त पडतं, हा अनुपचाही अनुभव होता. अमेरिकन पद्धत! तिथली ही पद्धत किती छान! दोघ मित्र असोत वा मित्र-

मैत्रीण असोत. प्रत्येकाची बिलं हॉटेलमध्ये खाल्ल्यावर वेगवेगळीच येणार! एकत्र हवी असतील, तर आपण तसं सांगायला पाहिजे ! शिव किती छान सांगतात! एकत्र जायचं, ते कंपनीसाठी! एकमेकांना लुबाडायला नव्हे! इट इज रिअली अ ग्रेट कंट्री! अनुपलाही हे जाणवलं. अशा देशात जाऊन स्वतःचं कल्याण करून घ्यायचं ठरवलं, तर मम्मी याच कचरा देशात राहून आणखी एक डिग्री मिळव, म्हणते! त्याचा मम्मीवरचा राग उसळून आला.

जयंतच्या खोलीत जमलेले सगळेजण अमेरिकेला जायला तयार असलेली मुलंच होती. शिवनं ग्लास उचलून सगळ्यांना 'चिअर्स' केल्यानंतर मुलांनीही त्याला 'चिअर्स' केलं. नंतर सगळेच घोट-घोट पोटात रिचवू लागले. आपण अमेरिकेत विद्यार्थी म्हणून काम करताना कसं असिस्टंट लेक्चररचं काम केलं, याविषयी शिव सांगत होता. सगळेजण त्याच्या भोवताली आपापले स्टूल्स ओढून घेऊन त्याचे अनुभव भक्तिभावानं ऐकत होते. जागा अपुऱ्या पडल्यावर काहीजण आपआपल्या सीटस् वन् बाय टू करून बसले. घोट-घोट करता करता पोटात बरीच रिचवल्यावर शिवची जिव्हा अधिकच पाघळू लागली, श्रोतेही तेवढेच तल्लीन होऊन गेले होते.

पण अनुपचं मन त्या परिस्थितीतही खिशातल्या त्या निनावी पत्रावर खिळलं होतं. एका गोष्टीवरती त्याचं मन पुन्हापुन्हा घुटमळत होतं.

आपल्या प्रियकराचं संगीत-क्षेत्रातलं करीअर चांगलं व्हावं, म्हणून तिनं एका पार्टीवर तीस हजार उडवले! फाईव्ह-स्टार हॉटेलमध्ये पार्टी म्हटली, की किती तरी व्हरायटीज्, किती तरी खर्च! त्याचं डोकं त्या दृष्टीनं विचार करू लागलं. शिवाय आग्रा-सिमल्यामध्ये हॉटेलचा खर्च! उन्हाळ्यात तो खर्च तरी कमी असेल काय? रास्कल! त्या हलकटावर ही एवढा पैसा उधळते! आणि आपला रक्ताचा मुलगा अमेरिकेत शिक्षण घ्यायला जातो, म्हणतोय्, तर नो म्हणते!

छे:! हा अन्याय सहन करता कामा नये! काही तरी करून तिला मान्य करायला लावलंच पाहिजे! फक्त एकाच वर्षाचा नव्हे–एकदम दोन वर्षांचा खर्च वसूल करायला पाहिजे–त्यानं ग्लास एका दमात संपवला.

"तिथं लेडी–लेक्चरर्स असतात, की नाही? त्या स्टूडंट्सबरोबर–आय् मीन-जेंटस् स्टूडंट्सबरोबर कशा वागतात? जयंत शिवाला विचारत होता.

अनुप ताडकन उठला आणि लघवीचं निमित्त सांगून तिथून बाहेर पडला. आपल्या खोलीवरची बुलेट घेऊन तो तार ऑफिसमध्ये गेला आणि त्यानं दिल्लीला फोन लावला. तिनं फोन उचलताच त्यानं सांगितलं,

"मला तुझ्याशी महत्त्वाचं बोलायचं आहे. त्यासाठी मी दिल्लीला येणार आहे. मला विमानाचं तिकीट लवकर पाठवून दे!"

"तीन आठवड्यांपूर्वीच येऊन गेलास ना? काय बोलायचंय् तुला माझ्याशी?"

"फोनवर नको, मला तुला भेटूनच बोलायला पाहिजे!..."

"अरे, मलाही तुला भेटावंसं वाटतं. पण प्रत्येक वेळी तीन-चार हजार उगाच खर्च होतात ना!"

"का? मुलावर पैसे खर्च करायचे म्हटल्यावर पैशा-पैशाचा हिशेब बघायला पाहिजे?"

अनुपचं बोलणं ऐकून कांती चमकलीच. आजवर कधीही त्यानं अशा प्रकारचं उलट उत्तर दिलं नव्हतं. पैशाच्या खर्चावरून तिनं कितीही वाद घातला, तरी लहान मुलासारखा रुसवा-फुगवा करून तो आपलं ईप्सित साध्य करून घेत होता. पण या वेळचं त्याचं बोलणं मात्र तिरीमिरी आणणारंच होतं. ती उत्तरली,

"पाहिजे, तर तिकीट पाठवून देते–पण आईशी कसं बोलायचं असतं, त्या मॅनर्स शीक!"

"ओ के!–" त्याचं काम झाल्यामुळं त्यानं फोन ठेवला. पुन्हा बुलेटवरून तो जयंतच्या घरातल्या पार्टीमध्ये दाखल झाला.

दिल्लीपर्यंत विमान तिकीट काढण्याइतके पैसे त्याच्या खात्यावरही होते. पण ते आपण खर्च केले, तर आपला खर्च मम्मीच्याही डोळ्यांवर येईल, हे त्याला ठाऊक होतं, त्यामुळं शक्य तेवढा इतर खर्च तो तिच्याकडूनच करवून घेत असे. आताही ती आपल्या ट्रॅव्हल-एजन्सीला फोन करेल–ते आपल्या म्हैसूरच्या शाखेला कळवतील. मग म्हैसूरच्या शाखेतला माणूस त्याला शोधत येऊन हातात तिकीट देऊन जाईल–

या वेळीही तसंच झालं. दुसऱ्या दिवशी तो वर्गात असताना एजन्सीचा माणूस आला आणि तो वर्गातून बाहेर आल्यावर त्यानं नम्रपणं विचारलं,

"आपलं तिकीट आलं आहे. आपल्याला कुठल्या फ्लाईटचं रिझर्व्हेशन हवं?"

"उद्याच्या फ्लाईटचं–" एवढी आज्ञा करून तो पुन्हा वर्गात गेला.

◆

विमान उत्तरेकडे उडू लागताच अनुपची बुध्दी विचार करू लागली–मम्मीशी या खेपेला संभाषण कसं सुरू करायचं? पण आपला हेतू काय राहणार आहे? तिच्याकडून अमेरिकेला जाण्याची परवानगी घ्यायची, की आणखी काही? त्याच्या डोक्यातही काही स्पष्ट नव्हतं. अखेर त्यानं ठरवलं, प्रत्यक्ष काय घडतं, ते बघायचं आणि त्यावरून त्या क्षणीच आपलंही वागणं ठरवायचं! त्याच वेळी हवाई-सुंदरीनं आणून दिलेला नाश्ता खाताना त्याच्या मनात येत होतं, अमेरिकेतील हवाई-

सुंदरीही यांच्यापेक्षा अधिक आकर्षक असतील ना!

तो दिल्लीत पोहोचला, तेव्हा संध्याकाळचे सहा वाजले होते. त्यानं विमान-तळावरून फॅक्टरीला फोन केला. तिनं सांगितलं,

"घरीच ये. मीही इथून निघालेय्..."

तो टॅक्सी करून घरी येऊन पोहोचला, तेव्हा ती गॅरेजमध्ये गाडी उभी करत होती. तिचा चेहरा उतरला होता. पण त्यानं तिकडं विशेष लक्ष दिलं नाही. दरवाजा उघडताच तिनं विचारलं,

"चहा देऊ? काही खाणार आहेस का?"

'नको. प्लेनमध्ये सगळं झालंय्..." तो म्हणाला.

"मला मात्र चहा पाहिजे. स्वयंपाकीण सात वाजता येईल. मीच करून घेते" मनगटावरचं घड्याळ बघत ती स्वयंपाकघरात गेली. तो नेहमीप्रमाणे तिच्या मागून स्वयंपाकघरात जाऊन 'मी चहा करतो–' वगैरे न म्हणता लाऊंजमध्येच बसून राहिला. पाचेक मिनिटांत ती चहाचा कप आणि दोन बिस्किटं हातात घेऊन लाऊंजमध्ये येत म्हणाली,

"काय म्हणतोस, बेटा? एकाएकी उडत-उडत आलास!..."

तो गोंधळला. अजूनही त्याला नेमकी कशी सुरुवात करावी, ते कळत नव्हतं. त्यानं खिशात हात घालून पत्र बाहेर काढून तिच्यापुढं धरलं आणि म्हणाला,

"हे पत्र बघ..."

हातातली कप-बशी टीपॉयवर ठेवत तिनं ते पत्र उलगडून पाहिलं. पहिलं वाक्य पाहताच ती उद्गारली,

"याचा जाब विचारायचा तुलाही अधिकार आला, की काय?"

त्याला, काय बोलावं, ते सुचलं नाही. तो तिच्या चेहऱ्याकडे पाहत राहिला. तिचे दोन्ही डोळे आपल्याला जाळून राख करतील, की काय, अशी क्षणभर त्याला भीती वाटली. त्याच्यावरची रोखलेली नजर न काढता ती पुन्हा म्हणाली,

"हे विचारायला म्हणून तीन हजार रुपये खर्च करून, कॉलेज चुकवून इथं आलास?"

"मुलावर केलेल्या खर्चाचा एवढा हिशेब ठेवतेस! लव्हरवर खर्च करताना उदार होतेस ना..." त्याच्याही न कळत तो म्हणाला.

"–रास्कल! वॉचमनच्या थर्डरेट पोरीला गरोदर करून राडा करून ठेवलास, तेव्हा वीस हजार खर्च करून मी तुझा जीव वाचवला! आईविषयी बोलताना जरा जिभेवर ताबा ठेवायला शीक!" हे सांगताना तिचा आवाज फार वर चढल्यामुळं कर्कश झाला होता.

त्याला तिच्या बोलण्याचा अपमान वाटला. मागं घडलेली घटना आपल्या

सोयीसाठी वापरताना ही आपल्याला खाली ओढते आहे–पण यावर काय बोलून तिचं तोंड बंद करावं, हे त्याच्या लक्षात आलं नाही. काहीही न बोलता गप्प राहणं म्हणजे हार मानल्यासारखं होईल! काही तरी बोललंच पाहिजे–काही तरी केलंच पाहिजे–

तो ताडकन उठला आणि उजवा हात उचलून त्यानं वेगानं तिच्या थोबाडीत मारली.

या अनपेक्षित आघातानं तिला तिरीमिरी आली आणि ती खाली कोसळली.

ती आपल्या खोलीत कॉटवर झोपली होती. अजूनही तिची मन:स्थिती पूर्णपणे सावरली नव्हती. स्वयंपाकाची बाई नेहमीच्या वेळी आली आणि नेहमीप्रमाणे दाल, चावल, भाजी, रायता करून डायनिंग-टेबलावर ठेवून आपल्याला उशीर होतोय्, म्हणत निघून गेली होती.

पंधरा दिवसांपूर्वी नवऱ्यानं येऊन जाब विचारला, तेव्हा 'हा कोण मला विचारणारा–' या विचारानं तिला संताप आला होता. पण हा माझा मुलगा! हा मला जाब विचारतोय्? केवळ जाब विचारून गप्पही बसत नाही! यानं माझ्यावर हात उगारावा? नवऱ्यापेक्षा याचा अधिकार मोठा आहे काय!–

पाठोपाठ मनात वेदना उठत होती–नवऱ्याशिवाय मी राहू शकेन–पण मुलाशिवाय कसं राहायचं?

मी दिलेला पैसा खर्च करून वॉचमनच्या मुलीकडे जाणारा आणि नंतर माझ्याच पैशानं त्या भानगडीतून बाहेर पडणारा हा माझा मुलगा! माझ्या एका स्नेह्यासाठी यानं मला थोबाडीत द्यावी? पण मी का गप्प बसले? मीही दोन लगावून–अंहं–ते कसं शक्य आहे? माझ्यापेक्षा सहा आठ इंच उंच आहे! आणि दणकटही! एकाच थपडेनं डोकं कसं गरगरलं! नाही तर अशी एक चढवून दिली असती! रास्कल! आईविषयी काही तरी आदर बाळगावा, की नाही? हेच शिकवतात काय यांच्या कॉलेजमध्ये?

उठावं, असा मनात उत्साहच राहिला नव्हता. आपल्याला कुणाचाच आधार नाही–जगात आपलं असं कुणीही नाही, ही भावना अंधारासारखी मनाला वेढत होती. आपल्याला उभं राहणं शक्य नाही–उभं राहिलं, तरी पडायला होईल, अशी मनात भीती जाणवत होती. निर्वात अवकाशात कुठं तरी एकटीनं तरंगत राहावं आणि जवळपास थोडीशीही सजीव सृष्टी दिसू नये, असं तिला वाटत होतं, एखाद्या गर्भस्थ शिशूप्रमाणे तिची अवस्था झाली होती.

असं चालणार नाही. आपण काही तरी घट्ट पकडून ठेवलं पाहिजे–पण अनंत आकाशात तशी एकही घनवस्तू नाही–

ती तशीच पडून राहिली होती. स्वयंपाकीणबाईंनी जाताना दरवाजा ओढून घेतल्यामुळं आपोआप बंद झाला होता. त्यामुळं लगेच उठून कडी घालायची गरज नव्हती.

किती तरी वेळ रिकाम्या असलेल्या मनात हळूहळू संताप भरून राहिला. कुणावर? धरून ठेचून काढलं पाहिजे! पण कुणाला? नवऱ्याला? अनुपला? ते निनावी पत्र लिहिणाऱ्या–आणखी कोण? शीतलला? तिच्या हाताची मूठ वळली होती. मनातला संताप–स्वत:च स्वत:ला कठोर शिक्षा करावी, असं वाटण्यासारखा संताप! पण काही क्षणांतच आपण हेमंतवर सर्व शक्तीनिशी तूटून पडल्याची कल्पना तरळून गेली.

–रास्कल! निम्म्या रस्त्यात हात सोडून पळून गेला भेकड! त्यानं साथ सोडली नसती, तर जगात कुणालाही घाबरायची गरज नव्हती. तो माझा स्नेही आहे–मित्र आहे–त्या विषयावर मला काहीही विचारायचा अधिकार कुणालाही नाही–यू गेट आऊट म्हणायचं धैर्य माझ्या मनात निश्चित होतं. भित्रट! पळून गेला! घरी आई-वडलांनाही न सांगता पळून गेला! त्यांनीही मलाच फोन करून विचारलं ना! भेकड-भित्रट! एम्. टेक्.–एम्. बी. ए. शिकलाय्, म्हणे! नीट नोकरी करायची लायकी नाही–स्वत:चा स्वतंत्र व्यवसाय करायची ताकद तर मुळीच नाही! संगीताच्या क्षेत्रात अखिल भारतीय पातळीवरूनच करीअरची सुरुवात कर, म्हणून मी सगळी व्यवस्था केली, तर सगळं सोडून चोरासारखा पळून गेला!–असल्या भेकडाची मी तरी का आठवण काढायची? पुन्हा लाळ घोटत दारात आला, तरी उभं करता कामा नये! 'गेट आऊट, यू अनवर्दी फेलो!-' म्हणून त्याच पावली बाहेर हाकलायला पाहिजे.

आता तिच्या शरीरात थोडं-फार चैतन्य आलं. ती उठली. कपडे बदलून, हाऊस गाऊन चढवून हात-पाय तोंड धुऊन ती फ्रेश झाली. टेबलापाशी जाऊन तिनं पाहिलं–स्वयंपाकिणीनं त्याच्याही वाट्याचा स्वयंपाक केला होता.

कुठं निघून गेला हा? लाज वाटली असेल! नाही तर घाबरला असेल! आता तोंड कसं दाखवायचं, असं वाटत असेल! मामाकडे–नाही. तिथं तो जाणार नाही. रजनीनं काहीही न बोलता आपल्याला लांब लोटलंय्, हे त्यालाही जाणवलंय्. संदीप किंवा खन्नाला गाठून 'चूजी' मध्ये चनाभटोरा खात बसला असेल!

तिला चांगलीच भूक जाणवत होती. तिनं स्वत:चं ताट वाढून घेतलं.

टेबल आवरून तिनं घड्याळ पाहिलं–पावणे अकरा वाजले होते. अजून हा आला नाही! येऊ दे तर खरा! त्यानं मारलं, त्यापेक्षाही जोरात चढवून देईन आणि मगच पुढं काय बोलायचं, ते बोलेन! आईच्या पुढ्यात काय बोलायचं आणि कसं वागायचं, ते शिकवेन मीच! बापानं तर मुलाला नीट कसं वागायचं, ते शिकवलंच नाही, म्हणा! खेड्यातल्या दरिद्री शाळेत खेडवळ मुलांबरोबर वाढलेल्या मुलाला

चांगले मॅनर्स कसे ठाऊक असणार, म्हणा!

तिनं सिंगापूरहून मागवलेल्या दीड हजार रुपये किमतीच्या परदेशी इलेक्ट्रिक टूथब्रशवर पेस्ट लावली आणि स्विच ऑन करून आरशापुढे उभी राहिली. आपले शुभ्र चमकदार दात, सुरेख गुलाबी हिरड्यांमधून दिसणारी एकसारख्या दातांची सुबक रांग यांवरून आपले चमकदार डोळे फिरवले. पंचेचाळीस वर्षं म्हणजे खरोखरच प्रौढ वय! यौवनाचा प्रौढ चढ! तिची नजर गालांवरच्या गुलाबी चकाकीवरून समाधानानं फिरली. आतून हेमंतविषयीचा संताप पुन्हा उसळून आला. दात घासल्यावर चेहऱ्यावर ऑईल ऑफ उले चोळून-चोळून जिरवल्यावर ती आपल्या बेडरूमकडे वळली. या रास्कलमुळं मला वेळेवर झोपणंही शक्य नाही!...

त्याच वेळी दारावरची बेल दाबली गेली आणि जपानी घंटेची मधुर सुरावट घरात भरून राहिली आला! येऊ दे! थोडं ताटकळायला लावते! पण कोण ताटकळतंय्? तो, की मी? या विचारासरशी ती सावध झाली. पुन्हा एकदा घंटा वाजली-आपण दार उघडलं नाही, म्हणून तो कुठल्या तरी मित्राच्या घरी निघून गेला, तर?-

एव्हाना बेलमधल्या बारा सुरावटींपैकी तीन सुरावटी वाजून संपल्या होत्या. म्हणजे याचाही राग थोडा कमी झालेला दिसतोय्!

तिनं दरवाजा उघडला. होय-चेहरा दाखवायची शरम वाटतेय्, म्हणून नजर चुकवतोय्! उशिरा आलेल्या विद्यार्थ्याला मॅडमनं म्हणावं, तसं तिनं त्याला 'कम् इन्-' म्हटलं. तो आत येऊन बूट उतरवू लागला. ती आत वळली. तोही आत येताच तिनं त्याला सांगितलं,

"टेबलावर जेवण ठेवलंय्-जेवून घे. नंतर भांडी बकेटमध्ये ठेवून टेबल आवरून घे आणि मग झोप-"

तो काहीच बोलला नाही. जेवायला टेबलापाशीही गेला नाही. तिनं पुन्हा बजावलं,

"भूक लागली असेल, तर आपलं आपण वाढून घ्यायचं! इथं कुणी कुणाचा नोकर नाही-" आणि आपल्या खोलीकडे निघाली.

तो तिच्यापाठोपाठ निघाला.

तिनं मागं वळून त्याला सांगितलं,

"मी आता दमलेय्. मला कोणाची कटकट नको आहे..."

'आय् ॲम सॉरी, ममी! गॉडप्रॉमिस! रिअली सॉरी! मेनी मेनी सॉरीज्!..." तो खालच्या नजरेनं म्हणाला.

आता त्याला एक थोबाडीत-नको. मारलं नाही, तर माझं त्याच्यावर वर्चस्व राहील!-

"मॉम! तू मला खरोखरच एक्सक्यूज करायला पाहिजेस! देवाशपथ सांगतो– मी काय केलं, हे मलाच ठाऊक नाही! गेले चार-पाच दिवस मी सर्दी-तापानं एकदम जाम होऊन गेलो होतो. म्हैसूरच्या डॉक्टरांना दाखवलं. त्या खेड्यातल्या थर्डरेट डॉक्टरनं काय दिलं, कोण जाणे! खरोखरच माझी काहीही चूक नाही, मम्मी!"

"आई असली, तरी तिच्या पर्सनल बाबतीत लक्ष घालू नये, एवढा सुद्धा उदार विचार नाही तुझा! तू कसला बी.ई. शिकतोस? आणि अमेरिकेत जाऊन तरी काय उजेड पाडणार आहेस? त्या खेड्यातल्या गांधी-शाळेत जाऊन सगळे विचार बुरसटलेले झाले आहेत तुझे!–"

"मीही तोच विचार केला, मॉम! माझ्यासाठी एवढं सगळं करणारी माझी मॉम! तिच्याकडून काही घडलं असलं, तरी तिचं पर्सनल लाईफ आहे–मी तिकडं लक्ष देता कामा नये! मला हे रिअलाईज झालंय्, मम्मी! त्यात माझ्या डॅडींसारखा नवरा मिळाल्यावर तिनं तरी आणखी काय करावं, असंही वाटलं. हे बघ हवं तर– ' म्हणत काही वेळापूर्वी ममीनं जमिनीवर टाकलेलं आणि त्यानं पुन्हा खिशात ठेवून दिलेलं पत्र त्यानं बाहेर काढलं आणि तिच्यासमोर त्या पत्राचे उभे-आडवे अगणित तुकडे केले.

ते तुकडे तिच्यापुढं फेकत तो तिला म्हणाला,

"खरं सांगू, मॉम? मीही या पत्रावर विश्वासच ठेवला नव्हता–यानंतरही ठेवणार नाही. यानंतर मी तुझ्या खाजगी गोष्टींमध्ये मुळीच लक्ष घालणार नाही. त्या औषधामुळं जे काही झालं, ते झालं! अजूनही बघ पाहिजे तर इथं हात लावून! कानशिलावरची नस कशी उडतेय् ते..." बळेच तिची बोटं कानशिलांवर दाबून त्यानं विचारलं, "खरं, की नाही... तूच सांग..."

बोटांनी स्पर्श करून तीही म्हणाली,

"खरंय्, बेटा! खूपच ठणकतंय्! जा... जेवण करून घे..."

त्यानं आज्ञाधारक मुलाप्रमाणे डायनिंग टेबलावरचं असलं ताट घेतलं आणि जेवण करून, टेबल आवरून, तो आपल्या खोलीत जाऊन झोपला.

◆

आपल्यावर एवढा कठोर वार करणाऱ्या शीतलला काही तरी करून धडा शिकवायलाच हवा, हा तिनं पुन्हा एकदा निश्चय केला. एवढं सगळं तिनं केलं, तरी काय झालं? मम्मी-डॅडींनी तर यावर विश्वासच ठेवला नाही. नवरा म्हणवणाऱ्याशी या आधीही संबंध नव्हते आणि आताही नाहीत. म्हणजे तिथंही तिच्या पत्रामुळं काहीही वेगळं घडलं नाही. अनुपच्या दृष्टीनंही झालं, ते उत्तमच झालं. आपण म्हणू

ते सगळे लाड पुरवणारी आई असली, तरी तिचंही एक खाजगी आयुष्य आहे आणि त्यात आपण लक्ष घालायची गरज नाही, हा धडाही त्याला या पत्राच्या निमित्तानं देता आला. यानंतर ही बया आणखी काय करणार आहे?

पण मी हिला अशीच सोडणार नाही! तिचं घर, तिच्या घरातल्या विदेशी वस्तू, विद्युत्‌बिलही कुणी तरी मित्र कसे भरतात, तिच्याकडे असलेलं सोनं, तिचा लॉकर, तिचे शेअर्स, बँकेमधली खाती, खाजगी रीतीनं व्याजी दिलेला पैसा–अशा सगळ्या गोष्टींची लांबलचक यादी करून परदेश खातं, आर्थिक खातं, इनकम् टॅक्स ऑफिसमध्ये, सी. बी. आय्.–सगळीकडे एकेक प्रत पाठवून देईन. तिच्यासारखी निनावी पत्रं! तिच्या ऑफिसशेजारच्याच पोस्टाच्या पेटीतून पोस्ट करेन. एक ना एक खात्याची तिच्या घरावर धाड पडल्याशिवाय राहणार नाही. तुझ्या पगारात एवढं सगळं कसं आलं, म्हणून केस घातली, तर नोकरी जाईल–जेलमध्ये गजांआड जावं लागेल! अगदी शिक्षा झाली नाही, तरी दहा वर्षं रखडावं लागेल–मनस्ताप होईल–दर रात्री झोप येण्यासाठी चार–चार गोळ्या गिळाव्या लागतील! व्वा!–

या विचाराचा आनंद एवढा होता, की रात्री किती तरी वेळ तिला झोप लागली नाही.

सकाळी तिला उशिरा जाग आली. त्या वेळेपर्यंत अनुप जागा होऊन तयारही झाला होता. ममीला पाहताच तो म्हणाला,

"माझं कॉलेज बुडतंय्, मम्मी! मी अकराच्या प्लेननं जातो..."

"पण का आला होतास?"

"हे काय, ममी! मी रात्रीच सॉरी म्हणालो ना! टॉफेल परीक्षा किती कठीण असते, म्हणून सांगू! जेमतेम दहा टक्के मुलं त्यात पास होतात. त्यात मी पहिल्याच खेपेला त्या परीक्षेत पास झालो. माझे सगळे प्रोफेसर पाठ थोपटून मला जाण्यासाठी प्रोत्साहन देताहेत! तू मला अडवू नकोस ना! मी तुझा लाडका अनुप आहे, की नाही! गुड सन! तू माझी गुड मदर आहेस ना?" लाडात येऊन त्यानं तिचा हात धरला.

येत असलेलं हसू तिनं बळेच आवरलं. नंतर ती अभय दिल्याप्रमाणे म्हणाली,

"ऑल राईट! किती? तीन लक्ष रुपये ना? बरं... करते व्यवस्था!..."

अनुपला अनावर आनंद झाला. '–मम्मी! यू आर् रिअली ग्रेट!–' म्हणत त्यानं तिचे दोन्ही हात हातांत घेतले. नंतर वाकून तिच्या पावलांना स्पर्श न करता नमस्कार केल्याप्रमाणे करून तो म्हणाला,

"मी ब्रेड-टोस्ट करून घेतले, तू काही मला एअरपोर्टवर पोहोचवायला

यायची गरज नाही! मी जाईन टॅक्सी करून...'' म्हणत त्यानं आपली ब्रीफकेस उचलली.

तिलाही फॅक्टरीला जायची घाई होती. त्यातच आज मिनिस्ट्रीमध्ये जाणं आवश्यक होतं. अंघोळ उरकून एक ग्लास टिनमधला फळांचा रस आणि कॉफी घेऊन तयार होईपर्यंत स्वयंपाकाची बाई आली. तिचं स्वयंपाक-पाणी, केर, पुसणं वगैरे सगळी कामं होईपर्यंत कांती जेवायला घरी येत होती. अलीकडे तिनं सकाळचा नाश्ता घेणं बंदच केलं होतं. दररोज अंघोळीच्या वेळी वजन बघायचं आणि वजन काही ग्रॅम वाढलं असेल, तर त्या दिवशी पक्त काकडी खायची आणि पोळीला सुट्टी द्यायची तिची पद्धत होती.

फॅक्टरीला जाऊन तिथं मॅनेजरशी आवश्यक तेवढं बोलून झाल्यावर तिनं मंत्रालयाकडे गाडी वळवली, तेव्हा तिचं मन वेगळ्याच विचाराच गुंतलं होतं. निनावी पत्राचा परिणाम म्हणून कुठल्या ना कुठल्या खात्याची माणसं तिच्या घरावर छापा घालतील, यात काही शंका नाही. मग हिची नोकरी जाईल, खटला चालेल,शिक्षा होईल. यांपैकी काहीही झालं नाही, तरी तिची सारी संपत्ती ओरबडून घेतील, तिला भरपूर मनस्ताप देतील, तिची कुठल्या तरी क्षुल्लक खात्यामध्ये फालतू जागेवर बदली करतील. ह्या सर्व निनावी पत्रांमागे मी आहे, हे तिला कळणं मुळीच कठीण नाही. मग तिनं आपल्या खात्यातल्या प्रत्येकाला सारी हकीकत सांगून मी तिची मैत्रीण असून माझ्याशी ती अशी वागली! म्हणजे ती किती विश्वासार्ह आहे, ते पाहा–असं म्हणत फितवलं, तर? माझ्यावरचा विश्वास नष्ट होऊन ते उद्या मला कुठल्याही प्रकारचं सहकार्य द्यायला नकार देतील, यात शंका नाही! किंवा तीही कुठल्या तरी खात्याशी हात-मिळवणी करून माझ्या फॅक्टरीवर छापा घालू शकते! टाळं लावू शकते! माझ्या वर्कर्सना चिथवून स्ट्राईक घडवून आणू शकते! आणि तिलाच सगळे सरकारी नोकर मदत करतील, यात शंकाच नाही. त्या वेळी माझ्यासारख्या छोट्या उद्योजकाला कोण मदत करणार?

सरकारी नोकर आणि स्वतंत्र व्यवसायिकामधील युद्ध कोण जिंकेल? सरकारी नोकर संपूर्ण राजवट, संपूर्ण मंत्रिमंडळ भुईसपाट करू शकतील, असं मागं कधी तरी शीतलनंच सांगितलं होतं.

◆

# ११

पाटील विद्याशालेचे अध्यक्ष झाल्यावर पहिल्या वर्षी गॅदरिंगसाठी त्यांनाच प्रमुख पाहुणे बोलावलं होतं. त्या वेळी भाषणात अण्णय्यांनी आपल्या त्यांच्याविषयीच्या भावना व्यक्त करताना पांडवांना संकटकाळी पाठीराखा असलेल्या कृष्णाशी पाटलांची तुलना केली आणि त्यावर विद्यार्थी-शिक्षकांनी टाळ्यांचा कडकडाट केला.

विद्याशालेच्या कार्यवाही समितीचे पाटील अध्यक्ष होते आणि अण्णय्या कार्याध्यक्ष. संस्थेसाठी पैसा उभा करण्याची जबाबदारी पाटलांनी स्वीकारली असल्यामुळं आता अण्णय्याही आपल्या इच्छेप्रमाणे विद्यार्थ्यांना शिकवू लागले.

वकिलीच्या सुरुवातीला पाटील मुंबईला हायकोर्टात प्रॅक्टिस करत होते. आजही त्यांचे तिथल्या पक्षकारांशी संबंध होते. त्यांच्या महत्त्वाच्या खटल्यांच्या वेळी ते अजूनही जाऊन येत. अशा परगावच्या प्रवासात ते आपल्या अशिलांना आणि वकिलांना विद्याशालेविषयी प्रभावीपणे सांगून चांगली मदत गोळा करून घेऊन येत. अल्पावधीत त्यांनी विद्याशालेसाठी लाखो रुपये उभे केले.

अशाच एका प्रवासात त्यांची सुप्रसिद्ध कापड व्यापारी मोतीलाल जसलाल झवेरी यांच्याशी भेट झाली. पाटलांनी त्यांच्या मातृ-प्रेमाला आवाहन करून तिच्या नावे एक इमारत बांधून देण्यासाठी तयार केलं. विद्याशालेचा परिसर आणि तिथल्या संन्यासी शिक्षकांना भेटल्यावर झवेरी एक इमारत बांधून द्यायला तयार झाले. फक्त त्या इमारतीचं नाव मातुःश्री हंसाबेन जसलाल झवेरी ठेवायची सूचना केली. शिवाय आर्किटेक्ट आणि कॉंट्रॅक्टर मुंबईचाच पाहिजे, अशी अटही घातली.

इमारतीचा नकाशा पाहताच सारे शिक्षक खूश झाले. सहा महिन्यांत भूमि-पूजन झालं. बघता-बघता सिमेंट, स्टील, टाईल्स यांची सुरेख इमारत उभी राहिली! कन्नड माध्यमाबरोबरच इंग्लिश माध्यमाचेही वर्ग उभे राहू लागले. शिक्षकांना तयारी करून वर्गावर जावं लागे, त्यामुळं त्यांना बढती मिळाल्यासारखं वाटत होतं. इतर गावांहून आलेले विद्यार्थी चटपटीत इंग्लिश बोलत होते. शिक्षकच त्यांच्याशी जपून बोलत होते.

नव्या वर्षाचे वर्ग सुरू होण्याआधी तीन-चार महिने पाटलांनी मुंबई, पुणे, अहमदाबाद, हैद्राबाद वगैरे महत्त्वाच्या गावांमध्ये प्रसिद्ध होणाऱ्या वृत्तपत्रांमधून विद्याशालेची भलीमोठी जाहिरात दिली. तीमध्ये सेवाभावानं शिक्षण देणाऱ्या शिक्षकांचा नजरेत भरेल, अशा प्रकारे उल्लेख केला होता.

या जाहिरातीला रिस्पॉन्स मिळून संपूर्ण देशातून विद्याशालेकडे पत्रांचा ओघ लोटला. त्या पत्रांना उत्तर म्हणून आकर्षक प्रकारे तयार केलेली रंगीत माहिती-पत्रं पाठवण्यात आली. बघता बघता प्रवेश नाकारण्याची वेळ झाली. देशभरच्या इंजिनीअर्स, डॉक्टर्स, व्यापारी, उद्योजक, अधिकारी यांनी आपल्या मुलांसाठी पत्रव्यवहार केला होता.

सगळ्या पालकांची एकच तक्रार होती. हॉस्टेल चांगलं नाही. पाटलांनी त्याच्यापुढं आर्थिक अडचण मांडली आणि त्यांच्याकडून इमारतीसाठी पैसे घेऊ लागले. बघता बघता आठ लाख रुपये उभे राहिले. इमारत बांधण्यासाठी बेंगळूरचा आर्किटेक्ट-काँट्रॅक्टर ठरवण्यात आला.

या नव्या परिस्थितीत समितीच्या पदाधिकाऱ्यांमध्ये थोडा बदल करण्यात आला. पाटील अध्यक्ष, कार्यकारी अध्यक्ष अण्णय्याच होते. इतर नावं पाहताच अण्णय्यांनी विचारलं,

"आपल्या समितीत ही सगळी नावं कशाला?"

"आपले शत्रू काही सामान्य नाहीत! रेव्हेन्यू मंत्री-मुख्यमंत्री! त्यामुळं आपल्या समितीत तशीच तुल्यबळ माणसं हवीत! झवेरी–चेट्टीयार पी. एम्.च्या गोटातली माणसं आहेत! आपलं लेटरहेडच असं पाहिजे, की परशुरामेगौडाच काय, कुणाचीही वाकड्या नजरेनं बघायची छाती होणार नाही!"

बदलत असलेल्या वातावरणात अण्णय्यांना अलीकडे विचित्र अवघडलेपण जाणवत होतं. आजवर तिथले विद्यार्थी आणि पालक कुठल्याच बाबतीत तक्रार करत नव्हते. आता मात्र विद्यार्थी लहान-सहान बाबतींत कुरकुरत होते. त्यांच्या तक्रारी होत्या, दर आठवड्याला आईस्क्रीम का देत नाही? इथल्या सहकारी दुकानात कोकाकोला का ठेवत नाही? इथं नीट चपात्या करणाऱ्या स्वयंपाक्याला का नेमत नाही? सब्जीमध्ये पनीर का मिक्स केलं नाही?

पालकही हीच अपेक्षा करत होते. मुलांना फळांचा रस का नाही? क्रिकेट शिकवायची का व्यवस्था नाही?–

विद्याशालेतील ब्रह्मचारी शिक्षकांनाही काही तरी मुळातून चुकत असल्याचं जाणवत होतं. या मुलांना आपण मानत असलेल्या जीवनमूल्यांविषयीच अनास्था असताना आपण त्यांना जीव तोडून शिकवण्यात तरी काय अर्थ आहे? अलीकडे हे सारं अण्णय्यांना मोकळेपणानं सांगताही येत नव्हतं. कारण वागणुकीवरून

अण्णय्या पाटलांच्या बाजूला झुकले आहेत, असं त्यांना वाटत होतं.

शंकरमूर्तींनी ब्रह्मचारी शिक्षकांशी विचारविनिमय करून सांगितलं,

"मला तर आणखीही एक प्रश्न पडला आहे. मोठमोठ्या शहरांत मोठमोठ्या शाळा आणि इतर सुखसोयी असताना पालक आपल्या मुलांना एवढ्या लांब का ठेवतात? आपण प्रत्येकानं एकेका मुलाला वेगळं गाठून चौकशी केली, तर याची उत्तरं निश्चित मिळतील.''

सगळ्यांनाच हे पटलं. चौकशी करताना त्यांना आढळलेली माहिती अशी : अफीम-हेरॉईनचं भय, घरातली आई-बापांची भांडणं, दोघंही नोकरी करत असल्यामुळं जबाबदारी टाळण्याची वृत्ती-अशी किती तरी उत्तरं मिळाली.

◆

इतर ब्रह्मचारी शिक्षक विवंचनेत बुडून गेले असले, तरी रामचंद्र मास्तरांच्या चेह‍र्‍यावर कसलीही अस्वस्थता दिसत नव्हती. मुलांना शिकवण्याव्यतिरिक्त ध्यानधारणेत वेळ काढायचा त्यांचा दिनक्रम अजूनही तसाच होता.

पण एक दिवस ते अण्णय्यांच्या खोलीत गेले आणि त्यांनी समोरच्या कांबळ्यावर बसून सांगितलं,

"मी निघून जायचं ठरवलंय्.''

"का?'' अण्णय्यांनी घाबरून विचारलं.

"इथं ध्यान करणं शक्य नाही. मन एकाग्र करायला फार कष्ट घ्यावे लागतात.''

"पण तुमची खोली एका टोकाला आहे. तिथंही बांधकामाचा आवाज ऐकू येतो?''

"हा बाहेरच्या आवाजाचा प्रश्न नाही. तपस्येसाठी पुण्य-भूमी आवश्यक असते. मला त्यासाठी कुठं तरी गेलं पाहिजे...'' एवढं सांगून ते निघूनही गेले.

रामचंद्र मास्तर निघून जात असल्याची बातमी सगळ्याच शिक्षकांना धक्कादायक वाटली. इतर शिक्षकांना रामचंद्र मास्तरांच्या शांतपणाचा हेवा वाटत असतानाच ते निघून जात असल्याची बातमी पसरली होती. शरभण्णा त्यांना भेटून या विषयावर अधिक बोलू लागले, तेव्हाही त्यांनी काहीच उत्तर दिलं नाही. इथं मन एकाग्र होत नाही, एवढंच ते सांगत राहिले,

शरभण्णांनी विचारलं,

"पण तुम्ही कुठं जाणार?''

"ठाऊक नाही. यानंतर जागा शोधायची.''

काही दिवसांनी रामचंद्र मास्तर पुन्हा अण्णय्यांना भेटले आणि त्यांनी सांगितलं,

"तुम्हांला दुसरा शिक्षक शोधणं सोयीचं व्हावं, म्हणून मी तुम्हांला सांगितलं होतं. त्याला तीन आठवडे झाले. तुम्ही ज्या दिवशी परवानगी द्याल, तेव्हा मी निघून जाईन."

या घटनेनंतर एक दिवस संध्याकाळी अण्णय्यांनी सगळ्या ब्रह्मचारी शिक्षकांना आपल्या खोलीवर बोलावलं. ही समस्या केवळ रामचंद्र मास्तरांची नसून सगळ्यांचीच आहे, हे जाणवत असल्यामुळं दोन-अडीच तास चर्चा झाली. अखेर अण्णय्या म्हणाले,

"ते एवढी वर्षं विद्याशालेसाठी राबले आहेत. इथून ते कुठं जाणार आहेत, तेही ठाऊक नाही. इथल्या बदललेल्या परिस्थितीनंतरही ते फुकटच शिकवत राहिले. आपल्या संस्थेच्या वतीनं त्यांना निदान दहा हजार रुपये देऊ या. त्यांच्या त्याग आणि सेवेच्या स्मरणार्थ एक सभा घेऊ या आणि आपली कृतज्ञता व्यक्त करण्यासाठी त्यांना शाल पांघरून निरोप देऊ या!..."

ही सूचना सगळ्यांनी एकमुखानं उचलून धरली.

पाठोपाठ एक भावना मात्र सगळ्याच शिक्षकांच्या मनांत तरळून गेली. संस्थेची आर्थिक परिस्थिती एवढी सुधारल्यावर आपण पगार न घेता काम करण्यात काही अर्थ आहे का? पण कुणीही याचा स्पष्ट उच्चार केला नाही. आणखीही एक प्रश्न नव्यानं त्यांना सतावू लागला. आपण पगार न घेता आयुष्यभर इथं फुकट राबलो, आणि आपल्यावरही रामचंद्र मास्तरांप्रमाणे काही ना काही कारणानं निघून जावयाची वेळ आली, तर म्हातारपणी आपली काय गत? जेव्हा नव्यानं नोकरीला लागलेले इतर शिक्षक प्रॉव्हिडंट फंड, पगारवाढ वगैरे गोष्टींवर आपसांत चर्चा करत, तेव्हा या शिक्षकांना आपली मूल्यंच चुकीची नाही ना, अशी शंकाही येऊ लागली.

रामचंद्र मास्तरांनी मात्र स्पष्ट शब्दांत पैसे घेण्यास नकार दिला.

"योग्य ध्यान-स्थान म्हणून मी इथं आलो... माझी गरज म्हणून थोडं कर्मही करत होतो. बदल्यात तुम्ही मला प्रेम दिलंत, आणखी काय पाहिजे?" हे त्यांचं उत्तर होतं.

नवे शिक्षक सफारी घालून कामावर हजर झाले. निरोप समारंभ करण्याचा विचार रामचंद्र मास्तरांनी ऐकून घेतला. पण प्रत्यक्षात एक दिवस कुणालाही न सांगता ते निघून गेले. संस्थेची चटई -काबळं-भांडी-लायब्ररीची पुस्तकं सारं काही आपापल्या जागी पोहोचतं करून ते निघून गेले.

आपल्याला फसवून ते निघून गेले, या भावनेनं सगळ्यांनाच त्यांचा राग

आला. पण राग ओसरल्यावर जाणवलं, ते आपल्या स्वभावाप्रमाणे वागले.

◆

त्या वर्षाअखेर विद्याशालेमधले पहिले विद्यार्थी निघून गेले आणि संपूर्ण शाळाच वेगळ्या आर्थिक गटातल्या विद्यार्थ्यांची झाली. त्यामुळं शिकवणाऱ्या शिक्षकांची मोठी सोय झाली असली, तरी अण्णय्या आणि इतर शिक्षकांना मुळापासून तुटल्यासारखं झालं होतं.

आता शाळेची आर्थिक परिस्थिती अत्यंत उत्तम झाली होती. मोठमोठ्या सिमेंटच्या इमारती नीटस कंपाऊडनं घेरल्या गेल्या होत्या, टेनिस, क्रिकेट, फूटबॉल, टेबल-टेनिस, बॅडमिंटन हे खेळ आता मुलांना उपलब्ध झाले होते. भोवतालच्या कंपाऊंडमुळं भोवतालचं जनावरच काय, एखादा माणूसही आत येऊ शकत नव्हता. परशुरामेगौडाच काय, कर्नाटकाचे मुख्यमंत्री आले, तरी फूटभर जागा घेऊ शकणार नाहीत, असा सगळीकडून कडेकोट बंदोबस्त झाला होता!

आता त्या शाळेत प्रवेश मिळवण्यासाठी मोठेमोठे उद्योगपती, मंत्री, सेनाधिकारी यांची धडपड सुरू होती. त्यासाठी बड्या धेंडांच्या शिफारसी आणल्या जात होत्या. आता तर रेव्हेन्यू खात्याच्या मंत्र्यांच्या नातवाचा अर्जही तिथं आला होता!

रामचंद्र मास्तर निघून गेल्यावर अस्वस्थ झालेलं अण्णय्यांचं मन शेवटची विद्यार्थ्यांची बॅच गेल्यापासून पूर्णपणे उन्मळून गेलं होतं.

परशुरामेगौडा चुकीचं वागला, हे खरं आहे–पण आपण तरी काय केलं? सौद्रेगौडांनी दिलेली जमीन परशुरामेगौडा किंवा सरकारनं गिळंकृत करू नये, म्हणून आपण एवढी सारी धडपड केली. पण आजची शाळा तरी सौद्रैगौडांच्या इच्छेप्रमाणे किंवा गांधीजींच्या स्वप्नाप्रमाणे आहे काय? म्हणजे आपणही सौद्रेगौडांशी विश्वासघातच केला ना! हालुकेरेला वाजत गाजत अविचारानं सुरू झालेल्या सरकारी शाळेचे तीन तेरा वाजले, हे खरं असलं, तरी इथं तरी पूर्वीची विवेकानंद विद्याशाला राहिली आहे काय?

◆

याच विचारात कुढत असताना अण्णय्यांना एक विचार सुचला. येत्या वर्षी मुलांना शाळेत प्रवेश देताना दोन तृतीयांश विद्यार्थी नेहमीसारखे घेतले, तरी एक तृतीयांश विद्यार्थी खेड्यामधले गरजू घ्यायचे. शक्यतो सौद्रेगौडांना शब्द दिल्याप्रमाणे याच परिसरातली गरीब मुलं घ्यायची. या गरीब मुलांकडून एक पैसाही घ्यायचा नाही–इतर विद्यार्थ्यांकडून सगळा खर्च वसूल करायचा. यामुळं आपण इथं फुकट

राबतोय्, त्याला आणि सौद्रेगौडांकडून घेतलेल्या दानाला काही तरी न्याय मिळेल.

या विचारानं थोडं बरं वाटल्यावर ते पुढचा तपशील ठरवू लागले. सगळ्या मुलांना सारखाच युनिफॉर्म द्यायचा. कपड्याच्या शौकावरून कोण गरीब आणि कोण श्रीमंत, हे मुलांना समजता कामा नये. इथल्या गरीब मुलांसाठी आपण काही मदत करत आहे, हे गरिबांनाही समजता कामा नये. हे न समजू देण्याची जबाबदारी इथल्या पदाधिकाऱ्यांची राहील. विद्यार्थ्यांच्या मनांत धनको-ऋणको यासारखे विचार येता कामा नयेत...

अण्णय्यांनी सगळ्या ब्रह्मचाऱ्यांना आपल्या खोलीत बोलावून त्यांना आपल्या मनातले हे विचार सांगितले. त्यांनाही सारं ऐकून जिवात जीव आल्यासारखं वाटलं. काही जणांनी हे प्रमाण निम्मं-निम्मं असावं, असंही सुचवलं. प्रत्येक सधन पालकानं आपल्या मुलाबरोबर एका गरीब विद्यार्थ्याचं शिक्षण केलं, तर त्यांनाही विद्यादानाचं पुण्य मिळेल–असंही भावुकपणे काही जण म्हणाले. त्याला चंद्रशेखर डॉक्टरांनी अनुमोदनही दिलं.

आपण सगळ्यांनी एवढा विचार करून घेतलेला निर्णय कार्यवाहीत आणण्यासाठी सभेचा केवळ सोपस्कारच पार पाडायचा आहे, अशी भावना सगळ्या ब्रह्मचारी शिक्षकांच्या मनांत होती. त्यांना तर याचीही गरज वाटत नव्हती. पण अण्णय्या मात्र संस्थेचे नियम मोडायला तयार नव्हते. त्यांनी सांगितलं,

"आधी बेंगळूरला जाऊन अध्यक्षांच्या कानांवर सगळं घालून येईन. नंतर मीटिंग ठेवली, की सारं व्यवस्थित होईल–आयत्या वेळी कुणी आक्षेप घ्यायला नको–"

"एवढ्या चांगल्या विचारांना आक्षेप घेणारे आपल्या संस्थेच्या समितीवरच राहायच्या लायकीचे नाहीत! शिवाय त्यांच्या संमतीवर अवलंबून का राहायचं? शेवटचा निर्णय आपलाच का असू नये?" आजवर कधीही फारसं न बोलणारे सोमशेखराचार्य म्हणाले.

"पण ते विरोधच करतील, असं का आपण आताच गृहीत धरायचं? अजूनही पुढचं शैक्षणिक वर्ष सुरू व्हायला भरपूर वेळ आहे–त्या वेळेपर्यंत आपण सगळ्यांनाच ही गोष्ट पटवून देऊ–" हे सांगताना अण्णय्यांना मोठ-मोठ्या शहरांमध्ये आपापल्या व्यवसायात गर्क असलेल्या संस्थेच्या सभासदांची आठवण झाली. ते सगळे आपल्या विद्याशालेसाठी अनेक श्रीमंतांकडून, आई-बापाचं श्राद्ध करणाऱ्यांकडून, स्वतःची साठी साजरी करणाऱ्यांकडून देणग्या मिळवून देत. कधी तरी अवचितपणे एखादा भक्कम देणगीचा चेक येई आणि त्याबरोबर पत्र असे, ही देणगी आम्ही पद्मभूषण गिरिधारीलाल अगरवाल यांच्या सल्ल्यानुसार पाठवत आहोत!–' अशी मोठ-मोठी दानशूर माणसं एवढा चांगला सल्ला का नाकारतील? याच दानशूर

लोकांच्या आधारानं ही योजना राबवायला काय हरकत आहे? अण्णय्यांचे हे विचार इतर ब्रह्मचाऱ्यांनाही पटले.

पण अण्णय्या बेंगळूरला जाऊन संस्थेच्या अध्यक्षांना–पाटील वकिलांना भेटले आणि त्यांनी आपले विचार त्यांच्यापुढं मांडले तेव्हा ते उद्गारले,

"व्हेरी इंटरेस्टिंग!"

गेली पाच वर्षं त्यांना ओळखत असलेले अण्णय्या पाटलांच्या या उद्गारानं क्षणभर गोंधळून गेले. सुप्रीम कोर्टामध्ये वाद-विवाद करून विजयी होऊन येणाऱ्या पाटील वकिलांच्या दृष्टीनं आपल्या विरोधी पक्षाच्या वकिलालाही 'माझे विद्वान मित्र–' म्हणून प्रेमाने उल्लेखणं हा व्यवसायाचाच एक भाग होता.

पाटलांनी मोठ्या खुबीनं 'अरे व्वा! तुम्हांला हे कसं सुचलं?–' वगैरे विचारून अण्णय्यांकडून सारी माहिती घेतली. नंतर चेंबरमधल्या आपल्या एकशेऐंशी डिग्री अंशमध्ये फिरणाऱ्या खुर्चीत बसून डाव्या हाताच्या दोन बोटांनी जिवणीची टोकं कुरवाळत ते म्हणाले,

"तुमचं म्हणणं नैतिकदृष्ट्या खरं आहे. पण त्यांतला एक पदर नैतिकदृष्ट्या असंमत होण्यासारखा आहे. आपल्या मुलाला तुमच्या संस्थेत शिक्षण मिळावं, अशी अपेक्षा असणाऱ्या पालकांवर अशा प्रकारे शंभर टक्के टॅक्स लावणं न्यायाचं आहे का?"

"याला टॅक्स का म्हणता? त्यांची द्यायची ताकद आहे. तेही आमची सेवा फुकट घेत नाहीत का? तुम्ही तुमच्या आणखी एका बांधवाला वर उचलून घ्या–आमची सेवा तुमच्यासाठी आहेच ना! मला तर वाटतं, आपण त्यांना सगळा तपशील सांगायचीही गरज नाही. आपण इथं कुणाला फुकट शिकवतो, ते त्यांना का सांगायचं? डेहराडून, उदकमंडल, कोडाईकॅनॉल इथल्या शाळांमध्ये प्रत्येक विद्यार्थ्यासाठी जेवढा खर्च करावा लागतो, त्याच्या निम्म्यापेक्षाही कमी खर्चात इथं मुलं राहत असतात. त्यामुळं आता होतो, त्याच्या दुप्पट खर्च त्यांना करावा लागला, तरी एका मुलाचं फुकट शिक्षण होऊनही त्याना कमीच खर्च येईल ना!"

"हो पाहा, त्यांना न कळवता त्यांचे पैसे दान करणं म्हणजे त्यांची फसवणूक केल्यासारखंच!"

"तर मग त्यांनाही कळवू या–माहितीपत्रावरच छापून घेऊ या–हा आमच्या ध्येयधोरणाचा भाग आहे, म्हणून–"

"याचा परिणाम म्हणून त्यांना मुलं पाठवायचं बंद केलं, तर?–"

"बंद का करतील? इथं त्यागी वृत्तीचे ब्रह्मचारी शिकवत आहेत–इतर शाळांमध्ये हा नैतिक आत्मा नाही, हे त्यांनाही ठाऊक आहे!–"

"दॅट इज ॲन इंटरेस्टिंग पॉईंट!" म्हणत चर्चेचा ओघ मोडून काढत खुर्ची

डावी-उजवीकडे फिरवत त्यांनी पुन्हा खुर्ची पूर्वस्थितीला आणली आणि अण्णय्यांकडे पाहत ते म्हणाले, "तुमच्या विचारांमध्ये सेवा, ब्रह्मचर्य आणि त्याग हे शब्द रुतून बसल्यासारखे बसले आहेत! त्याग नसेल, तर सेवा करणं शक्यच नाही–असा काही तरी तुमचा विश्वास दिसतो! तुमचा म्हणजे आपला परंपरागत भारतीय विश्वास! पण अलिकडच्या काळात सेवा या शब्दाचा अर्थ तसा नाही. आमच्यावर सोपवलेलं काम आम्ही व्यवस्थित करू- त्या बदल्यात आम्ही सांगू तेवढा पैसा तुम्ही द्या–कबूल केल्याप्रमाणे काम करण्याच्या बाबतीत आम्हीही निष्ठावान आहोत-असा याचा अर्थ! त्यासाठी आम्हांला कसलाही फायदा नको–असं कुणीही सांगत नाही! अमुक-अमुक मोटर-सर्व्हिस म्हणजे काय? तुम्हांला फुकट घेऊन जाऊ, असं मुळीच नव्हे. आम्ही ठरलेल्या वेळी बस पळवू, मध्येच कुठं पाडणार नाही–ठरलेल्या जागी सुखरूप नेऊन पोहोचवू–एवढाच याचा अर्थ! तुम्हांला एवढ्या सगळ्या सुखसोयी दिल्याबद्दल हा चार्ज! पटलं, तर या–नाही तर जा! व्यवसायावर आधारित हा अर्थ आहे. त्यामुळं अत्त्युत्तम सेवा देऊन अत्त्युत्तम फायदाही मिळवता येईल. इथं त्याग आणि ब्रह्मचर्याची गरजच काय आहे?"

"–तसं नाही. आपल्या शाळेचं वैशिष्ट्य–" बोलता बोलता अण्णय्यांच्या बोलण्याचा सूर चुकत होता.

"हे पाहा, अण्णेगौडा! आधुनिक पालक आणि आपल्या संस्थेचे पोषक कशा प्रकारे विचार करतात, हे मला पूर्णपणे ठाऊक आहे. त्यांना व्यवसाय–निष्ठेनं चालणारी संस्था हवी असते. संन्याशांनी किंवा ब्रह्मचाऱ्यांनी ती चालवली पाहिजे, असा त्यांचा मुळीच आग्रह नाही. मला तुमच्याविषयी आदर वाटत असला, तरी इतर पालकांनाही तसा वाटला पाहिजे, असा आपल्याला आग्रह धरता येणार नाही."

आता अण्णय्यांना आपला मेंदू बधिर झाल्यासारखं वाटू लागलं.

वकील पुढं म्हणाले,

"तुमच्या म्हणण्याप्रमाणे निम्मी मुलं खेड्यांतली घेऊ या. पण त्या मुलांची पार्श्वभूमी, आत्मविश्वास, बुद्धि-चातुर्य यांची बरोबरी पैसे देणाऱ्या मुलांशी होणं शक्य आहे का? पैसे देणारी मुलं अर्ध्या तासाच्या आतच या मुलांना जोखल्याशिवाय राहणार नाहीत. भेटल्या भेटल्या परस्परांची ओळख करून घेता घेताच नाव-गाव, वडील काय करतात वगैरे प्रश्न विचारत सारं जाणून घेतील. मग त्या मुलांच्या मनांत अहंगंड आणि या मुलांच्या मनांत न्यूनगंड निर्माण झाल्याशिवाय राहणार नाही. ही मुलं आपल्या पैशावर अन्न खाताहेत, हेही श्रीमंत मुलं शोधून काढतील. मग ही संस्था म्हणजे कुरुक्षेत्र व्हायला वेळ लागणार नाही. मग काय कराल?"

"असा भेद-भाव निर्माण होता कामा नये, हेच आपल्या संस्थेचं ध्येच आहे–

आपलंही तेच कर्तव्य आहे. मी याविषयी आमच्या शिक्षकांशी बोलतो–ते मुलांना तसंच घडवतील.''

''पण मुलांचे पालक हे मान्य करतील काय?''

''मान्य न करायला काय झालं?''

''का मान्य करावं त्यांनी? त्यांच्यापैकी कुणी हे सारं अन्यायकारक आहे, म्हणून कोर्टाकडे धाव घेतली, तर तुमची बाजू ढासळून जाईल!''

''त्यांना आपलं धोरण पटलं नाही, तर त्यांनी आपल्या मुलांना माघारी बोलावून घ्यावं. कोर्टात जायचं काय कारण? आपण संस्थेसाठी कुठलीही सरकारी मदत घेत नाही.''

''खर्च सगळ्यांनी वाटून घ्यावा, असं एकदा म्हटल्यावर हिशेब पाहायचा अधिकार प्रत्येकालाच आहे. आमच्या मुलावर लादलेला जास्तीचा खर्च नाकारायचाही त्यांना अधिकार आहे. हा सगळा वेडेपणा राहू द्या- तुम्ही तुमची कामं करा. उद्या एक महत्त्वाची केस आहे... त्या कामात आहे मी...'' म्हणत पाटील वकिलांनी बेल वाजवून आपल्या सहायक वकिलाला फाईल घेऊन आत यायला सांगितलं.

आता मात्र निरुपायानं उठत अण्णय्यांनी विचारलं,

''तर मग पुन्हा केव्हा भेटून बोलू या?''

''उद्या दिवसभर मी बिझी आहे. संध्याकाळी क्लबमध्ये निवडणूक आहे. परवा दिल्लीला जायला पाहिजे. सकाळी लवकर जाऊन, केस संपवून, रात्री बेंगळूरला निघून यावं, अशा प्रकारची कृपा एअर-लाईननं केलेली नाही. कर्नाटकाचे एम्. पी. यासाठी काय करतात? या विषयावर आता आणखी काय बोलायचं राहीलंय्?'' त्यांनी स्पष्टपणे आपल्याला पुन्हा याच विषयावर चर्वितचर्वण करण्यात मुळीच रस नसल्याचं दाखवून दिलं.

आता मात्र अण्णय्यांना आपल्यामधे आणि अध्यक्षांमध्ये भली मोठी अदृश्य भिंत असल्याचं जाणवलं. याआधी कधीही असं तोडलं नव्हतं. अगदी खरे सांगायचं, तर याआधी एवढी चर्चा करायचा प्रसंगही आला नव्हता. दोघंही परस्परांना समजून घेत होते. त्यानंतरही प्रशोत्तरं होत–पण ती तपशील जास्तीत जास्त जाणून घेण्यासाठी, मूलभूत मुद्द्यांवर कधीही मतभेद नव्हते.

ते उठत म्हणाले,

''बरंय् तर... निघतो मी...''

यावर पाटील वकीलही दिलगिरी व्यक्त करत म्हणाले,

''सॉरी, फारच घाईत आहे मी. ही मी स्वतःच मांडायची केस आहे-''

पाटलांचा आपल्या विचाराला विरोध आहे, हे समजताच ब्रह्मचारी शिक्षक

मनोमन कासावीस झाले. सोमशेखराचार्य आणि नारायणप्पा यांना रागही आला. पण अण्णय्यांनी त्यांना आवरलं. सात-आठ दिवस त्यांच्या बोलण्यात तोच एक विषय होता. हार न मानता आपण ताठ राहिलं पाहिजे याविषयी त्यांचं एकमत झाल. 'काही झालं, तरी पुढच्या महिन्यात एक मीटिंग घेण्यात येईलच. त्या वेळी आपण आपल्या योजना त्यांच्यापुढं ठेवू आणि आग्रह धरू'' हा शेखरमूर्तीचा विचार सगळ्यांनाच पटला.

वार्षिकोत्सवाच्या सकाळी किंवा दुसऱ्या दिवशी सर्वमान्य सदस्यांची मीटिंग घेण्याची नेहमीची पद्धत होती. पण त्यासाठी दरवर्षी सगळे सभासद येत नव्हते. अध्यक्ष, कार्याध्यक्ष, कोषाध्यक्ष आणि झवेरीसारखे एक-दोन महत्त्वाचे सभासद जे मुद्दे मांडत, त्याला इतर सगळे मान डोलावत. त्या सभेमध्ये संपूर्ण इमारत आपल्या आईच्या नावे बांधवून दिलेल्या झवेरींचा प्रभाव जाणवत होता. पाटील वकील अध्यक्ष असले, तरी प्रत्येक मुद्द्यावर झवेरींनी मान हलवल्यावरच पुढचा मुद्दा घेण्यात येई. हायकोर्टातले निवृत्त न्यायाधीश सुकुमारन नायरांपेक्षा त्यांचा दबदबा अधिक होता. केवळ कोट्यधीश आणि परदेशी कापड कारखान्यांचे मालक-पदाधिकारी असले, तरी ते स्वतः खादीचे कपडे वापरत असल्याचा प्रभाव सभेवर निश्चित पडत होता. त्यांना अखादी गोष्ट पटली आणि त्यानी ती मांडली, की पाटलांसह सारेच त्याला मान्यता देतात, असा अण्णय्यांना विश्वास होता.

या वर्षीच्या सभेमध्ये हैदराबादचे नेमारेड्डी आणि मुंबईचे दिघे अवाक्षरही न बोलता बसले होते. अजेंडावरील महत्त्वाच्या मुद्द्यावरील चर्चेला झवेरींनी प्रारंभ केला. आपल्याला डावलून हा मुद्दा अजेंड्यावर घेतला गेला, याचं पाटलांना असमाधान वाटलं होतं. तरीही ते गप्प बसले होते.

हा मुद्दा येताच झवेरींनी विचारलं,

''खेड्यांचा उद्धार व्हायला पाहिजे, हे अगदी खरं आहे. चेंबर ऑफ कॉमर्समध्ये पंतप्रधान आल्या होत्या, तेव्हाही मी हेच सांगितलं. कारखाने मुंबई–बेंगळूर–अहमदाबाद या भागातच कोंबण्यापेक्षा खेड्यांमधे त्याचा विकास होऊ द्या. म्हणजे तिकडं वीज, उत्तम रस्ते, फोन, रेल्वे यांची सरकारनं व्यवस्था करावी–म्हणजे आम्ही सुद्धा त्या भागात कारखाने काढू! खरं सांगायचं, तर आपल्या या शाळेमुळं भोवतालच्या परिसराचा केवढा फायदा झालाय्, हे मी तुम्हाला सांगायची गरज नाही. दूध- भाजीपाला वगैरे वस्तूंना भाव वाढवून मिळाले. शिवाय इथले सगळे नोकर याच परिसरातले आहेत. तरीही सगळा फायदा याच खेड्यांना मिळावा, हा आग्रह धरणं योग्य नाही. मीही खेड्याच्या उन्नत्तीच्या बाजूचाच आहे. महात्मा गांधीचे या विषयीचे सगळे विचार मी स्वतः वाचून अभ्यासले आहेत–''

निवृत्त जज्ज म्हणाले,

“अण्णय्या, तुमच्या विचाराप्रमाणे शाळा चालवायची, असं ठरलं, तर पन्नास टक्के मुलांचं शिक्षण इंग्रजीत होणं शक्य नाही. आपण याचा सावधपणे विचार केला पाहिजे. इंग्रजांना आपण हाकललं, तरी आज तीच आपल्या देशातली संबंध-भाषा आहे! हे आपल्याला विसरता येणार नाही.”

पुन्हा झवेरी म्हणाले,

“आपल्या देशात जेवढा अन्याय होतो, तेवढा आणखी कुठंही होत नसेल. एवढा अन्यायकारक कर आणखी कुठल्याही देशात नसेल! इथं तर जास्त पैसा मिळवणं पापच होऊन बसलंय्! बघावं, तिथं गरिबी हटाव! गरिबांच्या नावाखाली राबणाऱ्यांवर अन्याय चाललाय्. त्यात सरकारी कर भरून उरलेल्या पैशामधले चार पैसे वाचवून आपल्या मुलाला चांगलं शिक्षण देऊ पाहणाऱ्या नागरिकावर तुम्ही शंभर टक्के कर लावणार? हा प्रकार म्हणजे पान्हा देणाऱ्या गाईची अति आशेपोटी आचळं कापावीत, तसा आहे! तुमच्या दरिद्री- नारायणाच्या सेवेच्या इच्छेचं मलाही मनापासून कौतुक आहे! त्यासाठी मी तुमच्याकरता एक वेगळाच भव्य प्लॅन योजला आहे! माझी एक मावशी होती- जन्मजात पांगळी होती बिचारी! आयुष्यभर खुरडतच जगली. आमच्या घरीच राहायची. माझ्या आजीनं तिच्यासाठी ठेवलेले पैसे तसेच पडून आहेत. त्यात व्याजाची बरीच भरही पडली आहे. त्या मावशीच्या नावानं एक अपंग मुलांची शाळा सुरू करायची माझी इच्छा आहे. श्रीमंतांच्या अपंग मुलांची काही तरी व्यवस्था होते. पण गरिबांच्या अपंग मुलांचं काय? मी भांडवल देतो... तुम्ही बाकी व्यवस्था पाहा. फक्त गरीब अपंग मुलांनाच त्यात घेऊ या. त्यांना अंघोळ घालू या–त्यांना काही तरी व्यवसाय सुरू करता येईल, असं करू या... त्यांना त्यांच्या पायांवर उभं करू या...”

यावर सगळ्यांनीच उत्साहानं माना हलवल्या. न्यायमूर्तींनी तर, ‘गरीब नारायणापेक्षा अपंग नारायणाची सेवा श्रेष्ठ आहे’ असा सिद्धांतही मांडला.

“अपंग मुलांसाठी शाळा सुरू करणं अत्यंत गरजेचं आहे, यात शंका नाही. या एकशेवीस एकर जमिनीवरच एका बाजूला तीही सुरू करू...”

दिघे आणि रेड्डींनी अण्णय्यांचं बोलणं मध्येच रोखलं,

“नो-नो! आमचा याला विरोध आहे. शक्ती-बुद्धीचा विकास व्हावा, म्हणून इथं ठेवलेल्या मुलांसमोर दररोज सकाळ-दुपार-संध्याकाळ असलं दृश्य राहिलं, तर त्यांचा उत्साह वठल्याशिवाय राहील काय? त्यांना दुसरीकडे ठेवा...!”

अध्यक्ष आणि न्यायमूर्तींना यात विचार करण्यासारखा मुद्दा वाटला, तरी ते तोंड न उघडता तसेच बसून राहिले होते. लहानपणापासून आपल्या मावशीचं अपंगत्व जवळून पाहिलेल्या झवेरींना यातली कुठली बाजू योग्य आहे, ते लक्षात आलं नाही.

अण्णय्या म्हणाले,

"हे योग्य नाही. सिद्धार्थाचं उदाहरण आपल्या सगळ्यांना ठाऊक आहे. ते जाऊ दे. विषयांतर होईल ते. या भागात शिक्षणाचा प्रसार करून स्वावलंबन वाढवावं, या दृष्टीनं आम्ही ही शाळा सुरू केली होती. त्यासाठी आम्ही सगळ्यांनी ब्रह्मचारी राहून काम करण्याची शपथ घेतली होती. ही जमीन ज्यांनी दिली, त्या सौद्रेगौडांनाही आम्ही हेच सांगून जमीन द्यायला प्रवृत्त केलं होतं. यात बदल होता कामा नये. इतरांना मदत करायला आमची ना नाही. आपला उद्देश साधण्याऐवजी आपण श्रीमंतांच्या मुलांना अधिक श्रीमंत व्हायला मदत करत आहोत, असं सगळ्या ब्रह्मचाऱ्यांना वाटत आहे!"

अण्णय्यांच्या शेवटच्या वाक्यानं झवेरींचा संयम पूर्णपणे तुटला. ते ताडकन म्हणाले,

"असं असेल, तर तुम्ही इथं राहून कशाला सेवा करता?..."

"संस्थेबरोबरचा आमचा संबंध केवळ चार पैसे घेऊन तोडून देण्याइतका वरवरचा नाही!-" अण्णय्यांनी आवाज चढवून सांगितलं.

"नवी समिती आल्यावर तुम्ही कधीही पगार घेतला नाही?" झवेरींनी विचारलं.

"कधीही नाही!" अण्णय्या उत्तरले.

"हे पाहा–नव्या स्केलप्रमाणे या सगळ्यांचा हिशेब करा आणि सगळ्यांना त्याचे पैसे देऊन मोकळं करा!" झवेरींनी निर्णय दिला.

न्यायमूर्ती म्हणाले,

"हे कायद्याविरुद्ध होईल. त्यांनी ते स्वेच्छेनं लिहून दिल्यामुळं दरवर्षीचा हिशेब त्या त्या वेळी परिपूर्ण झालेला आहे."

"असं असेल, तर ग्रॅच्युईटी किंवा प्रॉव्हिडंट फंड या नावानं त्यांना पैसे द्या. माझ्या कुठल्याही फॅक्टरीतला कुणीही कामगार माझ्याकडून रिकाम्या हाती गेला नाही! उद्योगपतीनं नेहमीच उदार राहिलं पाहिजे, या नियमाचं आजवर मी काटेकोर पालन केलं आहे!"

आता मात्र प्रकरण हाताबाहेर चालल्याची पाटलांना जाणीव झाली. ते म्हणाले,

"अण्णय्या आणि त्याचे सहकारी नोकरी सोडून जायचं बोलत नाहीत..."

"आम्ही नोकर आहोत, असं आमच्यापैकी कुणीही समजत नाही!" अण्णय्या झवेरी आणि पाटलांना उद्देशून म्हणाले.

काही तरी आठवून झवेरी म्हणाले,

"याच संदर्भात मला एक गोष्ट सांगायला हवी. काही पालकांनी ही गोष्ट माझ्या कानांवर घातली आहे, म्हणून ती मी इथं सांगत आहे. ब्रह्मचारी मास्तर मुलांना नैतिकतेचा पाठ देऊ शकले, तरी प्रचंड वेगानं वाढणारं ज्ञान ते मुलांना देऊ

शकत नाहीत. यानंतर आपण शिक्षकांची नेमणूक करताना स्नातकोत्तर डिग्री असणं आवश्यक केलं पाहिजे. खेड्यातल्या मुलांना अ- आ- ई- ई शिकवायला हे ब्रह्मचारी लायक असतीलही! इंजिनीअरिंग आणि आय् आय् टी मध्ये प्रवेश मिळवणाऱ्या मुलांना ते मार्गदर्शन करू शकत नाहीत. सॉरी फॉर सेईंग धिस्!...''

शेवटच्या वाक्यानं अण्णय्यांचाही संयम संपला. 'असं असेल, तर तुम्ही तुमच्या मुलांना घेऊन जा! आम्ही खेडवळ मुलांना मातृभाषेतच अ-आ शिकवू.' असं म्हणावंसं वाटलं, तरी त्यांनी स्वतःला आवरलं.

झवेरींचे नाक-कान लाल झाले होते. ते पाहून पाटलांनी अण्णय्यांना बोलणं आवरतं घेण्याची खूण केली. झवेरी आपल्या खादीच्या रुमालानं चेहरा आणि मान पुसू लागले.

मीटिंग संपल्यावर पाटलांनी अण्णय्यांची स्वतंत्र भेट घेतली आणि ते म्हणाले,

''मला न विचारता तुम्ही सगळ्यांना पत्र लिहून हा मुद्दा अजेंड्यावर घेतला. शंभर टक्के कर कोण मान्य करेल? प्रत्येक वर्गात तुम्ही म्हणता, तशी दहा मुलं घेतली असती, तर सगळ्यांना मेरिटचं निमित्त सांगून सहज पटवता आलं असतं. मी तशा प्रकारे मांडलं असतं.''

''पण या शाळेत खेड्यातली मुलं मेरिटच्या विशिष्ट पातळीपर्यंत येणं शक्य तरी आहे काय? एक मात्र खरं, आता आमचं पूर्णपणे भ्रमनिरसन झालं!–'' अण्णय्या म्हणाले.

''आपण नंतर या विषयावर बोलू या...'' म्हणत पाटलांनीही तो विषय थांबवला.

दुसऱ्या दिवशीचा समारंभ पार पाडेपर्यंत अण्णय्यांनी यातलं काहीही ब्रह्मचारी सहकाऱ्यांना सांगितलं नाही. तरीही एकट्यानं सारं सोसणं कठीण असल्याचा अनुभव त्यांना पदोपदी येत होता.

◆

# २०

शक्य तेवढ्या लवकर येऊन जा, या अर्थाचं एक पत्र होन्नत्तीला त्याच्या आईकडून येऊन पोहोचलं. त्या पत्रात आणखी कुठलाही विषय नव्हता. न सांगता तू का निघून गेलास, हा प्रश्नही त्यात विचारला गेला नव्हता. आता तो विद्याशालेत असल्याचं कसं समजलं, याचाही त्यात खुलासा नव्हता. 'लवकर दिल्लीला येऊन जा... तुझ्याशी एका अत्यावश्यक बाबीविषयी बोलायचं आहे–तुझे वडील आणि मी या वयात जसे असायचे, तसे आहोत–'' एवढंच त्या पत्रात होतं.

पत्र वाचताच होन्नत्तीचं मन आई-वडिलांच्या- त्यातही आईच्या आठवणीनं उदास झालं. त्यांना न सांगता-सवरता घर सोडलं. त्यानंतरही आपण कुठं आहोत, याविषयी त्यांना काही कळवलं नाही. काय कळवणार, म्हणा! एका जागी राहून काही करत असेल, तर कळवायचा प्रश्न आला! दिल्ली सोडताना ज्या पाप-प्रज्ञेनं त्याला घेरून टाकलं होतं, ती कालांतरानं कमी होत गेली होती. पण विद्याशाळेत रवींद्रांची भेट होऊन त्याच्याबरोबर एकाच खोलीत राहायची पाळी आली, तेव्हा त्या भावनेला पुन्हा धार चढली होती. पण एकाएकी ते दिल्लीला निघून गेले. तिथंच एका वृत्तपत्रात काम करत असल्याचंही त्यांनी अण्णय्यांना पत्र लिहून कळवलं आहे. त्यांनी त्या वृत्तपत्राची एक प्रतही पाठवून दिली होती. हेमंतला राजकारण, त्यांतील भ्रष्टाचार याविषयी विशेष तपशील ठाऊक नव्हता. किती तरी वर्षांपूर्वी त्यान वृत्तपत्र वाचायचं सोडून दिलं होतं. तरीही रवींद्रांचा राजीनामा आणि आज ते पगाराची अपेक्षा न धरता एका निर्भीड वृत्तपत्रात काम करत आहेत, हे त्याला ठाऊक होतं. त्यामुळं त्याच्या मनातली वेदना अधिकच चिघळत होती.

त्यातच आईचं पत्र आलं होतं. त्या पत्राचा नीट उलगडाही होत नव्हता.

त्यानं अण्णय्यांना आईच्या पत्राविषयी सांगितलं आणि बेंगळूरला जाऊन दिल्लीची रेल्वे पकडली. आयत्या वेळी रिझर्व्हेशन मिळणं अशक्य असल्यामुळं त्यानं टी.सी.ला आपण नेहमीचा प्रवासी असल्याचं सांगून रेल्वेच्या डब्यात शिरकाव करून घेतला. टी.सी.नं थोड्याच वेळात त्याची बर्थची व्यवस्था केली आणि वीस रुपयांची मागणी केली. अखेर हेमंतनं दिलेले पंधरा रुपये त्यानं स्वीकारले–

का, कोण जाणे, काही वेळातच हेमंतला आपण पंधरा रुपयांची का होईना–लाच दिल्याची भावना घेरू लागली. याचं त्याचं त्यालाच नवलही वाटलं. यात नवं काहीच नव्हतं. याआधी प्रवास करताना त्यानं स्वतः किती तरी वेळा याच मार्गानं जागा मिळवली होती. दहा-पंधरा रुपयांत बर्थ मिळायची खात्री असताना आठ-दहा दिवस आधी स्टेशनवर जाऊन सात-आठ तास रांगेत उभं राहायचं कशासाठी-असा त्याचा आजवरचा विचार होता. यात आपण काही गैर करतोय्, असंही त्याला वाटत नव्हतं. रेल्वेचे कर्मचारी यासाठी काही बर्थ रिकामेच ठेवतात, हेही त्याला ठाऊक होतं. तर मग आजच ही भावना का त्रास देतेय्?...

रात्र झाली. आता टी. सी. बदलला होता. नवा टी.सी.ही नव्या प्रवाशांना आधी जागा नाही म्हणून सांगत होता–त्यांतल्या हेतुपुरस्सर दात विचकणाऱ्यांना–'नंतर पाहू-' म्हणून सूचकपणे सांगत होता.

आजवर अनेकदा पाहिलेलं हे दृश्य पाहताना हेमंतला वाटत होतं–हा केवढा मोठा देश आहे! दक्षिणोत्तर आणि पूर्व-पश्चिम पसरलेला! एवढ्या मोठ्या देशात लाच दिल्याशिवाय काहीही हलत नाही! सगळा देशच लाचखोरीच्या दलदलीत पडून सडत आहे! या विचारात गढून जाताना काही वेळ का होईना–त्याचं मन भोवतालच्या अगाध पाप-सागराकडे पाहता पाहता स्वतःच्या पापप्रज्ञेला विसरून गेलं होतं.

रिक्षा करून तो घरी पोहोचला, तेव्हा सकाळचे दहा वाजले होते. वडील टेबलाजवळ बसून नेहमीप्रमाणे जेवण उरकत होते. त्याला पाहताच त्यांनी औपचारिकपणे चौकशी केली,

'ठीक आहे?'

कुठून आलास–कुठं होतास वगैरे कसलीच चौकशी न करता त्यांनी विचारलेल्या प्रश्नाला त्यानंही काहीच उत्तर दिलं नाही. तशी काहीच अपेक्षा नसल्याप्रमाणे जेवण करून ते हात धुवायला बेसिनपाशी गेले. हात धुऊन, तोंडातली कवळीही बाहेर काढून त्यांनी धुतली आणि बायकोला 'येतो मी' म्हणून सांगून त्यांनी कार स्टार्ट केली. एखाद्या लेखाची तयारी करण्यासाठी किंवा उगाच सहज म्हणून ते भारतीय अर्थशास्त्र संस्थेच्या लायब्ररीमध्ये गेल्याचं हेमंतच्याही लक्षात आलं.

तो अंघोळ करून माघारी आला, तेव्हा आईनं आणखी थोड्या पोळ्या केल्या होत्या. जेवताना त्यानच विषय काढला,

"–तुझं पत्र आलं. लगेच निघून आलो."

"तुझ्या वडलाना न सांगता मी तुला पत्र लिहिलं होतं. पत्र पोस्टात टाकल्यावर वाटलं–उगाच लिहिलं पत्र! मग वाटलं, तेवढीच तुझी भेट तरी होईल. अरे, न

सांगता सवरता निघून जातोस! एखादं पत्र तरी लिहायचं!''

"आता कसा माझा पत्ता समजला?''

"नक्की कुठं ठाऊक होता? अंदाजानं लिहिलं...''

आईच्या हातचा स्वयंपाक जेवताना त्याला आत शांत वाटत होत. हे अन्न खाताना मनाला एवढा वेळ घेरून टाकणारी पाप-प्रज्ञा नष्ट झाल्याचा अनुभव येत होता. तरीही तिच्या बोलण्यानं तो अस्वस्थ झाला होता. पत्र लिहून बोलावण्यामागं काही तरी निश्‍चित असेल! त्यानं चौकशी केली,

"मग? इथली काय बातमी?''

"आधी जेवण कर. एवढा लांबचा प्रवास! ना झोप नीट होते–ना जेवण नीट होतं!–''

जेवण झाल्यावर आईनं त्याच्या पुढ्यात एक पाकीट ठेवत म्हटलं,

"हे वाचून पाहा...''

हेमंतनं पाकीट उघडून पाहिलं. आत एक कागद होता. पाठवणाऱ्याचं नाव नव्हतं, पत्ता नव्हता–पत्राच्या अखेरीस सहीही नव्हती. पत्राची सुरुवात रवींद्रांना संबोधून केली होती–त्याच्या आणि कांतीच्या संबंधांविषयीचं पत्र–एका टंकलिखित पत्राची ती प्रत होती. रोझपेंटामधली भारी पार्टी, शीतलच्या घरातला त्याचा रियाझ, आग्रा आणि सिमलामधील हॉटेलांची नावं–तारखा–

डोक्यात सगळा खुलासा होण्यासाठी त्याला अर्धा तास लागला. त्यांन पुन्हा एकदा सारं पत्र नीट वाचून काढलं. एका अनामिकान सारा तपशील टंकलिखित पत्रानं रवींद्रांना कळवून त्याची प्रत इथं पाठवल्याचं स्पष्टपणे दिसत होतं. पत्त्याच्या जागी त्याच्या वडलांचं नाव होतं. म्हणजे त्यांनी संपूर्ण पत्र वाचलं असलं पाहिजे. आईचा मात्र या पत्रावर विश्‍वास न बसल्यामुळं तिनं आपल्याला इथं बोलावून घेतलं असलं पाहिजे–

तो पत्र वाचत असताना आई त्याच्याजवळ आली नाही. त्याला अवघड वाटू नये, म्हणून ती स्वयंपाकघरातच रेंगाळत होती. त्यालाही संकोच वाटत होता. थोड्या वेळानं त्यांनच सारं ठाऊक असताना संकोच कसला, असा विचार केला आणि तो तिच्यापाशी गेला. त्यानं विचारलं,

"डॅडी काय म्हणाले?''

"न सांगता–सवरता तू निघून गेलास, याला असंच काही तरी कारण असणार, असं मनातच आलं नाही–म्हणाले.''

त्याच्या चेहऱ्यावर अनुकंपा होती. तो काही क्षण तसाच उभा होता. नंतर आईच म्हणाली,

"सासर एवढं चांगलं! डी. डी. के. मूर्तींचा मुलगा हिचा नवरा! त्याला सोडून

इथं पैसे मिळवायला म्हणून राहिली–त्यामुळं तिची काय लायकी, हे सांगायची गरजच नाही! तिच्या भुकेसाठी आमच्या लेकराचा बळी गेला, हे आमचं दुर्दैव म्हणायचं!''

आईच्या बोलण्यानं त्याचं मन सुखावलं. तरीही तो म्हणाला,

''तरीही दोन्ही हातांनीच टाळी वाजते...''

हे म्हणताना त्याला रवींद्राची आठवण झाली. त्यांनाही एव्हाना हे पत्र मिळालं असलंच पाहिजे. त्यांची क्षमा मागावंसं कितीही वाटलं, तरी त्यांना दुःख होऊ नये, म्हणून मी मन आवरलं होतं. कुणी तरी हे काम खोडसाळपणानं केलंय्. कुणी केलं असेल हे?–

आईच पुढं म्हणाली,

''मागं लग्नाच्या आधी तिची भानगड होती, असं माझ्याही कानांवर आलं होतं. आता नवऱ्यापासून लांब राहिली होती ना! नीट संसार करत राहिली असती, तर असली बुद्धी झाली नसती तिला! अजून तरी काय झालंय्? तू तयार हो- तुझं लग्न लावून देईन. माझं सारं सोनं तुलाच देईन. ते विकून बँकेत पैसे ठेवलेस, तर दरमहा चार हजार सहज येतील. तेवढ्यात संसार चालवणं कठीण नाही. एकट्यानं आयुष्य काढू नकेस! अशा संबंधांमध्ये ते चालतील तितके दिवस मजा असते. त्या नंतर भुतासारखं एकटेपण! म्हणून माणसानं लग्न करायला पाहिजे.''

आईच्या बोलण्यानं त्याचा जीव गलबलला. तो म्हणाला,

''खरं काय घडलं, सांगू? आजवर मी कुणालाच काही सांगितलं नाही. तसं सांगावं, असं कुणीही आजवर भेटलं नाही–'' त्यानं तिचा हात धरून तिला लाऊंजवरच्या सोफ्यावर बसवलं आणि ''कुणालाही–अप्पांनाही सांगणार नाही– म्हणून माझ्या डोक्यावर हात ठेवून शपथ घे–'' अशी सुरुवात केली. कांतीबरोबरचे संबंध कसे वाढले, याविषयीची माहिती सांगून त्यानंतर रवींद्राविषयीची आपली भावना, त्यावरची तिची प्रतिक्रिया, त्यानंतर मनात निर्माण झालेलं द्वंद्व, तिचे सारे पैसे कसे परत केले, मनात निर्माण झालेल्या पाप-प्रज्ञेपायी केलेला बद्रीचा प्रवास– सारं सांगेपर्यंत दुपारचे साडेचार वाजले होते. आईचे डोळे लाल होऊन चेहरा जड होऊन गेला होता.

शेवटी तो म्हणाला,

''मी आणखी कुणावर अन्याय केलाय्, असं मला वाटत नाही. पण रवींद्रांशी मी केवळ मित्रद्रोह केला नाही–भातृद्रोह केलाय्, अशीच आजही मला खंत वाटते. त्याच्या स्नेहाला फक्त मित्रप्रेम म्हणणं मला तरी अशक्य आहे. त्याचीच मला खंत आहे...''

त्याच वेळी गेटपाशी कारचा आवाज ऐकू आला. तो ओळखून आई गेट

काढायला धावली.

आजवर नव्हतं, असं काही तरी नातं मन मोकळं केल्यानं आपल्या आणि आईमध्ये निर्माण झाल्याचं समाधान त्याला जाणवलं. आपण तिच्याशी एवढी निकटची भावना आयुष्यात कधी अनुभवू शकू, याची त्यानं कल्पनाही केली नव्हती.

गॅरेजमध्ये कार ठेवून वडील आत आले. आईनं चहा-बिस्किटं आणि सफरचंदाच्या फोडी त्याच्या पुढ्यात आणून ठेवल्या. त्यानंही आपला चहाचा कप उचलला.

त्यांनी चौकशी केली,

''झोप झाली?''

त्यानंतर आपल्याकडील रेल्वे हवानियंत्रित झाली पाहिजे, आपल्याकडे धुळीचं प्रमाण फार आहे, संपूर्ण रेल्वे हवानियंत्रित करून पळवायची, म्हणजे खर्च किती येईल, आपल्या देशातील मध्यमवर्गीय प्रवासी हा भार उचलण्यासाठी कसा लायक नाही, त्याची आर्थिक उन्नत्ती होणं कसं अत्यावश्यक आहे... वगैरे विषयांवर ते किती तरी वेळ बोलत राहिले. सकाळी निघून जाताना आपण मुलाशी नीट बोललो नाही, असं त्यांना लायब्ररीत गेल्यावर जाणवलं असलं पाहिजे. पण आता ते बोलत होते, ते रेल्वे-अर्थशास्त्रावर!

त्याच वेळी त्याच्या मनात येत होतं, जे आपण आईच्या शेजारी बसून बोललो, ते यांच्या शेजारी बसून बोलणं शक्य आहे काय?

त्या नंतरही त्यांनी त्याच्याशी बोलताना त्या पत्राचा विषय काढला नाही. त्यानंही आपल्याला काहीच ठाऊक नाही, असं दाखवलं.

◆

आईनं आणखी दोन-तीनदा त्याला लग्नाचा आग्रह केला. पण त्यानं नकार देत सांगितलं,

''एकदा तसं घडलं, हे खरं आहे. यानंतर पुन्हा कुठल्याही स्त्रीशी संबंध ठेवणार नाही, असा तुला शब्द देतो.''

''मी त्यासाठी नाही म्हटलं. मनाला विश्वास वाटण्यासाठी बाईला नवरा आणि नवऱ्याला बायको पाहिजे!''

''मी विचार करून नंतर सांगतो... आता तो विषय नको...'' म्हणत त्यानं तो विषय बदलला.

मनातल्या अपराधीपणाचं ओझं वाहत त्यानं बद्री-हिमालय-मथुरा-विद्याशाला असा बराच प्रवास केला होता. तरीही मनातली अपराधी भावना कणभरही कमी झाली नव्हती. जीवनात एखादी चूक घडली, तर तिला काहीच प्रायश्चित्त नाही?

तिच्यापासून सुटकाच नाही?

सकाळी साडे नऊ वाजता जेवण करून अप्पा लायब्ररीला जात होते. त्यानंतर तो आईबरोबर जेवत होता. त्याचं या वेळी आईकडे विशेष लक्ष जात होतं. तिची प्रकृती आता पहिल्यासारखी राहिली नव्हती. आणखी किती वर्षं तिनं असंच राबत राहायचं? या दोघांची देखभाल करण्यासाठी का होईना–मी लग्न करावं का?–हा विचार त्याच्याही मनात दोनदा डोकावून गेला.

कधी कधी त्याच्या मनात येई–काय साधलं आपण संपूर्ण आयुष्यात? माझ्याबरोबर एम्.बी.ए शिकलेले आज दरमहा बारा-पंधरा हजार रुपये सहज मिळवतात! सतार-वादक म्हणूनही काही फारसं साधता आलं नाही. नैतिकदृष्ट्याही ही अवस्था झाली! त्याचं मन स्वतःचीच निर्भर्त्सना करण्यात बुडून जाई.

एकदा तो बस पकडून निगमबोध स्मशानापाशी जायला निघाला. तिथं एका बाकावर बसताना या आधीही मनात अपराधी भावना प्रबल झाल्यावर आपण इथं येऊन बसत होतो, हे त्याला आठवलं. पण स्मशानात येऊन बसलं, तरी मनाला जाळणारी ती भावना कमी होत नव्हती, बद्रीमधली कापणारी थंडी तिला निष्क्रिय करू शकली नव्हती, संगीतात स्वतःला बुडवलं, तर काही वेळ कल्पनेच्या दुनियेत गेला, तरी त्यामुळं ही भावना पूर्णपणे गाडली जात नाही. आपल्याला यातून कधीच मुक्ती मिळणार नाही काय? दोन प्रेतांच्या चितांवर दृष्टी रोखून काही वेळ बसून तो तिथून बाहेर पडला. घरी जाण्यासाठी बसस्टॉपवर उभा असताना त्याच्या मनात आलं–मला जाणून घेऊन नीट मार्ग दाखवणारी एकही व्यक्ती एवढ्या मोठ्या देशात नाही काय?

◆

त्यानंतर एक दिवस, वेळ जावा, म्हणून तो एका वृत्तपत्राची पुरवणी वाचत होता. त्याची नजर 'राहिलेला गांधीवादी' नावाच्या एका लेखावर पडली. त्यानं तो लेख वाचायला सुरुवात केली.

त्या लेखामध्ये जयप्रकाश नारायणांचं ओझरतं चित्र रेखाटलं होतं. सोबत त्याचं छायाचित्रही दिलं होतं. लेखामध्ये लिहिलं होतं–

'–राजकारणात गांधीजींची तत्त्वे पाळणारा आजचा एकमेव नायक म्हणजे जे. पी. स्वतः जे. पी. विनोबांना गुरू मानत असले, तरी तो त्यांचा उदारपणा आहे, हे संपूर्ण राष्ट्राला ठाऊक आहे. सरकारी संत आणि राजदरबाराचा महात्मा झाल्यानंतर नैतिक स्वातंत्र्यच कुठे राहिले? विनोबांच्या विचारांनी गांधीवादाचा मार्ग सोडून पौरोहित्य पत्करले आहे–ही कडू वस्तुस्थिती आहे. अथांग मानवतापूर्ण अंतःकरण हे जे. पीं. चे स्वभाववैशिष्ट्य आहे. आपल्या नैतिकतेचे दुसऱ्यावर दडपण यावे,

अशी त्यांची कधीही वागणूक नसते. त्यांच्या स्वभावात मनुष्यसुलभ संताप आहे. पश्चात्ताप पावण्याची आणि ती व्यक्त करण्याची प्रांजलता आहे. प्रसंगी त्यांचे डोळे पाण्याने भरतात. ते कुठलीही एक गोष्ट अंतिम सत्य आहे, असे मानत नाहीत. त्यामुळे त्यांच्या विचारात आणि ज्ञानात सतत बदल होत असतो. ते स्वतःच्या सोशालिस्ट पक्षात गेले नसते, तर नेहरूंच्या पाठोपाठ देशाचा प्रधानमंत्री होण्याची खात्री होती. वेळोवेळी स्वतःमध्ये बदल घडवत गेल्यामुळे त्यांची ही संधी गेली, असे त्यांचे टीकाकार म्हणत असले, तरी त्यात काहीच अर्थ नाही. अधिकाराची चटक लागल्यानंतर नेहरूंनी ही संधी जे. पीं. ना दिली असती काय, अशी शंका कामराज- प्लॅन पाहिलेल्या माझ्यासारख्याच्या मनात नेहमीच आहे.

पंतप्रधान झाल्यामुळे जे. पी. मोठे झाले असते, असे नाही आणि न झाल्यामुळं ते छोटे झाले, असेही नाही! ते द्वंद्वात सापडलेले असतात, अशी त्यांच्यावर सतत टीकाही होत असते. त्याच्या बाबतीत 'ब्रह्मचर्यच पाळायचं होतं, तर लग्न तरी का केलं?' असाही प्रश्न विचारला जातो. पण हाच प्रश्न रामकृष्ण परमहंसांनाही विचारला गेला होता–''

लेख वाचल्यानंतर किती तरी वेळ हेमंत त्या फोटोकडे एकटक पाहत बसला होता. हा माणूस कुठल्याही सर्वसामान्य माणसाशी एकरूप होऊ शकेल! त्यानंही याआधी जे.पीं.चं नाव ऐकलं होतं; पण त्याला त्यांची फारशी माहिती नव्हती. गेल्या किती तरी वर्षांत तो वृत्तपत्रंही वाचत नव्हता. त्यानं पुन्हा एकदा तो संपूर्ण लेख वाचून काढला.

संध्याकाळी वडील घरी येताच त्यानं तो लेख त्यांच्या समोर ठेवला. तो पाहून ते उत्तरले,

''परवाचा पेपर आहे हा. त्याच दिवशी मी वाचलाय् तो. हा काही पूर्ण लेख नाही. आणखी किती तरी मुद्दे घालायला हवे होते त्यात. निदान चंबळच्या खोऱ्यातल्या डाकूंच्या शरणागतीचा यात उल्लेखच नाही.''

''म्हणजे काय?''

''तुला ठाऊक नाही?'' आता आश्चर्यचकीत व्हायची पाळी त्याच्या वडलांची होती.

''गेली काही वर्षं मी पेपर्स वाचायचं पूर्णपणे सोडून दिलं होतं.''

''चंबळच्या खोऱ्यात मोठमोठ्या जमीनदारांच्या शोषणाला बळी पडलेले गरीब शेतकरी डाकू होऊन खून आणि लुटालूट करत होते. इथल्या शेकडो मैलांच्या परिसरात जमीनदार मोकळेपणानं वावरू शकत नव्हते. त्यांच्या रक्षणासाठी येणाऱ्या पोलीस आणि सरकारी अधिकाऱ्यांनाही ठार करण्यात येत असे. इथं या डाकूंचीच निरंकुश सत्ता होती. इथला समाजही त्यांच्याच पाठीशी होता. जेव्हा केंद्र सरकारनं

या डाकूंपुढं गुडघे टेकले, तेव्हा जे.पी. पुढं आले. या सर्व भागात ते पायी फिरले, त्यांच्याशी बोलले, त्याचं मतपरिवर्तन केलं आणि परिणामी हे डाकू आपण होऊन शरण आले.''

''म्हणजे आता भारतात डाकूच राहिले नाहीत?''

''तेच तर दुर्दैव आहे. भू-सुधारणा कायदा राबवून इथल्या गरीब शेतकऱ्यांना जमिनी देण्यात सरकार यशस्वी झालं असतं, तर पुन्हा डाकूंच्या टोळ्या निर्माण झाल्या नसत्या. पण पोलीस–सरकारी अधिकारी–सगळा समाजच भ्रष्ट झाल्यावर एकटे जे. पी. काय करणार?''

इतक्या प्रतिकूल परिस्थितीत गुन्हेगारीविरुद्ध झगडणारे जे. पी.! दुसऱ्या दिवशी लायब्ररीत बसून त्यांनी जे. पीं. विषयी मिळेल ते वाचलं. बुद्धाविषयीही आकर्षण वाटल्यामुळं त्याचं चरित्रही वाचून काढलं.

एकाएकी त्याला वाटलं, आपण पाटण्याला जाऊन जे.पीं.ना प्रत्यक्षच का भेटू नये?

अचानक जायचं ठरल्यामुळं रिझर्व्हेशन नव्हतं. कधी नव्हे ते त्याच्या मनानं पंधरा-वीस रुपये लाच देऊन जागा मिळवायला विरोध केला. आरक्षण नसलेल्या डब्यात शिरून जागा मिळवायचं ठरवून तो विशिष्ट जागी उभा राहिला. गाडी येताच तो आत घुसला आणि पाहिलं, तर आठ-दहा हमालांनी लाल कपड्यांनी साऱ्या जागा अडवून ठेवल्या होत्या. मनातला संताप आवरून तो एका जागेवर बसला.

इतर प्रवासी आत शिरताच हमालांनी पाच-पाच रुपयांना एकेका सीटचा सौदा करायला सुरुवात केली. प्रवासीही खुशीनं एकेक जागा पकडून बसू लागले. बघता बघता गर्दी वाढली. चौघांच्या जागेवर सहा-सात माणस बसली. हमाल आता उठले आणि प्रत्येकाकडून पाच-पाच रुपये वसूल करू लागले. जे पैसे द्यायला नकार देत, त्यांना हमाल दमदाटी करत. हमालांची संख्या प्रवाशांच्या तुलनेनं कमी असली, तरी प्रवासी मुकाट्यानं पैसे देत होते.

हमाल होन्नत्तीकडेही पैसे मागू लागला, तेव्हा होन्नत्ती म्हणाला,

''कसले पैसे? माझी मी जागा मिळवली आहे...''

''या सगळ्यांपेक्षा तू मोठा आहेस?''

''इतरांचं मला ठाऊक नाही. मी पैसे देणार नाही-''

''नाही?''

''नाही–''

हमालानं हेमंतचं बकोट धरून खेचलं आणि पुकारा केला,

''एक सीट-पाच रुपये!''

उभ्या असलेल्या एका प्रवाशानं ही संधी घेऊन हेमंतची जागा बळकावली.

त्याच्या चेहऱ्यावर धन्यतेचे भाव उमटले. इतर प्रवासी एखाद्या बावळटाकडे पाहावं, तसे त्याच्याकडे पाहू लागले. हमालही खाकरून, बडका थुंकून दुसऱ्या बाकाकडे वळला.

हेमंतच्या जिवाचा तिळपापड झाला, पण नाइलाज होता. बालपणी पेन्सिल-पेन आणि नंतरच्या काळात सतारीच्या तारा छेडणारी त्याची बोटं आणि बालपणापासूनच ओझं उचलून राकट झालेले हमालाचे हात!

अखेर गाडी सुटली. पुढच्या स्टेशनावर वसुली आटोपून सारे हमाल उतरून गेले.

◆

कदम कुआपाशी प्रभादेवी चालवत असलेल्या महिला चरखा समितीच्या इमारतीत जाऊन जे. पीं. ची चौकशी करता ते पाटण्यात नसून दोन दिवसांनी येणार असल्याचं समजलं.

ते आल्यानंतर तरी आपली त्यांच्याशी भेट होऊ शकेल काय? भेट झाली, तरी आपली समस्या जाणून घेण्याएवढा त्यांच्यापाशी वेळ असेल काय?

होन्नत्तीनं जवळच्या एका हॉटेलात जागा घेऊन सामान ठेवलं. नंतरही वरचेवर जे. पीं.च्या घराजवळच्या चौकीदाराशी सलगी वाढवली. तिसऱ्या दिवशी हेमंत गेला, तेव्हा तिथं बऱ्याच जणांची वर्दळ वाढली होती. चौकीदारानं सांगितलं,

"बाबूजी आले आहेत. तुम्ही दुपारी तीन वाजता या. त्यांची ती विश्रांतीची वेळ असते. त्या वेळी मी तुमची भेट घडवून देईन.''

हे ऐकताच हेमंतचं मन उत्साहानं भरून गेलं. एकीकडे त्याला स्वतःलाच आश्चर्यही वाटत होतं. काही दिवसांपूर्वी आपल्याला जे.पीं.चं नाव वगळता काहीही ठाऊक नव्हतं आणि आज त्यांची भेट हीच जीवनाची कृतार्थता, अशी भावना आहे!

अडीच वाजता तो गेला, तेव्हा चौकीदारानं सांगितलं,

"मी त्यांना तुमच्याविषयी सांगून ठेवलंय्. तीन वाजता वर जा. मी आणखी कुणालाही येऊ देणार नाही.''

बंद दारावर तीन वाजता हेमंतनं हलकेच टक-टक केली. आतून आवाज आला,

"आईये—''

तो दार लोटून आत गेला. एका साध्या खुर्चीपाशी जे. पी. उभे होते. साधा खादीचा पायजमा, झब्बा, थकलेला चेहरा. पुढं होऊन त्यांनी होन्नत्तीचा हात हातात घेतला. पाठीवर थोपटत समोरच्या खुर्चीवर बसवत त्यांनी चौकशी केली,

"कुठल्या गावाहून आलात? दोन दिवस माझी वाट पाहावी लागली?''

भारावलेल्या हेमंतनं बोलायला सुरुवात केली. थोडक्यात आपली पार्श्वभूमी, शिक्षण, संगीत-प्रेम, विवेकानंद विद्याशालेतलं वास्तव्य, रवींद्र, कांती-प्रकरण, मथुरा-बद्रीतलं वास्तव्य–सारं काही सांगून त्यानं आपल्या वडलांना कुणी तरी पाठवलेलं निनावी पत्रही जे. पी. समोर ठेवलं.

"रवींद्र म्हणजे नव्यानं सुरू झालेल्या 'द फॅक्ट' चे संपादक तर नव्हेत?''

हेमंतची मान खाली गेली,

"होय–''

"भेटलोय् मी त्यांना मागं–''

घड्याळ पाहत ते उत्तरले,

"आता लगेच मी काही सांगू शकणार नाही. उद्या सकाळी सहा वाजता या– तेव्हा बोलू या. उतरलात कुठं?''

"जवळच हॉटेल आहे–''

"इथंच निघून या. उगाच का पैसे खर्च करता?''

"नाही तरी आता पैसे भरावेच लागतील–''

"तर मग ठीक आहे. हे पत्र. उद्या भेटू या सकाळी.''


सकाळी सहाला पाच मिनिटं कमी असताना तो तिथं पोहोचला, तेव्हा जे. पीं. ची अंघोळ झाली होती. त्यांनी चौकशी केली,

"चहा?''

"आधी सवय होती–पण जोगीबेट्टावर राहिलो, तेव्हा सोडून दिला.''

"अशा छोट्या-छोट्या गोष्टींवर अवलंबून राहून आपण आपलं स्वातंत्र्य गमावत असतो...'' तेही म्हणाले.

आदल्या दिवशीप्रमाणे समोरा समोर बसल्यावर ते म्हणाले,

"रवींद्रांना ठाऊक नसताना आपण सांगून त्यांना कष्टी करू नये, असं तुम्हांला वाटलं होतं, ते ठीक आहे. पण त्यांनाही पत्र मिळाल्यामुळं तो प्रश्न राहिला नाही. तुम्ही त्यांना भेटून त्यांची क्षमा मागितली पाहिजे, असं मला वाटतं. इथं तुमच्यावर आणखीही एक जबाबदारी आहे. या सर्व प्रकारात तुम्ही केवळ तिला दोष देता कामा नये.''

ते पुढं म्हणाले,

"पाप-पुण्य आणि पाप धुऊन टाकणं या सगळ्या धार्मिक विश्वासाच्या गोष्टी आहेत. एकदा केलेली चूक पुन्हा करायची नाही, एवढंच. तुम्हांला तर भरपूर पश्चात्तापही झाला आहे. आता पुढचा मार्ग. संगीताचे कार्यक्रम करून पैसा

मिळेल, पण समाधान नाही, असा तुमचाच अनुभव आहे. होय ना?''

"होय."

"मग मी एक मार्ग सुचवतो. त्यावर तुम्हीही विचार करा. मग काय करायचं, ते ठरवा. आपल्या देशात स्टेशन-स्टँड-देवळ-जत्रा- कुठंही गेला, तरी विकलांग माणसं भीक मागत फिरताना दिसतात. त्यांतल्या काही जणांना तरी भीक मागण्यापासून परावृत्त करून आत्मसन्मानानं जगायला शिकवाल? तुमचं एवढं शिक्षण आहे– एवढा अनुभव आहे! तुम्हांला हे अशक्य नाही. या कामात एकदा गुंतलात, तर तुमच्या मनातली अपराधी भावना कुठल्या कुठं पळून जाईल!''

हेमंतच्या मनाला उत्साह ओसंडून आला,

"कशी सुरुवात करू? कुठल्या गावात सुरुवात करू?''

"इतक्या घाईनं निर्णय घ्यायची गरज नाही. यावर अजूनही विचार करा. तुमच्या मनानं शंभर टक्के संमती दिली, तरच याची सुरुवात करा. मात्र तीन गोष्टी ध्यानात ठेवा–सरकारी मदत घेऊ नका. फायदा किंवा प्रसिद्धी याची अपेक्षा ठेवू नका- म्हणजे त्या अपेक्षेनंही कुणी तुमच्या संस्थेवर आक्रमण करणार नाही. तुमच्या कामाला एखाद्या मध्यम आकाराच्या खेड्यात सुरुवात करा. कुठल्याही अटी न ठेवता कुणी दान दिलं, तर अवश्य घ्या. सुरुवातीला दोन वर्षांसाठी आमच्या सर्व सेवा संघाकडून दरमहा पन्नास रुपये तुम्हांला मिळण्याची व्यवस्था करतो...''

"माझ्याकडे पैसे आहेत. वीस हजार तरी असतील...''

"चिक्कार झाले. पैसे जमवून त्यानंतर काम करायला जाऊ नये. आपण काम करत जावं–आवश्यकतेनुसार तेवढाच पैसा जमवावा. पैसा आपोआप उभा राहतो. दान करणारे लोक असतातच. त्यांना आपण दिलेल्या पैशाचा विनियोग योग्य प्रकारे होईल, याची खात्री वाटली पाहिजे–एवढंच! हे सगळं सावकाश–पण निश्चितपणे होत असतं. पैसा आहे, म्हणून तुमची शाळा सिमेंट काँक्रीटच्या घरात सुरू करू नका. संस्थेचा पाया भक्कम होणं अधिक महत्त्वाचं असतं.''

एवढ्यात चार माणसं आत आली. जे. पीं. नी त्यांचं स्वागत केलं. यावर आणखी विचार केल्याशिवाय त्यांच्याशी बोलणं म्हणजे त्यांच्या बहुमूल्य वेळेचा दुरुपयोग होईल, हे होन्नत्तीच्या लक्षात आलं. त्यानं विचारलं,

"आपण इथं आणखी किती दिवस राहणार आहात?''

"उद्या संध्याकाळच्या रेल्वेनं मुंबईला जायचं आहे. तुम्ही सखो देवराला लिहिलं, की मला पत्र मिळेल. मी लगेच उत्तर पाठवेन. मी केव्हा, कुठं असतो, हेही तुम्हांला त्याच्याकडून समजू शकेल.''

"निघतो... '' म्हणत होन्नत्ती उभा राहिला.

जे. पी.ही उठून राहिले.

त्यानं त्यांना वाकून नमस्कार केला. त्यांनी त्याला स्नेहानं जवळ घेतलं. नंतर दारापर्यंत येऊन त्याला त्यांनी निरोप दिला.

दिल्लीला घरी परतल्यावर त्यानं 'द फॅक्ट' चे जुने अंक बाहेर काढले आणि त्यांतला एकेक अंक वाचून काढला. रवींद्र किती विरोधाला तोंड देत काम करताहेत, याची आता त्याला थोड-फार कल्पना आली. जे. पीं. च्या सान्निध्यात असताना रवींद्रांची भेट घेऊन क्षमा मागायची इच्छा मनात भरून राहिली होती. दिल्लीमध्ये गेल्यावर काही ना काही कारणानं हा विचार मागं पडत होता. चौथ्या दिवशी मात्र आपण त्यांची क्षमा मागू शकलो नाही, तर जीवनात काही करू शकणार नाही, या भावनेनं त्यानं बस पकडली. आय् टी ओ पाशी बस बदलून लक्ष्मीनगरला पोहोचल्यावर त्यानं 'द फॅक्ट' मध्ये छापला गेलेला पत्ता शोधून काढला.

तो आत गेला, तेव्हा एका कोपऱ्यात बसलेला सव्वीस-सत्तावीस वर्षांचा एक तरुण जुन्या वृत्तपत्रांमध्ये काही तरी शोधत होता. उजव्या बाजूच्या कोपऱ्यात एका टेबलापुढं बसून रवींद्र टाईपरायटरवर काम करत होते. विद्याशालेतल्या भेटीपेक्षा आता ते बारीक झाले होते. कपड्या-लत्त्याकडेही संपूर्ण दुर्लक्ष झालेलं दिसत होतं. डोक्यावरचे केसही बरेच वाढले होते.

होन्नत्ती तसाच दारापाशी उभा राहून त्यांच्याकडे पाहत होता. ते आपला स्वतंत्र लेख लिहीत होते. मध्येच काही क्षण विचार करण्यासाठी त्यांनी मान वर केली. दारापाशी कुणी तरी उभं असल्याचं जाणवून त्यांनी तिकडं पाहिलं. होन्नत्तीला पाहताच त्यांच्या चेहऱ्यावर आश्चर्य उमटलं. पाठोपाठ काय बोलावं, ते न कळून त्यांचा चेहरा झाकोळून गेला.

होन्नत्तीच आपण होऊन म्हणाला,

"तुम्हांला भेटायला म्हणूनच तुमचा पत्ता शोधत आलो..."

तो त्यांच्यासमोरच्या खुर्चीवर बसला.

रवींद्रांनी विचारलं,

"केव्हा आला?"

एवढं सारं घडलं, तरीही संयम न गमावणाऱ्या रवींद्रांविषयी होन्नत्तीच्या मनातला आदर द्विगुणित झाला.

"आपल्याशी एका विषयावर बोलून मनावरचं दडपण कमी करावं, म्हणून आलोय्..." म्हणत त्यानं टंकलिखित निनावी पत्र त्यांच्यासमोर ठेवून खोलीचं दार बंद केलं. तो पुन्हा खुर्चीवर येऊन बसला, तेव्हा रवींद्र पत्रावर नजर फिरवून

पाकिटावरील पत्ता पाहत होते.

"हे पत्र आल्यावर आईनं मला बोलावून घेतलं. विद्याशालेतच तुमचे पाय धरून क्षमा मागायचं मी ठरवलं होतं. पण तुम्हांला दुखवू नये, या विचारानं मी काहीही न बोलचा आतल्या आत तळमळत राहिलो. मला तुमच्या नजरेला नजर देऊन सरळ बोलणंही जमत नव्हतं. खरं सांगतो–पाय धरणं कदाचित नाटकी वाटेल–पण माझ्या मनानं हजारवेळा तुमचे पाय धरले आहेत!–"

त्यानंतर त्यानं बेंगळूरहून दिल्लीला गेल्यानंतर कांतीबरोबर जे काही घडलं; ते अत्यंत थोडक्यात आणि मोजक्या सूचक शब्दांमध्ये सांगितलं. त्याचबरोबर आपल्या मनातली अपराधीपणाची भावना, बद्री-मथुरा प्रवास, विद्याशालेतलं वास्तव्य, जे.पीं.ची भेट, त्यांनी दिलेला सल्ला याविषयीही त्यानं योग्य त्या तपशिलानं सांगितलं.

सारं ऐकत असताना रवींद्रच्या चेहऱ्यावर सावध आणि अलिप्ततेचे भाव होते. होन्नत्तीला ते जाणवत होते. सारं सांगून झाल्यावर तो म्हणाला,

"जे. पीं.ना भेटून आल्यापासून एक गोष्ट समजली आहे. मी अपराध केला आहे! त्याला मी संपूर्ण जबाबदार नसलो, तरी माझ्या सहकार्याशिवाय ते घडलं नसतं; पण म्हणून आयुष्यभर फक्त खंत करत राहिलो, तर काय उपयोग? पुढच्या आयुष्यात काही तरी काम करून घडून गेलेली चूक मागं टाकणंच योग्य आहे. त्यासाठी मला तुमची मदत पाहिजे आणि सल्लाही पाहिजे. हा आमच्या घरातला टेलिफोन-नंबर. तुम्हांला सोयीचं असेल, त्या वेळी मला फोन करून बोलावून घ्या... मी भेटून जाईन. माझ्या पुढच्या कामाविषयी मला तुमच्याशी थोडं बोलायचं आहे."

तिथून बाहेर आल्यावर होन्नत्तीला किती तरी हलकं वाटलं. ते निश्चित क्षमा करतील, असं त्याच्या मनानं सांगितलं–त्याच वेळी त्याच मनातून आणखी एक आवाज उमटत होता–हे अशक्य आहे! त्यांनी क्षमा केली नाही, तर?

पाटणा–प्रवासाविषयी आईनं चौकशी केली. आल्यापासून तिचा हा प्रश्न होन्नत्ती टाळत होता. त्या दिवशीही जेवायला वाढताना तिनं तीच चौकशी केली. 'नंतर सांगतो–' म्हणत त्यानं पुन्हा तो प्रश्न टाळला.

आतल्या आत रवींद्रांनी क्षमा केली नाही, तर कसं? हा प्रश्न छळतच होता. त्यांनी क्षमा केली नाही, तरी मरेपर्यंत, जा आज ना उद्या ते क्षमा करतील, या विश्वासानं जगायला पाहिजे. आपण कामाला लागलं पाहिजे–मनाला कितीही समजावलं, तरी त्याचं सारं लक्ष टेलिफोनकडेच होतं. निवृत्त घरातला फोन म्हटल्यावर क्वचित एखादी घंटा ऐकू येत होती–क्वचित एखादा फोन केला जात होता. टेलिफोनची घंटा वाजली, की हा आपल्यासाठीच असेल, असं वाटून तो

धावत येत होता–आई किंवा वडील त्यावर बोलत असलेलं पाहून, तो चेहरा पाडून निघून जात होता.

असे दोन दिवस गेले.

तिसऱ्या दिवशी सकाळी तो अंघोळ करत असताना आईनं हाक मारून सांगितलं,

'तुझा फोन आहे... रवींद्र बोलताहेत...'

त्यानंही ओरडून सांगितलं,

'–आलो म्हणावं–फोन ठेवू नका, म्हणून सांग–'

त्यानं घाईघाईनं चार तांबे ओतून अंगावरचा साबण घाईघाईनं धुऊन टाकला आणि नीट अंग न पुसता फोनकडे धाव घेतली.

"मी रवींद्र बोलतोय्, हेमंत. चहाच्या दुकानातून बोलतोय्. आमच्या ऑफिसमध्ये फोन नाही. सरकारी कृपा! तू इथं येऊन जाशील काय? थोडं बोलायचंय् तुझ्याशी..."

"निघालोच! आणखी तासाभरात तिथं पोहोचेन..." होन्नत्ती अपरिमित उत्साहानं म्हणाला.

"फोन ठेवू?..." रवींद्रांनी फोन ठेवला.

होन्नत्तीचं मन अल्लद झालं होतं. आजवर कधीही रवींद्र त्याला हेमंत म्हणून संबोधलं नव्हतं, कधीही ये-जा म्हणून संबोधलं नव्हतं. आज मात्र त्यांनी एकेरी संबोधून हेमंत म्हणून हाक मारली होती!

त्यानं घाईघाईनं कपडे चढवले. आईनं आग्रह केला, तरी जेवत न बसता तो निघाला. बससाठी वाट पाहत वेळ फुकट घालवायला नको–एकीकडे उगाच रिक्षाला पंधरा-वीस रुपये खर्च होईल, असं वाटलं, तरी त्यानं रिक्षा पकडली.

तो तिथं पोहोचला, तेव्हा रवींद्र आतल्या खोलीत बसून प्रुफं तपासत होता. ऑफिसमध्ये आणखी कुणी आलं नव्हतं. हेमंत त्याच्यासमोरच्या खर्चीवर बसला.

रवींद्र म्हणाला,

"खूप मोठं आणि आवश्यक काम अंगावर घेत आहेस. माझी त्या कामाला ही भेट..." म्हणत त्यानं खिशातून दोनशे रुपये काढून हेमंतच्या हाती दिले. नंतर तो म्हणाला, "मी थोडे पैसे डिपॉझिट म्हणून ठेवले आहेत. तसे आणखी थोडे पैसे देता येतील. पण त्यांच्या व्याजावर माझं जेवण-खाण चाललं पाहिजे. त्याशिवाय गरज असेल, तेव्हा आमच्या वृत्तपत्रालाही मदत करावी लागते. या कामाशिवाय मला आणखी कशातही जीवनाचं साफल्य वाटत नाही. कुठल्या गावात सुरू

करणार आहेस?''

"अजून पूर्ण विचार केला नाही.''

"कर्नाटकाव्यतिरिक्त तुला आणखी कुठलंही खेडं ठाऊक नाही. तू सरळ विद्याशालेत जा आणि अण्णय्यांच्या कानांवर जे.पीं. बरोबर झालेली सारी चर्चा घाल. अण्णय्यांना तू तुझी पापभावना किंवा इतर कथेविषयी काहीही सांगायची गरज नाही. त्या परिसरातल्या सर्वसामान्य माणसाला अण्णय्यांविषयी आदर आहे. त्यांच्या मदतीनं तुझ्या कामालाही तिथली माणसं पाठिंबा देतील. जे.पीं.नी सरकारी मदत घेऊ नको, म्हणून सांगितलं, ते अगदी योग्य आहे, सरकारी मदत घेतली नाही, तरीही सरकारकडून त्रास होणं अपेक्षित आहे. त्यातून बचाव करून घ्यायचाही मार्ग आपणच शोधला पाहिजे. मला वाटतं, बिदरळ्ळी किंवा आमच्या बसवनपूरमध्ये तू तुझं काम सुरू करावंस, अर्थात आमच्या बसवनपूरमध्ये तसं काहीही कामाच्या दृष्टीनं सोयीचं नाही, म्हणा! माझ्या आजी-आजोबांचं गाव ते. ते आज जिवंत असते, तर त्यांनी आपली जमीन निश्चितच या कामासाठी दिली असती! तू त्याही बाबतीत अण्णय्यांचा सल्ला घे.''

◆

# २१

पहाटे पाच वाजता गाडी मद्रास स्टेशनमध्ये शिरली, त्या वेळी अनुप तोंड धुऊन, केस विंचरून आणि कपडे बदलून तयार होता. गाडी थांबताच त्यानं प्लॅटफॉर्मवर उडी घेऊन रिक्षास्टँडकडे धाव घेतली. रिक्षा जेमिनी सर्कल जवळच्या अमेरिकेच्या कॉन्स्युलेटच्या प्रमुख दारापाशी पोहोचली, तेव्हा तिथं कुणीच नव्हतं, आपण फारच लवकर आलो, वाटतं, की शिवनं उगाच आपल्या मनात भीती निर्माण केली? त्यानं सांगितलं होतं, 'चार वाजल्यापासून रांग लावायला सुरुवात होते. ते दररोज ठरावीक तेवढेच व्हिसा देतात, तेवढ्यात तुमचा नंबर नसेल, तर तुम्हांला दुसऱ्या दिवशी पहाटे पुन्हा यावं लागेल. आठ वाजता गेट उघडलं जातं. नऊ वाजता ऑफिस उघडतं–'

अनुपनं घड्याळ पाहिलं–नुकतेच पाच-वीस होत होते. आपलाच पहिला नंबर असल्याच्या आनंदात तो तसाच उभा होता.

थोडं उजाडू लागलं. दहा-पंधरा मिनिटं गेली. संडासला जाऊन यायची भावना होऊन तो सभोवताली पाहू लागला. अजून रांगेचा पत्ता नव्हता. जेमिनी सर्कलपाशी एसलेल्या एखाद्या हॉटेलात जाऊन यायचा तो विचार करत असतानाच रस्ता लोटणारा एक माणूस तिथं आला. अनुपला पाहताच तो म्हणाला,

"तिकडं कशापाशी थांबला? तिकडं रांग लागलीय्..."

त्यानं हात केला, त्या दिशेला अनुप धावला आणि त्याच्या छातीत धस्स झालं. तिथं एवढ्याच अवधीत अर्धा फर्लांग लांब रांग लागली होती. शिवाय आणखाही गाड्या आणि रिक्षा येत होत्या आणि नव्या-नव्या माणसांना तिथं उतरवून जात होत्या. ती माणसं धावत येऊन मागं रांगेत उभी राहत होती. त्यांतली काही माणसं रांगेत मध्येच घुसायचा प्रयत्न करत होती–केव्हापासून रांगेत उभी असलेली माणसं संयम सोडून त्यांना बजावत होती,

"जंटलमन, कम इन द क्यू–"

हे पाहून अनुपही धावत रांगेत जाऊन उभा राहिला. समोर एकशे दहा माणसं उभी होती. पाच-एक मिनिटांनी त्याचं सहज मागं लक्ष गेलं–त्याच्या मागंही

पंचावन्न माणसं उभी होती. आणखीही माणसं रांगेत येऊन उभी राहत होती. त्याला

वाटलं, एवढी माणसं कशाला जाताहेत अमेरिकेला?

त्यानं रांगेत उभ्या असलेल्या माणसांकडे लक्ष देऊन पाहिलं. रेशमी साड्या नेसलेल्या बायका, साध्या साड्या नेसलेल्या आणि उन्हात चेहरा रापलेल्या अशिक्षित बायका, उच्च वर्गातले पुरुष, गरीब माणसं, आपल्या वयाची तरुण मुलं-मुली– कदाचित तेही आपल्यासारखेच पुढील शिक्षणासाठी जात असावेत. तमिळ, मल्याळी, तेलुगू, कन्नड माणसं–त्यांपैकी काही जणांनी सोबत थर्मासमधून कॉफी आणली होती. मद्रासच्या वाहून चाललेल्या घामामुळं वैतागलेल्या लोकांची पोटात पाणी ओतायची धडपड चालली होती. जवळ-जवळ सगळीच माणसं आपापल्या बॅगमधून संबंधित कागदपत्रं बाहेर काढून पुन्हापुन्हा तपासून पाहत होती.

अनुपच्या शेजारचा त्याच्या पलिकडच्या माणसाला तमिळमध्ये सांगत होता,

"एवढ्या भारतीयांना रस्त्याच्या कडेला चिलटांसारखं सारून ठेवणाऱ्या अमेरिकन सरकारची मस्ती तर पाहा!"

ती पलिकडचा माणूस म्हणाला,

"अगदी खरंय्! यांची मस्ती उतरावायला पाहिजे!..."

"व्हिसा द्यायला किती त्रास देतात हे! तुझी स्थावर इस्टेट किती आहे–कोणती कायमची नोकरी आहे–इन्कमटॅक्स सर्टिफिकेट आहे, की नाही-बायको-मुलं कुठं आहेत–काय करतात? एक ना दोन! नातेवाइकांना भेटायला जातो, म्हटल्यावर एवढ्या सगळ्या गोष्टींची चौकशी करायचा यांना काय अधिकार?"

"म्हणूनच रशियाचा अमेरिकेवर एवढा राग आहे! रशियाचे दहा हायड्रोजन बाँब पडले, म्हणजे अक्कल येईल अमेरिकेला! काहीही असो–कम्युनिझमच पाहिजे–"

त्याच वेळी एकजण सायकलीवरून कॉफी घेऊन आला. सगळेजण त्याला जवळ बोलावून कॉफी विकत घेऊ लागले. सायकलच्या कॅरीअरला मोठा स्टीलचा बंब, दोन-एक डझन छोटे ग्लासेस्, ते विसळण्यासाठी पाण्याची एक बादली– गिऱ्हाइकाच्या ऑर्डरप्रमाणे तो पटापट कॉफी पुरवत होता. अनुपच्या शेजारच्या तमिळी पलिकडच्या माणसाला म्हणाला,

"व्वा! कॉफी आली! माझं तर डोकं दुखायला लागलं होतं."

"मी नाही, बाबा, कॉफी पिणार! मला सकाळी कॉफी घेतल्याशिवाय संडासला होत नाही... आणि घेतल्यावर लगेच जावं लागतं. इथं कुठं जाणार?"

"तोच माझाही प्रश्न आहे. पलीकडे एक गल्ली..."

"नो-नो! पोलिसांनी पाहिलं, तर?"

"अमेरिकन एम्बसीनं आपल्याला एवढ्या लोकांना एवढ्या सकाळी-सकाळी

रस्त्याच्या कडेला उभं केलंय्! इथं एका संडासाची व्यवस्था करायला काय झालं त्यांना?''

"एका संडासानं काय झालंय्? एवढ्या लोकांना दहा संडास तरी पाहिजेत!''

"मस्ती बघ त्यांची! इंडियन माणसं ना? रस्त्यावर जाईनात का-म्हणतात ते! पण मी म्हणतो, यावर इंडियाचं सरकार काय करतंय्? आपल्या नागरिकांना ते असं वागवत असलेलं बघूनही दुर्लक्षच करतंय् ना?''

"खरंय्! नॅशनल ऑनर नावाचं काही आहे, की नाही? यावर वर्तमानपत्रात लिहायला पाहिजे खडसावून, खरं, की नाही?''

त्याच वेळी मागच्या बाजूनं एकजण 'इडली-वडा, इडली-वडा' म्हणत आला. सगळ्यांनी त्याच्या हातगाडीवर रचलेल्या इडली-वड्याचा सुकलेल्या पळसाच्या पानावर समाचार घ्यायला सुरुवात केली. पेट्रोल, डिझेल, लघवी वगैरे उग्र वासांमध्ये इडली-वड्याचा आणि गरम कॉफीचा वासही मिसळला.

अनुपलाही कॉफी प्यायचा मोह होत होता. पण रिक्षानं इथं येतानाच त्याला संडासला जायची भावना होत होती. त्यामुळं त्यानं त्या इच्छेला मुरड घातली होती.

त्यानं घड्याळ पाहिलं. आता कुठं सहा वाजले होते. आणखी दोन तासांनी बाहेरचं गेट उघडेल. आतल्या बाजूला संडासांचीही व्यवस्था आहे, म्हणून शिवनं सांगितलं होतं. पण एवढी माणसं एकदम आत घुसल्यावर तिथं तरी नंबर लागेल काय? शिवाय आत गेल्यावर ते कशा क्रमानं नावं पुकारतात, कोण जाणे! तेव्हा तरी संडासला जायला वेळ मिळणार आहे, की नाही, कोण जाणे!

त्यानं थोडा विचार करून आपल्या मागं उभ्या असलेल्या चाळिशीच्या आसपासच्या गृहस्थाला-बहुतेक तो मल्याळी असावा-आपली अडचण सांगून म्हटलं,

"माझी जागा प्लीज धरून ठेवाल काय? मी लगेच जेमिनी सर्कलमधल्या एखाद्या हॉटेलमध्ये जाऊन येतो...''

तो म्हणाला,

"यंग मॅन! तुला ठाऊक नाही, वाटतं. या वेळेला जेमिनी सर्कलमधल्या कुठल्याही हॉटेलमध्ये गेलास, तरी ते म्हणतात-अमेरिकेला जाणाऱ्यांसाठी आम्ही इथं संडास बांधले नाहीत! तिकडंच जा आणि करा-तुम्ही पहिल्यांदा आलात, वाटतं, इथं! मी बऱ्याच वेळा आलोय् इथं! हे इडली-वडा-कॉफी विकायला येतात ना? तसाच कुणी तरी फिरता संडास सुरू करायला पाहिजे! रांगेत उभ्या असलेल्याकडे प्रत्येकापुढं तो आणून उभा करायचा! भरपूर धंदा होईल इथं! प्रत्येक जण दहा रुपये सुद्धा देईल! दिवसाकाठी हजार रुपये आरामात सुटतील!''

त्याच्या अपेक्षेप्रमाणे अनुपला हसू आलं नाही. त्याला काय करावं, ते सुचेना.

एखादी रिक्षा करून जेमिनी सर्कलच्या पलिकडच्या चौकातल्या एखाद्या हॉटेलमध्ये जाऊन आलं, तर? पण याही विचाराला त्या मल्याळी माणसानं आक्षेप घेत म्हटलं,

"तुमची जागा धरून ठेवायला माझं काहीही गाठोडं जात नाही. पण तुम्ही आल्यावर माझ्या मागचे लोक दंगा करतील. समजा, तेवढ्या अवधीत गेट उघडून आम्हांला आत घेतलं आणि तुम्हांला 'उशिरा आलात–आत घेणार नाही' म्हणाले तर तुम्ही काय कराल?"

यावर अनुप निरुत्तर झाला. तेवढ्यात वाऱ्याची वावटळ उठली. इडली-वड्याच्या गाडीवरची आणि गिऱ्हाइकांनी नाश्ता करून टाकलेली पळसाची पानं वाऱ्यानं उडू लागली. रांगेत उभ्या असलेल्या लोकांच्या रेशमी साड्या आणि भारी पँटस्‌वर येऊन ती खरकटी पानं चिकटू लागली. एकच हलकल्लोळ उडाला. रांग मोडली गेली. पुन्हा घाई-घईनं रांग लावली गेली, तेव्हा काही माणसं रांगेत पुढं शिरली, त्यावरून परस्परांत भांडणं सुरू झाली. त्यातच एकानं रांगेत पुढं शिरलेल्याला म्हटलं,

"चोरून पुढं घुसता? अमेरिकेत जायला तुम्ही नालायक आहात..."

यावर तो उत्तरला,

"मला नका सांगू ते! तीन वेळा जाऊन आलोय् अमेरिकेला–"

इकडं अनुपची परिस्थिती आणखी अवघड होत होती. क्षणभर त्यालाही वाटलं–अमेरिकेला जाणंच नको! आधी या प्रॉब्लेममधून सुटका झाली, तरी पुरे! शिवराजनंही इथं एवढा त्रास असतो, म्हणून का सांगितलं नाही? आधीच कल्पना असती, तर सोबत एखाद्या मित्राला घेऊन आलो असतो. म्हणजे ही भानगड तरी झाली नसती! आता त्यानं रांगेतल्या प्रत्येकाकडे लक्ष देऊन पाहिलं, तेव्हा त्याला सगळेच आपल्यासारखे अडचणीत सापडले आहेत, असं वाटलं.

असाच आणखी थोडा वेळ गेला. ऐकक करून सगळेजण जमिनीवर एखादा कागद किंवा रुमाल पसरून बूड टेकून बसले. तोही रुमाल पसरून त्यावर बसला.

ठीक आठ वाजताच बाहेरचं गेट उघडून सगळ्यांना पासपोर्टचा फोटो पाहून आत सोडायचं काम वॉचमननं सुरू केलं. सगळे घाईनं उठून उभे राहिले, कंपाऊंडमध्ये झाडांची शांत सावली होती. तिथून व्हिसाच्या ऑफिसमध्ये जाताना रांगेचं बंधन नव्हतं. अनुपही वीस-पंचविसाव्या क्रमांकावर आत शिरला. तिथल्या एका खिडकीत त्यानं आपली सारी कागदपत्रं दिली आणि त्यांनी दिलेला नंबर घेऊन आपला नंबर पुकारला जाण्याची वाट पाहत एका खुर्चीवर बसून राहिला. नंतर तसाच आतल्या बाजूला असलेल्या संडासासमोर उभा राहिला.

मोठ्याच अडचणीतून सुटका झाल्याप्रमाणे तो तिथून बाहेर आला. समोरच शीतपेयं आणि बिस्किटांचं दुकान होतं. ते विकत घेऊन त्यानं जीव शांतवला आणि पुन्हा समोरच्या एका खुर्चीवर बसून आपल्या नंबरची वाट पाहू लागला.

मध्येच त्यानं घड्याळ पाहिलं. अजूनही नऊ वाजायला पस्तीस मिनिटं होती. आता मात्र वेळ जाणं अशक्य होऊन त्याला पराकोटीचा कंटाळा आला. शिवराज आणि याआधी अमेरिकेला गेलेल्या विद्यार्थ्यांनी दिलेल्या बारीक-सारीक सूचनांची उजळणी करून, आता इथं त्यांच्या प्रश्नांना आपण कशा चलाखीनं उत्तर द्यायला पाहिजेत, याचा तो विचार करू लागला. वाचण्यासाठी त्यानं सभोवताली पाहिलं- तिथं त्या दिवसाचं एकही वृत्तपत्र नव्हतं. तोच त्याचं लक्ष तिथं बसलेल्यांपैकी एकाकडे असलेल्या वृत्तपत्राकडे गेलं. त्यानं विनंती करून ते वृत्तपत्र मागून घेतलं त्यानं त्यावरून नजर फिरवायला सुरुवात केली.

चाळता चाळता त्याची नजर मधल्या पानावर वाचकांच्या पत्र-व्यवहारावर गेली. तिथं बेंगळूरच्या राममूर्ती नावाच्या एका माणसाचं पत्र प्रसिद्ध झालं होतं– त्याच महिन्याच्या चार तारखेला प्रसिद्ध झालेल्या मदुराईच्या सुब्रह्मण्यम् यांच्या पत्राला दिलेलं ते उत्तर होतं. विषय मद्रासमधल्या अमेरिकन कॉन्स्युलेटपुढं पहाटे तीन ते चार वाजता रांग लावली जाते आणि ती रांग दीड-दोन फर्लांग लांब असते, हे मान्य करून पत्रलेखकानं लिहिलं होतं :

'–मीही व्हिसा काढण्यासाठी दोन वेळा त्या लांबलचक रांगेचा अनुभव घेतला आहे. पण श्री. सुब्रह्मण्यम् यांचे सारेच आरोप योग्य आहेत, असं म्हणता येणार नाही. प्रत्येक ऑफिसच्या कामाचा रोजचा विशिष्ट कालावधी असतो. या ऑफिसच्या कामाला सकाळी नऊ वाजता सुरुवात होते. तरीही आठ वाजता ते लोकांना आतल्या हवानियंत्रित हॉलमध्ये बसायची व्यवस्था करतात. ते काही आपलं ऑफिस, भारतीयांना त्रास व्हावा, म्हणून मध्यरात्री तीन वाजता किंवा भल्या पहाटे चार वाजता उघडत नाहीत! भारतीय माणसं त्या वेळेपासून रांग लावतात, म्हणून त्यांनी त्या वेळी ऑफिस उघडावं, असं सुब्रह्मण्यम् यांना म्हणायचं आहे काय? वस्तुस्थिती अशी आहे–इतर कुठल्याही कॉन्स्युलेटमध्ये नसेल, एवढी गर्दी इथं असते. भारतीय नागरिक आत्माभिमानाचं भान न ठेवता अमेरिकेला जाण्याची जी घाई करताहेत, त्यातून निर्माण होणारी ही समस्या आहे. काही कारणामुळे त्या देशात गेलेला प्रत्येक भारतीय आत्मगौरवानं ठरलेल्या वेळी माघारी येईल, याविषयी त्यांची खात्री असती, तर त्यांनी सगळ्यांना पोस्टाद्वारे व्हिसा पाठवला असता, याविषयी शंका नाही! अशा कॉन्स्युलेटपुढे लागलेल्या रांगा अमेरिकेचा अहंकार दाखवत नसून, आपल्या भारतीयांच्या लाचारीच्या कथा सांगत आहेत, याकडे श्री. सुब्रह्मण्यम् यांनी लक्ष दिलं पाहिजे–'

अनुपनं दोन-तीनदा ते पत्र वाचलं. नाही म्हटलं, तरी त्याचं मन कासावीस झालं. पहाटेपासूनचा सारा अनुभव क्षणार्धात त्याच्या मनात तरळून गेला. पण त्यापुढं काहीही सुचलं नाही. त्यानं वर्तमानपत्र त्याच्या मालकाला परत दिलं, एका खुर्चीवर रुमाल पसरून जागा राखून ठेवली आणि तो समोरच्या दुकानातून आणखी थोडी बिस्किटं घेऊन आला.

बिस्किटं आणि कोकची बाटली संपता संपता त्याच्या मनात आलं–काहीही लिहितात ही माणसं! यात भारतीय नागरिकाच्या आत्माभिमानाचा प्रश्नच कुठं आला? जिथं चांगली संधी आहे, तिथं गेलं, तर त्यात काय बिघडलं? बेंगळूरमध्ये आज तमिळ, तेलुगू, मारवाडी माणसं का येऊन राहताहेत? आज अमेरिकेत राहणारे कधी काळी युरोपमधूनच तिथं गेले ना? संधी मिळाली, म्हणून तिकडं गेले. युरोपमध्या बाकीच्या राष्ट्रांनी कुठं तो आत्माभिमानाचा प्रश्न केला? ऑस्ट्रेलियामधले सगळे कुठल्या देशाचे आहेत? हा कोण राममूर्ती आहे, कोण जाणे! एक सणसणून पत्र लिहायला पाहिजे–नाव बदलून हनुमानमूर्ती म्हणून ठेवून घे, म्हणावं! अर्थात शिवनं या वादाविषयी आपल्याला सांगितलं होतं, म्हणा!

त्याचा नंबर पुकारला गेला, तेव्हा छातीत धडधड झाली, तरी चेहऱ्यावर न दाखवता तो आत्मविश्वासानं खिडकीपाशी आला आणि त्यानं रुबाबात 'गुमानिंग–' म्हटलं.

बुलेटप्रुफ खिडकीआड बसलेल्या गोऱ्या कर्मचाऱ्यानं पुन्हा एखादा त्याचे कागद पाहिले. नंतर त्याला विचारलं,

"शिक्षण संपल्यावर तू भारतात परतशील कशावरून?"

एवढा सोपा प्रश्न विचारल्यामुळं मनोमन खूश झालेल्या अनुपनं सांगितलं,

"माझ्या आईचा अमेरिकेला एक्स्पोर्ट करणारा बिझनेस आहे. तिथं शिक्षण घेऊन भारतात यायचं आणि आमचा घरचाच उद्योग चालवायचा, या हेतूनं मी अमेरिकेला निघालोय्! नाही तर मला तिथं जाण्यात काडीचाही रस नाही. आईच्या उद्योगाची कागदपत्रं सोबत दिली आहेत..."

आतल्या माणसानं पुन्हा एकदा सगळ्या कागदपत्रांवरून नजर फिरवली. पुन्हा एकदा त्याच्या चेहऱ्याकडे पाहत सांगितलं,

"चार वाजता या आणि व्हिसा घेऊन जा..." आणि त्यानं मायक्रोफोनवर पुढचा नंबर पुकारला.

अत्यंत उत्साहानं आणि जगज्जेत्याच्या रुबाबानं पावलं टाकत अनुप बाहेर आला आणि त्यानं त्या परिसरातल्या उत्तम हॉटेलची चौकशी करायला सुरुवात केली.

◆

अमेरिकेची किती तरी रूपं अनुपनं चित्रांतून, फोटोंमधून आणि चित्रपटांमधून पाहिली असली, तरी जे.एफ्.के. विमान तळावरून बाहेर आल्यावर समोरचं विशाल दृश्य आणि बेफाम वेगानं धावणाऱ्या गाड्या पाहून तो अवाक् झाला. ते रुंद, विशाल रस्ते, रस्त्यांच्या कडेची घरं दिसणार नाहीत, अशा प्रकारे वाढलेली वृक्षराजी–या रस्त्यांवर कार पळवण्यात खरा आनंद आहे! प्रत्येक रस्ता किती रुंद आहे! एकाच वेळी तीन-चार वाहनं आरामात जाऊ शकतील आणि तीन-चार वाहनं येऊ शकतील, एवढा रुंद रस्ता! माणसाचं स्वातंत्र्य म्हणजे काय, याची केवळ हे रस्ते बघूनच कल्पना यावी!

त्यानं विशेष लक्ष देऊन पाहिलं–एकही मोटारसायकल नजरेला पडली नाही. मोटारसायकल विकत घ्यायची, की कार? या देशात विद्यार्थी, कामगार आणि अगदी सामान्य माणसंही मोटार बाळगून असतात, हे त्याला ठाऊक होतं. त्यानं म्हैसूरमध्ये असतानाच मोटार चालवायचं शिक्षण घेतलं होतं. दिल्लीमध्ये त्यानं मम्मीची कारही तिथल्या रस्त्यांवरून पळवली होती; पण तरीही त्याचं मोटार सायकलवरचं प्रेम कमी झालं नव्हतं.

न्यूयॉर्कमध्ये एका कन्नड कुटुंबात शिवराजनं त्याची गेल्या गेल्या उतरण्याची व्यवस्था केली होती. तीन दिवस तिथं राहत असताना तो एक दिवस बस पकडून आपल्या विद्यापीठात फिलाडेल्फियाला निघाला. दोन्ही बाजूंची दृश्यं दिसतील, अशा भव्य खिडक्यांमधून मुक्त रस्ते पाहत असताना त्याला तीव्रपणे जाणवलं, या देशासाठी कारच योग्य आहे!

विद्यापीठातले आवश्यक ते उपचार पार पाडल्यावर त्याला राहण्यासाठी एक स्वतंत्र खोली भाड्यानं मिळाली. स्वतंत्र बाथरूम-स्वयंपाकघर असलेलं ते छोटेखानी दोन खोल्यांचं सुखसोयींनी युक्त घरच होतं.

एवढी व्यवस्था लागल्यावर त्यानं दिल्लीला फोन लावला,

"मॉम्, न्यूयॉर्कला सुखरूप पोहोचल्याची तार पाठवली होती–मिळाली ना? इथं सगळं ठीक आहे. इथली थंडी! ती तर प्रत्यक्षच अनुभवायला पाहिजे! राहायला फ्लॅट मिळेपर्यंत खूपच त्रास झाला. पण स्कूलपासून खूपच लांब आहे. आठ मैल तरी अंतर आहे. हा काही बस वगैरेचा देश नाही आता लगेच गाडी घेतली नाही, तर क्लासला जाणं शक्य नाही!"

"इतर मुलं काय करताहेत?"

"त्यांच्याबरोबर माझी तुलना करू नकोस, मॉम! धर्मशाळेत राहून पायी भटकायचं काय कॉंकर्ड कंपनीच्या मिस् कांतीच्या मुलानं? एम्.बी.ए. शिकत असतानाच या देशात आपल्या व्यवसायाची पाळं-मुळं रोवायला हवीत ना? धर्मशाळेत राहिलो, तर काय इंप्रेशन पडेल माझं? आपला स्वतंत्र फोन आणि

स्वतंत्र ॲड्रेस नसेल, तर काय व्यवहार करायचा?–''

यावर ती निरुत्तर झाली. 'काही नाही म्हटलं, तरी सहा हजार डॉलर्स तरी लागतीलच. टेलेक्सनं आपल्या तिथल्या बँकेला ट्रान्स्फर करायला सांग–' या त्याच्या सूचनेला तिनं मान्यता दिली.

नव्या कारमध्ये बसून तिथल्या रस्त्यांवरून धावताना–अंहं-तरंगताना- छे:- उडताना त्याला अवर्णनीय आनंद होत होता. युनियन टर्न पाईक रस्त्यावरून जाताना तर स्टीअरिंगला हातही लावायची गरज पडत नव्हती- एवढा सरळसोट रस्ता! आडवे रस्ते नाहीत- आडवी येणारी कुत्री-मांजरं-माणसं-सायकली-हातगाड्या-बैलगाड्यांची कटकट नाही! कितीही वेग वाढवला, तरी गाडीला कंप सुटत नाही! सुट्टीमध्ये थेट कॅलिफोर्नियापर्यंत अशीच वेगात गाडी नेऊन प्लॉरिडा मार्गानं माघारी येईन, तेव्हा, काही प्रमाणात का होईना, ड्राईव्हचा आनंद आणि समाधान मिळेल! व्वा! इथं पेट्रोलची काय चंगळ आहे! खरं तर, पेट्रोलच्या दरावरून त्या देशाची वाटचाल कशी चालली आहे, याची कल्पना येत असते. या विषयावर एक सेमिनार–पेपर लिहिला, तर? माईकला विचारायला पाहिजे–

''आय् ॲम मायकल ब्रायटन. कॉल मी माईक–'' अशा प्रकारे पहिल्या भेटीत प्राध्यापकांनी आपली ओळख करून दिली होती. इंडियात एका कॉलेजमध्ये चार-चार वर्ष राहिलं, तरी कुठल्याही शिक्षकांबरोबर एवढी जवळीक निर्माण होऊच शकत नाही! शिवचा अपवाद वगळला, तर म्हैसूरच्या कॉलेजात असा एकही प्राध्यापक भेटला नाही. माईक वरचेवर रिसर्च-पेपर्स प्रसिद्ध करत असतो! समानता नसेल, तर विद्येच्या क्षेत्रातही प्रगती करणं कठीण आहे. होय–याच विषयावर एक चर्चासत्र भरवून तिथं वाचले जाणारे सगळे पेपर्स म्हैसूरमधल्या सगळ्या बुरसटलेल्या ढुङ्गाचार्यांना पाठवायला हवेत! शिव सोडला, तर इतर प्राध्यापक अगदी बुरसटलेले आहेत!

तीन दिवसांनंतर पुन्हा माईकची भेट झाली, तेव्हा तो म्हणाला,

''–मी तुला अनु म्हणेन. हाक मारायचं नाव जितकं छोटं, तितकी जास्त जवळीक वाटते. कंटाळा येत नाही ना इथं? एखादी गर्ल-फ्रेंड मिळाली, की नाही? या देशामध्ये सारं काही तुझ्या कार्यशक्तीवर अवलंबून असतं. मागं राहिलास, तर तुला कुणीही विचारणार नाही! तू स्मार्ट आहेस. तू आधी पुढं होऊन एखादी गर्ल-फ्रेंड कर. नाही तर ''तुला होमसिक्नेस जाणवल्याशिवाय राहणार नाही!'' म्हणत तो हसला. नंतर त्यानं विचारलं, ''एक विषय देतो–बिब्लिऑग्राफी तयार करून घेऊन येशील ना? गर्ल-फ्रेंडचा टायपिंगसाठी वापर करून घे. या देशाला येण्याआधी टायपिंगचा अभ्यास अत्यावश्यक आहे, म्हणून तुला कुणीच सांगितलं नाही काय?–''

हा प्राध्यापक लगोलग कामालाही लावतो आणि एकीकडे चेष्टा-मस्करी करत

मूडही हलका ठेवतो. नाही तर म्हैसूरच्या प्राध्यापकांचे ते सुतकी चेहरे! देश पुढं जायचा असेल, तर हा हसतमुख स्वभाव आवश्यक आहे! यानंतर म्हैसूरला जाईन, तेव्हा त्या सुतकी प्राध्यापकांच्या तोंडांवर थुंकून यायला पाहिजे–! एक मुलगा एका मुलीबरोबर बोलला-फिरला, की यांच्याच मुलीची अब्रू गेल्यासारखे बघायला लागतात! वर्गात मुला-मुलींनी परस्परांच्या शेजारी बसणं कॉलेजच्या धर्मशास्त्राच्याच विरुद्ध आहे!

थोडी चलाखी अंगात असेल, तर अमेरिकेत गर्ल-फ्रेंड मिळणं मुळीच कठीण नाही, याचा त्याला लगेच अनुभव आला. पंधरा दिवसांत त्याला एक गर्ल-फ्रेंड मिळाली. ती त्याच्यापेक्षा दोन सेमिस्टर पुढं होती. शिवाय ती एम्. बी. ए. शिकत नव्हती–इंजिनीअरिंगमध्ये एम्. एस्. शिकत होती. मारिया मॅक्सिकोची राहणारी होती. स्पॅनिश मुलगी. तिची मातृभाषा इंग्लिश नव्हती. ट ऐवजी त असा उच्चार करायची तिची पद्धत होती. या उच्चारामुळं तिच्या व्यक्तिमत्त्वात एक प्रकारचं मार्दव जाणवत होतं नवी कार विकत घेताना तीही त्याच्या सोबत आली होती. तिथल्या ड्रायव्हिंगमधल्या काही महत्त्वाच्या गोष्टी सांगून त्याला लायसेन्स मिळवून देण्यासाठीही तिनं त्याला मदत केली. तिलाही कार-ड्राइव्हची आवड होती. शिवाय स्वत:ची कार असली, की कुठल्याही मुलीला जेवायला नेणं सोयीचं होतं, हाही त्याला अनुभव आला. या देशात कार नसेल, तर जगणंच अशक्य आहे, हा अनुभव त्याला पदोपदी येत होता. कार आणि त्याबरोबर स्वत:चं अपार्टमेंट असेल, तर या देशात गर्ल-फ्रेंड ठेवणं सोयीचं आहे. या देशातली सिंगल-कॉटही दोघांना पुरेशी असते. रुंदी थोडी कमी असली, तरी प्रणयी युगलांना त्याची गरजच काय?

या विचारानं त्यालाच हसू आलं.

मारिया बुटकी आणि किंचित स्थूलही होती. टिपिकल अमेरिकन उंच आणि सडसडीत मुलीशी मैत्री करायला पाहिजे. गर्ल-फ्रेंडबरोबर फिरताना या देशात मनात अपराधीपणाची भावना मुळीच नसते. कुणी कुणाला आपल्या अपार्टमेंटमध्ये घेऊन गेलं, तर कुणी तिकडं पाहत नाही, की वायफळ चौकशीही करत नाही. हे भारतमाते! तू एक ब्रह्मचारिणी मेट्रन आहेस! सगळ्यांवर देखरेख ठेवणं हाच तुझा व्यवसाय आहे! पण एवढ्या बंधनात राहिलेले पुढं कसे जातील, याचा तू विचार केला आहेस काय?

◆

# २२

त्या दिवशी रात्री नऊ वाजता वृत्तपत्राचं काम संपवून तलवार आपल्या पटेलनगरमधल्या घरी गेले, तेव्हा बायकोनं विचारलं,

“कुठं गेला होता? तुमच्या वृत्तपत्राच्या ऑफिसमध्ये धड एक फोन नाही! निरोप पाठवला, तर तुम्ही तिथं नाही! कुठं गेला होता तुम्ही? तिथंही कुणाला ठाऊक नव्हतं. ऑफिसशिवाय तुम्ही आणखी काय काम करता?”

तलवारांना आपल्या बायकोच्या मानसिक अवस्थेची पूर्ण कल्पना होती. मनाची परिस्थिती खालावली, की ती आपल्यावर राग काढते, हे त्यांना ठाऊक होत. आपण ‘ट्रिब्यून’ मधली मानाची नोकरी सोडली, हेच हिच्या मानसिक आजाराचं कारण असल्याचं मनोरोगतज्ज्ञही सांगत होते. त्यातच आपण ‘दि फॅक्ट’ चंच काम पाहत आसल्यामुळं भर पडली होती. डॉक्टरचं म्हणणं होतं–‘हा मनाचा आजार आहे. योग्य-अयोग्य या गोष्टीचा बुद्धीशी संबंध असतो. मनाला या गोष्टी मुळीच समजत नाहीत.’

तरीही तलवारांना आश्चर्य वाटे- एवढी सुशिक्षित, पीएच्. डी झालेली, रीडर म्हणून नोकरी करणारी, विद्यार्थांना न्याय–अन्याय यांविषयी शिक्षण देणारी–मनाला जर ही योग्य दिशेला नेऊ शकत नसेल, तर हिच्या एवढ्या थोरल्या बुद्धिमत्तेचा उपयोगच काय?

मनात काहीही असलं, तरी ते डॉक्टरी सल्ल्यानुसार तिच्याशी वागताना अत्यंत संयमानं वागत होते. डॉक्टरांनी त्यांना सांगून ठेवलं होतं,

“त्या अशा मानसिक अवस्थेत असताना तुम्ही त्यांना उपदेश करू नका– त्यामुळं त्या हीन मनोभावात बुडून जातील. त्यांच्याशी कुठल्याही प्रकारची चर्चाही करू नका–त्या वेळी त्या केवळ मनोविकारानं घेरलेल्या असतात. अशा वेळी चर्चा केली, तर त्यांच्या मनाचा अधिकच संताप होतो.”

डॉक्टरांच्या औषधोपचाराला आज ना उद्या यश येईल, या अपेक्षेनं तलवार आपल्या मनावर ताबा ठेवून डॉक्टरी सल्ल्याप्रमाणे वागत होते.

“बाहेर काम होतं थोडं. काय झालं?” त्यांनी विचारलं.

"काय झालं? सर्वनाश झाला! बायकोची कणभर काळजी नाही! सकाळपासून रात्रीपर्यंत भटकत असता! घर म्हणजे तुम्हांला केवळ झोपायचं लॉज वाटलं, की काय? इकडं मुलगा आणि तिकडं मुलगी–दोघंही संकटात सापडले आहेत, म्हणून त्यांचे फोन आले होते."

"कसलं संकट?"

"मुलाला शाळेला पोहोचवण्यासाठी सरकारी मोटार वापरली, म्हणून त्याला नोकरीतून काढून टाकलंय्! आणि तिकडं कलकत्त्यात जावईबापूंच्या दुकानावर हिशेब नीट ठेवला नाही, म्हणून; आणि लोखंडासारख्या जीवनावश्यक वस्तूचा भाव मनाप्रमाणे वाढवला, म्हणून छापा घालून सगळी कागदपत्रं नेऊन दुकानाला टाळं लावलंय्, म्हणे! शिवाय त्यांनाही अटक करून घेऊन गेलेत! ती घटना सकाळी आठ वाजता घडली आणि ही दुकानाची घटना दहा वाजता! बकुळेनं तीन वेळा फोन केला–नंतर ती नवऱ्याला सोडवण्यासाठी वकील शोधायला खटपटीला लागली आहे–"

एकाच वेळी मुरादाबाद आणि कलकत्त्याला मुलगा आणि जावयावर कारवाई करण्यात आली होती. मुलगा आय् ए एस् अधिकारी होता. स्वच्छ हातासाठी त्याची ख्याती होती. त्याच्यावर मुलाला शाळेत पोहोचवण्यासाठी सरकारी वाहन वापरल्याचा आरोप! जावईही व्यापारात अत्यंत सचोटीनं वागून योग्य तो फायदा मिळवत होते. याचा अर्थ अगदी स्पष्ट होता. आपल्यावर दडपण आणण्यासाठी दिल्ली-सरकारनं उचललेली ही पावलं आहेत!

त्यांनी लगेच कलकत्त्याशी फोननं संपर्क साधला. फोनवर मुलगी होती,

"डॅडी, तुम्ही कुठं गेला होता? तुम्ही इथं आलात, तर मला थोडं बरं वाटेल. मी इथं एक वकील ठरवलाय्. त्यांनी उद्या सकाळी कोर्टात बेल मूव्ह करतो, म्हणून सांगितलंय्. आता राजेंद्रांना लॉक-अप मध्ये ठेवलंय्. आजवर त्यांनी कधीही काहीही गैर केलं नाही." बोलता-बोलता तिला रडू अनावर झालं.

"उद्या सकाळी निघतो, बेटा. पहिल्या विमानात जागा मिळाली, तर ठीकच आहे–नाही तर दुसऱ्या विमानानं येतो–" बोलता-बोलता त्यांचाही आवाज चिंब झाला.

"प्लीज, डॅडी, पहिल्याच फ्लाईटनं या. शंभर रुपये लाच दिली, की पहिल्या फ्लाईटमध्ये जागा मिळेल! तत्त्वाच्या नावाखाली उशीर करू नका. मम्मीलाही घेऊन या–"

लगोलग तलवारांनी मुरादाबादेला फोन केला. पण मुलानं उत्तर दिलं,

"फोनवर नको, अशा वेळी सगळे फोनकॉल्स टॅप केले जातात. सावधान! मला त्यांनी सस्पेन्शनमध्ये ठेवलं आहे. सरकारी परवानगीशिवाय गाव सोडायचं नाही, असा फतवा काढलाय्. बकुळेचाही फोन आला होता. तुम्ही तिच्याकडे

जाऊन या. परत जाताना रेल्वेनं इथंही या-'' त्याच्या आवाजात खिन्नता असली, तरी तो शांतपणे बोलत होता.

अशा वेळी सरकार बळीच्या बकऱ्याचे फोन चोरून ऐकत असते, याचा आपल्याला कसा विसर पडला, याचं त्यांना आश्चर्य वाटलं. पण राहुलला त्याचा विसर पडला नाही. तो आय्. ए. एस्. अधिकारी आहे-त्यामुळं त्याला मात्र याचा विसर पडत नाही!

सकाळी सहाच्या विमानात दोघांनाही जागा मिळाली. मुलीनं सुचवलेल्या मार्गामुळंच हे शक्य झालं. दुपारी एक वाजता बेलचा अर्ज स्वीकारून दुपारी साडेचार वाजता बकुळेच्या नवऱ्याला सोडण्यात आलं. त्याच वेळी दररोज पोलीस स्टेशनला येऊन जाणं, कलकत्त्यातून बाहेर न पडणं यांसारख्या अटी त्याच्यावर लादण्यात आल्या. नवरा बाहेर आल्यावर बकुळा हात धरून रडू लागली. त्याची दोन वर्षांची मुलगीही रडू लागली. बायकोला आनंद झाला आणि तीही रडू लागली. त्यांचेही डोळे पाणावले.

जमलेल्या मित्रांना निरोप देऊन सगळे घरी परतले. त्यानंतर तलवारांनी जावयाला विचारलं,

''काय झालं?''

''कुठल्याही कोर्टात गेले, तरी माझ्याविरुद्ध त्यांनी काहीही सिद्ध करता येणार नाही. हिशेब स्वच्छ आहेत- सगळे कर नीट भरतोय्. सेल्स टॅक्स हा राज्य सरकारचा विषय आहे. केंद्र सरकारचे पोलीस का आले होते, हे मला समजलं नाही. माझा अपमान करणं एवढाच त्यांचा हेतू दिसतो. माझ्याविरुद्ध केस उभी करून माझं व्यापाराचं परमिट कदाचित कॅन्सल करायचा त्यांचा विचार असावा-'' नंतर काही तरी आठवून तो म्हणाला, ''काल चौकशी चालली होती, तेव्हा त्या माणसानं दोनदा-तुझ्या सासऱ्यांनी असले व्यवहार शिकवले काय तुम्हांला? म्हणून जाब विचारला. नंतर एकदा तो म्हणाला, तुला तुझ्या सासऱ्याची सावली शनी होऊन छळतेय्! तुमचं नाव त्यांनी का काढावं? मला काही समजलं नाही.''

यावर बायकोनं आपली जळजळीत नजर त्याच्यावर टाकली. त्यातला संताप केवळ तलवारांना समजला. बकुळा नवऱ्याला म्हणत होती,

''तुम्ही अंघोळ करून या, बघू! कुणीही जेवलं नाही, दाल-सब्जी तयार आहे. गरमा-गरम फुलके करून देते...''

राजेंद्र अंघोळ करायला गेला. तलवारांची नजर टेबलावरच्या वृत्तपत्राकडे गेली. दिवसभरात त्यांनी वृत्तपत्राकडे पाहिलचं नव्हतं. विमानात समोरच एक

वृत्तपत्र असलं, तरी ते बघायची त्यांना त्या वेळी इच्छाही झाली नव्हती.

आता वृत्तपत्रावरून नजर फिरवताना तिसऱ्या पानावरच्या एका बातमीवर त्यांची नजर खिळली. 'समाजद्रोही व्यापारी–' म्हणून राजेंद्रांविषयीची बातमी तिथं विशिष्ट पद्धतीनं छापली होती. त्यामध्ये त्यावर जनद्रोही, फायद्याचा लोभी, लोखंडाची कृत्रिम टंचाई निर्माण करणारा-- अशा प्रकारचे किती तरी आरोप लादण्यात आले होते. तो लेख वाचताच सर्वसामान्य लोकांच्या मनात या व्यापाऱ्याविषयी तिरस्कार निर्माण व्हावा, अशी त्या लेखाची रचना होती.

राजेंद्र पाल हा काही फार मोठा व्यापारी नव्हता. कृत्रिम टंचाई वगैरे निर्माण करणारा तो होलसेल व्यापारीही नव्हता. विलिंग्टन रस्त्यावर असलेल्या शेकडो दुकानांमध्ये त्याचंही एक दुकान होतं. एवढ्याशा बातमीचं एवढं मोठं प्रकरण केलं होतं. तलवारांच्या मनात कोणत्याही बातमीची शहानिशा करण्याआधी बातमी भडकपणे छापणाऱ्या हीन पत्रकारितेविषयी किळस निर्माण झाली.

थोडं स्थिरस्थावर झाल्यावर तलवारांनी रवींद्रला आपण कलकत्त्याला आल्याचं तारेनं कळवलं. दुसऱ्या दिवशी राजेंद्रनं वकिलाबरोबर संबंधित अधिकाऱ्यांना भेटून आपला व्यापार सुरू करायची परवानगी घेतली. तलवारही त्याच्याबरोबर गेले. त्यानंतर त्यांनी आपली ओळख न देता राजेंद्रच्या जवळपासच्या दुकानदारांची भेट घेतली.

तिथं दुकानदार सांगत होते,

"व्यापाऱ्यांमागे काय कटकट सुरू आहे, म्हणून सांगू! राज्यकर्त्या पक्षालाच सगळा पैसा पाहिजे, म्हणून दडपण आणलं जातं. त्यांना रुपया दिल्यानंतर विरोधी पक्षाला एक पैसा द्यावा, तर असा आमच्यावर राग काढला जातो! अहो, राजेंद्र पालना आम्ही एवढी वर्षं ओळखतो. कुठल्याही भानगडीत न पडता आपला व्यवहार करायचा त्यांचा स्वभाव आहे. सुशिक्षित आणि सुसंस्कृत आहेत ते! त्यांच्यासारख्या माणसाला एवढे कष्ट भोगावे लागले- याचाच अर्थ यामागं दुसरं काही तरी कारण असलं पाहिजे!"

त्याची ओळख न पटलेला एक जण म्हणाला,

"त्याचे सासरे सरकारच्या विरुद्ध लिहीत असतात ना? म्हणून सरकारनं असं केलंय्. तोंड उघडायचं असेल, तर नाक नको का दाबायला?"

ते बाहेर गेले असता घरात बकुळेनंही आईला हेच सांगितलं,

"एवढी मोठी नोकरी सोडून पिताजींनी सरकारशी का भांडावं?"

आईलाही आपल्या मनातली खदखद व्यक्त करायला संधी मिळाली. मनातलं साठलेलं सारं सांगून ती लेकीला म्हणाली,

"आता तू तरी त्यांनी चार शहाणपणाच्या गोष्टी सांग!"

दोघंही ट्रेननं मुरादाबादेला जायला निघाले. प्रवासात परस्परांशी बोलायची दोघांनाही इच्छा नव्हती. तिची मनःस्थिती तर आणखी बिघडली होती. ती खिडकीबाहेर पाहत बसली होती. तेही आपल्याच विचारात किती तरी वेळ बुडून गेले होते. पण तिच्या मनःस्थितीची आठवण होऊन ते आपण होऊन म्हणाले,

"कसला विचार करतेस?"

"या खिडकीतून उडी मारली, तर सगळ्यांतून सुटका होईल!–" ती उत्तरली. तिच्या आवाजात संताप नव्हता–भरपूर गांभीर्य होतं.

"तू औषध घेतलंस?" त्यांनी विचारलं.

"मी औषध घेतल्यावर सगळे प्रश्न मिटतील, असं वाटतं काय? माझं नाव काढू नका, बघू! माझ्यापुरती मला राहू द्या!–" तिचा आवाज चढला.

आजूबाजूच्या प्रवाशांना ऐकू जाईल, म्हणून यावर तलवार गप्प बसले.

मुरादाबादेला घरी गेल्यावर राहुलनं सांगितलं, "ऑफिसर्स कसे असतात, ठाऊक आहे? दररोज घरी येणारे- भेटणारे- माझ्याबरोबरच काम करणारे! पण माझ्यावर सरकारी अवकृपा झाली, म्हटल्यावर घाबरून कुणीही भेटायला आलं नाही! तुमचा मुलगा म्हणून जशी माझ्यावर सरकारची अवकृपा झाली, तशी माझे मित्र म्हटल्यावर आपल्यावरही होईल, अशी त्यांना भीती वाटते! देशाच्या पुढाऱ्यांनाही हीच भावना लोकांच्या मनांत निर्माण करायची आहे ना! मी काहीही चूक केली नाही, याविषयी माझ्या मनात खात्री आहे. देशात सगळीकडे दहशतीचं वातावरण आहे- मॅजिस्ट्रियल पॉवर वापरत असलेले डाकू रस्त्यात माझ्या मुलाला उचलून नेण्याची भीती नाही काय?- त्याला सुखरूपपणे शाळेमध्ये जाऊन यायला नको काय?–त्यासाठी मी सरकारी वाहन वापरलं, असं मीही कोर्टात सांगू शकेन. पण आमच्या अधिकाऱ्यांना उद्या हे आपल्यापर्यंत येईल–आपण त्याविषयी एकमेकांना पाठिंबा देत राहिलं पाहिजे, याची जाणीवच नाही! ते जाऊ द्या–बकुळेच्याकडची काय बातमी?"

त्यांनी घडलेलं सारं त्यालाही सांगितल. सारं ऐकून तो म्हणाला,

"तसं पाहिलं, तर यात नवं काहीच नाही. सगळीकडे हेच वातावरण आहे. तुम्ही 'ट्रिब्यून' मधली नोकरी सोडली आणि नवं वृत्तपत्र सुरू केलं, हा तुमचा प्रश्न आहे. मी तुम्हांला त्याविषयी काय सांगणार? माझा तो अधिकारही नाही. तुम्ही मला चांगलं शिक्षण दिलं–चांगले संस्कार दिले- मला त्याविषयी कृतज्ञता वाटते. तुमच्या आदर्शांविषयी मलाही अभिमान वाटतो. या नोकरीचा राजीनामा देणंही काही कठीण नाही. या नोकरीत राबतो, तेवढं एखाद्या खाजगी कंपनीत राबलो, तर याच्या दुप्पट पगार मिळेल आणि साऱ्या घरादाराला फोन-कार यांसारख्या सुखसोयीही मिळतील! पण आज वातावरण असं आहे, की सरकारची अवकृपा असलेल्या

व्यक्तीला–मग तिची योग्यता काहीही असो–नोकरी द्यायला मोठ-मोठे व्यावसायिकही मागं सरतात! त्यामुळंच प्रश्न पडलाय्–काय करावं?''

मुलाचं समाधान कसं करावं आणि त्याला या संकटातून बाहेर कसं काढावं, हे तलवारांना समजलं नाही. यावरचा एक उपाय सुचला–मुलानं सांगायचं, माझे माझ्या वडलांशी कसलेही संबंध नाहीत. तुमचे त्यांच्याशी मतभेद असतील, तर त्यांना अटक करून हवी ती शिक्षा द्या–पण हे सारं सांगायचं कुणाला? कारण अशा प्रकारचा त्रास देताना तेही कुठं स्पष्टपणे बोलत नाहीत! का त्रास देता, म्हणून विचारलं, तर प्रत्येक जण उत्तर देतो–वरून आदेश आहे!

त्यानं आपल्या मुलाला सरकारी गाडीतून शाळेत पोहोचवलं होतं, ही वस्तुस्थिती होती. पण सगळेच सरकारी नोकर सरकारी वाहनाचा वापर बायकोला बाजारात नेण्यासाठी आणि मुलांना शाळेत पाठवण्यासाठी करत असतात. इतरांच्या तुलनेनं तो सरकारी गाडी अत्यल्प प्रमाणात वापरत होता. निवडणुकीच्या वेळी तर त्यांचा पक्षही हव्या तेवढ्या सरकारी गाड्या आणि पेट्रोल मनमुराद वापरतो.

मुलानं आपली परिस्थिती वडलांच्या कानांवर घातली. पण तुम्ही अमुक करा– तमुक करा असं मात्र सांगितलं नाही.

त्यांनी विचारलं,

''सस्पेन्शन म्हटलं, तरी पंच्याहत्तर टक्के पगार कायद्यानुसार त्यांनी द्यायलाच हवा ना?''

''हा फक्त जगण्याचा प्रश्न नाही. मी सस्पेन्शनमध्ये आहे, म्हटल्यावर बाकीचे माझ्याशी कसे वागतील, हा खरा प्रश्न आहे...''

''–पण तू काहीही गैर केलेलं नाहीस, हे तुला ठाऊक आहे. मग तुला इतरांचा विचार घेऊन काय करायचं आहे? तिकडं लक्ष न देता तू घरबसल्या काही तरी वाचत राहा.''

वडलांचा हा सल्ला मुलाला पटला. तरीही त्याच्या मनाचं पूर्ण समाधान झालं नाही. आपला अपमान किती क्लेशदायक आहे, हे आपल्या गांधीमार्गावरच्या सत्याग्रहीप्रमाणे बोलणाऱ्या आपल्या पिताजींना समजणार नाही, हेही त्याला समजत होतं.

सूनही सासऱ्यांशी अवाक्षरही न बोलता आपल्या मनातलं असमाधान त्यांना दाखवून देत होती. काहीही न बोलता मनातला राग दाखवायची ही पद्धत त्यांच्या पत्नीलाही मनापासून आवडलेली दिसत होती.

संध्याकाळी तलवारांनी मुलाला समजावून सांगितलं,

''तू आमचा एकुलता एक मुलगा आहेस. इथं राहण्यापेक्षा दिल्लीला चला.

तुम्हां तिघांनाही काही कमी पडणार नाही. दिल्लीमध्ये आज तुला पगार मिळतो, तेवढा पैसा मिळवणं मुळीच कठीण नाही. आणि इथल्या नोकरीचाही राजीनामा देऊ नकोस. अशा केसेस् घेऊन फीची अपेक्षा न ठेवता सरकारशी झगडणारे काही बडे-बडे वकीलही आहेत. केवळ आपल्या देशातच नव्हे, तर परदेशीही त्यांनी ख्याती मिळवली आहे. माझ्या ओळखीचे आहेत त्यांपैकी काहीजण. त्यांच्याही मनांत माझ्या कामाविषयी आदराची भावना आहे. मी त्यांच्याशी जरूर बोलेन. तुला त्यांनी शिक्षा केली, तर सुप्रीम कोर्टापर्यंत जाऊन आपल्याला झगडता येईल. त्यासाठी तू नया पैसाही खर्च करायची गरज नाही. ती सगळी जबाबदारी माझी–''

सकाळच्या रेल्वेनं ते दिल्लीला यायला निघाले. प्रथम वर्गाच्या डब्यात त्या दोघांशिवाय आणखी कुणीही नव्हतं. बायकोवर अजूनही रात्री घेतलेल्या औषधाचा प्रभाव होता. गाडी निघाल्यावर दोन-अडीच तासांनी म्हणजे सव्वा नऊ- साडे नऊ वाजता ती पूर्णपणे जागा झाली.

चहा घेऊन झाल्यावर ते मुद्दाम तिला बोलतं करायला म्हणाले,

''पाहिलंस, ना सरकार कसं वाईट प्रकारानं आपल्या अधिकाराचा वापर करतं?''

ती काहीच बोलली नाही. तिच्या मौनामधली धिक्काराची भावना त्यांना स्पष्टपणे ऐकू येत होती. हिचा आपल्यावर राग असला, तर असू दे–पण आपल्या दोन्ही मुलांवर एकाच वेळी अन्याय करणाऱ्या सरकारविषयी आता तरी हिला संताप येईल आणि त्यातून इतर देश कशा प्रकारचा अन्याय सहन करत आहे, हे समजेल. अशी त्यांची अपेक्षा होती. त्यामुळं त्यांनी पुन्हा एकदा विचारलं,

''आता समजलं ना, ते कसा अधिकाराचा गैरवापर करताहेत, ते?''

यावर ती अनपेक्षितपणे उसळून म्हणाली,

''त्यासाठीही ताकद पाहिजे! आणि अधिकार असतो, तो वापरण्यासाठीच! सगळ्यांना जमत नाही ते!''

आजूबाजूच्या केबिनमध्ये ऐकू जाईल, अशा आवाजात किंचाळणाऱ्या बायकोच्या वागण्यानं ते अवाक् झाले. दोन्ही मुलांवर ओढवलेल्या परिस्थितीमुळं तिचा मनोरोग वाढणं साहजिक असलं, तरी त्यावर होणारी तिची प्रतिक्रिया ऐकून त्यांनाही राग आला.

त्यांनी राग आवरून म्हटलं,

''शक्ती आणि अधिकाराचा वापर योग्य रीतीनं करायला पाहिजे. विरोधाचा एक सूरही ऐकून घ्यायचा नाही–लोकांच्या अभिव्यक्ति-स्वातंत्र्यावर बंधन घालायचं– क्रूरपणाचा परमावधी–''

त्याचं बोलणं मध्येच तोडत ती पुन्ही किंचाळली,

"तोंड बंद कर! तूच एकटा बुद्धिवान आहेस काय! तूच एकटा देशभक्त आहेस, म्हणून हवं ते बडबडू नकोस! ती महाशक्तीचा अवतार आहे! तिला सृष्टी-स्थिती-लय यांची साकार मूर्ती म्हणणाराही एक पत्रकारच होता ना? त्याच्यापेक्षा तू शहाणा समजतोस काय स्वतःला? महाकालीच्या विरोधात राहणारा कुणीही शिल्लक राहणार नाही! ए थेरड्या- तुला तुझा सर्वनाश करून घ्यायचं स्वातंत्र्य असेलही! पण पोटच्या मुलांना देशोधडीला धाडलंस, तर तुला रौरव नरकातच जावं लागेल, हे विसरू नकोस!" आणि तिनं नवऱ्याच्या थोबाडीत लगावून दिली.

आजवर कधीही न घडलेलं घडत असलेलं पाहून तलवारांनी उद्विग्न होऊन डोळे मिटून घेतले. थोड्या वेळानं त्यांनी डोळे उघडून पाहिलं, तेव्हा ती खिडकीतून बाहेर पाहत बसली होती. क्षणभर त्यांच्या मनात तिच्याविषयी संताप उफाळून आला. देशभर जो अत्याचार आणि अन्याय चालला आहे, त्याचं समर्थन बायकोच्या रूपानं त्यांच्या शेजारीच बसलं होतं.

काही क्षणांत त्यांनी स्वतःच्या संतापावर आवर घातला. तिची मानसिक स्थिती आठवून ते काहीही बोलले नाहीत.

दुसऱ्या दिवशी दिल्लीमध्ये तिच्यावर उपचार करणाऱ्या मनोरोगतज्ज्ञांना त्यांनी या विसंगतीविषयी विचारलं आणि त्यांना रेल्वेमध्ये घडलेल्या प्रकाराविषयीही सांगितलं.

डॉक्टर काही क्षण गप्प बसले आणि नंतर म्हणाले,

"हे केवळ तुमच्या बायकोच्या बाबतीतच घडलं, असं नव्हे. देशातल्या बहुतेक सुशिक्षित–त्याहीपेक्षा हवं तर साक्षर, म्हणा–ज्यांना वृत्तपत्र वाचता येतं, त्या सर्व बायका तिच्यामध्ये स्वतःला पाहतात. त्यांच्या मनांत एक स्त्री पंतप्रधान झाली, याविषयी एक प्रकारची धन्यतेची भावना असते. संतोषीमाता, दुर्गामाता, भवानीमाता वगैरे रूपं तिच्यामध्ये पाहणाऱ्या बायकांना खात्री आहे–ती काहीही चूक करणं शक्यच नाही! तिच्या पाठीराख्यांनी भारतातल्या खेड्या-पाड्यांतल्या बायकांच्या मनांत तिची हीच प्रतिमा तयार केली आहे. इंडिया इज इंदिरा–इंदिरा इज इंडिया म्हणणं किंवा तिचं प्रत्यक्ष भारतमातेशी साम्य मांडणं हे त्यातूनच आलंय् ना? ते जाऊ द्या. यावर मी औषध देईन, रोग्याच्या मनाची विचाराची दिशा बदलण्याचा प्रयत्नही करेन. पण काही काळ तरी–म्हणजे किती महिने, हे आज निश्चित सांगता येणार नाही–तुम्हांला त्यांच्या मनासारखं वागलं पाहिजे. नवरा माझाही विचार करतो, हे त्यांना आधी पटवणं आवश्यक आहे. त्यानंतर त्यांचं मन बदलायचा प्रयत्न करावा."

"म्हणजे?" डॉक्टरांना काय सुचवायचं आहे, हे तलवारांच्या लक्षात आलं नाही.

"अगदी स्पष्टपणे सांगायचं, तर तुम्ही आज इंदिरा गांधींना काहीही बोललात, तरी ते स्वतःलाच म्हटलं, असं यांना वाटतं! आपल्याला जाणून-बुजून दुःख देण्यासाठीच तुम्ही इंदिरा गांधींना विरोध करून परिणामी मुलांनाही दुःख दिलं– अशा प्रकारे त्यांचं डोकं चाललं, तर त्यात काही आश्चर्य नाही. त्यामुळं माझ्या उपचारांबरोबरच तुम्ही तुमच्या नव्या वृत्तपत्रापासून लांब राहावं, असं मी म्हणेन. त्यांच्या मनात तुम्ही सारं सोडलंय्, हे चांगलं ठसू द्या. ट्रेनमध्ये त्यांनी हात उगारल्याचं आणि आवाज चढवून बोलल्याचं तुम्ही सांगितलं. जर आताच आपण हे गंभीरपणे घेतलं नाही, तर मात्र–"

◆

आता तलवारांचं मन नैतिक निष्ठेच्या आंदोलनात सापडलं होतं, आतापर्यंतचं आयुष्य मी बायको आणि मुलांसाठीच मुख्यत्वेकरून खर्च केलं. निदान आता तरी मला जे सत्य वाटेल, त्यासाठी जगायला का मिळू नये?

त्या रात्री मुरादाबादेहून फोन आला. मुलानं विशेष काहीही सांगितलं नाही. फोन टॅप होत असणार, याची जाणीव दोघांनाही होती. आता तो फोनवर म्हणाला,

"पिताजी, माँची प्रकृती बरी नसल्याचं फारच जाणवलं. तिनं फारच मनाला लावून घेतलंय्, वाटतं–तुम्हांला सगळं ठाऊक आहे, म्हणा! आपली कुणालाच काळजी नाही, अशी तिची खंत दिसते. नीरजालाही हे जाणवलं. मुलं मोठी होऊन लांब गेली, की बायकांना हा त्रास होतोच, असं म्हणतात. आणखी काही कारण असेल, तर मात्र तुमचं लक्ष राहू दे!..."

हे ऐकताच तलवार अस्वस्थ झाले. हा तिचा वापर करून आपल्याला सूचना देतोय्, की ती याच्याकरवी आपल्यावर दडपण आणतेय्? शेजारी ती झोपेची गोळी घेऊन गाढ झोपली होती. झोप न आल्यामुळं तळमळत असलेल्या तलवारांच्या मनात अनेक आध्यात्मिक प्रश्नही उठले होते- जीवन म्हणजे काय? संसार म्हणजे काय? नवरा-बायकोच्या नात्याचा नेमका आवाका काय? पाठोपाठ भारतीय तत्त्वज्ञानातली 'ही सारी माया आहे' यासारखी कधी काळी ऐकलेली उत्तरं आठवू लागली.

त्या दिवशी सकाळी बकुळेचं एक पत्रही आलं. सुमारे नऊ दिवसांपूर्वी लिहिलेलं. एवढा उशीर का व्हावा? पत्ता आणि तिकिटं व्यवस्थित होती. पाकीट लक्ष देऊन पाहिलं, तेव्हा पाकीट कुणी तरी उलगडून पुन्हा चिकटवल्याचं दिसत होतं. म्हणजे सेन्सॉर झालंय्! याला विरोध केला पाहिजे. मानवी हक्कांचं होणारं हे उल्लंघन सगळ्या वृत्तपत्रांमधून दाखवायला पाहिजे. केवळ इथंच नव्हे, परदेशी वृत्तपत्रांमध्येही यावर लिहिलं पाहिजे–हे पत्र बायकोलाही दाखवायला पाहिजे, 'बघ तुझ्या मुलाची पत्रं कशी सेन्सॉर होतात!' म्हणून! पाठोपाठ वाटलं, यावर 'तुझ्या

टोकाच्या वागण्यामुळंच माझ्या मुलांना त्रास होतो.' म्हणून तिनं आरडाओरडा केला, तर?

मुलानं जे फोनवर अप्रत्यक्षरीत्या सांगितलं होतं, तेच मुलीनं पत्रात लिहिलं होत. 'आईच्या प्रकृतीविषयी वाटणारी काळजी त्यातून व्यक्त होत होती. 'तुम्ही दुर्लक्ष करत आहात, असं तिला वाटतं. मीही तिला इथं दोन महिने राहा, म्हटलं. पण कॉलेजला सुट्टी नाही, म्हणून ती राहायला तयार झाली नाही. कॉलेजची कामं नसती, तर आपल्याला फास लावून मरायचीच पाळी आली असती, असंही तिनं बोलून दाखवलं. तुम्ही तिची काळजी घ्या. तिला काही झालं, तर आम्हांला आणखी कोण आहे? यांचा व्यापार नेहमीप्रमाणे चालला आहे–'

यापुढची दोन वाक्यं अक्षरही दिसणार नाही, अशा प्रकारे खोडली होती. पोलिसांनी दिलेल्या त्रासाविषयी काही तरी लिहून नंतर खोडलं असावं, असं दिसत होतं.

मुलीनं पत्रात आईविषयी अत्यंत कळकळीनं लिहिलं होतं. तिच्या माघारी आपल्याला कुणीही नाही, याचं दुःखही व्यक्त केलं होतं. पण माझ्या मनातला क्षोभ हिला कसा समजत नाही? आई मुलापुढं सारं सोडून जसं मनातलं सांगू शकते, तसं वडील सांगू शकत नाहीत, की काय कोण जाणे. एवढ्या सगळ्या मनस्तापापेक्षा ती मरून गेली असती, तर मी माझी कामं करायला मोकळा झालो असतो.

स्वातंत्र्यपूर्व काळात याच भारतातल्या किती तरी स्त्रिया आपल्या मनातली भीती, काळजी आणि विवंचना मनात दडपून आपापल्या नवऱ्यांना स्वातंत्र्य-लढ्यात पाठवत होत्या, जेलमध्ये जाऊ देत होत्या, इंग्रज सरकारकडून होणारा त्रास निमूटपणे सहन करत नवऱ्याच्या पाठीशी उभ्या राहत होत्या. आता ते सत्त्वयुक्त नारीत्व कुठं गेलं? त्या बायकांपैकी काही आजही जिवंत आहेत. त्या वेळी जेलमध्ये गेलेल्या त्यांच्या नवऱ्यांचे आता मंत्री झाले आहेत. या नवऱ्यांनी आजच्या दुष्ट शक्तीविरुद्ध लढा पुकारायचा म्हटलं, तर याच स्त्रिया घाबऱ्या होऊन त्यांना विरोध करतील!

कुठून कुठं पोहोचला आहे हा देश! नैतिक उत्कर्ष आणि अपकर्षाच्या बाबतीत स्त्री-पुरुष हा भेदच नाही! उत्कर्ष आला, की दोघंही चढतात आणि अधःपतनाच्या वेळी दोघंही सारख्याच वेगानं भुईसपाट होतात! इथं दोघांमध्ये कुठला फरक आहे?

एका दृष्टीनं रवींद्रच स्वतंत्र आहे. त्याच्या बायकोनं त्याला पूर्णपणे मोकळं तरी केलं आहे!

घरातली सारी परिस्थिती आणि स्वतःच्या मनातलं द्वंद्व त्यांनी रवींद्रापुढं

मोकळेपणानं मांडलं, तेव्हा त्यालाही यावर काय बोलावं, ते सुचेना. पण दोन दिवस विचार करून तो म्हणाला,

"डॉक्टर सांगताहेत, ते ऐकलेलं बरं. तुम्ही दोन महिने घरी राहा. जमेल, तेव्हा अधून-मधून आम्हांला मार्गदर्शन करत राहा. आता नाही तरी बाकी व्यवस्था मोहन पाहत आहेच. त्याची जबाबदारी आणखी थोडी वाढवता येईल."

"मलाही वाटतं, तुझ्यासारखं पूर्णपणे स्वतंत्र व्हायला पाहिजे."

"या केसमध्ये ते शक्य नाही. तुमची तपश्चर्या आणि तुमचं नाव नसणं आपल्या वृत्तपत्राला मारक आहे, हे ठाऊक असूनही मी तुम्हांला हेच सांगेन."

त्यानंतर पंधरा दिवस तलवार घरीच राहिले. नव्या प्रतीत त्यांचं नाव वगळण्यात आलं होतं. संपादक रवींद्र–व्यवस्थापक मोहनलाल सैनी एवढाच उल्लेख होता. साहजिकच दिल्लीच्या वृत्तपत्र-क्षेत्रात यावर बरीच चर्चाही झाली. सरकारी एजंट्सही यावर चौकशी करू लागले.

आठवड्याभरानं तलवारांना एक निमंत्रण आलं. एका प्रचंड खप असलेल्या अत्यंत श्रीमंत आणि नेहमी राजकर्त्यांची हांजी करणाऱ्या 'द इंडियन व्हॉईस' या वृत्तपत्राच्या वॉशिंग्टनच्या प्रतिनिधीनं राजीनामा दिल्यामुळं ती जागा रिकामी होती. तलवारांनी ती जबाबदारी स्वीकारली, तर त्यांना भरपूर पगार आणि भरपूर सुखसोयी मिळणार होत्या. शिवाय स्वातंत्र्यही राहील, असा त्यांनी शब्द दिला होता. या निमंत्रणामागं सरकारचा हात आहे, याविषयी तलवारांच्या मनात संदेह नव्हता. हा सरळ-सरळ त्यांना विकत घ्यायचा डाव होता.

तरीही त्यांनी आठवडाभर विचार केला. नंतर त्यांनी एक दिवस रवींद्र आणि सैनीशी यावर चर्चा केली ते म्हणाले,

"नाही तरी काही दिवस मी 'द फॅक्ट' पासून दूर राहायचा निर्णय घेतलाच आहे. आता हे निमंत्रण स्वीकारून मी अमेरिकेला निघून जाईन. एक वर्षभर ही नोकरी करेन. माझा वैयक्तिक खर्च अगदीच बेताचा असतो. काही नाही म्हटलं, तरी दरमहा हजार डॉलर्स तरी मी वाचवू शकेन. ते मी तुम्हांला पाठवून देईन. शिवाय परदेशी वृत्तपत्रांना भारतात जे काही घडत आहे, त्याविषयी कळवत जाईन. आज त्यांना मी केवळ एका वर्षासाठीच जातोय्, असं सांगत नाही."

"दोघंही जाता ना?"

"नाही. एकटाच जातोय्. मलाही थोडी तरी सुटका हवी आहे. नाही तरी कॉलेजच्या रूटीनमध्ये ती चांगली रमते. त्या वेळी तिला कणभरही डिप्रेशनचा त्रास नसतो. केवळ नवऱ्याला पाहिलं, की तिला हा त्रास होतो!"

नव्या नोकरीसाठी त्यांनी आपली संमती संबंधितांना भेटून सांगितली आणि तिसऱ्या दिवशी मुलाचा फोन आला, सरकारनं त्याच्यावरील आरोप मागं घेतला होता. जावयानंही कळवलं, आपल्या दुकानात कुठल्याही प्रकारचा गैरव्यवहार चालला नाही, याविषयी पोलिसांची खात्री पटली आहे!

◆

# २३

विश्वासघातकी! नालायक! माझ्यासारखीचं प्रेम पेलायची ताकद नाही, म्हणून पळून गेला! मी केलेला खर्च आपल्या मनाच्या समाधानासाठी त्यानं परतही केला. पण आपण आयुष्यात काय गमावलं, हे त्याला कधी ना कधी निश्चित कळेल. तो पुन्हा दाराशी आला, तर मी त्याला घराचा उंबराही ओलांडू देणार नाही!–

कांती स्वतःच्या मनाचं समाधान करायचा किती तरी प्रयत्न करत होती. तरीही एवढ्या मोठ्या संपन्न घरात एकटीनं झोपताना तिला त्याची आठवण अपरिहार्यपणे छळत होती. हेमंतबरोबरचे क्षण ज्या उत्कटतेनं भरले होते–तेवढे रवींद्रच्या सान्निध्यातले क्षण भरले नव्हते, हेही तिला मधूनच तीव्रपणे जाणवत होतं. अनुभवाची पक्वता जाणवण्याच्या काळात हेमंतशी नातं जुळल्यामुळं ती निकटता अधिक होती– परिणामी आता होणारं दुःखही अधिक तीव्र होतं, याचा तिला अनुभव येत होता.

अत्यंत हौसेनं सजवलेल्या बेडरूममध्ये तिच्या किती तरी रात्री झोपेशिवायच जात. एवढ्या मोठ्या घरात आपण एकट्याच आहोत, या विचारानं अस्वस्थ होऊन तिला झोपेची गोळी घ्यावंसं वाटलं, तरी त्याची सवय होईल आणि देह-मनावर त्याचा प्रतिकूल परिणाम होईल, याविषयीही जागरूक होती.

शीतल दररोज झोपण्याआधी थोडी वाईन घेत असते, हे कांतीला आठवलं. तिनंही वाईन घ्यायला सुरुवात केली. आठवडाभर त्याचा फायदा झाल्यासारखं वाटलं. पण वाईनचा प्रभाव फारसा जाणवत नसल्याचं बघून तिनं व्हिस्की घ्यायला सुरुवात केली. पहिल्या दिवशी चमचाभर व्हिस्की आणि ग्लासभर पाणी घेतल्यावर मन खूपच हलकं झालं. तिनं स्वतःला बजावलं, काहीही झालं, तरी व्हिस्कीचं प्रमाण वाढवता कामा नये!

सारा दिवस फॅक्टरीच्या कामांमध्ये निघून जात होता. रविवारीही घरात बसायचा कंटाळा येई. त्यामुळं तिनं रविवारीही ऑफिसची हिशेबाची कागदपत्रं बघायला सुरुवात केली.

एकीकडे फॅक्टरीचा उत्कर्ष होत असताना इतरही अनेक घटना घडत होत्या. मुलानं कुठल्याशा रखवालदाराच्या मुलाबरोबर करून ठेवलेला घोळ ती निस्तरून

आली. प्रत्यक्ष न राबता केवळ फायद्याची मलई खाणाऱ्या शीतलला चांगला धडा शिकवला–तिनंही निनावी पत्र पाठवून–ती नाही तर दुसरं कोण?–नवरा आला आणि आणखी दूर निघून गेला- जाऊ दे! पण मुलानं येऊन थोबाडीत मारणं, त्याच्या आईनं माझ्याकडूनच माझ्या आईचा डेहराडूनचा फोन–नंबर मागून घेऊन त्याच्यापुढं 'तुमच्या मुलीमुळं माझ्या मुलाचं जीवन बरबाद झालं–' म्हणून कांगावा करणं–मी कशी गप्प बसेन? मी फोनवर त्याच्या आईशी भांडले, त्यात काय चुकलं माझं?

अनुपला किती सांगितलं, तरी न ऐकता तो अमेरिकेला निघून गेला.

या साऱ्याचा परिणाम म्हणून दररोज घ्यायच्या व्हिस्कीचं प्रमाण वाढलं, यात काय आश्चर्य?

बाकी बिझनेस उत्तम चालला होता. आता देशातही व्यवसाय वाढवण्याच्या दृष्टीनं ती योजना आखत होती. त्या दृष्टीनं स्वतः एकदा देशभर फिरून आलं–किंवा एक योग्य माणूस या कामासाठी नेमला, तर परदेशाशीच व्यापार करायचं बंधनही ठेवता येणार नाही. व्यापार मात्र आहे त्यापेक्षा दुप्पट होईल. व्वा! असं केलं, तर रात्रंदिवस काम केलं, तरी वेळ पुरणार नाही!

पण व्यापाराचा एवढा विस्तार करून काय करायचं? दरवर्षी होणारा लक्षावधी रुपयांचा फायदा घेऊन काय करायचं? या प्रश्नासरशी तिचा उत्साह ओसरत होता. आज ना उद्या अनुप येईल आणि आपल्या लाडक्या मम्मीनं एवढ्या कष्टानं फुलवलेला हा व्यवसाय आहे, या ममतेनं यामध्ये लक्ष घालेल, ही मनातली आशाही कणाकणानं भुईसपाट होत होती.

अमेरिकेला गेल्यावर तिथला परिसर, तिथले रस्ते, तिथली वाहनं यांविषयी तो भरभरून पत्रं लिहायचा. त्यानंतर एका सुट्टीत इथं आला होता. पण त्या वेळी इथले रस्ते, इथली धूळ, इथली मागासलेली परिस्थिती यांवर तो सतत टीका करत होता. दिल्लीलाच मागासलेलं गाव म्हणणाऱ्या अनुपला इथलं आणखी कुठलं गाव आवडणार, म्हणा!

दुसऱ्या वर्षी एकदा तिनं फोन करून त्याला मायेनं म्हटलं,

"लवकर शिक्षण संपवून निघून ये..."

यावर त्यानं उत्तर दिलं,

"मला इथं आताच फार मोठ-मोठ्या कंपन्यांमध्ये नोकरीसाठी बोलावणी येताहेत. केवळ पुस्तकी शिक्षणानं काय होणार आहे? वेगवेगळ्या कामाचा अनुभव घेणंही आवश्यक आहे, मॉम! तुझा बिझनेस! कुठलंही टेक्निकल ज्ञान नाही, डिग्री नाही–अशा परिस्थितीत तू करतेस तो बिझनेस! म्हणजे तो काय लायकीचा असेल, याचा तूच विचार करा! आणि एवढं शिक्षण घेऊन मी त्यात लक्ष घालू? आता मी इथं इंटरनॅशनल बिझनेसमध्ये स्पेशलाईझ करत आहे. जपानी

आणि अमेरिकन बिझनेसमधल्या साम्य-भेदावर पेपर तयार करायचं काम चाललंय् माझं आता! माझं ज्ञान, अनुभव आणि अभ्यास यांना आव्हान देईल, असं काम मी करणार! इंटरनॅशनल बिझनेस म्हणजे अब्जावधी डॉलर्सची गुंतवणूक असते, मॉम! शंभर अशिक्षित, गावंढळ माणसांना घेऊन करायचा फालतू उद्योग नव्हे!''

''अशिक्षित माणसांकडून कामं करवून घेतली, तरी फायदा किती लाखांचा होतो, ठाऊक आहे?''

''किती झाला, तरी रुपयांमध्येच ना? दहा रुपये घालशील, तेव्हा इथला एक डॉलर! बघता बघता त्याची किंमत अकरा रुपये–अठरा-वीस-तीस रुपये होणार, यात शंका नाही. कारण इंडियामध्ये केवढी इकॉनॉमिक मिस्-मॅनेजमेंट चालते, ते स्पष्टपणे दिसतं!–''

फोनवर असली चर्चा करत राहिलं, तर हजारो रुपये बिल येईल, या विचारानं ती गप्प बसली, तरी शिक्षण संपल्यावर भारतात येऊन बिझनेस पाहायची त्याची इच्छा नाही, हे त्याच्या बोलण्यावरून स्पष्ट दिसत होतं. काय हे अमेरिकेचं आकर्षण! यापाठोपाठच अंतर्मनात आपण एकटं-एकटं पडल्याची भावना भय निर्माण करू लागली.

एक दिवस तिच्या मनात अनुपविषयीचा संताप उफाळून आला. त्या दरिद्री गांधी-शाळेतच त्याला ठेवायला हवा होता. मी त्याला तिथून बाहेर काढलं, त्याला विमानानं हिंडवलं, इंजिनीअरिंगचं शिक्षण दिलं–एवढे पैसे खर्च केले त्याच्यावर! आणि आज हाच माझ्या व्यवसायाला फालतू म्हणून हिणवतो? त्यातून मिळणाऱ्या पैशाविषयी याला तिरस्कार वाटतो.

या भावनेत धुमसत असताना एक दिवस सकाळीच तिच्या मनात विचार आला–आपण लग्न का करू नये? किती तरी बायका–होय. किती तरी घटस्फोटित बायका–येस्! कंपॅनियनशिप मॅरेज–एका रविवारच्या वृत्तपत्रात जाहिरात द्यायची- वाँडेड फॉर अ फेअर, ब्यूटिफुल, स्लिम इंडस्ट्रियालिस्ट, ॲन्युअली–पन्नास-साठ तरी पत्रं येणार नाहीत काय? असा एक व्यवसाय सुरू करून एवढा वाढवला आहे, म्हटल्यावर उद्योगपतींच्या कुटुंबांमधूनही पत्रं येतील. शास्त्रीय संगीताचं ज्ञान आहे–घरकामात निपुण असंही जाहिरातीत दिलं पाहिजे. वयाचा मात्र निश्चित उल्लेख करता कामा नये.

ती याच तंद्रीत आरशापुढं उभी राहिली. अधूनमधून पांढरे केस–हं–कानांपाशी जरा जास्तच दिसताहेत. पण आपल्या वयाच्या इतर बायकांची सारी डोकी पांढरी होऊन गेलेली असतात! माझ्या बाबतीत तो वंशपरंपरागत गुण–त्याच वेळी तिचं लक्ष डोळ्यांभोवतीच काळं वर्तुळ आणि उमटू पाहणाऱ्या सूक्ष्म सुरकुत्यांकडे गेलं.

एकदम लक्षात येत नाहीत, म्हणा!–तिनं स्वतःची समजूत काढली. लगेच न्हाणीघरात जाऊन ती वजन-काट्यावर उभी राहिली. दररोज अंघोळीच्या वेळी वजन करणं ही तिची सवयच होऊन गेली होती. अलीकडे कितीही कमी आहार घेतला, तरी वजन वाढतंय्! वयामुळं, की व्हिस्कीमुळं? आहार आणखी कमी केला, तर केवळ अशक्तपणाच नव्हे, गाल-दात ओघळून जातील आणि म्हातारीसारखं दिसू लागेल!

लग्न करायचा विचार आणि वृत्तपत्रात, जाहिरात दिल्यावर कुणा-कुणाकडून त्याला उत्तरं येतील, आपण त्यांतून निवड कशी करायची, या विचारामध्ये एक आठवडा गेला. पण 'लग्नासाठी पुढं येणारा केवळ पैशासाठी लग्न करून आपल्याकडे दुर्लक्ष करणार नाही कशावरून?' या प्रश्नानं तिचा पिच्छा पुरवला आणि तिच्या मनातला लग्नाचा उत्साह ओसरून गेला. पुढं आठवडाभर ती पैशासाठीच लग्न करणाऱ्या माणसाला कसं ओळखायचं, याचाच विचार करत राहिली. अमेरिकेत फोन करून त्या कृतघ्नाला आपल्या लग्नाची बातमी सांगितली, की त्याची कशी मस्ती उतरेल–या विचारातही ती काही दिवस गुरफटून गेली. प्रत्यक्ष लग्न करायचं, तेव्हा करता येईल–आता त्याच्या कानांवर फक्त आपण लग्न करत आहोत, एवढीच बातमी जाईल, असं करून स्वस्थ बसलं, तर?–

एक दिवस या हेतूनं तिनं त्याचा फोन नंबर फिरवायला सुरुवातही केली होती–पण मध्येच काही तरी मनात येऊन तिनं फोन ठेवून दिला.

◆

आपल्या व्यापाराचं लायसेन्स रिन्यू करण्यासाठी ती सरकारी व्यापारी खात्यामध्ये जाऊन येऊन आपल्या गाडीकडे जात असताना पाठोपाठ एक गाडी आली आणि तिची गाडी निघण्याची वाट पाहत उभी राहिली. तिचं तिकडं लक्ष गेलं. गाडी चालवणारी व्यक्ती–डोक्यावर करडे घनदाट केस–लांब वाढवलेले, प्रमाणात राखलेली दाढी, कॉलरच्या खादीच्या शर्टवर नेहरू-वेस्टकोट–अरेच्चा! या व्यक्तीला आपण कुठं तरी पाहिलंय्!

त्यालाही ओळख पटली असावी. त्यानंही खिडकीतून हात करून "हाय-" म्हटलं. यालाही आपली ओळख पटली असली, तरी नाव आठवत नाही–म्हणत तिनं आपली गाडी तिथून बाहेर काढली आणि कार उभी करून त्याची वाट पाहू लागली. त्यानंही कार लावली आणि कुलूप लावून तिच्यापाशी येऊ लागला- आता मात्र तिला ओळख पटली.

खाली उतरून त्याच्याशी हस्तांदोलन करत ती म्हणाली,

"हॅलो शंकरजी! मी तुम्हांला विसरले नाही, हे पटलं ना? आता तुम्ही माझं नाव सांगा पाहू पटकन!"

त्यानंही तिचा हात आपल्या रुंद तळव्यात घेत क्षणही न दवडता म्हटलं,

"आपल्या अस्तित्वानं सगळा परिसर कांतिमान करणाऱ्या कांतीजींचं नाव विसरलं, तर मी जिवंत राहून तरी काय फायदा?–"

तिनं विचारलं,

"सांस्कृतिक सल्लागारांचं या व्यापारी मंत्रालयात काय काम होतं?"

"व्यापारी माध्यमामधून संस्कृतीचा प्रसार होत असतो ना! अरे, हो! तुमचे ते सतार-वादक मित्र–तुम्ही त्यांच्या कलेला मदत करत होता ना? त्यांची काय हाल-हवाल? त्यांचं नावच ऐकू येत नाही!"

"ओह! त्याविषयावर काहीही न बोलणंच चांगलं!" ती उत्तरली.

"बरं झालं, म्हणेन मी तरी! नशीबवान आहात! या कलाकारांची लायकी समजली, की तुम्ही त्यांना दूर ठेवू शकता. पण माझा तर तोच पोटा-पाण्याचा उद्योग आहे! काहीही करणं शक्य नाही. म्हणजे माझी काय अवस्था असेल, याची तुम्हांलाही कल्पना येईल! अरे, हो! तुम्हांला भेटून किती तरी दिवस होऊन गेले नाही का! आता मला कॉमर्स मिनिस्ट्री मध्ये एक महत्त्वाची अपॉईंटमेंट आहे. मी म्हणतो, आपण एखाद्या संध्याकाळी निवांतपणे भेटून का एकमेकांची सुख-दुःखं विचारू नयेत?" त्यानं अजूनही तिचा हात सोडला नव्हता.

हात सोडवून घेत ती म्हणाली,

"का नको? आजच भेटू. हा घ्या माझ्या घरचा पत्ता–सातच्या सुमाराला मी घरी असते"

"शुअर–" म्हणत त्यानं तिनं दिलेलं कार्ड आपल्या खिशात ठेवलं आणि तिचा निरोप घेऊन निघून गेला.

ती काही वेळ त्याच्या पाठमोऱ्या आकृतीकडे पाहत राहिली.

गाडी फॅक्टरीकडे वळवताना तिला जाणवलं, आजवर आपण कुठल्याही पुरुषाला संध्याकाळी गप्पा मारायला घरी बोलावलं नाही. व्यवसायासाठी आवश्यक असलेल्या पार्ट्या आणि भेटी बाहेर हॉटेलांमध्येच ठरवत होतो. अगदी विशेष व्यक्ती असेल, तर 'रोझ पेंटा' मध्ये. आपल्याला हवं ते खायचं-प्यायचं स्वातंत्र्य असे. पण त्यांच्यापैकी कुणीही तिला प्यायचा आग्रह करण्याइतकं स्वातंत्र्यही घेत नसे. आज हरिशंकरला मात्र आपण घरी आमंत्रण दिलं- तिच्या चेहऱ्यावर स्वतःविषयीच्या धिक्काराचं हसू उमटलं.

दुपारी जेवायला घरी गेली असता तिनं स्वयंपाकिणीला रात्रीसाठी दोघांचा स्वयंपाक करून ठेवायला सांगितलं–थोडी नमकीनही आणून ठेवायला सांगितलं.

संध्याकाळी ती घरी पोहोचल्यावर दहा मिनिटांत स्वयंपाकीण सारं टेबलावर मांडून निघून गेली. त्यानंतर अर्ध्या तासात हरिशंकर आला. पोर्टिकोमध्ये कार उभी करून तो येताच तिनं पुढं होऊन त्याचं स्वागत केलं. त्याच्याशी हस्तांदोलन करून त्याला तिनं लाऊंजमधल्या आलीशान सोफ्यावर बसवलं आणि स्वतःही तिथंच वीतभर अंतरावर बसली. तिथं सारं व्यवहार-कौशल्य वापरून आत्मीयतेनं गप्पा मारायला सुरुवात केली–त्यानंही चातुर्यानं संभाषणाचा धागा दूर नेण्यास मदत केली.

काही वेळ गेल्यावर तिनं विचारलं,

''चला... काय घेता?''

''मला काहीही निषिद्ध नाही! तुम्हांला जे आवडेल, तेच मलाही चालेल. काय-काय ठेवलंय् तुम्ही?''

''फ्रेंच वाईन आहे, शिवास् रीगल–''

''शिवास् असू द्या.''

तिनं आतून बर्फ, पाणी, ग्लासेस् आणि शिवास रीगल आणून ठेवल्यावर त्यानं दोघांसाठीही ग्लासेस् तयार केले. 'चिअर्स–' म्हणत दोघांनीही आपापले ग्लास उचलले.

तो आपल्या ग्लासमध्ये जास्त ओतून स्वतःच्या ग्लासमध्ये बेताची ओतत आहे, हे तिच्या लक्षात आलं होतं. पण तिनं हे लक्षात आल्याचं न दाखवता आपल्या गप्पा सुरूच ठेवल्या. तिनं विचारलं,

''तुम्हांला शिवास् एवढं का बरं आवडतं?''

''ड्रिंक्स घ्यायची कशासाठी? मनावरची दडपणं ओढून काढून मन मुक्त करण्यासाठीच ना? मित्रांच्या सान्निध्यात मन मोकळं करायचं, हे एक साधन आहे. शिवास्‌मुळं हे जेवढं घडतं, तेवढं कुठल्याही भारतीय पेयामुळं घडत नाही, हा माझा अनुभव आहे! तुम्हांला काय वाटतं?–आणि तुम्ही एवढ्या लांब का बसला? जवळ बसलं, की मनमोकळ्या गप्पा होतात–खरं, की नाही?–'' म्हणत तो तिच्याजवळ सरकला.

ती अजूनही नीट भानावर होती. हा आपल्याला मुद्दाम जास्तीची पाजतोय् आणि स्वतः कमी घेतोय्! तिलाही बरं वाटलं. आपल्याला बरीच चढली असल्यासारखं दाखवत तिनं विचारलं,

''आता बोला! जवळ बसलं, तर मनमोकळं बोलता येईल म्हणत होता ना? काय बोलायचं होतं तुम्हांला?–''

''सांगू? या जगाच्या निर्मितीपासून आजपर्यंत कुठल्याही पुरुषाच्या नशिबात एवढा सुदैवी क्षण आला नसेल!''

"म्हणजे? काय म्हणायचंय् तुम्हांला?–" तिनं चेहऱ्यावर आश्चर्य आणत विचारलं.

गझल म्हणावी, तसं तो तिच्या डोळ्यांत पाहत म्हणाला,

"अशा प्रौढ आणि पक्व सुंदरीचं सान्निध्य या जगात आणखी कुणाच्या नशिबी आहे?"

स्त्रियांना पटवण्यात याचा हातखंडा आहे, अशी ख्याती असलेल्या हरिशंकरच्या किती तरी कथा कांतीच्याही कानांवर होत्या. आता त्यानं सांगितल्या, त्याही कुठल्या तरी गझलेच्या दोन ओळी असाव्यात–त्याच्या मनातल्या निश्चितच नसतील. या आधी त्यानं या आणखी कितीजणींना ऐकवल्या असतील, कोण जाणे! अर्थात आपण तरी कुठं पहिल्यांदाच पुरुषाशी प्रेमानं वागत आहोत, म्हणा!–आपणही यावर अशाच कुठल्या तरी काव्याच्या ओळी–पण तिला एकही ओळ आठवली नाही. ती नुसतंच म्हणाली,

"तो आपापल्या दृष्टीचा प्रश्न आहे..."

त्याला तिचा होकार समजला. त्यानंतर दोघांचेही ग्लासेस् तिथंच राहिले. ती उठली आणि त्याचा हात धरून त्याला आपल्या बेडरूममध्ये घेऊन गेली. आता त्याच्या वाणीला आणखी बहर आला होता. तिच्या अंगांगांचं रसपूर्ण वर्णन तो करू लागला–तीही स्वतःला पटवू लागली, यात कुठंही अतिशयोक्ती नाही, माझं हे खरं-खुरं वर्णन आहे.

सारं हौज-खास गाढ झोपी गेलं होतं, तेव्हा ते दोघं टेबलावर समोरा-समोर बसून जेवत होते. तिनं पुनराश्वासनाची अपेक्षा दर्शवत त्याला विचारलं,

"अगदी खरं सांगायचं हं–तुम्हांला माझ्यामधलं नेमकं काय आवडलं?"

"काय आवडलं?" विचारपूर्ण मुद्रा करत एखाद्या गहन तत्त्वाचं प्रतिपादन करावं, तसा तो म्हणाला, "या देशानं गेली हजारो वर्षं स्त्रीला अबला-दुर्बला म्हणत दडपून ठेवलं आहे! इथली प्रत्येक स्त्री सुप्त शक्तीचा प्रचंड साठा आहे, असा माझा विश्वास आहे. पण तरीही सांगतो, कोट्यवधी नव्हे, अब्जावधी बायका पाहिल्या, तर त्यांत एकही तुमच्यासारखी सापडणार नाही! स्वतंत्रपणे व्यवसाय सुरू करणं, तो एवढ्या मोठ्या प्रमाणात वाढवणं, कला-संस्कृती यांसाठी मनापासून खर्च करणं–श्रीमंती असली, तरी ही सांस्कृतिक जाण असणारे कितीजण असतात? अशा स्त्रीचं सान्निध्य लाभलं, म्हटल्यावर मी नशीबवान नाही काय? आज मी खऱ्या अर्थानं कृतार्थ झालो!–तुमच्या ध्यानात आलं ना? केवळ सौंदर्याचा प्रश्न नाही! ऑफकोर्स अशा प्रौढ, सुकोमल आणि अभिजात सौंदर्याचा आविष्कार मी आणखी कुठंही पाहिला नाही, हे तर खरंच! पण मला त्याहीपेक्षा तुमच्या आत्मशक्तीचं आणि कला-संस्कृतीचं पोषण करणारं औदार्य याचं विशेष वाटतं."

तिचं मन खरोखरच कृतार्थतेनं भरून गेलं. किती तरी वेळ त्याच्या हातातला हात तसाच ठेवून ती अर्धवट डोळे मिटून आत्ममग्न होऊन बसून राहिली होती.

◆

त्यानंतर ते आठवड्यातून दोन-तीन वेळा परस्परांना भेटू लागले. इतर दिवशीही संध्याकाळी सहानंतर त्यांच्या फोनवरून गप्पा होत. एरवीही संध्याकाळी सहानंतर हरिशंकर आपल्या ऑफिसमध्ये बसून काही ना काही वाचत असे. त्याचं लिहिण्याचं कामही त्याच वेळी चाले. त्या वेळी तीच त्याला फोन करत असे. तिच्या बोलण्यात संभाषणातली कुशलता पदोपदी डोकावत असे. तोही त्या कुशलतेचां मनमुराद कौतुक करत असे.

प्रत्यक्ष भेटीच्या वेळीही शरीर-सुखाबरोबरच त्याच्या संभाषणामधलं सुखही तिला हवेत नेत होतं. प्रत्यक्ष भेटीत जमलं नाही, तरी त्याच्याशी गप्पा मारल्यावरही तिला ते सुख जाणवत होतं.

तिला मनमुराद गप्पा मारण्यासाठी किती तरी दिवसांत असा स्नेही भेटला नव्हता. त्यामुळं ती त्याच्याशी मनमुराद गप्पा मारत होती. नवरा, त्याचं वागणं, आज तो दिल्लीत एका वृत्तपत्राचा संपादक असल्याचं तिनं एक दिवस त्याला सांगितलं. त्यावर हरिशंकरनं शेरा मारला,

''म्हणजे उद्या त्यात माझ्यावर खरपूस टीका झाली, तर आश्चर्य नाही!''

''एवढं काही घाबरायला नको हं! तसं काही झालं, तर मी जाहीरपणे तुमच्या बाजूनं उभी राहीन!–'' तीही हसत उत्तरली. हे म्हणत असताना नवऱ्यावरचा तिरस्कार आणि हरिशंकरवरील प्रेम एकेका पायरीनं वाढलं होतं.

एक दिवस तिनं हेमंत होन्नत्तीविषयीही त्याला सांगितलं. त्यानं उपस्थित केलेला नैतिकतेचा प्रश्न आणि त्यातून निर्माण केलेली डोकेदुखी याविषयीही ती बोलली. त्यावर हरिशंकर म्हणाला,

''या असल्या कलाकारांनी गुरूकडून मिळालं, तेवढंच भांडवल आयुष्यभर वागवावं! त्यांना आधुनिक कलाविष्काराची झेप घेणं या आयुष्यात जमणार नाही!''

तिलाही हरिशंकरचा हा शेरा मनापासून पटला. तोही पुढं म्हणाला,

''एवढ्या स्वतंत्र, प्रगल्भ स्त्रीबरोबर राहणं न जमल्यामुळं त्यानं तसलं काही तरी नाटक केलं असेल!''

हेही तिला शंभर टक्के पटलं.

एकदा तिनं त्याच्यापुढं अनुपचाही विषय काढला. यावर हरिशंकर म्हणाला,

“मी वेगळ्या एका कामासाठी अमेरिकेला जाणारच आहे, तेव्हा त्यांची भेट घेईनच. त्याला रेडीमेड कपड्याचा व्यवसाय कमीपणाचा वाटला, तर इलेक्ट्रॉनिक्सचा व्यवसाय करू द्या. जगातल्या सहाही खंडांमध्ये त्याच्या विस्ताराला संधी आहे! मीही मिनिस्ट्रीमध्ये आहे. तुम्हांला नाही म्हटलं, तरी व्यवहाराचा बराच अनुभव आहे. लायसेन्स मिळवणं मुळीच कठीण नाही. मी त्याची समजूत घालेन.”

त्याच्या या आश्वासनानंही तिचा जीव थंडावला.

त्यानंही तिला सुचवलं,

“दररोज संध्याकाळी घरी बसून काय करतेस? दिल्लीमध्ये किती तरी संगीत-सभा होत असतात. यानंतर मीही सांगून ठेवेन. त्यांची तुला निमंत्रणं येतील. जात जा तू–तू तर कला-संस्कृतीची पोषक आहेस! त्या नालायकानं सोडून दिलं, म्हणून तू कशाला कलेचा त्याग करावास?”

या सूचनेमुळं तर तिला नवा जीवनोत्साहच संचारला. त्याप्रमाणे ती पुन्हा संगीत-सभांना जाऊ लागली. सगळीकडे डॉक्टर हरिशंकर प्रसाद या नावाचा दबदबा जाणवत होता. स्वतः हरिशंकर सगळ्यांना तिची–‘मिस् कांतीजी! लीडिंग गार्मेंट एक्स्पोर्टर!–’ म्हणून आदरानं ओळख करून देत होता. काही जणांशी ओळख करून देताना तो ‘–ग्रेट पेट्रन ऑफ आर्ट अँड कल्चर’ ही पुस्तीही जोडत असे. तिला पुन्हा दिल्लीच्या उच्च वर्गात आपल्याला स्थान मिळाल्याचा अनुभव येऊ लागला.

एकदा तिनं त्याला विचारलं,

“हरी, तू हेलनला कधाही कुठंही घेऊन येत नाहीस. का बरं? सांगायचं असेल, तर सांग. आग्रह नाही.”

“तुझ्याशिवाय मी तरी आणखी कुठं मन मोकळं करू?” म्हणत त्यानं विश्वास टाकला आणि मग सावकाश म्हणाला, “ती भारतीय संस्कृतीकडे आकर्षित झाली होती, हे खरं असलं, तरी तिच्या रक्तात अमेरिकन-युरोपियन संस्कृतीच आहे. आता या सगळ्याचा कंटाळा येतो, म्हणते. शिवाय अत्यंत मत्सरी स्वभाव आहे! तुमच्यासारख्या तेजस्वी कांतीच्या एखाद्या स्त्रीला मी हॅलो म्हणालो, तरी नागिणीसारखी फुस्कारते! अमेरिकेतच जन्मून वाढलेली मुलगी अशी असेल, याची मला कशी कल्पना येणार?”

“आधी कशी तुझ्याकडे आकर्षित झाली?”

“या लोकांना फार खोलवर असं काहीच नसतं. त्यांचं सगळंच वर-वरचं असतं. आकर्षित व्हायला उशीर नाही आणि दूर जायला तर त्याहूनही घाई! तुझ्या-माझ्यामधलं नातं एवढ्या लवकर सुरू होऊन लवकर संपणारं आहे काय? तुझा

मुलगा अमेरिकन मुलींशी मैत्री करतो, म्हणून तू सांगितलंस ना? त्यानं सावध राहिलं पाहिजे. हेच उदाहरण, हवं तर, तू त्याला सांग...''

तिच्याही मनात एकाच वेळी मुलाविषयी काळजी आणि हेलनविषयी तिरस्कार निर्माण झाला.

◆

एक दिवस रात्री नऊच्या सुमारास कांतीच्या पलंगावर विश्रांती घेत असताना हरिशंकरनं तिला एक सूचना दिली,

''काशीमध्ये एक भारतीय कला-प्रतिष्ठान नावाची संस्था स्थापन करायचा विचार आहे. भारतीय संस्कृतीचं पोषण आणि भारतातल्या-विदेशांतल्या अतिउच्च पातळीवरील कलाकारांचे कार्यक्रम ठेवणं असा कार्यक्रम आखायचा आहे. सगळ्या उच्च स्तरावरील कलाकारांनी या संस्थेला पाठिंबा व्यक्त केला आहे. त्यासाठी सरकारकडून भक्कम आर्थिक साहाय्य मिळवून द्यायचा मीही निश्चय केला आहे. तरीही ती एक स्वतंत्र संस्था राहील. सार्वजनिक जीवनात विशिष्ट स्थान असणारे कलाकार, कलाकारांचे आश्रयदाते यांनी चालवण्याची संस्था. काशीच्या महाराजांनी पाच लक्ष रुपये देण्याचं कबूल केलं आहे. त्यांना संस्थेचे प्रमुख आश्रयदाते म्हणून प्रथम स्थानावर ठेवायचं ठरलं आहे. इतर काहीजण प्रत्येकी लाख रुपये देऊन संस्थेचे आश्रयदाते होण्यासाठी पुढं सरसावले आहेत. पहिल्या स्थानावरील आश्रयदात्याला आजीव कार्याध्यक्ष करावयाची शक्यता आहे.''

ती सारं लक्ष देऊन ऐकत होती.

तो पुढं म्हणाला,

''जर तू सर्वप्रथम आश्रयदात्री झालीस, तर मी तुला संस्थेची आजीव कार्याध्यक्षा करेन. त्यामुळं समाजातलं तुझं स्थान आणखी वाढेल. काशीचे महाराज कधीही सभेला येणार नाहीत, हे मी आताच सांगतो.''

हे ऐकताना तिचं मन अल्लद होऊन गेलं. काशी–म्हणजे संपूर्ण भारतातच! पण एक लाख म्हणजे मोठी रक्कम झाली! शिवाय संस्था दिल्लीत असती, तर आपल्या गावात प्रतिष्ठा वाढली असती. तिला विचार करायला सांगून तो उताणा पडून गाढ झोपी गेला. तीही त्याच्या छातीवर डोकं ठेवून पडल्यापडल्या विचार करू लागली.

अखिल भारतीय पातळीवरची संस्था–काशीसारखं गाव–कलेच्या क्षेत्रात दिल्लीपेक्षा काशीलाच महत्त्व आहे. तरीही...

त्याचा संथ चाललेला श्वासोच्छ्वास क्षणभर थांबल्यासारखा होऊन तो जागा झाला. तिनं त्याला विचारलं,

"वीस-पंचवीस हजारांनी भागणार नाही काय?"

"काहीही दिलं नाही, तरी कुणी विचारायला येणार नाही! केवळ आश्रयदात्यांनाच कार्याध्यक्ष व्हायची संधी आहे. आश्रयदात्यांमध्ये तुझं नावच पहिलं असलं, की मलाही तुझ्याच नावाचा आग्रह धरणं सोपं जाईल, एवढंच माझं म्हणणं, मी काही हातचलाखी केली, असं नंतर कुणीही म्हणू नये..." तो अर्धवट झोपेत असल्यासारखा बरळत म्हणाला.

अखिल भारतीय पातळीवरची संस्था... प्रत्यक्ष काशीचे महाराज प्रमुख आश्रयदाते... पण कुठल्याही मीटिंगस्ना येणार नाहीत... देशातले सगळे मोठमोठे कलाकार, कला-समीक्षक, कला-प्रेमी आपल्या मागे-मागे नम्रपणे फिरत राहतील! एक लक्ष रुपये म्हणजे काही एवढी मोठी रक्कम नाही. त्या नतद्रष्ट लेकाला अमेरिकेला पाठवण्यासाठी अडीच लाख ओतलेच ना? त्याशिवाय कारसाठी आणखी पैसे दिले!–

हरिशंकरनं पुन्हा तो विषय काढला नाही. तिनंच एक दिवस चौकशी केली,

"कुठपर्यंत आलं भारतीय कला-प्रतिष्ठान काम?"

"काशीच्या महाराजांनी मला बोलावून घेतलं होतं. त्यांनी राजवाड्यावर बोलावलं. ते आपल्या उंच स्थानावर बसले होते. मी खालच्या बाजूला छोट्या खुर्चीवर बसलो. महाराजांनी आपल्या दिवाणजींना खूण केली. ते आत गेले आणि एका लखलखीत चांदीच्या तबकात नोटांची बंडलं ठेवून ते तबक महाराजांच्या समोर धरलं. महाराजांनी स्पर्श केल्यावर दिवाणजींनी ते संपूर्ण तबकच माझ्या स्वाधीन केलं! काहीही म्हण! राज-घराण्याची पद्धत थाटाची हं! त्याची सर इतर श्रीमंतांना येणार नाही! बिर्ला, कयानी, दालमिया, रुईया, रंका या सगळ्यांनीही आश्रयदाते व्हायला संमती दिली आहे. काशी-महाराजांपेक्षा हे सगळे किती तरी पटींनी श्रीमंत असतील! पण त्यांच्यापेक्षा जास्तीची देणगी देऊन त्यांचं स्थान खाली आणायला कुणीही तयार झालं नाही! त्यांनी सांगितलं, आता एवढंच असू या–पुढं इमारत वगैरे बांधाल, तेव्हा जास्तीचे पैसे देऊ!"

तिच्या हृदयात आनंदाच्या उकळ्या उसळू लागल्या. बिर्ला, कयानी, दालमिया, रुईया आणि रंका देखील! पण तिनं विचारलं,

"ही सगळी मंडळी असताना मी कार्याध्यक्षा होणं कसं शक्य आहे?"

"का शक्य नाही? मी तिथं आहे ना त्यासाठी आवश्यक ते करायला!"

"पण त्या सगळ्यांचा मीटिंगमध्ये मला अवघडल्यासारखं होणार नाही काय?"

"काहीही घाबरायचं कारण नाही. अशा सभांना ते स्वत: कधीच येत नाहीत.

त्यांच्या धर्मादाय विभागाचे कुणी तरी सेक्रेटरी येतील. ते पगारी नोकर असतील आणि तू स्वत: मालकीण! त्यामुळं तुझाच प्रभाव तिथं राहील.''

तिनं मनाशी निर्णय घेतला आणि त्याला दुसऱ्या दिवशी संध्याकाळी न विसरता घरी यायला सांगितलं. तो आल्यावर एक लहान चांदीच्या ताटलीत तिनं एक लाख रुपये ठेवले आणि स्वत:च त्याच्या हाती सुपूर्द केले.

त्याचा स्वीकार करून ते शेजारी ठेवत तो म्हणाला,

''हे ठीक झालं... पण मला वाटतं तूही एका उच्च सिंहासनावर बसून दिवाणजीला खूण केल्यावर तू स्पर्श करून संमती दिल्यानंतर त्यानं ते पैसे मला द्यायला हवे होते.''

हा आपली थट्टा तर करत नाही?

''मी गमतीनं हे म्हणालो नाही. तुझ्या चेहऱ्यावर जो राजस-सौंदर्य निथळतं आहे, त्याला हेच साजेसं आहे...'' तो पुढं म्हणाला.

अभिमानानं तिचं मन भरून गेलं.

◆

या घटनेनंतर आठवड्याभरानं तो एकदा तिला भेटला होता. त्यानंतर मात्र आठवडा गेला, दहा-पंधरा दिवस गेले, तिसरा आठवडा गेला, तरी तो आला नाही. तिनं मध्यंतरी त्याच्याशी फोनवरून संपर्क साधायचा प्रयत्न केला, तेव्हा तो म्हणाला,

''आता मी घाईत आहे... उद्या सकाळी मला त्रिवेंद्रम्ला जायचं आहे... तिथून आल्यावर भेटूच...''

त्यानंतरही तिनं बऱ्याच वेळा फोन केले. प्रत्येक वेळी त्याचा सेक्रेटरी ''साहेब मीटिंगमध्ये आहेत–कॉन्फरन्समध्ये आहेत–डिस्कशन चाललंय्–डिक्टेशन देताहेत– मिनिस्ट्रीमध्ये गेले आहेत'' अशी काही ना काही कारणं सांगू लागला. त्यावरून त्याला तशा पद्धतीच्या सूचना देण्यात आल्या आहेत, हे तिला समजायला फारसा उशीर लागला नाही.

एक लाख रुपये! रोख! माझ्या हातांनी त्याच्या हातात दिले! चेकनंही नाही! तिच्या छातीत धस्स झालं!

तिला आठवलं, त्यानं तिला रोख पैसे दे, म्हणून सांगितलं नव्हतं. त्यानं काशी-महाराजांची कथा सांगितली, पण मी का चेकनं पैसे दिले नाहीत? पाठोपाठ तिच्या मनात आलं–त्याची ही प्रतिष्ठानाची कल्पना लोकांना फसवण्यासाठीच निर्माण झाली नसेल?

तिनं बिर्ला, दालमिया, कयानी–सगळ्यांच्या धर्मादाय विभागांशी फोनवरून

संपर्क साधला. त्यांनी सांगितलं–

"आम्हांला यातलं काहीही ठाऊक नाही–थोरल्या मालकांशी त्याचं काय ठरलं असेल, तर ते आम्हांला ठाऊक नाही,"

काशीला फोन करून चौकशी–पण कुठं फोन करणार?

दोनच दिवसांत आपली संपूर्णपणे फसवणूक झाल्याचं तिच्या स्पष्टपणे लक्षात आलं. आपण चेक दिला असता, तर?–पण हिशेबात न दाखवलेल्या पैशानं धर्म करायची माझी पद्धत त्याला ठाऊक होती! याविषयी मी कुठंही तक्रार करू शकत नाही, हेही त्याला ठाऊक आहे! मी तक्रार करायला गेले, तर मलाच विचारलं जाईल,

"एवढा मोठा व्यवसाय पाहणारी! तू कसे रोख पैसे दिलेस? चेक का दिला नाहीस?"

पहिली प्रतिक्रिया म्हणून तिला त्यानं केलेल्या फसवणुकीबद्दल त्याचा संताप आला. त्यानंतर मैत्रीचे नाटक करून हा असा वागला–आपल्याला जवळचं असं कुणीच नाही, या विचारानं ती दु:खी झाली. त्याच्या ऑफिसमध्ये घुसून त्याला 'असा का वागलास–' म्हणून जाब विचारायची इच्छा होत असली, तरी पाठोपाठ मनात येई–याचा काय उपयोग? तिचं मन निरुत्साही होऊन गेलं होतं. प्रश्न लाख रुपयांचा नव्हता. दरमहा आलेल्या पगारात टॅक्स भरून उरलेल्या पैशामध्ये प्रपंच करण्यासाठी परिस्थिती तिनं स्वत:च्या हिमतीनं बदलली होती. मला पैशाची निकड आहे–असं सांगून त्यानं पैसे मागून घेतले असते, तर गोष्ट वेगळी! हेमंतला नाही का–

पण हेमंतनं हिशेब ठेवून सगळे पैसे परत केले. होय–या पार्श्वभूमीवर हेमंतविषयी आदर वाटतो. पण तरीही नाही ती निमित्तं सांगून अर्ध्या वाटेवरून दूर निघून जाणारा पाषाणहृदयी तो!

एकदा तिच्या मनात आलं, आपण हेलनशी का बोलू नये? तिला आपल्या फसवणुकीविषयी–नको. मग तिला आपल्या संबंधांविषयीही सांगावं लागेल. तरीही सहज म्हणून भेटलं, तर त्याच्याविषयी आणखीही काही समजू शकेल.

तिनं फोन केला,

"–हाय हेलन प्रसाद! मी कांती बोलतेय्. आठवलं का? रोझपेंटामध्ये मी मागं एक पार्टी दिली होती–मध्ये दोन वर्षं गाण्याच्या कार्यक्रमांना येणं बंद केलं होतं. अलीकडे पुन्हा जायला लागले. पण तुम्ही कुठंच दिसला नाही, म्हणून तुम्हांला फोन केला. एखाद्या वेळी लंचच्या वेळी का आपण भेटू नये? माझ्या घरी भेटलो, तरी चालेल. पत्ता सांगू?"

हेलनही घरात एकटी बसून कंटाळून गेली होती. तिनं लगेच यायचं कबूल

केलं. कांतीनंही स्वयंपाकाच्या बाईला काही तरी विशेष करायला सांगितलं.

रिक्षातून उतरून घरी आलेल्या हेलनला पाहताच कांती घाबरी झाली. मागं जॉनबरोबर असताना आणि हरीबरोबरही सुरुवातीच्या काळात हीच हेलन चैतन्यानं कशी रसरसलेली होती! त्या वेळी तरुण वय-सत्तावीस-अठ्ठावीस वर्षांची असेल ती. आता तेहत्तीस-चौतिशीची असेल. पण एखाद्या रोगानं पछाडल्यासारखी तिची अवस्था झाली होती. कधी काळी तकतकीत असलेली तिची कांती आता नीरस झाली होती. डोळ्यांमधलं तेजही ओसरून गेलं होतं. कसली तरी एक मळकट पँट आणि वर अर्ध्या बाह्यांचा टी-शर्ट चढवून ती आली होती. गेल्या किती तरी महिन्यांमध्ये केसही नीट कापलेले दिसत नव्हते.

कांतीनं तिचं 'हाय हेलन! ये-वेलकम्-' म्हणत स्वागत केलं.

तिनं उसन्या अवसानानं कांतीचा हात हातात घेत म्हटलं,

"मला तुमची आठवण आहे–हो–आठवतंय् मला! तुम्ही मला निमत्रंण दिलंत, त्याबद्दल मी आपली आभारी आहे–जेवणाचं काही फार महत्त्व नाही–मी तर जेवायचंच सोडून दिलंय्–म्हणजे–माझ्या दृष्टीनं जेवणाला फारसं महत्त्व नाही. कंपनीमध्ये असणं–मनमोकळं बोलणं महत्त्वाचं! खरं, की नाही?"

हेलन सोफ्यावर बसली. हल्ली ती आवश्यकतेपुरतं हिंदी बोलत होती. तिचे इंग्लिश उच्चारही भारतीयांना सहज समजतील, असे झाले होते. कांतीनं चौकशी केली,

"थोडी वाईन घेतली, तर?"

"चालेल! थँक्यू..."

दोघीही सोफ्यावर शेजारी बसून परस्परांची चौकशी करू लागल्या.

कांतीनं विचारलं,

"कशी वाटतेय् इंडिया? अमेरिकेची खूप आठवण येत असेल ना?"

"खूप–म्हणजे खूपच!"

"इथं आल्यानंतर एकदाही तिथं जाऊन आली नाहीस?"

"कशी जाणार? जायचं तर माझ्याही मनात आहे. पण त्यासाठी व्हिसा हवा. त्यासाठी कुणी तरी स्पॉन्सर करायला पाहिजे. नाही तर आपल्याकडे इतके हजार डॉलर्स आहेत, म्हणून तरी दाखवायला पाहिजे. माझ्याकडे तर काहीही नाही..."

"म्हणजे तू तिथलं नागरिकत्व सोडून दिलं होतंस?"

"तोच माझ्या आयुष्याला सगळ्यांत मोठा गाढवपणा!"

"का बरं? तुला भारत आवडला नाही?"

"कांती, तुझ्या या प्रश्नाचं उत्तर द्यायचं, म्हणजे काही खाजगी गोष्टींविषयी बोलावं लागेल–जाऊ दे ना! आपण आनंदानं गप्पा मारू... जेवण करू–तुझी दुपार

मी कशाला खराब करू?''

''हेलन, परस्परांची सुख-दुःखं जाणून घेण्यानं दुपार खराब व्हायचा काय प्रश्न आला? चल, आपण जेवता-जेवता गप्पा मारू या–''

जेवताना ती सांगू लागली,

''जॉनबरोबर राहत असताना मला हरिशंकरचा मोह पडला–तुला ठाऊक आहे ते! याच्यासारखा पुरुष कुठंही मिळणार नाही–त्याच्या सान्निध्यात आणखी कशाचीही कमतरता भासणार नाही, असा मनात विश्वास होता! अर्थात ते एक वेड होतं, हे नंतर समजलं, म्हणा! लग्न करायची हरिशंकरची इच्छा नव्हती. त्या वेळी मात्र मी हट्ट धरला, लग्न केल्याशिवाय इतके दिवस मी राहणार नाही. माझ्यापाशी असलेले एक लाख रुपये त्यानं आपल्या बायकोला दिले आणि त्यानंतर त्यानं माझ्याशी लग्न केलं. इथल्या व्हिसाचा प्रश्न आला. त्यासाठी तिथलं नागरिकत्व त्यागून इथलं नागरिकत्व स्वीकारलं. त्यासाठी त्यानंच सारी खटपट केली.''

''मग पुढं काय प्रॉब्लेम आला?''

''तसा प्रॉब्लेम काही नाही. त्याच्यामध्ये आणि माझ्यामध्ये सतरा वर्षांचं अंतर आहे–तुलाही हे ठाऊक असेल. पण ती गोष्टही मी फारशी वाढवली नाही. पण लवकरच मला एक गोष्ट समजली, कुठल्याही एका स्त्रीशी हा निष्ठेनं राहू शकत नाही! त्यात त्याची ही नोकरी! या नोकरीमुळं त्याला बायका-मुलींशी अधिकच संपर्क येऊ लागला–याची चंगळच चालली, अशा वेळी हा कसा माझ्याशी निष्ठेनं राहणार? शिवाय यानं पहिल्या बायको-मुलांशी असलेले संबंधही तोडले नाहीत. विचारलं, तर म्हणतो–पैसे दिल्यावर तिनं तुझ्याशी लग्न करायला परवानगी दिली आहे, एवढंच! घटस्फोट दिलेला नाही!''

''मग तू गप्प बसलीस?''

''काय करणार? तुझ्या देशाला निघून जा, म्हणून अधून मधून धमक्या देतो. तेही सोपं नाही. पुन्हा तिथल्या नागरिकत्वासाठी अर्ज करायला पाहिजे–तिथं गेल्यावर नोकरी शोधली पाहिजे. आता त्यातलं काहीच नको वाटतंय्; पण, कांती, तुला मी एक विनंती करू? मला तू मदत करशील?''

''शक्य असेल, तर निश्चित करेन!''

''आणखी काहीही नाही. मला तू अमेरिकेला जाण्यासाठी कृपा करून मदत कर!''

कांतीही विचारात पडली.

''पण कशी मदत करू शकेन मी?''

''मलाही ते आता नेमकेपणानं सांगता येणार नाही. पण आज मला कुणी तरी 'तू जा–मी तुझ्या मागं आहे–' असं म्हणणारं भेटलं, तर हवं आहे! माझ्या

अंतर्मनातली संकल्पशक्ती जागी झाली, तर मी स्वत:ही काही ना काही ना करू शकेन! माझी मैत्रीण होशील?'' शेवटचा प्रश्न विचारताना तिचे डोळे तुडुंब भरले होते.

कांती उठून तिच्यापाशी आली आणि तिच्या पाठीवर स्नेहानं हात ठेवत म्हणाली,

''काळजी करू नकोस–मी तुझ्या पाठीशी आहे!''

त्यानंतर हेलन काहीही बोलली नाही. पहिल्या भेटीतच एवढं सगळं बोलून आता गप्प बसलेल्या हेलनची मन:स्थिती फारशी बरी नसावी, हे कांतीच्याही लक्षात आलं होतं.

तिच्या मनात हरिशंकरविषयीचा संताप उफाळून आला. काही तरी करून त्याचा सर्वनाश करायला पाहिजे! पण म्हणजे काय करायचं?

तिनं हेलनला विचारलं,

''त्याचे कलाकारांशी संबंध कसे आहेत?''

''हा कलाकारांकडून कमिशन खातो. कलाकारांना देश-विदेशांत कार्यक्रम देणं त्याच्याच हातांत आहे. त्याचा वापर करून त्या कलाकारांकडूनही 'या देवीजींच्या राज्यात जेवढं कलेला स्थान आहे, तेवढं याआधी कधीही नव्हतं–' यांसारखी वक्तव्यं करून घेतो. तू काहीही म्हण! भारतातले कलाकार राज-दरबारी मनोभूमीतून स्वतंत्र मनोभूमीच्या दिशेनं कणभरही वाढले नाहीत!–''

आपली फसवणूकही या संदर्भात सांगावी, असं तिला तीव्रपणे वाटलं, तरी तिनं स्वत:ला आवरलं.

◆

त्या दिवशी संध्याकाळी साडेचार वाजता ती फॅक्टरीत हिशेब पाहत बसली होती. हवानियंत्रित खोलीत बसून वहीवरून नजर फिरवत असताना तिला छातीत डाव्या बाजूला वेदना उमटलेली जाणवली. ही कसली वेदना, याचा विचार करत असतानाच ती वेदना डाव्या हातात शिरून हातभर पसरल्याचा अनुभव आला. क्षणार्धात सर्वांग घामानं चिंब होऊन गेलं–

हा हार्ट-अ‍ॅटक तर नव्हे?–

तिनं घंटा दाबली. प्यून महेंद्र आत आला. त्याला तिनं सांगितलं,

ओमप्रकाशांना बोलाव–मला हार्ट-अ‍ॅटक आलाय्–

तो धावतच बाहेर गेला. ती अतिशय सावकाश खालच्या भारी गालिच्यावर बसली आणि उताणी झोपून राहिली. मॅनेजर ओमप्रकाशनं आत येऊन कपाळाला हात लावून पाहिलं, टेबलावरच्या फोननं मागच्या गल्लीतल्या सिंघवी डॉक्टरांना

बोलावून घेतलं. डॉक्टर लगेच आले. त्यांनी तिथल्या तिथं प्राथमिक तपासणी केली–सारं तिला समजत होतं. हार्ट-अ‍ॅटक आल्यावर मन शांत ठेवलं पाहिजे–हालचाल करता कामा नये वगैरे आठवलं, त्याप्रमाणे तिनं स्वत:ला आवरलं आणि शांतपणे पडून राहिली.

स्ट्रेचर आणलं गेलं–नर्सिंग रूममध्ये अँब्यूलन्समधून नेण्यात आलं.

आपल्याला हार्ट-अ‍ॅटक आलाय् हा तिचा अंदाज खरा ठरला. तिनं स्वत: घेतलेली काळजी आणि त्वरित वैद्यकीय सेवा मिळाल्यामुळं तिचा जीव वाचला-एवढंच! तीन आठवड्यांची नर्सिंग रूममध्ये सक्तीची विश्रांती झाल्यावर घरी पाठवताना डॉक्टरांनी सांगितलं,

''खाण्या-पिण्याच्या बाबतीत तुम्हांला वेगळं काही सांगण्यासारखं नाही. त्या बाबतीत तुमचं अगदी व्यवस्थित आहे. पण मनावर मात्र कुठलंही दडपण येऊ देऊ नका. व्यवसाय म्हटला, की दडपण आलंच! तरीही प्रयत्न करा. ध्यान आणि योगाभ्यासामुळं किती तरी जणांना फायदाही होतो. दोन महिने गाडीही चालवू नका. पुढच्या आठवड्यात पुन्हा एकदा येऊन जा...''

बातमी समजताच डेहराडूनहून आई धावत आली. निरंजन आणि रजनीही आले.

सासूनं विचारलं,

''तिला एवढी मेहनत पडत होती–विश्रान्ती मिळत नव्हती–तुमचं लक्ष नव्हतं''?

सुनेनं उत्तर दिलं,

''काय करायचं? अलीकडे तर त्यांनी आपल्या घरी यायचं सोडूनच दिलंय्!''

आईनं लेकीला दोन-तीन महिने विश्रांती घेण्यासाठी डेहराडूनला बोलावलं. पण कांती म्हणाली,

''नको, ग! मीच इतके दिवस इथून निघून गेले, तर फॅक्टरीची काय गत?''

ब्लडप्रेशरचा त्रास असल्यामुळं त्यांनाही दिल्लीच्या उकाड्यात फार दिवस राहणं अशक्य झाल्यामुळं दोन-तीन आठवडे राहून त्या डेहराडूनला परतल्या.

या घटनेनंतर कांतीला आपण संपूर्णपणे वेगळी व्यक्ती झाल्याचा अनुभव येत होता. उद्योगाचा विस्तार करायचा विचार तर तिनं हॉस्पिस्टलमध्ये विश्रांती घेत असतानाच सोडून दिला होता. याचा परिणाम काय होईल, हेही तिला समजत होतं. विस्तार केला नाही, तर कुठलाही व्यवसाय टिकून राहणं शक्य नाही, हे तिला ठाऊक होतं. आहे तसा व्यवसाय चालवायचं ठरवलं, तर चार-पाच वर्षांतच गाशा गुंडाळावा लागतो, हे तीही पाहत होती. सगळीकडेच स्पर्धा चालली असताना, नव-नवे उद्योजक पुढं येत असताना त्या स्पर्धेत टिकण्यासाठी थोडा-फार बदल

आणि विस्तार अत्यावश्यक आहे. आपल्याला यानंतर ही धावपळ शक्य नाही. अमेरिकेहून येऊन त्यानं जबाबदारी पेलली, तरच या व्यवसायाला भविष्य आहे!– पण तो येईल काय? आईला हार्ट-ॲटक येऊन गेल्याचं समजलं, तर कदाचित तो आपलं मन बदलेलही!

हॉस्पिटलहून घरी आल्यावर तिनं एकदा फोन केला. तो म्हणाला,

''मी दोन वेळा फोन केला होता; पण कुणीही उचलला नाही. तू परगावी गेलीस, की काय, असं वाटलं. आणि मी म्हणतो, त्या देशात एखादा टेलिफोन-मेसेज-रेकॉर्डर मिळत नाही काय, मॉम? केवढी मोठी सोय होते त्यानं! मीच आणून देणार होतो–पण एवढ्यात यायचा विचार नाही–''

''का?''

''आता मी नोकरीसाठी प्रयत्न करतोय्. शिक्षण संपवून एकदा या देशाबाहेर पडलं, तर पुन्हा इथं संधी मिळणं कठीण असतं. पुन्हा नोकरी मिळणं–ग्रीनकार्ड मिळणं–सगळे प्रॉब्लेम्स असतात.''

''शिक्षण संपल्यावर तिथं कशाला राहायचं? इथं मला नुकताच हार्ट-ॲटक येऊन गेला. तीन आठवडे नर्सिंग होममध्ये होते–परवाच घरी परतले–''

हे ऐकताच त्याला धक्का बसला,

''आता कशी आहेस, मॉम? मला काळजी वाटते तुझी–''

हे ऐकून तिला खूपच बरं वाटलं. काळजी करायचं कारण नाही–हा भारतात परत येईल, असा विश्वासही वाटला. आपल्या रक्ताचं, आपल्या जिवाची काळजी करणारं कुणी तरी या जगात आहे–

''मॉम, माझं ऐक. तू एकदा या देशात येऊन जा. वैद्यकीय चिकित्सेसाठी सरकार फॉरेन एक्स्चेंज देणार नाही काय? तुम्हीच एक्स्पोर्ट करून फॉरेन एक्सचेंज मिळवलंय्! जर तुझ्या प्रकृतीसाठी ते द्यायला तयार नसतील, तर काय उपयोग? तू त्यांच्याशी वाद घाल. इथं निदान आणि ट्रीटमेंट किती प्रगत झालंय्, ठाऊक आहे? सारं कॉम्प्यूटरवर होतं. तिथं एवढी सुधारणा व्हायला आणखी शंभर वर्षं तर सहज लागतील!–''

''माझं ऐकून घे, बाळ! आता माझी प्रकृती बरी आहे. मला खरा त्रास आहे, तो एकटेपणाचा! मी जन्माला घालून नावा-रूपाला आणलेल्या व्यवसायाचं पुढं काय होईल, याची काळजी वाटते. मला तरी तुझ्याशिवाय आणखी कोण आहे? तू इथं निघून ये. हाच व्यवसाय एवढा वाढव, की जगातला एक नंबरचा गार्मेंटचा व्यवसाय व्हायला पाहिजे!–'' तिचा आवाज घोगरा झाला.

''मॉम, किती वेळा तुला सांगू मी? तिथली दहाची नोट इथं एक डॉलर किमतीची आहे. तिथं त्या हलक्या करन्सीमध्ये किती पैसा मिळवून काय होणार

आहे? शिवाय तिथं जगण्यासाठी अत्यावश्यक गोष्टी मिळायचीही मारामार! माणसानं एवढे कष्ट करायचे तरी कशासाठी? तुझं तुझ्या मुलावर प्रेम आहे, की नाही? त्याचा उत्कर्ष व्हावा, त्याला त्याच्या अपेक्षेप्रमाणे सुखानं राहावं, असं तुला वाटतं, की नाही? सांग ना–''

ती या त्याच्या युक्तिवादावर निरुत्तर झाली. एकीकडे पराकोटीचा संतापही आला. पाठोपाठ डॉक्टरांचा सल्ला आठवला–एवढं रागावता कामा नये।–

एकटेपणाची भावना दिवसें-दिवस वाढतच होती. दिवसभराची कामं उरकून घरी गेलं, तर तिथं आपली वाट पाहणारं जिवा-भावाचं कुणीही नाही–हे न्यून तिच्या मनाला सतत सलत होतं. हा हेमंत तरी असा का वागला? देशातला उच्च श्रेणीचा सतार-कलाकार होऊन माझ्या सान्निध्यात राहिला असता, तर त्याचं कोट-कल्याणच झालं असतं ना?

क्वचित कधी तरी रवींद्रचीही आठवण येत असे. स्वत: काही नव्यानं सुरू करून वाढवायची शक्ती नाही–पण मी व्यवसाय सुरू करून एवढा वाढवला. मला का त्यानं दूर लोटलं? मी आपण होऊन बेंगळूरला घरी गेले होते. पण त्यानं स्पर्शही केला नाही मला! हा क्रूरपणा नाही, तर दुसरं काय आहे? स्त्री-स्वातंत्र्याचा द्वेष्टा! आता स्वत:चं नियतकालिक चालवतोय्, म्हणे! पंतप्रधानांना विरोध करत आणि संपूर्ण देशाचं नैतिक नायकत्व स्वत:कडेच आहे, असं समजून! मोठा पर्वत मस्तकाच्या प्रहारानं फोडण्याचा शुद्ध वेडेपणा हा!–

दर आठवड्याला ती डॉक्टरांना आपली प्रकृती दाखवून येत होती.

असा एक महिना गेला.

डॉक्टर म्हणाले,

''आता तुमची प्रकृती पुष्कळच चांगली आहे. ओझं उचलणं किंवा जिना चढणं यांसारखी काम वगळून आता तुम्ही काहीही करू शकता. घरून फॅक्टरीपर्यंत कारही न्यायला हरकत नाही. पण इतर ठिकाणी मात्र नेऊ नका. इथं रस्त्यात कुठूनही कुणीही मध्येच घुसतो. उगाच टेन्शन घेऊ नका...''

आणखी एका महिन्यात प्रकृती आणखी सुधारली, त्या तपासणीनंतर त्यांनी सांगितलं,

''व्वा! यानंतर तुम्ही तुम्हांला असा काही अटॅक आला होता, हेही विसरून जायला हरकत नाही! थोड्या सावध राहा–एवढंच!''

एक दिवस तिच्या घराच्या मागच्या बाजूला असलेल्या पार्कमधून लाऊड-

स्पीकरचा आवाज ऐकू येऊ लागला. आधी किती तरी वेळ फक्त ओंकार ऐकू येत होता. त्यानंतर एक भजन लावण्यात आलं. त्यानंतर ध्यानानंद महाराजांचं प्रवचन लगेच सुरू होत असल्याची घोषणा ऐकू आली.

कांतीला डॉक्टरांनी ध्यान आणि योग करायची सूचना दिल्याचं आठवलं. तिलाही आता वेळ होता. तिनं स्वयंपाकाच्या बाईला जाताना कुलूप लावून जायची सूचना दिली आणि ती घरामागच्या पार्ककडे जायला निघाली.

तिथल्या भव्य मंडपात भरपूर माणसं जमली होती. त्यात पन्नाशी उलटलेल्यांची संख्याच जास्त होती. काही तरुण मुलं-मुलीही होत्या. आत जाऊन तिनं एका बाजूला बैठकीवर जागा करून घेतली. लवकरच जमिनीवर बसायची सवय नसल्यामुळं पाय, मांड्या, गुडघे, कंबर दुखू लागली. मांडी बदलत तिनं शेजारी बसलेल्या वयस्कर स्त्रीला ध्यानानंद महाराजांविषयी विचारलं, तेव्हा ती सांगू लागली,

"काय दैवी तेज आहे, म्हणून सांगू! तुम्हीच पाहा आता. जात-कुळाचा भेद मानत नाहीत. बौद्ध-जैन-हिंदू-शीख-मुसलमान-सगळ्या धर्मांमध्ये योग सांगितला आहे-ध्यान सांगितलं आहे- त्याचंच सार आम्ही सांगतो, असं ते म्हणतात–ऐकाल तुम्हीही! मी यांचं प्रवचन या आधी नऊ वेळा ऐकलंय्. ही दहावी वेळ! करोल बाग, मॉडेल टाऊन, रजौरी गार्डन, पटेलनगर सगळीकडे यांची प्रवचनं होती. सगळीकडे मीही जात असते. तेही सगळीकडे तेच-तेच सांगतात. योग-योगाचं माहात्म्य-तुम्हीच ऐकाल-समजेल तुम्हांलाही–काय तेज, म्हणून सांगू–"

हे महाराज मूळचे हरियाणामधले. पांढरी शुभ्र चांदीच्या तारांप्रमाणे दिसणारी दाढी–

त्या स्त्रीचं भावुक वर्णन सुरू असतानाच व्यसपीठापाशी बसलेले एकजण उठून उभे राहिले आणि पुकारलं,

"बोलो सद्‌गरू ध्यानानंद महाराज की जय–"

सारी सभा उठून उभी राहिली. ध्यानानंद महाराज व्यासपीठावर स्थानापन्न झाले. पाठोपाठ एक शिष्यही होता. शेजारच्या वृद्ध स्त्रीनं सांगितलं, तसंच महाराजांचं व्यक्तिमत्त्व होतं. तिनं सांगितल्याप्रमाणेच त्यांनी प्रारंभ केला,

"–माझं मूळ गाव कुरुक्षेत्र. योगिराज कृष्णानं भगवद्गीता नावाचा योग तिथंच सांगितला. मी आज माझ्या प्रवचनात तेच सांगत आहे–"

शेजारची वृद्धा पटकन म्हणाली,

"बघा! मी म्हणत नव्हते?–"

महाराज सांगत होते,

"–प्रत्येक काळी गडबड-गोंधळ आणि मनाची चंचलता होतीच. आपण

त्यावर मात करून कसं जगता येईल, याकडे पाहिलं पाहिजे. अष्टांग योगात जे यम-नियम सांगितले आहेत, आसनं, प्राणायाम-प्रत्याहार, ध्यान-धारणा–यांत प्रत्याहार सगळ्यांत महत्त्वाचा आहे. रेल्वे स्टेशनवर एखाद्या बाकावर बसलेले असू द्या, कॅनॉट प्लेसवरच्या रस्त्यावरनं चालत असू द्या–इंद्रिये आणि बुद्धी यांमध्ये असलेला संबंध सोडवून घेण्याची शक्ती मिळवणं आवश्यक आहे. एकापाठोपाठ एक धूर ओकत धावणाऱ्या ट्रक्स आणि लॉऱ्या दृष्टीला पडल्या, तरी बुद्धीवर त्या परिणाम करता कामा नये, अशी मनाची ठेवण करण्यात आपण यशस्वी झालो, तर आपली मनःशांतीही राहील–मनाला हीच कायमची सवय लावण्यात आपण यशस्वी झालो, तर जीवनातील कुठलीही बाब आपल्याला विचलित करू शकणार नाही याचाच परिणाम म्हणून आपल्या मनातला द्वेषही नाहीसा होईल. राग आणि द्वेष हीच आपल्या दुःखाची महत्त्वाची कारणं आहेत–''

प्रवचन ऐकता-ऐकता कांती त्यातच गढून गेली. जमिनीवर बसल्यामुळं सुरुवातीला जाणवणारी पायदुखी आणि पाठ-कंबर दुखी आता तिला मुळीच जाणवत नव्हती.

प्रवचन संपल्यावर त्यांच्या शिष्यानं घोषणा केली,

''–उद्याचं महाराजांचं प्रवचन ग्रेटर कैलाशमध्ये होईल. ज्यांना ध्यान-धारणेमध्ये रस आहे, त्यांनी या फोनवर चौकशी करा–नंबर टिपून घ्या–या भागातील लोकांसाठी ग्रीनपार्कमध्ये ध्यानाची व्यवस्था करण्याची आली आहे–''

कांतीनंही ग्रीनपार्कमध्ये ध्यान शिकायला जायचं ठरवलं. शेजारची वृद्धा म्हणत होती,

''उद्या मी ग्रेटर कैलाशलाही प्रवचन ऐकायला जाणार आहे. आमच्या घराकडून पाचसौ तीस नंबरची बस तिथं जाते–''

रात्रभर कांतीलाही महाराजांच्या ग्रेटर कैलाशमधल्या व्याख्यानाला जायची इच्छा होती. सकाळी फॅक्टरीला जातानाही मनात तोच विचार होता. पण कसं जायचं! डॉक्टरांनी फॅक्टरीव्यतिरिक्त इतर ठिकाणी गाडी न्यायला परवानगी नाकारली आहे. केवळ अंतराचा प्रश्न नाही–रस्त्यातली इतर वाहनांची गर्दी, वेडीवाकडी मध्येच येणारी माणसं यांच्यामुळं मनावर ताण येईल, असं त्यांचं म्हणणं. आपण मन शांत ठेवून, कुठल्याही प्रकारचा ताण न घेता गाडी चालवली, तर काय हरकत आहे? जाऊन यावं, हेच बरं. त्या निमित्तानं आपल्याला मनावर ताण न घेता राहायला कितपत जमतं, याचीही परीक्षा होईल.

संध्याकाळी मोटार चालवत ग्रेटर कैलाशला जाताना तिला सारंच वेगळं-

वेगळं वाटत होतं. तिनं स्वत:च्या मनाला बजावलं होतं, आजू-बाजूचे आधी जाऊ देत–नंतर आपण जायचं, मागची वाहनं पुढं निघून गेली, तरी आपण वेग न वाढवता सावकाश जायचं. त्या वाहनांचा मुक्काम आणि माझ्या गाडीचा मुक्काम वेगवेगळा आहे–आपल्याला घाई करायची गरजच नाही–या मन:स्थितीत मोटार चालवत असताना तिलाच पराकोटीचं स्वातंत्र्य जाणवत होतं.

ग्रेटर कैलाशच्या परिसरात प्रवेश करताना जुन्या आठवणी जाग्या झाल्या. एके काळी दररोज दुपारी यायची जागा होती ही! हेमंत–त्याच्या सान्निध्यातले क्षण–ते जाऊ दे–त्याहीपेक्षा महत्त्वाचं म्हणजे माझ्या बालमैत्रिणीच्या सान्निध्यात काढलेले दिवस–हं! बाल-मैत्रीण म्हणे–! निनावी पत्रं लिहून–आठवणीसरशी तिचं मन विव्हळ झालं. ग्राऊंडच्या शेजारी गाडी पार्क करून ती काही क्षण डोळे मिटून राहिली. शीतलच्या आठवणीसरशी मन सैरभैर झालं–हे योग्य नाही–मन आवरलं पाहिजे–पण ते तितकंसं सोपंही नाही–छे:! एवढ्या आठवणींनी घेरलेल्या ग्रेटर कैलाशला आपण यायलाच नको होतं–

तरीही तिनं गाडीचं इंजिन बंद केलं आणि चावी घेऊन ती खाली उतरली. त्या दिवशीही महाराज त्याच विषयावर बोलत होते. कालच्यापेक्षा आज आपल्याला अधिक समजलं, असं तिला वाटलं. ग्रीनपार्कमध्ये ध्यान शिकायला जायचं, हे तर तिनं निश्चितच केलं. सकाळी उठल्यावर अंघोळ करून ध्यान केलं, तर–आधीपासूनच ध्यानाची सवय ठेवली असती, तर कदाचित हार्ट-ॲटॅक आलाच नसता, की काय, कोण जाणे!–

एकाएकी ती चमकली–समोर शीतल होती. दोघींची नजरा-नजर झाली आणि दोघींचेही चेहरे शरमेनं गोंधळल्यासारखे झाले. पण त्यातून सुटका करून घेण्यासाठी दोघीही माघारी वळल्या नाहीत. जवळ आल्यावर शीतलनं कांतीच्या खांद्यावर हात ठेवत म्हटलं,

"कांती, मागं जे घडून गेलं, त्याची आठवण दोघींनाही नको! एक मात्र सांगते, तू आयुष्यातून निघून गेल्यापासून एक प्रकारचा भकासपणा जाणवायला लागलाय्! तुलाही असंच वाटतंय्, याविषयी माझी खात्री आहे. राग-संताप योग्य नव्हे. तू सद्गुरूंचं व्याख्यान कितव्यांदा ऐकते आहेस? मी आठ वेळा ऐकलंय्. कसं वाटलं तुला?"

कांतीही आत्मीयतेनं म्हणाली,

"मलाही हार्ट-ॲटॅक आला होता. तीन आठवडे नर्सिंग होममध्येच होते मी. किती तरी दिवसांनंतर आज एवढ्या लांब गाडी घेऊन बाहेर पडले."

"मला का, ग, फोन केला नाहीस? शीतल मेली, असं वाटलं काय तुला? त्या वेळी तुला तसं वाटलंही असेल–पण–सांगितलं ना? मधलं सगळं दोघीही

विसरून जाऊ—चल, बघू, माझ्या घरी!''

आतून कांतीलाही आधार मिळाल्यासारखं वाटत होतं.

◆

दोघींनीही दुसऱ्या दिवशी ग्रीनपार्कमधल्या नंबरवर योगाची चौकशी केली. तिथं समजलं, आणखी तीन दिवसांत महाराज राजस्थान भागात जाणार होते. जाण्याआधी त्यांनी ध्यान-योगाचं सुयोग्य शिक्षण घेतलेल्या काही खास विद्यार्थ्यांची दिल्लीमधल्या भक्तांना शिकवण्यासाठी नेमणूक केली होती. लगेच फॉर्म भरून दिला, तर तिथल्या बॅचमध्ये जागा मिळणं शक्य होतं. फी किंवा कुठल्याही प्रकारे पैसे भरायची आवश्यकता नव्हती. सद्गुरू आणि त्यांचे शिष्य पैशांना स्पर्शही करत नव्हते. एका निवृत्त मेजर जनरलनं आपल्या घरी योगाचे वर्ग घेण्याची परवानगी दिली होती.

दोघींनी तत्परतेनं जाऊन फॉर्म भरले. चौथ्या दिवशी पहाटे सहा वाजता शीतल आपली गाडी घेऊन कांतीच्या घरी आली आणि नंतर कांतीला सोबत घेऊन निवृत्त मेजर जनरल अहलुवालियांच्या घरी निघाली.

तिथं जवळपास चाळीस माणसं जमली होती. बहुतेक सगळे मध्यम वयाच्या पुढचेच होते. बायकाही होत्या आणि पुरुषही होते. व्यापारी, सरकारी अधिकारी, उद्योगपती सगळ्या प्रकारची माणसं त्यात होती.

सद्गुरू महाराजांचे खास शिष्य रामचंद्र ब्रह्मचारी पुढं झाले आणि त्यांनी योग आणि ध्यानाविषयी थोडक्यात माहिती दिली. शिवाय त्यांनी माणसाचं शरीर, मन आणि बुद्धी यांच्या स्थानाची पार्श्वभूमीही सांगितली. शेवटी सांगितलं,

''आज सुरुवात करायला नको. मी जे काही सांगितलं, त्याचं तुम्ही मनन करा. सगळ्यांना एकेक आठ पानी पुस्तिका देण्यात येईल. उद्या तीही वाचून या. उद्या आपण सुरुवात करू—''

कांतीचं तिथं आल्यापासून रामचंद्र ब्रह्मचारींकडे लक्ष होतं. सुमारे पस्तीस वर्षांचं वय. विषयासंबंधी स्पष्टपणे सांगता येईल, एवढं ज्ञान. एवढ्या लोकांमध्ये असतानाही स्वतःपुरते अलिप्त आहेत, हे दर्शवणारा चेहरा, अंतर्यामी अथवा भ्रूमध्यावर खिळलेली गंभीर दृष्टी. इंग्लिश बोलता बोलता मध्येच येणारे संस्कृत श्लोक आणि अधूनमधून येणाऱ्या हिंदी वाक्यांच्या उच्चारावरून ते दक्षिण भारतातले असावेत, असं वाटत होतं.

घरी येऊन फळांचा रस घेऊन ऑफिसमध्ये गेल्यावरही कांतीला त्यांना कुठं तरी पाहिल्यासारखं वाटत राहिलं. बेंगळूरमध्ये? पण कुठल्या संदर्भात?

दुसऱ्या दिवशी त्यांनी पाऊण तास प्राणायाम शिकवला आणि 'उद्याही प्राणायामच करायचा–' असं सांगून वर्ग संपवला.

त्यानंतर तिनं त्यांच्याजवळ जाऊन कन्नडमध्ये विचारलं,

"तुम्हांला कुठं तरी पाहिलंय् मी. पण कुठं? आठवत नाही..."

भ्रूमध्यभागी खिळलेली दृष्टी एकवार तिच्याकडे वळवून ते म्हणाले,

"तुम्ही अनुपच्या मातोश्री ना? मी आधी हालुकेरेच्या विद्याशालेत होतो. तुम्ही तिथं दोन-तीनदा आला होता."

पुन्हा ती आठवण! तिचा जीव कासावीस झाला. याचा मनाला त्रास होतो. उद्यापासून इथं येता कामा नये!

त्यांनीच पुढं चौकशी केली,

"आता अनुप कुठं आहे? बरा आहे ना? त्यानंच होन्नत्ती मास्तरांसाठी घर बांधलं होतं–त्यात राहायची संधी मात्र मला मिळाली. तिथंच मी ध्यान करत होतो. अतिशय कर्तृत्ववान मुलगा!"

तिच्या मनात शंका आली–हा मुद्दाम तर माझी आठवण टोकरत नाही? पण याचा चेहरा तसा दिसत नाही. फुटकळ गप्पांमध्ये रमणारा हा माणूस दिसत नाही. अनुपची आई म्हणून ते एवढं तरी बोलताहेत!–

ती इंग्लिशमध्ये म्हणाली,

"मला हार्ट-अ‍ॅटॅक आला होता. डॉक्टरांनी ध्यान करायला सांगितलंय्. म्हणून इथं येतेय्."

तेही इंग्लिशमध्ये उत्तरले,

"ध्यान शिका तुम्ही. चांगला उपयोग होईल..."

एवढ्यात सात-आठ माणसं त्यांच्याशी बोलायला त्यांच्या भोवताली जमली. तीही मागं सरली आणि शीतलशी गप्पा मारू लागली.

◆

मागच्या आठवणींची आठवण करून देणाऱ्या रामचंद्र ब्रह्मचारींपासून लांब राहायचं तिनं ठरवलं खरं, पण काही ना काही कारणानं त्यांच्याशी बोलायची पाळी येतच राहिली. इतरांप्रमाणे तीही त्यांच्यापुढं बसून ध्यान शिकत होती. शीतलबरोबर हॉलमध्ये जाऊन बसणं, ते सांगतील, त्याप्रमाणे श्वासोच्छ्वास करत राहणं आणि शक्य तेवढा वेळ ध्यानसाधनेत बुडून जाणं–यामध्ये येणाऱ्या किरकोळ अडचणी त्यांनाच विचारून निरसन करून घ्याव्या लागत.

पहिल्या दिवशी तिनं विषयांतर करून इंग्लिशमध्ये बोलायला प्रारंभ केला, त्या वेळेपासून ते कधीही तिच्याशी आपण होऊन बोलायला गेले नाहीत. त्यांच्या

त्या अलिप्त वागणुकीमुळं तिला त्यांच्याविषयी विश्वास वाटू लागला. त्यामुळं अधून-मधून तीही आपण होऊन त्यांच्याशी थोडं-फार बोलू लागली.

एक दिवस त्या दोघी वेळेआधी जाऊन पोहोचल्या बाकीची माणसंही एकेक करून येत होती. त्या ध्यानाच्या वर्गाचा नियोजक नरेंद्र सिंग या दोघींपाशी येऊन हलक्या आवाजात म्हणाला,

"एक प्रॉब्लेम आलाय्..."

"कसला प्रॉब्लेम?" कांतीनं विचारलं.

"अहलुवालिया साहब हे घर भाड्यानं देऊन आपल्या फार्महाऊसवर राहायला चालले आहेत. आपल्याला ध्यान-धारणेसाठी वेगळी जागा शोधायला पाहिजे..."

"हवं तर माझ्या घरी घ्या; पण माझं घर ग्रेटर कैलासमध्ये आहे..." शीतल तत्परतेनं म्हणाली.

"जमणार नाही. या भागातल्या लोकांना एवढ्या लांब यायला कसं जमेल? त्याऐवजी ग्रीनपार्क, युसुफ सराई, हाऊज खास, सफदरजंग डेव्हलपमेंट या भागात जागा हवी आहे. कारण सगळी माणसं याच भागातली आहेत."

शीतलनं किती पटकन आपलं घर देऊ केलं! की एवढं अंतर आहे–हे नाही म्हणतीलच, याचा विचार करून ती एवढ्या लगेच तयार झाली असेल? छे:– आपली ही विचार करायची पद्धत चुकीची आहे–आपण ती बदलायला पाहिजे– जाणीवपूर्वक बदलायला पाहिजे! रामचंद्र ब्रह्मचारींनीही हेच सांगितलं होतं.

ती म्हणाली,

"माझं घर जवळच आहे. पण एवढा मोठा हॉल नाही. तुम्ही हवं तर येऊन पाहा."

लवकरच ध्यानधारणेचा वर्ग तिच्या घरातच भरू लागला. एवढ्या दिवसांमध्ये रामचंद्र ब्रह्मचारी कुठं राहतात आणि कुठं जेवतात, याची तिनं चौकशी केली नव्हती. आता तेही तिला समजलं. राहणं आणि जेवण-खाण याच्या बाबतीत त्यांचं निश्चित असं काहीच ठरलं नव्हतं. मग मात्र तिनं सुचवलं,

"सकाळ-संध्याकाळी तुम्हांला क्लास घ्यायला इथंच यावं लागतं. मग तुम्ही इथंच का राहत नाही? इथं स्वयंपाकासाठीही बाई असल्यामुळं तोही प्रश्न नाही."

त्यांच्या सकाळच्या क्लासच्या वेळी ती घरात असे. त्या वर्गाला तीही हजर असे. संध्याकाळी मात्र ती ऑफिसमध्ये असे. दिवसभर घरात असणाऱ्या रामचंद्र ब्रह्मचारींची नि:शब्द उपस्थिती तिलाही हिताची वाटत होती. ध्यान-धारणा शिकवणं– विद्यार्थ्यांना येणाऱ्या अडचणींचं निरसन करणं आणि उरलेल्या वेळी स्वतःच

ध्यानमग्न राहणं याव्यतिरिक्त त्यांना इतर कुठल्याही गोष्टीमध्ये रस नव्हता. त्यांना चहा-कॉफीची सवय नव्हती. सकाळी ग्लासभर दूध आणि सकाळ-संध्याकाळी जेवण एवढाच त्यांचा आहार होता. जेवण्याच्या बाबतीतही त्यांचे काही चोचले नव्हते. तिखट-मीठ कमी असलं, की त्यांना बरं वाटे, एवढंच!

आपली वाट पाहू नये, म्हणूनही त्यांनी तिला सांगितलं होतं. दोन्ही वेळेला टेबलावर त्यांचं ताट वाढून ठेवलेलं असे-ते जमेल तेव्हा जेवण करत. आठवड्याभरानं तिच्या लक्षात आलं, आपल्याला अडचण होऊ नये, म्हणून त्यांनी तसं सांगितलं आहे. अखेर तिनंच त्यांना सांगितलं,

"मला तुमची कुठल्याही प्रकारची अडचण वाटत नाही. उलट, एकमेकांच्या सोबतीनं जेवलं, तर दोन घास जास्त जातील!"

त्यानंतर ते तिच्याबरोबर जेवायला बसू लागले.

ते नेहमीच स्वतःच्या तंद्रीत असत. सतत भ्रूमध्यावर खिळलेली दृष्टी-अंतर्मुख चेहरा-ते कधीही इतर कोणत्या विषयावर गप्पा मारत नव्हते.

एकदा तिनं त्यांच्या आयुष्याविषयी विचारलं, तेव्हा त्यांनी सांगितलं,

"वडिलांना पाहिल्याचं आठवत नाही. मी त्यांना पाहिलं नाही. मी आईच्या पोटात असताना वारले ते. आईही लवकरच वारली. थोरल्या बहिणीनं वाढवलं-थोडं-फार शिक्षण दिलं. माझ्याहून सोळा वर्षांनी ती मोठी. लहानपणापासून ध्यानाची आवड होती-'' एवढंच!

पण ध्यानाच्या संदर्भात काहीही आणि कितीही वेळा विचारलं, तरी ते न कंटाळता उत्तर देत होते. इतर कुठल्याही विषयात त्यांना रस नव्हता. शिकायला येणाऱ्या प्रत्येक लहान-मोठ्या माणसाला ते आदरानं संबोधत होते. त्यात काही चौदा-पंधरा वर्षांची मुलंही होती. सगळ्या वयाच्या बायकांना ते माताजी म्हणत होते. ते कुणाचाही नावानं उच्चार करत नसत. ज्यांच्याशी बोलायचं आहे, त्यांच्याकडे वळून ते 'माताजी-आप-' म्हणून बोलत. कांतीलाही ते 'माताजी' च म्हणून संबोधत होते.

पाच-सहा महिने झाले, तरी तिला मात्र त्यांच्याकडून एवढ्या आदरानं 'माताजी' म्हणवून घ्यायला अवघड वाटत होतं. पण यावर काहीही इलाज नव्हता. स्त्रियांना याव्यतिरिक्त दुसऱ्या कुठल्या संबोधनानं हाक मारायची त्यांना माहितीच नव्हती. तिनं किंवा स्वयंपाकिणीनं पाण्याचा किंवा दुधाचा पेला दिला, तरी ते अत्यंत नम्रपणे देवळातला प्रसाद स्वीकारावा, तसं स्वीकारत होते. आपल्याला ध्यान शिकवणारे हे आपले गुरू, अशी तिची भावना असली, तरी नम्रपणे दोन्ही हातांत पेला घेताना ते गुरूपणाची भावनाही आपल्याला स्पर्श करू शकत नाही, असं

व्यक्त होत राही.

दररोज सकाळी शीतल कांतीच्या घरी ध्यानाच्या वर्गासाठी येत होती. तीन महिने वर्गात शिकल्यावर प्रत्येकानं आपापल्या घरी ध्यान-धारणा करणं अपेक्षित होतं. त्यात कुणाला काही अडचण आली, तर मात्र रामचंद्र ब्रह्मचारी शंका-निरसन करत. पण शीतलला मात्र आता दिवसातून एकदा तरी कांतीच्या घरी आल्याशिवाय करमेनासं झालं होतं. त्या दोघींमध्ये फॅक्टरीविषयी मोकळेपणानं गप्पा होत. आपल्याला कांतीनं अत्यंत वाईट प्रकारानं फॅक्टरीबाहेर काढलं. आपणही निनावी पत्रं लिहून त्याचा सूड घेतला, हा इतिहास जाणीवपूर्वक विसरून दोघीही गप्पांमध्ये रंगून जात. दोघीही ध्यानधारणेमध्ये येणारे आपापले अनुभव परस्परांना सांगत.

आता कांतीची प्रकृती किती तरी सुधारली होती. मनामधली अस्थिर भावना आता बरीच कमी झाली होती. शीतलचीही निद्रानाशाची तक्रार कमी होऊन अलीकडे तिनं रात्री वाईन घेणंही सोडून दिलं होतं.

कधी-कधी त्या दोघींच्या गप्पा ध्यानाचे गुरू रामचंद्र ब्रह्मचारी यांच्याकडेही वळत. सरसकट सगळ्या बायका-मुलींना माताजी म्हणायच्या त्यांच्या सवयीची सुरुवातीला शीतल थट्टा करत असे. एकदा ती म्हणाली,

'ते सगळ्या बायका-मुलींना माताजी म्हणतात-बायकांनी त्यांना काय म्हणायचं मग?''

दोघींचीही 'गुरुजी,' 'ब्रह्मचारी' वगैरे संबोधनांवर थट्टेनं चर्चा झाली. अखेर शीतलनंच सुचवलं,

"माताजीला योग्य संबोधन म्हणजे बेटाजी!''

यावर दोघीही मनमुराद हसल्या.

त्यानंतर दोघीच असताना त्यांच्याविषयी काही बोलायचं असेल, तर 'बेटाजी' असाच उल्लेख करत. पण त्यांच्यासमोर मात्र दोघीही गंभीर असत.

एकदा शीतल कांतीला म्हणाली,

"खरोखरच हा बेटाजी तुझा मुलगा असता, किंवा तुझा अनुप अशा प्रकारे संन्यासी वृत्तीचा असता, तर?''

कांती खरोखरच विचारात पडली. खरोखरच असं असतं, तर आपल्याला काय वाटलं असतं? तिला याची कल्पना करणंही अशक्य वाटलं. शीतलच म्हणाली,

"एका ठिकाणी वाचलं होतं मी-आपण भारतीय सैनिक आणि संन्याशांना भरपूर आदर देतो. त्यांच्या पायांवर हवं तर साष्टांग दंडवतही घालतो. पण आपला

मुलगा सैन्यात निघाला, की त्याला अडवतो! आणि संन्यासी व्हायला निघाला, तर आत्महत्येची धमकीही देतो.''

आधी कांतीला हे विचित्र वाटलं, तरी थोडा विचार केल्यावर तिलाही ते नाकारता आलं नाही.

पण या संभाषणाचा कांतीच्या मनावर तिच्याही न कळत एक परिणाम झाला– तिच्या मनात रामचंद्र ब्रह्मचारीविषयी वात्सल्याची भावना निर्माण झाली. मुलानं प्रत्येक वेळी आपल्या पोटातूनच जन्म घ्यायला हवा का? नाळेचं नातं असणं अत्यावश्यकच आहे काय? तिनं मनातली भावना शीतललाही बोलून दाखवली.

शीतलही म्हणाली,

''मलाही हेच वाटतं. पण आपल्या भावनांकडे संपूर्ण दुर्लक्ष करून ते अलिप्तपणे वागतात, ते बघून मात्र आतड्याला पीळ पडतो–आणखी एक म्हणजे त्यांच्याविषयी मनात वात्सल्य असलं, तरी मनात सुद्धा एकेरी संबोधन उमटत नाही! हे एक प्रकारचं निर्लिप्त वात्सल्य!''

यानंतर महिन्याभरानं कांतीची स्वयंपाकीण कुमाऊँला आपल्या घरी गेली. बदलीचं काम करायला दुसरी कुणी मिळाली नाही. कांतीनं कितीही नको म्हटलं, तरी ते न ऐकता रामचंद्र ब्रह्मचारींनी स्वयंपाकघराचा कब्जा घेतला आणि ते सारी कामं उरकू लागले.

त्यांना ढोबळ स्वरूपाचा सारा स्वयंपाक करायला येत होता. तिनं 'कुठं शिकलात–' म्हणून विचारलं, तेव्हा त्यांनी उत्तर दिलं,

''आईनं अगदी लहानपणी शिकवलं होतं. बहिणीच्या घरीही काही वेळा करावं लागायचं. दिल्लीला आल्यावर गुरुवर्यांनाही मीच शिजवून वाढत होतो.''

याचवेळी एक दिवस कांती तापानं फणफणली. डॉक्टरांनी फ्ल्यूचं निदान करून औषध दिलं. तरीही ताप उतरला नाही. नंतर टॉयफॉईड असल्याचं समजलं. डॉक्टरांनी नर्सिंगरूममध्ये ठेवण्याचा सल्ला दिला. त्या वेळी वेळेवर औषध देणं, बार्लीचं पाणी आणि फळांचा रस वेळेवर चमच्यानं तोंडात ओतणं, ताप चढला, की कपाळावर गार पाण्याच्या पट्ट्या ठेवणं ही सगळी कामं स्वतः ब्रह्मचारी करत होते. ताप उतरल्यावर डॉक्टरांनी घरी जायची परवानगी दिली. त्यानंतरही औषधपाणी आणि खाण्या-पिण्याची पथ्यं सांभाळणं ही कामं त्यांनी न बोलता स्वतःकडे घेतली होती. नर्सिंग होममध्ये आणि घरी आल्यावरही फॅक्टरीमधले अधिकारी आणि कर्मचारी तिला भेटायला येत होते. पण त्यांच्यापैकी कुणीही पुढं होऊन अशा प्रकारची सेवा करत नव्हतं. शीतलनंही तीन दिवस रजा घेतली होती. त्यानंतर दररोज सकाळी-सायंकाळी ती येऊन जात होती. तरी शुश्रूषेची संपूर्ण जबाबदारी

ब्रह्मचारींकडेच होती.

ताप यायचा थांबल्यावर एका मध्यरात्री कांतीला जाग आली. कूस न बदलता तिनं डोळे उघडून पाहिलं. समोरच्या भिंतीपाशी असलेल्या आपल्या अंथरुणावर ते ध्यानमग्न होऊन बसले होते.

तिला तीव्रपणे जाणवलं—अशा व्यक्तीच्या ध्यान-धारणेत मी व्यत्यय आणून गेले पंधरा दिवस माझ्या सेवेत त्यांना गुंतवून ठेवलं! त्याआधी आठवडाभर स्वयंपाक करायला लावलं—आपलं चुकलंच—

कुशीवर झोपून दमणूक वाटू लागली. उताणं व्हावंसं वाटलं, तरी मनात वाटलं, आपल्या या हालचालींनी त्यांचं ध्यान तुटायला नको! आपण पापणी हलवली, तरी त्या हालचालीचे तरंग त्यांच्या चित्तापर्यंत पोहोचून ध्यान-भंग होईल, अशी तिला भीती वाटली. ती डोळे मिटून तशीच पडून राहिली.

इथं पाहणार कुणीही नाही म्हटल्यावर रात्रीसाठी एखादी नर्स ठेवता आली असती. शीतलनं तेवढी व्यवस्था निश्चितच केली असती. आता तिला त्यांच्या उपकाराखाली दबून गेल्यासारखं वाटू लागलं. यातून सुटका कशी करून घ्यायची?

घरी आल्यावर तिनं वजन पाहिलं—किती कमी झालं होतं! आरशात पाहिलं, तर चेहराही उतरून गेला होता. गालावर, जिवणीपाशी, डोळ्यांपाशी आणि डोळ्यांच्या भोवताली सुरकुत्या दिसताहेत. डोक्यावरचे केस तर विरळ होऊन गेले होते. एवढंच नव्हे—पांढरेही होऊ लागले होते. कुणी पाहिलं, तर 'माताजी' च काय, आजी म्हणून हाक मारायलाही हरकत नाही!

एकदा शीतलनं सुचवलं,
"ग्रेटर कैलाशच्या परिसरातल्या काहीजणांनाही ध्यान-धारणेविषयी रस निर्माण झाला आहे. कमीत कमी पन्नासेक माणसं तर सहज येतील. आपल्या घरी साडेसहापर्यंत ब्रह्मचारी एक वर्ग घेऊ शकतील. इथं संध्याकाळी येणाऱ्यांनाही सकाळीच यायला सांगायचं."

ध्यानाच्या प्रसाराच्या दृष्टीनं कांतीलाही हे पटलं. आठवड्याभरातच नवा वर्ग सुरू झाला. संध्याकाळी कांतीला एकटं राहावं लागू लागलं. इतके दिवस संध्याकाळी गप्पा मारण्यासाठी येणारी शीतल आता आपल्या घरातल्या वर्गातच रमत होती. घरी जावं, तर घरातही कुणी नसतं. ब्रह्मचारीही नसतात. स्वभावानं ते अबोल असले आणि आपल्या खोलीत ध्यान करत असले, तरी घरात कुणी तरी आहे,

याचं तिला समाधान असे.

स्वयंपाकाची बाई अजूनही परतली नव्हती. आता ब्रह्मचारींवर स्वयंपाकाची जबाबदारी टाकणं तिलाही पटेना. चार ठिकाणी हिंडून शंभर रुपये वाढवून तिनं आणखी एक बाई स्वयंपाकासाठी ठरवली.

तिला अधून मधून संध्याकाळी शीतलचा राग येऊ लागला. तिलाही मूल-बाळ नाही–आणखी कुणी जवळचं नातेवाईकही नाही. तिनं ब्रह्मचारीवर पूर्णपणे प्रभाव पाडून कायमचं आपल्याकडेच ठेवून घेतलं, तर? ज्यांना ध्यान शिकायचं आहे, त्यांनाच इथं येऊ दे–मी ब्रह्मचारींना तिकडं पाठवणार नाही, म्हणून सांगितलं, तर? पाठोपाठ तिला आठवलं, आपले शीतलशी असलेले संबंध एकदा तुटायच्या पातळीपर्यंत जाऊन आले आहेत! आता पुन्हा त्यात कुठल्याही प्रकारे छेद जाता कामा नये.

ही शीतल माझी अत्यंत जवळची मैत्रीण आहे आणि दुसरीकडे स्पर्धकही आहे! हा स्पर्धा करायचा गुण तिच्यामध्ये नसता, तर किती बरं झालं असतं! शुद्ध पाऱ्यासारखा स्वभाव आहे तिचा!

जवळजवळ चार महिन्यांनंतर एक दिवस अमेरिकेहून फोन आला. तिनंही मध्यंतरी त्याला फोन केला नव्हता. ध्यानाचा वर्ग घरी आल्यापासून तिचं तिकडं फारसं लक्षही नव्हतं. आपल्या सुख-दुःखाची फिकीर नसलेल्या आणि देश सोडून निघून गेल्यावर पुन्हा परतायचं नावही न काढणाऱ्या मुलाशी काय बोलायचं, अशी तिची भावना होत होती. आजारपणातून उठल्यापासून तर ब्रह्मचारीच आपला मुलगा, असं तिला मनोमन वाटत होतं.

अनुप म्हणाला,

"हाय मॉम! हाऊ आर् यू? तू किती दिवसांत मला फोन केला नाहीस!"

"तू का केला नाहीस?"

"कशी आहेस तू? तुला एक आनंदाची बातमी सांगायची आहे. तुझी सून ठरली आहे. तू लग्नाला यायला पाहिजेस!"

अनुप लग्न करतोय्, हे ऐकून तिला बरं वाटलं. सात-आठ महिन्यांपूर्वी तिनं फोन केला होता, तेव्हा तो एका मुलीनं उचलला होता,

"हाय्. अनुप बाहेर गेलाय्..."

"तू कोण?"

"त्याची फ्रेंड."

"गर्ल फ्रेंड"

"का? आवाजावरून कळत नाही? तुम्ही कोण? इंडियन?"

या उलटतपासणीमुळं आपलाच अपमान होईल, असं वाटून कांतीनं रिसीव्हर ठेवून दिला होता.

दुसऱ्या दिवशी सकाळी म्हणजे अमेरिकेतल्या रात्री–अनुपनं फोन केला होता,

"मॉम, तू फोन केला होतास? हे बघ, तुला अलिकडचे मॅनर्स ठाऊक नाहीत. माझ्या फ्रेंडला सरळ ट्रीट करायचं सोडून तू नाही ती चौकशी कशाला करत बसलीस? ती इतकी संतापली आहे, म्हणून सांगू! 'तुझ्या देशातल्या लोकांना संस्कृतीच नाही–मग भले ती तुझी आई का असेना!' म्हणून तिनं बराच आरडाओरडा केला. म्हणून मी पदोपदी तुला सांगतो, तुझी दिल्ली म्हणजे शुद्ध खेडं आहे म्हणून!–"

कांतीनंही आवाज चढवून विचारलं होतं,

"मी तुला एवढे पैसे खर्च करून तिथं पाठवलंय्, ते शिकायला, की गर्ल फ्रेंडबरोबर मजा मारायला?"

"तुला माझ्या प्रोग्रेस पाहायचा असेल, तर मी लेटेस्ट ग्रेड-कार्डची कॉपी पाठवून देईन. पैसे दिलेस, म्हणून जाब विचारतेस काय? ही इकॉनॉमिक टिरनी! इथले कुणीही पालक आपण पैसे दिले, म्हणून असं दडपण आणत नाहीत! मी कुणाशी मैत्री करावी, यात तू नाक खुपसायचं कारण नाही!"

या फोननंतर तिच्या मनातल्या त्याच्याविषयीच्या भावना वठल्यासारख्या झाल्या होत्या. हा असाच बेछूट वागत राहिला, तर उद्या याला एखादी चांगली मुलगी कशी मिळणार? मुलगी देणारेही मुलाची चौकशी करणारच!

आता त्यानं तुझी सून ठरली आहे, म्हणून फोनवर सांगताच यानंतर तो भारतात यायची शक्यता शंभर टक्के नष्ट झाल्याचं तिला जाणवलं. तरीही तिनं चौकशी केली,

"कुठली आहे?"

"मूळची भारतातलीच. माझी कॉलेजमेट होती. रश्मि सिंग तिचं नाव. माझ्यापेक्षा तीन वर्षं पुढं होती. मध्येच शिक्षण सोडून ती मुंबईला मॉडेल होण्यासाठी म्हणून गेली. काय फिगर आहे! अमेरिकेतली कुठलीही गोरी मुलगी तिच्यापुढं कचरा आहे! मिस् इंडिया म्हणून निवडून आली होती. मियामी बीचवरच्या मिस् युनिव्हर्स स्पर्धेसाठी ती इथं आली. रनर-अप राहिली. पण तिच्या फिगरवर अमेरिकेतल्या ॲड-कंपन्या फिदा होऊन गेल्या आहेत! इथल्या ॲडच्या क्षेत्रात तिनं धमाल उडवून दिली आहे!–मॉम- मॉम! ऐकतेस ना?"

"हं... बोल..."

"मॉम, तुला आवडलं नाही, हे मला ठाऊक आहे. पण तू सगळं ऐकून तर घे–आता तीच एक ॲड-कंपनी पार्टनरशिपमध्ये चालवत आहे. भरपूर पैसा केला

आहे! तिचं मन किती चलाख बिझनेस-माईंड आहे, ठाऊक आहे? तिनं इथल्या एका गोऱ्या माणसाशी लग्न केलं होतं. आता त्याच्याशी तिचा डायव्होर्स झाला आहे.''

''अरे! भारतात तुला एक बायको मिळाली नसती, असं तुला वाटतं काय?''

''लुक, मम्मी! तू हा प्रश्न विचारशील, हे मलाही ठाऊक होतं. आता मी इथं एका कंपनीत नोकरीला लागलो आहे. उत्तम नोकरी आहे! मला इशारा देण्यात आला–तुला केवळ शिक्षणासाठी व्हिसा दिला आहे–नोकरी करून स्थायिक व्हायला नव्हे–बऱ्या बोलानं गेला नाहीस, तर उचलून इंडियाच्या विमानात फेकून देऊ! पण जर मी इथल्या ग्रीन कार्ड असलेल्या स्त्रीशी लग्न केलं, तर ते मला काहीही करू शकत नाहीत. तुझ्या इंडियामधल्या कुठल्याही मुलीमध्ये मला अमेरिकेचं ग्रीन कार्ड मिळवून द्यायची शक्ती नाही! रश्मीमध्ये मात्र ती ताकद आहे!''

''पण ती तुझ्यापेक्षा मोठी आहे ना?''

''होय–तीन वर्षांनी मोठी आहे! म्हणून काय बिघडलं? इंडियामधला जुनाट नियम तो! खरं तर, आपल्यापेक्षा पक्व असलेल्या स्त्रीच्या सान्निध्यात जास्त विश्वास वाटतो. माझा स्वतःचाच अनुभव आहे हा. भरपूर गर्लफ्रेंडस्‌बरोबर मी अनुभव घेतलाय्! एका मोठ्या कागदावर प्रत्येकीचं नाव, माप, वय, तिच्याबरोबर किती दिवस काढले- तिला किती मार्कस् देता येतील, याचा एक तक्ताच केला मी! त्यात इतर मुलींना वीस ते पंचेचाळीसपर्यंत मार्क्स मिळताहेत. आणि रश्मीला? मॉम–ऐंशी मार्कस् मिळालेत तिला! मी तुझाच मुलगा आहे! अतिशय डिफिकल्ट एक्झामिनर! मला मदत करण्यासाठी म्हणूनच ती या लग्नाला तयार झाली! इतकी परोपकारी आहे! बरं, तू लग्नाला येणार आहेस, की तिथूनच आशीर्वाद देणार? कारण उद्याच लग्नाचं सर्टिफिकेट सादर केलं, की या देशातल्या लोकांना काहीही करता येणार नाही!''

''म्हणजे उद्याच लग्न करणार?''

''होय, मम्मी–''

''आधी तिनं एका गोऱ्या माणसाशी लग्न केलं होतं ना? तेही ग्रीन कार्डासाठी केलेलंच लग्न होतं ना?''

''मॉम्, इतरांच्या पर्सनल गोष्टींत आपण कशाला फारस लक्ष घालायचं?–''

यानं केवळ कळवण्यासाठी फोन केलाय्–आमंत्रण द्यायला नव्हे–तिला आतून रडू आलं, तरी त्याच्यापुढं मनाचा कमकुवतपणा दाखवू नये, म्हणून तिनं रिसीव्हरवर हात ठेवून, हुंदका देऊन मनावरचा ताण हलका केला.

''मॉम्, ऐकू येतंय् ना? इंडियातल्या फोनची मध्येच नाडी बंद पडते–मध्येच हार्टही थांबतं–मम्मी, तुझा देश पुढं यायला शंभर वर्षं तरी पाहिजेत! अर्थात त्या

वेळेपर्यंत आम्ही अमेरिकेतील माणसं केवळ सूर्यग्रहमालाच नव्हे, भोवतालच्या ग्रह आणि उपग्रहांवर राज्य करत असू!...''

''बाळ–अनुप, अरे, मला टॉयफॉईड झाला होता, तीन आठवडे नर्सिंग होममध्ये ठेवलं होतं–अजूनही अशक्तपणा जाणवतोय्. तू मात्र इथं कुणीही नसल्यासारखा तिथं–''

''टॉयफाईड म्हणजे पाणी आणि आहारातून प्रसार पावणारा रोग आहे. मम्मी, इथं मात्र प्रत्येक आहार, पाणी खाद्य-पदार्थ नीट तपासल्याशिवाय विकायची परवानगीच देत नाहीत! इथं अशा रोगांचा प्रसार दूर राहिला–हे रोग निर्माणच होऊ देत नाहीत. तुला मी इथून भारी शक्तीच्या गोळ्या पाठवून देईन–त्या घे–''

याला आपली भावनाच समजत नाही.

''बरंय् तर, मम्मी! आता ठेवतो. इंटरनॅशनल कॉलचे दर फारच वाढले आहेत''–म्हणत त्यानं फोन ठेवला.

आता मात्र त्याला ऐकू जायचा प्रश्न नसल्यामुळं ती कुठल्याही दडपणाशिवाय रडू लागली. रडतारडता छातीत कसं तरी होऊन तिला गळल्यासारखं वाटू लागलं. हे योग्य नाही. आपण रडता कामा नये–डॉक्टरांनी सांगितलंय्. पण जिवाला जपून तरी काय करायचं? उद्या त्याचं लग्न! मी आजच मेले आणि त्याला त्यामागचं कारण समजलं, तर त्याला चांगला धडा मिळेल! पण मी मेल्यावर कुणाला धडा मिळून मला काय होणार आहे, म्हणा.

त्या रात्री वर्ग संपवून ब्रह्मचारी शीतलच्या घरून परतल्यावर तिनं त्यांच्यापुढं सगळं सांगून मन हलकं करायचं ठरवलं. थोडं हलकं वाटेल. एवढ्या दिवसांत त्यांनी तिला कधीही काहीही विचारलं नव्हतं.

रात्री जेवताना तिनं आपण होऊनच विषय काढला,

''अनुप हुशार आहे, चुणचुणीत आहे, हे खरं! पण... '' म्हणत तिनं त्याचं त्यानं ग्रीन कार्डसाठी लग्न ठरवलं, इथपर्यंतचं सारं सांगितलं.

सारी हकीकत ऐकत असताना रामचंद्र ब्रह्मचारींच्या चेहऱ्यावर अनुकंपा दिसत होती. सारं ऐकल्यावर ते म्हणाले,

''त्या देशाच्या संस्कृतीचा तो स्वभाव आहे.''

दुसऱ्या दिवशी जेवताना त्यांनी आपण होऊन सांगितलं,

''दिवसातला आणखी थोडा वेळ तुम्ही ध्यान करण्यात घालवा. त्यातली आणखी एक पायरी आहे–मी शिकवेन ती. केवळ आपल्या पोटी जन्मला, म्हणून केवळ त्यालाच आपला मुलगा मानण्याऐवजी सगळे सजीव आपली मुलं आहेत,

ही भावना वाढवायचा प्रत्यत्न करायला पाहिजे. त्यामुळं मनात निर्माण होणारी निराशा आणि हताश भावना कमी होईल. हळूहळू पूर्णपणे नष्ट होईल.''

तिला एक नवा मार्ग दिसल्यासारखं वाटलं. त्यांनीच पुढं सांगितलं,

''आजारातून उठल्यापासून तुमची पहिल्यासारखी ध्यान-साधना होत नाही. त्यामुळं आणखी ध्यान करून तुम्ही तुमची मनःशक्ती पूर्ववत आणा.''

दुसऱ्या दिवशी तिनं शीतलला फोन करून संध्याकाळी, थोडा वेळ का होईना, भेटायला येऊन जायला सांगितलं. त्याप्रमाणे शीतल कांतीच्या हवानियंत्रक ऑफिसमध्ये भेटायला आली, तिनं अनुपचं लग्न, त्याचा फोन आणि त्यानंतर रामचंद्र ब्रह्मचारींशी झालेलं बोलणं शीतलला सांगितलं.

सारं ऐकून शीतलही हळुवारपणे कांतीला म्हणाली,

''कांती, यातलं तू काहीही मनाला लावून घेऊ नकोस. तुला तुझ्या प्रकृतीचीही काळजी घेतली पाहिजे. ब्रह्मचारी म्हणतात, तेही अगदी खरं आहे! मीही आहेच ना! हवं तर मला तुझी मुलगी समज. खरोखरच तुला मुलाऐवजी मुलगी असती, तर तिनं तुला असं सोडलं नसतं–मुलींना माया अधिक असते–''

कांतीला शीतलचं बोलणं ऐकून गहिवरून आलं. ती उठून शीतलपाशी येऊन भावुकपणे म्हणाली,

''तू माझी लेक नव्हे- आईच!''

दुसऱ्या दिवशीही शीतल भेटायला आली. त्या वेळी तिनं कांतीला एक सल्ला दिला,

''हे पाहा, तुझी मिळकत आणि तुझी संपत्ती यांविषयी काही बोलायचा मला अधिकार नाही–पण तरीही मला काय वाटतं, ते मी तुला सांगते. यानंतर अनुप अमेरिकेहून इथं येणार नाही, यात काहीच शंका नाही. अकस्मात तुला काही झालं, तर तुझी संपत्ती सरकार तिकडं जाऊ देणार नाही. शिवाय तुझ्या कुठल्याही भावनेची कदर न करता तुला पायातल्या चपलेसारखं वागवणाऱ्या मुलाला ही संपत्ती तरी कशाला द्यायची? तू तुझं वुईल तयार करून ठेव. तुझ्या माघारी तुझी सारी संपत्ती ध्यान-योग-ट्रस्ट नावाचा ट्रस्ट करून त्याला जाईल, असं पाहा. त्यासाठी फक्त रामचंद्र ब्रह्मचारी एकमेव ट्रस्टी राहतील. तुझं घर त्यांचं ऑफिस होईल. ब्रह्मचारी तुझा प्रत्येक पैसा ध्यान-योगासाठीच खर्च करतील. वुईल केल्यावर तुझ्याही मनाला समाधान वाटेल.''

कांती सारं ऐकून उद्विग्न झाली. पण लगेच वाटलं, हेच योग्य होईल. एकीकडे तिला हलकंही वाटलं. आपल्या पैशाचा आपल्या पश्चात याहून चांगला

विनियोग काय होऊ शकेल?

नंतर चार दिवस उठता–बसता हाच निश्चय पुन्हा–पुन्हा दृढ होत होता. त्या रास्कल कार्ट्याला एक नवा पैसाही देता कामा नये! या भावनेचं आणि विचाराचं ओझं पेलणं अशक्य होऊन तिनं एक दिवस सारं ब्रह्मचारींच्या कानांवर घातलं.

सारं शांतपणे ऐकूनही ते उत्साहित झाले नाहीत. त्यांनी विचारलं,

"ध्यान-योग शिकवण्यासाठी पैसा आणि इमारत कशाला हवी? शिकणारे आणि शिकवणारे असतील, तर पुरे!"

ती म्हणाली,

"केवळ मुलं आणि शिक्षक असतील, तर शाळा सुरू होईल काय? देऊळ का बांधतात? आत प्रवेश केल्यावर भक्ती निर्माण व्हावी, म्हणूनच ना? ध्यान-योगासाठीही योग्य इमारत असणं चांगलं. कुणाच्याही घराचे हॉल ध्यान-गृह कसे होतील? इथली मधली भिंत काढून भिंतींना संगमरवर बसवून उत्तम ध्यान-मंदिर तयार करून देईन मी!–"

यावर ते काहीही बोलले नाहीत. त्यांच्या स्वभावाचा परिचय असल्यामुळं तीही गप्प बसली. लगेच ते कदाचित मान्य करणार नाहीत. पण हळूहळू मी त्यांना पटवून देईन. आवश्यकता भासली, तर शीतललाही सांगायला लावेन.

◆

एक दिवस तिच्या ऑफिसमध्ये सचिवालयातून एक फोन आला.

"मॅडम, मी बहलसाहेबांचा पी.ए. बोलतोय्. आज तुम्ही साहेबांना भेटायला यायचं आहे. दुपारी तीन वाजता. जमेल ना? मी आजचे त्यांचे कार्यक्रम आखत आहे."

या बहलच्या निरोपावर तिनं काही म्हणायचा प्रश्नच नव्हता. परदेश-व्यापाराशी त्याचा अगदी निकटचा संबंध. आज्ञाधारकतेमध्ये अगदी कणभर कमतरता जाणवली, की लायसेन्स रद्द झालंच! मग कुठल्या तरी किरकोळ नियमावर बोट ठेवून, फॅक्टरीवर जप्ती आणून, बंदिवान करायची त्याची ताकद सगळ्यांना ठाऊक होती– कांतीलाही ठाऊक होती. त्यामुळं क्षणही न दवडता आपण येत असल्याचं तिनं कळवलं.

पण बहलनं का बोलावलं असेल आपल्याला? हार्ट-ॲटक येऊन गेल्यानंतर– त्याहीपेक्षा घराचं रूपांतर योग-ध्यानाच्या वर्गात झाल्यापासून तिचं आपल्या बरोबरीच्या छोट्या उद्योजकांमध्ये वावरणं पूर्णपणे बंदच झालं होतं. नाही तर यामागचं कारण पटकन लक्षात आलं असतं.

आपल्याप्रमाणे त्यानं इतरही छोट्या-मोठ्या उद्योजकांना निरोप पाठवले असतील– त्यांना फोन करून–कशाला एवढं सगळं करायचं? ठरलेल्या वेळी ऑफिसमध्ये गेल्यावर आपोआपच समजेल.

सव्वा तीन वाजता ती त्याच्या पी.ए.च्या खोलीत दाखल झाली. बहलचे चारही पी. ए. तिच्या चांगल्या ओळखीचे होते. चौघंही परस्परांशी पंजाबीमध्ये बोलत होते. म्हणजे बहल ऑफिसमध्ये दिसत नाही–

तिला पाहताच त्यांनी बोलणं थांबवलं. त्यांच्यापैकी किशनलाल नावाचा एकजण आदर दर्शवत तिला म्हणाला,

"मॅडम, या खोलीत या. सोफ्यावर बसा. साहेब फायनान्स मिनिस्टरांकडे गेले आहेत. चहा-कॉफी घेता? नाही तर कोल्ड ड्रिंक?"

तिनं आत जाऊन पाहिलं. तिथं तिच्या अपेक्षेप्रमाणे आणखी सात-आठ जण बसले होते. तिथला शा हुसेन पाकिस्तानला माल पाठवत होता. तिची ओळख पटताच त्यानं नम्रपणे आदाब केला. अमृतचंद्र जैन नावाचा सोन्याच्या दागिन्यांचा निर्यातदारही तिच्या ओळखीचा होता. तिला पाहताच तो उठून तिच्यापाशी येऊन बसला आणि गप्पा मारायला सुरुवात केली,

"काय, कांतीजी! किती दिवसांत दर्शन नाही!"

गप्पा मारतामारता बहलनं का निरोप पाठवला असेल. याचाही विषय निघाला. जैननं सांगितलं,

"अर्थात माझा फक्त अंदाज आहे–निवडणुकीसाठी फंड गोळा करायला!"

सव्वा चार वाजता बहल माघारी आला. पी. ए. एकेकाला आत पाठवू लागले. साडेपाच वाजता कांतीचा नंबर आला. तिला पाहताच बहल म्हणाला,

"आईये–आईये, कांतीजी! आपलं दर्शन होऊन किती तरी दिवस झाले ना! निरोप पाठवल्याशिवाय यायचं नाही, असा निश्चय केला, की काय?"

त्यांनी बसल्या जागेवरून हात पुढं केला. तिला त्या भल्या मोठ्या टेबलावर वाकून त्याच्याशी हस्तांदोलन करावं लागलं. तीही मंद मोहक हसत म्हणाली,

"भरपूर कामांत असलेल्यांना उगाच त्रास देणं बरं नाही. खरं, की नाही?"

"अशा का दिसता? केस विरळ झालेत–पांढरेही झालेत. प्रकृतीही उतरली आहे! बरं नव्हतं? डोक्यावरच्या टकलावरही केस उगवतील, अशा औषधाचा अलीकडे शोध लागलाय्! अजून ते इथं आलं नाही–पण फ्रान्स–जर्मनीमध्ये बाजारात आलंय्. मागवून का घेत नाही?"

त्याच्या अघळ-पघळ बोलण्याचा तिला राग आला. पण तो चेहऱ्यावर न दाखवता ती म्हणाली,

“विशिष्ट वयाला टक्कल आणि पांढरे केसच विशेष शोभा आणतात!”

“हे बायकांना लागू पडत नाही. त्यातही उच्च समाजातल्या सुंदर महिलांच्या बाबतीत तर मुळीच नाही! बरं–बसा. तुम्हांला इथं का बोलावून घेतलं, ते सांगतो. हे फक्त आपल्यांतच राहू द्या. आणखी कुणालाही समजू देऊ नका. विरोधी पक्ष आणि वृत्तपत्रवाले कुत्र्यासारखे असल्या बातम्यांच्या मागावर असतात! आम्ही निवडणूक-फंड गोळा करत आहोत. तुम्ही उदारपणे त्याला मदत करायला पाहिजे.”

“निवडणुका? पण तसं कुठचं वारं नाही. वृत्तपत्रांतही काही बातमी नाही...”

“तेच तर! अचानक निवडणुकीची घोषणा करून विरोधी पक्षांचा गोंधळ उडवून द्यायचा प्लॅन आहे मॅडमचा! बोला, तुमचा आकडा काय?”

“तुम्हीच सांगा. मी काही फारं मोठं प्रकरण नाही, हे तुम्हांलाही ठाऊक आहेच!”

“तुमचा व्यापार-फायदा–सगळे हिशेब सरकारला ठाऊक आहेत. सगळे हिशेब करून आम्ही किती जमवायचे, त्याची आम्हांला वरून ऑर्डर आहे. यात मला कणभरही स्वातंत्र्य नाही. तुम्ही दोन लाख द्या...”

“दोन लाख?” कांती घाबरी झाली.

“का? तुमच्या एवढ्या मोठ्या व्यवसायाला सरकारनं संधी दिली–त्या सरकारासाठी एवढे दिले, तर काय झालं? गरिबी घालवायची असेल, तर पुन्हा हेच सरकार आलं पाहिजे. ‘गरिबी हटाव’ पटलं नाही का तुम्हांला? मिळवलेलं सारंच आपण ठेवून घेतलं, तर देवाच्या दरबारी तरी चालेल का? ऑल राईट! आणि पैसे रोख हवेत. एक आठवडा पुरेसा आहे ना?”

भाषा नरम असली, तरी हा हुकूम असल्याचं तिच्या लक्षात आलं. पुन्हा तोच म्हणाला,

“बरं तर! आणखी बरीच माणसं वाट पाहताहेत. पुन्हा आठवड्याभरात भेटणार आहोतच ना?”

लिफ्टमधून खाली उतरताना तिला बदललेल्या परिस्थितीमधला फरक तीव्रपणे जाणवला.

गेल्या निवडणुकीच्या वेळी याच बहलनं विनंती केली होती. चेहऱ्यावर संकोच होता. सारा प्रकार आडोशानं झाला होता. त्या वेळी दिलेल्या दहा हजारांसाठी त्यानं अत्यंत नम्रपणे आभार मानले होते. आता मात्र तसं नाही. अधिकाराचा दर्प प्रत्येक हालचालीतून स्पष्टपणे दिसतो. त्यानं सहजपणे काही सांगितलं, तरी तो हुकूमच आहे! दर माणशी वसुली करायच्या थाटात त्यानं दोन लाख रुपये–तेही रोख–आणून द्यायची आज्ञा केली होती!

केवळ पाचच वर्षांमध्ये केवढा हा बदल!

लिफ्टमधून बाहेर येऊन कारकडे जाताना मनात येत होतं, या जुलुमापुढं का वाकायचं? पैसे दिले नाहीत, तर काय करतील? आपल्या विचाराचं तिचं तिलाच आश्चर्य वाटलं. ध्यान आणि योगामुळं हा धिक्कार करायचा विचार आपल्या मनात आला, की इतर कुठल्या कारणामुळं?

दिवसभर ती त्याच विचारात होती.

शीतल भेटताच तिनं सारी हकीकत तिच्या कानांवर घातली. शेवटी म्हणाली,

"मी पैसे देणार नाही. त्याला जे काही करायचं, ते करू दे. माझा कारखाना आणि व्यापारही बंद करू दे त्याला! मला एकटीला पुरेल, एवढं भरपूर आहे!..."

पण शीतल म्हणाली,

"कांती, तू उगाच फक्त बहलला गुन्हेगार समजू नकोस! त्याचं काय चुकलं? तो एक कर्तव्यदक्ष अधिकारी आहे, एवढंच! वरून जी आज्ञा आली आहे, तिचं पालन करतोय्. आमच्या खात्यात मीही वसूल करत आहे. कारखाना नको–उद्योग नको–पैसा देणार नाही, म्हणतोस ना? मग तुझ्यावर इन्कमटॅक्सची धाड येईल. तुझं घर-दार-पैसा सोनं-नाणं सारं घेऊन जातील. या वर्षाचा टॅक्स, मागच्या–त्याच्या मागच्या वर्षाचा टॅक्स म्हणून शुक्लकाष्ठ मागं लागलं, की दहापट दंड भरायला लावतील–जेलमध्ये पाठवतील! आजवर मिळालेलं सगळं जाऊन रस्त्यावरची भिकारीण झालीस, तरीही बाकी शिल्लक राहील! त्यांचे कायदे कसे आहेत–त्यांचा कसा फास करून जीव घेतात, हे तुला ठाऊक नाही–मला ठाऊक आहे. माझं ऐक. ध्यान करायला लागल्यापासून मलाही लाच घेणं नकोसं होतं. पण मी तसं वागायला लागले, तर ऑफिसमधल्याच नव्हे, संपूर्ण सचिवालयातील अधिकाऱ्यांच्या डोळ्यांवर येईल. मग ते सगळे एक होऊन माझ्याविरुद्ध कट करतील आणि भ्रष्टाचाराच्याच आरोपाखाली मला नोकरीवरून काढून जेलमध्ये पाठवतील! कुणाला हवंय् हे सगळं? ऑफिसचं काम ऑफिसमध्ये आणि माझी मनःशांती माझ्या घरात! दोन्ही एकमेकांत मिसळून गोंधळ का वाढवायचा?"

◆

# २४

सरकारचा त्रास असला, तरी साप्ताहिकाचा होत असलेला प्रसार रवींद्र आणि सैनीला समाधान देत होता. निकृष्ट दर्जाचा कागद, निकृष्ट दर्जाची छपाई, किती तरी वेळा भाषेतही सफाई नसायची. तरीही त्यात वाचकांना हवी असलेली माहिती असे. इतर वृत्तपत्रांमध्ये न येणाऱ्या आणि सरकार दडपून ठेवत असलेल्या बातम्या त्यात त्यांना वाचायला मिळत.

जाहिराती घ्यायच्या नाहीत, असं त्यांनी अगदी सुरुवातीलाच ठरवलं होतं. सरकार- विरोधी वृत्तपत्रात जाहिरात दिली, तर सरकारचा रोष पदरी येईल आणि आपला व्यवसाय भुईसपाट होऊन जाईल, हे प्रत्येक व्यावसायिक, दुकानदार, कारखानदार- अगदी गल्लीतल्या छोट्या चहाच्या दुकानदारालाही ठाऊक असताना जाहिराती मिळणंही सुलभ नव्हतं. त्यामुळं प्रत्येक अंकामध्ये एक निवेदन छापलं जाई, 'जाहिरातींच्या आधाराशिवाय वृत्तपत्र चालवण्याचा आमचा आग्रह असल्यामुळं अपरिहार्यपणे या वृत्तपत्राची किंमत जास्त ठेवावी लागत आहे...''

इतर नियतकालिकं विकणारे एजंट 'द फॅक्ट' ला हातही लावत नव्हते. काही किरकोळ विक्रेते जास्तीचं कमिशन घेऊन काही अंक विकत होते. किती तरी वेळा चार रुपयांचा अंक पाच-सहा रुपयांना विकला जात होता. काही वेळा काळ्या बाजारात हाच अंक सात रुपयांनाही लोक विकत घेत.

एकंदरीत देशातल्या मोठ्या शहरांमध्ये या साप्ताहिकाचा बराच प्रसार झाला होता. रवींद्रनं मध्ये एकदा थोडा डाव केला. ट्रिब्यूनचे मालक बदलले असले, तरी तिथं नोकरी करणारे बरेचसे त्याच्या जवळचे मित्रच होते. तो दिल्लीच्या संपादकाला- कंसारला- चोरून भेटला आणि त्याच्याकरवी रवींद्रनं एक संपादकीय लिहायला लावलं. 'पीत पत्रकारिता आणि सरकार' या नावानं ते संपादकीय ट्रिब्यूनच्या सर्व आवृत्त्यांमधून प्रसिद्ध झालं. त्यात लिहिलं होतं–

'पीत पत्रकारिता हा नैतिक शक्ती नसलेल्यांचा उद्योग आहे. त्यांच्याविरुद्ध न्यायालयात खटले भरले पाहिजेत-' वगैरे मजकूर सुरुवातीला अत्यंत परखड भाषेत दिला होता. त्यानंतर लिहिलं होतं :

'–पण सरकारनं इतर मार्गांनी त्यांच्यावर बंदी आणण्याचा प्रयत्न केला, तर ही वृत्तपत्रे सरकारच्या याच कामाचा मोठ्या प्रमाणात प्रचार करून स्वतःचं महत्त्व वाढवून घेतात. अनादि कालापासून आलेली एक म्हण आहे–कुत्रं भुंकलं, म्हणून देवलोक नष्ट होत नाही. सरकारनंही या वृत्तपत्राकडे दुर्लक्ष करणं अधिक चांगलं! सुज्ञ वाचक नाही तरी पीत पत्रकारितेवर विश्वास ठेवत नाहीतच. खेड्यातली बस-स्थानके, मागासलेले रेल्वे-प्रवासी या थोड्या वाचकांनी ही वृत्तपत्रे वाचूनही काही हानी होणार नाही. आपल्या विरोधी लिहिणाऱ्या वृत्तपत्रांकडे दुर्लक्ष करणाऱ्या सरकारला आंतरराष्ट्रीय पातळीवरही सहिष्णुतेची पावती मिळते...'

त्या संपूर्ण लेखामध्ये कुठंही 'फॅक्ट' चा उल्लेखही आला नव्हता.

या संपादकीयाचा अपेक्षेप्रमाणे परिणाम झाला. ते प्रसिद्ध झाल्यानंतर तीन आठवडे झाले तरी 'द फॅक्ट' ला सरकारकडून कुठलाही त्रास झाला नाही. जुन्या कटकटीही थांबल्या होत्या. सैनीनं प्रमुख वृत्तपत्र- विक्रेत्यांशी संपर्क साधला आणि त्यांना अलीकडे सरकारची वक्रदृष्टी हटल्याचं सांगून 'द फॅक्ट'च्या काही प्रती फुकट वाटायला सांगितल्या. याचा परिणाम चांगला झाला. फॅक्टला अधिक मागणी विक्रेत्यांकडूनही येऊ लागली.

'द फॅक्ट' साठी अमेरिकेहून तलवार दरमहा एक हजार डॉलर्स म्हणजे दहा हजार रुपये पाठवत होते. अर्थात ही गोष्ट सरकारला समजू नये, म्हणून बरीच काळजी घेतली जात होती. तलवार अमेरिकेतल्या एका व्यापाऱ्याकडे हे पैसे देत. दिल्लीमधला एखादा व्यापारी रवींद्र किंवा सैनीला दहा हजार रुपये आणून देत असे. दोन हजार पगाराचे दोन आणि दीड-दीड हजार पगाराचे दोन असे चार तरुण उत्साही उपसंपादक नेमण्यात आले. राहिलेले तीन हजार रुपये पेट्रोलवर खर्च होत होते. कुणीही आपल्याला पगार मिळत असल्याचं सांगत नव्हतं. कामाचा अनुभव हवा, म्हणून आम्ही इथं बिनपगारी काम करत आहोत, असंच ते सांगत होते. तलवारांकडून येणाऱ्या पैशांविषयी रवींद्र आणि सैनी वगळता आणखी कुणालाही ठाऊक नव्हतं.

त्याशिवाय तलवारांनी रवींद्रला अमेरिकेतल्या 'द सन' या वृत्तपत्राच्या दिल्लीच्या वार्ताहराचं काम मिळवून दिलं होतं. भारतातल्या मुख्य बातम्या थोडक्यात लिहून पाठवणं हे त्याचं काम होतं. ते त्यासाठी त्याला दरमहा चारशे डॉलर्स देत होते. चार हजार रुपयांमुळं रवींद्रचं रोजचं जीवन सुरळीत चाललं होतं.

तरीही तो अजूनही वृत्तपत्राच्या ऑफिसमध्येच झोपत होता. त्यामुळं त्याचा कामावर येण्या-जाण्याचा वेळ आणि खर्च वाचत होता. त्यामुळं तो चोवीस तास वृत्तपत्राचं काम करू शकत होता.

'द फॅक्ट' चे अंक तलवारांनाही पोहोचवले जात होते. वॉशिंग्टन पोस्टचा

दिल्लीतला वार्ताहर हे काम बिनबोभाट करत होता. त्यानं आपल्या ऑफिसमध्ये पाठवल्यावर तलवार ते अंक घेऊन जात होते.

तेही रवींद्रला पत्रं लिहीत. दिल्लीमध्ये या वृत्तपत्राशी निगडित असे वीस-पंचवीस लोक होते. त्यांच्यापैकी एखाद्या पत्त्यावर तलवार रवींद्रचं पत्र पाठवत आणि ती माणसं पाकीट न फोडता ते पत्र रवींद्रपर्यंत पोचवत.

खरं तर, या पत्रांमध्ये कुठलीही रहस्यमय बातमी नसे. पण 'फॅक्ट' शी संबंधित असलेलं कुठलं कागदपत्र सरकार मध्येच नष्ट करायची शक्यता होती.

तिथं गेल्यावर महिन्याभरानं तलवारांनी लिहिलं होतं,

'भारतीय वृत्तपत्रे परदेशांत आपले वार्ताहर ठेवतात, तो केवळ शोभेचाच प्रकार आहे, असं मला वाटतं. आम्ही इथं काय करतो? टी. व्ही. पाहतो- इथली वृत्तपत्रं पाहतो–प्रेसक्लबमध्ये इथले स्टेट विभागाचे अधिकारी दिवसातून दोनदा बातम्यांचे कागद वाटतात- ते घ्यायचे. त्यातल्या आपल्या देशाशी संबंधित असलेल्या बातम्यांना खुणा करायच्या, अधून-मधून आपल्या देशाच्या राजदूतांच्या ऑफिसला भेट द्यायची, आपलं सरकार आणि इथलं सरकार यांच्यामधली जी बातमी भारतीय वृत्तपत्रात यावी, असं त्यांना वाटतं, ती बातमी वेगळ्या भाषेत आपल्या भारतातल्या वृत्तपत्राकडे पाठवून द्यायची. इथं आपण होऊन एखादी बातमी गोळा करून पाठवणं आम्हांला मुळीच शक्य नसतं. भारतातल्या परदेशी वृत्तपत्रांच्या वार्ताहरांना तिथं जितक्या लवकर वरिष्ठांची अपॉइंटमेंट मिळू शकते, तशी इथं दिली जात नाही. भारतातल्या वृत्तपत्रांत आपल्याविषयी काय येईल, याविषयी त्यांना मुळीच आस्था नसते. पण आपल्याकडे नेमकं याच्या विरुद्ध आहे. आपल्याविषयी इथं बोटभर लिहून आलं, तरी त्यांना धन्य-धन्य वाटतं!. .

–भारतातल्या विदेशी पत्रकारांना भरपूर पैशाचं बळ असतं. इथून त्यांना सूचना असते–कितीही पैसा खर्च झाला, तरी बातमी मिळवा! शिवाय त्यांच्या एका डॉलरची इथं दहा रुपये किंमत. त्यामुळं ते सहजपणे भारतीय वार्ताहराला दहा हजार रुपये देतात आणि अत्यंत महत्त्वाची ताजी बातमी विकत घेऊन सर्वप्रथम बातमी दिल्याची कीर्तीही गिळंकृत करतात! या उलट, तिथले दहा रुपये खर्च करून इथला एक डॉलर मिळवून–म्हणजे एक कप कॉफीची किंमत!–तो कुणाला देऊन काय बातमी मिळवणार? इथंही बातम्या विकणारे वार्ताहर हवे तेवढे आहेत–पण त्यांचा व्यवहार दहा-वीस हजार डॉलर्समध्ये असतो! आम्ही कुठून त्यासाठी एक-दोन लाख रुपये आणणार? एवढं करून त्या बातम्यांचं भारतात महत्त्व तरी काय? इथल्या भारतीय वार्ताहरांना स्वत:ची कार ठेवणंही परवडत नाही. वेळप्रसंगी शिकागो, लॉस एंजिल्स, सिॲटल्, डलास या ठिकाणी जाऊन येण्यासाठी सुद्धा त्यांच्याकडे पैसे नसतात. इथं मला मिळणारा पगार तिथल्या मुख्य संपादकाच्या

दुपटीएवढा असला, तरी इथल्या स्टील-कारखान्यातला कामगारापेक्षा तो कमी आहे. इथं माझा पगार पाठवताना त्यांना दरमहा रिझर्व्ह बँकेची परवानगी घ्यावी लागते– त्यांना त्यात उशीर झाला, की मला इथं घराचं भाडं देणंही कठीण होऊन बसतं!...'

आणखी एका पत्रामध्ये त्यांनी लिहिलं होतं–

'कुणाशी तरी मनातलं हितगूज करावं, म्हणून मी तुला पत्रं लिहीत असतो. पण आपल्या नियतकालिकासाठी मी काहीही लिहू शकत नाही, हे माझं फार मोठं दुःख आहे. माझ्या पत्रांमधला कुठलाही भाग तू थोडा-फार बदलून आपल्या पेपरसाठी वापरू शकतोस. आमच्या अमेरिकेतील वार्ताहराकडून किंवा एखाद्या अमेरिकेत वृत्तपत्रामधून–अशी काही तर पुस्तीही जोडता येईल. इंडियन व्हॉईसच्या लोकांना माझं नाव समजता कामा नये, एवढंच!...'

तिथं गेल्यानंतर दुसऱ्या महिन्यात त्याचं एक पत्र आलं होतं. त्यात लिहिलं होतं,

'वॉशिंग्टनजवळ माऊंट वेर्नन नावाचं गाव आहे. तिथं जॉर्ज वॉशिंग्टन आपल्या अध्यक्ष-पदावरून खाली उतरल्यावर फिलाडेल्फियाहून येऊन आपल्या ज्या घरात-शेतात राहिला, ते घर-शेत इथंच आहे. मी तिथं गेलो होतो. त्याचं घर, घोड्याचा पागा, घोडा-गाडी, स्वयंपाक-घर–सारं काही जसंच्या तसं राखून ठेवण्यात आलं आहे. तिथल्या फोटोंचा एक सेट वेगळ्या पोस्टानं पाठवत आहे.—'

—इथली मला विशेष जाणवलेली गोष्ट सांगतो. आजवर आपल्याकडे जॉर्ज वॉशिंग्टनवर बरंच लिहिलं असलं, तरी त्याच्या चरित्रातल्या एका भागाकडे आपण पुन्हापुन्हा लक्ष दिलं पाहिजे आणि इतरांचंही वेधलं पाहिजे. डल्वेअर युद्धामध्ये वॉशिंग्टननं पुढाकार घेतला नसता, तर शास्त्रशुद्ध युद्ध-शिक्षण नसलेले अमेरिकन्स ब्रिटिशांपुढं हरले असते, यात शंका नाही. अमेरिकेचं स्वातंत्र्य ही केवळ स्वप्नातलीच गोष्ट राहिली असती.

ही कृतज्ञता व्यक्त करण्यासाठी तिथल्या प्रजेनं त्यांची पहिला अध्यक्ष म्हणून निवड केली. प्रजासत्ताक राजवटीचं महत्त्व ठाऊक नसलेला तो काळ आणि माणसं! त्यामुळं बहुसंख्य लोकांना वॉशिंग्टनला राजा करावं, असं वाटत होतं. त्यांनी तसा जल्लोशही केला. पण त्यांना वॉशिंग्टननं समजावलं,

'तुम्हांला वेड लागलंय्, की काय? दुसरा राजा तयार करण्यासाठी तुम्ही ब्रिटिश राजाला नाकारलंत का?'

त्याला आजीव अध्यक्ष करावं, असा आवाज त्याच्या काही मित्रांनी उठवला. यावरही त्यानं बजावलं,

'तुम्ही काय सांगताहात, त्याचा अर्थ तुम्हांलाच समजत नाही. जो आजीव त्या खुर्चीवर बसेल, तो स्वतः तर निरंकुश होईलच, शिवाय तो वंशपरंपरेनंही आपल्याच

घराण्यात राहील, याची व्यवस्था करेल.'

आपला कालावधी संपताच त्यानं दुसरा अध्यक्ष निवडायला सांगितला आणि सांगितलं,

'नव्या अध्यक्षांना माझ्या सल्ल्याची गरज वाटली, तर मी माझ्या खेड्यातल्या घरातून बाहेर येऊन त्यांना हवी तेवढीच मदत करून, पुन्हा खेड्यात निघून जाईन!'

त्यानंतर तो इथल्या घरात राहिला.

इथं आल्यावर जेव्हा हे माझ्या वाचनात आलं, तेव्हा मी अवाक् होऊन गेलो. अमेरिकेला पहिला अध्यक्ष मिळाला, तोच केवढा महान होता!

आपल्याकडे पंडितजींच्या रूपानं स्वतंत्र भारताला पहिलं नेतृत्व मिळालं. सुशिक्षित-सुसंस्कृत वगैरे सगळं ठीक आहे–पण मरेपर्यंत त्यांनी आधिकाराची खुर्ची सोडली नाही, हेही तितकंच खरं आहे! बासष्ट साली झालेलं चीनचं आक्रमण हा पंडितजींच्या अविवेकीपणाचा परिणाम, हे सगळ्यांना ठाऊक आहे. पश्चिमेकडे कुठल्याही प्रजासत्ताक राजवट असलेल्या देशात अशा अविवेकी पंतप्रधानाला दोन तासही खुर्चीवर बसू दिलं नसतं! पुढं पुन्हा त्या खुर्चीवर निवडून यायचा प्रश्नच नाही! पण आपल्याकडे काय झालं? खेड्या-पाड्यांमधून आणि गावा-गावांमधून भित्तिपत्रं लावण्यात आली. घोषणा दिल्या गेल्या–मिरवणुकीही निघाल्या. चीननं पंडितजींना धोका दिला–चिनी माणसं विश्वास ठेवायला लायक नाहीत–वगैरे वगैरे. लोकांचं मन प्रजासत्ताकाच्या जबाबदारीपासून वेगळ्याच दिशेला भरकटलं जाईल, याची काळजी घेण्यात आली. कामराज प्लॅन केला आणि पंतप्रधानपदासाठी आपल्याहून कुणीही मोठं होऊ नये–फक्त आपली मुलगीच मोठी व्हावी, हाही हेतू त्यांनी साध्य करून घेतला. आता त्यांची मुलगीही आपलं सिंहासन आपल्या मुलाकडेच कसं जाईल, यासाठी खटपट करत आहे!

का बरं भारताच्या पंतप्रधानानं फक्त एकदा किंवा दोनदाच त्या पदावर राहावं, असा कायदा केला नाही? कुणी हा मुद्दा मांडलाच, तर 'आपलं ब्रिटिश पद्धतीचं प्रजासत्ताक राज्य आहे–तिथं अशा प्रकारचा कायदा नाही–' म्हणून वाद घातला जातो. आपण आपल्या प्रजासत्ताक पद्धतीमध्ये काही चांगल्या अमेरिकन गोष्टी का घेऊ नयेत? पुत्रप्रेम, आपलं सारं आपल्या मुलालाच मिळालं पाहिजे, 'आत्मा वै पुत्र नामासि' हा भारतीय मनाचा गुणधर्म आहे. पाश्चिमात्यांनी मात्र यातून स्वत:ची बऱ्याच अंशी सुटका करून घेतली आहे–त्यामुळंच इथं लोकसत्ताक राजवट रुजली आहे. आपल्या देशात स्वत:ला त्या अर्थी स्वतंत्र ठेवणारा एकुलता एक राजकारणी म्हणजे लाल-बहादूर शास्त्री! पण आपलं दुदैव-ते लवकर वारले–''

आपणही जॉर्ज वॉशिंग्टनचं चरित्र वाचलं पाहिजे, असं रवींद्रला तीव्रपणे वाटलं.

दोन दिवसांनंतर तलवारांनी पाठवलेले फोटोही देऊन पोहोचले. एका भारतीय वार्ताहरानं माऊंट वेर्ननला भेट दिली आणि त्याच्या मनात हे विचार उमटले–अशा प्रकारचं रूप देऊन रवींद्रनं तलवारांचं संपूर्ण पत्र 'द फॅक्ट' मध्ये छापलं. ते प्रसिद्ध झाल्यावर चौथ्या दिवशी त्याच्या ऑफिसमध्ये दोन पोलीस अधिकारी आले. त्यांनी सांगितलं,

"काही बाबतींत आम्हांला चौकशी करायची आहे–पोलीस स्टेशनवर या."

या वेळेपर्यंत रवींद्रनं अशा बाबतीत कायदा काय म्हणतो, याविषयी बरीच माहिती मिळवली होती. त्यांच्या नियतकालिकाविषयी विशेष आस्था असणाऱ्या वकिलांनी त्याला प्रत्यक्ष ग्रंथामधले त्या संदर्भातले कायदे वाचून दाखवले होते आणि त्यातले बारकावेही समजावून सांगितले होते. पोलीस, म्युनिसिपालटी आणि कर-खातं यांच्याकडून सरकार कटकट करायचा प्रयत्न केला, की हेच वकील फी न घेता त्यांच्या बाजूनं खटला चालवत.

आताही रवींद्रनं उत्तर दिलं,

"माझ्यावर तुमचा काय आक्षेप आहे? कुठल्या संदर्भात तुम्ही मला बोलावताहात?मला सगळं लेखी द्या. मग मी काय करायचं, ते बघेन."

पोलीस अधिकाऱ्यांचा सुरुवातीचा उत्साह ओसरला. त्यांना रवींद्रच्या उत्तराचा राग आला. त्यांनी वृत्तपत्र दाखवत विचारलं,

"यामध्ये तुम्ही राष्ट्रशिल्पी नेहरूजींविषयी छापलंय् ना? तो लेख कुणी लिहिलाय्?"

"मी ते सांगितलंच पाहिजे, असं नाही. आमच्या व्यवसायाचीही काही रहस्यं आम्हांला पाळावी लागतात?"

"असं म्हणून तुम्ही हवं ते खोटं-नाटं छापू शकता?"

"कुठल्याही लायब्ररीतलं जॉर्ज वॉशिंग्टन यांचं चरित्र वाचलं, तरी सत्य काय, ते समजू शकेल. आम्ही प्रसिद्ध केलेल्या लेखामध्ये मोहरीएवढंही खोटं नाही. नियमितपणे वृत्तपत्र वाचणाऱ्याला त्यामध्ये नेहरूंविषयी जे काही लिहिलं आहे, तेही खरं आहे, हे समजेलच."

त्या दोघांपैकी एकजण म्हणाला,

"राष्ट्रनायकाविषयी असं छापणं म्हणजे राष्ट्रशक्तीवर वार केल्यासारखं आहे. हे राष्ट्रविरोधी काम आहे. या मुद्द्यावर तुमच्यावर खटला भरता येईल. अटकही करता येईल. ठाऊक आहे ना?"

"मी माझ्या वकिलांना बोलावून घेतो–त्यांच्याशी तुम्हांला कायद्याविषयी जे काही बोलायचं आहे, ते बोला–" म्हणत तो टाईपरायटरवर कागद लावू लागला.

नाइलाजानं दोघंही तिथून निघून गेले.

तलवारांनी आणखी एका पत्रामध्ये लिहिलं होतं,

'आपल्या देशाबाहेर येऊन–त्यातही प्रजासत्ताक राजवटीचं अनुष्ठान असलेल्या या देशामध्ये राहून–स्वदेशाचा विचार करताना त्याचे इतरही अनेक पैलू नजरेला पडतात. पण म्हणून किती दिवस परदेशात राहायचं? इथं राहून चिंतन करणं शक्य आहे. खरा-खुरा संघर्ष करायचा आहे, त्याला तिथंच त्याच मातीत राहून तो संघर्ष केला पाहिजे. खूप वेळा वाटतं, ही नोकरी सोडून यावं आणि दिल्ली-मुंबई-बेंगळूर-मद्रास अशा महत्त्वाच्या गावांमध्ये घुसून नव्या-नव्या बातम्या मिळवाव्यात, असा प्रचंड मोह मनाला होत असतो.

इथं आल्यापासून बऱ्याच वेळा मन पती-पत्नीचं नातं आणि परस्परांविषयी भावनेचा आधार याविषयी विचार करत राहतं. मुलगा आणि मुलीकडून अधून-मधून पत्रं येत असतात, स्पष्ट शब्दांत कुणीही लिहीत नसलं, तरी त्या पत्रांवरून एक गोष्ट स्पष्टपणे लक्षात येते. अलीकडे माझ्या बायकोचं मानसिक आरोग्य उत्तम आहे. आपला नवरा अमेरिकेत आहे, प्रतिष्ठित वृत्तपत्रामध्ये प्रतिष्ठित जागेवर नोकरी करतो, हे आपल्या कॉलेजमधल्या मित्रांना, शेजाऱ्यांना, नातेवाइकांना सांगून ती आनंदात जगत आहे. इथं मी मात्र एका स्त्रीच्या सुखासाठी देशभ्रष्ट होऊन राहणं योग्य आहे का–या आध्यात्मिक प्रश्नामध्ये गुरफटून जातो!'

रवींद्रला तलवारांच्या मन:स्थितीची कल्पना करणं थोडं-फार जमलं, तरा ती पूर्णपणे समजत नव्हती. अशा वेळी त्याला स्वत:चाच हेवा वाटत असे. आपली अपेक्षा आणि मनोधर्म वेगळ्या प्रकारचा आहे, हे लक्षात येताच ती आपल्या मार्गानं निघून गेली. तिनंच आपली सुटका केली, या विचारानं त्याला तिच्याविषयी कृतज्ञता जाणवत होती.

कधी तरी एखाद्या दिवशी मात्र ऑफिसमध्ये झोपून हॉटेलमध्ये जेवण्याचा त्याला मनोमन उबग येई. कितीही खंदा योद्धा असला, तरी स्वत:चं घर आणि विश्व आवश्यक आहे–मनातले अशा प्रकारचे विचार स्थिरावायला तिथं मुळीच सवड नव्हती. डोक्यात विचार साकार होण्याआधीच उपसंपादक प्रकाश मौर्य एखादा नवा प्रश्न त्याच्या समोर ठेवत असे. त्यानं अशाच प्रसंगी अर्थ सचिवालयातल्या अर्थ-शोधकांमध्ये असणाऱ्या बोधिराज या गुप्त नावाच्या एकानं गुप्तपणे पाठवलेली दोन पानं आकडेवारी नीट तपासून त्यातून बाहेर पडणारं एक अफरातफरीचं प्रकरण नीट मांडायचं काम समोर ठेवलं. अशा प्रकारे स्वत:विषयी विचारच करायची संधी न मिळाल्यावर त्याला एक प्रकारे सुटका झाल्यासारखं वाटतं होतं.

◆

निवडणुका झाल्या. देशातल्या रस्त्यावर, खोडांवर, आणि लहान-सहान

बोळांमध्ये भिंतीवर, झाडांच्या खोडांवर, तट्टीच्या तुकड्यांवर, सिनेमाच्या स्लाईडस्वर इंदिरा गांधींचीच चित्रं आणि त्याखाली 'गरिबी हटाव' छापलेली अगणित पोस्टर्स किती? कुठल्याही वार्ताहराला त्यांची निश्चित संख्या शोधणं शक्य झालं नाही. पुन्हा तेच सरकार राज्यावर आलं.

आता त्यांचा आत्मविश्वास आणखी वाढला होता. अधिकार वाढले, तसं बहिरेपणही वाढलं. असली पिवळी नियतकालिकं काय करणार आहेत–अशी उपेक्षेची भावनाही सरकारमध्ये बळावली.

परिणामी रवींद्रच्या 'द फॅक्ट' ला थोडा दम खायला सवड मिळाली.

यामध्ये रवींद्रची प्रकृती बिघडली. ताप-खोकला-सर्दी यांसारखं कुठलंही बाह्य-लक्षण नव्हतं. अशक्तपणा आणि चक्कर येणं एवढाच त्रास त्याला जाणवत होता. त्यातच एक दिवस आपल्या खुर्चीवरून उठून न्हाणीघराकडे जात असताना तो वाटेतच कोसळला. त्याला जाग आली, तेव्हा प्रकाश डोक्यावर पाणी शिंपडून वारा ढाळत होता. लक्ष्मीनगरमध्येच दवाखाना असलेले आणि त्यांच्या नियतकालिकाविषयी आस्था असलेले डॉक्टर चौधरी धावत आले आणि त्यांनी त्याची प्रकृती तपासली. आपल्या माहितीच्या आणखी दोन-तीन डॉक्टरांनाही त्याची प्रकृती दाखवून आणि त्यांच्याशी चर्चा करून त्यांनी रवींद्रला सांगितलं,

"रवींद्रजी, बिलकुल विश्रांती न घेता तुम्ही राबता आहात, त्यामुळं तुम्हांला अशक्तपणा आला आहे. तुम्ही कसे राहता आणि किती काम करता, हे आम्हीही पाहतोच. त्याचबरोबर अनेक प्रकारची दडपणं! आणि जबाबदारी! तुम्ही किमान एखादा महिना तरी हे सारं सोडून, कुठं तरी दूर जाऊन, विश्रांती घ्या. त्यानंतरही राहण्यासाठी एखादी खोली करा. तिथंच घर आणि तिथंच काम असं फार दिवस असणं बरं नव्हे."

सैनीनंही सांगितलं,

"खरोखरच तुम्ही डॉक्टरांचं ऐका. आणखी दोन अंकांचं मॅटर तयार आहे.त्याचबरोबर अलाहाबाद हायकोर्टातल्या प्रकरणाची टिपणंही तयार आहेत. इन्शुरन्स कंपनीतल्या भानगडीविषयीचा लेख सगळ्यांशी चर्चा झाल्यावर तयार करेन. तुम्ही येईपर्यंत मी कुठंही प्रवासासाठी जाणार नाही. महिनाभर नको–तुम्ही तीन आठवड्यांसाठी बाहेर जाऊन या. तोपर्यंत मी तुमच्यासाठी इथं एखादं छोटंसं घर शोधून ठेवेन. आम्हांलाही दुपारी थोडी-फार विश्रांती घेता येईल. एखादा पोऱ्या मिळाला, तर तुम्हांला चांगलं जेवणही मिळेल. आम्हांलाही दुपारचं जेवण मिळेल. आता आपलं साप्ताहिकही तेवढं मोठं झालंय्!"

पण कुठं जायचं, हा प्रश्न होताच.

सैनीनं सांगितलं,

"मसूरीला माझा एक मित्र राहतो. आपल्या 'फॅक्ट' चा वाचक आहे. त्याच्याकडे व्यवस्था होणं सहज शक्य आहे."

रवींद्रलाही मनोमन काही तरी बदल हवाच होता. कुठं जायचं, हे मात्र ठरत नव्हतं. कुणीही ओळखीचं नसलेल्या मसूरीमध्ये आपल्याला कंटाळा येईल, असं वाटून त्यानं तो विचार रद्द केला. नंतर एकाएकी त्याच्या मनात आलं, त्यापेक्षा आपण हेमंतचा सेवाश्रम का बघून येऊ नये? अण्णय्या, शंकरमूर्ती, शरभण्णा, चंद्रशेखर–सगळे आता तिथंच आहेत, म्हणे. अधून-मधून हेमंतची पत्रं येत होती–पण सवड नसल्यामुळं रवींद्रनंच उत्तर पाठवलं नव्हतं. तिथं गेलं, तर सगळ्यांच्या सान्निध्यात दोन आठवडे छान जातील! या केवळ विचारानंही त्याला उत्साह वाटला. सैनीनं लगेच बेंगळरच्या रेल्वेचं स्लीपरचं रिझर्व्हेशनही करून आणलं.

◆

## २५

चन्नरायपट्टण आणि तिपटूरमधल्या रस्त्याच्या अर्ध्या मैलावर बिदरळ्ळी खेडं होतं. बिदरळ्ळी, हालुकेरे, जोगीबेट्टा अत्नी, शिडल्हल्ली वगैरे सगळ्या गावी जाणाऱ्यांना बिदरळ्ळी गेटवरच उतरावं लागे. त्यामुळं कितीही फास्ट एक्स्प्रेस बस असली, तरी ती तिथं थांबत होती. त्यामुळं साहजिकच तिथं चार खोक्याची दुकानं आणि तीन हॉटेलच्या झोपड्या उभ्या राहिल्या होत्या. त्यातच अलीकडे एका हातभट्टीच्या दुकानाचीही भर पडली होती. एक व्यंकटेश्वर वाईन शॉपही तिथं सुरू झालं होतं. बिदरळ्ळीमध्ये एके काळी पंचक्रोशीतला एका आठवड्याचा बाजार भरत होती. पण अलीकडे येणाऱ्यांना सोयीचं व्हावं, म्हणून गेली चार वर्षं तोही बिदरळ्ळी गेटवरच दर सोमवारी भरत होता. त्यामुळं या भागाचं महत्त्व आणखी वाढलं होतंच. बाजाराच्या दिवसाची सोय म्हणून इथं दोन विहिरी खोदून त्यावर हात-पंपही बसवण्यात आले होते.

अपंग मुलांसाठी शाळा काढायचं स्वप्न घेऊन हेमंत विद्याशालेत आला. त्याचं सारं ऐकून अण्णय्या आणि इतर ब्रह्मचाऱ्यांना त्यात विशेष रस वाटला नाही. हातात पैसा नाही, लोकांच्या मनात दान करण्याची वृत्ती राहिली नाही, कुठल्या तरी अपंग मुलांसाठी कोण कशाला दान देईल?–अशा प्रकारे निराशादायक प्रतिक्रिया त्यांनी व्यक्त केली.

पण हेमंत म्हणाला,

"तसं नाही. आपण दिलेल्या पैशाचा विनियोग योग्य प्रकारे होत आहे, असं पटलं, तर आजही भारतीय माणूस दान करायला पुढं होतो. माझ्याकडेही वीस हजार रुपये आहेत. पण ते खर्च करायला नको, कुठल्याही प्रकारचं पाठबळ नसताना सुरू झालेल्या सेवासंस्था अधिक रचनात्मक कार्य करतात, असं जे. पीं.नी सांगितलंय्. अण्णय्या, या परिसरात तुमच्या शब्दाला किंमत आहे. सुरुवातीला तुम्ही मदत करा. मी काम करेन. तुमचं मार्गदर्शन मात्र आवश्यक आहे."

हेमंतनं फारच आग्रह केल्यावर अण्णय्याही मदत करायला तयार झाले. बाजार भरायच्या जागेपासून अर्ध्या फर्लांगावर बिदरळ्ळीच्या उद्दूरय्यांची तीस-पस्तीस गुंठे

पडीक जमीन होती. हातभर खणलं, तरी पांढरी राखट माती निघत होती. त्यामुळं तिथं काहीही पिकवणं शक्य नव्हतं, तरी अण्णय्यांनी उद्दूरय्यांची भेट घेऊन, आपल्या धर्माच्या कामासाठी ती जमीन दान म्हणून द्यावी, म्हणून विनवलं.

उद्दूरय्यानं सवाल टाकला,

'सौद्रगौडानं दिलेली जमीन तुम्ही परस्पर उधळून टाकली न्हवं का?'

अण्णय्यांनी विद्याशालेची सारी कथा उद्दूरय्याला सांगितली.

उद्दूरय्यानं लगेच जमीन द्यायला तयारी दाखवली नाही. चार-सहा खेटे घालायला लावल्यावर आणि दोन-चार प्रतिष्ठित माणसांकडून सांगायला लावल्यावर त्यानं जमीन द्यायची तयारी दर्शवली. आधी 'अनाथ सेवाश्रम' नावानं संस्था रजिस्टर केली आणि नंतर त्या संस्थेच्या नावे दानपत्र तयार केलं. आपल्या गावात एक लंगड्यांची शाळा सुरू होत आहे, याविषयी बिदरळ्ळीच्या गावकऱ्यांनाही कुतूहल वाटत होतं. हेमंत, अण्णय्या वगैरे त्याच गावात राहिले, तिथंच कुणाच्या तरी घरी उकड खात ते गावकऱ्यांना भू-दान, अन्न-दान, श्रम-दान यांविषयी सांगत तिथली जमीन सारखी करून घेऊ लागले. शिंदीची आणि नारळीची झापं, लाकडं, बांबू-मिळेल ते सामान दान म्हणून स्वीकारून त्यांनी गाळे उभे करून त्यावर छत टाकलं. गावातल्या सधन लोकांपैकी प्रत्येकाने एकेका दिवसाचा खर्च अंगावर घ्यायची तयारी दर्शवली. म्हणजे पाच शेर नाचणीचं पीठ, अर्धाशेर डाळ, मूठभर मिरची, मूठभर धने–वगैरे.

त्याच वेळी शिडल्हळ्ळीचा पुट्टशिंग्रप्पा मरण पावला. अण्णय्यांनी त्याच्या मुलाची भेट घेऊन त्याच्याकडून आश्रमासाठी दुभती गाय गोदान म्हणून मिळवली. त्याच जागेच्या एका कोपऱ्यात शाळाही उभी राहिली.

गेली पाच वर्षं बिदरळ्ळी गेटावर एक लंगडा राहत होता. त्याला जन्मत: एकच पाय होता. दोन्ही हात जमिनीला समांतर पसरत तोल सावरत तो तिथं येणाऱ्या प्रत्येक बसमध्ये शिरून 'अम्मा-अप्पा-लंगड्याला भीक द्या–' म्हणून आर्तपणे विनवत होता. त्याच्या तिथल्या अस्तित्वाची सगळ्या प्रवाशांना सवय होऊन गेली होती. पाच-दहा पैसे द्यायची त्यांनाही सवय झाली होती. दर सोमवारी बाजाराच्या दिवशी सगळे दुकानदारही त्याला खुशीनं दहा-दहा पैसे देत. सुमारे पंचविशीतल्या या लंगड्याला तिथं आलेले गावकरीही काही ना काही देत होते. एकच पाय, एक थोटा हात आणि एक बरा हात यांच्या साह्यानं त्रिपाद प्राण्याप्रमाणे चालणाऱ्या लंगड्याला पाहताच सगळ्यांनाच त्याची कणव येत होती. ती यावी, म्हणून तोही अत्याधुनिक सिनेमामधली भक्तिगीतं आळवूनआळवून म्हणत होता.

गेटवरच एखाद्या हॉटेलमध्ये तो सकाळी इडली-सांबार खात होता, दुपारी उप्पीट आणि दही-भात आणि संध्याकाळला राईस प्लेट खात होता. रात्री तिथल्याच

एखाद्या हॉटेलच्या दारात कांबळं पांघरून सुखानं झोप काढत होता.

एक दिवस त्याला पाहताना होन्नत्तीच्या मनात आलं, हाच आमच्या अपंग सेवाश्रमाचा पहिला विद्यार्थी का नसावा?

त्यानं लगेच लंगड्याची भेट घेऊन त्याला आपल्या संस्थेविषयी काही ठाऊक आहे काय, याची चौकशी केली. लंगड्याला सारं ऐकून ठाऊक होतं. हेमंतनं त्याला सांगितलं,

"तर मग तू आमच्या संस्थेत ये. तिथं तुला एक माग आणून देऊ. तुला मागावरचं कामही शिकवून देऊ. दररोज कमीत कमी आठ रुपये तुला मिळतील. शिवाय लिहा-वाचायलाही शिकवू. तुझं त्यात चांगलं डोकं चाललं, तर एस्.एस्.एल्.सी.–बी.ए.–तू म्हणशील, तेवढं तुला शिक्षण देऊ."

"मी कशाला माग शिकू? मी काय बिघडून कोष्टी जातीचा झालोय्, की काय? मला नको–" त्यानं क्षणाचाही विलंब न लावता सांगितलं.

"कोष्टी जातीतल्या लोकांनीच फक्त माग चालवावेत, असं कुठंही शास्त्र नाही. आता गौड लोकांनीही गेटवर हॉटेलं सुरू केली नाहीत काय? आणि तू भीक मागतोस–तू काय भिकाऱ्यांच्या जातीत जन्मलास काय? कुठली जात तुझी?"

या प्रश्नानं तो गडबडला. त्यानंतरही होन्नत्ती सांगत राहिला, विशिष्ट जातीच्या लोकांनी विशिष्टच काम केलं पाहिजे, असं नाही–जात-पात या फार जुन्या काळच्या गोष्टी आहेत-वगैरे वगैरे. दुसऱ्या दिवशी त्यानं सांगितलं,

"भीक मागून पोट भरणं माणसाला शोभत नाही–आपल्याला जमेल तेवढं राबून प्रत्येकानं आपलं अन्न खाल्लं पाहिजे–"

"मी बी राबून खावं, असं देवाला वाटलं असतं, तर त्यानं मलाबी दोन पाय-दोन हात आन् ताठ पाठ दिली असती–"

"हाती-पायी धड असणाऱ्यांनी मानानं खावं आणि इतरांनी मानानं खाऊ नये काय? अरे, तुझ्या हातून जे काम होईल, तेवढंच कर. तू काही कुऱ्हाड घेऊन लाकडं कापू नको किंवा कुदळ घेऊन जमीन खणू नकोस. मागाचं जाऊ दे–चल, आम्ही तुला लिहा-वाचायला शिकवतो. त्याला तरी तुझा हात-पाय आडवा येत नाही ना? परीक्षेत छान गुण घे–तुला सरकारी नोकरी मिळते, का नाही, बघ! अरे, फुकट राहायला देतो-खायला देतो–"

पण लंगड्याला यातलं काहीही पटलं नाही.

दुसऱ्या दिवशी होन्नत्ती तिथं गेला, तेव्हा लंगडा एका बसमध्ये घुसून भीक मागत होता. तिथल्या एका खोक्याच्या दुकानदारानं–मल्लप्पानं विचारलं,

"तुम्ही, लंगड्याला भीक मागू नको, आम्ही माग चालवायला शिकवतो,

म्हणून मागं लागलाय्, म्हणे! खरं?''

"होय-''

"आठ रुपड्यांसाठी दिवसभर राबायला तो कशाला तयार होईल? इथं तो दररोज किती मिळवतो, ठाऊक आहे?''

"किती?''

"विसापेक्षाही जास्त मिळतात त्याला! बाजाराच्या दिवशी पन्नास रुपये आरामात मिळतात. इथल्या सगळ्या दुकानदारांना तोच चिल्लर विकतो-रुपयात पाच पैसे वळते करून देतो. ते नवं दारूचं दुकान आहे, की नाही? त्याला यानं पाच हजार रुपये मुद्दल दिलंय्! दर महिन्याला दर शेकडा दोन रुपये व्याज ठरवलंय्! किती झाले? तुम्हीच हिशेब करा! तुमच्याच डोक्यात नाही ते खूळ आहे! या लंगड्याचा उद्धार करायला निघाला-नाही का?''

सारं ऐकून होन्नत्तीला आश्चर्य वाटलं. आपली कल्पना इतकी निरर्थक ठरेल, असं त्याला वाटलं नव्हतं लंगड्याची भेट घेऊन काही बोलायची इच्छाच नष्ट झाली. बहुतेक अपंग मुलं भीकच मागत असतात. काही ठिकाणी एखादा दादा अशा अपंगांना भीक मागायला लावून, त्यांना पोटापुरतं देऊन, स्वत: गबर होत असतो. पोट भरायचा एवढा साधा रस्ता असताना कष्ट करायला कोण तयार होईल? अण्णय्या विद्याशालेला गेल्यामुळं त्याला कुणाशी यावर बोलताही येईना.

रात्रभर विचार केल्यावर त्याला सकाळी एक वेगळाच मार्ग दिसला. कितीही कष्ट पडले, तरी मी याच्या मनात भीक मागून खाण्यापेक्षा कमावून खाणं चांगलं-त्यात स्वत:चा गौरव आहे, हे पटवून दिल्याशिवाय राहणार नाही, हे त्याच्या मनात पक्कं रुजलं होतं. सकाळी त्यानं बस-स्टँडवर जाऊन लंगड्याला सांगितलं,

"आज जेवायला आमच्या आश्रमात ये आमच्या गुरुजींचा उत्सव आहे-''

दुपारी विंचवाच्या चालीनं लंगडा येताच होन्नत्तीनं त्याला जेवायला वाढलं. आधी तो खाईल तेवढी हरबऱ्याच्या डाळीची खीर त्यानं वाढली. नंतर शिजवलेले नाचणीचे उंडे आणि त्यावर घट्ट दही वाढलं. हॉटेलमध्ये रोज जेवणाऱ्या लंगड्याला हे अन्न म्हणजे परब्रह्मच वाटलं! त्यानंतर त्याला होन्नत्तीनं सांगितलं,

"दररोज रात्री इथंच ये इकडं खायला. दहीही भरपूर असतं. इथंच रात्री राहा आणि सकाळी उठल्यावर जा तुझ्या बस-स्टँडवर! इथं उबदार असतं. उगाच हॉटेलच्या दारात थंडी-वाऱ्याचा का झोपतोस?''

हे लंगड्याला लगेच पटलं. रात्रीच्या जेवणाचे पैसे वाचले आणि झोपायलाही उबदार जागा मिळतेय्!

लंगड्याची आई तो अगदी लहान असताना कधी तरी मरून गेली होती.

वयाच्या आठव्या वर्षी बापानंच भीक मागायची दीक्षा दिली होती–त्यानंतर कुठं तरी भीक मागून पोट भर, म्हणून सांगून त्याला याला हुळियारच्या बस-स्टँडवर सोडलं. लंगड्यानं तिथं दोन वर्षं काढली, चिक्क–नायकनहळ्ळीमध्ये तीन वर्षं काढली. त्यानंतर बिदरळ्ळी गेटवर कुणीही भिकारी नाही, हे हेरून त्यानं ही जागा कायमचीच निवडली होती.

हेमंतनं त्याला त्याचं नाव विचारलं. त्यानं उत्तर दिलं,

"लंगडा–"

"ज्याला चालताना त्रास होतो–तो लंगडा. ते कसं तुझं नाव असेल? तुझं वेगळं काही नाव नाही?"

"नाही."

"आपलं एखादं नाव असावं, असं तुला वाटत नाही? पुट्टप्पा, नंजुंडप्पा, चंद्रप्पा, काळप्पा–"

मठ्ठपणे हसत त्यानं म्हटलं,

"मला काय करायचं नाव घेऊन?

होन्नत्ती म्हणाला.

"इतरांना काहीही म्हणू दे–मी तुला लंगडा म्हणून हाक मारणार नाही. मी तुला काय म्हणून हाक मारू? तू काहीच सांगितलेलं नाहीस, तर मी तुला राजप्पा म्हणेन–"

"राजप्पा म्हणायला मी काय हातात कडं घालतो सोन्याचं?"

"कोण हे राजप्पा?"

"करिगट्टचे पाटील राजप्पा... मला तर नेहमी पावली देतात ते!"

"म्हणजे फार चांगले असतील!–"

"तर!–"

"नेहमी चांगल्या माणसांची नावं ठेवावीत. यानंतर तू राजप्पा! मी राजप्पा म्हणून हाक मारली, तर तू ओ म्हणायचं–"

अशा प्रकारे अपंग सेवाग्रामात त्याला राजप्पा म्हणण्यात येऊ लागलं. बस-स्टँडवर लंगडा आणि आश्रमात राजप्पा. होन्नत्ती राजप्पाला दररोज संध्याकाळी वेगवेगळ्या गोष्टी सांगू लागला मुंबई-दिल्ली-बेंगळूरची वर्णनं करू लागला, रात्री देवाची भजनही म्हणायला शिकवू लागला. विद्याशालेतली जुनी हार्मोनियमची पेटी मागवून घेऊन त्या सुरावर तो राजप्पाला गाणी शिकवू लागला. पण त्यानंतर त्यानं कधीही राजप्पाला भीक मागू नकोस, म्हणून सांगितलं नाही.

पण एक दिवस राजप्पा दुपारीच आश्रमात परतला आणि म्हणाला,

"आता मी तिकडं जाणार नाही!–"
"का, रे?"
"मला हितंच काय तरी कामं सांगा–"
"पण का?"
"मला लाज वाटते–"

त्यानंतर एक दिवस होन्नत्ती करिगट्टच्या राजप्पा पाटलांना भेटला. आपली प्राथमिक माहिती सांगून त्यानं त्यांना विंनती केली,

"तुम्ही एकदा बिदरळ्ळी गेटला उतरून आमचा आश्रम बघून मग पुढं जा–"

त्याच आठवड्यात राजप्पा पाटील आश्रम बघायला आले. लंगड्याला पाहताच त्यांनी चौकशी केली,

"का, रे? अलीकडे बस-स्टँडवर दिसत नाहीस?"

त्यानं उत्तर दिलं,

"यानंतर मी नाय भीक मागणार!–"

हे ऐकून त्यांना तर आश्चर्याचा धक्काच बसला.

होन्नत्तीनं पाटलांना आपल्या खोलीत नेऊन सारं सांगितलं आणि म्हणाला,

"आणखी पाच वर्षांत याला मी एस्.एस्.एल्.सी. पर्यंत तयार करेन. नंतर त्याला नोकरीही मिळवून देऊ या. तोपर्यंत तुम्ही त्याच्या पोट-पाण्याचं आणि दरवर्षी दोन कपड्याचं पाहिलंत, तर बरं होईल. तुम्ही अधून-मधून येऊन तुमच्या खर्चाचा नीट विनियोग होतो, की नाही, तेही पाहा. आधी तुम्ही एका वर्षाची जबाबदारी घ्या. त्यानंतर तुमचं समाधान झालं, तर पुढचा खर्च करा. आणि अशा प्रकारची आणखी अपंग मुलं कुठं भीक मागताना दिसली, तरी मला सांगा."

राजप्पा पाटलांनाही हे पटलं. त्यांनी दर सुगीला तीन पोती नाचणी, अर्धं पोतं कडधान्य, एक धडा मिरची आणि पन्नास रुपये द्यायचं कबूल केलं.

पहिल्या वर्षी आठ अपंग मुलं दाखल झाली. प्रत्येक अपंग मुलाचा खर्च पेलण्यासाठी एकेक दाताही मिळवण्यात त्याला यश मिळत होतं. होन्नत्तीला या क्षेत्राचा अनुभव नसला, तरी त्याची आपल्या कामावर निष्ठा होती.

तो स्वत: लवकर उठून पाणी तापवत होता. ज्यांना स्वत: काही करता येत नव्हतं, अशा अपंगांना अंघोळ घालणं, कपडे घालायला मदत करणं, जेवायला वाढणं–सगळं करताना त्यांच्या मनात आपल्या शारीरिक मर्यादांसह आपण काही

ना काही केलं पाहिजे, ही भावना निर्माण करायला धडपडत होता.

सुरुवातीला अधून-मधून येणारे अण्णय्या लवकर तिथंच राहायला आले होते. त्यांच्यापाठोपाठ सोमशेखराचार्य आणि शंकरमूर्तीही तिथं आले. इथं काम करण्यासाठी वेगळ्या प्रकारचं शिक्षण आवश्यक आहे, हे सगळ्यांच्याच ध्यानात आलं होतं. सोमशेखर आणि शंकरमूर्तींनी सिकंदराबादला जाऊन त्याप्रकारचं शिक्षण घेऊन यायचं आणि नंतर इतरांनाही ते द्यायचं ठरलं.

तिसऱ्या वर्षी विद्यार्थ्यांची संख्या अठरावर गेली. संस्थेची आर्थिक परिस्थिती पूर्णपणे सावरली नव्हती. सगळे दानी ठरलेल्या वेळी ठरल्याप्रमाणे धान्य आणि पैसा देत नव्हते. काही जण सुरुवातीला उत्साहानं कबूल करत; पण प्रत्यक्ष देताना तोंड वाकडं करत. कुठल्याही परिस्थितीत सरकारकडून अनुदान घ्यायचं नाही, हा मात्र होन्नत्ती आणि अण्णय्यांचा निश्चय होता.

"काही फायदा असेल, तर काही ना काही खटपटी करून स्वार्थी माणसं संस्थेत शिरायची शक्यता असते आणि सरकारही लुडबूड करते. इथं तर अपंगांची सेवा सोडली, तर आणखी काहीच नाही. मग सरकारी मदत घ्यायला काय हरकत आहे?" शंकरमूर्तींनी मुद्दा मांडला. पण अण्णय्यांना सरकारच्या नावानंही मळमळत होतं. त्यामुळं त्यांनी सांगितलं,

"दया-धर्म या गोष्टी लोकांकडून व्हायला हव्या. त्यासाठी लोकांमध्ये फिरून त्यांना दानधर्म करायला प्रवृत्त करायला पाहिजे. ते सरकारी काम होता कामा नये. या सुगीमध्ये आपणच बैलगाडी जुंपून, भोवतालच्या खेड्यांमध्ये फिरून, धान्य गोळा करू या."


ठरल्याप्रमाणे अण्णय्याही त्या सुगीला हेमंतबरोबर पंचक्रोशीत गावोगावी फिरले. अगदी साधारण परिस्थितीतल्या शेतकऱ्यांनी ही एका सुपापासून दोन-चार पायलीपर्यंत धान्य दिलं. पुढचं वर्षभर निवांतपणे राहता येईल, एवढं धान्य जमलं. त्याचबरोबर अपंग विद्याशालेत आणखी तेरा अपंग विद्यार्थ्यांची भर पडली.

अण्णय्या आणि इतर ब्रह्मचाऱ्यांना या अपंग विद्याश्रमाच्या निमित्तानं पुन्हा जगण्यात अर्थ दिसू लागला. विद्याशालेचं स्वरूप पूर्णपणे बदलून गेल्यावर त्यांना तिथं काम करण्यात कसलीही तृप्तता जाणवत नव्हती.

एकदा झवेरींनी सगळ्या शिक्षकांपुढं सांगितलं होतं.

"आपल्याला निष्ठा हवी आहे, फुकटचं शिकवणं नव्हे. शिकवणं हेही एक कसब आहे आणि ते विकण्यात काहीही गैर नाही. आपण एकीकडे लोखंडाचं दान करू लागलो, तर लोखंडाचा व्यवसाय कसा चालणार? आपल्याला अत्याधुनिक शिक्षण, तंत्र हवं, प्रयोगशाळा हव्यात, उत्तम लायब्ररी हवी–या आव्हानांना तुम्ही

सामोरे गेलं पाहिजे.''

पाटलांनीही याच प्रकारचं सांगितलं होतं. या शाळेत आपलं आणि आपण मानत असलेल्या मूल्यांचं काहीही स्थान नाही, हे ब्रह्मचाऱ्यांना तीव्रपणे जाणवत होतं. आता शाळेच्या मुख्याध्यापक-पदासाठी एखाद्या आधुनिक विचारसरणीच्या आणि एम्.ए., एम्. एड्. किंवा पीएच्. डी. झालेल्या माणसाची नेमणूक केली पाहिजे, असंही मीटिंगमध्ये ठरलं होतं.

असा मुख्याध्यापक आल्यावर आपलं इथलं स्थान काय राहील, हा एक मोठाच प्रश्न अण्णय्यांच्या समोर ठाकला होता.

याच सुमाराला सुरू झालेल्या होन्नत्तीच्या आश्रमात म्हणूनच अण्णय्या, सोमशेखराचार्य आणि शंकरशास्त्री आले होते. शरभण्णा आणि नारायणप्पा यांचे विचार मात्र वेगळे होते. खेड्यांतल्या धन-धान्यावर पोसलेल्या एका आदर्श विद्याशालेवर समाजातल्या उच्च स्तरावरच्या लोकांनी कसा पद्धतशीर दरोडा घालून शाळा लुटली, याचा त्यांच्या मनांत संताप खदखदत होता. विद्याशालेच्या निमित्तानं खेड्यामध्ये सुधारणा आणि शिक्षण नेण्याच्या विचाराला सुरुंग लागल्यानंतर त्यांचे स्वभाव बदलून गेले. ज्यांनी हा सुरुंग लावला, त्या व्यवस्थेलाच आपण सुरुंग लावून उडवलं पाहिजे, असं त्यांना वाटू लागलं. अशा व्यवस्थेतून येणाऱ्या मुलांना विद्यादान करणं म्हणजे पाप आहे, असं त्यांना वाटू लागलं, त्यांनी आपसांत बोलून वर्गावर शिकवणंच बंद केलं. ते वर्गावर जात, मुलांना मद्दाम कठीण प्रश्न विचारत आणि त्यांनी उत्तरं दिली नाहीत, की त्यांच्यावर राग ओकत. यावर मुलंही उलटून म्हणू लागली,

''आम्हांला रागावता कशाला? जे आम्हांला येत नाही, ते शिकवण्यासाठी तुम्हांला इथं नेमलं आहे!''

ही घटना अण्णय्यांच्या कानांवर जाताच त्यांनी त्या दोघांना आपल्या खोलीत बोलावून घेतलं. त्यांनी समजावून सांगितलं,

''आम्हांलाही ही व्यवस्था पटत नाही. पण म्हणून तो राग मुलांवर का काढायचा? मुलं कुठलीही असली, तरी मुलंच आहेत. संतापानं आपण काहीही साधू शकणार नाही. द्वेषातून काहीही कल्याण होणार नाही...''

पण याचा त्या दोघांवर काहीही परिणाम झाला नाही.

तिथल्या काही विद्यार्थ्यांनी ही गोष्ट आपल्या पालकांनाही कळवली होती. पालकांनी पाटील वकिलांना तारा पाठवल्या. फोन केले. अध्यक्ष पाटील विद्याशालेत आले आणि त्यांनी दोघांनाही जाब विचारला. तेव्हा ते उत्तरले,

''दिवसाढवळ्या आमची शाळा लुटणारे दरोडेखोर आहात तुम्ही!...''

अध्यक्षांनाही सावधगिरीचा इशारा दिला,

"तुम्हांला नोकरीवरून काढून टाकण्याशिवाय आम्हांला दुसरा मार्गच राहणार नाही–"

"पगाराशिवाय राबणाऱ्या आम्हांला नोकरीवरून काढायची भीती घालता?"

त्याच दिवशी ते दोघे अण्णय्यांना भेटून म्हणाले,

"आम्हांला या शाळेत राहणं शक्य नाही. आम्ही निघून जात आहोत. आज ना उद्या कुठल्या ना कुठल्या मार्गानं पुन्हा ही शाळा ताब्यात घेतल्याशिवाय राहणार नाही!" आणि तिथून निघून गेले.

सोमशेखराचार्य आणि शंकरमूर्ती सिकंदराबादला जाऊन आवश्यक ते शिक्षण घेऊन आले आणि त्यांनी अपंग मुलांना शिकवायला सुरुवात केली. पण त्यानंतर त्यांनाही जाणवलं, हे काम होन्नत्ती जितका जीव ओतून करताहेत, तेवढं आपण करू शकत नाही. इथं आपल्या वाट्याचं काम आपण करू- पण आपल्या संपूर्ण शक्तीचा वापर इथं होत नाही, असं त्यांना वाटत होतं. एखाद्या अत्यंत लहान खेड्यात किंवा जंगलातल्या एखाद्या वस्तीत आपण शाळा आणि सेवाश्रम काढला, तर आपल्याला काही तरी केल्याचं समाधान वाटेल. त्यांच्या या विचाराला अण्णय्यांनीही पाठिंबा दिला. कोडगभागामध्ये राहणाऱ्या वन-धनगर वस्तीमध्ये अशा प्रकारचं काम होण्याची आवश्यकता असल्याचंही त्यांनी सांगितलं. तिथं जायचा निर्णय घेऊन त्यासाठी आवश्यक ते प्राथमिक शिक्षण घेण्यासाठी ते दोघं ते पुन्हा सिकंदराबादला गेले.

◆

होन्नत्तीला मात्र घटकाभर बसायचीही उसंत मिळत नव्हती. पहाटे साडेचार वाजताच त्याचा दिवस सुरू होत होता. स्वतःचं आवरल्यावर अपंगांना त्यांच्या प्रातःक्रियांना मदत करत, त्यांची प्राथमिक स्वच्छता उरकून, अंघोळी घालून तो त्यांच्याकडून प्रार्थना म्हणवून घेत असे. त्यानंतर सगळ्यांना ताकातली पेज देऊन दोनेक तास त्यांच्याकडून मागावर बसणं, टोपल्या विणणं–त्यांना जमेल ते काम करवून घेत असे. नाचणीच्या भाकरीची न्याहारी, थोडं-फार शिक्षण देऊन दुपारी नाचणीच्या उकडीचं जेवण. सोबत ताक-भातही दिला जात असे. पुन्हा अभ्यास, त्यानंतर काम. संपूर्ण स्वयंपाकघराचं बघून घेण्यासाठी एक माणूस नेमला होता. होन्नत्तीचं सगळीकडे प्रत्यक्ष लक्ष होतं. काही वेळा आवश्यकता असेल, तेव्हा तो स्वतःही हातानं काम करत होता.

अण्णय्या एकंदर सगळ्यावरच लक्ष ठेवून होते. अलीकडे त्यांच्याही हातून पहिल्यासारखं काम होत नव्हतं. इतर काही आजार नसला, तरी उतारवय हेच त्यामागचं कारण होतं. होन्नत्तीनंही त्यांना प्रेमानं बजावलं होतं,

"तुम्ही कुठंही जाऊ नका–इथंच राहून सगळीकडे लक्ष द्या–"

शरभण्णा आणि नारायणप्पा आंध्र प्रदेशात कुठं तरी जाऊन नक्षलवादी झाले आहेत, अशी बातमी आली होती. आता ते शस्त्र हाताळणं, आगी लावणं, स्फोट घडवून आणणं यांमध्ये तरबेज झाले आहेत, असंही कुणी तरी म्हणत होतं. आता त्यांचा वावर 'हिंसेशिवाय या देशात बदल घडणं शक्य नाही–' हे तत्त्व मानणाऱ्यांमध्ये असतो, असंही समजलं होतं. आज ना उद्या विद्याशाला आणि हॉस्टेल बॉंबनं उडवेपर्यंत आम्ही गप्प बसणार नाही–या त्यांच्या भावनाही अण्णय्यांपर्यंत येऊन पोहोचल्या होत्या. हे ऐकून अण्णय्या विचारात पडले होते. या अपंग सेवाश्रमातही माणसांची गरज आहे- विद्रोही विचारानं निघून जाण्यापेक्षा त्यांनी इथं काम करायला काय हरकत होती?

सुगीच्या दिवसांत होन्नत्ती स्वतः धान्य गोळा करायला साऱ्या पंचक्रोशीत फिरत होता. या वेळी त्याला सभोवतालच्या लोकांच्या नव्या नव्या समस्या समजत होत्या. कधी कधी त्याला वाटे, रक्तामधूनच आलेल्या औदार्याला मी आवाहन करून धन-धान्य मिळवतो आणि माझा अपंग सेवाश्रम चालवतो–पण या लोकांसाठी प्रत्यक्ष मी काय करतो? त्यानं आपली ही भावना पत्रानं जे.पीं.ना कळवली होती. त्याच पत्रात त्यानं लिहिलं होतं,

"आपण सवडीनं इथं येऊन आपल्या प्रेरणेनं चाललेली ही संस्था पाहावी, अशी इच्छा आहे."

सुमारे महिन्यानंतर जे.पी.कडून पत्र आलं,

"तुम्ही अल्पावधीतच संस्थेची एवढी प्रगती केली, हे वाचून आनंद झाला. आता मी नवनिर्माण आंदोलनाच्या कामात बुडालो आहे. माझी प्रकृतीही फारशी बरी नसते. तुमच्यासारख्या खेड्यांमधून काम करणाऱ्यांनी एक गोष्ट विसरता कामा नये. तुमची सेवा विशिष्ट कार्यापुरती मर्यादित न राहता संपूर्ण खेड्याचाच विकास करायचा दृष्टिकोन ठेवला पाहिजे. आश्रम, शाळा, हॉस्पिटल, व्यवसाय–काहीही सुरू केलं, तरी त्यात त्या परिसरातल्या गावकऱ्यांचा सहभाग राहील, असं पाहिलं पाहिजे. त्यांच्यामध्ये जागृती घडून येणं अधिक महत्त्वाचं आहे. आपलं खरं हित कशात आहे, हे त्यांचं त्यांनाच समजलं पाहिजे–तुमचंही हेच ध्येय राहिलं पाहिजे. तुम्हांला तुमच्या कामाविषयी 'मी एवढं करतोय्! आणखी काय पाहिजे!' अशा प्रकारचं समाधान वाटून घेता कामा नये. तुमच्या सगळ्या परिसराचा उद्धार करण्यासाठी तुमचा आश्रम ही सुरुवात असली पाहिजे–"

होन्नत्तीनं जे.पीं.चं पत्र अण्णय्यांना दाखवलं. विवेकानंद विद्याशालेमागे अण्णय्यांचाही मूळ विचार हाच होता. मग आपलं नेमकं कुठं चुकलं? त्यांनी होन्नत्तीला सांगितलं,

"आजही आदर्शाचं स्वप्न पाहत जगणारी माणसं जरूर मिळतील. आणखी

काही वेचक माणसं आपण घेऊ या. सेवाश्रमाचं सारं काम मी पाहीन. तुम्हीही जे. पी. म्हणतात, त्याप्रमाणे इतर कामांमध्ये अधिक लक्ष घाला. मला जमेल, तेव्हा मीही तुमच्याबरोबर खेड्यांमध्ये फिरेनच.''

सेवाश्रमाच्या कामात बुडून गेलेल्या हेमंतला मात्र संपूर्ण नवा जन्म मिळाल्यासारखं झालं होतं. एके काळी संपूर्ण व्यक्तित्वाला झाकाळून टाकणारी पाप-भावना आता त्याच्या मनातून निघून गेली होती. कधी काळी पाप करणारी व्यक्ती आपण नसून दुसरीच कुणी तरी असावी, असं त्याला आता वाटत होतं. लहानपणी कैऱ्या-चिंचा चोरणारा मुलगा एका अर्थी आपण असलो, तरी दुसऱ्या अर्थी आपण नसतोच, तसं त्याला वाटत होतं.

एक दिवस त्यानं आईला एक विस्तृत पत्र लिहिलं. त्यामध्ये आपल्यांत झालेल्या बदलाविषयी त्यानं लिहिलं. त्याच पत्रात त्यानं अखेर लिहिलं होत,

''–तुम्हांला भेटावंसं फार वाटतं. पण आता मुळीच सवड नाही. दिल्लीमध्ये तुमच्याशिवाय आणखी कुठंही माझं काम नाही. दिल्लीशी कुठलाही संपर्क न ठेवता आपण काही काम करू शकलो, तरच या देशाचा उद्धार होणे शक्य आहे! तुम्ही दोघांनी काही दिवसांसाठी इथं का राहायला येऊ नये? बेंगळूर ते तिपटूर बस आणि रेल्वे आहे. त्यामुळं तुम्हांला फारसा त्रास होणार नाही. येताना माझी सतार घेऊन यावे–''

शेवटचे वाक्य लिहिताना तो स्वतःच आश्चर्यचकित झाला होता.

काही कामासाठी तो जवळच्याच एका खेड्यात गेला होता. तीन दिवसांनंतर तो आश्रमात परतला, तेव्हा त्याचे आई-वडील आदल्या दिवशीच तिथं आले होते. त्यांची पाहुण्यांसाठी म्हणून उभारलेल्या झोपडीत सगळी व्यवस्था करून ठेवण्यात आली होती. अण्णय्या आणि इतरांनी त्यांची खूपच काळजी घेतली होती.

तिथली मातीची शेणानं सारवलेली जमीन, तिथल्या ओबडधोबड भिंती, तिथलं खाणं-पिणं हेमंतच्या वडलांनी असमाधान दाखवून दिलं नसलं, तरी त्यांना बऱ्याच बाबतीत गैरसोयी जाणवत असल्याचं हेमंतच्या लक्षात आलं. तरीही त्या दोघांना भेटताच त्याला मनापासून आनंद झाला. आईनं तर तो येण्याआधीच सगळ्या अपंगांबरोबर गप्पा मारायला सुरुवात केली होती. आपल्या शरीराचं व्यंग सांभाळत त्याही परिस्थितीत काही ना काही उद्योग करण्यासाठी धडपडत असल्याचं पाहून ती आश्चर्यचकित झाली होती. त्यांनी तयार केलेल्या वस्तू पाहून तिचा ऊर भरून येत होता!

हेमंत आईला म्हणाला,

''अप्पांना इथं त्रास होत असेल. इथं कारपेंटरीचं सामान आहे. त्यांच्यासाठी एखादा छोटा पलंग करायचा काय?''

''जमत असेल, तर कर, बाबा! त्यांना इथं त्रास त्याहीपेक्षा खरा त्रास संडासाचा होतोय्. गेली चाळीस वर्षं ते भारतीय पद्धतीचा संडास वापरत नाहीत. गुडघे, मांड्या, कंबर दुखते म्हणताहेत. त्यांची काही तरी व्यवस्था झाली, की बाकी काही अडचण नाही-'' तिनं सांगितलं.

सत्यवतीबाईला एकीकडे आपल्या मुलाला किती प्रतिकूल परिस्थितीत राहावं लागतं, याची खंत वाटत होती, तर दुसरीकडे हा खरोखरच आपलं जीवन सार्थकी लावतोय् याचा अभिमान वाटत होता. अपंग मुलांना तो प्रत्यक्ष उचलूनही नेऊन ठेवत होता. ती मुलंही त्याला अप्पाजी आणि अण्णय्यांना आजोबा म्हणून हाक मारत होती. हे पाहताना तिला वाटे-आपण कधी पाहिला नाही- पण गांधीजींचा आश्रम असाच असला पाहिजे!

अण्णय्या आणि हेमंतकडून थोरल्या होन्नत्तींना त्या परिसरातल्या ग्राम-जीवनाविषयी समजत होतं. सारं ऐकत असताना ते एकदा म्हणाले,

''सगळ्या परिसराचा एकदा आर्थिक आढावा घेतला, तर चांगलं होईल. इथं आकडे आणि संख्याशास्त्र समजणारी चार-सहा मुलं मिळणार नाहीत काय? तशी मिळाली, तर तीन महिन्यांत सगळा रिपोर्ट तयार करून देईन. इकडं एखादं कॉलेज नाही का? त्यात इकॉनॉमिक्स शिकवणारी माणसं असतील की! ती मिळणार नाहीत का?''

हेमंतची स्वतंत्र एक झोपडी होती. आई-अप्पांनी दिल्लीहून आणलेली सतार त्यानं तिथंच ठेवली होती. आई-अप्पांना येऊन आठवडा होऊन गेला होती. सगळ्यांची रात्रीची जेवणं होऊन सगळे झोपायला गेल्यावर हेमंतला सतारीची आठवण झाली.

त्यान गवसणीतली सतार बाहेर काढली. तिच्या कोनाकोपऱ्यांत साचलेली धूळ त्यानं पुसून काढली. एका छोट्या डबीत नखी होती. त्यातच काही ताराही होत्या. सतारीच्या खुंट्या घट्ट झाल्या होत्या. सतार सुरात लावण्यात अर्धा तास गेला. काय वाजवावं, हे त्याच्या मनाशी निश्चित ठरलं नव्हतं. नंतर तो आपोआप बागेश्रीकडे वळला. पुन्हा काही स्वर नीट लावून त्यानं बागेश्रीचे आलाप वाजवायला सुरुवात केली. बोटांच्या जागा सुरुवातीला मधूनच चुकत होत्या. त्यामुळं मधूनच चाचपडल्यासारखं होत होतं. पण लवकरच बोटं त्याच्या मनातल्या राग-विस्तारला साथ देऊ लागली. सुरुवातीला चाचपडत असलेल्या बागेश्रीवर लवकरच त्याची हुकुमत आली. कसं विसरणं शक्य आहे?-या विश्वासानं त्याच्या चेहऱ्यावर मंद स्मित पसरलं. तो अधिक प्रसन्नतेनं मग्न होऊन सतार वाजवण्यात रंगून गेला.

राग वाजवताना त्याला आणखीही एक गोष्ट अत्यंत स्पष्टपणे जाणवत होती. याआधी अनेक वेळा बागेश्री वाजवला असेल-पण आज त्यात अधिक अर्थ दिसत

आहे. यातील भक्तीलाही विशेष अर्थ आहे! करुणेमधून वर उमलून आलेली भक्ती! पापाच्या गर्तेत खितपत पडलेल्यांना वर उचलून घेणारा कृपा-भाव, पाप-पुण्याच्या पलिकडचा विलक्षण साक्षात्कार, सगळ्यांवर सारख्या भावनेनं प्रेम करणारा समभाव–असे किती तरी उन्नत भाव सामोरे येत होते! बागेश्रीमध्ये असलेल्या या भावच्छटा या आधी आपल्याला कशा दिसल्या नव्हत्या? या विचारानं तो चकित होत होता.

सुमारे दोनेक तास तो बागेश्री वाजवण्यात रंगून गेला होता. किती तरी सुरावटींची आणि तानांची पुनरावृत्ती होत होती. वेगवेगळ्या भावच्छटा पकडून ठेवण्यासाठी तोही पुन्हा पुन्हा त्या जागा वाजवून बघत होता.

त्यानं सतार वाजवायची थांबवली आणि तो पसरलेल्या मौनामध्ये बुडून जाऊन विचार करत होता–या आधी आपण हाच राग तांत्रिकपणे वाजवत होतो. आज यातील प्रत्येक चलनाला आणि प्रत्येक स्वराला असलेला अनामिक अर्थ आपल्या मनाला जाणवतो आहे.

किती तरी वेळ तो तसाच बसून होता. मग सतारीला गवसणीत ठेवून त्यानं आपलं अंथरूण पसरलं. झोपण्याआधी लघवीला जाऊन येण्यासाठी तो बाहेर आला आणि आश्चर्यचकित झाला.

त्याच्या झोपडीच्या दारापाशी आई बसली होती.

त्यानं विचारलं,

"आई, एकटीच का बसलीस इथं? आत का आली नाहीस?"

"तू तंद्रीत वाजवत होतास. त्यात उगाच कशाला अडथळा? म्हणून इथंच बसले. असंच जमेल तेव्हा वाजवत राहा, रे! मलाही फार ऐकावंसं वाटतं, बघ!" ती म्हणाली.

◆

# २६

एक दिवस शीतल ऑफिसमध्ये कामात गुंतली असता तिच्या एका सहकाऱ्यानं इंटरकॉमवरून तिच्याशी संपर्क साधून विचारलं,

"काय? बातमी समजली का नाही? पी.एम्.ना लोकसभेमधून काढून टाकलंय्– अलाहाबाद हायकोर्टाचा निकाल लागलाय्!"

"काय?" या बातमीवर तिला विश्वास ठेवणं कठीण झालं होतं.

पाच मिनिटांत संपूर्ण सचिवालयात ही बातमी पसरली होती. चपराशापासून टायपिस्ट अधिकाऱ्यापर्यंत सगळेच चार-सहा जणांचे घोळके करून उभे होते. यानंतर काय होईल, याची कुणालाच काहीही कल्पना येत नव्हती. सगळेजण आपापल्या मित्रांना आणि नातेवाइकांना फोन करून ही बातमी सांगत होते. एकही फोन रिकामा नव्हता. अखेर संधी मिळताच तिनं कांतीला फोन करून ही बातमी सांगितली.

"काय? तर मग आता सरकारचं काय होईल?" कांतीच्या आवाजावरून ती घाबरल्याचं दिसत होतं. हळूहळू तिचा आवाज बंद झाला.

"सरकारला काय होणार? दुसरं सरकार निवडायचं. देशाला काय! एका सरकारवर संपूर्ण देश अवलंबून राहील काय?"

यावर कांती काहीच बोलली नाही. शीतलच्या केबिनमध्येही दोन समान-अधिकारी घुसले. तिनं रिसीव्हर ठेवताच त्यांनीही उत्साहानं विचारलं,

"बातमी ऐकली ना?"

संध्याकाळी शीतल घरी गेली, तेव्हा ध्यानासाठी केवळ बाराजण आले होते. त्यांचंही ध्यानाकडे लक्ष नव्हतं. त्यांच्याही परस्परांमध्ये 'इंदिराजींनी राजीनामा दिला-' याच विषयावर गप्पा चालल्या होत्या. एक-दोघांनी 'आपण ध्यान करू या-हा विषय आपल्याला कशाला हवा?' म्हटलं, तरी इतरांनी तिकडं लक्ष दिलं नाही.

पण सात वाजले, तरी ब्रह्मचारींचा पत्ता नव्हता. का आले नसतील हे? कुठल्याही प्रकारच्या राजकारणात कधीही रस न घेता आपल्या दिनक्रमात ते मग्न

असतात. अशा गोष्टींच्या त्यांच्या मनःशक्तीवर कसलाही परिणाम होण्याची शक्यता नाही. कदाचित त्या भागात दंगा उसळल्यामुळं त्यांना येऊन पोहोचणं शक्य झालं नसावं. तिनं कांतीच्या घरी फोन केला. पण तो कुणीही उचलला नाही. फॅक्टरीमध्येही कुणी नव्हतं. शीतलला आश्चर्य वाटलं. तिनं खिडकीबाहेर पाहिलं– बसेस् आणि रिक्षा नेहमीप्रमाणे धावत होत्या. तिनं जमलेल्यांना आज क्लास नाही, असं सांगून आपली गाडी बाहेर काढली.

तिनं कांतीच्या घरी जाऊन पाहिलं, तर तिथं दाराला कुलूप होतं. फॅक्टरीही बंद होती. ही काही फॅक्टरी बंद करायची वेळ नव्हे. तिनं वॉचमनपाशी चौकशी केली, तेव्हा त्यानं सांगितलं,

"मॅडमना हार्ट-अॅटॅक आलाय्. त्यांना नर्सिंग होममध्ये ठेवलंय्."

"कुठल्या नर्सिंग होममध्ये?"

"गेल्या खेपेला ठेवलं होतं–मागच्या गल्लीत आहे बघा... त्याच नर्सिंग होममध्ये ठेवलंय्."

या बातमीनं शीतल व्याकूळ झाली. दुसरा हार्ट-अॅटॅक! ती हॉस्पिटलमध्ये गेली. तीनशे सात नंबरच्या खोलीत तिला ठेवल्याचं समजलं. लिफ्टनं वर जाऊन खोलीचा अर्धवट लोटलेला दरवाजा उघडून पाहिलं–कॉट रिकामी होती. खिडकीपाशी असलेल्या खुर्चीवर ब्रह्मचारी ध्यानमग्न होऊन बसले होते. शीतल आत आल्याचं त्यांना जाणवलं नव्हतं. तीही त्यांचं लक्ष जाईल, म्हणून तशीच उभी राहिली. आठ-दहा मिनिटं गेली–तरी त्यांचं तिकडे लक्ष गेलं नाही. तिला आठवलं–हे त्यांचं नेहमीचंच आहे. भौतिक गरज असेल, तेव्हा ते बाहेर येतात–इतर वेळी ते आतच बुडालेले असतात. आता त्यांना कांतीविषयी विचारणं आवश्यक असल्यामुळं तिनं हाक मारली,

"महाराज–"

तिनं दुसरी हाक मारल्यावर त्यांच्या चेहऱ्यावर बदल दिसला. संपूर्णपणे बाहेर येऊन त्यांनी तिच्याकडे पाहिलं. तिच्या चेहऱ्यावरची काळजी बघून ते म्हणाले,

"माताजींना हृदयाघात झाला आहे. त्यांना अतिसावध शुश्रूषा विभागात ठेवलं आहे. तिथं कुणालाही जाऊ देत नाहीत." त्यांच्या चेहऱ्यावर वेदना दिसत होती.

आतल्या दुसऱ्या खुर्चीवर तीही बसली. आपणच डॉक्टरांची भेट घेऊन चौकशी करावी, या विचारानं ती उठून बाहेर आली. कॉरीडॉरमध्ये फॅक्टरीचे मॅनेजर भेटले. त्यांचा चेहराही चिंताक्रांत दिसत होता. तिला पाहताच त्यांनाही थोडं बरं वाटलं. तेच म्हणाले,

"ऑक्सिजन लावलाय्. आणखी चोवीस तास काहीही सांगता येणार नाही, असं डॉक्टर म्हणाले. हे हॉस्पिटल अत्याधुनिक आहे. डॉक्टरही तज्ज्ञ आहेत.

वरचेवर कुणी ना कुणी लक्ष ठेवून असतं.''

त्या रात्री शीतल तीनशे सात खोलीतच राहिली. तिनं रात्री ब्रह्मचारींना घरी जाऊन यायला सांगितलं. घरून निरंजनला फोन करून कळवायलाही सांगितलं. तिनं मॅनेजरनाही घरी जाऊन सकाळी यायला सांगितलं.

मॅनेजर बरं म्हणाले, तरी ते गेले नाहीत. त्यांच्या चेहऱ्यावरची चिंता कमी झाली नव्हती. तिनं त्यांची समजूत काढायचा प्रयत्न केला, तेव्हा ते म्हणाले,

''मॅडम, तुम्हांला आमच्या कंपनीची परिस्थिती ठाऊक आहेच. त्यांचे चिरंजीव अमेरिकेत आहेत–ते काही यायची शक्यता दिसत नाही. यांची प्रकृती सुधारून त्या घरी परतल्या, तरी फॅक्टरी चालवू शकतील काय? हा दीडशे लोकांच्या अन्नाचा प्रश्न आहे. मलाही आणखी एक नोकरी शोधावी लागणार आहे! इतकी वर्षं एके ठिकाणी काम केलं, की आपलाही जीव गुंततो, नाही का?''

या दृष्टीनं शीतलनं विचारच केला नव्हता.

मॅनेजर निघून गेल्यावर ती यावरच विचार करू लागली. पाठोपाठ जुन्या आठवणीही आल्या. दोघींनी किती उत्साहानं या व्यवसायाची सुरुवात केली होती! पदोपदी मार्गदर्शन करून व्यवसाय एका पातळीपर्यंत आणल्यानंतर हिनं बालपणाची मैत्रीही स्मरणात न ठेवता सगळी कंपनी गिळंकृत केली! अर्थात नंतर मीही निनावी पत्र–पण आज ना उद्या एक दिवस आपण असे मरून जाऊ, हे तिच्या लक्षात आलं नसेल का तेव्हा? हिचं काही झालं, की आठवडाभरात कंपनी कोसळायला सुरुवात होईल. त्यानंतर आठवड्यात संपूर्ण काम ठप्प होईल! तिच्या मनात तिच्याही न कळत विचित्र समाधान पसरलं. तासा-दीड तासात स्वतःलाच तिनं बजावलं–छेः! ध्यान करते मी! अशा विचारांना मनात थाराच देता कामा नये! पण त्यामुळं मन पूर्ण शांत झालं नाही.

सकाळपर्यंत ती जागीच होती.

तिनं सकाळी पुन्हा कांतीच्या प्रकृतीची चौकशी केली. उत्तर मिळालं,

''तशीच आहे. कमीही नाही आणि जास्तही नाही–''

ब्रह्मचारी येताच ती अंघोळ आणि रजेची व्यवस्था करून येण्यासाठी घरी जायला निघाली. निघताना तिनं ब्रह्मचारींना विचारलं,

''आजचा क्लास झाला?''

''संपवूनच आलो–'' ते शांत राहायचा प्रयत्न करत असले, तरी त्यांच्या चेहऱ्यावर सूक्ष्म कातरता दिसत होती.

घरी जाऊन अंघोळ–ध्यान करून, नाश्ता करताना तिला एक गोष्ट आठवली. आपला मुलगा आपल्याकडे लक्ष देत नाही, त्यामुळं आपलं घर ब्रह्मचारींना देणार आणि बँकेत असलेल्या दहा लाखांच्या व्याजावर आपल्या घरात ध्यानमंदिर तयार करायला सांगणार–तसं आपण मृत्युपत्र लिहून ठेवणार, असं कांतीनं तिला अनेकदा सांगितलं होतं. पण तिनं मृत्युपत्र लिहिलंय्, की नाही, कोण जाणे! कदाचित या कारणामुळंच ब्रह्मचारी अस्वस्थ असतील काय? शक्य आहे. ते तरी यानंतर आणखी कुठं जातील? कांतीची प्रकृती थोडी सुधारली, की तिच्याशी या विषयावर बोलायला हवं–फॅक्टरीचं मात्र बोलायला नको.

फोन जाताच अर्ध्या तासाच्या आत निरंजन आणि रजनी दवाखान्यात येऊन हजर झाले. पेशंट अतिदक्षता विभागात असल्यामुळं कुणी काही करायचा प्रश्नच नव्हता. डॉक्टरांशी तासभर बोलून ते घरी परतले. त्यानं रात्री डेहराडूनलाही फोन केला. आई दुसऱ्या दिवशी येतील, म्हणून समजलं.

पाच दिवस असेच गेले. प्रकृती किंचित सुधारल्यावर तिला तिच्या तीनशे सात खोलीत आणून झोपवण्यात आलं. शीतलनं डॉक्टरांना विचारलं, तेव्हा त्यांनी सांगितलं,

"किमान एक महिना तरी इथंच ठेवावं लागेल. तुमच्यासारखी अगदी जवळची माणसं सोडली, तर इतरांना येऊ देऊ नका. प्रकृतीचा धोका अजूनही पूर्णपणे टळलेला नाही."

रात्री शीतल अजूनही तिथंच झोपत होती. सकाळी घरी जाऊन तिथून ऑफिसला जात होती, संध्याकाळी पुन्हा हॉस्पिटलमध्ये येत होती. ती नसेल, तेव्हा ब्रह्मचारी तिथं राहत होते. आईंना ब्लडप्रेशरचा त्रास असल्यामुळं त्यांची मदत व्हायचा प्रश्नच नव्हता. वडलांचीच प्रकृती खराब असल्यामुळं ते डेहराडूनहून आलेच नव्हते. रात्री शीतलच आईंना जबरदस्तीनं घरी पाठवत होती.

अजूनही कांतीला बोलायची परवानगी नव्हती. पडल्या-पडल्या ती ध्यान करत असल्यासारखी दिसत होती. सलग पंधरा दिवसांची रजा घेऊन हॉस्पिटलमध्ये राहायची शीतलचीही इच्छा होती. पण सरकारनं आणीबाणीची घोषणा केल्यामुळं सगळीच परिस्थिती विचित्र झाली होती. अलाहाबाद–निर्णयाविरुद्ध पंतप्रधान सुप्रीम कोर्टात गेल्या होत्या आणि अलाहाबाद हायकोर्टाचा निकाल पायदळी तुडवून संपूर्ण देश संकटात असल्यामुळं आपण आणीबाणी जाहिर करत आहोत, अशी

घोषणा केली होती. आता सर्व निरंकुश सत्ता एकवटली होती.

संपूर्ण देशभर याच आणीबाणीखाली लक्षावधी लोकांना रातोरात तुरुंगामध्ये डांबून ठेवण्यात आलं होतं. आपल्याविरुद्ध बोलणारे, लिहिणारे आणि छापणारे– सगळ्यांना तुरुंगात डांबून ठेवण्याचा फतवा निघला. आपल्या निरंकुश सत्तेचं समर्थन करण्यासाठी सगळ्या सरकारी आणि निम-सरकारी कचेऱ्यांमध्ये सगळ्यांनी एक मिनिटभरही उशिरा येता कामा नये–आपापल्या खुर्चीवरून उठता कामा नये, यांसारखे कायदे करून जनसामान्यांच्या नजरेत धूळ फेकण्यात येऊ लागली. वरिष्ठ अधिकाऱ्याच्या संमतीशिवाय कुणालाही रजा मिळेनाशी झाली.

अशा परिस्थितीत मैत्रिणीच्या शुश्रूषेसाठी साठवलेली रजा मिळणं शीतलला अशक्य झालं. कारण यातूनच 'ही कोण मैत्रीण? रजा घेऊन सेवा करण्याइतकं तुमचं–तिचं नातं काय?–' वगैरे चौकशी सुरू झाली, की ती कुठल्या दिशेला वळेल, हेही सांगता येत नव्हतं. त्यामुळं प्रत्येकाच्या मनात भयानं ठाण मांडलं होतं. डोळे उघडे असले किंवा बंद असले, तरी आपल्याला ग्रासण्यासाठी एक काळी छाया टपून बसली आहे, असं प्रत्येकाला तीव्रपणे जाणवत होतं. कुठंही गेलं, तरी मन भय-ग्रस्त होतं. पोलीस सतत आपल्या मागावर आहेत, असं दडपण मनावर राहत होतं. आपल्या जवळपास कुणी तरी सरकारचा हेर टपलेला आहे, या भीतीनं संपूर्ण ऑफिसच भयानं थरथरत होतं.

पण दोनेक आठवड्यांत हळूहळू वातावरण निवळल्यासारखं दिसू लागलं. कारण विरोधी उच्चार करणारं एकही वृत्तपत्र राहिलं नव्हतं, की एकही विरोधी पक्षाचा नेता बाहेर राहिला नव्हता. सगळ्यांना जेलमध्ये टाकलं होतं. त्यामुळं आता कुणाला घाबरायचं?

तरीही नोकरदारांमध्ये पूर्णपणे धैर्य आलं नव्हतं. आपल्या वरिष्ठांच्या आज्ञांचं पालन करत आणि त्यांना सलाम करत राहिलं, तर आपल्याला धोका नाही, अशी त्यांची धारणा झाली होती.

कांतीबरोबर तिच्या मृत्युपत्राविषयी बोलण्यासाठी शीतल योग्य संधीची वाट पाहत होती. आता कांतीची प्रकृती बरीच बरी होती. तीनशे सात नंबरच्या खोलीतच शीतल तिला आधार देऊन सावकाश चार पावलं फिरवत होती, सकाळ–संध्याकाळी दोन-दोन तास आराम-खुर्चीमध्ये बसवत होती. या खेपेला विश्रांतीसाठी डेहराडूनला जायचं कांतीनं ठरवलं होतं. रोजचं वर्तमानपत्र वाचायला डॉक्टरांनी परवानगी दिली होती.

एकदा कांतीनं शीतलला विचारलं,

"हे काय? आणीबाणी आहे, म्हणून पेपरमध्ये दिलंय्–चीन आणि पाकिस्तान...

दोघांनी एकदम हल्ला केलाय्, की काय?''

''तसं नाही... '' शीतलनं थोडक्यात परिस्थितीची माहिती दिली.

यावर कांती काहीच बोलली नाही. थोड्या वेळानं ती एकदम म्हणाली,

''शीतल, तुला कदाचित विसंगत वाटेल–रवींद्र, अनुपचे डॅडी याच गावात आहे ना? त्याला भेटावंसं वाटतंय्–बोलवता येईल काय? निरोप पाठवला, तर तो येईल काय?''

''तुम्हां दोघांमध्ये सामंजस्य निर्माण होणं केव्हाही चांगलंच! किती केलं, तरी तो तुझा नवरा–तुझ्या मुलाचा जन्मदाता–''

''छेः! कल्पनेचा एवढा विस्तार करायची गरज नाही. मुकाट्यानं पडून होते ना? तेव्हा काही ना काही मनात यायचं. त्या वेळी वाटलं, एकदा भेटावं, म्हणून!''

''निरोप पाठवता येईल–'' म्हणत शीतल काही क्षण थांबून पुन्हा म्हणाली, ''पहिल्यापासून सरकारच्या विरोधात असलेलं नियतकालिक ते! त्यामुळं आणीबाणीच्या पहिल्या दिवशीच त्यांना जेलमध्ये ठेवलं असण्याची शक्यता जास्त! आता नियतकालिक तर अस्तित्वातच नाही. पण चौकशी करता येईल. अर्थात मोकळेपणानं चौकशी करणंही धोक्याचंच आहे, म्हणा!''

पुढं शीतल म्हणाली,

''देवाच्या दयेनं तू मोठ्या संकटातून बाहेर पडलीस. तरीही हा तुझा दुसरा हार्टअॅटॅक! घराचं ध्यान–मंदिर करायचं आणि दहा लाखांच्या व्याजातून बाकीचा खर्च करायचा, असं तू म्हणत होतीस. पण तसं मृत्युपत्र तयार केलंस काय? ब्रह्मचारींच्या कानांवर तू हे घातलंस, की नाही?''

यावर कांती काहीच बोलली नाही. शीतलच पुढं म्हणाली,

''अजून केलं नसेल, तर यानंतर कर. भारद्वाज आणि कंपनीच तुझ्या कायदेशीर बाबी पाहते ना? सीनियर भारद्वाजच त्या वेळी पाहत होते ना? तू त्यांना इथंच बोलावून घे. हवं तर मी त्यांना फोन करेन. ब्रह्मचारींनी तुझ्यावर विश्वास ठेवला आहे. तुलाही ते मुलासारखे वाटतात. त्यांना अधांतरी सोडू नकोस. शिवाय ते काही तुझा पैसा स्वतःसाठी खर्च करणार नाहीत! सगळ्यांना मनःशांती देणाच्या ध्यान– योगाच्या प्रचारासाठीच ते खर्च करतील!...''

सगळं पटल्याप्रमाणे कांतीनं मान डोलावली. पण ती काहीही बोलली नाही.

दुसऱ्या दिवशी शीतलनं रवींद्रशी संपर्क साधण्याचा प्रयत्न केला. आधी तिनं स्वतःच जाऊन यायचा विचार केला. पण त्यातला धोका जाणवून तिनं आपल्या ओळखीच्या एका पत्रकाराला त्याच्या घरी भेटून तिनं विचारलं, तेव्हा तो उत्तरला,

''रवींद्रजींना शंभर वर्षं आयुष्य आहे, बघा! आज सकाळीच त्यांची बातमी

समजली आणि आता तुम्ही विचारताहात!–'' आणि त्यानं आतून कुठून तरी एक कागद आणून तिच्या हातात दिला,

''यांतला सातवा आयटेम वाचा...''

ते अत्यंत बारीक अक्षरात छापलेलं पत्रक होतं. नुसत्या चश्म्यानं ते वाचणं शक्य नव्हतं. त्यासाठी मॅग्निफाईंग काचच आवश्यक होती. शीतलनं महाप्रयासानं वाचलं,

''–विश्रांतीसाठी आपल्या जुन्या हेमंत होन्नत्ती नावाच्या मित्राच्या अपंग सेवाश्रमात रवींद्र गेले होते, तेव्हा तिथे त्यांना, जुने गांधीवादी समाजसेवक अण्णय्या, हेमंत होन्नत्ती, त्यांना भेटायला दिल्लीहून गेलेले त्यांचे आई–वडील अशा सगळ्यांना मध्यरात्री कर्नाटक–पोलिसांनी पकडून व्हॅनमधून नेले आणि बेंगळूरच्या जेलमध्ये ठेवले आहे–एकतीस अपंग मुलं उपाशी आहेत–''

या बातमीनंतर लगेच पुढचा 'सोहना विश्रांतिगृहात मोरारजी देसाई–' वगैरे मजकूर छापण्यात आला होता.

ताण पडल्यामुळं दुखावलेले डोळे मिटून घेत तिनं विचारलं,

''हे कुठलं वृत्तपत्र?''

''नाव पाहा–'व्हॉईस ऑफ द स्काय.' कसलाही प्रसंग आला, तरी बातम्यांचा शोध घेऊन त्या प्रसिद्ध करायचं दडपण नष्ट होत नाही. हे वृत्तपत्र विकत मिळत नाही. तुम्हांला हवं असेल, तर सांगा. मग तुमच्या एखाद्या मित्राकडून किंवा नातेवाइकाकडून क्षेमसमाचाराचं पत्र यावं, तसं अवचितपणे केव्हाही तुमच्या घरी येईल. कधी दाराच्या फटीतून आत पडलेलं तुम्हांला मिळेल. पण ते केव्हा येईल, हे निश्चित नाही–त्यासाठी वर्गणी अमुक इतकी–असंही नाही. दहा रुपयांपासून दहा हजार रुपयांपर्यंत तुम्ही कितीही देऊ शकता. पैसे जाऊन पोहोचतील, याची काहीही हमी नाही. तुमचं नाव कुठंही नसतं. कदाचित तुमचे पैसे मीच ठेवून घेईन! भारतात सगळीकडे अशा प्रकारची वृत्तपत्रं निघत आहेत. तुम्हांला त्याहूनही ताजी बातमी हवी असेल, तर व्हॉईस ऑफ अमेरिका, बी.बी.सी., व्हॉईस ऑफ ऑस्ट्रेलिया ऐका. शेवटी पाकिस्तान रेडिओ ऐका.''

शीतलनं आपल्या घरचा पत्ता सांगितला आणि पर्समध्ये असलेले हजार रुपये काढून दिले. त्यांनी दिलेला वृत्तपत्राचा कागद पर्समध्ये ठेवून ती तिथून बाहेर पडली.

दुसऱ्या दिवशी खोलीचा दरवाजा बंद करून शीतलनं कांतीला त्या गुप्त वृत्तपत्राविषयी सांगून तिच्यापुढे बारीक अक्षरातलं वृत्तपत्र धरून वाचायला सांगितलं,

''सातवा आयटेम वाच–'' पण चश्मा घालूनही कांती ते वाचू शकली नाही.

अखेर शीतलनं स्वत:च वाचून दाखवल. नंतर मात्र तिला वाटलं, आपण सारी बातमी वाचून दाखवायला नको होती. त्यात येणारा होन्नत्तीचा संदर्भ आणि आज ते दोघंही एकमेकांशी चांगले संबंध ठेवून आहेत, हे समजताच कांतीच्या मनावर विपरीत परिणाम होईल, अशीही तिला भीती वाटली. पण कांती शांत दिसत होती. ती काहीच बोलली नाही.

त्या दिवशी संध्याकाळी शीतलनं पुन्हा एकदा मृत्युपत्राची आठवण करून दिली. तिला मध्येच अडवत कांती म्हणाली,

"पुन्हा बोलू नकोस. मला सारं ठाऊक आहे. उद्या भारद्वाज कंपनीच्या एस्. पी. भारद्वाजांना इथं या, म्हणून फोन करून कळव."

मैत्रिणीला थोडा त्रास झाला, तरी आपण आपलं कर्तव्य पूर्ण केल्याचा शीतलला आनंद झाला. ती दुसऱ्या दिवशी नर्सिंग होममध्ये आली, तेव्हा गेटपाशी फॅक्टरीचा मॅनेजर भेटला. त्याचा चेहरा बराच उजळला होता. तो शीतलला म्हणाला,

"मॅडम, त्यांची प्रकृती सुधारते आहे, असं वाटतं. आज सकाळी साडे नऊ वाजता भारद्वाज वकील आले होते. तासभर त्या दोघांचं बरंच बोलणं झालं. संध्याकाळीही ते आले होते. नुकतेच दहा मिनिटांपूर्वी गेले. त्यांची दरवाजा बंद करून खाजगी चर्चा चालली होती, तेव्हा मी इथं रिसेप्शन काऊंटरकडे बसलो होतो."

हे ऐकून शीतललाही समाधान वाटलं. मरण ही सगळ्यांनाच येणारी गोष्ट आहे. पण आपल्या मृत्यूनंतरही आपल्या आवडीचं उन्नत कार्य सुरू राहील, याकडे लक्ष देणाऱ्या आपल्या मैत्रिणीचा तिला अभिमान वाटला. खोलीत गेल्यावर तिनं पुन्हा तो विषय काढला नाही. तिची संपत्ती, ती देणार–आपण फार तपशिलात शिरणं योग्य नव्हे–

तिनं कांतीला विचारलं,

"आता तुझी प्रकृती सुधारत आहे. डॉक्टरही हेच म्हणताहेत. अनुपला फोन करून बोलावून घेतलं, तर? गेल्या खेपेला फोन केला, तेव्हा तो आला नाही, हे खरं. पण त्या वेळी त्यासाठीही एक महत्त्वाचं कारण होतं. त्याला पुन्हा अमेरिकेत जायला मिळालं नसतं. आता तसं काही नाही. निदान फोन करून बघायला काय हरकत आहे? ये म्हणूनही कळवणार नाही. फक्त मम्मीला हार्ट-ॲटक आलाय् एवढंच सांगेन."

कांती काही वेळ विचार करत पडून राहिली. नंतर ती म्हणाली,

"आणीबाणीची घोषणा झाली आहे ना? कुणालाही कारणाशिवाय पकडून जेलमध्ये टाकताहेत, म्हणालीस ना? इथं येऊन तो उगाच संकटात सापडायला नको. इथली परिस्थिती निवळल्यावर त्याला बोलावून घेऊ या."

◆

कांतीची प्रकृती आता बरीच सुधारली होती. डॉक्टरही 'आता फार काळजी करायचं कारण नाही-' म्हणत होते. तरीही आणखी काही दिवस हॉस्पिटलमध्येच राहिलेलं बरं, असं त्यांनी सुचवलं होतं. पण एक दिवस पहाटे पाच वाजता एकाएकी तिच्या छातीतल्या वेदना वाढल्या आणि शीतलनं नर्सला पाठवून डॉक्टर धावत येईपर्यंत ती मरूनही गेली. धावत आलेल्या डॉक्टरांनी हेच सांगितलं.

शीतलला शोक अनावर झाला. शवाचं डोकं छातीशी घेऊन ती हमसून हमसून रडू लागली. रडण्याचा पहिला आवेग ओसरल्यावर तिला पुढील कर्तव्याची आठवण झाली. आपण तिची कितीही जवळची मैत्रीण असलो, तरी या नंतरच्या विधींसाठी आपला कणभरही उपयोग नाही, याची तिला तीव्र जाणीव झाली.

तिनं निरंजनला फोन करून बोलावून घेतलं. त्याच्या बायकोनं त्याच्या आणि त्याच्या आई-वडील- बहिणींमध्ये मोठा खंदक निर्माण केल्याचं शीतलला ठाऊक होतं. बातमी लगेच डेहराडूनला कळवणं आवश्यक होतं. पण तो म्हणाला,

"थोडा विचार करायला पाहिजे. दोघांचंही वय झालंय् ना!..."

"पण त्यांना आज ना उद्या समजलंच पाहिजे ना?"

शीतलला कांतीच्या नवऱ्याची आठवण झाली. कसंही नातं असलं, तरीही नवऱ्याला शवसंस्काराचा अधिकार आहे. तो जेलमध्ये आहे. त्याच्याशी संपर्क साधणंही अशक्य आहे. गृह-मंत्रालयाशी संपर्क साधला, तर? पण एवढी संधी मिळाल्यावर हेच सरकार आपल्यामागे चौकशीचं जाळं विणायला सुरुवात करेल, हेही तिला चांगलं ठाऊक होतं.

अनुपशी संपर्क साधावा, की काय, हे तिनं निरंजनला विचारलं. त्यालाही तेच योग्य वाटलं. शीतल आपली गाडी घेऊन कांतीच्या घरी पोहोचली, तेव्हा ब्रह्मचारींचा पहिला क्लास चालला होता. कांतीच्या बेडरूममधल्या डायरीत अनुपचा टेलिफोन नंबर मिळाला. तो नंबर फिरवल्यावर उत्तर मिळालं,

"अनुप इथली नोकरी आठ महिन्यांपूर्वी सोडून गेला." म्हणत त्यांनी एक फोन-नंबर दिला. तो फिरवताच उत्तर मिळालं,

"इथं तो एकच महिना होता-तुम्ही त्याच्याशी या नंबरवर संपर्क साधा-"

असं चार वेळा झाल्यावर अखेर तोच फोनवर भेटला. बातमी ऐकताच त्याला धक्का बसला,

"आँ! असं कसं झालं? मला आधीच का कळवलं नाही?"

"तुझ्या मॉमनं तसं मला सांगितलं नाही. तुला उगाच त्रास कशाला, असं कदाचित तिला वाटलं असेल. आता पुढं काय करायचं? इथल्या पद्धतीप्रमाणे मुलानं येऊन अग्नी द्यायला पाहिजे!"

"आँटी, खरंय् तुझं! पण उद्या पहाटे मला कंपनीच्या एका अतिशय महत्त्वाच्या कामासाठी ब्राझिलला जायचं आहे. तीनशे मिलियन डॉलर्सच कॉंट्रॅक्ट आहे! अशा वेळी आई वारली–मला जाणं आवश्यक आहे, म्हटलं, तर म्हणतील, अशी संधी कंपनीला पुन्हा मिळणार नाही. आईचा बेरिअल सेरिमनी पोस्टपोन करायला सांग!" आँटी, ही मीटिंग झाल्यावर मी लगेच येतो. आँटी- मम्मी- माय मदर! माझी एकुलती एक आई! आँटी- मला काय होतंय्, ते मला सांगता येत नाही–" त्याचा आवाज रडवेला झाल्याचं शीतलला जाणवलं.

तिन सांगितलं.

"असू दे, बेटा! तूच तुझ्या मनाचं समाधान केलं पाहिजेस. तुला तुझ्या घरचा फोन-नंबर तर ठाऊक आहेच. माझा नंबरही लिहून घे. इथलं सारं आम्ही काही तरी करून उरकून घेऊ–"

बाहेर येऊन तिनं क्लास घेणाऱ्या ब्रह्मचाऱ्यांनाही बातमी सांगितली. बातमी ऐकून ते कष्टी झाले. त्यांचे डोळे पाणावले. ध्यानात बुडालेल्या साऱ्यांना जागं करून ही बातमी सांगताच सारे नर्सिंग होमकडे जायला निघाले.

निरंजननं एवढा वेळ विचार करून सांगितलं,

"डेहराडूनला फोन करायला नको. त्यांना धक्का बसेल. मी रात्री स्वतः तिथं जाऊन, त्यांना समक्ष सांगून, त्यांचं समाधान करून, त्यांना घेऊन येईन. आता आपणच शवसंस्कार करून मोकळं होऊ या–"

मुलगा येणार नाही–आता पुत्रस्थानी राहून कोण अग्नी देणार? शीतलनं ब्रह्मचारींना विचारलं. तेही म्हणाले,

"मनाची भावना विशेष महत्त्वाची आहे, मी त्यांना आईच्या जागीच मानलं आहे. मी त्यांचं दहनकार्य करेन!–"

फॅक्टरीमधली काही माणसं आणि ध्यानासाठी जमलेल्यांपैकी काहीजणांनी मृतदेह निगमबोध स्मशानात नेला.

पुढचे सगळे विधी तिथल्या व्यावसायिकांनी केले. सोबत गेलेल्यांनी 'श्रीराम सत्य है–रामनाम नित्य है' च्या घोषणांबरोबर मृतदेह व्हॅनमधून बाहेर काढला.

तासाभरात सारे विधी संपले आणि डोक्याचं मुंडन केलेल्या ब्रह्मचारींनी कांतीच्या देहाला अग्नी दिला.

शीतलनं त्यांना सांगितलं,

"त्या घरामध्ये योग-ध्यान सतत चाललं पाहिजे. कांतीजींची ती इच्छा होती. इतर क्रियाकर्मं विशेष महत्त्वाची नाहीत."

त्यामुळं इतर विधी चालले असतानाही ब्रह्मचारींनी तिथले योग-ध्यानाचे वर्ग सुरूच ठेवले. शीतलनं सगळ्यांना सांगितलं,

"लवकरच ही जागा ध्यानमंदिर होईल. एखादा चांगला दिवस पाहून बोर्ड तयार करायला हवा."

काही जणांनी सूचना केली–कांतीमाता ध्यान-केंद्र असं नाव ठेवायला काय हरकत आहे? त्याही ध्यानामध्येच रस घेणाऱ्या होत्या. त्यांचा मोठा फोटो तयार करून तो समोर ठेवायला काय हरकत आहे?

पण हा उत्साह ब्रह्मचारींना पटला नाही. त्यांनी समजावून सांगितलं,

"कृतज्ञता व्यक्त करणं वेगळं आणि ध्यान करणं वेगळं! टप्प्या-टप्प्यानं रूप ध्यानामध्ये येणं हेच ध्यानाचं प्रमुख उद्दिष्ट असतं. अशा वेळी फोटो समोर ठेवणं योग्य नव्हे. रामकृष्णादींचे फोटो लावणंही वर्ज्य मानलं जातं."

हे ऐकून सारे गप्प बसले.

कांतीचे आई-वडील आले, आवश्यकतेनुसार रजनीनं धावपळ केली आणि उत्तरक्रियेचे बाकीचे सारे विधीही उरकले.

त्यानंतर चार दिवस झाले असतील. कांतीचे आई-वडील डेहराडूनला निघून गेले होते. सकाळी आठ वाजले होते. ध्यानाचा वर्ग सुरू होता. घरापुढं एक श्रीमंती थाटाची हवानियंत्रित बेंझ कार येऊन उभी राहिली. पुढच्या नंबर प्लेटपाशी 'रोझपेंटा' म्हणून लिहिलं होतं. ड्रायव्हरनं अदबीनं दरवाजा उघडताच आतली व्यक्ती खाली उतरून घरात गेली. तिथं ध्यान लावून बसलेल्या लोकांना पाहून ती व्यक्ती आश्चर्यचकित झाली. ध्यानावर लक्ष ठेवणाऱ्या ब्रह्मचारींचं दाराकडे लक्ष गेलं. आधी त्यांना ओळख पटली नाही. पण काही क्षणांतच ओळख पटली. ते त्याच्याजवळ जाऊन म्हणाले,

"केव्हा आलास, अनुप? माताजी..."

बोलताबोलता ते अडखळले. ध्यान करणाऱ्यांना अडथळा नको, म्हणून ते त्याला दुसऱ्या खोलीत घेऊन गेले.

वर्ग संपल्यावर सगळे निघून गेल्यावर अनुपनं विचारलं,

"काय हे सगळं?"

ब्रह्मचारींनी सांगितलं,

"हा ध्यानधारणेचा क्लास आहे. माताजींचा यावर फार जीव होता. इथं नेहमी

ध्यान चालावं, अशा प्रकारचं मृत्युपत्र त्यांनी करून ठेवलं आहे.''

"मला काहीच बोलली नाही ती! फोनवरूनही काही सांगितलं नाही.''

आपणही हे सांगायला नको होतं, असं ब्रह्मचारींना तीव्रपणे वाटलं. पण पाठोपाठ वाटलं, कशाला काय लपवून ठेवायचं? ध्यानधारणेसाठी ते चांगलं नव्हे.

नंतर अनुप त्यांना मम्मीच्या प्रकृतीविषयी विचारत होता. तेही त्याला सारं सांगू लागले. ती किती दिवस हॉस्पिटलमध्ये होती, किती त्रास झाला वगैरे,

थोडा वेळ ऐकून तो म्हणाला,

"निघतो मी. थोडं काम आहे. बिझनेस मॅटर!''

ब्रह्मचारींनी शीतलला फोन करून अनुप आल्याचं आणि आता काही कामासाठी बाहेर गेल्याचं सांगितलं. हे ऐकून तिलाही बरं वाटलं. तिला ऑफिसमध्ये जाणं भाग होतं. अनुपनं विचारलं, तर त्याला आपला ऑफिसचा नंबर द्यायला सांगून शीतल ऑफिसला गेली. तरीही डोक्यात तेच विचार होते. अनुप आलाय्, हे उत्तमच झालं–आता वकिलांना भेटून सगळं रीतसर करून टाकलं, की कायमचं काम होईल–

तिलाही अनुपला भेटायची तीव्र इच्छा झाली. आपल्याला तर मूल-बाळ नाही. हा मैत्रिणीचा मुलगा म्हणजे आपल्या मुलासारखाच ना!

त्यानं तिच्या ऑफिसमध्ये फोन करून सांगितलं,

"आँटी, संध्याकाळी तुझ्या घरी येईन. चालेल ना? मी रोझपेंटा हॉटेलच्या रूम नंबर पाचशे अठरामध्ये उतरलो आहे. नुकताच भारद्वाज वकिलांच्या ऑफिसमध्ये जाऊन आलो. रात्री माझं विमान साडे बारा वाजता आलं. झोपायला दोन वाजले. त्यातच जेट-लॅग! आता चार तास निवांतपणे झोप काढायला पाहिजे. फोनही येता कामा नयेत, म्हणून सांगून ठेवलंय्–'' म्हणत त्यानं रिसीव्हर ठेवला.

तिनंही विचार केला- वकिलांना भेटून आलायं, म्हणजे व्यवहाराच्या मनःस्थितीमध्ये आहे, म्हणायचा! दुःखाचा पहिला आवेग ओसरलेला दिसतो.

तो संध्याकाळी सहा वाजता तिच्या घरी आला. हो पहिला अनुप नाही, हे तिला जाणवलं. अमेरिकेत एम्.बी.ए. झालेला नवतरुण! त्याच्या नखशिखांत बिझनेस भरला होता–

"आँटी, तुला पाहताच मला मम्मीला बघितल्यासारखंच वाटलं, बघ! तुझ्याशिवाय संपूर्ण दिल्लीत- अंहं- संपूर्ण देशात माझं असं कोण आहे?'' म्हणत तो तिचा दंड धरत तिच्या शेजारी बसला.

"हॉटेलमध्ये का उतरलास, बेटा? तुझ्या मम्मीचं घर नव्हतं? माझं घर नव्हतं?''

''त्या घरी अव्यवस्था असेल, हे ठाऊक होतं मला. तुला तरी स्वयंपाक करत बसायचा कशाला त्रास? हॉटेलमध्ये राहिलं, की सगळं ते बघून घेतात. फोन सुद्धा लावून देतात. नाही तरी त्यांचा काय उपयोग?''

नंतर आईची आठवण काढत तो कष्टी झाला. त्या नंतर देशातल्या आणीबाणीचा विषय निघाला. त्यावर तो तीव्रपणे म्हणाला,

''काय चाललंय् हे! अमेरिकेत ही परिस्थिती क्षणभरही चालणार नाही–'' त्याचबरोबर आपण येताना 'शिवास् रीगल' च्या तीन बाटल्या कशा आणल्या होत्या, त्यांतली एक कशी कस्टम–अधिकाऱ्यानं काढून घेतली, आपण विरोध केल्यावर त्यानं कशी 'तुझ्या शर्ट-पँट- सूट- टायवरही कस्टम लावू' म्हणून दमदाटी केली, याविषयीही सविस्तरपणे सांगितलं.

नंतर त्यानं विषय काढला,

''आँटी, तुला एक गोष्ट विचारायची आहे. तुला विचार करायला वेळ मिळावा, म्हणून मी आताच सांगतोय्. तू आमच्या गार्मेंटच्या कंपनीमध्ये पार्टनर म्हणून होतीस. त्यामुळं तुला तिथल्या व्यवहाराची कल्पना आहे. तू तिथल्या मॅनेजमेंटची जबाबदारी स्वीकारशील काय? पाहिजे तर दरमहा पगार घे–नाही तर पार्टनरशिप. पण कंपनी अशाच परिस्थितीत सोडू नये, असं वाटतं. आता मी अमेरिकेत आहे–तिथं याला आणखी विस्तृत मार्केट मिळू शकेल.''

तिच्या मनात अनुपविषयी तिरस्कार निर्माण झाला. तरीही मनावर संयम ठेवून ती गप्प राहिली. तोच पुढं म्हणाला,

''तू विचार कर. मला माझ्या एका मित्राला भेटायचं आहे. उद्या पुन्हा येईन मी–'' आणि निघाला.

त्याच वेळी ब्रह्मचारी आले. संध्याकाळच्या क्लासची माणसंही येऊ लागली. क्लास संपल्यावर सारे निघून गेल्यावर ब्रह्मचारींनी सकाळी पुन्हा अनुप येऊन गेल्याच तिच्या कानांवर घातलं. त्यांनी पुढं सांगितलं,

''–त्यानं विचारलं–मम्मीनं घर ध्यानमंदिरासाठी दिलंय्, म्हणून तुम्हांला कुणी सांगितलं? मी म्हटलं–आमचा तो अंदाज आहे. त्यानं विचारलं–अंदाज, की आशा? मला काहीही बोलायला सुचलं नाही. तोच पुढं म्हणाला–मी मृत्युपत्र पाहिलंय् वकिलाकडे. त्यात तसं काहीही नाही.''

ब्रह्मचारींचं बोलणं ऐकून ती आश्चर्यचकित झाली. तो उगाच थापा मारत असेल, की आपलाच अंदाज चुकला? तिनं घड्याळ पाहिलं. साडे आठ- वाजले होते. वकील नऊ वाजेपर्यंत ऑफिसमध्ये असतात. तिनं फोन करून चौकशी केली.

''–मी आणि कांती किती जवळच्या मैत्रिणी होतो, हे तुम्हांला ठाऊक आहे.

त्या दिवशी तुम्ही दोनदा नर्सिंग होममध्ये येऊन गेला. त्या वेळी तयार केलेल्या मृत्युपत्राचा तपशील कळेल काय? तिचा मुलगाही अमेरिकेतून आलाय्. तुम्हांलाही भेटला होता ना?''

''सांगतो ना! अगदी सरळ मृत्युपत्र आहे. मजकूर असा आहे–माझं घर माझ्या वडलांच्या पैशांनी बांधलं आहे–बाकी सगळं मी माझ्या मेहनतीनं मिळवलं आहे–गेली बारा वर्षं माझा माझ्या पतीशी कसलाही संबंध नाही–माझ्या मृत्यूनंतर माझ्या पतीचा यातल्या एका पैशावरही अधिकार नाही–सगळं माझ्या मुलाला मिळालं पाहिजे–खाली सही आहे. त्यांनी सांगितलेला मजकूर मीच टाईपरायटवर टाईप करून आणला आणि त्यांनी साक्षीदारासमोर त्यावर सही केली. त्यांना नवऱ्याकडून काळजी वाटत होती. मी त्यांच्या मुलाच्या हिताची काळजी घेईन. तुम्ही काहीही काळजी करू नका–''

शीतलला जमिनीवर कोसळल्यासारखं झालं होतं. वकिलांनी सांगितलेला मजकूर नीटपणे ब्रह्मचारींना सांगेपर्यंत तिला अर्धा तास लागला.

त्यांनी सगळं ऐकून घेतलं. झोपण्यासाठी त्यांना बसनं कांतीच्या घरी जायला हवं होतं. ते बस-स्टँडकडे निघून गेले.

त्या रात्री शीतलला झोप लागली नाही. तिला आपल्या मृत मैत्रिणीविषयी तिरस्कार आणि संताप वाटत होता. जर रौरव नरक नावाचं काही अस्तित्वात असेल, तर तिला तिथंच जावं लागेल–

मध्यरात्र उलटल्यावर ती थोडी शांत झाली. तिची संपत्ती आणि तिचं घर–तिनं स्वतः मिळवलेलं धन तिनं आपल्याच मुलाला दिलं–यात मी कशाला माझ्या मनाची शांती गमावत आहे? तिनं कितीही समजावलं, तरी तिचं मन पूर्णपणे शांत झालं नाही. पहाटेच्या वेळी तिच्या मनात आलं–आपापलं कर्म आपल्याबरोबर! मुलाला काहीही देणार नाही, असं तीच म्हणायची, म्हणून मी काही तरी सुचवायला गेले.

सकाळी सात वाजता दारावरची घंटा वाजली. तिनं दार उघडलं. दारात ब्रह्मचारी उभे होते. त्यांच्या हातात दोन पांढरे कपडे ठेवलेली एक कापडी पिशवी होती. ती मनोमन चरकली.

ती त्यांना म्हणाली,

''तुम्हांला शंभर वर्षं आयुष्य आहे, महाराज! फोनच करणार होते मी तुम्हांला. रात्री मी यावर बराच विचार केला. मरून गेलेल्यांविषयी विचार करण्यात काहीही अर्थ नाही. आपण आपलं काम करावं हे बरं!–तुम्ही आत तर या–''

ते आत आल्यावर त्यांना सोफ्यावर बसवून ती म्हणाली,

''मी दोन लाख रुपये देईन. ध्यानामध्ये रस असलेल्यांकडून वर्गणी गोळा

करेन, लायसेन्स–परमिटच्या कामासाठी येणाऱ्यांकडून पैसा वसूल करेन. डी. डी. ए. ला सांगून ध्यान-केंद्रासाठी एक साईट मिळवू या. तुम्हांला एक स्वतंत्र इमारत उभी करून देण्याची जबाबदारी पूर्णपणे माझी! हे काम होईपर्यंत तुम्ही माझ्या घरी राहा–कुठंही जाऊ नका–''

"माताजी, मीही रात्रभर विचार करत होतो. महाराजांनी मला ध्यान-मार्गावर काही पावलं पुढं नेलं. पण ते कीर्तीच्या बंधनात गुरफटले आहेत. मी त्यांच्या नावानं ध्यान-प्रसार करावा, असा आदेश देऊन ते निघून गेले. कांतीमाताजी दहा लाख आणि घर देणार म्हटल्यावर मीही त्यात गुरफटून गेलो. पण त्यांनीच मला यातून सोडवलं. बंधन ही माया आणि त्यातून सुटका होणं हीही एक मायाच! कृपा असल्याशिवाय साधक काय करू शकेल? मी कांतीजींचा शतशः ऋणी आहे. अनुपही एके काळी माझा शिष्यच होता. तो आला नसता, तर मी आणखी किती दिवस याच भ्रमात गुरफटून राहिलो असतो, कोण जाणे! मला कुठलंही केंद्र नको. मला माझा विकास करून घ्यायचा आहे. कांतीमाताजींच्या घराची चावी द्यायला आलो होतो–आशीर्वाद द्या–'' म्हणत चावी ठेवत शवसंस्कारासाठी मुंडन केलेलं डोकं तिच्या पायांपाशी ठेवून त्यांनी साष्टांग नमस्कार घातला.

शीतल मूक झाली होती. अवाक्षरही बोलायची तिची इच्छा नव्हती.

ब्रह्मचारी उठले आणि पिशवी उचलून दाराबाहेर पडले. त्यांना थोडा वेळ थांबा म्हणावंसं वाटलं, तरी तोंडातून शब्द बाहेर न पडल्यामुळं ती तशीच बसून राहिली.

◆

## २७

कारण न सांगता, अधिक चौकशी करू न देता काळ्या पोलीस व्हॅनमध्ये कोंबून व्हॅन तिपटूरकडे धावू लागली, तेव्हा सातहीजण घाबरले होते. आपली खुर्ची जायच्या भयानं देशात आणीबाणी जाहीर केल्यानंतर ती आपल्याविरुद्ध विचार पसरवणाऱ्या वृत्तपत्राचा संपादक म्हणून आपल्याविरुद्ध कारवाई करणं हे सर्वाधिकाराचं लक्षण आहे, हे रवींद्रच्या लक्षात आलं असलं, तरी कुठल्याही भानगडीत न पडता अपंग मुलांची सेवा करणाऱ्या हेमंत, सोमशेखराचार्य, अण्णय्या, शंकरमूर्ती आणि मुलाला सहज म्हणून भेटायला आलेल्या हेमंतच्या आई-वडलांपासून तिच्या सर्वाधिकाराला कुठलं भय असेल, हे त्याच्या लक्षात येत नव्हतं.

मध्यरात्र उलटून तास, दीडतास झाला असेल–एकाएकी आश्रमाची दारं धडाधडा वाजवून सगळ्यांना जागं करण्यात आलं. अर्धवट झोपेत 'कोण आहे?' म्हणून विचारायच्या आधीच 'दार उघडा–' म्हणून दरडावण्यात आलं होतं. दार उघडताच 'तुम्ही रवींद्र? तुम्ही हेमंत होन्नत्ती? तुम्ही अण्णय्या?' अशी सगळ्यांची नावं विचारून व्हॅनमध्ये कोंबायला सुरुवात केली होती. 'लघवी करून येतो–' म्हटलं तरी जाऊ न देता 'रस्त्यात व्हॅन थांबवतो–तिथं करा–' म्हणून सांगून व्हॅन वेगात सुरू करण्यात आली होती.

रात्रीच्या अंधारात काळी व्हॅन धावत होती. तिपटूर सहा मैल–कुठं नेताहेत? तिपटूरला, की जिल्ह्याच्या ठिकाणी, की आणखी कुठं? भोवताली दहा बंदूकधारी शिपाई. पुढं ड्रायव्हरच्या शेजारी दोन सब-इन्स्पेक्टर बसले होते. त्यांच्या सिगारेटचा आणि शिपायांच्या बिड्यांचा धूर व्हॅनमध्ये भरला होता. त्या वासानं हेमंतच्या आईला–सत्यवतीबाईंना मळमळू लागलं. थोरले होन्नत्ती ओरडून म्हणाले,

"बिड्या ओढणं थांबवा, बघू! हिला उलटी होतेय्–गाडी थांबवा. पाणी आणून गाडी स्वच्छ करा–"

पन्नास वर्षं पुराण्या गाडीच्या आवाजात त्यांचं बोलणं कुणालाही ऐकू गेलं नाही. ते पुन्हा ओरडले. अखेर तेच रवींद्रनं ओरडून सांगितलं, तेव्हा पुढच्या

सीटवरच्या सब-इन्स्पेक्टरांनी गाडी थांबवली. सब-इन्स्पेक्टरांनी दम भरला,

"पाहिजे तर खाली उतरून ओकून या. व्हॅन धुवायचं काम पोलिसांचं नाही,"

रवींद्रनंही ओरडून विचारलं,

"मग तुमचं काम काय? आम्हांला का पकडून नेताहेत? वॉरंट कुठं आहे?"

"काय कटकट आहे! तिथं गेल्यावर मागा काय वॉरंट मागायचंय्, ते! नीट झोपूही देत नाहीत! ए! बिड्या ओढू नका, रे–" एका सब-इन्स्पेक्टरनं सांगितलं, "नाही तर तुम्हांलाच व्हॅन धुवावी लागेल!" दोघांही सब-इन्स्पेक्टरांनी पुन्हा आपापली सिगारेट पेटवली आणि पुन्हा व्हॅन धावू लागली.

आणीबाणीची घोषणा केल्यानंतर ती आपल्या विरुद्ध असलेल्या प्रत्येकाला पकडून जेलमध्ये टाकत असल्याचं त्यांनाही ठाऊक होतं. पण प्रत्येकाला हे कळत नव्हतं, आपल्यापासून तिच्या खुर्चीला कसला धोका संभवतो?

तिपटूरचं रेल्वे गेट व्हॅननं ओलांडलं. रवींद्रचं बाहेर लक्ष होतं. डावीकडे गाव आणि उजवीकडचा रस्ता तुमकूर–बेंगळूरकडे–रहदारीचे नियम उल्लंघून मधूनच उजवीकडे व्हॅन वळताच त्यानं पुढच्या सब-इन्स्पेक्टरांना विचारलं,

"काय? बेंगळूरच्या जेलला, वाटतं!"

"हे पाहा, आम्हांला काहीही विचारू नका. तुम्हांला संडास किंवा लघवीला जायचं असेल, तर तेवढी परवानगी देण्याएवढीच आम्हांला पॉवर आहे! इमर्जन्सी आहे, विसरू नका! पायजे तर एक सिगारेट देतो, बघा–"

नक्सलवाद्यांच्या मार्गानं गेलेल्या शरभण्णा आणि नारायणप्पा यांचा काही घोळ असेल काय? आपल्यालाच ते समजून घेऊन चालले असतील काय? हा प्रश्न शंकरमूर्ती आणि सोमशेखराचार्यांच्या मनांत येत होता. एकमेकांना ते बोलून दाखवताच दोघांनाही हे पटलं.

हमरस्त्यावरून व्हॅन एकाच विशिष्ट वेगात धावू लागली, तेव्हा सगळ्या पोलिसांना डुलकी येऊ लागली. आतल्या दिव्याचा त्रास होतो, म्हणून ड्रायव्हरनं आतला दिवाही मालवला. पुढच्या रांगेत बसलेले थोरले होन्नत्ती उठून रवींद्रपाशी आले. रवींद्रशेजारी बसलेला हेमंत वडलांच्या मनातलं जाणून उठून पुढं त्यांच्या जागेवर बसला. होन्नत्ती रवींद्रच्या शेजारी बसले आणि केवळ त्यालाच ऐकू येईल, अशा आवाजात इंग्लिशमध्ये म्हणाले,

"हेमंतनं जे. पीं.कडून मार्गदर्शन घेऊन हा अपंग सेवाश्रम सुरू केला, हे सगळ्यांनाच ठाऊक आहे. तिथं जे.पीं.चा फोटोही आहे. शिवाय हेमंत खेडोपाडी फिरून जे.पीं.च्या विचारांचा प्रसार करत होता. जर तिच्या मनात कुठं सद्-सद्बुद्धीचा अंश असेल, तर त्याला टोचणी लावू शकेल, अशी एकच व्यक्ती

देशात आहे–ती म्हणजे जे.पी.! हेमंतला अटक करायला दूरान्वयानं का होईना– हे कारण आहे. पण आम्हां दोघां नवरा-बायकोला का पकडलंय् त्यांनी?''

''मीही तोच विचार करत होतो. सेवाश्रमातल्या सरसकट सगळ्यांना उचलून नेण्याचा हा प्रकार दिसत नाही. तिनं बँकांचं राष्ट्रीयीकरण केलं, हे राष्ट्राच्या विकासाच्या दृष्टीनं धोक्याचं आहे, म्हणून तुम्ही इकॉनॉमिक्सच्या इंटरनॅशनल जर्नलमध्ये विस्तृत लेख लिहिला होता ना? त्याचा आधार घेऊन विरोधी पक्षानं पार्लमेंटमध्ये तिच्याविरुद्ध टीकेची झोड उठवली होती. त्यामुळं तुमच्यावर वक्रदृष्टी पडली आहे, असा माझा अंदाज आहे–'' रवींद्र म्हणाला.

''शक्य आहे–'' म्हणताना होन्नत्तींना तो लेख पुन्हा आठवला. त्याच बरोबर आणखीही आठवलं. केवळ हा एकच लेख नव्हे, राजकीय फायद्यासाठी काही ना काही भानगडी करून त्यांना संजीवनी वगैरे नाव देणं याचा देशाच्या अर्थव्यवस्थेवर अत्यंत प्रतिकूल परिणाम होत आहे, हा मुद्दा त्यांनी रिझर्व्ह बँकेच्या सभांमध्ये आकडेवारीसह मांडला होता. याच कारणासाठी आपण गव्हर्नर होऊ शकलो नाही, हेही त्यांना आठवलं. नोकरीमध्ये असताना नियमांचं पालन करून त्यांनी सरकारविरुद्ध काहीही लिहिलं नसलं, तरी निवृत्तीनंतर जेव्हा त्यांना सर्वसामान्य नागरिकाचं अभिव्यक्ती स्वातंत्र्य मिळालं, तेव्हा ते अधिक स्पष्टपणे आपले संशोधनात्मक लेख लिहू लागले आणि त्यांना आंतराष्ट्रीय पातळीवर मान्यताही मिळू लागली होती. रवींद्रचं खरं आहे. आपल्याला अपघातानं पकडलेलं नाही.

त्या दोघांचं बोलणं ऐकणाऱ्या अण्णय्यांनी विचारलं,

''सगळ्यांना अशी अटक करत सुटलेय् ही! याची अखेर काय होईल?''

क्षणभर होन्नत्ती आणि रवींद्र दचकले. शिपाई पेंगत असले, तरी अण्णय्यांचा कन्नड भाषेतला प्रश्न त्यांना समजल्याशिवाय राहणार नाही! काही क्षण थांबून रवींद्र हलक्या आवाजात इंग्लिशमध्येच म्हणाला,

''संपूर्ण निरंकुश सत्ता हेच तिचं ध्येय आहे, यात शंका नाही. आता तिला वाटलं, तरी मागं वळता येणार नाही. हिटलर- मुसोलिनी- स्टॅलिन- कुठलंही उदाहरण पाहा! आपल्यावर कुणीही टीका करता कामा नये, आक्षेप घेता कामा नये, अधिकारावरून खाली उतर, असं म्हणता कामा नये! आपल्याला एक शिंकून अपशकुन करणारं तान्हं बाळ असेल, तरी त्यानं राष्ट्रद्रोह केला, असा आरोप ठेवून त्याचा शिरच्छेद करायची कंस–प्रवृत्ती!''

रवींद्र आणि थोरल्या होन्नत्तींचं बोलणं अत्यंत हलक्या आवाजात चाललं असलं, तरी समोरच्या रांगेत बसलेल्या हेमंतला ऐकू येत होतं. पहाटे अपंग मुलं नेहमीप्रमाणे जागी होतील. आश्रमात स्वयंपाकी करिअप्पा वगळताच आणखी कुणीही नाही. या मुलांचं तोंड धुणं-अंघोळ–बाकी स्वच्छता कोण करेल? करिअप्पानं

स्वयंपाक केला, तरी एकतीस मुलांच्या तोंडात अन्न कसं जाईल? नवजात बालकाचा शिरच्छेद करण्याचा मनोधर्म–कंसप्रवृत्तीच ही! सेवाश्रमातल्या विकलांग मुलांनाही जे.पी.चे एजंट समजून जेलमध्ये टाकलं, तर? या कल्पनेनंच त्याचे डोळे पाण्यानं भरून गेले. त्याच वेळी त्याच्या आईनं विचारलं,

"आजपासून लेकरं काय करतील, रे?"

◆

बेंगळूरला पोचून तिथल्या सेंट्रल जेलमध्ये जाईपर्यंत ते सगळेच अस्वस्थ झाले होते. आत जाऊन पाहिलं, तर तिथं लोकांची एकच गर्दी उसळली होती. स्वातंत्र्य- सैनिकांचं संमेलन चाललं असावं, असं तिथलं वातावरण होतं. विश्रांतीसाठी म्हणून अपंग सेवाश्रमात आलेल्या रवींद्रला संपूर्ण देशाची काय परिस्थिती आहे– कुणा-कुणाला कुठं ठेवलंय्, हे ठाऊक नव्हतं. कारण न सांगता अटक करून जेलमध्ये टाकायचा अधिकार वापरून कुणालाही केव्हाही अटक केली जात आहे, हे त्याला ठाऊक होतं. वृत्तपत्राची अवस्थाही त्याला समजली होती. अजूनही शरीराचा आणि मनाचा अशक्तपणा भरून आला नसला, तरी भूमिगत राहून वेगवेगळ्या बातम्या मिळवून प्रसिद्ध करायचा उत्साह मनात संचारला होता. आपण दिल्लीत असतो, तर अटक होणारच, याविषयी त्याची खात्री होती. त्यामुळंच अण्णय्यांनीही त्याला न जाण्याचा सल्ला दिला होता.

आपल्या नियतकालिकाची काय गत झाली असेल? सैनी काय करत असेल? कुठून समजतील या बातम्या? आता तर आपल्याला या जेलमध्ये आणून टाकलं आहे!

जेलमध्ये आल्यावर समजलं, राष्ट्राचे नेते, अडवानी, वाजपेयी, दंडवते यांनाही इथंच ठेवण्यात आलं होतं. त्यांचा स्वतंत्र विभाग होता. कैद्यांनी परस्परांमध्ये मिसळू नये, म्हणून त्या भल्या मोठ्या जेलची छोट्या छोट्या भागांमध्ये विभागणी केली होती. विचाराधीन कैद्यांचा समूह मात्र वेगळा ठेवला होता. एकेका विभागाला दुसऱ्या विभागातील माणसांशी बोलण्याची-मिसळण्याची बंदी होती.

अडवानी-वाजपेयी-दंडवते यांना ठेवलेली जागा कळाली. पण त्यांची भेट होणं शक्य नव्हतं. रवींद्रनं आपलं नाव आणि ओळख एका कागदावर लिहून त्या विभागातल्या एका माणसाकरवी त्यांच्यापर्यंत पोहोचवलं. त्या तिघांनी रवींद्रला भेटायचा आग्रह धरला, तेव्हा कुठं भेटीची परवानगी मिळाली.

मागं त्यानं वाजपेयींची पाटण्यात आणि त्यानंतर दिल्लीमध्ये मुलाखत घेतली होती. त्यांना त्याची आठवण होती. इतर दोघांनाही 'द फॅक्ट' चा संदर्भ देताच आणखी काही सांगावंच लागलं नाही. वाजपेयी हसत म्हणाले,

"काय करणार? आणीबाणी जाहीर केल्याशिवाय तुझ्या 'द फॅक्ट'-वर बंदी घालणं शक्य नव्हतं! म्हणून ही आणीबाणी लादण्यात आली आहे!"

त्या तिघांच्या भेटीतून आणखीही काही मुद्दे समजले. ते तिघंही पार्लमेंटच्या कामासाठी सार्वजनिक हिशेबाचं काम होतं, म्हणून बेंगळूरला आले होते. आणीबाणीची अधिकृत घोषणा रात्री करण्यात आली असली, तरी दुपारी तीन वाजता त्या तिघांनाही अटक करण्यात आली. का पकडताहात? आम्ही संसद सदस्य आहोत– काहीही म्हटलं, तरी पोलिसांनी एकच सांगितलं, 'आम्हांला काहीही ठाऊक नाही! वरून आज्ञा आहे, म्हणून अटक करीत आहोत., कुणाची आज्ञा, म्हणून विचारलं, तरी ते काहीही बोलले नाहीत.

त्या तिघांनी सांगितलं, आता देश पहिल्या आघातापासून सावरला आहे. अंधाराला नजर सरावल्यासारखी होऊन आता परिस्थिती अधिकाधिक स्पष्टपणे दिसत होती. किती तरी नेते भूमिगत झाले होते. ज्या पक्षांना निष्ठावान कार्यकर्त्यांचं पाठबळ आहे, त्या पक्षांनी आपापली गुप्त पत्रकं काढायला सुरुवात केली होती. त्याचं वितरणही हळूहळू दूरवर होत होतं. आता आपल्या जेलमधल्या पक्ष-नायकांशी संपर्क साधण्यात कार्यकर्त्यांना यश मिळत होतं. जॉर्ज फर्नांडिसांचं विध्वंसक रूपात चित्रण करायला सरकारनं सुरुवात केली होती...

जेलमध्ये भरल्यावर सुरुवातीला कैद्यांना योग्य आहार मिळत नव्हता. त्यासाठी झगडा देण्याऱ्या राजकीय कैद्यांवर जेलमधल्या गुन्हेगार कैद्यांना सोडण्यात आलं होतं, खूप मोठा गोंधळ झाला. कैद्यांवर खर्च करण्यासाठी देण्यात आलेला पैसा जेलच्या अधिकाऱ्यांनी खाल्ला. त्यातला बराच मोठा वाटा सरकारपर्यंतही पोहोचला. अन्न-सत्याग्रह-कोर्टात जायची धमकी वगैरे गोंधळ झाल्यानंतर आता तिथली परिस्थिती 'अमानवी' या विशेषणावरून 'सह्य' या विशेषणावर आली होती.

जेलमध्ये असलेल्या सगळ्या कैद्यांना हा अनुभव ब्रिटिश सत्तेविरुद्ध लढताना आलेल्या अनुभवाची आठवण करून देत होता. जेलमध्ये दररोज सकाळी प्रार्थना-व्यायाम-वाचन-राष्ट्र-उभारणीविषयी चर्चा अशा प्रकारचं जीवन चाललं होतं. त्याच बरोबर त्यांच्यामध्येही डावे-उजवे, काँग्रेसमधून बाहेर पडलेले, के. एम्. पी. द्रविड विचारसरणी असलेले, अखिल भारतीय दृष्टिकोन असलेले, लोहियावादी, तुडवले गेलेले-असे किती तरी लहान-मोठे ग्रूप होते. त्यांच्यामध्ये बरेच वाद-विवाद चालत. सर्वाधिकार उपटून काढला पाहिजे, याविषयी त्या सगळ्यांचं एकमत होतं. पण त्यानंतर कुणी राज्य चालवावं, कशा प्रकारे चालवावं, यावर वाद घालत आणि प्रत्येकजण आपला मार्गच संजीवनी-मार्ग आहे, असं आग्रहानं सांगत. कधी वादानं वाद वाढत जाई आणि जेलबाहेरच्या एकाधिकारापेक्षा समोर दिसणारे विरोधी विचारच संतापाचं निशाण होई. प्रत्येकजण 'तुझ्यामुळं आपल्या देशाची ही गत

झाली!' असं परस्परांना सांगत.

◆

त्या सातही जणांना अटक होऊन पंधरा दिवस झाले होते. एक दिवस रवींद्रचा भाऊ त्याला भेटायला आल्याचा निरोप आला. कोण हा भाऊ? रवींद्रला आश्चर्य वाटलं. कोण असेल? शांतमूर्ती?–

रवींद्र वॉर्डनच्या पाठोपाठ बाहेरच्या भेटीच्या खोलीत आला. सही करून शिपायानं दाखवलेल्या खोलीत जाऊन त्यानं पाहिलं–होय. शांतमूर्तीच आला होता. तो उठून रवींद्रकडे आला आणि त्यांचे दोन्ही हात आपल्या ओंजळीत घट्ट धरत म्हणाला,

"मला वाटलंच होतं–तुम्ही असाल, म्हणून!–"

"मी इथं असल्याचं तुला कसं समजलं?"

"बसा... सांगतो. भारतातल्या शक्य तेवढ्या प्रमुख व्यक्तींना कुठं ठेवलंय्, याची बातमी देणारं एक गुप्त-वृत्तपत्राचं जाळंच देशभर पसरलंय्. त्यात तुमचं नाव, तुम्हांला कुठं अटक केली वगैरे तपशील दिला आहे. त्यात होन्नत्ती म्हणूनही एक नाव आहे. तुमच्या घरी राहायचे–सतार वाजवायचे–तेच ना हे? तुम्ही विश्रांतीसाठी कर्नाटकात आलात–मला एक कार्ड का टाकलं नाही? मी भेटायला आलो असतो. इंडियामधलं खरं साप्ताहिक एकच–'द फॅक्ट!' तुम्ही खऱ्या अर्थानं हीरो आहात!"

त्याला थोपटत रवींद्रनं विचारलं,

"पण द फॅक्टची आज काय गत आहे, हे मला ठाऊक नाही.'

"ऑफिसला सरकारनं टाळं लावलं आहे. व्यवस्थापक सैनी भूमिगत झाले आहेत. दिल्ली, हरियाणा, पंजाब या भागांतील भूमिगत वृत्तपत्राचं व्यवस्थापन सैनीच पाहतात, अशी एक अफवा आहे. उत्तर भारतात तर प्रचंड प्रमाणात अटक करण्यात आली आहे! भारताच्या राजकारणातलं केंद्रवलय तेच आहे ना!"

"कर्नाटकातली परिस्थिती कशी आहे?"

"त्यांतल्या त्यांत देवराज अरसनं आपलं डोकं शाबूत ठेवलं आहे. निजलिंगप्पांना जेलमध्ये टाकायचा मॅडमनं हुकूम सोडला, तेव्हा यानं सांगितलं. म्हणे, तसं करायला नको. तसं केलं, तर लोक संतापातील, म्हणून! त्यांनी आपल्या अधिकाऱ्यांना आणि पोलिसांना सांगून ठेवलंय्, म्हणे, हा अधिकार चार दिवसांचा असतो– अमुक-अमुक व्यक्तीला पकडा, म्हणून दिल्लीचा हुकूम आला, तरच पकडायचं– त्याही आधी मला यादी दाखवा! पण मॅडम त्याच्यावर रागावली आहे, म्हणे!"

शांतमूर्तीनं खिशात हात घालून दोन कागद रवींद्रच्या हाती दिले. पहिल्या

कागदावर टाईप केलेला मजकूर होता. वर मायना नव्हता आणि खाली सहीही नव्हती. त्यात मजकूर होता–

"प्रिय मित्र–अशा परिस्थितीत मी एवढ्या लांब राहत आहे, तेव्हा माझ्या मनात कर्तव्य-च्युतीची भावना भरली आहे. संसारात गुरफटल्यामुळे मी कर्तव्यात कमी पडलो–हा माझा कमकुवतपणा! या परिस्थितीमध्ये मी तिथं आलो, तर काय करू शकेन, हे कृपा करून कळव. इथे सर्वाधिकाराविरुद्ध चाललेल्या चळवळीचा सेक्रेटरी म्हणून मी काम पाहत आहे."

त्यानं वाचून संपवताच शांतमूर्तीनं विचारलं,

"तलवार?"

"व्वा! असा पाहिजे पत्रकार!" रवींद्रनं कौतुक केलं.

"मी पत्र वाचलं. मला वाटतं, त्यांनी तिथंच राहावं, हे चांगलं. इथं येऊन तेही जेलमध्ये बसले, तर काय फायदा?"

"मलाही तसंच वाटलं. मी एक पत्र लिहून देईन. ते नंतर पाठवायची व्यवस्था करा–" म्हणत रवींद्रनं दुसरं पत्र घेतलं.

दुसरं पत्र हिंदीमध्ये होतं. फारसं शिक्षण न झालेल्या हमालानं लिहावं, तसं ते अक्षर होतं. शांतमूर्तीला हिंदी येत असलं, तरी हे खाजगी पत्र त्यानं वाचलं नव्हतं. शिवाय त्याला देवनागरीतली छापील अक्षरं वाचता येत होती. हस्तलिखित वाचण्याचे कष्ट होत होते. पण रवींद्रच्या हाती देऊन तो इतर कैद्यांशी गप्पा मारू लागला.

"भाईसाब, कांती दुसऱ्या हृदयाघातामध्ये मरण पावली. काही दिवसांनंतर मुलगा आला होता. रोझपेंटामध्ये उतरून आईच्या मृत्युपत्रानुसार त्यानं घर आणि कारखान्यावर कबजा मिळवला. त्यानं मलाच फॅक्टरी बघून घ्यायला सांगितलं. पण तिरस्कार वाटल्यामुळं मी नकार दिला. त्याच्या मामानंही नकार दिला, म्हणे. तूर्त त्यानं कुणाला तरी सब-कॉंट्रॅक्ट दिलं आहे. लवकरच त्याची बायको भारतात येऊन फॅक्टरीचा विस्तार करणार आहे आणि तो अमेरिकेत राहून व्यापार वाढवणार आहे, असं त्याच्या एक बिझनेस फ्रेंडकडून समजलं. तुम्हांला यातलं काहीही ठाऊक नसेल, म्हणून पत्र लिहिलं–"

या पत्रालाही मायना आणि सही नव्हती. हे शीतलचं पत्र असलं, तरी तिचं हस्ताक्षर नाही, हे रवींद्रच्या लक्षात आलं.

कांती दुसऱ्या हृदयाघातानं गेली. आपण तिच्या आठवणीपासून बरेच दूर असलो, तरी या बातमीनं मन खिन्न झाल्याचा रवींद्रला अनुभव आला. त्याचं लग्न कधी झालं? त्याची बायको कोण? त्याला यातलं काहीच ठाऊक नव्हतं. बायको आणि मुलगा त्याच्या आयुष्यातून दूरच निघून गेले होते. आता या मृत्यूच्या

बातमीमुळं सुटका झाल्यासारखं वाटायची गरज नव्हती. त्यानं मनाला समजावलं, तरी मन खिन्नच राहिलं

भेटीची वेळ संपली. शांतमूर्तीनं सांगितलं,

"पुढच्या आठवड्यात येईन मी. वरचेवर येणं मला कठीण नाही. राजकीय कैद्यांवर गुन्हेगार कैद्यांना सोडण्याचं प्रकरण झाल्यावर इथं आलेले जेलर चेलुवराज माझ्या ओळखीचे आहेत. ते अगदी खाजगीमध्ये काय म्हणाले, ठाऊक आहे? चेलुवराजांचे वडील स्वातंत्र्यपूर्व काळात देशासाठी जेलमध्ये गेले होते. तिथल्या जेलच्या अधिकाऱ्यानं त्यांना गुन्हेगार कैद्यांसारखं वागवलं होतं. स्वातंत्र्य मिळाल्यावर ते मंत्री झाले. गृहखात्याचे मंत्री. नंतर त्या अधिकाऱ्याला समोर बोलावून 'मला ओळखलंस काय–' म्हणून विचारलं, तेव्हा तो खाली मान घालून उभा राहिला. चेलुवराज म्हणतात. जेलमध्ये जायचं, म्हणजे मंत्री व्हायचा योग आला, म्हणायचं! मला भेटायचं असेल, तर एका कागदावर लिहून बाहेरच्या डब्यात पडायची व्यवस्था करा. मी भेटायला येईन. काही सामान हवं काय? सिगारेटसाठी पैसे आहेत?"

"अपंग सेवाश्रमात आल्यापासून मी सिगारेट ओढणं सोडून दिलंय्...शशी कशा आहेत?"

"मॅटर्निटी लीव्हवर आहे. झोपलेय् घरात! आणीबाणीची घोषणा झाल्या-झाल्या तासाभरात बाळंत झाली. मुलगी झालीय्! आणीबाणीच्या धक्क्यानं बाळंत झाली ना? मुलीचं नाव आणीबाणी म्हणून ठेवणार आहोत!" म्हणत शांतमूर्ती हसला.

"त्यांना माझं अभिनंदन सांगा! पुढच्या वेळेस देताना आम्हांला लाडू-बर्फी आणा–" रवींद्रनं त्याला निरोप दिला.

शांतमूर्ती निघून गेल्यावर रवींद्रच्या मनाची खिन्नता अधिकच वाढली. आपल्या विभागात तो काही वेळ येरझाऱ्या घालत राहिला. एवढ्या अवधीत ओळखीचे झालेले काही जण त्याला पाहताच त्याच्याशी थोड्या-फार गप्पा मारत होते. त्याला आता काहीही बोलायची इच्छा नव्हती. पण एवढ्या मोठ्या आवारात त्याला हवा असलेला निवांत कोपरा एकही नव्हता. तो माघारी वळला आणि सकाळी व्यायाम करण्यासाठी ठेवलेल्या जागेवर जाऊन जमिनीवर बसून राहिला.

काही क्षणांनंतर त्यानं पुन्हा एकदा शीतलचं पत्र खिशातून बाहेर काढन वाचलं. शीतलचा काही पत्रकारांशी संपर्क असला पाहिजे. नाही तर हे पत्र मला कसं पाठवलं? मला ही बातमी कळवायची आवश्यकता तरी काय होती तिला? मागं कांती-हेमंतच्या संबंधांविषयीही तिनंच कळवलं होतं. आता कांतीच्या मृत्यूबरोबर

तिनं आपल्या संपत्तीची विल्हेवाट कशी लावली, याविषयी मला लिहायची काय गरज होती! त्या दोघी एकमेकींच्या मैत्रिणी असल्या, तरी आतल्या आत त्या दोघींमध्ये परस्परांविषयी द्वेष होता काय?

का, कोण जाणे, आपण पूर्णपणे एकटा झाल्याची भावना त्याच्या मनाला ग्रासून राहिली होती. जेवणाची घंटा होईपर्यंत तो तिथंच बसून होता.

त्या विभागातल्या चाळीस माणसांपैकी रात्री किती तरी जण घोरत होते. गेल्या पंधरा दिवसांत त्या घोरण्याच्या आवाजातही झोप काढण्याची सवय झाली होती. पण त्या रात्री मात्र रवींद्रला झोप आली नाही. आपलं मागचं जीवन गळून गेलं असून, आपण एकटेच आहोत, ही भावना त्याची पाठ सोडायला तयार नव्हती. सुटकेच्या हलक्या भावनेऐवजी खिन्नतेनं मन जड का व्हावं, हे त्याला विचार करूनही समजत नव्हतं.

हे पत्र अण्णय्याला दाखवलं, तर? मनातली भावना वाटली जाऊन कदाचित हलकंही वाटेल. त्या पाचही जणांना एका खोलीत ठेवलं होतं. अण्णय्यांना खोलीबाहेर बोलावून पत्र दाखवावंसं वाटलं. पण त्यानं स्वत:ला आवरलं. अण्णय्याला पत्र दाखवताना 'हेमंतला दाखवू नकोस–याविषयी सांगू नकोस' म्हणून सांगितलं पाहिजे, नाही तर तो सहजच ही बातमी इतरांना सांगेल. 'सांगू नको' म्हटलं, तर अण्णय्याला काही तरी कारण दिलं पाहिजे–

अखेर थोड्या वेळानं तो उठला आणि बाहेर जाऊन त्यानं खिशातल्या पत्राचे बारीक-बारीक तुकडे करून केराच्या टोपलीत टाकून दिले.

आपल्या खोलीत तो विमनस्क अवस्थेत बसला असता सत्यवतीबाई त्यांच्या खोलीत आल्या. जेलच्या या विभागापाशी असलेल्या वडाच्या झाडाखाली बसून वेळ काढायची त्यांना सवय झाली होती. त्याच विभागातल्या एका छोट्या खोलीत होन्नत्ती पती-पत्नींची व्यवस्था केली होती.

त्या येऊन हेमंतच्या चटईवर बसल्या, अण्णय्यांनी त्यांना विचारलं,

"साहेबांचा वेळ राष्ट्र-नायकांशी अर्थशास्त्रावर चर्चा करण्यात जात आहे. तुमचा वेळ कसा जातो?"

"फक्त वेळ जायचा प्रश्न नाही. माझ्या डोक्यात केव्हापासून एक विचार येतोय्, बघा! तेच विचारण्यासाठी मी आले. आपल्याला इथं येऊन पंधरा दिवस झाले. तिकडं त्या लंगड्या-पांगळ्या मुलांची काय गत झाली आहे, कोण जाणे! हेमंतला तर लवकर सोडतील, असं दिसत नाही. अण्णय्याही सरकारच्या दृष्टीनं धोकादायक माणूस असतील. आमच्या साहेबांना तर दिल्लीच्या हुकुमावरून बंद केलं आहे. पण मला का डांबून ठेवलंय्? यामागं काहीच कारण नाही. माझं

काहीही चुकलं नाही आणि माझा कुठल्या राजकारणाशी संबंधही नाही. मला सोडण्यासाठी सरकारला अर्ज दिला, तर सोडतीलही. मी अपंग मुलांकडे जाऊन त्यांचं सारं पाहून घेईन. एकटा स्वयंपाकी करिअप्पा काय करेल? तिथं अन्न-धान्य कमी पडलं, तर मीच थोडी-फार फिरून गोळा करून आणेन. तुम्हां सगळ्यांची सुटका होईपर्यंत मुलांना शिक्षण मिळणार नाही, हे खरं! पण तोपर्यंत ती मुलं उपासमारीनं किंवा रोगराईनं मरणार नाहीत, एवढं तर मी पाहू शकते ना? सोमशेखराचार्य आणि शंकरमूर्तींनाही माझ्याबरोबर सोडलं, तर फारच छान होईल!–''

सत्यवतीबाईचं बोलणं ऐकताना अण्णय्यांचा चेहरा प्रसन्न झाला. रवींद्रही एकटक त्यांच्या चेहऱ्याकडे पाहत होता. एकाएकी त्याच्या मनात आजीची आठवण उसळून आली.

सोमशेखराचार्य आणि शंकरमूर्तीही उत्तेजित झाले,

''पण ते आम्हांला सोडतील काय?'' त्यांनी शंकाही बोलून दाखवली.

हेमंत म्हणाला,

''आई, त्या दोघांना सोडतील, की नाही, हे निश्चित सांगता येणार नाही, पण तुला डांबून ठेवायला मात्र काहीही महत्त्वाचं कारण नाही. आम्ही अप्पांकडे लक्ष देऊ. इथं अडवानी-वाजपेयी-दंडवते यांच्याबरोबर अर्थशास्त्रावर चर्चा करण्यात त्यांचा वेळ जातोय्. परवा तर ते म्हणाले–इथं आलो, चांगलंच झालं.''

रवींद्र अजूनही तिचा चेहरा न्याहाळत होता. विशिष्ट अँगलनं पाहिलं, तर माय-लेकांत किती साम्य दिसतंय्, हे तो पाहत होता.

◆

आत परस्परांशी ओळख होणं अशक्य व्हावं, एवढे कैदी तिथं डांबले होते. तिथल्या प्रत्येकाला गाठून, इथं-तिथं हलू न देता आपलंच व्याख्यान ऐकायला लावणारी एक व्यक्ती तिथं होती. तो आपल्या दिशेनं येऊ लागताच इतर कैद्यांची पळापळ होत असे. त्याचं नाव बऱ्याच जणांना ठाऊक नव्हतं. जाणून घेण्याची कुणाची इच्छाही नव्हती. कुठं त्याचा संदर्भ आला, तरी 'सोशालिस्ट' म्हणूनच त्याचा उल्लेख केला जाई. पँट, झब्बा, वेस्ट-कोट, जेलमध्येही सतत खांद्यावर लटकलेली बुद्धिजीवी कापडी पिशवी, काळे तीळ आणि तांदूळ मिसळून हनुवटीला चिकटवावी, तशी दाढी-मिशी!

कुणी भेटला, की विषय नसला, तर निर्माण करून, तो बोलायला सुरुवात करत असे. त्यामध्ये देशाची अर्थव्यवस्था, दक्षिण आफ्रिकेतील क्रांती, स्वत: अस्पृश्यतेविरुद्ध केलेली चळवळ, वैदिकांनी चार्वाकाला कसं फसवलं, परंपरेमधील व्यक्ती-उपेक्षा, साहित्यामधल्या विषम प्रवृत्ती, गांधींपेक्षा मार्क्स-मार्क्सपेक्षा लोहिया

कसे समग्रचिंतक आहेत, हे पटवून देत तास न् तास उभा राहत असे. कुठल्याही क्षणी सत्याग्रह, झिंदाबाद-मुर्दाबाद वगैरे घोषणा द्यायला तो तयार होता. त्याला त्यासाठी महत्त्वाच्या कारणांचीही गरज नव्हती.

जेलमध्ये फक्त आर.एस्.एस्.चीच माणसं शिरली आहेत, याविषयी त्याला राग होता. जेलमधल्या इतर कैद्यांवर वाजपेयी-अडवानी धर्मांधतेचा प्रभाव पाडत आहेत, हा त्याचा लाडका आरोप होता. त्याविरुद्ध लढा दिला पाहिजे, असा आपला आग्रह तो प्रत्येकापुढं मांडत होता. कुणीही दोघं आपसांत बोलत असले, तरी मध्येच शिरून तो आपली मतं आग्रहानं मांडत होता. एकदा त्यानं प्रार्थना-सभेमध्ये वाद सुरू केला होता, आमच्या ब्रँडच्या सिगारेटस् आम्हांला सरकार जेलमध्ये देऊ शकत नसेल, तर आम्हांला डांबून ठेवण्यात काय अर्थ आहे? तो किती तरी बातम्या जेलमध्ये पसरवत होता. त्यानं सांगितलेली बातमी सात वेळा स्वच्छ धुऊन, खडखडीत वाळल्यावर झटकून, नंतर तीवर विश्वास ठेवायला पाहिजे, असं सगळ्यांचंच मत होतं.

अशा कुमारस्वामीनं एकदा बातमी आणली–रामभट्ट नावाच्या काळ्या अज्ञान-प्रसारकाला जेलमध्ये आणलं आहे–तो कुठल्याशा देवळाचा पुजारी आहे–दगडी मूर्तीपुढं अर्धातास मंत्र म्हटल्यासारखं करून मध्येच त्यानं 'इंदिरा गांधी मुर्दाबाद' म्हटल्यामुळं पकडून आणलं आहे–याच विभागाच्या पाचव्या खोलीत ठेवलं आहे–

सारं ऐकल्यावर रवींद्रला वाटलं, हे आपल्या गावच्या देवळाचे पुजारी रामभट्ट तर नसतील? त्यांचाही रंग काळा आहे–याविषयी कुमारस्वामीला विचारण्यात अर्थ नाही, हेही त्याला ठाऊक होतं. कारण त्यानं खोलात जाऊन चौकशी केली नसणार, याविषयी रवींद्रची खात्री होती. त्यामुळं तो स्वत:च पाचव्या खोलीपाशी गेला.

जळक्या बिड्यांचे हजारो काळे डाग आणि लक्षावधी ढेकणं चिरडल्याचे रक्ताचे डाग यांनी भरलेल्या भिंतीपाशी एका चटईवर रामभट्ट झोपले होते. अंगावर मेलकोटेचं धोतर आणि मळकट शर्ट होता. हात आणि गळ्याची काळी कातडी सुरकुतून गेली होती. कपाळावर अगदी बालपणापासून लावलेल्या नामामुळं पडलेला पांढरा नामाच्या आकाराचा डाग, त्याच्या मध्ये गंध लावत असलेल्या ठिकाणचं कातडं लालसर झालं होतं. अंघोळ झाली नसावी. गेल्या एक-दोन दिवसांत तोंडात अन्नच नव्हे, पाणीही घातलं नसावं, असं दिसत होतं.

ते डोळे मिटून पडले होते. शेजारी चटईवर बसून काही जण सिगारेट ओढत गप्पा मारत बसले होते. काहीजण भोवताली फिरणारी ढेकणं चिमटीत धरून चिरडत होते. रामभट्टांच्या धोतरावरूनही दोन-तीन ढेकणं फिरत होती.

रवींद्रनं जवळ जाऊन हाक मारली,

"रामभट्ट–! ओळखलं का मला? माझा आवाज ओळखता आला?"

नावानं कोण हाक मारतंय्, म्हणून त्यांनी पाहिलं खरं; पण त्यांना त्याची ओळख पटली नाही. त्यांच्या डोळ्यांमध्ये फूल पडल्याचं रवींद्रला दिसत होतं. ते उठून बसत म्हणाले,

"नीट दिसत नाही, पूर्ण पिकल्यावर ऑपरेशन करायचं म्हणालेत हासनचे मोठे डॉक्टर."

त्यांच्या शेजारी चटईवर बसत तो म्हणाला,

"मी रवींद्र–व्यंकटसुब्बय्यांचा नातू..." म्हणत त्यानं त्यांचे दोन्ही हात आपल्या हातांत घेतले.

त्याचे हात चाचपत ते म्हणाले,

"रवींद्र होय? मला इथं ठेवलंय्, म्हणून तुला कुणी सांगितलं बाबा? पेपरातही आलं काय आमच्या घराण्याचा मान गेल्याचं?–" म्हणत ते हुंदके देऊन रडू लागले. त्यांच्या मोतीबिंदू झालेल्या डोळ्यांमध्ये पाणी भरल्यामुळं काहीच दिसेनासं झालं. हळूहळू हुंदक्यांचं रूपांतर आक्रोशात झालं.

रवींद्र त्याचं समाधान करू लागला,

"रामभट्ट–असं करू नका. मनाचं समाधान करा- काहीही झालं नाही–काळजी करू नका–मी आहे ना?–"

"कोण असून काय होणार आहे? आमच्या घराण्यात कुणी जेलमध्ये गेलं नव्हतं–सगळे पूर्वज रौरव नरकात गेले असतील! माझं काय चुकलं? काहीही पाप केलं नाही–" ते रडतारडता म्हणाले.

"इथं दोन हजारांपेक्षा जास्त माणसं आहेत! कसलीही चूक न केलेल्या लोकांना जेलमध्ये आणून भरताहेत–ही चूक सरकारची आहे, रामभट्ट! आपण गुन्हा केल्यामुळं कारागृहात आलो, तर पितर नरकात जातील. पण राजकीय गुंडागिरीला कोण काय करणार? तुम्ही सरकार, इंदिरा गांधी, आणीबाणी, निवडणुकीतला भ्रष्टाचार यांविषयी निषेध व्यक्त केला काय?"

शेजारी चटईवर बसून ढेकणं मारणाऱ्यांपैकी एकजण म्हणाला,

"सकाळपासून आम्हीही हेच सांगतोय् म्हाताऱ्याला! पण डोक्यात शिरेल, तर शपथ! परवा पकडून आणलंय्–तेव्हापासून त्यांनी पाण्याचा घोटही घेतलेला नाही, म्हणे. सकाळी जेवणही केलं नाही!"

एवढ्यात तिथं सोशालिस्ट कुमारस्वामी आला. त्याच्या पाठोपाठ अण्णय्याही होते. आतापर्यंत समजलेली हकीकत रवींद्रनं अण्णय्यांच्या कानांवर घातली. त्यांनीही रामभट्टांची समजूत काढली,

"या जेल-वास्तव्यामध्ये आपण लाज वाटून घ्यायचं काहीही कारण नाही.

उलट, अभिमान वाटावा, असंच आहे. चला, आधी जेवण करून घेऊ या. मग गप्पा मारू या! रामभट्ट, मला ओळखलं काय? मी अण्णेगौडा-हालुकेरेला शाळा चालवत होतो–आठवलं काय?''

"हं! ऐकलं होतं खरं. आधी गरीब मुलांना अन्न-दान आणि विद्यादान करत होता. आता ते सगळं सोडून फक्त श्रीमंतांच्या मुलांनाच विद्यादान देता, म्हणे! राजशेखर सांगत होता मध्ये–''

बातमी कशी चुकीच्या पद्धतीनं प्रसार पावली आहे, हे पाहूनही अण्णय्या शांतपणे म्हणाले,

"ती सगळी फसवणुकीची भलीमोठी कथा आहे! नंतर निवांतपणे सांगेन. देशातल्या लाखो लोकांना जेलमध्ये टाकलंय्. मला–रवींद्रला–आणखीही किती तरी माणसं आहेत. त्यात काहीही पाप नाही. चला, स्वयंपाकघरात जेवण करून घ्या–मी सांगतो वाढायला. नाही तर एका ताटलीत वाढून घेऊन येतो इथंच. आधी जेवून घ्या तुम्ही!''

आपण कारागृहात आल्यामुळं त्यांच्या मनात निर्माण झालेली पाप-भावना थोडी कमी झाली होती. काही वेळ ते डोळे मिटून बसले आणि नंतर त्यांनी विचारलं,

"इथं स्वयंपाक करणारे कुठल्या जातीचे आहेत?''

"जेलमध्ये तसं काही निश्चित नसतं, सरकारी नोकर असतात तेही...''

"तर मग मी त्याला हातही लावणार नाही–'' म्हणत पुन्हा डोळे मिटून बसून राहिले.

हे ऐकताच समोरचा सोशालिस्ट कुमारस्वामी घोषणा देऊ लागला,

"भटांचा धिक्कार असो! जातिवादाचा निषेध असो! पाच हजार वर्षं समाजाचं शोषण करणाऱ्या पुरोहितशाहीचा धिक्कार असो!–''

हे कानांवर पडताच आळसावून लोळणारे आणि चटईवर बसून शिळोप्याच्या गप्पा मारणारे उत्साहानं उठले आणि धिक्काराच्या घोषणा करू लागले. घोषणांचा आवाज ऐकताच आजूबाजूच्या विभागांतली माणसंही धावत येऊन घोषणा देऊ लागली.

एकाएकी उसळलेल्या या दंग्यामुळं जेलचे अधिकारी घाबरले. त्यांनी हुकूम दिला–क्षणार्धात शेकडो शिपाई आपापल्या बंदुका सरसावत धावले. या साऱ्यामुळं उत्तेजित झालेल्या कुमारस्वामीच्या अंगात नायकत्व संचारलं आणि तो आणखी तारस्वरात घोषणा देऊ लागला,

"भट्टाचार्यांचा धि:कार असो, पुरोहितशाही मुर्दाबाद–''

एकाएकी बदललेल्या या परिस्थितीनं रवींद्र आणि अण्णय्या दिङ्मूढ होऊन

गेले. त्याच वेळी तिथं धापा टाकत येऊन पोहोचलेल्या जेलरनं कुमारस्वामीला विचारलं,

"काय? काय झालं?"

लगोलग बंदूकधारी शिपाई जेलरच्या रक्षणासाठी त्याला घेरून उभे राहिले.

"पाच हजार वर्षांपासून इतरांना तुडवणाऱ्या साम्राज्यांचा प्रतिनिधी रामभट्ट याला अटक करा–खटला भरा–बारा वर्षं काळ्या पाण्यावर पाठवा–" कुमारस्वामीनं सुरुवात केली–पण कुणालाच काही कळेना. केवळ राजकीय कैदी असलेल्या या जेलमध्ये काही कारणानं दंगा उसळला, तर काय होईल या विवंचनेत जेलर असताना अण्णय्या मध्येच म्हणाले, 'मी सांगतो काय झालं, ते. हे इथं बसलेत ना? ते आमच्या गावच्या देवळाचे पुजारी. त्यांनी गेले दोन दिवस पोटात काहीही घातलं नाही . त्यांना जेवायला चला म्हटलं, तर ते म्हणाले, आम्ही स्वयं-पाकी! इतरांनी शिजवलेलं खाणार नाही. म्हणून हा दाढीवाला किंचाळत आहे. तुम्ही त्यांना स्वयंपाकाचं सामान द्यायची व्यवस्था करा. मी चूल पेटवून देणं वगैरे मदत करेन. या म्हाताऱ्याला इतर जातीच्या लोकांनी शिजवलेलं खायची जबरदस्ती करणं न्यायाचं नाही. माझी यांच्या मुलाची ओळख आहे. तो सगळ्या जातींच्या लोकांकडं खातो-पितो. सगळ्या हॉटेलमध्ये जेवण करतो. हा पिढ्यांचा प्रश्न आहे.पुढची पिढी अपरिहार्यपणे बदलत आहे. त्यासाठी तुम्ही बंदूकधारी शिपायांसह धावत यायची काय गरज आहे?"

आता जेलरच्या जिवात जीव आला. तो म्हणाला,

"जेलमध्ये आम्ही असं काहीही करू शकत नाही. ज्याला त्याला त्याच्या इच्छेप्रमाणे जेवणाची व्यवस्था करायची जबाबदारी आमच्यावर आहे. त्यांना स्वयंपाकघरात घेऊन चला. तुम्हांला हवं तेवढं धान्य आणि भांडी द्यायची व्यवस्था करतो. तुम्हीच तीन दगड ठेवून चुलीवर स्वयंपाक करून घ्या."

लगेच कुमारस्वामीनं घोषणा दिली,

"पुरोहितशाहीला पाठिंबा देणाऱ्या नोकरशाहीचा धिक्कार असो!"

पण तिथं असलेल्या कुणीही त्यात आपला आवाज मिसळला नाही. आता कुमारस्वामीही गोंधळला. पण हार न मानता त्यानं आपलं भाषण सुरू केलं,

"देशाचे खरे शत्रू कोण आहेत, हे आता समजलं. नोकरशाही आणि पुरोहितशाहीशी आधी झगडा दिला पाहिजे! त्यानंतर एकाधिकारशाहीविरुद्ध लढलं पाहिजे. वैज्ञानिक मनोधर्माचा विजय असो! प्रगतीचा विजय असो–"

एव्हाना जमलेली माणसं निघून गेली होती. बंदूकधारी शिपाईही तिकडं फारसं लक्ष न देता निघून गेले. जेलरला कुमारमूर्तीला माहिती होती. त्यांच्यावर शांतिभंगाचा खटला घातला पाहिजे, असा विचार करत तोही निघून गेला.

अण्णय्यांनी रामभट्टांना दंड धरून उठवलं आणि ते स्वयंपाकघराकडे निघाले. रवींद्रनंही त्यांचा दुसरा दंड धरून त्यांना आधार दिला. वीस-पंचवीस पावलं टाकेपर्यंत रामभट्ट थकून गेले. ते हलक्या आवाजात म्हणाले,

"मला एक अडचण झाली आहे. लघवीला आताच्या आता गेलं पाहिजे, असं वाटतं. म्हणून घाई-घाईनं जाऊं बसलं, तर लघवीच होत नाही. चार थेंब झाली, तरी भयंकर आग होते.''

अण्णय्यांनी विचारलं,

"पाणी पिऊन किती वेळ झाला?''

"परवा रात्री जेवताना प्यायलो, ते शेवटचं.''

"एक लोटाभर पाणी घ्या. तासा-दोन तासांत सगळं ठीक होईल. दोन शहाळी मिळाली असती, तर जास्त बरं!''

"अंगावर पाणी ओतलं नाही! पाणी कसं प्यायचं?''

"आता आपण तिकडंच चाललोय् ना? तुम्ही आधी नळाखाली डोकं धरून अंघोळ करा–नंतर तांब्याभर पाणी प्या.''

स्वयंपाकघरात त्यांना सगळं स्वयंपाकाचं सामान देण्यात आलं. चूल पेटवून देण्यात आली. त्याच वेळी शिपायानं येऊन सांगितलं,

"तुमच्यापैकी रवींद्र कोण? तुम्हांला भेटायला कुणी तरी आलंय्–''

शांतमूर्तीच आला असणार, याविषयी या वेळेला मात्र रवींद्रची खात्री होती. अण्णय्या रामभट्टांकडे पाहत आहे, हे बघून रवींद्र शिपायाबरोबर बाहेर गेला.

बाकावर बसलेला शांतमूर्ती पाहताच उठून उभा राहिला. त्यानं बातमी आणली होती,

"जे.पीं.ना हार्टचा काही तरी प्रॉब्लेम झाल्यामुळं त्यांना चंदीगडमध्ये एका वैद्यकीय संस्थेत ठेवलं आहे, म्हणे. त्यांच्या जिवाचं काही बरं-वाईट होईल, की तीच त्यांना संपवेल, याची काळजी आहे.''

"मूर्ती, दोन कामं व्हायला पाहिजेत–'' म्हणत रवींद्रनं त्याला अपंग सेवाश्रमाची हकीकत सांगितली आणि म्हणाला, "सत्यवतीबाईंना आणि त्यांच्याबरोबर काही तरी करून दोन ब्रह्मचाऱ्यांना इथून बाहेर काढणं शक्य झालं, तर त्या मुलांचं जगणं सुसह्य होईल. नाही तर पुन्हा बस-स्टँडवर भीक मागितल्याशिवाय त्यांना दुसरा मार्गच राहणार नाही!''

"बघतो, काय करता येईल, ते; आणि दुसरं काम?''

"मागे आमच्या गावच्या एका मूर्तीच्या चोरीची बातमी आली होती–नंतर मीही बसवनपूरला जाऊन आलो होतो–एक लेखही लिहिला होता–आठवतं?''

"आठवलं चार महिन्यांपूर्वी एक अमेरिकन पत्रकार आला होता. लिंडन यार्क

त्याचं नाव. सांस्कृतिक वस्तूंच्या चोरीविरुद्ध झगडणारी एक संस्था आहे. त्या संस्थेचं साहाय्य घेऊन तो भारतात आला होता, न्यूयॉर्क टाइम्सचा वार्ताहर. पेपरवाल्यांनीच त्याला रजा, पगार, विमानाचं तिकीट आणि इतर सारी मदत दिली होती. आपल्या देशातून तिकडं गेलेल्या पंचेचाळीस मूर्तींचे फोटो त्यानं सोबत आणले होते. तिथं त्यांची किंमत अब्जावधी डॉलर्समध्ये आहे! या मूर्ती भारतातल्या कुठल्या कुठल्या देवळांमधून केव्हा चोरीला गेल्या, या चोरीमागे कुणा स्थानिक माणसाचा आणि राजकीय अधिकाऱ्याचा हात आहे, याचा शोध घेणं हे त्याचं काम.

उत्तर प्रदेशात फिरल्यावर तो इथं आला होता. मूर्ती पाहताच तिच्या वैशिष्ट्यावरून ही अमुक शैलीची अमुक-अमुक परिसरातल्या देवळातून ती चोरली गेली असणार, असा अभ्यास करून नंतरच तो तपासाला सुरुवात करत होता. तुमच्या गावच्या सरस्वतीची मूर्ती पाहताच त्यानं ही होयसळ शैलीची मूर्ती आहे, हे जाणून तो सरळ बेंगळूरला आला. माझ्याशी बोलणं होताच मी त्याला तुमच्या लेखमालेची फाईल दिली. ती वाचल्यावर त्यानं बसवनपूरला जायचा निर्णय घेतला. तिथं अधिक चौकशी करताना कन्नड बोलणारा माणूस लागेल, म्हणून त्यानं मलाच येशील काय म्हणून विचारलं. मी तर एका पायावर तयारच होतो! म्हटलं, आपल्याकडूनही यासाठी होईल तेवढं करावं! त्या गावातच बसनं जाऊन मुक्काम केला. देवळाचे पुजारी रामभट्ट- त्यांनी फोटो पाहताच मूर्ती ओळखली. त्यानंतर त्यानं रामभट्टांना वर-वर असंबद्ध वाटतील, असे तीस-चाळीस प्रश्न विचारले. ती उत्तरं रेकॉर्ड करून घेतली. नंतर त्या भागातल्या एम् एल् ए आणि जिल्हाधिकाऱ्यांनाही भेटला. एम् एल् ए जयप्पा तर याच्यावर उखडलाच! पण यानं अजिबात दाद दिली नाही. त्यानं सुरुवातीला तोफ डागली, 'मुंबईचा हाजी लतीफ तुम्हांला तुमच्या गावात भेटला, की बेंगळूरमध्ये?' या प्रश्नानं त्याचा रंगच उडाला. काय चौकशीची पद्धत त्याची! पुढचा हा प्रश्न हा काय विचारणार आहे, याची मला सुद्धा कल्पना येत नव्हती! त्याच्याबरोबर कितीतरी शिकायला मिळालं मला. इथून तो पट्टदकल्लला गेला–नंतर काहीही समजलं नाही.

गेल्या आठवड्यात एक पाकीट माझ्या नावे आलं. अमेरिकेचा स्टँप. पाकीट फोडून पाहिलं, तर लिंडनचं पत्र होतं. माझ्या मदतीबद्दल आभार वगैरे मानले होते. सोबत न्यूयार्क टाइम्सच्या पुरवणीमधला सहा पानी सुदीर्घ लेख होता! त्यानं भारतात पंचेचाळीस मूर्तींच्या चोरीच्या तपासावर आधारलेला लेख! त्यात प्रत्येक मूर्ती जिथून चोरीला गेली, ते देवालय, या चोरीमध्ये महत्त्वाचा सहभाग असलेले राजकीय पुढारी, पोलीस अधिकारी आणि या व्यवहारातील बडे एजंट या सर्वांची माहिती त्यानं फोटोसकट दिली होती. त्यात त्यानं स्पष्टपणे दिलं आहे–बसवनपूरच्या सरस्वती मूर्तीच्या चोरीमागे जयप्पगौडा याचा हात आहे! त्याच लेखात त्यानं

रामभट्टांच्या बोलण्यातून समजलेल्या इतर बारकाव्यांविषयीही लिहिलं आहे. गेल्या खेपेलाच लेख आणायला हवा होता- आज आणलाय्. घ्या–आपल्याला असा तपास करणं कधी जमेल, असं वाटतं, असे लेख वाचले की! आता ट्रिब्यूनविषयी तर काहीही बोलण्यात अर्थ नाही–''

शांतमूर्तीच्या हातून पाकीट घेताना रवींद्रला बराच खुलासा झाल्यासारखा वाटला, तरी पूर्णपणे उलगडा झाला नाही. ते बाजूला सारून तो म्हणाला,

''तुम्ही रामभट्ट म्हणालात ना? त्यांनाही इथंही पकडून आणलं आहे. त्यांच्यापुढंच वाढलोय् मी! माझ्या आजोबांपेक्षा थोडे लहान असतील ते. त्यांचा राजकारणाशी कसलाही संबंध असणं शक्य नाही–त्यांनाही आणीबाणीचं निमित्त करून अटक-''

शांतमूर्ती मध्येच म्हणाला,

''या लेखानं जगभर खूपच गोंधळ उडवलाय्! ज्या संस्थेनं लिंडनला मदत केली होती, ती संस्था हा प्रश्न युनेस्कोमध्ये मांडणार आहे! भारत-सरकारला याचा वास निश्चितच लागला असेल. याचाच परिणाम म्हणून रामभट्टांवर त्यांनी सूड घेतला असेल. दुसरी शक्यता अशी, की उद्या आपली बाजू मांडताना म्हणायचं– 'जेलमध्ये राहून आलेल्या रामभट्टांच्या बोलण्यावर विश्वास ठेवून केलेल्या आरोपांमध्ये काहीही अर्थ नाही! इतर देवळांशी संबंधित व्यक्तींनाही अशीच अटक केली असेल. पूर्वीची परिस्थिती असती, तर मी याचा निश्चित छडा लावला असता. आता मात्र शक्य नाही, आणखीही एक मला वाटतं–जयप्पाला या लेखनातलं काहीही समजलं नसेल! पण लतीफनं दमदाटी केल्यामुळं त्यानं रामभट्टांना जेलमध्ये टाकायला सांगितलं असावं. कारण हाजी लतीफनं दिल्ली-सरकारला हाताशी धरून अशा काही जणांना अटक करवली आहे.''

''मग यांना सोडवणं शक्य नाही काय?''

''जर दिल्लीच्या हुकुमावरून त्यांना अटक झाली असेल, तर इथलं सरकार काही करू शकणार नाही. हा महिना जाऊ द्या. तेवढ्या अवधीत यांचं नाव यादीत कुठून आलं, याचा शोध लागेल. त्यात आणीबाणीमध्ये पोलीस अत्यंत गुप्तता पाळत आहेत. सर्वसाधारण माणसापेक्षा तेच जास्त घाबरलेत.''

शिपायानं वेळ संपल्याचं खुणावलं. शांतमूर्ती उठताउठता म्हणाला,

''एवढ्या वेळात मी एकही सिगारेट ओढली नाही, सहवास-दोष! दुसरं काय?''

◆

शांतमूर्तीचा निरोप घेऊन रवींद्र राममूर्तीच्या जेवणाचं काय झालं, ते पाहण्यासाठी

निघाला. एवढ्या वेळात सार-भात झाला असेल, त्यांनी घासभर अन्न खाल्लं असेल. आपल्याला का पकडून आणलंय्, हे त्यांनाही ठाऊक नाही. आपण नंतर त्यांना निवांतपणे सांगितलं पाहिजे—असा विचार करत तो झपाझप आत निघाला.

तो तिथं गेला, तेव्हा एका धुतलेल्या पळसाच्या पानावर रामभटांनी पळीभर भात वाढून घेतला होता. त्यावर ते पळीभर सार वाढून घेत होते. काही अंतरावर बसून अण्णय्या आग्रह करत होते,

"तुम्ही दोन घास खाऊन घ्या—तुम्हांला आणखी किती तरी सांगायचं... आहे"

"सांगायचं काय? दरिद्री पोट ऐकत नाही, म्हटल्यावर काही तरी कोंबायचं!—" म्हणत ते भात कालवू लागले.

अण्णय्यांनी रवींद्रला थोडं लांब नेऊन सांगितलं,

"देवाची पूजा केल्याशिवाय कसा जेवू, म्हणून हट्ट करत होते. त्यांना समजावलं, एका दगडाची पूजा करा आणि त्यातच चन्नकेशव आहे, अशी भावना करून नमस्कार करा—! भात शिजेपर्यंत त्यांनी एका दगडाची पूजा केली. भात शिजल्यावर म्हणायला लागले, माझ्या मुलाच्या कष्टाचं अन्न खायची परवानगी मला धर्मानं दिली आहे—या पापी सरकारचं अन्न मी कशाला खाऊ? पुन्हा समजावलं, तुम्ही त्या अन्नासाठी आपण होऊन इथं आला नाही! त्यांनी जबरदस्तीनं इथं आणून आपलं हक्काचं अन्न तोडलंय्—त्यामुळं आपलं पाप सरकारलाच लागेल—कसंबसं जेवायला बसवलं, तर एवढासा भातच पुढ्यात घेऊन बसलेत केव्हापासून!—"

त्यांची नजर रामभट्टांवरच होती. बोलताबोलता ते दचकले. 'अरे-अरे ' म्हणत ते रामभट्टांकडे धावले. रवींद्रही त्याच्यापाठोपाठ धावला. रामभट्टांना उलटी झाली होती. घशातल्या दोन घासांबरोबर तोंडातला अर्धवट चावलेला घास भातावर उलटून पडला होता. ते दोघं पाहत असताना जठरातला भांडंभर पिवळा-हिरवा द्राव उचंबळून वर आला आणि त्यावर ओतला गेला. अण्णय्या जाऊन कळवळून म्हणाले,

"सावकाश... शांत व्हा..."

रामभट्ट त्या श्रमानं गलितमात्र झाले होते. त्यांनी क्षणभर दम खाल्ला आणि सगळ त्राण एकवटून म्हणाले,

"हा भात नाही! विष्ठा आहे! त्यात पांढरे किडे वळवळताहेत! तुम्हांला दिसत नाहीत? आणि मला खायला सांगता?"

एवढ्या बोलण्याचेही श्रम होऊन ते धापू लागले.

पोटातला अखेरचा द्रव पडून गेल्याचं अण्णय्यांच्या लक्षात आलं.

"चला, तुमच्या चटईवर झोपवतो- डॉक्टरांना बोलावू या—" म्हणत त्यांनी

आधार देऊन रामभट्टांना उठवलं. त्यांना त्यांच्या पाचव्या खोलीतल्या चटईवर झोपवलयावर रवींद्र म्हणाला,

"तू वारा घाल त्यांना. डॉक्टरांना बोलावून आणतो. डी-हायड्रेशन!"

त्यानं शिपायाला सांगून अधिकाऱ्यांकडे धाव घेतली. डॉक्टरांना फोन करण्यात आला. डॉक्टरांनी सांगितलं,

"पंधरा मिनिटांत मी तिथं आहे. रोग्याला क्लिनिकमध्ये आणून झोपवा–"

लगेच दोन माणसं स्ट्रेचर घेऊन रवींद्रच्या पाठोपाठ धावली. ते पाचव्या खोलीत पोहोचले, तेव्हा अण्णय्या रामभट्टांच्या शेजारी बसले होते. भोवताली पाच-पन्नास माणसं जमली होती. अण्णय्यांनी रवींद्रला सांगितलं,

"काही उपयोग नाही जीव गेलाय्–"

आलेल्यापैकी एकानं सांगितलं,

"तरीही आम्ही क्लिनिकमध्ये घेऊन जातो. जीव गेलाय्, म्हणून तरी डॉक्टरांनी सांगायला पाहिजे ना!" त्या दोघांनीही रामभट्टांचा देह स्ट्रेचरवर टाकला आणि निघाले. जमलेले पन्नासजण त्यांच्या पाठोपाठ निघाले. पण शिपायांनी मज्जाव केला.

त्याच वेळी कुठून तरी तिथं आलेल्या कुमारस्वामींनं विचारलं,

'काय झालं?'

अण्णय्यांनी घडलेली हकीकत थोडक्यात सांगितली. ती पूर्ण ऐकायच्या आधीच त्यानं घोषणा दिली,

"राजकीय कैद्यांना किडलेले अन्न देऊन विष-प्रयोग करणाऱ्या जेलच्या अधिकाऱ्यांचा धिक्कार असो! असल्या अधिकाऱ्यांना विष-प्रयोगाची आज्ञा देणाऱ्या सरकारचा धिक्कार असो!"

सभोवताली जमलेल्या इतर कैद्यांनीही त्यात आपले आवाज मिसळले,

'धिक्कार असो-'

'धिक्कार असो!'

◆